Chichewa/ Chinyanja – English Dictionary

Chichewa/ Chinyanja – Chingerezi
Mtanthauzira Mawu

Steven Paas

second edition
revised and enlarged

Buku la Mvunguti No. 20

Kachere Series, Zomba 2005

Mabuku a Mvunguti
P.O.Box 1037, Zomba, Malawi
e-mail: Kachere@globemw.net
web:www.sdnp.org.mw/Kachereseries

first edition 2004
second edition: revised and enlarged 2005

ISBN: 99908-76-30-4
ISSN: 1516-5316 (Mvunguti Books)

Printed in Malawi by: A.G.L.C. Press, P.O. Box 5749, Limbe

Request to the user: Feel free to send any additions and corrections to the Editor Dr. Steven Paas, to be reached at the following physical address: c/o Z.T.C., P.O. Box 130, Zomba, or electronically through the e-mail addresses: spaas@africa-online.net or: whpaas@wanadoo.nl

Lay out/ Graphics: Willem Hendrik Paas and Cees Paas
Cover Design: Luigi Gritti

Some other books in the Mvunguti/ Kachere Series are:

Silas Ncozana, Sangaya, *Mtsogoleri wa Sinodi ya Blantyre Mumpingo wa CCAP*
Janet Y. Kholowa ndi Klaus Fiedler, *Pa Chiyambi Anawalenga Chimodzimodzi*
Janet Y. Kholowa and Klaus Fiedler, *In the Beginning God Created them Equal*
Patrick Makondesa, *Moyo ndi Utumiki wa Mbusa ndi Mai Muocha wa Providence Industrial Mission*
Janet Y. Kholowa ndi Klaus Fiedler, *Mtumwi Paulo ndi Udindo wa Amayi Mumpingo*
David Mphande, *Nthandi za Chitonga za Kusambizgiya ndi Katauliya*
Steven Paas, *Chikonzedwe cha Mpingo: Zosintha Zazikulu za Uzimu 1500-1650*
Steven Paas, *English – Chichewa/ Chinyanja Dictionary*
Steven Paas, *Kaphunziridwe ka Baibulo – Tool for Bible Study Groups*
Steven Paas, *Maphuziro a chiNgerezi m'Baibulo – English Lessons From the Bible*
Steven Paas, *Mpingo Wakale: Mbiri ya m'zaka za 1-500*
Steven Paas, *Digging out the Ancestral Church: Researching and Communicating Church History*
Steven Paas, *From Galilee to the Atlantic: A History of the Church in the West*
Zacharias Ursinus ndi Caspar Olevianus, *Katekisma wa Heidelberg: Heidelberg Catechism*
Edwin D. Roels ndi ena, *Mayankho Odalirika: Answers to Live by*

Okonza mabuku a Mvunguti:
Saindi Chiphangwi, Klaus Fiedler, Joel Manda, Fulata L. Moyo, Silas Nyirenda

Mawu Otsogolera

Preface

Mawu ophatikizana akuti Chichewa/ Chinyanja mu mutu wa bukuli akungosonyeza kuti m'maganizo anga Chichewa ndi Chinyanja ndi chilankhulidwe chimodzi, ngakhale sizikutanthauza kuti palibe kusiyana pakati pa Chichewa ndi Chinyanja, makamaka m'matchulidwe a mawu. Choncho ndi bwino kuti anthu amb iri azindikira kuti Chichewa/ Chinyanja, monga chilankhulidwe china chilichonse, chili ndi kalankhulidwe kosiyanasiyana malingana ndi madera. Ndipo kalankhulidwe kosiyanasiyana kamachititsa kuti chilankhulidwe chikhale champhamvu makamaka anthu akazindikira ubwino wa kusiyana kwake.

Chilankhulidwe cha Chichewa/ Chinyanja chakhala chofunikira kwambiri chifukwa cha anthu ambiri amene amagwiritsa ntchito chilankhulidwechi amapeza kuti ndichochokera ku makolo awo amodzi. Ntchito imene anaigwira abambo David Clement Scott ndi Alexander Hetherwick inali yofunikira popititsa patsogolo chilankhulidwe cha Chichewa/ Chinyanja. Abambo Scott anakonza mawu a dikishonale ya Chinyanja.[1] M'chaka cha 1892, bukuli linasindikizidwa kachiwiri. Ndipo abambo Hetherwick anaonjezera mawu ena ndi kulikulitsako kuposa mmene abambo Scott anasindikizitsa koyamba nalitcha bukuli dikishonale ya chinenenero cha chiNyanja.[2] Motero analisindikizitsa koyamba mchaka cha 1929. Kusindikizidwa kwina kunachitikanso m'zaka za 1951 ndi 1957.

Pang'onopang'ono Chichewa/ Chinyanja chinayamba kulembedwa ndi kuwerengedwa. Komanso ntchitoyi inalimbikitsidwa kwambiri pamene Baibulo linatanthauziridwa m'chilankhulidwe cha Chichewa/ Chinyanja lomwe linasindikizidwa koyamba m'chaka cha 1922 ngati Buku Lopatulika.[3]

The combined words Chichewa/ Chinyanja in the title of this book indicate that I look upon Chichewa and Chinyanja as basically the same language, although I do not want to underestimate differences, mainly idiomatic ones. Fortunately many have realised that Chichewa/ Chinyanja, like any other language, consists of dialectical currents. These currents make a language stronger if their contribution to the richness of variation is recognised.

The Chichewa/ Chinyanja language has gained importance and strength because an increasing number of its speakers came to discover and emphasise their common linguistic heritage and practice. The work of David Clement Scott and Alexander Hetherwick was a significant factor to facilitate the moulding of the Chichewa/ Chinyanja language. Scott compiled his Dictionary of the Chimang'anja, thus representing a regional stream in the Nyanja language. In 1892 its second edition was published. Hetherwick updated and extended Scot's work, and he also widened its scope by compiling a Dictionary in the Nyanja language. It was first published in 1929. Reprints followed in 1951 and 1957.

Gradually a literature in Chichewa/ Chinyanja emerged. The writing and reading in this vernacular language was greatly encouraged by the translation of the Bible, published first in 1922, as Buku Lopatulika.

[1] David Clement Scott, A Cyclopaedic Dictionary of the Mang'anja Language Spoken in British Central Africa, Edinburgh: Church of Scotland, 1892 (2nd edition).
[2] David Clement Scott, and Alexander Hetherwick, Dictionary of the Nyanja Language, London: United Society for Christian Literature, Lutterworth Press, 1929.
[3] Buku Lopatulika, Ndilo Mau a Mulungu, first edition 1922, orthography revision 1936, revised edition 1966, enlarged edition 1922, reprint

Pamene Chichewa/ Chinyanja chinayamba kulankhulidwa ndi kulembedwa chinadziwika ngati chilankhulidwe chofunikira (*lingua franca*) chomwe chinalumikizitsa mitundu ya anthu onse m'dziko la Malawi, ngati amodzi. Pa ntchito yofufuza ya pakati pa a Tonga, a Tumbuka, a Lomwe, a Chewa ndi a Yao okhala m'tauni kumwera kwa dziko la Malawi zinasonyeza kuti pa mlingo woyerekeza wa 90% wa anthu amenewa amalankhula Chichewa/ Chinyanja 'nthawi zambiri'.[4]

Chichewa/ Chinyanja ndi chilankhulidwe chofunikira polumikizana ngakhale kunja kwa dziko lino la Malawi, monga ku maiko a Zambia, Zimbabwe, Tanzania, Mozambique, Botswana ndi ku South Africa komwe anthu zikwizikwi amalankhula Chichewa/ Chinyanja ngati chilankhulidwe chawo choyamba kapena chachiwiri. Makamaka tingonena kuti Chichewa/ Chinyanja chakhala tsopano chiyankhulo chofunikira kuposa zonse kuno ku chigawo chapakati cha Afirika.

Ntchito yonse yotolera mawu a'buku limeneli inachitika ndi kutenga nthawi yokwanira zaka zisanu ndi chimodzi. Motero ku mayambiriro a chaka cha 2003 ntchito imeneyi inafika posindikiza mtanthauzira mawu wa Chingerezi -Chichewa/ Chinyanja.[5] Kupanga kwa dikishonale yatsopano ya Chichewa/ Chinyanja – Chingerezi kunadalira kwambiri pa ntchito imeneyi. Pamwamba pa ntchito imeneyi, mawu ambiri ena anaonjezedwa ponso.

Monga mphunzitsi wa Sukulu ya Ubusa ya ku Zomba, nthawi zonse ndimakhala ndi aphunzitsi anzanga ndi ophunzira a chidziwitso, amene ambiri a iwo, chilankhulidwe cha Chichewa/ Chinyanja ndi choyamwira; ngakhale kuti enanso sichamakolo awo. Chimenechi chimathandizira kwambiri kuti ntchito yokonza iyende bwino. Motero ndikuthokoza onse chifukwa cha chidwi

By developments of the written and of the oral use of Chichewa/ Chinyanja its position grew stronger, and gradually it became an intermediary language, a lingua franca, for all the ethnic groups in Malawi. A recent scholarly research among Tonga, Tumbuka, Lomwe, Chewa, and Yao in an urban setting in Southern Malawi showed that on the average 90% of these people speak Chichewa/ Chinyanja 'most of the time'.

Chichewa/ Chinyanja is also an important means of communication of people outside Malawi, millions of inhabitants of Zambia, Zimbabwe, Mozambique, and South-Africa using it as first or second language in their daily lives. Actually it has become the most important language of Central Africa.

The material for this book was collected during a period of more than 6 years. In early 2003 this work led to the publication of an English – Chichewa/ Chinyanja Dictionary. The compiling of the present Chichewa/ Chinyanja – English Dictionary, depended heavily on this work. In addition to that much other vocabulary was added.

As a Lecturer of Zomba Theological College I am in daily contact with an intellectual community of fellow lecturers and students, many of whom are native Chichewa/ Chinyanja speakers, whereas others use it as their second language. Such a community provides a unique climate for a language project like this. Due to their enthusiastic support I was able to compose this Dictionary.

2001, published by the Bible Societies of Malawi, Zambia and Zimbabwe.
[4] P. Kishindo, 'Language and Miscegenation', in: *The Lamp*, March-April 2003, pp 24-25.
[5] Steven Paas, *English-Chichewa/Chinyanja Dictionary*, Blantyre: Mvunguti/ CLAIM, 2003.

5

chawo chomwe chidachititsa kuti ntchitoyi
ikhale yopambana.

Ophunzira ena a pa Sukulu ya Ubusa ya ku
Zomba anathandiza kopambana pa ntchitoyi.
Anatenga mbali yaikulu posonkhanitsa
mawu, kupanga ziganizo ndikukonzanso
zolakwika. Ine sindibwerezanso kutchula
maina a iwo anathandiza pa ntchito
yoyambirira yokonza mtanthauzira mawu
wa Chingerezi-Chichewa/ Chinyanja, amene
ntchito yawo yathandiziranso mwapadera
pokonza dikishonale ya Chichewa/
Chinyanja-Chingerezi. Ndipo amene
anatenga mbali yaikulu potsata ndondomeko
ya zilembo zopanda liwu ndi awa: Abambo
Martin C. Malikebu, Augustin S. Phondo,
Francis Z.M. Takilima. Palinso ena amene
anathandizanso pa ntchitoyi, monga Abambo
Maxford B. Chilindeni, Fredson W. G.
Dumbo, Gerald Z. Guduli, Shadrach J. Jere,
Hannex N.M. Kamenyah, Peter M.E.
Kandulu, Hudson S. Kaseko, Eliam A.C.
Longwe, Evans M. A. Majoni, Clement G.C.
Munthali, Lewis N. Mwanamvekha, Harry
Nkhoma, Mecious Nkhoma, Joshua
Nyangulu, Cliffie Nyekanyeka, Godfrey M.
Phiri, David Ponchisi Phiri, ndi Richard M.
Tamale.

Mwa othandiza ochokera kunja kwa Z.T.C.
mwapadera nditchule M'busa David C.
Kawanga amene anagwira ntchito ya
pamwamba posonkhetsa mawu, kuunika ndi
kukonza zolakwika komanso kutayipa pa
kompyuta. Kuwonjezera apo, ntchito ya
mtengo wa patali yokonza zolakwika ndi
kuwonjezera mawu inachitikanso ndi Bambo
Frackson Ntawanga. Komanso osaiwala
Abambo Finley E. Makunganya, Richard S.
Mitawa, Elias Sankhulani, Philip M.
Thindwa, Laston Thom. Anathandizanso
Komanso M'busa Donnex M.L. Ngalande
anathandizanso.

Mu njira zambiri Chinyanja/ Chichewa
monolingual Dikishonale yokonzedwa ndi a
Bungwe la Centre for Language Studies
(C.L.S) inali chipangizo chofunikira
kwambiri pa ntchito yowunika kalembedwe
ndi matanthauzo a mawu.[6] Pamwamba pa
mawu osonkhanitsidwa ndi a Bungwe la

Some students of Z.T.C. did more than
giving moral support. They helped by adding
words and sentences, and by making
corrections. I do not repeat the names of
those whose contributions to the English –
Chichewa/ Chinyanja Dictionary indirectly
helped to make the present book. The main
contributors to the present Dictionary in
alphabetical order are: Mr. Martin C.
Malikebu, Augustin S. Phondo, Francis Z.
M. Takilima. Here are some other students
who made meaningful contributions: Mr.
Maxford. B. Chilindeni, Fredson W.G.
Dumbo, Gerald Z. Guduli, Shadrach J. Jere,
Hannex N.M. Kamenyah, Peter M.E.
Kandulu, Hudson S. Kaseko, Eliam A.C.
Longwe, Evans M.A. Majoni, Clement G.C.
Munthali, Lewis N. Mwanamvekha, Harry
Nkhoma, Mecious Nkhoma, Joshua
Nyangulu, Cliffie Nyekanyeka, Godfrey M.
Phiri, David Ponchisi Phiri, and Richard M.
Tamale.

Among the extra-mural helpers very
valuable assistance came from Rev. David
C. Kawanga, who did a lot in adding
vocabulary, checking, and typing on the
computer. Besides, much valuable checking
and adding was done by Mr. Frackson
Ntawanga. Moreover Mr. Finley E.
Makunganya, Richard S. Mitawa, Elias
Sankhulani, Philip M. Thindwa, and Laston
Thom served as resource persons. Also Rev.
Donnex M.L. Ngalande contributed.

In many instances the Chinyanja/ Chichewa
monolingual Dictionary, composed by the
Centre for Language Studies (C.L.S.) proved
a helpful tool for checking the spelling and
the meaning of words. Apart from their own
contributions C.L.S used the material
collected by the Chichewa Board in the

---

[6] *Mtanthauziramawu wa Chinyanja/ Chichewa*, Blantyre: Dzuka, 2000.

C.L.S iwonso anagwiritsa ntchito mawu osonkhanitsidwa ndi a Chichewa Board m'zaka za 1977 mpaka 1995. Chifukwa cha ichi tinakafunsira upangiri ku Bungwe la C.L.S. lomwe linagwiritsa ntchito mawu osonkhetsedwa ndi Bungwe la Chichewa (Chichewa Board), kotero dikishonale yathu ili yolumikizana ndi bungweli.

years 1977- 1995. Because we consulted the C.L.S. publication, our Dictionary is indirectly linked to the efforts of this Board.

Tifuna tivomereze ndikuthokoza chifukwa cha mabuku ena a mtanthauzira mawu, monga buku lolembedwa ndi Josep M. Massana [7] ndi mabuku ena, komabe ntchito yathu inachitika mosakhudzidwa ndi ntchito zimenezi, ngakhale kuti pena ndi pena zimathandiza powunikira matanthauzo a mawu ena.

We acknowledge the existence of other lists of vocabulary, e.g. the booklet by Josep M. Massana. Our work was shaped independently from these publications, although in some cases we consulted them.

Ndikuthokozanso Nelly Panje ndi Carolyn Pickson amene anagwiradi ntchito yotayipa pa kompyuta, ndipo anathandiza kwambiri kuwunika ndikukonza zolakwika komanso kuwonjezera mawu ena.

I am also grateful to Miss Nelly Panje and Miss Carolyn Pickson who contributed much to the typing on the computer, and also helped considerably the checking and adding of vocabulary.

Ntchito yokonza kayalidwe komaliza inachitika ndi mchimwene wanga Willem Hendrik Paas ndi mwana wake Cees Paas, komanso ntchito younika ndikukonza zolakwika m'chiNgerezi inachitika ndi mphwathu Koos Schaafsma (MA). Mkazi wanga Rita Paas anathandiza kwambiri kuti ntchitoyi iyende bwino.

The lay out of the manuscript was made by my brother Willem Hendrik Paas and his son Cees Paas. Our nephew Koos Schaafsma (MA) helped considerably by searching and removing mistakes in the English. Rita Paas, my wife, helped much by facilitating the work.

Potsiriza ndikuthokoza Bungwe la *Oikonómos-Foundation* la ku dziko la The Netherlands limene linapereka chuma chosindikizira dikishonaleyi.

Finally, I thank the Board of *Oikonómos-Foundation* in The Netherlands who financed the publication of this Dictionary.

Ndikufuna ndichite ndemanga pang'ono pa zizindikiro za mawu olowetsedwa m'bukuli. Za malamulo a chilankhulo zalembedwa mwachidule, monga **n**(oun), **v**(erb), **adj**(ective), **adv**(erb), **prep**(osition), zomwe zitasiidwa zikhoza kubweretsa chisokonezo. Komanso tagwiritsa ntchito zilembo zazikulu pa maina enieni okha. Katchulidwe ka **w** kakhala **w**. Tasankha dongosolo losavuta la zizindikiro zosonyeza magawo a mawu ndi **matchuliro** ake.

As to the notation of the entries a few remarks should be made. The use of grammatical terms is limited. Definitions in abbreviated form, e.g. **n**(oun), **v**(erb), **adj**(ective), **adv**(erb), **prep**(osition) are given only if omitting them could lead to confusion. We have limited the use of capital letters to proper names. Traditional **w** has become **w**. We have chosen an easy system of symbols to indicate the categories of words and for punctuation:

- chikusonyeza ku mu mphatikiramkati wa mneni m'Chichewa ndipo chisonyeza to mu

- replaces ku in the infinitive of Chichewa verbs; it replaces to in the infinitive of

[7] J.M. Massana, *Chichewa-English Dictionary*, Lilongwe: Likuni Press, 2000.

mphatikiramkati wa m'neni m'Chingerezi, ndiponso chayikidwa patsogolo pa mfotokozi m'Chichewa m'malo mwa mphatikirambuyo (concordant prefix).

English verbs, and it is also put before adjectives in Chichewa instead of the concordant prefix.

-pita	-go;
-gwira ntchito	-work;
-sangalala	1.happy; 2.-be happy;
-kulu	big;
-kuda	black;

-pita	-go;
-gwira ntchito	-work;
-sangalala	1.happy; 2.-be happy;
-kulu	big;
-kuda;	black;

\ chayikidwa ku mbuyo kwa maina m'Chichewa, motsogozana ndi mphatikirambuyo wowonetsa kuchuluka ndikusonyezanso gulu la dzinalo.

\ is put behind Chichewa nouns, followed by their plural prefix, indicating the class to which they belong.

munthu\anthu	person;
mnyamata\a-	boy;
mkango\mi-	lion;
ulalo\ma-	bridge;
khasu\makasu	hoe;
ng'ombe\-	cow;
chingwe \zi-	rope;
chopereka\zo-	1.giving; 2.collection;
chosonkha\zo-	collection;
kamwana\ tiwana	small child;
wodwala\o-	patient;

munthu\anthu	person;
mnyamata\a-	boy;
mkango\mi-	lion;
ulalo\ma-	bridge;
khasu\makasu	hoe;
ng'ombe\-	cow;
chingwe \zi-	rope;
chopereka\zo-	1.giving; 2.collection;
chosonkha\zo-	collection;
kamwana\ tiwana	small child;
wodwala\o-	patient;

/ chikusiyanitsa mawu a m'Chingerezi kapena ziganizo zofanana matanthauzo.

/ separates English words or sentences of similar meanings.

= chikusiyanitsa chiganizo chili chonse cha Chichewa ndi tanthauzo lake Mchingerezi, ndipo chizindikirochi chagwiritsidwanso ntchito poonetsa kumasulira kwake m'chiNgerezi kwa miyambi ndi zining'a za m'Chichewa.

= separates every Chichewa sentence and its translation into English, and is also used to introduce the meaning in English of Chichewa proverbs and expressions.

anayimba bwino = they sang beautifully; expression: amapindira ndevu m'kamwa (lit.: he bends the beard and puts it in his mouth) = he is courageous;

anayimba bwino = they sang beautifully; expression: amapindira ndevu m'kamwa (lit.: he bends the beard and puts it in his mouth) = he is courageous;

; chayikidwa pambuyo pa mawu ndi chiganizo m'Chingerezi.

; is put behind all items in English.

. chagwiritsidwa ntchito mu mawu ofupikitsidwa.

. is only used in abbreviations.

( ) chagwiritsidwa ntchito pokutira tanthauzo m'Chingerezi la miyambi kapena zining'a za Chichewa.

( ) is used after Chichewa proverbs, expressions, and sometimes other sentences for bracketing their meaning in English.

Ife sitinganene kuti takwaniritsa luso lokonza madikishonale (lexicography) malingana ndi mmene ukachenjede wake umafunikira. Ndipo tikudziwa kuti m'ndandandawu siunafikepo ayi komanso kuti zimasuliro zina za mkatimu zikhoza kulozedwa chala kapena matanthauzo ake akhoza kumveka pokambirana. Katchulidwe ka mawu ndi matanthauzo ake, malingana ndi kumadera osiyanasiyana, sizinatsatidwe mwa ndondomeko yake nthawi zonse.

As to scholarly quality, we are not claiming any status worthy to the official standards of lexicography. We realise that the list is not complete and that some translations can be criticised, or at least discussed. Dialects, regional particularities, shades of meaning have not been systematically taken into account.

Tayesetsa kulozera mawu amene ali obwerekera ku zilankhulo zina.

An attempt was made to indicate words that Chichewa/ Chinyanja speakers borrowed from other languages.

Komanso tayesetsa kulemba matchuliro a mawu a Chichewa/ Chinyanja ngakhale kuti pena ndi pena timapeza zovuta pa malamulo a kalembedwe. Kawirikawiri tatsatira malamulo osindikizidwa ndi *Bungwe la Chichewa*. Chifukwa cha ichi tinachotsa gawo la mawu oyambidwa ndi lembo r.[8]

We have tried to be consistent in the spelling of Chichewa/ Chinyanja words, but found it difficult to discover recent spelling rules. Often we followed the rules published by the *Chichewa Board*. That is why we left out a section of words beginning with letter r.

Motero tikuitanira ena amene ali ophunzira bwino kuposa ife kuti apitirize ntchitoyi ndikuikonzanso bwino kuti ikhale yapamwamba.

May others who are more qualified than us, continue this work and make Dictionaries of higher quality.

Cholinga chathu posindikiza mt anthauzira mawuyu ndi kupititsa patsogolo ntchito yabwino yomwe inayambika kale ndi abambo Scott ndi abambo Hetherwick. Ife tikudziwa kuti palibe ntchito inanso yabwino yomwe inachitika m'zaka zapitazi yosindikiza dikishonale imene ingafanane ndi ya abambo Scott ndi abambo Hetherwick. Nchifukwa chake dikishonale yathu singapikisane ndi ntchito yabwino imene akatswiri a zilankhulowa anaigwira. Iwowa anayambitsa ntchito yokonza chilankhulo cha Chichewa/ Chinyanja yomwe sidzaiwalika mpaka kalekale, ngakhale kuti pa nthawiyo analibe chidziwitso cha kamvekedwe ka mawu kapena kapangidwe ka ziganizo m'Chichewa/ Chinyanja. Pa nthawi yawo kunali kovutanso kuti apeze gulu la aMalawi logwira nalo ntchito lomwe likanatha kuthandiza kusonkhetsa mawu mwaluso ndi

By publishing this Dictionary we humbly attempt to go forward in the tradition of Scott and Hetherwick. We are not aware of the publication of any book that can match their impressive work of about a century ago. Our Dictionary does not want to compete with the work of these early linguists. They erected a language monument that will never lose its historical significance. Yet, in composing their work they lacked in knowledge on phonetical and syntactical structures of the Chichewa/ Chinyanja language. In their time they were unable to find a team of intellectually groomed Malawian assistants, for helping to execute and to supervise the collection process. In the meantime the speakers of Chichewa\ Chinyanja have changed. Education has trained many who know their language at a scholarly level. This new situation is reflected in the present book.

---

[8] *Chichewa Orthography Rules*, Zomba: Chichewa Board, 1980. On p. 4. it says: Letter r should be used **after** e and i. This rule excludes words beginning with r, thus opposing Scott and Hetherwick, *Dictionary of the Nyanja*, pp. 227, 490, who included 'some of the more frequently heard words beginning in r'.

9

luntha lapadera. Tsopano lino olankhula Chichewa/ Chinyanja asintha chifukwa aphunzira chilankhulo chawo mozama kudzera m'masukulu a ukachenjede. Motero kusinthaku kukuonekera mu dikishonale yatsopanoyi. Komanso chilankhulo cha Chichewa/ Chinyanja chasintha ndikupita patsogolo. Ndipo tikuyembekezera kuti dikishonaleyi ikhala chipangizo chothandiza kuposa mabuku ena a mbuyomu polumikizana mnyengo zino zamakono.

Ndi chikhumbokhumbo chathu kuti bukuli likhale la phindu kwa a Malawi onse ndi ena onse amene akugwiritsa ntchito chilankhulo cha Chichewa/ Chinyanja. Kugwiritsa ntchito Chichewa/ Chinyanja kumalimbikitsa magawo atatu. Choyamba, kumapititsa patsogolo chilankhulochi ngati chachiwiri kwa anthu azilankhulo zina mu chigawo chapakati kwa Afirika kuno, ndi kukhala chiyankhulo cholumikizitsa anthu onse. Chachiwiri ndi chakuti chilankhulidwechi ngati choyamba chikadziwika bwino chidzathandiza kuti ku sukulu ndi mchikhalidwe chathu sitidzagwiritsanso ntchito chiNgerezi nthawi zonse ayi. Chachitatu, timaganizanso kuti mtanthauzira mawu uyu athandiza Azungu ambiri ndi anthu ena a kunja kwa chigawo chapakati cha Afirika kuti alumikizane ndi oyankhula a Chichewa/ Chinyanja, komanso kuphunzira chinenerochi. Mwa njira zitatuzi Chichewa/ Chinyanja chithandiza kuthetsa vuto la kulumikizana; motero chimathandiza chitukuko cha dziko.

Also the Chichewa/ Chinyanja language itself has developed and changed. We expect participants in modern communication to find this Dictionary a language tool that is more up to date than its predecessors.

May this book be helpful to all Malawian and foreign users of Chichewa/ Chinyanja. The use of Chichewa/ Chinyanja strengthens its position in three ways. First, in this way it continues to develop as a second language to native speakers of other Central African languages, thus serving as a lingua franca. Secondly, its development as first langua ге decreases the need for using English as а language for teaching and for internal communication. Thirdly, we also think that this dictionary will help many white foreigners and other people outside Central Africa to communicate with speakers of Chichewa/ Chinyanja and to learn their language. In these three ways the Chichewa/ Chinyanja contributes to solving a crucial problem of communication, thus promoting the development of society.

Zomba, December 2003

Steven Paas

Zomba, December 2003

Steven Paas

Mawu Otsogolera
a chosindikiza chachiwiri

Ndife onyadira pokonza bukhu lachiwiri la *chiChewa/chiNyanja - chiNgerezi Mtanthauzira Mawu*, ngati chida cholumikizana m'Malawi ndi mayiko

Preface
to the second edition

We are glad to offer the second edition of the *Chichewa/ Chinyanja – English Dictionary,* as a tool for communication in Malawi and other countries. The text ena. Bukhuli linabwerezedwanso ndi kukonzedwanso kwa kanthawi. Kwenikweni bukhuli linakulitsidwa ndi mawu atsopano, pamenepa tikunena kuti mawu ambiri anawonjezedwa kuchokera ku magawo a mawu osiyanasiyana.

Pamene timayesetsa kupeza magulu a mawu osagwiritsidwa ntchito kawirikawiri, timapezana ndi mavuto ambiri osowa mawu achibadwidwe otanthauzira mawu a chilankhulo cha chiNgerezi okwaniritsa zofunikira za makono. Mpofunikira kuvumbulutsa mawu ena a chiChewa/chiNyanja omwe angagwiritsidwe ntchito m'madera onse a ukachenjede ndi zofufuzafufuza. Zambiri ziyenera kuchitika kuti vutoli lithe. Komabe tinawona kuti pang'onopang'ono anthu olankhula chiChewa/chiNyanja akugonjetsa vutoli powonjezera mawu atsopano m'kalankhulidwe kawo ka tsiku ndi tsiku. Anthu olankhula chinenero cha chibadwidwe akufuna chinenero chawo kuti chikule, chifukwa amazindikira kuti ndi chida chofunikira pa maphunziro ndi chitukuko. Nchifukwa chake akuyankha kuchipyinjo cha mchitidwe wa dziko lonse lapansi umene umasonyeza mopitirira muyeso kufunikira kwamhbiri kwa chiNgerezi pophunzira ndinso polumikizana mkati mwa dziko.

Chitsimikizo china cha mphamvu yokula ya chiChewa/chiNyanja ndi dongosolo lapadera lolandira kapena kugwiritsa ntchito mawu a zilankhulo zina, kaya za mu Afirika kapena za ku Zambwe. Olankhula a makono a chiChewa/chiNyanja sakuyesetsa kuvumbulutsanso chingelengele. Mwa nthawi zambiri kusiyana ndi kale amakhala omasuka kusankha mawu kuchokera ku chiTumbuka, chiLomwe, ChiYao, chiNgoni, chiSena, chiSwahili, chiNgerezi, ndi chiPwitikizi, chiAfirikaans ndi ku zinenero zina zimene zimawoneka kuti zingagwiritsidwe bwino ntchito m'malo momwe chiChewa/chiNyanja sichinavumbulutse mawu akeake. Ichi chikusonyeza mphamvu zotsindikizika kuti chigwirizane ndi zochitika

was revised and corrected. Actually the book was extended by new entries, i.e. more words were included from the various walks of life.

While trying to cover less general word groups, we increasingly faced the problem of the absence of vernacular terms for English vocabulary covering modern developments. There is a need of coining Chichewa/ Chinyanja words in practically every professional and scholarly field. Much has to be done so as to solve this problem. Yet, we noticed that gradually Chichewa/ Chinyanja speakers are overcoming this need by including new words in their daily speech. Speakers of the vernacular want their language to survive, because they realise it is an indispensable tool for education and development. That is why they are answering to the challenge of globalistic trends that seem to over-emphasise the value of English for learning and internal communication.

Another proof of the virility of Chichewa/ Chinyanja is the apparent process of adopting words of other languages, either African or Western. Modern speakers of Chichewa/ Chinyanja are not trying to invent the wheel again. More than ever they feel free to select words from the Tumbuka, Lomwe, Yao, Ngoni, Sena, Swahili, English, Portuguese, Afrikaans and other languages that seem fit to be used in areas where the Chichewa/ Chinyanja still has not coined its own vocabulary. This shows a remarkable ability to adapt to new situations. It is a sign of adulthood. The Chichewa/ Chinyanja language is on its way to overcome the limitations of ruralism, tribalism, racism and nationalism. It has grown up to play its role in the modern world.

11

zamakono. Ichi ndi chizindikiro cha kukula kwa chilankhulo. Chinenero cha chiChewa/chiNyanja chili pa njira yake yogonjetsa zolepheretsa za uchimidzi, za kusankhana mafuko, za kusankhana mitundu, ndi za kukhala mopitirira muyeso ndi mtima wofuna kulandira ufulu wodzilamulira. Chinenerochi chafikapo kuti chigwire ntchito yake m'dziko lamakonoli.

Ichi chikulimbikitsa kulumikizana ndi chitukuko m'dera lina lirilonse, popeza zimadalira kwakukulu kagwiritsidwe ntchito ka nzeru ka chinenero cha chibadwidwe. Chinenero cha chibadwidwe ndi chida choyamba chomvetsetsa za zinthu zofunikira za moyo.

This strengthens communication and development in any field, as they are largely dependent on the intelligent usage of the vernacular language. The mother tongue is the first tool for understanding the basic things of life.

Mayi G. Chilembwe, Bambo Maxford Blessings Chilindeni, Bambo Helix Paul Welengani Goba, Mbusa David Kawanga, Bambo Fletcher Abel Makala, Bambo Martin C. Malikebu, Dokotala D. Pandya, Bambo Augustin S. Phondo, Bambo Francis Z. M. Takilima, anathandiza kopambana pa ntchitoyi.

Mrs G. Chilembwe, Mr. Maxford Blessings Chilindeni, Mr. Helix Paul Welengani Goba, Rev. David Kawanga, Mr.Fletcher Abel Makala, Mr. Martin C. Malikebu, Dr. D. Pandya, Mr. Augustin S. Phondo, Mr. Francis Z.M. Takilima, contributed to the work.

Bambo Frackson Ntawanga ndi Mayi Carolyn Pickson anagwira ntchito yotamandika kwambiri posanthula bukhuli ndi kuchotsa zolakwika zamb iri. Tikuwathokoza onse.

Mr. Frackson Ntawanga and Miss Carolyn Pickson did a very commendable work by scrutinising the text and removing many mistakes. We thank them all.

Tikuthokozanso Bambo Willem Hendrik Paas ndi Bambo Cees Paas pokonzeratu kamera yojambulira bukhuli, ndiponso kwa Bungwe la *Oikonómos* la ku dziko la The Netherlands lomwe linapereka chuma chosindikizira bukhu lachiwiriri monganso ndi ena amene anasindikizidwa kale.

We are also grateful to Mr. Willem Hendrik Paas and Mr. Cees Paas for making the manuscript camera ready, and to *Oikonómos Foundation* in The Netherlands who financed this second edition like the preceding one.

Zomba, 2005

Zomba, 2005

Steven Paas

Steven Paas

A¹

a of (indicating possession, put in between a plural noun of the mu -a class or of the li-ma class and another noun); ana a mkazi = the children of the woman; agalu a mkazi = the dogs of the woman; maina a atsikana = the names of the girls;
-**a** suffix following the stem of verbs; kuona = to see;

a- 1.prefix of plural nouns of mu -a class; anthu = people; atate = fathers; 2.subject concord of verbs with singular and plural nouns of mu -a class; ana ali pano = the children are here; galu ali pano = the dog is here; 3.subject concord with plural nouns of li-ma class; madengu ali pano = the baskets are here; 4.subject concord of third person singular of conjugated verbs; akuona = s/he/it is seeing; 5.subject concord of third person plural of conjugated verbs; akuona = they are seeing; 6.prefix of verbs in present perfect tense, in third person plural; aphunzira = they have learnt;

aa expression of surprise or disappointment;

ababa papa/ father/ dad (when addressed);

abaka (chiSwahili lit.: those on fire; name of the followers of a Christian revival movement in East Africa in the 1930s;

abakhongi (chiZulu) negotiators appointed by parents of the person who intends to marry;

abale 1.brothers; 2.relatives; 3.brothers and sisters; 4.brethren; 5.folk; 6.kindred; 7.kin;

Abale a chiMarist Marist Brothers; gulu la obindikira a chiRoma lokhazikitsidwa ku Lyons (France) m'chaka cha 1816 ndi Jean Claude Marie Colin = a Roman Catholic monastic group founded in Lyons (France) by Jean Claude Marie Colin in 1816;

Abale a ku Bohemiya Bohemian Brethren; ndi mpingo wa abale a ku Bohemiya, kapena abale a ku Moraviya, otsatira a John Huss (1372-1415) ndi Chikonzedwe cha Mpingo cha zaka za ma1600, amene anatumiza mamishoni ku Afirika ndi malo ena ambiri = it is the church of the Bohemian Brethren or Moravian Brethren, followers of John Huss and the Reformation of the 16th century, who sent out missionaries to Africa and many other places;

Abale a Moyo Wamba Brethren of the Common Life; gulu la akalambulabwalo a Chikonzedwe cha Mpingo m'zaka za ma1400, ndi ma1500, limene linathandiza kwambiri kuphunzitsa Baibulo = a group of forerunners in the Reformation of the Church (1400-1500) which helped in the teaching of the Bible;

Abale a Plymouth Plymouth Brethren; gulu la chiKhristu lokhazikitsidwa ndi J.N. Darby (1800-1882) ku mzinda wa Plymouth = a Christian group founded by J.N Darby (1800-1882) in the town of Plymouth;

abale ndi alongo 1.brothers and sisters; 2.brethren; 3.relatives;

abambo papa/ father/ dad (when addressed);

abambo a abambo 1.father of my father; 2.grandfather;

Abambo a Mzimu Woyera Holy Ghost Fathers; ndi gulu la obindikira a chiRoma, limene linagwira ntchito ku Afrika ndi malo ena = it is a Roman Catholic monastic order that worked in Africa and other places;

abanda long-legged black ants;

Abatizi Opemphera pa Chiweru Seventh Day Baptists (S.D.B.);

abe an expression showing response to a call;

Abiti (chiYao) title expressing respect for an unmarried or a married woman indicating her father's name = dzina la ulemu la mkazi wosakwatiwa kapena wokwatiwa lolozera dzina la abambo ake; Abiti Nkhoma = Miss/ Mrs Nkhoma; Amayi Hava Mitawa ndi Abiti Yasidu (Mitawa is her husband's name and Yasidu is her father's name);

Abrahamu Abraham; ndi atate a mafuko a chiIsrayeli ndi chiIsmayeli = he is the father of the nations of the Israelites and the Ishmaelites;

abun abun; ndi dzina la mtsogoleri wa Mpingo wa chiOrthodox wa ku Aetiopiya = it is the name of the head of the Ethiopian Orthodox Church;

abwenzi a munthu 1.friends; 2.folk; abwenzi anga = my friends;

achale achaar; aMwenye amakonda kudya achale = Indians like to eat achaar;

achinyamata youth; Achinyamata okhala ndi moyo kwa Khristu = youth for Christ (Y.F.C); mbusa wa achinyamata = youth minister;

achinyamata a tsogolo young pioneers; Achinyamata a Tsogolo la Malawi = Malawi Young Pioneers; ili linali dongosolo la anyamata ndi atsikana lothandiza boma la pulezidenti Dr. Banda chaka cha 1994 chisanafike = it was an organisation of the youth that supported the government of Dr. Banda before 1994;

ada- prefix of verbs in past tense positive, in third

---

¹ Plural nouns of the mu-a class and of the li-ma class, and conjugated verbs in the third persons singular and plural begin with letter a. This section only includes a few words of these categories. In principle nouns and verbs are classified by the first letters of respectively their singular forms and verb-stems.

person singular and in third person plural; adapita
= s/he/they/it went;

adaa (chiTonga) father;

adakulasa group of five stars; nyenyezi zisanu
zowala kwambiri zimatchedwa adakulasa = a
group of five bright shining stars is called
adakulasa;

adali 1.s/he/it was; adali komweko = s/he was
present; 2.they were;

Adamu Adam; ndi munthu woyamba = it is the first
human being;

adilesi\ma- address; adiresi yanu ndi chiyani? =
what is your address?

adyo garlic; ndikumva kununkhira adyo = I smell
the garlic;

adza- prefix of verbs expressing future positive, in
third person singular and in third person plural;
adzapita ku Zomba mawa = s/he/it will go/ they
will go to Zomba tomorrow;

adzi- prefix of verbs indicating necessity, in third
person singular and third person plural; adzipita =
s/he/it has to go = they have to go;

Aefeso Ephesians; dzina la buku mu Chipangano
Chatsopano = name of a book in the New
Testament;

Afirika Africa; kontinenti ya Afirika ndi ya anthu
akuda = African continent is of the blacks;

afiti ochita kutamba flying witches;

Afrikaans chinenero cha maBoers;

Agalatiya Galatians; dzina la buku m'Chipangano
Chatsopano = the name of a book in the New
Testament;

agalu osakira m'nyanja harriers (lit.: dogs for
hunting in the water);

aganja red big-headed ants;

Agasiti August (eighth month of the year);

ahaa expression of approval and satisfaction;

Aheberi 1.Hebrews; dzina la buku m'Chipangano
Chatsopano = a name of a book in the New
Testament; 2.another name for the Jews;

Aigupto Egypt; ndi dzina la dziko lopezeka ku
mpoto kwa Afirika = it is the name of a country
found in North Africa;

aironi\- (chiNgerezi) iron; ndimasita ndi aironi ya
makala = I use a charcoal iron for ironing my
clothes;

Aitiopiya Ethiopia; dziko lopezeka ku mpoto cha
kum'mawa kwa Afirika = a country found in the
north east of Africa;

aja demonstrative pronoun meaning 'those ... over
there'/ 'those ... far away/ 'those not seen but
spoken about', with plural nouns of the mu -a class
and of the li-ma class; ana aja = those children
over there; agalu aja = those dogs over there;

madengu aja = those baskets over there; mapiri aja
= those distant mountains;

aka demonstrative pronoun 'this' with singular
nouns of the ka -ti class; kambuzi aka = this little
goat;

aka- 1.prefix of verbs in consecutive positive of
third person singular and third person plural;
akapita (stress on ka) = when s/he/it goes/ went/
has gone/ will go; 2.prefix of the present
conditional positive of third person singular and
third person plural; akapita = when he goes;

akada- prefix of verbs in past conditional positive
of third person singular and third person plural;
akadapita = if s/he/it had gone = if they had gone;

akadapanda + inf. prefix of verbs in past
conditional negative of third person singular and
third person plural; akadapanda kupita = if s/he/it
had not gone = if they had not gone;

akadza- prefix of verbs in future conditional
positive of third person singular and third person
plural; akadzapita = if s/he/it will go = if they will
go;

akadzapanda + inf. prefix of verbs in future
conditional negative of third person singular and
third person plural; akadzapanda kupita = if s/he/it
won't go = if they won't go;

akaliwiro owawa shingles;

Akamwiniasanu Orion; dongosolo la nyenyezi
zisanu zotchedwa Orion = constellation of five
stars called Orion;

akana- prefix of verbs in past conditional positive
of third person singular and third person plural;
akanapita = if s/he/it had gone = if they had gone;

akanapanda + inf. prefix of verbs in past
conditional negative of third person singular and
third person plural; akanapanda kupita = if s/he/it
had not gone = if they had not gone;

akapanda + inf. construction of the negative of the
present conditional of the third person singular and
the third person plural; akapanda kupita; when
s/he/it doesn't go = when they don't go;

akapuku kind of mice found in the fields;

akasozo goods; tabweretsa akasozo aja = we have
brought those goods;

akazi ogonana okhaokha lesbian women;

ake 1.his; 2.her; 3.its;

aKhristu oyamba early Christians; aKhristu
oyamba anali olimba mtima = the early Christians
were brave;

ako 1.your/ yours (singular); abale ako = your
relatives; 2.demonstrative pronoun 'that' with
singular nouns of the ka-ti class; kambuzi ako =
that little goat;

aku- prefix of verbs in present continuous tense

positive, in third person singular and in third person plural; akupita = s/he/ it is going = they are going;

akufa a moyo living dead; anthu osapemphera ali ngati akufa amoyo = people who do not pray are like the living dead;

akuluakulu oyang'anira 1.managers; 2.directors; 3.supervisors; 4.overseers;

Akutobala October;

akutsano\- 1.wife of chief; 2.wife of an elder of the clan;

akwaa an expression showing surprise, disappointment or disgust;

akwangu first born twins;

akwati married couple; amapereka mphatso kwa akwati = they give the married couple a present;

akwe an expression showing surprise and disappointment;

alaa an expression showing surprise, disappointment or disgust;

aladura kind of early independent churches in West-Africa (lit.: praying people);

alefa (chiGiriki) alpha; chilembo choyamba cha alifabeti ya chiGiriki = first letter of the Greek alphabet; Ine ndine Alefa ndi Omega (onani *Chibvumbulutso* 1:8, 11; 21: 6; 22:13) = I am Alpha and Omega = I am the first and the last (see: *Revelation* 1:8, 11; 21: 6; 22:13);

Aleluya (chiHeberi) 1.praise God; 2.halleluja; also hallelujah; nyimbo kapena mawu osonyeza kulemekeza, chimwemwe komanso kuthokoza Mulungu = song or words which show happiness, praise and thanks to God;

alembi a Uthenga Wabwino the writers of the Gospel; ndi Mateyu, Marko, Luka ndi Yohane = they are Matthew, Mark, Luke, and John;

alemekezeke Mulungu 1.praise God; 2.hallelujah;

alemu (chiPwitikizi) oarsmen;

ali 1.s/he/it is; 2.they are; ali m'galimoto = they are in a car;

alibe 1.s/he/it has not; 2.they have not;

alifabeti alphabet;

Alijeriya Algeria; ndi limodzi la maiko opezeka kumpoto kwa Afirika = it is one of the countries found in the northern part of Africa;

alionse all (with plural nouns of the mu -a class and of the li-ma class); anthu alionse = all people; masiku alionse = all days;

aliyense 1.every (with singular nouns of the mu -a class); munthu aliyense = every person; 2.everyone; 3.anyone; aliyense atha kubwera ku phwando = anyone may come to the party; 4.anybody;

Allah Allah; dzina la Mulungu m'chiArab = the

Arabic name for God;

alowam'malo a ubale relative pronouns;

alowam'malo a umwini possessive pronouns;

alowam'malo oloza demonstrative pronouns; ichi = this; uyu = this; iyi = this; icho = that; ilo = that; uyo = that; ako = that; izi = these; awa = those; iti = these; izo = those; awo = those; izo = those;

alubaini free gift;

alubino (chiNgerezi) albino; munthu wobadwa wopanda mawonekedwe oyenera pakhungu, tsitsi ndi maso ake = a human being born without natural colouring matter in the skin, the hair, and the eyes;

alumali\ma- shelf; iye anaika kapu yake pa alumali = she put her cup on the shelf;

alungu spirits (lit.: those from the grave);

Aluya Arabs;

ama- prefix of verbs in the present habitual tense positive, in third person singular and in third person plural; amaphunzira = s/he/ it always learns = they always learn;

amake his mother; ukawauze amake = go and tell his/ her mother;

amakwerekwere (chiShona) foreign asylum seekers (derogatory term);

amanda spirits of the dead (lit.: those from the grave);

amanga 1.my mother; 2.they are going to build;

amanzi (chiZulu) water;

amapasa twins; wabereka ana amapasa = she has delivered twins;

amawe (chiLomwe) mother;

amaye (chiLomwe) his mother;

amayi mama/ mum/ mummy/ mother (when addressed);

Amayi a Chifundo lit.: Women of Mercy; ndi dzina la bungwe la amayi a chiRoma m'Malawi = it is the name of a women's organisation in the Roman Catholic Church in Malawi;

amayi a chigwirizano women's guild; maina ena = some other names: (a) mu C.C.A.P. – Blantyre Synod: Amayi a Mvano = amayi a Chigwirizano (b) mu C.C.A.P.-Nkhoma Synod: Chigwirizano cha Amayi, (c) mu C.C.A.P.-Livingstonia Synod: Umanyano, (d) mu Mpingo wa chiAnglican: Mothers Union/Women's Union, (e) mu S.D.A.: Amayi a Dorika;

Amayi a Dorika lit.: Women of Dorcas; ndi dzina la bungwe la amayi a chiSevenths Day m'Malawi = it is the name of a Seventh Day Adventist women's organisation in Malawi;

Amayi a Mvano lit.: Women's Guild; ndi dzina la bungwe la amayi a CCAP Blantyre Sinodi komanso Mpingo wa P.I.M. = it is the name of the

women's organisation in the C.C.A.P. – Blantyre
Synod and also in the Church of the Providence
Industrial Mission; iye ndi m'modzi wa Amayi a
Mvano = she is a member of the women's guild;
Amayi a Tereza Women of Theresa; ndi dzina la
bungwe la amayi mu Mpingo wa chiRoma
m'Malawi = it is the name of a women's
organisation in the Roman Catholic Church in
Malawi;
amayibusa minister's wife;
-ambiri 1.many; 2.countless; 3.a lot; 4.bounteous;
ambulera\- umbrella;
Ambuye 1.Lord; chisomo cha Ambuye Yesu
Khristu ndi chifundo cha Mulungu = the grace of
the Lord Jesus Christ and the mercy of God;
Ambuye ndiye Mbusa wanga = the Lord is my
Shepherd; Ambuye ayang'ana mumtima = the
Lord sees the heart; Ambuye akusungani = the
Lord will keep you; 2.God; 3.master (in line of
slavery); munthu amene ankasunga mnzake ndipo
ankakhala ndi mphamvu zonse pa iye = one who
owned another and had absolute power over the
other; 4.grandparent, especially founder of the
village/ homestead;
ambwana friend (especially of the male sex);
ambwana bwera! = friend come!;
amchirakuyenda 1.mobile person; 2.wanderer;
3.vagabond;
amen amen; ndi liwu lovomereza pemphero
lotanthauza kuti zikhale momwemo = it is the
word said at the end of a prayer or hymn meaning
'it will surely be true';
amene 1.who/ that/ which; relative pronoun with
nouns of mu -a class and plural nouns of li-ma
class; mwana amene akupita = the child who is
going; anthu amene akuyimba = the people who
are singing; galu amene akudya = the dog that is
eating; mabuku amene ndinagula = the books that I
bought;
amene aja demonstrative pronoun meaning 'those
… over there', with plural nouns of the mu -a class
and of the li-ma class; ana amene aja = those
children over there; agalu amene aja = those dogs
over there; madengu amene aja = those baskets
over there;
amene amabweretsa 1.supplier; 2.provider;
amene ano emphatic demonstrative pronoun
following plural nouns of the li-ma class; maina
amene ano = these names;
amene uja demonstrative pronoun meaning 'that …
over there', with singular nouns in the mu -a class;
mwana amene uja = that child over there; galu
amene uja = that dog over there;
amenewa these here/ these; demonstrative pronoun

following plural nouns of the mu -a class and of the
li-ma class; ana amenewa = these children; **agalu**
amenewa = these dogs;
amenewo those there/ those; demonstrative pronoun
following plural nouns of the mu -a class and of the
li-ma class; ana amenewo = those children; **agalu**
amenewo = those dogs;
ameneyo that; demonstrative pronoun following
singular nouns of the mu -a class; mwana ameneyo
= that child; galu ameneyo = that dog;
ameneyu this; demonstrative pronoun following
singular nouns of the mu -a class; mwana ameneyu
= this child; galu ameneyu = this dog;
Amereka America; anathawira ku Amereka = he
fled to America;
amfumu a kwawo 1.their chief; 2.their father-in-
law;
amgwirizano 1.those in unity; 2.those in
agreement; 3.society; 4.relative pronouns; 5.union;
Amosi Amos; ndi munthu amene anali mneneri wa
Mulungu pa nthawi ya Chipangano Chakale = a
person who was a prophet of God in the time of
the Old Testament;
amtsano\- wife of chief; ntchito ya amtsano ndi
kusangalatsa alendo = the duty of the chief's wife
is to entertain visitors;
amuna ogonana okhaokha 1.homosexual men;
2.gay men;
amwene (chiLomwe) my friend;
aMwenye Indians; amagwira ntchito kwa aMwenye
= they are employed by Indians;
-an- extension suffixed to the stem of a verb
expressing reciprocity; amapatsana ndalama = they
give money to one another; tikuonana = we are
seeing one another; ndinakomana naye = I met
with her; tasemphana nanu = we have missed one
another;
ana- prefix of verbs in past tense positive, in third
person singular and in third person plural; anapita
= s/he/it went = they went;
ana a mafumu princes; ana a mafumu ndi ana
otumbwa = the princes are proud children;
ana a masiye orphans;
ana a sukulu 1.school children; 2.students;
3.pupils;
ana opezedwa stepchildren;
ana oyendayenda m'misewu street children;
anali 1.s/he/it was; 2.they were;
analibe 1.s/he/it had not; 2.they had not;
anamawarha (chiLomwe) angels;
ananu alas!; ananu alepheranso mayeso = alas, he
has failed the exams again;
anayi four; anthu anayi = four people;
andiroko\ma- (chiAfrikaans) skirt (worn by

women under a dress or 'chitenje'); maandiroko ong'amba mmunsi = skirts with a slit; expression: kazima moto (lit.: fire extinguisher) = miniskirt/ short skirt;

aneni opanda pantherankhani intransitive verbs;

aneni osayambukira intransitive verbs;

-anga 1.mine; bukuli ndi langa = this book is mine; 2.my; mawu anga = my words; buku langa = my book; mbuzi yanga = my goat; mtengo wanga = my tree;

anga- prefix of verbs in potential positive of third person singular and third person plural; angapite = s/he/it is able to go/ s/he/it could go = they are able to go/ they could go;

angakhale 1.although; 2.even though; 3.despite;

angaliba (chiYao) person who does the circumcision rite = munthu amene amachita mwambo wa mdulidwe;

angapo 1.some; 2.couple; masiku angapo apitawo = couple of days ago;

angati? how many?; kodi kuli anthu angati? = how many people are there?; anyamata angati? = how many boys?;

angelo angels;

-angelo angelic; nyimbo za angelo = angelic hymn;

angolozolo person who supervises a child during the initiation = munthu amene amadikirira mwana ku simba;

-anji? which?/ what?; mukufuna chipinda chanji? = which room do you want?;

anka- prefix of verbs in past habitual tense positive, in third person singular and in third person plural; ankapita = s/he/ it always went = they always went;

ankhondo army; Malawi inakhazikitsa gulu la asirikali a nkhondo = Malawi organised an army;

ankhondo a akasinja artillery;

ano emphatic demonstrative pronoun following plural nouns of the li-ma class; maina ano = these names;

antchito zofanana 1.those of the same trade; 2.those of equal profession; 3.guild;

anthu people (plural, esp. used in the collective sense: man/ woman/ boy/ girl in general); anthu a zaka zosaposa 18 zakubadwa = people of less than 18 years old; proverb: dziko ndi anthu, thengo ndi mambala (lit: a country is people, bush is grass) = one cannot live alone at a place (warning against killing, bewitching or scattering of relatives); expression: dziko likoma ndi wanthu (lit.: a coutry is good with people) = warning not to be alone all the time;

anthu a banja limodzi 1.family circle; 2.household;

anthu a dzina lofanana namesakes;

anthu a ku The Netherlands 1.Netherlanders (lit.: people of the Low Lands); 2.Dutch;

anthu a mphamvu 1.strong people; 2.able people;

anthu a mtundu umodzi 1.tribe; 2.clan-fellows; 3.folk; 4.race;

anthu a nzeru zowerenga 1.educated people; 2.literate people;

anthu a pamwamba gentlefolk;

anthu adzitho 1.strong people; 2.energetic people; 3.able bodied people;

anthu akufa 1.dead people; 2.the dead; lekani anthu akufa ayikane akufa = let the dead bury the dead;

anthu akuluakulu 1.elder people; 2.important people;

anthu amitundumitundu 1.various people; 2.people of all races; 3.people from all walks of life;

anthu amoyo 1.living (n); 2.quick (n); amoyo ndi akufa = the quick and the dead;

anthu anzawo fellows; opha anthu anzawo = people who kill their fellows;

anthu awiri awi ri 1.pairs of people; mubwere anthu awiri awiri = come in pairs; 2.twos; 3.couples;

anthu ena ndi ena 1.other people; 2.many others; 3.various people;

anthu miyandamiyanda 1.multitude of people; 2.crowd of people;

anthu ochenuka 1.literate people; 2.knowledgeable people; 3.clever people; 4.civilised people;

anthu ochita bwino elite; iye ndi m'modzi wa gulu la anthu ochita bwino chifukwa cha ulamuliro, luso kapena chuma = he is among the elite because of his power, craft or riches;

anthu ofooka 1.weak people; 2.powerless people; 3.feeble people;

anthu olemera mu dziko 1.the rich people; 2.the haves; 3.the millionaires; 4.gentlefolk; bungwe la Layoni kalabu ndi la anthu olemera = the Lions club consists of gentlefolks;

anthu onse 1.all people; 2.the general public;

anthu opanda dzina unimportant people; expression: inu ndinu anthu opanda dzina (lit.: you are of no name) = you are not important/ you do not belong to the village/ you are common people;

anthu opanda mphamvu 1.the powerless; 2.the underdogs;

anthu opanda phindu useless people; expression: inu ndinu anthu opanda phindu (lit.: you are people of no profit) = you are of no help/ you are useless;

anthu opembedza 1.religious people; 2.spiritual people;

anthu osauka mu dziko 1.the poor in the country;

2.the have-nots;

anthu osawerengedwa 1.not counted people; expression: inu simuwerengedwa pano (lit.: you are not counted here) = you are so useless that people don't recognise your presence; 2.unrecognised people;

anthu osiyanasiyana 1.different people; 2.various people;

anthu osowa kwawo 1.homeless people; 2.poor people;

anthu otchuka 1.famous people; 2.important people; 3.well-known people;

anthu othawa nkhondo refugees; kuno kunabwera anthu othawa nkhondo a ku Mozambiki = there came Mozambican refugees here;

anthu otsutsana ndi chipembedzo cha mafano iconoclasts; anthu amene amatenga nawo mbali mu kutsutsana ndi chipembedzo cha mafano mu Mpingo wa kum'mawa kwa m'zaka za m'ma 800 ndi 900 = people who took part in resisting icon worship of the Eastern church between 800 – 900; anthu amene amatsutsa zikhulupiriro kapena miyambo yokhazikika ya mu Mpingo = persons who attack popular beliefs or established customs in the Church;

anthu wamba 1.common people; 2.ordinary people; 3.the grassroots;

anu your/ yours (plural); ana anu = your children;

anyamata a chisodzera 1.the youth; 2.young men;

anyezi onion; anyezi amakometsa ndiwo = onion gives flavour to relish;

apa 1.this; demonstrative pronoun with nouns of pa-class; panyumba apa = at this house; 2.here; ima apa = stand here;

apa ndi apo here and there;

apapaye (chiLomwe) his father;

aparhe (chiLomwe) 1.or; 2.even;

apartheid (chiAfrikaans) tsankho;

aphunzitsi a chinyengo 1.false teachers; 2.ghost teachers; boma likulipira aphunzitsi achinyengo = the government is paying ghost teachers;

aphunzitsi a maina okha ghost teachers (lit.: teachers existing only in names); ndi anthu a chinyengo amene kwa nthawi yayitali akhala akulandira ndalama za aphunzitsi omwalira = they are people who for a long time have been receiving payments for teachers who have died;

apiro (chiNgerezi) appeal;

apo away over there/ that; demonstrative pronoun with nouns of pa- class; panyumba apo = at that house;

apo ayi 1.if not (lit.: not there); 2.otherwise;

apongozi a akazi mother-in-law; mtsikana amakangana ndi apongozi ake akazi = the girl was

quarrelling with her mother-in-law;

apongozi a amuna father-in-law;

aPwitikizi the Portuguese;

apwiya awihu (chiLomwe) our father;

aRoma 1.the Romans; dzina la buku mu Chipangano Chatsopano = name of one of the books of the New Testament; 2.people of Rome; aRoma abwera = the people of Rome have come;

Aroni Aaron; anali m'bale wake wa Mose, yemwe anatumidwa ndi Mulungu kukayankhula ndi Farao m'malo mwa Mose, pamene alsrayeli anali mu ukapolo ku Aigupto = he was the brother of Moses, who was sent by God to talk to Pharaoh instead of Moses, when the Israelites were in slavery in Egypt;

asa an utterance of disapproval, surprise, etc;

asa- prefix of verbs in subjunctive negative of third person singular and third person plural; asapite = so that s/he/it would not go = (so) that they would not go;

asana- prefix of verbs in a tense indicating 'before', in third person singular and third person plural; asanapite = before s/he/it went = before they went;

asante (chiSwahili) thanks;

asanu five; anthu asanu = five people;

asi an expression to show refusal;

asikolo\- window;

asilikali a Khristu 1.soldiers of Christ; 2.Christians;

asilikali a m'magazi 1.white blood cells; 2.leukocytes;

asilikali a nkhondo ya pansi infantry;

asilikali a pa madzi/ a pa nyanja 1.marine soldiers; 2.naval soldiers; 3.navy soldiers;

asipirini (chiNgerezi) aspirin;

asyene chilambo (chiYao) person who supervises and allocates the land of the community, i.e. traditional chief (lit.: owner of the land);

ata- prefix of verbs in a tense indicating 'after', in third person singular and third person plural; atapita = after s/he/it went = after they went;

atatabzala father-in-law; atatabzala anga akudwala = my father-in-law is sick;

atate 1.papa; 2.father; 3.dad;

Atate Ooyera White Fathers; ndi chiyanjano cha obindikira a chiRoma chokhazikitsidwa ndi C. Lavigerie (1825-1892) amene anakonza ntchito ya mishoni ku Afirika = it is a Roman Catholic monastic order founded by C. Lavigerie who organised mission work in Africa;

Atate wakumwamba heavenly Father;

atatu three; atsikana atatu = three girls;

-athu our; nyumba yathu = our house; ana athu = our children;

ati! -confirm (for confirmation one asks the other: ati!?);

ati? which?; anyamata ati? = which boys?;

atsabwalo 1.court keepers; 2.curtain-raisers in Nyau secret society dances;

atsamunda colonialists; boma la atsamunda = colonial government; mphamvu za atsamunda = colonial powers; John Chilembwe analimbana ndi atsamunda m'dziko muno m'chaka cha 1915 = John Chilembwe resisted the colonial powers in this country in 1915;

atsibweni (chiTumbuka) uncle;

atulo 1.dreams; 2.ignorant people;

Atumwi Apostles; atsogoleri amene anatsatana ndi Atumwi oyamba = Apostolic Fathers;

Augustine wa ku Hippo Augustine of Hippo (354-430); ndi atate womveka wa Mpingo Wakale wa ku Afirika = he is a famous church father of the early Church of Africa;

auje so and so;

aulendo 1.those on a journey; 2.those leaving; 3.those departing; 4.caravan;

awa demonstrative pronoun 'these' with plural nouns of mu -a class, and li-ma class; ana awa = these children; agalu awa = these dogs; maina awa = these names;

awaa (chiTonga) no;

awiri 1.two; amuna awiri = two men; 2.double; liwu lokhala ndi matanthauzo awiri = a word with a double meaning; 3.couple; awiriwa adakwatirana kale = the couple married a long time ago;

awiri-awiri 1.two-by-two; 2. in pairs; anthu ankavina awiri-awiri = the people were dancing in pairs;

awo demonstrative pronoun 'those' with plural nouns of mu -a class, and li-ma class; ana awo = those children; agalu awo = those dogs; maina awo = those names;

ayata incisions on the skin (esp. made by women on their hips and buttocks);

ayaya (chiLomwe) 1.mama; 2.mum; 3.mummy; 4.mother;

ayi 1.short form of iyayi (= no); 2.and not; 3.nowise; 4.nix;

ayisikilimu (chiNgerezi) ice cream; chakudya chozuna chopangidwa kuchokera ku shuga, mkaka ndi zina = sweet food made of sugar, milk stabilisers and other items; ayisikilimu uyu ndi wabwino = this ice cream is good;

ayiya 1.elderly woman; 2.grandmother; 3.grandma; 4.mama;

ayo expression of cry or pain;

azakhali aunt;

azakhali a pamphala maiden aunt;

azakhali osakwatiwa maiden aunt;

azi- prefix of verbs indicating necessity, in third person singular and third person plural; azipita = s/he/it has to go/ they have to go;

B

B.O.M.A. mawu ofupikitsidwa a dongosolo la gulu la nkhondo la chiBritain la ku Malawi pa nthawi ya atsamunda = abbreviation of the British military organisation in Malawi in the colonial time: British Overseas Military Attachment;

-ba 1.-steal; anafuna kuba = he wanted to steal; osaba njinga yanga = don't steal my bike; 2.-pinch; 3.-usurp;

-ba chinthu chamwini 1.-steal from; 2.-deprive; 3.-rob;

-ba katundu mowononga 1.-loot; 2.-plunder; kodi adaba katundu? = did they plunder?; 3.-vandalise;

-ba mphasa 1.-pass away; 2.-die (refers to ancient tradition of burying the dead in coffins made from mats);

-ba mu sitolo -shoplift; waba mu sitolo = he has shoplifted;

-ba munthu 1.-abduct; apolisi akuganiza kuti watengedwa mwakuba = the police think he has been abducted; 2.-kidnap;

-ba ndalama za boma 1.-misappropriate public money; 2.-embezzle;

-ba tulo -sleep; expression: odi nditaba tulo (lit.:let me steal sleep) = let me sleep (esp. during day when one is not expected to be sleeping);

Baala Baal; ndi dzina la mulungu wa anthu a ku Kanani (onani: Eksodo 21: 28 ndi ndime zina) = it is the name of a god of the Canaanites;

baba\a- (chiYao) 1.dad; mumafanana ndi ababa = you resemble dad; 2.father;

-babada 1.-beat hard on another's head; 2.-hit;

-babadula -beat; anandibabadula ndi ndodo = he beat me with a stick;

-babaika 1.-be unstable; maganizo ake anababaika pakutha pa msonkhano = his mind became unstable after the meeting; 2.-be unbalanced; 3.-be nervous; anababaika atamufunsa = he was nervous when he was questioned;

-babaiza -reclothe; andiloko yake ndi yofupika, mubabaize ndi chovala china = her under skirt is short, she should reclothe;

-babakula 1.-breathe in; anababakula ndi kufa = he breathed in for a moment and died; 2.-inhale;

Babulo limnakhula wi (chiLomwe) the Bible says that;

-baduka -come off (as bark of a tree);

-badwa -be born; ndinabadwa m'chaka cha 1942 = I was born in 1942; chibadwire changa = since I was born;

-badwa bwino 1.-be beautiful; 2.-be handsome; 3.-be pretty; 4.-be good looking;

-badwa kwa bambo m'modzi -be patrilineal; mitundu yobadwa kwa bambo m'modzi = patrilineal societies;

-badwa kwa makolo osakwatirana -be an illegitimate child;

-badwanso mwa uzimu 1.-be born again; 2.-be reborn;

-badwira ku -be born in/at; anabadwira ku Zimbabwe = she was born in Zimbabwe;

badza\ma- gourd (traditionally made trumpet);

bafa\ma- 1.bathroom; osakodzera mu bafa = do not urinate in the bathroom; 2.basin; 3.pail;

bafuta white cotton cloth for covering a dead body, or worn by a widow;

bahridi (chiSwahili) 1.sea; 2.ocean; shaki zimapezeka mu bahridi = there are sharks in the ocean;

Baibulo Bible; Baibulo ndi Mawu a Mulungu = the Bible is the Word of God; si chinthu cha pafupi kumasulira Baibulo = it is not easy to translate the Bible; Bungwe la Mawu wopatulika m'Malawi = Mgwirizano wa za Mawu a Mulungu wa chiMalawi = Malawian Bible Society;

-baizika -be unstable; wabaizika ndi mavuto = he is unstable due to problems;

bakha wa mphongo 1.male duck; 2.drake;

bakha wa mwamuna 1.male duck; 2.drake;

bakha\a- duck; abakha amakonda kusambira m'madzi = ducks like to swim in water;

-bakhala 1.-remain; 2.-wait; bakhala pano = you must wait here;

-bakhula 1.-breathe in; 2.-come forth (as shoots from the ground);

-bakula m'mera -steal maize; mbava zinabakula m'mera = the thieves stole maize;

-bala 1.-give birth to; 2.-breed; 3.-bear; 4.-bring forth; 5.-yield; 6.-be fecund; 7.-crop;

-bala (chiTumbuka) -shine;

-bala kwambiri 1.-produce many; 2.-be fecund;

-bala mwana 1.-bear a child; amayi anga anabala mwana m'chaka cha 1942 = my mother gave birth to a child in 1942; 2.-produce child; 3.-give birth; 4.-deliver; 5.-carry on back;

-bala zipatso 1.-bear fruit; mtengo wosabala (wosapatsa/ wosapereka) zipatso amaudula = the tree that does not bear fruit, is cut down; 2.-produce fruits; 3.-give fruits;

bala\ma- 1.wound; kumva kuwawa kwa bala = having pain of a wound; 2.sore; 3.injury; 4.burn; ali ndi bala la moto pa mkono = he has a burn on the arm; 5.flaw; 6.crack in jars; 7.beer hall; 8.bar;

balabala (chiSwahili) road;

balafuta\ma- white calico;

-balalabalala 1.-be scattering; 2.-spread/-walk disorderly; osamangoyenda balalabalala m'misewu = don't walk disorderly on the roads; 3.-be unruly; 4.-disperse; ana ali balalabalala = the children are dispersing;

-balalika 1.-be scattered; 2.-be spread; 3.-depart; 4.-separate; 5.-detach; 6.-disperse; atatha maphunziro onse anabalalika = after the lessons they all dispersed; apolisi atawomba mfuti anthu anabalalika = when the police had fired the gun the people dispersed; 7. -diverge; 8.-disappear;

-balalitsa 1.-scatter; anabalalitsa gulu la nkhosa za Mulungu = he scattered the flock of the sheep of God; Mulungu anabalalitsa iwo pa dziko lapansi = God scattered them on the earth; 2.-spread out; 3.-spread disorderly; 4 -disperse; 5.-disseminate; anabalalitsa maganizo ake = they disseminated his thoughts; 6.-disband; 7.-circulate; 8.-rock;

-balamanthuka 1.-come into the open; 2.-appear suddenly; 3.-come unexpectedly;

balaza\ma- sitting room;

balidi\ma- barrel;

-balitsa 1.-reproduce; anabalitsa mbatata = he reproduced potatoes; 2.-make more productive;

Balokole (chiSwahili) (lit.: the saved ones); name of a Christian revival movement in East Africa in the 1930s;

Balubaala Balubaala; ndi dzina la chipembedzo cha kale cha aBuganda = it is the name of an old cult of the Buganda people;

-baluka 1.-come (apart); 2.-come out; 3.-separate; 4.-deviate;

balumzana\a- (chiNgoni) nobleman;

-balutsa 1.-discharge; 2.-dismiss; anamubalutsa pa ntchito = he was dismissed from work; 3.-divert;

baluwa\zi- letter;

-bamantha 1.-beat water with hand; ndikubamantha = I will beat you/ I will slap you; 2.-slap;

-bamba 1.-hold firmly; 2.-hold tightly;

bambi\ma- width;

-bambo fatherly; chisamaliro cha bambo = fatherly care;

bambo mfumu 1.priest in charge of a parish; 2.priest; 3.father superior; 4.monsignor;

bambo wa chiwerewere womaniser; wakwatiwa ndi bambo wachiwerewere = she is married to a womaniser;

bambo wodulidwa 1.man has been excommunicated from church; 2.circumcised man; 3.man who is not productive; 4.eunuch;

bambo wofuna kugonana 1.womanizer; 2.lecher; bambo amene amafuna chisangalalo chogonana = a man who always looks for sexual pleasure;

bambo wokupeza 1.second father; 2.step father;

3.foster father;

bambo wonyenga 1.womaniser; 2.man who always lies;

bambo wosakubala 1.second father; 2.step father; 3.foster father;

bambo wothenedwa 1.unproductive man; 2.castrated man; 3.eunuch;

bambo wovala bwino 1.smart man; 2.gentleman; 3.beau;

bambo woyang'anira ana a sukulu 1.headmaster; 2.principal; 3.patron;

bambo\a- 1.father; abambo anga adatisiya/ adamwalira = my father passed away; 2.dad; 3.sir; 4.man;

-bamuka -erupt;

-bamula -dig; akubamula nthaka = he is digging the soil;

-bana 1.-steal one another; 2.-elope;

bana (chiTumbuka) children;

bandakucha 1.time before sunrise; 2.dawn;

-bandakula -declare one's mind;

bandeji (chiNgerezi) bandage;

-bandira 1.-earth up; 2.-bank up; 3.-do banking;

-bandiritsa -employ someone to do banking; anabandiritsa m'munda = he had made banking in the garden;

-banduka 1.-come off (as a bark); 2.-run fast; 3.-escape from); 4.-run away;

-bandula -cleave (into planks);

-banga -blemish;

banga la pakati 1.centre of the target (in darts sport); 2.bull's eye;

banga\mawanga 1.blemish; wopanda banga = without blemish; 2.defect; 3.spot; mawanga amene ali nawo = the spots that are on them; ng'ombe yakudayo ili ndi mawanga oyera = that black cow has got white spots; 4.speckle; 5.sin;

-bangira m'mimba -be constipated; ndabangira m'mimba = I am constipated;

bango\ma- 1.reed; 2.bamboo pipe;

bango\mango mango; mango asanapse = before the mangoes were ripe; ndikufuna kugula mango = I want to buy mangoes;

-bangula 1.-shout; 2.-cry loudly; anabangula atamva za imfa ya mayi ake = she cried loudly when she heard about the death of her mother; 3.-roar; mkango umabangula = a lion roars; 4.-bellow as a wild animal; 5.-announce;

bangwe\- musical instrument having strings;

bangwe\ma- 1.violin; amatha kuyimba bangwe kwambiri = she is good at playing the violin; 2.harp;

-banika 1.-have difficulties in breathing; 2.-suffocate; 3.-gasp;

banja lako - -be malire

banja lako spouse; ubwere ndi banja lako = come with your spouse;

banja\ma- family; kumanga banja = to make a family; kupeza banja = to get a family (marrying); ndili pa banja = I have a family/ I am married;

banjo\ma- guitar; iye amayimba banjo = she plays the guitar;

Banki la Dziko Lonse World Bank;

banki\ma- bank for depositing money; Banki la Mayiko onse = the World Bank; mgwirizano wa osunga ndalama ndi osungitsa kuti akhoza kutapa kapena kusunga = bank account; buku molembedwa ndalama zotapidwa ndi zosungidwa ku nyumba yosungirako ndalama = bank book;

bano\mawano 1.sheath; bano la mulenje linali lodzala ndi mivi = the hunter's sheath was full of arrows; 2.shaft of an arrow; 3.seam of the mat made of reeds; expression: msungwana waswa bano (lit.: the girl has broken the seam) = the girl has reached puberty/ the girl menstruates;

bantha 1.-walk slowly; atamutulutsa m'chipatala amayenda mobantha = when he was discharged from hospital, he was walking slowly; 2.-hoe;

banthu (chiTumbuka) people;

-banthuka -be broken;

-banthula 1.-break; dzuwa likubanthula mitambo = the sun breaks through the clouds; 2.-smash;

banti\ma- screw; gulani mabanti khumi basi = buy ten screws only;

banyira\ma- 1.prize; 2.makeweight; shati iyi ndi yabanyira = this shirt is a makeweight for you, after you have bought other things; 3.addendum;

banzi 1.shit; 2.stools;

-bapha (chiTumbuka) -swaddle;

-baphula -unbutton;

baraza (chiTumbuka) sitting room;

basera\ma- 1.prize; tandiyikira basera poti ndagula zochuluka = you must give me prize for I have bought many goods from you; 2.makeweight;

-basi 1.only (adv); tengani miyala iwiri basi = take only two stones; 2.nothing more; 3.nothing else; 4.enough; basi pita = its enough go;

basi (chiNgerezi) bus; ndi galimoto lalikulu lonyamula anthu = it is a large car transporting people;

basiketi\ma- (chiNgerezi) basket (general term);

basop! (chiDatchi/ chiAfrikaans) mind you!; basop! kuli njoka = mind you! there is a snake;

bata 1.calm; 2.peace; bata ndi mtendere ndi zofunika m'dziko = calm and peace are needed in a country;

-bata 1.-be calm; 2.-be quiet; 3.-study;

batcha\ma- 1.music band; 2.band of soldiers;

-bathama -cling; anthu okondana anabathana

ngakhale panali zovuta zambiri = the lovers clung to each other despite there were many problems;

bathwa\a- dwarf; expression: kufupika ngati bathwa (lit.: being short like a dwarf) = a very short person (sounds abusive);

batile (chiNgerezi) battery; ndi chinthu chomwe chimapangitsa kuti wailesi kapena tochi igwire ntchito = it is a thing that makes a radio or a torch to work;

-batiza -baptise; expression: amubatiza anzake motero wayamba kuba tsopano (lit.: he has been baptised by his friend to begin stealing) = his friends have made him a thief/ he has joined the robbers;

-batsela -give prize;

batwa dwarfism;

baulo\ma- coffin; iye sanagulire baulo okondedwa wake = he did not buy a coffin for his beloved one;

bavu\ma- 1.wasp; expression: chimvano cha mavu choning'a pa mimba (lit.: the agreement of wasps is to have tight bellies) = unity is power; 2.hornet;

bawa 1.place for beer; 2.beer hall;

bawo bawo; bawo ndi sewero la kontinenti ya Afirika = bawo is a game of the African continent; bawo ndi sewero la a Chikuda = bawo is an African game;

bawo\ma- edge (esp. of mat);

-baya 1.-stab; anamubaya ndi mpeni = he stabbed him with a knife; John anamubaya mpaka kufa = John was stabbed to death; 2.-spear; 3.-prick; baya chala ndi singano = prick a finger with a needle; 4.-pierce; 5.-knock off;

-baya jakisoni 1.-inject; 2.-vaccinate;

-baya ndi lupanga -impale; anamubaya ndi lupanga = he was impaled;

-baya ndi mbola 1.-sting; njuchi imabaya ndi mbola = a bee stings; 2.-prick;

bayethe (chiNgoni) hail the chief, word used in greeting the M'mbelwa, i.e. title of the paramount chief of the Northern aNgoni;

-bayidwa -be impaled; anabayidwa ndi achifwamba = he was impaled by the robbers;

-bazula 1.-pain; 2.-ache; mutu ukundibazula = I am having a headache;

-be 1.suffix indicating 'still' or 'not any more'; amaphunzirabe = she still studies; saphunzirabe = he does not study anymore; akugonabe = he is still sleeping; sakugonabe = he is still not sleeping; komabe = but still; 2.nil; 3.zero; 4.non-existing; kulibe chiwembu = threat is non-existing;

-be dzina nameless;

-be dzuwa 1.sunless; 2.cloudy;

-be malire 1.-have no boundary; 2.-be unlimited; 3.-be open-ended; 4.-have no edge;

-be mbali neutral;
-be moyo lifeless; milungu yosema ilibe moyo = idols are lifeless gods;
-be mphamvu 1.powerless; 2.listless;
-be phindu 1.without profit; 2.spurious;
-beba 1.-be pleasant; 2.-be amusing; 3.-be enjoyable; 4.-be sweet; 5.-be better than before;
-bebeda 1.-chew (anything hard); anabebeda fupa = he chewed the bone; 2.-crunch;
bedi la maluwa flowerbed;
bedi la mwana wakhanda 1.baby bed; 2.cot; 3.cradle; 4.crib;
bedi la ndiwo za masamba vegetable bed;
bedi la odwala mchipatala 1.sick-bed; 2.couch;
bedi\ma- (chiNgerezi) bed;
-bedula 1.-break; 2.-smash;
befu (-khala wa b.) -be short tempered
-befuka 1.-faint; 2.-pass out; 3.-collapse;
-befula -breathe in;
bei (chiSwahili) price; mbuziyi bei wake ndi K 100 = the price of this goat is 100 kwacha;
-bekera -patch; muyenera kubekera shati yakutha = you need to patch the worn out shirt;
-bekerera 1.-join; 2.-attach;
Belgium Belgium; ndi dziko lopezeka ku Ulaya, kummwera kwa Maiko Otsika = it is a country in Europe, south of The Netherlands;
Beliyali 1.Belial (2 Corinthians 6:15); 2.munthu wopanda pake = idolators (Deuteronomy 13:13); 3.munthu woipa = a bad man (1 Samuel 2:12); 4.satana = satan;
belo\ma- (chiNgerezi) bale; makina wodindira mabelo a fodya = machine for pressing bales of tobacco;
belu\- (chiNgerezi) bell;
-beluka pa madzi 1.-be afloat; 2.-buoy;
-bema -smoke;
-bembereza (chiSwahili) -persuade;
bemberezi\a- 1.wasp; 2.ichneumon fly;
benesi lancet;
beni (chiNgerezi) military style dance among the Yao (derived from 'band');
Benini Benin; ndi dziko la kuzambwe kwa Afirika = it is a country in West Africa;
-benthuka -be crisp;
-benthula 1.-break short; akubenthula mkate = he is breaking the bread; akubenthula poto wa dothi = he is breaking the earthenware pot; 2.-break; anabenthula nkhani = she broke the news; 3.-chip (something hard); 4.-cut portion; 5.-tell; 6.-share;
-benthulika 1.-be revealed; 2.-be made known;
-benthulira 1.-reveal; 2.-confide some secret; 3.-tell a secret story; 4.-whisper;
-bera 1.-forge; 2.-simulate;

bere la mbuzi udder of a goat;
bere la mkazi 1.breast; 2.boob;
bere la ng'ombe udder of a cow;
-bere limodzi matrilineal; mitundu ya kubere limodzi = matrilineal societies;
bere\ma- 1.breast of woman; mabere anu opanda nsonga = your breasts have no nipples; khansa ya m'mabere = breast cancer; fupa la bere = breastbone/ fupa loyandikana ndi m'mabere = breastbone/ fupa lomwe limapezeka pa chifuwa = breastbone; 2.udder of animal;
-bereka 1.-bear child; 2.-give birth; Mariya anabereka Yesu = Mary gave birth to Jesus; kubereka mwana kwa mayi = childbirth; 3.-bring forth; 4.-breed; udzudzu umaberekana m'madzi osayenda = mosquitoes breed in stagnant water; 5.-procreate; zamoyo zonse zimabereka = all living things procreate; 6.-carry; anabereka mwana kumbuyo = she carried a baby on her back; 7.-swaddle; 8.-be fecund; 9.be fertile;
-bereka ana motalikana -space children;
-bereka kuchokera m'thupi 1.-bring forth a young alive; 2.-be viviparous;
-bereka kwa nkhumba -farrow of pig;
-bereka mwana 1.-give birth; 2.-carry a child on the back;
-bereka mwana wa hatchi 1.-deliver of horse; 2.-foal;
-bereka zipatso 1.-bear fruits; 2.-produce fruits;
-berekana mofulumira 1.-breed quickly; 2.-grow rapidly; 3.-proliferate;
beriberi matenda a mitsempha oyambika kamba kosowa vitamini B = disease caused by vitamin B deficiency;
-beruka 1.-float; mtembo unaberuka = the dead body floated; 2.-smother;
beseni\ma- (chiNgerezi) 1.basin; 2.bowl;
-beset -zinga;
-betcha 1.-challenge; 2.-bet; 3.-be proud;
betchi 1.competition; 2.contest; 3.rivalry;
Betelehemu Bethlehem; ndi liwu la chiHeberi lotanthauza nyumba ya mkate, mzinda wina wa Yudeya (Genesis 35:19) = it is a Hebrew word meaning house of bread, a town in Judea (Genesis 25: 19);
Beteli Bethel; ndi liwu la chiHeberi lotanthauza nyumba ya Mulungu = it is a Hebrew word meaning house of God; ndinso malo omwe Yakobo anamangako guwa la nsembe (Genesis 28:19) = it is also the place where Jacob built an altar (Genesis 28:19);
Betesda Bethesda; ndi liwu la chiHeberi lotanthauza nyumba ya chifundo, dziwe lopezeka pa chipata cha ku Yerusalemu = it is a Hebrew

word meaning house of mercy, a pool found at the gate of Jerusalem (*Yohane* 5:2);
-**bethelera** -sew;
-**bethulira** 1.-share with; 2.-give piece;
Betsaida Bethsaida; ndi liwu la chiHeberi lotanthauza: nyumba ya nsomba: malo omwe Yesu Khristu anachiritsirako munthu wakhungu (*Marko* 8:22) = it is a Hebrew word meaning house of fish: a place where Jesus healed a blind man (*Mark* 8: 22);
-**beula** 1.-shovel; 2.-slit;
bi !(-li bi!) 1.-be darkness; kuli bi = there is darkness; 2.-be dirtiness; 3.-covered with black;
-**biba** 1.-defecate; 2.-excrete; mwana wabiba = the baby has excreted;
bibi\ma- 1.stools; 2.motions; 3.faeces;
bibida alcohol, especially locally brewed or distilled spirits;
-**bii** scruffy;
-**bika** 1.-join; 2.-attach;
-**bila** 1.-sink; 2.-dive;
bilinganya\ma-/ bilingano\ma- eggplant; ndimakonda kudya mabilinganya = I like to eat eggplants;
binadamu (chiSwahili) human being; binadamu ndi chifanizo cha Mulungu = a human being is the image of God;
-**bindikira** 1.-be confined; 2.-stay indoors; iye anabindikira pothawa khamulo = he stayed indoors because he feared the crowd; 3.-be a monk; munthu wobindikira = monk; 4.-be monastic; anakhala moyo wobindikira = he led a monastic life; 5.-remain; atadwala, anabindikira m'nyumba tsiku lonse = when he got sick, he remained in the house the whole day;
-**bindikira m'mimba** -be constipated;
-**bindula** -conceive; iye anabindula miyezi iwiri yapitayo = she conceived two months ago;
bingu\ma- peal of thunder;
-**binya** -sprain; ndabinya phazi langa = I have sprained my foot;
binzo\- rite of marriage; ukwati ukudikirira mwambo wa binzo = the wedding is waiting for the rite of unification of bride and bridegroom;
-**bira** 1.-sink; 2.-dive;
bira\a- sheep; oweta abira = shepherd;
birimankhwe\a- chameleon; aKhristu sayenera kupanga ngati birimankhwe = Christians should not act like a chameleon;
-**biriwira** -be green; ndinawona njoka yobiriwira = I saw a green snake; chilengedwe chobiriwira = the green vegetation; deresi yobiriwira = a green dress; deresi yobiriwira motuwira = a light green dress;
-**bisa** 1.-conceal; anabisa sopo m'malaya mwake =

he concealed soap in his shirt; 2.-hide; proverb: wabisala pa chipande (lit.: you have hidden on a wooden spoon) = you can't lie/ you can't hide sin/ you speak in a veiled way; 3.-cloak; 4.-cover; 5.-mask; kumwetulira kunabisa kutkhumudwa kwake = a smile masked his disappointment; 6.-screen; 7.-take shelter; 8.-smuggle;
-**bisa choipa** -harbour evil;
-**bisa maliseche** -cover one's nakedness;
-**bisala** 1.-be concealed; 2.-hide; 3.-keep out of sight;
-**bisala kwa nyama** 1-hibernate; 2.-hide (of certain animals;
-**bisala pachipande** -hide at a place where you can easily be seen (lit.: -hide on a wooden spoon);
-**bisalika** 1.-be hidden; 2.-lurk;
-**bisalira** -conjure;
bishopo wamkulu 1.archbishop; 2.primate;
bishopo\ma- bishop;
-**bisika** 1.-be anonymous; 2.-be hidden; 3.-be cryptic; 4.-lurk;
-**bisika ku nzeru ya munthu wamba** 1.-be hidden to the wisdom of ordinary people; 2.-be occult;
-**biswalika** 1.-disappear; 2.-be covered;
biya girl (in boyish speech); imeneyi ndi biya ya ine = this is my girl friend;
-**biya** -belch;
biyo\mawiyo 1.fish enclosure; iye anapha nsomba zazikulu atatchinga biyo mu mtsinje = he caught big fish after putting a fish enclosure across the river; 2.breakwater;
biza\ma- bamboo;
blindness trachoma;
-**bobesera** -darn;
-**boboda** 1.-strike; 2.-beat; 3.-smash;
bodza (-nena b.) 1.-backbite; amakonda kunena bodza = they like backbiting; 2.-lie; 3.-be dishonest; 4.-be mendacious; gogoyu ndi wabodza = the old man is mendacious; 5.-be false; 6.-be spurious;
bodza\ma- 1.lie; bodza lamkunkhuniza = a very bad lie; chifukwa chiyani ukundiuza bodza lalikulu? = why are you telling me a big lie?; expression: analifwafwantha bodza (lit.: he wallopped a lie) = he told a blatant lie; 2.mendacity; limene akunena ndi bodza = what he says is a mendacity; 3.speculation;
Boer\ma- Boers; ndi dzina la maDatchi a ku South Africa = it is the name of the Dutch Kum'mwera kwa Afirika;
boerewors (chiAfrikaans) sausage;
-**boha** -appreciate;
-**bokera** hippopotamus/ hippo;
bokho\a- -bellow as a bull;

bokhola -belch;
-bokhomola -bellow as a bull;
boko\a- hippopotamus/ hippo;
bokosheni 1.boxing; 2.fist;
bokosi la maliro 1.coffin; 2.casket; 3.sarcophagus;
bokosi la zovala 1.chest for clothes; 2.suitcase; 3.locker;
bokosi lolandirira makalata 1.post box; 2.mail box;
bokosi lolemberamo maganizo suggestion box; apolisi aika bokosi la maganizo pa msika = the police have put a suggestion box at the market place;
bokosi losungira ndalama 1.money box; 2.safe; 3.cash chest;
bokosi losungira nsapato shoe box;
bokosi losungira zozizira 1.ice box; 2.cooler box;
bokosi losungiramo katundu 1.suitcase; 2.chest for keeping goods; 3.trunk;
bokosi losungiramo mabotolo crate for bottles;
bokosi losungiramo mankhwala first-aid box;
bokosi losungiramo zipangizo tool box;
bokosi\ma- 1.box; 2.case; 3.chest; 4.crate; mabokosi amapangidwa ndi matabwa kapena zitsulo = crates are made from timbers or iron; bambo anga ali ndi mabokosi 50 oyikamo mabotolo a fanta = my father has 50 crates of fanta bottles;
bola 1.better; aliko bola lero = he is better today; 2.better than; bola iwe! = you are better off (in comparisons); 3.not too bad; 4.provided; ndidzabwera, bola ndikakhala ndi moyo = I shall come, provided I am alive;
bolani 1.not too bad; 2.better; iye bolani lero = he feels a bit better today; 3.improved; 4.well again;
-bolobosa -scribble;
-bolobosha -scribble; anabolobosha pa pepala la mayeso = she scribbled on an examination paper;
bolodi\ma- blackboard;
bololo kind of beetle;
boloma one of the variety of big mango;
bolomwa\ma- mango (variety);
bolosa pocket;
boma la ochita bwino 1.government favouring the successful; 2.meritocracy; boma ili ndi la anthu ochita bwino = this government is a meritocracy;
boma la okhupuka 1.government of rich people; 2.meritocracy;
boma la olemera 1.government of rich people; 2.meritocracy;
boma lathu self-government;
boma lodzilamulira 1.self-government; 2.autonomy;
boma\ma- 1.government; boma likupita

kuphompho = the government is going astray; ndondomeko ya boma = programme of the government; boma la atsamunda = colonial government; akukhutira ndi boma = they appreciate the government; boma sililabadira konse =.the government does not care at all; mabungwe omwe si a boma = non-governmental organisations (NGO's); 2.district; 3.defence; 4.fort; 5.the word was used for British Overseas Military Attachment (B.O.M.A.);
-bomba -be cowed;
bomba laling'ono loponya handgrenade;
bomba loikidwa m'nthaka landmine; chinthu chophulika chobisidwa m'nthaka chomwe chimaphulika chikapondedwa = an explosive device which is hidden underneath the ground, and it explodes when stepped upon;
bomba\ma- bomb; bomba linaphulika mu mzinda = the bomb exploded in the city;
bombe\- large cat fish (having no scales);
bombono\ma- knee;
bomu\ma- gonorrhoea;
-bomwetamweta 1.-be lucky; proverb: ndataya udzu bomwetamweta (lit.: I have lost already cut grass) = I am not lucky; 2.-be fortunate; 3.-be blessed;
-bona (chiZulu) 1.-see; 2.-admire;
bondo\mawondo 1.knee; expression: kunong'oneza bondo (lit.: whispering to a knee) = regretting; expression: Maria ndi mzanga wa pa bondo (lit.: Maria is a companion of the knee) = a close companion/ an intimate friend; malumikiziro a mabondo = knee joints; kogwiritsira fupa la bondo = ligaments of knee; 2.cap of knee; mtsikana anavulala pa bondo = the girl sustained an injury on the knee-cap; 3.bend of the house;
bonga\a- civet cat; mphaka bonga akutha nkhuku = a civet cat is eating chickens;
bongo brain; bongo wake wasokonezeka = his brain is disturbed; madzi m'bongo chifukwa cha matenda = water in the brain;
-bongololo peevish (fig.);
bongololo\a- 1.millipede; 2.centipede;
bongwe\a- 1.kind of monkey; 2.beginner at secondary school (fig.);
-bonitsa 1.-show off; 2.-flaunt;
bontha\a- frog;
-bonthola -break through; ziweto zikubonthola = the cattle are breaking through; madzi a mtsinje akubonthola = the water of the river is breaking through;
bonzo\ma- bone; wandigulitsa mabonzo okhaokha = he has sold me bones only;
-booka -have holes; expression: lero ntchito

yabooka (lit.: today work/ job has holes) = the work has been made easy because of lack of supervision;

-boola 1.-make hole; 2.-bore; 3.-pierce; 4.-puncture;

-boola dzenje -perforate;

-boolezana -bore from two sides; expression: atsikana aboolezana (lit.: the girls have bored from two sides) = the girls have caught one another red-handed in going with the same boyfriend;

-bopha 1.-pin; 2.-strap; 3.-button;

-bopha pepala 1.-staple; 2.-pin paper;

bota sweet beer; amakonda bota = he likes sweet beer;

boti la mathanga yacht;

boti lopalasa rowing boat;

boti\ma- boat;

botolo la kachasu bottle for kachasu (kachasu: a distilled traditional drink);

-bowa (chiNgerezi) -be boring; nyimboyi ndi yobowa = this song is boring;

bowa\- mushroom; expression: kuchita za bowa bwanga (lit.: doing of my mushroom) = hesitating; expression: bowa bwanga bowa bwanga (lit.: my mushroom my mushroom) = I am in a state of hesitation (doubting); kodi bowa unautenga kuti? = where did you get the mushroom?;

bowo la chilengedwe 1.natural opening in the body; 2.foramen; 3.orifice;

bowo la mpweya 1.vent; kuti mpweya wabwino uzilowa, nyumba imafunika kukhala ndi mabowo a mpweya = for good airation, the house needs to have vents; 2.window;

bowo lomangirapo butawo buttonhole;

bowo\ma- 1.hole; expression: thumba lobowoka (lit.: a pocket with a hole) = pocket without money/ failing to keep money; 2.opening; 3.pothole; 4.dent;

bowobowo\mabowomabowo 1.minute opening in the surface; 2.pore; dothi la mchenga liri ndi mabowomabowo ndipo madzi amadutsa mosavuta = sandy soil has pores and they allow water to pass through easily; 3.hole;

-bowoka 1.-break; chilonda chikubowoka = the boil is breaking; 2.-be easy; lero masamu athu abowoka = today our mathematics assignments are easy;

-bowoka m'mimba 1.-have diarrhoea; 2.-open bowels;

-bowola 1.-drill; akubowola maenje anayi = he is drilling four holes; 2.-break through; anabowola mpanda wa asilikali ozungulira = they broke through the besieging forces; 3.-make a hole;

-bowola anthu mmimba -cause diarrhoea to people;

-bowoleza -drill;

bozo\- corner post; tsamira bozo = lean against a cornerpost;

bozo\ma- elbow;

bububu\- 1.dumb person; 2.person who cannot speak;

-bubuda 1.-crunch; 2.-chew; 3. -masticate;

bubusa\ma- (chiSena) breast;

-budula 1.-break; zomera zikubudula dothi = the plants are breaking the soil; 2.-cut off; 3.-eat off grass etc. by animals; masamba abudulidwa = the leaves have been eaten off; 4.-remove tips of plants; 5.-tip over; anabudula ndowa ya madzi = she tipped over a pail of water; 6.-open; anayamba kubudula paketi ya mowa = he began to open the packet of beer;

-budula nsonga za zomera -eat tips of vegetation;

-budulira -lose water from bucket accidentally;

-buka (chiTumbuka) 1.-be ablaze; 2.-break out; matenda a edzi anabuka = the disease of aids broke out; nkhondo inabuka = war broke out; 3.-start; nkhondo inabuka = war started; ndewu inabuka = a fight started; moto unabuka = fire started; 4.-rise;

buka\ma- blister;

-bukitsa 1.-spread about; 2.-publish abroad; 3.-circulate; 4-disseminate; 5.-diffuse; 6.-bruit;

buku la alendo visitors' book;

buku la kagwiridwe ka ntchito 1.ledger; 2.log book;

buku la kaundula register; dzina lako mulibe mu buku la kaundula = your name is not in the register;

buku la m'thumba pocket book;

buku la malamulo a pamsewu book of highway code;

buku la manambala a lamya 1.phone book; 2.telephone directory;

buku la mankhwala drugs diary;

buku la mapemphero 1.prayer book; 2.breviary; ndi buku la ndondomeko ya mapemphero a tsiku ndi tsiku mu Mpingo wa chiRoma = it is a book with prayers to be said daily of the Roman Catholic Church;

buku la mapu atlas (lit.: book of maps);

buku la matanthauzo a mawu dictionary (lit.: book of meanings of words);

buku la mbiri ya munthu biography (lit.: book of the history of a person);

buku la mbiri ya oyera 1.book of the history of saints; 2.hagiography; buku lopereka mbiri ya miyoyo ya anthu oyera mtima = a book which gives historical information on the lives of saints;

buku la mphunzitsi teacher's guide;

buku la ndalama 1.account-book; 2.ledger;

buku la nyimbo 1.song book; 2.hymn book;

3.hymnary; 4.hymnal; 5.album of songs;
buku la nyimbo zambiri hymnary;
buku la zithunzi 1.photo album; 2.album of
photographs;
buku la zochitika tsiku ndi tsiku diary;
buku la zokambirana ku nyumba ya malamulo
1.book recording the proceedings in parliament;
2.Hansard;
buku la zophunziridwa 1.study book; 2.textbook;
buku lofotokoza maulendo 1.travel guide;
2.itinerary;
buku lolembamo maina register of names;
buku lolembamo mayendedwe a ntchito 1.record
book; 2.log book;
buku lolembedwa mwa ndondomeko 1.dictionary;
2.encyclopaedia; ili ndi buku lokhala ndi nthambi
zonse za nzeru lolembedwa mwandondomeko
popereka mbiri ya chinthu = a book giving
information on every branch of knowledge in
alphabetical order;
Buku Lopatulika Holy Book; ndi dzina la Baibulo
= it is a name of the Bible;
buku losanthulira Mau a Mulungu daily guide,
for reading and studying the Bible;
buku lowonetsa maiko atlas (lit.: book showing
countries);
buku lowonetsa malo atlas (lit.: book showing
places);
buku loyenda nalo 1.pocket book; 2.handbook;
Buku Loyera Holy Book; ndi dzina la Baibulo = it
is a name of the Bible;
Buku Loyera la chiSilamu 1.the Holy Book of the
Muslims; 2.Koran; 3.Qu'ran;
buku\ma- book; ndawerenga buku labwinodi = I
have read a reallly good book; buku
linasindikizidwa = the book was printed; buku la
maina a mboni za Yesu Khristu, zimene
zinaphedwa chifukwa cha chikhulupiriro chawo =
book of the names of witnesses of Christ who were
killed because of their faith; buku lopereka mbiri
yofunikira pa mutu wina = handbook;
-bukumala -bristle;
-bula -hit; iye amabula chifukwa cha kuba = he has
been hit for theft;
bulaketi bracket;
bulanchi (chiNgerezi) branch;
bulangete\ma- blanket;
bulashi yosasira duster;
-bule 1.free; ndapeza ndalama za bule = I have
found free money; 2.gratis;
buleki\ma- (chiNgerezi) brake; njinga zizikhala ndi
mabuleki = bicycles should have brakes;
-bulela 1.slumber; 2.sleep;
-bulika 1.-come out (of water); 2.-come up (as mice

from a hole);
bulu\a- 1.donkey; ndikosavuta kusunga bulu
kusiyana ndi mbidzi = it is easier to keep a donkey
than a zebra; 2.ass; anayenda pa bulu = he rode on
an ass; 3.pony; 4.nag;
-bulubudira -be in blanket;
-buluka 1.-appear of seeds through the ground; 2.-
sprout;
buluku\ma- (chiAfrikaans) long trousers;
buluma\ma- ball of soil;
-bulumunya 1.-chew; John akubulumunya
chingamu = John is chewing gum; 2.-gnaw; 3.-
smoothen; 4.-suck; kubulumunya mankhwala
achifuwa = sucking cough tablets;
bulumwa\ma- ball of soil;
buluwe uncooked beans;
buluzi wamkulu iguana; abuluzi akuluakulu
amapezeka ku Amereka = iguanas are found in
America;
buluzi wamng'ono gecko;
buluzi\a- lizard; expression: mchira wa buluzi (lit.:
the tail of a lizard) = medicine meant to fool the
lovers;
-buma -wail; anthu akubuma maliro a mfumu = the
people are wailing for the chief's funeral;
-buma maliro -moan (weeping aloud allowed by
the chief after he has assessed and announced that
the person is dead);
buma\mauma ball of soil; iye anandigenda ndi
buma = he hit me with a ball of soil;
bumba\ma- ball of flour in porridge;
bumbu 1.vagina; 2.vulva;
bunda\maunda young dove;
-bundira -move waist (refers to sexual intercourse);
bungwe la achinyamata youth league;
bungwe la mishoni mission council; Bungwe
lowona machitidwe a mishoni kudziko lonse
lapansi = International Missionary Council
(I.M.C.).; ndi mgwirizano wokhazikitsidwa
m'chaka cha 1921, ndipo m'chaka cha 1961
bungweli linaphatikizana ndi Bungwe lowona
Mipingo ku dziko lonse lapansi = it is an
organisation founded in 1921, and in 1961 this
council joined the World Council of Churches
(W.C.C.);
bungwe la mphamvu zopanga malamulo
1.legislative body; 2.legislature;
bungwe lopeza ogwira ntchito labour exchange;
bungwe la boma la anthu olemba anzawo ntchito
lopeza ogwira ntchito ndipo ogwira ntchito kupeza
ntchito = a governmental organization of
employers who look for employees and of
employees who look for employers;
bungwe\ma- 1.association; Bungwe Losamalira

Anthu Okalamba = Elderly People Association (E.P.A.); Bungwe Lololedwa Kuyang'ana Mabuku a za Malonda = Association of Chambers Chartered Accountants (A.C.C.A.); Bungwe Loona za Masewero m'dziko la Malawi = Football Association of Malawi (F.A.M.); 2.authority; Bungwe loona za Misewu m'Malawi = Malawi Roads Authority; Bungwe Lotolera Ndalama za Misonkho (Malawi Revenue Authority); 3.board; Bungwe la chiAmereka la adindo a mishoni mu maiko a kunja = American Board of Commissioners for Foreign Mission (A.B.C.F.M.); bungweli linakhazikitsidwa m'chaka cha 1810 = this board was founded in 1810; mkulu wa bungwe = an official of the board; Bungwe loyang'anira madzi = Water Board; 4.bureau; Bungwe lofuna kuthetsa mchitidwe wa ziphuphu komanso katangale = Anti Corruption Bureau (A.C.B.); Bungwe Lofufuza ophwanya malamulo ndi chitetezo (ku Amereka) = Federal Bureau of Investigations; 5.commission; Bungwe Loona za Chisankho = Electoral Commission; 6.committee; Bungwe loyang'anira Ufulu wa Chikhalidwe cha anthu = Civil Liberties Committee (Ci.Li.C.); bungwe laling'ono = sub-committee; bungwe lalikulu = main committee; 7.company; Bungwe la Pakati pa Afirika = Central African Company (C.A.C); 8.corporation; Bungwe lowulutsa nkhani la chiBritain = British Broadcasting Corporation; 9.council; m'dziko lapansimuli mabungwe osiyanasiyana = there are different councils in the world; Bungwe lowona Mipingo ya chiKhristu pa dziko lonse lapansi = International Council of Christian Churches (I.C.C.C.); Bungweli ndi lamgwirizano wa mipingo yotsimikiza mphamvu ya pamwamba ya Baibulo, yokhazikitsidwa ku Amsterdam m'chaka cha 1948 = this council is an organisation of churches that stress the absolute authority of the Bible; International Missionary Council (I.M.C.); ndi bungwe lokhazikitsidwa m'chaka cha 1921; m'chaka cha 1961 bungweli linaphatikizidwa ndi Bungwe la Dziko Lonse la Mipingo = it is an organisation founded in 1921; in 1961 it joined the World Council of Churches (W.C.C); Bungwe la dziko lonse la Mipingo = World Council of Churches (W.C.C.); bungweli linakhazikitsidwa ku Amsterdam m'chaka cha 1948 = this council was founded in Amsterdam in 1948; 10.fund; Bungwe Lowona Zandalama la Dziko lonse lapansi = International Monetary Fund (I.M.F.); 11.mission; Bungwe lofalitsa Uthenga Wabwino mkatikati mwa Afirika = Africa Inland Mission (A.I.M.); bungweli linakhazikitsidwa ku New York ndi Peter Cameron Scott m'chaka cha

1890 = this board was founded in New York by Peter Cameron Scott in 1890; 12.organisation; Bungwe la Mgwirizano wa mu Afirika = Organisation of African Unity (O.A.U.), in 2002 this organisation changed its name to African Union (A.U.); 13.society; Bungwe lalikulu lomasulira ndi kufalitsa Baibulo m'zinenero zambiri, lokhazikitsidwa ku London, m'chaka cha 1804 = British and Foreign Bible Society (B.F.B.S.), founded in London, in 1804; Bungwe la mamishoni achikuda = African Baptist Mission Society (A.B.M.); bungweli linakhazikitsidwa ku Amereka = this society was founded in America; Bungwe la Mgwirizano wa ma Mishoni wa ku London = London Missionary Society (L.M.S.); Bungweli linakhazikitsidwa m'chaka cha 1795 = the society was founded in 1795; Bungwe losamalira okalamba ku Malawi = Aged Support Society of Malawi (A.S.S.O.M.); 14.union; Bungwe la maiko a ku Ulaya = European Union; Bungwe la Afirika lokhazikitsidwa m' chaka cha 2002 = African Union (A.U.) founded in 2002;

buno 1.nude; 2.naked; akuyenda buno m'misewu = he is walking naked along the road; 3.undressed; 4.unclothed;

Buno\ma- Boer; ndi mtundu wa azungu a Kummwera kwa Afirika = kind of white people in South Africa

bunobwamuswe 1.nakedness; 2.being literally naked; anathawa ali bunobwamuswe = he ran away literally naked; 3.nudity;

-buntha 1.-be blunt; nkhwangwa yanga yabuntha = my axe is blunt; 2.-be dull;

-bunthama 1.-be concealed (in grass); 2.-crouch;

-bunthitsa -be blunt;

-bunthuka -come up (as mice from a hole);

-bunthutsa -muddle;

-bunyuka 1.-be blunt; 2.-be dull;

bunzi\ma- 1.under hair; 2.pubic hair on the loin;

-butama -crouch; kambuku anabutama = the leopard crouched;

butawo\ma- button;

-buthira -begin (in a hurry); anabuthira ulendo = he hurriedly began the journey;

buthu\mauthu 1.young girl; 2.immature girl; 3.damsel;

-butsa 1.-set fire; ndinaibutsa moto nyumba = I set fire to the house; 2.-burst out; anabutsa phwete = she burst out into laughing; 3.-set off (fig); ndinaubutsa ulendo wopita ku Zomba = I set off for Zomba; 4.-spark;

-butsa moto -set fire to; adaibutsa moto nyumba = he set fire to the house;

butsu (chiNgerezi) boots;

butsutsu\ma- breast;

-buula 1.-groan; anabuula kuseri kwa nyumba = he groaned behind the house; 2.-moan;

-buula m'mphala 1.-be lonely; 2.-be friendless;

-bviika mowa -brew beer;

-bvikula -regurgitate; ng'ombe imabvikula usiku = a cow regurgitates at night;

bvumbwe 1.wild cat; 2.wild stupid person (fig.);

-bvuuka -be pregnant;

-bwabwalika 1.-draw off one's attention; 2.-deceive; 3.-distract;

-bwabwayira -eat without chewing;

-bwadabwada -boil and bubble (like porridge);

-bwadamuka -boil and bubble (like porridge);

-bwadamutsa -simmer;

-bwafamuka 1.-fall (with crash/ drop); 2.-drop;

-bwafamula -beat with fist;

-bwagamula -beat with the back of the hand;

bwalo la chiYuda 1.Jewish court; 2.Gabbatha (John 19:13);

bwalo la mamulumuzana elders' court in a village;

bwalo la masewera 1.playing ground; 2.sports ground; 3.playing field;

bwalo la mfiti place where witches are supposed to assemble;

bwalo la milandu court; anawonekera ku bwalo la milandu = he appeared before court; adazengedwa mlandu ku bwalo/ anayimbidwa mlandu ku bwalo = he was tried in court; anadulirana samani ku bwalo la milandu = they summoned one another at court; Bwalo la milandu Lalikulu = High Court; Bwalo Lalikulu la milandu komwe milandu yolephereka m'mabwalo ena imakathera = Supreme Court of Appeal;

bwalo la milandu lalikulu high court; bwalo limene lingathe kusintha ziweruzo za mabwalo ang'onoang'ono = a court which can change the judgements made by smaller courts;

bwalo la mpingo 1.church session; akawonekera ku bwalo la mpingo = she will appear before the church session; 2.ecclesiastical court;

bwalo la mzinda dancing field for dancers of a secret society (lit.: place of the town);

bwalo la ndege 1.airport; 2.air strip; 3.aerodrome;

bwalo la ndege za nkhondo airbase;

bwalo la nkhonya ring; ankhonya ali mu bwalo lawo = the boxers are in the ring;

bwalo lathyathyathya 1.flat ground; 2.level ground;

bwalo lochezera place used for recreation in a village;

bwalo logona 1.dormitory; 2.hostel;

bwalo lovinirapo dancing ground; talowa mubwalo lovinira gule = we have entered into the dancing

floor;

bwalo lozunguliridwa ndi nyumba 1.place enclosed by the house; 2.demesne;

bwalo\ma- 1.ground; 2.dancing place; 3.court; expression: upereke chabwalo mbuzi imodzi (lit.: you must pay the court one goat) = you must pay a court fee of one goat; 4.place; 5.open space;

bwambi\ma- breadth;

bwambu sores between body parts because of friction;

bwamnoni kind of grasshopper with fat;

bwampini\a- 1.kind of a large mouse; 2.poor man; 3.beggar; 4.vagabond; 5.wanderer;

bwamuswe naked; akuyenda bwamuswe m'misewu = he is walking naked along the roads;

bwana mkubwa 1.big boss; 2.overall boss; 3.manager; 4.governor;

bwana wa pamwamba 1.big boss; 2.overall boss;

bwana woyang'anira 1.supervisor; 2.controller; 3.person in charge;

bwana\ma- 1.boss; bwana wathu ndi munthu wabwino = our boss is a good person; 2.master; 3.rich person; 4.person in charge; 5.supervisor;

bwanamkubwa (chiSwahili) 1.governor; 2.big boss;

bwanawe\a- friend (of same age of male sex);

bwandama\a- ivy plant;

-bwandira 1.-hold; 2.-catch (while lying); 3.-grasp; 4.-grab;

-bwandula -beat with fist;

-bwangandula 1.-break; 2.-demolish;

bwanji? how?; kodi muli bwanji? = how are you?; nanga muli bwanji? = but how are you?; kodi mumatha bwanji? = how do you manage?; mwabwera bwanji? = how have you come?;

bwantasa frog (of big size);

-bwanthama 1.-stoop down; 2.-crouch;

bwanzi 1.rheumatism; 2.numbness, especially with anaesthesia;

-bwata 1.-boil; nthochi ndi nyama zibwatire limodzi = let the bananas and the meat boil together; 2.-be boiling;

-bwatabwata -do things carelessly; ungochita bwatabwata phulo = just do it carelessly;

-bwatama 1.-crouch; 2.-stoop down; 3.-couch;

-bwathama -get shelter;

-bwatika 1.-cheat; usatibwatike iwe = you should not cheat us; 2.-fool; 3.-beguile; 4.-put down with force (-yika ndi mphamvu);

-bwatitsa -boil;

bwato la chipulumutso life boat;

bwato la nkhondo 1.war vessel; 2.barge;

bwato lopalasa canoe;

bwato lopulumukira life boat;

bwato loyendera injini yacht;

bwato\ma- 1.boat; 2.canoe;

bwatontha\a- 1.kind of bird (whip-poor-will); 2.swallow; mmene watulukira bwatonthayu, mvula igwa posachedwa = when this swallow bird appears, we will have rain soon;

-bwatuka 1.-be noisy; 2.-babble; 3.-gab;

bwazi bark;

-bwebweta 1.-talk nonsense; musiyeni iye amangobwebweta = leave him, he talks nonsense; 2.-babble; kubwebweta ndi kuyankhula mofulumira ndi mopusa = babbling is speaking rapidly and foolishly; kubwebweta ndi kuyankhula mwa njira yovuta kumvetsa = babbling is speaking in a way that is difficult to understand; 3.-gab; anabwebweta usiku onse = she gabbed all night long; 4.-have delirium; 5.-hallucinate;

-bwebwetuka -be discursive;

-bwefula -change face to show anger or pride;

-bweka -talk nonsense; usangobweka apa = do not talk nonsense here;

-bwekabweka 1.-do carelessly; 2.-be discursive;

-bwekera 1.-be talkative; 2.-be loquacious;

-bweketuka 1.-talk nonsense; 2.-blurt out;

-bwelera mbuyo 1.-backslide; 2.-decline; 3.-resurge;

bwemba kind of sour fruit with a hard cover;

bwenje\maenje 1.hole; 2.cobweb;

bwenzi la chitsikana girl friend; bwenzi langa lokondedwa = my beloved girl friend;

bwenzi la m'makalata 1.penfriend; 2.pen-pal;

bwenzi la pa mtima 1.lover; 2.darling; 3.sweetheart;

bwenzi lokhala nawe crony; abwenzi ake anamupereka = his cronies betrayed him;

bwenzi losavomerezeka concubine; amakhala ndi bwenzi lake losavomerezeka = he stays with his concubine;

bwenzi lothetsa kudandaula comforter;

bwenzi\a- 1.friend; abwenzi awo anabwera = their friends came; abwenzi amawombola pa mavuto = friends help out in time of trouble; proverb: bwenzi lenileni ndi lomwe limadzakuona pamene uli ndi zovuta = a friend in need is a friend indeed; expression: bwenzi la fisi (lit.: friend of a hyena) = darkness; 2.colleague; 3.companion; 4.beloved person; 5.darling; 6.lover; alibe bwenzi = she has no lover; 7.sweetheart;

-bwera 1.-come; anabwera yekha = she came alone; komabe ndibwera = but I will still come; akadabwera akadafuna = he could come if he wanted; angabwere nthawi iliyonse = he can come anytime; nanga mubwera liti? = and when will you come?; wabwera = he has come; abwere mumtendere = he may come in peace; 2.-come on; 3.-be on-coming; 4.-cause to come; 5.-be foreign; zinenero zobwera = foreign languages;

-bwera moyambirira 1.-come first; 2.-precede;

-bwera pafupi 1.-come close; 2.-come yonder;

-bwera pamodzi 1.-come together; 2.-agree; 3.-reconcile; 4.-be unified; 5.-discuss;

-bwerabwera -visit frequently;

-bweranso 1.-come again; 2.-come back;

-bwereka 1.-borrow; ndidzabwereka zinthu zanu = I'll borrow your things; anabwereka nkhwangwa kwa iye = he borrowed an axe from him; 2.-lend (with indirect object concord); ndamubwereka John buku langa = I have lent John my book; anamubwereketsa nkhwangwa = she lent him an axe; 3.-rent; he rents a house = amabwereka nyumba;

-bwereketsa -be indebted;

-bwereketsa chinthu -lease;

-bwerera 1.-return; ngakhale wabwera, abwereranso = although he has come, he will return; expression: wabwerera lili pululu (lit.: he has returned from a pit that was not covered) = he nearly died; 2.-go back; 3.-come back; proverb: mbalame ibwerera kuchisa (lit.: a bird returns to the nest) = one returns home no matter how far he may go; muyenera kubweranso mulungu wa mawa = you have to come back next week; 4.-wince; 5.-slide;

-bwerera ku zakale -revert; anthu ena amabwerera ku zakale zoipa = some people revert to evil;

-bwerera m'mbuyo 1.-retreat; 2.-reverse; 3.-shrink; 4.-lapse; 5.-move back; 6.-flinch;

-bwereranso -recur; matenda akhoza kubwereranso = an illness can recur;

-bwereranso moyo woipa 1.-fall back again; 2.-relapse;

-bwereranso pa kale 1.-recover; wabwereranso ku udindo wake uja = he has recovered his post; 2.-get back;

-bweretsa 1.-bring back; 2.-bring; 3.-supply; 4.-give back; 5.-provide; 6.-align; 7.-cause; 8.-deliver;

-bweretsa chinthu m'dziko -import;

-bweretsa ku ubwino 1.-make better; 2.-improve;

-bweretsa maganizo atsopano 1.-bring new ideas; 2.-innovate;

-bweretsa mavuto 1.-bring trouble; 2.-bring problems; 3.-cause problems; 4.afflict; 5.-vex;

-bweretsa mgwirizano -unite;

-bweretsa minyama 1.-bring misfortune; 2.-be ill-fated; 3.-bewitch;

-bweretsa ndi -bring with;

-bweretsa tsoka 1.-cause misfortune; 2.-bring problem; 3.-be ill-fated;

-bweretsa ulemerero -be glorious; nyimbo yobweretsa ulemerero = a glorious song;
-bweretsedwa -be brought;
-bweretsera -bring for someone;
-bwereza 1.-repeat; bwereza zomwe udalankhula = repeat what you said; 2.-do again; 3.-restart; 4.-renew; 5.-revise; 6.-do over again; 7.-duplicate; 8.-correct; 9.-improve;
-bwereza katatu 1.-do three times; 2.-triple;
-bwereza kawiri 1.-do twice; 2.-double;
-bwereza kulankhula 1.-speak again; 2.-rephrase;
-bwerezabwereza 1.-be repetitive; 2.-be verbose;
-bwerezanso 1.-do again; 2.-repeat; 3.-do afresh; 4.-retake;
-bwerezanso mwakale 1.-bring back to health/ strength; 2.-recreate; 3.-revive;
-bwerezekanso 1.-happen again; 2.-recur;
-bwebweta -hallucinate; angobwebweta ali kutulo = she is hallucinating in sleep;
bwete 1.private parts; 2.vagina;
-bwetuka -gab;
-bwevuka 1.-slide back; 2.-withdraw; 3.-wince; John anabwevuka atawona mtembo = John winced when he saw the dead body; 4.-go back; 5.-return; 6.-double; 7.-dart;
bweya 1.wool; 2.fur;
bweya bwauluulu 1.soft fur; 2.down; 3.fluff;
-bweyabweya -be woolly;
-bweza 1.-give back; 2.-return; 3.-bring back; 4.-recall; 5.-call back a person; 6.-cause to come; 7.-send off;
-bweza chidwi -be uninteresting;
-bweza ndalama mowonjeza -pay back with interest;
-bweza ngongole -pay back loan;
-bwezera 1.-bring back; 2.-give back; bwezera cholembera kwa mwini wake = give back the pen to its owner; 3.-cause to come; 4.-square; ndikufuna kubweza ngongole = I want to square the debt; 5.-restore; 6.-take revenge; musabwezere choipa = take no revenge;
-bwezera choipa -be vindictive;
-bwezera chomwe unawononga 1.-compensate; 2.-make recompense; 3.-reward;
-bwezera mawu 1.-answer; 2.-reply; 3.-respond;
-bwezera mtopola -counterattack; boma la U.S. labwezera mtopola womwe anthu a chiwembu anachita ku New York ndi ku Washington = the U.S. government has counterattacked the terrorist attack at New York and Washington;
-bwezera zoipa -avenge;
-bwezeretsa 1.-give back; 2.-bring back; 3.-restore;
-bwezeretsa m'mbuyo 1.-destroy; 2.-retard; 3.-sabotage;

-bwezetsa chitukuko 1.-stagnate; 2.-retard;
-bwezuka -laugh; atsikana akubwezuka = the girls are laughing;
bwiiza\a- poor person; wakwatiwa ndi bwiiza = she has married a poor person;
-bwinda 1.-miss; 2.-fail to reach the spot/ space/ point/ target;
-bwinja 1.-be ruined; 2.-be dilapidated; 3.-be deserted; 4.-be desolate; 5.-be squalid;
bwinja lotheratu perdition;
bwinja\ma- 1.fallow land; tikuyembekeza kutsegula munda watsopano ku bwinja = we are expecting to open a new garden on the fallow land; 2.desolate place; 3.open, uninhabited country; 4.deserted place; 5.dilapidated house; 6.ruin; mabwinja awo anali athu = those ruins were ours; 7.relic;
-bwinjika -be blunt;
bwino 1.alright; 2.fine; 3.well; 4.good; 5.super; 6.preferable; 7.better; ndi bwino kuti ndisalankhulepo = I'd better not talk about it;
-bwino 1.good; uthenga wabwino = good news; sanali kupeza bwino = she was not feeling good; munthu wabwino = a good man; M'busa Wabwino = Good Shepherd; munthu wabwino = a good person; 2.pretty; 3.absolute; ichi ndi chinthu chabwino = this is an absolute thing; 4.convenient; 5.correct; 6.right; 7.proper; 8.kind; 9.nice; malaya abwino = a nice shirt; 10.neat; 11.fair; sibwino kupondereza wofedwa = it is not fair to oppress the widow; 12.fine; tonse tili bwino = we are all fine; 13.open hearted; 14.opportune; akudza nthawi yabwino = he arrives at an opportune moment; 15.worthy;
bwino koposa 1.best; 2.better than; tili bwino koposa = we are better off; 3.splendid;
bwino kwambiri 1.excellent; 2.superb; 3.perfect; anagoletsa chigoli bwino kwambiri = he scored a perfect goal; 4.splendid; 5.fantastic; 6.unexceptionable; ali ndi khalidwe labwino kwambiri = he has an unexceptionable behaviour; 7.brilliant;
-bwino zedi 1.truly good; 2.splendid;
bwinobwino 1.carefully; 2.corrective; 3.gently;
bwinoko better; akupeza bwinoko lero = she is feeling better today;
-bwinyiza -be blunt;
-bwira 1.-swallow dry things (such as flour etc); 2.-eat without chewing;
-bwirira 1.-speak unclearly; 2.-be garbage; ganizo lobwirira = ganizo lopusa = a garbage idea;
-bwitibwiti 1.fat; 2.oily; 3.overweight;
-bwito 1.fat; 2.oily; pomaliza chakudya milomo yanga inali bwito = after the meal my lips were oily;

bwivu\- gums;

-bwiza -dribble; anabwiza otseka kumbuyo onse = he dribbled (the ball) past all the defenders;

-byala (chiTumbuka) 1.-plant; 2.-place in the ground; 3.-bury (fig.);

-bzala 1.-plant; bzala mbewu ya chimanga = plant maize seeds; 2.-sow;

-bzala chinangwa 1.-plant cassava; expression: kubzala chinangwa (lit.: planting cassava) = dying = passing away; 2.-bury (fig.); zomwe akuchitazo tibzala chinangwa posachedwapa (lit.: according to what he is doing we will plant cassava soon) = we will bury him in the grave soon, as a result of his illicit behaviour; 3.-die; 4.-pass away;

-bzala khwanya -be ashamed;

-bzala mitengo 1.-plant trees; 2.-afforest;

-bzala ufa 1.-be daft (lit.: -plant flour); 2.-grow grey hair; 3.-lie; 4.-die;

-bzera 1.-pass through; 2.-pass by;

-bzikula 1.-regurgitate; 2.-chew the cud;

bziwi (-khala b.) -be bad;

-bzodola -break off a portion;

-bzola 1.-pass; ndinabzola osayima = I passed without stopping; expression: matenda aja abzola (lit.: that illness has passed) = the person who was ill has now died; 2.-pass by; 3.-exceed; 4.-go beyond;

-bzolera muyeso -be beyond the limit;

-bzoza maso -see through; anabzoza maso kuwona maliseche ake = he saw through the skirt and saw her nakedness;

-bzukula 1.-vomit; 2.-puke; 3.-spew; 4.-belch; 5.-be emetic;

-bzungunyula 1.-dislocate; anabzungunyula mphande = he dislocated his ankle; 2.-break by twisting; 3.-sprain; 4.-wrench;

-bzyola -pass through;

bzyololo kind of bird, associated with witchcraft;

C

-cha 1.-be mature; expression: lero kwacha (lit.: this day has matured) = it is early in the morning; proverb; pansi mtedza mwana amacha (lit.: keep the groundnuts down a child matures) = keep secrets, do not reveal as children do; 2.-be ripe; 3.-dawn; kwacha/ kwatichera, fulumirani = dawns is already, hurry up; 4.-designate;

cha- of (indicating possession, in between a singular noun of the chi-zi class and another noun); chitseko cha nyumba = a door of a house;

cha fungo labwino 1.good smelling thing; 2.odorous thing;

cha kunyanja sea-ward direction;

cha m'mbali 1.side-view; 2.sidewards; ndinayang'ana cha m'mbali = I looked sidewards;

cha mbali zisanu ndi zitatu octagon (an eight sided figure);

-cha mfuti -cock a trigger;

cha ngodya zisanu ndi ziwiri heptagon (seven sided figure);

cha nkhondi ndi chosawonongedwa 1.pure thing; 2.faultless thing; 3.immaculate thing;

chabe 1.zero; 2.nothing; 3.nil;

-chabe 1.bad; mpira wachabe = a bad ball; 2.without value; 3.valueless; 4.nothing; ndi chinthu cha chabe = it is nothing; 5.worthless; 6.base; kukhala wachabe = being base; 7.dishonourable;

chabuka\- shoot;

chabwalo fine to the chief; upeleke chabwalo kamba konyozera malangizo a mfumu = you must pay a fine for disregarding the chief's instructions;

chabwino 1.all right; 2.well; 3.okay; 4.acceptable; ndi chabwino kwambiri = it is acceptable; 5.good!; 6.excellent;

chabwino kwambiri! 1.very good!; 2.superb; 3.fabulous;

chacha\a- sparrow;

chachabe\za- 1.worthless thing; 2.useless thing; 3.dross;

chachibadwa\za- 1.inborn thing; 2.inherited thing;

chachifupi\za- short thing; chingwe chachifupi = short rope;

chachikale\za- 1.old thing; 2.anachronism;

chachikasu cha dzira egg yolk; ndimakonda chachikasu cha dzira = I like the egg yolk;

chachikhalire\za- immortal thing;

chachikhumi\za- 1.tenth; 2.tithe;

chachilendo\za- 1.strange thing; 2.unfamiliar thing; 3.oddity;

chachiyerekezo\za- 1.sample; 2.example; 3.phantasy; 4.fantasy;

chachizungu\za- 1.English thing/ way; ndachita chachizungu = I have done the English way; 2.foreign thing; 3.Western thing; 4.modern thing;

chadzana\za- thing of the day before yesterday;

chadzidzidzi\za- 1.unexpected thing; 2.emergency;

chafa 1.dead thing; 2.lost thing;

chafutambuyo (-pita c.) -go backwards;

chafutsa\za- 1.half boiled food preserved by drying; 2.preserved dried food; 3.dried vegetables;

Chaina\ma- Chinese; m'dziko muno muli maChaina ochepa = in this country there are few Chinese;

-chaje gratis (adj); expression: mwachaje satafuna (lit.:gratis is not chewed) = it will be of some use though of little amount;

-chaje-chaje 1.-without; 2.nothing; 3.nil; 4.nude; 5.empty handed;

chajira (chiYao) fertility; chajira m'nthaka = fertility of the soil;

chaka cha mawa next year;

-chaka cha moyo forever;

chaka chatsopano new year;

chaka chogawidwa ndi 4 leap year (lit.: year that can be divided by 4); chaka chomwe chimathera ndi masiku 29 a Feburuare, pakatha zaka zinayi = a year which ends with 29 days in February, after every four years;

chaka ndi chaka 1.every year; 2.yearly; 3.annually;

chaka\ma- 1.bullet; 2.ammunition;

chaka\za- year;

chake possessive pronoun of third person singular with singular nouns of the chi-zi class; chisoti chake = her hat; chipangizo chake = his instrument;

chakhola animal payment; anandipatsa chakhola chifukwa ndinamubwereka nkhumba yanga ya mphongo = he gave me an animal payment because I lent him my male pig;

chakoma all right;

chakuda\za- 1.black thing; 2.dirty thing;

chakudya cha chiMwenye 1.Indian food; 2.kadgeree; ichi ndi chakudya cha chiMwenye chomwe chimapangidwa ndi mpunga, anyezi, nsomba ndi mazira = this is the Indian type of food which is prepared by mixing rice, onion, fish and eggs;

chakudya cha lero 1.today's food; 2.daily bread;

chakudya cha m'mawa breakfast;

chakudya cha madzulo 1.dinner; 2.supper; tikhala ndi chakudya cha madzulo tsopano = we will have supper now;

chakudya cha masana lunch; chakudya cha m'mawa ndi cha masana chodyedwa pa nthawi yomweyo = breakfast and lunch eaten at the same time = brunch;

chakudya cha ng'ombe 1.food for cows; 2.hay; udzu omwe wadulidwa ndi kuwumitsidwa ngati chakudya cha ng'ombe = grass which is cut and dried as food for cattle;

chakudya cha nsomba sea-food; chakudya cha nsomba chimapezeka chambiri m'madzi osazama = there is plenty of sea-food in shallow waters;

chakudya cha nthawi zonse 1.normal food; 2.daily diet; 3.staple food;

chakudya cha pambuyo 1.after meals; 2.dessert; 3.afters;

chakudya chozuna choikidwa ku mtengo 1.sweet substance put on a stick; 2.lollipop;

chakudya\za- 1.food; chakudya chaulere = free food; kamba wa pa ulendo = food for the journey (packed meal); chakudya chothandiza/ chakudya chogwira ntchito = functional food; kusowa zakudya zomanga thupi\nthenda yosowa zakudya zoyenerera = kwashiorkor; 2.meal; tinali ndi chakudya chokoma = we had a nice meal today; 3.comestibles;

chakumasana 1.noon; 2.afternoon;

chakumbuyo (-pita c.) -go backwards;

chakumwa cha ukali 1.strong drink; 2.beer; 3.gin; 4.liquor; 5.liqueur;

chakumwa choledzeretsa 1.alcoholic drink; 2.strong drink; 3.liquor; 4.liqueur; 5.schnapps (German);

chakumwa\za- 1.drink; landirani chakumwachi = have this drink; zakumwa zoziziritsa kukhosi/ zakumwa zosaledzeretsa = soft drinks; zakumwa zotsekemera/ zakumwa zokoma/ zakumwa zozuna = sweet drinks; 2.beverage;

chakumwezi menstruation;

chakunja kwa chikopa 1.outer layer of skin; 2.epidermis;

chakunja kwa mkate crust of the bread;

chakuswa nyumba burglar;

chala cha chifumu pollex;

chala cha kanise little finger; ali ndi mphete pachala cha kanise = she has a ring on her little finger;

chala cha mankhwala sixth finger;

chala cha mkombaphala index finger;

chala cha nkhwali sixth finger;

chala chaching'ono little finger;

chala\za- 1.finger; chala chachikulu chachifupi = pollex; proverb: chala chimodzi sichiswa nsabwe (lit.: one finger cannot press a louse) = you can't solve problems alone; expression: wakuloza chala iwe (lit.: she has pointed a finger at you) = she has blamed you; expression: kanthu n'chala (lit.: something is the pointing finger) = for a person to know something, someone must point it out to him; expression: ndi wa zala zazitali (lit. he has long fingers) = he is a thief; 2.claw of bird;

chalala variety of masked people dancing in Nyau Secret Society;

chalo\za- 1.chief; 2.Traditional Authority; chalo Gomani = Traditional Authority Gomani;

-chaluchalu -walk fast;

-chalula -leak;

chalunda 1.sour fruit; 2.non-initiated boy in Nyau Secret Society;

-chalutsa -stiffen;

chaluwa\za- unauthorised wealth which is carelessly used; chuma chakuba ndi chaluwa = wealth amassed by stealing is spent carelessly;

-cham'mbali 1.sidewards; 2.lateral;

chamaganthimaganthi\za- thing spotted with dirt;

chamahala\za- (chiWemba/ chiTumbuka) free thing; zamahala zinatha = free things are finished;

chamakolo 1.traditional way/thing; tichite chamakolo = let's do it in a traditional way ; 2.local thing; chimanga chamakolo ndi chokonoka bwino = local maize is well ground;

chamakono\za- 1.modern thing; 2.up-to-date thing; 3.latest thing; 4.recent thing;

chamakwinyamakwinya\za- 1.wrinkle; 2.crinkle; 3.un-ironed thing; 4.bent thing;

chamasa\za- boiled shelled maize; sindimadya chamasa = I do not eat boiled shelled maize;

chamasala\- grass (tall, grown in low areas);

chamasiye\za- deceased's property;

chamawanga\za- coloured thing;

-chamba 1.-be foolish; 2.-be crazy;

chamba chakale old-fashioned thing; nsalu iyi ndi chamba chakale = this cloth is old-fashioned;

chamba\za- 1. indian hemp; anapenga chifukwa chosuta chamba = he went crazy because of smoking indian hemp; 2.marijuana; anapenga ndi chamba = he went crazy because of marijuana; 3.hashish; anapenga ndi chamba = he went crazy because of hashish; 4.any kind of dance; 5.culture; 6.behaviour;

chambaleza\za- dagger; ndikubaya ndi chambaleza = I will stab you with a dagger;

chambali zinayi 1.four sided figure; 2.rectangle;

chambali zitatu 1.three sided figure; 2.triangle;

chambu 'medicine' of magic, used to stop a person from stealing from a garden or from having sex with a girl or with someone else's wife;

chamitundu iwiri 1.something which has two contrasting features; 2.dichotomy;

chamkati mwa chipatso 1.inner part of a fruit;

2.pulp; 3.core;

champhatso\za- 1.gift; 2.present; 3.alms;

chamtunga\a- club; tengani zibonga ndi chamtunga = take whips/sticks and clubs;

chamuna 1.masculine power; pamafunika chamuna kuti zimenezo zitheke = masculine power is required to achieve that; ndikachita chamuna/ndichita ndi mphamvu/ ndichita mwa mphamvu = I am going to do it with masculine power; 2.fertility; 3.fecundity; 4.strength; 5.authority; 6.struggle;

chamuyaya\za- immortal thing;

chamwaka\zi- 1.retirement; 2.exemption; analandira chamwaka = he received exemption from tax;

chamwazi\za- blood payment;

-chancha -avoid;

chandende\za- 1.ring; 2.round thing;

chandunde dried cassava; chandunde ndi chakudya chabwino = dried cassava is good food;

-changamuka 1.-be alert; 2.-be active; 3.-get up; 4.-wake up; 5.-watch out; 6.-be brisk; 7.-be active; 8.-be brave; aMalawi tachangamuka kutulo = Malawians have become brave;

-changamutsa 1.-awaken; 2.-educate; 3.-cheat; lero anamuchangamutsa = today he cheated him;

changu 1.haste; 2.quickness; adayenda mwa changu = she travelled with quickness; 3.diligence; 4.zeal; 5.ado; 6.acumen;

-changu 1.active; 2. fast; chita changu = be fast; 3.quick; 4.zealous; mwamuna wachangu = a zealous man; 8.zelotic; 5.alert; 6.earnest; 7.brisk;

changululu 1.haze; 2.fog; 3.grey; mitambo ya chita changululu = the clouds are grey;

chanjerengo\za- thing that makes people laugh;

Chanjiri (chiNyungwe) nam3e for God;

chankhondo\za- booty;

chankhongo backwards (adv.);

chankhongo (-pita c.) -go backwards; anapita chankhongo = he went backwards;

chanza\- greeting; tiyeni tigwirane chanza = let us greet each other;

chaola rotten maize;

chaononga blackjack;

-chapa 1.-wash; expression: koma wamuchapa zedi (lit.: but you have washed him heavily) = you have beaten him heavily; 2.-vacuum; 3.-be sterile;

-chapa m'mutu -clarify; ndikufuna kuchapa m'mutu mwanu pa ichi = I want to clarify this point;

-chapa mkamwa -rinse mouth; kachapeni mkamwa panja = go and rinse your mouth outside;

-chapa ndi kusita zovala 1.-wash and iron clothes; 2.-launder;

-chapa ndi madzi 1.-wash with water; 2.-rinse;
chapadera\za- 1.special thing; 2.additional thing;
3.extra thing; 4.spare thing;
chapafupi\za- 1.little thing; 2.futile thing; 3.not
easy thing; sichinali chinthu chapafupi = it was not
an easy thing; 4.nearby thing;
chapakatikati\za- medium; zovala zake ndi za
pakatikati = her clothes are of medium size;
chapamlomo money paid before one talks in
traditional marriage arrangements;
-chapamtundu relational;
chapotera\za- calico (blue, sheeting);
chathunthu\za- cob (whole head);
chatseketseke sweet food;
chatso\za- elephant tusk;
chauchitsiru 1.foolish thing; 2.insane thing;
chaulere\za- (chiTumbuka) 1.free giving; 2.free
gift; landirani chaulere cha Mulungu = receive
God's free gift; 3.charity; 4.alms; 5.bounty;
6.reward; 7.present; 8.prize;
Chauta name for God; the word refers to: (a) a
chicken that covers with its wings, (b) a cow
resting under a tree, (c) the rainbow, i.e. uta wa
leza, referring to the Lord of space, who stretches
the rain bow;
chauta 1.woman used as a prophetess or medium;
2.God; 3.that which has a bow (lit.); 4.rain maker;
chautchisi\za- 1.foolish thing; 2.dirty thing;
chauve\za- 1.dirty thing; 2.unclean thing;
chavu\- gums;
chawe\za- plateau; tilibe zawe zambiri m'dziko lino
= we do not have many plateaus in this country;
Kuchawe Inn imapezeka ku chawe cha Zomba =
Kuchawe Inn is on Zomba Plateau;
chawofuwofu 1.flexafoam; 2.cushy;
Che (chiYao) title before the name of married and
unmarried men, expressing respect; Che Edward
Mbeza = Mr. Edward Mbeza;
-checheta -cut across;
-checheteza 1.-make round; 2.-make a circle; 3.-
make circular;
-chechuka 1.-be clever; 2.-speak cleverly;
-chedwa 1.-be late; wachedwa = you are late;
musachedwe konse = don't be late at all; 2.-be
slow; 3.-delay; 4.-hesitate; 5.-postpone; 6.-dawdle;
7.-defer; tayenera kuchedwa = we had to defer; 8.-
be languid; 9.-be dilatory;
-chedwa kutentha -take time to get hot; thupi lawo
silichedwa kutentha = his body does not take time
to get hot/ is hot/ is feverish;
-chedwerera 1.-be late; 2.-delay;
-chedwetsa 1.-delay; anatichedwetsa = they delayed
us; 2.-defer; kuchedwetsa kunyamuka = defering
one's departure; 3.-retard; 4.-detain;

-chedwetsa chilango -reprieve;
-chedwetsa chitukuko 1.-hinder development; 2.-
impede;
-chedwetsedwa -be belated; akuchedwetsedwa ndi
mkazi wake = he is being belated by his wife;
-chedzera 1.-be overnight; 2.-visit; 3.-chat;
-cheka 1.-saw; amacheka matabwa = he saws
timber; expression: anacheka (lit.: he sawed) = he
moved very fast; 2.-cut; 3.-scoot;
-cheka matabwa -saw timbers/ planks;
-cheka pakhosi 1.-get stuck; 2.-cut the neck;
-cheluzana -collude;
-chema 1.-cry at a funeral; 2.-call;
-chemba 1.-carve; mtondo umachembedwa ku
mtengo = a mortar is carved from a tree; 2.-cut; 3.-
notch;
chemba\ma- 1.defence; 2.barricade; 3.bulwark;
-chembeza -bear child (esp. refers to first born
child);
-chemerera 1.-be a supporter; 2.-support; 3.-praise;
4.-cheer; 5.-be a follower; 6.-be a devotee; 7.-laud
someone by clapping hands and shouting; 8.-cheer;
chemwali\a- (chiYao) sister;
-chenedza -cut (tree with its branches);
anachenedza mtengo wonse yekha = she cut the
whole tree herself;
-cheneka 1.clever; munthu wocheneka yekha
angapambane mlandu = only a clever person can
win a case; 2.bright; munthu wocheneka = a bright
person;
chengero\ze- immature pumpkin;
chengo\ze- house without roof; chengo
yingawonongedwe ndi mvula = house without roof
could be destroyed by rains;
-chenicheni 1.genuine; ichi ndi chamba chenicheni
= this is genuine hemp; 2.real;
chenicheni\zenizeni 1.exact thing; ukachenjede
weniweni = zoona za sayansi = zofufuza zowona =
exact science; 2.actuality; 3.matter of reality;
4.original thing; 5.dinkum;
chenje change (n) (of money); ndibwezere chenje
changa = give me back my change;
-chenjeneka -distract;
-chenjenuka -be clever;
-chenjera 1.-beware; chenjerani ndi agalu = beware
of dogs; 2.-mind; chenjera, kukubwera galimoto =
mind you, a car is coming; 3.-care for; expression:
mwana wamnzako ndi wako yemwe ukachenjera
manja udya naye (lit.: someone's child is yours,
and when you are clever with your hands, you are
going to eat with him) = if one cares for someone's
child one will benefit from that later on; 4.-be
brave; 5.-be artful; 6.-be cautious; 7.-be chary; 8.-
be clever; Thomas ndiwochenjera ngati kalulu =

Thomas is as clever as a hare; 9.-be acute; 10.-be sly; njoka inali yochenjera kwambiri ndipo inapusitsa mzimayiyo = the snake was very sly that it fooled the woman; 11.-be discreet; 12.-be diligent; 13.-look ahead; 14.-be circumspect;
-chenjera manja -be creative with hands;
-chenjera miyendo -be able to use legs;
-chenjera moipa 1.-be cunning; 2.-be acerbic;
-chenjera monamiza ena 1.-be cunning; 2.-be cute;
-chenjera mopusa -be cuckoo;
-chenjera mwankhanza 1.-be a clever fool; 2.-be witty; 3.-be acerbic;
-chenjera pa kamwa -be glib;
-chenjera podzuka -be clever at the end;
-chenjera pogona -be clever at the beginning;
-chenjerera 1.-plot against someone; 2.-bewitch someone; 3.-fool someone;
chenjerere 1.long hair on the legs/ body; 2.bristle of pigs, etc.;
-chenjeretsa 1.-cheat; 2.-trick; 3.-defraud;
-chenjeretsedwa 1.-be awakened; 2.-be fooled; 3.-be tricked;
-chenjeretsetsa 1.-be brilliant; 2.-be witty;
-chenjeza 1.-warn; uthenga unachenjeza zoopsa zilinkudza = the message warned of possible danger; muchenjeze apolisi za zoopsa zilinkudza = you should warn the police of the danger that is at hand; 2.-admonish; anachenjezedwa ndi mphunzitsi wake chifukwa chochedwa = he was admonished by his teacher for being late; 3.-caution; 4.-alarm; anamuchenjeza = he alarmed her; 5.-circumvent; 6.-cut up fallen trees;
-chenjeza za ngozi -caution;
chenjezo lonama false alarm; Yohane anakuwa kuti moto! koma linali chenjezo lonama = John shouted, fire! but it was a false alarm;
chenjezo\ma- 1.warning; 2.admonition; 3.advice;
chenya\ma- 1.sourness; zipatso zimenezi zili ndi chenya = these fruits are sour; 2.crack in the heel; phazi lake latuluka machenya oopsa = his foot has terrible cracks;
chenya\ze- gap between fore-teeth; mano ake ali ndi chenya = his teeth have a gap in between;
-chenyerera -dawdle;
-chepa 1.-become less; 2.-decrease; iyeyo ayenera kukula koma ine ndichepe = he should grow, but I should decrease; 3.-be little; ana ochepa = little children; 4.-be few; 5.-be minimum; ndapeza zochepa = I've got the minimum amount; 6.-be scarce; 7.-subordinate; iye ndi wochepa kwa ine = he is subordinate to me; 8.-be less; 9.-diminish; mphamvu zake zinachepa = his strength diminished; 10.-be brief; 11.-abate; 12.-contract; chitsulo chimayamba kuchepa chikazizira = iron

begins to contract when it gets cooler; 13.-be scanty; 14.-be minor; kuvulala kochepa = minor injuries; 15.-shrink; 16.-be small; mtengo wochepa = a small tree; 17.-be young; iye ndi wochepa mu zaka = she is young; 18.-be puny; 19.-be short; 20.-decline; 21.-be near;
-chepa kwambiri 1.-be least; 2.-be exiguous;
-chepa m'mawonekedwe -be small scale;
-chepa magazi -be anaemic;
-chepa msinkhu 1.-be short; 2.-be young in age; ndiwochepa msinkhu sangakwatiwe = she is young in age, she cannot get married;
-chepa nzeru -be narrow-minded;
-chepa thupi -slim; tsopano wachepa thupi = now you are slim;
-chepachepa -be few; ndili ndi mabuku ochepachepa = I have very few books;
-chepekedwa -be deficient;
-chepekera zofunikira -have shortage;
-cheperachepera -become less;
-chepetsa 1.-make less; 2.-lessen; mankhwala ena amachepetsa ululu = some drugs lessen the pain; 3.-decrease; 4.-reduce; 5.-diminish; 6.-bring down; 7.-abase; 8.-debase; 9.-denigrate; 10.-disparage; 11-derogate; 12.-belittle; 13.-take out; 14.-cry down; 15.-depreciate; 16.-abbreviate; 17.-abridge; 18.-deplete; ngongole idzachepetsa chuma chathu = the loan will deplete our funds; 19.-alleviate; kuchepetsa umphawi = alleviate poverty; 20.-clip (of one's wings); 21.-condense (into smaller space); 22.-compress; 23.-summarise; 24.-minimise; kuchepetsa umbava = minimising burglary; 25.-narrow; ndidzachepetsa mpata = I will narrow the gap;
-chepetsa chiwerengero cha anthu 1.-depopulate; 2.-decrease the population; mpira wa abambo ndi wochepetsera chiwerengero cha anthu = condoms are meant to decrease the population;
-chepetsa kunyada kwa wina 1.-lessen someone's pride; 2.-puncture someone (fig.);
-chepetsa kupweteka -relieve pain;
-chepetsa liwiro 1.-slow down; 2.-lose speed; 3.-decelerate;
-chepetsa mavuto 1.-decrease problems; 2.-solve problems; 3.-de-escalate; 4.-surmount;
-chepetsa mphamvu 1.-dilute; 2.-dissolve; 3.-devalue; 4.-impair;
-chepetsa ndi theka -halve; uchepetse zakudya ndi theka = halve the food items;
-chepetsa ulemu 1.-demean; 2.-degrade;
-chepetsa ululu 1.-lessen pain; 2.-relieve pain; 3.-allay;
-chepetsa umunthu -demoralise; uko ndiko kuchepetsa umunthu wa amayi = that's

demoralising the women;
-**chepetsa zomwaza** -reduce expenses;
-**chepetsedwa** 1.-be diminished; 2.-be little;
-**chepsa** 1.-decrease; ten muchepse ndi two = decrease ten by two; 2.-make less; 3.-minimise; proverb: nyalugwe kuchepsa kamzake koma iye akagwira chiwala achita chokoka (lit.: a leopard minimises the prey of its colleague but drags a grasshopper which he kills) = some people do not appreciate other peoples' great achievements, but over-praise their own minor achievements; 4.-deplete;
-**chepsedwa** -be diminished; mphamvu zake zinachepsedwa = his strength was diminished;
-**chepsya** 1.-belittle; expression: nyalugwe nchepsya nyama ya mnzake iye akapha chiwala achita chokoka (lit.: a leopard belittles his friend's meat, but when it kills a grasshopper, it drags it by a line) = appreciating one's own problems much more than other people's problems; 2.-abase;
-**chera** 1.-break from stalk as fruit; 2.-cock a trigger; 3.-be late; expression: lero kwamuchera (lit.: today the sun has risen before he woke up) = he is late today;
-**cheredwa** -be belated; wacheredwa = he is belated;
-**cherenga** 1.-discuss a case; 2.-be troubled;
-**chereweka** 1.-clatter; 2.-chatter;
-**chereweta** -chatter;
-**chereza** -cheer; mkazi wabwino amachereza alendo = a good wife cheers visitors;
-**cherula** -cut above ears and in patches;
-**cheruza** 1.-discourage; 2.-disaffect; 3.-daunt;
-**chesa** 1.-bewitch; 2.-charm; 3.-put a magic spell on; 4.-work magic on;
chesi kind of big frog (edible)
-**chesula** 1.-bewitch; mfiti inachesulidwa = the witch was bewitched (= the witch was made to fail in his magic); 2.-dilute magic power;
-**cheta** 1.-discourage; 2.-denounce; 3.-undermine; 4.-decampaign;
chete 1.silence; proverb: chetechete sautsa nyama (lit.: silence does not awaken the animals) = for one to gain something he must be active; 2.quietness; expression: upita kuli chete (lit.: you will go to the quiet place) = you will go to the grave yard = you will die;
-**chete** 1.quiet; 2.silent;
chete (-li c.) 1.-be silent; 2.-be quiet;
-**cheteka** 1.-stop crying; 2.-be quiet;
-**chetekera** 1.-point toward; 2.-aim; iye anachetekera kuti aphe mkango = he aimed at killing a lion;
-**cheteketsa** 1.-quieten; 2.-soothe;
-**chetera** 1.-discourage; 2.-daunt;

-**chetha** -divert to oneself;
-**cheucheu** 1.unstable; 2.unfixed;
-**cheuka** 1.-look back; 2.-turn the head;
-**cheula** 1.-call back a person; 2.-beckon;
-**cheutsa** -tell a secret;
-**cheutsa kuti choipa chichitika** 1.-foretell that evil will happen; 2.-be ominous;
-**cheweretsa** -brawl;
cheya 1.fur; 2.body hair; agogo anga ali ndi cheya chambiri m'thupi = my grandfather has much body hair;
cheyo\ze- brush made from plant stem, for washing baskets;
-**cheza** 1.-chat; tiyeni ticheze = let's have a chat; tiyeni tipitirize kucheza = let's go chatting; tinali mkati kucheza = we were in the process of chatting; 2.-make short visit; ndinakacheza ku Zimbabwe = I made a short visit to Zimbabwe; 3.-discourse; 4.-chitchat; 5.-call upon; 6.-visit; akucheza ndi wodwala = he is visiting the sick; 7.-relate to; 8.-bewitch; Akimu anachezedwa ndi anthu a Nyau = Akimu was bewitched by Nyau people;
-**chezera** 1.-be sleepless (at night); 2.-be awake; mlonda angochezera pachabe = the watchman stays awake in vain; 3.-stay overnight; 4.-visit; 5.-go to somebody for a chat;
-**chezerana** 1.-be friends; 2.-discuss;
-**chezetsa** 1.-chat with; 2.-cheer up;
chezi\ze- male dove;
chezichezi lightning; kunali chezichezi m'mene amabwera = there was lightning when she was coming;
-**chezima** 1.-shine; 2.-glitter; 3.-gleam; 4.-reflect;
-**chezuka** 1.-be ripe; chipatso chochezuka = the ripe fruit; 2.-be mature; expression: achimwene masiku ano mwachezuka (lit.: my brother these days you have matured) = you have grown up;
-**chezula** 1.-devalue charms; 2.-be able to remove the power of magic;
-**chi** demonstrative function suffixed to singular nouns of the chi-zi class; chitsekochi = this door;
chi- 1.prefix of singular nouns of chi-zi class; chinthu = thing; 2.subject concord with singular nouns of chi-zi class; chisoti chili pano = the hat is here;
-**chi-** object concord infixed in conjugated verbs representing singular nouns in chi-zi class; akuchiona (chisoti) = she is seeing it (hat);
chiAitiopiya movement of 'Ethiopianism' that started at the beginning of the 20th century, and desired African leadership in missionary instituted churches;
chiAmharic Amharic; ndi dzina la chiyankhulo ndi

mwambo wa ku Aitiopiya = it is the name of the Ethiopian language and culture;

chiAnglican Anglicanism; Mpingo wa chiAnglican = the Anglican Church; magawo ena a Mpingo wa chiAnglican a anthu amene satsata chiphunzitso cha kale = some Anglican groups of people who do not follow the old teaching: Broad Church/ Liberal Church; Mpingo wa Angerezi (wa chiAnglican) = Anglican Church; Chiyanjano cha Mpingo wa Angerezi (wa chiAnglican) = Anglican Communion;

chiAnglo-Catholic Anglo-Catholicism: (a) kusakanikira kwa zikhulupiriro za Mpingo wa chiAnglican ndi Mpingo wa chiRoma = a mixture of Anglicanism and Roman Catholicism, (b) chiphunzitso cha chiKatolika cha Angelezi = the teaching of English Catholicism;

chiAnglo-Saxon Anglo-Saxon: zokhudzana ndi mtundu wa anthu opezeka ku dziko la Angerezi ndi wa kumpoto kwa Amereka = concerning the people in England and North America;

chiAramaic Aramaic; ndi chiyankhulo cha aPalestina akale = it is the language of the ancient Palestinians; Yesu ankalankhula chiAramaic ali pa dziko lapansi = Jesus spoke Aramaic when he was on earth;

chiArius Arianism; chiphunzitso cha Arius (pafupifupi m'zaka za 250-336) chokana umulungu wa Yesu Khristu = teaching of Arius c.250-336), denying the divinity of Jesus Christ;

chiArminian Arminianism; chiphunzitso cha Mdatchi wotchedwa Arminius (1560-1609), choti opulumuka amasankhidwa ndi Mulungu chifukwa Mulungu kalekale anaona kuti adzakhala ndi chikhulupiriro = teaching of a Dutchman called Arminius (1560-1609) that saved people are elected because God foresaw that they would have faith;

chibaba addiction;

chibaba chachikulu 1.desire; 2.eagerness;

chibade\zi- 1.skull; 2.cranium;

chibadwa (mavuto a c.) birth defects;

chibadwa\zi- 1.birthmark; ndi kusintha mtundu wa thupi komwe kumapezeka pa malo ena a thupi pobadwa = it is a discoloration of the skin that may or may not be raised and is present at birth; bodza nchibadwa chake = lying is his birthmark; 2.natural; 3.hereditary;

chibadwire 1.nakedness; 2.since birth;

-chibadwire 1.naked; 2.undressed;

chibakera\zi- fist; menya ndi chibakera = give a blow with a fist; expression: tsiku la zibakera (lit.: the day of the fists) = the unfortunate day; expression: ndaima nazo zibakera (lit.: I have stood with blows) = I have sustained the ordeal of a fight;

chibale\zi- 1.brotherhood; 2.kinship; proverb; chibale ndi fupa (lit.: kinship is a bone) = kinship never ends; 3.cousinship; 4.neighbourhood; 5.amity;

chibaliro\zi- 1.womb; 2.placenta; 3.uterus;

chibalo\zi- 1.punishment; 2.penalty; 3.consequence;

chibalobalo\zi- 1.fruit; 2.product; ichi ndi chibalobalo cha mtengo wa mlambe = this is a product of the baobab tree;

chibaluwa\zi- 1.letter; 2.epistle; 3.message; 4.cap;

chibangiri\zi- 1.bangle; 2.buckler;

chibaningwa\zi- wooden sheath for arrows, knives;

chibano\zi- 1.smoked chicken; 2.smoked fish; 3.smoked meat;

chibanthu\zi- 1.segment; 2.section; 3.part; 4.piece; 5.wooden sheath for arrows, knives;

chibaphi\zi- 1.underwear; 2.under garment; 3.panties;

chibayiro\zi- stake;

chibayo\zi- 1.pneumonia; mwana akuvutika ndi chibayo = the baby is suffering from pneumonia; 2.pleurisy/ pleuritus; 3.spleen; 4.inflammation of the lungs;

-chibaza forgetful; iye ndi wa chibaza, sangakumbukire chirichonse = he is very forgetful, he cannot remember anything;

chibaza\zi- 1.short term memory; 2.working memory;

chibeke\zi- buckler;

chibekete\zi- 1.pail; ndingagwiritse ntchito chibekete ichi ngati dzala langa = I can use this pail as my litter bin; 2.bucket; 3.foolish person (fig.);

chibenga\zi- fool;

chibenthi\zi- wooden sheath for arrows, knives;

chiberekero\zi- 1.womb; 2.placenta; 3.uterus; mimba yomwera/ yokhala kunja kwa chiberekero = ectopic pregnancy; chiberekero cha mkazi = uterus/ female gonad;

chibesebese 1.dawn; 2.twilight; 3.morn;

chibete\zi- purse; iye anataya chibete chake = she lost her purse;

chibiliti cha machesi box of matches;

chibinyira\zi- 1.half bag; 2.small bag;

chibisibisi\zi- secrecy; amagwira ntchito mwa chibisibisi = they work in secrecy;

chibiso-biso hide and seek;

chibiya\zi- 1.cloth made from skin of animal; 2.Ingoma dance attire;

chibo\zi- woven basket;

chiboda\zi- 1.thick part of animal leg; chiboda cha ng'ombe = the leg of a cow; 2.chicken leg;

chiboda cha nkhuku = chicken leg;
chibofo\zi- dilapidated house;
chiboliboli\zi- 1.wood carving; 2.fetish; anthu
ambiri amapembedza ziboliboli = many people
worship fetishes; 3.statue; 4.sculpture;
chibonga chomenyera tchezulo mallet;
chibonga\zi- 1.bludgeon; 2.club (with a head);
3.rod; alonda anatenga zibonga = watchmen
carried rods with them; ukhoza kupha nyani
pogwiritsa ntchito chibonga = you can kill a
monkey by using a rod; 4.knobkerrie; 5.cudgel;
chibowo\zi- big hole;
chibowolera\zi- 1.driller; 2.auger;
chibowu\zi- hole (not made on purpose);
chiboyi\zi- 1.traditional medicine; 2.local medicine;
chibubu\zi- 1.pimple; 2.spot;
-chibudu 1.killed by not cutting the throat; aSilamu
sadya nyama ya chibudu = Moslems do not eat
meat from an animal which was killed by not
cutting its throat; 2.killed by strangling;
chibudu\zi- fag end;
chibuliro\zi- drumstick; wataya chibuliro cha
ng'oma = he has lost a drumstick;
chibulo\zi- drumstick;
chibulumwa\zi- 1.ball of soil; 2.clod;
chibuma\zi- 1.ball of soil; 2.clod;
chibumi\zi- protruding land edge;
chibumo\zi- mourning voice;
-chibundabunda 1.unfledged; 2.callow;
chibungu\zi- caterpillar; zibungu zadya chinangwa
changa = the caterpillars have eaten up my
cassava;
chibvumbulutso\zi- revelation; chiphunzitso cha
chivumbulutso cha kumaliza kwa dziko lapansi =
teaching of the revelation about the end of the
world; ndi buku lofotokoza za zomwe Yohane
anaziona pa chisumbu cha Patimos = it is literature
about what John saw on the island of Patmos;
chibwabwa\zi- kind of tree with soft wood;
-chibwana 1.playful; 2.childish; 3.puerile;
chibwana\zi- 1.childishness; expression: chibwana
chimalanda (lit.: childishness snatches away) = it
is good to be serious when doing things; 2.childish
person; 3.childish act; 4.childhood; 5.farce;
-chibwanabwana 1.childish; Yoswa ndi
wachibwanabwana = Joshua is childish; 2.playful;
3.babyish;
chibwanawe 1.neighbourly love; 2.mutual love;
3.mutual friendliness;
chibwano\zi- 1.chin; 2.jaw; 3.jaw bone;
chibwanzibwanzi rheumatism;
chibwenzi cha mseri concubinage;
chibwenzi chosavomerezeka concubinage;
chibwenzi\zi- 1.friendship; 2.companionship;

3.love; anakhala pa chibwenzi zaka ziwiri = they
were friends/were in love for two years; proverb:
chibwenzi sagula ndi chipanda (lit.: friendship is
not bought with a calabash of beer) = if you want
true friends, don't bait or buy them; 4.lover;
5.sweetheart;
chibwerere since arrival; sindinasambe chibwerere
= I did not bathe since arrival;
chibwerereni since arrival;
chibwerete 1.loan; ndipatse chibwerete chan
ndalama = give me a money loan; 2.credit;
chibwereza cha mawu verbatim account; ichi ndi
chibwereza cha mawu a mlembi = this is a
verbatim account of the author;
chibwereza\zi- 1.repetition; chibwereza
chimapangitsa kuti zonse ziyende bwino =
repetition leads to perfection; proverb: chibwereza
chidaomba kunda (lit.: repetition struck the kunda
= kind of mouse) = if you are safe after a
dangerous attempt, don't attempt again, for you are
likely to find no way of escaping; 2.revision;
chibweze\zi- 1.broom; 2.brush;
chibwibwi 1.stammer; 2.stutter;
chibwiira\zi- childlessness;
chichenjere\zi- comb of fowl;
-chichepere 1.small; ana a chichepere = small
children; 2.-young; anali wa chichepere = he was
young; 3.immature;
chichere(ni) 1.whole day; sindinadye chakudya
chichere(ni) = I did not taste any food the whole
day; 2.since morning;
chicherewecherewe \zi- cartilage; ndadya
chicherewecherewe = I have eaten the cartilage of
meat;
chichingo\zi- cooped hand; anatunga madzi ndi
chichingo = he drew water with a cooped hand;
chichinjirizi\zi- scale of crocodile and tortoise;
chichiri\zi- peg;
chichitochito\zi- 1.happening; 2.activity;
3.something making one busy;
-chichiza (chiTumbuka) 1.-force; 2.-persuade;
chida cha kukhitchini kitchen utensil;
chida cha manambala pa foni telephone dial;
chida cha nkhondo 1.weaponry; 2.sword;
3.armoury;
chida chodulira 1.cutter; 2.chopper;
chida chodulira magalasi glass cutter;
chida chodulira matabwa saw (n);
chida chodzitetezera 1.tool for self defence;
2.armour;
chida chodziwira onama lie detector;
chida chodziwitsira nthawi 1.watch; 2.clock;
chida cholasira kutali long range weapons/
missiles;

chida chometera - chidona\zi-

chida chonyamulira katundu 1.item for carrying things; 2.carrier;

chida chopalasira bwato paddle;

chida chopalira matabwa plane of carpenter;

chida chophitsira madzi 1.geyser; 2.kettle;

chida chotchetchera slasher;

chida chowazira 1.chopper; 2.axe;

chida choyesera maso 1.tool for measuring eyes; 2.ophthalmoscope;

chida choyimbira musical instrument; ng'oma ndi chida choyimbira chabwino = a drum is a good musical instrument;

chida choyimbira ndi zingwe 1.banjo; ndi chida choyimbira chokhala ndi zingwe za chitsulo (nsambo) zinayi, ndi khosi lalitali komanso ng'oma kumapeto = it is a musical instrument having four metal strings, a long neck and a drum at the end; 2.guitar;

chida chozimitsira moto fire extinguisher;

chida\zi- 1.arm; 2.weapon; 3.property; zida za sukulu = school property; 4.device; tiyeni tigwiritse ntchito chida ichi = let's use this device; 5.instrument; 6.gear; 7.implement; 8.tool; chida choyesera kuzizira/kutentha m'thupi = thermometer;

chidafudera\zi- hair-cut;

chidakwa\zi- 1.drinker; uyu ndi chidakwa = this one is a drinker; 2.drunkard; 3.dipsomaniac;

chidakwani\zi- bacchanal; ndi chikondwerero cha phokoso chodzadza ndi kumwa ndinso makhalidwe a chisokonezo, chokumbukira Bacchus, mulungu wa chiGiriki wa vinyo = it is a noisy celebration full of drinking and confusing behaviour to the remembrance of Bacchus, the Greek god of the wine;

chidalala\zi- rocky soil;

chidale\zi- (chiYao) 1.chest; 2.breastbone; 3.sternum; 4.brisket;

chidandalanga\zi- panga-knife;

chidandaulo chomvetsa chisoni 1.grief; 2.jeremiad;

chidandaulo\zi- 1.complaint; 2.grievance; 3.mitigation;

chidangwaleza\zi- 1.albino; 2.spook;

chidani chokhalitsa/chosatha vendetta;

chidani\zi- 1.hatred; 2.enmity; 3.extreme dislike; 4.abhorrence;

chidanzo\zi- 1.heredity; 2.idol;

chiDarby Darbism; chiphunzitso cha Nelson Darby (1800 – 1882), m'modzi mwa atsogoleri a gulu la chiKhristu la 'Plymouth Brethren', chotchedwa chiDarby = the teaching of Nelson Darby (1800 – 1882), a leader of the Christian movement of the Plymouth Brethren, called Darbism.

chiDarwin Darwinism; Darwin anapatsa chiphunzitso cha chitukuko cha mitundu ya zinthu = Darwin offered a teaching on the evolution of things;

chiDatchi 1.Dutch; chiyankhulo cha chiDatchi = the Dutch language; 2.Netherlandth;

chidavuteni\zi- hair-cut;

chidebe chaching'ono 1.small bucket; 2.jar; 3.cruse; ndilibe chidebe chosungiramo mafuta ophikira = I haven't a cruse for keeping cooking oil;

chidebe\zi- 1.pail; expression: iye ndi chidebe (lit: he is a pail) = he has immoral behaviour; 2.bucket;

chidede\- 1.leafy relish; ndimakonda chidede kuposa nyemba = I prefer chidede to beans; 2.toy; 3.image;

chidempete 1.fool; 2.prostitute; expression: chidempete chomwa madzi ometera (lit.: a prostitute who drinks shaving water) = a prostitute does not care for her life;

chidengwa\zi- lame person; zidengwa zimafuna chithandizo = lame people need help;

chidera\zi- effeminate person; akuchita ngati zidera/ akazi = they act like effeminate persons;

chidikha cha mtsinje river valley;

chidikha\zi- 1.valley; 2.drainage basin;

chidikhodikho\zi- 1.hiccup; 2.hiccough;

chidima 1.loss of eye sight; 2.dim;

chidimtima\zi- ants-nest; chiswe chimakonda kumanga zidimtima muzulu = ants like to make cone-shaped nests in anthills;

chidindire\zi- 1.outstanding person in the community; 2.elder person who is good for giving wise advice; 3.bystander of the chief; 4.old person;

chidindo cha chala finger-print; osatha kulemba amagwiritsa ntchito chidindo cha chala = those who can't write use a finger print;

chidindo cha phazi 1.footprint; 2.vestige;

chidindo\zi- stamp;

chido\zi- device for measuring fuel, especially when selling;

chidodo 1.slowness; 2.delay; 3.hesitation;

-chidodo very slow;

chidoilo\zi- doily; tengani zidoilo pa gome = take the doilies from the table;

chidokhomiro\zi- glottis;

chidokowe\zi- crested crane;

chidole\zi- (chiNgerezi) doll; mubwezere chidole chake = give back her doll; expression: usandiyese ine chidole (lit.: do not treat me like a doll) = do not play around with me/ do not cheat me);

chidombe\zi- fish (small fish);

chidona\zi- 1.gigantic and attractive lady; 2.pretty

lady;

chiDonatus Donatism; ndi dzina la Mpingo wopatuka ku mpoto kwa Afirika m'nyengo ya kale;

chidonje\zi- ball-of-thread;

chidonki\zi- ball-of-thread;

chidude\zi- 1.spirit of dead person; 2.ghost; 3.foolish person; 4.phantom;

chiduduli\zi- navel;

-chiduka -bulge;

-chidule 1.brief; 2.concise; 3.short cut; 4.precise;

chidule\zi- 1.brevity; 2.summary;

chiduli\zi- buckler;

chidulo\zi- 1.baking soda prepared from ashes; 2.salty water prepared from ashes for cooking;

chidundu\zi- blister;

chidutswa cha mtengo 1.chip of wood; 2.stump; pangotsala chidutswa = only a stump remains;

chidutswa cha pepala 1.piece of paper; 2.scrap of paper;

chidutswa\zi- 1.scrap; kachidutswa ka pepala = a scrap of paper; 2.piece; 3.slice (of bread); 4.bit; 5.stub; 6.chip; 7.residue; 8.fragment; 9.torn/ worn out mat; sindingakhale pa chidutswa ichi = I can't sit on this torn and worn mat;

chiduzi\zi- shadow; kuwopa chiduzi chako chomwe ndi kupusa = it is foolishness to fear your own shadow;

chidwi 1.interest; nkhani yomwe inandipatsa chidwi = the story that aroused my interest; 2.curiosity;

-chidwi 1.interested; 2.eagle eyed; mwamuna wa chidwi = an eagle eyed man;

chidwi chophunzira za kutali curiosity; ali ndi chidwi chophunzira za kutali = he has a curiosity to learn things afar;

chidyamakanda\zi- 1.sugardad; 2.sugarmum; 3.paederast;

chidyaonga powder-eater;

chidyerano\zi- 1.system of sharing food (e.g. of various families together); 2.'African socialism';

chidyetsano\zi- money lending;

chidyokodyoko\zi- desire; iye alibe chidyokodyoko cha chuma = he has no desire of wealth;

chidzalo fullness; chikhulupiliro chimapatsa chidzalo = faith gives fullness;

chidzam'mphepo\a- that which comes with the wind; expression: iwe ndiwe chidzam'mphepo ku msonkhano uwu (lit.: you are coming with the wind to this meeting) = you are uninvited to this meeting;

chidzambuyo\zi- float;

chidzete\zi- 1.stupid person; 2.foolish person; 3.idiot; 4.crazy person; 5.prat; 6.nitwit;

-chidzika -fool; iye anandichidzika = he fooled me

by not paying back my money;

-chidzikaka -be bewitched not to get married;

chidzitho 1.fat person; 2.obese person;

-chidziwikire obvious;

-chidziwitso knowledgeable;

chidziwitso cha malonda advertisement;

chidziwitso chakuya profundity;

chidziwitso chonama false information;

-chidziwitso posalakwitsa scrupulous;

chidziwitso\zi- 1.knowledge; chidziwitso cha chiKhristu = Christian knowledge; 2.assurance; 3.notification; 4.information; 5.wisdom; 6.noticeable thing; 7.notice; kodi walandira chidziwitso chotani? = what kind of notice have you received?; 8.specimen; 9.gnosis;

chidzokomiro\zi- 1.bird's crop; 2.craw;

chidzudzulo cha pamwamba high criticism;

chidzudzulo chomaliza last warning; walandira chidzudzulo chomaliza = he has received a last warning;

chidzudzulo\zi- 1.imputation; chidzudzulo cha chisomo = imputation of grace; 2.rebuke; 3.accusation; 4.criticism; 5.warning;

chidzukulu\zi- grandchild;

chidzulo\zi- 1.evening; 2.just after the daylight; 3.dusk; anabwera chidzulodzulo = she came at dusk; 4.work that is done in the evening;

chidzuma\zi- mushroom;

chiEpicurean Epicureanism; chiphunzitso cha ena mwa aGiriki akale amene ankaphunzitsa kuti Mulungu alibe chidwi cha machitidwe ndi matupi awo, ndinso kuti anthu ali ndi ufulu kugwiritsa ntchito matupi awo mwa njira zonse = teaching by some of the early Greeks that God has nothing to do with the bodies and the acts of human beings, so people have total freedom of using their bodies in any way possible;

chiEvangelical Evangelicalism;

chiEvangelical mu Mpingo wa chiAnglican 1.Evangelical wing in the Anglican Church; 2.Low Church; gululi limapereka malo otsika kumphamvu ya mabishopo (asikofu) ndi ansembe. ndi zisumo koma limatsimikiza kwambiri chiphunzitso cha Chikonzedwe cha Mpingo = this group gives a low place to the authority of bishops. priests and rituals but stresses the teachings of the Reformation;

chifakuti 1.because; 2.for the reason that;

chifanifani\zi- simile;

chifaniziro\zi- 1.likeness; 2.reference; 3.relativity; 4.idol;

chifanizo\zi- 1.idol; 2.image; munthu ndi chifanizo cha Mulungu = man is an image of God;

chifatsi mildness; chifatsi cha nyengo = the

mildness of the weather;

chifereni since his/her death; abale ake sanachitepo kanthu chifereni iye = his relatives have done nothing since his death;

chifikire 1.since arrival; 2.from the arrival;

Chifirika 1.Africanness; 2.African thing;

chifotere 1.because; 2.since it withered;

chifoti because;

chifu cha machende scrotum;

chifu cha mapwala scrotum;

chifu\zi- stomach;

chifufu\zi- 1.convulsion; mwana ali ndi chifufu = the child suffers from convulsion; 2.epilepsy;

chifuko\zi- 1.brotherhood; 2.roost for hens;

chifukwa 1.because; 2.why; 3.for;

chifukwa cha 1.because of; 2.owing to; ndege inachedwa chifukwa cha nyengo yoipa = the aeroplane delayed owing to bad weather;

chifukwa chake because;

chifukwa chakuti 1.because; 2.that is why;

chifukwa chanji? why? (int. pron.);

chifukwa chiyani? why? (int. pron.); chifukwa chiyani mudzagwira ntchito ku Maiko Otsika? - chifukwa ndimakonda kukhala ku Maiko Otsika = why are you going to work in The Netherlands? - because I like living in The Netherlands;

chifukwa ninji? 1.why? (int. pron.); 2.for what reason?;

chifukwa\zi- 1.cause; 2.reason; chifukwa chomwe wachedwera = the reason for him being late; 3.purpose; 4.roost for hens; 5.chicken's nest;

chifukwato\zi- 1.baby bed; 2.lap; 3.cradle;

chifulo\zi- 1.rain during tasseling of crops; 2.disease that attacks people during tasseling of crops;

chifulu\zi- 1.cup; 2.large tortoise;

chifulumiro\zi- quickened situation;

chifumba\zi- fallow (n);

chifumbu\zi- i.caterpillar; 2.flint maize; 3.ground roasted maize (esp. eaten by those without teeth); agogo anga amadya chifumbu poti alibe mano otafunira chimanga chokazinga = my grandfather has to make the roasted maize into powder for consumption since he has no teeth for chewing roasted maize;

chifumu kingship;

-chifumu royal; ansembe achifumu = royal priests;

chifunda mtima 1.chest cavity; 2.diaphragm;

chifundizi 1.warmth; ndikhala pano poti pali chifundizi = I will stay here for there is warmth; 2.warm wind;

-chifundo 1.merciful; mSamariya wa chifundo = merciful Samaritan; ganizo la chifundo = merciful decision; 2.sympathetic; 3.gracious;

4.compassionate; 5.generous;

-chifundo cha chilengedwe good natured;

chifundo\zi- 1.mercy; chifundo cha Mulungu chikhale ndi inu = the mercy of God be with you; 2.clemency; 3.generosity; 4.compassion; 5.will/ desire/ pleasure (chiNyungwe);

chifunduba\zi- bulge;

chifundudwa\zi- 1.scale; 2.slough (n);

chifunga 1.fog; 2.mist; 3.haze;

chifunga mawere 1.bra; 2.brassière;

chifungato\zi- bosom;

chifungiro\zi- button;

chifungo bad smell; akumveka chifungo choipa = she is emitting bad smell;

chifungo\zi- (chiSwahili) button; zifungo zaduka = the buttons are cut off;

chifuniro cha ufulu free will; uli ndi chifuniro cha ufulu chosankha = you have the free will to choose;

chifuniro cha ukapolo enslaved will;

chifuniro chomangidwa 1.bound will; chifuniro cha anthu ndi chomangidwa ndi tchimo = the will of men is bound by sin; 2.enslaved will;

chifuniro\zi- 1.will; 2.desire; 3.wish;

chifunthwa\zi- half bag; chifunthwa cha ufa = a half bag of maize flour;

chifupa\zi- large marrow bone;

chifupi 1.width; 2.brevity;

-chifupi 1.brief; 2.near; muzikhala chifupi ndi Mulungu nthawi zonse = be near to God always;

chifupikitso\zi- 1.abbreviation; 2.summary;

chifuti\zi- bunch of grass, twigs, etc.;

chifutifuti\zi- roasted meat or fish;

-chifutiza 1.-sprinkle; 2.-drizzle;

chifuwa 1.influenza; chifuwa chokoka mtima = pertussis; 2.bronchitus; 3.chest; 4.cough; nthawi ino yozizira anthu ambiri amadwala chifuwa = many people suffer from cough during this cold season; 5.common cold; 6.sternum; 7.bossom; chifuwa cha Abraham = Abraham's bossom;

chifuwa cha m'mapapu phthisis;

chifuwa chachikulu tuberculosis;

chifuwa chokoka mtima whooping cough; mwana wanga anagwidwa ndi chifuwa chokoka mtima dzulo ndipo ndinamu patsa mankhwala a chifuwa a madzi = my child had a whooping cough yesterday and I treated her with a cough syrup;

chifuwa chokoka mtima whooping cough;

chifuyo\zi- 1.domestic animal; 2.farm animal; 3.livestock;

chifuzi\zi- 1.small of the back; 2.lower vertebrae; 3.pelvis; 4.pelvic girdle;

-chifwafwantha -beat up severely;

chifwamba cha dzidzidzi assault;

chifwamba\a- kidnapper;

chifwamba\zi- 1.kidnapping; 2.machination; 3.robbery;

chifwere depressing;

chifwirimbwiti cloud of dust; kunali chifwirimbwiti galimoto litangodutsa = there was a cloud of dust as soon as the car passed;

-chifwisira -sow (before rain); mbewu yochifwisira siinamere = the seed which was sown before the rains did not germinate;

chigaba\zi- 1.skull; 2.brain cover;

chigadzo\zi- dent (n);

chigalamwa\zi- cranium;

chigama\zi- 1.chin; 2.jaw;

chigamba\zi- patch; panali chigamba pa malaya ake = there was a patch on his shirt; anasoka chigamba pa msana pa malaya ake = he sewed a patch on the back of his shirt; proverb: ananena mawu opanda chigamba (lit.: he spoke words without patches) = his speech was full of wisdom and truth;

chigamulo cha mlandu 1.judgement; 2.decision; 3.verdict;

chigamulo chotsiriza 1.last judgement; 2.final judgment;

chigamulo chowawa painful judgment;

chigamulo choyenera right judgment; amupatsa chigamulo choyenera = he has been given the right judgement;

chigamulo\zi- 1.judgment; 2.decision; 3.decree; 4.proposition;

chiganamba\zi- 1.shell; nkhono inabisa mutu wake mu chiganamba = the snail hid its head in its shell; 2.nutshell; 3.shield of tortoise;

chigandanga\zi- 1.armed robber; 2.gangster; 3.crooked person; 4.rebel;

chiganizo\zi- 1.sentence; 2.thought; 3.idea;

chigawenga cha nkhondo war-lord;

chigawenga\zi- 1.gangster; expression: uyu ndi chigawenga pa masamu (lit.: he is a gangster at maths) = he is clever at maths; 2.armed robber; 3.rebel; iye ndi chigawenga/ woukira = he is a rebel; 4.fierce animal (lit.: the one who kills/ the one who steals/ the one whose behaviour is bad); 5.riotous person; 6.criminal; 7.bear; 8.lion;

chigawo cha nyumba 1.part of house; 2.apartment; 3.room;

chigawo\zi- 1.province; 2.plot of land; 3.segment; 4.part; mutu ndi chigawo chimodzi cha thupi = the head is one part of the body; 5.department; 6.district; 7.zone; 8.division; chigawo cha kum'mawa = the eastern division; zigawo zitatu = three divisions; 9.section; 10.term; 11.posting instruction; 12.armlet of beads;

chigayo choyendera mphepo windmill;

chigayo\zi- 1.grinding mill; ndili ndi zigayo zitatu = I have three grinding mills; chigayo chimafupikitsa ntchito yosinja = a mill shortens the work of pounding; 2.flourmill; 3.maize mill; expression: iye ndi chigayo (lit.: he is a maize mill) = he eats a lot;

chigaza\zi- 1.shell; 2.shield of tortoise; 3.forehead; 4.skull; 5.cranium;

chigendere\zi- 1.baking-soda prepared from ashes; 2.salty water prepared from ashes for cooking relish;

chigero\zi- 1.blouse; chifukwa chiyani ukufuna kugula zigero ziwiri? = why do you want to buy two blouses?; 2.scissors;

chigete\zi- frying-pan;

chigeyo yawning;

chiGiriki 1.Greek culture/ language; 2.Hellenism;

chiGnosis Gnosticism; chiphunzitso chotsutsana ndi Baibulo m'Mpingo Wakale = a teaching against the Bible in the Old Church;

chigoba cha mutu skull;

chigoba\zi- 1.shell; 2.shield of tortoise; 3.scale; 4.crate; 5.tin;

chigocho\zi- 1.unproductive person; 2.barren person;

chigodi\zi- 1.arm of sea; 2.log; anayatsa moto ndi zigodi ziwiri = he lit the fire with two logs; 3.food that remains between the teeth;

chigodoba\zi- bottle;

chigodola foot-and-mouth disease; nkhumba zambiri zafa ndi chigodola = many pigs died of foot-and-mouth disease;

chigoga\zi- 1.defect; 2.blemish; ali ndi chigoga pa mphumi = he has a blemish on the forehead;

chigogo\zi- 1.grandparentship; (a) derogative meaning, (b) behaviour in the way of grandparenthood; akufuna kukuyankhani mwa chigogo = he wants to answer you like a grandparent; 2.closely woven basket with lid;

chigogodo\zi- 1.fighting; 2.war; 3.blow;

chigoli\zi- 1.goal (football); 2.score; zigoli zinayi kwa ziro = four scores to nil;

chigologolo\zi- bridle;

chigololo 1.adultery; 2.fornication; 3.coitus;

chigombolera\zi- 1.wash-away; 2.ditch; 3.pot hole;

chigome\zi- blind alley;

chigomolera\zi- 1.ditch; 2.wash-away; 3.pot hole;

chigomwa mixed foods;

chigona\zi- shoot;

chigonam'phiri\zi- grass (lit.: that which sleeps in mountains) = tall grass found on mountains;

chigonera\- multitude;

chigong'ontho\zi- elbow; wandipweteka ndi chigong'ontho chako = you have injured me by your elbow;

chigongolo\zi- 1.body of a dead tree; 2.trunk;

chigongono\zi- elbow; muzikwawa ndi zigongono = you have to crawl using your elbows;

chigongota burnt remnant of food in a pot;

chigonjetso ndi kulamulira victory and rule;

chigonjetso\zi- 1.victory; 2.triumph; 3.conquest; 4.success; 5.rout;

chigonkhomwala\zi- kind of tree giving fruits with hard shells;

chigonkhono\zi- (chiSena) elbow;

chigono\zi- 1.rest house; 2.camp;

chigonyongo\zi- preserved pumpkin; ndaphika zigonyongo kuti zikhale ndiwo zanga = I have cooked preserved pumpkins as my relish;

chigube\zi- collar (big); mundisokere dilesi yokhala ndi chigube = sew for me a dress with a collar;

chigubidi\zi- 1.valley; 2.ditch; 3.wash-away;

chigubu\zi- 1.gallon; malitala asanu a madzi amapanga chigubu chimodzi = five litres of water make one gallon; 2.gourd; 3.container; mafuta a m'chigubu = oil in a container; 4.jar; chigubu cha mafuta = jar of oil;

chiguda\zi- waist;

chiguduli\zi- 1.sack; mukhoza kugwiritsa ntchito chiguduli ngati chovala = you can use a sack as a piece of clothing; 2.sackcloth (piece);

chiguli\zi- cob; undigawireko ziguli ndiyatsire moto = give me cobs for firewood;

chigulu\zi- small gourd;

chigumabali\zi- wooden sheath for arrows, knives;

chigumato\zi- 1.substances of rotten food; 2.food stuck together and decayed;

chigumbu\zi- 1.sheath of a knife; 2.case of a knife;

chigumi\zi- 1.spongy gum; 2.bluff;

chigumu\zi- 1.cake or bun prepared from maize flour; 2.gingivitis;

chigumukira\zi- 1.ditch 2.wash-away (n);

chigumula\zi- 1.flood; panali chigumula pa dziko lapansi = there was a flood on earth; 2.destruction; 3.deluge;

chigumulira\zi- 1.wash-away (n); 2.ditch;

chigunda\zi- 1.garden; ndikufuna chigunda kuti ndilimepo chimanga = I am looking for a garden to grow maize; 2.cultivated land;

chigwa cha mtsinje 1.river valley; 2.source of river;

chigwa\zi- 1.valley; 2.dale; 3.river valley; ndimachokera kuchigwa cha Shire = I come from the Shire valley; 4.low land; 5.source of river;

chigwada cassava leaves; ndiwo zathu lero ndi chigwada = our relish today is cassava leaves;

chigwagwa 1.hay fever; 2.summer cold;

chigwandali\zi- 1.panga-knife; 2.machete;

chigwedemulamtsamiro\zi- breakfast;

chigwegwe/zi- 1.bay; 2.arm of sea;

chigwembe\zi- 1.gorge; expression: apa pali chigwembe (lit.: there is a gorge here) = there is a stumbling block here; 2.ditch; 3.water way; 4.valley;

chigwere\zi- waist (of a woman without a string of beads);

chigweto\zi- 1.lover; ali ndi chigweto/ chibwenzi = she has a lover; 2.darling;

chigwewo\zi- 1.dysentery; 2.kind of sexually transmitted disease;

chigwindigwindi\zi- corpulent person;

chigwinjiri\zi- 1.bracelet of iron; 2.armlet; 3.chain; 4.anklet; 5.bond;

chigwira msana spine;

chigwiri pa ndale 1.professional politician; 2.tactician in politics; 3.veteran in politics; 4.statesman;

chigwiriro\zi- 1.bail; akupereka ndalama za chigwiriro kuti atuluke = they are bailing him out with money; 2.lien; sunga njinga yangayi ngati chigwiriro kuti undipatse ndalama ndipo udzandipatsa ndikadzabweza = keep my bike as a lien and give me money so that you can give it back when I return the money; 3.shaft; 4.handle; 5.haft;

Chigwirizano cha Amayi lit.: League of Women; dzina la Chigwirizano cha Amayi m'CCAP ya Sinodi ya Nkhoma ndi cha Mpingo Wokonzedwa wa Zambiya; = the name of the women's organisation in the C.C.A.P. Nkhoma Synod and in the Reformed Church in Zambia;

chigwirizano chobweza ngongole 1.surety; 2.collateral;

chigwirizano\zi- 1.agreement; 2.alliance; 3.solidarity; 4.relativity; 5.acceptance; 6.guild;

chihalo\zi- scabbard; atachotsa lupanga mchihalo, ndinadziwa kuti imfa yanunkhira = when he drew out the dagger from its scabbard I sensed his determination to kill me;

chihata\zi- kind of bracelet;

chiHelene 1.Greek culture/ language; 2.Hellenism;

chihema\zi- tent house; anapita kuchihema chokumaniranako = they went to the meeting tent;

chiHindu Hinduism; chipembedzo cha anthu (aMwenye) ochokera ku India = religious faith of the Hindus from India;

chihinduhindu 1.epilepsy; 2.convulsion; amadwala chihinduhindu = he suffers from epilepsy;

chiHottentot 1.Hottentots; mtundu wa anthu opezeka mbali ya kumwera kwa Afirika, maka ku chipululu cha Kalahari = a race of people found on the southern side of Africa especially in the

Kalahari desert; 2.Khoikoi;

chiHuguenot Huguenot; dzina la maProtestant kapena otsatira a Chikonzedwe cha Mpingo a ku Faransa, amene anazunzidwa kwambiri ndi boma komanso Mpingo wa chiRoma m'zaka za m'ma 1600 ndi 1700 = a name of the Protestants, who followed the Reformation in France, who were also persecuted by the the government and the Roman Church in the 17th and 18th century;

chiHumanism Humanism; gulu limene linayamba m'zaka za 1500, lophunzitsa zakuti chilengedwe ndi munthu ndi zofunika kuziphunzira ndi kuzidziwa kuposa zina zonse = a movement which started in the 16th century, and taught that nature and man are of supreme importance;

chiIceland Icelandic; kukhudzana ndi anthu kapena chilankhulo cha kudziko la Iceland = concerning the people or language of Iceland;

-chiimire 1.standstill; 2.immobile; 3.stationary;

chiindeinde 1.climax; 2.point of greatest interest;

chiipirawachaje 1.bad thing for foreigners; mwana ndi chiipirawachaje (lit.: the child is bad for foreigners) = a child is loved by parents even when others do not like him/ her; 2.name given to a child;

chija demonstrative pronoun meaning 'that ... over there', with singular nouns of the chi-zi class; chisa chija = that nest over there;

chijiko\zi- cooped hand;

chijuzi sweater; amakonda kuvala chijuzi ngakhale kuli dzuwa = he likes to wear a sweater even when there is sun;

-chika -derive;

chikadewa\zi- cassava leaf;

chikaikiro\zi- 1.doubt; 2.qualm;

chikala\zi- 1.wild animal; 2.game reserve;

chikalafuwa tiredness;

chikalakala 1.match box; 2.plastic paper; kulunga chikalakala = roll the plastic paper;

chikalakala (chiSwahili) newspaper;

chikalango\zi- earthen jar (esp; large pot for cooking relish);

chikalata cha Kairos Kairos Document; chikalata cholembedwa m'chaka cha 1985 ndi Bungwe la Mipingo ya ku South Afirika chotsutsana ndi tsankho, podzudzula nkhanza ndi kusankhana mu mipingo ya ku South Afirika = a letter written by the South African Council of Churches in 1985 to denounce the segregation which took place in churches of South Africa;

chikalata cha mlandu court summon;

chikalata cha Papa bull of the Pope;

chikalata cha ulendo 1.passport; ndalipira ndalama za chikalata chaulendo = I have paid for my passport; 2.visa; 3.travel document;

chikalata cha umboni 1.identity card; 2.reference;

chikalata chachikasu litmus; chikalata cha chikasu chimasanduka chofiira ngati chaikidwa mu asidi = a litmus paper turns red if put into acid;

chikalata chogulira katundu invoice;

chikalata choonetsa kubadwira birth certificate;

chikalata chosankhira 1.voting paper; 2.ballot paper;

chikalata chovotera 1.voting paper; 2.ballot paper;

-chikale 1.old-fashioned; sukulu ya chikale = an old fashioned school; 2.primitive; 3.antediluvian;

-chikalekale passé;

chikalo\zi- container of beer;

chikalukalu\zi- scratch on body;

chikamba cha dzira eggshell;

chikamwini\zi- in-lawhood (position of a male who lives with his wife at her village); anamuthamangitsa mkamwini wawo atakalamba = the in-law was chased away when he grew old;

chikanamba\zi- 1.shell of a tortoise; 2.rough skin due to uncleanliness;

chikanda nsabwe 1.poor person; 2.person with a lot of lice; 3.pauper;

chikandalanga\zi- panga knife;

chikande\zi- root plant (used as relish);

chikang'a\zi- 1.chap in horny skin/ callus; 2..footsore; 3.fallow; ali ndi chikanga kumaso kwake = he has got fallow on his face;

chikanthawe\zi- foolishness;

chikaputeni\zi- hair-cut (of a policemen); iye amameta chikaputeni = he cuts hair like a policeman;

-chikasa yellow; deresi la chikasa = a yellow dress;

-chikaso 1.orange; 2.yellow;

chikasu yellow fever;

-chikasu yellow; sindikudziwa kuti ndi chifukwa chiyani umakonda mtundu wa chikasu = I don't know why you like yellow colour; diresi la chikasu = a yellow dress;

chikathawe\zi- 1.foolish person; 2.weak-minded person;

chikatikati\zi- 1.nicety; 2.essence; 3.core;

chikatiko\zi- earthen jar;

chikatu\- half-cooked porridge;

chikayiko\zi- 1.mistrust; anali ndi chikayiko = he had mistrust; 2.doubt;

chikazi 1.feminity; 2.feminism; 3.vaginal fluid;

-chikazi 1.female; 2.feminine; 3.feminist;

chikepi\zi- 1.ferry-boat; chikepi nchodula kuchigwiritsa ntchito = a ferry-boat is expensive to use; 2.lift; anthu amathandizidwa ndi zikepe pokwera muzipinda zina za nyumba zosanjikana = people are helped by lifts in flat buildings;

3.elevator;

chikhadabo\zi- 1.finger nail; kasamalidwe ka zikhadabo = nail care; mangamanga pa makadaba/zikhadabo = white spots on the nails; 2.claw (of a bird);

chikhaka\zi- 1.creepers (with roots); 2.beast of prey; 3.plaster of paris;

chikhakhali loud laughter;

chikhalakale\zi- old member;

chikhale choncho 1.okay; 2.alright; 3.amen;

-chikhalidwe 1.characteristic; 2.customary;

chikhalidwe cha chiHelene Hellenism;

chikhalidwe cha umulungu 1.godly behaviour; 2.righteous behaviour; 3.religious behaviour;

chikhalidwe cha uzimu 1.spiritual behaviour; 2.spiritualism;

chikhalidwe cha zinthu state of things;

chikhalidwe chabwino 1.good behaviour; 2.good manner; 3.good reputation;

chikhalidwe chachilendo 1.strange behaviour; 2.foreign culture; 3.immoral behaviour; 4.alien conduct;

chikhalidwe chadama immoral behaviour;

chikhalidwe chodana 1.hateful behaviour; 2.antagonistic behaviour;

chikhalidwe choganiza mwa nzeru intellectualism;

chikhalidwe choipa 1.bad behaviour; 2.bad culture; 3.bad system;

chikhalidwe chotengera 1.inherited behaviour; 2.heredity;

chikhalidwe \zi- 1.behaviour; chikhalidwe chomakhala ndi mphamvu zochitira china chake = authoritarian behaviour; 2.bearing; 3.conduct; 4.manner; 5.culture; mwambo umene umatsata chikhalidwe = tradition that follows culture; 6.moral thing; kufufuza za zikhalidwe = analysing morals; 8. deportment; chikhalidwe chomakhala ndi mphamvu zochitira china chake = authoritarian deportment;

-chikhalire immortal; Mulungu wachikhalire = immortal God;

chikhalirecho 1.yet; ndi mkazi wa mwano chikhalirecho mwamuna wake amamukonda = she is a rude woman, yet her husband loves her; 2.but; ndi mkazi wa mwano, yet her husband loves her;

chikhaliro\zi- 1.bottom; 2.buttock(s); 3.seat; 4.chair;

chikhambo\zi- greedy person;

chikhamu\zi- 1.multitude; 2.crowd; 3.huge number; 4.legion;

chikhatho/zi- 1.thumb; kuumirira kwa zikhato = adducted thumbs; 2.pollex; 3.palm of hand; anandigwira chikhatho = he held my palm; expression: kukhala m'chikhatho (lit.: being in the

palm) = being under someone; 4.cooped hand;

chikhawo\zi- 1.root; zikhawo za tsinde la nthochi = the roots of the stem of a banana; 2.yam;

chikhazikitso cha chiphunzitso institute of teaching; buku la John Calvin lotchedwa Chikhazikitso cha Chipembedzo cha chiKhristu (1559) = Calvin's book called Institutes of Christian Religion (1559);

chikhazikitso cha mwayi 1.luck; 2.good omen;

chikhazikitso cha tsoka 1.fate; 2.bad omen;

chikho cha chiyanjano communion-cup;

chikho cha galasi beaker; chikhochi chilibe chogwirira = this beaker has no handle;

chikho\zi- 1.calabash; 2.gourd cup; 3.chalice; chikho chake choti azimwera madzi chipemba chikamupha = his chalice for drinking water when thirsty; 4.cup (traditionally made from gourd or calabash); chikho chomwera vinyo pa mgonero = cup at Lord's Table;

chikhodzodzo\zi- urinary bladder; ndi chida chonga mpira chokhala mmunsi mwa matumbo chomwe chimasunga mkodzo = it is an organ like a ball under the bowels that stores urine; nthenda ya m'chikhodzodzo = bladder infection; ululu wa m'chikhodzodzo = bladder pain; njira yolumikizra chikhodzodzo = urethra; khansa ya chikhodzodzo = bladder cancer;

chikhokhombe cha dzira egg shell;

chikhokhombe\zi- shell; nkhuku ikujompha zikhokhombe za mazira ake = the hen is pecking her own eggshells;

chikhomo\zi- peg; posachedwa adzamanga nyumba, zikhomo ziripo = soon, they will build a house, the pegs are there;

chikhopsani\zi- stub;

chikhosi meningitis;

chikhotsokhotso 1.influenza; ndi matenda amene amayamba mavairasi ogwira gawo lopumira = it is a disease that starts with viruses that operate in the organs for breathing; 2.coughing;

chiKhristu 1.Christianity; chiKhristu chimafunika kudzipereka = christianity requires devotion; Livingstone amafuna chiKhristu ndi malonda = Livingstone wanted Christianity and commerce; 2.X-ty;

-chiKhristu Christian; Bungwe la chiKhristu la Abambo Ang'onoang'ono lokhazikitsidwa mu chaka cha 1844 = Young Men's Christian Association (Y.M.C.A) founded in 1844; Bungwe la Amayi Ang'onoang'ono a chiKristu lokhazikitsidwa m'zaka za 1855 ndi 1877= Young Women's Christian Association (Y.W.C.A) founded in 1855 and 1877;

chikhukhuza 1.cursive letters; ine ndimatha

47

kulemba m'chikhukhuza = I am able to write in cursive letters; 2.italics;

chikhule globus; ndi kumva chinthu pakhosi popanda kanthu = it is a sensation of having a lump in the throat when nothings is really there; **chikhuliro\zi-** smooth stone used for smearing; **chikhulo\zi-** cough that pains the throat; **chikhululukiro\zi-** 1.forgiveness; 2.remission; chikhululukiro cha machimo = remission of sins; 3.absolution; chikhululukiro cha tchimo cha Mpingo = absolution of sins in the Roman Catholic Church;

Chikhulupiriro cha aKhristu 1.Apostles' Creed; 2.Credo; 3.Twelve Articles of Faith;

Chikhulupiriro cha Atanazia Athanasian Creed; ndi chikhulupiriro cha Atanazia (pafupifupi 400) za utatu wa Mulungu, ngakhale Atanazia (pafupifupi 296-373) sanachilembe = it is the Confession of Faith of Atanasius (appr. 400) on the Trinity of God written after Athanasius (appr.296-373);

Chikhulupiriro cha Atumwi 1.Apostles' Creed; 2.Credo;

chikhulupiriro cha chikuda 1.African traditional belief; 2.African Traditional Religion (ATR);

Chikhulupiriro cha Nikeya Nicean Creed; chikhulupirirochi chimakhudza Utatu wa Mulungu ndipo chinapangiwa ndi Bungwe la Mpingo wa ku Nikeya m'chaka cha 325 = this creed is about the Trinity of God, and was made by the Church Council of Nicea in the year 325;

chikhulupiriro cholakwika 1.wrong belief; 2.erroneous faith; 3.fallacy; 4.delusion;

chikhulupiriro chonama 1.false faith; 2.fallacy;

chikhulupiriro chovomerezeka orthodox faith;

-chikhulupiriro mu chipembedzo devout;

chikhulupiriro mu mizimu 1.belief in spirits; 2.spiritualism;

chikhulupiriro\zi- 1.faith; chikhulupiriro chalimbikitsidwa = the faith is strengthened; chikhulupiriro chimatengera ku chipulumutso = faith leads to salvation; chikhulupiriro choona = true faith; 2.belief; 3.creed; timanena chikhulupiriro cha Atumwi la Mulungu lililonse = we recite the Apostles creed every Sunday; 4.confession; 'Belgic Confession' ndi chikhulupiriro cha mpingo wa Chikonzedwe chomwe chinakonzedwa ndi Guido de Brès (1522-1567) ku Belgium m' chaka cha 1561, ndipo chimene chinalandiridwa ndi Sinodi ya ku Dort (Maiko Otsika) m'chaka cha 1619 = the 'Belgic Confession' is a confession of the Church of the Reformation, that was made by Guido de Brès (1522-1567) in Belgium in the year 1561, and

which was accepted by the Synod of Dort (The Netherlands) in 1619; 5.credence;

chikhumbadzula\zi- 1.smell; 2.odour; zovala zosachapa zimatulutsa chikhumbadzula = the unwashed clothes produce an odour;

-chikhumbokhumbo 1.desiring; 2.eager;

chikhumbokhumbo cha kunyumba homesickness;

chikhumbokhumbo cha zoipa 1.lust; 2.proclivity; 3.desire for evil deeds;

chikhumbokhumbo chachikulu impatience; anafika m'mamawa ndi chikhumbokhumbo chachikulu kufuna kumuwona = she arrived early in the morning in her impatience to see him;

chikhumbokhumbo\zi- 1.strong desire; chikhumbokhumbo chotchuka = high desire of fame; 2.longing; 3.liking; 4.ambition; chikhumbokhumbo chokhala ndi moyo wotukuka = the ambition for a high standard of living; 5.lust; 6.passion; 7.impulse; 8.lust; chikhumbokhumbo chaulamuliro = lust for power; 9.need;

chikhungu cha njoka slough (n);

chikhuthe\zi- 1.drinking place; 2.beer hall; 3.pub; wapita kukamwa ku chikhuthe = he has gone to drink at the pub;

chikhuthu food, especially maize porridge (nsima) shared without using spatula;

chikhwakhwalulu\zi- scale; expression: ukungowopa chikhwakhwalulu (lit.: you are only fearing a scale) = you are fearing a harmless thing;

chikhwakhwanyu\zi- scramble;

chikhwakhwaza 1.cursive letters; Daniel samatha kulemba m'chikhwakhwaza = Daniel is not able to write in cursive letters; 2.italics;

chikhwangwala\zi- crawl;

chikhwapu\zi- banana leaf;

chikhwaule\ma- maize leaf; utaye chikhwaule m'khola la ng'ombe = throw a maize leaf in the cattle kraal;

chikhwaya\zi- 1.well-to-do person; 2.rich person; James ndi chikhwaya = James is a rich man; 3.millionaire;

chikhwaza\zi- sickle;

chikhwedzedze\zi- gall bladder;

chikhwiya\zi- grasshopper;

chiKimbangu Kimbanguism; gulu loyambitsidwa ndi Simon Kimbangu limene linakhazikitsa Mpingo wa chiKimbangu m'dziko la Kongo = movement started by Simon Kimbangu († 1951) that led to the formation of the Kimbanguist Church in Congo.

chikodzero\zi- 1.penis; 2.dropsy; 3.genitalia;

chikofiya\zi- Muslim hat without rim;

chikofu soft substance in dry fruit;

-chikoka 1.attractive; 2.comely;
chikoka ku za dama sex-appeal; iye ali ndi chikoka ku za dama = she has sex appeal;
chikoka\zi- 1.affinity; iye ali ndi chikoka cha amuna = she has an affinity for men; 2.appeal; 3.attraction; 4.attractiveness;
chikokoto burnt remnant of food in a pot;
chikola\zi- bead; mtsikana wamanga zikola mchiuno mwake = the girl has beads in her waist;
chikole\zi- 1.bail; akupereka ndalama za chikole kuti atuluke = they are trying to bail him out with money; 2.deposit; 3.surety; 4.seal; 5.subsidy;
chikololo\zi 1.pipe for smoking; 2.cigar;
chikolopa\zi- mop; ndagula chikolopa chatsopano = I have bought a new mop;
chikombanthiko\zi- 1.breast; 2.poor person;
chikombe chachikulu tablespoon;
chikombe chaching'ono teaspoon; ndi chikombe chaching'ono cha muyezo wokwanira 5 cc = it is a tool for measuring that is used for small quantities of liquid 5 cc;
chikombe\zi- 1.cover (of powder pan in flintlock); 2.spoon; 3.chalice;
chikombero\zi- 1.stirring stick; 2.spoon;
chikombi chovundulira stirring spoon;
chikombole\zi- 1.frame (for making bricks); 2.mould;
chikombwa\zi- 1.ball-of-thread; 2.bobbin;
chikometsamlandu\zi- bribery; anapereka chikometsa mlandu kuti asamangidwe = he paid bribery to avoid conviction;
chikometsero\zi- decoration;
chikondamoyo\zi- cake or bun made from maize flour;
chikondano 1.mutual love; 2.neighbourly love; 3.mutual friendliness; 4. fellowship; 5.companionship; 6.comradeship;
chikonde\zi- cooped hand;
chikondi 1.love; chikondi cholimba/ chikondi choposa/ chikondi chosagwedezeka = ardent love/ devotion/ unshaken love; Yesu ndiye muzu weniweni wa chikondi = Jesus is the main root of love; chikondi chake kwa ife ndi chachikulu = great is His stead-fast love towards us; mwamuna wanga ndi wachikondi kwambiri = my husband is so loving; chikondi chapamaso = love at sight; chikondi chozuna = sweet love; chikondi chosakaikitsa = undoubtful love; expression: chikondi chawo chidafika pamponda chimera (lit.: their love reached the point of fermented sorghum) = they loved each other very much; 2.affection; mayi aliyense amakhala ndi chikondi ndi mwana wake = every mother has affection towards her child; 3.charity;

chikondi cha dziko 1.nationalism; 2.patriotism;
chikondi cha nthawi pang'ono imagination of being in love with someone (lit.: short-lived love);
chikondi cholimba 1.strong love; 2.devotion;
chikondi choposa 1.devotion; 2.ardent love;
chikondi chozama 1.deep love; 2.adoration;
chikondi pa dziko lako 1.love of country; 2.patriotism;
chikondo\zi- rope made of three strings (from sisal fibres);
chikondwerero cha zochitika 1.anniversary; 2.jubilee;
chikondwerero chachikulu 1.enjoyment; 2.celebration; 3.feast; 4.delectation; 5.delight (n);
chikondwerero chokumbukira kubadwa birthday party;
chikondwerero patatha zaka 50 golden jubilee;
chikondwerero\zi- 1.gladness; 2.joy; 3.merriment; 4.celebration; chidachitika chikondwerero motsogozedwa ndi iye = there was a celebration led by him; 5.ecstasy; 6.enthusiasm; 7.delectation;
chikonga\zi- 1.wax; chikonga cha m'khutu = wax in the ear; 2.cerumen; 3.addiction;
chikongono\zi- elbow; wavulala chikongono = he has an injured elbow;
chikongonthera\zi- kind of bracelet;
chikonyo\zi- cob stripped of maize;
Chikonzedwe cha Mpingo Reformation; Chikonzedwe ndi Luther = Reformation by Luther; Tsiku lokumbukira Chikonzedwe cha Mpingo (31 Oktobala 1517) = Day in remembrance of the Reformation (31st October 1517);
chikonzekero\zi- 1.preparation; 2.plot (trick);
chikonzero\zi- 1.preparation; chikonzero cha Mgonero wa Ambuye = preparation of the Lord's Supper; 2.decision; chikonzero chawo ndi choti tizipita = his decision is that we must go; 3.disposition;
chikopa cha mbuzi hide of goat; zovala za m'manja zopangidwa ndi chikopa cha mwana wa mbuzi = kidgloves made from the hide of a young goat;
chikopa cha mutu scalp;
chikopa cha ng'ombe cowhide;
chikopa cha nkhosa sheepskin;
chikopa cha tirigu bran;
chikopa chotchinjiriza 1.buckler; 2.shield;
chikopa\zi- 1.hide; 2.skin; 3.shield; 4.leather;
chikope\zi- 1.cucumber (flesh of dried cucumber); 2.brow of the eye; 3.eye-lid;
chikosa\a- defect;
chikosi\zi- bunch of grass tied to mark off gardens;
chikota\zi- 1.nape of the neck; expression: uyu ndi wachikota (lit.: he is nape of the neck) = he is a

liar; 2.vertebrae (upper part); 3.scapula;
chikothi\zi- corner;
chikotholo\zi- 1.rain coat; 2.mackintosh;
chikoti\zi- 1.whip; 2.scourge;
chikozo\zi- 1.charm; 2.image;
Chikuda 1.Africanness; 2.African tradition; 3.Black
tradition;
chikudzukudzu initiation for a girl who has not yet
matured, but people are afraid that she will land in
trouble before initiation;
chikufa\zi- newly born baby;
chikuku\zi- 1.pram; ndiri ndi chikuku chotengera
mwana poyenda = I have a pram for carrying a
baby when going out; 2.measles; chikuku ndi
chowopsa = measles is dangerous; 3.roseola;
4.morbilli; 5.chicken-pox;
chikukumba\zi- 1.cage; 2.coop for fowls;
3.dovecot;
Chikulamayembe official title of a great chief of
the Tumbuka;
chikule\zi- 1.paint; 2.red dye; 3.clay;
-chikulire old; mzimayi wachikulire = an old
woman;
-chikulu grand; expression: wachita mwa chikulu (
lit.: you have done in a grand fashion) = you have
done politely;
-chikulu kwambiri 1.huge; 2.fantastic;
chikululira\zi- cord used in game traps;
chikululu\zi- cricket (eats cloth);
chikuluwo cha nkhosa sheepskin;
chikumba cha nkhosa sheepskin;
chikumba\zi- 1.hide; alenje akale ankasunga nyama
m'zikumba = early hunters kept meat in hides;
2.skin; ndi mwambo wathu kufunditsa thupi la
munthu wakufa ndi chikumba cha nyama = it is
our culture to cover a dead body with animal skin;
3.crate of fowls;
chikumbi\zi- sheaf;
chikumbiro\zi- spade;
chikumbu mtima poganizira choipa 1.remorse;
2.regret;
chikumbukiro\zi- remembrance;
chikumbumtima chodziretsa scruple (n);
chikumbumtima\zi- 1.memory; pamene ndinali mu
ndende chikumbumtima cha masiku akale
chinandidzadza = while I was in prison memories
of the old days filled me; 2.recollection 3.passion;
4.conscience; 5.sense of right or wrong; 6.scruples;
chikumbusko\zi- (chiTumbuka) memorial;
chikumbutso cha nkhondo war-memorial;
chikumbutso cha omwalira memorial ceremony;
chikumbutso\zi- 1.reminder; 2.commemoration;
3.memento; sungani mphete iyi ngati chikumbutso
cha mgwirizano wathu wodzamanga banja = keep

this ring as a memento of our engagement;
4.cemetery;
chikumu\zi- unlawful wedlock;
chikundi\zi- wooden handle for holding metal tool;
chikungu\zi- anklet (of brass);
-chikungulu of same age; Jeni ndi wachikungulu
wanga = Jane is my age mate;
chikuni chonyeka firebrand;
chikuni\zi- 1.log; chikuni chachikulu
chinanyamulidwa paphewa = a huge log was
carried over the shoulder; 2.body of wood;
3.branch cut off tree;
chikunja paganism; ku maiko ambiri chiKhristu
chachotsa chikunja = in many countries
Christianity has removed paganism;
-chikunja 1.pagan; chipembedzo cha chikunja =
pagan religion; 2.godless; anthu a chikunja =
godless people;
chikunje\zi- 1.bunch of root medicine; 2.bunch of
flowers;
chikunkhu\zi- 1.block of wood; 2.cudgel;
chikupu\zi- cooped hand;
chikuta\zi- infant;
chikutiro cha thupi 1.skin; 2.skin cover;
3.epidermis;
chikutiro\zi- 1.wrapping material; 2.wrapper;
3.cover; chikutiro cha ku mapeto cha bukhu =
backside of the cover of a book;
chikuto\zi- 1.cover; 2.wrapper; 3.wrapping
material;
chikutumbuye\zi- ants-nest;
chikuwa\zi- cough;
chikwa\zi- 1.basket for storing rice, beans, leaves,
etc.; 2.cocoon;
chikwakwa\zi- 1.sickle; 2.sabre; 3.scythe;
chikwalapu\zi- instrument for digging holes;
chikwama cha m'manja handbag;
chikwama cha pa ulendo 1.travelling bag; 2.hand-
luggage; 3.handbag; 4. carrier bag;
chikwama chotengeramo kanthu 1.satchel;
2.valise;
chikwama\zi- (chiZulu) 1.travelling bag; ndagula
chikwama chachikulu = I have bought a big
travelling bag; 2.satchel; 3.pocket; 4.luggage;
5.baggage;
-chikwanekwane 1.well to do; 2.sufficient;
3.enough;
chikwangwani\zi- 1.sign post; ndipotalika bwanji
kuchoka pano kufika pa chikwangwani? = how far
is it from here to the sign post; 2.road sign =
chikwangwani cha pamsewu; 3.poster; kodi
wachotsa chikwangwani? = have you removed the
poster?; anthu pamsewu adanyamula zikwangwani
= the people carried posters along the street;

4.placard;

chikwaniritso\zi- 1.satisfaction; 2.fulfilment;
chikwaniritso cha ulosi = fulfilment of prophecy;

chikwanje\zi- 1.panga-knife; ukhoza kugula
chikwanje = you can buy a panga-knife;
expression: mkazi wake ndi chikwanje (lit: his
wife is a panga knife) = his wife is not beautiful;
2.machete;

-chikwanu 1.traditional; 2.customary; 3.cultural;

chikwapu\zi 1.whip; 2.lash; amanyamula chikwapu
mdzanja lake = she bears a lash in one hand;
3.staff; 4.rod; 5.scourge; 6. trap (stretched rubber
band for killing birds);

chikwati\zi- 1.wedding; chikwati ndi mwambo wa
ukwati = the wedding is a ceremony of marriage;
2.nuptial;

chikwatu\zi- 1.hawk; 2.container for storage of
dried vegetables;

chikwaya\zima- choir (esp. big in size); ku
tchalitchi lero kunali chikwaya choyimba bwino =
there was a big good singing choir at the church;

chikwera\zi- elevation;

chikwere\zi- 1.cage; bambo anga amatenga nkhuku
zogulitsa mchikwere = my father carries chickens
in a cage for sale; 2.crate for fowls; 3.coop for
fowls; 4.hen-house; 5.chicken-house; 6.pigeons'
nest;

chikwerekwese\zi- swallow;

chikwerete\zi- (chiZulu) 1.loan; ndikufuna ndipeze
chikwelete ku thumba la chuma = I would like to
obtain a loan from the fund; 2.credit; 3.debt;

chikwewo\zi- 1.band; 2.flat, thin strip of material
forming part of an article of clothing;

chikweza\zi- 1.elevation; 2.ascent; 3.high place;
4.high land; 5.cloth worn above abdomen,
especially during conception;

chikwezeko\zi- exaltation;

chikwi\zi- one thousand;

chikwinindi 1.grudge; 2.unwillingness;
3.displeasure; 4.distress; 5.dissatisfaction;
6.discontent; 7.frustration;

chiLabadist Labadism; ndi gulu lopitirira muyeso
mu Mpingo wa Chikonzedwe cha ku Maiko
Otsika, loyambitsidwa ndi Jean de la Badie (1610-
1674) = it is a radical group in the Reformed
church of The Netherlands, started by Jean de la
Badie (1610-1674);

chilafuteni\zi- hair-cut;

chilakolako cha chakudya appetite for food;

chilakolako cha chiwerewere 1.sexual desire;
2.lust;

chilakolako cha chuma 1.extreme desire for
wealth/ gain; 2.avarice;

chilakolako cha zinthu 1.strong desire for

something; 2.craving;

chilakolako chachikulu 1.strong desire;
2.eagerness;

chilakolako choipa 1.evil desire; 2.sensuality;
-chilakolako choipa voluptuous;

chilakolako chonyansa 1.sexual desire; 2.lust;
3.evil desire;

chilakolako\zi- 1.desire; chilakolako chogonana =
desire for sex; 2.ambition; chilakolako chake
nkudzakhala dotolo = his ambition is to become a
doctor; 3.longing;

chilakwitso\zi- 1.corruption; 2.depravity;

chilala\zi- 1.drought; tikhala ndi chilala chaka chino
= we will have drought this year; expression:
m'nyumba mwanga muli chilala lero (lit.: there is
drought in my house today) = there is nothing to
eat; 2.starvation; 3.famine;

chilambe\zi- creepers (used for rims of baskets);

chilamu state of being a brother-in-law or a sister-
in-law;

chilamuliro 1.leadership; 2.authority;

chilamuliro cha Baibulo authority of the Bible;

chilamuliro cha njira yoipa 1.misrule;
2.unlawfulness;

chilamuliro chosayenera 1.bad leadership;
2.unlawfulness;

chilamulo\zi- 1.law; 2.order; 3.rule; 4.regulation;
5.leadership;

chilangalanga\zi- 1.death sentence; 2.drought;

chilango cha imfa capital punishment;

chilango cha muyaya 1.eternal damnation;
chilango cha muyaya chochokera kwa Mulungu =
God's eternal damnation; 2.perdition; 3.life
imprisonment;

chilango chakupha 1.death sentence; chilango
chakupha cha munthu woganiziridwa kuti ndi
wolakwa koma asanaimbidwe mlandu = death
sentence of an offence suspect without appearing
in court; 2.lynch law;

chilango chokhwima hard labour;

chilango chopatulika 1.divine punishment;
2.divine retribution;

chilango choyenera retribution; chilango choyenera
cha uzimu = divine retribution;

chilango choyenera cha Mulungu divine
retribution;

chilango\zi- 1.penalty; anamupatsa chilango = they
gave her a penalty; 2.punishment;

chilankhulidwe\zi- dialect;

chilankhulo chodziwika kudera dialect;

chilankhulo\zi- 1.language; chiMandarine ndi
chiyankhulo cha ku Chaina = Mandarine is a
Chinese language; 2.tongue;

chilape\zi- riddle;

chilaso\zi- 1.sharp pain; 2.pneumonia; 3.pleurisy (pain in chest like pleurisy);

chiLatini 1.culture/ language of the ancient Romans; 2.Latin culture/ language;

chilau\zi- 1.releasing air through the anus; 2.fart;

chilaya\zi- 1.machine used for digging; 2.digger;

chilazi\zi- yam;

chiledzerere\zi- 1.drunkard; achimwene anga ndi a chiledzerere = my brother is a drunkard; expression: mbiya ng'ambe (lit.: pot breaker) = one who is always drunk; iye ndi chiledzerere = he can't refrain from beer; 2.alcoholism; 3.lush;

chilekwa\zi- 1.foolish person; 2.mutt; (mutton head); angakhulupirire chilekwa ndani? = who can trust a mutt?;

chilele\zi- 1.kind of ṣnake (very shiny); 2.field of groundnuts;

-chilema cripple;

chilema\zi- 1.blemish; 2.deformity; chilema chinkawoneka pamene anali mwana = deformity dates back from his infancy; proverb: lungalunga mpobadwa chilema chichita kudza (lit.: better at birth; deformity follows later) = people without defects may develop defects at a later stage; 3.defect;

chilemba\zi- tulban around the head in Arab fashion;

chilembedwe written thing;

chilembo choyamba cha dzina 1.first letter of name; 2.initial;

chilembo\zi- 1.letter; anali ndi chilembo choyera pamphumipa = he had a white letter on his forehead; 2.character; 3.crown;

chilembwe\zi- 1.wild animal; 2.gule wamkulu dancer impersonating as an 'animal', often performing at the installation or at the funeral of a king/ chief;

chilemekezo\zi- 1.honour; 2.exaltation; 3.state of spiritual happiness;

chilemwa slowness;

chilendo strangeness;

-chilendo 1.strange; 2.unusual; 3.peculiar; ndi zachilendo = it is peculiar; 4.foreign; 5.odd; 6.queer; 7.off beat; 8.extraordinary; 9.out of the ordinary; 10.unfree; 11.uncanny; 12.rum;

-chilendo kuti nkuzikhulupirira incredible; izi ndi zachilendo kwa ine = this is incredible to me;

-chilengedwe 1.natural; 2.raw; 3.normal; 4.ordinary;

chilengedwe cha munthu 1.human nature; 2.personality;

chilengedwe\zi- 1.creation; 2.environment; kasamalidwe ka za chilengedwe = stewardship of the environment; 3.nature;

chilengulengu\zi- statue;

chilengwalengwa\zi- 1.apparition; 2.foolish person; 3.type of a disease associated with witchcraft; 4.epilepsy;

chilere\zi- (brief sound) groundnut garden;

chilere\zi- (long sound) kind of non-poisonous snake;

chilesi\zi- 1.lace; pitikoti zimakongoletsedwa ndi zilezi = petticoats are decorated with lace; 2.stripe on cloth;

chiletso\zi- 1.prohibition; 2.limit;

chiLevel Levellers' ways; aLevellers anali gulu loukira m'zaka za ma 1600 lotsatira Oliver Cromwell pa nthawi ina, lotsogoledwa ndi John Lilburne = the Levellers were a group of rebels in the 17th century who followed Oliver Cromwell, and ware led by John Lilburne;

chilichonse\zi- 1.anything; tenga chilichonse chako = take anything of yours; 2.everything; 3.every (with singular nouns of the chi-zi class); chipatso chilichonse = every fruit;

chilifu\zi- dysentery;

-chilikiza 1.-support; 2.-sustain; 3.-hold up; 4.-back;

chilimba\zi- cock's spirs;

-chilimbika 1.-be empowered; 2-get power; 3.-put interest; 4.-work hard; 5.-work tirelessly;

chilimbikitso\zi- 1.stimulus; 2.regeneration; 3.support; 4.assurance; 5.encouragement; 6.consolation; 7.surety;

chilimbiko\zi- 1.courage; 2.strength;

-chilimika 1.-be ready; 2.-be steady; 3.-withstand; ndachilimika nawo mavuto = I have withstood the problems;

chilimwe\zi- dry and hot season;

chilindo\zi- 1.watch tower; 2.guardroom; 3.guard tower; 4.gazebo;

chilingaliro choipa stigma; tifuna kuchotsa chilingaliro choipa chosala olumala = we intend to uproot the stigma against the disabled;

-chilingana -contend (one with the other as to who is to do a certain thing);

chilinganizo\zi- estimation;

chiliro\zi- 1.mourning; atafa bambo wa pa mudzipo panali chiliro = when the father of the village died there was great mourning; 2.weeping;

chiliza chachikulu mausoleum; chomangidwa pa manda a munthu wotchuka = a monument built on the grave of a famous person;

chiliza\zi- 1.grave monument; tidzamanga chiliza chaka cha mawa = we are going to build a grave monument next year; 2.tomb; 3.cemetery;

chilolezo cha kuphedwa 1.death warrant; 2.death permit;

chilolezo chosindikiza buku 1.permission to print a

book; 2.imprimatur (esp. of the Roman Church);
chilolezo\zi- 1.permission; popanda chilolezo =
without permission; 2.admittance; 3.admission;
4.acceptance; 5.consent; galimoto inatengedwa
popanda chilolezo chochokera kwa mwini = the
car was taken without the owner's consent;
6.mandate; 7.authority; 8.edict; Chilolezo cha ku
Nantes chopatsa ufulu wa chipembedzo kwa ma
Huguenots a ku France m'chaka cha 1598 = Edict
of Nantes giving religious freedom to the
Huguenots in France in the year 1598;
-chiloli 1.idle; 2.stupid; 3.-be weak in doing things;
chiLollard Lollards; otsatira a John Wycliff
(†1384) yemwe anali kalambulabwalo wa
Chikonzedwe cha mpingo = followers of John
Wycliff (†1384) who was a forerunner of the
Reformation;
chilombo\zi- 1.wild beast; 2.big dance;
3.masquarade;
chiLomwe Lomwe; one of the languages spoken in
some areas in the southern part of Malawi;
chilonda chonyeka tumour;
chilonda\zi- 1.wound; magazi anali chuchuchu pa
chilonda = the blood was trickling from the
wound; 2.ulcer; zilonda za m'mimba = stomach
ulcers; 3.sore; 4.injury; 5 boil; 6.swelling;
7.blister;
chilongo 1.sisterhood; 2.brotherhood;
chilongosoko\zi- 1.order of doing things; 2.order of
service; 3.liturgy;
chilongwe\zi- 1.crossing; 2.ferry; 3.fare;
chilopa clotted blood; this is the act of drinking
blood from a live animal believing that by doing
this one is going to get cured of an illness; this
happens during a dance ceremony, like 'vimbuza',
among the Tumbuka in Northern Malawi and the
aMazoka in Southern Malawi;
-chilope 1.used to killing; awa ndi a chilope = he is
used to killing/ he can easily kill; 2.used to seeing
blood;
chilota dew;
chilowero\zi- 1.house/place where a baby has just
been delivered; 2.maternity ward;
chilozero\zi- 1.pointer; 2.directive;
chiluli\zi- 1.granary 2.store for groundnuts or beans;
chilumba\zi- 1.island; 2.isle;
chilumika\zi- (chiTumbuka) year; munthu wa
zilumika makumi awiri = person of twenty years;
chilumika chino chili ndi zovuta zambiri = this
year has many problems;
chilundalupsa\zi- early rain (in November);
chilundu\zi- (chiYao) cloth for wrapping around
the body;
chilungamitso 1.justification; 2.being righteous;

3.expiation;
chilungamo 1.righteousness; Mulungu
amayembekezera chilungamo = God expects
righteousness; 2.justice; Mulungu amafuna
chilungamo = God wants justice;
chilungamo cha anthu onse 1.justice for all;
2.social justice;
-chilungamo kwambiri 1.incorruptable; 2.free of
corruption; 3.more righteous;
chilungulira\zi- heartburn;
chiLuther Lutheranism; kuphunzitsa ndi mwambo
wa Martin Luther(1483-1546) = teaching and
tradition of Martin Luther (1483-1546);
chiLuya Arabic culture/language;
chiluzu\zi- whistle;
-chimake 1.climactic; kufikapo pa chimake
penipeni = reach the climax; 2.actual;
-chimake chenicheni 1.ultimate; 2.satisfied;
-chimake\zi- 1.sheath of a knife; 2.case of a knife;
3.bag for storing knives;
chimaliziro\zi- 1.ending; 2.end of times;
tikuyandikira chimaliziro = we are approaching the
end of times; 3.prologue;
chimalo\zi- 1.bride's price; 2.dowry;
chiManes Manichaeism; Manes († 276)
anayambitsa gulu la chiGnostic amene anagawa
ukhala wonse m'maganizo awiri, zinthu za uzimu
ndi za thupi = Manes began a Gnostic movement
that divided reality into two parts, spiritual and the
physical;
chimanga 1.maize; chimanga chikupelewera
mnyumba muno = there is not enough maize in
this house; chimanga chopangidwa mwa njira ya
sayansi = Genetically Modified Maize (G.M.M.);
2.corn;
chimanga chokonoledwa pounded maize;
chimanga chowotcha roasted maize;
chimangirizo\zi- 1.composition; 2.essay;
chimango\zi- 1.unity, especially in the family;
m'banja mwawo muli chimango = there is unity in
their family; 2.cooperation; 3.agreement; 4.peace;
5.bond; 6.concord;
chiMarcion Maricionism (2nd century); Marcion
anali mphunzitsi amene anasakaniza chiGnostism
ndi chiKhristu = Marcion was a teacher who
mixed Gnosticism with Christianity;
chiMarx Marxism; Karl Marx (1818-1883)
anatsutsana ndi dongosolo la chuma cha munthu
woyima payekha = Marx opposed the system of
individual property;
chimasomaso 1.adultery; 2.covetousness;
3.seduction;
chimasuko\zi- 1.freedom; 2.peaceful atmosphere;
3.liberation;

chimbalangondo\zi- 1.fierce animal (lit.: the one who kills/ the one who steals/ the one whose behaviour is bad); 2.bear; 3.lion; 4.murderer; 5.thief; 6.dangerous person;

chimbale cha ndakatulo 1.album of poems; 2.cassette of poems; 3.recorded tape of poems;

chimbalu\zi- 1.fragment; 2.piece of pot/ wood; 3.chip of wood;

chimbazo\zi- 1.advance; 2.going forth; 3.succeeding in life; 4.succeeding in difficulties;

chimbenene\- 1.foolishness; 2.stupidity; 3.dullness; 4.absent-mindedness;

chimbira\zi- board for removing cotton seeds;

chimbiya\zi- 1.big pot; 2.ugly lady (fig.);

chimbu\zi cleg;

chimbudzi cha panja 1.outside toilet; 2.public toilet; 3.privy;

chimbudzi\zi- 1.toilet; 2.lavatory; anthu azikhala ali kugwiritsa ntchito zimbudzi = the public must have and use lavatories; 3.latrine; 4.loo; 5.bog; 6.shit; 7.stools; kuyeza chimbudzi = stools test; 8.faeces; kuyeza chimbudzi = fecal occult blood test proverb: kukana chimbudzi ndi kuvomera mkodzo (lit: to deny the faeces and acknowledge the urine) = at court to deny the big accusation but to plead guilty to the minor one;

chimbundi\zi- room;

chimbuwira\zi- 1.infertile person; 2.impotent person; 3.barren person;

-chimbuzi 1.dizzy; 2.drowsy;

chimbuzi\zi- 1.idiot; 2.stupid person;

chimbuzimbuzi\zi- 1.drowsiness; 2.dizziness;

chimbwala\a- type of little dog;

chimbwi\zi- 1.native calico; 2.blanket; 3.bra; 4.brassiere;

chimbwinda\zi- initiation ceremony for a girl who has been found pregnant;

chime 1.dew; 2.mist;

chiMelchior movement of the Melchiorites (followers of Melchior Hoffmann); Hoffmann anali mtsogoleri wa Obatizanso a nthawi ya Chikonzedwe cha Mpingo, ndipo anamwalira mu ndende ku Strasbourg m'chaka cha 1543 = Hoffmann was a leader of Anabaptists during the time of the Reformation and he died in prison in Strasbourg in the year 1543;

chimene which/ that; relative pronoun with singular nouns of the chi-zi class; chipatso chimene ndagula = the fruit that I have bought;

chimene chija demonstrative pronoun meaning 'that ... over there', with singular nouns of the chi-zi class; chisa chimene chija = that nest over there;

chimene chilibe mwayi wopambana 1.thing that has no luck; 2.thing without luck; 3.lost cause;

chimene chino this ... here; emphatic demonstrative pronoun following singular nouns of the chi-zi class; chisa chimene chino = this nest;

chimenechi\ zimenezi this\ these; demonstrative pronoun,pointing to a thing that is near, following nouns of the chi-zi class; chitseko chimenechi = this door;

chimenecho\zimenezo that\ those; demonstrative pronoun, pointing at a long distance, following nouns of the chi-zi class; chitseko chimenecho = that door; zitseko zimenezo = those doors;

chiMenno Mennonites; Menno Simons anali mtsogoleri wa Obatizanso pa nthawi ya Chikonzedwe = Menno Simons (1496-1561) was a leader of the Anabaptists during the Reformation;

chimera\zi- 1.fermented sorghum, millet, maize; ndili ndi chimera cha chimanga chofululira mowa = I have fermented maize for brewing beer; 2.maize malt; expression: zinthu zidafika pa chimera (lit.: things reached to malt) = the people were happy; 3.pink bead;

-chimetere 1.hairless; 2.since leaving the funeral house;

chimetero\zi- 1.shaver; 2.scissors;

chiMethod Methodism; iyi ndi njira ndi dongosolo la mapembedzedwe a aKhristu amene anatsatira chitsitsimutso choyambitsidwa ndi John Wesley ndi Charles Wesley m'zaka za ma1700 = it is a system and a method of worship of Christians who followed the revival caused by John Wesley and Charles Wesley in the 18th century;

chimeto\zi- 1.shaver; 2.scissors;

chimeza\zi- crested crane (lit.: something that swallows);

chimezo\zi- long necked bird;

chimfine 1.influenza; katemera wa chimfine = influenza vaccine; 2.flu; 3.running nose; 4.common cold; ndikudwala chimfine = I have caught a common cold; 5.mucus of the nose; 6.nasal catarrh; 7.hay fever;

chimidzimidzi\zi- 1.thing of the village; 2.rural thing; 3.thing of the countryside

chimimina\zi- mixture of banana and flour cooked as a cake;

chiminiro\zi- handkerchief for the nose;

chiMithras Mithraism; ndi chipembedzo china cha aRoma ena a Nyengo ya Kale = it is a religion among the Romans of Antiquity;

chimkazitu\zi- beautiful woman;

chimkokota\zi- 1.delaying things, especially in speaking; 2.verbiage;

chimodzimodzi 1.same; 2.similarly; 3.like this; 4.likewise; 5.in the same manner; 6.equally; 7.not different; 8.symmetrical; 9.idem;

chimodzimodzinso 1.as well; 2.in the same manner;

chiMonarch Monarchianism; ndi gulu mu Mpingo wakale lotsimikiza kwambiri umodzi wa Mulungu = it is a movement in the early Church that very much emphasised the oneness of God;

chiMontanus Montanism; ndi gulu la chiKhristu lokhazikitsidwa ndi Montanus kumpoto kwa Afirika m'zaka za ma100, limene linakana Mpingo wa chiKatolika = it is a Christian movement founded by Montanus in North Africa in the second century, that rejected the Catholic Church;

chiMontfort order of the Montfortians;

chiMormon movement of the Mormons; ali otsatira a chipembedzo chokhazikitsidwa ndi Joseph Smith (1805-1844) amene ananena kuti analandira 'Buku la Mormon' lokhala ndi chivumbulutso chowonjezera ku Baibulo = they were the followers of the religion founded by Joseph Smith (1805-1844) who claimed to have received the 'Book of Mormon' with additional revelation to the Bible;

-chimphongo 1.masculine; 2.male; 3.strong;

chimphonongolo\zi- dry mucus; zimphonongolo m'mphuno tho = plenty of dry mucus in the nose;

chimphusu\zi- 1.buckler made of grass; 2.bracelet of grass;

chimpupuluzi 1.famine; 2.starvation;

chimsonkhano chachikulu 1.big meeting; 2.council; 3.crowd; 4.crusade;

chimtchinga mphepo 1.screen; 2.fence;

chimuna 1.semen; 2.masculinity;

chimungulu\zi- sweet potato;

chimunthu 1.big crowd; 2.big gathering of people; 3.person (derogatory term);

chimunthu chachikulu 1.tall strong person; 2.stout tall man; 3.giant;

chimvano\zi- 1.alliance; chimvano cha mphamvu = an alliance of power; proverb: chimvano cha mavu choning'a pakati (lit.: the wasps' agreement is to have thin bellies) = alliances must be solid; 2.partnership; 3.agreement; 4.uniformity; 5.working together as a team; 6.unity; chimvano cha mavu choning'a pakati = the unity of all wasps; 7.concordance; 8.concord;

-chimwa 1.-sin; takuchimwirani = we have sinned against you; 2.-be sinful; 3.-fail; 4.-be unholy; 5.-be wicked; 6.-have sinful nature;

chimwala\zi- 1.big stone; 2.rock; 3.boulder;

chimwamadzi\zi- water melon;

chimwamowa\z- drunkard;

-chimwana 1.childish; 2.babyish;

chimwanamaye (chiLomwe) practice of exchanging wives for sexual intercourse between husbands who are friends;

chimwanamwana\zi- 1.childish thing; 2.babyish thing;

chimwasongwe\a- kind of bird;

chimwela\zi- water melon;

chimwemwe 1.pleasure; 2.joy; 3.happiness; chimwemwe changa chakwanira = my happiness is enough; 4.gladness; 5.delight;

-chimwemwe 1.glad; 2.happy; 3.blithe;

chimwemwe chofunitsitsa 1.eagerness; 2.gusto;

chimwemwe chosasimbika 1.unspeakable joy; 2.bliss;

chimwemwe tsaya 1.joy visible on face; 2.gusto; amasewera mpira wa miyendo ndi chimwemwe tsaya = he plays football with great gusto;

chiMwenye Indian culture/ language;

chimwera\zi- watermelon;

-chimwera 1.-fail to; 2.-be unable to; 3.-manage not; 4.-be baffled;

-chimwira 1.-offend; 2.-sin; 3.-break law; 4.-default;

-chimwitsa 1.-make someone sin; Adamu anati, mkazi amene munandipatsa wandichimwitsa = Adam said the woman you gave me made me sin; 2.-impregnate;

china 1.another (with singular nouns of the chi-zi class) chisoti china = another hat; 2.one more; 3.one extra;

china chake 1.another thing; 2.something; ichi ndi china chake = this is something/ unique;

chinachake ngati nsalu 1.something like a cloth; 2.gag;

chinam'balala 1.dispersing all over; 2.running all over; 3.going to different places; 4.diaspora;

chinamtindi 1.big crowd; kumsonkhano kunali chinamtindi cha anthu = there was a big crowd of people at the meeting; 2.multitude; 3.swarm; 4.convoy;

-chinamwali 1.mature; 2.marriageable;

chinamwali\zi- initiation rite for boys and girls; anyamata ndi asungwana amavinidwa chinamwali = boys and girls undergo initiation; expression: anapita kukavinidwa chinamwali (lit.: she/ he underwent the initiation) = she/ he has been shouted at = she/ he has been advised; chinamwali cha chimbwinda = an unorderly initiation;

chinanazi\zi- 1.pineapple; adagula zinanazi = they bought pineapples; 2.ananas;

chinangwa 1.cassava; some kinds: (a) chithekere, (b) ngwalangwa; (c) masangwi, (d) manyokola, anagula chinangwa chisanu chokha = he bought only five cassava roots; 2.manioc;

chinansi\a- 1.relationship; 2.kinship; 3.neighbourhood; 4.acquaintanceship;

chinanso 1.besides; 2.one more; 3.apart from;

chiNasala Islam;

chinasala\zi- 1.act of abstinence; proverb: chinasala chinakanika fisi (lit.: abstinence failed the hyena) = being unable to forsake old behaviour/ custom; 2.fasting;

chinayamba ndi preceded by;

-chinayi fourth; ndine wachinayi mu banja la anthu asanu ndi atatu = I am the fourth born in a family of eight; nyumba yachinayi = the fourth house;

chinchumba\zi- 1.barbless arrow; 2.woman who cannot have children;

-chinda 1.-have sex; 2.-unite sexually; 3.-mate;

chindalanga\zi- 1.sword; 2.chisel;

chindana 1.actual act of sex; 2.coitus;

-chindana 1.-have intercourse; 2.-have sex; 3.-have coitus; 4.-fornicate;

chindapusa\zi- 1.fine; ndapeleka chindapusa = I have paid a fine for being found guilty; 2.payment for defaulting marriage process;

-chindikala 1.rough; 2.tough; 3.strong; 4.dense;

chindimba dance among the Yao;

chindipha\zi- 1.necklace of several rows; 2.beads of the neck;

chindoko syphilis; iye akudwala chindoko = he is suffering from syphilis; expression: kuyenda ngati wachindoko (lit.: moving like someone who is suffering from syphilis) = moving with legs wide apart; mwamuna okonda akazi angatenge mosavuta chindoko = a womaniser can easily contract syphilis;

-chindunji 1.direct; mawu achindunji = direct words/ straight talk; kuyankhula kwachindunji = direct speech; 2.straightforward; 3.succinct; 4.-brief; nkhani ya chindunji = a brief story;

chinena\zi- 1.groin; chinena changa chikupweteka = my groin is hurting; proverb; m'chinena mwa mwana simufa nkhuku (lit.: chicken is not killed in the groin of a child) = all a child says is not considered worthwhile; 2.waist; 3.sexual organs;

chinenedwe\zi- 1.language; 2.grammar; 3.tongue; 4.type of speaking;

chinenero cha maBoers 1.the language of the Boers; 2.Afrikaans;

chinenero\zi- 1.language; 2.tongue; 3.dialect; 4.linguistics;

chiNestorius Nestorianism; Nestorius anali munthu wa mu Mpingo Wakale amene anatsimikiza kwambiri umunthu wa Yesu Khristu = Nestorius was a person in the Early Church who emphasised very much the manhood of Jesus Christ;

ching'alang'ala 1.splitting headache; 2.severe pain of the head;

ching'anda\zi- kind of bracelet;

-ching'ang'adza 1.painful; 2.bitter; expression: walira ching'ang'adza (lit.: she has wept bitterly) = cry beyond measure/ cry uncontrollably;

ching'aning'ani\zi- 1.flash; 2.flash of lightning; 3.lightning weapon of a witch;

ching'anipa\zi- flash;

ching'wang'wa\zi- 1.severe body pain; 2.body ache; 3.rheumatism;

ching'wenye\zi- costume with 'ngoli'(dance by one man);

-chinga 1.-surround; 2.-fence; 3.-border;

chingalawa\zi- 1.boat; 2.big canoe; 3.ark;

-chingambali edge-wise;

-chingamira 1.-receive someone; 2.-welcome; anthu ambiri anachingamira pulezidenti ya dziko = many people welcomed the state president; 3.-take someone to; 4.-take someone from the depot;

chingamira\zi- big camel;

chinganga chokhala ndi thabwa 1.bell; 2.kind of drum; 3.dingle;

chinganga\zi- bell; chinganga cholowera mukalasi chalira = the bell announcing the beginning of classes has rung; chinganga cholizidwa katatu mu mpingo wa chiRoma kuwuza anthu nthawi yopempherera = angelus;

chingato\zi- cooped hand;

chingelengele\zi- 1.rim of a wheel; 2.wheel without tyre and spokes;

chiNgerezi English; ankachita ndale mwa chiNgerezi = he was doing politics in the English way;

chingoli\zi- singing voice;

chingongo\zi- plaited hair;

chingongome\zi- 1.shell; chingongome cha nkhono = the shell of a snail; 2.bell;

chingowe\zi- boiled dry maize;

chingwa\zi- (chiShona) 1.bread; kukazinga chingwa = baking bread; 2.bun; 3.scone;

chingwe chokokera chinthu lanyard; chingwe chowombera mfuti yaikulu = lanyard for shooting the gun;

chingwe chomangira lanyard;

chingwe chopulumutsira panyanja 1.line used to save people at sea; 2.lifeline;

chingwe chovala mkhosi 1.necklace; 2.necktie;

chingwe\zi- 1.rope; 2.string; chingwe chaduka = the rope is cut; kupota chingwe = weaving a rope; 3.cord; 4.band;

chini (chiSwahili) down;

chinimbo\zi- 1.string of violin; 2.bow of a violin;

chining'a\zi- 1.expression; 2.figure of speech; 3.idiom; 4.locution; expression: wayenda chining'a (lit.: he has gone the thin way)= he swindled you/ he deceived you;

-chinja 1.pregnant (advanced stage); 2.expectant;
chinja\zi- 1.pregnancy; kuchotsa chinja = having an
abortion; 2.expectant woman;
-chinjika 1.-be ajar; 2.-be not fully closed (of a
door); 3.-be not locked;
chinjoka\zi- 1.big snake; 2.cockatrice;
chinkana 1.even though; 2.although;
chinkhaka\zi- cucumber;
chinkhekwerere\zi- grass door shutter;
chinkhoswe\zi- engagement; kudzakhala mwambo
wa chinkhoswe = there will be an engagement
ceremony;
chinkhowe\zi- breathing going up hill; akupuma
chinkhowe = he is breathing while going uphill;
chinkhupulo\zi- sponge; samba pogwiritsa ntchito
chinkhupulo = bathe by using a sponge;
chinkirankira\zi- 1.continuation; 2.increasing;
3.going beyond; 4.going over limitations;
5.extension;
chino this; emphatic demonstrative pronoun
following singular nouns of the chi-zi class; chisa
chino = this nest;
chinsansa\zi- 1.swan; kodi munaonako zinsansa
zikusambira mu mtsinje? = have you ever seen
swans swimming in a river?; 2.wild duck;
chinsimo\zi- 1.usual behaviour; ichi ndi chinsimo
chonyansa = this is bad behaviour; 2.custom;
3.usual manner; 4.habit; 5.convention;
-chinsinsi 1.secretive; 2.confidential; 3.private;
chinsinsî\zi- 1.secret; 2.secrecy; 3.privacy;
4.mystery;
chinsobwe\zi- 1.joke; 2.words meant to make
people laugh; 3.funny story;
chinsomba\zi- big fish;
chintchito\zi heavy work; anatopa ndi chintchito
chomanga nyumba = he got tired by the heavy
work of building a house;
chinthenthe 1.being afraid; 2.being fearful;
3.cowardice; 4.fear;
-chinthetenthete 1.unripe; 2.childish; 3.immature;
chinthu cha chilendo 1.strange thing; 2.foreign
thing; 3.alien thing;
chinthu cha chinsinsi 1.secret thing; 2.personal
thing; 3.confidential thing; 4.not public thing;
5.enigma; kalatayi ndi ya chinsinsi = this letter is
an enigma;
chinthu cha mibado mibado heir loom; chinthu
cha mtengo wapatali chomwe chakhala mibado
mibado pa banja = a worthy item which has been
used by different generations in a family;
chinthu cha ngodya zisanu ndi imodzi 1.thing
having six corners; 2.hexagon;
chinthu cha pafupi 1.easy thing; 2.simple thing;
3.not difficult thing;

chinthu chabodza 1.fake thing; wandigulitsa
chinthu chabodza = you have sold me a fake thing;
2.something not true;
chinthu chabwino 1.good thing; 2.something
worthwhile;
chinthu chachilendo strange thing; 2.oddity;
chinthu chambali zinayi 1.thing with four sides;
2.quadrilateral thing;
chinthu chambali zitatu 1.three sided object;
2.triangle;
chinthu chapafupi 1.trifle; 2.small matter;
chinthu chimodzi 1.one thing; 2.item;
chinthu chobisika 1.hidden thing; 2.unknown
thing; 3.mysterious thing; 4.mystery;
chinthu chochiritsa 1.healing thing; 2.medicine;
chinthu chofewa 1.soft thing; 2.thing of plastic;
chinthu chofunda blanket (lit.: warm thing);
chinthu choganiziridwa 1.proposal; 2.proposition;
chinthu chogulidwa purchase (n);
chinthu chogulitsidwa 1.thing to be sold;
2.commodity; 3.merchandise; ,
chinthu chokhala mwauchitsiru 1.foolish thing;
2.laughing stock;
chinthu chokhonzeka 1.correct thing; 2.right thing;
chinthu chokumbutsa 1.memorable thing;
2.memorial;
chinthu cholephera 1.failed thing; 2.failure;
chinthu chomwe chilikodi 1.reality; 2.verity;
3.entity; 4.factual thing;
chinthu chomwe chilipo fact-of-life; njala ndi
chinthu chomwe chilipo ku Malawi = starvation is
a fact of life in Malawi;
chinthu chomwechomwe 1.the very thing (not
another one); 2.the same thing;
chinthu chopangidwa 1.something made;
2.manufactured product; 3.commodity;
4.invention;
chinthu chopatsidwa kwa amasiye 1.heir loom;
chinthu cha mtengo wapamwamba chimene
chapatsidwa kwa ana a masiye = a very valuable
item which has been given to children who lost
their parents; 2.charity;
chinthu chopereka mphamvu 1.power giving
thing; 2.life blood;
chinthu chopezeka found thing;
chinthu chophweka 1.easy thing; 2.simple thing;
chinthu chosakhazikika 1.unstable thing;
2.movious thing; 3.mutable thing;
chinthu chosalimba 1.weak thing; 2.worn out
thing; 3.obsolete thing; 4.feeble thing;
chinthu chosasimbika 1.something that does not
happen often; 2.not usual thing; 3.strange thing;
chinthu chosathandiza 1.something not helpful;
2.useless thing; 3.something not important;

chinthu chosazoloweka 1.unusual thing; 2.strange thing;
chinthu chothandiza 1.important thing; 2.helpful thing; 3.life blood; malonda ndi chinthu chothandiza kuyendetsa maiko ambiri amakono = trade is the life blood of many modern states; 4.necessity;
chinthu choti chikambiridwe 1.proposal; 2.proposition; 3.agenda;
chinthu chotulukira pamwamba 1.protruding thing; 2.projection;
chinthu chowoneka 1.visible thing; 2.object; nyumba yake ndi chinthu chowoneka chomwe wachita = his house is the visible object that he has done;
chinthu chowononga 1.destruction; 2.hazard;
chinthu chowonongeka 1.destroyed thing; 2.used up thing; 3.scrap; 4.obsolete thing;
chinthu choyambitsa kukwiya 1.provocation; 2.irritation; 3.eye-sore; 4.nuisance;
chinthu chozuna 1.sweet thing; 2.nice thing;
chinthu chozungulira 1.circle; 2.round thing;
chinthu pachokha individual thing;
chinthu\zi- 1.thing; chinthu chaching'ono = minor thing; chinthu chinthu chopanda mphamvu kwenikweni = minor thing; 2.matter; 3.goods; 4.affair; 5.issue; 6.concern; 7.effects;
chinthuwi\zi- anthill;
chinuiui\zi- 1.small black bead; 2.small necklace;
chinunu\zi 1.without noise; 2.silent; 3.secret; 4.secrecy;
-chinya 1.-gain a point; 2.-win a mark; 3.-score a goal; timu idachinya chigoli = the team scored a goal;
-chinya chigoli -score; anachinya chigoli choyamba ndani? = who scored first?;
chinyakanyaka\zi- 1.sowing of seeds; 2.sprinkling of water; 3.shower;
chinyalala\zi- 1.rubbish; 2.refuse; 3.sweepings; 4.litter; 5.waste; 6.garbage; 7.crap; 8.dirt;
chinyaluziro\zi- equivalence;
chinyama cha ku thengo 1.wild beast; chinyama cha ku thengo chinapha anthu ambiri ku Dowa = a wild beast killed many people in Dowa; 2.brute;
chinyama cha mphamvu cha ku nyanja 1.sea-monster; 2.leviathan (Job 40:20; Ps.74:14, 104:26; Is.27:1) ;
chinyama chachikulu cha ku nyanja 1.sea-monster; 2.leviathan (Job 40:20; Ps.74:14, 104:26; Is.27:1);
chinyama\zi- 1.big animal; 2.wild animal; 3.untamed animal;
chinyamata 1.boyhood; 2.youth;
chinyansî\zi- 1.dirt; 2.rubbish; 3.litter;

chiNyasalande old-fashioned Malawian culture;
chinyatsî\zi- 1.bit of straw, etc.; 2.sweepings; 3.litter; expression: munthu wa ntchito wathu ndi zinyatsi (lit.: our servant is litter) = our servant has no recommendable personality, he can easily cause troubles;
chiNyau\zi- Nyau dance: in representation of animals;
-chinyengo 1.deceptive; zikonzero za chinyengo = deceptive plans; 2.falsified; matikiti a chinyengo = falsified tickets; 3.ill-gotten; anapeza phindu mwachinyengo = he made ill-gotten gains; 4.shifty;
chinyengo\zi- 1.deceit; anali ku ndende chifukwa cha chinyengo = he was in prison because of deceit; 2.deceiving; mwachinyengo = in a deceiving way; 3.mendacity; 4.lie; 5.deception; 6.corruption; 7.fraud; 8.cheating;
chiNyengoyatsopano New Age religion; ndi dzina la chipembedzo cha makono chosakaniza maganizo a zipembedzo zambiri = it is a name of a modern religion that mixes with the thoughts of many religions;
-chinyezi (chiYao) 1.damp; chimanga cha chinyezi = damp maize; 2.humid; 3.moist;
chinyezi\zi- (chiYao) 1.moisture; 2.dampness; 3.wetness; 4.humidity;
-chinyintha -chop; iye anachinyintha nyama ndi mpeni = she chopped the meat with a knife;
-chinyira mphuno 1.-put things in the nose; 2.-sniff up;
chinyong'onyo\zi- 1.feeling uneasy; 2.calico;
chinyontho 1.humidity; 2.dampness; 3.moisture;
chinzake\zi- 1.another thing; 2.counterpart; 3.acquaintanceship;
chinziri\zi- kind of small bird, like partridge/ quail;
chinzonono\zi- gonorrhoea;
chioda dance among the Tonga (lit.: to order);
chionetsero chokwiya 1.demonstration of anger; 2.sign of unhappiness;
chionetsero\zi- 1.show; 2.sample; 3.demonstration;
chiongola dzanja 1.interest; 2.profit; 3.gain;
chiongola dzanja pazogulitsa 1.gain; 2.commission; 3.profit;
chipako game of touching each other;
chipala\zi- 1.anvil; 2.whetstone; expression: iye ndi chipala (lit.: he is a whetstone) = he is a fountain of wisdom/he is a good teacher; 3.forge; proverb: kutuwa ngati pa chipala (lit.:dirty/ dusty like a forge) = something being dusty; 4.ash;
chipalamba cha Kalahari Kalahari desert;
chipalamba\zi- 1.infertile place; 2.dry place; 3.desert; 4.wilderness;
chipalanjeta\zi- 1.magazine; 2.bullet;

chipalapasiro\zi- chicken leg; ine sindidya chipalapasiro cha nkhuku = I do not eat a chicken leg;

chipalapaso\zi- leg of a chicken;

chipalasiro\zi- 1.paddle; 2.pedal; 3.oar;

chipalawi\zi- 1.wooden paddle for moving boats; 2.oar;

chipale 1.snow; 2.whitish cover on body because of dirt;

chipalo\zi- instrument used for peeling cassava;

chipambanitso\zi- 1.victory; 2.success;

chipambano\zi- victory; chipambano ku imfa = victory over death;

chipanda\zi- 1.cup; 2.calabash; expression: wafera m'chipanda (lit.: he has died in the calabash) = he has died because of drinking alcohol; 3.gourd; expression: ndi mwana wobadwira m'chipanda (it is a child born in a gourd) = he is an ignorant person; 4.splinter; anabayidwa ndi chipanda = he got injured by a splinter;

chipande\zi- 1.wooden spoon; 2.ladle; anthu ambiri amagwiritsa ntchito chipande popakula nsima = many people use a ladle to dish out nsima from the pot;

Chipangano Chakale 1.Old Testament; tsekulani maBaibulo anu ku Chipangano Chakale = open your Bibles in the Old Testament; 2.Old Covenant;

Chipangano Chatsopano 1.New Testament; 2.New Covenant;

chipangano\zi- 1.covenant; chipangano cha chisomo = covenant of grace 2.agreement; 3.bond; 4.obligation; 5.compact; 6.cousinship; 7.testament; 8.pact; dziko la Malawi liri mu chipangano ndi maiko oyandikana nalo = Malawi has a pact with neighbouring countries; 9.contract;

chipangidwe\zi- 1.making (n); 2.make (n); 3.model;

chipangizo chojambulira mzere ruler (lit.: tool for drawing a line); anajambula mzere ndi lula = he drew a line using a ruler;

chipangizo cholankhulira 1.megaphone; 2.microphone; 3.mouth piece;

chipangizo cholembera 1.writing material; 2.tool for writing; 3.marker; 4.pen; 5.type writer; 6.word processor (computer);

chipangizo chothandizira kumva 1.hearing aid; 2.amplifier;

chipangizo choyatsira 1.ignition; 2.match;

chipangizo choyezera maso 1.tool for examining eyes; 2.opthalmoscope;

chipangizo\zi- 1.instrument; zipangizo zamasamu = mathematical instruments; 2.tool; 3.device; 4.means; zipangizo za makono = modern means; 5.equipment; 6.implement;

chipani\zi- party; chipani sichikadatha kupanga dongosolo = the party could not make its plans; mtsogoleri odzayimira chipani pa chisankho = a leader who will stand for the party in the elections; chipani chidzadzetsa chipwirikiti/ chisokonezo = the party will bring violence; chipani cha Malawi Congress = Malawi Congress party (M.C.P.);

chipapa\zi- 1.old worn basket; 2.old shaky thing;

chipapati\zi- side plank;

chipapaya\zi- pawpaw fruit/ tree; ndikadya chipapaya chonse = I shall eat the whole pawpaw fruit;

chipasi\zi- 1.thing to halt goats/thieves, etc.; 2.caltrop;

chipasu\zi- 1.separation of people in a village; 2.destruction of a village; 3.desolation;

chipasupasu\zi- 1.separation; 2.destruction;

chipata\zi- 1.gate; ali pa chipata = he is at the gate; 2.border post; akuba anawagwira pa chipata = the thieves were caught at the border post; 3.door opening;

-chipatala sanitarian;

chipatala cha akhate 1.clinic for keeping leprosy patients; 2.leprosarium;

chipatala cha okalamba 1.home for old people; 2.old-folks home;

chipatala\zi- 1.hospital; adamutulutsa muchipatala = they discharged her from the hospital; chipatala chachikulu = a central hospital; chipatala cha pamwamba = a specialized hospital; chipatala choyesera matenda\malo oyesera m'chipatala pogwiritsa ntchito zida = laboratory; chipatala ndi nyumba ya chisoni = mortuary/ morgue; 2.clinic; 3.infirmary; chipatala chathu chikusowa mankhwala = our infirmary is running short of medicine; 4.dispensary; 5.health centre;

chipati\zi- unceremonial marriage;

chipato\zi- 1.chip of wood; 2.piece of wood;

chipatso\zi- 1.fruit; zipatso zapsa = the fruits have ripened; mtengo wosabala zipatso udulidwe = the tree that does not bear fruits should be cut; expression: mayi amene ali ndi chipatso adzidya chakudya chabwino (lit.: a woman who has a fruit, should eat good food) = a pregnant woman should eat good food; 2.by-product; 3.result; 4.proceeds;

chipatuko\zi- 1.separation; amene aja ali pa chipatuko = they have separated; 2.apostasy;

chipatulo\zi- 1.separation; 2.chapter;

chipazo\zi- bamboos used for cleaning grass;

chipeka\zi- beautifying thing;

chipemba thirst;

-chipembedzo 1.religious; nyimbo ya chipembedzo = religious song; munthu wa chipembedzo = a religious person; 2.liturgical; 3.worshipping;

chipembedzo cha chiKhristu 1.Christian worship;

2.Christian religion;

chipembedzo cha mafano 1.idol worship; 2.idolatry;

chipembedzo cha Mithras religion of Mithraism; Mithras anali mulungu wa chiPersia ndi chiIndia amene analandiridwa ndi a Giriki, ndipo amene anakopedwa ndi asirikali a ufumu waukulu wa chiRoma komanso amakhulupirira kuti alipo chifukwa cha dzuwa = Mithras was a Persian and Indian god, who was adopted by the Greek and attracted by the soldiers of the Roman Empire, who believed that they existed because of the sun;

chipembedzo\zi- 1.religion; some kinds: (a) chipembedzo cha chiKhristu = Christian religion, (b) chipembedzo choyambidwa ndi Gautama kapena Siddhartha = religion started by Gautama or Siddhartha = Buddhism, (c) chipembedzo cha chikhalidwe cha ku Afirika mamishoni asanabwere = African Traditional Religion (A.T.R.); 2.worship; 3.church service; 4.cult; 5.denomination;

chipembere\zi- 1.rhinoceros; lero ndawona chipembere chakufa = I have seen a dead rhinoceros today; 2.tall thorny shrub;

chipendo (chiLomwe) ordeal by complelling a suspect to dip his arm into a pot of boiling water; if the arm got scalded he was declared guilty;

chipepala chosankhira 1.voting paper; 2.ballot paper;

chipepala chovotera 1.voting paper; akugulitsa zipepala zovotera = they are selling voting papers; 2.ballot paper;

chipepeso\zi- 1.condolence; 2.consolation; 3.compensation; 4.solace;

chipeputso\zi- 1.helping one another; 2.giving a hand; 3.relief;

chipere cha pa khungu tinea barbae;

chipere\zi- 1.ringworm; 2. bean porridge for relish; dzulo tinadyera chipere = the relish we had yesterday was chipere; 3. potage; expression: onse atha chipere (lit.: all are potage) = all are extinct;

chipereganyu\zi- 1.money lending; 2.giving money at the end of the month; 3.working for one another; 4.slavery;

chiperekezo forced marriage because of being made pregnant;

chiperengedzu cutting hair one side of the head (esp. as a punishment);

chiperu\zi- paper used for writing;

chipeso\zi- comb (n); zipeso ndi zotsika mtengo kuyerekeza ndi zinthu zina = combs are cheaper than other things;

chipeta 1.unused land covered by grass; 2.dancing by bending down;

chipewa\zi- 1.cap; 2.hat; Yohane wavala chipewa chakuda = John has worn a black hat;

chiphadzuwa\zi- 1.beautiful girl (lit.: sun-killer); expression: mtsikana uyu ndi chiphadzuwa (lit.: this girl is a sun-killer) = this girl is beautiful beyond description; 2.pretty girl; 3.beautiful lady; 4.beauty queen;

chiphakasa\zi- dilapidated house; ndimakhala mchiphakasa cha nyumba = I live in a dilapidated house;

chiphala\zi- 1.baldness; 2.alopecia;

chiphaliwali\zi- 1.reflection of light; 2.lightning (phali = beat, wali = flash); 3.flash;

chiphamaso\zi- 1.hypocrisy; 2.pretext; 3.lie;

chiphandya/zi- bracelet of elephant or buffalo hide;

chiphanja\zi- 1.wooden necklace; 2.bangle;

chiphapha\zi- damaged thing;

chiphaso cha chilolezo licence; anamupatsa chiphaso cha chilolezo kuti akhoza kumaphunzitsa = she was given a licence to teach;

chiphaso choyendetsera galimoto driving licence;

chiphaso\zi- 1.receipt; chiphaso cha ku positi ofesi = receipt from the post office; 2.passport; 3.ticket;

chiphaso\zi- (chiTumbuka) 1.hypocrisy; 2.pretext; 3.lie;

chiphathi\zi- kind of bracelet;

chiphe\zi- 1.poison; anamwa chiphe = she drank poison; ndi mankhwala olimbana ndi ululu = it is a drug that counteracts a poison; 2.toxin; 3.antidote; 4.substance used for killing;

chiphidigoliro\zi- 1.rolling over; expression: wagwa chiphidigoliro (lit.: he has fallen head-over-heels) = he plunged into disgrace from an important post/position; 2.somersault;

chiphinjo\zi- 1.suffering; 2.anguish; 3.distress; 4.agony; 5.misery;

chiphiphiritso\zi- 1.talking in a manner that is not understood; 2.bluff;

chiphokodzi\zi- 1.borer-beetle of coffee trees; 2.caterpillar;

chiphokoso cha chisokonezo 1.big noise of confusion; 2.row;

chiphona\zi- 1.giant; 2.strong person; 3.good looking person;

chiphophongwe\zi- 1.swelling; 2.skin disease; 3.boil; 4.blister;

chiphudugwa\zi- 1.bulge; mtengo uli ndi ziphudugwa zambiri = the tree has many bulges; 2.stump; 3.module;

chiphukira\zi- 1.shoot; ziphukira za mtengo = shoots of a tree; 2.offspring; 3.sprout; 4.shrub;

chiphukusi\zi- 1.big bundle; 2.large parcel;

chiphunzitso cha chiEvangelicalism the teaching of Evangelicalism;

chiphunzitso cha chikhalidwe 1.teaching on behaviour; 2.social education; 3.sociology; 4.social science; 5.ethics;

chiphunzitso cha chiProtestant Protestantism; ndi chiphunzitso cha gulu la Mipingo yoyambitsidwa pa nthawi ya Chikonzedwe cha Mpingo m'zaka za ma1500 = it is the teaching of the group of churches which started in the time of the Reformation in the 16th century;

chiphunzitso cha kupambana kwa maganizo a anthu rationalistic idealism; chiphunzitso cholingalira kuti maganizo ndi chinthu chomwe chingatidziwitse chirichonse = the teaching that a person's idea/ thought can lead him to know everything;

chiphunzitso cha Mpingo 1.Church teaching; 2.Church-doctrine;

chiphunzitso cha Nestorius Nestorianism; Nestorius anatsimikiza kwambiri umunthu wa Yesu Khristu = Nestorius emphasized very much the manhood of Jesus Christ;

chiphunzitso cha pa phiri sermon on the mount;

chiphunzitso cha Ziyoni Zionism; wa Ziyoni = Zionist;

chiphunzitso chabodza 1.false teaching; 2.heresy; Marcion adaphunzitsa chiphunzitso chabodza = Marcion taught a false teaching;

chiphunzitso chakale 1.old teaching; 2.historical teaching;

chiphunzitso chenicheni 1.real teaching; 2.genuine teaching; 3.original teaching;

chiphunzitso chonama 1.false teaching; 2.heresy;

chiphunzitso chosavomerezeka 1.heretical teaching; 2.heresy; 3.wrong teaching; 4.unwarranted teaching in Church;

chiphunzitso chovomerezeka 1.accepted teaching; 2.warranted teaching; 3.orthodox teaching;

chiphunzitso chowona true teaching;

chiphunzitso\zi- 1.teaching; chiphunzitso cha m'modzi mwa atsogoleri a gulu la chiKhristu la Abale a Plymouth, Nelson Darby, chotchedwa Darbism = the teaching of one of the leaders of the Plymouth Brethren, Nelson Darby (1800 – 1882), called Darbism; chiphunzitso chakuti Mulungu aliko koma ndi wopanda mphamvu = Deism; 2.dogma;

chiphupha\zi- depravity; moyo wa chiphupha = a life of depravity;

chiphuphu\zi- 1.corruption; chifukwa chiyani ukumachita ziphuphu? = why are you practising corruption?; Bungwe lowona za mchitidwe wa ziphuphu = Anti-corruption Bureau; 2.bribery; 3.hush money; 4.corrupt money; 5.pimple; 6.swelling; 7.spot; 8.palm oil;

chiphwafu\zi- 1.porous thing; 2.spongy thing; 3.useless thing;

chiphwene\zi- 1.salivary marks (esp on cheeks after sleep); 2.being unclean on the mouth after the meal;

chiphwetherere\- watery stool; mwana wapambuka chiphwetherere = a baby has passed out watery stool;

chiphwisi\zi- 1.wind; 2.fart; 3.flatus;

chipidigoliro (li c.) -somersault; 2.-roll over;

chipika\zi- 1.log; chipika chachikulu chinanyamuliwa paphewa = a huge log was carried over the shoulder; expression: iye ndiye chipika (lit.: he is a log) = he is an ugly person; 2.branch that is cut off a tree;

chipikisheni\zi- 1.searching of goods; 2.searching people for hidden things; 3.research; 4.investigation; 5.exploration;

chipikitcha\zi- 1.picture; 2.photograph; 3.statue;

chipiku 1.buying of goods in bulk; 2.wholesale; ndagula pachipiku = I have bought on wholesale;

chipilala cha chikumbutso 1.memorial pillar; onse anasonkhana pa chipilala cha chikumbutso = they all gathered at the memorial pillar; 2.monument; 3.cenotaph;

chipilala\zi- 1.pillar; chipilala cha chikumbutso = memorial pillar; 2. spire; chipilala chachitali = the spire of a tower;

chipiliro 1.perseverance; chipiliro cha oyera mtima = perseverance of the saints; 2.endurance;

chipinda cha alendo 1.guests room; 2.visitors room;

chipinda cha chinsinsi 1.secret room; 2.inner room only known to the owner; 3.private room;

chipinda cha mkati 1.inner-room; 2.private room; 3.secret room;

chipinda cha msonkhano 1.room for meetings; 2.chamber for meetings; 3.conference room; 4.board room; 5.hall;

chipinda cha odwala 1.sick room; 2.sick bay; 3.ward;

chipinda cha pansi 1.cellar; 2.underground room;

chipinda chachitali chowonda 1.corridor; 2.gallery;

chipinda chapakati middle room;

chipinda chochezera 1.living room; amakonda kukhala mu chipinda chochezera akatha ntchito = he likes to be in the living room after work; 2.sitting room; 3.common room;

chipinda chodyeramo 1.dining room; 2.eating room;

chipinda chogona bed-room;

chipinda chogona ana bedroom for children;

chipinda chogulitsiramo 1.sales room; 2.shop;

chipinda chogwiriramo ntchito 1.working room; 2.office;

chipinda cholapiramo confessional box; wansembe anali m'chipinda cholapiramo = the priest was in the confessional box;

chipinda chomata secret room; expression: ali mu chipinda chomata (lit.: they are in the secret room) = they are having secret talks (usually before a plenary meeting);

chipinda chophikiramo kitchen;

chipinda chopimira 1.room for testing with instruments; 2.laboratory;

chipinda choponyeramo mavoti 1.room for casting votes; 2.polling booth;

chipinda chosanja 1.room up-stairs; 2.stair room;

chipinda chosungira katundu 1.warehouse; 2.storeroom;

chipinda chosungira odwala 1.sickroom; 2.sickbay; 3.ward;

chipinda chosungira zakudya 1.store room; 2.larder;

chipinda chosungira zinthu 1.storeroom; 2.warehouse; 3.pantry; 4.loft (n);

chipinda chosungiramo mabuku library;

chipinda chowerengeramo 1.reading room; 2.study room; 3.library;

chipinda chowonetsera zaluso 1.hall; 2.chamber; 3.gallery;

chipinda\zi- 1.room; 2.apartment; 3.cabin; Ilala ili ndi zipinda zambiri = the Ilala has many cabins; 5. hall; also room; chipinda chachikulu chopangiramo zinthu zosiyanasiyana monga masewero misonkhano ndi zina = a large room used for different activities such as drama, carrying out meetings etc.;

chipindatchika\zi- money given to a man whose wife has died;

chipindira\zi- initiation ceremony for a young girl among grown up girls;

chipingula 1.dysentery; 2.an infection of the bowels;

chipini\zi- wooden decorative thing put in the noses of old women;

chipinyira\zi- 1.half bag; 2.small bag;

chipiringu\zi- 1.multitude; 2.crowd; mwana anasowa m'chipiringu cha anthu = the child went missing in the crowd; 3.commotion; panali chipiringu utatha mpira = there was commotion after the match;

chipiriro\zi- 1.endurance; 2.perseverance; chipiriro cha oyera mtima = perseverance of the saints;

chipokodzi\zi- 1.borer-beetle of coffee trees; 2.caterpillar;

chipolopolo\zi- 1.bullet; 2.ammunition; 3.cartridge;

4.missile;

-chipolowe 1.violent; 2.barbaric; 3.cruel;

chipolowe\zi- 1. confusion; 2.commotion; 3.violence; 4.attacking one another; 5.havoc; 6.discord; zipolowe zinabuka mkalasi = there was discord in the classroom; 7.tumult; anthu ambiri anafa pa chipolowe = many people died in the tumult; 8.insurrection;

chipondamthengo\zi- 1.prepayment to herbalist; 2.deposit money;

chiponde\zi- 1.peanut butter; 2.ground roasted groundnuts; 3.contribution levied for chief's funeral; 4.late deceased; chiponde amalume anga = my late uncle;

chipondero\zi- 1.sole of foot; 2.hoof of animal; 3.shoe;

chipondo\zi- cake (of sorghum flour; sometimes mixed with honey or bananas);

chipongozi\zi- relationship between someone and his/ her mo ther/ father-in-law;

chipongwe 1.rudeness; 2.disrespect; 3.impudence; 4.cheek; 5.insolence; 6.audacity;

-chipongwe 1.rude; 2.impudent; 3.cheeky; 4.derogatory; mawu a chipongwe = derogatory remarks; 5.scurrilous;

chipotamisampha kind of snake;

chipote\zi- 1.belt of beads; 2. armlet of beads; 3.band of beads for waist;

chipotopo\zi- 1.happening; 2.something making one busy;

chiPresbiteriyo Presbyterianism; ndi dongosolo la ulamuliro wa Mpingo kudzera mu akulu = it is the system of church government through elders;

chiProtestant Protestantism; ndi gulu la Mipingo yoyambitsidwa pa nthawi ya Chikonzedwe cha Mpingo m'zaka za ma1500 = it is the group of churches which started at the time of the Reformation in the 16th century;

chipsepse\zi- 1.tail feather of bird; 2.tail of fish;

chipsera cha moto scar of burn;

chipsera cha pa mtengo scar of a tree; tsamba likagwa pa mtengo pamakhala chipsera = when a leaf falls off, it leaves a scar on the tree;

chipsera mtima action in anger;

chipsera\zi- 1.scar; proverb: chibale ndi chipsera (lit.: a relationship is like a scar) = you can't brush off relationship; 2.scab (of a sore); 3.burn;

chipsinjo chachikulu 1.having big trouble; 2.panic; 3.peril;

chipsinjo\zi- 1.burden; iye ndi chipsinjo kwa ine = he is a burden for me; chipsinjo cha uchimo = burden of sin; 2.oppression; 3.limitation; 4.being under panic; 5.grief; 6.problem; 7.difficulty; 8.trouble; 9.predicament; 10.dilemma; 11.onus;

chipsipsi\zi- chewed stalks; zipsipsi za nzimbe = stalks of sugarcane thrown away after chewing;

chipsolopsolo\zi- 1.little chicken; 2.cockerel;

chipsopsono\zi- kiss (n); expression: chipsopsono ndi kudyana milomo (lit.: eating one another's lips) = kissing one another;

chipsyepsye\zi- 1.fin; 2.tail; chipsyepsye cha nsomba = the fin/tail of a fish;

chipsyera\zi- 1.scar; 2.cicatration;

chipsyipsyi\zi- chewed stalks; zipzipsi za nzimbe = stalks of sugarcane thrown away after chewing;

chipsyoto cha mbolo glans penis;

chipukupuku\zi- 1.soul; 2.spirit; 3.apparition; 4.spook;

chipukusi\zi- fan; chipukusi cha ndege = the fan of the plane;

chipukuta misozi 1.consolation; 2.condolence money;

chipukutu cha ndiwo za masamba bundle of green vegetables;

chipukutu\zi- bundle; ndagula chipukutu cha nsalu = I have bought a bundle of cloth;

chipukwani\zi- 1.dead person moving around; 2.vampire;

chipuludzu\zi- 1.stubborn person; 2.disobedient person; 3.troublesome person;

chipulula\zi- 1.disaster; 2.famine; 3.knife for cutting things; 4.knock-out round in competition, e.g. football;

chipululu cha Kalahari Kalahari desert;

chipululu\zi- 1.desert; dera la kunsi kwa chipululu cha Sahara mu Afirika = Sub-Saharan Africa; 2.wilderness;

chipulumutso 1.salvation; tsopano chipulumutso chili pafupi = now salvation is at hand; 2.deliverance; chipulumutso cha mKhristu ku mphamvu ya uchimo = the deliverance of a Christian from the power of sin;

chipuluwa\zi- 1.wound; 2.boil; 3.blister; 4.abscess;

chipumba\zi- 1.boil; 2.swelling; 3.blister;

chipumi\zi- forehead; pa chipumi pake mpolowa mkati = there is a dent on his forehead;

chipumu ntho\zi- 1.strong wind; 2.something used to beat with;

chipupa cholirira Wailing Wall; chotsala cha kachisi wa ku Yerusalemu = what remained of the Jerusalem Temple;

chipupa chozungulira malo 1.fence; 2.wall (lit.: wall around a place); chipupa chozungulira nyumba = wall around a house/ brick fence; 3.dike; 4.dyke;

chipupa\zi- wall; expression: ndamugunditsa ku chipupa (lit.: I have made him hit a wall) = I have fooled him;

chipupu\zi- 1.sore on the face; 2.boil;

chipupuzi\zi- cucumber (edible);

chiPuritan Puritanism; ndi gulu la Chikonzedwe cha Mpingo ku England limene linayamba m'zaka za ma1500 = it is a movement of the Reformation in England that started in the 16th century;

chipusi\za- big cat;

chiputiputi\zi- 1.shower; 2.showering; 3.drizzle;

chiputu\zi- stump (which remains when a grass is cut);

chiputula (chiNgoni) amputator;

chipwele\zi- 1.pigeons' nest; 2.chicken-house;

chipwembwene\zi- 1.salivary marks (esp on cheeks after sleep); 2.being unclean on the mouth after a meal;

chipwete\zi- cucumber (edible);

-chipwirikiti 1.violent; 2.disturbing; 3.unstable; 4.mayhem;

chipwirikiti cha anthu 1.violent group of people; 2.crowd; 3.mob;

chipwirikiti\zi- 1.stampede; kunali chipwirikiti pogula shuga ku msika = there was a stampede when buying sugar at the market; 2.disorder; 3.violence; 4.disturbance; 5.crowd; 6.multitude; 7.pandemonium; 8.instability; 9.mob; 10.stirring; 11.scuffle; 12.confusion; 13.puzzlement; 14.bewilderment;

chipwiriri\zi- 1.kind of small bird, like partridge/ quail; 2.inner organ of animal; 3.offals;

chiPwitikizi Portuguese culture and language;

-chiPwitikizi Portuguese; mabuku a chiPortuguese = Portuguese literature;

chiQuietism Quietism; chiphunzitso cha M. de Molinos (†1696) ndi ena mu Mpingo wa chiRoma chonena kuti munthu akhoza kufikira ku chiyero kudzera mwa kuwononga chifuniro chake, ndipo chiphunzitsochi chinachotsedwa ndi Papa Innocent XI, mchaka cha 1687 = teaching by M.de Molinos (†1696) and others in the Roman Church which emphasized that a person can obtain holiness by denying his will, and such teaching was condemned by Pope Innocent XI in 1687;

-chira 1.-recover from sickness; wodwala wachira = akupeza bwino = ali gwa = the patient has recovered; 2.-heal; 3.-get better; 4.-be convalescent; 5.-convalesce; kuchira ndi kubwerera kwa thanzi ndi mphamvu = convalescing is recovering the health of the body; 6.-recuperate; kuchira ndi kubwerera ku thanzi = recuperating is recovering health; 7.-deliver a baby;

-chira kumatenda -recover;

chira\ma- 1.stretcher; 2.bribe (fig.);

chirangali cha moto light of fire;

chirangali\zi- 1.pillar that shows boundary;
2.beacon;
chirasi (chipembedzo cha c.) religion of the
Rastafarians;
chirere\zi- 1.groin; 2.lap; 3.field of groundnuts;
4.kind of snake;
chiridzo\zi- arrow (of bamboo in which arrow
heads are fixed);
-chirikiza 1.-strengthen; 2.-support; 3.-back up; 4.-
buttress;
-chirikula 1.-remove thing that holds up; 2.-uplift;
-chirimika 1.-be strong; 2.-put upright; 3.-be active;
-chirimikira 1.-work strongly; 2.-work hard; 3.-do
diligently;
chirimwe\zi- hot and dry season;
chirinunda\a- kind of bird (with a hatchbag);
chiripundi\zi- hornless animal;
chiriri (-li c.) 1.-keep standing; wakhala chiriri = he
is standing; 2.-be upright; 3.-stand firm; 4.-
persevere; 5.-continue putting up pressure; 6.-
withstand;
-chiritsa 1.-cure a person of sickness; 2.-heal;
mankhwala anandichiritsa = medicine healed me;
Ambuye anandichiritsa = the Lord healed me; 3.-
make someone recover; 4.-convalesce; 5.-treat;
-chiritsaya 1.-laugh; 2.-be smiling; munthu
wochiritsaya = someone who is happy but does not
want to help others;
chiriza\zi- 1.tomb; 2.pyramid; ndidzapaka utoto
woyera pa chiriza = I will apply white paint on the
pyramid;
-chiRoma Roman; ufumu waukulu wa chiRoma =
the Roman Empire;
chirombo cha kuthengo 1.wild beast; 2.brute;
chirombo cholusa 1.wild beast; 2.harmful beast;
chirombo\zi- 1.wild beast; expression: uyu ndi
chirombo (lit.: this one is a beast) = this one is a
very strong person; 2.beast of prey; 3.wild;
4.brute; 5.wild animal (sometimes used as generic
term for chiNyau in the gule wamkulu dance);
kachirombo/tizirombo = little wild animal;
chironda cha moto 1.burn; 2.blister; 3.boil;
chirungu\zi- earthquake;
-chisa 1.-bewitch; 2.-cast a spell; 3.-put a magic
spell on; 4.-work magic on; 5.-charm; 6.-make
someone sick;
chisa cha mavu wasp's nest;
chisa cha mbalame bird's nest;
chisa cha njuchi 1.bees' nest; 2.bee-hive;
chisa\zi- nest; mbalame zimakhala mu chisa = birds
live in a nest;
chisaka\ma- 1.big sack; 2.big bag; 3.disease of
tobacco;
chisakalali\zi- 1.scattering; 2.confusion;

chisakasa\zi- 1.house made of grass all around;
2.thatched house; 3.shed; 4.shack; 5.shanty;
6.makeshift dwelling;
chisalungamo\zi- 1.unrighteous thing; 2.sin; 3.evil
thing;
chisamaliro cha chakudya care for food;
chisamaliro cha mwana child care;
chisamaliro cha pa malo ogona 1.caring for
sleeping place; 2.accommodation;
chisamaliro cha ubambo 1.fatherly care;
2.paternalism;
chisamaliro cha wodwala care for the sick;
chisamaliro chapadera 1.special attention;
anapereka chisamaliro chapadera kwa mwana = he
gave special attention to the child; 2.special care;
chisamaliro choipa 1.maltreatment; 2.ill-treatment;
chi•amaliro\zi- 1.caring; mwana aliyense
amafunika chisamaliro chokwanira = every child
needs sufficient caring; 2.carefulness;
chisamalo 1.sanitation; 2.hygiene;
chisamani\zi- 1.letter inviting someone to court;
2.summons;
chisamba\zi- 1.first born in the family; 2.traditional
dance for women to celebrate first born child;
chisambiro\zi- 1.sponge; 2.type of simple sea
creature;
-chisana 1.-bewitch one another; 2.-cast spell on
one another;
chisandukwa\zi- 1.spectre; 2.ghost; 3.vampire;
4.large tropical bat that sucks the blood of other
animals;
chisangalalo cha bwino pleasant entertainment;
chisangalalo cha pa bala 1.entertainment; 2.razzle;
chisangalalo chachikulu 1.great merriment;
2.happiness; 3.joy; 4.bliss; 5.delectation;
chisangalalo chenicheni bliss; chisangalalo cha
m'banja = bliss of marriage;
chisangalalo choposa 1.happiness; 2.over joy;
3.delight;
chisangalalo chosaneneka 1.great happiness;
2.unspeakable joy;
chisangalalo chosasimbika 1.unspeakable joy;
2.over joy;
chisangalalo\zi- 1.entertainment; 2.pleasure; ndiri
ndi chisangalalo kukulonjerani = it gives me
pleasure to greet you; ndiri pano kusangalala = I
am here for pleasure; 3.joy; ndili pa chisangalalo
choposa = I am in great joy; kudekha kumadzetsa
chisangalalo = patience brings joy; 4.happiness;
chisangalalo chake chinali chachikulu zedi = her
happiness was very great; 5.merriment; 6.ecstasy;
chisanja\zi- 1.platform/ podium/ stage; 2.space for
storing food; 3.platform for drying food; 4.look out
for watchmen;

chisankho cha aphungu a nyumba ya malamulo - chisokonezo chachikulu

chisankho cha aphungu a nyumba ya malamulo parliamentary election;

chisankho cha atsogoleri a dziko lonse 1.election of leaders of the whole country; 2.general election;

chisankho cha chipulula primary elections/ primaries;

chisankho cha makhansala 1.councillor election; 2.local election;

chisankho cha nduna za boma cabinet minister's election;

chisankho chachiwiri 1.second election; 2.by election; 3.re-run;

chisankho chakabwereza by-election; phungu wathu wa ku nyumba ya malamulo anasankhidwa pa chisankho chakabwereza = our member of parliament was elected through a by-election;

chisankho\zi- 1.election; chisankho chidzayambika pa 10 koloko = the elections will begin at 10 o'clock; chisankho chikudzachi = the forthcoming election; mtsogoleri wodzayimira chipani pachisankho = the leader who will stand for the party in the elections; bungwe lowona za chisankho = election committee; adapambana pachisankho = they really won the election; chisankho choyambirira chosankha aphungu m'madera = primary elections in the districts; 2.vote; chisankho chidamuyendera bwino = the vote was favourable to him; 3.choice; 4.selection;

chisanu 1.coldness in the morning and the evening; 2.cold condition; 3.being very cold;

-chisanu fifth; mwezi wachisanu = the fifth month;

-chisanu ndi chinayi ninth;

-chisanu ndi chitatu eighth;

chisanzo\zi- vomit (n); wandipaka zisanzo zake = he has smeared on me his vomit;

chisanzosanzo\zi- 1.severe pain from the stomach; 2.colic;

chisapu\zi- 1.bag; 2.sack; 3.carrier;

chisapulo\zi- fork;

chisasati desire to stay with parents all the time;

chisauliro\zi- 1.payment for sin in place of someone; 2.atonement;

chisautso chachikulu great disaster;

chisautso\zi- 1.suffering; 2.burden; 3.yoke; 4.mayhem;

chisavomerezo\zi- 1.objection; 2.opposition; 3.disagreement; 4.excuse;

chisawawa\zi- 1.chaos; 2.disorder; zinthu zonse zikuchitika mwachisawawa = everything is happening in a disorderly way; 3.lawlessness; 4.confusion; 5.carelessness;

chisazolowereka\zi- 1.unusual thing; 2.strangeness;

chisefera za madzimadzi strainer;

chisekese\zi- musical instrument consisting of container filled with seeds or stones;

chisembwere 1.adultery; akuchita za chisembwere ndi ana a sukulu = he is doing adultery with school children; 2.illegal sexual intercourse; 3.fornication;

chisenga\zi- 1.panga-knife; 2.slasher;

chisenjesenje putting in disorder; proverb: chisenjesenje chidawoletsa mazira a timba (lit.: putting the eggs of the timb a bird in disorder makes them go bad) = put things in order so that they will not be spoilt;

chiserere\zi- old worn basket;

chisese\zi- 1.plain; 2.flat land; timakhala ku chisese = we live in the flat land;

chisesero\zi- 1.broom; 2.brush;

chiseso\zi- 1.broom; 2.brush;

chiseyeye 1.bleeding of gums; 2.blood that comes from the gums; 3.spongy gum; 4.gum disease; 5.gingivitis;

chishalo\zi- 1.saddle; ndikufuna kugula chishalo cha njinga = I want to buy a saddle; 2.seat;

chishamwali\zi- friendly relationship that exists especially\between girls;

chishango\zi- 1.shield; chishango chake chinali champhamvu kotero kuti mkondo siunathe kulowa = his shield was very strong so that no arrow pierced it; anthu achiNgoni amagwiritsa ntchito zishango pa nkhondo = Ngoni people were using shields during war; 2.armour;

chishopole\zi- kind of tree with soft wood;

-chisi savoury; chakudya cha chisi = savoury food;

chisi\zi- island;

chisikiro\zi- 1.instrument for cutting grass; 2.sickle; 3.tool;

chiSilamu Islamic culture;

chisima\zi- 1.first born; 2.traditional dance to celebrate first born child;

chisimba\zi- 1.shack; 2.shelter; 3.little house; 4.guard room; 5.watch tower; 6.gazebo;

chisimo\zi- 1.usual behaviour; 2.habit; 3.tradition; 4.culture; 5.custom; 6.convention;

chisindikizo\zi- 1.surety; 2.verification; 3.validity;

chisinkho\zi- meal that involves relish only;

-chisira -take long before getting married;

chisiriro covetousness;

chisisiro 1.dusk; 2.dawn; 3.late afternoon; 4.early morning; 5.in between darkness and light in moming/ evening;

chisisito\zi- 1.cassava leaf; tidyera chisisito lero = we will have cassava leaves for relish today; 2.careless;

-chisokonezo 1.violent; maganizo a chisokonezo = violent ideas; 2.confusing; 3.disturbing; 4.unstable; 5.malignant;

chisokonezo chachikulu 1.big confusion; 2.great

commotion; 3.havoc;
chisokonezo\zi- 1.confusion; chisokonezo cha
malilime = the confusion of tongues; 2.stampede;
3.stirring; 4.disruption; 5.disturbance;
6.pandemonium; 7.mayhem; 8.riot; 9.misrule;
chisokonezo cha dziko = misrule of the country;
10.bad leadership; 11.indiscipline; 12.lawlessness;
13.disorder; 14.chaos; 15.violence; chipani
chidadzetsa chisokonezo = the political party
brought violence; sindikufuna chisokonezo mdziko
muno = I do not want violence in this country;
chisoma\zi- 1.pleurisy (sharp pain in chest,
vomiting, fever); 2.influenza; 3.pneumonia;
chisomo 1.grace; chisomo kwa inu, ndi mtendere
zochokera kwa Mulungu Atate wathu ndi Ambuye
Yesu Khristu = grace be with you and peace from
God our Father and the Lord Jesus Christ
(Galatians 1:3); 2.affability;
-chisomo 1.gracious; 2.by grace;
chisompho\zi- 1.digging instrument; 2.carpenter's
chopping instrument; 3.big axe;
chisonga\zi- 1.splinter; 2.barbless arrow;
chisongole\zi- 1.needle for making mats; ndataya
chisongole changa = I have lost my needle for
sewing mats; 2.stake; 3.matting;
-chisoni 1.sad; 2.sympathetic; 3.sorrowful; 4.pitiful;
5.grim; anandiwuza ndi nkhope yomvetsa chisoni
= he told me with a grim face; 6. lugubrious;
chisoni chachikulu 1.great sadness; 2.deep sorrow;
anamva chisoni chachikulu atamva za imfa ya
bambo ake = he felt deep sorrow when he heard
about his father's death; 3.being heartbroken;
chisoni pa nthawi ina melancholy; anthu ena
amakhala ndi chisoni pa nthawi ina popanda
chifukwa chenicheni = some people experience
melancholy;
chisoni\zi- 1.grief; kodi chifukwa chiyani uli ndi
chisoni? = why do you have grief?; symbols of
grieving: kumeta mpala (-cut all the hair), kuvala
nsangamutu (-wear strip of cloth around the head
and black clothes), kukhumata (- cross arms at
back or chest); 2.sadness; expression: wandisiya
manja ali mkhosi (lit.: he has left me with hands on
my neck) = he has left me in sadness; 3.contrition;
chisoni changa chimakula pamene ndimva kuti
wina wamwalira = when I hear someone is dead
my contrition gets aroused; 4.pity; proverb; chisoni
chinapha nkhwali (lit.: pity killed the francolin) =
having too much pity is dangerous; 5.misery;
6.compassion; 7.mercy; Mulungu wa mphamvu
zonse mutichitire chisoni = almighty God have
mercy on us; 8.hedgehog; proverb: kugwa nkhope
ngati chisoni (lit.: falling of face like a hedgehog)
= being totally ashamed; 9.woe; 10.death;

chisonyezo\zi- 1.show; 2.sign; 3.specimen;
4.sample; 5.symbol; 6.symptom; 7.indication;
8.hall-mark; 9. manifestation; chisonyezo cha
chuma chake = a manifestation of his wealth;
chisoso\zi- blackjack;
chisoti cha minga crown of thorns; Yesu adavala
chisoti cha minga = Jesus wore a crown of thorns;
chisoti cha njinga yamoto 1.crash helmet; 2.motor-
bike helmet;
chisoti cha pamthuthuthu motor-bike helmet;
chisoti cha usilikali military helmet;
chisoti chako your hat;
chisoti changa my hat;
chisoti chawozimitsa moto 1.fireman's head
protector; 2.fire-brigade helmet; 3.fire-fighter's
helmet;
chisoti\zi- (chiTumbuka) 1.hat; proverb: moyenda
sachapa chisoti sichingaume (lit.: in a foreign land,
one cannot wash a hat, it can't get dry) = when in
Rome, do what the Romans do; 2.cap; 3.crown;
chisudzo\zi- 1.comedy; 2.drama; 3.behaviour;
4.habit; 5.custom; 6.culture; 7.tradition;
8.convention; 9.costume of Nyau dancer;
chisudzulo 1.money given to a man/ woman whose
wife/husband has died; 2.money given to the
divorced spouse as per legal judgement;
chisumbu\zi- island;
chisumo\zi- 1.usual behaviour; 2.habit; 3.custom;
4.culture; 5.tradition; 6.convention;
Chisumphi 1.name for God; 2.uncaused cause;
chisumphi 1.rainmaker; 2.the supreme Being;
3.God;
chisungabanja\zi- 1.breakfast (lit.:family keeper);
2.morning meal; 3.coldness;
chisungu\zi- 1.boil; 2.spot; 3.pimple;
chisusu\zi- baby shawl;
chisuwa\zi- 1.outer cover of body of lizards and
snakes which they shed when growing older;
2.slough;
chisuweni\zi- 1.cousinship; Mercy ndi msuweni
wanga = Mercy is my cousin; 2.birthmark;
3.swelling in the body;
chiSwahili (kiSwahili) Swahili (lit.: language of the
coast); ndi chiyankhulo chofunikira ku mmawa
kwa Afirika = it is an important language in the
East of Africa;
chiswamphika\zi- 1.flying mantis; 2.preying
mantis;
chiswankhono\zi- kind of bird;
chiswe\- termite; proverb: kuyika moyo pa chiswe
(lit.: putting life on termites) = putting life at risk;
-chita 1.do; ndachita izi chifukwa cha iwe = I've
done this for you; pakuchita = while doing; chita
icho = do that; 2.-behave; 3.-act; 4.-scheme; 5.-

-chita bata - -chita chipolowe

perform; apanga sewero = they have performed a
play; 6.-operate; 7.-plan; 8.-bewitch;
-chita bata 1.-be made peaceful; 2.-abate; nyanja
idachita bata = the sea was abated;
-chita befu 1.-pant; 2.-be tired; 3.-snivel;
-chita bodza 1.-be a liar; 2.-deceive; 3.-cheat;
-chita bwino 1.-be superior; 2.-be prosperous; 3.-do
better; 4.-be successful; 5.-amend; 6.-ameliorate;
-chita bwino pa malonda 1.-do better in business;
2.-be successful in business; 3.-boom;
-chita bwino pa mpikisano 1.-do well during
competition; 2.-excel in competition; 3.-win in
competition;
-chita chabwino 1.-do a pleasant thing; 2.-do a
remarkable thing; 3.-pass exam;
-chita chalu -be active;
-chita changazime -slow; wosachita changazime
pakuganiza = do not be slow in thinking;
-chita changu 1.-be active; 2.-be fast; 3.-be clever;
4.-be not sleepy; 5.-hasten; 6.-rush; 7.-hurry;
-chita chawa 1.-have misfortune; anachita chawa
posapha nyama iliyonse = he had misfortune for
not killing any animal; 2.-be unlucky;
-chita chedzu -be crossgrained;
-chita cheni -dawdle on purpose;
-chita chibaba 1.-have desire; 2.-be anxious; 3.-
have lust;
-chita chibwibwi -stammer;
-chita chidikhodikho 1.-hiccup; 2.-hiccough;
-chita chidima 1.-play magic; Bambo Phiri
amachita chidima pobisala ku zoopsa = Mr. Phiri
used to play magic to hide himself from danger;
2.-be hungry;
-chita chidodo 1.-slow; 2.-be inactive; 3.-be
dilatory; 4.-procrastinate;
-chita chidule 1.-abbreviate; 2.-shorten; 3.-abridge;
-chita chidwi 1.-have interest; 2.-regard; 3.-be
curious; 4.-admire; 5.-be attracted; 6.-be interested;
-chita chigololo 1.-have sex; 2.-have intercourse;
3.-commit adultery; 4.-fornicate; 5.-do coitus;
-chita chikamwini 1.-practise matrilineal marriage;
2.-stay on the wife's side;
-chita chikhumbokhumbo -have desire; ndinali ndi
chikhumbokhumbo cha kukuonani = I had desire
to see you;
-chita chikhwakhwanyu 1.-fight for; 2.-scramble;
-chita chikoka 1.-arrest people's attention; 2.-
attract;
-chita chikumba nguluwe 1.-forget old quarrels
(lit.: -do the hide of the wild pig); 2.-bury the
hatchet;
-chita chikumbumtima 1.-recall; 2.-recollect; 3.-
remember; 4.-be conscious;
-chita chilakolako 1.-have liking; 2.-like; 3.-be

attracted to; 4.-have desire; 5.-have lust; 6.-be
dissolute; ali ndi chilakolako chogonana = he is
dissolute as to sex;
-chita chilala -experience drought; dziko lachita
chilala = the country is experiencing drought;
-chita chilezi 1.-adopt a troublesome person; 2.-
make loose; 3.-dally; 4.-be dilatory; 5.-practise
child spacing;
-chita chilungamo 1.-do justice; 2.-be truthful; 3.-
be honest; 4.-be impartial;
-chita chimasomaso 1.-be adulterous; 2.-commit
adultery;
-chita chimbudzi 1.-defecate; 2.-diffuse faeces; 3.-
pass out stools;
-chita chimfine 1.-suffer from common cold; 2.-
have flu; 3.-catch flu;
-chita chimwemwe 1.-have a smile; 2.-show a
smile; 3.-give a smile;
-chita chinachake 1.-do something; 2.-act on
something; 3.-be active; 4.-react;
-chita chinamwali -do initiation ceremony;
-chita chingongo -be dilatory;
-chita chinjenje 1-have shaken body; 2.-be fearful;
-chita chinsinsi 1.-be secretive; 2.-hide;
-chita chinthenthe 1.-waste time; 2.-delay; 3.-be
slow;
-chita chinthu chofunikira 1.-do something useful;
2.-do something helpful;
-chita chinthu chosafunikira 1.-do something
unimportant; 2.-do something useless;
-chita chinthu chotsatira -do the following thing;
-chita chinthu mofunikira 1.-act in necessary way;
2.-act competently; 3.-do something in order; 4.-do
something accordingly;
-chita chinthu mwadala -do something
deliberately;
-chita chinyengo 1.-cheat; 2.-bribe; 3.-deceive; 4.-
lie;
-chita chinyezi 1.-moisten; 2.-become moist; 3.-get
moisture;
-chita chinyozo 1.-belittle; 2.-be rude; 3.-be
discourteous;
-chita chinzake 1.-do another one; 2.-favour one's
friend; 3.-do the next one;
-chita chinzinda 1.-be rude; 2.-be impudent;
-chita chipepeso 1.-condole; 2.-compensate for the
loss of life/ goods/ property;
-chita chipepeso mobwezera 1.-recompense; 2.-
compensate;
-chita chipikisheni (chiYao) 1.-search; 2.-
investigate;
-chita chipiringu -cause commotion;
-chita chipolowe 1.-be violent; 2.-do violence; 3.-
bring havoc;

-chita chipongwe 1.-be cheeky; 2.-be impudent; 3.-be rude; 4.-affront; 5.-snub;

-chita chipulule -prune;

-chita chiremweremwe 1.-be slow; 2.-delay; 3.-be inactive;

-chita chirichonse -do anything;

-chita chisawawa 1.-create anarchy; 2.-make chaos; 3.-do havoc;

-chita chisembwere 1.-have intercourse; 2.-commit adultery; 3.-be adulterous; 4.-fornicate; 5.-have coitus;

-chita chisokonezo 1.-cause confusion; 2.-be rowdy; 3.-cause commotion; 4.-cause mayhem;

-chita chisoni 1.-be sorrowful; 2.-cry over dead person at funeral; 3.-bemoan; 4.-be passionate; 5.-be compassionate;

-chita chisoni kwambiri 1.-be very sorrowful; 2.-be inconsolable; 3.-be passionate;

-chita chitaka -play magic; ndataya ndalama, mwina wina wandichita chitaka = I've lost money, someone might have played magic on me;

-chita chitengwa -practise patrilineal marriage;

-chita chiwawa 1.-revolt; 2.-be violent; 3.-strike; 4.-scuffle;

-chita chiwerengero -conduct a census;

-chita chiwerewere 1.-have an affair; 2.-commit adultery; 3.-have sex; 4.-have intercourse; 5.-have coitus;

-chita chiyangamisi 1.-be busy; 2.-be uncertain;

-chita chizere 1.-spend much time on a little job; 2.-be slow; 3.-waste time; 4.-procrastinate;

-chita chizimbwitsa mphoyo 1.-pretend; 2.-disguise; 3.-be hypocrite;

-chita chizimezime 1.-be dim; 2.-be not well visible;

-chita chizinda 1.-be rude; 2.-be impudent;

-chita chizumbazumba 1.-be unsteady; 2.-feel like falling down; 3.-feel dizzy;

-chita chizungulire 1.-be unsteady; 2.-feel like falling down; 3.-feel dizzy;

-chita cholakwa 1.-do wrong; 2.-commit a crime; 3.-commit an offence;

-chita chowa 1.-defer; 2.-be slow; 3.-be inactive; 4.-procrastinate;

-chita dala 1.-do on purpose; 2.-act deliberately; 3.-act voluntarily;

-chita dalazi 1.-lack appetite; anachita dalazi choncho anafa = she lacked appetite hence she died; 2.-dislike eating;

-chita dama mseri 1.-have sex secretly; 2.-do sex privately;

-chita dambisi 1.-dismay; 2.-disgust; 3.-dislike;

-chita dambule -clear around the cemetery;

-chita dovu 1.-dribble; proverb: dovu ngati nkhosa

(lit.: dribble like a sheep) = saliva dripping from the mouth is a sign of being an idiot; 2.-have desire to eat meat;

-chita duu 1.-keep quiet; 2.-be silent; 3.-be calm;

-chita dyokodyoko 1.-have desire/ appetite for somebody's things/ wife; 2.-covet;

-chita dyola 1.-praise someone to get a favour from him; 2.-persuade;

-chita dzanzi 1.-feel no sense in legs; 2.-be cramped on muscles;

-chita dzimbiri 1.-rust; 2.-wear off of metal; 3.-become worn-out; 4.-become useless; 5.-grow old;

-chita fwee! 1.-complain; 2.-grumble;

-chita fwikofwiko 1.-breathe; 2.-be panting; 3.-snivel;

-chita gobedegobede -bustle (sound of dishes when being cleaned in kitchen);

-chita gompho -remove on its own suddenly;

-chita gudubugudubu -roll;

-chita gudugudu -be cloudy;

-chita guni 1.-be ashamed; 2.-neglect for doing wrong things;

-chita gwebedegwebede -bustle (sound of dishes when being cleaned in kitchen);

-chita kaduka 1.-be jealous; 2.-be opposed to another's success; 3.-be envious;

-chita kafukufuku 1.-research; ndikufuna kuchita kafukufuku = I want to do some research; 2.-investigate; 3.-find out; 4.-scout;

-chita kaligwiritsa 1.-be unwilling to give; 2.-be selfish; 3.-cast in the teeth; 4.-be parsimonious;

-chita kandifere 1.-risk one's neck; 2.-be at a great risk; 3.-expose oneself to danger; 4.-be cool in the face of danger; 5.-be careless of one's life;

-chita kandionamaso 1.-please someone outwardly; 2.-deceive; 3.-pay lip service;

-chita kanthu 1.-do something; 2.-deal; chita nayeni kanthu moyenera = deal with him accordingly;

-chita kanthu kalikonse 1.-do anything; 2.-do whatever; 3.-be a general fitter;

-chita kapalepale 1.-weed; 2.-scrape out; 3.-remove weeds by digging;

-chita kaso 1.-admire; 2.-be attracted; 3.-be eager; 4.-be selfish; 5.-be unwilling to give;

-chita katangale 1.-steal with tricks; 2.-cheat; 3.-be corrupt; 4.-give bribe; 5.-offer palm oil;

-chita katatu 1.-do three times; 2.-do thrice;

-chita kawiri 1.-repeat; 2.-double; 3.-do something twice;

-chita khama 1.-work hard; 2.-work diligently;

-chita khuma -fold hands to show signs of sadness/ disappointment;

-chita khungala -be blind;

-chita khungu -be blind; wachita khungu = he has become blind;

-chita khunyu -be epileptic;

-chita khuthu 1.-pour out things at once; 2.-empty;

-chita ku -do to; chita mpaka kumapeto = do to the end;

-chita kwichi -creak (sound of bed, bicycle, worn out car, or roof);

-chita lideredere 1.-do things lazily; 2.-be slow; 3.-procrastinate;

-chita ligwichi 1.-give nothing; 2.-cast in the teeth;

-chita likanikani 1.-hold on to an idea stubbornly; 2.-be hard to be convinced; 3.-stick to one's mind;

-chita likolong'onzi 1.-cast in the teeth; 2.-be selfish; 3.-be mean;

-chita litsiro 1.-become dirty; 2.-be untidy;

-chita liuma 1.-be stubborn; 2.-dislike others to eat with you; 3.-be mean; 4.-be unwilling to give or share;

-chita liumira 1.-keep money/ things even if they are needed for something; 2.-economise;

-chita liwiro -run fast; ukachita liwiro ugwa = if you run fast, you can fall; expression: waliwiro/ wothamanga (lit.: a runner) = prostitute;

-chita liwute 1.-have stunted growth; 2.-take long to start walking (esp. babies); 3.-be pregnant;

-chita londolondo 1.-follow; ankachita londolondo pambuyo pa chiphadzuwa = he followed the beautiful lady; 2.-walk after somebody;

-chita luntha 1.-show dedication; 2.-be professional; 3.-be technical; 4.-be committed;

-chita luntha ndi malonda 1.-have an interest in business; 2.-drive a bargain;

-chita luvi -be at a great risk;

-chita luvu -risk;

-chita m'matumbo 1.-have diarrhoea; 2.-defecate watery stool;

-chita machawi 1.-be alert; 2.-work fast; 3.-work hastily; 4.-hurry; 5.-be steady fast;

-chita machimo -commit sins; anthu akuchimwa = people arecommitting sins;

-chita mafinya 1.-fester wound; 2.-produce pus; 3.-suppurate;

-chita magulagula -buy food in time of scarcity;

-chita makani 1.-be stubborn; 2.-argue; 3.-refuse;

-chita malonda 1.-deal; 2.-trade; 3.-sell;

-chita malunga 1.-be self judgemental not to do something; 2.-be sensitive; 3.-have self control;

-chita malungo -suffer from malaria;

-chita malunji -do by chance;

-chita mang'a 1.-crack; mbatata zachita mang'a = the sweet potatoes have cracked the top soil; 2.-ripen;

-chita manjenje 1-have shaken body; 2.-be fearful;

-chita mantha 1.-fear; musachite mantha! = fear not!; 2.-dread; 3.-be scared of; Bob anachita mantha ndi kusambira = Bob was scared of swimming; 4.-be afraid of; 5.- palpitate; amachita mantha akaona apolisi = he palpitates at the sight of policemen;

-chita manyazi 1.-be shy; 2.-be ashamed; 3.-put to shame; 4.-feel guilty;

-chita mapeta -be bow-legged;

-chita masalamusi 1.-bewitch; 2.-do mystery; 3.-do magic/ witchcraft;

-chita masamu 1.-solve mathematics; expression: iye wandichita masamu (lit.: he has done me mathematics) = he has cheated me/ he has fooled me; 2.-do proper planning;

-chita mase curdle (as milk);

-chita masewero 1.-play a game; 2.-exercise; 3.-be careless;

-chita matama 1.-be proud; 2.-be arrogant;

-chita matatalazi 1.-struggle; 2.-be strong;

-chita matewe -be bow-legged;

-chita matsenga 1-play magic; 2.-do wonders; 3.-make sorcery on; 4.-do mystery; 5.-enchant; 6.-charm;

-chita matsinya 1.-frown; 2.-show sign of defiance; 3.-cause wrinkles on the forehead;

-chita matuza 1.-have a blister; 2.-have a boil; 3.-have a wound; 4.-have a swelling;

-chita maula 1.-cast lot; 2.-divine; 3.-practise divination;

-chita mavuvu 1.-struggle; 2.-bustle;

-chita mayeso 1.-try; 2.-examine; 3.-test;

-chita mazangazime 1.-meet things that are unusual in nature; 2.-have delirium;

-chita mazini 1.-be unwilling; 2.-be reluctant; 3.-hesitate;

-chita mazizi 1.-be slow; 2.-be cool; 3.-be bleak;

-chita mbanda 1.-like stealing by ambush; 2.-be bloodthirsty;

-chita mbwadzulu -be full; mtsinje wachita mbwadzulu lero = the river is full today;

-chita mfunzi 1.-beat others without cause; 2.-bully; 3.-be hardhearted;

-chita mfunziki -bully;

-chita mikhwithi 1.-be cloudy; 2.-be misty; 3.-be foggy; 4.-be hazy;

-chita misala 1.-be mad; 2.-be insane; 3.-be beside oneself;

-chita mitambo -be cloudy;

-chita mkonono -snore;

-chita mng'alu 1.-crack; 2.-fracture;

-chita mng'ankha -crack;

-chita mnyenyo 1.-waste time; 2.-act falsely; 3.-procrastinate;

69

-chita mobisa 1.-do in secret; 2.-do privately;
-chita mobwerezabwereza 1.-repeat; 2-practise; 3.-
go over again; 4.-do over and over again;
-chita mochangamuka 1.-be active; 2.-do cleverly;
3.-be not sleepy;
-chita mochedwa 1.-be slow; 2.-delay; 3.-
procrastinate;
-chita modutsira mulingo 1.-go beyond limit; 2.-
over-react; 3.-be immoderate; 4.-exceed the scale;
-chita mofuna -act voluntarily;
-chita mokondera 1.-act with favour; 2.-be biased;
-chita mokonza 1.-correct; 2.-amend; 3.-kill; achita
mokonza (lit.: he has killed) = he has committed a
kind of euthanasia, secretly arranged by e.g. the
chief to which the family secretly and silently
agrees = traditional custom of killing seriously ill
people, e.g. by feeding them uncooked cassava
leaves as poison;
-chita molungama -do perfectly;
-chita mopanda chilungamo -do injustice;
-chita mopanda chindunji 1.-act indirectly; 2.-act
not straightforwardly; 3.-imply;
-chita mopanda chinyengo -show no deceit;
-chita mopanda malipiro 1-volunteer; 2.-be an
amateur;
-chita mopanda mantha 1.-do fearlessly; 2.-do
challengingly;
-chita mopanda manyazi 1.-have no shame; 2.-be
blatant;
-chita mopanda ulemu 1.-be impolite; 2.-be
indiscreet;
-chita mophiphiritsa 1.-do things that other people
may not know; 2.-be clandestine;
-chita mopitirira 1.-do beyond limits; 2.-go above
limits; 3.-over-react; 4.-exceed;
-chita mopitirira muyeso/ muyezo 1.-go beyond;
2.-be radical; 3.-exceed required standard; 4.-be
overwrought; 5.-do beyond limits;
-chita mopupuluma 1.-do without thinking
strongly; 2.-act rashly; 3.-act in haste;
-chita mosaganiza 1.-act without thinking; 2.-act
hastily; 3.-act unwisely; 4.-act abruptly;
-chita mosaganizira 1.-act unwisely; 2.-act without
thinking; 3.-act impetuously;
-chita mosalongosoka 1.-do incorrectly; 2.-do
badly; 3.-perform wrongly; 4.-fraud;
-chita mosamala 1.-act carefully; 2.-be prudent;
-chita mosaopa 1.-do fearlessly; 2.-do
challengingly;
-chita mosasamala 1.-act carelessly; 2.-be
negligent; 3.-lack concentration;
-chita mosawululitsa 1.-do in secret; 2.-do
confidentially; 3.-act privately;
-chita motalikirana 1.-act from far away;

anayankhula motalikirana = he talked from far
away; 2.-act from a distance;
-chita motsatana -do things one after another;
-chita motsindika 1.-do with stress; 2.-emphasise;
3.-belabour;
-chita motsutsana 1.-act opposingly; 2.-flout;
-chita mowenderera 1.-catch something unnoticed;
2.-ambush;
-chita moyambirira 1.-do at first; 2.-begin;
-chita moyang'anitsitsa -research;
-chita moyembekeza -try to wait for;
-chita moyenera 1.-act properly; 2.-do accordingly;
-chita moyerekeza 1.-assume; 2.-try;
-chita mphumi 1.-have luck; 2.-win; 3.-be
fortunate; 4.-have chance; 5.-be by chance;
-chita mphwayi 1.-hesitate; 2.-be reluctant; 3.-be
lazy; 4.-be apathetic; 5.-be dilatory; 6.-dawdle;
-chita mpsimpsi 1.-retaliate; 2.-revenge cruelty;
-chita msanga 1.-do quickly; 2.-be fast; 3.-be in a
hurry;
-chita mseri 1.-do in secret; 2.-act privately; 3.-be
confidential;
-chita mtsutso 1.-debate; 2.-make a bet; tinachita
mtsutso pa zotsatira za mpira = we made a bet on
the outcome of the football match;
-chita mtswamtswa -make noise by stepping on dry
leaves;
-chita mtudzu 1.-get impolite; 2.-get rude; 3.-get
angry;
-chita mwa chikhadzakhadza 1.-hurry (after force
was applied); anabweza ngongole mwa
chikhadzakhadza = he repaid the loan hurriedly;
2.-be forced; 3.-be compelled;
-chita mwachangu 1.-act quickly; 2.-be quick; 3.-
be fast;
-chita mwachibwana 1.-do foolishly; 2.-do
childishly;
-chita mwachimuna 1.-do something strongly; 2.-
be manly; 3.-be brave;
-chita mwachinyengo 1.-do falsely; 2.-do evil;
-chita mwachisawawa 1.-do carelessly; 2.-do
chaotically;
-chita mwakachetechete 1.-do quietly; 2.-do
patiently; 3.-do calmly; 4.-do secretly;
-chita mwaluso 1.-be skilful; 2.-do correctly; 3.-be
professional; 4.-be technical;
-chita mwambo 1.-be traditional; 2.-be customary;
3.-be normal; 4.-be ritual; 5.-do ceremonially; 6.-
be conventional;
-chita mwangozi 1.-do accidentally; 2.-do
unintentionally; 3.-do inadvertently; 4.-do by
mistake;
-chita mwano 1.-affront; 2.-despise; 3.-be abusive;
4.-be rude; 5.-be defiant; 6.-defy; 7.-blaspheme; 8.-

be cheeky;
-chita mwanthawi zonse 1.-do as usual; 2.-follow the normal way; 3.-be conventional;
-chita mwayi 1.-be lucky; ndachita mwayi = I am lucky; proverb: ndidatola nkhwangwa ndi mpini womwe (lit.: I got an axe together with a handle) = I was very lucky; 2.-act by chance;
-chita nacho chidwi 1.-have interest in; 2.-be keen; 3.-attract; 4.-like;
-chita nacho tsoka 1.-be unlucky in something; 2.-have misfortune;
-chita namazani 1.-fast; pochita namazani osadziwonetsera = when you fast, don't show off; 2.-abstain;
-chita nawo 1.-do together with others; 2.-participate; 3.-take part;
-chita ndandanda 1.-make a list; chita ndandanda wa mayina = make a list of names; 2.-go around in search of;
-chita ndandanda wa mayina -make a list of names;
-chita ndekelera 1.-defer; 2.-hesitate; 3.-procrastinate;
-chita ndewu -be involved in fight;
-chita ndi 1.-do with; 2.-cooperate;
-chita ndi changu 1.-hurry; 2.-work fast; 3.-be hard working; 4.-do diligently;
-chita ndi khama 1.-do with all the mind; 2.-do diligently; 3.-work hard;
-chita ndi nzeru 1.-do wisely; 2.-do cleverly;
-chita ndwi 1.-be crestfallen; 2.-be quiet; 3.-be dejected;
-chita ng'amba -break; nyengo ikuchita ng'amba = the weather is breaking;
-chita ngati chotsatira cha chinthu 1.-do as a result of; 2.-ensue; 3.-draw consequences; 4.-make effective;
-chita ngati misala -go beserk (esp. due to anger);
-chita ngati wakufa -pretend to die;
-chita ngozi -have an accident;
-chita ngwindingwi 1.-feel sleepy; 2.-noddle; agogo anachita ngwindingwi pamene anali mtulo = my grandfather noddled in his sleep;
-chita njala -be hungry;
-chita njiru 1.-feel jealous because of other people's success; 2.-be jealous; 3.-be envious;
-chita nkhalwe 1.-be cruel; 2.-be unkind; 3.-be unjust;
-chita nkhanza 1.-abuse; 2.-be cruel; 3.-harass; 4.-ill-treat; 5.-be domineering; 6.-be unkind;
-chita nkhawa 1.-be not sure; 2.-worry; 3.-lose heart; 4.-be anxious; 5.-be concerned; 6.-linger;
-chita nkhuli 1.-like eating meat; 2.-salivate; 3.-dislike eating vegetables;

-chita nkhumiko 1.-arrive in time for; 2.-be prompt;
-chita nkhungu 1.-be misty; 2.-be foggy;
-chita nkhwidzi 1.-be jealous; 2.-be envious; 3.-be arrogant;
-chita nsanje 1.-be jealous; 2.-be envious; 3.-smoulder (fig);
-chita nsankhanthira 1.-do things in a hurry; 2.-meddle;
-chita nsoni 1.-be sorrowful; 2.-be grieved; 3.-be compassionate; 4.-be sympathetic;
-chita ntayo 1.-abort; 2.-have a miscarriage;
-chita ntchitikiro 1.-hiccough; 2.-hiccup;
-chita ntchito 1.-work; 2.-do a job;
-chita nthantha 1.-hesitate; 2.-doubt; 3.-be uncertain; 4.-be not sure;
-chita nthawi yolakwika 1.-do things at the wrong time; 2.-be ill-timed; 3.-miss time;
-chita nthibwithibwi 1.-bubble (sound of boiling); 2.-ferment;
-chita nthomphi nthomphi 1.-move up and down; 2.-bob up;
-chita nthova -show sap;
-chita nthubwitubwi 1.-bubble (sound of boiling); 2.-ferment;
-chita nthumanzi 1.-be concerned; 2.-be fearful; 3.-affect deeply; 4.-cup up; 5.-feel excited; 6.-be anxious;
-chita nyansi 1.-dislike; 2.-have no liking; 3.-feel nausea; 4.-hate; 5.-feel unhygienic;
-chita nyati-nyati 1.-be clammy; 2.-be sticky;
-chita pa kamwa 1.-be talkative; 2.-gossip; 3.-blab; 4.-tell tales;
-chita pamodzi 1.-do together; 2.-be concerted; 3.-be in unison; 4.-be harmonious;
-chita pang'ono -do little;
-chita phazi thandize 1.-run quickly to escape danger; 2.-vanish;
-chita phokoso 1.-be noisy; 2.-yammer; 3.-make hullabaloo;
-chita phote -eddy;
-chita phuma 1.-act fast; 2.-be in a hurry; 3.-pant; expression: wachita phuma (lit.: you have been panting) = you are acting in a hasty manner without thinking properly;
-chita phunzo 1.-blaspheme; 2.-speak bad language; 3.-speak obscene language;
-chita phwete 1.-laugh in derision; 2.-chuckle;
-chita posadutsa mphindi immediate; kuchita kanthu pasanadutse nthawi = immediate reaction;
-chita pukupuku -be shaky;
-chita pumepume -catch one's breath (as in pleurisy);
-chita tchimo 1.-commit sin; 2.-offend God;

-chita telefoni 1.-make a telephone call; 2.-ring up;
-chita thovu -show foam;
-chita thukuta 1.-sweat; 2.-be embarrassed;
expression: ndinachita thukuta nkhani itaululika
(lit.: I sweated when the issue got revealed) = I
was embarrassed when the matter became known;
3.-work tirelessly;
-chita tondovi 1.-despair; 2.-be depressed; 3.-be
crestfallen; -be dejected;
-chita tsembwe 1.-tremble; thupi lake lidachita
tsembwe ndi mantha = his body trembled because
of fear; expression: wachita tsembwe chifukwa
wagwidwa (lit.: he has trembled because he has
been caught) = he feels ashamed; 2.-shiver; 3.-be
shy;
-chita tsimwe -spasm;
-chita tsinya 1.-frown; 2.-show sign of anger;
-chita tsoka 1.-be unlucky; 2.-have misfortune; 3.-
be unfortunate;
-chita tulo 1-be foolish; 2.-be sleepy;
-chita ubale 1.-build relationship; 2.-make
friendship; 3.-amalgamate;
-chita ubwenzi 1.-befriend; 2.-court;
-chita uchimo -commit sin;
-chita udani 1.-create enmity; 2.-create hostility; 3.-
make relationship sour;
-chita udongo 1.-be clean; 2.-be tidy; 3.-be
hygienic; 4.-be smart;
-chita ukali 1.-be furious; 2.-be angry;
-chita ukamberembere 1.-procrastinate again and
again; osunga ndi kukongoza ndalama adalanda
katundu wake chifukwa cha ukamberembere = the
bank confiscated his porperty because he
procrastinated again and again; 2.-deceive; 3.-
defer;
-chita ukapilikoni 1.-scout; 2.-spy; 3.-act as a
mole; 4.-work under cover; 5.-investigate in a
tricky way;
-chita ukapsala 1.-be untrustworthy; 2.-be
unfaithful;
-chita ukatswiri 1.-specialise; 2.-be a specialist; 3.-
be professional; 4.-be technical; 5.-be an expert;
6.-have expertise;
-chita ukazitape 1.-spy; 2.-scout; 3.-mole;
-chita ulemu 1.-be polite; 2.-salute; 3.-give respect;
-chita ulesi -feel lazy;
-chita ulialia 1.-deceive; 2.-lie; 3.-cheat;
-chita ulombo 1.-despair; 2.-be destitute;
-chita umasikini 1.-beg in a tricky way; 2.-beg in
the streets;
-chita umbanda 1.-be an armed robber; 2.-lie in
ambush;
-chita umboni 1.-bear witness; 2.-give testimony;
3.-testify;

-chita unkhwima 1.-be greedy; 2.-economise; 3.-be
selfish;
-chita unyizi 1.-remain silent; adachita unyizi pa
nkhaniyi = he remained silent on this issue; 2.-be
quiet;
-chita utambwali 1.-be deceitful; 2.-be crooked; 3.-
be unfaithful;
-chita utantha 1.-defer; 2.-deceive;
-chita uve 1.-be unhealthy; 2.-be unhygienic; 3.-be
untidy;
-chita vikiriri 1.-curl; 2.-have no say; 3.-be
dumbfounded;
-chita vwirikiti -heap;
-chita waka waka 1.-do unnecessary movements;
2.-be confused; 3.-be like a mad person;
-chita wayuwayu -make noise with dry bush grass;
-chita yakaliyakali 1.-move unintentionally; 2.-
move disorderly; 3.-loiter;
-chita yaviyavi 1.-walk without course; 2.-loiter; 3.-
wander aimlessly;
-chita za bodza 1.-do deceitful things; 2.-be a liar;
-chita za bowa 1.-delay; 2.-procrastinate; 3.-waste
time;
-chita za chiukulu 1.-be respectful; 2.-act as an
adult; 3.-act reasonably;
-chita za chiumwana -do childish things;
-chita za chiwembu -plot;
-chita za dama 1.-commit adultery; 2.-be
adulterous; 3.-prostitute; 4.-shag; 5.-copulate; 6.-
roger;
-chita za manyado 1.-do ambitious things; 2.-be
luxurious;
-chita za masewera 1.-do childish things; 2.-be not
serious;
-chita za masilamusi 1.-bewitch; 2.-be magical;
-chita za matsenga 1.-bewitch; 2.-be magical;
-chita za mtopola -quarrel;
-chita za mwano 1.-do mischievous things; 2.-be
rude; 3.-be arrogant;
-chita za nzeru 1.-be wise; 2.-be intelligent;
-chita za taleka n'talawa -develop a bad habit (lit.:
let me taste the relish finishing the whole pot);
-chita za ukamberembere 1.-fool; 2.-cheat; 3.-
deceive; 4.-swindle; 5.-stupify;
-chita za umunthu 1.-be human; 2.-be humane; 3.-
behave well; 4.-be respectful;
-chita za uzimu 1.-do spiritual things; 2.-do
religious things;
-chita zenizeni 1.-do exact things; 2.-do remarkable
things; 3.-do genuine things;
-chita zikani 1.-boast of one's strength; 2.-have
feeling that one can fight all people;
-chita zinthu mosadziwa -be naive; mnyamatayo
anawonetsa kusowa ulemu chifukwa cha

kusadziwa = the boy's naivety to impoliteness was due to inexperience;

-**chita zinthu mosazindikira** 1.-do things unknowingly; 2.-do things ignorantly; 3.-do things foolishly;

-**chita zinthu mozengereza** 1.-do things hesitantly; 2.-do things unwillingly;

-**chita zinthu mwa mantha** -do things cowardly;

-**chita zinthu mwachidule** 1.-do things short-cut; 2.-do things easily;

-**chita zinthu zokhumudwitsa** 1.-do annoying things; 2.-annoy others; 3.-disappoint;

-**chita zisudzo** 1.-act in a play; 2.-be an actor/actress; 3.-stage a play;

-**chita ziwanda** 1.-be scatty; 2.-be crazy; 3.-be mad;

-**chita zochititsa manyazi** 1.-do shameful things; 2.-be immodest;

-**chita zodabwitsa** 1.-do wonders; Yesu anachita zodabwitsa = Jesus did wonders; 2.-perform miracles;

-**chita zodandaulitsa** -do sorrowful things;

-**chita zodeweza** 1.-delay; 2.-hesitate; 3.-doubt; 4.-relax;

-**chita zofuna mtima** 1.-do what you like; 2.-do things in obedience to your mind;

-**chita zofuna zako** 1.-do according to your own will; 2.-serve your interests; 3.-be not considering others; 4.-be selfish;

-**chita zoipa** 1.-be immoral; 2.-be impure; 3.-be evil; 4.-be satanic;

-**chita zokoma** 1.-do pleasant things; 2.-do good things;

-**chita zolongosoka** 1.-do remarkable things; 2.-be excellent; 3.-be orderly; 4.-do correct things; 5.-be careful;

-**chita zolungama** 1.-do right things; 2.-be just; 3.-be righteous; 4.-be truthful; 5.-be honest; 6.-be innocent;

-**chita zonse** 1.-do all; muchite ntchito zonse = you should do all the work; 2.-complete;

-**chita zopanda pake** 1.-behave foolishly; 2.-be careless;

-**chita zopusa** 1.-behave foolishly; 2.-have illegal sex;

-**chita zosayenera** 1.-be immodest; 2.-do very shameful things; 3.-have sex with animals;

-**chita zotsutsana ndi za nzeru** 1.-act in opposition to wisdom; 2.-be illogical;

-**chita zozerezeka** 1.-do foolish things; 2.-be stupid;

-**chita zozizwitsa** 1.-do mysterious things; 2.-do wonders; 3.-do miracles;

-**chitachita** 1.-be active; munthu wochitachita = an active person; 2. -do something repeatedly;

-**chitaganya** federal;

chitaganya\zi- 1.federation; Kamuzu Banda adaphwanya chitaganya cha azungu = Kamuzu Banda broke the federation made by the whites; 2.combination of countries;

-**chitako bwino** 1.-fare well; 2.-make progress;

chitalaka\zi- large red bead;

chitamba\zi- elephant's tusk;

chitambala\zi- big cock;

chitambaya\zi- 1.shawl; 2.handkerchief;

chitambe\zi- beanleaf;

chitanda\zi- 1.coffin; 2.stretcher with a dead body lying on it; 3.corpse; 4.dead body; 5.cadaver;

chitanga\zi- coop for fowls;

-**chitanso** 1.-do over again; 2.-redo; 3.-repeat; 4.-retake; 5.-do ditto;

-**chitapo kanthu** 1-respond; 2.-react; 3.-answer; 4.-revenge; 5.-help;

chitatanga\zi- 1.crate of fowls; 2.cage;

-**chitatu** third; chinthu chachitatu = the third thing;

chitawuni 1.town life; 2.urbanisation;

chitayiko cha muyaya 1.eternal loss; 2.being lost eternally;

chitayo\zi- 1.abortion; anachita chitayo/ anali ndi chitayo = she had an abortion; 2.stillborn;

chitayo\zima- big neck tie;

chitchingo\zi- impediment; ndiwe chitchingo kupambana kwanga = you are an impediment to my success;

chitchinjirizo\zi- 1.protection; 2.security; 3.defence; 4.shield; 5.barricade;

chitchire\zima- 1.large bush; 2.forest;

chitedze\zi- 1.broad bean; akuviika zitedze = he is soaking broad beans; 2.buffalo bean; 3.elephant bean; 4.kind of itching plant that produces beanlike fruits;

chitekwere\zi- 1.shed for keeping birds; 2.hen house;

chitelera\zi- dance for women;

chitendene\zi- heel; yenderani zitendene = walk on your heels; fupa la chitendene = calcaneous;

chitengera\zi- 1.image; 2.double; anachita chitengera cha a zakhali ake = she was a double of her aunt; 3.carbon copy;

chitengero\zi- 1.vase; 2.utensil for putting in flowers; 3.instrument for carrying things; 4.carrier;

chitengwa\zi- 1.patrilineal marriage; 2.in-lawhood (position of a female who lives with her husband at his village);

chitenje\zi- 1.wrap-around-cloth (piece of cloth for wrapping around the body); ine ndidalephera kugula chitenje cha mayi = I failed to buy a cloth for mum; 2.zambia;

chitete\zi- (chiYao) 1.grasshopper; kinds: (a) chithuli\zi-/ thuli\ma-, (b) khwiya\a-, (c) gamba\a-

(big red winged), (d) gombamthiko\a-, (e) tsokonombwe\a-; proverb: pang'ono pang'ono tsokonombwe anatha mtunda ndi kudumpha (lit.: little by little grasshopper covered a long distance by jumping) = haste makes waste = in a slow way you can perform great things = no matter how slow you might be, you will achieve your goal if you are determined, (f) thethe (green, small); 2.basket;

chitetezo\zi- 1.defence; chitetezo chochepa = weak defence; 2.safeguard; utoto ndi chitetezo ku dzimbiri = paint is a safeguard against rust; 3.safety; akudandaula za chitetezo cha ana ake = he is worried about the safety of his children; 4.security; ana amafuna chikondi ndi chitetezo = children need love and security; 5.protection; 6.immunity; body immunity = chitetezo cha m'thupi; 7.immunisation; chitetezo cha ana ku matenda = children's immunisation; kusowa chitetezo cha m'thupi = immunodeficiency;

chithandizo cha nthenda 1.therapy; 2.treatment;

chithandizo kwa osowa aid to the needy;

chithandizo kwa ovutika relief; chuma chothandizira ovutika = relief fund;

chithandizo\zi- 1.aid; 2.help; 3.succour; 4.contribution; 5.subsidy; 6.stretcher; 7.resource; 8.support; 9.grant;

chithandothando\zi- 1.camp; 2.temporary accommodation;

chithaphwi\zi- 1.pond; 2.pool; udzudzu umaswana mu zithaphwi = mosquitoes breed in pools; 3.reservoir; 4.swampy area;

chithatha\zi- 1.pallet; 2.bier; 3.stretcher with dead body lying on it;

chitheba\zi- 1.bean; 2.pod;

chithikozo\zi- 1.enthusiasm; 2.credit;

-chithima 1.-walk with difficulty; 2.-walk limpingly; 3.-drop on one leg;

chithimba\zi- necklace of several rows;

-chithinka -drop on one leg;

chithokomiro\zi- 1.throat; 2.oesophagus; 3.trachea; 4.bird's crop; 5.craw;

chithokozo\zi- 1.vote of thanks; tipereke chithokozo kwa Bambo Banda chifukwa cha thandizo lawo kwa ife = I propose a vote of thanks to Mr. Banda for his support to us; 2.thanksgiving; 3.perk; 4.perkings; 5.appreciation;

chithukuluzi\zi- 1.shoot of a tree; 2.shrub;

chithukumira 1.warmth; 2.good heat of the body;

chithumwa\zi- charm in the form of a small sachet or a small pillow;

chithunguluzi\zi- 1.shoot of a tree; 2.shrub;

chithunzi cha m'chizimezime 1.vision; 2.illusion; 3.ghost;

chithunzi cha munthu woyera 1.picture of a saint;

2.icon; chithunzi cha munthu woyera chogwiritsidwa pa chipembedzo cha chiKhristu kum'mawa = a picture of a holy person (saint) used during worship in the Eastern Church; zokambirana zotsutsana ndi kusunga zithunzi m'tchalichi = iconoclastic controversy;

chithunzi chodabwitsa 1.wonderful picture; 2.mysterious picture; 3.peculiar picture;

chithunzi chododometsa 1.wonderful picture; 2.mysterious picture; 3.peculiar picture;

chithunzi cholakwika 1.bad picture; 2.bad impression; 3.illusion;

chithunzi\zi- 1.picture; m'chithunzi ichi tikuona nyumba ziwiri = in this picture we see two houses; 2.photograph; chithunzi ichi tikuwona nyumba ziwiri = in this photograph we see two houses; kabokosi kojambulira kamajambula zithunzi = a camera takes photographs; 3.reflection; anayang'ana chithunzi chake m'madzi = she looked at her reflection in the water; 4.drawing; 5.shadow; 6.image;

-chithunzithunzi shady;

chithunzithunzi cha Mariya 1.image of Mary; 2.Madonna; pafupifupi mu Mpingo uliwonse wa chiRoma muli chithunzithunzi cha Mariya = there is a Madonna in at least every Roman Catholic Church;

chithunzithunzi choipa 1.bad picture; 2.wrong impression; 3.stigma;

chithunzithunzi m'masomphenya 1.vision; 2.illusion; 3.fantasy;

chithunzithunzi\zi- 1.photograph; 2.picture; 3.shadow; 4.statue; ichi ndi chithunzithunzi cha mayi ake = this is a statue of her mother; 5.image; 6.memory; ndinkawona anzanga m'chithunzithunzi = I could see my friends in my memory; 7.impression; 8.feeling; 9.anticipation;

-chitidwa mofulumira 1.-be done promptly; 2.-be done hastily; 3.-be done quickly;

-chitidwa mosagwirizana ndi lamulo 1.-act against the law; 2.-be illicit; 3.-be law breaker;

-chitika 1.-come off; 2.-happen; ngozi inachitika = an accident happened; sichinachitike chilichonse = palibe chinachitika = nothing happened; chinachitika poyera = it happened openly; 3.-occur; 4.-take place;

-chitika bwino 1.-be done correctly; 2.-be done properly;

-chitika chaka chilichonse 1.-be annual; 2.-be yearly; 3.-happen every year;

-chitika mofanana 1.-coexist; 2.-exist similarly;

-chitika mofulumira zedi 1.-happen very rapidly; 2.-happen very fast;

-chitika mopanda ndondomeko 1.-happen in a

disorganised way; 2.-happen chaotically; 3.-
happen unexpectedly; 4.-happen abruptly;
-chitika mopitirira 1.-be continuous; 2.-be non-
stop; 3.-be incessant;
-chitika mosalekeza 1.-be continuous; 2.-be non-
stop; 3.-be incessant;
-chitika mosayembekezeka 1.-happen
unexpectedly; 2.-happen abruptly;
-chitika moyambirira 1.-precede; 2.-predate;
-chitika msanga 1.-be done quickly; 2.-be done in
time; 3.-be done promptly;
-chitika mwa ulesi 1.-be done weakly; 2.-be done
lazily;
-chitika mwachangu 1.-be done quickly; 2.-be
done in time; 3.-be done promptly;
-chitika mwadzidzidzi 1.-happen suddenly; 2.-be
brusque; 3.-be done abruptly; 4.-happen
unexpectedly;
-chitika mwaulemu -be done politely;
-chitika ndi chivomerezi -be seismic;
-chitika nthawi imodzi 1.-be contemporary; 2.-be
done on the same time; 3.-happen at the same
period; 4.-happen coincidentally;
-chitika nthawi yochepa -be done in a short time;
-chitika nthawi yolakwika -be ill-timed;
-chitika pa nthawi 1.-happen rarely; 2.-happen
seldom; 3.-happen once in a blue moon;
-chitika pa nthawi yake 1.-happen in time; 2.-
happen at the right time;
-chitika pa zaka khumi 1.-happen every ten years;
2.-be decennial;
-chitika pafupipafupi 1.-happen unrandomly; 2.-
happen often;
-chitika pakati pa usiku -happen at midnight;
-chitika pambuyo pa zaka ziwiri 1.-happen every
two years; 2.-be biennial;
-chitika pang'onopang'ono -be done slowly;
-chitika panthawipanthawi 1.-happen randomly;
2.-happen haphazardly;
-chitika posaikapo maganizo 1.-do aimlessly; 2.-
be irrational;
-chitikadi 1.-happen actually; 2.-happen factually;
3.-materialise;
-chitikanso 1.-recur; 2.-happen again; 3.-be done
again; 4.-reappear; 5.-reoccur;
-chitikira 1.-do to; 2.-befall;
chitimbe\zi- kind of tree/ fruit;
chitini\zi- 1.tin; kokakola wa mu chitini = Coca
Cola in tin; 2.bucket; 3.pail;
-chitira chifundo 1.-show mercy; 2.-show
compassion; 3.-show sympathy;
-chitira chipongwe Mulungu 1.-blaspheme; 2.-talk
ill of God;
-chitira chisoni 1.-deplore; 2.-condole; 3.-feel pity;

4.-lament; 5.-sympathise with;
-chitira chiwembu -plot an ambush;
-chitira gwamula -molest; ndani angachitire
gwamula iye? = who dare molest her?
-chitira mwano 1.-act rudely; 2.-act impolitely; 3.-
blaspheme;
-chitira nkhanza 1.-ill-treat; 2.-maltreat;
-chitira nkhwidzi 1.-show jealousy; 2.-be envious;
3.-be greedy;
-chitira ulemu 1.-give respect; 2.-give honour;
-chitira umboni 1.-witness; pali aliyense amene
angachitire umboni pa mlandu umenewu? = can
anyone witness in this case?; 2.-attest; 3.-bear
witness; 4.-give testimony;
-chititsa 1.-instigate; 2.-cause;
-chititsa chidwi 1.-grip; 2.-capture attention; 3.-be
attractive;
-chititsa chifundo 1.-sympathise; 2.-be merciful;
3.-be kind;
-chititsa chilema 1.-cause lameness; 2.-cause
disability; 3.-be lame;
-chititsa chipongwe -cause someone to error;
-chititsa chisoni 1.-sympathise; 2.-grieve; 3.-be a
pity; 4.-be heart-rending; 5.-be distressing;
-chititsa dakhwi -suffocate; mpweya woipa
ukanandichititsa dakhwi = the fumes almost
suffocated me;
-chititsa ganyu -do piece work;
-chititsa kaso 1.-be attractive; 2.-be beautiful; 3.-be
pretty;
-chititsa katapira -lend with interest;
-chititsa khungu 1.-cause blindness; 2.-make blind;
-chititsa kuti chifunike 1.-make something
important; 2.-necessitate; 3.-make something
useful;
-chititsa mantha 1.-cause someone to be afraid; 2.-
make afraid; 3.-menace; 4.-threaten; 5.-frighten;
osandichititsa mantha = don't frighten me; 6.-be
fierce; 7.-be awful; 8.-be eerie; 9.-be hair-raising;
10.-scare; phokoso linandichititsa mantha = the
noise scared me;
-chititsa manyazi 1.-abash; 2.-confound ; 3.-cause
shame; 4.-disgrace; ana osasunga mwambo
amavula makolo = impolite children disgrace their
parents; 5.-dishonour; 6.-make sheepish; 7.-
humiliate; amachititsa manyazi anzawo
oyandikana nawo = they humiliate their
neighbours; 8.-be ignoble; munthu wopanda
makhalidwe abwino ndiponso wochititsa manyazi
= ignoble person; 9.-be ignominous; kulephera ndi
chinthu chochititsa manyazi kwa iye = failure is an
ignominous thing to him; 10.-be immodest; nkhani
yochititsa manyazi = an immodest story;
-chititsa mikwingwirima 1.-cause difficulties; 2.-

cause problems; 3.-bruise;

-chititsa misala 1.-cause madness; 2.-madden; 3.-cause insanity;

-chititsa ngozi -cause an accident;

-chititsa njakata 1.-make someone become busy; 2.-get someone stranded;

-chititsa njala -cause hunger;

-chititsa njomba 1.-lie to others; 2.-be untrustworthy; 3.-be not honouring agreement/ promise;

-chititsa nkhawa 1.-cause worry; 2.-bring worry;

-chititsa nkhuli -cause a desire to eat meat;

-chititsa nkwikwidzimba 1.-cause wounds; 2.-bring difficulties; 3.-bruise;

-chititsa uchitsiru 1.-make someone foolish; 2.-fool;

-chititsa ulesi 1.-cause laziness; 2.-paralyse; 3.-deter; 4.-be deterrent;

-chititsidwa manyazi 1.-be made shameful; 2.-squint;

chitofu (chiAfrikaans) soil that has been dug out to make a pit;

chitofu\zi- (chiNgerezi) stove;

chitokosî\zi- 1.gaol; 2.jail; 3.prison;

chitole\zi- flute;

chitoliro chopanda zosinthira mawu bugle (lit.: flute without keys);

chitoliro\zi- 1.flute; chitoliro changa chimalira bwino = my flute sounds nicely; 2.alarm;

chitonthozo\zi- 1.solace; 2.comfort; 3.consolation; 4.condolence;

chitopa new castle disease;

chitosî\zi- 1.shit of birds; 2.guano;

chitoto\zi- dance of men only (sometimes mixed), without drums, with 'maseche';

chitounika\zi- necklace made from beads;

chitovu cha mafuta paraffin stove;

chiTract 1.Tractarianism; gulu lopereka mphamvu za mwambo wa chiKatolika kuti utsatidwe = a movement which encouraged the Roman Catholic traditions to be followed; 2.Oxford Movement; gulu la mu Mpingo wa chiAnglican pa zaka za 1833-1845, lotsatira maganizo ena ndi mwambo wa chiRoma, loyambitsa 'High Church' = a group in the Anglican Church in 1833-1845, which followed some Roman Catholic ideas and tradition, and started the 'High Church;

chitsa\zi- 1.stump; expression: kukhala pa chitsa (lit.: sitting on stump) = one who cannot have children, especially a male; ndinapunthwa pa chitsa ndipo ndinapweteka kwambiri = I stepped on the stump of the tree and was hurt very much; 2.what remains when a tree is cut;

chitsaka\zi- arrow (with several heads at one shaft);

chitsakano\zi- 1.molar; 2.big tooth;

chitsakata\zi- 1.bundle of grass; 2.bundle of onions;

chitsakatsaka\zi- 1.stunted crop; 2.crop that fails to grow and develop;

chitsalabudu\zi- 1.fez; 2.red hat with a flat top;

chitsale\zi- bunch of things carried by water;

chitsamba choyakamoto burning bush;

chitsamba\zi- 1.bunch of leaves; 2.bush, 3.shrub; 4.herb;

chitsamunda colonialism;

chitsamvu\zi- branch of tree;

chitsandukwa\zi- 1.apparition; 2.spook; 3.dragon;

chitsanzo chabwino 1.good example; 2.good role model;

chitsanzo cholongosoka 1.straightforward example; 2.ideal; ichi ndi chitsanzo cholongosoka cha momwe nyumba iyenera kukhalira = that's my ideal of what a house should be like;

chitsanzo choyenera kutengera 1.exemplary thing; 2.model; tengerani chitsanzo cha bambo wanu = make your father a model;

chitsanzo\zi- 1.example; ichi ndi chitsanzo chabwino = this is a good example; tiyeni tipereke chitsanzo = let's give an example; 2.sample; makabudula anayi awonetsedwa ngati chitsanzo = four pairs of shorts have been shown as a sample; 3.image; 4.supposition;

chitsatsa\zi- big whip;

chitsaya\zi- big cheek;

chitseka pakamwa 1.hush-money (lit.: thing that closes the mouth); 2.bribe;

chitsekerero\zi- 1.bottle-top; 2.lid; 3.stopper; 4.cork;

chitseko cha kumanda gate at grave yard;

chitseko cha nyumba house door;

chitseko cha pa mpanda gate door;

chitseko chotsegula open door;

chitseko\zi- door; chitseko cha khomo = the door that covers the door opening; fig.: iye ndi ine ndi chitseko ndi felemu (lit.: he and I are a door and a frame) = we are lovers/ we agree in many things; expression; anduna ndi chitseko cha mudzi (lit.: the assistant chief is the door of the village) = the security of this village depends on the assistant chief;

chitsekula pa kamwa 1.payment for settling the beginning of a dispute; 2.payment before discussing marriage arrangements;

chitsekulamuvi\zi- chicken given to a divorced wife in order for her to reunite;

chitsenda\zi- 1.very short person; 2.foolishness; 3.muggins; 4.caterpillar;

chitsendatsenda\zi- 1.person who is short and

muscular; 2.short and well built person;
chitserekwete\zi- 1.nitwit; 2.fool; 3.crass; 4.stupid
person; 5.prat; osakhala chitsiru! = don't be such a
prat!; 6.goof; ndi chitserekwete = he is a goof;
7.lubber; 8.idiot; 9.very foolish person;
chitsetse\zi- slab used for descending on slippery
ground;
chitsikana girlhood;
chitsikiti\zi- dance for women only;
chitsime cha aliyense 1.prostitute; 2.harlot;
3.scarlet woman (fig);
chitsime cha madzi otentha 1.hot water fountain;
2.hot spring; 3.geyser;
chitsime cha mafuta 1.oil well; 2.bonanza;
chitsime chosaphwera well that does not dry;
chitsime chosazama shallow well;
chitsime chozama deep well;
chitsime\zi- water well; chitsime chakuya = deep
well; expression: chitsime cha kale kuphetsa ndi
ludzu (lit.: the old well kills one with thirst) =
having fond memories about something;
chitsimikizitso\zi- validity;
chitsimikizo\zi- 1.assurance; 2.validity; 3.emphasis;
4.certificate; 5.confirmation; 6.surety;
7.verification;
chitsinkho relish as food on its own;
chitsipe\zi- chewed stalks (of sugar-cane, etc);
chitsirimpha\zi- log;
chitsiriza\zi- last born; ndine chitsiriza m'banja
mwathu = I am the last born in our family;
chitsiru chachikazi female fool;
chitsiru chachimuna 1.male fool; 2.oaf;
chitsiru m'mtondo maize grains that have failed to
be pounded;
chitsiru\zi- 1.foolish person; proverb: chitsiru chili
ndi mbuyake (lit.: a foolish person has parents/a
master) = a person can be useless to some people
but important to others; 2.nitwit; 3.noodle;
4.fathead; 5.crass; 6.prat; 7.goof; 8.silly person;
9.mutt; proverb: chitsiru chili ndi mwini (lit.: a
mutt has its owner) = if your child is a mutt, you
will still regard him as your child even if he is
neglected by others; 10.muggins; 11.idiot;
12.lubber; 13.private parts of males;
chitsirukwete\zi- foolish person;
chitsitsamsepe\zi- second born child;
chitsitsimutso cha chipembedzo 1.religious
awakening; Chitsitsimutso chachikulu cha
chipembedzo cha chiKhristu ku America pa zaka
za mal700 = Great Awakening of Christianity in
America in the 18th century; 2.religious revival;
msonkhano wa chitsitsimutso = revival meeting;
chitso 1.face; 2.facies;
-chitsogolo frontal;

chitsogozo\zi- 1.guide; 2.leader;
chitsokomiro\zi- 1.enlargement of the thyroid
gland; 2.goitre; 3.crop;
chitsokomolo\zi- cough;
chitsokotsoko\zi- cough;
chitsononkho\zi- 1.maize cob; chitsononkho ichi
chili ndi chimanga chambiri = this maize cob has
many grains; 2.cob;
chitsopi\zi- digging instrument;
chitsotso\zi- 1.sweepings; 2.speck; chotsa chitsotso
mdiso lako = remove a speck from your eye;
3.foreign body in the eye; 4.mote; 5.blackjack;
chitsukwa\zi- tail of bird;
-chitsula 1.-devalue charms; 2.-be able to remove
the power of magic;
chitsulo cha chikasu brass;
chitsulo cha m'kamwa bit of horse;
chitsulo chochuluka excess iron (medical);
chitsulo chogwira gudumu 1.drive shaft;
2.linchpin;
chitsulo cholemera choyera uranium (lit.: strong
white metal);
chitsulo cholimba chonyezimira cobalt (lit.: strong
shining metal);
chitsulo chomangira pepala 1.instrument for
fixing together papers; 2.stapler;
chitsulo chosachedwa kusungunuka 1.soft metal;
2.lead;
chitsulo choswera zinthu hammer;
chitsulo chotukulira galimoto jack;
chitsulo choyimikira thandala bracket;
chitsulo\zi- 1.iron; kusungunula zitsulo = iron
melting; mwala wopangira chitsulo = iron ore;
mitengo ya chitsulo yotsekera makomo kapena
mawindo kuteteza kwa akuba = iron bars closing
the verandah or windows for thieves = burglar
bars; 2.steel; 3.metal; mpando wa chitsulo = metal
chair; 4.weaponry;
chitsuto\zi- brush made of stem of plants;
chitukuko 1.development; chitukuko chimadalira
pa kulimba mtima kwa anthu = development
depends on the courageous spirit of the people;
chitukuko chimafuna dongosolo = development
requires organisation; 2.industrialisation;
chitukutuku warmth;
chitulo deep sleep;
-chitulotulo sleepy;
chitumba\zi- heap of cleared weeds;
chitumbuwa\zi- 1.scone; 2.bun;
chitunda\zi- 1.elevation; 2.ascent; 3.hump;
-chitungu caloric;
chitungu\zi- 1.humid and rather hot weather;
2.sweat;
chitungulu 1.warmth of air; 2.sweat;

chitungwi sweat; kuyesa chitungwi = sweat test;

chitupa cha umboni 1.licence; 2.identification; 3.identity card;

chitupa cha umboni wa munthu identity card;

chitupa cholowera m'dziko 1.visa; 2.passport;

chitupa chotulukira m'dziko 1.visa; 2.stamp/ mark put on a passport;

chitupa choyamba cha ukachenjede 1.certificate; 2.diploma;

chitupa\zi- (chiTumbuka) 1.passport; 2.pledge card;

chitupira\zi- 1.boil; 2.skin abscess;

chitupsya\zi- 1.boil; chitupsya chimafunika kuphulika kuti ululu uthe = the boil needs to burst so that the pain stops; anamwalira ndi zitupsya = he died of boils; 2.swelling; 3.abscess; chitupsya cha pa bere = abscess of breasts; kutupsya cha pa khungu = abscess of skin; 6.inflammation; 7.blister;

chitusha\zi- 1.blister; 2.abcess; 3.swelling; 4.boil; watuluka chitusha = she has developed a boil;

chitute kind of mouse;

chituvi grey hair at early age; mwana wanga ali ndi chituvi = my child has grey hair at early age;

chituvi \zima- big heap of faeces;

chituzu rudeness;

chiubwana\a- 1.braveman; 2.hero;

chiukazi womanhood;

-chiukazi womanly;

chiulampata\zi- gap;

chiuma\zi- dysentery;

chiumi\zi- small ant hill made by very small ants;

chiumunthu 1.personality; 2.personhood;

-chiumunthu 1.-humanity; 2.-manly;

chiunda\zi- 1.small dove; 2.young dove; 3.young pigeon;

chiundo chochitirapo masewera stage;

chiundo\zi- 1.verandah; chiundo cha nyumba = verandah of a house; 2.platform;

chiuno\zi- 1.middle of the body; expression: akuduka m' chiuno (lit.: they are getting cut in the middle) = while dancing they move the upper and lower parts of the body using the loins as a joint; amavala nsalu mchiuno = they wear a cloth around their middles; expression: Mariya ali ndi pakati (lit.: Mary has the middle) = Mary is pregnant; expression: nenani pakatikati (say it in the middle) = don't mention a too high or too low price/ don't talk too harsh and too lenient; 2.waist; expression: njala mchiuno (lit. : hunger in the waist) = a weak person; 3.loins; lamba amavalidwa m'chiuno = a belt is worn around the loins; 4.female pelvis; 5.girdle;

Chiuta (chiTumbuka) 1.God (lit.: big bow); the word refers to: (a) a chicken that covers with its wings, (b) a cow resting under a tree, (c) the rainbow, i.e. uta wa leza, referring to the Lord of space, who stretches the rainbow; 2.funeral; 3.death; kunyumba kwawo kwagwa Chiuta = there is death in their house;

chiuta\zi- dead body;

chiuto\zi- place for cattle to rest;

chiutsa nyere kind of sugarcane that is very sweet;

chiutsamtsamiro\zi- breakfast; iye amadya chiutsamtsamiro m'mawa = he takes breakfast in the morning;

chiuzira\zi- ground spider;

chiuziriro\zi- red-hot boring-iron for wood;

chivano\zi- 1.union; 2.unity; 3.cooperation;

chivemvemve\zi- 1.clear hearing; 2.clear fact;

chivimbo\zi- 1.cork; 2.lid; 3.bung;

chivomerezetso\zi- validity;

chivomerezi\zi- earthquake;

chivomerezo cholembera mabuku 1.agreement to print books; 2.imprimatur; 3.right to print books;

chivomerezo\zi- 1.agreement; 2.acceptance; 3.permission; 4.admission;

chivomezi\zi- earthquake;

chivua\zi- animosity;

chivululu\zi- 1.gizzard; 2.bird's second stomach;

chivumazi\zi- earthquake;

chivumbulutso\zi- 1.revelation; 2.name of the last book of the Bible;

chivumulo\zi- antidote (that which reduces the effects of poison); musampatse chivumulo wakuba = do not give an antidote to a thief;

chivundi \zi- 1.rotten thing; 2.bad smell;

chivundikiro\zi- 1.cover; 2.stopper; 3.lid; 4.cork;

chivungo\zi- 1.bundle; 2.parcel;

chivuti\zi- bunch of grass, twigs, etc.;

chivuvu\zi- big black wasp;

chivuvuluzi\zi- 1.famine; 2.hunger; 3.starvation;

chivwembe\zi-/ chivwende\zi- watermelon;

chivwimbo\zi- stopper;

-chiwa 1.-prevent; 2.-block; 3.-blockade;

chiwafe\zi- big shallow clay pot used for bathing;

chiwakwata\zi- sandal;

chiwala\zi- grasshopper; expression: ndi wa ziwala m'maso (lit.: a person with grasshoppers in the eyes) = a mad person/ lunatic;

chiwale\zi- kind of tree (soft inside);

chiwaliwali\zi- lightning;

chiwalo cholankhulira speech organ;

chiwalo chomvelera ear;

chiwalo chonunkhizira nose;

chiwalo choonera 1.organ of sight; 2.eye;

chiwalo chopangidwa prothesis;

chiwalo chopumira nsomba gill (breathing organ

of fishes);

chiwalo chosintha magazi spleen;

chiwalo chosungiramo ndulu gall bladder;

chiwalo chowonera 1.organ of sight; 2.eye;

chiwalo choyendera leg;

chiwalo\zi- 1.member; chiwalo cha thupi = member of the body; 2.organ; manja ndi miyendo ndi ziwalo za thupi = limbs are the organs of the body; 3.part; mikono ndi miyendo ndi ziwalo za thupi = arms and legs are parts of the body; kupereweredwa kwa kagwiritsidwe ntchito ka ziwalo = abiotrophy; 4.limb; 5.member of a group;

chiwamba\zi- 1.smoked chicken; 2.dry meat (esp of slaughtered chicken); 3.smoked fish; 4.smoked meat;

-chiwambawamba anyhow;

chiwanda\zi- 1.evil spirit of a deceased who is said to be not received into the spirit world because of his misdeeds; 2.ghost; 3.apparition; 4.spook; 5.demon;

chiwandowando\zi- sign that shows that something has happened to the grass in a bush;

chiwandu\zi- path, made by bending grass;

chiwata \zi- plateau;

chiwate\zi- clay pot for bathing;

chiwaula\zi- caterpillar;

-chiwawa 1.violent; 2.malignant; 3.noisy;

chiwawa\zi- 1.squabble; 2.scuffle; 3.imbroglio; 4.violence; chiwawa chochitira amayi/ kuphwanya ufulu wa amayi = violence against women; 5.chaos; 6.havoc; 7.riot;

chiwawu kind of disease in many crops, making the leaves whiter;

chiwaya\zi- frying-pan;

chiwaye\zi- 1.kraal; 2.enclosure for cattle;

-chiwembu 1.conspiratory; 2.malevolent;

chiwembu\zi- 1.ambush; chiwembu chodyetsa mankhwala oipa = a plot of poison; 2.plot; 3.kidnap; 4.attack (on); 5.conspiracy; 6.malice; 7.machination;

chiwengo (maso a c.) allergic conjunctivitis; ndi matenda oyabwa a maso chifukwa cha ziwengo = it is a disease of itching of the white in the eye because of skin disease;

chiwengo\zi- 1.skin disease due to eating certain food; 2.eruption (likened to the bird of that name); 3.blotch;

-chiweniweni civil; ufulu wa anthu wochita zinthu mosawopa wina = civil rights; nkhondo ya pachiweniweni/ nkhondo ya pamtundu = civil war;

chiwere\zi- 1.women's milk; 2.mixed outdoors;

chiwerengero cha anthu population; unduna wa za umoyo ndi chiwerengero cha anthu = the Ministry of Health and Population;

chiwerengero cha chiwerengero china quotient;

chiwerengero cha ovomereza msonkhano quorum; chiwerengero cha anthu oyenera kuti msonkhano ungathe kuyambika = the number of people to qualify for the beginning of a meeting;

chiwerengero cha zinthu 1.number; 2.figure; 3.amount; 4.total;

chiwerengero\zi- 1.census; 2.accountability; 3.number; 4.amount;

chiwerewere 1.coitus; 2.fornication; 3.adultery; 4.sexual intercourse;

Chiweru Saturday; titani pa Chiweru? = what should we do on Saturday?;

chiweruzo chabwino 1.good judgement; 2.good ruling;

chiweruzo chochenjera 1.chicanery; 2.false argument;

chiweruzo cholakwika 1.ill-judgement; 2.wrong judgement; 3.poor judgement;

chiweruzo chotsiriza 1.last judgement; 2.final judgement;

chiweruzo\zi- 1.judgement; chiweruzo cha bodza = false judgement; chiweruzo cha madyera mphotho = wrong judgement because of being bribed; chiweruzo chokhonzeka = right judgement (without favouritism); chiweruzo chokondera = judgement led by favouritism; chiweruzocho ndi chosakwanira = the judgement is not satisfactory; kugamula mlandu = judging the case; 2.advice;

chiweto\zi- 1.livestock; 2.domestic animal; 3.farm animals;

chiwewe 1.rabies; 2.disease that causes madness;

-chiwewe rabid; akuthawa kambuku wa chiwewe = they are running away from a rabid leopard; galu wa chiwewe = a rabid dog;

chiwindi \zi- liver; achemwali anga amakonda kudya chiwindi = my sister likes to eat a liver; chiwindi cha ng'ombe = liver of a cow; kuika chiwindi china = liver transplantation; proverb; chiwindi cha nkhandwe chinalaka mlenje (lit.: the liver of a fox was abandoned by a hunter) = even the most able person sometimes fails;

chiwindo\zi- 1.'medicine' used to stop a person from stealing from a garden or from having sex with a girl or with someone's wife; 2.charm for protection against thieves;

chiwiri 1.bigamy; 2.having more than one wife;

-chiwiri second (adj); gawo lachiwiri = the second part; nthawi yachiwiri = the second time; nkhondo yachiwiri ya dziko lonse lapansi = the second world war; munthu wachiwiri = the second person;

-chiwisi 1.raw; 2.uncooked;

-chiwitsa -make someone interrupt something;

chiwiya chadothi 1.clay pot; 2.earthenware;

chiwiya chakunyumba yophikiramo zakudya
1.kitchen utensil; 2.kitchen ware;
chiwiya chodyeramo nsima 1.plate; 2.dinner set;
chiwiya chokazingira frying-pan;
chiwiya chophikira 1.cooking pan; 2.cooking pot;
chiwiya chotungira madzi 1.pail; 2.utensil; 3.cup;
chiwiya chowotchera frying pan;
chiwiya\zi- 1.domestic article; ziwiya za ku
khitchini zabedwa = domestic articles have been
stolen; 2.kitchen utensil; 3.pan; 4.vessel; chiwiya
chotungira = vessel for drawing liquids;
5.property; 6.dowry;
chiwombankhanga\zi- eagle;
chiwombolo 1.liberation; 2.deliverance;
3.redemption; 4.salvation; 5.freedom;
chiwona maso payment for finding a lost thing;
chiwonetsero cha za ulimi 1.agricultural show;
2.agricultural field day;
chiwonetsero cha zamalonda trade fair;
chiwonetsero\zi- 1.exhibition; 2.show; kuli
chiwonetsero usiku uno = there is a show tonight;
3.fair; chiwonetsero cha malonda = a trade fair;
ndinapita ku malo a chiwonetsero cha malonda = I
went to the trade fair; 4.demonstration; ufulu
wochita ziwonetsero mwa ufulu = the right of
peaceful demonstrations; 5.exposition; 6.sample;
chiwongo\zi- (chiTumbuka) 1.family name;
2.surname; 3.clan name; 4.ethnic group; 5.bride's
price;
chiwongola dzanja 1.reward; 2.perk; 3.interest;
banki inakana kupereka chiwongola dzanja kwa
anthu = the bank refused to give interest to the
people;
chiwongola msana bride price given to the
bridesmaid's parents;
chiwongolero\zi- steering wheel;
chiwonjezero\zi- 1.increase; 2.increment;
3.addition; 4.supplement;
chiwonongeko chachikulu 1.havoc; 2.ruin;
3.devastation; 4.great destruction;
chiwonongeko\zi- destruction; kunali
chiwonongeko cha nyumba nthawi ya usiku =
there was a destruction of houses during the night;
-chiwozi forgetful;
chiwuluzi\zi- 1.bacchanal; 2.noisy celebration full
of drinking and confusing behaviour; ndi
chikondwerero cha phokoso chodzadza ndi kumwa
ndinso makhalidwe a chisokonezo, chokumbukira
Bacchus, mulungu wa chiGiriki wa vinyo = noisy
celebration full of drinking and confusing
behaviour to the remembrance of Bacchus, the
Greek god of wine;
chiyabwi\zi- 1.hairy worm that causes itching;
2.caterpillar;

chiyala\zi- wooden sheath for arrows, knives;
chiyambakale\zi- old timer;
-chiyambi 1.initial (adj); pachiyambi pa chitukuko
= the initial phase of development; 2.beginning;
3.original;
chiyambi cha maganizo principle;
chiyambi cha matenda 1.beginning of a disease;
2.etiology; 3.origin of a disease; 4.cause of a
disease;
chiyambi cha mavuto beginning of problems;
chiyambi cha moyo watsopano beginning of new
life;
chiyambi cha moyo wina beginning of new life;
chiyambi cha nzeru beginning of wisdom;
chiyambi cha tchimo 1.the Fall; 2.the beginning of
sin; 3.original sin;
chiyambi cha zinthu 1.beginning of things;
2.fount; 3.origin of things;
chiyambi cha zonse beginning of everything;
chiyambi chabwino 1.nice beginning; 2.good
beginning;
chiyambi chake 1.beginning of something/
someone; 2.its beginning;
chiyambi chopanga chinthu 1.beginning of doing
things; 2.attempt;
chiyambi\zi- 1.beginning; pa chiyambi = in the
beginning/ from the beginning; chiyambi cha
mudzi = the beginning of the village; Mulungu
alibe chiyambi kapena mapeto = God has no
beginning nor end; 2.preamble; 3.background;
chiyambi cha moyo wanga wa uzimu = the
spiritual background of my life; 4.cause; 5.start;
6.genesis; ichi ndi chiyambi changa = this is my
genesis; 7.origin; chiyambi cha mbewu = origin of
crops; 8.source; chiyambi cha nkhani = the source
of a story; 9.inception; 10.grassroots; 11.root;
chiyambikiro cha dzidzidzi assault;
chiyamiko\ma- 1.exaltation; 2.compliment;
3.payment;
chiyamwaka\zi- 1.habit; 2.retirement;
chiyanga misi uncertainty;
chiyangata mawere 1.bra; 2.brassière; 3.garment
worn to support breasts;
chiyangoyango chaminga 1.thicket; 2.bush of
thorns; 3.brier;
chiyangoyango\zi- kind of thick bush;
chiyani? what?; what?; mukufuna chiyani? = what do you
want?; chiyani chinachitika? = what happened?;
ukuti chiyani? = what do you say?; umati chiyani?
= what did you say?; umatani? = what were you
doing?; umayembekezera chiyani? = what were
you waiting for?;
chiyaniko\zi- exposition;
chiyanjanitso\zi- thing that makes opposite parties

Chiyanjano cha Amayi - chizindikiro cha kulankhula

reconcile/ reunite;
Chiyanjano cha Amayi lit.: Fellowship of Women;
it is the name of the women's organisation of the
Churches of Christ in Malawi;
chiyanjano\zi- 1.communion; chiyanjano cha oyera
mtima = the communion of the saints; chiyanjano
cha thunthu (mkate ndi vinyo) = communion in
both kinds (bread and wine); 2.fellowship;
chiyanjano cha maEvangelical ku dziko lonse =
World Evangelical Fellowship (W.E.F.);
chiyanjanochi chinakhazikitsidwa ku Maiko
Otsika, m'chaka cha 1951 = this fellowship was
founded in The Netherlands in 1951; 3.union;
4.unity; 5.partnership; 6.affection;
chiyankhulo cha chiGiriki Greek language;
chiyankhulo cha chiHeberi Hebrew language;
chiyankhulo cha chilendo 1.foreign language;
2.strange language; 3.alien language; 4.lingo;
chiyankhulo cha chiRoma Latin language;
chiyankhulo chakunja 1.foreign language; 2.lingo;
chiyankhulo cholumikizitsa mitundu lingua
franca; Chichewa ndi chiyankhulo cholumikizitsa
mitundu ya aTumbuka ndi aYao ndi ena =
Chichewa serves as a lingua franca between the
Tumbuka and theYao and others;
chiyankhulo\zi- 1.language; 2.tongue; 3.verbal
communication;
chiyasamule\zi- yawning;
chiyembekezo\zi- hope; Khristu ndi nangula wa
chiyembekezo = Christ is the anchor of hope;
-chiyendayekha unaccompanied;
chiyendayekha\a- 1.gorilla; 2.powerful African
ape;
chiyendeyende\zi- 1.unplanned movement;
2.loitering;
chiyengero\zi- immature pumpkin fruit;
chiyerekezo cha umboni 1.reference; 2.piece of
information;
chiyerekezo chabwino good assumption;
chiyerekezo chamtsogolo projection;
chiyerekezo choipa 1.stigma; 2.bad assumption;
chiyerekezo\zi- 1.assumption; 2.imagination;
3.supposition; 4.estimation; 5.relativity;
chiyeretso\zi- 1.purity; 2.cleanliness; 3.holiness;
chiyero choposa muyezo 1.perfectionism;
2.spiritualism;
chiyero\zi- 1.sanctification; chitsitsimutso cha
chiyero = a revival of sanctification; 2.holiness;
chitsitsimutso chachiyero = holiness revival;
mipingo ya chiyero = holiness churches;
3.chastity;
chiyesero\ma- 1.big temptation; 2.great trial;
chiyesero\zi- 1.measuring instrument; 2.measuring
apparatus;

chiyeso\ma- 1.act of weighing something; 2.ante-
natal weighing of pregnant women;
chiyeso\zi- 1.test; 2.assay;
chiyimbeyimbe singing without following the
normal pattern;
chiyimbira singing without following the normal
pattern;
chiyimbiro\zi- 1.musical instrument; 2.musical
organ; 3.radio cassette (Hi-Fi System);
chiyoto\zi- fire-place;
chiYuda Jewish religion/culture;
-chiza 1.-cure; proverb: kupewa kuposa kuchiza =
prevention is better than cure; 2.-heal; matenda
achizidwa = the disease is healed; 3.-make well;
4.-restore to health; 5.-convalesce;
chizangwali\zi- big and tall person;
chizelo\zi- chisel;
chizewezewe \zi- deformed egg;
chizeze\zi- small axe;
chizima mawere last born;
chizimalupsa\zi- 1.(lit.: thing that dampens the
burnt grass) first rain of the year (falls esp. in the
month of November); 2.early rains; mvula
yoyamba yozimitsa moto wa mthengo = first rains
that quench the burning of the bush;
chizimba cha mankhwala 1.prescription; 2.written
medical instruction;
chizimba\zi- 1.charm; kupeza zizimba = to obtain
charms (by cutting parts of a body); 2.activating
agent in medicine, usually made from human
corpse; 3.core of the charm; 4.essential ingredients
in magic medicine; 5.process of taking some
herbal medicine; 6.magical power; 7.prescription;
chizimba cha mankhwala = the prescription for
medicine; 8.pact or pledge that a witchdoctor
requires from a receiver of charms; 9.instruction
given by African doctors;
chizimbazimba\zi- shadow;
chizimbitsamphoyo\zi- pretext; anandibera kudzera
mwa chizimbitsamphoyo cha kupempha thandizo
= under the pretext of asking for help, he robbed
me;
chizimezime\zi- 1.dusk; 2.dimness;
chizimitsamoyo\zi- pretext;
chizindikiritso\zi- 1.assurance; 2.character
(written); 3.poster; 4. lodestar; ndi chizindikiritso
cha momwe munthu ayenera kukhalira = lodestar
is a guiding principle;
chizindikiro cha bungwe 1.symbol of an
organisation; 2.logo;
chizindikiro cha choipa cha mtsogolo 1.sign of
future evil; 2.omen; 3.portent;
chizindikiro cha kulankhula 1.sign; 2.gesture;
3.gesticulation;

chizindikiro cha muyeso 1.symbol of
measurement; 2.index;
chizindikiro cha uzimu 1.spiritual symbol;
2.sacrament;
chizindikiro chofunsira 1.question mark;
2.question stop;
chizindikiro choyimitsira mafunso 1.question
mark; 2.question stop;
chizindikiro\zi- 1.symbol; 2.sign; anapanga
chizindikiro cha mtanda = he made a sign of a
cross; 3.signal; 4.symptom; zizindikiro za matenda
= symptoms of diseases; zizindikiro za maganio =
physical symptoms; 5.hall-mark; 6.indication;
7.notion; chizindikiro cha nthawi = the notion of
time; 8.omen; 9.portent; 10.character;
chizinga\zi- 1.relic; 2.ruined thing surviving from
the past age;
chizire\zi- quail; mana ndi zizire (onani Eksodo 16 :
13) = manna and quails;
chizirezire\zi- dimness;
chiziro shiny clay soil for decorating clay pots;
chiziula 1.dysentery; 2.cholera;
chiziyu\zi- a patch on a mortar;
chizizi\zi- 1.coldness; 2.chilliness; 3.freezing;
4.addled-egg;
chizizya\zi- fire-place;
chizola chachikulu 1.shears; 2.pair of scissors;
chizolowezi cha kadyedwe feeding habit;
chizolowezi chamakono fashion;
chizolowezi\zi- 1.custom; proverb: chizolowezi cha
namkholowa chinazulitsa mbatata ya pansi (lit.:
the custom of potato leaves led to the uprooting of
the underground potato tuber) = small causes have
serious consequences; 2.habit; ali ndi chizolowezi
= he is in the habit of; chimodzi mwa zizolowezi
zake ndi kusewera mpira = one of his habits is
playing football; 3.hobby; 4.behaviour; 5.routine;
chizombo\zi-/ chizombwe\zi- open anthill;
chizondi 1.hatred; 2.unfriendliness; 3.abhorrence;
chizonono gonorrhoea
chizude\zi- fake; ndalama zamaonekedwe ngati
zizude = fake money;
chizumbazumba 1.giddiness; 2.dizziness;
chizungulire 1.dizziness; 2.giddiness;
3.lightheadedness;
chizunyani\zi- 1.young dove; 2.young pigeon;
chizuula 1.dysentery; 2.cholera;
chizwezwe 1.dizziness; 2.confused balance;
-cho that; demonstrative function suffixed to
singular nouns of the chi-zi class; chitsekocho =
that door;
chobadwa bwino something born well;
chobadwa nacho 1.inborn thing; 2.inherent;
chobala\zo- fruit;

chobana\zo- 1.unofficial local marriage;
2.elopement;
chobaya\zo- 1.thorn; 2.pneumonia;
chobera\zo- 1.imitated thing; 2.foreign thing;
choberekera mwana tool for carrying a child;
chobisa\zo- 1.secret; 2.confidential; 3.hidden;
chobisala\zo- 1.hidden thing; 2.disguised thing;
chobisika\zo- 1.something invisible; 2.something
unseen;
chobowa\zo- 1.boring thing; 2.idle thing;
3.unexciting thing; 4.uninteresting thing; 4.bad
thing; anachita zobowa = he did bad things;
chobowoka\zo- 1.bored material; 2.leaking
material;
chobowoledwa\zo- bored thing;
chobowolera matabwa 1.gimlet; 2.small tool for
making holes in wood;
chobowolera\zo- 1.drill; 2.tool for making holes;
3.auger;
chobwera mbuyo mwa 1.result of; 2.aftermath of;
chobwera mbuyo mwa alendo something that
comes after everything;
chobwera mbuyo mwake the following thing;
chobweretsa chisangalalo 1.pleasantness;
2.amenity;
chobweretsa mpweya wozizira 1.fan; 2.air
conditioner;
chochapa\zo- 1.washed thing; 2.cleaned thing;
3.laundry thing;
chochedwetsa kupita mtsogolo 1.thing that hinders
going forward; 2.hindrance; 3.barrier; 4.obstacle;
chochedwetsa zinthu something that delays things;
chochekera\zo- knife;
chochenjeretsa\zo- 1.fraud; 2.deceit;
chochepa\zo- 1.dearth; 2.small thing;
3.inabundance;
chochepekera\zo- 1.inadequate thing; 2.thing that is
not enough; 3.thing that is not much;
chochepetsa zochitika 1.stoppage; 2.restraint;
chochilikiza\zo- 1.buttress; 2.supporter;
chochiona mosakondwa 1.accursed thing;
2.anathema;
chochita panthawi yongokhala 1.hobby;
2.recreation; 3.refreshment;
chochita\zo- 1.behaviour; zochita zako ndi zabwino
= your behaviour is good; 2.action; 3.deed;
4.occupation; ndili ndi chochita = I've got an
occupation; machiritso a matenda popereka
mankhwala kwa odwalayo = occupational therapy;
chochitika chofunikira important event;
chochitika chosangalatsa happy event;
chochitika koyambirira 1.prelude; 2.an event
happening before the other; 3.first event;
chochitika m'dziko secular event; chikhulupiriro

chake chasanganizidwa ndi za mdziko = his faith has been secularised;

chochitika m'mbuyo 1.former event; 2.previous event;

chochitika mosazolowera uncommon event;

chochitika mwadzidzidzi something happening suddenly;

chochitika nthawi ndi nthawi 1.customary thing; 2. usual thing; 3.occassional event;

chochitika pang'onopang'ono 1.thing that happens slowly; 2.gradual thing;

chochitika\zo- 1.activity; 2.event; 3.happening; chochitika pa ulendo = happening/ the thing that happened/ that which happened on the journey; 4.occurrence; 5.actuality; 6.reality; 7.situation;

chochitisa ngozi 1.hazard; 2.danger;

chochititsa kaso something that is admirable;

-chocholerana -kiss one another;

chochololo\ma- crest (of snake);

chochongedwa bwino 1.well marked thing; 2.well assessed thing; 3.properly inspected thing;

chochongera\zo- 1.marking pen; 2.ballpoint;

chochonso ditto;

chochotsa mantha something that encourages someone not to fear;

chochotsa manyazi 1.something that removes one's shame; 2.splendid;

chochotsa ulemu something that removes respect/ honour;

chochotsa\zo- 1.deduction; 2.subtraction;

-chochozera 1.-urge; 2.-encourage wrong action; 3.-compel;

chochucha\zo- leaking vessel;

chochuluka\zo- 1.something abundant; 2.many;

chochulukitsidwa\zo- 1.propagated thing; 2.multiplied thing;

chochulukitsira\zo- multiplier;

chodabwa\zo- surprising thing;

chodabwitsa\zo- 1.marvel; 2.miracle; 3.fabulous thing; 4.wonderful thing;

chodalira\zo- 1.dependence; 2.reliance;

chodalirika\zo- 1.trusted thing; 2.dependable thing; 3.strong thing;

chodandaulitsa\zo- something that brings worry;

chodanitsa\zo- something that brings enmity;

chodedwa\zo- 1.hated thing; 2.anathema;

chododometsa\zo- 1.surprising thing; 2.astonishing thing; 3.amazing thing; 4.astounding thing;

-chodola -break from stalk as fruit;

chodontha\zo- leaking thing;

chodulira\zo- 1.hacksaw; chokhala ndi timanomano tachitsulo mbali imene chimadulira zinthu = something which has small teeth-like steel structures on the cutting side of its blade; 2.cutter;

choduma\zo- scab;

chodutsamo madzi 1.water way; 2.drainage; 3.water pipe;

chodutsira utsi chimney;

chodwana\zo- affray;

chodzichitira\zo- 1.automatic act; 2.self deed;

chodzidzimutsa\zo- 1.mishap; 2.contretemps; 3.surprise;

chodzikhalira\zo- 1.something in a stand still situation; 2.something in its original position;

chodzikuza\zo- 1.selfish person; 2.ambitious person; chimunthu chodzikuza = ambitious person;

chodziwa wekha 1.personal thing; 2.private thing; 3.secret thing;

chodziwalira\zo- direct source of light;

chodziwika bwino 1.well known thing; 2.famous thing; 3.well attested thing;

chodziwika mofulumira landmark;

chodziwika mosavuta 1.landmark; 2.easily recognisable thing; 3.easily known thing;

chodziwika ndi aliyense 1.thing known to everyone; 2.public knowledge;

chodziwikiratu\zo- 1.known thing; 2.recognised thing;

chodziwira mzimu spirit of discernment;

chodziwitsa umwini 1.licence; 2.identification;

chodzodzedwa pa chiyambi 1.anointment at first; 2.fore-ordination;

chodzola\zo- 1.salve; 2.ointment; 3.lotion; 4.cream; akazi akugwiritsa ntchito zodzoladzola zambiri kudzikongoletsa = women use many creams to make themselves more beautiful;

chodzoladzola\zo- cosmetic (n); akuwoneka mwachikoka ndizodzoladzola = she looks attractive with cosmetics;

chodzudzula\zo- 1.diatribe; 2.rebuke;

chofanana mbali zonse symmetrical thing;

chofanana mzonse identical thing;

chofanana ndi china 1.duplicate thing; 2.carbon copy;

chofanana\zo- 1.idem thing; 2.thing same as;

chofefeta\zo- 1.nonsense teller; 2.person who cannot be understood;

chofera sowe thing dying for nothing;

chofera\zo- cause of death;

choferera\- maize that is about to mature;

chofesedwa\zo- sown seed;

chofesera\zo- material for sowing;

chofewa\zo- 1.soft thing; 2.cushy thing;

chofiira\zo- something red in colour;

chofofoloka\zo- 1.weak thing; 2.soft thing (esp one which is porous like bread);

chofooka\zo- 1.weakness; 2.short coming; 3.flaw; 4.weak thing;

chofufutika\zo- something which can be rubbed
off;
chofufutira\zo- 1.rubber; 2.eraser;
chofulama\zo- thing in bent position;
chofululira\zo- 1.cooking vessel; 2.cooking pot;
chofulumiza\zo- stimulus;
chofumbuta\zo- 1.thing that is easily chewed;
2.thing that is easily eaten;
chofumbwa\zo- pulverised thing; chimanga
chofumbwa = maize pulverised by weevils;
chofumbwitsa mbewu weevil;
chofuna wina 1.desire for someone; 2.longing;
chofuna\zo- 1.need; zofuna ndi zosowa = needs and
wants; 2.want; 3.wish;
chofunda\zo- 1.beddings (cover); 2.cloak;
3.something warm;
chofundula cha njoka 1.moulted skin of snake;
2.scale;
chofunika dongosolo la bwino 1.nicety; 2.need
orderly arrangement;
chofunika kuchibwereza something that needs
repetition;
chofunika kuchiganizira matter of importance;
chofunika m'chakudya vitamin;
chofunika pafupipafupi something often needed;
chofunika\zo- 1.necessity; chakudya ndi chofunika
pa moyo = food is a necessity of life;
2.desideratum;
chofunikira koposa very important thing;
chofunikira\zo- useful thing;
chofunsira ntchito 1.certificate; 2.qualification;
chofunsira\zo- 1.question mark; 2.questionnaire;
-chofunya sitting while legs folded;
chofunya\zo- completely bent thing;
-chofwi daft;
-chofwifwa 1.-be out of fashion; 2.-be outdated;
choganiziridwa poyamba 1.priority; 2.precedence;
chogawa\zo- 1.hand out; 2.divider;
chogayidwa\zo- grounded thing;
chogayira\zo- 1.grinder (a thing that grinds);
2.miller;
chogonera chofewa mattress;
chogonera mutu 1.pillow; 2.cushion;
chogonerapo cha pamwamba bed;
chogonerapo cha pansi mat;
chogwa n'kumina 1.weak thing; 2.something
without power;
chogwamulidwa\zo- 1.pestled thing; 2.pounded
thing;
chogwanya\zo- plant that stopped producing new
leaves; nyemba zogwanya = beans that have
stopped producing new leaves;
chogwazira\zo- 1.arrow; 2.spear; 3.knife;
chogwedera\zo- shaky thing;

chogweratu\zo- completely fallen thing;
chogweruka\zo- unfixed thing; chikhasu
chogweruka = a big unfixed hoe;
chogwirika bwino something easily handled;
chogwirira cha chitseko 1.handle of door; 2.knob;
chogwirira chozungulira 1.handle; 2.knob;
chogwirira nsomba 1.fishing net; 2.fishing hook;
3.fishing rod; 4.fishing basket;
chogwirira\zo- 1.handle; 2.haft;
chogwiritsira ntchito 1.tool; 2.instrument;
3.implement; 4.useful thing;
chogwirizanitsa\zo- linkage;
chogwirizira\zo- temporary thing;
choipa chobadwa nacho 1.original sin; 2.inherited
sin;
choipa maonekedwe 1.displeasing thing; 2.ugly
thing;
choipa\zo- evil; tachimwa pakuchita zoipa = we
have sinned in the evil we have done;
chojambulidwa ndi inki linedrawing;
chojambulidwa ndi manja hand drawn thing;
chojambulidwa ndi pensulo linedrawing;
chojambulidwanso\zo- 1.something redrawn;
2.something repainted; 3.dub;
-choka 1.-go away; 2.-leave; mzimu udachoka = the
spirit left; 3.-withdraw; anachoka nkupita pa malo
ena = he withdrew to another place; 4.-depart; 5.-
go from; 6.-go after; nditachoka ine = after me;
tinamuwona iye titachoka ku tchalitchi = we
visited him after church; 7.-come away; 8.-get lost;
-choka chisanu 1.-be lukewarm; 2.-be slightly
warm; 3.-get out;
-choka m'makomo -leave the houses;
-choka m'malo mwake -be displaced;
-choka mbali ina 1.-leave a place; 2.-migrate; 3.-
originate from;
-choka mobera 1.-sneak; he has sneaked away =
wachoka mobera; 2.-slip away;
-choka mofulumira 1.-leave in haste; 2.-scram; 3.-
depart hurriedly; 4.-vamoose;
choka mopusa! leave as a fool!;
-choka mozemba -decamp secretly;
-choka mphepo 1.-be lukewarm; 2.-be slightly
warm;
-choka mtundu 1.-lose colour; 2.-fade;
-choka mwachinsinsi -decamp secretly;
-choka mwakachetechete -decamp silently;
choka mwamtendere! leave in peace!;
-choka mwana m'dzira 1.-hatch; 2.-give forth;
-choka pa malo 1.-disappear; 2.-fade away; 3.-
depart; 4.-move away; 5.-quit; 6.-be off; 7.-leave
the place;
choka! 1.be gone!; 2.go away!;
chokakala\zo- hard hearted thing;

chokalamba\zo- 1.aged thing; 2.old thing;
chokamba\zo- comment; pali chokamba = is there any comment?;
chokambirana\zo- 1.discussion; 2.deliberation; zokambirana zathu zikuyenda bwino = our deliberations are going on smoothly;
-chokamo/po/ko 1.-vacate; chokapo pa udindo = vacate the post; chokamo m'nyumba = vacate a house; chokako kunyumba = vacate home; 2.-move out;
chokani! 1.go away quickly!; 2.scram!
-chokapo 1.-leave; 2.-go away; 3.-quit; 4.-vanish; 5.-disappear; 6.-part; 7.-set out; 8.-retire; chokapo tsopano = retire now; 9.-vacate; 10.-go downwards;
-chokera 1.-come from; mumachokera kuti? = where do you come from?; kodi magazi amachokera kuti? = where does the blood come from?; umachokera kuti?/ kwanu nkuti? = where are you from?; kwathu ndi ku Holland = timachokera ku Holland = we are from Holland; 2.-depart from; 3.-emanate; Baibulo likuchokera kwa Mulungu = the Bible emanates from God; 4.-derive from; liwu loti chiKhristu linachokera kwa wokhazikitsa wake = the word Christianity was derived from its founder;
-chokera ku mudzi 1.-come from home; 2.-be cognate;
-chokera kwina 1.-come from somewhere; 2.-migrate from somewhere;
-chokera m'mbali 1.-come from the side; 2.-be lateral;
chokha 1.-self/ only (with singular nouns of the chi-zi class); chinthu chokha = the thing itself/ the thing only; 2.merely; 3.simply;
chokhakhala\zo- 1.rough thing; 2.coarse thing;
chokhala mpaka muyaya 1.immortality; 2.undying thing; 3.everlasting thing; 4.endless thing;
chokhala ngati chowona assumption;
chokhala ngati munthu 1.likeness of man; 2.image of man;
chokhala pafupi ndi chakomalizira last but one;
chokhalakodi \zo- 1.that which exists; 2.actuality;
chokhalapo\zo- seat;
chokhalira\zo- 1.seat; 2.chair; 3.saddle;
chokhalitsa\zo- 1.imperishable thing; 2.durable thing; 3.long-lasting thing;
chokhazikika\zo- settled thing;
chokhazikitsidwa\zo- 1.institution; 2.installation;
chokhoma\zo- 1.problem; 2.trouble; 3.difficulty; 4.hurdle; 5.obstacle; 6.challenge;
chokhomera misomali hammer;
chokhota\zo- 1.something bent; 2.crook;
chokhoza kufa mortality;

chokhumba\zo- 1.want; kodi zokhumba zanu ndi chiyani? = what are your wants?; 2.wish;
chokhumudwitsa cha uchimo 1.iniquity; 2.burden of sin;
chokhumudwitsa\zo- disappointment;
choko chalk;
-chokocha 1.-sort out; 2.-select; 3.-dismiss; 4.-expel; 5.-play cards;
chokodzera\zo- 1.penis; 2.vagina;
chokola\zo- fishing-net;
chokole\zo- 1.surety; 2.deposit;
chokolera\zo- 1.remover (a thing like cloth, mopper, broom, water that removes anything); 2.trap;
chokolo (chiSena) tuberculosis; katemera wa chokolo = tuberculosis vaccination;
chokolo\zo- (chiTumbuka) 1.cataract; 2.marrying a widow/ wife inheritance; mchitidwe wotenga mkazi wa wachibale amene anamwalira = the practice whereby a man inherits a dead relative's wife;
chokolola\zo- 1.harvest; nyengo yokolola = harvesting period; 2.crop; 3.yield; 4.result;
chokololedwa\zo- 1.harvest; 2.yield;
chokolopera\zo- mop;
chokolopola\zo- thing that is taken from someone's hands by force and much energy;
chokoma mmaso 1.attractive thing; 2.pleasing thing;
chokoma\zo- 1.delicacy in food; 2.delicious thing; 3.tasty substance;
chokomakoma\zo- 1.excellent thing; 2.superb thing;
chokondweretsa\zo- 1.interesting thing; 2.amusing thing; 3.entertaining thing;
chokongola\zo- 1.beautiful thing; 2.pretty thing; 3.nice looking thing; 4.credited thing;
chokongoletsa\zo- 1.ornament; 2.decoration;
chokonola\zo- 1.grinder; 2.miller; 3.thing that is poundable; 4.good thing (fig.);
chokonoledwa\zo- 1.pounded thing; 2.milled thing;
chokonzanso\zo- revision;
chokonzekera\zo- preparation;
chokonzetsera\zo- bribe;
chokopa\zo- attraction;
-chokopola 1.-remove; anachokopola zipolopolo mu mfuti = he removed the ammunition from the gun; 2.-dig;
chokowera\zo- rake;
chokumbira\zo- digging instrument;
chokumbutsa muzolembedwa 1.written reminder; 2.note; 3.minute;
chokumbutsa omwe adafa remembrance for the deceased;

chokumwa\zo- 1.cup; 2.crush; 3.drink;
chokutidwa ndi chitsulo enamel;
chokwanira\zo- 1.adequate thing; 2.something
  sufficient; 3.enough supply;
chokwawa\zo- crawling thing;
chokwera mtengo 1.expensive thing; 2.very dear
  thing; 3.costly thing;
chokwerera pa denga la nyumba ladder;
chokweza mawu amplifier;
chokweza mmwamba upward;
chokweza\zo- loud thing;
chokwezelera mbewu tool for banking;
chola cha mabuku 1.satchel for books; 2.book
  case;
chola cha pulasitiki plastic bag;
chola\zo- 1.hand-luggage; 2.handbag; 3.valise;
cholakala\zo- thing that is dried a bit;
cholakalaka\zo- 1.need; 2.want;
cholakalakika\zo- desirable thing;
cholakwa chako 1.your mistake; 2.your fault;
  3.your blunder;
cholakwa chathu 1.our mistake; 2.our fault; 3.our
  blunder;
cholakwa chawo 1.their mistake; 2.their fault;
  3.their blunder;
cholakwa wina 1.someone's mistake; 2.someone's
  fault;
cholakwa\zo- 1.mistake; 2.fault; 3.discrepancy;
  4.iniquity;
cholakwika\zo- 1.fault; 2.flaw; 3.demerit;
cholakwika\zo- 1.mistake; expression: cholakwika
  ndi cholakwika sungathe kuchikonzanso (lit.: a
  mistake is a mistake, you cannot correct it);
  2.error;
cholakwitsa\zo- 1.mistake; 2.error; pali cholakwitsa
  = there is an error;
cholambiridwa ngati Mulungu 1.man made god;
  2.idol; 3.Baal;
cholambulira\zo- 1.clearing tool; 2.broom;
cholankhula\zo- household word (widely discussed
  issue); mawu okondedwa komanso oyankhulidwa
  ndi aliyense = words which are liked and also
  spoken by almost everyone;
cholasira ndi uta arrow;
cholaula\zo- 1.something which is forbidden;
  2.taboo;
cholawa\zo- food for tasting;
choledzeretsa\zo- 1.lit.: thing that can make drunk;
  2. liquor; 3.beer; 4.strong drink; 5.alcohol;
  kugwiritsa ntchito moipa zoledzeretsa = alcohol
  abuse; kumwa zoledzeretsa uli woyembekezera =
  alcohol use during pregnancy; kuika zokupha =
  alcohol poisoning; dziphe zopezeka mmowa =
  alcohol poisoning; matenda a mwana yemwe mayi

wake anali kuledzera iye asanabadwe = fetal
  alcohol syndrome/effect = kuledzera uli ndi pakati;
cholefula\zo- 1.something which weakens; zolefula
  nkhongono = this is a weakening issue) = this is
  disappointing news; 2.thing that obstructs;
cholekanitsa\zo- divorce;
cholekera\zo- limitation;
choleledwa bwino 1.something well nursed;
  2.something well brought up;
cholemba\zo- 1.script; 2.written text;
cholembedwa\zo- 1.literature; 2.written thing;
  3.recorded thing;
cholembera cha makala pencil;
cholembera ndi kampira ballpoint; ndi cholembera
  chokhala ndi inki ndi kampira kakang'ono
  kolembera = it is a pen holding ink and a little ball
  for writing;
cholembera\zo- 1.writing material; 2.pen; ali ndi
  cholembera = he has a pen;
cholemekeza\zo- something that gives respect/
  honour;
cholengedwa ndi Mulungu God's creation;
cholengedwa ndi munthu man made;
cholengedwa\zo- 1.creature; ife tonse ndi
  zolengedwa za Mulungu = we are all God's
  creatures; 2.nature;
cholepheretsa\zo- 1.hindrance; 2.limitation;
  kusowa kwa madzi ndi chinthu cholepheretsa
  ulimi = lack of water is a limiting factor of
  farming; 3.cause of failure;
cholera\zo- 1.durable thing; 2.long lasting thing;
choletsa\zo- 1.block; 2.challenge;
choletsedwa\zo- 1.prohibition; 2.restriction;
choletsera\zo- stopper;
cholimba koma chosavuta kuthyoka 1.fragile
  thing; 2.brittle thing;
cholimba kwambiri 1.stiff thing; 2.rigid thing;
  3.hard thing;
cholimba\zo- strong thing;
cholimbikitsa munthu 1.incentive; 2.gift;
cholimbikitsa\zo- stimulus;
cholimbitsa\zo- support;
cholimbitsitsa\zo- 1.very stiff thing; 2.very hard
  thing;
cholimira ndi manja hoe;
cholimira ndi ng'ombe plough;
cholimira\zo- 1.tool for cultivating, e.g. hoe,
  plough; 2.ridger;
cholinga changa 1.my aim; 2.my intention; 3.my
  purpose; 4.my objective; 5.my goal;
cholinga chathu 1.our aim; 2.our intention; 3.our
  purpose; 4.our objective; 5.our goal;
cholinga chawo 1.their aim; 2.their intention;
  3.their purpose; 4.their objective; 5.their goal;

cholinga chenicheni 1.main objective; kutchuka ndicho cholinga chake chenicheni = fame is his main objective; 2.main aim; 3.main reason;

cholinga\zo- 1.goal; cholinga cha moyo = the goal of life; 2.aim; cholinga cholembera = the aim of writing; anapita ku mzinda ndi cholinga chofuna kupeza ndalama = he went to town with the aim of earning money; 3.objective; 4.scope; cholinga cha mayesowa ndi kufufuza kumvetsa kwanu = the scope of this test is to find out your understanding; 5.purpose; 6.intention; anabwera ndi cholinga chakuti adzapemphe = he came with the intention to beg; ndicholinga cha anthu = it is the people's intention; anapita ku mzinda ndi cholinga chofuna kupeza ndalama = he went to town with the intention of earning money; 7.mission; 8.wish;

cholingalira\zo- vision;

cholingana\zo- 1.counterpart; 2.equivalent; 3.similar;

cholipi dwa\zo- 1.payment; 2.wage; 3.salary; 4.remuneration;

cholipira mlandu atonement;

cholira ndalama something that requires money;

choliritsa\zo- 1.hopeless thing; 2.something that brings contempt;

cholobodoka\zo- 1.soft thing; 2.weakling;

cholochedwa\zo- 1.plaited thing; 2.decorated thing;

-cholola -spurt out;

chololedwa\zo- 1.accepted thing; 2.approved thing; 3.convention; 4.allowed thing;

cholondola\zo- 1.correct thing; 2.exact thing;

cholongolola\zo- talkative person;

cholongosoka\zo- ideal thing;

cholosera\zo- 1.omen; 2.portent;

cholowa\zo- 1.benefit; 2.privilege; 3.profit; 4.income;

choloza ku mmawa something facing eastward;

cholozera\zo- pointer;

cholukaluka\zo 1.plaited thing; 2.woven thing;

cholukidwa\zo- 1.plaited thing; 2.woven thing;

choluluka\zo- 1.something that has lost original value; 2.valueless;

choluma\zo- 1.something that bites; 2.something that stings;

cholumala\zo- 1.disabled thing; 2.impaired thing;

cholumikiza\zo- attachment;

cholumikizidwa\zo- appendix;

cholumikizira\zo- 1.attachment; 2.connective thing;

cholumikizitsa\zo- 1.association; 2.linkage;

cholunda\zo- furious person;

cholungama\zo- 1.correct thing; 2.perfect thing; 3.innocent thing; 4.right thing; 5.righteousness; 6.justice;

-choma 1.-cease; anachoma kubwera kuno = he ceased coming here; 2.-spend the day;

chomaliza\zo- last thing;

chomalizira\zo- compliment;

chomanga thupi protein;

chomangidwa cha chikumbutso monument;

chomangidwa chachitali 1.tower; 2.belfry; ndi chomangidwa chachitali choikamo chinganga = a high building in which there is a bell;

chomangidwa chongoyang'ana 1.unwise thing; 2.folly; 3.foolish thing;

chomangira cha pamutu bridle;

chomangira chilonda bandage;

chomangira malaya pakhosi neck tie;

chomangira zovala m'chiuno belt;

chomangira\zo- 1.rope; 2.spanner for gripping; 3.buckle; 4.clasp; 5.screwing material; 6.tying material;

chomasulira\zo- 1.untying material; 2.unscrewing material; 3.spanner for turning bolts, nuts and screws;

chomatira popanga ziwiya pot seal;

chomatira\zo- 1.glue; 2.plaster; 3.tape; 4.adhesiveness;

chombo\zo- 1.ark; chombo cha Nowa = Noah's ark; 2.house boat; 3.local type of pipe for smoking of tobacco;

chombola rain;

chome\a- (chiLomwe) kind of wild cat;

chome\yome (chiYao) cat;

chomera cha m'mapiri bracken;

chomera cha m'nkhalango 1.indigenous plant; 2.bracken;

chomera chosafunika 1.unwanted plant; 2.weed;

chomera m'madzi sea-weed;

chomera\zo- 1.plant; zomera zina = some plants; 2.vegetation;

chometera\zo- 1.shaver; 2.scissors;

-chomeza crammed (as chaff in a sack);

chominira\zo- 1.nose; 2.nostril;

chomoliya kind of vegetable of the rape family;

-chomveka 1.famous; 2.well known; 3.popular;

chomveka\zo- 1.speculation; 2.rumour;

chomvetsa manyazi thing that causes shame/ disgrace/ dishonour;

chomwe 1.self (with singular nouns of the chi-zi class) chinthu chomwe = the thing itself; 2.who/ that/ which (relative pronoun with singular nouns of the chi-zi class);

chomwe ambiri achikonda 1.fashion; 2.style;

chomwe chachitika 1.action; 2.happening;

chomwe chatchulidwa kale 1.which has been already mentioned; 2.idem;

chomwe chichitike posachedwapa thing that is imminent;

chomwe chija demonstrative pronoun meaning 'that ... over there', with singular nouns of the chi-zi class; chisa chomwe chija = that nest over there;

chomwe chimabweretsa tsoka thing that brings misfortune;

chomwe chingakhulupirike 1.credibility; 2.faithfulness;

chomwe chingathe kulakwitsa fallible thing;

chomwe chino this ... here; emphatic demonstrative pronoun following singular nouns of the chi-zi class; chisa chomwe chino = this nest here;

chomwe sichingasinthenso fait accompli;

chomwe wapalamula commitment;

chomwecho ditto;

chomwechobe nevertheless;

chomwetera udzu sickle;

chona\a- cat;

chonchi 1.such; 2.like this; mupange chonchi = do it like this;

choncho 1.ergo; 2.therefore; 3.in this case; 4.so; 5.like that; mupange choncho = do it like that;

chonde 1.please; chonde! tulukani; = please! go out; chonde! ndipatseniko chakudya = give me some food please!; 2. prithee (lit.: pray thee); 3.soil fertility; munda wanga uli ndi chonde chambiri = my garden has high fertility;

-chonde fertile; nthaka ya chonde = fertile land;

-chondelera 1.-plead; 2.-beg again and again;

chondera\a- sharpener;

-chonderera 1.-plead; 2.-beg;

chondo foolishness;

chonga 1.like; ndagula chipewa chonga chako = I have bought a hat like yours; 2.similar to;

-chonga 1.-mark; 2.-tick;

-chonga mayeso -mark examinations;

chonga munthu m'nthano android (manlike robot);

chongofanizira\zo- phantasm;

chongoyerekeza\zo- assumption;

chongoyerekezeredwa\zo- 1.illusion; 2.phantasm; 3.assumption;

chongoyima\zo- 1.immobile thing; 2.immovable thing;

chonjatira\zo- 1.thing used in tying; 2.ligature;

chono\mi- kind of trap (for small animals);

chonona\zo- 1.delicious thing; 2.benefit; 3.fat thing;

chonse entire thing/ whole/ complete/ full (with singular nouns of the chi-zi class); chinthu chonse = the whole thing;

chonunkhira\zo- 1.fragrance; 2.scent;

chonya bended-boundary;

chonyaditsa\zo- something that one makes happy;

chonyamula katundu cargo;

chonyamula\zo- 1.carrier; 2.carriage; 3.vehicle;

chonyamulira mtembo 1.bier; 2.stretcher;

chonyamulira zakudya tray;

chonyansa\zo- 1.litter; 2.rubbish; 3.waste;

chonyata\zo- sticky thing;

chonyonyomala\zo- genuflexion;

choonjezera\zo- appendix;

choopsa\zo- 1.plague; zoopsa khumi = the ten plagues; 2.fearful thing;

chopachikira zovala hanger;

chopalasira\zo- pedal;

chopambana\zo- 1.best thing; 2.supreme thing;

chopanda dongosolo 1.chaotic thing; 2.disorderly thing;

chopanda ntchito 1.residue; 2.rubbish;

chopanda pake useless thing;

chopangidwa bwino 1.well made; 2.well manufactured; 3.delicacy;

chopangidwa ndi makina machine made;

chopangidwa ndi manja 1.handmade thing; 2.handiwork;

chopangira mphasa 1.matting; 2.reed;

chopatsa ulemu honorary thing;

chopatsidwa mwa chikumbutso 1.remembrance; 2.keepsake;

chopatulidwa\zo- hallowed thing;

chopekedwa\zo- 1.composition; 2.imagination;

chopembedzedwa ngati Mulungu idol;

chopendekera\zo- 1.slant; 2.bent;

chopepera imbecility;

chopereka cha chipembedzo 1.offering; 2.collection; 3.oblation;

chopereka cha khumi 1.offering of the tenth; 2.tithe;

chopereka cha malonjezano pledge (n);

chopereka cholonjezedwa pledge (n);

choperekedwa kwa anthu amene alibe 1.gift; 2.largesse; 3.donation;

choperekedwa mowolowa manja 1.gift; 2.largesse;

chopewera\zo- dearth;

chopeza\zo- 1.benefit; 2.profit;

chophaphapha\zo- game played by beating each other's hands;

chopherera\zo- 1.means of protection; 2.protective;

chophika\zo- cooked thing;

chophikira\zo- 1.cooker; 2.stove;

chophimba nkhope veil;

chophimbira cha pachifuwa breastplate;

chophimbira zinthu 1.screen; 2.cover;

chophukira\zo- shrub;

chophwanyika\zo- 1.crashed thing; 2.broken thing;

chophwanyika\zo- 1.fragment; 2.broken thing; 3.piece;

chophweka\zo- 1.easy thing; 2.cushy thing;
3.simple thing; 4.straightforward thing;
chopindika\zo- 1.crook; patseni chitsulo
chopindikacho = give me the crooked rod; 2.bent;
chopindula\zo- 1.benefit; 2.profit; 3.interest;
chopinga\zo- 1.hindrance; 2.barrier; 3.obstacle;
4.limitation;
chopopera\zo- pump; ndinagula chopopera sabata
yatha = I bought a pump last week;
choposa\zo- superb thing;
chopsinja\zo- limitation;
chopusa\zo- 1.foolish thing; 2.foolishness; 3.bosh;
chosabisika\zo- noticeable thing;
chosachedwa kutha 1.disposable thing;
2.obsolescence;
chosachimvetsetsa\zo- mystery;
chosafa\zo- immortal thing;
chosafotokozeka\zo- mystery;
chosaikidwanso mwakale 1.irreversible thing;
2.irretrievable thing;
chosakaniza\zo- mixed thing;
chosakayikitsa cha chikhalidwe moral certainty;
chosakhala chenicheni 1.not real thing; 2.mock;
chosakhalitsa\zo- 1.obsolescence; 2.shortlived
thing;
chosakhudzika\zo- impalpable thing; mdima,
kuwala ndi mpweya ndi zinthu zosakhudzika =
darkness, light and air are impalpable things;
chosakwana\zo- 1.thing that is not sufficient; 2.
thing that is not enough;
chosalimba\zo- weak thing;
chosaloledwa\zo- 1.contraband; 2.forbidden thing;
3.prohibited thing;
chosalondola\zo- 1.error; 2.mistake;
chosalowa\zo- not initiated thing;
chosalungama\zo- 1.injustice; 2.unrighteousness;
chosamala\zo- 1.thing cared for; 2.clean thing;
chosamalizika kukonzeka incomplete thing;
chosambira\zo- bath;
chosangalatsa\zo- 1.entertainment; 2.zest;
3.attraction; 4.sports;
chosankhidwa\zo- 1.elect thing; 2.chosen thing;
chosapangika bwino 1.deformed thing; 2.defective
thing;
chosasamala\zo- 1.thing not cared for; 2.dirty
thing;
chosasamalika bwino 1.thing uncared for;
2.defective thing;
chosasunthika\zo- immovable thing;
chosatheka kulumikizidwa unbridgeable thing;
chosati mkuwonongedwa indestructible thing;
chosaumba\zo- something not moulded;
chosautsa\zo- 1.limitation; 2.trouble maker;
chosavala\zo- naked thing/ person;

chosavuta\zo- 1.easy thing; 2.simple thing; 3.being
painless;
chosawononga\zo- something not destructive;
chosawonongeka msanga imperishable thing;
chosayenda\zo- immobile thing;
chosayesa\zo- immeasurable thing;
chosazindikirika\zo- 1.mystery; 2.obscure;
chosazolowereka\zo- 1.strange thing; 2.oddity;
chosema\zo- 1.idol; 2.graven image; 3.fetish;
chosesera ndi ndodo yayitali besom;
chosesera\zo- 1.broom; 2.brush;
chosindikizidwa\zo- print out;
chosinjira\zo 1.pestle; 2.pounding stick;
chosinthika\zo- 1.mutable thing; malamulo akhoza
kusintha = constitution is mutable; 2.changeable
thing;
chosiyana ndi zina anomaly;
choso\a- nectar-sucking-bird;
chosokera munthu ligature;
chosokoneza\zo- complication;
chosomphera\zo- adze;
chosongoka\zo- 1.sharp thing; 2.pointed thing;
chosongolera pensulo sharpener;
chosonkha\zo- collection;
chosowa\zo- 1.lacking thing; 2.want; 3.dearth;
4.scarce thing;
chosoweka\zo- 1.want; 2.need;
chosulumula\zo- 1.invective; 2.diatribe; 3.attack in
words;
chosunga\zo- savings;
chosungiramo mapepala 1.file; 2.folder;
chosungiramo\zo- vessel;
chosunzira\zo- 1.squeezer; 2.strainer;
chotamandika\zo- glorious thing;
chotangwanikitsa\zo- business;
chotayika\zo- lost thing; Mwana wa Mulungu
anadza kufunafuna ndi kupulumutsa chotayikacho
(Luka 19:10) = the Son of Man came to seek and
save that which was lost (Luke 19:10);
chotchinga\zo- 1. disturbance; 2.hindrance;
3.obstacle; zotchinga za chitukuko = obstacles of
development; 4.barrier;
chotchinjiriza kumvula umbrella;
chotchinjiriza moto kuzima lantern;
chotchinjiriza mphepo warm cloth;
chotchinjirizira\zo- 1.protective sheath; 2.condom;
chotchipa\zo- 1.thing of low price; 2.cheap thing;
chotembereredwa ndi mpingo anathema;
chotemera\zo- tool for cutting;
chotengeka msanga thing easily carried away;
chotengeka\zo- 1.portable thing; 2.light thing;
chotengera\zo- 1.adaptation; 2.imitated thing;
chotengeramo\zo- 1.vessel; 2.vase; chotengeramo
maluwa = a vase of flowers;

chotenthetsera mpweya convector;
choteteza matope mud-guard;
chotetezera\zo- 1.protector; 2.shield;
chothandiza\zo- 1.succour; 2.aid; 3.necessity; 4.requirement;
chothandizira ubwino accompaniment;
chothandizira\zo- 1.helper; 2.assistant;
chotheka kuchiritsi(ka)dwa curable thing;
chotheka\zo- possibility;
chotheka\zo- possible thing; boma lichita chotheka = the government did what is possible;
choti sungachikhudze impalpable thing;
choti sungachione 1.unseen thing; 2.invisible thing;
chotonthoza\zo- 1.comfort; amuna anga ndiwo anali chotonthoza changa pamene mwana wathu amadwala = my husband was a comfort to me when our son was ill; 2.consolation;
-chotsa 1.-eliminate; 2.-remove; mtsogoleri wa dziko akufuna kuchotsa nduna ya za maphunziro pa udindo = the head of state wants to remove the Minister of Education from his position; expression: wamuchotsa chimbenene (lit.: you have removed his nostril separator) = you have completely defeated him; 3.-expel; anachotsedwa kusukulu = she was expelled from school; 4.-dismiss; adamuchotsa sukulu = he was dismissed from school; 5.-sack; awachotsa ntchito = they have been sacked; 6.-sideline; 7.-delete; dzina lake analichotsa pa mndandanda = his name was deleted from the list; 8.-omit; 9.-ablate; 10.-obviate; 11.-pull out; 12.-drive away;
-chotsa amayi a kunyumba -divorce;
-chotsa asirikali ku nkhondo -demilitarise;
-chotsa azimu -taste brewed drink (fig.);
-chotsa chikopa 1.-shed skin; 2.-flay;
-chotsa chilangizo -refuse advice;
-chotsa chimbenene 1-treat roughly; 2.-be levelled; 3.-punish;
-chotsa chinja -have an abortion;
-chotsa chinthu pa udindo 1.-dismiss; 2.-sack; 3.-discharge; 4.-defrock;
-chotsa chivindikiro 1.-take away lid; 2.-uncover;
-chotsa chiwalo -amputate;
-chotsa cholumikizidwa -disconnect;
-chotsa chondo -awaken;
-chotsa chotchinjiriza -undermine;
-chotsa fumbi 1.-take away dust; 2.-dust off; 3.-remove dust;
-chotsa fungo loipa pa khungu -deodorise;
-chotsa khambi -taste;
-chotsa khungwa 1.-take bark off a tree; 2.-bark a tree;
-chotsa madzi -remove water;
-chotsa madzi m'thupi -dehydrate the body;

-chotsa mafinya -drain pus;
-chotsa makoko 1.-peel; 2.-shell;
-chotsa malamulo -deregulate;
-chotsa mantha 1.-pick up courage; 2.-be courageous;
-chotsa mikodzo -urinate; amachotsa mikodzo pafupipafupi = he often urinates;
-chotsa mimba -have an abortion; ndichotsa mimba = I am going to have an abortion;
-chotsa mizimu yoyipa -exorcise;
-chotsa momatula -pull out roughly;
-chotsa moyo 1.-kill; 2.-murder; 3.-slay; 4.-slaughter; 5.-take life;
-chotsa munthu 1.-send person packing; 2.-sack from work; 3.-dismiss; 4.-banish; 5.-exile;
-chotsa munthu m'dziko 1.-banish; ndi kuchotsa munthu m'dziko lake mwa ulamuliro makamaka wolakwa ngati chilango = it is sending away a person from his country in agreement to the law, especially as punishment for transgression; 2.-exile;
-chotsa munthu mu mpingo -excommunicate;
-chotsa munthu pa udindo 1.-discharge; 2.-dismiss; 3.-fire; adamuchotsa pa udindo chifukwa cha kuba = he was fired because of stealing; 4.-sack;
-chotsa mutu 1.-behead; 2.-decapitate;
-chotsa mwa lamulo -evict;
-chotsa mwa mphamvu 1.-eject; 2.-cast out; 3.-yank; dzino linazulidwa mwadzidzidzi = the tooth was suddenly yanked out;
-chotsa nsabwe -delouse;
-chotsa ntchito kwa kanthawi -suspend;
-chotsa pa mpando -dethrone;
-chotsa pa udindo wa utsogoleri -depose;
-chotsa pa ulamuliro -dethrone;
-chotsa pathupi 1.-abort; 2.-terminate pregnancy;
chotsa phazi mpondepo 1.heartbreaker; 2.lover; 3.darling;
-chotsa tulo 1.-wake up; 2.-get up;
-chotsa ufiti -remove witchcraft;
-chotsa ulemu -be ignominous;
-chotsa unyolo -unchain;
-chotsa za pamwamba -efface;
-chotsa zinthu zowononga -remove defects;
-chotsa zinyalala 1.-remove rubbish; 2.-sieve;
-chotsa ziwalo -dismember;
-chotsa ziwalo zoberekera -castrate;
-chotsa zizindikiro zonse 1.-efface; 2.-obliterate;
-chotsa zovala 1.-undress; 2.-take off clothes; 3.-remove clothes; 4.-unclothe; 5.-strip off;
chotsala\zo- 1.residue; 2.remainder; 3.leftover;
chotsalako\zo- remnant;
chotsalira ngati chikumbutso 1.relic; 2.ruin;

chotsalira\zo- 1.remainder; 2.remains; 3.left over; 4.oddment;
-chotsamo 1.-remove; 2.-empty; 3.-drain;
chotsamwitsa\zo- 1.thing that causes someone to choke (lit.); 2.thing that causes someone to fail/miscarry;
chotsatira m'maganizo impression;
chotsatira\zo- 1.by-product; kuchuluka kwa umbanda ndi chotsatira cha kusowa kwa ntchito = increased crime is a by-product of unemployment; 2.aftermath; zotsatira za nkhondo zinali njala ndi matenda = the aftermath of the war was hunger and disease; 3.remainder; 4.consequence; chotsatira cha uchimo = the consequence of sinning; 5.effect; zotsatira za ngozi nzotani? = what are the effects of an accident?; 6.result; zotsatira za mayeso = examinations results;
-chotsedwa 1.-be axed; two thousand people were axed due to the government cash budget system = anthu zikwi ziwiri anachotsedwa ntchito chifukwa boma linafuna kusunga ndalama; 2.-put to an end; 3.-be sacked; 4.-be dismissed;
-chotsedwa m'chiwerengero -be excluded;
-chotsedwa pa nyumba -be cast out;
chotsekemera\zo- 1.sweet;.2.delicacy in food;
chotsekera madzi ballcock;
chotsekera magetsi switch;
chotsekera zenera/chitseko 1.fastening device of window/door; 2.hasp;
chotsekera\zo- 1.bung; 2.cork; kutseka botolo ndi chotsekera = closing a bottle with a cork; 3.bottle top; 4.cover; 5.key;
chotsekereza\zo- impediment;
chotsekulira chitseko 1.key; 2.padlock;
chotsekulira madzi ballcock;
-chotsera 1.-subtract; mukachotsa khumi pa makumi awiri mupeza khumi = if you subtract ten out of twenty you get ten; 2.-deduct; 3.-take off; 4.-take away;
-chotsera mtengo 1.-reduce price; 2.-discount;
-chotsera ufulu -encumber;
chotuluka\zo- discharge (n);
chotumba\zo- 1.profit; 2.booty;
chotupa chopweteka 1.painful swelling; 2.chilblain;
chotupa m'chiberekero 1.inflammation of the womb; 2.metritis;
chotupa m'thupi inflammation;
chotupa mu ubongo 1.brain tumour; 2.boil in the brain; 3.glioma;
chotupa\zo- 1.boil; 2.blister; 3.swelling; 4.carbuncle; 5.eruption; 6.protuberance; chotupa pa mutu wa munthu = protuberance on one's head; 7.ulcer; 8.growth; 9.tumo ur; 10.abscess;

11.inflammation; ndili ndi chotupa pa mwendo wanga = I have an inflammation on my leg; 12.long lasting thing (esp. food);
chotupitsa mkate 1.leaven; mkate wotupitsidwa = leavened bread; 2. raising agent;
chotupitsa\zo- 1.yeast; 2.raisings;
choubabada\zo- long journey on foot;
chovala a bambo men's wear;
chovala cha amayi 1.women's clothes; 2.ensemble; zitsanzo za zovala za amayi zopangidwa kuti zizivalidwa pamodzi ndi andiloko ndi malaya = examples of ensembles are skirt and blouse;
chovala cha ku gule dance wear;
chovala cha kuntunda kokha blouse;
chovala cha mkati panties;
chovala cha mvula 1.raincoat; 2.anorak;
chovala chabwino model;
chovala chotchinga nkhope mask;
chovala chotchinga thupi lonse 1.cloth covering the whole body; 2.overall; zovala zotchinga thupi lonse ndi jombo ndi zovala pogwira ntchito = overalls and boots are clothes used for working;
chovala chotchinjiriza mvula raincoat;
chovala m'manja glove;
chovala m'mawere bra;
chovala pa mkono bracelet;
chovala pa mvula 1.mackintosh; 2.rainproof clothes;
chovala pa sewero 1.costume for playing a game; 2.sports wear;
chovala pamwamba pa mkanjo surplice;
chovala pogona pyjamas;
chovala\zo- 1.article of clothing; 2.apparel; 3.raiment; 4.clothing; 5.garment; anavala zovala zabwino = he put on nice garments; 6.gear; longeza zovala zako zonse = pack all your gear; ndataya zovala zanga zonse = I have lost all my gear;
choviika\zo- soaked thing;
chovindikira\zo- 1.lid; 2.cover; 3.flap; chovindikira pa kompyuta = a flap on a computer;
chovomerezeka popanda umboni axiom;
chovomerezeka\zo- 1.confessed thing; chovomerezeka cha chikhulupiriro = confession of faith; 2.legality;
chovunda\zo- rotten thing;
chovundikira\zo- 1.cover; 2.lid;
chovuta kumveka impalpable thing;
chovuta\zo- 1.complication; 2.difficulty;
chowa\ma- brush of a fox;
chowala\zo- shiny thing;
chowanda\zo- common thing;
chowawa\zo- bitter thing;
chowerengedwa\zo- 1.literature; 2.counted thing;

chowirikiza\zo- help (on what one has already);
chowiringula\zo- 1.excuse; mudzasowa
  chowiringula = you will find no excuse;
  2.objection;
chowombotsa nyumba kumphenzi lightning
  conductor;
chowona\zo- 1.reality; simaloto ayi, zimenezo ndi
  zoonadi = it's not a dream, that is the reality;
  2.dinkum;
chowonadi cha chinthu verity;
chowonadi\zo- 1.certainty; 2.truth;
chowonda\zo- thin thing;
chowoneka msanga noticeable thing;
chowoneka\zo- visible thing;
chowonetsa zithunzi screen;
chowonjezera\zo- 1.addition; 2.extra; 3.comment;
chowononga\zo- 1.destroyer; 2.demolisher;
chowonongeka\zo- 1.defect; 2 fault; magetsi
  anawonongeka pa nthawi ya msonkhano = there
  was electricity fault during the meeting;
  3.detriment;
chowopsa\zo- danger;
chowuka\zo- ghost;
chowululidwa\zo- disclosure;
chowumirizidwa\zo- obligation;
chowusira\zo- 1.raincoat; 2.mackintosh;
  3.waterproof item;
choyaka\zo- 1.thing that easily catches fire;
  2.burning thing;
choyala pleurisy;
choyamba at first (order of things); nkhondo
  yoyamba ya dziko lonse lapansi = the first world
  war; chiyanjano choyamba/mgonero woyamba =
  first communion;
choyambirira (adv.) in the beginning (refers to the
  thing that started);
choyambirira\zo- original thing;
choyambitsa china antecedent;
choyambitsa moto incendiary;
choyambitsa\zo- cause; zoyambitsa za zinthu zonse
  = the causes of everything;
choyamwira\zo- inheritance (lit.: suckled thing);
choyandama\zo- floating object;
choyandikira kumapeto 1.last but one;
  2.penultimate;
choyembekezeka kukhala china 1.thing that is
  looked forward to; 2.prospective thing;
choyenda ndi magudumu vehicle with wheels;
choyendetsera bwato paddle (n);
choyenera kuchita mwansanga imperative;
choyenera kusankhidwa option;
choyenera mphoto merit; makhalidwe abwino
  amayenera kulandira mphoto = good manners
  deserve merit;

choyenereza\zo- qualification; zoyenereza za
  maphunziro = academic qualifications;
choyesera\zo- 1.measuring object; 2.scale;
choyezera madzi manometer;
choyezera mpweya manometer;
choyikapo nyali candelabrum\candelabra;
choyimitsira\zo- brake; choyimitsira galimoto cha
  manja = handbrake;
-choza 1.-go bad (especially of meat and fish); 2.-
  corrupt; 3.-decay;
chozemba\zo- 1.thing hidden out of sight; 2.thing
  kept away;
chozizira\zo- cold thing;
chozizwa\zo- 1.miracle; mozizwa = in a miraculous
  way; 2.wonder;
chozizwitsa\zo- 1.miracle; 2.wonder;
chozuna\zo- 1.sweet substance; 2.delicacy in food;
chozungulira chowoneka pa dzuwa corona around
  the sun;
chubu\zu- 1.tube; zubu ziwiri zomwe zimayendetsa
  mazira kupita ku chiberekero = fallopian tubes;
  2.long hollow cylinder of metal, glass or rubber;
-chucha 1.-drain; amafuna kuti mbava ichuche
  magazi mpaka ife = they wanted the thief to drain
  blood to death; 2.-fall in drops; madzi amachucha
  = the water falls in drops; 3.-seep through; 4.-ooze;
  5.-drip; magazi akuchucha = the blood is dripping;
  6.-leak; 7.-empty; 8.-bleed;
-chucha dovu -salivate;
-chucha magazi -bleed;
-chucha mvula -rain;
-chucha ndalama -get more money;
-chucha thukuta 1.-perspire; 2.-sweat;
-chuchitsa mkodzo -urinate;
-chuchitsa ndalama -accumulate more money;
-chuka -break; chilonda chikuchuka = the boil is
  breaking;
-chukucha -clean-up;
-chukucha mkamwa -rinse mouth;
-chukumula -clean-up; muchukumule m'mano
  musanayambe ntchito = clean-up your teeth before
  work;
chule\a- frog; proverb: chule anadabwa m'madzi
  muli mwake (lit.: the frog was astonished in his
  own water) = some strange thing happens;
  expression: Joni ndi chule (lit.: Joni is a frog) =
  John is stupid;
chuli\zu- 1.bee eater; 2.honey-eater;
chulu chatchula daily; adamutengetsa chulu
  chatchula kuti abweze ndalama yake = he
  demanded his money daily from her;
chulu chopanda bowa unproductive thing (fig.);
chulu\zu- anthill; expression: ndimuimira pachulu
  (lit.: I will stand on an anthill for him) = I will use

abusive language/ blast him; expression: kukwererana pa chulu (lit.: climbing an anthill) = exchanging foul language; expression: iwe ndiwe chulu cha ndiwo (lit.: you are an anthill of relish) = you are a foolish person;
-**chuluka** 1.-increase in number; 2.-be many; magulu ochuluka = many groups; 3.-abound; 4.-be plenty; 5.-accumulate; 6.-be bounteous; 7.-be copious; 8.-be voluminous; 9.-be more; 10.-be numerous; 11.-be plural; 12.-be massive; 13.-be mass; zopangidwa zochuluka = mass production; 14.-be maximum; 15.-outnumber; 16.-overflow; 17.-be divers;
-**chuluka kwambiri** 1.-be plenty; 2.-be abundant; 3.-be numerous;
-**chuluka njere** -become seedy;
-**chuluka zochita** 1.-be busy; 2.-be pre-occupied;
-**chulukana** 1.-be predominant; 2.-breed; 3.-cloud; dziko lachulukana ndi chifunga = the land is clouded with mist; 4.-increase in number;
-**chulukana mofulumira** -proliferate;
-**chulukidwa** 1.-be busy; 2.-be many; 3.-be occupied;
-**chulukira** -be more;
-**chulukirapo** -outnumber;
-**chulukitsa** 1.-augment; 2.-multiply; chulukitsa 10 ndi 2 = multiply 10 by 2; 3.-make plural; 4.-maximise; 5.-increase; 6.-heap;
-**chulutsa** 1.-increase; 2.-add to;
chuma 1.economy; chuma chathu sichikuyenda bwino = our economy is poor; 2.riches; ali ndi chuma = he has riches; expression: kodi umadziwa kuti chuma chimathawa? (lit.: do you know that riches run away?) = use the wealth as long as it helps in life; expression: ana ndi chuma (lit.: children are wealth) = families depend on children (especially when they have been brought up well); 3.money; 4.finances; nduna ya za chuma = the minister of finance; 5.wealth; 6.possession; amayang'anira chuma = they look after the possession; 7.luggage/ baggage; 8.goods; 9.effects;
-**chuma** financial; mavuto a zachuma = financial problems;
chuma cha omwalira bequest;
chuma chamasiye legacy;
chuma chawakufa legacy;
chuma cholanda legacy;
chumba (chiSwahili) room;
chumba\zu- 1.infertile woman; 2.barren woman; mchemwali wanga ndi chumba = my sister is barren; 3.crested crane;
chumbu\zu- 1.bullet; 2.incendiary;
-**chuna** 1.-repair; anandichunira nsapato = he repaired the shoes for me; 2.-tune;

chundu grass (tall, grown in low areas);
chuni\ma- trick;
chunvi (chiSwahili) salt;
chupa\- charm;
chuutsa\- kind of sugar cane (very sweet);
-**chuwaza** -dip and take away quickly;
chuzu\a- kind of wild animal;
cinchona cinchona tree; quinine amachokera ku khungwa la mtengo wa cinchona = quinine comes from the bark of the cinchona tree;

93

D

-da 1.-be dirty; zovala zada = the clothes are dirty; 2.-get dirty; zovala zoyera zimada msanga = white clothes get dirty quickly; 3.-look dirty; iwe wada kwambiri = you look very dirty; proverb: mwini nphale sakuda chala (lit.: the owner of pounded soaked maize does not have a dirty finger) = the owner of something may do with the possession in whatever he likes; 4.-be black; deresi lakuda = a black dress; akuda = blacks; gulu la anthu akuda amene anayamb a kuzindikira maufulu awo ku Amereka = bungwe lodziwiratu la anthu akuda = Black Consciousness Movement (B.C.M.); 5.-be dark; kwada kale = it is already dark; ndi chakuda = this is dark; izi ndi zakuda = those are dark; 6.-be clouded; 7.-be covered with; 8.-dislike; anthu amamuda khwangwala = people dislike the crow; 9.-hate; anamuda chifukwa cha khalidwe lake = she hated him because of his behaviour;

-da bii 1.-be dark; 2.-be black; 3.-be dirty;

-da chala -lack;

-da deya -eat husks;

-da kukhosi 1.-have no appetite; 2.-be discouraged; 3.-be dismayed;

-da m'mimba -have disrespectful children;

-da mawu -speak bad words, not fit to say;

-da mbiri -be of bad reputation;

-da mbu 1.-be very poor; 2.-be dirty;

-da mlendo 1.-hate a stranger; 2.-be xenophobic;

-da moyo 1.-worry; 2.-be anxious; 3.-be a bad person;

-da mtima -be anxious;

-da nkhawa 1.-worry; anthu padziko lonse lapansi akuda nkhawa ndi uchifwamba = terrorism worries people worldwide; nkhalamba zimada nkhawa = old people worry; 2.-be worried; 3.-be anxious;

-da nkhongo -be always backbitten;

-da nkhope 1.-be boring; 2.-be hated;

da'wa (chiArabic) fulfilment of the Quranic injunction to Muslims to call people to the path of Allah;

-dabada -be bibulous;

-dabwa 1.-be amazed; 2.-be astonished; 3.-be agape; 4.-be perplexed; 5.-be open-mouthed; 6.-be puzzled; ali kuwoneka wodabwa = he looks puzzled; 7.-wonder; ndikudabwa ngati akudziwa kuti ndiri pompano = I wonder whether he knows about my presence here;

dabwi poisonous substance;

-dabwika -look pregnant;

-dabwira -push;

-dabwitsa 1.-astonish; 2.-surprise; 3.-be surprised; ndadabwitsidwa ndi khalidwe lanu labwino = I am surprised of your good behaviour; 4.-amaze; 5.-be amazing; 6.-puzzle; 7.-be curious; 8.-perplex; 9.-be peculiar; 10.-dumbfound; 11.-be gorgeous; 12.-be wonderful; 13.-marvel;

-dabwitsa kwambiri 1.-be ineffable; mphamvu zodabwitsa za Mulungu = the ineffable power of God; 2.-flabbergast;

-dabwitsika 1.-be amazed; 2.-be astonished; 3.-be surprised;

-dada 1.-be full; 2.-show self-importance; 3.-be pompous; 4.-be proud;

dada (chiSwahili) sister;

dafulati (chiSwahili) book;

-daiira -answer in monosyllables;

daimondi diamond;

-daka still; ndidakadikira = I am still waiting;

dakata 1.delay; muli dakata mwa uja nthawi zonse = there is always delay in that one; 2.slowness;

-dakhwira 1.-breathe with difficulty; 2.-hiccough; 3.-hiccup;

-dakwa 1.-drink beer or other alcoholic drink; 2.-booze; 3.-be drunk; anthu akaledzera amakonda kuvina = when people are drunk, they like to dance; expression: iye wadakwa zedi (lit.: he has taken too much alcohol) = he is drunk;

-dakwa kwambiri 1.-be legless (fig.); 2.-be totally drunk;

-dala 1.-be blessed; mwadala mwalandira mwana = you are blessed that you have a child; ndi banja lodala/ ali ku banja lodalitsika/ lodalitsidwa = they are a blessed family; Mariya Namwali Wodala = Blessed Virgin Mary (B.V.M.); 2.-be glad; 3.-be happy; 4.on purpose; proverb: ndichita dala anapita ndi madzi (lit.: I'm doing it deliberately, went with water) = he does it on purpose, but he will bear the consequences; 5.-be deliberate;

dala\madala (chiZulu) elderly man; muwapatse ulemu, amenewo ndi madala = respect him for he is an elderly man;

-dalaiva (chiNgerezi) -drive; amadalaiva bwino galimoto = he drives the car well;

dalaivala\ma- (chiNgerezi) driver; adalaivala adayimitsa galimoto = the driver stopped the car;

dale breast part; ndikufuna nyama ya dale = I want meat from the breast part;

-dalira 1.-depend; amadalira kulemba = they depend on writing; 2.-be dependent; 3.-rely on; 4.-count on; 5.-bank on;

-dalirana liaison;

-dalirika 1.-be reliable; 2.-be dependable; John ndi munthu wodalirika = John is a dependable person; iye ndi wantchito wodalilika = she is a dependable servant; 3.-be trusted;

-dalirika mayendedwe -be faithful;

-dalirika muchikhulupiriro -be devout;

-dalitsa -bless; tipempha Chauta kuti akudalitseni = we ask God to bless you;

-dalitsika -be blessed;

dalitso\ma- blessing; tidzapempha Mulungu dalitso = we'll ask God for a blessing; landirani dalitso la Mulungu = receive God's blessing;

dalo\ma- 1.blessing; 2.bliss;

dama 1.adultery; 2.conceit;

-dama 1.-be sexy; atsikana adama ndi zitengero za matenda = sexy girls usually are carriers of diseases; 2.-be seductive; expression: ndalongeza zovala zapadama (lit.: I have packed seductive clothes) = I have packed my best clothes; 3.-be lustful 4.-be libidinous; 5.-fornicate;

damate\a- ivy plant;

-damba 1.-give up; 2.-surrender; 3.-lose capacity; 4.-capitulate; 5.-lose momentum;

dambe\ma- fruit of Baobab tree;

dambi\a- 1.slug; 2.kind of snail;

dambisi (-li d.) -be unselective;

dambo laling'ono creek; proverb: kuntunda kwa dambo (lit.: up the creek) = a difficult place or troubles;

dambo lozimira moto elderly people (fig.);

dambo\madambo 1.source area of river; 2.wetland; proverb: akulu ndi m'dambo mozimira moto (lit.: the elderly are the wetland where the fire gets extinguished) = disputes are to be referred to the elderly because of their ability to settle disputes; expression: lero ndaona dambo lachepa (lit.: today I have seen the wetland is small) = today I have seen the duiker; 3.low lands with grass; 4.swampy area; timapeza madambo ambiri m'mbali mwa mtsinje = we find many swampy areas alongside the river; 5.catchment area;

dambolachepa\a- fast-runner; Yakobe ndi dambolachepa = James is a fast-runner;

dambwe\ma- 1.initiation camp (usually at a grave yard); 2.assembling place for the Nyau;

-damkamwa -speak rudely;

-damphira -learn to walk;

damu\ma- dam;

-dana 1.-hate one another; 2.-be at loggerheads; 3.-dislike one another;

-dana ndi 1.-be averse; 2.-hate; 3.-detest; ndimadana ndi makoswe = I detest rats; 4.-dislike; amadana ndi nthabwala = he dislikes jokes; 5.-disown; akudana ndi anzake = he is disowned by his friends;

-dana ndi china chake -loathe; amadana ndi kuyenda pa ndenge = she loathes travelling by plane;

-dandaula 1.-complain; anadandaula chifukwa analephera mayeso ake = he complained because he failed his exam; ndikudandaula pa za nsapato izi = I am complaining about these shoes; 2.-murmur; 3.-be querulous; bambo ndiwodandaula = the man is very querulous; 4.-be sorry; 5.-excuse; 6.-regret; 7.-worry; 8.-be worried; 9.-be afraid;

-dandaula kwambiri -lament;

-dandaulira -complain to;

-dandaulitsa 1.-make someone worried; 2.-worry; kuchuluka kwa magalimoto kunamudandaulitsa iye = the traffic worried her; 3.-depress;

dandaulo\ma- 1.complaint; 2.concern; 3.excuse; anapereka dandaulo = he gave an excuse; 4.grievance; madandaulo anga anali omveka = my grievances were genuine; 5.lamentation; 6.worry; dandaulo langa nali = my worry is this; mo yo uli ndi madandaulo ochuluka = life is full of worries;

dandu\ma- complaint; dandu lanu ndi lotani? = what is your complaint?;

danga kucha 1.dawn; 2.early in the morning;

danga\ma- 1.opportunity; 2.permission; anamupatsa danga lopita kunyumba = he gave him permission to go home; 3.chance; 4.space; 5.room; ndipatse danga kuti ndikudutse = give me room so that I can pass you; 6.free time;

-dangalala -stretch out legs;

dangaliro\ma- space; mtanga wanga uli ndi madangaliro ambiri = my basket has got many spaces;

Danieli Daniel; ndi dzina la buku mu Chipangano Chakale = it is the name of a book in the Old Testament;

danjo\ma- kind of tailor bird;

dano\ma- 1.enmity; 2.hostility;

-dasha flat; afuna mbale ya dasha = she wants a flat plate;

-daukira -migrate; ndidzadaukira ku Mkope Bay kuchoka ku Nkhudzi Bay = I will migrate to Mkope Bay from Nkhudzi Bay;

dawa medicine; ndifuna dawa = I want medicine; dawa lochiza malungo = medicine that cures malaria;

-dawa lakupha 1.arsenic; 2.poisonous;

dazi 1.baldness; mdala wa dazi lonyezimira = he had a shiningly bald head; expression: chakana chakana dazi lilibe mankhwala (lit.: what denied has denied baldness has no medicine) = you cannot run away from being old; 2.alopecia;

dazibomu\ma- beam (a pole that connects a wagon and animals); muyenera kukhala ndi dazibomu yolimba kuti mutenge katundu wambiri = you need a strong beam to carry more goods;

-deda 1.-bounce; iye amadeda mpira m'manja mwake = she was bouncing the ball in her hand; 2.-sift; iwe udede chimanga = you sift the maize;
-dedekula -sift;
-dedera 1.-sift; 2.-be beyond; 3.-be frightened;
-dederera -cry loudly;
-dedereza -sing melodiously;
-dedesa -sift;
-dedwa 1.-be hated; 2.-be disliked; 3.-be damnable; 4.-be damned; 5.-disown; 6.-be odious;
-defula -breathe in;
deka\a- small trap;
-dekezera -balance;
-dekha 1.-be patient; proverb: kuwona maso a nkhono nkudekha (lit.: to see the snail's eyes is to be patient) = if you want to investigate/ identify something, be patient enough; mphamvu zodekha = patient strength; 2.-have patience; 3.-show patience; 4.-be docile; proverb: kuwona maso a nkhono nkudekha (lit.: seeing the eyes of a snail is to be docile) = take time for something; 5.-be restrained; 6.-persevere; 7.-be tolerant; 8.-be calm;
-delera 1.-underrate; 2.-underestimate; 3.-undervalue; 4.-fail to appreciate; 5.-look down upon;
dema\ma- rhizome (subterranean rootlike stem);
dembedza\a-/ dembedza\ma- 1.collection; 2.flock;
dembere space between granary and the floor/ ground;
-dembereza -surround;
-demera -glorify;
demo\ma- axe;
-demvula -seduce;
dende gourd (large cup of calabash);
-dendedzya 1.-carry secretly; 2.-disguise;
-dendekera 1.-balance; mukudendekera ndowa pa mutu = you balance the pail on the head; amayi amadziwa kudendekera mtsuko wa madzi = women are good at balancing water container on their heads; 2.-counterpoise; 3.-carry balanced on head; 4.-shoot without missing;
denga la udzu grass roof;
denga\ma- roof; proverb: mutu umodzi susenza denga (lit.: a single head cannot carry a roof) = you cannot solve problems alone; expression: lero mvula yagona padenga (lit.: today rain has slept on the roof) = it has been raining all night;
-dengenyeza -balance;
dengu\ma- big basket for carrying things;
dengudengu\a- mobile person;
-dengula -be ripe;
Denimaki Denmark; ndi dziko la ku Ulaya = it is a country in Europe;
denje kind of okra plant;

-dera 1.-be benighted; 2.-be brown; ng'ombe yodera = a brown cow; deresi lodera = a brown dress; 3.-be dark;
-dera komanso sasangalatsa -be gloomy;
dera la mathithi rapids zone (in a river);
dera la mfupi vicinity;
dera lolamulidwa ndi bishopo 1.region ruled by a bishop; 2.diocese;
dera loyandikana nalo vicinity;
dera lozungulira nyumba 1.yard; 2.court;
-dera nkhawa -be uneasy;
dera\ma- 1.region; 2.province; 3.segment; 4.field; 5.zone; 6.locality; 7.ward;
dere 1.like this; izi ziri dere = these are like this; 2.now; tikupita dere = we are going now; 2.in the following way; 3.in this way; ali dere mkulinga utayenda naye = you cannot know someone until you have spent time together;
derema\ma- kind of mushroom;
-derera 1.-challenge; 2.-look down; mondiderera = looking down on me; 3.-despise; 4.-be disinclined; 5.-be unsatisfied;
deresi\ma- (chiNgerezi) 1.dress; 2.one piece outer garment worn by woman or girl;
dero like that;
deru sudden disappearance; proverb: kati deru kadaopsa mlenje (lit.: it is said to the the sudden disappearance threatened the hunter) = it suddenly disappeared;
deruka sudden disappearance;
-derula 1.-move the lower part of the body (esp. by women when dancing); 2.-make weak;
desiki\ma- (chiNgerezi) 1.desk; 2.piece of furniture with a flat or sloping top at which to write or read for school use;
-detsa 1.-make black; 2.-make dark; 3.-darken; 4.-becloud; 5.-blacken; anadetsa maina awo = she blackened their names; 6.-defile; musadetse malo wopatulika = do not defile the holy place; 7.-soil; 8.-blot; 9.-make dirty; musadetse pepala = do not make the paper dirty; 10.-muck something up; 11.-shade; anadetsa ndi cholembera = he shaded with a pen/ writing material;
-detsa kukhosi 1.-be scabrous; 2.-discourage; 3.-displease;
-detsa m'maso 1.-be cheated; 2.-blind;
-detsa mtima 1.-dishearten; 2.-discourage; 3.-feel anxiety;
-detsa ndi cha madzi 1.-stain; 2.-bedaub;
-detsa nkhani -spoil the story; mwandidetsera nkhani yanga yabwinobwino = you have spoilt my good story;
-detsa nkhawa 1.-make someone worried; 2.-make someone nervous; kudandaula ndinso kusowa tulo

zikudetsa nkhawa mayi anga = worry and lack of sleep make my mother nervous; 3.-ruffle;

-detsedwa nkhawa 1.-be worried; 2.-be perturbed;

-detserera -pollute;

-detserera za wina -besmirch;

Deuteronomo Deuteronony; ndi buku lachisanu mu Chipangano Chakale = it is the fifth book in the Old Testament;

-dewa -be hated;

dewere loin cloth;

-deweresa -move the buttocks when walking;

deya\ma- 1.maize husks; nkhumba zimadya madeya = pigs feed on maize husks; 2.chaff;

-dhakwa (chiShona) -get drunk; abambo anabwera odhakwa dzulo = yesterday father came while drunk;

dhambi (chiSwahili) sin;

-di suffix indicating emphasis; abweradi = he will come for sure; ndi chokongoladi = it is really beautiful; ndili bwinodi = I am very well; zoonadi = really true; ali bwinodi = he is really well; ndi zoonadi = it is really true; ndawerengadi bukuli = I have really read this book;

-diba -wash body;

-dibama 1.-wobble; 2.-cause to move unsteadily from side to side;

-dibwa 1.-be edible; 2.-be unpoisonous;

-dibwira -bubble;

dibwiridibwiri (-li d.) -rock/-roll one's hips or buttocks; akuyenda mbina zili dibwiridibwiri = she walks while rocking her buttocks;

-dichimula -dumpdown;

-didimuka 1.-crack; 2.-fall down;

-didimukira -fall; mtengo unadidimukira m'madzi = the tree fell into the water;

-didimula -beat the drum;

-didinka -crack (as pot in cooking);

-didiriza -cover (with soil);

-didza -struggle for life (esp. when about to die);

-diera nkhunu -beg again and again;

difaqane (chiSoto) diaspora (lit.: scattering); ndi liwu lofotokozera kubalalika kwa anthu chifukwa cha nkhondo za aZulu m'zaka za mal800 = it is a word to explain the scattering of people as a consequence of the wars by the Zulus in the 19th century;

dige\ma- kind of grasshopper;

digiri degree; digiri ya udokotala = doctors degree;

-dika 1.-wait; 2.-escort; 3.-abstain from sexual intercourse for a ritual purpose; 4.-comfort someone in times of funeral; 5.-be patient; uyenera kudika mtima = you need to be patient;

-dika pa mfundo -emphasise;

dika\ma- kind of trap;

-dikha 1.-stand still; 2.-settle down; masamba a tiyi adikha pansi = tea leaves have settled down;

-dikha mtima 1.-be calm; 2.-be composed;

-dikhula 1.-dance by moving the waist only; 2.-vomit; 3.-uproot;

-dikhulidwa -be danced by moving the waist only;

-dikidisha -excite;

-dikira 1.-wait; sakadadikira = they could not wait (conditional); sakadakhoza kudikira = they could not have waited (conditional); sadathe kudikira = they were not able to wait; dikirani pang'ono! = wait a moment!; 2.-bide; 3.-stay behind;

-dikira ndi cholinga -hang around;

-dikira pang'ono -pause;

-dikirira 1.-attend; anadikirira wodwala = he attended to the patient; 2.-look after;

-dikiritsa -detain;

-dikishisha -tickle;

-dikula -wag (with buttocks and belly); wovina amadikula ndi matako = the dancer wagged her buttocks;

diledi\ma- dreadlock;

dimba la masamba osagulitsa 1.kitchen garden; 2.vegetable garden;

dimba la zipatso zosagulitsa 1.kitchen garden; 2.orchard;

dimba\ma- vegetable garden;

-dimbirira -panick; iye anadimbirira pamene anapeza mtsinje wodzadza = he panicked when he found that the river was full;

-dina 1.-press; 2.-squeeze;

-dinda 1.-print; anadinda mabuku = he printed books; 2.-stamp letters in post office or papers in other offices; matikiti odindidwa 20 tambala = the tickets were stamped 20 tambala; 3.-press tobacco into bales; 4.-paint;

-dindanso -reprint;

-dindira -press; makina wodindira\wotsenderera mabelo a fodya = a machine for pressing bales of tobacco;

ding'a\a- 1.hyena; 2.someone who is fond of moving during the night;

-dinga -take long;

dingo\malingo crossbar (left in canoe for support when adzing, or in a 'mtondo');

-diniza 1.-squeeze; 2.-press; 3.-compress;

-diola -accuse (-slander);

dipatimenti yoona makhaliro a anthu department of social welfare;

dipo lowombolera wina ransom;

dipo\malipiro 1.pledge; 2.bride's price; ng'ombe ndi dipo lomwe amapereka ku banja la mkazi = cows are the bride's price given to the wife's family; 3.dowry; 4.award; 5.fee; 6.atonement;

7.pay; 8.salary; 9.wage; malipiro ndi ochepa = the wages are low;

dipoloma (chiNgerezi) diploma;

dirisha (chiSwahili) window; anasuzumira pa dirisha = she peeped out of the window;

diru 1.corruption; 2.bribery;

Disembala December (12th month of the year); ndipita mu Disembala = I will go in December;

-disha 1.-teach; 2.-give out information;

diso (kugwedera kwa d.) nystagmus;

diso la nkhwezule 1.evil eye; 2.dagger; wosuta chamba anandiyang'ana ndi diso la nkhwezule = the chamba smoker looked daggers at me;

diso la nkhwezule 1.lit.: eye of an owl; 2.stare;

diso lakuda 1.black eye; ndi kukandika kwa chikope cha diso = it is bruising of the eyelid around the eye; 2.pupil;

diso lakuthwa sharp eye;

diso loyera retina;

diso lozonda dagger;

diso\maso 1.eye; diso latupa = the eye is swollen; adalankhula m'maso muli gwa = he talked with dry eyes; maso ali ngwee = the eyes are shiny; kuwona ndi diso lofiira (lit.: seeing with a red eye) = being angry with someone; kuwona ndi diso loyera (lit.: seeing with a white eye) = being friendly; proverb: maso ake awatuzula ngati kadzidzi (lit.: his eyes have been widened as those of an owl) = he is angry; proverb: anakwatira mkazi wa chimasomaso = he married a woman who goes for other men; expression: maso alibe mpanda (lit.: eyes do not have a fence) = maso amawona zirizonse = eyes see anything; expression: tadikira uwone maso ankhono (lit.: wait until you see the eyes of a snail) = be patient; maso owuma = dry eyes; dzenje pakati pa diso = opening of the iris; ndi gawo la diso lomwe limalandira kuwala = it is the part of the eye that receives light; 2.organ of sight; 3.eye-ball; 4.grain; diso la chimanga (lit.: eye of grain) = a grain of maize;

diwa\maliwa 1.snare; 2.trap for fish; expression: padiwa sasewera = on a trap you cannot play; 3.sparrow;

-diwula 1.-dig; 2.-pull down;

diza\ma- bribe; adawina mlandu chifukwa cha diza = he won the case because of a bribe;

dizaini (chiNgerezi) design; dizaini yatsopano = a new design;

dizilo (chiGerman) diesel;

-doda 1.-climb (as a monkey from branch to branch); 2.-cross (along as monkey from branch to branch); 3.-play games; akukadoda mpira wa miyendo = they have gone to play football;

demokalase sadoda ngati mpira = democracy is not played like a ball; 4.-chat;

doda\ma- 1.elder; madoda a mudzi = the elders of the village; 2.mature person; 3.strong man;

dodi football player;

-dodoloka -crack (as a pot in cooking);

-dodoma 1.-stammer; 2.-shock; 3.-be puzzled; expression: ndinangododomadodoma, mzama zili mkamwa ndee (lit.: I was just very puzzled, while beans had filled up my mouth) = I was greatly puzzled; 4.-wonder; 5.-be upset;

-dodometsa 1.-astonish; 2.-surprise; 3.-baffle; 4.-bewilder; 5.-confuse; 6.-amaze; 7.-confound; 8.-perplex; 9.-puzzle; 10.-shock; imfa yake inadodometsa anthu = his death shocked people; 11.-disconcert; 12.-disturb; 13.-distort; 14.-dumbfound; 15.-marvel; 16.-be peculiar;

-dofwinya manambala -dial;

-dokhola 1.-stretch out the neck; 2.-crane; nkhuku inadokhola khosi lake kuti igwire chiwala = the chicken craned its neck to catch a grasshopper;

doko\ma- (chiNgerezi) 1.port; doko la Nacara = Nacara Sea Port; 2.harbour; 3.landing place; 4.coast; 5.beach;

-dokodoko 1.scruffy; 2.untidy; 3.messy; 4.disorderly;

-dokomala 1.-be foolish; iye ndi wodokomala = he is foolish; 2.-be stupid;

-dokonya -hook out;

-dokota 1.-talk ill of others; 2.-gossip; 3.-overcook (of food);

dokotala (d. woletsa ululu) anaesthesiologist;

dokotala wa chiSilamu 1.medical doctor in Islam; 2.hakim; 3.physician;

dokotala wa mano 1.dentist; kawonaneni ndi dokotala wa mano = go and meet the dentist; 2.dental surgeon;

dokotala wodula ziwalo surgeon;

dokotala\ma- doctor; digiri ya udokotala = doctor's degree;

dokowe kind of bird;

dola\ma- (chiNgerezi) 1.dollar; 2.U.S.currency;

dole\ma- kind of small fish;

-dolera -be cheerful to a visitor;

doli\ma- kind of mouse;

Dolika 1.Dorcas (*Machitidwe* 9: 26,39); 2.dzina la chiyanjano cha azimayi m'Mpingo wa Opemphera Pachiweru = name of women's guild in Seventh Day Adventist Church;

-dolika 1.-drip; 2.-cause to fall in drops; 3.-fall;

-doliza -drop;

dolo\ma- 1.courageous person; 2.brave person; 3.expert; 4.professional person; 5.technician;

-dolola mtima (chiTumbuka) 1.-attract people; 2.-

draw attention;
dololo\ma- porridge;
-dololoka 1.-be attracted; 2.-draw attention;
dombe\ma- drum with holes;
dona\ma- (chiPwitikizi) 1.mistress; adona
achokapo = the mistress is out of the house;
2.female boss; 3.madam; 4.lady; 5.woman;
-donda 1.-look unhappy; 2.-feel disappointed; 3.-be
sad; 4.-be miserable;
-dondetsa -be dismal;
dondo\- 1.bush; 2.forest; 3.woodland; 4.jungle;
5.uncultivated land;
dondolozi\ma- (chiYao) stain; malaya ake anali ndi
madondolozi a magazi = his shirt was stained with
blood;
-dondwa -be glad;
-donganiza 1.-derange; 2.-disturb;
dongo (chiTumbuka) 1.soil; 2.clay (for making
pots);
-dongobza -dabble;
-dongomala 1.-be foolish; 2.-be silly; 3.-be unwise;
4.-be idiotic;
-dongosolo 1.systematic; 2.methodical; 3.orderly;
dongosolo la chiphunzitso 1.programme of study;
2.syllabus;
dongosolo la maganizo 1.ideology; 2.philosophy;
dongosolo la malamulo a pa msewu highway
code;
dongosolo la maphunziro 1.syllabus: 2.programme
of study; 3.school calendar;
dongosolo la maulendo 1.travel guide; 2.itinerary;
dongosolo la ziphunzitso za uzimu 1.dogmatics;
2.systematic theology;
dongosolo lofunika 1.logistics; 2.useful
programme;
dongosolo loyenera 1.discipline; 2.order;
dongosolo\ma- 1.system; ili ndi dongosolo labwino
= this is a good system; 2.order; 3.organisation;
4.explanation; 5.outline; 6.structure; 7.plan;
dongosolo la ulendo = a plan of the journey;
8.constitution; dongosolo la kayendetsedwe ka
dziko = the constitution of a country; dongosolo la
malamulo oyendetsera mgwirizano = the
constitution of the association; 9.condition;
dongosolo la pangano = the condition of the
contract; 10.schedule; 11.principle; moyo wathu
uli ndi dongosolo lowutsogolera = our life is based
on principles; 12.process; dongosolo lochedwa = a
slow process; 13.procedure; nditsate dongosolo
lanji? = which procedure should I follow?;
14.solemnity;
-dontha 1.-leak; 2.-go daft; iye ndi wodontha = she
has gone somewhat daft; 3.-be foolish; 4.-sleep; 5.-
drip; 6.-trickle;

dontho la mame dewdrop;
dontho la mvula raindrop;
dontho\ma- 1.drop; madontho atatu mkamwa =
three drops in the mouth; 2.speckle; 3.blemish;
4.spot; 5.blot; 6.stain; 7.mark; 8.dot;
-donthokeza -drop;
donya (chiYao) corner;
-donza 1.-arrange (of cooking stones); 2.-be
accurate; 3.-care; 4.-keep in good order; 5.-do
well; iye anadonza = he did it well; 6.-be neat; 7.-
set; anadonza katundu yense = she set things in
order;
-donzanso chakale 1.-renovate; 2.-modernise;
donzo 1.neatness; 2.tidiness; 3.smartness;
4.trimness; 5.orderliness;
-dooka -have holes (because of wearing out);
chidebe chodooka; mtondo wodooka posinja = a
mortar of which the bottom is worn out by
pounding; expression: ali ndi liwiro la mtondo
wadooka (lit.: he has a speed of the mortar-hole) =
he is working/ running at a high speed;
dosa\ma- cock's tail feathers;
dothi la katondo red soil;
dothi la mchenga sandy soil;
dothi la pa chulu soil from anthill;
dothi lofiira red soil;
dothi lomata clay;
dothi lonyata clay;
dothi loyera kaolin; ndi dothi loyera lopangira
zinthu za 'porcelain' monga mbale, makapu ndi
zina = it is the white soil which is used for
manufacturing 'porcelain' things like plates, cups
etc.;
dothi\- 1.soil (general term); dothi lakuya = deep
soil; expression: akukumba dothi (lit.: he is
digging the soil) = he is active; expression: ali
m'dothi (lit.: down he went) = he made a bad fall
due to the slippery surface; wabwira dothi (lit.: you
have eaten the dust) = you have failed (flopped);
2.earth; 3.ground;
dotho\ma- (chiNgerezi) 1.spot; 2.dot;
dotolo wa a mayi a pakati 1.gynaecologist;
2.midwife;
dotolo\ma- (chiNgerezi) 1.doctor; dotolo wa maso
= eye doctor; 2.healer;
-dotomala 1.-be stupid; 2.-be foolish; 3.-be idiotic;
dovu\malovu 1.spit; 2.spittle; expression: chakudya
chokhetsa dovu (lit.: food that makes one's spittle
drop) = appetising food; 3.saliva; anandilavulira
malovu = he spat on me; expression: ali wa dovu
(lit.: he is of saliva) = he dislikes vegetables = he
likes meat; chotsa malovu pakamwa pako =
remove saliva from your mouth;
dowe cob of green maize;

dowoko 1.harbour (n); 2.port; 3.seaport; 4.dock;
-dozola -ache;
du 1.silence; 2.nil; zigoli zitatu kwa du = three
goals to nil;
dududu kind of lizard;
-duduka 1.-lunge; 2.-scurry;
-dudukira 1.-lunge; 2.-interfere; 3.-dive;
-duduluza 1.-draw; 2.-drag along the ground;
anaduduluza chikuni = he dragged a log; 3.-pull;
4.-push forward;
-duduza 1.-push; 2.-dive; 3.-shove;
dugu (chiSwahili) relative;
duiker (chiAfrikaans) 1.cormorant (large lustrous-
black voracious seabird); 2.sea-raven;
-duka 1.-break; 2.-abate (of rain); 3.-assuage (as
rain); 4.-be cut; njerwa inaduka = the brick was
cut; 5.-be bankrupt; 6.-lose capital for business; 7.-
split;
duka\ma- piece; duka la njerwa = piece of brick;
-dukaduka -spring;
-dukanzengo 1.-be mad; 2.-be insane; 3.-be
stubborn; 4.-be folly;
-dukidwa 1.-detest; 2.-covet;
-dukira -cut off; muzu wadukira = the root is cut
off;
-dukiza 1.-discontinue; 2.-cease for a moment; 3.-
pause; 4.-halt temporarily; 5.-stop for a moment
and start again to function;
duku\ma- 1.head cloth; mwana wamng'ono
sangathe kuvala duku = a little child cannot wrap a
head cloth; 2.head dress;
-dukula -dance; anadukula = he was dancing (using
his waist);
-dukulire great;
-dula 1.-cut; kudula mitengo = cutting trees;
expression: Yohane ndi dula apa (lit.: Yohane is a
cut here) = Yohane is a wanderer; expression:
makolo adula mwana wao (lit.: the parents have
cut their child) = the parents continued sexually
when their baby was still in the wraps; expression:
iye ndi dula waya (lit.: he is a wire cutter) = he is a
second to none guitarist; dula chingwe = cut the
string; 2.-chop; 3.-disconnect; expression: dula
phazi (lit.: disconnect a foot) = stop going to a
particular place; 4.-circumcise; 5.-clip (as cloth);
6.-cut across; 7.-divide; anadula nsalu = she cut a
cloth (she divided it, she took part of it); 8.-do an
episitomy; 9.-interrupt; expression:
mwangondidula mkamwa (lit.: you have just cut
me in my mouth) = you have just interrupted me;
dula kamtengo aka = cut this stick; 10.-be
expensive; ali ndi moyo wodula = she leads an
expensive life; zinthu zadula masiku ano =
nowadays things have become expensive; 11.-be

valuable; 12.-cause disaster by transgressing a
sexual taboo; 13.-misbehave sexually whilst one's
wife is pregnant;
-dula chiwalo 1.-amputate; 2.-remove surgically;
-dula m'magawo awiri 1.-sever; 2.-cut into two
parts; 3.-bisect;
-dula mitengo 1.-fell trees; 2.-cut trees;
-dula mutu 1.-behead; 2.-decapitate; achifwamba
akudulani mutu ngati mukuyenda usiku = the thugs
will decapitate your head if you go out at night;
proverb: kupha njoka nkudula mutu (lit.: to kill a
snake is to decapitate it) = severe judgements
given to criminals prevent them from commiting
more crimes;
-dula mutu wa zizwa 1.-wonder; 2.-be puzzled;
-dula mwana -kill a child (believed to be the
outcome of committing a sexual taboo);
-dula ndi nkhwangwa 1.-hew with axe; 2.-cut with
axe; 3.-axe;
-dula pakamwa -interrupt; mwangondidula
pakamwa = you have just interrupted me; pepani
pang'ono kaye ndikuduleni pakamwa = sorry; let
me interrupt you a bit; musandidule pakamwa =
don't interrupt me;
-dula pakhosi 1.-slay; 2.-kill;
-dula pawiri 1.-cut into two pieces; 2.-bisect;
-dula samani 1.-summon; 2.-sue; 3.-take somebody
to court; 4.-take legal action;
-dula ziwalo -dismember; dzanja lake linadulidwa =
his hand was dismembered;
-duladula 1.-cut up fallen trees; 2.-cut into small
pieces;
-duladula mwa nkhanza 1.-cut harshly; 2.-hack;
3.-chop;
-dulako 1.-diminish; 2.-reduce size by cutting; 3.-
cut a piece;
-dulidwa 1.-be cut across; 2.-be excommunicated;
wadulidwa mu mpingo = he is excommunicated;
-dulira 1.-prune; ndamuwuza adulire nthambi ya
mtengo = I have told him to prune the branch of a
tree; 2.-cut hair around the forehead; 3.-take short
path/ route;
-dulira chisamani 1.-summon; 2.-sue;
dulira\a- wide cut drum;
-dulitsa 1.-lay cross; 2.-curtail; 3.-cut short; 4.-
dock;
-dulitsa mutu wa zizwa 1.-be peculiar (fig); 2.-be
puzzled;
-dulitsa mutu wa zwezwe 1.-shock; 2.-scandalise;
3.-be marvellous; 4.-be confused;
-duliza 1.-break; 2.-stop for a moment; 3.-
discontinue;
-duma 1.-run fast in group; 2.-go bad (e.g. of fish);
-dumba (chiTumbuka) 1.-make angry; 2.-provoke;

3.-say;
dumbo 1.malice; 2.jealousy; dumbo ndi tchimo = jealousy is a sin;
-dumpha 1.-jump; anadumpha mpanda = she jumped over the fence; sindikufuna kudumpha dzenje = I do not want to jump over the pit; 2.-spring; 3.-leap; 4.-bounce; 5.-bound; 6.-vault; 7.-skip; 8.-leave out;
-dumpha pansi -make a long jump;
-dumphadumpha 1.-leap continuously expressing joy; 2.-cavort;
-dumphidwa -be omitted; mawu ena anadumphidwa = some words were omitted;
-dumphitsa -omit;
-dumphuka 1.-germinate; 2.-emerge from the water;
-dumula 1.-beat (e.g. of the pulse); 2.-jerk suddenly;
-dumwa 1.-be pregnant out of wedlock; 2.-conceive (for the first time); namwali wadumwa tsopano = the virgin has conceived now;
-dundumuka 1.-bulge out; 2.-fall;
-dunga -be proud;
duniya (chiSwahili) world; duniya ndi lozungulira = the world is round;
dunji\- large needle for sewing shoes;
dunthulu\a- 1.inflammatory sore on finger; 2.whitlow;
dunthulu\ma- dung hill;
-dupsuka 1.-be depressed; 2.-be disappointed;
-dutsa 1.-pass; proverb: ndangodutsamo sindinathyolemo nkhwani (lit.: I have just passed through your garden, I have not got any pumpkin leaves) = my speech is not to be used as evidence for a case; I will deny of having given it to you; 2.-pass by; 3.-bypass; ndikadadutsa nyumba yanga = I would have bypassed my house; 4.-pass through; 5.-proceed; podutsa depoti ndinafika ku nyumba yosungira ndalama = proceeding along the depot, I reached the bank; 6.-come via; 7.-detour; 8.-cross a path; 9.-cut short; 10.-pierce;
-dutsa mu zina zake 1.-undergo; 2.-pass through; 3.-experience;
-dutsa mulingo woyenera 1.-go beyond; 2.-be too much;
-dutsa muyezo wa nzeru za munthu -go beyond human knowledge;
-dutsa nthawi 1.-elapse; 2.-take time;
-dutsira 1.-proceed; 2.-come via; 3.-go by; 4.-pass by;
-dutsira pa nyanja 1.-navigate; 2.-take sea-route; 3.-steer;
-dutsitsa 1.-pass to someone; chonde mundidutsitsire bukuli = could you pass the book

to me; 2.-pass via someone;
-dutsula -break string in two;
-duwa 1.-be disappointed; 2.-be annoyed; 3.-be upset; 4.-be angry; 5.-be irritated;
duwa losatseka clove;
duwa\maluwa 1.flower; 2.blossom; 3.beauty; mkazi wake ndi duwa = his wife is a beauty; 4.wreath;
-duwiza 1.-persuade; 2.-cause someone have something against his will;
-duza 1.-push; 2.-shove; 3.-drag;
-dwala 1.-be sick; ndinali kudwala = I was sick; anadwala ndi khalidwe lake = he was sickened by her temper; 2.-fall sick; munadwala liti? = when did you fall sick?; 3.-be ill; adapezeka akudwala = he was found ill; 4.-ail; 5.-feel unwell; 6.-suffer; expression: lero ndamudwala zedi (lit.: today I have suffered for someone) = I have a great desire for somebody/ fondness; 7.-be pregnant (advanced stage);
-dwala chiwewe -be rabid;
-dwala kopambana 1.-be very ill; 2.-be critically ill; 3.-be seriously ill;
-dwala kwabasi 1.-be very ill; 2.-be critically ill; 3.-be seriously ill;
-dwala kwambiri 1.-be very ill; 2.-be critically ill; 3.-be seriously ill; 4.-be moribund; 5.-be very sick;
-dwala kweni kweni 1.-be very ill; 2.-be critically ill; 3.-be seriously ill;
-dwala matenda akugwa -be epileptic;
-dwala misala 1.-be crazy; 2.-be mad; 3.-suffer from mental illness;
-dwala mutu -have a headache;
-dwala mwa kayakaya 1.-be very ill; 2.-reach death point; 3.-be seriously ill;
-dwaladwala 1.-be unhealthy; 2.-be ill; 3.-be sick all the time;
dwale\ma- 1.large piece of rock; 2.boulder;
-dwalika 1.-be seriously ill; 2.-be critically ill; 3.-puke; 4.-vomit;
-dwalitsa 1.-make sick; 2.-be very sick; 3.-sicken; 4.-debilitate;
-dwazika 1.-nurse; 2.-look after a sick person; 3.-care for the sick; 4.-take care of a sick person;
-dya 1.-eat; osadya = don't eat; ine ndimadya nsima = I eat nsima; mwana amatha kudya = the child can eat; idyani chakudyachi = eat this food; ndidzadya pamene ndimve njala = I'll eat when I feel hungry; amapemphera asanayambe kudya = they pray before eating; chakudya nchodyeka = this food is edible; chakudya chadyedwa = the food is eaten; 2.-feed; ng'ombe zimadya udzu = cattle feed on grass; proverb: mkango ukasowa nyama umadya udzu (lit.: when a lion lacks prey, it

feeds on grass) = you do what you are not supposed to do when something is wrong or scarce; 3.-consume; 4.-chew; 5.-masticate;
-dya chakudya chamadzulo 1.-eat supper; 2.-dine; 3.-have dinner;
-dya gwidyo -devour;
-dya kadzutsa -eat breakfast;
-dya kuti upezenso bwino 1.-reinvigorate; 2.-refresh; 3.-give a boost to;
-dya mofulumira 1.-grub; 2.-gobble; 3.-scoff; 4.-guzzle; 5.-gulp; 6.-eat quickly;
-dya mpamba 1.-eat capital; 2.-spend the working capital of a business;
-dya mutu 1.-ponder; 2.-think; 3.-reason;
-dya nawo 1.-partake; 2.-have a share; 3.-share together; iwo anadya nawo chakudya = they shared together the food;
-dya ndalama 1.-cost money (lit.: -eat money); zikonzero za boma zadya ndalama zambiri = the government's plans cost much money; 2.-steal money; 3.-embezzle money;
-dya pang'onopang'ono 1.-eat slowly; 2.-eat bit by bit;
-dya udzu 1.-graze; 2.-eat grass; 3.-browse;
-dya upo -counsel;
-dya zakudya zochepa 1.-eat little food; 2.-be undernourished; 3.-eat unbalanced diet;
-dya zokoma 1.-eat delicious food; 2.-eat tasty food; 3.-eat appetising food; 4.-eat yummy food;
-dya zolowera -be accustomed;
-dya zonona 1.-eat delicious food; 2.-eat tasty food; 3.-eat appetising food; 4.-eat yummy food;
-dya zovunda 1.-scavenge; 2.-eat rotten food;
-dya zowola -scavenge;
dyabulosꞃa- 1.diabolos; 2.satan; 3.devil; 4.evil person; 5.fiend;
-dyakuka -be crushed;
-dyedwa 1.-be eaten by animals; 2.-be edible; 3.-be unpoisonous; 4.-be suitable for eating;
-dyedwa ndi dzimbiri 1.-be eaten by rust; 2.-corrode;
-dyeka -be edible; mafuta wodyeka = edible fats;
dyera 1.greed; dyera la atsogoleri = the greed of the leaders; 2.gluttony; 3.insatiability;
-dyera 1.-eat; expression: iye anadyera muja (lit.: he ate in there) = a decisive refusal; expression: anadyera mutu (lit.: he ate his head) = he made a new plan; 2.-eat while using a tool; 3..-domesticate; 4.-thrive; expression: iye wadyera umo (lit.: he has thrived in there) = he brushed off completely the blame laid on him; 5.-be dominant; 6.-be greedy; 7.-be ravenousness;
-dyera kuwiri -be double minded;
-dyera masuku pa mutu 1.-take an advantage over

someone; 2.-gain over someone; 3.-prosper over someone;
-dyerera 1.-gain; akudyerera zipatso za mavoti awo = they gain from the fruits of their votes; 2.-eat richly; munthu wa chuma anadyerera = the wealthy man ate richly; 3.-defraud; 4.-gain over someone; 5.-take advantage;
-dyerera bwino 1.-feed well; 2.-be comfortable; 3.-be happy all the time;
-dyerera thukuta 1.-eat after having perspired (lit.); 2.-eat after having worked;
-dyetsa 1.-eat too much; 2.-feed; Ambuye amandiweta ndi kundidyetsa = the Lord herds me and feeds me; 3.-care for; anadyetsa ng'ombe = he cared for the cows;
-dyetsa njomba -dribble; osewera mpira akudyetsa njomba = the football players are dribbling; expression: wandidyetsa njomba (lit.: he has dribbled me) = he has fooled me;
-dyetsa nyama udzu 1.-feed grass to animals; 2.-graze;
-dyetsa ziweto udzu 1.-feed grass to cattle; 2.-browse;
dyokodyoko desire to eat;
-dyola 1.-persuade; 2.-appease; 3.-convince; 4.-coax; 5.-get somebody to do something by kindness or patience;
-dyolera 1.-inform against; 2.-denounce;
-dyuka -pound;
-dyukuka 1.-be crushed; 2.-be pounded; 3.-be milled; 4.-be broken up;
dyzeko (chiLomwe) things;
dyzemchichi (chiLomwe) many;
-dza 1.-become; 2.-advance; 3.-arrive; 4.-come; idza! = come!; proverb: chakudza sichiimba ng'oma (lit.: what comes does not beat a drum) = you don't get a warning when a trouble will happen; 5.-be oncoming; 6.-come on; 7.-happen;
-dza- infix of conjugated verbs, indicating future; udzakhala ku Zomba = you will be in Zomba; they will sing many songs = adzayimba nyimbo zambiri; tidzakhala ndi galimoto = we will have a car; sindidzakhala ndi nyumba yatsopano = I will not have a new house;
-dza pafupi 1.-approach; 2.-come near; 3.-draw near;
-dzadza 1.-be full; basi yadzadza = the bus is full; madzi wodzadza ndowa = a pail full of water; 2.-rise;
-dzadza gaga mdiwa 1.-exaggerate (lit.: -add more than in a trap); 2.-lie;
-dzadza mpaka pakamwa 1.-fill; 2.-be brimful;
-dzadza ndi chikondwelero 1.-delight very much; 2.-enrapture; 3.-take pleasure;

-dzadza ndi chimwemwe 1.-delight very much; 2.-enrapture;
-dzadza ndi chisangalalo 1.-have great pleasure; 2.-enrapture; tinasangalatsidwa ndi maganizo awo = we were enraptured by their views;
-dzadza ndi maganizo wopweteka 1.-aggravate; 2.-embitter; 3.-be filled with bitter thoughts;
-dzadza ndi mphamvu 1.-be empowered; 2.-be energetic; 3.-be vigorous; 4.-be very strong;
-dzadza ndi mphamvu za mtundu wina 1.-fill with another power; 2.-inspire;
-dzadza ndi Mzimu Woyera 1.-inspire with the Holy Spirit; 2.-be full of the Holy Spirit; 3.-be anointed with the Holy Spirit;
-dzadzada 1.-chop; 2.-cut into small pieces; 3.-beat;
-dzadzana 1.-congest (being compactly, densely together in a small space); anthu akudzadzana m'mabasi = people are getting congested in the buses; 2.-compact; 3.-be compressed; 4.-be dense;
-dzadzidwa 1.-imbue; ndadzadzidwa ndi chikondi = I am imbued with love; tadzadzidwa ndi kukhumbira = we are imbued with ambition; 2.-be filled;
-dzadzidwa ndi mpweya 1.-be imbued with steam/gas; 2.-be pneumatic; 3.-be filled with air;
-dzadzitsanso 1.-refill; 2.-fill up; 3.-top; 4.-replenish;
dzakhali\a- aunt;
-dzala 1.-plant; 2.-fill; anadzala ndi maganizo = he was filled with thoughts; 3.-rise;
-dzala chinangwa 1.-die (lit.: -plant cassava); 2.-pass away;
dzala lotayira zinyalala rubbish-pit;
-dzala m'mizere 1.-sow in rows; 2.-drill; 3.-plant in ridges;
-dzala mbewu 1.-plant crops; 2.-plant seeds; 3.-sow seeds;
-dzala momwaza 1.-broadcast; njere zimadzalidwa momwaza = the seeds were planted by broadcasting; 2.-scatter the seeds;
-dzala mozama -plant deeply;
-dzala ndi 1.-be full of; thumba ndi lodzala ndi ziguli = the sack is full of maize cobs; 2.-plant with;
-dzala ndi magazi 1.bloody; 2.sanguinary;
-dzala njere 1.-plant seed; 2.-be seedy; malalanje odzala njere = seedy oranges;
-dzala nkhadze 1.-plant cactus; 2.-bury; tidzala nkhadze (lit.: we are going to plant a cactus) = we will bury him/ he will be killed/ die, and we will plant a cactus on his grave for remembrance;
-dzala pamwamba 1.-plant shallow; 2.-plant in top soil;
dzala\ma- 1.pit; proverb: akulu mkudzala (lit.:

elders are pits) = everything is solved by elderly people; 2.place for rubbish; 3.ash-heap; 4.dunghill; 5.toilet; 6.hole;
-dzalana 1.-be plenty; 2.-be many; 3.-be numerous; 4.-be abundant;
Dzalanyama mountain forest found in the Central Region of Malawi;
dzalereni! educate!
dzalo\ma- estuary;
-dzambatuka 1.-wake up; 2.-be enthusiastic;
-dzambatuka 1.-appear suddenly; 2.-wake up suddenly; ndadzambatuka ku maloto oopsa = I have suddenly woken up because of a fearful dream;
-dzambwira 1.-stagger; 2.-walk/-move unsteadily; 3.-stumble; 4.-wobble;
dzana 1.day before yesterday; 2.past;
dzana ilo day previous to the day before yesterday;
dzana lija any day previous to three days ago;
dzanadzanali 1.before yesterday; 2.any period before the present period;
-dzandima 1.-stagger; 2.-walk/ -move unsteadily;
-dzandira 1.-stumble; 2.-stagger; anadzandira chifukwa cha kuledzera = he staggered because of drunkenness; 3.-walk/ -move unsteadily;
dzani\mayani leaf;
dzanja\manja 1.hand; expression: chaka chino wada m'manja (lit.: this year he has become black in the hands) = he is living in dire poverty; 2.arm; koma kwinaku = but on the other hand; kuwomba m'manja = clapping hands; anatsitsa dzanja = she dropped her hand; anakweza dzanja = she put up her hand; fumbatira = have something in your hands; kaunjika = zovala zakale = second hand clothes; expression: akubwera manja ali mkhosi (lit.: they are coming with their hands in the neck) = symbol of complaint and grief, but not concerning death;
dzanjamphako\ manjamphako very large snake-eating bird (lit.: the hand in the cave);
dzanje\a- mushroom;
dzanzi 1.rheumatism; 2.cramp; 3.numbness (esp. of the limbs);
-dzaza 1.-fill; ndowa yodzaza ndi madzi = a pail full of water; 2.-be full; ndowa iyi ndi yodzaza ndi madzi = this bucket is full of water;
-dzaza pakamwa 1.-fill to the brim; 2.-brim; 3.-gulp; 4.-fill to the surface;
-dzazidwa ndi chisoni 1.-be filled with grief; 2.-grieve; 3.-be heavy hearted; 4.-feel sad; 5.-be unhappy;
-dzembetuka 1.-be mature enough; mtsikana uyu wadzembetuka ndithu = this girl is really mature enough; 2.-be grown up; 3.-be clever;

dzemwa\a- 1.foolish person; 2.stupid person; 3.silly person;

-dzendayekha 1.-be unaccompanied; 2.-be lonely;

-dzenga -side step;

dzenje la chimbudzi 1.toilet pit; 2.latrine pit; 3.hole for toilet;

dzenje la mchere salt-pit;

dzenje lakuya 1.abyss; 2.deep pit;

dzenje lotayamo phulusa 1.ash-heap; 2.rubbish pit;

dzenje lozungulira malo 1.deep wide ditch surrounding a place; 2.moat;

dzenje\maenje 1.pit; wokumba dzenje adzagwamo (miyambo 26:26) = if a man digs a pit, he will fall into it; 2.pothole; munsewu muli maenje ambiri = there are many potholes on the road; 3.hole; gudumu lili ndi dzenje 'bala = the tyre has a hole; kwirirani maenje = fill up the holes; 4.ditch; 5.dent; 6.opening;

dzenze hair; azungu ali ndi dzenze = white people have long hair; riddle: munda uko koma kukolola m'manja (lit.: what a big garden but only a handful of harvest) = the head is big but when you shave it, you only get a handful of hair;

-dzera 1.-come (by the way one has taken); 2.-come via; dzera uko kuti tikumane uko = come via there so that we meet there; proverb: dzera uko sikuyenda (lit.: come via there is not good going) = don't go there alone, let's go together; 3.-pass through;

-dzetsa 1.-cause; 2.-bring; 3.-make something happen;

-dzetsa mavuto 1.-cause problems; 2.-make problems; 3.-bring problems; 4.-cause calamities;

-dzetsa mtendere 1.-settle dispute; 2.-make calm; 3.-pacify; 4.-bring peace; 5.-bring freedom; 6.-liberate;

-dzi- 1.infix indicating –self/ -selves; ukudziona = you are seeing yourself; tikudziona = we are seeing ourselves; dziphunzitse wekha = teach yourself; 2.infix indicating necessity; udzipita = you have to go;

dzibikiri 1.buckets; 2.containers; 3.pail;

-dzibisa 1.-be incognito; munthu atha kudzibisa potenga dzina lina = one can do incognito by using another name; 2.-pretend to be somebody else; 3.-be under the cover; 4.-hide;

-dzibisa kuti usazindikirike 1.-conceal oneself; 2.-cover up oneself; 3.-disguise oneself;

dzibiya 1.clothing (esp. for dancing); 2.costume made from skins of animals worn by dancers;

dzibumi end of a hole;

-dzibvula -undress oneself; expression: iwe wadzibvula lero (lit.: you have undressed yourself today); = you have put yourself to shame today;

-dzibweza -calm down yourself;

-dzichepetsa 1.-abase oneself; ngakhale adali otchuka adadzichepetsa = despite his fame he abased himself; munthu yemwe amapereka mnzake kwa adani, amadzichotsera ulemu = a man who betrays his friend abases himself; 2.-humble; 3.-be humble; Yesu anali wodzichepetsa = Jesus was humble; 4.-come down; 5.-stoop; 6.-subordinate; 7.-condescend;

-dzida 1.-hate oneself; 2.-regret; 3.-dislike; 4.-abhor;

-dzidalira 1.-be self-confident; 2.-be self-reliant; 3.-be independent; 4.-be self-dependent; 5.-be self-assured;

dzidzi\a- 1.barren person; 2.infertile; 3.sterile person; 4.unproductive person;

dzidzidzi surprise;

-dzidzimbaitsa 1.-disguise oneself; ndidzadzidzimbayitsa = I will disguise myself; 2.-be incognito;

-dzidzimuka 1.-regain consciousness; 2.-startle; ndinadzidzimuka atandibaya jakisoni = I was startled when he gave me an injection; 3.-wake up; 4.-surprise greatly;

-dzidzimukira 1.-decide suddenly; 2.-decide abruptly; 3.-find accidentally;

-dzidzimutsa 1.-revive; 2.-be alerted; 3.-be suddenly; 4.-be abrupt; 5.-stupefy; 6.-surprise; 7.-disturb; 8.-startle;

-dzidzimutsidwa 1.-be stunned; 2.-be taken unawares; ndinangodzidzimutsidwa = I was taken unawares; 3.-be shocked; 4.-be astonished;

-dzidzitsitsa -stoop;

-dzigangisa 1.-boast; 2.-brag; 3.-swagger; 4.-swank;

-dzigomera 1.-be self-confident; 2.-be narcissistic; 3.-have self-importance;

-dzigugitsa 1.-become unpopular; 2.-become infamous; 3.-become less important; 4.-be unreliable;

-dziimira 1.-be independent; 2.-stand alone; 3.-be self confident;

-dzikaniza 1.-renounce; 2.-abnegate; 3.-have self-control; 4.-be disciplined;

-dzikhulupirira 1.-be self-confident; 2.-be proud of oneself;

-dzikhuthula 1.-dedicate; ndadzikhuthula ndekha kwa Mulungu = I have dedicated myself to God; 2.-be submissive; 3.-be committed; 4.-devote;

-dzikhuthula kwambiri -be servile;

-dzikhutitsa ndi chakudya 1.-glut ; 2.-gorge; 3.-eat too much food;

-dzikhweza -commit suicide;

dziko la aDatchi The Netherlands (lit.: country of the Dutch);

dziko la aMwenye India;

dziko la aNgerezi England;

dziko la Israyeli Israel; Yakobe anapatsidwa dzina loti Israyeli atalimbana ndi m'ngelo (Gen. 32:28) = Jacob was named Israel after struggling with an angel (Gen.32:28);

Dziko la Malonjezano Promised Land (refers to Israel in the Bible);

dziko la munthu 1.mother country; 2.fatherland; 3.original home; 4.home country;

dziko la nkhangwala barren country;

dziko la zipani za ndale 1.country of political parties; 2.democratic country;

dziko lapansi 1.world; dziko lapansi pamodzi ndi anthu onse okhalamo = the world and those that dwell therein; 2.earth; dziko lapansi ndi zonse ziri m'menemo nza Chauta = the earth is the Lord's and the fulness thereof; monga kumwamba chomwechonso pansi pano = as in heaven so on earth;

dziko lapansi ndi zonse 1.cosmos; 2.universe;

dziko lolamulidwa ndi mfumu 1.country ruled by a king; 2.kingdom; 3.realm;

dziko losalowereka barren country;

dziko palokha mainland;

dziko\maiko 1.country; maiko okwera kumene/ maiko otukuka kumene = developing countries; m'maiko onse = in all countries; maiko a kumwera kwa Afirika = the countries of southern Africa; dziko lidapanga malire ndi = the country bounds on; maiko oyandikana nawo = the neighbouring countries; dziko loyenda mkaka ndi uchi = a country flowing with milk and honey; 2.land; 3.state; 4.district; 5.wide/ big area; munda wawo ndi dziko = his garden is big; 6.grave yard; anyamata a ku dziko amaliza ntchito = the boys have finished digging a grave ready for burial ceremony; 7.earth; 8.world; 9.globe; 10.planet; maiko amayenda mozungulira dzuwa = planets go around the sun;

-dzikodzera -be incontinent;

-dzikoketsa -drain strength;

-dzikoleka -hang oneself; anadzikoleka = he hanged himself;

-dzikometsa 1.-smarten oneself; 2.-beautify; 3.-decorate;

-dzikonda 1.-be self-absorbed; 2.-be self-centred; 3.-be egocentric; 4.-be selfish; 5.-be greedy; mkulu uyu ndi wodzikonda = that big man is greedy; 6.-be proud of oneself;

-dzikongoletsa 1.-beautify; 2.-smarten; 3.-take cosmetics; 4.-titivate;

-dzikonzera chakudya 1.-be self-catering; 2.-be self-serving; 3.-prepare food for oneself;

dzikulukuto eczema that appears on the head;

-dzikuza 1.-boast; 2.-be proud; 3.-be selfish; 4.-be pompous; munthu uyu amadzikuza kwambiri = this person is very pompous; 5.-brag;

-dzikweza 1.-be pompous; ndi mtsikana wodzikweza zedi = she is a very pompous girl; 2.-be proud;

-dzikwidzinga 1.-tie oneself; 2.-trap oneself (fig.); 3.-commit suicide;

Dzilere December;

-dziletsa 1.-abstain from; amadziletsa ku chigololo ndi kumwa = he abstains from sex and drinking; 2.-refrain; 3.-go without; 4.-desist; 5.-be modest; mkazi wodziletsa = modest woman; 6.-mortify; 7.-discipline oneself;

-dzilimbikitsa mtima 1.-strengthen; 2.-gather courage; 3.-be confident;

dzilimbitsa mtima 1.-be self-assured; 2.-have confidence;

-dzimanga 1.-be unrelaxed; 2.-do not feel free; 3.-be under panic;

-dzimasula 1.-relax oneself; 2.-free oneself;

-dzimba -be bloated (as with drink);

dzimba\a- ant-eater;

-dzimbaitsa 1.-dress oneself up; 2.-disguise oneself; 3.-pretend;

-dzimbidwa 1.-be cloved; 2.-be blown out; 3.-be crammed with food; 4.-be constipated; 5.-be flatulent;

dzimbiri 1.oxidation; dzimbiri limadza chifukwa cha kuwonongeka kwa chitsulo kamba ka mpweya = oxidation is the result of the corrosion of iron by oxygen; 2.rusting; 3.rust; 4.corrosion;

-dzimva 1.-take pride; 2.-be arrogant; 3.-have self importance;

dzimwe\a- queen bee;

-dzimwerera 1.-be self-assertive; 2.-be offensively conceited; 3.-be bumptious;

dzina la bambo 1.father's name; 2.surname; 3.last name;

dzina la banja 1.family name; 2.surname;

dzina la ntchito yotchulidwa 1.predicate; 2.object of sentence;

dzina la ukazitape 1.pseudonym; 2.writer's name; 3.alias;

dzina lake ndi his/ her name is;

dzina lofanana ndi lina 1.equivalent name; 2.synonym;

dzina longopeka 1.fictitious name; 2.pseudonym;

dzina lopeka 1.pseudonym; 2.writer's name; 3.alias; 4.fictitious name; 5.nick name; 6.fake name;

dzina losinjirira 1.nickname; 2.pet name;

dzina lotalikana ndi mneni 1.crooked name;

2.name that is not straight; 3.indirect object;
dzina lotsogozana ndi mneni 1.name that is
straight/ not crooked; 2.direct object;
dzina loyimira zambiri 1.name of species;
2.collective noun; 3.common noun;
dzina\maina 1.name; dzina lanu/ lako ndi ndani? =
what is your name?; expression: kulowa dzina (lit.:
to enter a name) = to become a successor = to
inherit a name; m'dzina la Atate ndi la Mwana ndi
la Mzimu Woyera = in the name of the Father, the
Son, and the Holy Spirit; 2.noun; 3.signature;
-dzinga 1-be steady; 2.-be settled; 3.-be fixed on;
ng'ombe zinadzinga pamsipu wobiriwira = the
cows were fixed on the green grass;
-dzinga mtima 1.-calm down; 2.-be composed; 3.-
be hopeful;
-dzingwitsa 1.-distort; 2.-confuse;
dzinja 1.wet season; 2.rainy season;
dzinja\mainja 1.country; 2.state; 3.nation;
dzino lalikulu molar;
dzino losongoka 1.pointed tooth; 2.canine;
dzino\mano tooth\teeth; back teeth = mano a
kumbuyo; front teeth = mano apatsogolo; lower
teeth = mano a pansi; upper teeth = mano a
m'mwamba; kupweteka ka dzino/ kuzitula kwa
dzino = phantom tooth pain; expression: koma
ndiye chakulowa kudzino (lit.: but it has entered
into your tooth) = you have liked the food;
-dzinyerera -be incontinent;
-dzinyonga 1.-hang oneself; 2.-commit suicide;
-dziona woposa onse 1.-be arrogant; 2.-be
pompous; 3.-be proud; 4.-be selfish;
-dzipachika 1.-hang oneself; anadzipachika = he
hanged himself; 2.-confess; anadzipachika yekha
ku mlandu = he confessed having committed the
offence;
-dzipanga ukapolo 1.-be slavish; 2.-be servile; 3.-
be abject;
-dzipangitsa kuzolowera 1.-be conditioned; 2.-
habituate; 3.-acquaint oneself with; 4.-familiarise
oneself with; 5.-accustom oneself to;
-dzipatula 1.-set oneself aside; 2.-segregate oneself;
3.-be separated; 4.-be sequestered;
-dzipereka 1.-submit; anadzipereka kwa ine = he
submitted to me; 2.-be submissive; 3.-surrender;
muyenera kupita kukadzipereka ku polisi = you
have to surrender yourself to the police; 4.-be
committed; 5.-devote; 6.-volunteer; 7.-be
voluntary; kusonkhana kodzipereka = a voluntary
gathering; ntchito yodzipereka = voluntary work;
8.-be faithful; anali munthu wodzipereka = he was
a faithful man; 9.-give;
-dzipha -commit suicide;
-dzipha ngati nsembe 1.-immolate; 2.-sacrifice;

-dzipha podziwotcha -immolate;
-dziphe -taint;
-dziphikira 1.-be self-catering; 2.-be self-cooking;
3.-cook for oneself;
dziphingo clothing (esp. for dancing);
-dziponya pa moto 1.-burn oneself; 2.-put oneself
in trouble; expression: wadziponya pa moto (lit.:
he has put himself into the fire) = he has married a
talkative and quarrelsome wife;
-dzipopa -be selfish;
-dzipoza mtima 1.-be self assured; 2.-have
confidence;
-dzipsula 1.-hit oneself; 2.-clobber;
dzira la mkazi egg of a woman; thumba la mazira a
mkazi = eggs sack of a woman; motsungira dzira =
egg sack; kutuluka kwa dzira = ovulation;
dzira la m'chiberekero ovum/ova;
dzira la mzimayi ovary;
dzira la nsabwe 1.egg of a louse; 2.nit;
dzira losukusa 1.addled egg (which cannot give a
chick because it is not well incubated); 2.rotten
egg;
dzira\mazira egg; tinadya mazira masana = we had
eggs during lunch; riddle: nyumba ya kwathu
yopanda khomo (lit:. our house at home is without
a door) = dzira = an egg; nkhope yake ndi yosalala
ngati dzira = his/ her face is as smooth as an egg;
-dziretsa 1.-abstain; amadziretsa chigololo ndi
kumwa = he abstains from sex and drinking; 2.-be
modest; mkazi wodziretsa = modest woman; 3.-
mortify; 4.-be self-controlled; 5.-be disciplined; 6.-
refrain;
dziru sourness;
-dzisala 1.-be self denying; 2.-abnegate;
-dzisamala 1.-look after oneself; 2.-be smart; 3.-be
neat;
-dzisamalira 1.-be self-catering; 2.-be hygienic; 3.-
look after oneself well;
-dzisandutsa kapolo 1.-be slavish; 2.-be servile; 3.-
be abject;
-dzisankha -be self-absorbed;
-dzisasa 1.-wipe off from oneself; 2.-shake off from
oneself; dzisasani fumbi = shake off the dust from
oneself;
-dzishula 1.-hit oneself; 2.-clobber;
-dzisunga 1.-be modest; 2.-have self-control; 3.-
have discipline;
-dzitama 1.-boast; 2.-take pride; 3.-be pompous; 4.-
be selfish;
-dzitamandira 1.-boast; anadzitamandira kuti
akhoza kulankhula zinenero zisanu ndi chimodzi =
he boasted that he could speak six languages; 2.-
brag;
dzitebwere\- preserved pumpkin;

-dziteteza 1.-defend oneself; 2.-take precautions; kudziteteza kungozi = precautions against accidents; 3.-protect oneself; 4.-shield oneself; 5.-have self control;

-dziteteza pogonana -have safe sex;

dzithambo window's cap;

-dzithandiza 1.-help oneself; 2.-relieve of stool; 3.-defecate;

-dzithandiza pamaphunziro atsopano 1.-be self-educated; 2.-be heuristic;

-dzithandiza yekha 1.-be self-helping; 2.-be self-supporting;

dzithaphwi 1.ditches\with some water; 2.marshes; 3.swamp; 4.bog;

dzitheba green beans;

-dzithemba 1.-be self-reliant; 2.-be self sufficient; 3.-be self-confident;

dzitho 1.stamina; 2.stoutness; 3.strength;

dzitosi drops of chicken;

-dzitsimikizira kukhoza kwa maganizo 1.-be self-reliant; 2.-be opinionated;

-dzitsitsa 1.-humble; 2.-come down; 3.-calm down; 4.-be modest;

-dzitsuka 1.-clean oneself; 2.-smarten; 3.-prove oneself innocent while not;

dzitu 1.wild fruit; 2.foot cuts;

-dzitukula 1.-uplift oneself; 2.-enrich oneself; 3.-develop oneself; 4.-promote oneself; 5.-improve oneself;

-dzitukumula 1.-boast; 2.-be proud; 3.-be selfish; 4.-brag;

dzitukwi (chiNgoni) 1.sweet beer; 2.heap of rubbish;

-dziviika 1.-soak oneself; 2.-get wet;

dzivwimbo 1.bottle cover; chotsani dzivwimbo pa mabotolo = remove the covers from the bottles; 2.bottle tops;

-dziwa 1.-know; musanapite, ndidziwe mwachita ichi chifukwa chiyani? = before you go, let me know why you have done this?; ndikanadziwa sindikanabwera = had I known I wouldn't have come; sindikudziwa = I do not know; kodi umadziwa kusewera tchesi? = do you know how to play chess?; 2.-notice; 3.-ken; 4.-be able; amadziwa kuyendetsa galimoto = he is able to drive a car; 5.-acknowledge; 6.-have awareness; 7.-be competent; 8.-comprehend; 9.-be conscious; ali kudziwa = they are conscious; 10.-realise; anadziwa kuti zomwe anachita zinali zoyipa = he realised that what he did was wrong;

-dziwa kusaka -have ability in hunting;

-dziwa kusankha mofatsa 1.-be carefully selective; 2.-be choosey; 3.-be fastidious;

-dziwa msanga 1.-be perceptive; 2.-have discernment;

-dziwa njira 1.-know the way; 2.-be orientated; 3.-know the path;

-dziwa zonse -know all;

-dziwa zoyankhula poyang'ana milomo -lip-read; yang'anira mayendedwe a milomo pofuna kuzindikira zomwe wina akunena = lip-read to know what someone is saying;

-dziwamfolo 1.-learn a bitter lesson; 2.-be punished; 3.-feel the pinch;

-dziwana 1.-know each other; 2.-acquaint; 3.-catch each other;

-dziwazako 1.-be carefree; 2.-be not minding others' business; 3.-serve one's own interests only; 4.-be self-centred;

dziwe\maiwe 1.pool; ana amasambira pa dziwe = the children were swimming in a pool; 2.abyss; 3.pond; 4.dam. 5.water reservoir; 6.puddle;

dziwi 1.unbecoming behaviour; 2.bad behaviour; 3.bad character;

-dziwika 1.-be known; 2.-be eminent; 3.-be stark; 4.-be revealed; 5.-manifest; 6.-be measurable; 7.-be famous; iye ndi wodziwika = he is a famous person; 8.-be familiar; 9.-be obtrusive;

-dziwikiratu 1.-be obvious; 2.-be famous to all; 3.-be well known;

-dziwitsa 1.-make known; 2.-notify; 3.-inform; 4.-demonstrate; 5.-discern; 6.-disclose; 7.-acknowledge; 8.-comprehend; 9.-declare; 10.-publicise;

-dziwitsa chokambidwa -introduce a subject;

-dziwitsa mpingo m'busa wawo 1.-induct a pastor; 2.-introduce a pastor;

-dziwitsa mutu wa nkhani -introduce a subject;

-dziwitsa za ngozi -caution;

-dziwitsidwa 1.-be enlightened; 2.-be informed; 3.-be communicated;

-dziwitsidwa bwino 1.-be notified; 2.-be informed;

dziwitso\ma- 1.notice; 2.warning;

-dziwombola 1.-save oneself; 2.-redeem oneself;

-dziwotcha ndi chotentha 1.-heat oneself; 2.-scald oneself; 3.-burn oneself by hot substance;

-dziyalutsa 1.-put oneself to shame; 2.-cause oneself to become mad;

-dziyamika -take pride;

-dziyamikira 1.-praise oneself too much; 2.-worship one's ego; 3.-be narcissistic;

-dziyang'ana -be self-absorbed;

-dziyang'anira wekha 1.-be independent; 2.-fend for oneself; 3.-be self-reliant;

dziyenayekha\a- 1.loner; 2.lonely person; 3.old baboon;

-dziyenereza mopyolera muyezo 1.-be immodest; 2.-be narcissistic; 3.-be proud;

107

-dzizindikira - dzyowara (chiLomwe)

-dzizindikira -draw one's self together;
-dzizoloweretsa 1.-familiarise; 2.-condition oneself;
3.-habituate;
-dzizwitsa 1.-make known; 2.-be miraculous;
-dzodzoda 1.-pound; mwana anadzodzoda
chimanga = the child pounded maize; 2.-beat;
-dzodzola -break off a portion;
-dzoka -daub;
-dzola 1.-anoint oneself; 2.-smear; anadzola mafuta
pa khungu = he smeared oil on the skin; 3.-dye; 4.-
daub; 5.-oil; 6.-surpass;
-dzola sopo 1.-soap; 2.-put soap all over the body;
-dzola thope 1.-smear mud; 2.-be covered with
mud;
dzoma (chiLomwe) initiation rite for boys;
dzombe locust; dzombe limawononga mbewu =
locusts destroy crops;
dzongo (-li d.) -be straight;
dzongwe\a- fully grown cock;
dzoye gape;
-dzoza 1.-anoint; 2.-ordain; 3.-groom; 4.-smear; 5.-
set apart; Yesaya anamudzodza = Isaiah was set
apart; 6.-become heir to the throne;
dzoza mafuta anointment;
-dzoza mafuta ngati machiritso -unction to heal;
-dzoza ubusa -ordain in the ministry;
-dzozana -anoint one another;
-dzudzula 1.-protest; 2.-deplore; amadzudzula
kulakwa kwake = he deplores his guilt; 3.-rebuke;
4.-reprimand; 5.-reproach 6.-blame; 7.-reprove; 8.-
reproof; 9.-correct by reproof; 10.-lecture; 11.-
accuse; 12.-censure; 13.-chide; 14.-criticise; 15.-
scold; 16.-shout at; 17.-advise; 18.-check; 19.-
arraign;
-dzudzula mtsogoleri -impeach;
-dzuka 1.-rise; 2.-wake up; 3.-get up 4.-stand up; 5.-
ressurect;
-dzukirira -get up early in the morning;
dzulo 1.yesterday; adapita dzulo = he went
yesterday; 2.previous day;
dzulo m'mawa yesterday morning;
dzulo madzulo yesterday evening;
dzuma deep exclamation;
-dzuma -boo (to show disapproval or contempt);
wokubayo anamudzuma kwambiri = the thief was
booed at by the people;
dzungu\maungu pumpkin; anaphika dzungu lokha
= they cooked pumpkin only; proverb: kwa eni
kumadyetsa nthanga dzungu likulifuna (lit.: when
you are a stranger/ visitor you eat pumpkin seeds
even if you wish to eat the real pumpkin) =
strangers/ visitors do not have a say; proverb:
dzungu limakula kunsonga (lit.: a pumpkin is thick
towards the top) = the last born in a family can

appear older than elder relatives;
-dzungula 1.-abstain from; 2.-refrain from;
-dzungunyula 1.-sprain; 2.-wrench;
-dzutsa 1.-revive; akufuna kudzutsa chipani chake
= he wants to revive his party; 2.-awaken; 3.-bring
to life; iye ngati mtsogoleri wa mwambowo
anadzutsa zochitikazo = he as a master of the
ceremony, brought the occasion to life; 4.-lift up;
-dzutsidwa 1.-be revived; 2.-be awakened; 3.-be
made awake;
dzuwa 1.sun; dzuwa linakwera = the sun rose;
dzuwa likutuluka = the sun is rising; dzuwa
lidapendeka = the sun was setting (afternoon);
expression: chaka chino kuli dzuwa (lit.: there is
sun this year) = there is famine this year; dzuwa
likuswa mtengo (lit.: the sun is breaking the tree) =
it is noon = masanasana; expression: mtsikana uyu
ndi chiphadzuwa (lit.: this girl is a sun-killer) =
this girl is beautiful beyond description;
expression: dzuwa likuswa mtengo (lit.: the sun is
breaking the tree) = the sun is shining; 2.day;
3.drought; 4.starvation 5.famine;
dzuwa la mmitambo cloudy day (fig.);
dzuwa lili pha sunrise;
dzuwa linyenga expression (lit.: the sun lies) = I am
cheated;
dzuwakalowe intensive work (fig.);
dzyamathera (chiLomwe) adultery;
dzyowara (chiLomwe) clothes;

E

-e (suffix) should; apite = he should go;

E.S.CO.M Electricity Supply Commission of Malawi = Bungwe la Magetsi m'Malawi;

ea! ah! (interj.);

Edeni Eden; munda womwe Mulungu anayikamo Adamu ndi Hava (*Genesis* 1) = the garden in which God put Adam and Eve (*Genesis* 1);

edzi AIDS; edzi ndi matenda = AIDS is a disease; pewani edzi = avoid aids; edzi imawononga chitetezo cha thupi kumatenda = AIDS destroys the protection of the body against diseases; edzi ndi yopatsirana = AIDS is contagious; edzi imapha = AIDS kills; edzi njowopsa/ edzi ndi yowopsa = aids is dangerous;

ee 1.yes (said when answering to a call); 2. expression of doubtful agreement;

ee koo! eureka! (expression of surprise on finding an idea);

eedi it's true (used when expressing one's agreement);

eetu 1.certain for; 2.it's true;

Efodi Ephod; ndi chovala cha wansembe wamkulu wa alsrayeli (*Eksodo* 28:2-12, 39:2-2) = it is a vestment of a chief priest of the Israelites (*Exodus* 28:2-12, 39:2-2);

efulefu\ma- 1.ordinary person; mdziko lirilonse muli maefulefu = every country has ordinary people; 2.poor person; 3.worthless person;

egwe expression of surprise;

ehe ulu 1.women laughing; 2.women's laughter;

ehede expression of great confirmation/ agreement;

ehriwa (chiLomwe) they say;

-ek- extension suffixed to the stem of verbs that have letter a or letter i, or letter u, indicating a passive without an agent; kutayika = being spoilt; kuphikika = being cooked; kupezeka = being found/ being available; kuoneka = being visible; kudyeka = being edible; kuchitika = to happen;

ekala\ma- (chiNgerezi) 1.acre; 2.hectare;

-ekha 1.only; 2.alone; 3.his/her own; ulendo waekha = his/her own journey;

ekhavihelho (chiLomwe) 1.assistance; 2.gift;

ekhu\mwanakhu (chiLomwe) chicken;

eko 1.have this; 2.here you are; 3.echo (bouncing back of sound); 4.reverberation;

Eksodo Exodus, buku lachiwiri mu Chipangano Chakale = the second book in the old Testament;

eksoekje (chiAfrikaans) I am looking for you (= ndikufuna iweyo);

ekwee an expression of surprise, disappointment and disgust;

-elama -bend your back;

Eliya Elijah; Eliya anali m'modzi mwa aneneri m'Chipangano Chakale = Elijah was one of the prophets in the Old Testament;

Emau Emmaus; Kleopa adakumana ndi Yesu pamene amapita ku Emau (*Luka* 24:13) = Kleopas met Jesus when he was going to Emmaus (*Luke* 24:13);

empa yovekelhela (chiLomwe) 1.house for prayer; 2.church;

ena 1.other/ others (with plural nouns of the mu -a class and of the li-ma class); anthu ena = other people = the others; agalu ena = other dogs; masiku ena = other days; 2.certain ones (describing elder persons); 3.rest;

-ena another (suffix preceded by subject concord of singular nouns of ka-ti class and of pa class); kabuku kena = another booklet; pena = another place/ somewhere else;

ena ... ena some ... others; ana ena amapita kusukulu, koma ena sapita kusukulu = some children go to school, but others do not go to school;

ena ake 1.somebody; 2.someone;

enanso 1.some more; enanso anthu akubwera = some more people are coming; 2.some others;

enanu some of you;

enawa nanga? what about these others?;

enawo 1.some are those; 2.others;

eni 1.here you are; 2.there you are; 3.owners; 4.proprietors;

eni nthaka 1.land owners; eni nthaka adapha mwini munda = land owners killed the farm owner; 2.citizens; 3.indigenous people;

eniake 1.owners; 2.proprietors;

-eni-eni suffix meaning (prefixed in accordance to the subject concord of accompanying nouns): (a) true; zinthu zenizeni = true things; anthu enieni = true people, (b) good; denga lenileni = a good roof; madengu enieni = good baskets; nyumba yeniyeni = a good house; ulendo weniweni = a good journey; timabuku teniteni = good booklets; kuimba kwenikweni = the good singing, (c) real; munthu weniweni = a real person; galu weniweni = a real dog; mudzi weniweni = a real village; midzi yeniyeni = real villages; ndawerenga buku leni leni = I have read a real book; chinthu chenicheni = the real thing; nyumba zenizeni = real houses; kabuku kenikeni = a real booklet; kupezeka kweni kweni kwa Khristu = the real presence of Christ; mawu awa ndi enieni a m'Buku lopatulika = these are real Bible words, (d) exactly; penipeni = exactly there; kwenikweni = exactly there; mwenimweni = exactly in there, (e) major; msewu weniweni = major road; vuto lenileni = the major problem, (f) utter; kunali m'dima weniweni = there was utter darkness, (g) total; there was total darkness = kunali m'dima weniweni; (h).actual; mawu eni-eni = actual words; (i) correct;

eninga (chiLomwe) banana;

enivulopu\ma- (chiNgerezi) envelope;

eniwa (chiLomwe) he says;

-ense 1.whole; nsato inameza munthu yense = the python swallowed the whole person; 2.complete; 3.entire;

epalame (chiLomwe) bird;

-epula -remove top layer;

Epulo April (the fourth month of the year);

epuloni\- apron;

-er- extension suffixed to the stem of verbs that have letter a or letter i, or letter u, indicating the application of an action; tikulembera = we are writing (to someone/ for someone); akudyera = he is eating (with someone);

-era 1.-be white; 2.-be clean;

-erer- extension suffixed to the stem of verbs that have letter e or letter o, intensifying its meaning; wabwerera = he has come back;

erheta (chiLomwe) 1.disease; 2.infection;

Eriteriya Eritrea; dziko lopezeka kumpoto kwa Ethiopia = a country to the north of Ethiopia;

Esitere Esther, dzina la mfumukazi ndi buku mu Chipangano Chakale = name of a queen, and a book in the Old Testament;

eti eti like that;

eti! 1.please confirm!; 2.is it true (for confirmation one asks the other: eti!?);

etidi 1.indeed; etidi ndi choncho = indeed it is like that; 2.really;

-ets- extension suffixed to the stem of verbs that have letter a or letter i, or letter u, indicating that an action is caused; akuwaonetsa nyumba = he is showing them (makes them see) the house; amadyetsa galu = he feeds the dog (he makes the dog eat) kuyendetsa = driving (making a ride);

eya 1.yes; 2.word used when answering to a call; 3.word used when affirming some truth;

eyadi 1.indeed; 2.yes it is true;

eyetu 1.certain for; 2.it's true;

eyi! 1.hey!; 2.word used to attract attention; 3.word used to warn somebody;

-eza 1.-measure; 2.-try; 3.-examine; 4.-experiment;

Ezara Ezra; Ezara ndi mneneri komanso dzina la buku mu Chipangano Chakale = Ezra is a prophet and the name of a book in the Old Testament;

Ezekieli Ezekiel; ndi mneneri komanso dzina la buku mu Chipangano Chakale = he is a prophet and the name of a book in the Old Testament;

F

-fa 1.-pass away; 2.-die; expression: kulowa kufa (lit.: enter the death) = the practice where by a woman who has lost her husband is made to sleep with a man; especially identified for the purpose as part of ritual that is said to put the dead man's spirit to rest; miyandamiyanda ya anthu akufa = thousands upon thousands of dead people; expression: amasewera masewero a wafawafa = in their games they take every risk; 3.-be dead; 4.-be unable to have children; 5.-give up the ghost;

-fa -die; kufa mbali imodzi ya thupi = stroke;

-fa chikomo -die suddenly;

-fa dzanzi -be numb;

-fa kaso 1.-admire; 2.-esteem;

-fa luvi -die; anthu anafa luvi = a number of people died at once;

-fa maso 1.-be blind; 2.-be ignorant; expression: iye ndi ofa maso (lit.: his eyes are dead) = he does not read/ he is illiterate;

-fa mtima 1.-be chicken hearted; 2.-forget;

-fa mutu 1.-be forgetful; 2.-be stupid; 3.-be silly; 4.-be dull; 5.-be ignorant; 6.-behave foolishly; 7.-be puzzled;

-fa mwa chikhakhadzi 1.-die suddenly; 2.-laugh continuously;

-fa ziwalo 1.-be disabled; 2.-be paralysed;

-fafaniza 1.-efface; 2.-blot; 3.-cancel; 4.-submerge;

faida (chiSwahili) profit;

faindi fine;

-faka 1.-add some more; 2.-fill to the brim; fakani chimanga m'chitini = fill the maize in the tin to the brim; 3.-increase;

-fakasha 1.-have a stroll; 2.-have a jolly walk;

-fakira 1.-revise salary; 2.-increase salary;

fakitale\ma- factory;

-fakitsa 1.-come to the full; 2.-increase;

-fala 1.-be known; dzina lake lafala m'mudzi monse = his name is known in the whole village; 2.-be widespread; 3.-be common;

-fala msanga kwa matenda 1.-break out; 2.-be epidemic; kufala msanga kwa matenda pa anthu ambiri pa malo amodzi = rapid spread of diseases among many people at one place; 3.-be pandemic;

-falawali 1.-be dispersed; 2.-spread;

-falikira 1.-propagate; 2.-be spread; 3.-spread; fumbi linafalikira = the dust spread; 4.-disperse; 5.-be scattered; 6.-be infectious; 7.-be contagious;

-falikira kwa onse 1.-be universal; mpingo wofalikira kwa mitundu ya anthu onse = universal church; 2.-be worldwide;

-falikira ponseponse 1.-be immanent; 2.-be worldwide;

-falitsa 1.-spread; 2.-disseminate; 3.-diffuse; 4.-splash; 5.-broadcast; 6.-publish abroad; 7.-publicise; 8.-circulate; 9.-proclaim; 10.-preach;

-falitsa chikhulupiriro 1.-spread the faith; 2.-evangelise; 3.-preach about faith;

-falitsa Uthenga Wabwino 1.-spread the Gospel; 2.-evangelise;

faludu\ma- bale of calico;

-falula -humiliate;

famu farm;

-famula 1.-humiliate; 2.-unthatch;

-fanana 1.-be alike; 2.-resemble; 3.-duplicate; 4.-be compatible; 5.-correspond; 6.-be equal; 7.-be the same; anatiuza nkhani yofanana = he told us the same story; 8.-be similar; avala madilesi ofanana = they have put on similar dresses; 9.-be parallel;

-fanana kwambiri 1.-be identical; awa ndi mapasa ofanana kwambiri = these are identical twins; 2.-be similar;

-fanana msinkhu 1.-commensurate; 2.-be of the same age; 3.-be age mates; 4.-be equal in height;

-fanana ndi mngelo -be of angelic form;

-fanana ndi mtengo 1.-look like wood; 2.-be ligneous; 3.-look like a tree;

-fanana ndi Mulungu 1.-be Godlike; 2.-be divine;

-fanana paliponse 1.-resemble in everything; 2.-look alike in all respects; 3.-be uniform; 4.-have the same features;

-fanana zochitika 1.-be akin; 2.-be similar in actions;

-fananitsa 1.-conform; 2.-match; 3.-contrast; 4.-liken; 5.-compare; 6.-make imaginable;

-fananiza 1.-balance; 2.-relate,

-fanankhula 1.-look for something; 2.-search;

fandi fund;

fandumu big buttocks;

fanero\ma- funnel;

-fanizira 1.-liken; 2.-compare; 3.-imitate; 4.-imagine; tangofanizira = imagine that; 5.-allegorise; 6.-be comparative; 7.-confer; 8.-conform;

-fanizira ndi 1.-refer to; 2.-relate to; 3.-compare with;

-fanizira za 1.-emulate; 2.-be like; 3.-copy;

-faniziritsa 1.-be comparative; 2.-be relative;

fanizo losema 1.graven image; 2.golden image;

fanizo\ma- 1.parable; Iye anawawuza zinthu zambiri m'mafanizo = He said unto them many things in parables; fanizo la wofesa = the parable of the sower; 2.allegory; 3.comparison; 4.fable;

fano\ma- 1.idol; makolo athu ankapembedza mafano = our ancestors were worshipping idols;

2.graven image; 3.effigy; mafano ndi zinthunzithunzi zopangidwa kuchokera ku mtengo, mwala ndi zina = effigies are images made from wood, stone and other materials; 4.god;
-fanthula 1.-scatter; 2.-disperse; 3.-get dismissed;
fanulo\ma- funnel;
-fapa 1.-be thin; 2.-be slim; 3.-be skinny; 4.-be slender;
Faransa France; dzina la mwana wamkulu wa mfumu ya ku Faransa limatchedwa dauphine = dauphine was the name of the eldest son of the king of France;
-fasa -squeeze;
fasho fashion; fasho ya kale = old fashion;
-fasuka -come out (in flower);
-fasula -open the tassel of fruits;
-fatsa 1.-be meek; anthu ofatsa = meek people; 2.-be tame; 3.-be gentle; anthu ofatsa = gentle people; 4.-be calm; 5.-be quiet; 6.-be polite; 7.-be patient;
-fatsa mtima -be meek; ali wofatsa mtima = she is meek;
-faula 1.-unthatch; 2.-take out the roof;
-feba 1.-be tired out; 2.-feel hungry;
Febuluwale February; ndi mwezi wachiwiri wa chaka = it is the second month of the year;
fedha (chiSwahili) money;
-fefetula -cut open; anamufefetula kumsana = he was cut open at the back;
-fekesa 1.-rub; anafekesa pa mkono wake = he rubbed on his hand; 2.-massage;
-fekesa moto -cause fire by friction;
felemu frame;
felemu\ma- (chiNgerezi) frame;
-felera -be nearly ripe;
-feluka 1.-fail; anafeluka mayeso = he failed in the examinations; 2.-do not succeed; 3.-be unsuccessful; 4.-do not pass;
-felula 1.-cut open; 2.-fail exams;
-felutsa -simmer;
-femba -miss;
-fenkhula 1.-breathe in; 2.-respire; 3.-suck in air; 4.-take air in; 5.-inhale;
-fera -die for; expression: wafera za eni (lit.: he has died for other people's affairs) = suffering for a cause that does not concern you;
-feruka 1.-boil; 2.-simmer;
-fesa 1.-sow; anafesa mbewu = he sowed seeds; mkufesa kwake = when he was sowing; fesani njere msanga = sow seeds quickly; 2.-spread; ena amafesa nthenda ya Edzi mwadala = some people spread AIDS deliberately;
-fesa m'mizere 1.-sow in rows; 2.-drill; 3.-sow in ridges;
-fesa mphanje -broadcast in a newly cultivated field;
-fesula -scoop;
fetereza fertilizer; timagulitsa fetereza pa mtengo wa K10 = we sell fertilizer at the price of K10; fetereza wakwera mtengo = the price of fertilizer has gone up;
-fetsa 1.-sow; 2.-die in great numbers; 3.-put to death; 4.-lose a person by death; munafetsa ana angati? = how many children did you lose?;
-fetsa mbewu 1.-crop; 2.-sow seeds; 3.-spread seeds;
-feula 1.-miss; galimoto linafeula nsewu = the car missed the road; 2.-slit;
-fewa 1.-be soft; malaya anga ndi wofewa = my shirt is soft; expression: ndalama yofewa mtengo (lit.: money that softens the price) = a subsidised price; expression: amayi anga ndi wofewa manja (lit.: my mother is soft handed) = my mother is generous; 2.-be kind-hearted; 3.-be considerate; 4.-be pliable; 5.-be flexible; chogonera chofewa = a flexible sleeping place; 6.-be easy; easy work = ntchito yofewa; 7.-be cheap; 8.-be cowed;
-fewa manja 1.-be soft handed; 2.-give money as a gift (fig.); 3.-be able to give; 4.-have a free hand; 5.-be good-hearted; 6.-be considerate;
-fewa mtima 1.-be kind; 2.-be good hearted; 3.-be considerate; 4.-favour;
-fewa mutu 1.-be clever; 2.-be intelligent; 3.-be brilliant; 4.-be bright;
-fewa ndi madzi 1.-be moist; 2.-be softened by water;
-fewanso -be reproductive;
-fewetsa 1.-soften; fewetsa mkatewo = soften the bread; 2.-cheapen; 3.-steep in water; 4.-moisten; 5.-relax; nthawi yopuma = time for relaxing/ break time; 6.-loosen; 7.-reduce the price;
-fewetsa mafuta 1.-lubricate; 2.-oil;
-fidibula 1.-take out; fidibulani tayala la njinga = take off the tyre from the bicycle; 2.-remove; 3.-confiscate;
fieta (chiNgerezi) theatre;
-fifintha -squeeze;
-fifitiza 1.-crush; 2.-beat heavily;
-fifwa 1.-wear away; 2.-wear out; 3.-lose quality; 4.-fade; 5.-lose originality; 6.-become paler;
-fiira 1.-be red; deresi lofiira = a red dress; malaya ofiira = a red shirt; 2.-be fiery; expression:kufiira ngati dzuwa likutuluka (lit.: be fiery like the sun on the horizon); 3.-be crimson;
fiira motuwira 1.-be reddish; 2.-be fainty red;
-fiirira 1.-be maroon; anavala malaya ofiirira = he wore a maroon shirt; 2.-be brownish red;
-fiiritsa -redden; magazi afiiritsa madzi = blood has reddened the water; expression: iye anafiiritsa

maso (lit.: he made his eyes red) = he was angry/ annoyed;

-fiiritsa maso 1.-outface; 2.-be annoyed; 3.-be angry; 4.-get crossed;

-fiiritsidwa -be reddened;

-fika 1.-arrive; ndilankhula mwachidule, kuti mufike msanga = I'll talk in short, so that you'll arrive soon; iwo atangoti mbwe = iwo atafika = when they arrived; expression: anafika pa mponda chimera (lit.: they arrived at the point of no return) = things reached at the climax; 2.-befall; 3.-advance; 4.-come on; 5.-come; 6.-reach; 7.- come to the full;

-fika cha kumapeto 1.-be ultimate; 2.-come to the conclusion;

-fika kumalecheleche -reach to the end;

-fika mu nthawi yake 1.-arrive in time; 2.-be punctual; 3.-arrive without delay; 4.-be prompt;

-fika mwadzidzidzi 1.-arrive suddenly; 2.-arrive abruptly; 3.-arrive unexpectedly;

-fika pa chimake 1.-reach the point that is better/higher/farther than the previous point; 2.-culminate;

-fika pa malo 1.-occupy; 2.-dwell;

-fika pa mathero 1.-come to the end; wafika pa mathero = she has come to the end; 2.-come to the conclusion;

-fika pandunji 1.-reach conclusion; 2.-reach to the end;

-fika pokolola 1.-become ripe; 2.-reach time for harvesting;

-fika pokoma 1.-be sweet; 2.-reach the best;

-fika pomaliza -deduce;

-fika pothera 1.-reach the climax; 2.-come to an end;

-fika povuta pa chinthu 1.-be unbearable; 2.-be critical;

-fika poyipa 1.-reach the worst; 2.-worsen; 3.-exacerbate;

-fikanso 1.-revisit; 2.-reappear;

-fikanso mbali ina -revisit the other side;

-fikapo 1.-achieve; 2.-fulfil;

-fikika 1.-be accessible; 2.-be reachable;

-fikira 1.-be adequate; 2.-be ample; 3.-attain; 4.-coincide; 5.-reach;

-fikira dziko lonse 1.-reach the entire world; 2.-be nationwide; 3.-be worldwide; 4.-be universal;

-fikisa 1.-rub; 2.-massage;

-fikitsa 1.-be sufficient; 2.-reach the standard; 3.-deliver; 4.-send;

filimu\ma- (chiNgerezi) 1.film; 2.trick (fig.);

-finimpha -be distant;

-finimphitsa 1.-diminish; 2.-clip; 3.-reduce;

-finya 1.-compress (as boil); 2.-drain pus; 3.-

squeeze; 4.-press on/ upon; anafinya ndimu = she pressed on the lemon (to get juice); 5.-stroke; 6.-clench;

finye\a- frog; ndiwe wodzichepetsa kusiyana ndi finye = you are more humble than a frog;

-finyira 1.-contract; 2.-drain in;

-finyira mawere pansi 1.-renounce a disobedient child; 2.-disown a stubborn child;

-fipa -suckle; anafipa bere la mayi wake = he suckled his mother's breast;

fipe lily;

-fisa 1.-satisfy; 2.-fulfil; 3.-suit; 4.-please; 5.-be sufficient; 6.-reach climax;

fisi\a- 1.hyena; proverb: fisi akagwa m'mbuna salankhula (lit.: when a hyena falls into a ditch it doesn't speak) = a failure of self-justification when one is caught red-handed; proverb: fisi anakana nsatsi (lit.: a hyena refused to have taken caster oil) = an evil doer can deny some exaggerations made about him; proverb: angakhale fisi ali ndi bwenzi, bwenzi lake ndi mdima (lit.: even a hyena has got a friend, its friend is darkness) = every cloud has a silver lining; afisi olusa = wild hyenas; 2.name used for a man who is picked to sleep with a virgin girl who went through the rite of passage into womanhood; or with a woman whose husband is not available or died; expression: iwo ndi fisi (lit.: he is a hyena) = someone who is designated to sleep with a woman whose husband died;

-fisula 1.-eat breakfast; 2.-take breakfast (early in the morning);

-fitsa 1.-make relish to be warm; 2.-heat on the fire;

fizi\- (chiNgerezi) 1.fees; 2.revenue;

-fochera 1.-cover; 2.-bury;

-fodya -go daft (lit.: tobacco); expression: iwe ndiwe wafodya (lit.: you are of tobacco) = you are a confused person/ you are mad;

fodya wa mphuno snuff;

fodya wamkulu 1.indian hemp; 2.marijuana;

fodya wopera snuff;

-foka mtima 1.-be chicken hearted; 2.-be weakhearted; 3.-dishearten;

-foketsa 1.-make weak; 2.-weaken; 3.-disappoint; 4.-discourage;

-fola 1.-be in a file; kulephera kufola = failing to file; 2.-queue; 3.-be in a line;

-foleka 1.-put in line; 2.-put straight;

-folera 1.-cover; nyumba yofoleredwa ndi malata = a house covered by iron sheets; 2.-be thatched;

foliro\a- flute;

folo 1.lining in clothes; 2.four;

foloko\ma- (chiNgerezi) fork; iye akudya ndi foloko = she is eating with a fork;

-fololera 1.-be absent-minded; 2.-agree; 3.-concur;

-fonthoka 1.-scaper; 2.-run fast; iye anafonthoka = he ran fast;
-fonyongera -curl up;
-fooka 1.-be weak; 2.-become weak; 3.-weaken; anafooka matenda atafika poipa = she weakened as the illness grew worse; 4.-be feeble; 5.-falter; 6.-be puny; 7.-ail; 8.-be sick;
-fooka ndi mankhwala 1.-be weakened by medicine; 2.-daze; 3.-be feeble with medicine;
-foshoka 1-fall; abambo anafoshoka mu mtengo = a man fell down from the tree; 2.-drop down;
fosholo\ma- (chiNgerezi) shovel; fosholo ndi yofunika kwambiri kwa mlimi = a shovel is important to a farmer;
-fota 1.-wither; masamba adafota ndi dzuwa = the leaves withered because of the sun; 2.-fade; duwa .lifota = the flower fades (Isaiah 40:8); 3.-droop; 4.-shrink; 5.-shrivel; 6.-wilt; 7.-be disappointed;
-fota ndi njala 1.-be very hungry; 2.-be weak because of hunger;
-fotokoza 1.-explain; fotokozani tsatanetsatane wa moyo wanu = explain about your life; 2.-describe; 3.-give detailed account; 4.-verbalise; sitingathe kufotokoza za mizukwa = ghosts cannot be verbalised; 5.-say; 6.-correct; 7.-elaborate; 8.-clarify; 9.-state;
-fotokoza momveka 1.-clarify; 2.-elaborate; 3.-stipulate; 4.-explain clearly;
-fotokoza mwa ndondomeko 1.-clarify logically; 2.-elaborate;
-fotokoza ndi mawu 1.-delineate; 2.-describe; 3.-define; 4.-explain;
-fotokoza nkhani 1.-narrate; 2.-tell a story;
-fotokozera 1.-enlighten; 2.-comment; 3.-expound; 4.-explain; 5.-describe; 6.-demonstrate; 7.-represent; anafotokozera mavuto ake onse = he represented all his problems;
-fotokozera bwino 1.-clarify; 2.-specify;
-fotokozera Mawu a Mulungu 1.-interpret Scripture; 2.-exegetise;
-fotokozera mu chithunzi 1.-portray; 2.-depict; 3.-explain in images;
-fotokozera muzojambula 1.-illustrate; 2.-explain in diagrams; 3.-cxplain by using drawings;
-fotokozera mwamvemvemve 1.-explain; 2.-expose; 3.-clarify; 4.-elaborate; 5.-describe clearly;
-fotokozera za m'Baibulo -interpret Scripture;
-fotokozera zofunika mwachidule 1.-encapsulate; 2.-outline; 3.-explain important things; 4.-explain useful things;
-fotokozeredwa 1.-be explained in actions; 2.-be enlightened;
-fotokozeredwa ndi zining'a 1.-be explained in similes; 2.-be flowery;

fotseki! (chiAfrikaans) 1.swearword, telling someone to go away; 2.foolish!;
-fotsera 1.-cover seed with earth or fill in as dirt in a pit; 2.-dig and cover up;
-fotsera maliro 1.-bury the dead body; 2.-cover the dead body;
-fotsera mawu -disregard;
-fowoka 1.-be weak; 2.-ail; 3.-be sick; 4.-ebb; 5.-decline; decline of love = kufowoka kwa chikondi; 6.-be effete; 7.-lack strength; 8.-be languid; 9.-be feeble; 10.-frail;
-fowoketsa 1.-enfeeble; 2.-emasculate; 3.-debilitate; 4.-deter; 5.-make weak;
-fowoketsa malamulo 1.-weaken the law (lit.); 2.-undermine the law; 3.-debilitate;
-fowoketsedwa ndi kugwira ntchito 1.-be tired out; 2.-be exhausted; 3.-be discouraged to work;
-fowoketsedwa ndi ukalamba 1.-be enfeebled with age; 2.-be decrepit;
-fowola 1.-weaken; 2.-disappoint; 3.-discourage; 4.-debilitate;
-fowola nkhongono -weaken the strength;
foya clothes of prisoner;
-foyira 1.-get confused; 2.-fail;
-fuata (chiSwahili) -follow;
-fuba -rise (esp. of smoke);
-fubza 1.-be sleepless (at night); iye anafubza tulo dzulo = she had a sleepless night yesterday; 2.-fail to sleep; 3.-be unable to sleep;
-fuchiza -produce smoke;
-fudyama 1.-be foolish; 2.-be stupid; 3.-be daft; 4.-be an idiot; 5.-be silly;
-fufula -blow away; mphepo inafufula tsindwi la nyumba = the wind blew away the roof of the house;
-fufuma 1.-bulge; 2.-arch the back (like a cat meeting a dog); 3.-rise; 4.-become fat (metaphor); 5.-swell;
-fufuma mimba 1.-paunch; 2.-be swollen of the stomach;
-fufumitsa -raise; yisiti amafufumitsa mkate = yeast raises dough for bread;
-fufuta 1.-beat something hard and dry; 2.-cancel; 3.-cure (of skin); 4.-efface; 5.-erase; 6.-delete; 7.- • obliterate; 8.-wipe out; dzina lake alifufuta m'chipanimo = his name as a party member has been wiped out; 9.-be mystified; 10.-mangle; 11.-dismantle; 12.-vanquish; 13.-rub;
-fufutana 1.-beat one another; 2.-have sexual intercourse (esp by unmarried partners);
-fufutidwa 1.-be mangled; 2.-be beaten up; 3.-be rubbed off;
-fufutika pang'onopang'ono 1.-fade out; 2.-be erased;

-**fufutiza** 1.-efface; 2.-wipe out; 3.-obliterate;
-**fufuza** 1.-research; kufufuza mitundu ya nyemba =
research bean varieties; 2.-determine; 3.-search;
tinafufuza ndi kuchipeza = we searched and found
it; 4.-investigate; apolisi akufufuza mlandu = the
police are investigating the case; 5.-nose into; 6.-
find out; fufuza chomwe chayambitsa = find out
the cause; 7.-check; tiyeni tifufuze ngati samuyi ili
yokhoza = let's check whether the sum is correct;
8.-inquire; 9.-look up; 10.-survey;
-**fufuza modekha** 1.-probe; 2.-search;
-**fufuza ndi manja** 1.-search blindly; 2.-grope;
-**fufuza pa malo modekha** 1.-thoroughly search a
place; 2.-ransack; 3.-investigate a place;
-**fufuza pogwira** 1.-feel; 2.-palpate;
-**fufuza pokhudza** 1.-palpate; 2.-search by
touching;
-**fufuza ponyantha** -inquire/ -investigate by licking;
-**fufuza za kale** 1.-dig; 2.-delve; 3.-search about old
things;
-**fufuzafufuza** 1.-search; 2.-investigate; 3.-check
out; 4.-explore; 5.-look into;
-**fufuzira** 1.-try and err; 2.-grope;
-**fuka** 1.-come out of smoke; utsi ukufuka mnyumba
= smoke is coming out of the house; expression:
pakufuka utsi wa ndale (lit.: on it the smoke of
politics is coming out) = politics is showing the
very beginning of a new development; 2.-ascend
(of smoke); 3.-smoulder; 4.-produce smoke;
-**fuka utsi** 1.-produce smoke (-tuluka utsi); 2.-
smoke;
-**fukamira** -brood;
-**fukata** 1.-carry (of a child in arms); 2.-embrace; 3.-
hold in one's arm;
fukifuki quality; timalawa fukifuki wa mowa = we
taste the quality of beer;
-**fukira** 1-steal; iye anafukira katundu wanga = he
stole my luggage; 2.-pinch; 3.-rob;
-**fukirira** -blacken with smoke;
-**fukisira** -be covered;
-**fukitsa** 1.-smoke; 2.-make fire;
-**fukiza** -smoke; iye anafukiza chipinda chonse = he
filled the whole room with smoke;
-**fuko** national; nyimbo ya fuko = national anthem;
fuko\ma- 1.nation; 2.tribe; 3.natives; 4.group;
5.clan; 6.kind of mice; 7.bottle for storing ground
tobacco that is sniffed;
-**fukula (chiTumbuka)** 1.-dig out; kufukula zakale
= digging out history; anandifukula/ anandikumba
(lit.: he was digging me out) = he was telling about
my past; 2.-dig up; anagwidwa pamene anali
kufukula mbatata zanga = he was caught while
digging up my potatoes; 3.-disinter; kufukula
mafupa a anthu = disinterring the bones of dead

people; 4.-burrow; 5.-unearth; 6.-scrape out; 7.-
cast up old quarrels; 8.-exhume;
-**fukula maliro** 1.-disentomb; 2.-disinter; 3.-remove
dead body from a grave; 4.-exhume;
-**fukula mtembo** 1.-disentomb; 2.-disinter; 3.-
remove dead body from a grave; 4.-exhume;
-**fukulitsa** 1.-reveal (lit.: make/-cause to dig out);
expression: mfundoyi yafukulitsa mbatata ya pansi
(this point has dug out a potato) = this point has
revealed the secret; 2.-expose;
-**fukunya** -carry an unwrapped parcel by hand;
anafukunya ndiwo za masamba = he carried a
bundle of vegetables;
-**fukusa** 1.-wrap; 2.-cover;
fukusi\ma- 1.parcel; 2.small bundle; 3.packet;
4.package;
-**fukuta** 1.-prepare a skin; 2.-dress leather;
fukwe\ma- 1.roost for hens; mafukwe ayenera
kusesedwa = the roosts need sweeping; 2.place
where chickens lay eggs; 3.nest;
-**fula** 1.-circumcise (of a human or animal); 2.-
burrow; 3.-cut hair; 4.-castrate; agalu anga atatu
ndinawafula = I had my three dogs castrated;
proverb: khama ngati wofula agalu (lit.: courage
like someone who castrates dogs) = chances never
come singly; 5.-spread; 6.-dig as ants eaters; 7.-
draw; afula uchi = they draw honey;
-**fulama** -bend;
-**fulatira** 1.-abandon; 2.-disregard; 3.-avoid;
fulaye ball game for school going young girls;
fule\ma- 1.heap; 2.pile; 3.mound;
Fulenchi (chiNgerezi) French language/ culture/
people;
fuleya type of trousers (esp. with wide bottom);
-**fulika** -be fat; iye akufulika masiku ano = he is
becoming fat these days;
fulire\ma- 1.loose earth (used by mice to shut
entrance hole or that cast up as in molehill);
2.heap;
fulu\a- (chiTumbuka) tortoise;
fulu\ma- gourd (large cup of calabash);
-**fulufuta** 1.-wriggle; 2.-wiggle; 3.-fiddle;
fulufute\ma- kind of edible ants;
-**fuluka** -part;
-**fulukuta** 1.-wriggle; 2.-fiddle; 3.-wiggle;
-**fulula mowa** -brew beer;
-**fulumbuta** 1.-wriggle; 2.-make a slight move
while asleep;
-**fulumira** 1.-hurry; osafulumira = musafulu mire =
don't hurry!; tafulumirani, chonde = hurry up,
please!; proverb: kufulumira kudyetsa gaga (lit.:
being in a hurry leads to being fed with chaff) =
kuchita phuma = kuchita zinthu msanga mopanda
kuganizira = hurrying is not helpful/ hurry without

thinking; 2.-be in a hurry; 3.-be fast; 4.-be quick; 5.-rush; expression: dya mfulumira (lit.: to eat a rush) = doing a thing before it is necessarily required; 6.-be nippy; 7.-hasten; muyenera kufulumira = you better hasten; 8.-be brisk; 9.-be alert; 10.-career; 11.-be sudden;
-fulumira kuchita ntchito 1.-be impetuous; 2.-act with sudden energy;
-fulumira mopusa -be rash (lit.: -hasten foolishly);
-fulumiza 1.-stimulate; 2.-hasten; 3.-be fast; 4.-be quick; 5.-hurry up;
-fulumizitsa 1.-make prompt; 2.-quicken; 3.-get faster;
-fulumizitsa kuchita zinthu 1.-take initiative; 2.-take a substitute; 3.-take a short cut;
-fulumizitsa munthu 1.-quicken; 2.-impel;
-fulumizitsidwa 1.-be hastened; ndinafulumizitsidwa = they hastened me = they made me hasten; 2.-be hurried;
-fulumula 1.-empty; 2.-get maize from granary;
-fuma -come from (a place where a thing originates);
fumakazi\a- niece;
-fumba –light;
-fumbata 1.-clasp hands (with closed hand); 2.-clinch (-grasp tightly); 3.-clutch; 4.-hold tight; 5.-enfold; 6.-grasp; 7.-grip;
-fumbatitsa 1.-clasp tightly; expression: amufumbatitsa (lit.: they have made him clasp tightly) = he has received a bribe; 2.-corrupt; 3.-hold in fist;
fumbefumbe shavings;
fumbi (-li f.) 1.-be manu; 2.-be numerous; 3.-be copious;
fumbi\- 1.dust; expression: anthu anali fumbi ku maloko (lit.: people were dust there) = there were many people there; proverb: fumbi ndiwe mwini (lit.: dust is yourself) = if others do not praise you for what you have done, you may praise yourself, expression: kuchotsa fumbi (lit.: removing dust) = the practice where a virgin goes through the rite of passage into womanhood, is made to sleep with an old man, called 'fisi' (hyena), especially picked for the task; expression: pa gule fumbi ndiwe mwini (lit.: in a dance of dust you are the owner) = success depends on your own efforts; 2.dirt; 3.scores (fig); 4.abundance; 5.a lot of; fumbi la anthu = a lot of people/ multitude;
-fumbidza 1.-mix; 2.-combine;
fumbu\ma- float; nsomba zimakoka fumbu m'madzi = the fish draw the float into the water; ngati fumbu lamila, ndiye kuti mwina nsomba yakodwa = when the float is submerged a fish may be hooked; ukonde wopanda fumbu, sungaphe

nsomba = a fishing net without a float cannot catch fish;
-fumbuka -edge away;
-fumbula 1.-hunt; 2.-catch animals; 3.-make a path; njira ya ku manda yafumbula = the path leading to the grave yard has been made; 4.-be wide and open; msewu wofumbula = wide and open road; proverb: ukayendera zengo usamati asakhwi afumbula (lit.: when you go into the bush for rafters, don't opt for mice tunnels you see) = do one thing at a time; 5.-be seen; 6.-leave footprint; 7.-show footprint; 8.-be softer after being roasted;
-fumbuta -be easy to chew;
-fumbutsa 1.-displace; 2.-dislocate;
-fumbutuka -crumble;
-fumbwa -be attacked/ destroyed by weevils;
fumbwefumbwe\- dust from seeds destroyed by weevils;
-fumfunuka 1.-go back; 2.-slide back;
-fumira kuti -come from;
-fumpha -dig (esp. using bare hands and feet);
fumphi kind of wild animals (including tigers);
-fumuka 1.-withdraw; atamva mitu ya msonkhano anafumukapo = he withdrew after hearing the agenda of the meeting; 2.-return; 3.-retire; 4.-pull out; 5.-leave;
-funa 1.-want; ndikufuna kulankhula nawe = I want to talk to you; 2.-desire; 3.-wish; ndimafuna ndikadapita = I wish I could go; 4.-need; mwana amafuna chakudya = the child needs food; akanabwera, akanafuna = he could come if he wanted; zofuna ndi zosowa = the needs and wants; 5.-demand; 6.-like; 7.-love; 8.-long for; akufuna amayi ake = he longs for his mother; 9.-care; 10.-care for; 11.-aim; 12.-search; 13.-look for; amafuna ntchito = he was looking for a job; 14.-find out; 15.-hunt for; 16.-fetch; funa nkhuni = fetch firewood; 17.-debug;
-funa kubisala 1.-want to subterfuge; 2.-try to escape secretly; 3.-want to hide;
-funa kuchita kwambiri 1.-be keen; 2.-be eager; 3.-be keen to continue doing;
-funa kuchitabe 1.-be self-willed; 2.-be headstrong;
-funa kudziwa zinthu 1.-be inquisitive; 2.-be curious; 3.-be interested to know;
-funa kugona 1.-be sleepy; 2.-be drowsy; 3.-be dozy;
-funa kumveredwa -be imperious;
-funa kupeza phindu wekha 1.-utilise for one's own.ends; 2.-exploit; 3.-want to get interest;
-funa kuthandiza ena 1.-be charitable; 2.-be benevolent; 3.-be helpful;
-funa kuthandizana nokhanokha 1.-be chauvinistic; 2.-be clannish;

-funa kwambiri 1.-crave; 2.-desire; 3.-wish; 4.-be lustful; 5.-be longing;

-funa mnzako 1.-look for a friend; 2.-look for a marriage partner; Maria akufuna mnzake = Mary is looking for a marriage partner;

-funa mphongo -be libidinous; ng'ombe yofuna mphongo imapanga ukali nthawi zina = a libidinous cow may be aggressive;

-funa zinthu nthawi zonse -be importunate;

-funafuna 1.-search; anafunafuna m'nyumba monse = he searched the whole house; 2.-want; 3.-look for; 4.-find out; 5.-seek; funafunani ndipo mudzapeza = seek and you shall find; afuneni iwo = seek them; 6.-inquire;

-funakuchita -be sexy;

-funakukodza 1.-want to pee; 2.-want to urinate;

-funamkazi 1.-need a wife; 2.-want a wife;

-funana -admire one another reciprocally;

-funda 1.-be in blanket; 2.-be warm; 3.-be lukewarm; 4.-be slightly warm; 5.-cover (up); osafunda kalikonse = without covering at all; 6.-be cloudy;

-funda mmanja 1.-be rich; 2.-be well to do;

fundabwi powdered herbal medicine given to Nyau Secret Society initiates believed to promote memory; wabwira fundabwi = he has taken powdered herbal medicine;

-fundakhofu -sleep without cover;

-fundamoto 1.-sleep by the fire; 2.-sleep without a blanket;

funde\ma- 1.wave; 2.billow;

fundi\a- 1.skilled man; 2.expert; ndapezana ndi fundi = I have met with an expert; 3.specialist; 4.proficient person;

-fundika -cover;

-fundikana 1.-cover up each other; 2.-share beddings;

fundira warmth;

-fundira 1.-be warm; 2.-cover with blanket;

-funditsa 1.-clothe; 2.-cover with blanket or other material; 3.-make warm (e.g. of relish); 4.-warm;

-funditsana 1.-embrace in order to warm one another; 2.-share beddings;

-fundiza -be warm; kwafundiza tsopano = it is warm today;

fundizi warmth;

fundo\- 1.boil; ali ndi fundo pamwendo = he has a boil on the leg; 2.knot; 3.joint; 4.point; muli fundo zabwino mu m'mayankho = there are good points in the answers;

fundu\- 1.slough; 2.scurf;

-fundukula buku -open book; muzifundukula ndime iliyonse ya mutuwu = open all the verses of this chapter;

-fundula -cast the skin (as a snake);

-funga -button;

funga\ma- image; tisawononge funga lathu = let's not spoil our image;

-fungamira 1.-brood; 2.-cover (as a hen over her eggs); 3.-embrace; 4.-clasp; 5.-hug; amandifungamira = he hugs me always; 6.-cuddle;

-fungata 1-clasp; 2.-caress; 3.-cuddle; 4.-embrace; 5.-hug;

-fungatira 1.-brood; 2.-cover as hen over eggs; 3.-embrace; 4.-engulf; 5.-hug; amandifungatira = he always hugs me; 6.-clasp; expression: iye wandifungatira (lit.: he has clasped me) = he has cared for me; 7.-care;

-fungatira kotheratu 1.-engulf; 2.-cover completely;

-fungichira -stay quiet; munthu wodwala amafungichira ku moto = the patient sits by the fire quietly;

-fungitsa -abjure;

fungo labwino 1.palatable smell; 2.spicy smell; 3.savoury; fungo labwino la chakudya = savoury smell of food; 4.good scent;

fungo loipa 1.putrid smell; 2.bad smell; 3.stench; 4.unpleasant smell; 5.disgusting odour;

fungo\a- polecat;

fungo\ma- 1.smell; muli fungo loipa mnyumba umu = there is a bad smell in this house; 2.stink; 3.aroma; 4.odour; expression: iye ali ndi fungo loipa (lit.: his odour is bad) = his behaviour is bad; 5.bad scent;

fungulo\ma- (chiSwahili) key; ofesi ino ili ndi fungulo yakeyake = this office has its own key;

-funguwa (chiSwahili) -open;

fungwe fox; proverb: okoma atani onga fungwe (lit.: what good can one do like a fox) = how good should one be in order to be appreciated;

-funika 1.-be important; nkhaniyo ndi yofunika kwambiri = the matter is of great importance; nkhani yofunikira = important news; ndi chofunikira = it is important; 2.-be valuable; langizo lofunika = valuable advice; malangizo ofunika = valuable pieces of advice; 3.-be necessary; 4.-be needed; akufunika = he is needed; 5.-be congenial; ntchito yanga ndi yofunika = my work is congenial; 6.-be convenient; 7.-be in demand; 8.-be desirable; 9.-merit; 10.-be worthy;

-funika chithokozo 1.-be thanked; 2.-be meritorious; 3.-be appreciative;

-funika kubwerezedwa 1.-be in need of repetition; 2.-be done again;

-funika kukhala ndi moyo 1.-be liveable; 2.-be in existence;

-funika kukonzedwa 1.-be corrective; 2.-be killed

(fig.);

-funika kwa mpweya -be aerobic; kulimbitsa thupi kowonjezera mpweya = aerobic exercise; brisk exercise that promotes the circulation of oxygen through the blood = masewero omwe amathandiza thupi kulandira mpweya wabwino ndi kayendedwe ka magazi;

-funika kwambiri 1.-be precious; 2.-be paramount; chakudya ndi chofunika kwambiri kwa anthu = food is of paramount importance to people; 3.-be urgently needed;

-funika zedi 1.-be prime; 2.-be important;

-funika zonse -be prime;

-funikira 1.-be necessary; madzi ndi wofunikira pa moyo = water is necessary for life; 2.-be most important; nkhani yofunikira = important news; ndi chofunikira = it is important; chakudya chofunikira ndi mgonero = the most important food is dinner; 3.-be cardinal; 4.-be crucial; 5.-be advisable; 6.-be constructive; 7.-be consequential; 8.-be essential; 9.-be main; chakudya chofunikira ndi mgonero = the main food is dinner; 10.-utilise;

-funikira kwa chinthu 1.-be of value; 2.-be important;

-funikira kwambiri 1.-be indispensable; 2.-be serious; 3.-be very important;

-funikira msanga -be urgent;

-funikira pa moyo 1.-be vital; pemphero ndi lofunikira pa moyo = prayer is vital for life; 2.-be essential;

-funikira zedi 1.-be significant; 2.-be important;

-funitsa kukwatana 1.-be erotic; 2.-be sexy;

-funitsana 1.-make one another want or wish something; 2.-motivate;

-funitsitsa 1.-desire; 2.-wish; ndikufunitsitsa ndikanakhala mbalame = I wish I could be a bird; 3.-be desperate; akufunitsitsa ataphunzira = she is desperate to learn; 4.-yearn; atsibweni anga adafunitsitsa ataphunzira = my uncle yearned to have been educated; 5.-beseech; ndikufunitsitsa kuti mupite = I beseech you to go; 6.-aspire; 7.-crave; 8.-be enthusiastic; 9.-be longing;

-funitsitsa kuchita chinthu 1.-be competent; 2.-be desirable;

-funitsitsa kupereka maganizo 1.-be communicative; 2.-be willing to give advice;

-funkha 1.-search; 2.-glean (-gather ears of corn left by reapers);

funkha\ma- 1.volume; funkha la chinthu = the volume of an object; 2.lap;

-funkhiza 1.-sniff; 2.-snuffle;

-funkhuka 1.-be brought out; 2.-be unveiled; 3.-be protruded; 4.-protrude the back;

funo\ma- wish; mafuno abwino kwa onse = best wishes to you all;

-funsa 1.-ask; timfunsa Mulungu mdalitso = we'll ask God for a blessing; adafunsa mafunso = he asked questions; tikufunsa anzathu (kuti) atithandize = we ask for help from our friends; ndidawafunsa za mbewu = I asked them for seeds; 2.-question; 3.-demand; 4.-inquire;

-funsa mafunso a umboni 1.-interrogate; 2.-cross-examine; 3.-interview; 4.-be inquiring; 5.-ask questions to find out something;

-funsafunsa 1.-be inquisitive; 2.-be curious; 3.-ask one another;

-funsana 1.-ask one another; 2.-interrogate one another;

-funsira 1.-court; adafunsira chibwenzi = he courted a girl friend; 2.-propose; anafunsira mkazi = he proposed to the woman; anamufunsira banja = he proposed her; 3.-seduce; 4.-inquire; 5.-interrogate;

-funsira chikwati -betroth;

funso\ma question; funso lopusa = silly question;

-funtha (chiTumbuka) 1.-behave badly; 2.-misbehave; 3.-be destructive; 4.-steal; iye anafuntha katundu wanga = he stole my luggage; 5.-risk; 6.-act unfamiliarly/ insolently; 7.-be mad; ambiri osuta chamba amafuntha = many people who smoke indian hemp go mad;

-funtha simbwa 1.-be daring; 2.-be naught; 3.-misbehave;

funthi\a- 1.unruly person; 2.disobedient person; 3.stubborn person; 4.defiant person; 5.unrespectful person;

-funthula 1.-search for something; 2.-spread; 3.-disperse;

-funya 1.-curl up (when asleep); 2.-bend;

-funyengera -curl up;

-funyulula 1.-stretch; 2.-straighten up; 3.-unfold; 4.-unfurl; anafunyulula mbendera ya Malawi = he unfurled the Malawian flag;

-fupa 1.-bestow; 2.-award; 3.-give a gift; 4.-give a present;

fupa la chigonkhono elbow joint; kumva kuwawa kwa chigonkhono = elbow pain;

fupa la chitendene heel bone; ndi fupa lopezeka kumbuyo kwa phazi = it is the bone at the back of the foot;

fupa la kumsana 1.back bone; 2.spine; 3.vertebrae;

fupa la ntchafu femur;

fupa la pa bere sternum;

fupa la pa msana 1.backbone; 2.spine; 3.vertebrae;

fupa la tsaya 1.bony arch of cheek; 2.zygoma; 3.yoke-bone;

fupa\ma- bone; magazi a fupa = bone marrow; mafupa a mkono (kuphatikiza chigongono ndi

-fupana - -fwala

dzanja) = bone of arm (incl. wrist and hand); mafupa a mkono alipo 64 = there are 62 bones in the leg; mafupa a mwendo (kuphatikiza mfundo ndi phazi) = bones of leg (incl. ankle, foot); mafupa a mwendo alipo 62 = there are 62 bones in the leg; mafupa a munthu = bones of the skeleton; thupi la munthu lili ndi mafupa 206 = the human body has 206 bones; mafupa m'dzanja ndi chala = carpal bones; kugwedemuka kwa fupa/kusakhala kwa fupa m'malo ake = luxation; fupa lalikulu la mafupa awiri a pa mkono = ulna; timafupa ta pakati pa msana = vertebra; proverb: fupa lokakamiza limaswa mphika (lit.: a bone forced into a pot, will break it) = do not use force when you want things to be done;

-fupana 1.-award each other; 2.-give a gift to each other;

-fupi 1.short (adj); mtundu wa nthochi iyi ngwaufupi = this banana type is short; mtengo waufupi = a short tree; munthu wamfupi = a short person; anthu aafupi = short people; mitengo yaifupi = short trees; 2.nearby; pafupi = nearby; 3.near; mzinda wa pafupi = a nearby town; 4.close; 5.small; 6.dwarfish;

-fupidwa -be given; mwambo wofupidwa ndalama = ceremony of giving money;

-fupikirana 1.-be adjacent; 2.-be near to each other; 3.-be close to each other;

-fupikitsa 1.-abbreviate; letters B.C. are an abbreviation of the words 'Before Christ', meaning the years before Christ was born = B.C. ndi malembo ofupikitsa mawu oti 'Before Christ', otanthauza zaka asanabadwe Yesu Khristu; abbreviated words = mawu ofupikitsa; A.D. ndi malembo ofupikitsa mawu oti Anno Domini otanthauza zaka zobwera atabadwa Yesu Khristu, mwa chitsanzo, 2002 A.D = A.D. is an abbreviation for Anno Domini, which means the years that came after Jesus Christ was born , for example 2002 A.D; 2.-abridge; anafupikitsa nkhani = he abridged the story; 3.-diminish; 4.-be near; 5.-be small; 6.-clip; 7.-be short; 8.-chirp; 9.-curtail; 10.-cut; 11.-cut short; 12.-shorten; mufupikitse ndodoyo = you shorten the stick; 13.-summarise; 14.-lower; 15.-simplify;

fupo\ma- 1.reward; fupo la tchimo ndi imfa = death is the reward of sin; 2.prize;

-futa mbuyo 1.-retreat; 2.-reverse; 3.-walk backwards; 4.-return;

futadya\ma- 1.blow with palm of hand; 2.cuff;

-futa-futa 1.-erase unevenly; 2.-rub unneatly;

futali boiled potatoes/ cassava with groundnuts soup;

fute heap of dug soil; dzenje ili liyenera kukhala lalitali chifukwa pali fute lalikulu = this pit/ hole must be very deep because there is a big heap of soil;

futi!futi! drizzle;

-futila -spread out; ufa unafutila = the flour was spread out;

-futiza 1.-shower (of rain); 2.-drizzle; 3.-mizzle;

-futsa 1.-preserve by drying; chafutsa = dried vegetables esp. leaves; 2.-save; 3.-parboil vegetables for preservation;

-futuka -give way;

-futukula -stretch;

-futula 1.-stretch; 2.-remove the cover;

futulira loop;

-futuza -change position;

-futwa 1.-be damaged by weevil (kind of beetle); chimanga changa chafutwa = my maize is damaged by weevil; 2.-rot;

-fuula 1.-speak loudly; 2.-be loud; kulira kofuula kunamveka = a loud cry was heard; 3.-raise voice; 4.-cry loudly; 5.-cry out; 6.-yelp; 7.-yell; 8.-shout; 9.-scream; 10.-wail;

-fuulitsa -exclaim highly;

-fuwa 1.-fail to cook completely; expression: maungu afuwa pali moto (lit.: pumpkins have failed to be cooked where there is fire) = with all the resources available things have not worked out as expected; 2.-be uncooked; 3.-be lightly cooked; 4.-look tired;

fuwa\ma- 1.stone supporting a pan on the fire; 2.cooking-stone; expression: wandigwiritsa fuwa lamoto (lit.: I have been made to hold a hot fire stone) = I have been cheated;

fuwo\mi- draught;

-fuwula 1.-speak loudly; 2.-raise voice; 3.-cry loudly; 4.-cry out; 5.-shout; 6.-scream;

-fuwula molowa m'khutu 1.-bawl; 2.-cry loudly;

-fuwula mwachimwemwe -hail;

-fuya 1.-domesticate; 2.-rear; 3.-bring up; 4.-tame; 5.-keep farm animals;

-fuza 1.-steam; 2.-lose sleep; 3.-spend a sleepless night; lero ndafuza tulo chifukwa mutu ukundiwawa = today I have not slept because of headache; 4.-drain;

-fwafwanthuka -bolt;

-fwafwatha 1.-beat heavily; 2.-whip; 3.-flog;

-fwafwaza 1.-boil gently (esp of green vegetables as traditional means of preservation for future use); nsomba zofwafwaza = boiled and dried fish; 2.-cook leaf vegetables partially;

-fwakalala 1.-look disorderly; 2.-be unhygienic;

-fwala 1.-see nakedness; iye anamufwala Joni choncho anaseka = she saw John's nakedness hence she laughed; 2.-be naked; 3.-be undressed;

4.-be nude;
fwaliro\a- flute;
-fwalitsa 1.-expose somebody's private parts; 2.-reveal secrets in Nyau Society;
-fwamba 1.-rob; ine anandifwambadi = I was indeed robbed; 2.-plan evil; 3.-steal;
-fwambula -spread disorderly;
-fwamphuka 1.-appear suddenly; 2.-be loose; msampha unafwamphuka = the trap got loose; 3.-come off unexpectedly;
-fwamphula -pull up rope of a snare to catch; anagwira nsomba atafwamphula chingwe cha mbedza = she caught fish when he pulled up a fishing line;
-fwantchula -disinter;
-fwanthamula 1.-beat; 2.-hit; 3.-strike; 4.-whip; 5.-flog;
-fwanthuka -leave with force;
-fwanthula 1.-scatter; iye anafwanthula zovala zanga = he scattered my clothes; 2.-release; anafwanthula mwala ku legeni = he released the stone from the catapult; 3.-uncover;
-fwanyakula 1.-unveil; 2.-disturb; 3.-confuse;
-fwanyula 1.-destroy; 2.-leave untidy;
-fwapa -shrink;
fwefwe\mi- 1.mark; 2.bamboo pipe;
-fwefweta -pound tobacco leaves into dust;
-fwendekera -be absent-minded;
-fwenkha 1.-smell; 2.-sniff;
-fwentha 1.-sneeze; 2.-inhale;
-fwenthemula -sneeze;
-fwenthera -sneeze; iye amakonda kufwenthera = he is fond of sneezing;
-fwethera 1.-sob; 2.-blubber;
-fwifwa 1.-become weak; 2.-be off-peak; 3.-fade; 4.-lose quality; 5.-lose originality; 6.-lose beauty; 7.-become useless;
fwifwi bush vegetable;
-fwinya 1.-squeeze; 2.-press hard;
-fwipa -suck; anafwipa zala = he sucked his fingers;

G

-ga -beat hard on another's head;
-gabadula -bite with teeth;
-gabira 1.-be fed up with; 2.-reach the extreme;
-gabiza -sink; anamugabiza m'madzi mokakamiza = he was sunk into the water forcefully;
-gadabugadabu -roaring on the floor;
-gadabuka 1.-capsise; bwato langa lagadabuka = my canoe has capsised; 2.-turnover;
-gadabula (chiTumbuka) 1.-put upside down; 2.-turn over; 3.-open; iye anagadabula bokosilo pambuyo = she later opened the box;
-gadagada -look upward now and then;
gadalena\ma- 1.passion fruit; 2.granadilla;
-gadama -lie on back; kugona chagada = lying on one's back; kugona chafufumimba/ kugona chamimba = lying on one's stomach/ belly; kugona kumanzere = lying on one's left side; kugona kumanja = lying on one's right side; kugona cham'mbali/ kwankhwa/ kugona lale = lying on one's side;
-gadamira -shiver;
-gadamiza 1.-be upside down; 2.-put upside down;
-gadamuka 1.-fall backward; 2.-wake;
gadi\ma- 1.sentry; 2.guard;
gado cassava;
-gaduka 1.-simmer; 2.-boil;
-gadutsa 1.-simmer; 2.-boil;
-gadza 1.-break with stick; 2.-crack (blow on head);
gadzo pounded maize;
gaga\- 1.bran; 2.chaff; proverb: kufulumira kudyetsa gaga (lit.: hurrying leads to being fed with chaff) = hurrying is detrimental to the cause; 3.maize husks; proverb: mwana wa mwini ndi gaga saundika (lit.: somebody's child is husk, s/he can't be moulded) = it is very difficult for someone's child to appreciate whatever good things you have done to him/her; expression: lero kuli gaga (lit.: today there is husk) = today we have enough food; expression: kuli ntchito ya kalavula gaga (lit.: there is work of someone who spits husks) = we have to toil hard; expression: kuwonjeza gaga m'diwa (lit.: adding husks in the net) = adding superfluous words;
-gagabiza -drink everything at once;
-gagada 1.-beat hard on another's head; 2.-bite; 3.-chop; 4.-cut with panga; 5.-split;
-gagadira -drink something;
-gagadiza -drink something;
Gahena 1.Gehenna; 2.hell; ndi malo otenthera, olangira, okhaulitsira = it is a place of burning,

torment and misery; gahena wa moto = hell/ lake of fire;

-gala 1.-ride an animal; 2.-mate; mbuzi zikugalana = goats are mating;

galafayo\zi- a five litre jug (jar);

galagala- creeping wild flowers;

galamala (chiNgerezi) grammar;

-galamuka 1.-speak cleverly; munthu wodwala analankhula mogalamuka lero = the patient spoke cleverly today; 2.-stand up; 3.-wake up; 4.-start afresh; 5.-rouse;

galamukani! 1. wake up!; 2.-get out of the bed

-galamula 1.-arouse interest; 2.-motivate;

-galamutsa 1.-awake; 2.-rouse from sleep; 3..-make someone know;

-galamutsidwa -be awakened;

-galang'anda 1.-appear suddenly; 2.-come unexpectedly;

-galang'aza -speak cleverly;

galasi\ma- (chiNgerezi) 1.glass; 2.pane; 3.mirror; 4.goblet;

-galauza 1.-plough; 2.-turn soil; 3.-cultivate (-begin cultivating); 4.-clear land and make ridges before planting; 5.-till;

-galawanda -come into the open;

-galaza -remove bristles from pig by burning; anatumidwa kugalaza nkhumba = he was sent to burn the bristles from the pig;

galeta\ma- cart;

-galima 1.-swallow; 2.-gulp down; 3.-ingest;

galimoto la chipinda cha dalaivala 1.car with compartment for the driver; 2.limousine;

galimoto lotenga bokosi lamaliro 1.hearse; 2.carriage/ vehicle; ndi chonyamula bokosi lamaliro lisanayikidwe m'manda = it is a vehicle which carries a coffin before it is put in the grave;

galimoto ya kale yakutha jalopy; pali galimoto yakutha pafupi ndi mtengo = there is a jalopy near the tree;

galimoto yayikulu 1.lorry; 2.truck;

galimoto yayikulu yotenga anthu bus;

galimoto yaying'ono yotenga anthu minibus (lit.: small car that carries people);

galimoto yonyamula odwala ambulance (lit.: car for carrying patients);

galimoto yotchona broken down car;

galimoto yotenga katundu 1.lorry (lit.: car that takes goods); 2.truck;

galimoto yowonongeka broken down car;

galimoto zoyenda malo ovuta landrover (lit.: car that goes in difficult places);

galimoto\ma- 1.car; galimoto yadzadza = the car is full; anagundidwa ndi galimoto = he was run over by a car; galimoto yakutha = an old derelict car;

galimoto yayikulu yotenga anthu = bus; galimoto yaying'ono yotenga anthu = mini-bus; 2.vehicle; 3. cab;

galu wa m'tchire wolf (lit.: dog of the wood);

galu wakuda black dog; expression: galu wakuda (lit.: black dog) = big famine;

galu wamkota bitch; galu wamkota sakandira pachabe = (lit.: an experienced mother dog does not paw (at the hole) for nothing) = what an old person does has significance;

galu wamkulu wachikasu big yellow dog;

galu wamkulu wakuda big black dog , e.g. labrador dog;

galu wolondera nyumba 1.mastiff; 2.house dog;

galu woluma 1.snappish dog; 2.biting dog;

galu woweta nkhosa sheepdog;

galu\a- 1.dog; galu wa chiwewe = a mad dog; expression: galu wabweya wofewa koma wa miyendo yayifupi makamaka wosakira akalulu = beagle; galu wopenga (lit.: a mad dog) = a mad man; agalu alumana = the dogs are going to bite one another; ndinamva mwendo wanga ukulumidwa ndi galu = I felt a dog biting my leg; expression: kuminitsa agalu (lit.: putting pepper in the dog's nose) = making the dog fierce, active, alert; proverb: kutsutsa galu nkukumba (lit.: to oppose a dog is digging) = finding the truth requires evidence; proverb: adakana kwa mtu wagalu (lit.: he refused to the dogs head) = he refused emphatically; proverb: sibwino kunyengana kudya agalu (lit.: it's not good to deceive eating dogs) = it is not good to make fools of one another; proverb: ulendo wadya galu (lit.: the dog has eaten the journey) = failure of the intended journey; proverb: uziyenda kuti uwone agalu a michombo (lit.: you better move so that you can see dogs of the navel) = being active teaches many things; expression: kufula agalu = taking off dogs private parts; expression: chaka chino galu wakuda adutsa (lit.: this year a black dog will pass) = there will be famine this year; expression: wakana k̇wamtu wagalu (lit.: he has denied by the dog's head) = absolute denial; 2.fool; expression: iye ndi galu weniweni (lit.: he is a real dog) = he is indeed a fool/ he is stupid;

-galukira 1.-rebel; iye anagalukira mbuye wake = he rebelled against his master; 2.-revolt; 3.-rise up against; anagalukira chipanichi = he rose up against this party; 4.-mutineer;

-galukirana 1.-fight each other; 2.-quarrel; 3.-rebel against each other; 4.-argue;

galula 1.scooter; 2.motorbike;

gamarila kind of very strong locally distilled liquor;

gamazula very bitter beer;

-gambalagambala 1.-be scattered; mitembo inali gambalagambala = corpses were scattered all over; 2.-be dispersed; 3.-spread out;

-gambatula 1.-unseal; chonde, tagambatula kalatayi = can you unseal the letter, please?; 2.-open;

-gamira 1.-refuse; iye anagamira mphatso yonse = she refused to release the whole gift; 2.-be selfish; 3.-be greedy; 4.-be gluttonous; 5.-be stingy;

-gampha 1.-make holes to plant seeds; 2.-backbite;

gamphu\ma- 1.broken part; 2.broken portion; 3.piece; ali ndi gamphu la mphika = she has a piece of broken pot;

-gamphuka 1.-be crisp; 2.-be broken;

-gamphula 1.-break; akugamphula mkate = he is breaking bread; wagamphula mphika = she has broken an earthen pot; 2.-chip; 3.-be crisp; 4.-nibble; 5.-bite;

-gamuka 1.-collapse; 2.-fall;

-gamukira -spread all over; mkate wagamukira pa gome = pieces of bread are spread all over the table;

-gamula 1.-demolish; 2.-dilapidate; 3.-batter; 4.-beat down; 5.-breach; 6.-arbitrate; 7.-cross a path; 8.-cut short; 9.-judge; pogamula mlandu = while judging cases;

-gamula mlandu 1.-rule a case; 2.-pass judgement; 3.-compromise; 4.-judge;

-gamula wolakwa 1.-deplore; 2.-pass judgement on an offender;

gamulo\ma- declaration; gamulo la akapolo omasulidwa = a declaration of the freed slaves;

-ganana -coincide;

ganda\- 1.fat skin of a pig; 2.type of dance;

gandalanga 1.dagger; 2.machete; 3.matchet;

-gandirira -bind firmly;

-gandizira -bind firmly;

-gandula 1.-space; 2.-flap open; gulugufe amagandula mapiko powuluka = the butterfly flaps open its wings when flying;

gandule\- mother of more than two children;

gang'a\a- big termite;

-gang'anthula 1.-bite; 2.-beat heavily; 3.-whip; 4.-flog;

-ganga 1.-believe; 2.-depend; 3.-slice fish;

-gangalika 1.-emphasise; anagangalika pa mutu wa ufulu wa chibadwidwe = he emphasised on the point of human rights; 2.-accentuate;

-gangata 1.-beat down in levelling something; 2.-pound down; 3.-harden; mugangate dothi la pansi choyamba = you should harden the floor soil first;

-ganiza 1.-think; 2.-reason; 3.-reflect; 4.-reminisce; 5.-decide; adaganiza kuti apite kunyumba = he decided to go home; 6.-make up one's mind; 7.-conceive; 8.-conjecture; 9.-consider; 10.-

emphasise; 11.-be mindful; 12.-guess; ndikuganiza ndege ifika pano msanga = I guess the plane will be here soon; 13.-foretell; 14.-suggest; 15.-deduce; 16.-deem;

-ganiza bwino 1.-esteem; 2.-think properly; 3.-make up one's mind;

-ganiza molakwika 1.-ill-judge; 2.-have bad thoughts;

-ganiza motsimikiza 1.-determine; 2.-confirm;

-ganiza motsutsa 1.-think negatively; 2.-think opposite;

-ganiza mozama 1.-think deeply; 2.-contemplate; 3.-meditate; 4.-ruminate; 5.-think over;

-ganiza mwa kulota -muse;

-ganiza za iwe wekha 1.-be egocentric; 2.-be self-centred;

-ganiza zachabe 1.-think about worthless things; 2.-think about ill things; 3.-have evil thoughts;

-ganiza zambiri -think about many things;

-ganiza zifukwa zotsutsa 1.-argue; 2.-dispute; 3.-oppose;

-ganiza zifukwa zovomereza 1.-agree; 2.-concur; 3.-debate;

-ganiza zina 1.-alter one's mind; 2.-think otherwise;

-ganiza zoipa 1.-think bad things; 2.-have evil thoughts; 3.-be ill-minded;

-ganiza zoyenera kuchita 1.-decide; 2.-consider;

-ganizaganiza 1.-ponder; 2.-chew the cud; 3.-deliberate; 4.-debate;

-ganizanso 1.-think over again; 2.-reconsider; 3.-re-examine;

-ganizira 1.-think; 2.-be mindful; 3.-guess; ndikuganizira kuti ndege ifika pano msanga = I guess the plane will be here soon; 4.-foretell; 5.-suggest; kodi mungaganizire anthu awiri? = could you suggest two people?; 6.-suppose; 7.-presume; 8.-fancy; tangoganizira! = just fancy!; 9.-consider; mutiganizire = consider us; 10.-suspect; ndikuganizira kuti John waba ndalama zanga = I suspect that John has stolen my money; 11.-deem; 12.-determine; ganizira tsiku lomwe msonkhano udzachitike = determine the day for the meeting; 13.-picture; 14.-visualise; 15.-doubt; 16.-be dubious; 17.-ponder;

-ganizira choyikidwa polemba 1.-edit; 2.-prepare for publication;

-ganizira mozama 1.-think deeply; 2.-heed; 3.-give care;

-ganizira mwakuya 1.-think deeply; 2.-meditate; 3.-cogitate; 4.-deduce;

-ganizira zochita 1.-conceive; 2.-plan;

-ganiziranso 1.-reconsider; 2.-think over again;

-ganizirapo china 1.-account; 2.-replace with something;

-ganizitsa 1.-consider; 2.-think deeply; 3.-think a lot;

ganizo labwino 1.good thought; 2.esteem; 3.good opinion; 4.brainwave;

ganizo labwino la dzidzidzi 1.revelation; 2.inspiration;

ganizo lachilendo 1.strange thought; 2.evil thought;

ganizo lamtsogolo 1.future thought (idea); 2.plan for the future;

ganizo lina 1.another thought (lit.); 2.second thought;

ganizo lochenjera brainwave;

ganizo lolakwika 1.mistaken thought; 2.illusion; 3.bad thought;

ganizo lonama 1.false thought; 2.illusion;

ganizo longoyesera 1.idea; 2.hypothesis; 3.guess; 4.suggestion; 5.assumption;

ganizo losagwirizana ndi chinthu 1.opposition; 2.objection; 3.excuse;

ganizo lotsutsana chinthu 1.disapproval; 2.objection; 3.excuse; 4.disregard;

ganizo loyenera kulingalira 1.sensible thought; 2.logical thought; 3.good thought;

ganizo lozama deep thought;

ganizo m'moyo wa munthu 1.opinion; 2.notion; 3.thought; 4.idea; 5.decision;

ganizo\ma- 1.thought; 2.concept; 3.opinion; 4.decision; maganizo awo ndi otani? = what are their decisions?; 5.stance; maganizo anga ndi = my stance is; 6.view point; anasintha maganizo = he changed his view point; 7.proposal; 8.reflection; 9.regard; 10.mentality; 11.memory; 12.suggestion; 13.idea; ndili ndi ganizo = I have an idea; 14.mind; maganizo anu asamayendeyende = let not your mind wander; 15.psyche;

ganja 1.indian hemp; 2.greed;

-ganje 1.-be unable to give; 2.-be greedy; 3.-be selfish; 4.-be stingy; 5.-grudge;

-ganjirira -bind firmly;

ganthiganthi 1.stagger; 2.walking unsteadily; 3.wobbling; 4.stumbling;

-ganthira 1.-limp; mwana wovulala anali kuganthira pa bwalo = the wounded child limped off the ground; 2.-drowse;

-ganthula 1.-dig; 2.-bite a piece;

ganu\ma- batch;

-ganula -open vagina (obscene);

ganyavu 1. sarcasm; 2.irony;

ganyu\ma- 1.piece-work (to be paid for); malova akulimbirana ganyu = the unemployed people are scrambling for piece-work; amagwira ka ganyuka = they do that little piece work; chinthu chogendetsa = a thing given for piece-work; 2.part time work; 3.casual work; malova akulimbirana

ganyu = the unemployed people are scrambling for casual work;

-ganyula 1.-have legs apart; 2.-be astride; 3.-space;

gasa\ma- champion;

-gaula 1.-plough; 2.-turn soil; 3.-dig; 4.-till; 5.-cultivate;

-gavira -splash (esp. from a container); madzi anagavira kuchoka mu ndowa ya madzi = water splashed down from a water pail;

-gawa 1.-divide; dziko linagawikana mzigawo zitatu = the country was divided into three provinces; 2.-share; 3.-distribute; gawa mapepala = distribute the papers; 4.-deal; 5.-hand out; 6.-disperse; 7.-give; 8.-part; 9.-apportion; 10.-detach; 11.-split; mutu wanga ukuwawa mogawika = I have a splitting headache;

-gawa katundu mwa ndondomeko 1.-share wealth; 2.-distribute with no corruption;

-gawa m'magulu 1-divide into groups; 2.-make groups; 3.-share out to groups; 4.-distribute in groups; 5.-factorise;

-gawa m'njira ina 1.-redistribute; 2.-reallocate;

-gawa mofanana 1.-cut a portion; gawani pawiri = portion into two parts; 2.-share equally; 3.-divide equally;

-gawa ndalama 1.-pay out; 2.-share out money; 3.-disburse; 4.-give out money;

-gawa pakati 1.-portion into halves; 2.-halve; 3.-cut in half; 4.-bisect;

-gawa pawiri 1.-bisect; 2.-divide into two parts; 3.-cut in half;

gawagawa\ma- very infectious disease;

-gawana -share; tikufuna kugawana chimwemwe chathu ndi anzathu = we want to share our joy with our colleagues;

-gawana luntha -share skill;

-gawana malangizo 1.-exchange pieces of advice; 2.-share visions;

-gawanika 1.-split open; 2-crumble; 3.-break apart;

-gawanika pawiri 1.-be bifurcated; 2.-split into two; 3.-rend; 4.-break into two;

gawano\ma- 1.division; 2.share;

-gawika pawiri 1.-be dual; 2.-bisect; 3.-cut in half;

-gawikana 1.-cut across; 2.-face schism; mu mpingo muli kugawikana = there is a schism in the church;

-gawira 1.-allot; 2.-divide; 3.-share out; 4.-distribute;

-gawira chuma 1.-divide a heritage; 2.-share a will; 3.-bequeath;

-gawira ndalama 1.-share out money; 2.-give money; 3.-share money;

-gawira udindo 1.-share responsibility; 2.-give responsibility to others; 3.-delegate responsibility;

-gawiza 1.-share; 2.-distribute; 3.-offer; 4.-grant;
gawo la magazi blood cell
gawo la malamulo section of the law; tanthauzo la
  gawo la malamulo = the meaning of a section of
  the law;
gawo la masamu part of mathematics (e.g.
  algebra);
gawo la mtundu wa anthu 1.tribe; 2.clan;
  3.dynasty; 4.race; 5.ethnic group;
gawo la pakati 1.middle part (half); 2.central part;
gawo la zaka khumi decade;
gawo lachinayi la chinthu 1.quadrant; 2.quarter
  circle; 3.fourth part; gawo lachinayi la chinthu cha
  ndende = fourth part of a thing; gawo lachinayi la
  chinthu chozungulira = a fourth part of a circular
  object;
gawo lakhumi 1.one tenth; 2.tithe;
gawo laling'ono la molecule atom;
gawo lanu 1.your part (share); 2.your portion;
gawo lina 1.another part; 2.another portion;
  3.another section;
gawo lochita 1.part; 2.role; 3.duty; 4.section;
gawo lofunika 1.important part; 2.useful section;
gawo logulitsa sales department;
gawo lonse 1.whole part; 2.entire part; 3.full;
gawo lowererzeka m'buku passage;
gawo\ma- 1.part; 2.portion; mu gawo lachiwiri la
  ndime = in the second part of the verse; gawoli =
  this portion; 3.division; magawo atatu = three
  divisions; 4.place; 5.district; 6.zone; 7.article;
  8.section; tanthauzo la gawo la lamulo = the
  meaning of a section of the law; 9.faculty; gawo la
  ziyankhulo = faculty of linguistics; 10.fraction;
  11.field (fig); magawo akuphunzira = fields of
  learning;
-gawula 1.-plough; alimi amaliza kugawula = the
  farmers have finished ploughing; 2.-till; 3.-turn
  over the soil;
-gaya 1.-grind; makina ogayira akugwira ntchito =
  the grinding machine is functioning; 2.-digest; 3.-
  mill;
-gayidwa 1.-be ground; chimanga chogayidwa =
  ground maize; 2.-be digested;
-gayika 1.-digest; ndikwapafupi nsomba kugayika =
  it's easy to digest fish; 2.-be milled;
-gayira -give; anandigayira tsabola = he gave me
  pepper; gayireko = give me/ share with me;
-gayitsa -mill;
-gayitsitsa -mill completely; mpunga sunagayitsitsa
  = the rice was not completely milled;
-gazirira 1.-flavour; anagazirira ndi zokometsa
  chakudya = she flavoured the food with
  ingredients; 2.-season;
-gazuka -burn; dzuwa lagazuka lero = the sun has

burned heavily today;
-gedeza 1.-shine; 2.-be attentive; 3.-smoothen;
-gejemula 1.-flush; 2.-wash out;
gemeswa mat;
-genda 1.-throw; anandigenda ndi miyala = he
  threw stones at me; 2.-fling; 3.-sling; 4.-stone;
  adagendedwa pa chipumi = he was stoned on the
  forehead;
-gendedwa 1.-be thrown; getsi logendedwa ndi
  legeni = lamp broken by throwing with a catapult;
  2.-be heaved; 3.-be flung; 4.-be tossed;
Genesis Genesis; ndi buku loyamba m'Baibulo = it
  is the first book of the Bible; tiyeni tiwone Genesis
  mutu 2 = let us turn to Genesis chapter 2;
geni (chiNgerezi) 1.gain (n); anachita geni yotentha
  = anachita geni mbambande = they made good
  gains/ business; amayi a geni = business women;
  2.achievement; 3.success;
-gera -shave;
geredi\ma- (chiNgerezi) 1.grade; 2.standard;
  malinga ndi geredi yawo = according to their
  standard; 3.rank; 4.class; 5.position;
geregedera\ma- 1.chain; 2.bond;
gesha 1.weak; 2.feeblw; 3.kind of soap;
geti\ma- (chiNgerezi) gate;
getsi lowala kwambiri floodlight;
getsi\ma- electricity; Bungwe la Magetsi m'Malawi
  = the Electricity Supply Commission of Malawi
  (E.S.CO.M);
-geya -belch; akugeya anyezi = he is belching
  onions;
-geya (chiTumbuka) -belch wind; iye anali kugeya
  tsiku lonse = he belched the whole day;
  expression: lero wageya/ wakhaula (lit.: today you
  have belched wind) = today you have felt it =
  today you have repented;
-geyetsa -pass wind (of a baby);
-gijimba -be speedy;
gindironi\ma- big basket for carrying fish and other
  things;
gindu\- remains (of maize in a mortar);
-girigisha -excite (by touching sensitive parts of the
  body);
gitala\ma- guitar; expression: uyu ali ndi magitala
  (lit.: he has the guitars) = he has scabies (which he
  scratches like playing the guitar);
giya\ma- gear;
giza geyser; giza yathu yawonongeka = our geyser
  is damaged;
-goba 1.-cut out of; 2.-chisel; 3.-carve; expression:
  izi ukuchitazi ndikudzigobera manda (lit.: what
  you are doing is carving a grave for yourself) =
  creating doom for oneself;
goba\ma- 1.chisel (shaped like a hoe); 2.trap for

catching mice;

-gobana -fight (especially of animals); ng'ombe zinagobana lero = the cows fought today;

gobede\ma- 1.bead; 2.roaring sound of bones or stones; 3.sound of a plate when it has fallen;

-gobetsa -make animals fight e.g. cattle;

gobola nkhongono 1.-paralyse; 2.-demoralise; 3.-discourage;

-goboza 1.-remove trees from virgin land for a new garden; 2.-lend money for profits;

gocho\a- 1.barren person; 2.infertile person; 3.sterile person;

godi\ma- 1.spot; 2.dot; 3.mark;

godigodi failure to walk properly due to holes or ups and downs;

-godoboka 1.-fall down; m'phika wagodoboka pa moto = the pot fell into the fire; 2.-knock of the joint due to illness especially malaria;

-godobola 1.-knock down; 2.-cause to fall;

-godola -pound;

-godomala 1.-be silly; 2.-be stupid; 3.-be brainless; 4.-be daft; 5.-be nonsensical; 6.-be dull; 7.-be foolish; 8.-be weak;

-gofola -make hole;

gogo wa mwamuna 1.grandfather; 2.grandpa;

gogo wamkazi 1.grandmother; 2.grandma;

gogo\a- grandparent; riddle: munsenjere muli agogo (lit.: there is a grandparent in the elephant grass) = elephant beans;

gogoda high-heeled shoe;

-gogoda 1.-bump; 2.-knock; ndiyenera ndigogode pa chitseko = I must knock on the door; ndinagogoda katatu = I knocked three times; 3.-pound;

-gogodedwa 1.-be knocked out; 2.-faint;

gogodera local type of a gun;

-gogodera 1.-accuse; 2.-slander; 3.-seam; 4.-exaggerate; 5.-blame;

gogodere\a- 1.big termite; 2.mother termite; ndinalumidwa ndi gogodere = I was bitten by a big termite; riddle: mutu ngati gogodere = a person with a big head like a big termite;

gogodi\a- 1.liar; 2.back biter; iye ndi gogodi = he is a back biter; 3.cheater; 4.deceiver;

-gogomeza 1.-emphasise; 2.-accentuate;

-gogomola mazira 1.-hatch; nkhuku zagogomola anapiye = chickens have hatched chicks; 2.-give forth;

gogomole\a- kind of bird that chops trees;

gogosi\ma- spectacles;

-gogozera 1.-arouse anger; 2.-urge someone to take revenge;

-goletsa 1.-score; 2.-win a point; 3.-achieve; 4.-make a goal;

goli la m'manja handcuffs; expression: ali ndi goli m'manja (lit.: he has the handcuffs) = he is guilty and has been arrested;

goli\ma- 1.yoke; goli la ukapolo = the yoke of slavery; expression: koma uli pa goli (lit. : you are under the yoke) = you are working under strict rules; 2.lasso;

golide gold;

-golo direct;

golobo\ma- bulb; ndagula magolobo awiri = I have bought two electric bulbs;

goloboyi (chiNgerezi)) goalkeeper;

gologolo\a- squirrel; sindidya agologolo = I don't eat squirrels;

Gologota Golgotha; ndi malo omwe anamuphera Yesu = it is the place where Jesus was killed;

-gologoza 1.-scrape (inside the pot); 2.-scoop;

golondo\ma- shallow wide well;

golong'ozi\a- 1.dull person 2.silly person; iye ndi golong'ozi = he is silly; 3.stupid person; 4.brainless person;

golosale (chiNgerezi) grocery;

golosi (chiNgerezi) gross (12 x 12 = 144); zinthu zana limodzi makumi anayi ndi mphambu zinayi zipanga golosi imodzi = 144 things is a gross;

golove si\ma- (chiNgerezi) glove;

-goma 1.-wind up; 2.-have no word to say; 3.-come short in ability; 4.-be confused; anthu ena amagoma ndi Sapitwa = some people are confused by Sapitwa; ndagoma nawe = I am confused because of your behaviour; 5.-be puzzled; 6.-be perplexed; 7.-conclude; 8.-come to conclusion; ndagomera pano = I have come to the conclusion; 9.-surrender; 10.-revere; 11.-fail; 12.-beat tree for bark cloth; 13.-rub out; 14.-erase; 15.-expunge;

gombaludzu\a- mushroom;

gombe la bata lee shore;

gombe la nyanja 1.beach; ali pa gombe la nyanja = he is on the beach; 2.shore; 3.coast;

gombe\ma- 1.bank of river; 2.coast (seashore); 3.landing place; 4.beach; 5.bay;

gombeza\ma- (chiZulu) 1.bedding; 2.blanket; wagula gombeza labwino = you've bought a nice blanket;

gombo\ma- banana;

gombolera\ma- 1.cliff; 2.ridge;

Gome la Ambuye Lord's Table;

gome la chiyanjano communion-table; okhulupirira adziyandikira ku gome la chiyanjano modzichepetsa = believers must come humbly at the communion-table;

gome la mtchalitchi 1.pulpit; 2.the front space in a church;

gome la nsembe altar;

gome lochapirapo slab for washing clothes;

gome lodyeramo nyama 1.manger; 2.trough;

gome logulitsira zakudya buffet;

gome\ma- table; timadya nsima pa gome = we were eating food at the table;

-gomeka 1.-confute; 2.-confuse someone;

-gomera 1.-be attracted; umamugomera iye = you feel attracted to her; 2.-fall in love; kodi wagomera ndani? = whom have you fallen in love with?; 3.-love; ndi bwino kumagomerana = it is good to love one another; 4.-be proud; 5.-count on; 6.-rely on; amagomera/ amadalira malume ake = he relies on his uncle;

-gomezerana liaison;

gomo\ma- 1.hill; mawa tikwera gomo = tomorrow we will climb a hill; 2.jungle; 3.forest;

gompho black brown caterpillar living underground;

-gona 1.-sleep; gona chafufumimba = sleep on the belly; akukanika kugona = he is failing to sleep; proverb: gona nkuphe sali patali (lit.: sleep to be killed does not take long) = patience pays/ patience is required if promised to be given something; 2.-be asleep; expression: iwe ndiwe wogona (lit.: you are asleep) = you are not active/ silly; 3.-slumber; 4.-be subconscious;. 5.-lie down; gona chagada = lie back/ sleep on the back; 6.-stoop down; 7.-retire; akukagona = he is retiring to bed; 8.-be foolish; 9.-be nonsensical;

-gona buno -sleep completely naked;

-gona chafufumimba 1.-prostrate;2.-sleep on the belly;

-gona chagada 1.-lie on the back; 2.-sleep facing up;

-gona chatsonga -sleep while seated or standing;

-gona kanthawi 1.-take a nap; 2.-have a zizz; 3.-snooze; 4.-doze;

-gona kophwetsa m'khuto 1.-have a siesta; 2.-have a midday sleep;

-gona mobindikira -be dormant;

-gona ndi 1.-have intercourse (lit.: -sleep with); 2.-have coitus;

-gona ndi chosasangalatsa 1.-be dull; 2.-be prosaic; ntchito yogona yosasangalatsa = prosaic job;

-gona ndi mkazi 1.-copulate (lit.: -sleep with a woman); 2.-roger;

-gona ndi njala -sleep without food (lit.: -sleep with hunger);

gona nkumete\a- 1.thief; 2.thug; 3.robber; 4.mugger; 5.burglar;

-gona pakati -sleep in the middle; expression: kugona pakati nkuyambirira (lit.: to sleep in the middle is to be early) = be early in doing things\ if

you want to do more than others be early;

-gona pansi 1.-lie down; 2.-be ill; 3.-be sick;

-gona tulo -be asleep;

-gonana 1.-lie carnally with; 2.-have sex; kugonana kwa pakati pa anthu ali kale ndi mabanja awo sikwabwino ngakhalenso kwa awo amene asanalowe m'banja = having sex is not good when it is done outside marriage by those who have their respective families and even those who do not have; 3.-have intercourse; 4.-have coitus; 5.-fornicate; 6.-mate;

-gonana amuna okhaokha 1.-be gay; 2.-be a homosexual;

-gonana kotetezedwa -have safe sex;

gonankumange mat;

-gondola 1.-be dull; munthu wogondola = dull person; 2.-be stupid; iye ndiwogondola = he is stupid; 3.-be silly; 4.-be ridiculous; 5.-be foolish;

gondola\- hoof; ng'ombe yapha munthu pomumenya ndi gondola = a cattle has killed a person by a kick of the hoof;

gondolo\ma- basket;

gondolosi herb which is said to arouse sexual desire when chewed;

gondwa\a- alligator;

-goneka 1.-be admitted; anawagoneka kuchipatala = they were admitted to the hospital; 2.-lay; 3.-lay out;

-gonera 1.-be fallow; munda unagonera zaka ziwiri = the land lay fallow for two years; 2.-survive; chaka chino wagonera = this year he has survived; 3.-sleep on something; iye wagonera mwana = she has slept on her child; 4.-lay on;

-gonetsedwa -be admitted (to the hospital);

-gong'ola 1.-hit someone using the elbow; 2.-elbow; 3.-hit someone by a rod/ by hard stuff; 4.-ache; mutu wanga ukundigong'ola = my head aches; 5.-pain;

-gong'oli 1.unrepentant; 2.uncivilised; 3.stubborn;

gonga\ma- lasso;

gongoni\a- edible beetle;

gongono\ma- knee;

-gonja 1.-be defeated; 2.-capitulate; 3.-succumb; 4.-be submissive; 5.-submit; 6.-defer; ndagonja chifukwa cha zifuniro za mfumu = I defer to the kings wishes; 7.-surrender; 8.-give up;

-gonjera 1.-submit; anagonjera ulamuliro = he submitted to the authority; 2.-be subservient; 3.-give up;

-gonjetsa 1.-subdue; 2.-overcome; gonjetsani choipa pakuchita chabwino = overcome evil with goodness; 3.-conquer; 4.-bring under; 5.-subjugate; 6.-prevail; 7.-defeat; anadzigonjetsa chifukwa cha ulesi wake = he defeated himself because of his

laziness; 8.-beat; 9.-have victory; 10.-be
victorious; 11.-vanquish;
-gonjetseratu 1.-defeat completely; 2.-annihilate;
3.-obliterate;
gonjo\a- 1.barren person; 2.infertile person;
gonondo\a- beetle;
-gontha 1.-be deaf; mayi wogontha = a deaf
woman; 2.-be blunt;
-gontha ndi -salankhula -be deaf and dumb;
-gonthetsera 1.-be blunt; 2.-be deaf;
gonthi agnosia; ndi ugonthi pa kuzindikira zinthu
ngati kuwala, phokoso ndi kukhudza = it is
inability to recognise sensory inputs such as light
sound, and touch;
-gonthi 1.unrepentant; 2.stubborn;
gonthi\a- 1.deaf person; pamafunika luso kuti
mulankhule ndi agonthi = you need skill to speak
to the deaf; 2.unruly person;
-goola 1.-break (of maize heads); 2.-harvest; 3.-
pluck ripe maize;
gore (chiNyungwe/ chiSena) year;
-gotola 1.-weaken; 2.-deteriorate;
-gowa -pull down;
-gowagowa -bend;
gowero\ma- 1.boys' house; 2.dormitory;
3.monastery; gowero ili ndi la uve = this
monastery is very dirty; 4.shelter; 5.boys' hostel;
-gowola 1.-weaken; iye anamugowola matenda =
she was weakened by diseases; 2.-discourage;
-guba 1.-drill as soldiers; 2.-march; asirikali
anaguba mtawuni = the soldiers marched in the
town; aguba mtunda wa makilomita asanu lero =
they have marched 5 km today; expression:
wolemba anthu ntchito watigubitsa (lit.: the
employer has made us march) = the employer has
not fulfilled his programme;
-guba sefusefu -ebb and flow;
gube\ma- collar; maChina amavala malaya opanda
gube = the Chinese wear shirts without collars;
-gubidiza -search while causing noise; akugubidiza
mnyumbamo ndani? = who is searching in the
house?;
-gubila -sink while swimming;
-gubitsa -train a drill or march;
gubo wooden cover of a bottle;
-gubuduka 1.-writhe (person); Joni anagubuduka
ngozi itachitika = John writhed in pain after the
accident; 2.-get drowned in the water; 3.-turn
upside down;
-gubuduza 1.-writhe; 2.-roll a stone, log, etc; 3.-
push; 4.-roll; 5.-spill;
-gubuduzika 1.-fall upside down; 2.-roll; proverb:
mwala ogubuduzika suyanga ndele (lit.: a rolling
stone does not grow moss) = patience is very

important in life/ patience pays;
-gubula 1.-drink everything quickly; 2.-split;
-gubulira -rash;
guda\ma- flask; mutenge madzi mu guda poyenda
= carry water in a flask as you walk;
gudo\ma- kind of monkey;
-gudubiza 1.-look for something; 2.-search (esp.
with an intention to steal);
-gudubuka 1.-collapse; 2.-overturn; 3.-turn upside;
-gudubuzika -be rolling up and down;
-guduka 1.-lose water; madzi anaguduka = water
got lost; 2.-fall onto the ground (accidentally);
-gudukira 1.-be cloudy; 2.-be overcast;
-gudula -spill;
guduli\ma- sack;
-gudulira 1.-finish up; 2.-pour out; 3.-spill;
-gudumira -cover with;
gudumu\ma- wheel; adagulura magudumu = he
took off the wheels;
-guduza -stir; tandiguduzira phala = stir the
porridge for me;
-guduzika -cover (completely);
-gudwa -be sold;
-guga 1.-be used up; nsalu iyi ndi yoguga = this is a
used up cloth; nthaka yaguga = the land has
become infertile; 2.-fade out; 3.-be passé; 4.-lose
quality; 5.-become useless; 6.-become less
valuable; 7.-lose value; 8.-lose originality;
-gugitsa 1.-impoverish; kulima kowirikiza malo
amodzi kumagugitsa nthaka = a continuous
cultivation impoverishes the soil; 2.-cause to lose
fertility;
-gugitsa nthaka 1.-overuse land; 2.-exhaust land;
3.-lose fertility;
gugu unwatery sorghum;
-guguda 1.-beat (of the heart); 2.-punch; 3.-hit; 4.-
dig virgin land;
-gugudira 1.-finish up; tiyeni tigudire chakumwa
ichi = let us finish up this drink; 2.-drink all at
once;
-gugudiza 1.-drink everything quickly; 2.-drink
fast;
-guguka -be worried; waguguka mtima chifukwa
chosowa ndalama = he is worried because of lack
of money;
gugululu! 1.tightness of the belly; 2.sound of
thunder;
-guguluza 1.-pull; 2.-drag; anamuguguluza pa
msewu = he was dragged along the road;
-gugumala -raise the back (like a cat meeting a
dog);
-gugumiza -pressurise; anamugugumiza ndi
mafunso ku polisi = he was pressurised by
questions at the police station;

-gugumuka -grow fast; nyama zodya bwino zimagugumuka msinkhu = well fed animals grow fast;

-guguza 1.-pull; 2.-drag;

-gula 1.-buy; guleni nkhuni = buy firewood from me; expression: iwe wagulidwa (lit.: you have been bought) = you have received a bribe; 2.-purchase; mphamvu ya ndalama = purchasing power; 3.-shop; gulani mu sitolo iyo = shop in this store;

-gulana -buy from each other; amalonda agulana = traders have bought from each other;

gulaye\ma- 1.bend of road; nyumba yathu ili pa gulaye = our house is at the bend; 2.branching off; 3.corner;

gule wabwino 1.good dance; amavina gule wabwino = she dances good dance; 2.accepted dance;

gule wamkulu (lit.: big dance); Nyau dance for initiation of boys and girls; this dance admits persons into the Church of Aaron, a name that probably in the 19th century was derived from the golden calf religion in the Old Testament and includes a cluster of old pagan African practices, sometimes with satanistic characteristics, like Nyau dances by dancers hidden in animal shaped tents carried by them, and 'kapoli' operations by these masked dancers; here are some other terms used in Nyau dancing: *dambwe, a secluded place where the dancers are said to come from, e.g graveyard, a bushy river side, a house; affiliated members go to the dambwe to *fish for the dancers; unauthorized persons or anyone revealing the secrets are killed or buried alive; *liwunde/ *bwalo = waiting place where the dancers are before the gule wamkulu is performed = bwalo; the Nyau chief and leaders are said to have sex at the occasion of the dance;

gule wamng'ono lit.: small dance; dance with singing and drumming and where people wear 'zibiya' these are materials like skins, grass skirts, leaves, rags;

gule woipa evil dance; uyu ndi gule woipa = this is an evil dance; anthu asamaonere magule oipa = people should not watch evil dances;

gule\ma- dance; gule walikitika = the dance is performed; gule amautsa phokoso = the dance causes conflicts; akukhamukira ku gule = they are flocking to the dance; gule wa achinyamata = the dance of the youth; gule ndi mkamwa mwako (lit.: the dance is your mouth) = you can praise yourself that you did something better through your own efforts (aims at encouraging); expression: gule woti vina vina savinika (lit.: the dance claimed

from you is never danced) = forcing someone to do something results in poor performance; malo ovinira = place for dancing;

-gulidwa 1.-be bought; 2.-cost;

-gulitsa -sell; anagulitsa munda = they sold the garden;

-gulitsa kunja kwa dziko 1.-export; 2.-do external trade;

-gulitsa pachipiku 1.-sell on wholesale; 2.-sell in bulk;

-gulitsanso -resell;

gulo lizard with a blue head;

gulu la achinyamata youth league;

gulu la akaidi 1.group of prisoners; 2.chaingang;

gulu la akuba gang of thieves;

gulu la aMaccabees Maccabees (Hebrew: Makab = hammer = nyundo); aMaccabees anali gulu la Mattathias ndi ana ake amuna asanu limene linagonjetsa a chiSiriya, ndipo linapulumutsa a chiYuda m'nyengo ya pakati pa Chipangano Chakale ndi Chipangano Chatsopano, atsogoleri amenewa a chiYuda anatsutsana ndi mfumu Antiochus Epiphanes amene anawononga ufulu wa chipembedzo cha chiYuda = the Maccabees were a group of Mattathias and his five sins who beat the Syrians and liberated the Jews in the period between the Old Testament and the New Testament; these Jewish leaders resisted King Antiochus Epiphanes who destroyed the freedom of the Jewish religion;

gulu la amayi 1.group of women; 2.women's guild; 3.harem; ndi gulu la amayi okhala pansi pa ulamuliro wa mwamuna mmodzi = it is a women group under the leadership of one man;

gulu la ankhondo army;

gulu la anthu 1.group; 2.association; 3.club; 4.community; kusamalira za moyo wa anthu = community service; 5.band; 6.mob; 7.crowd; 8.movement;

gulu la anthu a ndale 1.group of politicians; 2.bloc;

gulu la anthu ambiri multitude (lit.: group of many people);

gulu la anthu ogwira ntchito pamodzi group of workmates;

gulu la anthu otembenuka mtima group of converts;

gulu la anthu oyimba 1.choir; 2.group of singers; 3.group of musicians;

gulu la asilikali 1.army; 2.group of soldiers;

gulu la asilikali ochepa squad (lit.: small group of soldiers);

gulu la Benedicto Benedictine Order; ndi lamulo kapena chiphunzitso cha Benedicto wa ku Nursia

(pafupifupi m'chaka cha 540) kwa obindikira ake
mu monasteri ya ku Monte Cassino, chimene
chinalandiridwanso ndi magulu ena a obindikira =
it is the order or teaching of Benedictus of Nursia
(about 540) which was accepted by some monastic
orders;
gulu la chiMontifort order of the Montfortians;
abambo a chiMontifort = the Montfort fathers;
gulu la chiMormon movement of the Mormons; ali
otsatira a chipembedzo chokhazikitsidwa ndi
Joseph Smith (1805-1844) amene ananena kuti
analandira 'Buku la Mormon' lokhala ndi
chivumbulutso chowonjezera ku Baibulo = they
are the followers of the religion founded by Joseph
Smith (1805-1844) who claimed to have received
the 'Book of Mormon' with additional revelation
to the Bible;
gulu la chiOxford 1.Oxford Movement; gulu la mu
Mpingo wa chiAnglican lokhazikitsidwa m'zaka
za 1833-1845, lotsatira maganizo ndi mwambo wa
chiRoma, loyambitsa High Church = a group in the
Anglican Church in 1833-1845, which followed
some Roman Catholic ideas and culture and started
the High Church; 2.Tractarianism; 3.High
Anglicanism; 4.Anglo-Catholicism;
gulu la mapiri mountain massif;
Gulu la Mariya Woyera Legion of Mary; ndi Gulu
la MariyaWoyera limene limapezeka mu Mpingo
wa chiRoma = it is the Legion of Mary which is
found in the Roman Catholic Church;
gulu la mawu 1.group of words; 2.sentence;
gulu la mfiti zazikazi 1.coven; 2.group of witches
(esp. 13);
gulu la mitambo bank of clouds;
gulu la mitengo clump;
gulu la ndege za nkhondo 1.squadron; 2.group in
the air force;
gulu la nkhondo 1.army; 2.corps of soldiers;
3.body of troops;
gulu la nkhosa flock;
gulu la nkhumba herd of swine;
gulu la nsomba 1.fishes; 2.shoal;
gulu la nyama herd of animals;
gulu la nyenyezi 1.milk way; 2.galaxy;
gulu la ogwira ntchito 1.group of workers;
2.personnel;
gulu la oyimba anayi quartet;
gulu la oyimba ndi zida 1.band; 2.brass-band;
gulu la zilombo zowuluka swarm of insects;
gulu la zinthu khumi unit (ten things); ndagula
buledi khumi = I have bought a unit of bread;
gulu la ziweto herd of cattle;
gulu la zouluka flight of birds;
gulu lalikulu la asirikali legion of soldiers;

gulu laling'ono loyimba 1.orchestra; 2.ensemble;
gulu lawoyimba asanu quintet;
gulu lochepa la anthu small group of people;
gulu logalukira rebel movement;
gulu lolira maliro group of mourners;
gulu lopembedza ziwanda 1.demonists; 2.satanists;
3.satan worshippers;
gulu lophunzirira limodzi 1.class; 2.grade;
gulu lopita outgoing group;
gulu lotsala 1.remaining ones; 2.remainder;
gulu lotsutsa 1.opposition group; 2.opposers;
gulu lowukira rebel movement;
gulu loyera the holy ones;
gulu loyimba ndi zida 1.band; 2.orchestra;
gulu\ma- 1.group; expression; kukhudzana pa gulu
(lit.: brushing one another) = standing very close to
one another; 2.movement; 3.crowd; 4.gang; gulu la
ogwira ntchito = a gang of workers; 5.drove; gulu
la ng'ombe = drove of cattle;
gulugufe\a- 1.butterfly; 2.moth;
-guluka 1.-dislocate; 2.-disjoint; 3.-put out of place;
-gulukira 1.-rush for something; 2.-do something in
haste; 3.-remain in ground (esp. groundnuts when
they are dry);
-gulula 1.-dislocate; 2.-sprain; 3.-remove;
ndinagulula malata a nyumba yanga = I removed
iron sheets from my house; 4.-dismantle; kugulula
injini = dismantling the engine; 5.-disjoint; 6.-take
off; adagulula magudumu = he took off the
wheels; 7.-take out; 8.-eliminate; 9.-eradicate; 10.-
exterminate;
gulule\a- confusionist; bambo wake ndi gulule =
her father is a confusionist;
gulumamina\a- 1.type of grasshopper; 2.person
with a running nose; 3.person who is dull;
gulumwa\ma- 1.ball of soil; 2.clod;
gulupa\a- (chiNgerezi) 1.group village headman
(lit.: group); 2.church elder (esp. in Roman
Catholic Church); 3.overseer of local
congregation;
-guluza 1.-shine; 2.-be attentive; 3.-smoothen;
-guma -contuse;
-gumana -collide;
-gumatiza 1.-bring together; 2.-seal;
gumbagumba 1.large/ big wireless set; 2.large/ big
radio;
-gumbala -sleep;
-gumidwa -bump head against something;
-gumikiza -seal;
-gumitsa -dash against;
-gumuka 1.-collapse; 2.-disperse; anthu anagumuka
= the people dispersed; 3.-disintegrate; 4.-crumble;
5.-fall down; 6.-break;
-gumula 1.-destroy; tidzagumula nyumbayo = we

will destroy the house; 2.-batter; 3.-beat down; 4.-
break; sanayambe kugumula khoma = they did not
begin to break the wall; 5.-ruin; 6.-spoil; 7.-
damage; 8.-smash;
-gunata 1.-be silly; 2.-be daft;
-gunda 1.-bang; ziphaliwali zinali kugunda = the
leaps of thunder were banging; 2.-beat (of the
heart); 3.-knock; 4.-hit; 5.-thunder; 6.-bump up
against; 7.-butt; 8.-come against; 9.-crash;
-gunda kwa mtima 1.-palpitate; 2.-throb; 3.-
pulsate;
-gunda kwa mvula -thunder;
gunda\a- sixth drum of Nyau dance;
gundami\a- rat;
-gundana 1.-bump heads; 2.-collide; anafa
chifukwa basi inagundana ndi galimoto = he died
because the bus collided with a car; 3.-crash;
-gundana nyumba 1.-be neighbours; 2.-be next
door;
-gundanagundana 1.-be compacted; 2.-be terse;
-gundanitsa 1.-clash; 2.-coincide;
-gundidwa 1.-be knocked out; 2.-be run over; 3.-
faint;
-gundika 1.-start; 2.-be busy;
-gundikiza -put closer; anagundikiza chimbudzi ndi
nyumba = he put the pit-latrine and the house
closer together;
-gunditsa 1.-dash against; 2.-put closer;
-gunditsa maondo 1.-cause knees to hit each other
(lit.); 2.-cause someone to fall;
-gunditsa mawondo pansi 1.-squat; 2.-kneel;
-gundula -pound;
-gundumula -beat strongly;
gundumwa\ma- wheel;
-gunduza 1.-awaken; 2.-make alert;
-gunduzula -elbow; iye anagunduzula anthu ambiri
m'mene amadutsa = he elbowed a lot of people as
he passed through;
guni\ma- 1.forehead; 2.poles of tobacco;
-guntchula -refuse with shoulders;
-gunthira -doze; akugunthira = he is dozing;
guntoto wild tuber;
-gunula -be circumcised;
-gunyula 1.-elbow; 2.-hit someone with an elbow;
-gunyuza (chiTumbuka) 1.-alert someone by
shaking his/her body; 2.-awaken; iye
anandigunyuza pamene akuba analowa = she
awoke me when thieves entered; 3.-wake up;
-gupulira -be rash;
guta\ma- 1.calico; 2.bed sheet; 3.barricade;
-gutchula 1.-shake; 2.-jolt;
-gutchumula 1.-shake; 2.-jolt;
gututu\a- 1.chamber; 2.vessel for urine;
guwa la nsembe altar;

guwa\ma- 1.altar; 2.pulpit; malo okwera
m'tchalitchi pamene m'busa amakwerapo =
platform in a church where the minister stands;
m'busa sanakwere ku guwa = the minister did not
ascend the pulpit;
guwafa\ma- guava; guwafa ndi chipatso chabwino
= guava is a good fruit;
-guza 1.-drag along the ground; 2.-carry a load tied
to a pole by two people; 3.-draw; 4.-pull; 5.-haul;
6.-bracket;
guza\ma- blanket; wagula guza = she has bought a
blanket;
-guzidwa 1.-be pulled; 2.-be forced to move; 3.-be
dragged;
-gwa 1.-fall; mvula inagwa tsiku lonse = the rain
fell the whole day; sindingagwe = I can't fall;
anagwa pansi khuu = she fell down; expression:
mtsikana wagwa pansi (lit.: the girl has fallen
down) = the girl has reached puberty stage;
expression: tili mtundu wakugwa (lit.: we are
fallen people) = we are sinful people; mvula
ikugwa = the rain is falling; proverb: fisi akagwa
m'mbuna salankhula (lit.: the hyena that falls into
the pit does not speak) = when you are caught
whilst doing bad things you cannot deny;
expression: zagwa zatha (lit.: if things have failed,
they have fallen) = we have to deal with the
situation as it is; 2.-fall down; 3.-drop down; 4.-
collapse (of a house etc.); 5.-flop; 6.-be stiff; 7.-
happen; 8.-come; simudziwa chidzagwa m'mawa
= you don't know what will come tomorrow;
-gwa chafufumimba 1.-fall flat forward; anagwa
chafufumimba atalamulidwa = he fell flat forward
as per command; 2.-fall downwards; 3.-fall on
one's belly;
-gwa chagada -fall backward; proverb: ichi
chakoma, ichi chakoma pusi anagwa chagada (lit.:
this is sweet, the other one is sweet a blue monkey
fell backwards) = two things cannot be done at
once as a result you can't achieve anything;
-gwa Chauta 1.-die; adayamba kulira ngati
padagwa Chauta = they started crying as if
someone had died; kunyumbako kwagwa Chauta =
in that house someone has died; 2.-pass away; 3.-
depart this life; 4.breathe your last breath; 5.-give
up the ghost;
-gwa dala -fall deliberately;
-gwa m'chipsinjo 1.-be in trouble; 2.-have
problems;
-gwa m'dothi 1.-fall on the ground/ soil (lit.); 2.-be
infertile (of man); 3.-reach puberty; 4.-menstruate;
-gwa m'madzi 1.-sink; 2.-drown;
-gwa m'mavuto 1.-be in difficulty; 2.-have hard
luck; 3.-face problems;

-gwa m'mbale 1.-have luck; 2.-have fortune; 3.-have chance;

-gwa m'mbuna -fall into trap/ pit;

-gwa m'mitala 1.-be in polygamy; 2.-have more than one wife;

-gwa m'mwamba 1.-fall down; 2.-be barren;

-gwa m'ngongole -get into debts; anagwa m'ngongole kuti abweze zomwe adaononga = he got into debts to square what he misappropriated;

-gwa m'tsoka 1.-have misfortune; 2.-be unlucky;

-gwa majini 1.-be hysterical; 2.-be demonised;

-gwa mphwayi 1.-be discouraged; alimi anagwa mphwayi ndi mitengo ya fodya = farmers got discouraged by the prices of tobacco; mphunzitsi anagwa mphwayi ndi zotsatira za mayeso = the teacher was discouraged with the examination results; 2.-despair;

-gwa mtima 1.-come round; 2.-change; 3.-amend (in character);

-gwa mutu 1.-be confused; 2.-be hysterical;

-gwa mvula -rain; mvula ikugwa ndipo ikugunda = it is raining with a thundering noise; mvula idalakatika = there was heavy rain; mitambo ya mvula ikusonkhana mofulumira = thick rain clouds are gathering fast;

-gwa mwa mphamvu 1.-flop; 2.-slump;

-gwa ngati matalala -hail;

-gwa nkhope 1.-feel ashamed; 2.-be ashamed; 3.-be embarrassed; 4.-be abashed; 5.-be sick; 6.-be hungry;

-gwa pamphuno 1.-be in trouble; 2.-have difficulty; 3.-have problem;

-gwa pansi 1.-fall down (lit.); 2.-menstruate;

-gwa ulesi 1.-be apathetic; 2.-be discouraged; 3.-be disappointed;

-gwaa 1.solid; 2.compact;

-gwada 1.-go down on your knees; 2.-bow; 3.-kneel; expression: wagwadira pamachika (lit.: he has knelt on the broken mat) = polite way of ushering a visitor where to sit; 4.-genuflect; ndidzamugwadira Mulungu yekha = I will genuflect to God alone; 5.-pee (for females);

gwafa\ma- guava; tili ndi mtengo umodzi wokha wa gwafa = we have got only one guava tree;

-gwagwada -fall down on knees;

-gwala -draw a line;

gwala\a- 1.spade; 2.road-way; 3.foolish man; 4.silly man;

-gwamula 1.-butt; 2.-dismantle; 3.-go into girls' houses by breaking into a house through a window, done either on agreement or by force;

-gwanda 1.-refuse; 2.-reject; 3.-rebuff; 4.-say no;

gwandali\ma- blunt knife; iye ali ndi gwandali = he has a blunt knife;

-gwandigwandi sickly looking;

gwang'wa big axe; iwe uli ndi gwang'wa = you have a big axe;

gwang'wang'wa 1.famine; 2.starvation; 3.food crisis;

gwanyansa traditional dance amongst the Chewa/ Mang'anja people associated with Nyau Secret Society;

-gwapa 1.-faint; 2.-feeble;

gwape\a- 1.antelope; adavumbuluka ngati gwape wothawa galu = he appeared suddenly like an antelope running away from a dog; 2.duiker; 3.clever person (fig.);

gwayi (chiZulu) 1.tobacco; amakonda kugwiritsa ntchito gwayi = he likes to use tobacco; 2.pipe for smoking tobacco;

-gwaza (chiTumbuka) 1.-pierce; 2.-stab; 3.-spear; 4.-knock off;

-gwedebula 1.-dislocate; 2.-disrupt; 3.-put out of place;

-gwedemuka 1.-dislocate; 2.-disrupt;

-gwedeza 1.-shake (general term); proverb: ndidagwedeza mutu ngakhale udalibe nyanga (lit.: I shook my head although it had no horns) = I refused/ I was surprised; nyumba inagwedezeka = the house was shaken; gwedeza botolo = shake the bottle; 2.-agitate (as water); 3.-wriggle; galu anagwedeza mchira atafika mbuye wake = the dog wriggled tail when it saw its master; 4.-remind; amachita kanthu pamene wagwedezedwa = he always does something when reminded;

-gwedeza modzidzimutsa 1.-thrive; 2.-brandish;

-gwedeza mutu povomera -nod;

-gwedeza thupi ndi imfa -shake in death struggle;

-gwedezeka 1.-be shaken; 2.-quake; kugwedezeka kwa dziko/nthaka = earthquake; kutingizika kwa dziko = chitikisa = earth quake; 3.-dangle;

-gwedula 1.-batter; 2.-beat down; 3.-dismantle; 4.-untrap; 5.-drink a soft drink;

-gwejemuka 1.-come off; 2.-knock off; 3.-break down;

-gwejemula 1.-dislocate; 2.-dismantle; 3.-flush; 4.-loosen;

-gweluka 1.-be removed from original; 2.-extract; 3.-uproot; 4.-come out; khasu lagweluka ku mpini = the hoe has come out of the handle;

-gwelula -dismantle; ndiyenela kugwelula chitseko = I have to dismantle a door;

gwembe\zi- 1.pothole; 2.pitlike cavity in rocks; msewu wa thala uli ndi zigwembe zambiri = the tarmac road has a lot of potholes;

gwenembe lazy person; iye ndi gwenembe = he is a lazy person;

-gwera 1.-befall; 2.-fall;

-gwera m'madzi 1.-immerse; 2.-submerge; 3.-ditch;

-gwera mbali ziwiri 1.-be double-minded; 2.-be dual;

-gwera mkati -implode;

-gwera munthu -get chance due to failure of the other person;

gwero la mtsinje 1.source of a river; 2.catchment area;

gwero lake 1.origin; 2.starting point; 3.cause; 4.beginning;

gwero\ma- 1.source; gwero la mtsinje = the source of a river; 2.cause; gwero la nkhani = the cause of the story;

-gwerula 1.-take out (as tooth); 2.-dislocate; 3.-dismantle;

-gweta -dart;

-gwetsa 1.-cause to fall; akugwetsa nyumba = he is causing the house to fall; 2.-let down; 3.-defeat; 4.-frustrate; 5.-knock down; akugwetsa nyumba = he is knocking down the house; 6.-cast down; 7.-demolish; 8.-assuage; 9.-drop; 10.-fly rapidly; mbalame zikungogwetagweta = birds are flying rapidly;

-gwetsa m'mavuto 1.-put in trouble; 2.-cause problems; 3.-implicate;

-gwetsa misozi 1.-shed tears; 2.-cry with tears; anagwetsa misozi podandaula = he cried with tears when he complained;

-gwetsa mitengo 1.-fell trees; 2.-cut trees;

-gwetsa mphwayi 1.-deter; 2.-prostrate; 3.-paralyse;

-gwetsa munthu pa udindo 1.-fire a person; 2.-sack; 3.-demote;

-gwetsa ng'ombe -slaughter;

-gwetsa nkhani -start a conversation;

-gwetsa nkhope -be sad (lit.: -drop the face);

-gwetsa pansi -strike down;

-gwetsa ulesi 1.-distract; 2.-discourage; 3.-deter; 4.-dishearten;

-gwetsera -cultivate to make another ridge in between two ridges;

-gwidika 1.-swallow; anagwidika ntchentche = she swallowed a house fly; 2.-eat without chewing;

-gwidima -swallow; anagwidima njere – he swallowed a seed;

-gwidimira -swallow;

-gwidimuka -knock off from original; gudumu lagwidimuka ku galimoto = the wheel has knocked off from the car;

-gwidwa 1.-be caught; anagwidwa ali mkati mwakuba = she was caught red handed while stealing; 2.-be discovered; 3.-be found; 4.-be trapped;

-gwidwa mizimu 1.-be possessed; 2.-be hysterical;

-gwidwa moto mosavuta 1.-be flammable; 2.-be combustible; 3.-catch fire easily;

-gwidwa ndi 1.-be infected; 2.-be contaminated;

-gwidwa ndi konye 1.-have spasms; 2.-convulse; 3.-have cramp;

-gwidwa ndi nthenda 1.-be caught by sickness; 2.-be infected by a disease;

-gwidwa njakata 1.-be busy; 2.-be preoccupied;

-gwidwa njala 1.-be hungry; 2.-be peckish;

-gwindika -be commanding (of a big, strong person);

-gwintha 1.-swallow; anagwintha chakudya chonse = she swallowed all the food; 2.-ingest;

-gwinya 1.-steal; 2.-hide something (esp. with intentions of stealing);

-gwira 1.-grasp; expression: akukamba zogwira mtima (lit.: he is talking about the things that grasp the heart) = he is talking convincingly; 2.-apprehend; 3.-arrest; 4.-nab; mbava inagwidwa ikuba = the thief was nabbed while stealing; 5.-attack; 6.-capture; 7.-catch; galu wanga atha kugwira akalulu awiri = my dog can catch two rabbits; expression: imeneyi ndiye siigwira ayi (lit.: this plan will not catch) = this will not work/ help; expression: ndasowa pogwira (lit.: lack what to hold) = I am at a loss/ I am in a confused state; 8.-seize; 9.-take hold of; 10.-hold; 11.-touch; 12.-feel; 13.-be sane; mutu wogwira = a sane mind;

-gwira dzanja 1.-give a hand; 2.-help; 3.-assist; chonde, ndigwireni dzanja = please, assist me;

-gwira kwambiri 1.-seize; 2.-catch; 3.-apprehend; 4.-arrest;

-gwira mbali 1.-choose side; 2.-opt;

-gwira mlamba 1. -shamble; 2.-shuffle (fig);

-gwira mmaso 1.-fool (lit.: -touch in the eyes); 2.-cheat; expression: wandigwira mmaso (lit.: he has touched my eyes) = he has fooled/ cheated me;

-gwira mokola 1.-trap; 2.-ensnare;

-gwira molimba 1.-hold tight; 2.-grab;

-gwira mosamala 1.-handle with care; 2.-touch with care;

-gwira moyo -be impressed; anandigwira moyo = he impressed me;

-gwira mphafa 1.-attract; 2.-mesmerise;

-gwira mtima 1.-attract; 2.-mesmerise;

-gwira munthu wochita zoipa -arrest a criminal;

-gwira mwa chikondi 1.-hug; 2.-embrace; 3.-clasp; 4.-caress;

-gwira mwa mphamvu 1.-snatch; 2.-grab;

-gwira mwa mphwayi 1.-be lazy; 2.-be unwilling;

-gwira mwaulesi 1.-be lazy; 2.-potter;

-gwira mwendo 1.-grasp leg (lit.); 2.-apologise; 3.-ask for forgiveness; 4.-say sorry; 5.-plead (lit.: -grasp the leg); ndagwira mwendo wanu

-gwira njakata - -gwirizana

khululukireni = ndapota nanu, ndikhululukireni = I plead with you, forgive me; 2.-be self-confessed;
-gwira njakata 1.-be stranded; chifukwa chiyani wagwira njakata? = why are you stranded?; 2.-be undecided;
-gwira nsomba 1.-fish; 2.-catch fish;
-gwira ntchito 1.-work; 2.-labour; mbala ayiika mu ndende ndi kugwira ntchito yakalavula gaga = the thief is imprisoned with hard labour; 3.-do a job; 4.-be employed; 5.-function;
-gwira ntchito m'munda 1.-cultivate; 2.-work in the garden; 3.-garden;
-gwira ntchito mofuna 1.-work willingly; 2.-work voluntarily;
-gwira ntchito mongoyembekezera 1.-have temporary work; 2.-have temporary job; 3.-have temporary employment;
-gwira ntchito mtalimtali 1.-work in distant places; 2.-work in another place; 3.-commute;
-gwira ntchito ngati olowa m'malo 1.-be delegated; 2.-be deputy;
-gwira ntchito pamodzi 1.-work together; 2.-have joint effort; 3.-commune;
-gwira pa msampha 1.-trap; 2.-entrap;
-gwira pakamwa 1.-trap a person because of his words; 2.-touch the mouth; 3.-be silent; 4.-be surprised; 5.-be shocked; 6.-be astonished;
-gwira pakhosi 1.-catch by the neck; 2.-strangle;
-gwira thupi -be used to; iye yamugwira thupi ntchito ya kalavula gaga = he is quite used to hard work;
-gwira unkhungu 1.-rebuke; 2.-accuse;
-gwira wangongole -seize the debtor;
-gwira wopanda malipiro 1.-gain nothing; 2.-work voluntarily;
-gwira yabule 1.-gain nothing; expression: alimi adzagwira yabule (lit.: the farmers will have an unprofitable job) = they expect something, but they will gain nothing; 2.-lose; 3.-work without profit;
-gwirana 1.-wrestle; 2.-contend; 3.-coagulate; 4.-fight; 5.-be together; 6.-be close; 7.-unify; 8.-discover one another;
-gwirana chanza -shake hands;
-gwiranso chomwe chidathawa 1.-recapture; 2.-re-arrest;
-gwirika 1.-be concrete; 2.-be solid;
-gwirira 1.-seize for debt; 2.-distrain; 3.-rape;
-gwirira nkhondo -commandeer an army;
-gwiritsa 1.-cling; 2.-report; 3.-sue;
-gwiritsa kale ntchito -be second hand; ndinagula galimoto iyi yogwiritsa kale ntchito = I bought this second hand car;
-gwiritsa mphamvu moipa -misuse power;

-gwiritsa mwala 1.-cheat; 2.-deceive; 3.-break a promise;
-gwiritsa ntchito 1.-use; 2.-utilise; uli ndi munthu okulipirira sukulu, uyenera kugwiritsa ntchito mwayi umenewu = you have got someone to pay your school fees, you have to utilise this chance;
-gwiritsa ntchito bongo 1.-think; 2.-use brain; anagwiritsa ntchito bongo bwino = he used his brain properly;
-gwiritsa ntchito koposa 1.-overuse; 2.-overwork something;
-gwiritsa ntchito lirime 1.-use the tongue; 2.-taste;
-gwiritsa ntchito manja awiri 1.-use both hands; 2.-be ambidextrous;
-gwiritsa ntchito mano 1.-hold with teeth; 2.-bite; pomenyana anagwiritsa ntchito mano = he bit the other in the fight;
-gwiritsa ntchito mawu ochepa 1-use few words; 2.-be laconic;
-gwiritsa ntchito modzikonda 1.-use selfishly; 2.-exploit;
-gwiritsa ntchito moipa 1.-misuse; 2.-use wrongly; 3.-exploit; amagwiritsa ntchito moipa zinthu za chilengedwe = they exploit natural resources;
-gwiritsa ntchito mokakamiza -force to work; ana ake anawagwiritsa ntchito mokakamiza =she forced her children to work;
-gwiritsa ntchito molakwika 1.-use wrongly; 2.-misuse; 3.-abuse;
-gwiritsa ntchito mosayenera 1.-misuse; 2.-use wrongly;
-gwiritsa ntchito mowononga 1.-misuse; 2.-ill-treat;
-gwiritsa ntchito mphuno 1.-smell; ndinamva kununkha pogwiritsa ntchito mphuno = I smelt the odour with my nose; 2.-breathe;
-gwiritsa ntchito pakamwa 1.-use the mouth (lit.); 2.-be oral;
-gwiritsa ntchito zambiri 1.-be multi purpose; 2.-be of multiple use; makasu amagwiritsidwa ntchito zambiri = hoes are of multiple uses; 3.-use more than enough;
-gwiritsidwa mkati mwa nyumba 1.-be used indoors; 2.-be kept indoors;
-gwiritsidwa ndi anthu ambiri 1.-be publicly used; 2.-be communal;
-gwiritsira ntchito ndi kulipira 1.-rent; 2.-hire;
-gwiritsitsa 1.-grip; anagwiritsitsa chikho = she gripped a cup; 2.-clutch;
-gwirizana 1.-agree with each other; 2.-make an agreement; 3.-ratify; 4.-hear one another; 5.-band; 6.-unite; 7.-love; 8.-be allied; 9.-arrange; tinagwirizana kukumana pa 2 koloko = we arranged to meet at 2 o'clock; 10.-correlate; 11.-

make a compact; 12.-concert; 13.-consent; 14.-
cooperate; ine ndimagwirizana ndi anzanga = I
cooperate with my friends; 15.-coordinate; 16.-
make liaison; 17.-liaise; kugwirizana pakati pa
mabungwe awiri = liaising between two councils;
18.-decide; adagwirizana kuchita ukwati = they
decided to marry; 19.-stick together; 20.-second;
21.-merge;
-gwirizana pa mfundo 1.-agree in opinion; 2.-
concur;
-gwirizana pa mipingo ya chiKhristu 1.-practise
Christian unity; 2.-be 'ecumenical' in Christ;
-gwirizana podandaulirana 1.-negotiate; 2.-
compromise;
-gwirizana pokambirana 1.-negotiate; 2.-
compromise;
-gwirizana za ntchito -contract;
-gwirizananso -reunite;
-gwirizanika -be gracious;
-gwirizanitsa 1.-mediate; 2.-pacify; kugwirizanitsa
maiko amene akuchita nkhondo = pacifying
warring nations; 3.-affix; 4.-link;
-gwirizira 1.-adhere; 2.-cling; 3.-keep temporarily;
-gwirizitsa -give as surety; anapereka njinga yake
ngati chigwirizitsa cha ngongole yake = he gave
his bike as a surety for the credit;
-gwiriziza 1.-support; 2.-sustain; 3.-bind lightly;
gwirugwiru search; bwanji gwirugwiru m'thumba?
= why are you searching in your pocket?;

H

Habakuku Habakkuk; mneneri ndi dzina la buku
mu Chipangano Chakale = name of a prophet and
a book in the Old Testament; expression: uwu ndi
ulendo wa Habakuku (lit.: this is the journey of
Habakkuk) = this is a long and tiresome journey/
this is a journey without profit;
habu\- (chiNgerezi) hub;
Hade 1.hell; 2.Hades;
hadiweya (chiNgerezi) hardware;
-hafula (chiNgerezi) 1.-make half; 2.-halve;
mutangohafula chiwerengero cha ndalama = just
halve the amount of money;
Hagai Haggai; mneneri ndi dzina la buku mu
Chipangano Chakale = a prophet and name of a
book in the Old Testament;
haha! ah! (interj.);
-hahaza -shout at the end of a song;
hakisowo\- (chiNgerezi) hacksaw;
hamala\- (chiNgerezi) hammer; hamala yaing'ono
= small hammer; hamala yaikulu = big hammer;
handulo\- (chiNgerezi) handle; handulo za njinga =
bicycle handles;
hang'ala\ma- (chiNgerezi) hanger;
harare 1.kind of bananas; 2.capital city of
Zimbabwe;
hatchi yaikazi 1.female horse; 2.mare;
hatchi yathadzi 1.female horse; 2.mare;
hatchi yopeputsidwa 1.small horse; 2.nag;
hatchi\- horse; sungapeze hatchi kwa anthu wamba
= you can't find horses among ordinary people;
-hauka 1.-be ready and willing; 2.-show
willingness; chita moonetsera kuti munthu akufuna
chinthu kwambiri kapena chita phamphu pochita
chinthu = do something openly to show that you
need a certain thing; 3.-be furious; zidamuhaukitsa
= it made him furious; 4.-be enthusiastic;
Hava Eve;
haya! 1.let's push, words used when people are
lifting, pushing or pulling heavy objects; 2. let's
start;
-hayala (chiNgerezi) -hire; njinga yanga ndi
yahayala = my bicycle is for hire;
-heda -head a ball;
-heda mpira -head the ball;
hede sound of laughing showing happiness;
hedi! ah! (interj.);
hehe! ah! (interj.);
Heidelberg Heidelberg (mzinda wa ku Germany);
Katekisma wa Heidelberg, wopangidwa ndi
Zacharias Ursinus ndi Caspar Olevianus m'chaka

cha 1562 = the Heidelberg Catechism made by
Zacharias Ursinus and Caspar Olevianus in 1562;
hema\ma- tent; ndinagona muhema = I slept in the
tent;
-henga -scrape;
herani\a- hawk;
hereche\- 1.uneven cutting of hair; 2.incomplete
haircut; 3.kind of a brown mouse;
heya utterance of astonishment;
hijab (chiArabic) modest dress code prescribed for
Muslim women;
hiyano (chiLomwe) we (stressed);
hiyo (chiLomwe) we;
hoho! ah! (interj.);
-hohoza -drive animals away;
holo\ma- (chiNgerezi) hall;
-honga –bribe;
Horebu Horeb; dzina la phiri lopezeka m'Baibulo =
name of a mountain found in the Bible;
Hoseya Hosea; mneneri ndi dzina la buku
m'Chipangano Chakale = a prophet and the name
of a book in the Old Testament;
hotela\ma- (chiNgerezi) hotel;
-hotola 1.-ransom; 2.-set free by paying ransom;
-hula -cut hair;
hule lalikazi prostitute;
hule\ma- 1.whore; 2.prostitute; 3.harlot; 4.scrubber;
5.slut; 6.floozy; 7.scarlet woman;
huluku\a- small buck;
-hulupula -sip; anahulupula tiyi = he sipped tea;
humbalume\a- person who shoots well;
hutala\ma- (chiNgerezi) hooter; galimoto linaliza
hutala pofuna kudutsa pakati pa anthu = a car
hooted in order to pass through the crowd;
Hutu\ma- Hutu; mtundu umodzi wa anthu okhala
ku maiko a Rwanda ndi Burundi = one of the
tribes living in Rwanda and Burundi;
huwi barking of hyenas;

I

i- 1.subject concord with plural nouns of mu -mi
class; mipando ili pano = the chairs are here;
2.subject concord with singular nouns of i-zi class;
nyumba ili pano = the house is here; ng'ombe
ikupita = the cow is going; 3.prefix for mono-
syllable verbs in the imperative; idyani! = eat;
imwa! = drink;
-i- 1.object concord infixed in conjugated verbs
representing plural nouns in mu -mi class;
ndikuiona (mipando) = I am seeing them (chairs);
2.object concord infixed in conjugated verbs
representing singular nouns in i-zi class; akuiona
(nyumba) = he is seeing it (house); amayi
akuiphika (nsima) = mother cooks it (nsima);
Iceland Iceland; ndi chisumbu chopezeka mkati
mwa nyanja yayikulu ya Atlantic kumpoto kwa
Ulaya = it is an island which is found in the
Atlantic Ocean in the North of Europe;
-icha 1.-be ripe; 2.-be mature;
ichi demonstrative pronoun 'this' with singular
nouns of the chi-zi class; chitseko ichi = this door;
chipatso ichi = this fruit;
ichichi demonstrative pronoun 'this'; chitsime
ichichi ndi chakuya = this well is very deep;
icho demonstrative pronoun 'that' with singular
nouns of the chi-zi class; chitseko icho = that door;
chinthu icho = that thing;
ichocho demonstrative pronoun 'that';
-ida 1.-dirten; 2.-hate; 3.-dislike;
-idwa extension suffixed to the stem of verbs that
have letter e or letter o, indicating the passive;
buku linapatsidwa ndi iye = the book was given by
him; chakudya chinaphikidwa ndi amayi anga =
the food was cooked by my mother; mtengo
ukudulidwa ndi amuna = the tree is being cut by
men;
-idya 1.-eat; 2.-gnaw;
-idza kumanja 1.-lose reputation (lit.: -come into
hands); 2.-become disrespected; 3.-become
dishonoured;
ife 1.we; 2.us; nafe = with us;
ife tokha 1.we ourselves; tinachita mwa ife tokha =
we did it for ourselves; 2.we only; 3.we alone; 4.us
only;
ife tomwe we ourselves;
ife tonse 1.we all; 2.us all;
igazi\magazi (chiZulu) blood; magazi ndi ofiira =
blood is red;
Igbo Igbo; ndi mtundu umodzi wa anthu a ku
Nigeriya = it is one of the tribes of Nigeria;

igombeza\amagombeza (chiZulu) blanket;
ija demonstrative pronoun meaning 'those/ that ... over there', with plural nouns of the mu -mi class and singular nouns of the i-zi class; mipira ija = those balls over there; nyumba ija = that house over there;
-ik- extension suffixed to the stem of verbs that have letter e or letter o, indicating the passive;
-ika 1.-put down; yika pansi = put down; 2.-put; 3.-place; anaika buku pa gome = he placed the book on the table; 4.-set; ika pamoto = set it on fire; 5.-deposit; 6.-lay down; 7.-lay; proverb: kuika moyo pa chiswe (lit.: to lay life on termites) = to risk one's life; 8.-bury;
-ika anthu pamodzi -lump;
-ika bwinja -ruin;
-ika bwino 1.-put well; 2.-place well;
-ika chigadza -bite (lit.: -put the jaw);
-ika chigamba 1.-patch; anaika chigamba pa buluku lake = he patched his trousers; 2.-mend; 3.-repair;
-ika chigoli -score a goal;
-ika chinthu m'chimake -fix;
-ika chinthu m'manja 1.-put something in hand; 2.-handle it; 3.-pick it; 4.-enfold; 5.-embrace;
-ika chinthu mmalo mwake 1.-replace a thing in its position; 2.-fix;
-ika chinthu pobisa 1.-hide; 2.-cover; 3.-conceal;
-ika chishalo pa -saddle;
-ika chizindikiro 1.-mark; 2.-tick; 3.-make a sign; 4.-put a symbol; 5.-put identity; 6.-brand;
-ika chizindikiro cha mzere 1.-underline; 2.-underscore; 3.-indent;
-ika chizindikiro polemba -mark down;
-ika chomera -plant;
-ika chuma pachiswe 1.-spoil possessions (lit.: -put the riches on the termites); 2.-be careless with things; 3.-gamble the things you have; 4.-jeopardise your possessions; 5.-lose one's wealth; 6.-waste money; 7.-gamble; 8.-risk oneself;
-ika dzanja -be blessed; ndikupempha Chauta kuti ayikepo dzanja = I am praying to God that He may bless us;
-ika kanthu pamodzi ndi kalata -enclose something in a letter;
-ika khalidwe la wina mwa wina 1.-infuse; 2.-inculcate;
-ika m'chimake 1.-insert; 2.-bring home;
-ika m'madzi 1.-put in water; expression:iye amuyika m'madzi anzake (lit: he has been put in water by his friends) = he has been put in trouble by his friends; 2.-soak in water;
-ika m'magulu 1.-group; 2.-grade; 3.-categorise;
-ika m'malo woyera -marshal;
-ika m'manda -bury;

-ika m'munsi 1.-put under; 2.-lower something; 3.-locate something downwards;
-ika m'mwamba 1.-elevate; 2.-raise; 3.-lift up;
-ika maganizo mwa wina 1.-urge idea on someone; 2.-inculcate;
-ika makobidi 1.-invest; 2.-bank; 3.-save; 4.-deposit;
-ika malingaliro mwa wina 1.-urge idea on someone; 2.-inculcate;
-ika malire 1.-put a boundary; 2.-put limitations; 3.-restrict; andiyikira malire = they have restricted me; 4.-demarcate;
-ika maliro -bury; adayikidwa m'manda = adalowa m'manda = he was buried;
-ika maziko 1.-install; 2.-lay foundation; 3.-establish;
-ika mlandu pa wina 1.-implicate someone; 2.-blame;
-ika moyo pa chiswe 1.-risk; (lit.: -put life on termites); expression: kugonana ndi mahule ndikuyika moyo pa chiswe (lit.: sleeping with prostitutes is putting life on termites) = prostitution is a risky business/ is a gamble; 2.-gamble; 3.-jeopardise;
-ika mtembo -bury;
-ika mtima 1.-be determined; 2.-set heart on; anayika mtima pa ntchito yake = he set his heart on his work;
-ika mu mdende -pour in a calabash; thirani mowa mu mdende = pour the beer into the calabash;
-ika mu mndandanda 1.-put in line with; 2.-align;
-ika mu ndende 1.-put in prison; 2.-jail; mbala inaikidwa mu ndende = the thief was jailed; 3.-imprison; 4.-arrest; 5.-immure; 6.-put in trouble;
-ika mulu 1.-pile up; 2.-heap up; tiyike mulu apa = let us heap up here;
-ika mwana ku malo 1.-put a baby in place; 2.-do sexual intercourse with your partner for the first time after delivery;
-ika ndalama 1.-invest; 2.-install; 3.-bank; 4.-save; 5.-deposit;
-ika ndunda 1.-demarcate; 2.-restrict;
-ika nkhuni pamoto 1.-put wood on fire; 2.-empower;
-ika nsembe 1.-offer a sacrifice; 2.-sacrifice; 3.-make offering;
-ika pa gulu 1.-make collective; 2.-put into group;
-ika pa malo ake -put in its place;
-ika pa mbali 1.-allocate; 2.-consecrate;
-ika pa mndandanda 1.-schedule; 2.-align; 3.-programme;
-ika pa mtunda 1.-expose; 2.-put something on top;
-ika pa mulu 1.-heap; 2.-make collective;
-ika pa nsanja -shelve; anaika mabuku ake pa

nsanja = he shelved his books;
-ika pa vuto -put in problem; ndimuyika pa mavuto
= I will put her in problems;
-ika pachiswe 1.-risk (lit.: -put on termites); 2.-
endanger; expression: ika banja pa chiswe (lit.: put
marriage on termites) = endanger\ jeopardise ones
marriage; 3.-put in peril;
-ika pachokha -isolate;
-ika padenga 1.-expose; 2.-display; 3.-reveal;
-ika padera 1.-set aside; 2.-allocate; 3.-consecrate;
-ika pam'gong'o 1.-misunderstand; 2.-get incorrect
information;
-ika pambalambanda 1.-display; 2.-expose; 3.-
uncover; 4.-disclose;
-ika pamoto 1.-put on fire; 2.-put in trouble; iwe
wandiyika pa moto (lit.: you have put me on fire) =
you have put me in problems; 3.-endanger;
expression: iwe akuika pa moto (lit.: you will be
put on fire) = he will have you endangered;
-ika pamtetete 1.-put on open; 2.-leave uncovered;
3.-display; 4.-spread out for show; 5.-expose; 6.-
render unprotected;
-ika pandunji 1.-be exact; 2.-be strictly correct; 3.-
be precise;
-ika pangozi 1.-endanger; kusuta kumaika moyo pa
ngozi = smoking endangers life; 2.-jeopardise;
-ika patali -put out of reach;
-ika patsindwi 1.-expose; 2.-display; 3.-reveal;
-ika patsoka 1.-endanger; 2.-jeopardise; 3.-risk;
-ika pobisa 1.-hide; 2.-put under cover;
-ika pobisika 1.-hide; 2.-keep secret; 3.-conceal; 4.-
put under cover;
-ika posabisika 1.-display; 2.-expose to view;
-ika poyembekezera -place temporarily;
-ika poyera 1.-expose; anayika poyera nkhaniyo =
she exposed the information; 2.-make public; 3.-
reveal;
-ika zipangizo kuti zigwire ntchito 1.-equip; 2.-
install;
Ikabodi Ichabod; dzina la mwamuna lotanthauza
'ulemerero wachoka ku Israyeli' (1 Samueli 4:21)
= a name of a person which means 'the glory has
departed from Israel' (1 Samuel 4:21);
-ikako za tsopano 1.-refit; 2.-repair;
-ikanso 1.-replace; 2.-substitute for; 3.-reintroduce;
-ikidwa 1.-be located; nyumba yake yogulitsira
malonda inaikidwa pafupi ndi msika = his store
was located near the market; 2.-be put in place; 3.-
be situated; 4.-be placed; 5.-be cast on; 6.-be
buried;
-ikidwa pa udindo 1.-be nominated; 2.-be
appointed;
-ikira kumbuyo 1.-side with; 2.-back up someone;
-ikira mazira -lay eggs;

-ikira mtima 1.-rely on; 2.-trust; 3.-depend on;
-ikiratu 1.-destine; 2.-fix beforehand;
-ikirira 1.-confide; 2.-entrust; 3.-deposit; ikirira
nkhuku = deposit a hen for breeding; 4.-install;
-ikiza -be kept by someone; anayikiza ng'ombe
zake = his cows were kept by someone;
-ikizira 1.-be supplementary; 2.-supplement; 3.-be
extra; 4.-be surplus;
ilambazi (chiNgoni) porridge made of maize flour
and groundnut dough;
ili demonstrative pronoun 'this' with singular nouns
of the li-ma class; dzina ili = this name; buku ili =
this book;
-ili yonseyonse 1.-be full; 2.-be intact;
iliyonse 1.all; 2.every (with plural nouns of the mu -
mi class and singular nouns of the i-zi class); midzi
iliyonse = all villages; nyumba iliyonse = every
house;
ilo demonstrative pronoun 'that' with singular
nouns of the li-ma class; dzina ilo = that name;
-ima 1.-stop; basi inaima pa siteji = the bus stopped
at the stage; waima = he has stopped his actions;
2.-cease; 3.-stand; ima nji = stand firmly; amaima
ndi mwendo umodzi = he stands with one leg;
expression: ndimuimira pachulu (lit.: I will stand
on an ant-hill for him) = I will use abusive
language/ I will blast him; 4.-be static; 5.-be
stagnant; 6.-stagnate; 7.-stand still; 8.-halt; 9.-
conceive; 10.-be/ -become pregnant; expression:
mkazi wanga waima (lit.: my wife has stood still)
= she is pregnant (has stopped menstruating); 11.-
be born beautiful/ handsome;
-ima chambali -be horizontal;
-ima chilili 1.-be upright; 2.-be vertical; 3.-loll; 4.-
stand still;
-ima choongoka -be upright;
-ima kosakhazikika 1.-pause/ -stop temporarily; 2.-
halt; 3.-stop for a while;
-ima nji 1.-be immobile; 2.-be unable to move; 3.-
stand firm; ndaima nji! pa Khristu = I have stood
firm on Christ; 4.-stand still; 5.-be attentive;
ima njo! stand still!;
-ima osachita kanthu -stand by;
-ima osachita nkhawa 1.-stand without fear; 2.-be
courageous; 3.-be brave; 4.-be not worried; 5.-
don't lose hope; 6.-don't lose heart; 7.-stand by;
-ima pa choonadi 1.-be just; 2.-be honest; 3.-be
truthful; 4.-be frank; 5.-be candid;
-ima pa -kha -be independent; Mipingo yoima pa
yokha, yosadalira mamishoni a Azungu = African
Independent Churches (A.I.C.), not relying on
western missions;
-ima pa mzere -queue; galimoto zaima pa mzere =
vehicles are on the queue;

-ima pachilungamo 1.-be just; 2.-be honest; 3.-be truthful; 4.-be frank;

-ima pambali -stand aside;

-ima pang'ono usanayambenso 1.-pause; 2.-stop for a while; 3.-cease for a time;

-ima paokha -be independent; anthu oima pa okha = anthu odzilamulira okha = independent people;

-ima pawekha 1.-be independent; 2.-be self-controlled; 3.-be alone;

-ima pokhazikika 1.-be stationed; 2.-be settled;

imam imam; ndi udindo wamtsogoleri wa chiSilamu = it is the title of an Islamic leader;

Imani Ambuye Exsurge Domini (chiLatini) = Stand up Lord; mawu oyamba a kalata ya Papa Leo X yodula Luther mu mpingo (1520) = opening words of Pope Leo X in his letter to excommunicate Luther (1520);

imani! 1.stand up!; 2.stop!; 3.wait!;

-imanso 1.-reseat; 2.-stand again;

Imanueli 1.God with us; 2.Immanuel (*Isaiah* 7: 14, 8:8);

-imba 1.-sing; yimba nyimbo = sing a song; akuimba bwino = they sing beautifully; akuimba mang'ombe = they sing with a joint voice; expression: yimba lokoma (sing better) = have fun; amalonda akuimba lokoma = the businessmen have much fun; 2.-produce; 3.-ring; anaimba belu = he rang the bell; 4.-beat drums; ntchito yanga ndi yoimba ng'oma = my job is to beat the drums; 5.-chirr;

-imba belu 1.-ring the bell; John anayimba belu = John rang the bell; 2.-ring a gong;

-imba chinganga 1.-ring the bell; 2.-ring a gong; 3.-sound the alarm; 4.-beat a drum;

-imba chitambaya 1.-alarm; 2.-apprehend;

-imba chitoliro 1.-alarm; 2.-apprehend;

-imba lamya -ring up;

-imba likhweru -whistle (by teeth, no instrument);

-imba lokoma 1.-be fortunate; 2.-be happy; 3.-benefit; 4.-be blessed; 5.-outlive;

-imba mapemphero 1.-sing prayers repeatedly; 2.-sing religious liturgy; 3.-chant;

-imba mlandu 1.-state a case; 2.-charge; 3.-summon; akuyimbidwa mlandu = they are summoned before court; 4.-lay a case; 5.-bring in court;

-imba mlandu wa malamulo 1.-prosecute; 2.-indict;

-imba mokweza -sing loudly;

-imba motsitsa mawu 1.-croon; 2.-sing quietly and gently; 3.-hum;

-imba muluzi -whistle (by lips, no instrument);

-imba mwa chinunu 1.-hum; kuimba mwa chinunu ngati njuchi = humming as bees; 2.-drone;

-imba mwa pansipansi -hum; kuimba mwa pansipansi ngati njuchi = humming as bees;

-imba mwiyo -regret (lit.: sing like a bird);

-imba nthungululu 1.-yodel; expression: lero waimba nthungululu (lit.: she has yodelled today) = today she is lucky; 2.-ululate; azimayi anaimba nthungululu = the women ululated;

-imba nyimbo -sing; akuyimba nyimbo = he is singing a song;

-imba pamodzi -sing choral;

-imba pawekha -sing solo; anayimba yekha mumtchalitchi = he gave a solo in the church;

imbabala (chiZulu) 1.antelope; 2.bushbuck; 3.wild goat; 4.ibex;

imbabe! continue singing!;

imbe\- very big kind of chambo fish;

-imbidwa mlandu 1.-be prosecuted; 2.-be accused; anaimbidwa mlandu wakupha = he was accused of murder; 3.-be indicted;

-imbira pamodzi nyimbo 1.-sing together; 2.-sing along; 3.-sing in unison;

-imbitsa -cause (to sing); expression: malume ake amamuimbitsa sukulu (lit.: his uncle causes him to sing school) = his uncle takes responsibility for his education;

imbwa\a- dog;

imene that/ which (relative pronoun with plural nouns of the mu -mi class and singular nouns of the i-zi class); midzi imene ili kutali = the villages that are far; nyumba imene munaona = the house that you saw;

imene ija demonstrative pronoun meaning 'those/that ... over there', with plural nouns of the mu-mi class and singular nouns of the i-zi class; mipira imene ija = those balls over there; nyumba imene ija = that house over there;

imene ino emphatic demonstrative pronoun following plural nouns of the mu-mi class and singular nouns of the i-zi class; mipira imene ino = these balls; nyumba imene ino = this house;

imeneyi demonstrative pronoun following plural nouns of the mu-mi class and singular nouns of the i-zi class; mipira imeneyi = these balls; nyumba imeneyi = this house;

imeneyo demonstrative pronoun following plural nouns of the mu-mi class and singular nouns of the i-zi class; mipira imeneyo = those balls; nyumba imeneyo = that house;

imfa yadzidzidzi sudden death;

imfa yapamtanda crucifixion;

imfa\- 1.death; anakhumudwa ndi imfa ya mnzake = he was grieved by the death of his friend; expression: khuzidwa ndi imfa (lit.: being touched by death) = experiencing loss of life in one's

family; 2.demise;
imihubo (chiNgoni) military song;
-imika 1.-be stopped; 2.-be put upright; 3.-be stood upright;
-imika galimoto 1.-stop; 2.-park; apolisi anaimika magalimoto onse = the police stopped all vehicles;
-imika nkono 1.-raise up a hand; 2.-give up; 3.-surrender;
-imikira 1.-stand; 2.-stop a while;
-imira 1.-represent; 2.-stand for; kuimira m'malo mwa a pulinsipolo = representing the principal;
-imira wina 1.-stand for someone; 2.-represent someone; 3.-substitute someone;
-imirira 1.-rise; 2.-stand; 3.-get up; 4.-pass urine; 5.-urinate; 6.-pee (for males);
-imirira motsamira chinthu 1.-lean; 2.-lounge;
-imitsa 1.-stagnate; 2.-stop; imitsa galimoto apa = stop the car here; 3.-halt; 4.-interrupt;
-imitsa bongo 1.-puzzle; 2.-perplex;
-imitsa chinja 1.-impregnate; 2.-saturate; 3.-infuse;
-imitsa kanthawi -adjourn;
-imitsa mkazi 1.-stop a woman; 2.-make a woman pregnant;
-imitsa mutu 1.-puzzle; 2.-perplex; zandiimitsa mutu = this has perplexed me;
-imitsa udindo 1.-discharge a person; anamuimitsa udindo = they discharged him; 2.-dismiss; 3.-sack; 4.-suspend; 5.-interdict;
-imitsidwa 1.-be dismissed from employment; 2.-be suspended from employment; anaimitsidwa ntchito = he was suspended from working; 3.-be stopped; expression: iye waimitsidwa (lit.: she has been stopped) = she is pregnant; 4.-be ceased; 5.-be interdicted; 6.-keep inoperative; 7.-be made to hang up;
imphe\- caterpillar;
-impsa -taint;
impsyo (kuyika i. yabwino) kidney transplant;
impsyo\-/ impso\- kidney; munthu amakhala ndi impsyo ziwiri = a person has two kidneys; khansa ya mu impsyo = kidney cancer; kuika impsyo ina = kidney transplant = kuika impsyo yabwino;
-imva 1.-listen; 2.-understand; 3.-pay attention;
-imva bebe 1.-feel the consequence; 2-.be punished;
-imva kukoma 1.-feel well; 2.-feel good; 3.-feel intimacy;
-imva madzi -feel the consequence (fig.);
-imva mbwadza 1.-feel bad; 2.-be punished; 3.-feel the consequence;
-imva mgugu -detect footsteps;
-imva mtichi -get a bitter lesson;
-imva mumtima -imbue; andale amadzimva mumtima kuti ndi ofunika koposa anthu ena = politicians are imbued with their sense of

importance;
imvi\- 1.grey hair; 2.white hair; agogo anga a amuna ali ndi imvi = my grandpa has white hair;
imvula (chiZulu) rain;
-imwa madzi 1.-drink water; 2.-drown; 3.-prove a failure (fig.); 4.-forget; 5.-get pregnant;
-imwa maganizo 1.-absorb thoughts; 2.-imbibe; chonde; mvetsetsani maganizo onsewa = please, imbibe all these ideas;
-imwa mchape -take drug;
-imwa mowa 1.-drink beer; 2.-booze;
-imwa vinyo -drink wine;
-imwa zoledzeretsa 1.-drink too much alcoholic drink; 2.-quaff;
ina 1.other; mipira ina = other balls; 2.another; nyumba ina = another house;
-ina (an)other (suffix preceded by subject concord of nouns of first class singular); munthu wina = another person; galu wina = another dog; mpira wina = another ball; tsiku lina = another day; chisoti china = another hat; zisoti zina = other hats; nyumba ina = another house; nyumba zina = other houses; ulendo wina = another journey; timabuku tina = other little books; kuimba kwina = other singing; kwina = another place/ somewhere else; mwina = in somewhere else;
-ina ... -ina some ... others; nyumba zina ndi zabwino kusiyana ndi zina = some houses are better than others;
-inaina very different;
inchesi\ma- inch;
inchi (chiSwahili) country; inchi ya Malawi ndi lokongola = the country of Malawi is beautiful;
inde 1.yes; 2.certain;
indedi 1.of course; 2.indeed; 3.yes; 4.yes indeed; 5.surely;
Indekisi 1.Index; ndi mabuku okanidwa mu Mpingo wa chiRoma = books forbidden by the Roman Catholic Church; mndandanda wa mabuku okanidwa omwe sangawerengedwe ndi anthu a mpingo wa chiRoma popanda chilolezo wokhazikitsidwa panthawi ya Chikonzedwe cha Mpingo = a list of books prohibited to be read by the Roman Catholics (Index of books) which was made during the Reformation; 2.end of the book;
indetu 1.for certain; 2.verily;
indoda (chiZulu) man; ndoda iyo ndimayidziwa = I know that man;
indoda\madoda (chiNgoni) man;
Indonesiya Indonesia; dziko lopezeka kumadzulo kwa Asia = it is a country found in the east of Asia;
induna (chiNgoni) 1.counsellor; 2.adviser to a chief; 3.advice giver;

-indwa -be eaten;

ine 1.I; ine ndili pano = I am here; ine ndili bwino = I am fine; 2.me; patse ine = give me;

ine ndekha 1.I only; 2.only me;

ine ndemwe I myself;

inenso 1.even myself; 2.me too;

-inga -drive away;

-ingitsa 1.-chase; 2.-drive away;

ingoma (chiZulu) dance among the Ngoni/Zulu people;

ingozi (chiZulu) accident;

ingulube (chiZulu) pig;

injini\ma- engine;

inki 1.ink; 2.liquid used for writing;

-inkitsa 1.-go beyond; iye wainkitsa ponditukwana ine = she has gone beyond in insulting me; 2.-go too far; iye wainkitsa ponditukwana ine = she went too far in insulting me;

-inkitsa muyeso -persist; iye wayinkitsa kundinyoza ine = she has persisted in despising me;

inkosana\makosana (chiNgoni) 1.elder; 2.gentleman;

inkosazana (chiNgoni) princess;

inkosi\amakhosi (chiNgoni) chief of the aNgoni;

inkuku (chiZulu) chicken;

ino this; emphatic demonstrative pronoun following plural nouns of the mu -mi class and singular nouns of the i-zi class; mipira ino = these balls; nyumba ino = this house;

inoyi this one;

insa yayikulu impala (lit.: big antelope);

insa\- small antelope;

inshulansi (chiNgerezi) insurance;

inswa\- winged white ants;

intelezi (chiNgoni) potion believed to protect soldiers;

inu 1.you (plural); inu ndi a akulu = you are elderly people; ndikuyankhula ndi inu kuti mubwere = I speak to you to come; 2.ye;

inu ayi not you;

inu nokha 1.you only (plural); 2.you alone (plural); 3.you yourselves;

inu nomwe you yourselves;

inu nonse 1.all of you; 2.you all;

involopu (chiNgerezi) envelope; involopu yokhutara = fat envelope;

inya 1.defecate; 2.be defeated; 3.be punished;

inyainya nkuleke hard labour;

inyama (chiZulu) meat;

inyoka (chiZulu) snake;

-ipa 1.-be bad; uyu ndi munthu woipa = this is a bad person; 2.-go bad; 3.-be rotten; 4.-be sinful; 5.-be evil; 6.-be wicked; 7.-be lousy; 8.-be subversive;

9.-be malignant; khansa ndi nthenda yoipa = cancer is a malignant disease; 10.-deteriorate; 11.-be severe; ndinadwala mutu woipa = I felt a severe headache; 12.-be shabby; 13.-be ugly; 14.-be unattractive; 15.-be unpalatable; 16.-be ill; ana oleredwa moipa = the ill-cared for children; amanena zoipa za iye = he speaks ill of him; 17.-be unbearable; linali tsiku lotentha mosazolowereka = it was an unbearable hot day; 18.-be worse; zifika poipa = it will be worse; 19.-be of ill-repute; anthu a mbiri yoipa = people of ill-repute stories; 20.-be degenerate; 21.-be dirty;

-ipa fungo -have bad character;

-ipa khalidwe 1.-be bad; 2.-have bad manners; 3.-have bad character; 4.-be a nuisance;

-ipa kwambiri 1.-be very evil; 2.-be very foul; 3.-be deplorable; khalidwe lake ndi loipa kwambiri = his behaviour is deplorable; 4.-be abysmal;

-ipa maonekedwe 1.-be unattractive; 2.-be ugly; 3.-be ill-favoured; 4.-be unappealing; 5.-have bad appearance;

-ipa mobzolera 1.-be very evil; 2.-be very foul;

-ipa mosakonzedwa 1.-be not to be restored; 2.-be irreparable; 3-be irredeemable;

-ipa moyo 1.-be cruel; 2.-be malevolent; musaipe moyo motere = don't be so malevolent;

-ipa mtima 1.-be evil hearted; 2.-be heartless; 3.-be malevolent; 4.-be oppressive; 5.-be cruel;

-ipa ngati satana 1.-be diabolic; 2.-be devilish; 3.-be abysmal;

-ipa nkhope 1.-be ugly; 2.-be unattractive; 3.-be not pleasant; 4.-have a curse;

-ipha 1.-kill; asiyeni atiphe = let them kill us; amapha anthu = they kill people; ankapha anthu = they were killing people, expression: amapha khasu (lit.: he kills the hoe) = he hoes/ digs vigorously; proverb: kupha nkupha, umakumbuka poguza (lit.: killing is killing, you remember when pulling) = if a person desires to do wrong he/ she does not care for anything; 2.-liquidate; 3.-shed blood; 4.-martyr; 5.-slaughter; 6.-do in;

-ipha ludzu 1.-be drunk; 2.-get drunk;

-ipha mwachifwamba -assassinate;

-ipha mwachiwembu 1.-assassinate; 2.-murder;

-ipha mwankhanza 1.-assassinate; 2.-torture;

-ipha ndi msampha 1.-entrap; 2.-catch;

-ipha onse 1.-kill all; 2.-kill off;

-ipha pamakako -hang; anamupha pamakako = they hanged him;

-ipidwa -abhor; ndimayipidwa naye = I abhor him;

-ipidwa mwachangu 1.-be bad-tempered; 2.-abhor;

-ipidwa ndi 1.-detest; ndiyipidwa ndi mwano = I detest rudeness; 2.-be averse;

-ipira 1.-be boring; zimandiyipira kumva nkhani

zako = it is boring to listen to your story; 2.-be worse; zinthu zikungoyipirayipira = things are getting worse;

-ipitsa 1.-make bad; 2.-debase; 3.-sabotage; 4.-damage; 5.-destroy; 6.-pollute; 7.-impair; 8.-disfigure; 9.-blemish; 10.-annoy; 11.-muck something up; 12.-be nefarious; 13.-be very wicked; 14.-make a girl pregnant; 15.-adulterate; 16.-assassinate character;

-ipitsa khalidwe 1.-assassinate character; 2.-blot character; anaipitsa makhalidwe ake = she blotted her character;

-ipitsa kwambiri 1.-make diabolic; 2.-abysmalise;

-ipitsa malo -spoil the surroundings;

-ipitsa mbiri ya munthu 1.-damage the good reputation; 2.-discredit; 3.-sling mud; anthu andale amakonda kuipitsirana mbiri = politicians like mud slinging; 4.-assassinate someone's character;

-ipitsa munthu pa gulu 1.-denounce; 2.-accuse; 2.-discredit; 4.-besmirch;

-ipitsa wina 1.-damage the good reputation of someone; 2.-discredit;

-ipitsidwa 1.-be discredited; 2.-be depraved; expression: mtsikana wayipitsidwa (lit.: the girl has been depraved) = the girl has been made pregnant; 3.-be defiled;

-ipsa 1.-be burnt; 2.-have no money; 3.-be bankrupt; 4.-be unclean; 5.-be defiled; 6.-get dirty; 7.-dirten;

-ipsa mtima 1.-be angry; 2.-be furious; 3-be annoyed;

-ir- extension suffixed to the stem of verbs that have letter e or letter o, indicating the application of an action; akumangira = he is building (for someone); akuphikira = she is cooking (for someone); tikugulira = we are buying (for someone);

-ira suffix of verbs followed by the object for whom/which something has been done; anapangira kuti anditeteze = he did it for my security;

Ireland Ireland; ndi chisumbu cha ku madzulo kwa England = it is an island to the west of England;

-irir- extension suffixed to the stem of verbs that have letter e or letter o, intensifying its meaning; kupitirira = going on/ continuing;

Isake Isaac; ndi dzina la mwana wa Abrahamu = it is the name of Abraham's son;

ise\- 1.coming off of hair; kukudzuka kwa tsitsi m'mbali mwa mutu kumene kumachitika kwa mkazi yemwe ali ndi mwana wakhanda = coming off of hair from a woman with a newly born baby; 2.big frog;

isezi\ma- scissors; mungandibwereke isezi yanu, ndikufuna kumeta tsitsi = will you lend me your scissors, I want to have my hair cut short;

isibizo (chiNgoni) small gift of bridegroom to parents of the bride after payment of the 'lobola';

isigiyo (chiNgoni) dance before chief performed by person responsible for victory;

isihlanga (chiXhosa) 1.forest; 2.place of protection/ sanctuary;

isikhwama\izikhwama (chiZulu) travelling bag;

isikwelethe (chiZulu) 1.loan; 2.credit;

isithubi (chiNgoni) porridge made by mixing milk with flour;

-iswa 1.-hatch; nkhuku yathu yaiswa anapiye atatu lero = today our chicken has hatched three chicks; 2.-damage; 3.-break; mwana waiswa mbiya ya madzi = the child has broken the water pot;

-iswa pangano 1.-breach agreement; 2.-break agreement;

Itale Italy; ndi dziko lopezeka kumwera kwa Ulaya = it is a country found in the south of Europe;

-itana 1.-call; ndakuitana ndi cholinga = I have called you for a purpose; kuitanidwa ndi Mulungu = calling by God; 2.-invite; mukuitanidwa = you are invited; mukuitanidwa pa mgonero = you are invited to a dinner; 3.-bid to a feast;

-itana ndi manja 1.-call with hand; 2.-beckon;

-itana pamodzi 1.-call a large assembly; 2.-convoke;

-itanaitana -make frequent calls;

-itananso 1.-recall; iye adaitanidwanso = he was recalled; 2.-reconvene;

-itanidwa -be called; anayitanidwa ku msonkhano = he was called to the meeting;

-itanitsa 1.-demand; 2.-claim; 3.-call for; ndayitanitsa msonkhano = I have called for a meeting;

-itha 1.-finish 2.-last; 3.-kill;

iti demonstrative pronoun 'these' with plural nouns of the ka-ti class; timbuzi iti = these little goats;

ito demonstrative pronoun 'those' with plural nouns of the ka-ti class; timbuzi ito = those little goats;

-its- extension suffixed to the stem of verbs that have letter e or letter o, indicating that an action is caused; anamangitsa nyumba = he had the house built; akugulitsa njinga yake = he is selling his bike (he makes someone buy his bike); kuphunzitsa = teaching (making others learn); kutsitsa = taking down (making something go down);

-itsitsa 1.-make too much of; 2.-cloy;

Ivory Coast Ivory Coast; ndi dziko lopezeka kuzambwe kwa Afirika = it is a country found in the Western part of Africa;

-iwala 1.-forget; ndaiwala kotheratu = ndaiwaliratu = I've completely forgotten it; 2.-be forgetful;

-iwalaiwala -be forgetful;

-iwalika 1.-be forgotten; 2.-get lost;

141

iwe you/ ye (singular);
iwe wekha 1.you yourself; 2.you alone;
iwe wekhawekha 1.you yourself; 2.very same you;
iwe wemwe you yourself;
iwo 1.they; 2.them; 3.s/he/him/her (expressing respect);
iwo okha they only;
iwo omwe they themselves;
iwo onse they all;
iya 1.mother; 2.refusal with contempt; 3.an utterance of refusal;
iyayi 1.no; 2.nix;
iye 1.he/ him; 2.she/ her; 3.it/ its;
iye yekha 1.he himself; 2.she herself; 3.s/he/it alone; 4.s/he/it only;
iye yemwe 1.he himself; 2.she herself; 3.itself;
iyi demonstrative pronoun 'these'/ 'this' with plural nouns of mu -mi class and with singular nouns of i-zi class; mipira iyi = these balls; nyumba iyi = this house;
iyo demonstrative pronoun 'those'/ 'that' with plural nouns of mu -mi class and with singular nouns of i-zi class; mipira iyo = those balls; nyumba iyo = that house;
izi demonstrative pronoun 'these' with plural nouns of the chi-zi class and of the i-zi class; zitseko izi = these doors; nyumba izi = these houses;
izi zokha only these;
izidlodlo (chiNgoni) headring worn by persons retired from military life;
izinduku (chiNgoni) knobkerrie;
izinkobe (chiNgoni) crushed maize grains that are boiled;
izo demonstrative pronoun 'those' with plural nouns of the chi-zi class and of the i-zi class; zitseko izo = those doors; nyumba izo = those houses;
izo zokha only those;

J

-ja before mentioned;
-jadanka -be stranded;
jadi jumping (as of mice);
-jadima -prance (as of a horse);
jagala travelling flask; jagala ndi kabotolo komwe amakulunga chingwe m'khosi mwake nkukoleka ku msana nkumayenda = the 'jagala' is a little bottle fastened with a rope to the neck of a person and hanging on the back for the journey;
jaha\ma- boy;
-jaira 1.-get used; 2.-be accustomed;
-jaja 1.-price; 2.-charge; kodi mujaja ndalama zingati? = how much money are you going to charge?;
jaji\ma- (chiNgerezi) judge;
jakisoni\ma- (chiNgerezi) 1.injection; 2.syringe;
jalo\ma- 1.estuary; 2.inlet;
-jama -jam; sinditha kutsekula chitseko chifukwa chajama = I can't open the door because it has jammed;
jamanda\ma- double carved basket;
jambo (chiSwahili) report;
-jambula 1.-draw; jambula chithunzi pa pepala = draw a picture on the paper; 2.-take picture; 3.-take photograph; 4.-engrave; 5.-paint; 6.-record; 7-video-tape; adajambula mwambo wonse pa makina a vidiyo = he video-taped the whole ceremony;
-jambula m'mene chikhalire 1.-design; 2.-sketch;
-jambula mzere -draw line;
-jambula umo chiwonekere 1.-sketch; 2.-design; 3.-draw;
jampa\ma- jumper; iye anavala jampa yake yofiira = he wore his red jumper;
jamu\- jam; jamu ndiwodula = jam is expensive;
-janda (chiYao) -circumcise;
-jandika 1.-point; 2.-aim; 3.-train; anajandika mfuti yake kwa adani = he trained his gun upon the enemy's position;
jando (chiYao) circumcision; Issa anapita ku jando = Issa went for circumcision;
-jandula -circumcise;
-jandutsa 1.-dissociate; 2.-disconnect;
jang'ala 1.mead; 2.liquor;
janthijanthi (-li j.) -stagger;
Januwale January (it is the first month of the year);
Japani Japan; ndi dziko lopezeka ku Asiya = it is a country found in Asia;
jaribu (chiSwahili) test;
jasi\ma- jersey;
javi\ma- mat;

jawayawa\a- grasshopper;

je nothing; mulije kanthu = there is nothing;

-je mbali 1.-be neutral; 2.-be non partisan; iye alije mbali = he is non partisan;

-jeba 1.-cut notch; 2.-carve;

-jebajeba 1.-carve; 2.-cut notch;

-jeda 1.-defame; 2.-deride; osandijeda = do not deride me; 3.-laugh at; 4.-be burlesque; 5.-gossip;

-jedegula -deride;

-jedetsera -laugh at;

-jedula 1.-bite as rat; 2.-gnaw;

jee 1.aglow; 2.ablaze;

-je-e! -be ablaze;

jega jerk;

-jegamitsa -buttonhole someone;

jegwe 1.mastication; 2.chew;

-jegweda 1.-masticate; 2.-chew; 3.-munch; jegweda njere za gwafa = munch guava seeds;

-jejema 1.-hamper; 2.-stammer; 3.-stumble; 4.-blanch; 5.-look on this side and that before doing a thing that is wished to be unseen;

-jejemera -be shaved round;

-jejemetsa 1.-disturb; 2.-hinder; 3.-disconcert; iye anajejemetsedwa = she was disconcerted; 4.-dumbfound; 5.-amaze;

jejula sourness of beer;

-jejula -make sour; mowa unajejula = the beer was made sour;

jeke\ma- (chiNgerezi) 1.jack; galimoto lanyamulidwa kuchoka pansi ndi jeke = the car has been lifted off the ground by a jack; 2.baler; 3.bale presser;

jekesoni\ma- (chiNgerezi) 1.injection; muyenera kubayitsa jekesoni kaye = you need an injection first; anapita kukabayitsa jekesoni = he went for an injection; analandira jekesoni = he got an injection; 2.syringe;

jekete lachikazi lady's jacket;

jekete loyandamitsa munthu life jacket;

jekete\ma- (chiNgerezi) 1.jacket; abambo adzavala jekete = the man will wear a jacket; 2.coat;

jekwe\ma- sickle;

-jemba 1.-carve ornamental patterns in wood; 2.-cut notch;

jembe\ma- (chiTumbuka) hoe;

-jemera -cut hair round as in a tonsure;

jemphijemphi signal; jemphijemphi adasonyezedwa pa galimoto = the signal was shown on the car;

-jenda -knock over with stick;

jenda (chiNgerezi) 1.gender; ndi liwu lotanthauzira maganizo a umuna ndi ukazi = it is a word defining concepts on the two sexes; 2.sex;

jenga 1.-carve; 2.-hew;

jenje 1.laughter; 2.fun;

-jenjemeka 1.-cheat; 2.-deceive;

-jenjemera 1.-tremble; 2.-shiver; 3.-quiver;

jenjere\- fish poison;

-jenya 1.-cut a jagged edge; 2.-notch in wood; 3.-cut hair of the eyebrows;

jere\- 1.jail; 2.prison;

jerekete health;

jeremusi\ma- (chiNgerezi) 1.germ; majeremusi amawoneka ndi maso pogwiritsa ntchito maikolosikopu = germs are visible when using a microscope; 2.microbe; 3.micro-organism;

jerera\a- mouse;

ji footstep;

-jia 1.-assemble; 2.-gather;

jidi footstep;

-jidiga -be stranded;

-jidikira -be thick;

-jidima 1.-buck as a horse; 2.-hop as a lamb;

-jigaliga 1.-regain one's balance; 2.-bound;

-jigama -hobble;

-jigijira -hurl; anamujigijira nthungo kambukuyo = he hurled a spear at the leopard;

-jigula 1.-belch; 2.-vomit up (as a pigeon does for its young);

-jigwitsa 1.-distort; 2.-confuse;

-jijida -poke;

-jijima -wrestle hard against;

-jijira -struggle;

-jijirika -be busy; iye anajijirika ku phwandoko = she busied herself at the party;

jiko (chiSwahili) kitchen;

-jikula -chew the cud;

-jima 1.-touch with finger and arm outstretched; 2.-stick in (of pole in a hole);

-jimphula 1.-bite something soft; 2.-take bite out; 3.-chip;

-jimujimu -wrestle hard against;

-jindikiza 1.-increase; 2.-honour;

-jindimala 1.-be fat; Iye ali ndi masaya ojindimala = he has fat cheeks; 2.-be chubby;

-jingo\ma- edge (esp. of a boil);

-jingwitsa 1.-confuse; 2.-distort; 3.-distract;

jinje\- small drum;

-jinkhama -limp;

-jintcha 1.-be in good condition; 2.-be stout; 3.-be strong;

-jintchimala 1.-be short, stout and healthy; 2.-be robust;

-jintchira 1.-be strong; 2.-be firm;

-jintha -push a pole hard into the ground;

-jinya 1.-poke; anandijinya pa mphuno = he poked at my nose; 2.-persuade firmly; 3.-convince; 4.-dig; 5.-push stick against;

143

-jirijida - juzi\ma-

-jirijida 1.-tickle under arms or over stomach; 2.-
excite; anandijirijida pondigwira mkhwapa = he
excited me by touching my arm-pit;
-jirizira -throw a stick;
-jiwa -be eaten by animals; mbuzi yanga inajiwa ndi
zilombo = my goat was eaten by animals;
-jiya 1.-drill as soldiers; 2.-dance as warriors with
shields;
-jiyajiya 1.-dance like warriors (esp. after victory or
before their king/ commander); 2.-foot drill as
soldiers;
jizasi sandal (fig, referring to the sandals worn by
Jesus);
-joba 1.-carve; 2.-adze out; 3.-hew out;
-jobola 1.-carve; 2.-hew;
-joda -poke;
-jodogola -extract; anajodogola minga kuphazi
kwake = he extracted a thorn from under the skin
of his foot;
-jodola 1.-gallop; 2.-run fast;
-jogoda 1.-poke/ -dig with finger or sharp stick; 2.-
provoke; 3.-irritate; 4.-jab;
-jogodola 1.-extract; 2.-deduce;
jojodijojodi struggle through;
-jojozera 1.-incite; 2.-stir up;
-joko 1.-be in trouble; 2.-be panic; 3.-be in
difficulty;
joko\ma-/ joki (chiNgerezi) yoke;
-jolika -descend straight down;
-joloza 1.-command; 2.-domineer;
-jomba (chiTumbuka) 1.-be absent; 2.-be not
present; 3.-be not in attendance; 4.-get stuck;
galimoto langa lajomba = my car is stuck; 5.-run
aground; 6.-clog;
-jomba mpira -shoot a ball by kicking;
-jomba pa ntchito -be absent; lero wajomba =
today he is absent;
jombo\- boot; ovololo ndi jombo ndizo zovala
pogwira ntchito = overall and boots are clothes
worn when working;
-jompha 1.-peck; 2.-pick;
jongwe\a- fully grown cock;
joni\- type of sweet potato;
-jonja 1.-steal; 2.-pinch; 3.-germinate; 4.-sprout;
-jonjola 1.-sprint; 2.-run fast; 3.-walk fast;
jontcho\- mixture of tomato and powdered
groundnuts used as relish;
-jowa 1.-jump; mkango unajowa mu mtengo = the
lion jumped from the tree; 2.-vault; 3.-leap; 4.-
spring; 5.-bounce;
-jowa moto 1.-jump over fire; 2.-be not well
cooked; 3.-be uncooked;
-jowa mtunda wautali -make long jump;
-jowera -jump; anajowera mwala = she jumped

onto a stone;
juba\a- chisel;
-judula 1.-jump about; 2.-make someone fall;
-judumuka -jump about;
-juga -play cards;
jugu\a- mouse;
-jugulira -chew the cud;
-juja 1.-lose fashion; 2.-become useless; 3.-become
less valuable;
-jujuka 1.-fade; 2.-wither;
-jujutsa 1.-underrate; 2.-look down upon; 3.-
remove value/ honour; 4.-disrespect; 5.-fade; 6.-
devalue;
Julayi July (the seventh month of the year);
Juma (chiArab/ chiSwahili) Friday;
Jumbe title of Swahili-Arab leaders in the
Nkhotakota region in the 19th century;
jumbe 1.night-jar; 2.night-bird;
jumbo\ma- 1.plastic bag; 2.polythene bag;
-jumula -dig with power;
Juni June (the sixth month of the year);
-jutula -jump about;
-juva 1.-devour; 2.-eat greedily;
juzi\ma- 1.sweater; 2.jersey;

K

ka of (indicating possession, in between a singular noun of the ka-ti class and another noun); kambuzi ka mkazi = the little goat of the woman;

-ka demonstrative function suffixed to singular nouns of the ka-ti class; kambuzika = this little goat;

ka- 1.prefix of singular nouns of ka-ti class; kamwana = little child; 2.subject concord with singular nouns of ka-ti class; kambuzi kali pano = the little goat is here; 3.go and do (used in the narrative); katunge madzi (stress on ka) = go and take water; kaphike nsima (stress on ka) = go and cook maize porridge;

-ka- 1.if (verbal infix); ndikadya = if I eat; ndikapanda kudya = if I don't have food; akabwera = if he comes; 2.when; ndikadya = when I eat; tikakafika = when we arrive; 3.object concord infixed in conjugated verbs representing singular nouns in ka-ti class; ndikukaona (kambuzi) = I am seeing it (little goat);

Kaába Kaába, ndi mwala woyera wakuda ku Meka, likulu la chiSilamu = it is a holy black rock in Mecca, the capital of Islam;

kaamba 1.reason; 2.because; Mulungu amasunga ife kaamba ka chikondi chake = God keeps us because of His love;

kabaifa pea;

kabaka kabaka; ndi dzina la mafumu a aBuganda = it is the title of the kings of the Buganda people;

kabalabala charm shrub (flowers which are tied together on a maize stalk to make it productive);

kabali\a- hasp;

kabanga 1.kind of beer; 2.kind of liquor;

kabati\ma- 1.cupboard; 2.cabinet;

kabawi\a- small hawk;

kaberekanidwe 1.population growth; 2.reproduction;

kaberekedwe 1.breeding habit; 2.reproductivity;

kabichi cabbage; kabichi wofutsa = dried cabbage;

kabili (chiSwahili) language;

kabo water-lily;

kabondolola\a- ankle;

kaboni (chiNgerezi) carbon;

kaboni\a- (chiTumbuka) 1.person moving aimlessly; 2.floating thing;

kabophera\a- button;

kabowoledwe drill (n);

kabudula\ma- 1.shorts (pair of); amavala kabudula = he wears a pair of shorts; 2.short trousers;

kabuku kolembera 1.note book; 2.exercise book;

kabuthu kosiririka 1.desirable little girl; 2.nymphet;

kabuthu/tiabuthu little girl; kabuthu aka ndi kanzeru = this little girl is intelligent;

kabuuzi snort;

kabuwaza\a- 1.poor person; 2.needy person;

kabwatha\a- chicken (short legged);

kabwathi\a- cap;

kabwere mawa 1.short duration; 2.obsolescence;

kabwerebwere\a- 1.old offender; iye ndi kabwerebwere wakale = he is an old offender; 2.backslider; 3.jail bird;

kabweredwe arrival; kabweredwe kake katimasula = her arrival set us free;

kabwezedwe ka ndalama 1.lending money; 2.borrowing money; 3.paying back of lent money;

kabwiiza\a- poor person; kabwiiza sangamange nyumba yabwinoyi = a poor person cannot build this good house;

kachaso 1.kind of very strong locally distilled liquor; 2.spirits;

kachenjede\a- 1.clever person; 2.wise person; 3.intelligent person;

kachepedwe narrowness;

kachesa\a- 1.earthen jar; 2.case;

-kachetechete 1.noiseless; 2.without noise; 3.silent; 4.quiet;

kachewere Irish potato; ndagula kachewere = I have bought irish potatoes;

kachibowo 1.pore in skin; kachibowo kotulutsa thukuta = sweat pore; 2.little hole;

kachikwama\ti- 1.purse; 2.hand bag; 3.pouch;

kachikwanje\ti- 1.knife; kutema ndi kachikwanje = cutting with a knife; 2.troublesome person;

kachinsimu 1.behaviour; 2.habit;

kachinsumo 1.behaviour; 2.habit;

kachiphaniphani firefly;

kachipinda ka zovala 1.small room for clothes; 2.locker; chipinda chirichonse chili ndi kachipinda kazovala = each room has a locker;

kachipinda kopempherera wekha 1.small chapel; 2.oratory;

kachirombo koluma 1.biting insect; 2.bug;

kachirombo kosawoneka ndi maso 1.germ; 2.parasite; 3.bacillus;

kachirombo koyambitsa matenda bacillus;

kachirombo\tizirombo 1.very small insect; 2.bacterium\bacteria; tizirombo ndi amoyo osaoneka ndi maso oyambitsa matenda = bacteria are single-celled micro organisms that cause diseases; 3.nsect; chiwala ndi kachilombo koti kakhoza kudumpha = a grasshopper is an insect that can jump;

kachisakasa 1.small house; 2.hut; 3.shed;

Kachisi wa Mbona Mbona Shrine; awa ndi malo a chipembedzo chakale cha anthu a dera lina la kumwera kwa Malawi = this was a certain ancient place of worship for people in the south of Malawi;

Kachisi wa Mulungu 1.Temple of God; 2. Prayer House;

kachisi\a- 1.temple; 2.sanctuary (for traditional cults); 3.place where ancestral offerings are made; 4.shrine;

kachisisira 1.just after the day light; 2.evening; 3.gloaming;

kachitambaya ka m'khosi scarf;

kachitambaya\tizitambaya kerchief;

kachitidwe 1.deed; 2.performance; 3.formula;

kachitidwe ka ukamberembere 1.cunning; 2.craftiness;

kachitidwe kachizolowezi habit;

kachitidwe kovomerezeka agreed praxis;

kachitsulo kopanira mapepala staple;

kachiwiri second time; anabwera kachiwiri = he came for the second time;

kachokedwe departure; kachokedwe kawo kadali kosayembekezeka = their departure was totally unexpected;

kachola\a- little handbag;

kachoso\a- nectar-sucking-bird;

kachulu\tizulu 1.small rounded ant hill; 2.knoll;

-kada- 1.almost; ndikadagwa = I almost fell; 2.about to; 3.could have; ndikadakhala nditapita tsopano = I could have been gone by now;

kadam'manja\a- poor person;

kadamsana eclipse; nthawi imene mwezi umadutsa pakati pa dzuwa ndi dziko motero kuwala sikufika pa dziko lapansi = when the moon passes between the sun and the earth so that sunlight doesn't reach the earth; kadamsana wamkulu = solar eclipse (total eclipse);

kadaulo wa matenda holder of medical doctor's degree;

kadaulo wa ukachenjede paphunziro lake holder of doctor's degree;

kadaulo\a- 1.wise person; 2.educated person;

-kadawira -climb; buluzi anali kukadawira pachipupa = the lizard climbed the wall;

kademo\a- small axe;

kaderudeu\a- little black beetle that walks on water;

kaderuka\a- mobile person;

kadinalo\ma- cardinal;

kadini veterinarian;

kadiri\a- 1.spy; 2.detective;

kadiso small eye;

kadondo 1.small forest; 2.small plot of woodland;

kadu\a- antelope;

kaduka 1.jealousy; 2.envy; 3.grudge; kukhala ndi kaduka ndi kupambana kapena mwayi wa wina = having a grudge against the good fortune of someone;

-kaduka 1.-be jealous; 2.-be envious; 3.-be nefarious;

kaduledule\a- little black beetle that swims on water;

kaduma\a- antelope;

kadyako\a- fallow (n);

kadyansonga\a- 1.giraffe; kadyansonga ndi nyama imene ili ndi khosi lalitali = a giraffe is an animal which has got a long neck; 2.gazelle;

kadyedwe feeding habit;

kadyole\a- 1.bootlicker; 2.sharp witted person; 3.escapee;

kadzadza\a- funnel;

kadzanja\a- 1.compulsive tendency to steal; 2.kleptomaniac;

kadzidzi\a- 1.owl; anthu amati kadzidzi ndi mbalame yowopsa = people say that an owl is a dangerous bird; expression: maso ake atuzu!idwa ngati akadzidzi (lit.: his eyes have been widened like that of an owl) = he is very angry; 2.night bird;

kadzira small egg;

kadzitche\a- self appointed person; kadzitche m'mudzi mwathu = the self appointed chief in our village;

kadziwotche\a- 1.brave person; 2.valiant (fig.); 3.strong minded person; 4.courageous person; 5.moth;

kadzupe famine;

kadzutsa 1.food for the early morning; 2.first meal of the day; 3.breakfast; mwambo wa chakudya cha kadzutsa = the tradition of having breakfast;

kafadala\a- beetle;

kafadongo\a- beetle;

kafalubvu\a-/ kafaluvi\a- beetle;

kafananidwe 1.similarity; 2.likeness;

kafandiphe\a- 1.poor person; 2.feeble person;

-kafansiyanji 1.poor; 2.having little money;

kafatsidwe mildness;

kafayongo\a- beetle;

kafedulo\a- (chiNgerezi) cathedral;

kaffir (chiArab/ chiSwahili) 1.kaffir; liwu la chipongwe lomwe azungu ena a ku Kummwera kwa Afirika amanenera munthu wakuda = insulting word which was used by some South African whites when referring to blacks; 2.unbeliever (original meaning, used by Swahili-Arab Muslims);

kafikidwe\a- arrival;

kafotokozedwe 1.speech; kafotokozedwe kanali bwino = the speech was good; 2.explanation;
kafuchefuche\a- 1.borer-beetle; 2.weevil;
kafufuma swelling;
kafukufuku 1.research; Bungwe la Uphungu wa Kafukufuku ndi Chiphunzitso pa za Ufulu = Centre for Advice, Research and Education on Rights (C.A.R.E.R.); kafukufuku wambiri ya Mpingo = research of Church history; kafukufuku wa nyemba watha = the bean research is finalised; 2.survey; manyuzipepala anachita kafukufuku kuti apeze bambo amene wachita zakupsa kuposa wina aliyense m'chaka chimenechi = the newspapers carried out a survey to find out who the man of the year is;
kafukufuku wa chivomerezi seismology;
kafukufuku wa matenda a m'thupi pathology;
kafukufuku wa miyala petrology;
kafukufuku wa mtsempha neurology;
kafukufuku wa nyengo meteorology;
kafukufuku wa zitsulo metallurgy;
kafukulidwe exploitation;
Kafukulira March;
kafula dwarfism;
kafulumizidwe ka mayendedwe 1.speed; 2.velocity;
kafumbata tetanus;
kafumbu\a- float;
kafumphe\a- float;
kafungo kabwino 1.good smell; 2.aroma; 3.scent;
kafungo konunkhira 1.scent; 2.perfume;
kafunikidwe 1.desirability; 2.importance;
kafupifolo\a- dwarf;
kafwambira\a- 1.passage for smoke; 2.chimney;
Kafwisira November;
kagalimoto kakang'ono 1.small car; 2.jeep;
kagalu\tiagalu 1.small dog; 2.cur;
kagawanidwe dispensations; nyengo ya chipulumutso m'maganizo a Plymouth Brethren = dispensation; kagawanidwe kambiri ya chipulumutso ndi nyengo = dispensationalism; zambiri monga m'maganizo a Plymouth Brethren = dispensations;
kagawidwe 1.sharing; kagawidwe ka zinthu = sharing of things; kagawidwe ka katundu = sharing of goods; 2.distribution; kagawidwe ka katundu othandiza mavuto odza mwadzidzidzi = the distribution of relief items;
kagawi dwe ka katundu sharing of goods;
kagome kogwirira mabuku lectern (esp. in church and school);
kagome kotsetsereka kowerengera lectern (esp. in church and school);
kagome kowerengera m'tchalitchi 1.little reading

table in the church; 2.lectern;
kagomo kakang'ono 1.hillock; 2.knoll; 3.small hill; 4.mound;
kagulu ka anthu small group of people;
kagulu ka asilikali small group of soldiers (e.g. platoon);
kagwammaso\a- 1.adulterer; 2.womaniser; 3.fornicator; 4.prostitute;
kagwiridwe kabwino ka ntchito efficiency;
kagwiridwe ntchito ka pakamwa 1.lip service; 2.being unpractical;
kagwiritsidwe 1.utility; 2.usage;
kagwiritsidwe ka chilankhulo 1.usage of a language; 2.ideolect;
kagwiritsidwe ka ntchito 1.consumption; kagwiritsidwe ka ntchito ya magetsi = consumption of electricity;2.expenditure; 3.utilisation; 4.usage;
-kaika 1.-be uncertain; 2.-be unsure; 3.-be doubtful;
-kaikakaika 1.-doubt; 2.-disbelieve;
-kaikira 1.-doubt; 2.-be uncertain; 3.-be iffy; khalidwe lokaikitsa = iffy behaviour; 4.-mistrust; 5.-be suspicious; ndiri kumukaikira = I am suspicious of her;
-kaikira makhalidwe a wina 1.-have no confidence in someone; 2.-impugn;
-kaikira ubwino wa wina 1.-have no confidence in someone; 2.-impugn;
-kaikira wina kulakwa -impeach; anakaikira chikhalidwe chake = she impeached his character;
-kaikitsa 1.-cause doubt; 2.-make suspicious; munthu wokaikitsa = a suspicious person;
kaimidwe ka thupi bodily posture;
kaimiridwe ka thupi 1.attitude; 2.posture; 3.body shape;
kaiser (chiGerman) emperor; dzina la mafumu aaukulu a ku Germany mpaka 1918 = title of German emperors until 1918;
kaja demonstrative pronoun meaning 'that ... over there', with singular nouns of the ka-ti class; kabuku kaja = that little book over there;
kajintchi\a- pneumonia;
kaka (chiSwahili) brother;
-kakachira -drink with gurgling noise in throat;
-kakachiza -drink;
-kakadza -laugh;
-kakala 1.-coarsen; 2.-be rough;
-kakala mtima 1.-be cruel; 2.-be callous; 3.-be difficult;
-kakama -be plenty; kumunda kwanga tchire lakakama = at my garden there is plenty of grass;
-kakamira 1.-stick to; 2.-persist; 3.-insist; 4.-struggle; 5.-refuse to abandon;
-kakamirana -stick together;

-kakamiza 1.-force; 2.-enforce; anawakakamiza kuti amveredwe = they enforced them to be obeyed; antchito anakakamizidwa kuti achitebe ganyu = the workers were enforced to do the job; 3.-be forceful; 4.-be obligatory; 5.-beg a person to do something he is unwilling to do; 6.-adjure; 7.-coerce; 8.-compel; 9.-sanction; 10.-compress; 11.-constrain;
-kakamiza kuvomera chovuta 1.-obligate; 2.-impose; 3.-force;
-kakamuka -grow fast;
-kakang'ono kwambiri 1.smallest; 2.minute; 3.tiny;
kakapu ka chitsulo 1.metal cup; 2.pannikin;
Kakasa September;
-kakata 1.-be dry and hard; 2.-get used to;
-kakatiza 1.-feign; 2.-pretend;
-kakatula -unseal;
kakhadwe\a- birth scar;
kakhalidwe ka anthu 1.human nature; 2.human character; 3.human behaviour;
kakhalidwe ka m'bindikiro monasticism;
kakhalidwe ka masiku onse usual manner;
kakhalidwe ka munthu 1.human nature; 2.human character; 3.human behaviour;
kakhalidwe kodabwitsa unusual manner;
kakhalidwe kozizwitsa 1.unusual manner; 2.strange manners; 3.strange behaviour;
kakhalidwe\ma- 1.attitude; 2.existence; 3.condition;
kakhonzedwe performance; kakhonzedwe kako koipa = your bad performance;
kakhuthulidwe downpour of water;
kakola\a- 1.ankle; 2.ligament;
kakolekole splitting headache;
kakombo\a- water-lily;
kakome kakome tree (lit.: hammering); bark and roots of this tree are used either in sorcery to protect against hitting and to hit someone, or for medical use against malaria, influenza, and stomach pains; mizu ya mtengo wa kakome imagwiritsidwa ntchito kuchiza malungo = the roots of the kakome tree are used to cure malaria;
kakomedwe 1.sweetness; 2.goodness; tinamva kakomedwe ka mowa = we tasted the goodness of beer;
kakonzedwe 1.reparation; kakonzedwe ka mjigo utawonongeka = the reparation of a borehole after it has broken down; 2.preparation;
kakope splitting headache;
kakope! 1.go and attract!; 2.persuade!;
kakope\timakope 1.small exercise book; 2.small notebook;
kakozi\a- swift (n);

kakukuku\a- small beaver rat;
-kala 1.-press; mukale mapilisi kuti akhale ufa = press the pills into powder form; 2.-crumble; 3.-grind down;
kalabu\ma- club;
-kalakala 1.-scribble; 2.-dig as ant-eaters;
-kalakasha 1.-scratch; 2.-sour; mango losapsa linakalakasha kum'mero kwanga = the unripe mango soured my throat;
-kalakata -climb up at once as an animal;
kalaliki\a- (chiNgerezi) 1.clerk; kalaliki wogulitsa = sales clerk; 2.clerical officer;
-kalaluka -be dry in the throat;
-kalamba 1.-be of age; 2.-be old; ndine wokalamba = I am old; 3.-become old; 4.-be aging; ali kukalamba = she is aging; 5.-advance in age; 6.-be senescent;
kalamba\timalamba small belt;
kalambalala\a- spleen;
-kalambatala 1.-be uneven; 2.-be rough;
kalambulabwalo\a- 1.forerunner (lit.: a person who clears a place before a dance); 2.team that plays before the main team; 3.harbinger;
kalandamfuno\a- mantis;
kalandira\a- larynx;
kalandiridwe\a- 1.receiving; 2.reception;
kalanga ine! 1.alas me!; 2.aha!;
kalanje\a- float;
-kalanjuka -be dry in the throat;
kalanka toothed wheel; njinga ili ndi kalanka ndi tcheni = a bike has a toothed wheel and a chain;
kalankhulidwe\a- dialect; kalankhulidwe ka chichewa cha ku Nkhotakota ndi kosiyana ndi ka ku Lilongwe = the chichewa-dialect of Nkhotakota is different from that of Lilongwe;
kalanzi\a- ants (white ant); kalanzi anawononga mabuku anga = white ants have destroyed my books;
-kalasa -scratch; nkhuku zimakalasa pa bwalo = the chickens were scratching about in the yard;
-kalasa phulusa -scratch ashes;
kalasawene\a- hawthorn;
kalasî\ma (chiNgerezi) 1.classroom; 2.grade; 3.standard;
-kalasira -throw (esp. charcoal);
kalaso\a- pneumonia;
-kalasula 1.-scratch; 2.-scrape out with fingers;
kalata ya mlandu summon;
kalata ya ndalama bond; ndi kalata ya umboni potenga ndalama = it is a written witness that money can be drawn;
kalata ya pa ndege 1.aerogramme; 2.air mail letter;
Kalata ya Papa kumipingo yawo encyclical (lit.: letter of the Pope to his congregations);

kalata yolembapo za kufa kwa munthu death certificate;

kalata yopatsa mphamvu yomanga munthu warrant of arrest;

kalata yotulukira m'chipatala discharge slip;

kalata\ma- 1.letter; anamulembera kalata = he wrote her a letter; kalata ya m'busa = the letter of the minister; 2.epistle; makalata a chipangano Chatsopano = epistles of the New Testament; 3.missive; 4.mail; pita ukatenge kalata yako = go and get your mail;

kalatusu\ma- cartridge;

kalawawa malaria; akumva kalawawa = he is suffering from malaria;

kale 1.before; 2.long time ago; kale anthu ankavala zikopa za nyama = long time ago people used to wear animal skins; 3.aforetime; 4.antiquity; 5.already; anayamba kale kudya = he already started to eat; pakadali pano anthu afika kale = at this time the people have already arrived;

-kale 1.old; madengu akale = old baskets; zisoti zakale = old hats; nyumba zakale = old houses; timabuku takale = old booklets; expression: mvula za kale (lit.: old rains) = an old/ experienced man; Chipangano Chakale = Old Testament; expression: manyi akale sanunkha (lit.: old faeces/ stools do not produce smell) = advice from the elderly people cannot work in modern times; 2.ago; kalekale/ zaka zakale = long time ago; 3.out-of date; 4.out-dated; 5.former; 6.antedeluvian; 7.of the past;

-kale -kale 1.pre-historic; 2.ancient; 3.palaeo;

-kale kwabasi 1.ancient; 2.palaeo;

-kale kwambiri 1.ancient; 2.palaeo;

-kale zedi primitive;

kalekale once; kalekale padali munthu wina wotchedwa Hitila = once there was a man named Hitler;

-kalekale 1.prehistoric; 2.passé; 3.long time ago;

kalema ka chibadwa birth scar;

kalembedwe 1.handwriting; 2.spelling; 3.act of writing; ufulu wa kalembedwe = freedom of writing;

kalembedwe ka chiMalioni cursive writing;

kalembedwe kabwino good handwriting;

kalembera wa m'dziko census;

kalembera\a- 1.registration; 2.registry; 3.census;

kalemekezedwe ka Mulungu 1.the giving honour to God; 2.latria;

kalendala\ma- 1.calendar; 2.chart showing days and months of the year;

kalengedwe creativity;

kalenjeka\a- 1.collection; 2.flock;

kaleya behaviour;

-kali still (adv); tidakali = while we were still;

kalida\ti- coppice;

kalidi\ma 1.coloured people; 2.half casts;

kaligo\a- 1.harp; 2.lyre;

kaligondo\a- squirrel that eats chicks and hens;

-kaligwiritsa 1.-be responsible for; 2.-be parsimonious; 3.-be mean;

kalijosolo\a- moth;

kalikokha\a- 1.lonesome person; 2.isolated person; 3.person without friends;

-kalikokhakokha 1.-be alone; 2.-be lonely; 3.-be one out;

kalikonse every (with singular nouns of the ka-ti class); kabuku kalikonse = every booklet;

kalilole\a- 1.pane; expression: ndi kalilole (lit: it is a pane) = she is a beautiful woman; 2.mirror;

kalilombe\a- chameleon (of big size);

-kalima -draw in one's stomach;

kalimbwi\a- 1.boil; 2.abcess; 3.pimple;

kalimtsind ɔ\a- chief representative;

kalinde\a- 1.attendant of chief; 2.chief's representative;

kalindelinde hesitation;

kalinkhundu\a- chief's representative;

-kalipa 1.-be angry; 2.-be enraged; ndinakalipa = I was enraged; 3.-be furious; 4.-shout at; 5.-snarl; 6.-speak angrily; 7.-reprimand; 8.-domineer;

kalipapire ant;

-kalipira 1.-talk angrily; 2.-make angry; 3.-scold; 4.-rate; anamukalipira chifukwa cha khalidwe lake loyipa = he was rated because of his bad behaviour; 5.-domineer;

-kalipitsa 1.-make angry; 2.-arouse anger;

-kalipo 1.-be available; 2.-be present; 3.-be enough; 4.-be sufficient;

kalipokalipo 1.there must be a reason; 2.there is something between them; 3.cause;

kalisirira 1.covetousness; 2.desire;

kalisolosolo covetousness;

kaliumira 1.greed; 2.denial;

kaliwende 1.red maize; 2.dysentery;

kaliwene\a- comb;

kaliwo\a- earthen pipe for smoking;

kaliwondewonde AIDs;

kaliwu shaft of an arrow;

kalize\a- centipede;

kaloga\a- cactus;

kalondola wa mbali compass;

kalondolanjira\a- spy;

kalondolondo\a- 1.research; anachita kalondolondo kupeza zinthu za kale = they did a research to find old things; anachita kalondolondo kuphunzira mbiri ya kale = they did a research to study history; 2.survey; 3.investigation; apolisi anachita kalondolondo = the police made an investigation; 4.follow-up;

kalonga\a- 1.head of the Phiri clan and also head of all clan chiefs of the aChewa; 2. brother-in-law of a chief; 3.name of a Deity; 4.variety of banana;

kalongolongo tetanus;

kalongonda elephant bean;

kalongosoledwe 1.description; kalongosoledwe kake ndi komveka = his description is clear; 2.explanation;

kalongosoledwe ka maphunziro a za Baibulo systematic theology;

kalongosoledwe ka mawu statement;

kalowetsedwe 1.initiation; 2.divination;

kalozera lodestar;

-kalula 1.-scratch; 2.-be harsh; 3.-be unfriendly;

kalulu wamkulu jack rabbit; amapezeka kumpoto ku dziko la Amereka = found in the northern part of America;

kalulu\a- 1.hare; 2.rabbit; kuweta a kalulu = keeping rabbits; proverb: kalulu adatuma njobvu (lit.: the hare sent an elephant) = mawu osonyeza kupempha onenedwa ndi munthu wamng'ono akafuna kutuma wamkulu asananene chinthu chomwe akufuna = polite way of saying when a young person wants to send an elder one to do something for him; proverb: wazingwa ngati mmene achitira kalulu kukapsa (lit.: he is stranded as what the rabbit does when it is burning) = he is at a loss, because an important tool was destroyed;

-kaluma -sweat;

kalumphangala 1.shrub; 2.bushy plant;

kalungusese\a- creeping plant;

kam'bambe\a- 1.headband; 2.headcloth;

-kama 1.-milk; timakama ng'ombe = we milk cows; expression: andikama anthu kuno (lit.: people have milked me) people have got much money out of me, so that my pockets are empty; expression: ndamukama (lit.: I have milked him) = I have made sure that there is not a single penny in his pocket; 2.-suck milk; expression: iye wandikama (lit.: he has sucked me) = he has swindled me;

kama la maluwa 1.flowerbed; 2.nursery;

kama la mwana 1.cradle; 2.baby bed; 3.baby cot;

kama logona mwana 1.cradle; 2.baby bed;

kama lophatikana ndi khoma bunk;

kama\ma- 1.bedstead; 2.couch; 3.bed; 4.pallet; 5.stretcher; 6.mat;

kamangazula 1.unsettlement; 2.nomadic life;

kamangidwe ka malamulo 1.the making of laws; 2.legislation;

kamano\a- 1.'animal' in the chiNyau gule wamkulu dance; it is a human disguised as an animal, going about with an axe ready to harm; 2.name of a mask in Nyau secret society;

kamanyala\- kind of bug;

kamasulidwe ka Baibulo 1.exegetics; 2.hermeneutics;

kamatira constipation;

-kamba 1.-chat; 2.-talk; 3.-speak; 4.-say; 5.-utter; 6.-converse; 7.-verbalise;

-kamba kwambiri -palaver;

-kamba mlandu -settle a dispute;

-kamba mobwereza -misstate; musakambe mobwereza = don't misstate facts;

-kamba mosafotokoza bwino -misstate;

-kamba moyepula 1.-speak superficially; 2.-speak lightly (not giving details);

-kamba za zii -talk nonsense; zokamba zake za zii = the things that he said were nonsense;

-kamba zinachitika kale -reminisce;

kamba\- 1.food for the journey (chakudya cha pa ulendo); 2.tortoise;

-kambako mawu 1.-remark; 2.-comment;

kambalame\timbalame small bird;

kambale\a- birth scar;

kambali ka dziko 1.enclave; 2.portion of territory; 3.region;

kambali ka munda portion of the garden/ field;

-kambambwerera -talk nonsense;

kamberembere\a- 1.disloyal person; 2.crook;

kambewa\timbewa small mice;

kambewu grain; kambewu ka chimanga koyembekezera mvula yoyamba = a grain of maize ready for the first rains;

-kambidwa -be spoken;

-kambidwakambidwa -be frequently spoken;

-kambira wina 1.-explain to another; 2.-tip someone; 3.-share news;

-kambirana 1.-confer; 2.-discuss; ndikufuna tikambirane mawu = I want us to discuss the issues; tikambirana = we will discuss; 3.-negotiate; 4.-talk about;

-kambirana mtengo ndi -bargain with;

kambiri 1.yellow maize; 2.often;

-kambiri many (plural for dimunitive substances);

kambirinji\a- dwarf;

kambiriwiri 1.rumour; 2.speculations;

kambuku\a- 1.panther; 2.leopard;

-kambula -eat relish only;

kambulanje\a- dwarf;

-kambulula -scratch;

kambwi\a- water-lily;

kambwiri\a- old hoe;

kambwithambwitha\a- dwarf;

kamchacha\a- mobile person;

kamchiuno 1.sex-appeal; 2.adulterer;

kamchoma earliest dance remembered by

Tumbuka;
kamdedzo\- 1.headband; 2.headcloth;
kamene that; relative pronoun with singular nouns of the ka-ti class; kabuku kamene mukuona = the booklet that you see;
kamene kaja demonstrative pronoun meaning 'that ... over there', with singular nouns of the ka-ti class; kabuku kamene kaja = that little book over there;
kamene kano this ...here; emphatic demonstrative pronoun following singular nouns of the ka-ti class; kabuku kamene kano = this little book;
kameneka this; demonstrative pronoun following singular nouns of the ka-ti class; kambuzi kameneka = this little goat;
kametedwe katsitsi 1.shaving; 2.hairstyle; 3.haircut;
kamfuno 1.nose bleeding; 2.discharge of blood from nose; 3.epistaxis;
kamfuti kakang'ono 1.revolver; 2. pistol;
kamfuti koseweretsa ana toy gun;
kamicho\ma- cup;
kamisolo (chiNgerezi) 1.bra; 2.brassiere;
kamkati mwa diso pupil (a dark circular ball in the eye);
kamlondola magical stick;
kamnyamata\a- 1.little boy; 2.crook; 3.disloyal person;
kamodzi once; ndinaitana kamodzi = I called once;
-kamodzi singular;
kamodzi-kamodzi seldom;
kampango kovala m'khosi scarf;
kampango\timipango kerchief;
kampani ya malonda 1.business; 2.commerce;
kampani yokonza maluwa 1.firm for laying out gardens; 2.landscaping firm; 3.firm for making flowers (of paper or plastic);
kampani yopanga tating'onoting'ono 1.firm for making small things; 2.light industry; kampani ya Universal ndi kampani yopanga tinthu tating'onoting'ono = universal Industries is a light industry;
kampeni ka opaleshoni 1.scalpel; 2.small surgical knife;
kampeni kumphasa 1.plot (esp. for bad thing); 2.secretiveness (fig);
kamphe elephant grass;
kamphepo 1.gentle wind; 2.light wind; 3.breeze;
kamphiripiri kind of pepper which is usually very hot;
kamphondo\a- hawthorn;
kampikulana 1.see-saw; 2.teeter-totter;
kampompa ngolo 1.poor person; 2.pauper;
kampote controversy;

kampwada 1.poor person; 2.useless person;
kamtayitsemphanga\a- role model;
kamtazi\a- kind of bug;
kamtengo ka duwa 1.flower stalk; 2.stem of flower;
kamtengo kafungo lokoma 1.sage; 2.aromatic herb;
kamtengo\ti- 1.splint; 2.African medicine; 3.herb;
kamthunzi kambalame 1.cote; 2.shelter for birds;
kamting'indi\a- thin and short person;
kamtolagali bundle of sticks used by medicine men/ women to cure a person suffering from mumps;
kamtsinje kakang'ono 1.brook; 2.small stream; 3.beck;
kamtsinje\ti- stream;
kamtsuko\timitsuko 1.small earthen-ware; 2.pot;
kamtunda\a- 1.someone who lives in upland and not on the lake shore; 2.slave;
kamtunda\timitunda short distance;
kamtusule\a- role model (person who excites others to do something);
kamudzi 1.little village; 2.hamlet;
kamudzi kakang'ono 1.hamlet; 2.small village;
-kamuka 1.-be dry; 2.-be damp a little;
-kamula 1.-dry (of sweat); 2.-dry by shaking;
kamuthemuthe conclusion (of writing etc.);
kamuyata\a- 1.crook; 2.disloyal person;
kamvedwe hearing;
kamvekedwe ka kuyimba 1.rhythmical effect in music; 2.lilt;
kamvuluvulu 1.whirlwind; 2.gale; kamvuluvulu anawononga nyumba zambiri = the gale destroyed many houses;
kamwa ya chiberekero cervix;
kamwa ya mbalame 1.beak of bird; 2.bill of bird;
kamwa yaikulu labia majora;
kamwa yaing'ono labia minora;
kamwa\ma- mouth; kugwiritsa ntchito kamwa/ kuyankhula ndi pakamwa = being oral; kuuma m'kamwa chifukwa cha matenda = dry mouth;
kamwana ka galu puppy;
kamwana ka mbalame 1.nestling; 2.chick;
kamwana ka mphaka kitten;
kamwana ka mzimu woipa 1.imp; 2.little devil; 3.mischievous child; 4.demon;
kamwana ka nswala fawn of giraffe;
kamwana kakang'ono very little young;
kamwana komwe sikanabadwe fetus;
kamwana kosabadwa 1.foetus; 2.fetus; 3.embryo;
kamwanapiye 1.fledgling; 2.chick;
kamwazi dysentery;
kamwendonjira\a- mobile person (lit.: a leg on the way) = person who is fond of walking;

kamzimu kabwino good spirit;
kamzimu koipa 1.little devil; 2.imp;
kana 1.no; 2.nix; 3.dzina la mzinda wa m'Baibulo womwe Yesu anasandutsa madzi vinyo (*Yohane* 2:1-11) = name of a town in the Bible where Jesus turned water into wine (*John* 2.1-11);
-kana 1.-refuse; proverb: adakana kwa mtu wagalu (lit.: he refused to the dog's head) = he refused emphatically; proverb: kukana nsalu ya akulu nkuviika (lit.: refusing washing the old people's cloth is just to immerse it in water) = if you want to refuse some service to the authorities/ elders, just do it imperfectly and they will know about your refusal; 2.-decline; 3.-deny; Yesu anati, udzandikana katatu = Jesus said, you will deny me three times; anayikana nkhani = they denied the news; proverb: kukana chimbudzi kuvomera mkodzo (lit.: to deny the faeces and acknowledge the urine) = in court some people deny the big accusation, but plead guilty to the minor ones; proverb: chakanachakana dazi lilibe mankhwala (lit.: what has denied has denied, baldness has no medicine) = some of the things cannot be reversible or be corrected when they have gone wrong; proverb: chakanachakana fisi adakana nsatsi (lit.: the hyena refused castor oil) = the evil doer is always a suspect; 4.-contradict; 5.-disapprove; 6.-controvert; 7.-dissent; 8.-disclaim; 9.-object; 10.-disown; 11.-ignore; 12.-negate; 13.-be negative; 14.-scorn; 15.-stick to;
-kana chinthu 1.-quash; 2.-annul; 3.-revoke;
-kana kudya 1.-lack appetite; 2.-refuse to eat;
-kana kudziwitsa 1.-repudiate; 2.-reject; 3.-disclaim;
-kana kugalika 1.-refuse to swallow; 2.-lack appetite;
-kana kugonja 1.-be persistent; 2.-be stubborn; 3.-be inflexible; 4.-be stiffnecked;
-kana kukhulupirira za chipembedzo 1-be atheist; 2.-reject religious belief; 3.-be an unbeliever; 4.-be a non-believer;
-kana kukhulupirira za uzimu -reject spiritual belief;
-kana kulapa 1.-be persistent; 2.-be stubborn; 3.-be disobedient;
-kana kulolera 1.-disallow; 2.-intolerate; 3.-refuse to accommodate someone's idea/ point;
-kana kumva dandaulo 1.-refuse to accept a complaint; 2.-resist; 3.-repulse;
-kana kumva pempho 1.-repulse; 2.-rebuff;
-kana kumvera 1.-disobey; 2.-insurbordinate; 3.-defy;
-kana kusintha chikhulupiriro 1.-be conservative; 2.-be principled; 3.-obdurate;

-kana kusintha maganizo 1.-be uncompromising; 2.-be rigid;
-kana kusintha malingaliro 1.-be uncompromising; 2.-stick to one's guns; 3.-refuse to change mind;
-kana kuvomera 1.-refuse to agree; 2.-balk;
-kana kuvomereza 1.-disallow; adakana kuvomereza chigoli = they disallowed the score; 2.-be negative; 3.-repudiate;
-kana mlandu -plead not guilty;
-kana mlendo -be xenophobic;
-kana monyodola 1.-reject with scorn; 2.-spurn; 3.-rebuff;
-kana monyoza 1.-reject with scorn; 2.-spurn; 3.-rebuff;
-kana moyo -be brave;
-kana ndi mapewa 1.-shake shoulders in refusal; 2.-refuse emphatically;
-kana ndi mutu -shake head in refusal;
-kana ntchito -refuse work;
-kana udindo -refuse responsibility;
-kana za kale 1.-refuse old things; 2.-denounce the past;
-kanambala -coarsen;
kanamkalimbwe\a- 1.boil (n); 2.abcess;
kanamng'omba a kind of bird that normally walks when hunting for food;
kanamng'ondo 1.dismissal; kanamng'ondo wa khamu anachitika pambuyo pake = the dismissal of the crowd was done later; 2.dispersing;
-kananda 1.-creep as a cat; 2.-crawl;
kanayi four times;
kanchanda\a- boy;
kanchiputa\a- kind of bird;
-kanda 1.-scratch; zoyabwa m'thupi chifukwa cha kukanda = itching patches owing to scratching; anakanda ndi zala = he scratched with fingers; chikande = scratch it; proverb: kanda posayabwa/ posanyerenyetsa (lit.: scratch where you have no itching) = being cornered in a situation; 2.-claw; 3.-paw; 4.-tear with nails; 5.-mix;
-kanda m'mutu 1.-scratch the head; 2.-call to memory;
kandabsa piece of a poem;
-kandabsa 1.-splash; 2.-dabble;
kandakatulo kokondweretsa 1.little love poem; 2.idyll;
kandalanga\a- 1.sabre; 2.dagger; kupititsa katundu poopa kandalanga = let the goods be taken in one's presence and avoid the dagger;
kandanga\timadanga dance for young people;
kandende kakang'ono small prison;
-kandira -mix; akukandira phala = she is mixing water with flour;

kandudu kotsalira fag end;
kandukutu person with mumps;
kandulo\ma- (chiNgerezi) candle;
kanema cinema;
kanenedwe ka mkutu talking nonsense;
kanenedwe kophiphiritsa 1.allegorical method;
2.parabolic expression;
kanenedwe kozembetsa 1.allegorical method;
2.metaphorical expression;
-kanga -cause rash on skin;
-kanga ndi wamba 1.-be selfish; 2.-be self-centred;
3.-be stingy; 4.-be greedy;
kangachepe 1.hush-money; 2.bribe; 3.corruption
(at low level);
-kangadzuka 1.-bluster in speech; 2.-repulse;
-kangadzukangadzu 1.-cling; 2.-catch;
-kangalika 1.-be busy; 2.-emphasise; 3.-be diligent;
4.-work; 5.-be talkative; 6.-accomplish;
-kangamira 1.-adhere; 2.-cling; 3.-catch; 4.-hold;
5.-stick; 6.-stick to; 7.-be sticky; 8.-get stuck;
galimoto inakangamira m'matope = the car got
stuck in the mud;
-kangamiza 1.-constrain; 2.-persist; 3.-insist;
-kangana 1.-argue; 2.-disagree; mawu ake
amatsutsana ndi lipoti = his words disagreed with
the report; 3.-make a row; 4.-quarrel; kunyumba
kwathu tinakangana lero = today we quarelled at
home; 5.-wrestle;
-kangana pa ndalama -be rapacious;
-kangana pa zinthu 1.-bicker; 2.-argue; 3.-quarrel;
-kangana pa zochepa 1.-argue on trivialities; 2.-be
cumbersome; 3.-quibble;
kangandiwamba\a- 1.fire-dried meat; expression:
kuchotsa khalidwe la kanga ndiwamba (lit.:
stopping the habit of mine is going to be dried by
fire) = refers to someone who does not give
anything, especially food to friends; 2.scrooge
(fig);
-kanganirana 1.-fight for; 2.-scramble;
-kanganiza 1.-compel; 2.-oblige;
-kanganuka 1.-disappear; 2.-break (of clouds); 3.-
fade away; 4.-vanish; 5.-break open; 6.-be
unsealed;
-kanganula 1.-split; 2.-prise; 3.-tear;
kangapo 1.several times; anthu ena abwerera
kangapo kolembetsa = some people have returned
several times for registration; 2.repeatedly; 3.over
and over again; 4.again and again;
kangati? 1.how often?; 2.how many times?;
kangaude\a- 1.spider; kuluma kwa kangaude =
spider bite; expression: ndinamva ngati akangaude
akuchita mothamanga m'mimba mwanga (lit.: I
felt like spiders running in my stomach) = I was
inwardly alerted; 2.spider web;

-kangaula -unseal;
-kangaza 1.-hurry up; 2.-make it fast; 3.-be brisk;
4.-hasten; 5.-be quick; 6.-be fast;
kangombwa\a- leopard;
-kanidwa 1.-be unacceptable; 2.-be intolerable;
-kanidwa monyodola 1.-be unacceptable; 2.-be
disallowed;
-kanidwa monyoza 1.-be unacceptable; 2.-be
disallowed;
-kanidwa ndi lamulo 1.-be illegal; 2.-be
unconstitutional;
-kanika 1.-malfunction; kamerayi ingalephere
kugwira ntchito kapena kujambula malinga ndi
momwe nyengo ililimu = the camera may
malfunction in this type of weather; 2.-fail;
amakanika kufunsira mtsikana = he fails to
propose a girl; 3.-be unsuccessful;
-kanika kukula -retard growth;
-kanikiza 1.-squeeze; 2.-make compact; 3.-press
on/upon; 4.-fasten;
-kanikiza chinthu -prod; anakanikiza njoka ndi
msomali = he prodded the snake with a nail;
-kanikiza pamodzi 1.-press; 2.-clench;
-kanirira 1.-stick to; 2.-adhere to;
kanisa (chiSwahili) church;
kanise\- little finger;
-kanitsa 1.-refuse; 2.-reject;
-kanitsitsa 1.-protest strongly; 2.-resist;
-kaniza 1.-hinder progress; 2.-resist; 3.-object; 4.-
oppose; 5.-restrict; 6.-prohibit; 7.-forbid; 8.-
interdict; 9.-refute; 10.-adverse; 11.-protest
strongly against something/one;.12.-deprecate;
13.-curb; 14.-restrain; 15.-shun; 16.-starve;
-kaniza kupita patsogolo 1.-hinder progress; 2.-
bound; 3.-check;
-kaniza kutukuka 1.-hinder progress; 2.-prevent
development;
-kaniza munthu pa zochitika -debar;
-kaniza mwa lamulo 1.-illegalise; 2.-ban;
kanjanda\a- fishing-net;
kanjanja\a- miniskirt;
kanjinji\a- 1.small boil; 2.skin abcess; 3.pimple;
kanjipiti 1.dwarfism; 2.agenesis;
kanjiri\takanjiri 1.small amulet; 2.charm;
-kanjirira -bind firmly;
kanjole\a- 1.beautiful girl; 2.beautiful lady;
-kankha 1.-push; expression: wangondikankhira
(lit.: he has pushed it to me) = he has dumped the
blame on me, although I am innocent; 2.-boost;
iwe ukundikankha = you boost me up; proverb:
lende ndi kukankhana (lit.: a swing works by
pushing one another) = to prosper in life, you need
someone to boost you up; 3.-shove; 4.-shift; 5.-
remove; 6.-assist; 7.-help;

-kankha mwamphamvu 1.-push with force; 2.-wrench;

-kankha mwanyonga 1.-push with force; 2.-wrench;

-kankha pang'ono ndi dzanja 1.-jog; 2.-nudge;

kankhalango\tinkhalango 1.coppice; 2.woodland;

-kankhamula 1.-beat; 2.-strike; 3.-slap;

kankhande mtundu wa mtengo wokhala ndi minga yonga mbedza = kind of tree with thorns like hooks;

-kankhanga -be double minded; uyu ndi wamaso kankhanga = he is double minded person;

-kankhantha 1.-kill violently; 2.-kill savagely; 3.-murder;

-kankhanthika 1.-fall; 2.-collapse;

-kankhira cha mtsogolo 1.-propel; 2.-cause to move forward;

-kankhira kumbali 1.-sideline; 2.-put aside;

-kankhira pansi 1.-press down; 2.-depress; 3.-push downwards;

kankhombe dysentery;

kankhumba millet;

kano this; emphatic demonstrative pronoun following singular nouns of the ka-ti class; kabuku kano = this little book;

kanonomera\a- spiritualistic dance;

kansalu kosambira kumaso 1.face cloth; 2.face towel;

kansambo 1.manner; 2.behaviour;

kansengwa\ti- woven plate;

kansire\a- 1.bird's nest; 2.kind of small bird;

kantchewa\a- infant;

kantchowa\a- baby;

kantema\a- small hawk; expression: iye ndi kantema (lit.: he is a hawk) = he's a thief;

-kantha 1.-clash; 2.-strike with force; 3.-beat upon (as rain and sun); 4.-kill;

-kantha ndi chikwapu 1.-beat with a stick; 2.-scourge;

-kantha ndi mphamvu 1.-strike with force; 2.-slash;

kanthawi kachisangalalo 1.honey moon; 2.idyll;

kanthu kakang'ono koposa konse atom;

kanthu kochepa small thing;

kanthu kosawoneka atom; kanthu kosaoneka komwe kamapanga zinthu (molecules) = a molecule that is not seen by our naked eyes;

kanthu\ti- small thing; expression: ndine wachikwanekwane kanthu (lit. I have more than enough) = I need nothing;

kanthunzi ka nyama 1.cote; 2.shelter for animals;

kantolagwidi\a- stick (of a witch/ wizard, bundle of sticks that is used to bring healing of swollen cheeks);

kantunda kakang'ono 1.hillock; 2.mound;

kantushule\a- role model (person who excites others to do something);

kanungu\a- hedgehog;

-kanya 1.-dabble; 2.-crush (of a finger, capsicum etc.);

-kanya dothi -dabble mud;

kanyadidwe\a- 1.pride; 2.arrogance; 3.rudeness;

kanyamkupita\a- kind of small bat;

kanyamukidwe 1.departure; 2.leaving; 3.exit;

-kanyang'a 1.-strangle; anamukanyang'a pa khosi ndi chingwe = they strangled him with a rope; 2.-choke by gripping throat; 3.-squeeze neck; 4.-attack;

kanye breakfast;

-kanye 1.-go and defecate; 2.-remove droppings;

kanyenya 1.roasted meat/ fish; 2.fried meat/ fish; 3.bacon; kanyenya wa nkhumba = bacon of a pig;

kanyera 1.piles (protruding on the anus or other arteries); 2.haemorrhoids;

kanyimbi\a- civet cat (scented);

kanyolinyoli roasted meat or fish;

-kanyuka 1.-be astride; iye akukhala mokanyuka pa hatchi yake = he sits astride on his horse; 2.-be crusty;

kanyumba ka galu 1.little house for the dog; 2.kennel;

kanyumbu\a- 1.skunk; 2.shelter; 3.protection;

kanyundo kakang'ono 1.gavel; 2.small hammer;

kanzota blackjack;

kaonedwe vision; chowonera kaonedwe ka munthu = visual;

kaonekedwe 1.form; 2.appearance; 3.outlook;

kaonekedwe ka chinthu 1.appearance of a thing; 2.magnitude of a thing;

kaonekedwe ka kunja 1.semblance; 2.appearance;

-kapa madzi 1.-bale out water; 2.-empty;

kapado\a- 1.swine; 2.pig;

kapafi\a- kind of bug;

kapaketi 1.sachet; kapaketi ka mchere = a sachet of salt; 2.small packet;

Kapalepale January;

kapamba\a- spleen (organ in abdomen);

kapande\a- ostrich;

kapangidwe ka chinthu 1.invention; 2.contrivance; 3.creation;

kapangidwe ka malamulo 1.the making of laws; 2.legislation; bungwe lopanga malamulo = legislative council;

kapangidwe ka nthaka geology;

kapangidwe kamkaka mmawere lactation;

-kape 1.-be foolish; 2.-be stupid; expression: undiyesa kape (lit.: you take me for a strainer) = you take me for a drooling fool;

kape\a- 1.basket for the final stage of making beer, i.e. the filtering; 2.foolish person; 3. strainer;

kapena 1.or; 2.perhaps; 3.may be; 4.perchance; 5.neither; bamboyu siwolemera kapenanso siwosauka = the man is neither rich nor poor;

kapeni\a- blade of maize;

kapepala koperekedwa hand out;

kaperekedwe 1.distribution; 2.spread; 3.giving out; 4.sharing;

kapereweredwe 1.shortfall; 2.shortage;

kapesedwe katsitsi hairstyle; ndikusilira kapesedwe ka tsitsi lako = I admire your hairstyle;

kapewedwe 1.avoidance; 2.prevention; 3.evasion;

kapezedwe ka yankho 1.solution; 2.answer to a problem;

kapezi 1.scarlet colour; 2.red colour;

kaphachoka 1.piece work; 2.casual work;

kaphazi lambzi 1.mobile person; 2.unsettled person;

kaphera choka 1.piece work; 2.casual work;

kaphikaphula\a- 1.hectic activity; 2.industrious wife;

kaphilikaniro\timapilikaniro small ear;

kaphiri kakang'ono 1.very small mountain; 2.hillock; 3.knoll;

kaphulemiyala\a- 1.servant; 2.attendant; 3.slave;

kaphwekedwe 1.simplicity; 2.clearness; 3.easiness;

kapichi\a- door post;

kapilikoni\a- 1.double tongued person (lit.: people below the Great Tropic of Capricorn); 2.traitor; 3.betrayer; 4.rebel; 5.scout; 6.crook;

kapilimwana clitoris;

kapilo kogwadira mtchalitchi 1. small pillow for kneeling on in the church; 2.hassock;

kapimbi\a- door post;

kapinga creeping grass;

kapiripiri kind of pepper which is usually very hot;

kapitawo wa dibi veterinarian;

kapitawo\a- (chiPwitikizi) 1.guard; ndamuona kapitawo wa nkhalango = I have seen a forest guard; 2.watchman; 3.captain; 4.supervisor; 5.overseer; 6.foreman; 7.infertile man;

kapitidwe 1.departure; 2.leaving; 3.deviation;

kapitolosi feelers of catfish;

-kapiza 1.-water; 2.-splash; 3.-sprinkle; 4.-spray water;

kapolo\a- 1.slave; 2.bondservant; 3.attendant; 4.servant;

kapombo\a- float; ndikuona kapombo wophera nsomba = I see a fishing float;

kapombodza\a- person (aged);

kapompho\a- axe; kapompho wanga wathyoka = my axe is broken;

kapsakaphula\a- 1.hectic activity; 2.industrious wife;

-kapsala 1.-be subtle; 2.-be disloyal;

kapsala\a- 1.deceiver; akapsala sangachite zinthu pamodzi = deceivers cannot run a business together; 2.crook; 3.robber;

kapu\ma- (chiNgerezi) cup; kapu yomwe muli khofi = a cup in which there is coffee;

kapumidwe 1.breathing; kapumidwe kovuta = difficult breathing; 2.behaviour; kapumidwe kake nkodabwitsa = his behaviour is awkward;

kapunda\a- (chiTonga) conqueror;

kapungulidwe downpour of water;

-kapunthabuye 1.-be poor; 2.-be miserable;

kapusi\- (chiNgerezi) cap; ali ndi kapusi yoyera = he has a white cap;

kapusi\tiapusi kitten; wagula kapusi kakuda = he has bought a black kitten;

kapwayi\a- 1.gadfly; 2.biting fly of cattle;

kapwi\ma- 1.small red bead; 2.sleeping sickness;

karate (chiJapan) karate; mamenyedwe a manja ndi miyendo = fighting with hands and legs;

karibu (chiSwahili) welcome; karibu chakudya = you are welcome to dine with me;

karma (chiSanskrit) karma (Buddhism/ Hinduism); ndi mwai wochera ku zochita za munthu = it is the fortune that comes to the situation of a person;

kasalalidwe/ kasalazidwe 1.smoothness; 2.softness;

kasamalidwe 1.conservation; kasamalidwe ka chilengedwe = the conservation of nature; 2.management; 3.stewardship; kasamalidwe ka za chilengedwe = stewardship of the environment;

kasamalidwe ka mbewu 1.crop management; 2.crop husbandry;

kasamalidwe ka ndiwo za masamba ndi zipatso 1.vegetable and fruit management; 2.horticulture;

kasamalidwe ka nkhalango forestry management;

kasamalidwe ka nsomba 1.fish management; 2.aquaculture;

kasamalidwe ka ziweto 1.livestock management; 2.animal husbandry; 3.animal keeping;

kasambala\a- 1.calf; 2.young cow;

kasambwe\a- 1.viper; 2.adder;

kasanda 1.sore-throat; 2.ulcer;

kasanga 1.sore-throat; 2.ulcer;

kasanu five times;

kasaula 1.advance; 2.encouragement;

kasawala\a- young chambo fish;

kasenye\a- 1.small buck; 2.antelope;

kasese\a- 1.bicycle; 2.push bike; 3.antelope;

-kasha 1.-pour; 2.-mix; kasha madzi ndi ufa = mix water and flour; 3.-combine; 4.-exaggerate;

kashole\a- 1.arsonist (person who sets fire to the

dead wood, thus taking away the bush so that
others can travel or cultivate the soil);
2.incendiary; 3.fire raiser; 4.confusionist; 5.person
who causes enmity in a community; 6.spy;
kashusha\a- (chiTumbuka) bat;
kasingapoto eye-lid disease;
kasinje\a- 1.needle; 2.obelisk;
-kasinthasintha split personality; ali
wakasinthasintha = he is a splitting personality;
kasipa 1.elephantiasis; 2.eating maize porridge
(nsima) without relish;
kasitomala wa mu sitolo 1.patron; 2.regular
customer;
kasiyanitsidwe 1.disconnection; 2.differentiation;
3.separation;
kaso 1.curiosity; 2.interest; 3.admiration;
4.entertainment; 5.selfishness;
kasokedwe ka zovala 1.sewing clothes; 2.fashion;
3.style;
kasolowondo\a- ankle;
kasonda\a- float;
kasoze\a- 1.spy; 2.investigator (police);
3.intelligence agent (military);
kasozi\a- sentinel (kind of monkey);
kasukusuku\a- 1.elbow; 2.elbow joint;
-kasula 1.-unthatch; 2.-break roof;
-kasula ndi mphepo -blow away (of roof);
kasumbu\a calf; ndili ndi kasumbu kamodzi = I
have one calf;
kasupe wa madzi otentha 1.hotspring; 2.geyser;
kasupe\a- 1.fountain; 2.fount; 3.spring of water;
4.stream;
-kata (chiTumbuka) 1.-abate (of rain); 2.-assuage;
3.-cease; ndidikira mvula ikate = I will wait for the
rains to cease; 4.-stop (of rain); mvula yangokata
pang'ono = the rain has stopped for a moment; 5.-
pause;
-kataka 1.capacious; 2.roomy;
katakwe\a- 1.clever person; 2.wise person;
-katamuka 1.-have money; 2.-gain wealth
suddenly; 3.-become a bit rich; expression: lero
ndakatamuka (lit.: today I have ceased falling like
rain) = I have got some assistance/ relief in form of
money;
-katamutsa -give money to;
katanga\a- basket;
katangale 1.acting under the counter; 2.corruption;
amachita katangale = he commits corruption;
proverb: mlandu sugula ndi chipanda cha mowa
(lit.: you don't buy a case with a calabash of beer)
= corruption does not help in the end; 3.secret
deal; 4.theft;
katangu 1.already; 2.short time ago;
katapira 1.advance; 2.usury;

-katapira 1.-borrow money at excessive interest; 2.-
advance;
-katapita kanthawi by-and-by;
-katapita kanyengo by and by;
katatu 1.thrice; wabwera katatu = he has reported
thrice; 2.three times;
katawa\a- kind of bird;
katawala ladder; ndikwera katawala = I will climb
a ladder;
katchalitchi\a- sexton; katchalitchi anayeretsa
mtchalitchi = the sexton cleaned the church;
katchipidwe 1.simplicity; 2.affordability in price;
katchuliwe ka liwu 1.accent; 2.pronunciation;
katchulidwe koipa = bad pronunciation; 3.sound;
katekisima\ma- catechism; Katekisma wa
Heidelberg ndi buku la mafunso ndi mayankho
ofotokozera Baibulo lolembedwa ndi Ursinus ndi
Olevianus ku mzinda wa Heidelberg,
losindikizidwa m'chaka cha 1563 = the Heidelberg
Catechism is a book of questions and answers
explaining the Bible, written by Ursinus and
Olevianus in the city of Heidelberg, printed in
1563;
katembelero 1.yoke; 2.bond;
katembero goods yoked on both sides of a
shoulder;
katemera 1.immunisation; katemera wa chimfine =
flu immunisation; katemera wa chifuwa pobaitsa =
flu immunisation; katemera wa ana ku matenda =
children's immunisation; katemera wa chikuku =
measles immunisation; katemera wa chikuku =
measle immunisation; katemera wa poliyo wochita
kumwa = oral polio vaccine; katemera wa
mkamwa = oral vaccine; 2.injection; 3.vaccination;
katemera wa matenda inoculation;
katemo\a- axe;
katengo 1.magic; 2.charms;
kateya (chiNgerezi) long jacket;
kathamangidwe 1.rate; 2.speed;
kathamangidwe ka magazi blood pressure;
kathawidwe 1.escapism; 2.eludism;
kathinyindi\a- very small bean;
kathithi 1.compact; 2.compactness; 3.density;
kunali kathithi wa nkhungu m'bandakucha = there
was a density of fog early in the morning;
kathumba 1.sachet; 2.small bag; 3.small packet;
kathwedwe sharpness;
kathyali\a- 1.disloyal person; 2.crook; 3.unfaithful
person;
kati? which?; kabwino nkati = which one is good?;
katibu (chiSwahili) secretary; katibu akulemba
kalata = the secretary is writing a letter;
kati-kati 1.semi; 2.half;
katondo clay (red in colour);

katoti ka chitsulo 1.small iron drinking vessel; 2.pannikin;

katsabola chicken pox;

katsamira mkono dead person;

katsanyulidwe 1.downpour of water; 2.decanting;

katsikidwe ka malo 1.descent; 2.steepness;

katsotsoka millet;

katswiri pa matenda a m'thupi internist;

katswiri pa zisudzo best actor;

katswiri wa malamulo 1.lawyer; 2.jurist;

katswi ri wa ndale 1.statesman; 2.specialist in politics;

katswiri wa phunziro specialist in education;

katswiri\a- 1.expert; 2.specialist; adali katswiri pa ndale = he was a specialist in politics; 3.skilled worker; 4.champion; 5.grandmaster; 6.hero; katswiri wa mpira = football hero;

katu! (-li k.) 1.-cease; 2.-stop;

-katuka 1.-cease; 2.-come to an end;

katulutulu\a- 1.infection at the fingernail; 2.whitlow;

-katumba -be muscular;

katumba\a- muscle;

katumbu\a- 1.seal; akatumbu amakhala ku madzi = seals live in water; 2.otter; katumbu amadya nsomba = the otter lives on fish; 3.badger; 4.calf;

katumbudza\a- kind of dove;

katundu amene alipo stock (n); ali ndi katundu wa zakudya = he has stocks of food;

katundu olowa m'dziko imported goods;

katundu operekedwa kwa anamfedwa inheritance;

katundu wa masiye inherited goods;

katundu wa ofedwa inherited goods;

katundu wa pa ulendo 1.travelling equipment; 2.impedimenta;

katundu wa panjira 1.travelling equipment; 2.impedimenta;

katundu wakunja imported goods;

katundu woitanitsa kunja imported goods;

katundu womangira building material;

katundu wosavuta kugulitsidwa goods easy to sell;

katundu wosiyidwa 1.inherited goods; 2.estate;

katundu\a- 1.luggage; katundu wathu = our luggage; anakweza katundu pa basi = he put the luggage on the bus; 2.baggage; 3.goods; 4.belongings; uyu ndi katundu wanga = these are my belongings; 5.chattels; 6.load; expression: amene uja ndi katundu (lit.: he is such a load) = he is an able person; 7.someone powerful; 8.burden; 9.kind of dove;

-kaula 1.-bark a tree; 2.-break bark off a tree;

-kaula 1.-remove skin; 2.-bark a tree;

kauli shaft of an arrow;

kaumbidwe ka chinthu 1.shape; 2.model;

kaundula 1.population; kaundula wa mzinda wathu = the population of our city; 2. list of names; kaundula wa makamp ani = list of firms; 3.census;

kaunjika heap/ pile of second hand clothes on the market; amagulitsa kaunjika mu msika = they sell second hand clothes at the market; kaunjika ndi wofunika = second hand things are important;

kauuzi\a- sentinel (kind of monkey);

kavalatsense\a- 1.one who enters buildings to steal; 2.burglar;

kavalidwe 1.mode of dress; 2.gear;

kavalidwe ka makono modern dress;

kavalidwe mu nthawi yake 1.fashion; 2.style;

kavalo\a- (chiltale) 1.donkey; 2.horse; 3.chariot;

-kaviike luzi 1.-be needy; 2.-be poor; 3.-be a slave;

kavotedwe 1.voting; 2.election; 3.casting votes;

kavuwa (chiTumbuka) prayer hut;

-kawa 1.-bewitch; anamukawa ndani? = who bewitched him?; 2.-steal magically;

kawerengedwe ka chuma accountability;

kawerengedwe ka ndalama accountability;

kawerengedwe ka zinthu determination;

kawerengetseredwe degree;

kaweruzidwe ka Mpingo ecclesiastical discipline;

kawinga shaft of an arrow;

kawiri 1.twice; 2.double; kulipira kawiri = double pay;

kawiri ndi kawiri again and again;

kawirikawiri 1.often; kawirikawiri ndimapita ndi njinga = I often go by bicycle; 2.continually; 3.repeatedly; 4.frequently; 5.mainly; 6.always; 7.usually; kawirikawiri ndimaweruka ku ntchito 4 koloko madzulo = I usually knock off at 4 pm from work; 8.regularly; 9.habitually;

kawirinso 1.again; 2.once more; 3.for the second time;

kawodzera sleeping sickness;

kawolokedwe crossing; kawolokedwe ka pamsewu = pedestrians' crossing;

kawundula 1.list of names owned by traditional chief; 2.stock book;

kaya 1.may be; 2.word expressing doubt or a question; kaya zindithera bwanji = I don't know how it will end for me; 3.I do not know; 4.whether; ndale zimakhudza aliyense, kaya tikufuna kaya sitikufuna = politics concens everybody whether we want it or not; 5.or;

kaya ... kapena ... either ... or ...; kaya Mary kapena Jane = either Mary or Jane;

kaya ... kaya either ... or;

kayak (chiEskimo) kayak; ndi kabwato ka ma Eskimo = it is a little boat of the Eskimos;

kayandeyande 1.alga; 2.water plants;
kayang'aniridwe 1.administration; 2.supervision; 3.management;
kayang'aniridwe ka ndende penology;
kayang'aniridwe ka pa ntchito supervision;
kayankhulidwe 1.speech; 2.locution; 3.pronunciation;
kaye first (adv.); anakhala kaye chete = first he was silent;
kayedwe 1.depth; 2.deepness;
kayendedwe 1.circulation; kayendedwe ka magazi m'thupi = circulatory system of blood; kuyenda kwa madzi, magazi, ndi mpweya m'thupi = circulation; 2.deportment; 3.mobility;
kayendetsedwe 1.driving; 2.urging;
kayendetsedwe ka chuma 1.budget; 2.financial statement;
kayendetsedwe ka malonda 1.management; 2.business administration;
kayendetsedwe ka thupi locomotive system (medical);
kayendetsedwe ka zinthu 1.system; 2.order; 3.protocol; 4.logistics;
kayera\a- 1.haricot; 2.French bean;
kayeretsedwe ka khutu ear cleaning;
kayesedwe test; kayesedwe ka mmene munthu akumvera = acuity auditory test; kayesedwe ka mmene munthu akuyang'anira = acuity of vision test; kayesedwe ka maonedwe a munthu = acuity of vision test; chipepala chothandizira kupima mphamvu ya maso kapena kaonedwe usanalandire mandala = paper that helps to measure the eyes or the eyesight before you get spectacles;
-kayika 1.doubt; ndikukayika ngati ndibwere = I doubt whether I will come; ndizokayikitsa kwambiri = it is very doubtful; Thomasi adakayika kuti Yesu adauka = Thomas doubted whether Jesus had risen; 2.mistrust; anali kukayika = he had mistrust; 3.-be uncertain; 4.-be unsure; 5.-be doubtful; 6.-hesitate; 7.-stammer; 8.-demure;
-kayikakayika 1.-doubt; 2.-disbelieve; 3.-be unsure; 4.-be dubious;
-kayikira 1.-doubt; 2.-be uncertain; 3.-be iffy; khalidwe lokayikitsa = iffy behaviour; 4.-mistrust; 5.-be suspicious; ndiri kumukayikira = I am suspicious of her;
-kayikira makhalidwe a wina 1.-have no confidence in someone; 2.-impugn;
-kayikira ubwino wa wina 1.-have no confidence in someone; 2.-impugn;
-kayikira wina kulakwa -impeach; anakayikira chikhalidwe chake = she impeached his character;
-kayikitsa 1.-cause doubt; 2.-be suspicious; munthu wokayikitsa = a suspicious person; 3.-be doubtful;

khalidwe lokayikitsa = doubtful behaviour; 4.-be questionable; ulemu wokayikitsa = questionable politeness; 5.-be objectionable; munthu wokayikitsa = an objectionable person;
kayimbi\a- cucumber; ndagula kayimbi = I have bought a cucumber;
kayimidwe ka thupi bodily posture;
kayimiridwe 1.attitude; 2.posture;
kayowozi 1.vibration; 2.oscillation;
kazamidwe 1.depth; 2.deepness;
kazembe\a- 1.diplomat; 2.ambassador; 3.respresentative; 4.high commissioner; 5.commander;
-kazi female (adj); chisoti cha akazi = a female hat; mbuzi zazikazi = female goats; chinamwali cha akazi = female initiation; chikwama chachikazi = female handbag;
kazi (chiSwahili) 1.work; 2.job;
kazima moto 1.fire extinguisher; 2.miniskirt;
-kazinga 1.-fry; mtedza wophika ndi wokazinga = boiled and fried groundnuts; 2.-roast; 3.-bake; 4.-fail to teach; aphunzitsi ambiri amakazinga ana = many teachers fail to teach properly; 5.-destroy the dynasty; 6.-cheat;
-kazipsera 1.-be scabby; 2.-have many marks of healed wounds;
kazitape\a- 1.double tongued person; 2.spy; expression: kazitape (lit.: go and take it from there) = fault-finding in somebody else's words so that one can report it somewhere; 3.newsmonger; 4.journalist; 5.reporter; 6.detective; 7.gossip;8.tale bearer; 9.liar;
kazonde\a- spy;
-kazuka 1.-be dry in the throat; 2.-be uprooted;
kazukuta ritual dance;
kazunidwe sweetness;
-ke suffix preceded by subject concord + a, thus forming the possessive pronoun of the third person singular; agalu ake = his/ her dogs; nyumba yake = his/her house;
keke wamng'ono wozungulira 1.small round cake; 2.bun;
keke\ma- (chiNgerezi) 1.cake; 2.macaroon;
kena another (with singular nouns of the ka-ti class); kabuku kena = another booklet;
kena kake something else;
kenaka thereafter;
kenakaja the other one;
kenakena something very different;
kenako thereafter; kenako ndinangoona akufika = thereafter I saw him coming;
kenanso 1.also; 2.additional item;
kenikeni 1.real (with singular nouns of the ka-ti class); kabuku kenikeni = the real booklet; 2.true;

3.good;

Kenya 1.Kenya; limodzi mwa maiko opezeka kummawa kwa Afirika = one of the countries found in East Africa; 2.yellow maize;

kereti\ma- (chiNgerezi) crate; ndidagula makereti 40 a za kumwa = I bought 40 crates of drinks;

kerubu\a- cherub;

kesha kind of tree;

kesi\ma- (chiNgerezi) 1.case; 2.crate;

-kesya -masturbate;

kesya\- herbal plant to cure several diseases;

ketulo\ma- kettle; ali ndi ketulo yaikulu = he has a big kettle;

keyala\ma- 1.address; keyala yanu = your address; adawapempha iwo kuti atumize makeyala awo = they were asked to send their addresses; 2.army;

-kha 1.alone; 2.only; ine ndekha = only me; iye yekha = only she/ he; inu nokha = only you; iye yekha amapita = only she goes; pamalo pokha = the only place; sizokhazotu = it's not only that; 3.self/ selves; (reflexive verbial suffix); tipita tokha = we will go ourselves; ndekha = I alone; wekha/ nokha = you alone; he/ she alone = yekha; we alone = tokha; they alone = wokha; 4.-discharge; bala linakha = the wound was discharging; 5.-drip; magazi akukha = the blood is dripping; 6.-fall;

-kha dobvu 1.-beslaver; 2.-slaver as a child; 3.-salivate; 4.-dribble;

-kha madzi 1.-damp little; 2.-leak (in case of a bucket);

kha! 1.crack (of a whip); 2.sound of chopping;

-khabwi -wave;

khabwi\ma- clinker;

khadaba\makadaba nail on finger;

khadabo la pusi cat's paw;

khadabo\makadabo 1.finger nail; 2.claw (of a bird);

-khadabula -remove foreign body with finger nails;

-khadira -lick;

khadiri albino;

-khadula 1.-scratch; 2.-stroke;

-khadza 1.-prune; ndamuwuza akhadze nthambi ya mtengo = I have told him to prune the branch of a tree; 2.-hit vigorously;

-khadzuka 1.-be torn; 2.-be removed from (of branch of tree);

-khadzula 1.-break short (e.g. of earthenware); 2.-break off; 3.-split; expression: wanena mokhadzula (lit.: he has spoken in a splitting way) = speak in an impudent way/ disrespectfully; 4.-dismember; 5.-tear apart; 6.-cut;

-khadzulidwa 1.-be torn; 2.-be beaten without mercy;

-khafuka -spark;

-khakha -play football;

khakhakha\a- 1.wild cat; 2.stupid person; expression: iwe ndiwe khakhakha (lit.: you are a wild cat) = you are foolish/ stupid/ dull;

-khakhala -coarsen;

-khakhamuka -crack (as a pot in cooking);

-khakhamula -be extreme;

-khakhatha -brew;

-khakhikhakhi brown;

khako\a- snake;

khako\ma- rafter;

-khala 1.-be; ndidzakhalapo = I'll be there; expression: zonse zili mmene zikakhalire (lit.: everything is how it is going to be) = everything is ready; ndidzakhalamo = I will be in there; adzakhalapo = he will be there; tidzakhalako = we will be there; expression: uyu ndi mkhalakale (lit.: this is somebody who has been here for a very long time) = he is an old-timer; 2.-become; ndidzakhala mphunzitsi = I will become a teacher; 3.-stay; 4.-remain; 5.-live; mumakhala kuti? = where do you live?; 6.-dwell; dziko lapansi ndi onse okhalamo = the world and all those who dwell there in; 7.-behave; kukhala ngati mwana = behaving like a child; 8.-take seat; take a seat = khala pa mpando;

-khala a mtudzu -be rude;

-khala balalabalala 1.-be not in order; 2.-be scattered;

-khala bambo 1.-beget; 2.-father the young;

-khala banike -suffocate; expression: anangokhala banike (lit.: he remained suffocated) = had nothing to say/ comment about the issue;

-khala bata 1.-be quiet; 2.-be calm; 3.-remain silent;

-khala bi 1.-be dirty; 2.-be untidy; 3.-be embarrasing;

-khala biriwiri 1.-be greenish; 2.-be smart;

-khala buno 1.-be naked; 2.-be unclothed;

-khala bwamuswe 1.-be unclothed; 2.-be naked;

-khala bwana 1.-be a boss; 2.-be a supervisor;

-khala bwinja 1.-be deserted; 2.-be dilapidated; 3.-be a ruin;

-khala bwino 1-be good; 2.-be fit; 3.-sit properly; 4.-suit; chisoti chikukukhala bwino = the hat suits you; 5.-get better; 6.-ameliorate;

-khala bwino kwambiri 1.-be beautiful; 2.-be decent;

-khala chabe 1.-be a cipher; 2.-be of no consequence; 3.-be penniless; 4.-be empty handed;

-khala chagada -look up;

-khala chapafupi -sit closer;

-khala chapatali -sit a bit far;

-khala chenjezo 1.-foreshow; 2.-portend;
-khala chete 1.-be silent; 2.-keep mum; 3.-hush; 4.-be calm; 5.-be quiet;
-khala cheucheu 1.-be unstable; 2.-be restless;
-khala chibadwire 1.-be unclothed; 2.-be naked;
-khala chigonere 1.-be bedridden; 2.-fall sick;
-khala chikomokere -be unconscious; anakomoka = she was unconscious; kudzidzimuka/kutsitsimuka = regaining consciousness;
-khala chikondwere -remain happy;
-khala chikwangwani cholozera 1.-denote; 2.-signal; 3.-be sign post;
-khala chiliri -be stand still;
-khala chimodzi 1.-be unified; 2.-be united; 3.-be one; 4.-be alone;
-khala chimwana -be childish;
-khala chinunu 1.-be quiet; 2.-be silent; 3.-be calm;
-khala chipani chako -defect;
-khala chipwirikiti -be disorganised;
-khala chiwiri -be polygamous;
-khala chiyambire -be since the beginning;
-khala chizungu -be like the English;
-khala chofewa ndi madzi 1.-macerate; 2.-be soaked;
-khala chogona -be bedridden;
-khala chokala -be uncombed;
-khala chomwecho 1.-be uninterrupted; 2.-be unmoved; 3.-be stable; 4.-be firm;
-khala choncho 1.-be unmoved; 2.-sit like that;
-khala du 1.-be silent; 2.-be quiet; 3.-be calm;
-khala gojo 1.-be infertile (of a male); 2.-be unproductive; ngati wodwala salandira mankhwala msanga akhoza kukhala gojo = if the sick person does not get medicine in time he can become unproductive;
-khala gone -be asleep;
-khala jega 1.-be silent; anakhala jega atamva nkhani ya chisoni = they were silent when they heard the sorrowful news; 2.-be stranded; 3.-be in dilemma;
-khala kakasi 1.-be in despair; 2.-be helpless; 3.-be stranded; 4.-be confused;
-khala khuma -be silent because of feeling unhappy;
-khala khwakhwakhwa 1.-be nought; iye ali khwakhwakhwa mthumba = he has nought in his pocket; 2.-be none;
-khala kopingasa 1.-have difficulties; 2.-lay across;
-khala kowinduka -be clouded;
-khala ku nthawi za nthawi 1.-be eternal; 2.-be everlasting;
-khala ku nthawi zonse 1.-be everlasting; 2.-be forever; 3.-be ad infinitum;

-khala ku nthawi zosatha 1.-be everlasting; 2.-be forever; 3.-be ad infinitum;
-khala kumtunda 1.-stay uphill; 2.-be in top position at work;
-khala kumusi -stay downwards;
-khala kumwezi -be in menstruation period;
-khala kunsi 1.-be under; 2.-submerge;
-khala kutali -stay away;
-khala kuthandiza ena -be benevolent;
-khala kutulo -be asleep; Jane amayankhula kutulo = Jane was speaking whilst asleep;
-khala kwachifunga -be foggy;
-khala kwina -stay somewhere;
khala lamoto burning charcoal;
-khala limodzi 1.-be one; 2.-be united; 3.-be unified;
-khala limodzi osakwatirana -cohabit;
-khala lungalunga -be unblemished;
-khala m'maganizo 1.-be in thoughts; 2.-be obsessed;
-khala m'maso 1.-be vigilant; 2.-be alert; 3.-beware;
-khala m'mbali mwa nyanja coastal; mzinda wa m'mbali mwa nyanja = a coastal city;
-khala m'mimba -be unborn; khanda losabdwa linampweteka iye kwambiri = the unborn baby caused her much pain;
-khala m'mitala -be polygamous;
-khala m'modzi 1.-accord; 2.-be unified; 3.-be united; 4.-remain one;
-khala m'tulo 1.-be asleep; 2.-be foolish; 3.-be ignorant; 4.-be innocent;
-khala maganizo ali kwina 1.-be absent-minded; anawombedwa ndi galimoto chifukwa amawoloka msewu maganizo ali kwina = she was hit by a car because she was crossing the road while absent-minded; 2.-be forgetful; 3.-be oblivious; 4.-be unconscious;
-khala maliseche 1.-be naked; 2.-be unclothed;
-khala malo amodzi 1.-be together; 2.-stay together; 3.-mate; 4.-do sexual intercourse;
-khala maso 1.-be alert; 2.-be awake; 3.-rise;
-khala mbali ya 1.-affiliate; 2.-support; 3.-become member;
-khala mbambande 1.-be pretty; 2.-be superb;
-khala mbee 1.-be white; 2.-be clear;
-khala mbiyang'ambe -be a drunkard;
-khala mbulanda 1.-be naked; 2.-be unclothed;
-khala mbwe 1.-be scattered; 2.-be dotted; 3.-be spickled;
-khala mdziko la eni 1.-migrate; aKhristu ambiri anakakhala ku maiko otsika = many Christians migrated to the Netherlands; 2.-be a refugee;
-khala mkati 1.-be in progress; nyimbo zili mkati =

the songs are in progress; anagwa pansi pamene
madyerero anali mkati = pamene madyerero
analikitika, anagwa pansi = pochita madyerero,
anagwa pansi = he fell down while the celebration
was in progress; ngozi inachitika ulendo uli mkati
= while the journey was in progress an accident
happened; kukondwa kuli mkati = the gladness is
in progress; 2.-stay inside;
-khala mkati mwa i.-be immersed; 2.-be inside of;
-khala mkunja 1.-be unchurched; 2.-be unchristian;
3.-be a pagan;
-khala mlowadzina 1.-become heir; 2.-become
successor; 3.-be a pronoun;
-khala mnyumba -stay indoor;
-khala modandaula -be miserable;
-khala moganizira -be considerate;
-khala mokhwinyata -be shrunk;
-khala mokondwa kwamb!ri 1.-be overjoyed; 2.-
be in ecstasy; 3.-be over happy;
-khala mokwiya -be angry;
-khala mopanda chilolezo 1.-squat; 2.-be illegal
resident;
-khala mopanikizika 1.-be jampacked; 2.-sit
uncomfortably;
-khala mosadandaula 1.-be blithe; 2.-be happy; 3.-
be carefree;
-khala mosamala -be careful;
-khala mosasamala 1.-be careless; 2.-vandalise;
-khala motambalala -be dejected;
-khala motambasuka -relax;
-khala motsamira chinthu 1.-lean against; 2.-
lounge;
-khala movutika 1.-have problems; 2.-be under
panic;
-khala mozunzika ndi zina 1.-be uncomfortable;
2.-be troubled;
-khala mu thupi la munthu -be incarnate;
-khala mumtunda 1.-be ashore; 2.-stay uphill;
-khala munzere 1.-be in line; 2.-be straight;
-khala mutu 1.-be first; 2.-be head of organisation;
-khala muyaya 1.-be immortal; 2.-be infinite;
-khala mvula zakale 1.-be old and experienced; 2.-
be aged;
-khala mwachilengedwe 1.-be natural; 2.-be
indigenous;
-khala mwamanyazi -be shy;
-khala mwaulesi -be lazy;
-khala mya 1.-be perfect; 2.-be dead level;
-khala myendanjira -be a prostitute (lit.: -be too
much on the move);
-khala nakanaka 1.-be dirty; 2.-be filthy;
-khala nawo 1.-attend; ndidzakhala nawo pa
msonkhanopo = I'll attend the meeting; 2.-be
present; 3.-participate; 4.-stay with someone;

-khala nazo 1.-store; 2.-have stock; 3.-possess;
-khala nazo ntchito 1.-mind something; 2.-be
concerned; 3.-have work to be done;
-khala ndee -fill; madzi ali ndee mu mtsuko = the
water has filled up the water pot;
-khala ndi 1.-stay with; 2.-have; adzakhala ndi
galimoto = he will have a car; 3.-possess; ali ndi
mabuku ambiri = they possess many books; alibe
mabuku = they do not possess books; 4.-abide
with; 5.-cleave to; 6.-abide by one;
-khala ndi chaka -have a year;
-khala ndi chakudya -have food;
-khala ndi chamba -possess Indian hemp;
-khala ndi changu 1.-be quick; 2.-be fast;
-khala ndi chibwibwi -stammer;
-khala ndi chidwi 1.-be interested; ali ndi chidwi
pa maphunziro = she is interested in education; 2.-
have an interest; 3.-be keen;
-khala ndi chidziwitso -have awareness;
-khala ndi chifuyo -have domestic animal;
-khala ndi chikho -have a cup;
-khala ndi chikhumbokhumbo 1.-hanker; 2.-have
a desire;
-khala ndi chikuni -have a stump;
-khala ndi chilakolako 1.-be desirous; 2.-be lustful;
-khala ndi chilema 1.-be defective; 2.-be deformed;
3.-be misshapen; 4.-be crippled;
-khala ndi chilendo 1.-be a stranger; 2.-be
unfamiliar;
-khala ndi chilimbikitso 1.-be courageous; 2.-be
brave;
-khala ndi chimanga -have maize;
-khala ndi chimwemwe 1.-be happy; 2.-be pleased;
3.-rejoice; 4.-enthuse; 5.-excite;
-khala ndi chinfine -have influenza;
-khala ndi chinsinsi 1.-be cryptic; 2.-be
confidential;
-khala ndi chinthu 1.-have a thing; 2.-obtain; 3.-
have an object; 4.-own; ali ndi galimoto = he owns
a car;
-khala ndi chipembedzo -profess;
-khala ndi chiphona -sit with a giant;
-khala ndi chiphwando 1.-make a great feast; 2.-
throw a party; 3.-organise a banquet;
-khala ndi chipongwe 1.-be impudent; 2.-be rude;
-khala ndi chipwenene -have mark of dry saliva on
a dimple when waking up;
-khala ndi chisomo 1.-have grace; 2.-be agreeable;
-khala ndi chitetezo cha m'thupi -be immune;
-khala ndi chithumwa -possess small pillow like
sachet for charm;
-khala ndi chithunzithunzi 1.-visualise; ngakhale
adafotokoza ndinalibe chithunzithunzi cha malowo
= though he described the place, I could not

visualise it properly; 2.-foresee; 3.-forecast;
-khala ndi chiwanda -be demonic;
-khala ndi chizungulire -feel dizzy;
-khala ndi chochita 1.-have something to do; 2.-be
active;
-khala ndi chofuna 1.-have a need; 2.-be needy; 3.-
have a desire;
-khala ndi chofunda 1.-have a cover; sungagone
opanda chofunda = you cannot sleep without a
cover; 2.-have a blanket;
-khala ndi chokoma -have something good;
-khala ndi chola -have a bag;
-khala ndi cholimba -have a strong thing;
-khala ndi cholinga cholangiza -be didactical;
-khala ndi cholinga chophunzitsa -be didactical;
the Psalms are didactical = Masalmo ndi opereka
chiphunzitso;
-khala ndi chonde -be fertile;
-khala ndi chowonongeka -be defective;
-khala ndi chuma 1.-be affluent; 2.-be rich;
-khala ndi dzikwidziwi -be courageous;
-khala ndi dzitho -be chubby;
-khala ndi fungo lonunkha 1.-be malodorous; 2.-
be smelling badly;
-khala ndi ganizo lofowoka -be imbecile;
-khala ndi imvi 1.-be grey haired; 2.-be grizzled;
-khala ndi khama 1.-be courageous; 2.-be hard
working; 3.-have zeal;
-khala ndi khokhokho 1.-cough unceasingly; 2.-be
numerous; 3.-be plenty;
-khala ndi liuma 1.-be unadvisable; 2.-be stubborn;
3.-be disobedient;
-khala ndi liute -be malnourished; expression:
iyeyu ali ndi liute (lit.: he is malnourished) = he is
foolish;
-khala ndi liwiro -be fast; expression: mtsikanayu
ndi waliwiro (lit.: this girl is a fast runner) = she is
a prostitute;
-khala ndi luntha 1.-be able; 2.-be intelligent; 3.-be
clever;
-khala ndi luso 1.-be able; 2.-be skilled; 3.-be
talented;
-khala ndi luso lochuluka 1.-be ace; 2.-be multi-
talented;
-khala ndi mabomu -suffer from gonorrhoea;
-khala ndi mabuzi -have pubic hair;
-khala ndi maganizo 1.-have thoughts; 2.-intend;
-khala ndi maganizo otsutsana 1.-be ambivalent;
2.-be advocative;
-khala ndi magawagawa -be HIV/AIDS infected;
-khala ndi makhalidwe 1.-have good manners; 2.-
behave; 3.-have good character;
-khala ndi makhalidwe a uchitsiru 1.-behave as a
jackass; ena amakhala ndi makhalidwe a uchitsiru

akamwa mowa = some behave as a jackass when
they are drunk; 2.-behave foolishly;
-khala ndi makhalidwe oipa 1.-have bad character;
2.-misbehave; anamuchotsa chifukwa cha
makhalidwe oipa = he was suspended due to
misbehaviour; 3.-be uncouth; 4.-be cruel;
-khala ndi makhalidwe okondedwa 1.-have
pleasant character; 2.-have good manners; 3.-be
likable; 4.-be friendly;
-khala ndi makhalidwe osangalatsa 1.-have an
agreeable character; 2.-be likable;
-khala ndi malamulo a pamwamba -be high-
principled;
-khala ndi malekezero -be finite; maganizo ake ali
ndi malekezero = his thoughts are finite;
-khala ndi mano -grow teeth;
-khala ndi mantha 1.-quail; 2.-fear;
-khala ndi matekenya -be infected with jiggers;
-khala ndi matsagwidi -be attacked with mumps;
-khala ndi matukutuku 1.-be proud; 2.-be
boastful; 3.-be ambitious;
-khala ndi mavuto -have problems;
-khala ndi mawanga -have patches; nkhuku zili ndi
mawanga osiyanasiyana = hens have patches of
different colours;
-khala ndi mbali ziwiri 1.-be dual; 2.-be bilateral;
3.-be double sided;
-khala ndi mimba 1.-be pregnant; 2.-be expectant;
3.-be with child;
-khala ndi mlandu -be convicted;
-khala ndi moyo 1.-live; Mulungu akalola tikakhala
ndi moyo (Yakobo 4: 15) = if God allows we'll be
alive (James 4: 15); 2.-be alive; 3.-be healthy;
-khala ndi moyo wa mphamvu 1.-be in good
health; 2.-be lively;
-khala ndi mphamvu 1.-be strong; 2.-be energetic;
3.-be healthy;
-khala ndi mphwayi 1.-feel helpless; 2.-be lazy; 3.-
be reluctant;
-khala ndi msinkhu -have growth;
-khala ndi mtima umodzi 1.-concur; 2.-be united;
-khala ndi mtima wankhanza 1.-be hard hearted;
2.-be harsh;
-khala ndi muonjezi -be adverbial;
-khala ndi mwana 1.-give birth; 2.-father the
young; 3.-have a baby; 4.-stay with a child;
-khala ndi mwano 1.-be impudent; 2.-be rude;
-khala ndi mwayi 1.-be lucky; 2.-be fortunate;
-khala ndi ndalama zochepa 1-have little money;
2.-be impecunious;
-khala ndi ndalama zokwanira 1.-have enough
money; 2.-be solvent;
-khala ndi njala -be hungry;
-khala ndi njala kwambiri -be famished;

-khala ndi njala ya mwazi -be bloodthirsty;
-khala ndi nkhanza -be heartless;
-khala ndi nkhawa 1.-worry; nkhope yake inali ndi nkhawa pamene ndinamupeza = his face seemed worried when I found him; 2.-be worried; 3.-be depressed; 4.-be uneasy;
-khala ndi nkhwidzi -be cruel;
-khala ndi nsanje 1.-be jealous; ndi mayi wa nsanje = she is a jealous woman; 2.-be envious; chifukwa chiyani uli ndi nsanje? = why are you envious?;
-khala ndi nthawi -have time;
-khala ndi nzeru 1.-be wise; 2.-be profound; 3.-be bright; 4.-be intelligent;
-khala ndi nzeru zochepa -be imbecile; mnyamata wa nzeru zochepa = an imbecile boy;
-khala ndi pa thupi 1.-be with child; 2.-be pregnant;
-khala ndi pakati 1.-be pregnant; 2.-be with child;
-khala ndi phwete -have laughter;
-khala ndi tanthauzo lodziwika -denote;
-khala ndi thanzi 1.-be healthy; 2.-be strong; 3.-be energetic;
-khala ndi thope pang'ono 1.-be crazy; 2.-be batty;
-khala ndi thukuta have sweat;
-khala ndi tsoka 1.-be unfortunate; 2.-have problems; 3.-be ill-fated; uwu ndi ulendo watsoka = this is an ill-fated expedition; 4.-be ill-starred; 5.-be unlucky;
-khala ndi tulo 1.-feel dizzy; 2.-feel sleepy; 3.-feel drowsy; 4.-be stupid;
-khala ndi ubweya 1.-have fur; 2.-be hairy;
-khala ndi ufulu 1.-be free; 2.-be freed; 3.-feel well; 4.-be fine; 5.-be alright;
-khala ndi ulamuliro 1.-be predominant; 2.-be responsible;
-khala ndi ululu 1.-be bitter; 2.-have pain;
-khala ndi umbuli 1.-be ignorant; 2.-be unaware;
-khala ndi umphawi 1.-be destitute; 2.-be poverty stricken;
-khala ndi zochepa 1.-be shorthanded; 2.-have few;
-khala ndi zokuyenereza 1.-be competent; 2.-qualify; 3.-meet the requirements;
-khala ndi zosakwanira 1.-be deficient; 2.-have insufficient supply;
-khala ndi zotsatira pa zowonongeka 1.-be punished; 2.-impinge;
-khala ndi zovuta pobereka 1.-be in labour; 2.-be in travail;
-khala ndii! 1.-be strong; 2.-be heavy; gome liri ndii! = the table is very heavy;
-khala ndu -be piled up;
-khala ndwi 1.-be depressed; 2.-be furious;
-khala ngati mkazi 1.-be effeminate; 2.-be inactive;
-khala ngati munthu -be man-like; nyani wopanda

mchira ndi cholengedwa chokhala ngati munthu = an ape is a man-like creature;
-khala ngati odziwa 1.-be plausible; 2.-be clever;
-khala ngati ozindikira -be plausible;
-khala ngati wamangidwa pakhosi 1.-appear choked; 2.-have a lump (esp. in one's throat);
-khala nje -be quiet; konse kunali nje = it was all quiet;
-khala njoo! 1.-loll; 2.-stand still;
-khala nthawi imodzi -coexist;
-khala odzichepetsa -be humble;
-khala odzidalira -be confident;
-khala odzikundikira -be selfish;
-khala odzikuza 1.-be boastful; 2.-be proud; 3.-be pompous;
-khala odzisunga -refrain from sex;
-khala odzitama 1.-be proud; 2.-be confident;
-khala ofanana 1.-look like; 2.-be identical; 3.-be similar;
-khala ofatsa 1.-be innocent; 2.-be calm;
-khala ofooka 1.-be weak; 2.-be feeble;
-khala ofunikira -be important; Maria ndi msungwana ofunikira = Mary is an important girl;
-khala okonda masewera -be playful;
-khala omasuka -feel free; amakhala omasuka = they feel free;
-khala opambana 1.-be victorious; 2.-be successful;
-khala opanda chikumbumtima 1.-be forgetful; 2.-be oblivious;
-khala opanda cholakwa -be innocent;
-khala opanda kanthu 1.-be empty; 2.-have nothing;
-khala opata 1.-be prosperous; 2.-be rich; 3.-be better off;
-khala osapanga kanthu 1.-be idle; 2.-be empty handed;
-khala otuwa 1.-be dirty; 2.-be poor;
-khala owola -be rotten;
-khala owonadi 1.-be honest; 2.-be righteous;
-khala owonda 1.-be thin; 2.-be slim;
-khala oyamba kupanga chinthu -invent;
-khala pa chiyambi -be at the beginning;
-khala pa chiyanjano 1.-be in fellowship; 2.-have intercourse (general);
-khala pa malo -occupy;
-khala pa malo a eni -encroach;
-khala pa malo opanikizika -sandwich;
-khala pa mbalambanda -uncover;
-khala pa mzere 1.-walk in line; 2.-walk in a file;
-khala pa ubale 1.-be cognate; 2.-be in relationship;
-khala pachitsa -be sexless;
-khala pafupi 1.-be about to; ali pafupi kutsiriza

ntchito yake = he is about to finish his work; 2.-be near;

-khala pakhundu 1.-sit near to; 2.-be very near; 3.-be next;

-khala pamodzi 1.-be together; 2.-cohabit; 3.-convene;

-khala pamwamba 1.-be high; 2.-perch;

-khala pang'ono 1.-be few; 2.-be about to finish;

-khala pangozi -be in danger;

-khala panja -stay outside;

-khala pansi 1.-sit down; 2.-seat;

-khala patali m'chidwi -be aloof;

-khala patali m'maganizo 1.-be absent minded; 2.-be aloof;

-khala patikiti -work; ndimaganiza ali pa tikiti kwina = I thought she works somewhere;

-khala phe 1.-be silent; 2.-be quiet;

-khala phee 1.-keep mum; 2.-be dumbfounded;

-khala phwi 1.-stay idle; 2.-do not participate;

-khala polakwika -be faulty;

-khala poyambirira 1.-be first; 2.-be prior;

-khala psata 1.-unclothe; 2.-be naked;

-khala psyata 1.-be naked; 2.-be nude;

-khala pukulu -be helpless; iye anangoti pukulu pamene anawona mkango = she became helpless when she saw the lion;

-khala pwirikiti 1.-be not in order; 2.-be disorganised;

-khala tate 1.-beget; 2.-be father;

-khala tcheru 1.-be alert; uyenera kukhala tcheru = you have to be alert; 2.-be alerted (suddenly); 3.-be watchful; 4.-be awake; 5.-be eager; 6.-be observant; 7.-be attentive; 8.-be vigilant; 9.-be ready; ali tcheru = they are ready; 10.-watch; 11.-mind;

-khala tsonga 1.-be convalescent; 2.-seat;

-khala upo -counsel;

-khala wa dumbo 1.-be malicious; 2.-be envious; 3.-be jealous;

-khala wa dzina 1.-be successor; 2.-be heir;

-khala wa kaduka 1.-be envious; 2.-be jealous;

-khala wa khunyu -be epileptic;

-khala wa mfunda 1.-be akin; 2.-be related by blood;

-khala wa mphamvu 1.-be strong; 2.-be fit; 3.-be healthy;

-khala wa msinkhu -be of age;

-khala wa mtima wosweka 1.-have broken heart; 2.-be contrite; 3.-be greatly concerned;

-khala wa mvula zakale 1.-be old and experienced; 2.-be elderly;

-khala wa nsanje 1.-be jealous; 2.-envy;

-khala wa ulemu 1.-be polite; 2.-be courteous; 3.-be humble;

-khala wa uve 1.-be dirty; 2.-be unhealthy; 3.-look filthy;

-khala wapatchire 1.-be illegitimate; 2.-be a bastard;

-khala waphokoso 1.-be noise maker; 2.-be talkative; 3.-be quarrelsome;

-khala wobereka 1.-be fertile; 2.-be fecund;

-khala wodzitamandira 1.-be selfish; 2.-be proud; 3.-be boastful;

-khala wodziwa 1.-be knowledgeable; 2.-be versed; 3.-be conversant;

-khala wofuwofu 1.-be elastic; 2.-spring;

-khala woipa -be ill-mannered;

-khala wokaika 1.-be hesitant; 2.-be doubtful;

-khala wokhulupirika 1.-be faithful; 2.-be loyal;

-khala wokhwima 1.-be a sorcerer; 2.-be a magician; 3.-be odd;

-khala wokonzeka 1.-be ready; 2.-be prepared; 3.-improve behaviour; 4.-pay attention; 5.-attend; ndi kukhala wokonzeka pa kena kalikonse kuzungulira munthu = it is the act of attending to discrete stimuli in the environment;

-khala wolakwira 1.-be illegal; 2.-be offender;

-khala wolimba 1.-be strong; 2.-be fit; 3.-be brave; 4.-be courageous;

-khala wopanda chikondi -be not friendly;

-khala wopanda chilichonse 1.-have nothing; 2.-be completely broke; 3.-be bankrupt;

-khala wopanda chilungamo 1.-be unjust; 2.-be corrupt;

-khala wopanda mphumi 1.-be unlucky; 2.-be unfortunate;

-khala wopanda nzeru -be foolish;

-khala wopanda thupi 1.-have no body; 2.-be incorporeal; 3.-be thin; 4.-be slim;

-khala wopembedza 1.-be religious; 2.-be godly;

-khala wopemphapempha 1.-be a beggar; 2.-sponge;

-khala wosagona 1.-be awake; 2.-be vigilant;

-khala wosagonjetseka -be immune;

-khala wosajeda -be not backbiting;

-khala wosakhazikika 1.-be uneasy; 2.-be unsettled; 3.-be unstable;

-khala wosakondwa 1.-be sad; 2.-be unhappy;

-khala wosamva 1.-be disobedient; 2.-be deaf;

-khala wosamvera 1.-be disobedient; 2.-be stubborn; 3.-be unruly;

-khala wosaona -be blind;

-khala wosapanga kanthu -be idle;

-khala wosavala -be naked;

-khala wosazolowereka 1.-be anti social; 2.-be immune;

-khala wosusuka -be greedy;

-khala wothandiza 1.-be helpful; 2.-be useful; 3.-

patronise;
-khala woyamba mu mbiri -be antedate;
-khala zaka ziwiri -be biennial;
-khala zambiri 1.-be much; 2.-abound; 3.-be plenty;
-khala zenizeni 1.-be real; 2.-be unequivocal;
-khala zii 1.-be quiet; 2.-be silent; kunali zii = it was silent; 3.-be calm;
-khala zokumbukirika 1.-be memorable; 2.-be rememberable; 3.-be obsessed;
-khala zoona 1.-be true; 2.-be unequivocal; 3.-be honest; 4.-be frank;
-khala zyoli 1.-drop the head; 2.-be defeated; 3.-be shy; 4.-be sad; 5.-be disappointed;
khala\makala 1.charcoal; mtengo wa tsanya ndi wabwino kupangira makala = tsanya tree is good for making charcoal; lero ndinawona munthu akugulitsa matumba a makala = today I saw a man selling bags of charcoal; 2.cinder; 3.amber;
-khalabe ndi moyo 1.-be alive; 2.-survive; 3.-continue to exist;
-khalako pachiyambi 1.-pre-exist; 2.-predate;
-khalala 1.-be discontented; 2.-be curly; 3.-be uneven; 4.-be crusty;
-khalamo -be liveable; nyumba yoti wina angakonde kukhalamo = liveable house;
-khalapo 1.-attend; 2.-be present; 3.-exist; 4.-be available;
-khalapo pa chiyambi 1.-predate; 2.-pre-exist;
khalidwe la chikondi 1. behaviour of love; 2.comity; 3.being friendly;
khalidwe la chimasomaso adultery;
khalidwe la chiYuda Judaism;
khalidwe la chizimayi effeminate manners;
khalidwe la kuba 1.the manners of a thief; 2.burglary;
khalidwe la munthu 1.human behaviour; 2.mental constitution; 3.idiosyncrasy; kusunga njoka ngati abwenzi ndi khalidwe lake = keeping pet snakes is his idiosyncrasy; limodzi mwa khalidwe lake ndi lokonda kusamba madzi ozizira = one of his idiosyncrasies is bathing in cold water;
khalidwe la mwana loipa 1.naughty behaviour of a child; 2.unbecoming behaviour; 3.unruly behaviour;
khalidwe la thamo show off behaviour;
khalidwe la uchidakwa behaviour of a drunkard;
khalidwe la ufiti witchcraft;
khalidwe la ulemu 1.politeness; 2.comity; 3.discipline;
khalidwe la umasiye being orphaned;
khalidwe la umunthu 1.humane manners; 2.decorum; 3.good manners;
khalidwe labwino 1.good behaviour; 2. reputable

manners; 3.decorum;
khalidwe lobweretsa mavuto 1.mischief; 2.naughty behaviour; 3.scandalous behaviour;
khalidwe lochititsa manyazi ignomity;
khalidwe loipa 1.bad character; 2.being ill-bred; 3.vice; 4.misbehaviour; 5.bad manners; 6.bad behaviour; 7.villain;
-khalidwe loipa 1.bad; 2.impure; 3.vicious;
khalidwe lokodza pamphasa bedwetting;
khalidwe lokwiyitsa munthu 1.annoying behaviour; 2.impudent behaviour; 3.rude behaviour;
khalidwe lonyansa kwambiri idiocy;
khalidwe losakondweretsa naughty behaviour;
khalidwe loseketsa 1.comedy; 2.drama;
khalidwe lotengera 1.copy cat; 2.affectation;
khalidwe lotsimikiza zochitika 1. courageous behaviour; 2.determination;
khalidwe lozungulira mutu 1.madness (esp due to critical illness e.g. one suffering from AIDS); 2.dementia;
khalidwe lozunza cruelty;
khalidwe\ma- 1.behaviour; anasandulika khalidwe = he changed his behaviour; achinyamata atengera makhalidwe oyipa masiku ano = young people adopt bad behaviour these days; 2.bearing; 3.manner; ndi wopanda makhalidwe abwino = he has no good manners; 4.conduct; anali kuwonetsa khalidwe labwino pamene anali ku sukulu = he showed good conduct when he was at school; 5.constitution; 6.disposition; 7.morals;
-khalira 1.-remain; vuto liri chikhalire = the problem remains unsolved; 2.-hide in order to rob; 3.-sit on; 4.-oppress; 5.-impede;
-khalira kulira 1.-mourn; 2.-worry;
-khalira kutsutsana 1.-antagonise; 2.-debate; 3-be argumentative;
-khalira kuyambana 1.-antagonise; 2.-provoke; 3.-be quarrelsome;
-khalira mboni 1.-attest; 2.-bear; 3.-witness;
-khalira mphathi 1.-be troubled; 2.-be under panic; 3.-be panicking; 4.-stay in fear;
-khalira udani 1.-antagonise; 2.-be at loggerheads; 3.-be enemies;
-khalira wina 1.-defend; 2.-support;
-khalirana bwino 1.-get along; 2.-have conjunctive relationship;
-khaliranso limodzi 1.-rejoin; ndakondwa kukhaliranso limodzi = I am happy to rejoin you; 2.-re-unite;
-khaliratu opanda ndalama 1.-have no money; 2.-be impecunious; 3.-be bankrupt;
-khalitsa 1.-be long lasting; 2.-be permanent; mlatho wokhalitsa = a permanent bridge; nyumba

yokhalitsa = a permanent house; 3.-continue; 4.-outlast; 5.-be long-drawn-out; chiwembu chokhalitsa = long drawn out destructive plot; 6.-abide; 7.-dwell;

-khalitsa mbambande -make perfect;

-khalitsa pamodzi -agglomerate;

-khalitsa ziwiri -duplicate;

-khama 1.-be courageous; anthu akhama = courageous people; proverb: khama ngati wofula agalu (lit.: courageous as though he castrates dogs) = he works very hard/ he is courageous; ndiwe wakhama kwambiri = you are very courageous; 2.-be brave; anthu akhama = brave people; 3.-be stalwart; 4.-be a hard worker; amagwira ntchito mwakhama = he is a hard worker; 5.-be pertinacious; 6.-be obstinate; 7.-persevere; expression: kanthu n'khama (lit.: something is maintaining perseverance) = to achieve one's end, one must work very hard;

-khamba 1.-be stout; 2.-be strong; 3.-be energetic;

khambi 1.bitterness; 2.sourness; khambi la chipatso = the sourness of the fruit; 3.resentment;

-khambula -open;

-khambwira -lose appetite;

-khamika 1.-swarm; 2.-choke;

-khamitsa mate mkamwa 1.-make one's mouth dry; expression; mumakhamitsa anthu mate mkamwa (lit.: you make people have dry saliva in the mouth) = you make people talk too much; 2.-interrogate seriously;

khamu la anthu multitude of people; kuli khamu la anthu = there is a multitude of people;

khamu\makamu 1.crowd; khamu linayima pamtunda = the crowd stood on the beach; 2.multitude; 3.band of people; 4.company; 5.concourse;

-khamuka -overflow;

-khamukira 1.-go in crowd; 2.-swarm; 3.-overflow; 4.-run over; 5.-flock to; akukhamukira ku gule = they flock to the dance; 6.-follow a person with a group; 7.-boil over;

-khamula 1.-unthatch; 2.-dismantle;

khanda\ma- (chiNgoni) headman;

khanda\makanda 1.infant; ndi kamwana kakhanda kosakwana zaka ziwiri = it is a young child less than two years old; 2.baby; aka ndi kakhanda kapsyululu = that is a new baby;

khang'a\ma- 1.proficient person; kodi ndiwe khang'a? = are you proficient?; 2.intellectual person; 3.professional person; 4.expert; makhanga a zitsamba = experts in herbs; 5.dealer;

khanga (chiSwahili) piece of cloth;

khangala mat; wagona pakhangala = she has slept on a mat;

khansa (chiNgerezi) 1.cancer; khansa ya mu mafupa = bone cancer; khansa ya zoberekera za mwamuna = testicular cancer; khansa yak u impsyo = renal khansa; khansa ya m'chiberekero = uterine khansa; khansa ya m'chifu = stomach cancer; khansa ya m'kamwa = oral cancer; khansa ya pa khungu = skin cancer; 2.malignancy of growth; khansa ya ku bongo = malignancy in the brain; khansa ya mafupa = malignancy in the bone;

-khanyula 1.-put legs apart; 2.-space;

-khapa -cut; anamukhapa pa ndewu = he was cut during fighting;

-khapidwa -be cut with a knife;

-khapwira -be fed up with;

khasu la ng'ombe plough;

khasu\makasu 1.hoe; makasu ndi osakwera mtengo = hoes are not expensive; proverb: watola khasu ndi mpini womwe (lit.: he has found a hoe with its handle) = he is lucky; proverb: amodzimodzi sagulitsana makasu oduka (lit.: relatives do not sell broken hoes to one another) = do not cheat/ deceive your neighbour/ relative; kinds: (a) chogo\zigo, (b) jembe\ma- = long handled hoe, mungalime ndi jembe = can you hoe with a long handled hoe, (c) kambwiri\a- = old hoe, (d) kholomo\ma- (e) msikiri\mi = old used hoe; 2.digging instrument;

-khatama -boil;

-khatamiza -damp;

-khataza mpaka kuvulaza -molest; aKhristu oyamba anakhatazidwa mpaka kuvulazidwa = the early Christians were molested;

khate\makate leprosy;

-khathamira 1.-drench with rain; 2.-be with cream; tiyi okhathamira = tea with cream; mkaka okhathamira = cream milk;

-khathikhathi 1.-be abundant; 2.-be concentrated;

-khathira 1.-be fed up with; 2.-lap;

-khathula 1.-bite; galu anandikhathula pa mwendo = the dog bit me in the leg; 2.-snatch;

-khatika -clean-up; kumwamba kunakhatika itatha mvula = the sky cleared- up after the rain;

-khaula 1.-effect; 2.-suffer and regret; ndamukhaulitsa = I have caused him to suffer and to regret; amakhaula ndi njala = they suffer from hunger; 3.-feel bitterly; 4.-feel the pinch;

-khaulitsa -punish severely; sindikufuna kukukhaulitsa = I do not want to punish you;

-khaulitsika -be punishable;

khavi\ma- 1.ash (after being used to make salt); 2.water wave; mnyanja muli makhavi zedi lero = there are a lot of waves in the lake today;

-khavukira 1.-boil over; 2.-overflow; madzi owira akukhavukira pamoto = the boiling water is overflowing on the fire;

khaya 1.whether; ndale zimakhudza aliyense, khaya tikufuna khaya sitikufuna = politics concens everybody whether we want it or not; 2. I do not know; 3.expression of uncertainty;

khaya ... khaya either ... or;

-khaza -hide in order to rob;

-khazika 1.-constitute; 2.-set up; 3.-place; 4.-deposit; 5.-lay down; 6.-put down;

-khazika chinthu mu chinzake 1.-embed; 2.-immerse;

-khazika matako pansi 1.-sit down on your buttocks; 2.-stop moving; 3.-take a seat;

-khazika pa nsanja -shelve; anakhazika buku pa nsanja = he shelved the book;

-khazika padera 1.-put aside; 2.-put out of the way; 3.-separate;

-khazika pansi 1.-put down; mwana anakhazikidwa pansi = the child was put down; 2.-lay down; 3.-discipline; 4.-defeat;

-khazika poyera 1.-display; 2.-unveil; 3.-uncover;

-khazika za madzimadzi -liquidise;

-khazikika 1.-establish; 2.-be stable; 3.-abide; anakhazikika ngakhale panali zovuta = he abided although there were problems; 4.-be basic; magulu okhazikika a chiKhristu = Basic Christian Communities (B.C.C.); 5.-be committed; 6.-decide suddenly; 7.-concentrate on; 8.-edify; 9.-seat; 10.-be settled; 11.-be still; 12.-be steady; 13.-be steadfast; 14.-stamp; 15.-slump;

-khazikika m'maganizo 1.-implant in the thoughts; 2.-be settled in the mind; 3.-be matured; 4.-be disciplined;

-khazikika m'thupi -implant in the body;

-khazikika pa malo 1.-settle; 2.-nestle; 3.-encamp;

-khazikika pa tchimo -be evil;

-khazikika pamodzi 1.-be immobile; 2.-be stationary; 3.-be stable; 4.-get established;

-khazikiratu -destine;

-khazikitsa 1.-establish; 2.-impose by force; 3.-edify; 4.-found; anakhazikitsa moyo pachuma cha katangale = they found their lives on corruption; 5.-install; 6.-lay foundation; 7.-infix; khazikitsa ganizo m'maganizo ako = infix the idea in your mind; 8.-institute; 9.-stage; 10.-launch; 11.-set up;

-khazikitsa bata 1.-pacify; 2.-consolidate;

-khazikitsa ganizo 1.-confirm; 2.-make up your mind; 3.-make contribution;

-khazikitsa kwa nthawi yoyamba -institute;

-khazikitsa m'busa pa mpingo 1.-induct a pastor; 2.-ordain a minister;

-khazikitsa maziko 1.-lay foundation; 2.-give things a permanent existence; 3.-give things a solid basis;

-khazikitsa mtendere 1.-pacify; 2.-establish conducive atmosphere;

-khazikitsa mtima okhumudwa 1.-soothe; 2.-condole;

-khazikitsa mtima pansi 1.-soothe; 2.-lull; 3.-lessen; 4.-calm; 5.-allay; 6.-cool down;

-khazikitsa thumba lokongoza -institute a fund for borrowing;

-khazikitsidwa 1.-be founded; 2.-be established; 3.-be instituted; Mipingo yokhazikitsidwa ndi anthu a ku Afirika = African Instituted Churches (A.I.C.); 4.-be ordinated;

-khedula -scratch;

-khera madzi -be soaked;

-khera mate 1.-beslaver; 2.-salivate;

-khera mwanzi -die for freedom/ justice;

-khera thukuta -sweat for achievement;

kherere whistle used by referees in football match;

-khetemula 1.-turn on/off; 2.-switch on/off;

-khetsa dovu 1.-be delicious; 2.-make scrumptious; 3.-salivate;

-khetsa mwazi 1.-shed blood; 2.-suffer; 3.-kill;

Khirisimasi/ Khirisimisi/ Khisimasi/ Khisimisi X-mas (Christmas); kodi aSilamu chikondwerero cha Khirisimisi chimawakhudzanso? = do Moslems observe Christmas?;

khitchini\ma- (chiNgerezi) kitchen;

khobidi\ma 1.coin; 2.money; expression: ali ndi khobidi (lit.: he has a coin) = he has much money; 3.penny; 4.currency;

-khoboka 1.-behave seductively; 2.-seduce; 3.-get broken; 4.-break off in two; 5.-be brittle;

khobwe\- 1.creepers; 2.dark and brown beans; expression: kuthyola khobwe ndi kummawa (lit.: breaking the beans is in the morning) = the morning is the best time for work;

khodibi\ma- slope;

-khodola -stroke;

-khodzola -break;

khofi\makofi 1.cuff; 2.slap; 3.coffee;

khogolo blue sky;

Khoisan Khoisan people; ndi mafuko awiri a anthu oyamba (Khoikoi ndi San) a kumwera kwa Afirika = they are the earliest two peoples (Khoikoi and San) of South Africa;

khojo\ma- blow with closed fist;

-khojola -pull (of plant);

-khoka -bid;

khoka\makoka 1.drag-net; 2.net for fishing; kukoka khoka = pulling the net;

-khokherana 1.-make a bet; 2.-bet;

khokho la mtedza shell (esp. of groundnut);

khokho\makoko 1.chaff; 2.maize cover;

khokhola 1.forest; 2.thick bush; 3.clan belonging to

Lomwe tribe based in Southern Malawi and part of Mozambique;
-khokhomba -be aged;
-khokhomera khasu -fit the hoe in its wooden handle;
khokhomonjo\a- extra-large hoe or ax;
-khokhothola -scrape;
khola la hatchi stable (for horses);
khola la ng'ombe 1.cowhouse; 2.kraal;
khola la nkhuku hen house;
khola\makola 1.stall; 2.cage; 3.corral; 4.enclosure; 5.kraal;
-kholima 1.-fall; 2.-distil;
kholingo\makolingo 1.windpipe; 2. oesophagus/ esophagus; chakudya chimatsika ku kholingo = the food goes down the oesophagus; 3.throat; 4.voice box; 5.Adam's apple; 6..epiglottis; 7.trachea; 5.esophagus; 6.larynx;
kholo la makolo a makolo ancestor;
kholo limodzi 1.one parent; 2.single parent;
kholo\makolo 1.parent; makolo anga = my parents; 2.pedigree; 3.adult;
khololo\makololo sputum;
kholomo\makolomo big hoe;
-kholophethe 1.abundant; 2.many; 3.plenty; 4. a lot of;
kholowa\- potato leaf; proverb: chizolowezi cha nakholowa chinazulitsa mbatata (lit.: the habit of plucking potato leaves led to the uprooting of potatoes) = a dangerous habit;
-khoma 1.-hammer; anakhoma msomali = he hammered a nail; expression: anakhomera chinkhoswe cha ukwati = he arranged the marriage; proverb: anakhomera ku dowa (lit.: he hammered in dowa) = he is an unreproductive man; 2.-drive a nail or bolt; 3.-nail; 4.-hit; anakhoma mtengo, msomali, ndodo = he hit a pole, a nail, a stick; 5.-beat on head with knuckles; 6.-lay foundation; 7.-be full; 8.-pay; iye adakhoma msonkho = he paid tax;
khoma la chitetezo 1.bulwark; 2.barrier;
khoma logamuka 1.collapsed wall; 2.fallen wall;
khoma lokongola beautiful wall;
khoma lolimba strong wall;
-khoma malata 1.-put iron sheets on roof; 2.-be advanced in age by showing white hairs (lit.); 3.-grow old;
-khoma msonkhano -organise a meeting;
-khoma msonkho 1.-pay tax; 2.-give contribution;
-khoma zidebe -be tinsmith;
khoma\makoma wall; khoma la nyumba = house wall; adadziombetsa ku khoma = he bumped against the wall; expression: waomba khoma (lit.: he has banged the wall) = he has failed to get the

object of his desire;
-khomana -begin fighting; anyamata olisha ng'ombe akukhomana = the cow boys are fighting;
-khomba -surrender to a lover (esp. of a boy or girl);
khombe\ma- fruits of creepers;
-khomedwa 1.-be nailed; Yesu anakhomedwa pa mtanda = Jesus was nailed on the cross; 2.-be beaten on head with knuckles;
-khomera ku dowa 1.-be barren; 2.-be unreproductive (expression);
-khomera msonkho -pay tax for someone/ something;
-khomerera 1.-fit in (esp. of a nail); 2.-slot by hammering;
-khometsa msonkho -levy tax; boma silimakhometsa anthu msonkho pa katundu wa katangale = the government doesn't levy tax on smuggled goods;
khomo la chiberekero 1.cervix; 2.vagina;
khomo la hotela lobby;
khomo la ku gahena gate of hell;
khomo la kumanda graveyard gate;
khomo la pathala backdoor;
khomo la ulemu royal house;
khomo lachuma rich family;
khomo lamavuto funeral house;
khomo landende 1.prison door; 2.round door;
khomo lathu 1.our home; 2.our house;
khomo lopapatiza 1.narrow gate (Luka 13: 24); 2.narrow entrance;
khomo lopitira mkati entry;
khomo lotsegula open door;
khomo lotseka 1.closed door; 2.shut door;
khomo lotulukira kunja exit;
khomo lowala bright entrance;
khomo\makomo 1.living place; 2.dwelling; 3.residence; 4.entrance; 5.doorway; 6.door opening; Yesu anati, ine ndine njira ndi khomo = Jesus said I am the way and the door; proverb: wamva m'mimba ndiye amatsegula khomo (lit.: one who feels the stomach, opens the door) = the one in problem seeks help; 7.home/ house; akuba ophwanya makomo = thieves burgling the houses/ thieves breaking into houses/ burglars; amatsala pakhomo = he remains home; ndili ndi nyumba = I've got a house/ home; makoma a nyumba ndi owongoka = the walls of the house are straight; nyumba ya mapale = a house covered by tiles; anamthamangitsa pa khomo = they drove him away from the house; anthu anathawira kunyumba zawo = people ran away to their houses/ homes;
-khomola 1.-beat; 2.-whip; 3.-pluck with force;
khonde\makonde 1.veranda; expression:mwana wa

kukhonde (lit.: the child of the veranda) = the newly born baby; 2.compartment; wagona ku khonde kwake = he has slept in his compartment; 3.platform; akuyimbira pa khonde = they are singing at the platform; expression: pakhonde = funeral place/house/home; lekani kulankhula tikudutsa pakhonde = stop talking we are passing a funeral house;

khondo\makondo blow;

khondowere\makondowere alga;

-khongera -beg a person to do something he is unwilling to do;

khonsolo\ma- 1.city assembly; 2.city council;

khonye leprosy;

-khonyerera -bend as fingers of a leper;

khonyo banana branch;

-khonyora 1.-be unhappy; 2.-be disappointed; adakhonyora ndi zotsatira za mayeso = he was disappointed with the results of the exams; 3.-cut a branch of a tree without using a knife; 4.-pluck;

-khonyorera -curl (of hair);

khope\a- 1.large bill of a bird; 2.effeminate person (likened to bird);

khosana\ma- (chiNgoni) sub chief;

khosi (fupa la k.) atlas (medical);

khosi la botolo neck of the bottle;

khosi\makosi neck (n); anayika dzanja lake pafupi ndi khosi kumbuyo = she put her hand near the neck at the back; expression; chiyeretsa kukhosi mphwanga (lit.: this clears out the throat, my brother) = refers to a drink; expression: wandisiya manja ali m'khosi (lit.: he has left me with the hands on the neck) = he has left me alone in sadness; expression: kuwuza mpakana khosi gonekere (lit.: telling until the lying down of the neck) = persevering in convincing someone; expression: kukhosi kwada kale (lit.: the neck is already dirty) = having no appetite;

-khosomola -cough; akukhosomola chifukwa cha chifuwa = he coughs because of a chest problem; akukhosomo la magazi = he coughs blood;

khoswe\makoswe rat; anamwa mankhwala ophera makoswe = she drank rat poison; mbewa ndi kanyama kakang'ono kowoneka ngati khoswe = a mouse is a small animal that looks like a rat; proverb: khoswe wa patsindwi anaulula wa pa dzala (lit.: the rat hiding at the apex of the rondavel roof revealed that one at the rubbish dump) = chinthu chikachitika zambiri zimaululika = a culprit should not reveal the offences of another; proverb: khoswe akakhala pa mkhate sapheka (lit.: it is difficult to kill a rat that is on the clay pot) = if you are a judge and your relative is brought in for judgment, you will find it difficult to pass

judgment; kuyenda kwa makoswe = the running of rats;

-khota 1.-bend as a path; 2.-bend as fingers of a leper; 3.-corner; 4.-be devious; 5.-divert;

-khota kolowera 1.-veer; 2.-divert;

-khota miyendo -be bow-legged;

khota ndi njira -divert;

-khotakhota 1.-meander; mtsinje umakhotakhota = the river meanders; 2.-be zigzag; 3.-deviate; 4.-be askew; 5.-be crooked;

khotamilo\ma- corner;

khote twisting; expression: khote khote ngwanjira koma umaloza uko ukufuna (lit.: bent bent is for the path but point where you are going) = be determined in doing things regardless of the problems;

-khotetsa 1.-complicate; 2.-curve; 3.-make crooked; 4.-divert; 5.-swerve;

-khotha 1.-branch off; 2.-change direction;

khoti la chiRoma lofufuza ziphunzitso 1.Roman Catholic court for investigation of the teaching of people; 2.inquisition;

khoti lalikulu la chiYuda Sanhedrin;

khoti\- (chiNgerezi) court;

khoti\ma- (chiNgerezi) coat;

-khovoka 1.-be crushed; 2.-be broken;

-khovola 1.-pound; 2.-produce obscene language; 3.-despise someone;

-khoyola 1.-be disappointed; 2.-be disgusted; 3.-be unwilling;

-khoza 1.-be able to; 2.-manage; akhoza kubwera = he can manage to come; 3.-succeed; takhoza = we have succeeded; 4.-do well; 5.-know how; 6.-qualify; 7.-have victory; 8.-be victorious;

-khoza kukhululukidwa -be pardonable; osakhululukidwa = unpardonable;

-khoza kukwatiwa -be marriageable;

-khoza kupha -be deadly;

-khoza kusungunuka -be soluble;

-khoza mayeso 1.-pass an exam; 2.-excel;

khoza\makoza 1.bangle; 2.bracelet of ivory; 3.buckler; iye anagula makoza awiri = she bought two bucklers; 4.ring;

Khristu 1.Christ; aKhristu amakhulupirira mwa Yesu Khristu = Christians believe in Jesus Christ; 2.Messiah; 3.Anointed One;

-khudza 1.-affect; nkhani iyi siikundikhudza = this matter does not affect me; 2.-touch; 3.-be infectious; 4.-feel; 5.-cry; 6.-anoint;

-khudza anthu onse public;

-khudza atsogoleri a mpingo clerical;

-khudza chiGiriki 1.Greek; 2.Hellenic; maganizo okhudza chiGiriki = Hellenic thought;

-khudza chikhulupiriro chovomerezeka

concerning orthodoxy;
-khudza chinthu chosinthika dynamic;
-khudza chisomo gracious;
-khudza chitsitsimutso 1.revivalistic;
2.evangelical;
-khudza chiwerengero cha kubadwa
1.demographic; 2.concerning census;
-khudza chiwerengero cha kufa demographic;
-khudza chiwerengero cha matenda demographic;
-khudza chiwerewere -be adulterous;
-khudza choipa chingachitike -concerning
impending evil;
-khudza maganizo awiri otsutsana -be dialectical;
njira ya phunziro la uzimu lopeza choonadi
kudzera m'maganizo awiri amene amatsutsana lina
ndi linzake = dialectical theology;
-khudza maganizo opusa harebrained;
-khudza maganizo osatheka harebrained;
-khudza maiko ambiri worldwide;
-khudza maiko onse 1.multinational; 2.worldwide;
3.international;
-khudza maiko osiyanasiyana international;
-khudza mchitidwe wa mpingo ecclesiastical;
-khudza mipingo yonse interdenominational;
-khudza Mpingo wa chiOrthodox concerning the
Orthodox Church;
-khudza munthu mmodzi 1.individual; 2.personal;
-khudza ndakatulo -be lyrical;
-khudza ntchito za manja concerning technical
work;
-khudza nyengo ya pakati medieval (of the years
500-1500);
-khudza nyengo yakale 1.antique; 2.historical;
-khudza nyengo yatsopano 1.current (adj); nkhani
yokhudza nyengo yatsopano = current affairs;
2.present; 3.modern;
-khudza nyengo yosatha 1.eternal; 2.everlasting;
-khudza ulamuliro wa Boma governmental;
-khudza ulamuliro wa mabishopo episcopal;
Mpingo wolamuliridwa ndi bishopo = Episcopal
Church;
-khudza ulamuliro wa Sinodi synodical;
-khudza za chikondi concerning love affairs;
-khudza za mbanja 1.concerning family affairs;
2.concerning marriage affairs; 3.marital;
-khudza zinthu za m'madzi aquatic;
-khudza zinthu za m'mwamba 1.heavenly;
2.astrological;
-khudza zinthu ziwiri zotsutsana dialectical;
-khudzana 1.-touch; 2.-concern; 3.-brush;
expression: kukhudzana pa gulu (lit.: brushing
against one another) = standing very close to one
another; 4.-be adjacent; 5.-have sexual intercourse
(usually after menstruation);

-khudzana ndi concerning;
-khudzana ndi aHeberi 1.Hebraic; zinthu
zokhudzana ndi anthu a chiHeberi, chilankhulidwe
chawo ndi chitukuko chawo = things associated
with the Hebrews, their speech/language and their
development; 2.concerning the Hebrews;
-khudzana ndi anthu 1.concerning people ;
2.anthropological; 3.human;
-khudzana ndi anthu onse public; umwini wa
bizinesi kapena katundu wa boma = public
ownership; wa za malamulo a boma amene
amaimira boma pa milandu ya anthu ophwanya
malamulo m'bwalo la milandu = public
prosecutor; malo osungirako za kubadwa, imfa
kapena ukwati = Public Records Office; kufuna
kupanga zinthu zothandiza aliyense posaganizira
cholowa cha munthu pa yekha = public spirit;
-khudzana ndi banja lachifumu 1.concerning the
family of the king; 2.royal;
-khudzana ndi chiByzantium Byzantine; ndi
zokhudzana ndi chomwe chili cha Byzantium,
likulu la Ufumu wa Roma ku madzulo limene
linalandidwa ndi Asilamu a chiTurk m'chaka cha
1453 = these are the things concerning Byzantium,
the capital of the Eastern Roman Empire that was
taken by the Turkish Muslims in 1453;
-khudzana ndi chigawo provincial;
-khudzana ndi chiHelvetitia 1.Swiss; 2.Helvetic;
zikhulupiriro za chiHelvetic = Helvetic confession
of faith; ndi dzina la zikhulupiriro zolembedwa ndi
John Henry Bullinger mu Switzerland m'nyengo
ya1536-1566, chimene chinalandiridwa ndi
mipingo yambiri ya chiCalvin = it is the name of
the creed written by John Henry Bullinger in
Switzerland between 1536 and 1566, which was
accepted by many Calvinist churches;
-khudzana ndi chikhalidwe cha munthu
1.anthropological; 2.ethical;
-khudzana ndi chikondi chogonana 1.erotic;
2.regarding sexual intercourse;
-khudzana ndi chilengedwe 1.concerning nature;
2.natural; zinthu zachilengedwe = natural
resources; 3.concerning environment;
-khudzana ndi chiRoma 1.concerning Roman
culture; 2.Roman;
-khudzana ndi chisa concerning the bird's nest;
-khudzana ndi chisawawa 1.riotous; 2.chaotic;
-khudzana ndi chiwalo organic;
-khudzana ndi chiwembu 1.riotous;
2.conspirational; 3.murderous; 4.plotting;
-khudzana ndi chiweto 1.concerning domestic
animals; 2.concerning animal husbandry;
3.concerning keeping livestock;
-khudzana ndi chosachepetsedwa concerning the

irreducible;
-khudzana ndi chosachotsedwa 1.ineradicable;
khalidwe lake loipa silingakhudzane ndi
chosachotsedwa = his bad behaviour is not
ineradicable; 2.inalienable; 3.stationary;
4.unremovable;
-khudzana ndi chosadziwika 1.-be invisible; 2.-be
latent;
-khudzana ndi chosakhwima 1.-be immature;
chimanga changa ndichosakhwima = my maize is
immature; 2.-be-unripe;
-khudzana ndi chosakonza bwino concerning the
irremediable;
-khudzana ndi chosaloledwa 1.concerning
impregnability; 2.impregnable; 3.unacceptable;
-khudzana ndi chosalowerana m'malo
1.concerning misfortune; 2.concerning the
irredeemable;
-khudzana ndi chosamva concerning the deaf;
-khudzana ndi chosamvetsetsedwa
1.indecipherable; 2.concerning complexity;
-khudzana ndi chosasinthika concerning the
irrevocable;
-khudzana ndi chosatheka concerning the
irrevocable;
-khudzana ndi chosatulukiridwa 1.-be
uninventive; 2.-be latent;
-khudzana ndi chosawerengeka -be
indecipherable;
-khudzana ndi kuchindana -be erotic;
-khudzana ndi kuganiza 1.mental; mwana
anapanga masamu ongoganiza = the pupil did
mental arithmetic; 2.concerning thinking;
-khudzana ndi kukhala m'ndende 1.exilic;
2.imprisoned; 3.jailed;
-khudzana ndi kupezeka kwa chinthu
1.concerning the being/ existing of a thing;
2.concerning the ontological; 3.about discovery;
4.about finding;
-khudzana ndi kusakaniza kwa zipembedzo
1.about syncretism; 2.as to mixing of religions;
-khudzana ndi kusamala ziweto 1.concerning the
veterinary; 2.about livestock;
-khudzana ndi kusowa chitetezo 1.-be insecure;
2.-be impregnable;
-khudzana ndi kutentha 1.-be caloric; 2.about
hatching as related to birds;
-khudzana ndi ma electrons about electronics;
makompyuta amayendetsedwa ndi njira ya ma
electrons = computers are operated by electronic
means;
-khudzana ndi maso 1.concerning the eyes;
2.ocular; 3.optical;
-khudzana ndi matenda a chizimayi

gynaecological;
-khudzana ndi matenda a mano concerning
dentistry;
-khudzana ndi matsoka 1.-be unfortunate; 2.-be
unlucky;
-khudzana ndi Mesiya Messianic; uthenga wa za
Khristu = Messianic message;
-khudzana ndi mkaka 1.concerning dairy; 2.about
milk;
-khudzana ndi mzinda waukulu metropolitan;
-khudzana ndi ndakatulo poetic;
-khudzana ndi ndale political;
-khudzana ndi obindikira monastic;
-khudzana ndi oferedwa concerning bereavement;
-khudzana ndi Paulo Pauline; makalata okhudzana
ndi Paulo = Pauline letters;
-khudzana ndi sayansi scientific;
-khudzana ndi thupi physical; zovuta za thupi =
physical defects;
-khudzana ndi ubale brotherly;
-khudzana ndi ubambo 1.concerning fatherhood;
2.regarding the Roman Catholic priesthood;
-khudzana ndi ubusa theological; sukulu
yokhudzana ndi ubusa ya ku Zomba = Zomba
Theological College (Z.T.C.);
-khudzana ndi ubwana 1.childish; 2.youthful;
-khudzana ndi uchifwamba wa panyanja as to
pirating at sea;
-khudzana ndi udani 1.hostile; 2.as to enmity; 3.as
to abhorrence;
-khudzana ndi ufulu 1.as to freedom; 2.peaceful;
-khudzana ndi ufumu 1.regarding the kingdom/
empire; 2.royal/ imperial;
-khudzana ndi uhule regarding prostitution;
-khudzana ndi ukachenjede 1.as to higher
learning; 2.professional;
-khudzana ndi ulaliki 1.as to preaching;
2.homiletic;
-khudzana ndi ulamuliro lawful;
-khudzana ndi ulamuliro wa Mulungu
theocratical;
-khudzana ndi ulamuliro wa nkhanza
1.autocratic; 2.dictatorial;
-khudzana ndi umwini 1.concerning ownership;
2.possessive;
-khudzana ndi usiwa concerning poverty;
-khudzana ndi za ku Iceland Icelandic;
-khudzana ndi za ku Switzerland 1.Swiss;
2.Helvetic;
-khudzana ndi za mankhwala pharmaceutical;
-khudzana ndi za mlengalenga astrology;
-khudzana ndi za nyama 1.zoological;
2.veterinary;
-khudzana ndi za uzimu spiritual;

171

-khudzana ndi zakale - -khumakhuma

-khudzana ndi zakale 1.concerning antiquity;
2.historical;
-khudzana ndi zantchito 1.concerning the things
of work; 2.official; 3.concerning labour;
-khudzana ndi zilankhulo zambiri linguistic;
-khudzana ndi zinthu za thupi 1.bodily;
2.physical; 3.material;
-khudzana ndi zinthu zowoneka 1.visible;
2.material;
-khudzana ndi ziwanda demonological;
-khudzana ndi zomera botanical;
-khudzana ndi zosachitika 1.impracticable;
2.concerning impossibilities;
-khudzana ndi zosadutsa za madzi impermiable;
-khudzana ndi zotsekemera mumkaka concerning
lactose things;
-khudzana ndi zowerengera chuma 1.concerning
financial control; 2.as to accountancy;
-khudzidwa 1.-be concerned; 2.-be affected;
onsewo anakhudzidwa ndi nkhaniyo = the story
affected all of them; 3.-engage; 4.-incriminate;
-khudzidwa kwambiri 1.-be heartfelt; 2.-be
sympathetic; 3.-be deeply concerned;
-khudzidwa ndi -be infected by;
-khudzidwa ndi katangale 1.-be affected by
corruption; 2.-be affected by bribery;
-khudzidwa ndi kuba ndi mfuti -be affected by
armed robbery;
-khudzidwa ndi kupha -be affected by murder;
-khudzidwa ndi kuthyola nyumba -be affected by
burglary;
-khudzika 1.-be touchable; 2.-be affected; 3.-be
concerned;
-khudzula 1.-cast feathers; 2.-lash; 3.-moult; 4.-tear
apart;
-khukhuluza -drag; anandikhukhuluza pa mtunda
wautali = he dragged me a long distance;
-khukhuluzika 1.-bruise (as of fruit by falling); 2.-
be dragged;
-khukhutiza -rub on;
-khukhuza -be cursive; Yohane amalemba
mokhukhuza = John writes in cursive manner;
-khula 1.-scrape; 2.-clean (by rubbing); 3.-remove
dirt from body; anakhula mwana atadziwonongera
= she removed the child after it had dirtied itself
with faeces; 4.-smear; Namasito amakhula nyumba
yake Loweruka lirilonse = Namasito smears her
house every Saturday;
-khulana 1.-collide; 2.-crash; magalimoto akhulana
= the vehicles have crashed; expression; azimayi
akhulana lero (lit.: women have collided today) =
women have quarrelled today;
khulukhulu\a- 1.bird of brilliant colour; 2.age
group;

-khulula 1.-undo; 2.-undo knitting; 3.-undo sewing;
4.-roll down; 5.-unroll (of thread); 6.-unfold; 7.-
make non-stop journey; 8.-proceed; 9.-continue;
10.-stretch;
-khululuka 1.-stop; iye anakhululuka ku umbava
atamugwira = he stopped stealing after being
caught; 2.-decrease; 3.-forgive; chonde, khululuka
= please, forgive;
-khululukira 1.-forgive; ndimamukhululukira iye =
I forgive him; ndipo mutikhululukire mangawa
athu = and forgive us our sins; monga ifenso
takhululukira amangawa athu = like we also
forgive them that are indebted to us; 2.-condone;
3.-pardon; amatikhululukira machimo athu = he
pardons our sins;
-khulupilira chilungamo 1.-be faithful; 2.-be loyal;
-khulupilira mankhwala -believe in magic;
-khulupilira mizimu 1.-believe in spirits; 2.-
believe in ancestral spirits;
-khulupilira Mulungu -believe in God;
-khulupirika 1.-be faithful; 2.-be bonafide; 3.-be
honest; 4.-be credible; 5.-be stalwart; 6.-be
staunch; proverb: okhulupirika ananyera mu basi
(lit.: the reliable one defecated in a bus) = don't be
trustworthy in everything; 7.-be sincere; 8.-be
devout; mSilamu wokhulupirika = a devout
Muslim; 9.-be veracious; aKhristu amatenga
Baibulo ngati buku lokhulupirika = Christians
consider the Bible as a veracious book;
-khulupirika pa lonjezo -stand by a promise;
-khulupirika pa malonda -be scrupulous in
commerce;
-khulupirika pa zochepa -be faithful in small
things;
-khulupirira 1.-believe; ndikhulupirira mwa Yesu
= I believe in Jesus; ndikukhulupirira kuti
mubwera mawa = I believe (trust) you'll come
tomorrow; 2.-trust; 3.-entrust; 4.-hope; 5.-be
certain; 6.-commit; 7.-be in need of; 8.-rely on; 9.-
confide; 10.-expect;
-khulupirira kukhala ndi mwayi ofanana 1.-be
egalitarian; 2.-believe in equality;
-khulupirira monama 1.-have illusion; ndinali
kukhulupirira kuti ndi wokhulupirika = I had the
illusion that he was honest; 2.-have false belief;
-khulupirira usanapeze chitsimikizo 1.-assume;
2.-presuppose;
-khulupirira usanawone -believe when you have
not seen;
-khulupiriridwa 1.-be credible; 2.-be trusted;
khuma 1.grief (feeling of grief or lacking, apart
from the visible signs of grieving; amakhala ali
khuma = she grieves; 2.sorrow;
-khumakhuma -be poverty stricken;

-khumata 1.-look sad; 2.-look unhappy; 3.-cross arms (on back or chest to show sorrow when grieving death or lacking something); 4.-fold one's arms; iye anakhumata kuti amvetsetse bwino = he folded the arms to be attentive; 5.-feel sorry;
-khumba (chiTumbuka) 1.-crave; 2.-demand; 3.-desire deeply; 4.-wish; 5.-long for; 6.-need; zonse zimene timazifuna = all that we need; ngati uli ndi mwano undikhumbe = if you are rude you need me; 7.-want very much;
-khumba akazi aliwonse 1.-have great desire for any woman; 2.-be adulterous;
-khumba kuchita mwachangu -be anxious;
-khumba kumwa mwazi -be blood thirsty;
-khumba mkazi -have concupiscence;
-khumba za thupi -be carnal;
-khumbatira 1.-clutch; 2.-hug; 3.-embrace; 4.-clasp;
khumbi la mowa 1.brewery; 2.beer hall; 3.tavern; 4.inn; 5.shebeen;
khumbi lophikiramo 1.cafe; 2.kitchen;
khumbi\makumbi 1.simple house/shelter; 2.hut; 3.shanty; ogulitsa zinthu amakonda kumanga makumbi m'mbali mwa msewu = vendors like to build shanties along the roads; 4.shed;
-khumbira 1.-desire; 2.-wish; 3.-long for; 4.-admire;
-khumbira china chake 1.-fancy; 2.-have interest;
-khumbira za chitukuko -be development conscious;
-khumbira zachabe -be voluptuous;
khumbiro\ma- action of desire;
-khumbitsa 1.-yearn; 2.-aspire; 3.-show off;
-khumbitsana 1.-influence someone to be in need of something; 2.-show off;
-khumbiza 1.-show off; 2.-be proud;
khumbo la madzi thirst for water;
khumbo la mowa 1.hangover; 2.thirst for beer;
khumbo labwino 1.best wish; 2.well wish;
khumbo lake his/ her wish;
khumbo lathu our wish;
khumbo lawo their wish;
khumbo loipa 1.evil wish; 2.evil desire;
khumbo\makumbo 1.wish; 2.desire; 3.interest;
-khumbusula 1.-undo knitting; 2.-undo sewing;
-khumbutula -undo sewing/ knitting;
khumi mphambu zisanu ndi ziwiri seventeen;
khumi mphambu zisanu ndi zitatu eighteen;
khumi ndi -nayi fourteen;
khumi ndi -sanu fifteen;
khumi\makumi ten; anthu khumi = ten people; zisoti khumi = ten hats; anthu makumi awiri = twenty people;
-khumika -buttonhole someone;

-khumu -uproot a shrub by force;
-khumudwa 1.-be disappointed; ndidakhumudwa = I was disappointed; adakhumudwa ndi makhalidwe ake = he was disappointed with his behaviour; zimene adalankhula zidakhumudwitsa anthu ambiri = what he said disappointed many people; 2.-be depressed; 3.-be upset; 4.-be grieved; anakhumudwa ndi imfa ya mnzake = he was grieved by the death of his friend; 5.-be worried; 6.-be concerned; 7.-be discouraged; 8.-bemoan; 9.-be blasé; 10.-be sulky;
-khumudwa modzidzimuka -shock;
-khumudwanazo -be disappointed with; ndakhumudwanazo zo lankhula zako = I have been disappointed with your comments;
-khumudwitsa 1.-disappoint; mudandikhumudwitsa = you disappointed me; 2.-be shattering; 3.-be shocking; 4.-sicken; 5.-annoy; 6.-be indelicate; nkhani zokhumudwitsa = indelicate stories; 7.-flabbergast; 8..-harass; 9.-gall; 10.-be loathsome; anthu okhumudwitsa amachuluka kusiyana ndi abwino = loathsome people are more numerous than lovely ones;
-khumudwitsana -disappoint each other;
-khumudwitsidwa 1.-be discouraged; 2.-be upset by something; 3.-be heart-sick; 4.-be disappointed;
-khumula 1.-pull out; 2.-uproot; 3.-dismember; 4.-crack one's fingers at joint; 5.-remove by force;
-khumulana 1.-dismember each other; 2.-sack each other; 3.-dismiss one another from job;
khunda\a- mouse (but larger than an ordinary mouse);
khundabwi\- herbs given to the initiates in Nyau Secret Society;
khundi\makundi cord for tying corpse;
khundu too close; m'khundu mwa Mariya = too close to Mary;
-khundu -sideways;
-khunga -tighten security;
-khungana 1.-be plump; 2.-be strict;
-khunganani -equip each other; khunganani kuti musagonje = equip yourselves for the fight to avoid defeat;
-khungu 1.blind; 2.ignorant; 3.illiterate;
khungu (long sound) 1.blindness; 2.seizure disorder;
khungu (brief sound) skin;
khungu la ku mutu scalp;
khungu la malalanje zest;
khungu la mmanja palm;
khungu la mmaso cornea;
khungu la mphere scabies skin;
khungu la munthu skin of person;
khungu la usiku 1.night-blindness; 2.nyctalopia;

173

khungu lofiira la matenda - -khutula

khungu lofiira la matenda 1.reddish sick looking skin; 2.albino skin;
khungu lokhala ndi chipsela skin with scars;
khungu louma 1.horny skin; 2.callus; 3.dry skin;
khungu\- 1.blindness through cataract; ali ndi maso akhungu = he has cataract eyes; 2.skin; khungu la munthu = the skin of a person; 3.epidermis; 4.pelt;
khungubwi\a- crow;
-khungula -undress;
khunguluzi\- space;
-khunguniza -pull on the ground;
-khungusula 1.-undo knitting; 2.-undo sewing;
khunguwale\a- dwarf;
khungwa\makungwa 1.bark of tree; asing'anga ena a chikuda amagwiritsa ntchito makungwa ngati mankhwala = some traditional healers use tree barks as medicine; timatenga khungwa kuyala pa mwamba pa mtembo = we used to take bark and laid it on the dead body; 2.phloem; asing'anga amagwiritsa ntchito makungwa pochiza anthu = traditional doctors use phloem to heal people; 3.cork;
khunkha\- 1.search for the remaining grain after the harvest is done; 2.gleaning;
-khunkhala -plump;
khuntho\makuntho basket for straining beer;
-khunyata 1.-sag; 2.-shrink;
khunyu epilepsy;
khupe\makupe 1.wing; 2.flap; 3.mat;
-khuphukira 1.-lean against; 2.-rely on;
-khupuka (chiTumbuka) 1.-be rich; 2.-be wealthy; 3.-be prosperous; 4.-prosper; 5.-excel; 6.-pass; 7.-succeed;
-khuta 1.-be satisfied; 2.-have full stomach; 3.-be filled; ife takhuta = we are all filled up; 4.-be full (food/ drink);
-khuta dzungu -be satisfied with pumpkin;
-khuta mowa -be drunk; tidali tili chikhutire = we were drunk;
-khuta mpweya 1.-starve; 2.-have hunger;
khuta\- full stomach;
-khutala 1.-become fat; 2.-thicken; 3.-fatten;
-khutcha -shake;
-khutchitsa -loosen;
-khutchumula 1.-churn (a bottle); 2.-shake;
-khutchumula kawiri-kawiri 1.-pulsate; 2.-shake vigorously;
-khuthuka 1.-come in large numbers; 2.-come out; 3.-pour out;
-khuthukira -pour over;
-khuthula 1.-empty; anakhuthula chidebe = he emptied the pail; kadzikhuthule kwa Yehova = empty yourself before God; 2.-pour; khuthulira madzi mu mbale yakuya = pour water into a basin;

-khuthula 1.-empty; 2.-decant; 3.-pour out; anakhuthula madzi/ chimanga/ mbatata = he poured out the water/ the maize/ the sweet potatoes;
-khuthula madzi 1.-pour out water; 2.-empty water vessel;
-khuthula mafinya -drain pus;
-khuthula umuna -ejaculate;
-khuthula zinyalala -dispose refuse;
-khuthulira mbale -serve in plates;
-khuthulira pansi -throw away;
-khutika -be edible;
-khutira 1.-appreciate; akukhutira ndi boma = they appreciate the government; ndakhutira ndi m'mene wagwirira ntchito = I appreciate how he has done the job; 2.-be satisfactory; 3.-be satisfied; ndakhutira ndi ntchito yako = I am satisfied with your work; 4.-be pleased; 5.-be grateful; 6.-be convinced; 7.-appraise;
-khutiritsa 1.-satisfy; 2.-convince; 3.-pass; 4.-fulfil;
-khutitsa 1.-satisfy; mtima sukhuta = the heart is not satisfied; 2.-cram with food;
-khutitsa maso 1.-observe; 2.-spectate; 3.-watch; 4.-look after;
-khutitsa onse -satisfy everyone;
-khutitsidwa 1.-be content; 2.-be convinced; 3.-be sufficient; 4.-suffice; 5.-be enough; 6.-be satisfied;
khutu la kunja external ear;
khutu\makutu ear; khutu likutulutsa mafinya = the ear is discharging pus; malo olowetsera kapena kutulutsira uthenga m'khutu = ear canal; kugwidwa kwa matenda kwa khutu/ kutupa mu khutu = ear infection; bowo laling'ono pa khutu/ kabowo kopezeka koyambirira m'khutu = earpit; chubu chaching'ono cha pulasitiki mu khutu kuti chithandizire kumva zomwe zikuyankhulidwa = ear tube; mkatikati mwa khutu = inner ear; mkatikati mwenimweni mwa khutu momwe timamvera = internal ear; fupa laling'ono ku khutu = ossicle; gawo la khutu mpaka pa nemba kapena mbali ya ng'oma momwe muli chubu chomvera = middle ear; expression: wakutsina khutu ndi mnansi (lit.: a real neighbour/ friend pinches your ear) = one who warns you is a real friend; expression: akukamba za mkutu (lit.: he is talking about the things of the ear) = he is talking nonsense; expression: mutsine khutu (lit.: pinch the his ears) = to alert one another/ caution; expression: ali wopanda makutu (lit.: she is without ears) = she is a stubborn person; expression: adalumana makutu (lit.: they bite one another's ears) = they tell secrets to one another;
-khutula -empty; akukhutula ndowa = he is emptying the pail;

-**khutumbula** -disentwine;
khuvi rust;
-**khuvu** falling on water (esp. while bathing in a pool);
-**khuvuka** -get damaged esp. of pit latrine;
-**khuvula** 1.-walk in water; 2.-beat water with hand;
-**khuwizira** 1.-encourage to do bad things; 2.-urge a dog to bite/ bark;
-**khuzumuka** 1.-be calm; 2.-stop (of unusual behaviour); 3.-be settled;
khuzumuka! wake up!;
khuzumule- reversal; expression: lero wadya khuzumule (lit.: today he has eaten something to reverse his way of life) = he has started living a sexually settled life;
-**khwadza** 1.-beat with knife; 2.-prune; 3.-beat;
-**khwadza mwana** -beat a child with stick;
khwakhwa edge; khwakhwa la tsamba la chimanga = the edge of a maize leaf;
-**khwakhwa** -prepare (of garden);
-**khwakhwakhwa** 1.-be penniless; 2.-be bankrupt; 3.-be empty handed;
-**khwakhwana** -walk along the wall, fence etc.;
khwakhwananda alligator;
-**khwakhwatha** -soap;
-**khwakhwatiza** 1.-anoint oneself; 2.-soap; 3.-daub;
-**khwakhwatsa** -pound (pounding twice of maize, millet etc);
-**khwakhwaza** 1.-smear; iye anakhwakhwaza thupi ndi mafuta = he smeared the body with oil; 2.-scribble; 3.-be cursive; 4.-drag;
khwakwa\ma- 1.scale; sindidya nsomba zopanda makhwakwa = I do not eat fish without scales; 2.leaf;
-**khwalala** -be straight;
khwalala\ma- 1.street (but narrow in size); 2.foot path; 3.lane; 4.road; 5.way; 6.thick forest;
-**khwamphuka** -depart suddenly;
-**khwana** 1.-be fit; 2.-be alright; 3.-have enough money;
khwangwala\a- 1.crow; khwangwala amakonda kudya zowola = a crow likes to eat rotten things; 2.scavenger; khwangwala amakonda kudya zowola = a scavenger likes to eat rotten things; proverb: khwangwala wa mantha adafa ndi ukalamba (lit.: a fearful scavenger died of old age) = fear prolongs life; 3.hawk; 4.coward;
khwanya- bean leaves used for relish;
-**khwaphukira** -decide suddenly;
-**khwasula** 1.-eat relish alone; ndinamupeza akukhwasula nyama = I found him eating meat; 2.-walk with loose arms; 3.-eat appetising food e.g. grilled meat;
-**khwasula nyama** -eat grilled/ roasted meat;

-**khwasulidwa** -be eaten (of grilled meat without "nsima");
-**khwatcha** 1.-scribble; 2.-delete; 3.-hook; 4.-be cross;
khwatha\ma- blade of grass;
-**khwathula** 1.-snatch; 2.-steal; 3.-deprive; 4.-pinch; 5.-grab; 6.-wrench;
khwaule\ma- leaf (of maize, cane grass);
khwawa\ma- 1.waterway; 2.dry bed of a stream; 3.furrow between ridges; 4.bund; 5.gully; 6.gutter; 7.canal; 8.channel; 9.hollow; 10.drainage basin;
-**khwawe** crippled;
khwaya\ma- (chiNgerezi) choir;
khwebza\mi- mark;
-**khwechera** -be dark as evening;
khwee (-li k.) 1.-produce scraping sound; 2.-smooth;
-**khwefuka** 1.-loosen; 2.-ease; 3.-untie; 4.-curtsey; 5.-dump down; 6.-be defeated;
-**khwefula** -loosen;
khwekhwe\ma- 1.snare; 2.noose; 3.trap; 4.pitfall; satana ali ndi makhwekhwe ambiri = satan creates many pitfalls; 5.cord; 6.loop; 7.lasso;
-**khwekhweretsa** 1.-drag; 2.-pull; 3.-haul;
-**khwekhwerezera** -push; adamukhwekhwerezera panja = she was pushed out;
-**khwekhwetsa** -pressurise;
-**khwelemuka** 1.-become thin; 2.-lose weight; 3.-emancipate;
-**khwema** -smoke;
-**khwemba** -double up;
-**khwemula** -open;
-**khwentha** 1.-fail; 2.-corner;
-**khwenya** -eat aggressively; panthawi ya njala agalu anakhwenya chimanga = in the period of famine the dogs were aggressive in eating maize;
-**khwepa** 1.-loosen; 2.-slack;
-**khwepetsa** 1.-ease; 2.-loosen; amakhwepetsa lamba wake = he loosens his belt;
-**khwepha** -get loose;
-**khweremula** 1.-undo knitting; 2.-undo sewing;
khwerephete 1.bearing abundantly; 2.plenty;
khwerero\ma- 1.ladder; 2.steps; 3.step upward;
khweru\ma- whistling;
-**khwerula** -snatch with force;
-**khwesa** -scrub;
-**khwesetsa** -drag;
khwesi (-li k.) 1.-doubt; 2.-be uncertain;
-**khweta** 1.-be crooked; 2.-go crookedly; 3.-deviate; 4.-dodge as a path; 5.-double; 6.-dart; 7.-fly rapidly;
-**khwetakhweta** 1.-be meanderous (of road); 2.-be not straight in one's deeds; 3.-be a crook;
-**khwethemula** -undo knitting;
-**khwetsa** -light;

-khwewa -smoke; Yohane amakhwewa chamba = John smokes Indian hemp;
-khweza 1.-endanger; 2.-hung;
-khwidzinga -strap;
-khwidzingana 1.-strap (as net of fish); 2.-get tied firmly;
-khwidzingira -wriggle;
-khwikhwiritsa -urge a dog to chase something;
-khwima 1.-do charm; 2.-do witchcraft; 3.-perform magic; munthu wokhwima = magician; 4.-be of age; being of age = ndi okhwima; 5.-be old; 6.-be aging; 7.-be senescent; 8.-be ripe; mango sanakhwime = the mangoes are not ripe; 9.-be mature; thupi lake lakhwima = his body has matured; ziphatso zokhwima = ripe fruits; 10.-be stiff; mayesowa ndi okhwima = these examinations are stiff; 11.-be stern;
khwimbi (-li k.) -be ripe; tirigu wakhwimbi = ripe wheat grain;
khwimbi\a- 1.boyish person (person advanced in years with boyish appearance); 2.crowd; 3.multitude; 4.mob; 5.scores; kunali khwimbi la anthu ku mpikisano wa masewero a mpira = there were scores of people at the football match; 6. mass; kudali khwimbi la anthu = there was a mass of people; 7.previous year's harvest (of maize); 8.small house; 9.hut;
-khwimira -strengthen oneself with magic to be prosperous;
-khwimitsa 1.-solidify; 2.-stiffen; 3.-harden; 4.-strict;
-khwimitsa chitetezo -tighten security;
-khwimitsa malamulo -restrict;
-khwimitsa mfundo -make strict policies;
-khwimitsa thupi -do gymnastics;
-khwimitsanso -regenerate;
-khwintha -bother to distraction;
khwinthi vandaliser;
khwinthi (-li k.) 1.-be greedy; 2.-be selfish;
-khwinthira -beg again and again;
-khwinyata 1.-shrink; chimanga chimakhwinyata mukachiyanika = maize shrinks after drying it; 2.-squeeze; anakhwinyata yekha pa mkeka = he squeezed himself on the mat; 3.-sag; 4.-dry; 5.-shrivel up; 6.-curl up (as dry leaves); 7.-droop;
-khwinyika -spasm;
-khwipa -gag;
-khwirizira -compel;
-khwisula -eat supper;
kibbutz (chiHeberi) communal farming settlement in Israel;
kifo (chiSwahili) funeral;
kijiko (chiSwahili) spoon;
-kikita -reach;

-kikita pachimake -reach;
Kikuyu Kikuyu; ndi imodzi ya mitundu yopezeka ku Kenya ndi Uganda = it is one of the tribes in Kenya and Uganda;
kilimu (chiNgerezi) 1.cream; 2.joy; kilimu ya ku Malawi = the joy of Malawi; 3.ointment;
kiliyo (chiSwahili) funeral;
kilogiramu (chiNgerezi) kilogram; muyezo wa kulemera kwake ndi 67 = his weight is 67 kilograms;
kimya (chiSwahili) silence;
Kirk (chiNgerezi) Kirk; ndi dzina la Mpingo wa ku Skotilande = it is the name for the Church of Scotland; bwalo lalikulu la Mpingo = Kirk Session;
kisu (chiSwahili) knife;
kiti (chiSwahili) chair;
-kiya -lock; wakiya mnyumba = he has locked the house;
kiyama (chiSwahili) resurrection;
kiyato (chiSwahili) shoe;
kiyi\ma- (chiNgerezi) key;
kiyongozi (chiSwahili) leader; kiyongozi walamula kiti tonse tipite = the leader ordered that we all should go;
kizazi (chiSwahili) generation;
-ko 1.demonstrative function suffixed to singular nouns of the ka-ti class; kambuziko = that little goat; 2.suffix to a verb, referring to a previously mentioned location; ndinaliko = I was there; 3.suffix preceded by subject concord + a, thus forming the possessive pronoun of the second person singular; ana ako = your children; zitseko zako = your doors;
-kobeba 1.-be popular; 2.-be beautiful; 3.-be handsome; 4.-be entertaining; 5.-be interesting; 6.-be enjoyable;
-kobedabeda 1.-be worthless; 2.-be unimportant; 3.-be useless;
-kobeka -be easily stolen;
kobema 1.smoker; 2.drug addict;
kobera implement/ tool used to steal;
kobereka 1.productive; 2.fertile;
kobisako zinthu 1.store; 2.store room; 3.warehouse; 4.cache;
kobisalana place used for hide and seek games;
kobisalika 1.hide-out; 2.remote;
kobisika 1.hidden place; 2.private place;
kobophera\to- safety pin; ndinataya kobophera kanga = I lost my safety pin;
-kocha 1.-sort out; 2.-coach a team of players; 3.-advise; 4.-instruct;
kochapira washing place;
kochekera matabwa saw mill;

kocheza 1.lounge; 2.chatting place; 3.sitting room;
-**kochezeka** 1.-wash away; 2.-resort; 3.-be friendly;
4.-be pleasant;

kochezera sitting room of the house;

kochezera alendo guest house;

kochezo landing place;

-**kochititsa mantha** fearful place;

kochizira matenda 1.hospital; 2.clinic;
3.dispensary;

kochokera place of origin;

kochokera mtsinje river source;

kochokochera grading shed;

kochotsetsa mimba place for labouring;

kodekha quiet place;

kodi muli nazo ntchito? do you mind?;

kodi! ah! (interj.);

kodi? word introducing a question; kodi, mukupita
kuti tsopano? = where are you going now?;

kodi\ma- (chiNgerezi) code;

-**kodobola** 1.-cut above ears and in patches; 2.-
scratch;

-**kodola** 1.-beckon; 2.-call (with hand); iwo
anatikodola = they called us with their hands; 3.-
make a sign; anandikodola kuti ndipite = she made
a sign with a hand that I should go; 4.-call back a
person; 5.-gesture; 6.-invite (using a finger);
musakodole bambo wanu ndi chala = do not invite
your father with a finger; 7.-crook;

-**kodola munthu ndi chigongono** -nudge;

-**kodola ndi maso** 1.-wink; anamukodola ndi maso
kuti amukole iye = he winked at her so that he
could win her; 2.-blink;

-**kodolola mtima** 1.-be good looking; 2.-be pretty;
3.-be admirable; 4.-be attractive; kabuthuko ndi
kodolola mtima = that young girl is very attractive;
5.-be a heart breaker;

koduka mphepo 1.hide-out; 2.private place;

-**kodwa** 1.-be caught; iye wakodwa pa msampha =
he is caught by a trap; 2.-ensnare; 3.-be trapped;

kodyakokha unmarried person;

-**kodza** 1.-pass urine; expression: ukodza (lit: you
will urinate) = you will be in trouble; 2.-pee; 3.-
piss; expression: ukodza (lit.: you will piss) = you
will face hardships; 4.-urinate; mumakodza
magazi? = do you urinate blood?; mkodzo wa
pusi/mbewa = smell of the place where the cats/the
mice urinate; kumva kupweteka pokodza = feeling
pain when urinating; expression: pali mpira wa
nkhodzo za pusi (lit.: there is a ball of the smell of
the place where cats urinate) = there is an
exceptional important football competition;

-**kodzedwa** 1.-urinate on yourself; wakodzedwa
chifukwa chokhuta = he has urinated on himself
due to drunkenness; 2.-conjugate;

-**kodzera** 1.-urinate; amakodzera m'madzi = he
urinates into the water; 2.-ejaculate;

-**kodzetsa** -make one urinate; ukamwa fanta
wambiri amakodzetsa = when you drink too much
fanta you always go out to urinate; expression: lero
wakukodzetsa (lit.: today he has made you urinate)
= he has punished you;

kofiya (chiSwahili) 1.beret; asilikali amavala
kofiya = soldiers wear berets; 2.cap;

kogona 1.resthouse; adapeza kogona = she booked
a resthouse; 2.bed room;

kogona nyama lair;

kogonera 1.sleeping place; 2.old fashioned;
kamtsikana aka ndikogonera = this young girl is of
the past;

koika zinthu 1.storeroom; nyumba yathu ili ndi
koika zinthu = our house has got a storeroom;
2.warehouse;

koipa bad (adv.);

koipaipa something ugly;

koka for; apita kokasaka ku tchire = they will go for
the hunt in the bush;

-**koka** 1.-pull; sungathe kukoka galimoto = you
cannot pull a car; ngamira zimakoka ngolo =
horses pull a cart; kukoka khoka = pulling the net;
expression: iwe wakokera kwako (lit.: you have
pulled it to your side) = do or say something to
your favour; expression: ndachita kudzikoka (lit.: I
have pulled myself) = I have grudged along/
walked on my own with difficulties; 2.-draw;
amakoka maukonde = they draw the nets; 3.-drag
(along the ground); 4.-draw smoke; 5.-be sane;
mutu wokoka = a sane mind; 6.-attract;

-**koka chingwe** 1.-pull a rope; 2.-telephone (fig.);

-**koka fodya** -smoke tobacco;

-**koka kwambiri** 1.-drag; 2.-tug; 3.-lug; thelekitala
idakoka kwambiri galimoto lowonongeka = the
tractor lugged down the broken car;

-**koka manja** 1.-be difficult; zinthu zawakoka
manja = things have become difficult for them; 2.-
be hard; 3.-be uneasy to handle;

-**koka mawu** -drawl;

-**koka mopsamtima** -pull angrily;

-**koka mosamala** -pull carefully;

-**koka mpweya** 1.-sniff up; 2.-breathe;

-**koka mtima** -have difficulties in breathing;

-**koka mtima kwambiri** -be irresistible;

-**koka mwa mphamvu** 1.-tear; 2.-rend;

-**koka mwadzidzidzi** -jerk;

-**koka mwamphamvu** -pull energetically;

-**koka mwaulesi** -pull weakly;

-**koka ndi kukamwa** 1.-suck; 2.-pull with mouth;

-**koka ndi mphamvu movutikira** 1.-haul; 2.-drag;
3.-wrench;

-koka ndi mphuno -sniff up;
-koka pang'onopang'ono -pull slowly;
-koka phazi -walk fast;
-kokana 1.-spasm; 2.-help each other;
-kokanakokana -have grudges;
-kokedwa 1.-be pulled; 2.-be defeated;
-kokeka 1.-be subservient; 2.-be elastic; 3.-be pulled;
-kokera 1.-lure; 2.-campaign;
-kokera kubwalo -pull out;
-kokera kudera -put aside;
-kokera kwako -pull to your side; expression: iye amachita kokera kwako pa nkhaniyi (lit.: he was doing pull to your side in this issue) = he was negotiating to his advantage/ he was playing his cards well;
-kokera mkati 1.-imbibe; koka mpweya wabwino = imbibe fresh air; 2.-take in;
-kokera mmwamba -pull up;
-kokera pansi -pull down;
-kokerana -pull both sides (as in tug of war);
-kokerana pambali 1.-take someone aside; 2.-call someone to a private place;
kokha 1.the place only; 2.-self/ only (with singular nouns of the ka-ti class and of the ku- class indicating locality); kabuku kokha = the booklet itself/ the booklet only; kuimba kokha = the singing itself/ the singing only;
-kokhakhala something coarsey;
koko\- coconut;
koko\a- coconut fruit;
kokodzera 1.urinal; 2.penis;
-kokokera undersized;
-kokola 1.-drain; 2.-clear; 3.-clean out; 4.-sweep away;
-kokoloka -be washed away; munthu wokokoloka ndi madzi = a person who was washed away by water;
-kokolola 1.-carry along/ away (with water); madzi amakokolola dothi = the water carries away the soil; 2.-carry off by flood; 3.-be carried away with water; 4.-sweep away; 5.-erode; madzi amakokolola nthaka = water erodes soil; 6.-remove; 7.-make clean; 8.-clean out; 9.-clear; 10.-scoop; 11.-drain; 12.-round up; onse anangowakokololera ku khoti = all were rounded up and taken to court;
-kokoma -sound; anakokoma ngati mkango = he sounded like a lion;
-kokomera -be extremely tired;
-kokomeza 1.-emphasis e; 2.-be emphatic; kukokomeza mu nyimbo = emphatic tune; 3.-stress; 4.-pamper; makolo asamakokomeze ana awo = parents should not always pamper their children; 5.-pretend; 6.-give more emphasis on; 7.-attach importance to; amakokomeza kwambiri kufunditsa maliro zikofiya = they attach much importance to clothing dead bodies in shrouds; 8.-accentuate; 9.-pamper; 10.-coddle;.11.-feign; expression: wakokomeza nkhani (lit.: you have made talking sound nice) = sweeten a talk/ embellish;
-kokomoka -exclaim; adakomoka atamva za imfa ya amayi ake = she exclaimed after she had heard about the death of her mother;
-kokomola -indulge; makolo amene amakokomola ana awo ndi achabe = indulgent parents are useless;
kokonati\ma- coconut;
kokonda zosangalatsa za umunthu humanism; gululi linayamba m'zaka za ma1500, ndipo linaphunzitsa chidwi cha umunthu; = this movement of Humanism started in the 16th century and it taught the interest of humanity;
-kokonzana 1.-be quarrelsome; 2.-do rehearsals;
kokonzedwa 1.maintenance; 2.repair; 3.manufacturing;
-kokota 1.-scrape; 2.-clear out; mundikokote kuti ndisakhalenso ndi kanthu kena = clear me out so that I don't remain with anything;
-kokowa 1.-go bend; 2.-pick using a finger;
-kokuna 1.-be tightened; 2.-be not loose;
-kokutira covered thing;
-kola 1.-cloy; 2.-be caught (by trap or net); 3.-catch; ndakola nsomba khumi mu ukonde wanga = I have caught ten fish in my net; 4.-hook; 5.-draw; 6.-be distasteful;
-kola chona -catch a cat; expression: ndinakola chona (lit.: I caught a cat) = I made a mistake;
-kola nsomba ndi mbedza -fish by hooks;
-kola pa msampha -entrap;
kolalakika\tolakalakika 1.something which is attractive; 2.something that is appealing to the eyes;
-kolakola -dig as ants-eaters;
kolakwika mistake; kolakwika kokonzedwa mofulumira = a quickly mended mistake;
-kolakwitsa -make error;
kolala\ma- collar;
kolamulira ruling;
-kolana 1.-be amicable; 2.-collide; 3.-crash; 4.-quarrel;
kolapushoni\a- (chiNgerezi) 1.corruption; 2.dishonesty;
kolawa\to- something to taste;
-koledwa 1.-be disgusted; ndakoledwa ndi mango = I am disgusted with mangoes; 2.-be cloyed; 3.-be trapped; 4.-be convicted;

koleji (chiNgerezi) college;
-koleka 1.-hang; koleka zovala zako = hang on your
clothes; ndikoleka zovala = I hang the clothes (on
a hanger); anadzikoleka = he hanged himself; 2.-
hit; umphawi unandikolekadi = poverty hit me
very hard; 3.-buckle; 4.-blow up fire;
-kolekera m'khosi 1.-be up to the neck; 2.-carry on
neck and shoulders;
-kolela 1.-be light; 2.-be not heavy; 3.-be sweet;
kolela (chiNgerezi) cholera;
-koleza 1.-light; 2.-ignite;
-kolezera -encourage;
kolido (chiNgerezi) corridor;
kolingana ndi chiyerekezo 1.reasonable;
2.moderation;
kolobodoka\a- weakling;
koloboli\a- lamp (made from small tins or small
canned bottles);
koloko\ma- (chiNgerezi) clock; expression: alibe 2
koloko (lit.: he has no 2 o'clock) = he is a very
choleric character = he easily gets angry;
-kolokosa -unearth;
-kolokota 1.-dig; amakolokota pansi kufuna miyala
= she was digging out the soil to find stones; 2.-
carve;
kolokotu psitu complete failure;
kolola 1.harvest; 2.yield;
-kolola 1.-harvest; 2.-reap; expression: wamukolola
(lit.: you have reaped him) = you have used all his
money?; 3.-gather in; 4.-break of maize heads; 5.-
yield; expression: pamenepa wakololapo chiani?
(lit.: what have you yielded by doing this?) = have
you benefitted anything by doing this?;
kolona 1.rosary; 2.crown;
kolong'oza -scoop;
-kolopa -mop; anakolopa mchipinda = she mopped
the room;
-kolopera -undress;
-kolopola 1.-undress; 2.-steal;
-kolosa 1.-pull out; 2.-unearth; 3.-scratch with
finger;
kolosera diviner's place;
-kolosola 1.-unearth; musakolosole nthaka = do not
unearth the ground; 2.-take out by scratching with
fingers; 3.-cause to happen;
kolowa chokolo 1.lit.: entering the wife of your late
brother; 2.term used for the practice of 'sexual
cleansing', i.e. a widow having to sleep with a
'fisi' (lit.: hyena) meaning the late husband's
brother or with someone else designated to this;
-koloweka 1.-buckle; 2.-append; 3.-connect (by
hooking); 4.-couple; 5.-dangle; 6.-hang;
kolowera entrance;
kolowera dzuwa West;

kolowetsa unamwali initiation camp;
-kolowoka -be unearthed;
-kolowola 1.-unearth; 2.-remove eyes;
kolowole baldness;
-kolozera moto 1.-blow a fire (lit.); 2.-kindle a fire;
3-rouse a rumour; 4.-stir up a rumour;
kolwe\a- baboon;
koma 1.but; komabe = but still; 2.nevertheless;
3.however;
-koma 1.-be beautiful; 2.-be palatable; 3.-be sweet;
mawu okoma/ mawu achikoka = sweet words;
chakudya chokoma = sweet food; akuyimba
mokoma = they are singing sweetly; 4.-be
delicious; chakudya chokoma = delicious food; 5.-
be good;
-koma kuyang'ana 1.-be comely; 2.-be
entertaining;
-koma kwambiri 1.-be scrumptious; 2.-be tasty;
-koma m'maso 1.-look handsome; 2.-look
beautiful; 3.-be lovely; 4.-be good looking; 5.-look
nice; 6.-be descent; 7.-be attractive;
-koma mkamwa 1.-be a sweet talker; 2.-speak
cleverly;
-koma mtima 1.-be benevolent; 2.-be affable; 3.-be
agreeable; 4.-be merciful; 5.-be gracious; 6.-be
good natured; 7.-be kind; mayi anga ndi okoma
mtima = my mother is so kind; 8.-be kindhearted;
aKhristu amafunika kukhala okoma mtima =
Christians need to be kindhearted; 9.-be
openhearted;
komabe 1.but still; 2.nevertheless; ngakhale iye ndi
wa mwano komabe ndimamukonda = though he is
rude, I like him nevertheless; 3.however;
komadi even so;
komalizira 1.finally; 2.last; 3.ending;
komama to my mother; ndikanena komama = I will
report this to my mother;
-komana 1.-meet; expression: mnyamata
anakomana ndi mtsikana katatu (lit.: the boy met
the girl three times) = statement referring to the
situation in which the girl is made pregnant; 2.-
converge;
komanda\ma- (chiNgerezi) commander;
komangira\to- 1.safety pin; 2.something for tying/
fastening;
-komanitsa 1.-bring together; 2.-reconciliate;
komano but; tingathe kulemba mayeso komano
sindidziwa ngati tikhoze = we can write the exams
but I doubt if we will pass;
komanso 1.but also; 2.moreover; 3.further more;
4.in addition; 5.besides;
komata 1.hidden place; 2.omething stuck together;
komatu but then; tikadatha kupita komatu
sindidakonzeke = we would have gone but then I

am not ready;
-komba 1.-scrape a pot with a finger; 2.-eat with
finger; akukomba phala = he is eating porridge
using a finger; 3.-wipe off with fingers; akukomba
thukuta = he is wiping off the sweat with his
fingers;
kombe\a- 1.arrow; 2.fishing-net;
kombola\ma- 1.firework; adatchera makombola =
he set fireworks; 2.bomb;
komboni (chiNgerezi) 1.common; 2.compound;
3.quarters; 4.ghetto;
kombwe\ma- banana;
-komedwa -be easily taken;
-komema -go to call upon people to assemble;
komema\a- someone whose penis erects when he
sees women;
-komera -benefit; amafuna kuti ndale za
demokalase zizikomera iwo okha = they want that
the politics of democracy should benefit only
themselves;
-komera mtima 1.-favour; 2.-do a favour; 3.-be
gracious for someone; 4.-befriend; 5.-be kind
hearted;
-komerako -be sweeter than;
kometetsera barber shop;
-kometsa 1.-beautify; 2.-make perfect; 3.-sweeten;
4.-flavour; 5.-make righteous; kometsani njira
zanu = make your ways righteous; 6.-bring to life;
7.-decorate; 8.-season;
-kometsa kunja -decorate externally;
-kometsa mkati -decorate internally;
-kometsa pa nsanja -decorate the platform;
-kometsa pakamwa 1.-adulate; 2.-give lovely talk;
3.-exaggerate;
-kometsa pakhomo -decorate the premises;
-kometsera 1.-adorn; 2.-decorate; 3.-beautify; 4.-
cloy;
-kometserakometsera -make more and more
interesting;
komicho\ma-/ komitchi\ma- (chiAfrikaans) cup;
kominira handkerchief;
-komoka 1.-collapse (because of a disease);
ndinagwa pansi ndi kukomoka nditawona mtembo
= I fell down and collapsed when I saw a corpse;
2.-faint; 3.-have epilepsy; mwana amakomoka =
the child has fits of epilepsy; 4.-lose
consciousness; dzulo anakomoka = she lost
consciousness yesterday; 5.-be knocked out; 6.-
convulse; 7.-smother; 8.-be moribund; 9.-pass out;
-komola 1.suffocate; 2.-make a person or an animal
to faint/ pass out;
komveka 1.aloud; 2.loudly; 3.famous;
komvekamveka = very famous; 4.understood;
komveka bwino = well understood;

komwe 1.the place that/ the place where; 2.-self
(with singular nouns of the ka-ti class and of the
ku- class indicating locality); kabuku komwe = the
booklet itself; kuimba komwe = the singing itself;
3.who/ that/ which (relative pronoun with singular
nouns of the ka-ti class, and verbal nouns of the
ku- class, and of the ku- class indicating locality);
komwe kaja demonstrative pronoun meaning 'that
... over there', with singular nouns of the ka-ti
class; kabuku komwe kaja = that little book over
there;
komwe kano this ... here; emphatic demonstrative
pronoun following singular nouns of the ka-ti
class; kabuku komwe kano = this little book;
komwe kuja demonstrative pronoun meaning 'that
... over there', with verbal nouns (ku- class) and
nouns of the ku- class indicating locality; kuimba
komwe kuja = that singing over there; komwe kuja
= over there;
komwe kuno 1.here; 2.this ... here; emphatic
demonstrative pronoun following verbal nouns
(ku- class); kuimba kuno = this singing;
komwe munthu anabadwira 1.mother country;
2.home of origin; 3.motherland;
komweko 1.there; 2.that one; 3.that thing;
komwera 1.small cup for drinking; 2.pub/ beer hall;
komwetera 1.sickle; 2.grass cutter;
-konda 1.-love; amakondana = they love one
another; ndidakakonda = I would love;
amakukonda kwakukulu = he loves you very
much; Mulungu akukonda dziko lapansi kotero =
God loves the world that much; 2.-like;
ndikadakonda = I would like; 3.-please; 4.-cherish;
5.-adore; 6.-care for;
-konda anthu 1.-love people; 2.-be humanitarian;
-konda anzake 1.-love neighbours; 2.-love friends;
-konda chigololo 1.-be adulterous; 2.-be a
womaniser; 3.-be a prostitute; 4.-be a fornicator;
-konda chimasomaso -be adulterous;
-konda china chake -relish; ndimakonda kusewera
mpira wa miyendo = I relish playing football;
-konda chisanu -love coldness;
-konda chisembwere -be adulterous;
-konda chisokonezo -be troublesome;
-konda chuma -be lover of money;
-konda katangale 1.-be corrupt; 2.-be a thief; 3.-
pay bribes; 4.-receive bribes;
-konda kopambana -have strong love;
-konda koposa china 1.-prefer; ndimakonda nsima
koposa mpunga = I prefer nsima to rice; 2.-favour;
3.-like better; 4.-like rather;
-konda koposa zonse -love more than everything;
-konda kukangana 1.-be cantankerous; 2.-be
quarrelsome;

-konda kulalata -be talkative; 2.-talk a lot of nonsense;
-konda kunama 1.-be a liar; 2.-be cheating;
-konda kusagonja 1.-be big hearted; 2.-be not humble;
-konda kusalabadila 1.-be negligent; 2.-be careless;
-konda kusangalatsa -be merry-making; awa amakonda kusangalatsa anthu = he is fond of merry-making;
-konda kusasamala 1.-be care free; 2.-be careless; 3.-pay no attention;
-konda kutsekereza -be fond of obstructing;
-konda kuyala 1.-be a liar; 2.-be a deceiver; 3.-be cheating;
-konda kuyankhulayankhula 1.-be talkative; 2.-be loquacious; 3.-be extrovert;
-konda kuyenda mokondwa -love jolly walk;
-konda kuyimba 1.-be a lover of music; 2.-be fond of music; 3.-be a musician;
-konda kwakukulu -adore;
-konda kwamkwene -have true love; adamukonda kwamkwene mtsikanayo = he has true love for the girl;
-konda kwathunthu 1.-have strong love; 2.-have up-to-date love; 3.-love whole heartedly;
-konda malamulo/ mlandu 1.-be fond of going to law; 2.-be litigious;
-konda malonda 1.-be business-minded; ngakhale ali pa sukulu koma amakonda malonda = although he is at school he is business–minded; 2.-like business;
-konda mapemphero -be prayerful;
-konda masewera 1.-be playful; 2.-like game; 3.-be childish;
-konda matanyula -be gay; akaidi ambiri amakonda matanyula = many prisoners like being gay;
-konda ufulu wa zipani zambiri -be democratic;
-konda ukhondo 1.-love cleanliness; 2.-be smart; 3.-be hygienic;
-konda za chilengedwe -be naturalist;
-konda za chiwembu -be murderous;
-konda za chiwerewere 1.-be lustful; 2.-be adulterous;
-konda za dama 1.-be sexy; 2.-be immoral;
-konda za mtendere 1.-be pacific; 2.-be peaceful; 3.-be friendly;
-konda za mwano 1.-be rude; 2.-be naughty;
-konda zokangana 1.-be quarrelsome; 2.-be controversial; 3.-be pugnacious;
kondaine\- love potion; achimwene anga adadya kondaine = my brother has eaten a love potion;
-kondana 1.-love one another; 2.-agree to one another; 3.-hear one another; 4.-stick together;
-kondedwa 1.-be dear; 2.-be beloved; 3.-be loved; 4.-be favoured;
-kondeka 1.-be dear; 2.-be beloved; 3.-be lovely; 4.-be good looking;
-kondera -favour; mphunzitsi anakondera John = the teacher favoured John;
kondola grain (of maize);
kondowole (chiTonga) thick cassava porridge (procedure: drying cassava, soaking in water, pounding);
-kondwa 1.-be glad; 2.-be pleased; 3.-be blithe; 4.-be happy; 5.-be merry; 6.-rejoice;
-kondwa kopitirira -be crazy;
-kondwa kwambiri 1.-elate; 2.-be overjoyous; 3.-adore;
-kondwera 1.-be pleased; 2.-be happy; 3.-rejoice; tikondwere mwa Yesu = let us rejoice in Jesus; 4.-celebrate; makolo amakondwera ndi ana awo = parents celebrate with their children; 5.-be glad;
-kondwera kwambiri -palpitate; atapata mphatso ya mendulo ya golidi anakondwera kwambiri = after winning the gold medal he palpitated;
-kondwera molongolola 1.-cheer; 2.-be hilarious;
-kondwerera 1.-be happy with; 2.-celebrate; 3.-rejoice;
-kondweretsa 1.-make happy; ndidzamu kondweretsa = I will make him happy; 2.-gladden; 3.-be heart-warming; 4.-please; 5.-delight; 6.-appease; 7.-ignite; anakondweretsedwa = he was ignited; 8.-excite;
-kondweretsedwa 1.-be made happy; 2.-be cheered; 3.-be entertained;
-kondwetsa 1.-enliven; 2.-comfort; 3.-cheer; 4.-make live;
-kondwetsetsa -be very happy;
kong'a\a- scorpion;
-kong'akong'a -have difficulties in walking;
-kong'ontha 1.-kill; 2.-slay; 3.-beat unmercifully; 4.-strike; 5.-whip;
kongo\- clitoris;
-kongola 1.-be beautiful; mtsikana wokongola = a beautiful girl; nyimbo yabwino = a beautiful song; 2.-be natty; nsalu ndi yokongola = the cloth is natty; 3.-be comely; 4.-be pretty; 5.-look smart; 6.-look smooth; 7.-be lovely; 8.-be good looking; 9.-borrow; P anakongola ndalama kwa B = P borrowed money from B;
-kongola kwa mwamuna -be handsome;
-kongola kwambiri 1.-be magnificent; 2.-ravishing; 3.-be delightful;
-kongola mokopa -allure;
-kongola molapitsa 1.-be charming; 2.-be attractive; 3.-be pretty;

-kongola mothetsa khama -be gorgeous;
-kongoletsa 1.-beautify; 2.-decorate; 3.-deck; 4.-
adorn; 5.-illuminate; 6.-make smart; 7.-make
perfect; 8.-lend;
-kongoletsa ndi maluwa 1.-be flowery; 2.-garland;
anamukongoletsa ndi maluwa = he garlanded her
with flowers;
-kongoletsanso malo -redecorate;
-kongoletsera thupi -be cosmetic;
-kongonyola -dislocate;
-kongoza -lend; amakongoza ndalama mwakatapira
= she lends money with usury;
-kongoza ndi chiwongola dzanja -lend with
interest;
-kongwa 1.-be chilled; 2.-be cold; ndakongwa = I
am numb with cold;
-konkha 1.-drink something; 2.-empower; 3.-
pamper; nthawi zina amadzikonkha = he
sometimes pampers himself; 4.-put water into
relish;
-konkha nseche -empower someone to misconduct;
-konkheka -be indulging too much;
-konkhetsa -cast up as figures;
-konkhomola -hatch;
-konkhontha -kill; Yohane adakonkhontha mbuzi =
John killed a goat;
-konofola 1.-remove; 2.-take out;
-konoka -be poundable; iye wagula chimanga
chokonoka = he has bought poundable maize;
-konola 1.-pound; after pounding a less useful
material is left: gaga (husks); 2.-decortiate;
-konombola -draw; akukonombola minga kuphazi
kwake = she is drawing a thorn out of her foot;
-konomphola 1.-take out; 2.-remove;
konse 1.everywhere; 2.entire/ whole/ complete/ full
(with singular nouns of the ka-ti class and of
verbal nouns of the ku- class); kabuku konse = the
whole booklet; kuimba konse = the whole singing;
3.never (with verb in negative); sagwira ntchito
konse = he never works;
konse(konse) 1.everywhere; 2.all over the place;
3.universal; 4.worldwide;
konseko wherever;
konya rheumatism;
-konya 1.-spoil deliberately; 2.-spoil intentionally;
3.-do with a purpose of leaving others in problems;
4.-abuse; 5.-blaspheme;
konyada proudly;
konye\a- 1.cramp; 2.spasm;
konyera 1.toilet; mundionetse konyera = show me
the toilet; 2.enema;
-konyoka -part asunder;
-konyola 1.-harvest; nyani anakonyola chimanga
chiwiri = the monkey harvested two maize cobs;

2.-break off in two; 3.-part asunder; 4.-be
disinclined; 5.-want more; 6.-grumble;
-konza 1.-arrange; konza zinthu m'malo mwake =
arrange things in order; 2.-set in order; 3.-organise;
4.-beautify; 5.-adjust; 6.-adorn; 7.-amend; 8.-form;
9.-reform; kukonza mpingo = reforming the
church; proverb: konza ka pansi kuti
kam'mwamba katsike (lit.: make good reforms
with those down, so that those up should come
down) = make good arrangements to win favour or
support; 10.-fix; 11.-repair; denga lothonya/
lodontha lofunika kukonza = a leaking roof needs
repairing; 12.-make; amapanga zinthu = he makes
things; proverb: konza kapansi kuti kam'mwamba
katsike (lit.: make what is down to make what is
up come down) = large investments conceive
splendid results; 13.-manufacture; 14.-be
competent; 15.-compile; 16.-compose; 17.-edit;
18.-scheme; 19.-shape; 20.-quicken; 21.-style; 22.-
synthesize; 23.-plan; 24.-prepare; anakonza
chakudya = he prepared food; 25.-make clean; 26.-
vacuum; 27.-tidy; 28.-dress; ndikukonza tsitsi = I
am dressing hair; 29.-build; 30.-shed blood; 31.-
kill off;
-konza bwalo -clear; konza bwalo kuti ana asewere
= clear the ground for the children to play;
-konza bwana -kill the boss;
-konza bwino 1.-rectify; 2.-correct; 3.-systematise;
4.-arrange in order;
-konza chakudya 1.-prepare food; 2.-blanch;
-konza chibale 1.-make relationship; 2.-amend
relationship;
-konza chida 1.-prepare a weapon; 2.-arm;
-konza chidule -take a short cut;
-konza chinthu mu mtima 1.-think about; 2.-
devise;
-konza chiwembu -plot an ambush;
-konza cholimba 1.-strengthen; 2.-make stronger;
-konza chowonongeka 1.-mend; anakonza
matayala a njinga = he mended the bicycle tyres;
2.-repair;
-konza dziwe -make a dam;
-konza maganizo -arrange thoughts;
-konza malo ogona 1.-prepare sleeping place; 2.-
make bed;
-konza malo pakuwakwirira -reclaim; adakwirira
chithaphwi kuti akonze munda = he reclaimed the
swamp in order to make a farm;
-konza mawonekedwe -design;
-konza mayeso -prepare exams;
-konza mosamala -elaborate;
-konza motaya nthawi 1.-be ill-timed; 2.-be ill-
judged;
-konza moyo 1.-become pure in spirit; 2.-repent;

-konza msewu -pave road;
-konza munda -prepare a garden;
-konza mwachifatse 1.-prepare thoroughly; 2.-prepare something critically;
-konza mwanzeru -do something wisely;
-konza ndakatulo -be poetic;
-konza ndalama 1.-make money; 2.-produce money;
-konza ndi nyumba -forge;
-konza ndime 1.-make paragraph; 2.-divide into paragraphs; 3.-make verses;
-konza njinga -repair push bike;
-konza njira -pave road;
-konza njira ya madzi 1.-make water way; 2.-construct drain;
-konza nsapato 1.-cobble; 2.-mend; 3.-repair;
-konza pa chiyambi -fore-ordain;
-konza pong'ambika 1.-darn; 2.-mend;
-konza zolakwika 1.-correct mistakes; 2.-correct errors;
-konza zolakwitsa -correct; aphunzitsi akonza zolakwitsa za ana a sukulu = the teacher has corrected the pupils mistakes;
-konzanso 1.-reorganise; 2.-restore; 3.-restructure; 4.-rebuild; 5.-recondition; 6.-repair; 7.-redress; 8.-resurface; 9.-amend; 10.-update; 11.-rearrange;
-konzanso chinalipo kale -recreate;
-konzanso chowonongeka -reconstruct;
-konzanso mwamakono 1.-renew; 2.-begin something again;
-konzanso mwatsopano 1.-renew; 2.-renovate;
-konzanso ndi zatsopano -refit;
-konzedwa 1.-be reformed; malamulo okonzedwa = reformed laws; Mipingo Yokonzedwa = Reformed Churches; Mpingo Wokonzedwa wa chiDatchi ku Kummwera kwa Afirika = Dutch Reformed Church in South Africa (D.R.C); 2.-be repaired; 3.-be ready; chakudya chakonzedwa = the food is ready; 4.-schedule; 5.-style;
-konzedwa moipa -be ill-assorted; nsapato zokonzedwa moipa = the ill-assorted shoes;
-konzedwa mwaluso -be done skilfully;
-konzedweratu -be prearranged; mphatso yokonzedweratu = prearranged gift;
-konzeka 1.-be prepared; 2.-be ready; chakudya chakonzeka = the food is ready/ the food has been prepared; 3.-be easily corrected; 4.-be clean;
-konzeka kulapa 1.-be ready to repent; 2.-be prepared to repent;
-konzeka kumenyana -be belligerent;
-konzeka kuphunzira -be curious;
-konzeka kutumikira 1.-be ready to serve; 2.-be dutiful;
-konzeka mtima mwatsopano 1.-become a born

again person; 2.-change behaviour;
-konzekera 1.-be ready; 2.-be afoot; 3.-plan; amakonzekera ntchito yake = he plans his work; 4.-prepare; anakonzekera = he was prepared; anakonzekera maphunziro = he prepared for the lessons;
-konzekera kulalika -prepare to preach;
-konzekera kulemba 1.-be ready to write; 2.-edit;
-konzekera kunenera -prepare to prophesy;
-konzekera kupita 1.-prepare to go; 2.-be ready to depart; 3.-prepare to leave;
-konzekera kutsogoleredwa -be amenable;
-konzekera kuweruza mlandu -prepare to judge a case;
-konzekera mayeso 1.-prepare to write exams; 2.-be ready to sit for exams; 3.-prepare to take exams;
-konzekera ulendo -prepare for a journey;
-konzera mwina 1.-do something in another way; 2.-do otherwise; 3.-do the opposite;
-konzetsa 1.-repair; 2.-adorn; 3.-deck; 4.-curry; 5.-flavour with;
-konzetsa nyumba -employ someone to build/ repair a house;
-kopa 1.-beguile; 2.-allure; 3.-cajole; 4.-convince; 5.-persuade; 6.-entice; 7.-seduce; 8.-campaign; 9.-attract; 10.-magnetise; 11.-draw attention; 12.-be gay;
kopa (chiNgerezi) 1.copper; 2.brass; chidebe chopangidwa ndi kopa = pail made of brass;
-kopa anthu 1.-attract people; 2.-draw people's attention;
-kopa mtima 1.-attract; 2.-campaign; 3.-entice; 4.-be seductive;
-kopa wina ndi maganizo ako -imbue; anakopedwa ndi maganizo ake = they were imbued by his ideas;
-kopakana just touching each other; kudya kopakana = eating a meal together that does not end people's hunger;
kopambanako better (adv.);
kopanda kanthu place without anything;
kopara (chiTumbuka) money;
kope\ma- (chiNgerezi) 1.exercise book; 2.note book;
-kopedwa 1.-be attracted; 2.-be convinced; 3.-be influenced; anakopedwa ndi chikhalidwe chake = he was influenced by her behaviour;
-kopeka 1.-simulate; 2.-be attracted; 3.-be seduced;
-kopera 1.-forge; 2.-imitate by copying;
-kopera chinthu 1.-follow what others are doing; 2.-be burlesque to entertain others;
kopeza chakudya 1.place where food can be found; 2.restaurant;
kopeza chitetezo 1.refuge; 2.shelter; 3.hide out;

kophikira zakudya 1.kitchen; 2.café;
kophikira zakumwa 1.beer hall; 2.brewery;
kopita milandu court;
kopita mitembo grave yard;
kopita mizimu ya akufa 1.place of the spirits of the dead; 2.Hades; maganizo a aGiriki akale akuti pansi padziko pali malo omwe mizimu ya anthu a kufa imapita = thoughts of early Greeks saying that beneath the earth there is a place set aside for the spirits of the dead;
kopitirira 1.while continuing; 2.while proceeding; 3.progressing;
kopitiriza continually;
kopje/ koppie (chiAfrikaans/ chiDatchi) hill (lit.: head);
-kopola -strip of skin;
koposaposa above all else;
koposerapo better (adv.);
korona\a- 1.crown; 2.rosary; ndimagulitsa makolona = I sell rosaries;
-kosa -make a rope;
kosafa being not dead;
kosalekeza 1.ceaselessly; 2.non-stop; 3.continuously; 4.evermore; 5.forever; 6.endless; 7.everlasting;
kosapuma 1.without break; 2.ceaselessly;
kosatha 1.ceaselessly; 2.eternally; 3.everlasting; 4.always;
kosawerengeka uncountable;
kosawoneka 1.unseen; 2.invisibly;
kosewera during the game;
kosewerera playground;
kosungira anthu a milandu 1.remand prison; 2.jail;
kosungira anthu amisala 1.mental hospital; 2.lunatic asylum;
kosungira chimanga cha dziko government silos for maize;
kosungira nsomba za moyo 1.dam; 2.fish pond;
kosungira nyama za kuthengo 1.game reserve; 2.national park;
kota (chiNgerezi) quarter; gawo lachitatu mwa magawo anayi a mzinda = three quarters of a city;
-kotama 1.-bend; 2.-bow;
kotero 1.like this; 2.so;
kotero kuti 1.so that; 2.moreover;
koterotu however;
kotheratu 1.at all; 2.completely; ndaiwaliratu = I have forgotten it completely; 3.wholly;
koto ine! alas me!; koto ine, anakuwa = alas me, she exclaimed;
-kowa 1.-bend something down; 2.-catch hold and draw to one; 3.-scoop with fingers; akukowa dothi la nyata = he is scooping clay soil; anakowa

mankhwala mu supa = he scooped medicine from the magical gourd;
-kowola 1.-strip bark off tree; 2.-unbark;
kowomake to his mother; wapita kowomake = he has gone to his mother;
koyamba at first (order of place);
koyambayamba at first;
koyambira miyendo 1.feet-first birth; 2.footling birth;
koyambirira 1.first thing; 2.in the beginning;
koyendera kawirikawiri hangout;
koyi (chiDatchi/ chiAfrikaans/ chiXhosa) 1.frame for storing maize etc.(in chiXhosa); 2.lit.: cage for birds/ bunk on a ship (in chiDatchi/ chiAfrikaans); 3.name of William Koyi († 1886), first missionary among the aNgoni;
ku 1.at (location); 2.to (location); 3.onto (location);
-ku 1.demonstrative function suffixed to verbal nouns (ku- class) and nouns of the ku- class indicating locality; kuimbaku = this singing; kunyumbaku = at this house; 2.you (verbal object infix); ndikukuona = I see you (singular);
ku- 1.prefix preceding the stem of a verb in the infinitive; kupita = to go; 2.subject concord with verbal nouns of ku- class; kuimba kuli pano = the singing is here; 3.prefix of noun indicating locality of ku- class; kunyumba = at the house; 4.subject concord with nouns indicating locality of ku- class; kunyumba kuli anthu = at the house there are people;
-ku- 1.object concord of second person singular; akukuona = he is seeing you; 2.object concord infixed in conjugated verbs representing nouns of ku- class; ndikukumva (kuyimba) = I am hearing it (the singing); 3.object concord infixed in conjugated verbs representing nouns indicating locality of ku- class; ndikukuona (kunyumba) = I am looking round at it (at the house); 4.infix putting a verb in the present continuous tense; ndikuphunzira = I am learning;
-ku ... ni object concord of second person plural; akukuwonani = they see you;
ku mayambiriro 1.incipient; 2.early stage of something;
ku nkhongo 1.behind; 2.back;
kuba 1.theft; 2.stealing; 3.larceny; sindimakhulupilira kuti ndi kuba chonchi = I could not believe there is such a larceny;
kuba malo 1.land-grabbing; 2.land stealing;
kuba masanasana daylight robbery;
kuba munthu 1.abduction; 2.kidnapping;
kuba ndi zida zoopsa armed robbery;
kubadwa birth; nambala ya ana omwe abadwa panthawi = birthrate;

kubadwitsa birth;

kubadwitsa mwana 1.delivery; 2.parturition; 3.giving birth to a child;

kubala 1.childbirth; 2.labor (medical);

kubala kwambiri ana 1.fertility; 2.fecundity; 3.producing many children;

kubalalika kwa anthu diaspora;

kubama mbewa digging mice;

kubandali lee shore; gombe komwe mphepo imaombako kuchokera kunyanja = a shore at which the wind blows from the lake = lee shore;

kubangira m'mimba constipation;

kubanika 1.respiratory failure; 2.dyspnea; 3.stress;

kubatizidwa kachiwiri 1.Anabaptism; 2.being baptised twice;

kubatizidwanso 1.Anabaptism; 2.being baptised again;

kubera munthu mosaonekera pick-pocketing;

kubereka 1.birth; kubereka mokonza nthawi yake = birth control; 2.fertility;

kubereka mwana 1.delivery; 2.parturition; 3.child bearing; 4.tocus;

kubetcha 1.entrance fee; 2.entrance payment;

kubhoja (chiNgoni) squeezing milk straight from the udders in your mouth;

kubindikira m'mimba constipation;

kubiriwira nthawi zonse evergreen;

kubisa makhalidwe oipa 1.pretending to be different from what one really is; 2.hypocrisy;

kubonthoka 1.fracture; 2.break;

kuboola khutu ear piercing;

kubowoka m'mimba diarrhoea;

kubowola drill (n);

kubulitsa chimanga roasting maize;

kubulitsa mtedza roasting groundnuts;

kubuma maliro 1.mourning; 2.weeping; 3.crying because of the loss of someone;

kubwadamuka boiling;

-kubwalo 1.outer; 2.outward;

kubwalo kwa 1.ground of; 2.court of;

kubwalo kwa mudzi outskirt;

kubwanyula 1.beating; 2.breaking;

kubwata boiling;

kubwatalala flatness;

kubwatitsa 1.boiling; 2.pasteurisation; kubwatitsa chakudya/chakumwa kuti zisaonongeke ndi titizirombo = pasteurisation;

kubwebweta 1.mental disturbance; 2.delirium; 3.utterances by a prophetess or medium when asleep or in a trance;

kubwera 1.advent; kubweranso kwachiwiri kwa Khristu = Christ's Second Advent; 2.coming;

kubwera kwa Khristu 1.advent of Christ; 2.incarnation of Christ; 3.physical coming of Christ; kubwera kwa Mulungu pa dziko m'thupi ngati la Yesu Khristu = the physical coming of God on earth in Jesus Christ;

kubwera kwachiwiri kwa Yesu 1.second advent of Jesus; 2.parousia;

kubweranso kwa Khristu 1.second advent of Christ; 2.parousia;

kubweranso kwa Yesu 1.second advent of Jesus; 2.second coming of Jesus; 3.parousia;

kubwereka 1.borrowing; 2.having a loan;

kubweretsa chinthu 1.bring in a thing; 2.delivery; 3.provision;

kubweretsa katundu m'dziko importation;

kubwereza 1.repetition; 2.duplication;

kubwereza kulemba 1.repeating to write; 2.writing for the second time;

kubwereza kwa mawu 1.repeating words; 2.saying ditto;

kubwereza mowa re-brewing beer;

kubwerezedwanso renewal;

kubweza kwa machimo retribution for sins;

kubwezera vengeance;

kubwezeranso chinthu restoration;

kubzala mitengo 1.planting trees; 2.afforestation;

kubzolera muyeso 1.going beyond limit; 2.going beyond scale; 3.extravagance;

kubzukula emesis;

kubzungunyuka sprain;

kucha ngwe -dawn; tambala woyamba amalira kukucha ngwe = the first cock crows at dawn;

kuchapa 1.washing; 2.cleanliness;

kuchawe kwa phiri 1.the top of the mountain; 2.the summit of the mountain;

kuchembedza mwana 1.parturition; 2.giving birth to a child;

kuchembeza child bearing;

kuchemerera malonda 1.sales talk; 2.advertising;

kuchenjera 1.cleverness; 2.intelligence; 3.brilliance; 4.wisdom;

kuchenjeza 1.warning; 2.admonition;

kuchenjezedweratu 1.fore-warning; 2.fore-arm;

kuchepa 1.scarcity; 2.contraction; 3.shortage;

kuchepa mphamvu kwa ndalama 1.decrease of the strength of money; 2.inflation;

kuchepetsa 1.diminishing; 2.diminution;

kuchepetsa kubereka contraception;

kucheuka looking back;

kucheula beckoning;

kucheza 1.colloquy; 2.conversation; 3.chatting;

kucheza m'dziko la eni 1.chatting; 2.visiting; 3.sojourning;

kucheza ndi alendo chatting;

kuchezera 1.all over night; 2.dancing night-long; gule anachezeredwa usiku wonse = the dance went

all night long; proverb: nyimbo imodzi sachezera gule (lit.: one song cannot last all night-long) = there is need for changing things;
kuchezera alendo hospitality;
kuchezera odwala visiting the sick;
kuchezerana conversation;
kuchimake abundance; kuno ndi kuchimake kwa nthochi = there is an abundance of bananas here;
kuchimake kwa dzuwa sunny; kuli dzuwa = it is sunny;
kuchindana sexual intercourse;
kuchira 1.recovery; 2.delivery; 3.childbirth; 4.labor (medical);
kuchira mu chikhulupiriro faith healing;
kuchiritsa treatment;
kuchiritsidwa healing;
kuchita bwinja ruin;
kuchita bwino merit;
kuchita chigololo ndi nyama 1.doing sex with animals; 2.sodomy;
kuchita chipepeso mobwereza recompensation; anamupatsanso ndalama za chipukuta misozi/ chiongola dzanja = he received recompensation;
kuchita chobwereka borrowing;
kuchita cholakwa 1.fault; 2.offence; 3.crime; 4.sin;
kuchita chopusa 1.stupidity; 2.foolishness; 3.idiocy;
kuchita maere casting lots;
kuchita makani mischief;
kuchita mang'a 1.crack; 2.embarrassing; 3.causing difficulties;
kuchita manyazi 1.act that causes shame; 2.indignity; 3.humiliation;
kuchita ming'alu cracking;
kuchita mobisa secrecy;
kuchita mokokeka being unwilling;
kuchita molawa tasting;
kuchita molingana ndi nyengo contextualisation;
kuchita mopambana 1.success; 2.prosperity;
kuchita mopinda 1.fold; 2.crinking;
kuchita mopitirira muyeso 1.doing beyond measure; 2.doing things beyond the limit; 3.radicalism;
kuchita mosakondera 1.impartiality; 2.objectivity;
kuchita mosamala acting with care;
kuchita motayataya scattering;
kuchita motsutsa lamulo 1.acting against the law; 2.being guilty;
kuchita movomerezeka 1.being orthodox; 2.orthodoxy;
kuchita mowazawaza 1.spreading; 2.scattering away;
kuchita mowirikiza 1.do something repeatedly; 2.continuity;
kuchita moyesa 1.trying; 2.attempting;
kuchita mwa masomphenya 1.visionary; 2.long range;
kuchita mwabata 1.peace; 2.quietness; 3.calm;
kuchita mwachangu hurrying;
kuchita mwadala 1.acting deliberately; 2.doing on purpose;
kuchita pa nthawi yake doing at the right time;
kuchita zosadziwika 1.doing useless things; 2.doing unremarkable things;
kuchita zosayenera 1.sacrilege; 2.blasphemy;
kuchitanso repeating;
kuchitika 1.happening; 2.occuring;
kuchitika mopitirira continuity (lit.: happening continuously);
kuchitika pafupipafupi happening often;
kuchitira zinthu limodzi 1.doing things together; 2.doing things unanimously;
kuchititsa mantha 1.threatening; 2.frightening; 3.warding off; 4.menace (n);
kuchiwonongeko 1.place of destruction; 2.hell; malo a anthu amene akufa opanda kulandira kukhululukidwa kwa machimo = a place where those who die without being forgiven of their sins go;
kuchiza treatment;
kuchiza pong'amba surgery;
kuchizidwa 1.being healed; 2.being cured;
kuchoka pa malo 1.leaving a place; 2.departure;
kuchokamo 1.getting out; 2.secession;
kuchokera 1.since; 2.from (place); 3.from (time);
kuchokera ... mpaka from ... to;
kuchotsa 1.removal; 2.diminution; 3.cutting out; 4.taking away; 5.subtraction; 6.deleting; 7.elimination; 8.deduction;
kuchotsa cholumikizana disconnection;
kuchotsa fumbi 1.kind of ritual sexual intercourse (lit.: removing the dust); 2. term used for the practice of 'sexual cleansing', i.e. a widow having to sleep with a 'fisi' (lit.: hyena) meaning the late husband's brother or with someone else designated to this;
kuchotsa kusiyana mitundu detribalisation;
kuchotsa mchitidwe wa chiyero desacralisation;
kuchotsa mchitidwe wa uzimu 1.desacralisation; 2.godlessness;
kuchotsa mimba abortion; mankhwala ochotsera mimba/pakati = abortifacient;
kuchotsa mpatuko wa mitundu detribalisation;
kuchotsa tsitsi epilation;
kuchotsa umuna ejaculation;
kuchotsa ziwalo 1.removing parts; 2.dismembering;
kuchotsa ziwanda 1.deliverance; 2.exorcism;

kuchotsedwa 1.removal; 2.expulsion; kuchotsedwa m'munda wa Edene = expulsion from the garden of Eden;
kuchotsedwa mu mpingo excommunication;
kuchotsedwa ulemu 1.indignity; 2.embarrassment;
kuchotsera 1.subtraction; 2.deduction; 3.taking away; 4.elimination;
kuchucha 1.outflow; 2.leakage;
kuchuluka 1.density; 2.population; 3.mass;
kuchuluka kwa mitsinje stream density;
kuchuluka kwake quantity;
kuchuluka mpwe ya tension;
kuchulukana 1.overpopulation; 2.propagation; 3.self-multiplication;
kuchulukira 1.surplus; 2.increasing;
kuchulukitsa 1.duplication; 2.multiplication; 3.propagation;
kuchulukitsa kwa anthu overpopulation;
kuda 1.darkness; 2.dirt;
-kuda 1.black; amavala zakuda = they are dressed in black; 2.brown; 3.scruffy;
kuda nkhawa 1.worrying; 2.discomfort; 3.jitters;
kudabada 1.swimming in dirty water; 2.drunkenness;
kudabwa 1.perplexity; 2.wondering; 3.puzzlement;
kudabwitsa 1.surprise; 2.hair-raising thing; 3.astonishment;
kudakwa 1.drinking too much; 2.drunkenness;
kudala 1.prosperity; 2.fortune; 3.blessing (not from God); ndine wodala, ndapeza ndalama zambiri = I am fortunate, I've got much money;
kudalira pa wina 1.dependence on another; 2.relying on another;
kudalirana mutual dependence; kudalirana pa malonda akunja = dependence on foreign exchange;
kudambwe\ma- 1.initiation camp; 2.hide-out; proverb: zakudambwe saulula (lit.: what is said in the hide-outs is not spoken publicly) = keep secret; proverb: bongololo sadzolera mafuta pa gulu (lit.: a millipede does not put on oil in the public) = keep secrets; 2.place where masks are kept; dambwe la anyau ndi kumanda = the hide-out for masked dancers is the graveyard;
kudana 1.mutual hatred; 2.enmity; 3.dislike; 4.antagonism;
kudana kopitirira muyeso 1.extreme antagonism; 2.great mutual hatred;
kudana ndi chilungamo 1.injustice; 2.untruthfulness; 3.corruption;
kudana ndi chinthu 1.hating something; 2.aversion; 3.distaste;
kudana ndi chinyengo 1.being right and fair; 2.justice;

kudana ndi chowonadi untruth;
kudana ndi dziko la aNgerezi anglophobia;
kudana pachibale enmity within relations;
kudandaula 1.complaining; 2.lamentation; 3.worrying; 4.anxiety; 5.dysphoria (medical);
kudandaulirana sharing complaints;
kudandaulirana chithandizo 1.ask for help; 2.request for assistance;
kudankhwira sigh;
kudedereza melodious singing; ndimakonda kudedereza kwa nyimbo kotero = I like the melodious singing I hear;
kudekha 1.patience; 2.endurance;
kudelera 1.undermining; 2.levity; 3.overlooking; 4.arrogance;
kudemvuka conceit;
kudendekera balancing pot on head;
kudenya gule dance;
kudepoti 1.depot; 2.bus stage;
kudera kosatukuka underdeveloped place; sakonda kupita kumudzi kwawo chifukwa ndi kudera kosatukuka = he does not like to go to his home because it is underdeveloped;
kudera la chilendo place where you are new (stranger);
kudetsa 1.polluting; 2.dirtying; 3.making dirty;
kudeweza delaying;
kudidiriza levelling;
kudikirira 1.waiting for; 2.hanging around;
kudimba garden;
kudiriza 1.pressing; 2.levelling;
kudodoma hesitation;
kudontha leakage; mgolo uli ndi podontha = there is a leakage on the barrel;
kudowola 1.punching a hole; 2.drill (n);
kudukula 1.picking up; 2.dancing (esp moving loin);
kudula 1.cutting; 2.disconnection; 3.chop;
kududlidwa mu mpingo 1.being cut off from the church; 2.excommunication;
kudumpha omission (lit.: jumping);
kudumpha posonyeza chikondi 1.jumping to show love (of animals); 2.fawning;
kudutsira pa nyanja navigation;
kudwala 1.illness; kadwalidwe kanthawi yochepa/pachimake pa matenda/ kudwala mwadzidzi = acute illness; 2.sickness; 3.ailment; 4.ill-health; 5.pain; 6.morbidity;
kudwala chidwalire incurable disease;
kudwala kosachiritsika incurable illness;
kudwala kosalekeza incurable disease;
kudwala matenda akugwa epilepsy;
kudya eating; expression: ndaona kodya kokha (lit.: I have seen a lonely eater) = I have seen an

unmarried woman;
kudya kadzutsa breakfasting;
kudyana cannibalism;
kudyukula pounding;
kudza 1.coming; 2.advent; kudza kwa wayilesiya
kanema = advent of television;
kudzadzidwa ndi Mzimu Woyera 1.being filled
with the Holy Spirit; 2.inspiration by the Holy
Spirit;
kudzakhalako there will be;
kudzazidwa mantha akulu 1.filled with fear;
2.panic; tikukhala mwa mantha chifukwa cha afisi
= we are living in panic because of hyenas;
kudzibisa 1.masquerade; 2.disguise; 3.false
appearance by not showing truth;
kudzichepetsa humility;
kudzichepetsa kwa Mulungu divine
condescending;
kudzidandaulira regret;
kudzidekhetsa continence;
kudzidzimuka mosadziwa reflex;
kudzifatsitsa continence;
kudzifoketsa exhaustion;
kudzifunsa self-evaluation;
kudziimira pawekha podzilamulira
1.independence; 2.self-government;
kudzikakamiza force;
kudzikaniza 1.self-control; 2.self-discipline; 3.self-
denial; 4.abstinence;
kudzikankha 1.pushing oneself; 2.helping oneself;
kudzikhalira loneliness;
kudzikokomeza arrogance;
kudzikometsa 1.self-justification; 2.hypocrisy;
3.self-charming;
kudzikonda 1.arrogance; 2.selfishness; 3.egotism;
kudzikonda kwakukulu 1.selfishness; 2.self-
interest; 3.narcissism;
kudzikondweretsa self-amusement;
kudzikonzera njira preparation of the way;
kudzikonzera tsogolo preparation of the future;
kudzikulunga 1.wrapping; 2.cover;
kudzikumbutsa reminder;
kudzikundikira 1.boasting; 2.pride;
kudzikuza 1.selfishness; 2.self-righteousness;
3.arrogance; 4.pride; 5.self-aggrandisement;
kudzilamulira 1.self rule; ufulu wodzilamulira =
freedom of self rule; 2. independence; 3.self-
government;
kudzilanga 1.self punishment; 2.penance;
kudziletsa 1.self-control; 2.abstinence;
kudziluma bite;
kudzilungamitsa 1.self-justification; 2.self-
righteousness;
kudzimana self-denial;

kudzimbidwa ndi zakudya 1.indigestion;
2.constipation; 3.dyspepsia;
kudzimva 1.feeling of superiority; 2.pride;
3.arrogance;
kudzimvera chisoni 1.self-pity; 2.grief; 3.hard
luck; 4.sorrow;
kudzimvetsa self-understanding;
kudzinenerera self-recommendation;
kudzinga 1.quietness; 2.calm;
kudziona wekha ofunikira being haughty;
khalidwe lodziganizira wekha ngati wofunikira
kwambiri kuposa ena = a tendency of regarding
oneself more important than anyone;
kudzipatsa chilango 1.self punishment; 2.penance;
kudzipatsa ntchito self-employment;
kudzipatsa ulemu self-respect;
kudzipatula 1.separating oneself; 2.sanctification;
kudzipereka 1.submission (lit.: handing oneself
over); 2.dedication; 3.devotion; anadzipereka = he
acted with devotion; 4.venture;
kudzipereka kwa thunthu 1.total submission;
2.commitment;
kudziphimba kuti usazindikirike 1.mask oneself;
2.false pretences;
kudziretsa 1.self control; 2.abstinence;
3.asceticism; 4.self-denial;
kudzisamala 1.smart; 2.tidy; 3.neat; 4.hygienic;
kudzisanthula self-evaluation;
kudzisunga 1.self-control (lit.: keeping oneself);
kudzisunga kumathandiza = self-control helps;
2.self-discipline; 3.chastity;
kudzitama 1.showing too much pride in oneself;
2.arrogance;
kudzitamandira 1.pride; 2.chauvinism;
kudzitchinjiriza 1.poise; 2.self-control;
kudzitchula self-recommendation;
kudzitsitsa humility;
kudzitsutsa 1.self-criticism; 2.self-critique;
3.conviction;
kudzivomereza 1.self-approval; 2.self-
recommendation;
kudzivutitsa trouble;
kudziwa 1.knowledge; 2.cognition; 3.recognition;
4.being well-informed;
kudziwa kuwerenga ndi kulemba being literate;
kudziwa zonse 1.all knowing; 2.omniscience;
kudziwa zoona popeza zosiyidwa 1.studying
ancient things by means of remains;
2.archaeology;
kudziwa zowona zake za chinthu 1.truth; 2.reality;
3.facts;
kudziwika 1.being famous; 2.fame; 3.being known;
kudziwitsa mpingo mbusa wawo 1. introduction
of pastor; 2.induction of a pastor;

kudziwitsa munthu pa udindo - kufuna

188

kudziwitsa munthu pa udindo induction of a functionary;
kudziwona ngati wopambana 1.pride; 2.boasting; 3.arrogance;
kudziwonetsera showbiz; akhristu ena akudziwonetsera kuti ndi okhulupirira = some Christians are making showbiz out of their faith;
kudziwonetsera ngati wanzeru 1.showbiz; 2.show-off;
kudziwonetsera poyera 1.showbiz; 2.show-off;
kudziyamikira m'maphunziro 1.pride in scholarship; 2.pedantry;
kudziyang'anira wekha 1.self-government; 2.independence; 3.self-control;
kudziyankhulira wekha 1.talking to oneself; 2.soliloquy;
kudziyendera walk;
kudziyenereza 1.self-justification; 2.self-righteousness;
kudziyeretsa 1.self-sanctification; 2.self-righteousness;
kudzizimbaitsa 1.masquerade; 2.false pretences; 3.hypocrisy; 4.cryptical;
kudzodza 1.anointing; 2.ordination; 3.consecration;
kudzodzedwa act of being anointed;
kudzudzula munthu 1.rebuke; 2.reprimand; 3.censure;
kudzuma boo (lit.:sound of disapproval); padamveka kudzuma = a sound of disapproval was heard;
kudzungunya 1.loneliness; 2.solitude;
kufa 1.dying; 2.deceasing; 3.being defunct; 4.being inanimate;
kufa kwa mtima heart failure;
kufa kwa nkhope 1.facial nerve paralysis; 2.disease of Bell's palsy;
kufa mwadzidzidzi stroke; ndi kufa mwadzidzidzi kwa bongo chifukwa chosowa mpweya wabwino = it is the sudden death of brain cells due to lack of oxygen, caused by blockage of blood flow;
kufalikira 1.spreading; 2.propagation;
kufalitsa 1.announcement; 2.circulation; kufalitsa kwa nyuzipepala = the circulation of the newspaper; 3.broadcasting;
kufanana 1.resemblance 2.likeness; 3.similarity; 4.affinity; 5.equality;
kufanana ndi chikhalidwe homoi-ousios (being like the being); mawuwa m'chiGiriki anagwiritsidwa ntchito ndi maArian mu mpingo wakale, ndiponso ananena kuti Mwana wa Mulungu amafanana ndi chikhalidwe cha Mulungu Atate = these Greek words were used by the Arians in the Old Church, rejecting the Godhead of Jesus Christ, and also they said that the Son of God

is like the being of God the Father;
kufananitsa 1.comparing; 2.simile;
kufananitsa chinthu 1.metaphor; 2.simile; example: mtima ngati mwala = a heart like a stone, heart is a simile of stone;
kufatsa 1.patience; 2.calm; 3.meekness; 4.sullenness;
kufiira redness; kufiira ngati magazi = red like blood;
kufika poima 1.termination; 2.impasse; 3.stalemate;
kufikira 1.until; 2.up to;
kufikisa massage;
kufikitsa thupi massage;
kufooka 1.weakness; 2.laziness;
kufooka kwa bongo senility (because of ageing);
kufooketsedwa 1.being weakened; 2.being discouraged;
kufotokoza mwatsatanetsatane 1.thorough explanation; 2.explaining in detail;
kufotokoza nkhani 1.explanation; 2.description;
kufotokozera Baibulo 1.exegesis; 2.interpreting; 3.hermeneutics;
kufotokozera mu mawu description;
kufotokozera ndime za m'Baibulo hermeneutics;
kufotsera burial;
kufowoka 1.weakness; 2.debility; akuvutika ndi kufowoka kwa m'thupi atadwala kwa nthawi yayitali = she is suffering from general body debility after her long illness;
kufufuma 1.expansion; 2.obesity;
kufufuta 1.rubbing; 2.erasing;
kufufuza 1.research; 2.survey; kufufuza kunachitika pano = the survey was done here; 3.inquiry;
kufufuza ziyambi za Baibulo 1.research of the sources of the Bible; 2.historical-literary criticism of the Bible;
kufukula maliro exhumation; boma lidafukula mtembo wa nduna yotchuka = the government exhumed the dead body of a famous minister; afiti amafukula maliro = the witches exhume dead bodies;
kufukula zinthu pokumba 1.excavation; 2.archeology;
kufukulira excavation;
kufulidwa becoming eunuch;
kufulika becoming fat;
kufulumira 1.speed; 2.haste; 3.hurry; 4.celerity;
kufulumizitsidwa kumvera lamulo 1.being persuaded to obey the law; 2.normative;
kufuna 1.wish; ife tidzachita monga mwa kufuna kwanu = we will act in accordance with your wish; 2.desire; 3.want; 4.seeking; 5.looking for; 6.trying

to find;
kufuna kuchita chiwerewere ndi mayi ako
1.desire to have sex with one's mother; 2.having
Oedipus complex;
kufuna kulandira ufulu 1.desire of getting
freedom; 2.nationalism; mtima wofuna kulandira
ufulu wodzilamulira = spirit of nationalism;
kufuna kupanga 1.motivation; 2.desire;
kufuna kuti so that;
kufuna kwambiri 1.zeal; 2.ambition; 3.desire;
kufuna pamenepo 1.since; 2.from there;
kufunafuna 1.looking for something; 2.sentiment;
kufunafuna kwanu kwamveka = your sentiments
have been heard;
kufunafuna za chidziwitso philosophy;
kufungatira mazira incubation;
kufunika 1.desirability; kugulitsa kwa katundu
kumasonyeza kufunika kwa katunduyo = selling of
goods shows their desirability; 2.utility;
3.magnitude;
kufunika kwa chinthu 1.value of a thing;
2.importance of something;
kufunika kwambiri primacy;
kufunikira kwa chinthu 1.importance of a thing;
kufunikira kwa madzi = the importance of water;
kufunikira kwa makolo = the importance of
parents; 2.vitality of a thing;
kufunira usiku wabwino good night; mugone
bwino = ndikufunirani usiku wabwino = good
night!;
kufunitsitsa 1.ambition; 2.zeal;
kufunitsitsa kugonana 1.sexual drive; 2.libido;
chikhumbokhumbo chofuna kugonana = libido;
kufunsa 1.asking; 2.interrogate; 3.inquiry;
kufunsa aphunzitsi asking the teacher;
kufunsa mafunso 1.asking questions;
2.interrogation; 3.interview;
kufunsa mwachibwana asking childishly;
kufunsa njira 1.asking for guidance; 2.asking for
advice;
kufuntha 1.insanity; 2.mischief (lit.: disregard of
others' privacy); 3.recklessness;
kufunthula disorder of things;
kufupika 1.nearness; 2.dwarfness; 3.brevity;
kufupikira kwa chinthu 1.nearness of a thing;
2.closeness; 3.imminence;
kufupikirana kwa midzi 1.closeness of villages;
2.nearness of villages;
kufupikitsa nkhani abridgement;
kufupikitsa zinthu short cut;
kufutuka 1.going away; 2.leaving; 3.departure;
kufwamphuka sudden removal;
kufwenthera prevention of mucus not to come out
of nose;

kufwetsera burial;
kufwifwa 1.getting out of fashion; 2.fading;
-kufwifwitsa nthaka -overuse land;
kugalamuka waking up;
kugalukira 1.uprising; kugalukira kwa John
Chilembwe m'chaka cha 1915 = John
Chilembwe's uprising of 1915; 2.revolution;
kuganiza 1.thinking; 2.reasoning; 3.apprehension;
4.being rational;
kuganiza kwa munthu 1.human thought;
2.perception; 3.idiosyncrasy;
kuganiza mofulumira brainstorming;
kuganiza molakwa 1.wrong thoughts; 2.wrong
decision;
kuganiza mosayenera 1.improper thoughts; 2.bad
thoughts; 3.wrong thoughts;
kuganiza moyiwalayiwala 1.working memory;
2.short term memory;
kuganiza mwachangu brainstorming;
kuganizira ndale 1.political thought; 2.ideology;
kuganizira za mtsogolo 1.forethought; 2.foresight;
kuganizira zakale 1.memory; 2.flashback;
kugawana 1.division; kugawana kwa ntchito = the
division of work; 2.sharing;
kugawana katundu sharing of goods;
kugawana nzeru 1.exchange of ideas; 2.dialogue;
kugawanika cleavage;
kugawanikana disruption; kugawanikana kwa
mpingo wa ku Sikotilande = the disruption of the
Church of Scotland;
kugawika pawiri dichotomy;
kugawikana 1.division; 2.splitting up; 3.separation;
4.schism;
kugona pansi lying down;
kugonana 1.sexual intercourse; 2.coitus;
kugonana amuna okhaokha 1.gayness;
2.homosexuality; 3.sodomy;
kugonana kwa akazi okhaokha lesbianism (in
women only); ndi kupanga chiwerewere kwa akazi
= it is sexual intercourse between women;
kugonana kwa anthu a maliseche ofanana
1.homosexuality; mchitidwe wokonda zogonana
(zachiwerewere) amuna okhaokha kapena akazi
okhaokha = a tendency of having sexual
intercourse between a man and another man or
woman and another woman = homosexuality;
2.gayness;
kugonana mwa mseri intrigue (n);
kugonana pachibale 1.incest; 2.sexual intercourse
between closely related people;
kugonja msanga 1.meekness; 2.humility;
kugonjetsa 1.defeat; 2.offensive; 3.conquest;
4.winning;
kuguba 1.marching; 2.parade;

kugudubuzika 1.rolling; 2.undulating;
kugugitsa degradation; amagugitsa nthaka = it
causes land degradation;
kugula 1.buying; 2.cost;
kugulitsa kosadula 1.selling at low price; 2.being
cheap; 3.being not expensive;
kuguluka 1.dislocation; 2.displacement;
kugunda kwa mtima heartbeat;
kugundana 1.bumping into; 2.collision;
kugundana mitu head-on collision; expression: iye
wagundanitsa mitu anthu (lit.: he has made head-
on collision of people) = conspiracy;
kugundana moyang'anizana head-on collision;
kugundana moyang'anizana kwa galimoto ziwiri =
head on collision of two vehicles;
kugwa Chauta death (lit.: falling to God);
kugwa kwa Mulungu Divine condescension;
kugwa kwa munthu fall of man in sin (*Genesis* 3);
kugwa kwa ndalama inflation (lit.:falling of the
value of money);
kugwa pansi 1.fall-down; expression: msungwana
wagwa pansi (lit.: the young girl has fallen down)
= the girl has attained puberty; 2.nadir;
3.ovulation;
kugwa pansi mwadzidzidzi landslide;
kugwamula mwa mseri intrigue (n);
kugwedera kwa diso nystagmus;
kugwedeza thupi locomotive system (medical);
kugwedezeka movement; kugwedezeka kwa
mwana m'mimba = fetal movement;
kugwedezeka kwa nthaka 1.earthquake; 2.tremor;
kugwetsa mphwayi 1.discouragement;
2.disappointment;
kugwetsa mtengo cutting down a tree;
kugwetsa mtsamiro breakfast;
kugwetsa pansi dropping down;
kugwetserana mumchenga reconciliation;
kugwidwa matenda opatsirana 1.being attacked
by contagious disease; 2.contamination;
kugwidwa ndi a polisi 1.being arrested; 2.custody;
kugwidwa ndi chirombo 1.being caught by a wild
animal; 2.being attacked by a wild animal;
kugwidwa ndi umphawi 1.impoverishment;
2.pauperism;
kugwidwa pa tchimo 1.sinner; 2.culprit; 3.convict;
4.guilt;
kugwidwa ziwanda 1.being possessed by demons;
2.demonisation;
kugwira ntchito 1.working; 2.operation;
kugwira ntchito molimbika 1.hardwork;
2.dedication;
kugwirira mkazi/ mwamuna rape;
kugwirira mwana 1.paedophily; 2.rape;
kugwirira nkhalamba elder abuse;

kugwirira ntchito kutali working very far;
kugwiritsa mawu mofananitsa 1.analogy;
2.process of reasoning based on the similar
features of two things;
kugwiritsa ntchito malangizo 1.following advice;
2.obedience;
kugwiritsa ntchito manja polankhula using sign
language;
kugwiritsa ntchito modzikonda exploitation;
kugwiritsa ntchito mowononga 1.abuse;
2.exploitation;
kugwiritsa ntchito nzeru 1.using wisdom;
2.intellect; 3.intelligence; 4.using brains; 5.being
shrewd;
kugwirizana 1.accompaniment (lit.: holding
hands); amayimba mogwirizana ndi banjo = they
sang in accompaniment of the guitar;
2.association; 3.coalition; 4.merger; 5.agreement;
6.union;
kugwirizana chochita 1.agreement; 2.unison;
3.unanimity;
kugwirizana kwa onse 1.unity; 2.unanimity;
kugwirizana m'maganizo opinion;
kugwirizananso 1.reunion; 2.reunity;
3.reconciliation;
kugwirizanitsidwanso 1.reconciliation;
2.rapprochement; 3.reunion;
kuhonga 1.bribery; 2.corruption;
kuika chikhalidwe mu chipembedzo 1.putting
culture into religion; 2.inculturation;
kuika m'manda maliro burial; mwambo woyika
maliro m'manda = ndondomeko ya maliro = burial
service; mapeto a mwambo wa maliro = the end of
the burial ceremonies;
kuika maliro 1.burial; 2.interment;
kuikirira 1.putting in place; 2.fixing; 3.installation;
kuima kwa mbalame hovering; chikwatu chayima
mlengalenga = the hawk is hovering;
kuima kwadzidzidzi 1.halt; 2.stop; 3.pause;
kuima ndi manja handstand; expression: guleyo
amaphatikizirapo kuyenda choyima ndi manja (lit.:
the dance includes going on hands) = you have to
do something very special and difficult;
kuima pang'ono 1.stop-over; 2.pause; 3.halt;
kuimba gitala playing a guitar;
kuimba mwa mingoli 1.melodious singing;
2.harmonious singing;
kuipa mtima 1.evil hearted; 2.mischief;
3.wickedness; 4.malevolence;
kuipitsa mbiri ya wina 1.mud-slinging;
2.slandering; 3.innuendo;
kuitanitsa katundu kunja importation of goods;
kuiwalaiwala 1.working memory; 2.short term
memory;

kuja demonstrative pronoun meaning 'that ... over there', with verbal nouns (ku- class) and nouns of the ku- class indicating locality; kuimba kuja = that singing over there; kunyumba kuja = at that house over there;
kujambula 1.drawing; 2.picture-shooting; expression: iye wajambula msungwana lero (lit.: he has done picture-shooting of a girl today) = he has seen her nakedness today;
kujejemetsana 1.causing a hiccup; 2.causing a traffic jam;
kujiwa being eaten by a wild animal;
kujomba 1.failure; 2.absence; 3.break-down of a car;
kuka\a- senior wife of the chief (in situation of traditional polygamy);
kukaikira 1.doubt; 2.hesitation; 3.scepticism; 4.uncertainty;
kukakamira 1.holding onto; 2.insisting; 3.sticking;
kukakamizidwa 1.being forced; 2.obligation;
kukalakasha sourness;
kukalamba 1.being aged; 2.being ageing; 3.being overage;
kukama 1.milking (of a cow); 2.sucking; 3.swindling; expression: ukapusa iyeyo akukama (lit.: if you are not careful he will suck you) = if you are not careful he will swindle you;
kukamba kokokera malonda 1.sales talk; 2.advertising; 3.marketing;
kukamba mobwereza ndi mosadikiza harp;
kukambirana 1.sharing of experiences or views; 2.dialogue; kukambirana kwathu kukatha maola awiri = our dialogue will last for two hours; 3.discussion; mathero a zokambirana zathu = the end of our discussion; 4.forum; 5.colloquy;
kukambirana mtengo bargain;
kukana 1.refusal; 2.negation; 3.denial; anakana kuti anaba cholembera changa = he denied having stolen my pen; 4.rejection;
kukana chilungamo 1.injustice; 2.untruthfulness; 3.corruption;
kukana kudya refusing to eat;
kukana kudziwika unpopularity;
kukana kugonjera lamulo non-compliance with the law;
kukana kumvera lamulo non-compliance with the law;
kukana kunena 1.refusing to reveal; 2.refusing to talk; 3.being quiet;
kukana kusamba 1.uncleanliness; 2.dirt;
kukana kutsatira lamulo non-compliance with the law;
kukana kuvomereza denial;
kukana kwa manyazi modesty;

kukana kwa mtu wagalu 1.total refusal; 2.strong negative response; 3.macho reaction;
kukana kwabodza deceit;
kukana kwathunthu 1.refusing completely; 2.strong negative response; 3.saying: no way!;
kukana mwayi 1.refusing good things; 2.being unlucky;
kukana ufulu wamalankhulidwe 1.rejecting the right of free speech; 2.being illiberal as to free speech;
kukana zabwino misfortune;
kukangamira 1.sticking to something; 2.stubbornness;
kukangana 1.quarrelling; 2.fight; 3.scuffle; 4.affray;
kukanganirana 1.wrestling; 2.scramble;
kukanganirana zopanda pake 1.quarrel; 2.argument;
kukanidwa being refused;
kukanika stubborn;
kukanika kukula dysplasia;
kukanira dala deceit;
kukanitsitsa 1.total refusal; 2.refusing completely;
kukaniza 1.refusal; 2.resistance; 3.ban;
kukaniza kubwereketsa kanthu 1.selfishness; 2.stinginess;
kukantha 1.beating; 2.strike; 3.punishment;
kukanyanga nsambo playing a guitar;
kukanyanga nsima rolling nsima portion into a lump using palms;
kukanyumba komata 1.hide-out; 2.place of no intruders;
kukayika 1.doubt (n); 2.mistrust; 3.hesitation;
kukayikira 1.doubt; 2.hesitation; 3.scepticism; 4.uncertainty;
kukhadzuka 1.detaching from; 2.breaking from;
kukhala 1.existence; 2.stability;
kukhala banike suffocation;
kukhala bwino m'thupi 1.fitness of the body; 2.recovering; 3.convalescing;
kukhala chatsonga sitting down;
kukhala chete 1.being silent; 2.being quiet;
kukhala choncho being like that;
kukhala chosafunika 1.being unimportant; 2.limbo;
kukhala chosoweka 1.deficiency; 2.scarcity;
kukhala choyiwalika 1.being forgotten; 2.limbo;
kukhala duu 1.being quiet; 2.being silent;
kukhala kodzipatula being isolated;
kukhala kumwezi having menstruation;
kukhala kutali 1.staying away; 2.staying at a different place;
kukhala m'mahema 1.staying in tents; kukhala m'mahema kwa asilikali mwa kamphindi = the

stay of the soldiers in the tents for a certain period of time; 2.laager (chiAfrikaans);
kukhala m'malingaliro ozama 1.meditation; 2.thinking deeply; 3.contemp lation;
kukhala m'maso 1.being awake; 2.being ready for any attack; 3.being vigilant;
kukhala mayi 1.motherhood; 2.maternity;
kukhala mbulanda 1.being naked; 2.being undressed; 3.nudity;
kukhala mgulu 1.membership; 2.being in a group;
kukhala mosafa 1.staying alive; 2.immortality;
kukhala mosayenera 1.misconduct; 2.misbehaviour;
kukhala mothandizirana 1.depending on one another; 2.mutualism;
kukhala mu ubwenzi wogwirizana 1.mutual love; 2.intimacy; 3.intimate relationship;
kukhala mwa chiwawa malpractice;
kukhala mwa muyaya immortality;
kukhala ndekha individualism;
kukhala ndi chidwi 1.having interest; 2.having zeal; 3.having zest; 4.being keen;
kukhala ndi chikhalidwe chimodzi 1.homo - ousios; 2.of the same being; mawuwa m'chiGiriki anagwiritsidwa ntchito ndi akulu a Mpingo ku Msonkhano wa Nikea m'chaka cha 325 pochotsa maganizo a maArian, ndiponso anatsimikiza kuti Mwana wa Mulungu ndi Mulungu Atate amakhala ndi chikhalidwe chimodzi = these Greek words were used by the church fathers at the council of Nicea in 325, rejecting the thoughts of the Arians, and also they stressed that the son of God and God the Father are of the same being;
kukhala ndi chonde fertility; kukhala ndi chonde kwa nthakayi = the fertility of the land;
kukhala ndi kupanga katundu 1.manufacturing; 2.industrialisation;
kukhala ndi lamulo being imperative;
kukhala ndi maganizo mood;
kukhala ndi magwero 1.having a base; 2.influence (n);
kukhala ndi mantha 1.fear; 2.creeps; 3.dismay;
kukhala ndi mimba 1.pregnancy; 2.being conceived;
kukhala ndi moyo 1.being alive; 2.living; 3.survival;
kukhala ndi mtima 1.having a will (lit.: having a heart); 2.being humane; 3.chagrin;
kukhala ndi mwana m'maso opacity of the cornea;
kukhala ndi nthenda morbidity;
kukhala ndi nzeru zonse 1.all-knowing; 2.omniscience;
kukhala ndi tsoka 1.having bad luck; 2.being

unlucky; 3.being unfortunate;
kukhala ndi ululu having pain;
kukhala ndi voko talking much;
kukhala ndi zofunika pa moyo 1.having the necessities of life; 2.living; 3.human needs;
kukhala ndi zosalakwika 1.perfectness; 2.precision;
kukhala nzika ya dziko citizenship;
kukhala pa malo occupation; zaka zomwe dziko la Germany linakhala pa Ulaya = the years of the German occupation of Europe;
kukhala pa mwala sitting on a rock;
kukhala pa wekha loneliness;
kukhala pafupi 1.nearness; 2.closeness; 3.proximity;
kukhala pamodzi 1.being together; 2.concurrence;
kukhala phee 1.quietness; 2.calm;
kukhala poyera 1.openness; 2.publicity;
kukhala tcheru 1.alertness; 2.cognition; 3.being watchful;
kukhala ulere 1.being at ease; 2.being free from work; 3.relaxing;
kukhala wa moyo 1.being alive; 2.existence; 3.ontology;
kukhala wa sangala 1.cheerfulness; 2.joy; 3.happiness; 4.open house;
kukhala wodwala 1.illness; 2.being sick; 3.being pregnant;
kukhala wodziwika 1.fame; 2.eminence;
kukhala wokhumudwa 1.being penitent; 2.being regretful; 3.being disappointed; 4.being unhappy;
kukhala wolephera 1.failure; 2.quandary;
kukhala wopanda chilungamo 1.having no justice; 2.injustice; 3.being unfair;
kukhala wopusa 1.being a fool; 2.idiocy;
kukhala wosachezeka uncheerfulness;
kukhala wosadziwika unfamiliarity;
kukhala wosagona ndi mwamuna 1.not having slept with men; 2.virginity;
kukhala wosakondwa 1.unhappy; 2.grieving; 3.misery;
kukhala wosakongola 1.being ugly; 2.ugliness;
kukhala wosamva deafness;
kukhala wosangalala nthawi zonse 1.ever-smiling; 2.hedonism;
kukhala wosasamira 1.carelessness; 2.indifference;
kukhala wosawona 1.blindness; 2.ignorance; 3.uncivilisation;
kukhala wosekaseka gladness;
kukhala wotchuka being an eminence; mfumukazi ndi wotchuka = the queen is an eminence;
kukhala zii being quiet;
kukhalako kwa chinthu 1.status; 2.surplus;

kukhalamo presence (lit.: be in it);
kukhazikika 1.stability; 2.established;
kukhazikitsa 1.installation; 2.consecration;
3.establishment; 4.being set up;
kukhazikitsa ufumu wampando installation of chief;
kukhazikitsidwa kwa dandaulo 1.lodging a protest; 2.lodgement;
kukhetsa misozi 1.sadness; 2.crying;
kukhosi 1.throat; 2.gullet;
kukhotakhota 1.confused situation; 2.imbroglio;
kukhotetsa milandu 1.injustice; 2.corruption;
kukhotetsakhotetsa 1.twisting something; 2.winding something;
kukhoza 1.success; 2.achievement;
kukhoza bwino kwambiri 1.great success; 2.success with flying colours;
kukhoza kwambiri merit;
kukhudza kusintha kwa matenda being associated with disease change;
kukhudza kusintha kwa zakufa mortality;
kukhudza kusintha kwa zobadwa maternity;
kukhudza zodziwa intellectual;
kukhudzana 1.concerning; 2.connection;
kukhudzana ndi kupemphera kwa chete 1.concerning prayer in isolation; 2.hesychasm; ndi kukhudzana ndi mtundu wa kupemphera kwa chete ndi kwa mumtima makamaka ndi obindikira a monasteri a ku Athos a Mpingo wa kum'mawa = it is associated with a type of silent praying or praying by heart, especially that which was practised by members of the monastery of Athos of the Eastern Orthodox Church;
kukhulula 1.untying; 2.loosening; 3.going away;
kukhululuka 1.forgiveness; 2.loosening;
kukhululukidwa being forgiven;
kukhululukirana forgiveness;
kukhulupilira za chigonjetso optimism;
kukhulupirika 1.loyalty; 2.constancy; 3.punctuality; 4.faithfulness; 5.honesty; 6.fidelity; 7.honesty;
kukhulupirika ku boma 1.faithfulness to the government; 2.allegiance;
kukhulupirira kuti kulibe Mulungu 1.belief that there is no God; 2.atheism;
kukhulupirira milungu yambiri 1.believing in many gods; 2.polytheism;
kukhulupirira osafunsa axiom;
kukhulupirira usanapeze chitsimikizo 1.presupposition; 2.superstition; 3.credulity;
kukhulupirira za kugonjetsedwa pessimism;
kukhulupirira za ufiti 1.belief in witchcraft; 2.superstition;
kukhumba zazikulu being ambitious;

kukhumudwa being disappointed;
kukhumudwa kwambiri 1.bewilderment; 2.perplexity; 3.puzzle;
kukhumudwa pa chitsa stumbling;
kukhumudwitsa causing disappointment;
kukhunga lap;
kukhuta contentment;
kukhutitsa being filled with food;
kukhutitsa mimba mkazi giving pregnancy;
kukhutitsa mowa 1.drunkenness; 2.intoxication;
kukhutitsidwa 1.fulfilment; 2.satisfaction; 3.contentment; 4.complacency;
kukhwima 1.adulthood; 2.old age; 3.charm; 4.maturity; 5.puberty;
kukodzera pogona 1.bedwetting; 2.involuntary urination in bed;
kukoka 1.pulling; 2.drawing;
kukoka manja 1.stranded; 2.nail biting;
kukokeka kwa minofu dystonia; ndi kuchita dzanzi kwa minofu ya m'thupi chifukwa chokhalitsa pamodzi = it is involuntary movement and prolonged muscle contraction that result in twisting body motions;
kukokeka kwa minyewa dystonia;
kukokoloka kwa chonde soil erosion;
kukokoloka kwa dothi soil erosion;
kukokoloka kwa nthaka soil erosion; kukokoloka kwa nthaka kumawonoga chakudya cha mbewu = soil erosion damages crop nutrients;
kukokololedwa 1.being carried away; 2.being arrested;
kukolana mawu 1.quarrelling; 2.being at loggerheads;
kukolana ndale tricks;
kukolanakolana poyenda disturbing others by walking in a zigzag way;
kukoma 1.significance; 2.importance;
kukoma kwa chakudya 1.taste; 2.flavour of food;
kukoma m'maso 1.having good looks; 2.being attractive; 3.drawing attention;
kukoma mtima 1.kindness; 2.affability; 3.grace; 4.clemency;
kukomana pa awiri meeting of two;
kukomboleka (chiYao) being possible;
kukometsa 1.sweetening; 2.decorating;
kukomoka 1.fainting; 2.syncope;
kukomola death-shudder;
kukonda 1.love; 2.liking; 3.adoration; 4.fondness; 5.acceptance;
kukonda chigololo lustful;
kukonda kusewera being playful;
kukonda ngati mulungu idolatry; amakonda mpira kwambiri ngati mulungu wake = his love of

football borders idolatry;
kukondera 1.favour; 2.favouring; 3.bias;
4.nepotism (lit.: favouring relatives);
5.favouritism;
kukondwa 1.happiness; 2.joy; 3.animation;
kukondwera mobzola muyeso 1.being over joyful;
2.over excitement;
kukondwerera 1.rejoicing; 2.celebration;
3.accolade;
kukondwerera kubwera kwa Yesu epiphany
(twelfth night after the birth of Jesus, 6th January);
kukondwerera ufulu wadziko 1.celebration of
self-government; 2.celebrating the freedom of the
country; 3.independence celebration;
kukondweretsedwa ecstasy;
kukongola 1.good looking; 2.beauty; 3.charming;
kukongola kwambiri 1.exceeding beauty; 2.great
beauty; 3.being pretty; 4.grandeur;
kukongoletsa 1.beautification; 2.decoration;
kukongoletsa kwa nyumba kuyamba mawa = the
decoration of the house will start tomorrow;
kukonza 1.preparation; expression: ameneyu
ndiwofunika kukonza (lit.: he needs preparation) =
he has to be killed; 2.maintenance; 3.form;
kukonza malekezero 1.demarcation; 2.marking of
the boundary;
kukonza malire 1.marking boundary;
2.demarcation;
kukonza malo 1.clearing a place; 2.preparation of a
place; 3.cultivation; 4.land preparation;
kukonza mathero 1.marking boundary;
2.demarcation;
kukonzanso 1.making again; 2.reconstruction;
kukonzanso mwatsopano 1.reorganisation; 2.re-
establishment; 3.reformation;
kukonzedwa pa chiyambi 1.predetermination;
2.fore-ordination;
kukonzedwanso being renewed;
kukonzekera 1.readiness; 2.preparation;
kukonzekeratu mavuto asanafike 1.preparing
beforehand; 2.readiness; 3.fore-arm;
kukopa 1.attraction; 2.catching attention; 3.drawing
attention; 4.charm;
kukukuta mano 1.severe pains; 2.gnashing teeth;
kukula 1.growth; kukula kwake ndi kwa msanga =
his growth is very fast; 2.puberty;
kukula mtima 1.rudeness; 2.being pompous;
3.impudence; 4.disrespect;
kukula mutu 1.uncertainty; 2.dilemma;
-kukuma 1.-make sound of water; madzi mu
mtsinje amakukuma = water in a river always
makes sound; 2.-grow fast (esp. vegetables);
kukumana 1.meeting; 2.merger;
kukumana ndi mavuto odandaulitsa 1.nightmare;

2.incubus;
kukumba maliro 1.digging out a corpse;
2.exhuming;
kukumba mbewa digging mice;
kukumba pansi 1.digging; 2.excavation;
kukumbukira 1.bringing to mind;
2.commemoration; 3.anamnesis;
kukumika assumption;
-kukumuka -run fast; njinga inakukumuka pa
chitunda pamene imatsika = the bicycle ran fast
when it was coming down from a steep slope;
-kukuta 1.-chew; kukukuta chimanga = chewing
maize; 2.-crunch; 3.-eat a hard thing; 4.-gnaw (a
hard thing such as a bone); 5.-munch; 6.-cluck (as
a hen); 7.-masticate;
-kukuta mano 1.-gnash teeth; 2.-chatter (of teeth);
-kukutira mano 1-be angry; 2.-be furious;
kukuza nkhani amplification of a story;
kukwaniritsa 1.-compliment; 2.-fulfil;
kukwaniritsa lonjezo fulfilment;
kukwaniritsa malamulo 1.obedience;
2.faithfulness;
kukwaniritsa ndondomeko 1.successful result;
2.fruition;
kukwaniritsidwa 1.fulfilment; 2.satisfaction;
3.complacency;
kukwanitsa 1.being able to do something;
2.capability;
kukwanitsa kubereka 1.fertility; 2.fecundity;
kukwanitsa kuyenda ability;
kukwapula whipping;
kukwatana 1.sexual intercourse; 2.coitus;
kukwatira marrying (of a man);
kukwatira awiri 1.bigamy; 2.marrying two
partners; 3.polygamy;
kukwatira munthu m'modzi monogamy;
kukwatira mkazi wa mchimwene wako yemwe
adamwalira = marrying the wife of your late
brother/ levirate marriage;
kukwatitsa 1.wedding; 2.matrimony;
kukwatula 1.removing something away;
2.snatching; 3.rapture;
kukwawa 1.creeping; 2.crawling;
kukwera 1.climbing; 2.rising; expression: kukwera
mtima (lit.: rising of the heart) = used when a
person gets angry; 3.development;
kukwerana sexual intercourse;
kukweranso remounting;
kukwesa cleaning;
kukweza 1.raising up; 2.elevation;
kukwezedwa pa ntchito promotion;
kukwezera banking;
kukwirira maliro burying the dead;
kukwiya 1.anger; 2.sullenness;

-kula 1.-grow (of people/ animals); before you grew up; ndinabwera kuno iwe usanakule = I came here before you grew up/ when you were still young; proverb: kukula ndi mwambo (lit.: growth or maturity is through culture) = stressing the value of parental and communal upbringing of a child; Zulu expression: a person is a person through others; expression by Mbiti: I am because we are, and since we are therefore I am; 2.-eat (chiSwahili); 3.-grow magically; 4.-be capacious; 5.-come to thrive; 6.-develop; 7.-be commodious; expression: inu muzikula (lit.: you must grow) = it's high time you cultivated good manners/ change from bad to good manners;
-kula koposa 1.-grow exceedingly; 2.-be vast; 3.-be huge;
-kula kwambiri 1.-grow much; 2.-be enormous; thupi lake linakula kwambiri = his body became enormous; 3.-become immense; 4.-be vast; 5.-be aging; 6.-be senescent;
-kula msanga -grow fast;
-kula pang'ono 1.-grow little; 2.-ebb;
-kula thupi -become fat;
-kula wamba 1-grow wildly; 2.-spread;
-kula zedi 1.-be vast; 2.-be huge;
kulakalaka 1.desire; 2.zeal; 3.ambition; 4.aspiration; 5.sentiment;
kulakatula nkhani 1.recitation; 2.parrotting; 3.narration;
kulakwa kwakukulu 1.blunder; 2.enormity;
kulakwika 1.mistake; 2.fault; wailesi yanga ili ndi cholakwika = my radio has developed a fault; 3.error;
kulakwika kwambiri outrage;
kulakwira 1.offending; 2.being guilty;
kulakwitsa mwa uchitsiru boob;
kulakwitsa mwadala 1.confuse deliberately; 2.mischief;
kulalata sarcasm;
kulalata pochoka parthian shot;
kulalikira 1.preaching; 2.sermon; 3.kerygma;
kulalikira uthenga wabwino evangelisation;
kulalira kugona ndi mkazi 1.sexual desire; 2.concupiscence;
kulama 1.maturity (lit.: maturity of tubers e.g. cassava, potato); 2.living;
kulamba 1.worship; 2.devotion;
kulambira devotion;
kulambula misewu 1.-maintain the roads; 2.-care for the roads; 3.-repair the roads; 4.-clean the roads;
kulanda malo land-grabbing;
kulanda mwaupandu 1.robbery; 2.burglary; 3.fleece;

kulandira bwino alendo 1.welcoming visitors; 2.hospitality; 3.having open house (lit.: good reception);
kulandira mphatso 1.receiving a gift; 2.receiving a present;
kulandira mphotho reward;
kulandira zinthu 1.receiving things; 2.reception;
kulandira ziphuphu bribery;
kulandiridwa 1.being welcome; 2.being received by the spirits upon one's death;
kulandiritsa 1.giving; 2.paying; 3.distribution;
kulandula 1.negation; 2.denial;
kulankhula 1.speaking; 2.talking;
kulankhula momveka audibility;
kulankhula mophiphiritsa 1.proverb; 2.idiom; 3.irony;
kulankhula mosamveka 1.speaking inaudibly; 2.inarticulate speech; 3.speaking unclearly; 4.mumbling;
kulankhula mosamveka tanthauzo inarticulate speech;
kulankhula mwachibwana 1.speaking foolishly; 2.speaking childishly;
kulankhula pang'onopang'ono 1.speaking slowly/softly; 2.speaking little by little;
kulapa chifukwa cha choipa repentance;
kulasa ndi mfuti 1.shot; 2.shooting;
kulasa ndi mkondo assagai;
kuledzera 1.drunkenness; 2.intoxication;
kuledzeretsa intoxication;
kulefuka weakness;
kuleka kugwira ntchito kwa mtima heart failure;
kuleka kukula stopping to grow;
kuleka msambo amenorrhoea;
kulekana 1.breakaway; 2.separating; 3.variety;
kulekana banja 1.separation; 2.divorce;
kulekana nthenga 1.contradictory (lit.: not agreeing); 2.difference; 3.dichotomy;
kulekana pakati dichotomy; kulekana kwa chabwino ndi choipa = dichotomy between good and evil;
kulekanitsa disconnection;
kulema ndi uchimo being misformed by sin;
kulema ndi za mdziko being exhausted with earthly things;
kulemba writing;
kulemba kogonetsa zilembo writing in italics;
kulemba momasuka writing freely;
kulemba ndi manja handwriting;
kulemberana makalata correspondence;
kulemekeza 1.respect; 2.glorification; 3.honouring; 4.admiration;
kulemekeza makolo 1.respecting of parents; 2.honour to parents;

kulemekezedwa veneration;
kulemera kwa chinthu 1.weight; 2.heaviness;
3.gravity of a thing/ event;
kulemera kwambiri having overweight;
kulenga chinthu m'maganizo 1.creating
something in mind; 2.thought; 3.contemplation;
4.fantasy;
kulenga zinthu creating things;
kulengeza 1.being broadcast; 2.common opinion;
3.advertisement; 4.announcement;
kulengeza ukwati mu mpingo 1.wedding
announcement; 2.wedding banns;
kulengezedwa 1.being broadcast; 2.common
opinion;
kulephera 1.failure; 2.being unsuccessful; 3.failing
to pay;
kulephera kubweza ngongole 1.non-payment of
loan; 2.failing to square loan;
kulephera kuganiza indecision;
kulephera kugwira 1.being clumsy (lit.: failure to
catch); 2.being a muff;
kulephera kugwira ntchito kwa mtima heart-
failure;
kulephera kukumbukira zakale failure of
memory;
kulephera kuleza 1.unable to forbear;
2.malevolence;
kulephera kumanga mfundo 1.disagreement;
2.failure to resolve; 3.dead-lock;
kulephera kumeza dysphagia;
kulephera kumva agnosia;
kulephera kupereka maganizo indecision;
kulephera kupereka ngongole non-payment of
loan;
kulephera makulidwe agenesis; kulephera kukula
= lack of development;
kulephera pochira dystocia;
kulera 1.family planning; 2.birth control;
mankhwala olera = birth control pill = mibulu
yolelera m'banja;
kuletsa 1.prohibition; 2.ban;
kuletsedwa 1.being prohibited; 2.being forbidden;
3.being banned;
kulewa machimo avoiding sin;
kulewa matenda preventing disease;
kulewa ngozi preventing accident;
kuli 1.there is; 2.there are; kuli anthu kumudzi =
there are people in the village;
kulibe 1.(they are) not available; 2.(they are) away;
3.there is not; 4.there are not; kulibe anthu
kumudzi = there are no people in the village;
5.(they are) nowhere;
kulibe anthu uninhabited (lit.: there are no people
at the previously mentioned location);

kulikonse 1.everywhere; 2.all over the place;
3.worldwide; 4.every (with verbal nouns of the ku-
class); kuimba kulikonse = every singing;
-kulilapo -be slightly big; mabwato okulilapo = big
boats;
kulima 1.land preparation; 2.cultivation; 3.farming;
kulima mbeu imodzi pa munda monocropping;
kulima mbeu zakudya zokhazokha subsistence
farming;
kulima mbeu ziwiri pa munda 1.mixed cropping;
2.bicropping; 3.intercropping;
kulima mbewu zokagulitsa zokhazokha
commercial farming;
kulima mosinthasintha mbewu 1.crop rotation;
2.rotational farming;
kulimba mtima 1.courage; ntchito imafuna
kulimba mtima = the work requires courage; fooka
mtima = losing courage; 2.bravery;
kulimba mtima kwambiri 1.great courage;
2.heroism;
kulimba ndi mavuto 1.perseverance; 2.endurance;
3.persistence;
kulimbana 1.conflict; 2.tension; 3.antagonism;
4.wrestling;
kulimbika applying effort;
kulimbika ntchito 1.hard working; 2.dedication;
kulimbikitsa 1.encouraging; 2.patronage;
kulimbikitsidwa 1.being encouraged; 2.patronage;
kulimbirana 1.fighting over; 2.scrambling;
kulimbirana Afirika = scramble for Africa:
kulimbirana malo olima quarrel over land;
kulimbirana pogona quarrel for accommodation;
kulimbirana udindo fight for a position;
kulingalira 1.meditation; kulingalira kwathu pa
ndime = our meditation on a text; 2.apprehension;
3.cognition;
kulingilira 1.meditation; kulingalira kwathu pa
ndime = our meditation on a text; 2.apprehension;
3.cognition;
kulipidwa 1.being paid; 2.being rewarded; 3.being
compensated; 4.being remunerated;
kulipira dipo 1.paying or giving the money or the
thing you pledged because of guilt or wrongdoing;
2.paying a fine;
kulipira dombolo 1.paying or giving the money or
the thing you pledged because of guilt or
wrongdoing; 2.paying a fine
kulipira mlandu paying a fine;
kulipsira vengeance;
kulira kwa bakha quacking of a duck;
kulira kwa galu barking of a dog;
kulira kwa hatchi neighing of a horse; kulira kwa
hatchi kunamveka nthawi ya masana = the
neighing of a horse was heard at 12.00 noon;

kulira kwa mkwiyo 1.crying out of anger; 2.zounds;

kulira kwa ng'ombe 1.lowing of cows; 2.mooing of cows;

kulira mowopseza 1.making frightening noise; 2.raging;

kulira ndalama 1.money-requiring; 2.money-demanding;

-kulitsa 1.-enlarge; ndikufuna kukulitsa chithunzi changa = I want to enlarge my photograph; 2.-make bigger; 3.-augment; 4.-expand; 5.-extend; akukulitsa nyumba = they are extending the building; 6.-magnify; 7.-maximise;

kulobodoka impotence; munthu wolobodoka = an impotent person;

kulola kuchita chomwe akufuna 1.permission; 2.indulgence; 3.consent;

kuloledwa 1.being allowed; 2.liberty;

kuloledwa ndi malamulo legality;

kulolera kuvutika sacrificing;

kulombela (chiYao) matrilocal marriage (husband going to dwell with his wife in her village);

kulongedza packing; kulongedza kwa zovala = packing of clothes;

kulongolozana 1.arguing (lit. noisy argument); 2.quarrel; 3.altercation;

kulonjerana greetings;

kulota 1.dreaming; 2.fantasy; 3.vision; usiku watha ndinali kulota = last night I had a vision;

kulowa accession; kulowa kwa mfumukazi pa ufumu = the queen's accession to the throne;

kulowa chokolo enforced levirate marriage;

kulowa kufa 1.lit.: entering death; 2.term used for the practice of 'sexual cleansing', i.e. a widow having to sleep with a 'fisi' (lit.: hyena) meaning the late husband's brother or with someone else designated to this;

kulowa m'dziko immigration;

kulowa m'malo mwa atumwi apostolic succession;

kulowa mchala 1.sickness; 2.illness; 3.ill health;

kulowa pansi 1.going down; 2.nadir; umoyo wake walowa pansi chifukwa cha uchidakwa = his nadir in status results from drinking heavily; 3.decline; 4.reduction in value;

kulowerera 1.absorption; 2.infusion; kulowerera kwa chisomo = infusion of grace; 3.perforation;

kulowerera m'makhalidwe 1.indulgence; 2.delinquent;

kulowereredwa obtrusion;

kulowetsa mbolo panyini coitus (lit.: penetration of penis into vagina);

kulowetsa mpweya 1.letting air in; 2.breathing in; 3.inhaling air; kulowetsa ndi kutulutsa mpweya

m'thupi = it is inhaling and exhaling air;

kuloweza pamtima 1.learning by heart; 2.-memorising;

kulowoka (chiTumbuka) crossing a big waterway;

kulowosya (chiYao) patrilocal marriage (wife going to dwell with her husband in his village);

-kulu 1.big; mapiri aakulu = big mountains; nyumba yaikulu = a big house; pa gome lalikulu = on the big table; madengu aakulu = big baskets; nyumba zazikulu = big houses; 2.large; dziko lalikulu = a large country; pagome lalikulu = on the large table; papakulu = mpata waukulu = a large space; mpapakulu bwanji pano? = how large/spacious is it here?; 3.great; chikondi chachikulu = great love; 4.spacious; mwamukulu bwanji? = how spacious is it in here?; 5.adult; munthu wamkulu = adult person; 6.chief (adj.); 7.macro; 8.massive; 9.old; iye ndi wamkulu = he is old; proverb: mawu a akulu akoma akagonera (lit.: old people's words become sweet when they stay long) = taking old people's advice seriously is profitable; 10.elder (adj.); kuphwanya ufulu wa munthu wamkulu = elder abuse;

-kulu koposa muyeso 1.over-grown; 2.extremely large; ali ndi banja lalikulu koposa muyeso = they have an extremely large family;

-kulu kwambiri 1.enormous; phiri lalikulu kwambiri = an enormous mountain; 2.immense; nyumba yayikulu kwambiri = an immense house; 3.paramount (adj); mfumu yayikulu kwambiri = paramount chief; Karonga anali mfumu yayikulu ya a Chewa = Karonga was the paramount chief of the Chewa; 4.huge;

kulukulira 1.discouraging; 2.disheartening;

-kululika -be despicable;

kulumala 1.handicap; 2.defect; 3.deformity; 4.disability; 5.being lame; 6.being crippled; 7.being impaired;

kulumalitsa deformation;

kulumbila 1.swearing ceremony; 2.oath;

kulumbiritsa swearing in;

kulumidwa being bitten;

kulumikiza pamodzi 1.combination; 2.conjunction; 3.joining together;

kulumikizana 1.unification; 2.association; 3.merger;

kulumikizanso 1.getting together; 2.reconciliation; 3.reunion;

kulumikizidwa 1.combination; 2.attachment;

kulumikizitsa 1.joint; 2.connection;

kulumira mano strength;

kulumpha jumping: refers to pressure put on girl/boy after initiation to perform a sexual act, warning them that in failing to do so something

disagreeable might happen; also may refer to a
curse that befalls a family when one of the spouses
becomes unfaithful;
-kulunga 1.-cover; anakulunga mwendo wake ndi
ka nsalu = he covered his leg with a cloth; proverb;
chosamva anachikulunga m'masamba (lit.:
something that does not heed advice was covered
in leaves) = if you don't obey what others say, you
will get in trouble; expression: koma ndiye
mwandikulunga m'masamba (lit.: you have
covered me in leaves) = you have made me not
understand; 2.-wrap; anadzikulunga m'nsalu =
they wrapped a cloth around themselves; 3.-roll;
4.-be without defect (lit.: -be perfect); 5.-swathe;
kulungamitsidwa 1.being made righteous;
2.justification;
-kulungana 1.-coil one another (of ropes/ snake);
2.-rewind;
-kulunganso -roll again;
-kulungidwa 1.-be covered; 2.-be wrapped up;
-kulungiza 1.-coat; anakulungiza nyumba yake ndi
dothi lofiira = he coated his house with red soil; 2.-
wrap; anadzikulungiza mu guza = he wrapped
himself in a blanket; 3.-daub; 4.-smoothen; 5.-
shine with a smooth glassy stone;
-kulungulira mowa -brew beer;
kum'mawa to the east;
-kum'mwera southern; chigawo cha kum'mwera =
southern region;
-kuma 1.-draw as water in squirt; 2.-bleed by
cupping;
kumadambo 1.dambo area; 2.wet land;
kumadzi 1.pond; (lit.: where people draw water in
villages); 2.hide-out (idiom) for secret society
initiation camps e.g. in grave yards;
kumaliseche genitalia;
kumaliza 1.finish; 2.subversion;
kumaliza bwino good ending;
kumaliza koyipa bad ending;
kumaliza moyo 1.kill; 2.euthanasia; 3.slaughter;
4.slaying; 5.taking life;
kumalizitsa 1.winding up; 2.finishing; 3.round-off;
-kumalo kotsalira 1.under-developed; 2.rural;
3.remote;
kumana 1.denial; 2.deprivation; 3.niggardliness;
-kumana 1.-meet; tikakumane = let us meet;
expression; anakumana nazo (lit.: he met them) =
he was in trouble; proverb: chozemba
chinakumana ndi chokwawa (lit.: a thing that left
secretly met with a crawling thing) = in your
secretive affairs'you can be trapped; 2.-congregate;
3.-convene; 4.-merge;
-kumana kawirikawiri 1.-see each other
frequently; 2.-meet often; 3.-meet every time;

-kumana ndi munthu -encounter;
-kumana ndi mwayi 1.-be lucky; 2.-be fortunate;
-kumana pa njira -meet on the way;
-kumananso 1.-meet again; 2.-rejoin;
kumanda 1.grave-yard; 2.cemetery;
kumanda a ana cemetery for babies;
kumanga 1.building; 2.construction; 3.tie;
kumanga banja founding a family;
kumanga chimodzi agreement;
kumanga mkota 1.bringing ideas in brief;
2.consensus;
kumanga mtolo 1.summary; 2.bundle;
kumanga mudzi peace;
kumanga mvula rainmaking/ invoking rain
magically (lit.: tying rain);
kumangana pamodzi 1.unification;
2.amalgamation;
kumanganamangana 1.trying each other;
2.disorder;
kumanganso 1.rebuilding; 2.reconstruction;
3.repairing; 4.renovation;
kumangidwa 1.being arrested by law enforcers;
2.suspension; bungwe la mpingo linamasula
aKhristu ena omangidwa = the church session
ended the suspension of some Christians;
kumangidwa bwino 1.good building; 2.good tying;
3.good bundle;
kumangidwa mwatsopano 1.new fashioned
building; 2.modernised building;
-kumaniza 1.-meet coincidentally; 2.-consult;
ndidzakumanizana naye = I will consult him;
kumanzere 1.left (adv.); msewu unapatuka
kumanzere = the road branched to the left; pita
chakumanzere = go to the left; 2.not to one's
liking;
kumapanga showing someone the way of
making/doing something;
kumapatsiranapatsirana passing on to one
another;
kumapeto 1.eventually; kumapeto kwake ndege
inatera itatha maola ambiri ili m'mwamba = after a
flight of so many hours the plane eventually
landed; 2.at last; 3.finally;
kumapeto kobereka labor (placental stage/ third
stage of labor);
kumapeto kwa chinthu edge;
kumapeto kwa nkhani 1.end; 2.conclusion;
kumaso kwa nyumba 1.front of house; 2.façade;
kumasuka 1.freedom; 2.peace of mind;
3.relaxation;
kumasukirana openenness;
kumasulidwa 1.deliverance; imfa yake ndiko
kumasulidwa kwa onse amene amakhulupirira =
his death is the deliverance of all believing in him;

2.liberty; 3.liberation; 4.relief; 5.release from prison;
kumasulira 1.translation; kumasulira Baibulo = translation of the Bible; 2.clarification; kumasulira nkhani = clarification of the news; 3.interpretation;
kumatana coherence;
kumayambiriro 1.beginning; 2.source; 3.origin; 4.starting point;
-kumba 1.-dig; akukumba manda = he is digging the grave; asing'anga amakumba mitsitsi ngati mankhwala = traditional doctors dig roots as medicine; expression: akukumba dothi (lit.: he is digging the soil) = he is moving; kukumbana mitundu pakati pa anthu (lit.: digging one another among the tribes) = practising tribalism; proverb: kutsutsa galu nkukumba (lit.: opposing a dog is to dig/ proving the dog right is to dig/ you have to dig a hole if you want to know whether the dog was right in scratching at it hoping to find a prey in it) = make a follow up to find out the truth about something; expression: walikumba liwiro (lit.: he has dug speed) = he runs at break-neck speed/ high velocity; 2.-delve; 3.-drill; 4.-unearth; 5.-make; anakumba maziko = he made a foundation;
-kumba mankhwala -dig herbs;
-kumba matchera -dig channel;
-kumba mbewa -dig mice;
-kumba ngalande -dig water way/ tunnel;
-kumba nthaka pansi -dig up soil;
kumbali 1.separately; 2.aside; ikani kumbali = put aside; 3.sideways; 4.out of the way; 5.privately;
kumbali kwa golo 1.off the goal posts; 2.away from the goal posts;
kumbali kwa nyanja 1.sea coast; 2.lakeshore area;
-kumbatira (chiYao) 1.-embrace; anandikumbatira = he embraced me; 2.-hug;
-kumbuka 1.-remember; 2.-recall; 3.-call to mind; 4.-keep in mind; 5.-bear in mind;
kumbuka\ma- a large variety of banana;
-kumbukira 1.-remember; 2.-bear in mind; 3.-commemorate; timakumbukira kubadwa kwa Yesu chaka ndi chaka = we commemorate the birth of Jesus every year; 4.-picture; 5.-recall; 6.-recollect; 7.-call to mind; 8.-keep in the memory; 9.-evoke;
-kumbukiranso 1.-recall; 2.-recollect;
-kumbukirika -be memorable;
-kumbukiritsidwa -be reminded;
-kumbutsa 1.-remind; mposafunika kukumbutsa = it is not necessary to remind; mumukumbutse = remind him; ndimukumbutsa = I will remind him; 2.-commemorate; 3.-disinter; kumbutsa zakale = disintering an old occurrence;
-kumbutsa mkangano -bring up old quarrels;
-kumbutsa msanga -remind quickly;

-kumbutsira chikale 1.-recall the past through action; 2.-do what you used to do in the past; 3.-flashback;
kumbuyo 1.back (adv.); 2.at the back; 3.on the back; 4.behind ; kumbuyo kwako kulinji? = kumbuyo kwako kuli chiyani? = kumbuyo kwako kuli kotani? = what is there behind you?; 5.rear; 6.aft;
kumbuyo kwa khosi nape of the neck; iye ali ndi chotupa kumbuyo kwa khosi = she has a boil on the nape of the neck;
kumbwita 1.failure; 2.missing; 3.muff;
kumdima 1.dark site/ place/ location; 2.hide-out; 3.graveyard; 4.cemetery;
kumemesana foreplay;
kumene where; relative pronoun with verbal nouns of the ku- class, and nouns of the ku- class indicating locality; kuphika kumene kumatenga nthawi = the cooking that takes time; kumene anabadwira ndi kutali = the place where he was born is far away;
kumene kuja demonstrative pronoun meaning 'that ... over there', with verbal nouns (ku- class) and nouns of the ku- class indicating locality; kuimba kumene kuja = that singing over there; kumene kuja = over there;
kumene kuno 1.here; 2.this ... here; emphatic demonstrative pronoun following verbal nouns (ku- class); kuimba kumene kuno = this singing;
kumeneko that/ there; demonstrative pronoun following nouns of the ku-class (the verbal nouns) and indicating locality; kuimba kumeneko = that singing; kumeneko = there;
kumeneku this/ here; demonstrative pronoun following nouns of the ku-class (the verbal nouns) and indicating locality; kuimba kumeneku = this singing; kumeneku = here;
kumenya 1.beat; 2.hit; 3.striking; 4.slap;
kumenya ndi dzanja 1.buffet; 2.beat with a palm;
kumenya nkhondo 1.war; 2.battling (lit.: fighting with weapons); kumenya nkhondo ndi mawu okha = battling only with words; 3.combat;
kumenyana 1.battle; 2.affray; 3.contention; 4.brawl; 5.fighting;
kumenyana ndi zibakera 1.fighting with fists; 2.boxing;
kumenyedwa pamutu clout;
kumera 1.germinating; 2.growing; 3.sprouting; 4.zymosis;
kumeta kwa chikudza hair-cut;
kumeta kwa hereche hair-cut;
kumeta kwa kochezi hair-cut, esp. randomly; kumeta kwa kochezi sikuloledwa pa sukulu pano = cutting hair randomly is not allowed at this school;

kumeta maliro funeral ceremony whereby the relatives of the deceased cut their hair off to avoid the deceased spirit tormenting them during asleep;
kumeta ndevu cutting off the beard/moustache;
kumeta tsitsi epilation;
kumiyendo place at the back of the house where provisions are kept;
kumiza submersion; anabatizidwa pomizidwa m'madzi = she was baptised by submersion;
kumizidwa m'madzi immersion;
kumkwitsa 1.more than necessary; 2.beyond;
kummwera 1.south; pita kummwera poyamba = go south first; 2.to the south;
kumoto 1.Gehenna; 2.hell; 3.private parts;
kumpheto 1.private parts; proverb: kumwamba ndi kumpheto (lit.: the weather is like the private parts of a man) = the weather can change unexpectedly at any time; 2.genitalia;
kumpoto 1.north; kumpoto kwa = north of; chigawo cha kumpoto = northern province; 2.northern region;
Kumpoto kwa Amereka North America;
kumpoto kwa ku madzulo North-West;
kumpoto kwa kum'mawa North-East;
kumpoto kwa kuvuma North-East;
Kumran Qumran; malo akale pafupi ndi Nyanja yakufa ya dziko la Israyeli = an ancient place close to the Dead Sea in Israel; mapanga a Kumran omwe m'chaka cha 1947 mabuku ambiri akale anapezedwa, makamaka Baibulo = the caves of Qumran where in 1947 many old books were found, especially of the Bible; mabuku akale amene anapezedwa ku Kumran m'chaka cha 1947 = the Qumran scroll;
kumsabwera 1.grave yard; 2.cemetery;
kumsambitsa makofi heavy slapping;
kumsambo 1.menstruation period; 2.monthly period;
kumsitu hide-out;
kumsonkhano meeting;
kumtaya 1.refuse pit; 2.rubbish pit; 3.sewage;
kumtunda kwa Shire 1.Upper Shire; 2.Shire Highlands;
kumudwa 1.sneaking shameful person; 2.hangdog;
kumudzi 1.rural region; 2.rural area; 3.remote area; 4.countryside; 5.at home;
-kumudzi remote;
kumudzi kwanu 1.your village; 2.your home;
kumudzi wokhalitsa 1.grave yard; 2.cemetery;
kumva 1.hearing; 2.sensation; kumva kutentha = sensation of warmth; 3.feeling; 4.listening;
kumva bwino 1.audibility; 2.comfort;
kumva chifundo 1.having mercy; 2.compassion; 3.sympathy; ndinali ndi chifundo chachikulu

pamene ndinamuwona mayi wa masiye = I had great sympathy when I saw the widow; 4.kindness;
kumva chisoni 1.sorrow; 2.compassion; 3.grief; 4.sadness; 5.kind-heartedness;
kumva kudzidzimuka 1.day dreaming; 2.night mare;
kumva msanga acumen;
kumva ngati malungo 1.feeling like being sick of malaria; 2.having a malaise; 3.feeling sick;
kumva njala 1.hunger; 2.desire for food;
kumva ulesi 1.laziness; 2.unwillingness to work; 3.weakness;
kumva ululu 1.feeling pain; 2.anguish; 3.suffering; 4.agony;
kumva za mmaluwa 1.misunderstanding (lit.: hearing from the flowers); 2.taking no truth; 3.misinterpretation; 4.getting the wrong idea; 5.hearing things in a hurry;
kumvana 1.communication; 2.cooperation; 3.being in touch;
kumvana chimodzi 1.agreement; 2.consensus;
kumvana mwa chinsinsi 1.conspiracy; 2.collusion;
kumveka 1.popularity; 2.being well-known; 3.being famous; 4.fame;
kumvera 1.obedience; 2.meekness; 3.fidelity;
kumvera kosafunsa being obedient without asking questions;
kumvera kwa mwana filial obedience;
kumvera makolo 1.obedience to parents; 2.honour to parents;
kumvera Mulungu 1.obedience to God; 2.honouring God;
kumvera polanga munthu lenience;
kumvetsa understanding;
kumvetsa chisoni feeling sympathy;
kumvetsetsa 1.understanding; 2.being sympathetic;
kumvetsetsana understanding of one another;
kumvetsetsana kwa maiko 1.agreement; 2.alliance; 3.entente;
kumwa drink; mankhwala olera a kumwa oral contraceptive; mapilitsi olelera a kumwa = oral contraceptive;
kumwamba 1.firmament; 2.heaven; Mulungu amakhala kumwamba = God dwells in heaven; Ufumu wa Kumwamba = the Kingdom of Heaven;
kumwamba kopanda mtambo blue sky;
kumwamba kwa 1.on top of; 2.upon;
kumwaza 1.being broadcast; 2.scattering; 3.sprinkling; 4.common opinion;
kumwazika kwa chuma 1.extravagance; 2.waste of money;
kumwazika kwa mtundu 1.dispersion; 2.diaspora; kumwazika kwa a Yuda = the Jewish diaspora; 3.scattering;

kumwera kapu imodzi drinking from same cup;
kumwerera 1.drinking; 2.absorption;
kumweta udzu grass cut;
kumwetsera galimoto mafuta filling the fuel into the car tank;
kumwetsera ziweto 1.giving water to animals; 2.watering animals;
kumwetulira smile;
kumwetulira mopusa smirk;
kumwezi 1.menstrual period (lit.: at/to the moon); tsiku loyamba la kumwezi = first day of period; tsiku lotsiriza la kumwezi = last day of period; 2.monthly period of menstruation; 3.menstrual period; 4.menstrual cycle;
kunama 1.lying; kunama ndi koipa = lying is evil; 2.falsehood; 3.cheating; 4.deceit; 5.dishonesty;
kunamiza deception;
kunamizidwa 1.deception; 2. falsification; 3.lie; 4.cheating;
-kundika 1.-accumulate; 2.-amass; 3.-pile; 4.-gather; musadzikundikire chuma cha pa dziko = do not pile worldly treasures; 5.-heap; 6.-lump; 7.-keep;
-kundikana 1.-meet; tikundikane = let us meet; 2.-gather; 3.-congregate; 4.-get together; 5.-assemble;
-kundikiza 1.-start; 2.-pressurise;
-kundula -grain (esp. of maize from its cobs);
kundunji at the boundary;
kundwe 1.paint; 2.clay; 3.red soil;
kunena bodza 1.telling lies; 2.falsehood; 3.cheating;
kunena mawu m'matsenga 1.bewitching; 2.speaking in magic; 3.cursing;
kunena mokaika 1.doubtful comment; 2.not giving confirmation;
kunena mokhotakhota 1.evasive language; 2.being elusive; 3.zigzag (n);
kunena molondola 1.exact talk; 2.straight talk; 3.certainty; 4.speaking the truth;
kunena mophiphiritsa 1.riddles; 2.allegorising;
kunena mosapsatira mawu 1.speaking openly; 2.speaking frankly; 3.not covering up;
kunena motsindika emphatic remark;
kunena motsitsa 1.soft talk; 2.low speech; 3.low voice;
kunena mowona 1.truth; 2.justice; 3.reality; 4.fact;
kunena mozembetsa 1.parable; 2.fable; 3.allegory; 4.simile;
kunena mozimbaitsa 1.act of hiding; 2.irony;
kunena mozungulira indirect talk/ speech;
kunena nkhani zobisa 1.revealing; 2.disclosure;
kunena pa mtima 1.reciting; 2.declamation;
kunenepa 1.being very fat; 2.fatness; 3.obesity;
kunenepa kwa munthu obesity;

kunenerera malonda 1.sales talk; 2.advertising; 3.bargaining;
-kung'alang'aza -have splitting headache;
kung'amba ndi isesi 1.cutting with scissors; 2.clip;
kung'amba thupi operation;
kung'ung'udza 1.humming noise; 2.gutteral noise; 3.buzzing;
-kung'uta -beat with fist;
kungakhale 1.despite; 2.in spite of; 3.regardless of; 4.even though; 5.although;
-kungana 1.-be cramped (of muscles); 2.-tighten (of a rope from both ends);
kung-fu (chiChina) kung-fu; aMwenye amakonda kumenya pogwiritsa ntchito manja ndi mapazi = the Indians like kung-fu;
-kungidwa ntolo -be bound together;
-kungira 1.-wind; winchi ndi chinthu chokungira nthambo = a winch is a thing that winds up the cable; 2.-arrange (of cooking stones);
kungoganizira 1.suspicion; 2.fantasy;
kungonena chabe 1.mere talk; 2.speaking without action;
-kungudza -eat off meat bone;
-kungula 1.-unskin; anakungula khungu pa bala = he unskinned the wound; 2.-annihilate; 3.-unbark; 4.-unseal; 5.-peel; 6.-wipe out;
-kungumira -retard;
kunja 1..outside (n); 4.external (n); 3.world; kunja kuno = this world (the world of the living people);
-kunja 1.outward; 2.out of; 3.external; 4.foreign; zovala za kunja = foreign clothes; 5.pagan; zipembedzo za chikunja = pagan religions;
kunja kwa dziko 1.abroad; anathawa kuchokera kunja kwa dziko = they fled from abroad; anathawira kunja kwa dziko/ anawapilikitsira kunja kwa dziko = they fled abroad; 2.foreign country;
kunjakulinji 1.rich person; 2.wealthy person;
kunjata 1.thing used in tying; 2.ligature; 3.arrest (lit.: of a thief/ law breaker);
kunjatana 1.unification; 2.uniting;
-kunkha 1.-reap; 2.-harvest; 3.-glean;
kunkhongo rear; proverb: kunkhongo kulibe maso (lit: there are no eyes behind the head) = you cannot know what is happening in your absence;
-kunkhulika -writhe;
-kunkhuniza 1.-push; sindingathe kukunkhuniza galimoto iyi = I can not push this car; 2.-writhe; 3.-roll a stone, log, etc; 4.-shove; 5.-thrust;
kunkhuti 1.sewage; 2.rubbish pit; 3.refuse pit;
kuno 1.here; 2.this; emphatic demonstrative pronoun following verbal nouns (ku- class) and nouns of the ku- class indicating locality; kuimba kuno = this singing; kunyumba kuno = at this

house;
kunong'oneza 1.whispering; 2.soft voice;
3.murmuring; 4.auricular confession;
kunsi 1.down; 2.underneath; 3.at the bottom;
-kunsi 1.low; dera la kunsi kwa mtsinje = the area
of the lower part of the river; 2.below; 3.beneath;
4.at the foot of; 5.under; 6.underground; njira ya
kunsi kwa nthaka = underground passage;
-kuntha 1.-batter; 2.-beat down; 3.-beat with stick
or hand; 4.-blow; 5.-hit; 6.-brew; 7.-brush off (as
of dust); 8.-drain; 9.-filter;
-kunthana -beat one another;
kunthawi zosatha 1.forever; 2.everlasting;
kunthunthumira 1.excitement; 2.elation;
3.enthusiasm; 4.ecstasy;
kununkha 1.smell; 2.sniff; 3.stench;
kununkha chiwisi raw smell;
kununkha utsi smoke smell;
kununkhiza 1.smell; 2.sniff;
kunyachula 1.breaking laws; 2.committing crime;
kunyada 1.pride; 2.conceit; 3.vainglory; 4.pomp;
5.show-off; 6.arrogance;
kunyadira 1.pride; 2.feeling of satisfaction;
3.appreciation;
kunyala 1.fading; 2.withering;
kunyalanyaza 1.carelessness; 2.unwillingness;
3.hesitation;
kunyalapsa unseriousness;
kunyamula 1.picking up; 2.raising up; 3.lifting up;
kunyang'ama crouching walk;
kunyang'wa 1.conceit; 2.self-importance;
kunyansa 1.badness; 2.filthness; 3.garbage;
4.rubbish;
kunyansidwa 1.having hatred; 2.being bored;
3.grudge;
kunyansitsa 1.pollution; 2.making dirty;
kunyansitsa ku nkhope 1.frowning; 2.scowling;
kunyansitsa kukamwa curling lips in disrespect;
kunyansitsa pa malo 1.dirt; 2.filthy;
kunyanya itching;
kunyanyala boycott;
kunyanyala kwa ntchito 1.strike; 2.boycott;
kunyanyamphira standing on toes to increase
one's height;
kunyatula unsealing;
kunyazitsa 1.despising; 2.underrating;
kunyema 1.sharing; 2.dividing; 3.giving money to
someone;
kunyengana kudya galu 1.cheating one another;
2.deceiving;
kunyenganyenga akazi womanising;
kunyengerera 1.persuading; 2.enticing;
kunyengereretsa persuasion;
kunyengeza 1.cheating; 2.lying; 3.falsehood;

ndinamunyengeza ndi cholinga chakuti andilole =
I used falsehood in order to win her love; 4.deceit;
kunyengezedwa 1.deceit; 2.falsification;
kunyerenye(t)sa itching;
kunyerenyesa itching;
kunyezimira 1.shining; 2. twinkling; 3.sheen;
kunyika 1.dipping; 2.immersing;
kunyikidwa m'madzi 1.immersion in water;
2.soaking in water; 3.dipping in water;
kunyindula 1.uncovering; 2.peeling;
kunyinyirika 1.reluctance; 2.unwillingness;
3.negativity;
kunyodola 1.teasing; 2.mocking;
kunyodzola 1.detaching; 2.removing from the main
part; 3.taking away;
kunyogodola 1.despising; 2.underrating;
kunyonga 1.hanging; 2.kill without mercy;
3.murder;
kunyonyomala 1.genuflexion; 2.squatting;
kunyopola heavy eating;
kunyotira drinking water without using a cup;
kunyoza 1. mocking; 2.despising; 3.tease; 4.banter;
5.mickey;
kunyoza pochoka parthian shot;
kunyoza za Mulungu 1.profanity; 2.blasphemy;
-kunyuka 1.-be disappointed; 2.-be bad tempered;
3.-be upset; 4.-be surly;
kunyula 1.removing dirt when bathing; 2.removing
skin; expression: iwe wanyula apa (lit.: you have
removed skin here) = you have committed an
offence/ you are guilty; 3.committing a crime;
4.breaking laws;
kunyung'unya 1.becoming sour; 2.bitterness;
3.acerbity;
kuomba 1.gun shot; expression: ameneyu usamale
naye akuomba (lit.: be careful with him, he is
going to shoot you) = be careful with him, he is
going to swindle you/ steal from you; 2.clap of
hands; 3.blow of air;
kuoneka bwino 1.looking well; 2.good looking;
3.being attractive; 4.being charming;
kuonetsa khalidwe labwino 1.good behaviour;
2.good manners; 3.good reputation;
kuonetsa mbali imodzi showing one side;
kuonetsetsa 1.observation; 2.surveillance; 3.close
watch;
kuonjezera apa 1.besides; 2.moreover; 3.in
addition; 4.as well as;
kuononga 1.destruction; 2.malice;
kuopa 1.fear; 2.being afraid; 3.terror; 4.dysphoria
(medical);
kuopa alendo 1.fear of strangers; 2.xenophobia;
kuopa zilendo 1.fear of strange things;
2.xenophobia;

-kupa 1.-shave; 2.-be magic; 3.-remove water from a well;
kupa ndi chopepuka flapping; kupa ntchentche ndi nsalu = flapping the flies with a cloth;
kupachikidwa pa mtanda 1.crucifixion; 2.being crucified on a cross;
kupalapata 1.removing of fish scale; 2.death-shudder;
kupambana 1.victory; 2.success; kupambana kwake kunamveka = his success was well known; 3.achievement; 4.passing;
kupambana pamenepo being more than that;
kupanda 1.beat; 2.strike;
kupanda banga 1.innocence; 2.blamelessness; 3.purity;
kupanda chibwana 1.without childishness; 2.no nonsense;
kupanda chifundo 1.without mercy; 2.being inconsiderate; 3.being remorseful;
kupanda chilema 1.completeness; 2.chastity;
kupanda chilendo 1.feeling at home; 2.comfort; 3.citizen;
kupanda chitetezo 1.vulnerability; 2.being without protection;
kupanda chizolowezi 1.not easily acquainted; 2.not tamable;
kupanda fungo crude;
kupanda kanthu 1.having nothing; 2.without anything; 3.vacancy; 4.zero;
kupanda khalidwe labwino 1.without good behaviour; 2.without good manners; 3.indiscipline;
kupanda mabere amastia;
kupanda manja 1.being armless; 2.being not professional; 3.being without skill;
kupanda mantha 1.being fearless; 2.being courageous; 3.being heroic; 4.being brave;
kupanda manyazi 1.shamelessness; 2.effrontery;
kupanda masewera 1.without playing; 2.no nonsense;
kupanda mbali 1.being non-partisan; 2.impartiality; 3.neutrality;
kupanda moyo 1.being lifeless; 2.being non-living; 3.being dead; 4.being inanimate;
kupanda mwambo 1.indiscipline; 2.unruliness;
kupanda mwana 1.barrenness; 2.unfruitfulness; 3.infertility; 4.beating a child;
kupanda mzimu spiritless;
kupanda ndondomeko 1.lack of direction; 2.disorder; 3.being in a maze;
kupanda njala 1.being without hunger; 2.being full;
kupanda nzeru 1.dullness; 2.stupidity;
kupanda ulemu 1.disrespectfulness; 2.indiscipline; 3.effrontery; 4.incivility;

kupanda ulesi 1.working hard; 2.perseverance;
kupanda zolakwika infallibility; pali lamulo la chiRoma lakuti Papa salakwa = there is a Roman rule that Pope is infallible;
kupandana 1.fight; 2.battle; 3.contention;
kupanga 1.making; 2.manufacturing; 3.production; 4.fabricate;
kupanga bodza 1.making lies; 2.falsification;
kupanga chibwibwi stammering;
kupanga chidwi 1.interest; 2.curiosity;
kupanga chinthu 1.making something; 2.invention;
kupanga chinthu chopusa 1.doing a foolish thing; 2.folly;
kupanga chinyengo 1.deception; 2.corruption; 3.bribery;
kupanga ganizo 1.make decision; 2.determination; 3.making up one's mind;
kupanga katundu 1.making goods; 2.manufacturing goods; 3.industry;
kupanga mabuku ofotokoza mawu lexicology; kupanga mabuku ofotokoza mawu m'ndondomeko ya zilembo kuyambira A mpaka Z = publishing books with definitions of words in alphabetical order from A to Z;
kupanga malamulo 1.making laws; 2.legislating;
kupanga mathuthu stammering;
kupanga mopanda psete 1.being without fear/favour; 2.objectivity;
kupanga msonkhano 1.conducting of meeting; 2.convening;
kupanga Mulungu 1.idolising; 2.deification;
kupanga ndonyo yosakhota 1.erect; 2.vertical;
kupanga zinthu zambiri 1.making a lot of goods; 2.mass production;
kupanga zofanana 1.uniformity; 2.making similar products;
kupangana 1.agreement; 2.accord; 3.bargain;
kupanganso 1.repetition; 2.doing again;
kupanganso mwatsopano 1.reorganisation; 2.refurbishing; 3.reformation;
kupangitsa chinthu kuyambanso 1.restoration; 2.restarting;
kupangitsa kukhalako 1.generation; 2.surplus;
kupangitsa kuvuta 1.obstacle; 2.barrier; 3.impediment;
kupangitsa munthu kuseka 1.joke; 2.comedy;
kupanika 1.panic; 2.stress;
kupanikizidwa 1.stress; ndikuganiza kuti mutu ukumamupweteka chifukwa cha kupanikizidwa ndi ntchito = I think his head aches because of stress of work; 2.being under pressure; 3.panic; 4.dilemma;
kupanikizika 1.oppression; 2.being under pressure;
kupantha 1.being very fat; 2.obesity;

kupasuka 1.destruction; 2.devastation;
-**kupata** 1.-hold; 2.-be rich;
-**kupatira** 1.-cover (of area); 2.-hold under arm-pits;
-**kupatira mwa chikondi** 1.-hug; 2.-cuddle; 3.-embrace;
kupatsa kaso 1.attraction; 2.drawing attention;
kupatsa magazi blood transfusion;
kupatsa mphamvu investiture; pangano pakati pa Papa ndi mafumu a maiko a ku Ulaya m'nyengo ya pakati lokhudza kukhazikitsidwa kwa bishopo = pact between the Pope and the European kings and countries in the Middle Ages on the nomination of bishops = Investiture Controversy;
kupatsana moni giving greetings to one another;
kupatsidwa ulemu 1.veneration; 2.admiration; 3.respect; 4.accolade;
kupatukana 1.diversion; 2.dichotomy; 3.giving way (esp. of motorists);
kupatula 1.secession; 2.separation; 3.except; kupatula pa Sabata = except on Sundays; 4.extract; mafuta ophikira amapatula ku mpendadzuwa = cooking oil is extracted from sun flowers;
kupatulidwa 1.consecration; 2.sanctification; 3.separation;
kupatuliskika (chiTumbuka) ordination;
kupatutsa madzi irrigation (lit.: making waterways from the main source of water);
kupatutsa munthu 1.interrupting someone's journey; 2.calling someone to branch to you;
kupaza 1.passing through; 2.diarrhoea;
kupaza kutali walking far away;
kupaza kwina walking far away;
kupazapaza crossing each other;
kupemba pleading;
kupembedza 1.worship; 2.devotion; 3.adoration;
kupembedza kwa Mulungu yekha 1.worshipping only God; 2.latria;
kupembedza mafano 1.idolatry; 2.worshipping idols; 3.idolisation;
kupembedza Mulungu poyera public Divine service;
kupembedzera worship;
kupembelera pleading;
kupemerera 1.smoke; 2.accelerating a car;
kupempha chikhululukiro 1.seeking forgiveness; 2.praying for pardon;
kupempha kubwereza mawu pardon;
kupemphera kwa m'mamawa morning prayer;
kupemphera kwa madzulo evening prayer;
kupempherera ena 1.intercession; 2.praying for others;
kupenga 1.mental illness; 2.madness; 3.insanity; 4.lunacy;
kupenya 1.sight; mphamvu yake yakupenya ndi

yofooka = his sense of sight is weak; 2.being awake; 3.being wise; 4.being civilised;
kupepeluma evaporating;
kupepeta winnowing;
kupepuka 1.lightness of weight; 2.vanity;
kupeputsa chofunika 1.treating something without honour; 2.levity;
kupereka 1.contribution; 2.collection of money; 3.offer; 4.submission;
kupereka chilolezo permitting;
kupereka chinthu providing;
kupereka chinthu kwa wina dedication; nyimbo iyi ndikuyipereka mwapadera kwa mkazi wanga Jane = this song is a special dedication to my wife Jane;
kupereka chitsimikizo confirmation; mwambo wa chitsimikizo cha ophunzira kalasi la katekisima = the ceremony of the confirmation of the catechumens; panali chitsimikizo cha kubwera kwake = there was a confirmation of his coming;
kupereka dzina la chigogo naming (as ceremony);
kupereka dzina pa mtundu 1.naming (as ceremony); 2.installation;
kupereka ganizo 1.contribution; 2.suggestion; 3.bringing idea from the mind;
kupereka kwa mphamvu 1.giving authority; 2.commission;
kupereka magazi blood transfusion;
kupereka malo ogona giving accommodation;
kupereka malonje 1.greeting; 2.introduction;
kupereka mavuto 1.giving problems; 2.creating troubles; 3.causing difficulties;
kupereka moni greeting;
kupereka moyo life giving;
kupereka mphamvu za ulamuliro 1.giving authority to rule; 2.devolution; 3.giving dominion; 4.decentralising;
kupereka mphatso 1.giving a gift; 2.prize giving;
kupereka msonkho 1.paying tax; 2.honouring duty;
kupereka mwaulere 1.generosity; 2.freedom; 3.free gift;
kupereka tchuthi 1.holiday; 2.leave; 3.sabbatical leave;
kupereka thandizo 1.aid; 2.relief; 3.assistance; 4.donation; 5.charity;
kupereka ufulu wodzilamulira decolonisation;
kupereka ulemu 1.respecting; 2.giving honour; 3.salutations;
kupereka upangiri 1.advice; 2.counselling;
kupereka zinthu 1.giving things; 2.delivery; 3.supplying;
kupereka ziphuphu 1.corrupting; 2.bribing;
kuperesa 1.act of grinding into powder; 2.massage;

kuperewera 1.scarcity; 2.shortage; 3.deficiency;
kupeta 1.winnowing; 2.decoration of cloth;
   3.embroidery;
kupewa abstinence;
kupeza 1.finding; 2.discovering;
kupeza chinthu china 1.finding another thing;
   2.alternative;
kupeza mnzako wabanja finding a marriage
   partner;
kupeza mphatso 1.finding a gift; 2.getting a
   present; 3.getting a reward; 4.having a talent;
kupeza mphotho 1.getting reward; 2.winning
   award;
kupeza mwayi 1.luck; 2.opportunity; 3.getting
   chance;
kupeza tsoka 1.misfortune; 2.bad luck;
   3.malediction;
kupeza ufulu 1.finding freedom; 2.finding liberty;
   3.gaining favour;
kupezako bwino 1.remission; 2.richness/ wealth;
   3.getting better from illness;
kupezanapezana supplement;
kupezedwa 1.being found; 2.being discovered;
kupezeka 1.presence; kupezeka kwanu ndi mdalitso
   = your presence is a blessing; 2.discovery;
   kupezeka kwa njira ya m'madzi yopita ku India =
   the discovery of the Sea route to India; 3.being
   everywhere; 4.being common; 5.being in trouble;
   6.being in problems;
kupezeka mosavuta being easily found;
kupezeka paliponse 1.being present everywhere;
   2.omnipresence; Mulungu amapezeka paliponse =
   God is omnipresent; 3.common;
kupezekamo presence;
kupezekanso being found again;
kupezerera 1.catching; 2.discovery; 3.detecting;
kupezererana catching each other;
kupha 1.killing; 2.murder; 3.assassination;
   4.liquidation; 5.slaughter; 6.slaying;
kupha kopanda ululu euthanasia;
kupha mchimwene wako 1.killing your brother;
   2.fratricide;
kupha mlongo wako 1.killing your brother/ sister;
   2.fratricide;
kupha munthu mwadala murder;
kupha pokweza pachingwe hanging;
kupha tchuthi 1.being at ease; 2.being free from
   work; 3.relaxing; 4.holiday;
kupha tulo 1.sleep; 2.nap;
kuphangira 1.greed; 2.selfishness;
kuphanguka m'mimba 1.opening bowels;
   2.diarrhoea;
kuphapha being abundant;
kuphatana 1.sticking together; 2.coherence;

kuphatikira besides (lit.:something additional);
   ndili ndi galimoto lina kuphatikira ili = I have
   another car besides this one;
kuphatikiza in addition;
kuphatikiza malemba pamodzi joint writings;
kuphatikiza ulimi mixed farming;
kuphatikiza ziyankhulo linguistic;
kuphatikizana 1.merger; kampani inapangidwa
   pakuphatikizana ndi makampani ena anayi = this
   company was formed by a merger of four other
   companies; 2.joining together;
kuphatikizanso but also;
kuphatikizapo 1.including; 2.besides; 3.in addition;
kuphazi sole of foot;
kuphedwa murder; kuphedwa kwa Juliyasi Kaesala
   = the murder of Julius Caesar; 2.martyr;
   3.assassination;
kuphedwa kwa anthu ambiri 1.killing of many
   people 2.holocaust;
kuphelera 1.avoiding; 2.keeping away from;
   3.dodging;
kuphethira nystagmus;
kuphika 1.cooking; 2.boiling something edible;
   3.frying;
kuphonya 1.failure; 2.missing required target/
   mark; 3.muff;
kuphoola drill (n);
kuphophonya mistake; timaphophonya tonse = we
   all make mistakes;
kuphophonyetsa lamulo 1.guilt; 2.offence;
kuphopola drill (n);
kuphulika 1.burst; expression: kuphulika kwa
   nkhani iyi kudzakhala mavuto (lit.: the burst of this
   story will bring trouble) = the revelation of truth
   about this issue will bring trouble; 2.explosion;
kuphulika kwadzidzidzi 1.sudden burst of wind;
   2.gale;
kuphulitsa 1.burst; 2.explosion; 3.firing; 4.shot;
kuphulitsa bomba bomb explosion;
kuphulitsa chimanga roasting maize;
kuphulitsa chipolopolo 1.firing; 2.explosion;
   3.shot; 4.burst;
kuphulitsa gule 1.dance; 2.performance;
kuphulitsa mfuti 1.gun fire; 2.shot;
kuphulitsa mtedza roasting groundnuts;
kuphulitsa nyimbo sing songs;
kuphulitsa utsi okhetsa misozi tear gas;
kuphunzira 1.learning; 2.training;
kuphunzira kunja getting education abroad;
kuphunzira kutamba 1.learning witchcraft;
   2.demonology;
kuphunzira matanthauzo a mawu lexicology;
kuphunzira mozama high education;
kuphunzira ntchito ya mawu lexicology;

kuphunzira za kaphunzitsidwe 1.training to teach; 2.pedagogy;

kuphunzira za Mulungu theology;

kuphunzira za nthano mythology;

kuphunzira ziyankhulo zambiri 1.learning many languages; 2.linguistics;

kuphunzira zoyimbayimba 1.learning music; 2.musicology;

kuphunzitsa kwa ukachenjede lecture (n);

kuphunzitsa za chilengedwe cosmology;

kuphwanya 1.breaking into pieces; 2.breakage;

kuphwanyana 1.fight; 2.war; 3.collision;

kuphwanyika 1.breaking; 2.disruption;

kuphwasamulana 1.fight; 2.war;

kuphwasuka destruction;

kuphwathula 1.tearing; 2.rough opening of something;

kuphwisa fart;

kupima 1.test; 2.examination; 3.assay;

kupimbira tradition of Nkhonde, Nyakyusa and others that allows parents to give out their teen-age daughters to elderly men for marriage in exchange for loans;

kupinda mawondo 1.genuflexion; 2.bending one's knees to show respect;

kupinda nkhani 1.misjudgement; 2.corruption;

kupinda zovala folding clothes;

kupindula 1.gain; 2.prosperity; 3.profit;

kupinganapingana jam (of traffic);

kupingira plot;

kupinimbira 1.dysplasia; 2.agenesis;

kupirira 1.perseverance; 2.bearing; 3.deportment; 4.manners;

kupita ku dziko lina emigration;

kupita ku lamulo 1.being fond of going to the law; 2.litigation;

kupita ku sukulu going to school;

kupita kukapemphera 1.worship; 2.prayer;

kupita kuukulu 1.growing up from childhood; 2.adolescence; 3.puberty;

kupita kwa eni 1.sojourning; 2.tourism;

kupita m'mwamba kwa mpweya evaporation;

kupita mtsogolo 1.development; 2.prosperity; 3.going onward; kuchokera lero kupita mtsogolo = from today onward; 4.moving forward; expression: zinthu zapita mtsogolo (lit.: things have moved forward) = there is development;

kupita pa tsogolo 1.progress; 2.prosperity; 3.advance;

kupita pachabe 1.miscarriage; 2.abortion;

kupita padera miscarriage;

kupitirira 1.continuing; 2.proceeding; 3.overtaking; 4.being beyond; 5.being above;

kupitiriza 1.proceeding; 2.continuing; 3.carrying on;

kupitiriza kulemba continuing the writing;

kupitiriza kuyendera odwala continuing visitation of the sick;

kupitiriza ulendo continuing the journey;

kupititsa anthu ku dziko lawo 1.deportation; 2.repatriation; 3.sending people out to their homes;

kupititsa moyo euthanasia;

kupititsa mtsogolo 1.advance; 2.promotion;

kupititsa nthawi chabe pass hours away;

kupititsa pa mbali miscarry;

kupititsa padera causing miscarriage;

kupititsa patsogolo 1.speeding up; 2.promotion;

kupiza fan;

kupiza mopanda mphamvu 1.moving something lightly and quickly; 2.fluttering;

kupiza mwa mphamvu fan with strength;

kupoka pride;

kupola 1.coldness; 2.healing of wound;

kupola mtima cooling down;

kuponda chiponde pounding roasted groundnuts;

kuponda kanthu stepping on something;

kuponda mankhwala a zitsamba pounding herbs;

kuponda minga stepping on thorn;

kupondaponda 1.wandering; 2.loitering;

kupondera bwalo opening ceremony for dancing arena; a mfumu anapondera bwalo = the chief opened the dancing arena (esp. in Nyau Secret Society);

kupondera ndi zala walking on toes;

kuponderera tight holding;

kupondereza 1.oppression; 2.suppression; 3.overpowering;

kupondereza amuna/akazi gender bias;

kuponderezana 1.oppression; 2.suppression;

kuponya 1.throwing; 2.casting; 3.flinging;

kuponya mavoti 1.voting; 2.casting votes;

kuponya mdzenje throwing into the pit;

kuponya molunjika direct throw;

kuponya mpira 1.playing with a ball; 2.playing football;

kuponya pa madzi 1.throwing into water; 2.dipping into water;

kuponya padera 1.missing target; 2.throwing something off target;

kuponya pakati throwing in the middle;

kuponya pambali throwing off-target;

kuponya pansi throwing down;

kuponyerana throwing to each other;

kuponyeranaponyerana throwing to one another;

kuponyongola twisting;

kupopa khutu ear cleaning;

kuposa compared to (lit.:being more than); buku ili ndi labwino kuposa buku ilo = this book is better

than that book;
kuposa onse compared to all (lit.: being more than all); buku ili ndi labwino kuposa onse = this book is the best of all;
kuposa udindo waukulu supremacy;
kupota pain in the belly owing to diarrhoea; anamva m'mimba mukumupota = he felt pain in his stomach;
kupotokola abdominal pain;
kupotokola m'mimba spasmodic pain;
kupotola ndiwo cutting vegetable leaves by twisting with hands;
kupotoloka 1.return; 2.retreat; 3.bending;
kupotoza 1.bending; 2.missing;
kupotozedwa deprivation; anachita kupotozedwa ndi abwenzi ake = his friends led him to deprivation; kupotozedwa kwa iye ndi chifukwa cha anzake aja = his deprivation is due to his friends;
-kupsa 1.-be mature; 2.-cook well; expression: izi ndi zakupsa (lit.: things well cooked) = things well-thought over;
-kupsa mtima 1.-be annoyed; 2.-be angered; 3.-be raging; 4.-be pique;
-kupsa mtima msanga 1.-be short tempered (lit.: -have burning heart quickly); 2.-be irritated quickly;
-kupsa ndi dzuwa -be burnt by sunlight;
-kupsa ndi madzi otentha 1.-be burnt by hot water; 2.-be scalded;
-kupsa ndi moto -be burnt by fire;
-kupsa ndi nthunzi -be burnt by steam;
-kupsa pang'ono -be half cooked;
kupsalasuka escape by running;
kupsatira mchira folding the tail (of dogs); expression: iye anali kupsatira mchira (lit.: he folded the tail like a dog) = he was afraid;
kupsera 1.sweeping; 2.carrying everything at once by hands; 3.ripening; 4.being cooked;
kupseredwa being ripened;
kupsesula unseriousness;
kupsinjika 1.oppression; 2.being hard pressed;
kupsita 1.cheating; 2.pressing of hot thing against something;
kupsopsona kissing;
kupsota 1.chase; 2.attack;
kupsotola pulling back of fore-skin of penis;
kupsya burn (n);
kupuka 1.coming off (as skin from a blister); 2.being scalded;
kupukusa 1.shaking; 2.trembling;
kupukwa 1.being lonesome; 2.loneliness; 3.solitude; 4.being alone;
-kupula 1.-bark a tree; 2.-unskin; 3.-flay; anakupula

chikopa cha mbuzi = they flayed the skin of the goat; 4.-decorticate; 5.-peel; 6.-abrade;
-kupula ndi madzi -scald;
kupulula pluck many fruit leaves;
kupulumukira ku chala narrow escape;
kupulumukira pa pang'ono narrow escape; expression: kupulumukira mkamwa mwa mbuzi (lit.: narrow escape from the goat's mouth) = saved through a very small thing;
kupuma 1.having a break; 2.resting; 3.lodging; 4.breathing; 5.respiration; kupuma pa mphindi = respiratory rate;
kupuma komaliza 1.last breath; 2.breathing at death point; 3.last break; 4.last holiday;
kupuma kwa befu noise breathing;
kupuma kwa kumwalira last breath;
kupuma kwa wefuwefu breathing noisily (esp. when running/ doing hard job);
kupuma pa ntchito 1.retirement; 2.pension;
kupuma pa nyumba ya alendo 1.staying at a guest house; 2.being lodged;
kupumula pa ntchito 1.vacation; 2.retirement; 3.pension;
kupunduka 1.handicap; 2.deformity; 3.malformation; 4.being disabled;
kupundukitsa 1.making something/ someone deformed; 2.malformation;
kupungula 1.decreasing; 2.taking part of;
kupusa 1.stupidity; 2.craziness; 3.folly; 4.dullness;
kupusitsa 1.foolishness; 2.cheating; 3.dishonest trick;
kuputa 1.attack (on); 2.trigger a fight/ quarrel;
kupuwala deformity;
kupuwala kwa nkhope 1.facial nerve paralysis; 2.disease of Bell's palsy;
kupweteka 1.pain; kusamva kupweteka/kusamva ululu = being unable to feel pain; ndikumva kupweteka pachotupa changa = I feel pain on my boil; kodi kupweteka kudayamba nthawi imodzi, kapena pang'onopang'ono? = did the pain start at once or gradually?; 2.harm; 3.injury;
kupweteka kwa chilonda pain of wound;
kupweteka kwa dzino 1.tooth pain; 2.toothache;
kupweteka kwa m'mimba stomach-pain;
kupweteka kwa mutu splitting headache;
kupweteka kwa thupi body pain;
kupweteka pafupipafupi constant pain;
kupweteka pobereka mwana labour pains;
kupwetekedwa mtima 1.sorrow; 2.anger; 3.irritation;
kupwetekeka injury;
kupweteketsa mtima heart irritation;
kupyanikisya replacing a wife (lit.); ndi mwambo wopatsa mtsikana kwa mwamuna wa mchemwali

wake malemu = practice of girl being given away
to her late sister's husband;
-kusa 1.-herd animals; 2.-care animals; 3.-keep
animals; 4.-drive together;
kusa- prefix of verbal infinitives in the negative;
kusafuna = to want not; kusaona = to see not;
kusaba 1.being not stealing; 2.not robbing;
kusabereka 1.barrenness; 2.impotence;
kusabwera bwino displeasure;
kusachapa zovala 1.uncleanliness; 2.dirt;
kusachimwa innocence (lit.: being without sin);
kusachita phokoso 1.silence; 2.quiet; 3.calm;
4.being mute;
kusachiza drug resistance;
kusadzipereka pa ntchito unfaithfulness at work;
kusadziwa ignorance; expression: kusadziwa
ndikufa komwe (lit.: ignorance is just as death) =
ignorance has no excuse;
kusadziwa kulemba ndi kuwerenga 1.being
unable to write and read; 2.illiteracy;
kusafanana 1.inequality; 2.discrepancy;
3.difference; 4.variety;
kusafuna kulanga clemency;
kusagwedezeka akinesia; ndi kusagwedezeka ndi
kulephera kwa kusuntha kwa ziwalo = it is the
state of being without movement;
kusagwira ntchito (k. n. kwa chiwalo) dyspraxia;
kusagwira ntchito molongosoka 1.incapability;
2.carelessness; 3.disorganisation;
kusagwirizana 1.controversy; 2.schizophrenia;
3.discord; 4.intolerance; kusagwirizana ndi
kuchedwa = intolerance of delay;
kusagwirizana kwa magulu 1.split; 2.rift;
kusagwirizana ndi ubusa 1.disliking ministry;
2.anticlericalism;
kusagwirizana ndi ukapolo 1.dislike of slavery;
2.antislavery;
kusagwirizana ndi unsembe 1.dislike of
priesthood; 2.anticlericalism;
kusagwirizana pa zokambirana 1.disagreement;
2.dead-lock;
kusaiwala 1.recollection; 2.not forgetting; proverb:
chawona maso mtima siuyiwala (lit.:what the eyes
have seen, the heart does not forget) = you cannot
forget what you have seen with keen interest);
kusaka a kalulu 1.hunting rabbits; 2.beagling;
kusakaikitsa 1.trustworthiness; 2.reliability;
3.integrity;
kusakaniza 1.mixing; 2.mix; 3.amalgamation;
4.combination; 5.putting together;
kusakaniza chiKhristu ndi chikunja 1.mixing of
Christianity with paganism; 2.syncretism;
kusakaniza zipembedzo 1.mixing religions;
2.syncretism;

kusakaza 1.harming; 2.destroying; 3.damaging;
kusakhala bwino 1.ill-behaviour; 2.mischief;
3.being unattractive;
kusakhala ndi fungo 1.without smell; 2.crude;
3.odourless;
kusakhazikika 1.instability; 2.uncertainty;
3.suspense;
kusakhulupirika 1.untrustworthiness;
2.unfaithfulness; 3.infidelity; 4.bombast;
kusakhulupirira 1.unbelief; 2.incredulity;
3.mistrust; 4.distrust;
kusakhulupirira kuti Mulungu alipo 1.disbelief in
God's existence; 2.atheism;
kusakondana kwambiri 1.unfriendliness; 2.ill-
will;
kusakondera impartiality;
kusakondwe ra indifference;
kusakwanira 1.scarcity; 2.inadequacy;
3.insufficiency;
kusakwira sigh;
kusala abstinence;
kusalabadira malangizo 1.being disobedient;
2.stubbornness; 3.being headstrong;
kusalakwa 1.infallibility; 2.innocence;
kusalakwitsa 1.infallibility; 2.precision;
kusalaza 1.making flat; 2.levelling;
kusalemekeza za Mulungu 1.profanity;
2.disrespect of divinity; 3.contempt (lit.: without
proper reverence);
kusamalira 1.care; 2.custody; bambo amasamala
ana ake akakhala a ang'onoang'ono = a father
takes custody of his children when they are young;
3.looking after;
kusamalira nthaka soil conservation;
kusamalira odwala 1.taking care for the sick;
2.sick-care; kusamalira odwala kumudzi = home
based sick care; 3.nursing the sick;
kusamba 1.menstrual period; tsiku loyamba
losamba = first day of the period; tsiku lotsiriza
losamba = last day of the period; 2.menstrual
cycle; 3.taking a bath;
kusamba m'matope mud-bath;
kusambadzula 1.mocking; 2.teasing; 3.taking the
mickey out of;
kusambamo proving innocence (lit.: being washed
inside);
kusambula 1.mocking; 2.teasing; 3.ridiculing;
4.taking the mickey out of;
kusambwadza 1.mockery; 2.teasing; 3.taking the
mickey out of;
kusamva 1.deafness; 2.stubbornness;
kusamva kupweteka analgesia;
kusamva maganizo a wina 1.not allowing
someone's thoughts; 2.intolerance;

kusamva ululu 1.painless; 2.being under
anaesthesia;
kusamvera 1.disobedience; 2.defiance;
kusanawale 1.before light; 2.dawn;
kusanduka 1.changing; 2.becoming a vampire
(according to African Traditional Religion the
body of man can change into an animal);
kusanduka chamadzi 1.becoming liquid; 2.being
liquescent; 3.dissolving; 4.melting;
kusandulika 1.changing into; 2.sublimation;
kusangalala 1.happiness; kusangalala kopitirira
muyezo/muyeso = euphoria; 2.animation;
3.enjoying; 4.feeling pleasure; 5.entertainment;
kusangalala nthawi ya tchuthi 1.refreshment;
2.recreation;
kusankha 1.choice; 2.election; 3.selection;
4.choosing;
kusankha chinthu chimodzi 1.choosing one thing;
2.having a dilemma;
kusankha nzeru ku masukulu electicism done
with students/ learners;
kusankhana mitundu 1.ethnicity; 2.racism;
kusankhana mitundu ndi khalidwe loyipa = racism
is a bad practice;
kusankhidwa 1.selection; 2.appointment;
kusankhula 1.selecting; 2.casting lots;
kusanthula 1.removing; kusanthula njere zoipa =
removing bad seeds; 2.studying; 3.deduction;
kusanthula Baibulo Bible study;
kusanza 1.vomit (n); kusanza kwambiri uli
wodwala/mimba = excessive vomiting in
pregnancy; 2.vomiting; 3.emesis; ndi kuyambitsa
chilakolako chosanza = it is being emetic;
kusaona 1.lack of sight; 2.blindness;
kusapenya usiku 1.night-blindness; 2.nyctalopia;
kusapezeka 1.rare; 2.absence; kusapezeka kwake
kunasokoneza dongosolo = his absence disturbed
the programme;
kusapindula 1.being unprofitable; 2.loss;
kusasamala 1.carelessness; 2.malpractice;
3.negligence;
kusasamalidwa negligence; anamwalira chifukwa
cha kusasamalidwa ndi madotolo = she died
because of negligence of the doctors;
kusasamalidwa bwino 1.indifference;
2.carelessness;
kusasamba uncleanliness;
kusasamba kosayenera cessation of menstruation;
kusasangalatsidwa bwino 1.absence of interest;
2.indifference;
kusasankha impartiality;
kusasinthika inertia;
kusasiyana 1.equality; 2.similarity;
kusasunthika 1.firmness; 2.steadfastness;

kusasunthuka inertia;
kusatenga nawo mbali neutrality;
kusathandizidwa negligence;
kusauka 1.starvation; 2.pauperism;
kusavala nakedness; chifukwa chiyani siunavale? =
why are you naked?;
kusavomereza kuchedwa impatience;
kusavomereza kufooka impatience;
kusavomereza ufulu wa kulankhula 1.rejecting
the right of free speech; 2.being illiberal as to free
speech;
kusawiringula 1.having no excuse;
2.unquestioning; 3.credulity;
kusayembekezera 1.surprise; 2.unexpecting;
kusefa 1.netting; 2.shortlisting; 3.sifting; 4.sieving;
kusefuka 1.running over; 2.deluge;
kusefukira kwa madzi 1.overflowing of water;
2.deluge; kusefukira kwa madzi kunapha anthu
ambiri = the deluge of water killed many people;
3.flood (n);
kuseka kokweza cackle;
kuseli kwa phazi heel;
kusemphana maganizo 1.misunderstanding;
2.disagreement; 3.difference; kuthetsa kusemphana
maganizo = resolving differences;
kusemphanitsa 1.swapping; 2.inversion;
kusemphetsa diversion;
kuseri kwa 1.at the other side of; 2.behind; 3.at the
back of; 4.beyond;
kushota (chiNgerezi) 1.short of; 2.scarcity;
kusikidwa 1.nolstagia; 2.loneliness;
3.homesickness; 4.solitude;
kusinja 1.pounding; 2.grinding;
kusinjirira 1.exaggeration; 2.mockery;
kusintha 1.changing; 2.change; 3.exchanging;
4.conversion;
kusintha kwa mavalidwe fashion;
kusintha kwa mthupi ndi kuvulala 1.deformity;
2.handicap; 3.disability;
kusintha kwa thupi ndi matenda incapacity of the
body;
kusintha mumsinkhu adolescence;
kusinthasintha mawonekedwe camouflage;
kusinthasintha podyetsera msipu rotation of
grazing ground;
kusinthika sublimation;
kusira 1.hunting; 2.driving into;
kusirira 1.covetousness; 2.eager desire;
kusisita 1.caressing; 2.massage;
kusiya 1.leaving out; 2.elision;
kusiya chikhulupiriro 1.departing from faith;
2.abjuration; 3.apostasy;
kusiya kulamulira dziko la weni decolonisation;
kusiya kusamba amenorrhoea;

kusiya ntchito 1.stop working; 2.resignation;
kusiya udindo abjuration;
kusiya wina akufuna chithandizo -leave
somebody in the lurch;
kusiya wina ali m'mavuto -leave somebody in the
lurch;
kusiyana 1.difference; kusiyana pakati pa iye ndi
iwe = the difference between him and you;
2.discrepancy; 3.gap; kukonzaso kusiyana kwa
pakati pa yunivesite ndi masukulu = bridging the
gap between university and schools; 4.breakaway;
5.comparison; 6.divergence;
kusiyana ndi 1.comparing with; 2.being different
from; mtsikana uyu ndi wamkulu kusiyana ndi
mtsikana uyo = this girl is bigger than that girl;
kusiyana ndi onse being different from all;
mtsikana uyu ndi wamkulu kusiyana ndi onse =
this girl is big and different from all;
kusiyanitsa contrast;
kusiyanitsa zabwino ndi zoipa 1.discernment;
2.conscience; sazindikira konse kuti akuchita
zolakwa pamene abela mayeso = he has no
conscience at all about cheating;
kusiyidwa 1.being left; 2.elision;
kusiyira ena handing over; kusiyira anthu ena
kuchita zina zake kapena kuganiza zina zake
posawauza chochita = leaving something into the
hands of other people or to be done by other
people without any proper instructions;
kusoka zovala 1.sewing clothes; 2.sewing
garments;
kusokoneza 1.messing up; 2.confusion;
3.disturbance;
kusokoneza mutu 1.disturbing the mind;
2.confusion; 3.mental disturbance; 4.anguish;
kusokonezedwa 1.unrest; 2.perplexity; 3.confusion;
4.being disturbed; 5.deprivation;
kusokonezeka kwa ndale 1.confused political
situation; 2.imbroglio; 3.quandary;
kusokonezeka mutu 1.being mentally disturbed;
2.mental disorder;
kusokonezeka ndi mowa 1.drunkenness;
2.intoxication;
kusokosa 1.ado; 2.noise;
kusomphola (chiTumbuka) practice of girl being
forced into sexual relationship and marriage by a
man or by the parents of that man = mwambo
woumiriza mtsikana kuti achite chiwerewere ndi
kukwatiwa wochitidwa ndi mwamuna kapena
makolo a mwamunayu;
kusonkhana kwa chinsinsi 1.closed assembly;
2.closed conclave; 3.meeting in camera;
kusosola 1.fertility; 2.fecundity;
kusowa 1.scarcity; 2.pauperism; 3.lack;

kusowa chilakolako 1.lack of appetite; 2.lack of
interest; 3.lassitude;
kusowa chilungamo 1.lacking justice; 2.injustice;
kusowa chonena sangfroid (being calm in the face
of danger);
kusowa khalidwe labwino 1.lacking good
behaviour/ manners; 2.indiscipline;
kusowa kwa kufanana 1.inequality; 2.imbalance;
kusowa mayendedwe lack of transport;
kusowa mphamvu 1.lack of strength/ support;
2.impotence; 3.languor;
kusowa mphamvu za umuna impotence;
kusowa mtendere 1.lacking peace; 2.unrest;
kusowa ulemu 1.lack of respect; 2.lack of honour;
3.insolence; 4.cheek; 5.impudence; 6.incivility;
kusowa ulemu pa chipembedzo impiety;
kusowa uzimu 1.lacking spirituality; 2.being
ungodly;
kusowa vitamin C 1.lacking vitamin C; 2.being
scurvy;
kusowa zofunikira m'moyo 1.being
underprivileged; 2.deprivation; mu nthawi ya
nkhondo aliyense anavutika kusowa zinthu
zofunikira m'moyo = during the war everyone
suffered from deprivation;
kusoweka kwa machitachita inaction;
kusoweka mphamvu inability;
kusowekeratu kwa ulemu contempt;
kusunga 1.saving; 2.keeping; 3.observance;
kusunga tsiku la Sabata = observance of the
Sabbath; 4.reservation;
kusunga malamulo 1.keeping the law; 2.law-
abiding; 3.upholding the law; 4.following the law;
kusunga mwambo 1.keeping tradition; 2.discipline;
kusungidwa mu ndende 1.detention in prison;
2.imprisonment; 3.custody;
kusungulumwa 1.loneliness; 2.solitude;
kusungunuka 1.melting; 2.dissolving; 3.solution;
kusungunuka 1.absorption; 2.resorption;
kusuntha removal; galimoto ya nyumba
yotengeramo katundu = removal van;
kusupuka m'mimba diarrhoea;
kususula breakfast;
kuswa mazira incubation;
kuswa mphanje preparation of uncultivated land;
kuswa mtedza shelling groundnuts;
kusweka malungo 1.malaria; 2.rheumatism-like
pain;
kusweka mtima heartbreaking;
kusyasyalika 1.cantering; 2.flirtation;
-kuta 1.-cover (of a book); 2.-cover up; 3.-wrap; 4.-
engulf;
  -kuta mkati mwachinthu 1.-add layer; 2.-line;
  -kuta ndi chinthu cholimba 1.-cover; 2.-crust;

-kuta ndi chitsulo -galvanise;
-kuta ndi shuga 1.-cover with sugar; 2.-coat with
    sugar; kuta keke ndi shuga wopera ndi
    wosungunura ndi madzi = coat a cake with ground
    sugar which has been melted in water; 3.-ice;
kutali 1.far; 2.away; 3.far away; 4.distant;
    5.strange; 6.remote;
kutalika 1.length; 2.height; 3.tallness; 4.distance;
kutalika ngati kuwala kwa pa chaka light year;
    muyeso wa mtunda (kutalika) ofanana ndi mtunda
    umene kuwala kumayenda pa chaka pafupifupi
    makilomita 9,500,000,000,000 = the unit for
    measuring distance which is equivalent to the total
    distance that light travels per year approximately
    9,500,000,000,000 kilometres;
kutamba 1.dance for witches; 2.the spread of a
    creeping plant;
kutapakutaya 1.plenty; 2. a lot of; adali ndi
    makasitomala kutapa kutaya = he had a lot of
    customers; 3.being ample; 4.being numerous;
    5.abundance; 6.being more than required; 7.being
    more than enough;
kutapika (chiSena) emesis;
kutaya 1.throwing away; 2.loss;
kutaya chikhulupiriro 1.losing hope; 2.scepticism;
kutaya magazi 1.losing blood; 2.bleeding;
    3.haemolysis;
kutaya mimba abortion; kutaya mimba
    kothandizidwa ndi achipatala = therapeutic
    abortion;
kutayika 1.being lost; 2.loss; 3.dying;
kutayika kwa madzi loss of water;
kutayika kwa magazi 1.loss of blood; 2.pouring of
    blood; 3.bleeding; 4.effusion;
kutayirira 1.negligence; 2.carelessness;
    3.recklessness;
kutchena 1.neatness; 2.tidiness; 3.being clad;
kutchenetsa 1.decoration; 2.making beautiful;
kutchera setting a trap;
kutchera mbali zabwino pa zinthu 1.being
    attentive to the good side of things; 2.optimism;
kutchereza attention;
kutchinga 1.obstruction; 2.disturbance; 3.blockade;
    4.barrier;
kutchingira 1.protection; 2.prevention;
kutchinjiriza prevention;
kutchuka 1.fame; 2.being famous; 3.popularity;
    4.household name;
kutchula dzina naming;
kutchula mozembera indirect object;
kutchula ndalama zambiri 1.high price tag;
    2.fleece;
kutelereka 1.landslide; 2.slipping;
kutembenuka mtima 1.conversion of heart;

2.transformation;
kutemberera cursing;
kutenga mbali 1.taking part; 2.choosing side;
    3.taking role;
kutenga mwana ritual of receiving some weeks
    after the birth of a child (lit.: taking of the child);
kutenga thupi la munthu 1.taking on the body of a
    man; 2.incarnation; kubwera kwa Mulungu pa
    dziko m'thupi ngati la Yesu Khristu = the physical
    coming of God on earth in Christ Jesus/
    incarnation;
kutenga ulamuliro 1.taking over government;
    2.taking authority;
kutenga ulamuliro molanda 1.rebellion; 2.mutiny;
    mbava zinalanda ulamuliro wa sitima ya m'madzi
    = pirates had to mutiny a passenger ship;
    3.sedition;
kutengera 1.inheritance; ndi kutengera kuchokera
    kwa makolo kupita kwa mwana = it is
    transmission of a gene from parent to child;
    kutengera kwa makolo = inheritance from parents;
    2.copy; 3.imitation; 4.descent;
kutengera chifirika Africanisation;
kutengera kwa makolo heritage;
kutengera mwachinyengo fake;
kutengera za chikuda Africanisation;
kutentha 1.warmth; 2.heat;
kutentha koyambitsa kusungunuka 1.brazing
    heat; 2.melting point;
kutentha kwa madzi 1.water heat; 2.degrees of
    water heat;
kutentha thupi fever; kumwera kapena kutsika kwa
    chiyezo cha thupi = intermittent fever;
kutereka nyemba boiling beans; expression:
    kutereka nyemba (lit.: boilling beans) = having
    menstruation;
kuteroko 1.is it; 2.in this case;
kutetana 1.strife; 2.contention; 3.discord;
kuteteza dothi 1.soil conservation; 2.land
    husbandry;
kuteteza nthaka 1.soil conservation; 2.land
    husbandry;
kutetezedwa 1.security; her security is very strong
    = kutetezedwa kwake ndi kwa mphamvu; 2.safety;
kutha kubereka afterbirth;
kutha kukhala ndi mwana fertility;
kutha kulankhula pa gulu 1.art of public speaking;
    2.elocution; 3.eloquence;
kutha kulemba ndi kuwerenga 1.being able to
    write and read; 2.literacy;
kutha kwa nkhani 1.settlement of dispute;
    2.compromise;
kuthabwalika canter;
kuthala bed-room;

kuthamanga 1.running; 2.being a prostitute; expression: iye ndiwothamnga (lit.: she is a runner) = she is a prostitute; 3.promiscuity; 4.celerity;

kuthamanga koposa 1.high speed; 2.exceedingly fast;

kuthamanga kwa magazi blood pressure;

kuthamanga kwa mtima palpitations;

kuthambo firmament;

kuthandiza kwa chinthu 1.usage of a thing; 2.benefit of a thing; 3.value of a thing; kuthandiza kwake sitingakuchepetse = its value cannot be underestimated;

kuthapata 1.overboiling (esp of beans, potato; beef etc.); 2.drunkenness;

kuthawa kwa Muhamadi 1.flight of Muhammad; 2.Hegira; kuthawa kwa Muhamadi kuchoka ku Meka kupita ku Medina m'chaka cha 622 Yesu tabadwa = Muhammed's fleeing from Mecca to Medina in A.D.622;

kutheka 1.possibility; 2.completeness; 3.defeat;

kuthetheka cracking;

kuthetheka nkhungu 1.dry skin (medical); 2.xeroderma; kuuma kwa nkhungu chifukwa cha matenda = xeroderma;

kuthethetsa mazira incubation;

kuthetsa abolition; kuthetsa kwa ukapolo = abolition of slavery;

kuthetsa chiwembu 1.aborting evil plan; 2.reconciling;

kuthetsa khama 1.discouraging one's effort; expression: lero ndimuthetsa khama (lit.: today I will discourage his effort) = today I will punish him; 2.disappointing;

kuthetsa kugawanikana 1.reconciliation; 2.settling differences of opinion; 3.detribalisation;

kuthetsa mnyozo 1.success; 2.excellence; 3.shutting the mouth of sceptics;

kuthetsa ubale severing of relationship;

kuthimbwidzika vainglory; kuthimbwidzika kwake kunatha = her vainglory faded;

kuthinana 1.compactness; 2.density;

kuthinitsa tightness; expression: koma lero pafunika kuthinitsa (lit.: but today there is a need for tightness) = we have to be very strict;

kuthira magazi blood transfusion;

kuthira ukala ejaculation;

kuthira umuna ejaculation;

kuthirira ndi madzi 1.irrigation; 2.watering;

kuthithikana 1.compactness; 2.closeness;

kuthobwa m'maso 1.brightness; 2.sheen;

kuthodwa 1.weakness; 2.fatigue; 3.exhaustion;

kuthokoza 1.gratitude; 2.thanksgiving;

kuthonya leakage; expression: pagulu lathu

sitikufuna kuthonya (lit.: in our group we don't want leakage) = we don't want fools;

kuthwa sharpness; mpeni wakuthwa = a sharp knife; proverb: mpeni wakuthwa konsekonse (lit.: a knife which is sharp on both sides) = one who speaks evil of others;

kuthwa m'kumva 1.acuteness; 2.acuity;

kuthwa m'kuwona 1.acuteness; 2.acuity;

kuthwa m'maganizo acuity;

kuthwa pakamwa 1.being clever in talking; 2.being sharp witted; akudziwa kuthwa pakamwa = he is sharp witted;

kuthyoka 1.fracture; 2.breaking;

kuthyola nyumba pofuna kuba 1.burglary; 2.house breaking;

kuti so that;

-kuti ukhoza kupata -be obtainable;

kuti? where? (int. pron.); mukupita kuti? = where are you going?;

kutibula 1.pounding; 2.crushing; 3.beating;

-kutidwa -be covered; expression: banja ili lakutidwa ndi imfa (lit.: this family has been covered by death) = this family has experienced loss of lives;

-kutidwa ndi magazi -be covered with blood;

-kutidwa ndi ufa -be floury;

kutikita 1.massage; 2.rubbing; 3.beating severely;

kutinji? 1.why? (int.pron.); 2.what? (int. pron)

kutipula 1.tilling; 2.cultivation; 3.land preparation;

-kutira 1.-wrap; 2.-encase; amakutira zinthu powopa kuwonongeka = he encases things to prevent them from getting damaged; 3.-coat; 4.-cover;

kutolera nkhani m'manambala 1.collection of quantified information; 2.demography; 3.statistics;

kutopa 1.being tired; 2.fatigue; 3.lassitude; 4.weakness; 5.languor;

kutopa kwa maganizo/ thupi languor;

kutopa kwambiri 1.exhaustion; 2.fatigue;

kutsala chimodzi kuti zithe last but one;

kutsala kuti so that;

kutsala pang'ono kulephereka 1.having nearly failed; 2.hardly;

kutsalidwa negligence (esp. in women who have just given birth);

kutsalima 1.stroke; 2.syncope; 3.stroke;

kutsanzira 1.making something like another; 2.copying;

kutsata Khristu following Christ;

kutsata kuti 1.in order that; 2.so that;

kutsatana succession;

kutsatanatsatana 1.succession (with a sense of continuity); 2.folowing one another;

kutsatira chitsanzo 1.following example;

2.imitation; kutsatira chitsanzo cha Khristu = the
imitation of Christ;
kutsatsa 1.selling; 2.advertisement;
kutsegula m'mimba diarrhoea;
kutseka 1.closing; 2.obstruction;
kutsekereza suppression;
kutsekula m'mimba diarrhoea;
kutsendereza 1.making flat; 2.levelling;
kutsidya 1.on the other side; 2.beyond;
kutsika 1.degeneration; kutsika kwa maganizidwe
ake = degeneration of his mental ability; 2.descent;
kutsimikiza 1.confirmation; 2.testimony;
kutsimikizira 1.stressing; 2.swearing an oath;
kutsina khutu 1.pinching ear (lit.); 2.warning;
3.tipping; 4.informing;
kutsira chinthu cha madzi m'china infusion;
kutsiriza moyo euthanasia;
kutsogolera 1.guidance; 2.leading;
kutsogoleredwa pa maganizo progress in thought;
kutsogolo 1.before; 2.in front of; wayima kutsogolo
kwa ana = she stands in front of the children;
galimoto inayima kutsogolo kwa nyumba = the car
stopped in front of the house; 3.frontal; 4.ahead;
kutsuka khutu ear cleaning;
kutsutsa 1.opposition; 2.denial;
kutsutsa kwambiri total denial;
kutsutsana 1.antagonism; 2.controversy;
3.resistance; 4.debate;
kutsutsana ndi kusunga zithunzi m'tchalichi
iconoclastic controversy;
kutsutsana ndi ukapolo 1.banning of slavery;
2.antislavery;
kutu! all covered (interj.);
kutukuka 1.development; 2.advancement;
3.civilisation;
kutukula 1.growth; Mwayi Wapadera Otukula
Afirika = African Growth Opportunities Act
(A.G.O.A.); ukuthandiza kutukula kupyolera
m'malonda osiyanasiyana, pakati pa Afirika ndi
Amereka = this helps growth through all kinds of
commerce between Africa and America;
2.promotion; Bungwe Lotukula Malonda
m'Malawi = Malawi Investments Promotion
Agency (M.I.P.A.); 3.evolution; 4.development;
5.industrialisation; 6.lifting up;
kutukwana 1.swearing; 2.obscenity; 3.abusive
language;
kutukwana pochoka saying something bad at the
time of parting;
kutuluka discharge (n);
kutuluka kwa chiphala chotentha 1.volcanic
eruption; 2.hot ashes from the earth;
kutuluka kwa dzuwa sunrise;
kutuluka kwa mpweya 1.flowing out of gas;

2.efflux;
kutuluka kwa za madzimadzi 1.flowing out of
liquid; 2.springing of liquid; 3.efflux;
kutuluka thukuta perspiration;
kutulutsa mafinya discharge of pus;
kutulutsa mpweya 1.exhaling air; 2.breathing out;
kutulutsa mpweya woipa fart;
kutulutsa umuna ejaculation;
kutulutsidwa 1.being sent out; 2.discharge; 3.being
released; 4.dismissal;
kutulutsidwa m'chipatala discharge patient;
kutumba detention;
kutumbwa 1.pride; 2.vainglory;
kutumidwa kwakukulu Great Commission
(Matthew 28:19-20);
kutumikiridwa kwa Mpingo apostolate of the
Church;
kutumiza anthu dziko lawo 1.repatriation;
2.deportation;
kutumiza anthu kwawo 1.deportation;
2.extradition;
kutumizidwa delegation; kutumizidwa kwathu
kunali kovomerezeka = our delegation was not
questionable;
-kutumula 1.-shake; anakutumula malaya kuti
awume msanga = he shook the shirt for it to dry
fast; 2.-beat severely;
kutunda (chiYao) bedwetting;
kutupa 1.swelling; ndi kutupa ndi kufiira kwa
khungu chifukwa chosayenda magazi mu
mtsempha = erythema; 2.oedema;
kutupa kwa bere 1.swelling of the breast;
2.mastitis;
kutupa kwa chala cha kuphazi 1.swelling of a toe;
2.bunion;
kutupa miyendo 1.swelling of legs; 2.elephantiasis;
kutupa mtima swelling of heart; expression: John
ndi wotupa mtima (lit.: John has a swollen heart) =
he is rude/ pompous;
kutupidwa 1.indigestion; 2.constipation;
3.aerophagia; 4.dyspepsia;
-kutusa (chiNgoni) 1.-startle; 2.-frighten; 3.-alarm;
4.-grow pale/white; 5.-extol; 6.-praise; 7.-
recommend;
kututumuka 1.surprise; 2.shock;
-kutuza -stir;
kutyakamuka heavy downpour of rain;
kuuka kwa akufa 1.resurrection (from the dead);
2.rising; kuuka kwa akufa = rising from the dead;
kuukira 1.revolt; 2.rebellion; 3.uprising; 4.assault;
-kuula -make sound of buzzing, e.g of a bee;
kuulula 1.revelation; 2.disclosing;
kuululikira starkness;
kuuma 1.dryness; 2.drought; 3.amenorrhoea;

kuuma kwa khungu dryness of skin (medical);
kuuma kwa maso 1.dry eyes; 2.xerophthalmia;
kuuma kwa thupi akinesia;
kuuma m'kamwa 1.dry mouth (medical);
2.xerodermia; kuuma m'kamwa chifukwa cha
matenda;
kuuma m'maso 1.dryness of eyes; 2.lack of pity
(fig.);
kuuma mtima hard heartedness;
kuumitsa mtengo 1.drying a tree (lit.); 2.taking sap
off a tree;
kuunguza 1.survey; 2.search; 3.examination;
kuuponda 1.vanity; 2.goofness;
kuutsa chilakolako pornography;
kuvala dressing; expression: kuponya (lit.:
throwing) = dressing;
kuvala kwa makono 1.modern dress; 2.new
fashion;
kuveka udindo 1.nomination; 2.investiture;
kuviika 1.immersion; expression: uyu waviika (lit.:
he has done immersion) = he has completely done
nothing; 2.soaking; 3.dripping;
kuvomereza reception;
kuvomereza monong'ona auricular confession
(one of the Roman Catholic sacraments);
kuvomereza mwa dongosolo 1.affirmation;
2.coherence;
kuvomerezana kwa onse 1.agreement by all;
2.unanimity;
kuvomerezeka consecration;
kuvulala trauma;
kuvulazidwa injury; kuvulazidwa ndi
mphepo/kuzizira = cold injury;
kuvuma 1.eastern; Mpingo Wolemekeza mowona
ku dera la Kuvuma = Eastern Orthodox Church;
2.east (to the east) dera la kumpoto cha kuvuma
kwa boma la Blantyre = the north-eastern area of
Blantyre district;
kuvumbula chinsinsi disclosure of secret;
kuvumbulutsa 1.revealing; 2.making it open;
3.declaration;
kuvumbulutsidwa 1.starkness; 2.being revealed;
kuvutika kumeza dysphagia;
kuvutika kupuma (k. k. bwino) dyspnea;
kuvutika pobereka dystocia;
-kuwa 1.-speak loudly; 2.-cry; 3.-cry loudly; 4.-cry
out; 5.-be loud; 6.-raise voice; 7.-shout; iwe
mkuwe iye = shout at him; 8..-break forth; 9.-yell;
tamukuwire = yell at him; 10.-yelp; 11.-bark as
dog; 12.-call (shout to be heard at a long distance,
in case of trouble); anakuwira anzake atawona
mkango = he called to his friends after he saw a
lion; 13.-scream; anakuwa pofuna chithandizo =
she screamed for help; ndinamva kukuwa kwa iye

= I heard his screaming;
-kuwa mwaukali 1.-shout; 2.-vociferate;
kuwala 1.beam of light; 2.light; ndidzazimitsa
kuwala = I'll put out the light; 3.lightning;
kuwala kozungulira halo; kuwala kozungulira
dzuwa kapena mwezi = light which surrounds the
sun or the moon; kuwala komwe kumazungulira
malo opatulika kapena oyera = light that surrounds
a holy place;
kuwala kwa mkati 1.inner-light; anthu ena
amakhulupirira kuti ali ndi kuwala kwa mkati kwa
chowonadi = some people believe that they have
the inner light of truth; 2.lumination;
kuwala kwa mwezi moonlight;
kuwala kwa nyenyezi 1.shining of stars;
2.twinkling;
kuwala kwambiri 1.brightness; 2.sheen;
kuwanda (chiTumbuka) 1.propagation;
2.spreading;
kuwawa (chiTumbuka) 1.pain; 2.acerbity;
3.aching; 4.bitterness;
kuwawa pogonana dyspareunia;
kuwawa pomeza dysphagia;
kuwawasa 1.sourness; 2.acerbity;
kuwayawaya 1.enjoying; 2.joyfully killing away
time; 3.jolly walk;
kuwaza sprinkling; anabatizidwa ubatizo wowaza =
he was baptised by sprinkling;
kuwerengera 1.counting; expression: ine
ndikuwerengera iwe (lit.: I am counting on you) =
I am banking/ depending on you; 2.census;
3.taking statistics; 4.reading by (e.g. reading by
candle light);
kuwerengera anthu obadwa 1.statistics of births;
2.demography;
kuwerengera matenda 1.statistics of diseases;
2.demography;
kuweruza 1.judgment; 2.condemnation; iye
anaweruzidwa ndi wansembe = he was condemned
by the priest;
kuweruzana 1.settlement; 2.condemning each
other; 3.judging;
kuwinya 1.grudging; 2.negativity;
kuwira boiling;
kuwiringula 1.excuse; 2.opposition;
kuwiritsa boiling; kuwiritsa zakudya/zakumwa
popha tizirombo = pasteurisation;
-kuwiza -shout at;
kuwombana collision;
kuwomboledwa 1.salvation; 2.liberation;
kuwona 1.sight; 2.visit; ndikupita kukawona
odwala = I am going to visit the sick;
kuwona chinthu observance;
kuwona zam'mbuyo 1.flashback; 2.retrospection;

kuwonanso 1.review; 2.revisit;
kuwoneka kwa zinthu 1.visibility; ndege ziwiri
zidawombana zitalephera kuwonana chifukwa cha
nkhungu = two planes crashed because of lack of
visibility due to the fog; 2.appearance;
kuwoneka ngati chonse 1.wholeness; 2.ensemble;
kuwoneka ngati mwana 1.looking like a child;
2.facelift;
kuwoneketsa bwino 1.decoration; 2.beautification;
kuwonetsa 1.showing; 2.manifestation;
3.exhibiting;
kuwonetsa kumvera poweramitsa mutu
1.showing obedience by bowing the head;
2.obeisance; 3.homage;
kuwonetsa ulemu waukulu showing great
politeness;
kuwonetsetsa 1.keen sight; 2.eagle eye; 3.alertness;
kuwongola miyendo 1.stretching the legs; 2.taking
a walk; 3.jolly walk;
kuwongola msana 1.stretching the back (lit.); 2.the
first gardening work in the year; 3.sexual
intercourse (fig);
kuwonjezera 1.surplus; 2.addition; kuwonjezera
kwa mabuku a phunziro la Mawu a Mulungu
kunyumba yobwerekera mabuku = the addition of
theology books to the library; 3.exaggeration;
4.increasing;
kuwonjezera apo 1.besides; 2.moreover; 3.in
addition; 4.also;
kuwonjezereka 1.propagation; 2.increment;
kuwononga 1.destruction; 2.subversion; imfa iyi
ndi kuwononga chibadwidwe cha umunthu = this
death is a subversion of human rights; 3.sacrilege;
4.pollution; 5.harm; 6.liquidation;
kuwononga chikhalidwe destroying culture;
kuwononga ndalama 1.extravagance; 2.waste of
money; 3.spending of money;
kuwononga za chilengedwe 1.destroying the
environment; 2.pollution of environment;
kuwonongeka 1.destruction; 2.contamination;
kuwonongeka kwa zinthu decadence;
kuwonon,geka ndi moto 1.destruction by fire;
2.combustion; 3.consummation by fire;
kuwopsa 1.danger; 2.scaring;
kuwopseza 1.menace; 2.intimidation;
kuwotcha 1.heat; 2.burning;
kuwotcha pa mtima utadya heartburn;
kuwotcha zigoba 1.burning shells; 2.shelling;
-kuwula 1.-decorticate; 2.-strip bark; 3.-unbark;
kuwuluka kwa mpweya evaporation;
kuwulula 1.revelation; 2.confession; 3.declaration;
kuwulula chinsinsi 1.disclosure of secret;
2.revelation;
kuwulula machimo 1.confession of sins; wawulula

kuti anaba galimoto ndi iye = he has confessed that
he is the one who stole the car; 2.repentance;
kuwumirizidwa 1.being forced; 2.being obligated;
3.being coerced;
kuwunika 1.lighting; adana nako kuwunika = they
hate the light; kuwunika kwadza kudziko lapansi =
the light has come into the world; anthu anakonda
mdima koposa kuwunika = people preferred the
darkness to the light; 2.clarification;
kuwunika za kaphunzitsidwe 1.science of
teaching; 2.pedagogy;
kuwunikira 1.Enlightenment; gulu loyambitsidwa
mzaka za m'ma 1800, lonena kuti kuganiza zinthu
ndi mutu kokha kumapatsa chowonadi ndipo kuti
mwambo supatsa chowonadi = a group of people
which started in 1800s who believed in
romanticism and rationalisation as their source of
truth, other than culture; 2.lighting; 3.orientation;
4.advice; 5.instruction;
kuwunjika 1.pile; 2.heap;
kuwunjikana 1.piling up; 2.heaping up;
kuwunjikiridwa deluge; kunali kuwunjikiridwa ndi
mauthenga a pa lamya = there was a deluge of
phone calls;
kuya depth; mamitala khumi ndi awiri ndi kuya
kwake = it is 12 metres deep;
-kuya deep;
kuyabwa itching; expression: ndikumva kuyabwa
ndi nkhaniyi (lit.: I feel itching due to the message)
= the message is disturbing me/ is painful to me;
kuyaka combustion;
kuyaka kwa moto osatetezedwa 1.wild fire;
2.blazing fire; 3.inferno;
kuyaka kwambiri glow;
kuyaluka madness; expression: kudzakhala
kuyaluka ikadziwika nkhaniyi (lit.: there will be
madness when this story breaks) = when this gets
known it will be shameful; 2.insanity; 3.exposure;
kuyamba 1.beginning; 2.attack (on);
kuyambana being at loggerheads;
kuyambanitsa 1.causing a fight; 2.causing a
quarrel;
kuyambira 1.from; 2.since; kuyambira m'mawa =
since morning;
kuyambira .... mpaka from ... to; kuchokera/
kuyambira 9 koloko mpaka 10 kololo m'mawa =
from 9 to 10 a.m.;
kuyambitsa chibaba 1.appetising; 2.arousing
desire; expression:chitsime chakuphwa
chimayambitsa chibaba (lit.:dried well arouses
thirst) = when one is hunting in the bush and
comes across a dried well he feels thirsty;
3.pornography; 4.tantalising;
kuyambitsa dandaulo 1.grievance; 2.demoralising;

kuyambitsa kukwiya incendiary;
kuyambukira 1.crossing the boundary; 2.attack (on);
kuyamika 1.gratitude; 2.thanksgiving; 3.gratefulness;
kuyamikira koyamba first praise;
kuyamikira ndi kuvomereza 1.appreciation; 2.acclaim; 3.acknowledging; 4.satisfaction;
kuyamwa 1.sucking; 2.absorption;
kuyamwidwanso re-absorption;
kuyamwira 1.inheriting; expression: matenda oyamwira (lit.:disease of sucking) = inherited disease; 2.inheritance (medical);
kuyamwitsa 1.breastfeeding; 2.suckling;
kuyan'gana 1.looking; 2.searching; 3.survey; 4.observation;
kuyan'gana mozama pa malamulo 1.contesting at law; 2.litigation;
kuyandikana 1.being close; 2.contiguity; 3.proximity;
kuyandikira 1.being near; 2.nearby; 3.drawing close;
kuyang'ana chinthu observance;
kuyang'ana mwa ulemu 1.respectable behaviour; 2.decency;
kuyang'anira 1.custody; 2.supervision; 3.looking after; 4.management; 5.overseer;
kuyang'anira odwala sick-care;
kuyang'anitsitsa 1.observation; 2.vigilance; 3.alertness;
kuyanja 1.going well with; 2.affection; 3.being friendly;
kuyanjana mwaufulu kwa maiko 1.tactfulness in international relationships; 2.diplomacy; mavuto a maiko azithetsedwa mwa ufulu = international problems must be solved by diplomacy;
kuyanjananso reunion;
kuyanjanitsidwanso 1.rapprochement; 2.reconciliation;
kuyankhula mafanizo 1.reasoning on parallel cases; 2.analogy; 3.speaking in parables; 4.allegorising;
kuyankhula mokalipa fury;
kuyankhula mopusa 1.contemptible speech; 2.blithering;
kuyankhula mosavuta 1.speaking without problem; 2.fluency; 3.eloquence;
kuyankhula mwamwano 1.speaking impolitely; 2.speaking cheekily;
kuyankhula osapsatira 1.not mincing words; 2.hitting the nail on the head; 3.straight speech; 4.straight talk;
kuyankhula tchutchutchu 1. not mincing words; 2.hitting the nail on the head; 3.pin-pointing;

4.straight talk;
kuyankhulana 1.conversation; 2.communication; 3.discussion;
kuyatsa ignition;
kuyatsira lighting;
kuyembekezera 1.awaiting; 2.hanging around; 3.being expectant; 4.pregnancy (fig);
kuyembekezera kubadwitsa gestation;
kuyenda 1.walking; 2.peregrination;
kuyenda maulendo ataliatali 1.long travels; 2.long journeys; 3.voyages; 4.wanderings; maulendo ataliatali a Yesu pa dziko lapansi = Jesus' wanderings on earth;
kuyenda modzidzimukira impulse;
kuyendayenda 1.mobility; 2.locomotion (medical);
kuyendera 1.visit; kuyendera koyamba = first visit; kuyendera mosayembekezera = surprise visit; 2.surfing; kuyendera pa 'internet' = surfing on the internet;
kuyendetsa 1.driving; 2.cycling; 3.piloting; 4.executing; 5.supervising; 6.managing; 7.directing; 8.running; 9.organising;
kuyendetsa thupi locomotive system (medical);
kuyendetsa ziwalo locomotion (medical);
kuyenera 1.quality of being useful; 2.being qualified; 3.utility; 4.matching;
kuyera 1.light (n); kuyere, ndipo kunayera! = let there be light, and there was light; kuyera ndi mdima = light and darkness; pomaliza pa mdima kudayera = after the darkness light came; mdima ukatha, kuwunika kudzabwera = after the darkness the light will come; 2.cleanliness; 3.state of being white; 4.being innocent; 5.being a saint;
kuyerekeza 1.fantasy; 2.supposition; 3.imagination; 4.being imaginary;
kuyerekezera 1.about; 2.around; mtengo woyerekeza kugulitsidwa wa 15 kwacha = the cost is around 15 kwacha;
kuyeretsa 1.lit.: cleansing; 2.term used for the practice of 'sexual cleansing', i.e. a widow having to sleep with a 'fisi' (lit.: hyena) meaning the late husband's brother or with someone else designated to this;
kuyeretsa khutu ear cleaning;
kuyeretsa m'maso 1.clearing eyes; expression: iye amuyeretsa mmaso (lit.:he has been cleared in the eyes) = they have stolen his money; 2.pick-pocketing; 3.being robbed;
kuyeretsedwa 1.sanctification; 2.purification; 3.sanctity; 4.purity;
kuyesa 1.test; kuyesa matenda ku chipatala = lab test; 2.examination; 3.assay;
kuyesa kholingo esophagoscopy;
kuyesa kuchita 1.attempt; 2.trial; 3.endeavour;

kuyesa thukuta sweat test;
kuyesedwa pa kuyendetsedwa road test; galimoto ili kuyesedwa pa kuyendetsedwa pa msewu = the car is on the road test;
kuyesetsa 1.trying his/ her best; 2.effort;
kuyesetsa kwa magazi blood test;
kuyezetsa test; kuyezetsa magazi = blood test; kayesedwe ka magazi ndi adokotala = blood test by doctors;
kuyikira mazira laying eggs;
kuyikira mtima 1.determination; 2.commitment;
kuyima njoo standing position;
kuyimba 1.singing; 2.music; ndimakonda kuyimba = I like singing/ music;
kuyimba komasuka 1.singing freely; 2.being lyric;
kuyimba nyimbo singing songs;
kuyimirira manambala notation;
kuyipa 1.evil; 2.badness; 3.demerit;
kuyipidwa 1.anger; 2.aversion; 3.hatred; 4.strong dislike;
kuyipidwa ndi chisoni anguish;
kuyipitsa 1.pollution; 2.curling lips in disgust;
kuyipitsidwa depravity; expression: mtsikana walandira kuyipitsidwa (lit.: the girl has received depravity) = a girl has been made pregnant;
kuyipitsidwa kwa madzi water pollution;
kuyitana ku msonkhano 1.invitation to meeting; 2.convocation;
kuyitanidwa 1.being invited; 2.being asked to come; 3.being called;
kuyitanira malonda 1.advertising; 2.sales talk;
kuyiwala 1.forgetting; 2.oblivion;
kuyiwalidwa 1.being forgotten; 2.oblivion;
kuyiwalika 1.being forgotten; 2.limbo;
kuyoyokayoyoka shower;
-kuza 1.-pull; 2.-enlarge; 3.-grow; 4.-broaden; 5.-increase; 6.-make big; 7.-augment; 8.-be broody of a fowl; 9.-beat heavily;
kuzama depth; kuzama kwa dzenje ndi kosabzola mkono umodzi = the depth of the hole is not more than one metre;
kuzamitsa dzenje deepening the hole;
kuzatula pain;
kuzengereza 1.hesitation; 2.unwillingness;
kuzerezeka 1.insanity; 2.foolishness;
kuzerezeka ndi mowa 1.drunkenness; 2.intoxication;
-kuzgike (chiTumbuka) -be exalted;
kuzimbayitsa masquerade;
kuzimbidwa aerophagia; liwu loti aerophagia limachokera ku mawu a mpweya ndi kudya m'chiGiriki, ndipo limatanthauza kudzimbidwa koyambitsa mpweya wambiri m'mimba = the word aerophagia comes from the Greek words for

air and eating, and it means indigestion causing much wind in the stomach;
kuzimitsa moto 1.lit.: quenching the fire; 2. term that refers to the practice of a widow having to sleep with a 'fisi' (lit.: hyena) meaning the late husband's brother or with someone else designated to this;
kuzindikira 1.understanding; 2.knowledge;
kuzindikira za chinansi 1.acquaintance; 2.discovery;
kuzindikiritsa 1.orientation; 2.information; 3.notification;
kuzizira kwa madzi 1.coldness of water; 2.cooling down of water;
kuzizira kwa mpweya cooling down of air;
kuzizira kwa nkhope facial nerve paralysis;
kuzizwa perplexity; anatiyang'ana mozizwa = he looked at us in perplexity;
kuzonda visit; tinapita kukazonda odwala = we went to visit the sick;
kuzukuta observance;
-kuzula 1.-uproot; 2.-shear;
kuzungulira 1.circulation; kuzungulira kwa magazi mthupi = blood circulation in the body; 2.rotation;
kuzungulira mutu 1.madness; 2.insanity;
kuzunguza 1.confusing; 2.troublesome;
kuzunguzika bongo 1.mental disturbance; 2.insanity; 3.anguish;
kuzunguzika mutu 1.mental disturbance; 2.mental disorder; 3.madness;
kuzunza 1.maltreatment; 2.ill-treatment; 3.cruelty; 4.harassment; 5.persecution;
kuzunza ongoyamba sukulu 1.teasing; 2.haze; 3.bullying;
kuzunzidwa 1.being persecuted; 2.being harassed; 3.being treated badly;
kuzunzika 1.suffering; 2.languishing; 3.hardship;
kwa 1.about; anabwerera kwawo = they made an about turn; 2.of: indicating possession, in between a noun of the ku- class (verbal noun) or of the ku-class (location) and another noun; kuimba kwa akazi = the singing of women; kumudzi kwa anthu = the village of the people; 3.for; kwa mwezi wathunthu = for (during) the whole month; 4.unto; analankhula kwa iye = she spoke unto him;
-kwa mayi 1.matrilineal; mitundu ya ufumu ya kwa mayi = matrilineal societies; 2.maternal;
kwa nthawi yamuyaya 1.indefinitely; 2.eternal; 3.everlasting; 4.forever;
-kwa pafupi easy;
kwabasi 1.lot/ a lot; 2.very much; 3.so much;
kwabwata\a- 1.dwarf chicken; 2.short legged chicken;
kwabwino 1.good (adv.); 2.better;

-kwadzula -beat with bat; anandikwadzula ndi chikoti = he beat me with a bat;

kwadzula\a- old baboon;

kwakatondo place of red soil; kumudzi kudali kwakatondo = at home there was red soil;

kwakutikwakuti etcetera;

-kwakwalabza 1.-take without right; 2.-steal;

-kwakwalala 1.-match out silently; 2.-sneak out;

kwakwananda kind of big lizard, remaining at one place;

-kwakwasa -scoop;

kwakwatuke\a- 1.poor person; 2.needy person;

-kwakwaza 1. -drag; 2.-pull along; 3.-carry along; 4.-carry off secretly;

-kwala 1.-scribble; 2.-write;

kwambiri 1.lot/ a lot; 2.very much; 3.deeply; akuganiza kwambiri = he is thinking deeply;

-kwambululuka -be pale;

-kwamphula -snatch;

-kwana 1.-be enough; expression: lero ndiye mwakwana (lit.: today you are really enough) = you are looking beautiful/ neat/ smart/ well dressed; 2.-be sufficient; 3.-be full; 4.-approximate; gwanda iyi ingakwane mtengo wa K20 = the price of this shirt approximates K20; 5.-coincide;

-kwangula -enjoy meat; dzulo tinakwangula nyama = we enjoyed meat yesterday;

-kwangwanuka 1.-be dispersed; 2.-be separated;

-kwangwanula 1.-unskin; e.g. of ripe fruit); 2.-rob from; expression: iye amukwangwanula lero (lit.: he has been unskinned today) = he has been robbed of his property; 3.-steal from; 4.-take with force; 5.-disperse; apolisi anakwangwanula anthu = the police dispersed the people; 6.-separate; 7.-break up;

-kwangwanutsa 1.-defraud; 2.-rob; 3.-despoil;

-kwanira 1.-suffice; 2.-be adequate; 3.-be ample; 4.-be convenient; 5.-be eligible; 6.-be enough; ali ndi zokwanira = he has enough; 7.-be sufficient; 8.-be satisfactory; 9.-be full; 10.-be suitable;

-kwanira bwinobwino 1.-be enough; 2.-fit; akukwanira pa ntchito = he is fit for duty;

-kwanira ntchito ina 1.-be fit; 2.-be qualified; 3.-be eligible;

-kwaniritsa 1.-satisfy; uyenera kukwaniritsa ine = you must satisfy me; 2.-be complementary; 3.-fulfil; 4.-span;

-kwaniritsa cholinga choyembekezereka 1.-fulfil the intended purpose; 2.-be effective; 3.-implement;

-kwaniritsa zolinga 1.-implement; 2.-fulfil;

-kwaniritsidwa 1.-be content; 2.-be enough; 3.-be satisfied; 4.-suffice; 5.-materialise;

-kwanitsa 1.-achieve; 2.-accomplish; 3.-afford; 4.-suit;

-kwanitsa kubereka kwambiri 1-be very fertile; 2.-fecund;

-kwanitsa kuchita chinthu 1.-attain; 2.-succeed;

kwanji? at which/ what place?;

kwanu 1.at your home; 2.at home with you; kwanu ndi kuti? = where is your home/ where do you live?; 3.your home;

-kwapata 1.-hold something in arm-pit; 2.-lap;

-kwapatira 1.-carry under the arms; 2.-hug; 3.-clasp;

-kwapatirana -go arm in arm;

kwapepa machete;

-kwapula 1.-flog; 2.-chastise; 3.-lash; 4.-whip; anamukwapula mwanayo kwambiri = he whipped the child heavily; 5.-beat the grass, removing dew; 6.-beat with 'chikoti'/stick; 7.-beat with whip; analamulira kuti awkwapule = they ordered to beat them;

-kwapula mwa nkhanza kwambiri -flay;

-kwapula ndi chikoti 1.-beat with a stick; 2.-scourge with shamboko;

-kwata -have sex;

-kwatana 1.-copulate; 2.-roger; 3.-mate; 4.-have intercourse; 5.-have coitus;

kwathu 1.at our home; 2.at home with us; 3.our home; kwathu ndi ku Zomba = our home is in Zomba/ we live in Zomba;

kwathunthu wholly;

-kwatibwa 1.-marry (for females); proverb: anakwatibwa nkumbuyo komwe (lit.: she married even at the back) = she married a very good, industrious, and faithful husband; 2.-be married (for females);

-kwatira 1.-marry; tinakwatirana zaka 30 zapitazo = we married 30 years ago; anakwatira mkazi wa chimasomaso = he married a woman who also goes for other men; anakwatira chiwiri/ anakwatira mitala = he married two wives; amakwatirana pa chiweniweni = amakwatirana wokhawokha = they marry own relatives; 2.-be married (for male); iye ndi munthu wokwatira = he is a married man;

-kwatiranso -remarry;

-kwatirika -be marriageable;

-kwatiwa 1.-marry (for females); proverb: anakwatiwa nkumbuyo komwe (lit.: she married even at the back) = she married a very good, industrious, and faithful husband; 2.-be married (for female);

-kwatula 1.-snatch; 2.-bring back; 3.-prune; 4.-put down; 5.-grab; anakwatula thumba = she grabbed a bag;

-kwawa 1.-creep; kodi mwana amakwawa? = does

the child creep?; 2.-crawl; expression: ndikwawa
kukaona mdzukulu wanga (lit.: I will crawl to see
my grandson) = travelling to see relations said by
an elderly person;
kwawo 1.at their home; 2.their home; 3.at home
with them;
-kwaya -take;
-kwecha 1.-scrape; 2.-clean soot from a pot;
-kwekamika -buckle;
-kwemba -draw smoke;
-kwenda (chiSwahili) -go;
kwende\a- 1.bondservant; 2.attendant;
-kwengula 1.-scrape; 2.-snatch;
kwenikweni 1.especially/ particularly; ;
kwenikweni ku Lilongwe = especially in
Lilongwe; 2.true/ good/ real (with verbal nouns of
the ku- class); kuimba kwenikweni = the good
singing; 3.there exactly; 4.really;
-kwenkhwenula 1.-carry off (as a flood); 2.-steal;
kwenve! large belly!;
-kwenya (chiTumbuka) 1.-attack by hand; 2.-
strangle; 3.-stroke; 4.-crawl up one's calico
slightly; 5.-confound; expression: iyeyo
anandikwenya (lit.: he confounded me) = he
expressed displeasure by using very strong
language against me; 6.-get hold; 7.-arrest;
expression: lero anamukwenya (lit.: today they got
hold of his neck) = today they arrested him/ today
they cornered him; 8.-confront; 9.-assault; 10.-do
violence to;
-kwenzula 1.-distort (of a face); 2.-sneer;
-kwera (chiYao) 1.-ascend; 2.-climb up;
ndikukwera mumtengo = I am climbing up the
tree; don't climb the tree = osakwera mumtengo;
3.-rise; 4.-get into a car; 5.-go up; 6.-have sex;
-kwera basi 1.-catch a bus; 2.-take a bus; 3.-enter
the bus;
-kwera mtengo 1.-climb a tree; 2.-be expensive; 3.-
rise in price; 4. -be valuable; galimoto yokwera
mtengo = valuable car;
-kwera mtengo mwachangu -rocket; zinthu
zakwera mtengo mwachangu = the things have
rocketed very fast;
-kwera mtunda 1.-clamber; 2.-climb a hill;
-kwera mwadzidzidzi -upsurge; kukwera
mwadzidzidzi kukutha mphamvu ya ndalama ya
Kwacha = a recent upsurge results in the
devaluation of the Kwacha;
-kwera pamwamba -scaffold;
-kwera tonya-tonya 1.-clamber (climb with
difficulty); 2.-climb (of a hill with difficulty);
-kwerana 1.-copulate; 2.-unite in sexual
intercourse;
-kweremula 1.-undo knitting; 2.-undo sewing;

-kwererana pa chulu 1.-commit evil to one another
(lit.: -climb an anthill); 2.-shout at one another in a
fight;
-kwereretsa -sweeten;
-kwereuka -despise;
-kwereula -deride;
-kwetera 1.-circle; 2.-coast; 3.-besiege; 4.-wag;
-kweteza -wriggle; galu anakweteza mchira pamene
anafika mwini wake = the dog wriggled its tail
when its owner appeared;
-kwethemula 1.-undo sewing; 2.-undo knitting; 3.-
undo trap;
-kweza 1.-raise; anakweza/ anaonjeza/ anaonjezera
mtengo kuchoka pa $45 kufika pa $100 = he raised
the price from $45 to $100; kweza manja ako =
raise your hands; 2.-elevate; 3.-put up; anakweza
dzanja = she put up her hand; anakweza katundu
pa basi = she put up the luggage in the bus rack;
4.-hold up; 5.-put high; 6.-advance; 7.-improve; 8.-
exalt; 9.-thank; 10.-praise;
-kweza maganizo 1.-be academic; 2.-think a lot; 3.-
aim high;
-kweza manja -lift up hands;
kweza manja m'mwamba 1.-lift up hands; 2.-
wave; 3.-succumb; 4.-surrender; 5.-raise hands in
prayer/ praise;
-kweza maso -lift up the eyes; expression: iwe
kweza maso (lit.:you must lift up your eyes) = you
must be careful/ be on the look out;
-kweza mawu 1.-be loud; 2.-speak clearly; 3.-
amplify;
-kweza mtengo wa zinthu 1.-raise prices; 2.-put up
prices; 3.-be expensive; 4.-inflate;
-kweza pamtanda -crucify;
-kweza udindo 1.-promote; 2.-give higher rank; 3.-
upgrade;
-kwezanso -reload;
-kwezedwa 1.-be lifted; anakwezedwa ku gome =
he was lifted to the table; 2.-be raised; 3.-be
elevated; 4.-be given a higher position; 5.-be
promoted;
-kwezeka 1.-be raised; 2.-be elevated; 3.-be given a
higher position;
-kwezga (chiTumbuka) -uplift;
kwichi sound of crashing; nditamva kwichi,
ndinadziwa kuti basi ndi galimoto zakhulana =
when I heard the sound of crashing I knew that a
bus and a car had hit one another;
-kwichika -spend time;
-kwidzinga 1.-arrest; 2.-catch; 3.-handcuff; 4.-
manacle;
-kwidzira -bind side of mat with string;
kwikwikwi! air (through leaves of trees);
kwina 1.somewhere else; ali kwina = he is

kwina kulikonse - -kwiyitsidwa

somewhere else; 2.another place; 3.other (with verbal nouns of ku- class); kuimba kwina = other singing;
kwina kulikonse 1.anywhere; unapita kwina kulikonse? = did you go anywhere?; 2.throughout the world;
kwinakwake 1.somewhere; 2.some place; 3.elsewhere;
-kwingwimala -shrink;
-kwingwinyala 1.-be harsh; 2.-be rough; 3.-wrinkle (of dress, shirt etc); 4.-shrink;
-kwinimbira 1.-be stunted; 2.-retard growth;
kwinini (chiNgerezi) quinine;
-kwinja 1.-catch; ndakwinja galu pa msampha = I have caught a dog on my trap; 2.-stitch loosely; iye anangokwinja diresi = she stitched the dress loosely;
-kwinthira -be distasteful;
-kwinya 1.-wrinkle (of dress, shirt etc); 2.-fold; 3.-be heated;
-kwinyika 1.-wrinkle; 2.-shrink;
-kwinyikakwinyika -wrinkle (of dress, shirt etc);
-kwinyirira -force;
-kwinyiza 1.-strangle; 2.-patch clumsily; 3.-stroke; 4.-botch; 5.-bundle; 6.-roll up clothes; 7.-bung in sewing; 8.-crumple up; 9.-shuffle; iye anakwinyiza zovala zake mu sutikesi = he shuffled his clothes in a suitcase;
kwirikwinya\- fire marks;
-kwirira 1.-dig and cover up; 2.-bury; 3.-cover grave; anakwirira manda ndi dothi = they covered (filled) the grave with soil; 4.-cover up with earth;
-kwirira maliro 1.-bury; 2.-cover grave up with soil;
-kwiya 1.-be angry; 2.-enrage; 3.-be furious; 4.-be fierce; 5.-lose temper; 6.-be unhappy; 7.-be sour; 8.-be surly; 9.-be sulky; 10.-be annoyed; 11.-be irritated; 12.-be sad; 13.-be stern; 14.-devour;
-kwiya koposa 1.-rage; 2.-wrath;
-kwiya mobisa 1.-grumble; 2.-be unhappy;
-kwiya mosavomereza 1.-be unreasonably angry; 2.-blister;
-kwiya msanga 1.-be short tempered; 2.-be choleric;
-kwiya ndi mnyozo 1.-be angered by bad words; 2.-resent; 3.-be provoked;
-kwiya ndi -opseza -be nasty;
-kwiya pa zochepa 1.-be angry because of trivial things; 2.-be irritable;
-kwiyira -be angry with someone; anamukwiyira kaamba ka bodza = she was angry with her because of lies;
-kwiyitsa 1.-make angry; 2.-arouse anger; 3.-annoy; 4.-be unbecoming; 5.-be loathsome; 6.-ruffle; 7.-

provoke; 8.-exasperate; 9.-peeve; 10.-vex; obweretsa ndalama ndi ogulitsa anakwiyitsa Yesu = money lenders and sellers vexed Jesus; 11.-be maddening; 12.-be dismal; uthenga wokwiyitsa = a dismal report;
-kwiyitsa wina wake 1.-frustrate someone; 2.-provoke someone to anger; 3.-fluster;
-kwiyitsidwa 1.-be made angry; 2.-be enraged; 3.-be irritated;

L²

la of (indicating possession, in between a singular
noun of the li-ma class and another noun); dzina la
mtsikana = the name of the girl; thumba la mbatata
= a bag of potatoes;

-labada 1.-be concerned; 2.-care;

-labadira 1.-be bothered; 2.-be concerned;
sankalabadira za wolumala = he was not concerned
about the disabled; 3.-be mindful; 4.-care;
Chifundo salabadira anzake = Chifundo does not
care about her friends;

Lachinayi Thursday;

Lachisanu Friday;

Lachitatu Wednesday;

Lachiweru 1.Seventh Day; opemphera pa
Lachiweru = those who worship on the Seventh
Day; 2.Sabbath (Saturday); 3.Saturday; Lachiweru
tinalandira mvula yambiri = we received much rain
on Saturday;

Lachiwiri Tuesday;

-lafula 1.-weaken; 2.-obstruct;

laina\ma- kind of tree;

laisensi\ma- driving-licence;

-laisha -shove;

-laitcha -shove;

-laka 1.-baffle; 2.-abandon; 3.-fail to do; 4.-be too
difficult to do;

-laka moduwa -boycott;

-lakalaka 1.-have a keen desire; mukhonza
kulakalaka, koma musachimwe = you may desire,
but don't sin; 2.-crave; 3.-yearn; 4.-miss; 5.-
demand; 6.-need; zonse zomwe moyo wanga
umalakalaka = all that my life needs; 7.-long for;
8.-desire; 9.-wish;

-lakalaka kuchita chiwerewere 1.-have
concupiscence; 2.-have sexual desire;

-lakalakika -be desirable; Adamu ndi Hava adadya
chipatso cholakalakikacho = Adam and Eve got
the desirable fruit;

-lakalakitsa 1.-aspire; 2.-make yearn;

-lakasa 1.-be bitter; 2.-be sour;

-lakatika 1.-be spread; chimanga chinalakatika
pansi = the maize was spread all over the floor; 2.-
be well cooked (esp rice); 3.-be proud; 4.-show
off;

-lakatuka -babble; kubwebweta ndi kuyankhula
mofulumira ndi mopusa = babbling is speaking
rapidly and foolishly; kubwebweta ndi kuyankhula
mwa njira yovuta kumvetsa = babbling is speaking
in a way that is difficult to understand;

-lakatula -recite; analakatula ndakatulo = he recited
a poem;

-lakidwa 1.-be baffled; 2.-fail to do;

-lakwa 1.-err; 2.-be erroneous; 3.-make error; 4.-be
amiss; 5.-be wrong; ndinamulakwira = I wronged
him; 6.-do wrong; 7.-break the law; 8.-be guilty;
ndiwolakwa pochita chigololo = he is guilty of
committing adultery; 9.-sin; 10.-be sinful; 11.-
perpetrate sin; 12.-make mistakes; 13.-fail;
adalakwa mayeso = he failed the exams;

-lakwika 1.-be erroneous; mayankho olakwika =
erroneous answers; 2.-be amiss; 3.-be faulty; 4.-be
incorrect; 5.-be imperfect; 6.-be inaccurate; 7.-be
mistaken;

-lakwira 1.-offend; ana adalakwira mphunzitsi =
the children offended the teacher; 2.-abuse;

-lakwiridwa -be offended; kodi walakwiridwa? = is
she offended?;

-lakwitsa 1.-err; 2.-be wrong; 3.-divert; 4.-mislead;
wakulakwitsa = he has misled you; 5.-make
mistake; 6.-cause to offend;

-lala 1.-lose voice; iye walala mawu = she has lost
her voice; 2.-lose essence (esp taste like soap when
being used);

lalanje\ma- orange; malalanje avunda = the oranges
are rotten;

-lalata 1.-shout; 2.-talk nonsense; 3.-be talkative;
4.-talk ill; 5.-be sarcastic; 6.-unbridle;

-lalatira 1.-deride; 2.-shout at;

-lalika 1.-preach (the word of God); 2.-proclaim;
kufalitsa/kulalika Uthenga Wabwino =
proclaiming the Good News; 3.-declare; 4.-publish
abroad; 5.-circulate;

-lalika mawu 1.-preach; 2.-discourse; 3.-give set;

-lalika Uthenga Wabwino 1.-preach the Good
News; 2.-preach the Gospel; 3.-evangelise;

-lalikira 1.-proclaim; 2.-preach the Gospel; 3.-
spread the news; 4.-declare; 5.-announce;

laliko 1.preaching; 2.announcement;

-lalira 1.-besiege; 2.-lie in ambush; 3.-ambush;
anthu achifwamba analalira iye = the vandals
ambushed him; 4.-conceal; 5.-lie in wait; 6.-hide in
order to rob; 7.-bruise;

-lama 1.-be dry; ndikufuna mtengo wolama = I

---

² *Chichewa Orthography Rules*, Zomba, 1980, p.4 says: letters 'l and
r represent one phoneme in Chichewa'. This means that the usage of
letters l and r is interchangeable, and that it 'does not alter the
meaning of a given word'. The following rules are given: Letter l
should be used: (1) after a,o,u, (2) at the beginning of a word, (3)
after the noun-prefix chi, (4) in the monosyllabic verb -li, (5) in the
plural form of words beginning with ml and mul, (6) in words
whose stem begin with l, (7) in the demonstrative and emphatic
pronouns. It also says: letter R should be used after e and i. From
these rules can be concluded that there are no Chichewa/ Chinyanja
words that begin with r. All words of this phoneme start with letter
l.

want a dry tree; 2.-heal; 3.-be how? (in greeting);
kodi mukulama bwanji? = how are you?; muli
bwanji? choncho/ pang'ono = how are you? not so
bad; kwacha kunyumba/ kunyumba kuli bwanji?
chabwino! = how is home? fine!; 4.-be in good
quality, esp. maize;
lamba (-li l.) 1.-lean back; 2.-be praising;
lamba wa nsalu belt of cloth;
lamba wa nsapato shoelace;
lamba woteteza safety belt; galimoto iyi iribe
lamba wotetezera ku ngozi = this car has no safety
belt;
lamba\ma- belt; riddle: zungulira uku tikomane uko
(lit.: go round here so that we meet there) = a belt;
-lambala -bend as a path;
-lambalala 1.-detour; 2.-avoid; 3.-dodge;
analambalala munthu wodwala = they dodged a
sick person; 4.-bypass; 5.-go round; 6.-pass aside;
-lambasha 1.-go round; 2.-pass aside;
lambe\ma- 1.fruit of baobab tree; 2.lamp;
lambi\ma footprint;
-lambira -worship; anzeru a kummawa anadza
kudzalambira Yesu ndi chuma chawo = the
wisemen from the east came to worship Jesus with
their riches;
-lambula 1.-clean; kulambula misewu = cleaning of
roads; 2.-sweep away;
-lambula msewu 1.-sweep the road; 2.-make the
road clean;
-lambulabwalo 1.-be preliminary; 2.-be forerunner;
3.-raise curtain;
lambwe\ba- 1.buffalo; 2.antelope (male);
-lamira mpunga -survive on rice; ife talamira
mpunga chaka chino chimanga chitasowa = we
have survived on rice when maize became scarce
this year;
-lamitsa 1.-cure (what the doctor does); analamitsa
munthu wodwala = he cured the sick; 2.-be heart-
gripping; uthenga wolamitsa = heart-gripping
message;
lampule lamprey; nsomba yowoneka ngati njoka
yokhala ndi mlomo woyamwa = a fish that looks
like a snake but with lips for suckling;
-lamula 1.-rule; proverb: kulamula vumbwe
nkulinga uli ndi nkhuku (lit.: to rule a wild cat
would be appropriate if you have poultry) = when
you meet people you have offended, you should
have money; etc. to beg forgiveness; 2.-charge; 3.-
govern; 4.-command; analamulidwa kugwetsa
nyumba ya omwalirayo = they were commanded
to demolish the house of the deceased person; 5.-
declare; ndikulamula kuti msonkhano uyambike =
I declare the meeting open; 6.-control; 7.-dictate;

8.-direct; 9.-give mandate; 10.-give power;
-lamulidwa ndi wina 1.-be subject; 2.-be under
someone's control;
-lamulira 1.-govern; tidzilamulire tokha = let us
govern ourselves; 2.-charge; adzakhala olamulira
pelete = he will be in charge of the parade; 3.-
command; 4.-commission; 5.-superintend; 6.-
dominate; 7.-give orders; 8.-order; analamulira
kuti awakwapule = they ordered to whip them; 9.-
be imperious; 10.-enjoin; 11.-lead;
-lamulira fuko -be imperial;
-lamulira mosakambirana -dictate;
-lamulira mwa nkhanza 1.-oppress; 2.-dictate; 3.-
be autocratic; 4.-rule with an iron fist;
-lamuliridwa ndi mzimayi m'banja 1.-be hen-
pecked; 2.-be under petticoat government (fig.);
lamulo la changu 1.command; 2.order; 3.behest;
lamulo la Eklezia 1.church rule; 2.canon;
lamulo la kunyumba ya malamulo 1.law of the
legislative; 2.statute;
lamulo la malo national land policy;
lamulo la mphamvu 1.curfew; 2.injunction; 3.state
of emergency;
lamulo loletsa 1.prohibition; 2.injunction;
lamulo lololoza chinthu edict; lamulo la ku Milan,
lamulo la mfumu yayikulu Constantine ya ufumu
wa chi Roma loletsa kuzunza aKhristu m'chaka
cha 313 = Edict of Milan;
lamulo lopangira chiganizo syntax;
lamulo losagwira ntchito 1.useless law; 2.dead-
letter law; 3.obsolete law;
lamulo\ma- 1.law; 2.rule; mabugwewa akupereka
malamulo awo omwe ali okhwima = these
organisations issue hard rules; 3.commandment;
malamulo khumi a Mulungu = ten commandments
of God; 4.decree; 5.decretal; 6.directive; 7.warrant;
lamulo lomanga munthu = warrant of arrest;
8.canon; 9.constitution; 10.order; 11.regulation;
laMulungu 1.the Lord's Day; 2.Sabbath (Sunday);
lamya 1.telecommunication; Bungwe Loyang'anira
Lamya m'Malawi = Malawi Communications
Regulatory Authority (Ma.C.R.A.); 2.telephone;
lamya la pa kompiyuta 1.internet; 2.world wide
web;
lamya la m'manja 1.mobile phone; 2.cellular
telephone;
lamya la maiko akunja international call; lamya
yakunja imadula = an international call is
expensive;
lamya la pafupi local call; adayankha lamya la
pafupi momwemo = she answered a local call;
lamya la m'dziko national call;
lamya yoyenda nayo 1.mobile phone; 2.cellular
telephone;

-landa 1.-snatch; Joni analanda Mele mango = John snatched Mary's mangoes; 2.-take by force; 3.-steal; 4.-deprive; 5.-despoil; mnyamata anamulanda mnzake chakudya = the boy despoiled his friend's food; 6.-confiscate; 7.-carry off; 8.-seize; dziko lalandidwa ndi achifwamba = the country has been seized by rebels; katundu wake analandidwa chifukwa cha ngongole = her possessions were seized for debt; 9.-subjugate; 10.-siege; 11.-usurp; 12.-capture;
-landa dziko mwa nkhondo 1.-seize a country by war; 2.-annex; 3.-invade and occupy a country; 4.-topple a government;
-landa dziko nkumalilamulira -colonise a country;
-landa munda mwa nkhondo 1.-take land by violence; 2.-annex;
-landa mwa chisokonezo 1.-plunder; 2.-maraud;
-landa mwa mphamvu -wrench;
-landa ulamuliro wa ndege/ sitima -hijack a plane/ a ship;
-landa zida za nkhondo -disarm; gulu la achinyamata la Malawi linalandidwa zida = the Malawi Young Pioneers were disarmed;
-landanso 1.-snatch again; 2.-reclaim;
-landidwa -be dispossessed; mzimayi wamasiye analandidwa katundu wake = the widow's belongings were dispossessed;
-landira 1.-receive; nthawi zonse amamuyamika chifukwa cha thandizo lomwe akulandira = he always thanks him for the help that he receives; 2.-welcome; 3.-accept; adalandila ndalama zomwe udamupatsa = he accepted the money you gave him; 4.-come by; 5.-obtain; 6.-get;
-landira alendo 1.-receive visitors; 2.-host visitors;
-landira chakudya chamadzulo -dine;
-landira chuma 1.-receive wealth; 2.-inherit;
-landira kuchokera 1.-receive from; 2.-get from;
-landira mphamvu 1.-be empowered; 2.-be energised;
-landira zoipa kutsata zochita zako 1.-receive evil as a result of your actions; 2.-be reprimanded; 3.-receive the consequence;
-landiridwa 1.-be received; 2.-be received by the ancestral spirits after death; 3.-welcome a baby by having sexual intercourse with one's wife for the first time after delivery; 4.-be welcome;
-landiritsa ndalama 1.-give pay; 2.-give salary;
-landitsa 1.-deliver; 2.-redeem;
-landula 1.-explain; 2.-tell; 3.-deny; ine ndikulandula mboni = I deny the witness; 4-dissent; 5.-cut short;
-langa 1.-punish; uyenera kulangidwa = you have to be punished; 2.-penalise; 3.-persecute; 4.-advise; 5.-instruct;

-langa kwambiri 1.-chastise; 2.-castigate; 3.-punish severely;
-langaluka -deprive;
-langidwa -be punishable; kupalamula kofunika kulangidwa = a punishable offence;
-langiza 1.-advise; 2.-show; 3.-display; 4.-caution; 5.-warn; 6.-check; 7.-commission; 8.-counsel; 9.-instruct; analangizidwa = they were instructed; 10.-guide; analangizidwa ndi mkulu wake = he was guided by his elder brother; 11.-discipline;
-langiza mwambo 1.-discipline; langizani ana kusunga mwambo pamene akali a ang'ono = discipline the children when they are still young; 2.-give advice;
-langizidwa mopanda nzeru 1.-be advised unwisely; 2.-be ill-advised;
-langizika -be corrigible;
-langizira kusachita chinthu -dissuade;
langizo\ma- 1.advice; 2.counsel;
lango\ma- 1.advice; 2.counsel; instruction;
-languka 1.-be ripe; 2.-clear (as of clouds and the sky);
-languluka -regret;
-languza -deprive;
langwani\a- 1.giant; iye ndi langwani = he is a giant (tall one); 2.big strong man;
-lankhula 1.-speak; lankhula chidule = speak in short; expression: walankhula pambali (lit.: you have spoken amiss) = you have insulted me in words; 2.-talk; 3.-discuss; 4.-discourse; 5.-address; 6.-utter; munthu wodwala analankhula liwu = the sick man uttered a word; 7.-jaw (slang); akhala akulankhula kwa nthawi yaitali = they have been jawing for a long time;
-lankhula bwino 1.-speak well; 2.-speak clearly; 3.-speak respectfully; Yohane salankhula bwino ndi abambo wake = John does not speak respectfully with his father;
-lankhula kupyolera mkuchita 1.-speak through actions/ deeds; 2.-preach by example; 3.-gesticulate;
-lankhula kwambiri 1.-talk too much; 2.-speak with a loud voice; 3.-prate;
-lankhula malilime -speak in tongues;
-lankhula mbwerera 1.-speak unclearly; 2.-make foolish talk; 3.-talk nonsense;
-lankhula modzinga -talk softly;
-lankhula mofulumira 1.-talk rapidly; 2.-jabber; 3.-gibber;
-lankhula mokweza 1.-speak loudly; 2.-rant;
-lankhula mokwiya 1.-speak angrily; 2.-rant;
-lankhula monong'ona 1.-whisper; 2.-murmur;
-lankhula monyodola -scoff;
-lankhula monyoza 1.-scorn; 2.-deride;

-**lankhula mopanda kulekeza** 1.-speak ceaselessly; 2.-gab;

-**lankhula mopusa** 1.-talk foolishly; 2.-speak foolishly; 3.-prate;

-**lankhula mosamveka bwino** 1.-speak unclearly; 2.-lisp;

-**lankhula mosatulutsa mawu** 1.-speak without words; 2.-speak through action; 3.-gesticulate; 4.-murmur;

-**lankhula mosavuta** -be fluent;

-**lankhula mosisima** -sob;

-**lankhula motalikitsa** 1.-beat about the bush; 2.-be circumlocutious;

-**lankhula motumbwa** 1.-speak proudly; 2.-speak boastfully; 3.-brag;

-**lankhula mozama** 1.-talk sense; 2.-talk with facts;

-**lankhula mwachibwana** -talk foolishly;

-**lankhula mwachibwibwi** 1.-stammer; 2.-speak haltingly; 3.-repeat rapidly the same sound;

-**lankhula mwamwano** 1.-talk cheekily; 2.-speak rudely; 3.-be brusque;

-**lankhula mwaukali** 1.-talk furiously; 2.-shout; 3.-rasp;

-**lankhula ndi chidwi** -enthuse;

-**lankhula ngati wamisala** 1.-speak like a mad man; 2.-rave;

-**lankhula ukulira** -sob;

-**lankhula za zii** -talk nonsense;

-**lankhula zilankhulo zambiri** -be multilingual;

-**lankhula zozizira** 1.-cackle; 2.-talk idly; 3.-talk nonsense;

-**lankhulana** 1.-commune; 2.-confer;

-**lankhulidwa** 1.-be spoken; 2.-be verbal; 3.-be oral; mbiri yolankhulidwa = oral history;

-**lankhulira pa lilime** -lisp;

-**lankhuza** -speak; usamuope, mulankhuze = don't fear, speak to her;

-**lanthawira** -climb;

-**lapa** 1.-repent; molapa = repentantly; tili ndi chisoni ndithudi, talapa machimo athu onse = we are truly sorry, and repent of all our sins; 2.-be contrite; 3.-effect; 4.-punish severely;

-**lapita** -lick;

-**lapitsa** -give harsh punishment;

-**lapula** 1.-taste; lapula mowa = taste beer; 2.-be conscious;

larynx kholingo;

-**lasa** 1.-hit; mnyamata analasa mnzake pamutu ndi mwala = the boy threw a stone and hit his friend on the head; proverb: mtima walasa phaso (lit.: my heart has hit the roof pole) = I have remembered home; 2.-sling; 3.-spear; 4.-pierce; expression: apa ndiye walasa (lit.: you have pierced) = pinpointing while hurting the feelings/ hitting the nail

on the head; 5.-stab; wandilasa = he stabbed me; 6.-prick; 7.-stone; 8.-throw; 9.-make pregnant; mnyamata wanu walasa msungwana wathu = your son has made our daughter pregnant;

-**lasa mtima** 1.-affect deeply; 2.-come home to;

-**lasa ndi mfuti** -shoot; anamulasa pa mwendo ndi mfuti = they shot him in the leg;

-**lasa ndi mpeni wa mfuti** -bayonet;

-**lasa phaso** -remember home (lit.: -hit the roof top);

laSabata 1.Sabbath (Sunday); laSabata ndimapita kukapemphera = I go to worship on the Sabbath; 2.Sabbath (Saturday);

laSondo Sabbath (Sunday);

lata\ma- 1.corrugated iron (used for roofing); 2.iron sheets;

-**laula** 1.-be abusive; 2.-be salacious; mabuku olaula aletsedwe = salacious books should be banned; 3.-be pornographic; zithunzi zolaula = pornographic pictures; 4.-be obscene; iye amatulutsa mawu olaula = he produces obscene words;

-**laulidwa** 1.-be cursed; 2.-be told obscene words; 3.-be told obscene things;

laulo 1.bad luck; 2.obscene word;

-**lavula** 1.-spit; 2.-spew;

-**lawa** 1.-taste; expression: lero wamulawa (lit.: today he has tasted her) = he has had sex with her for the first time; 2.-try;

lawi\ma- 1.flame of fire; 'Malawi' ndi dzina lochokera ku 'lawi la moto' = 'Malawi is a name that comes from 'flames of fire'; 2.spark;

-**lawira** 1.-bid farewell; 2.-say adieu; 3.-say good bye; anthu amene tinalawirana nawo = people to whom we said good bye; 4.-take leave; 5.-get up very early; 6.-leave early in the morning;

-**lawula** 1.-say abusive words; 2.-utter obscene words; kulawula ana = uttering obscene words to children; 3.-do strange thing; 4.-be wrong;

layimu/ laimu (chiNgerezi) lime; layimu wina sakongoletsa zipupa = some lime does not beautify walls;

lebano incest;

-**ledzera** 1.-be drunk; anali ataledzera pamene tinapezana naye = he was totally drunk when we met him; 2.-be besotted;

-**ledzera kwambiri** 1.-be totally drunk; 2.-be legless (fig.); 3.-be sozzled up; 4.-be sloshed; 5.-be intoxicated;

-**ledzera mowa** -be in a carouse;

-**lefuka** 1.-be weak; 2.-be feeble; iye ndi wolefuka = she is feeble; 3.-drop with fatigue; 4.-look tired; 5.-droop; 6.-be groggy; 7.-effete;

lefutenanti\ma- lieutenant (rank of an army officer);

legeni catapult used to kill birds;

-**leka** 1.-stop; analeka kupita ku sukulu = he left school/ he stopped going to school; analeka kugwira ntchito = he stopped working; anangoti leku = he stopped immediately; akuleka chifukwa watopa = he is stopping because he is tired ; 2.-abandon; analeka mkazi ndi ana ake = he abandoned his wife and children; 3.-abdicate; 4.-abstain; 5.-desist; 6.-let alone; 7.-assuage; 8.-cease; magulu a nkhondo anagwirizana kuleka nkhondo = the armies agreed on a cease fire; 9.-end; mvula inaleka = the rains ended; 10.-give up; 11.-suspend; 12.-drop; 13.-spare; 14.-omit; 15.-leave;

-**leka chiwerewere** 1.-be chaste; 2.-abstain;

-**leka kuchita** 1.-refrain; 2.-boycott;

-**leka kugwira ntchito** 1.-stop working; 2.-quit; 3.-be obsolete;

-**leka kugwira ntchito limodzi** 1.-disband; 2.-do a mass action;

-**leka kugwiritsa ntchito** 1.-stop using; 2.-discontinue; analeka kugwiritsa ntchito makondomu = they discontinued using condoms; leka kugwiritsa ntchito mankhwala a kulera = discontinue contraceptives; 3.-discard;

-**leka kupitiriza** -discontinue;

-**leka mphulupulu** 1.-stop misbehaviour; 2.-become calm;

-**lekana** 1.-be apart; 2.-make apart; 3.-differ; tikulekana mu zambiri = we differ in many things; 4.-be different; maganizo wolekana = different thoughts; 5.-be dissimilar; 6.-be diverse; 7.-part asunder; 8.-be contrary; 9.-be separated; makolo ndi ana adalekana = the parents and their children were separated; 10.-be separable; 11.-go in contrary directions;

-**lekanitsa** 1.-part; 2.-separate; machimo anu amakulekanitsani ndi Mulungu = your sins separate you from God; 3.-split; 4.-divorce; 5.-detach; 6.-disconnect; 7.-disengage; 8.-disjoin; lekanitsa chingwe = disjoin the rope; 9.-set apart; 10.-diverge; 11.-allot; 12.-differentiate; lekanitsa pakati pa galu ndi mbuzi = differentiate between a dog and a goat; 13.-vary; kulekanitsa kachitidwe = varying the style;

-**lekedwa ndi mwini** 1.-be abandoned; 2.-be derelict; 3.-be deserted; 4.-be left;

-**lekera** 1.-abandon someone; 2.-leave for;

-**lekerera** 1.-spoil; ndi wamwano chifukwa makolo ake anamulekerera = she is rude because her parents spoiled her; 2.-pamper; makolo ake adamulekerera = his parents pampered him; 3.-let free; 4.-neglect; 5.-connive;

-**lekereredwa** 1.-be pampered; iye analekereledwa ndi makolo ake = she was pampered by her parents; 2.-be spoiled;

-**lekereza** 1.-overlook; 2.-spare; 3.-abstain from punishing;

-**leketsa** 1.-stop; anatileketsa chifukwa sakonda ntchito yathu = he stopped us because he does not like our work; 2.-halt;

-**lekeza** 1.-break; 2.-adjourn; 3.-cease; mvula ikalekeza kumakhala ng'amba = when the rain ceases there is a dry period;

-**lekezera** -do not stop; usalekezere maphunziro ako = you should not stop your studies;

-**leletsa ndewu** -bring peace on people who are fighting;

-**lema** 1.-be exhausted; 2.-be tired very much;

-**lemba** 1.-write; 2.-sign; lembani apa = you sign here; 3.-subscribe; 4.-scribble; anangolemba dzina lake, kenaka nkumapita = he just scribbled his name, then left; 5.-limit; 6.-cut out of; 7.-record; 8.-draw; lemba mizere pa pepala = draw lines on the paper; 9.-register; 10.-hire; analembera anthu a ntchito = he hired people for the work; 11.-employ;

-**lemba adilesi** 1.-write the address; 2.-direct an envelope;

-**lemba chidule** 1.-condense in writing; 2.-write summary;

lemba lotchulika palokha vowel (a, e, i, o, u);

-**lemba malamulo** 1.-write laws; 2.-make laws;

-**lemba malire** 1.-limit; 2.-define boundary; 3.-bound; 4.-confine; 5.-show demarcation;

-**lemba mgamulu** 1.-limit; 2.-bound;

-**lemba moipa** 1.-write slovenly; 2.-scribble; 3.-write lousily;

-**lemba mosavuta** -write well;

-**lemba motalikitsa** 1.-write sparingly; 2.-be dejected;

-**lemba mumtima** -memorise;

-**lemba munthu mkaundula** 1.-register; 2.-enrol;

-**lemba mwachangu** 1.-dash off; 2.-write quickly;

-**lemba mzere** -draw line;

-**lemba ntchito** -employ; analembedwa ntchito = she is employed;

-**lemba poyamba** -antedate;

-**lemba zofotokoza wina** 1.-write a statement describing someone; 2.-take notes; 3.-take minutes;

lemba\ma- 1.writing; malembo ake ndi owoneka bwino = amalemba bwino = he writes well (he is a good writer); malembedwe = way of writing; 2.script; 3.word;

-**lembalemba** -scribble; ana analembalemba mu buku langa = the children scribbled in my book;

-**lembanso** 1.-reprint; 2.-rewrite;

-**lembedwa** 1.-be written; 2.-be registered; dzina lake linalembedwa = his name was registered;

-lembedwa mosadulidwa -be unabridged;
-lembedwa ntchito -be employed;
-lembedwa usilikali -be recruited;
-lembera 1.-register; expression: ndazilembera mumtima (lit.: I registered it in my heart) = I keep it in my memory;. 2.-send; ndinamulembera kalata = I sent him a letter; 3.-write; ndalembera akazi anga kalata = I have written a letter to my wife; 4.-communicate (in writing); 5.-employ;
-lemberera katsenga 1.-curse; 2.-put a spell;
-lembetsa 1.-register; zipani za ndale zimayenera kulembetsa mu kaundula wa zipani = political parties have to register on the list of parties; 2.-record; 3.-write;
-lembetsa mwa nthekemya -write a statement;
-lembetsa pamtima 1.-dictate; 2.-memorise;
lembetso\ma- dictation; poyambirira tinalemba lembetso = we wrote a dictation first;
lembo\ma- 1.script; 2.letter;
-lemedwa 1.-groan; 2.-be oppressed;
-lemedwa ndi katundu -be heavy laden;
-lemekeza 1.-give respect; 2.-respect; lemekeza atate ako ndi amako = respect your father and mother; ana ayenera kulemekeza makolo awo = children have to respect their parents; 3.-praise; 4.-glorify; analemekeza Mulungu = anatamanda Mulungu = they glorified God; 5.-honour; 6.-elevate; 7.-regard; amalemekezedwa kwambiri = he is highly regarded; 8.-venerate; 9.-worship; tilemekeze Mulungu = let us worship God; 10.-laud;
-lemekezeka 1.-be dignified; 2.-be reputable; 3.-be respected; 4.-be glorious; 5.-be high-principled; 6.-be honoured; 7.-be glorified;
lemekezo\ma- 1.regard; 2.respect;
-lemera 1.-be rich; ndikuwona munthu wolemera = I see a rich man; iye akulemera tsopano = he is now becoming rich; mkazi wolemera = a rich lady; expression: ali ndi m'manja motentha/mofunda (lit.: he has got warm palms) = he is rich; nkovuta kwa munthu wolemera kupulumutsidwa = it is difficult for a rich man to be saved; proverb: ukalemera uziyankhulira mchigulu (lit.: if you are rich, speak guardedly) = don't be proud of your riches, lest you are heard and laughed at when you become poor later; 2.-become rich; walemera msanga pa mutu pa anthu osauka = he has become rich quickly at the expense of the poor; 3.-be affluent; 4.-be prosperous; 5.-glory; 6.-be heavy; mwamuna wolemera (pronounced with high pitch) = a heavy man; kulemera kuposa thumba la mchenga = heavier than a bag of sand; gome ndi lolemera = the table is heavy; 7.-have weight; 8.-be massive; 9.-be burdensome;

-lemeretsa 1.-make rich; 2.-enrich; 3.-make heavy;
-lemetsa -burden;
-lenda 1.-be sticky; 2.-be tired;
-lendebza -hang;
lendedza collection;
-lendewera 1.-sling; 2.-hang; mwaye umalendewera mu khitchini = soot hangs in the kitchen;
-lendula -draw sticky things;
-lenga 1.-create; 2.-make;
-lenga chinthu 1.-invent something; 2.-create something; 3.-make a thing;
-lengedwa zowoneka -be made physical;
-lengeka 1.-be created; 2.-buckle;
-lengeza 1-announce; 2.-advertise; 3.-barter; 4.-circulate; 5.-convene; 6.-call; 7.-make announcements; 8.-declare; 9.-publicise; 10.-publish abroad; 11.-release; kulengeza zotsatira za mayeso = releasing the examination results; 12.-disclose; 13.-inform; 14.-broadcast;
-lengezetsa -announce; adzilengezetsa kuti wafa = he announced that he himself has died;.
-lenguka 1.-jump; 2.-be dizzy; 3.-faint; 4.-begin ripening; mango ayamba kulenguka = mangoes have begun ripening;
-lengula 1.-daze; 2.-make dizzy; 3.-stun;
-lengula mtima -anger; mawu ake anandilengula mtima = her speech angered me;
lenileni true/ good/ real (with singular nouns of the li-ma class); denga lenileni = a good roof;
-lenjeka 1.-hang; 2.-append; 3.-sling;
-lephera 1.-fail; akulephera kukodza = he fails to pass urine; kulephera kukhala osamwa = munthu akalephera kukhala osamwa mowa amangonjenjemera = when a person fails to refrain from drinking alcohol he just shakes; adalephera mayeso = he failed the exams; 2.-come short in ability; 3.-be unable; akulephera kudikira mtima suli m'malo = he is unable to wait; 4. -flop; 5.-be unsuccessful; 6.-be baffled; 7.-be pathetic;
-lephera kubweretsa zotsatira zabwino 1.-fail to produce good results; 2.-be ineffective;
-lephera kuchita chinthu 1.-fail to do something; 2.-be unable to do a thing; 3.-default;
-lephera kufotokoza -fail to explain;
-lephera kuganiza -be bemused;
-lephera kukanidwa 1.-fail being resisted; 2.-be irresistible;
-lephera kukhala chete 1.-fail to be silent; 2.-fail to be calm; 3.-fail to be quiet; 4.-be restive;
-lephera kukula 1.-be undernourished; 2.-be stunted;
-lephera kumva 1.-fail to hear; 2.-be bemused;
-lephera kuona 1.-fail to see; 2.-be sightless; 3.-fail to realise;

-lephera kupanga mwadongosolo 1.-fail to put things in order; 2.-fail to rearrange in order;
-lephera kupereka chigamulo 1.-fail to rule; 2.-fail to pass judgement;
-lephera kupereka maganizo 1.-be indecisive; 2.-fail to give ideas; 3.-be thoughtless;
-lephera kupereka ngongole 1.-fail to give back loan; 2.-be bankrupt;
-lephera kupirira manyi -be incontinent;
-lephera kupirira mkodzo -be incontinent;
-lephera kusunga lonjezo 1.-fail to keep promise; 2.-break an agreement;
-lephera kuwona 1.-fail to see; 2.-be sightless;
-lephera kuyenda 1.-fail to move; 2.-be immobile;
-lephera mayeso 1.-fail exams; 2.-be unsuccessful in exams; 3.-flunk;
-lephereka 1.-fail; 2.-be inaccurate; 3.-be impossible; 4.-be difficult;
-lepheretsa 1.-make fail; 2.-sabotage; 3.-scupper; 4.-mar; 5.-hinder; 6.-limit; 7.-veto;
-lepheretsa dala 1.-make fail on purpose; 2.-scuttle;
-lepheretsa kugwira ntchito -malfunction;
-lepheretsa kusuntha -immobilise;
-lepheretsa kuti zidziwike 1.-suppress; 2.-prevent from being known;
-lepheretsa kuyenda 1.-make fail to walk/move; 2.-hamstring; 3.-cripple; 4.-immobilise;
-lepheretsa munthu 1.-incapacitate; 2.-foil; 3.-disable;
-lera 1.-bring up; udindo wa kulera = udindo wolera = responsibility for bringing up; wakulera = he has brought you up; 2.-rear; 3.-space children; 4.-do family planning; iwo akulera = they are doing family planning; 5.-care for a child; 6.-nourish a child; tidzalerana = we'll take care of one another; 7.-nurture; 8.-look after; 9.-educate; 10.-cherish; 11.-pastor; 12.-overlook (fig); iye ndamulera = I have overlooked his bad behaviour for sometime;
-leredwera pa chilolo -pamper; ndi waulesi chifukwa analeredwa pa chilolo = he is lazy because they pampered him;
-leredwera pa chinena 1.-pamper; 2.-be ill-mannered; mwanayu ndi woleredwera pachinena = this is an ill-mannered child;
lero 1.today; lero asungwana akuyenda osavala bwino = today young girls are walking about almost naked; 2.as soon as possible; ndibweretse lero ndi lero? = should I bring it as soon as possible?; 3.now; these days (fig.);
-leruka -see-through; iye wavala diresi loleruka = she has put on a see-through dress;
-lerutsa -despise;
lesitihausî\ma- (chiNgerezi) rest house;
Lesotho Lesotho; ndi dziko lopezeka kummwera

kwa Afirika = it is a country found in Southern Africa;
-leteza 1.-guard with medicine; 2.-protect; 3.-keep safe;
-letsa 1.-end; 2.-prohibit; malaya amenewa ndi woletsedwa = that shirt is prohibited; malamulo amaletsa kusuta chamba = laws prohibit hemp smoking; 3.-ban; dziko laletsa kuyitanitsa zipatso kuchokera kunja = the country has banned the import of fruits; 4.-block; 5.-bound; 6.-forbid; amakuletsa = they forbid you; 7.-bridle passions; 8.-be adverse; 9.-check; 10.-hinder; 11.-control; 12.-curb; 13.-cease; 14.-put a stop to; 15.-stop; 16.-oppose; 17-interdict; 18.-refute;19.-prevent; 20.-shun; 21.-object; 22.-protest strongly against something/one; 23.-deprecate; 24.-obviate; 25.-deter; anandiletsa kumwa mowa = they deterred me from drinking beer; 26.-dislocate; nkhungu imaletsa kuwuluka kwa ndege kawirikawiri = fog usually dislocates flights; 27.-resist; 28.-oppose; 29.-restrict;
-letsa chinthu 1.-quash; 2.-clamp down; a polisi analetsa ziwonetsero = the police clamped down the demonstrations;
-letsa chinthu kuchitika 1.-prohibit something from being done; 2.-deactivate; 3.-cancel;
-letsa chisokonezo -neutralise disturbance;
-letsa chiwawa -neutralise chaos;
-letsa kuchitika 1.-circumvent; 2.-make the happening to stop;
-letsa kukhulupirira munthu -discredit;
-letsa kupita patsogolo 1.-prevent from moving forward; 2.-hinder progress; 3.-bound; 4.-check;
-letsa kupuma 1.-hinder breathing; 2.-strangle; anandiletsa kupuma pondigwira pa m'mero = he strangled me by squeezing my throat; 3.-put someone to death;
-letsa kusankhana -desegregate;
-letsa kuyamwa -wean;
-letsa mokakamiza 1.-stop by force; 2.-quell; 3.-clamp down;
-letsa munthu kuchita zinthu 1.-hinder a person from doing things; 2.-debar;
-letsa phokoso 1.-end noise; 2.-forbid making noise; 3.-neutralise; 4.-shush;
-letsa ululu pochotsa zoipa -decontaminate;
Levi Levi; mmodzi mwa ana a Yakobo = one of Jacob's children;
Levitiko Leviticus; dzina la buku lachitatu mu Chipangano Chakale = the name of the third book in the Old Testament;
-levuka -be dead beat;
-lewa 1.-escape; 2.-avert; 3.-avoid; 4.-evade; proverb: mutu ukakula sulewa nkhonya (lit.: a big

head can't evade a blow) = munthu wamkulu sangathawe maudindo = an elderly person can't run away from responsibilities; 5.-prevent; 6.-side step; 7.-dodge; 8.-parry; proverb: mutu ukakula sulewa nkhonya (lit.: when the head is big it does not parry a blow) = all issues are to be decided and be solved by the elders;
-leza 1.-nourish; 2.-take care of; 3.-tear; leza pakati mpakati = tear in between; 4.-be calm;
Leza (chiTumbuka) 1.name for God (lit.: foreteller); 2.lightning;
-leza mtima 1.-be meek; iye ndi woleza mtima = she is meek; 2.-be merciful; 3.-come round; 4.-change; 5.-be patient; 6.-be calm; 7-comply; 8.-yield;
leza\ma- (chiNgerezi) razor;
lezadi swearing word;
-li 1.-be (indicating location); 2.demonstrative function suffixed to singular nouns of the li-ma class; dzinali = this name;
li- subject concord with singular nouns of li-ma class; dengu lili pano = the basket is here;
-li- object concord infixed in conjugated verbs representing singular nouns in li-ma class; tikuliona (dengu) = we are seeing it (basket);
-li bakhalibakhali -spread out; pofunafuna wandende apolisi anali bakhalibakhali = while searching for the prisoner the policemen were spread out;
-li banankhu -be naked;
-li befubefu -be weak;
-li bi! 1.-be dark; 2.-be black; 3.-be untidy; 4.-be dirty; 5.-be unclean;
-li bibibi -be a lot of people at one place;
-li bibida -be a drunkard;
-li bindi -stay indoors;
-li bindikire 1.-be indoors; 2.-be confined; 3.-retreat; 4.-be inside;
-li budubudu -cover head with a bucket;
-li buno -be naked; anali buno = he was naked;
-li buwabuwa -go begging; akungoti buwabuwa mutauni kupempha = he is moving about in town begging;
-li bwanankhu -be naked; iye anali bwanankhu pamene anakhala pansi = his nakedness was seen when he sat down;
-li bwitibwiti 1.-be fat; 2.-be oily; 3.-have overweight;
-li chagada -lie on back;
-li chakalala 1.-be untidy; 2.-be unkempt; tsitsi liri chakalala = her hair is untidy;
-li chapafupi 1.-be near; 2.-be close; 3.-be next to;
-li chembe 1.-be unable to keep clothes well; 2.-be poor; 3.-be needy;

-li chete 1.-be silent; 2.-be quiet;
-li chewuchewu -look back again and again;
-li chikhalire -stay; ndinali chikhalire pa nyumba = I just stayed at home;
-li chikululu -be in possession of magic for stealing;
-li chiliri -stand still;
-li chire -be ready; ndege zidali chire = the aeroplanes were ready;
-li chizolowezi 1.-be used to; 2.-get used to; 3.-be accustomed to;
-li chuchuchu -ooze; magazi adali chuchuchu kuchoka pa chilonda = the blood oozed from the wound;
-li chumba -be barren; adamwalira ali chumba = she died having no children;
-li dakwidakwi -breathe in; mwana anali dakwidakwi atathamanga = the child breathed heavily after running;
-li dalazi -be without appetite; lero sindidya chakudya chilichonse, ndili ndi dalazi = today I will not take any food since I have no appetite;
-li dama -be flexy;
-li dekadeka -be mobile;
-li dibwiridibwiri -rock/-roll (one's hips or buttocks); akuyenda mbina zili dibwiridibwiri = she walks while rocking her buttocks;
-li doda -be mature;
-li dombolo 1.-rescue; 2.-set free; 3.-be liberator; Nelson Mandela anali dombolo la aliyense ku Kum'mwera kwa Afirika = Nelson Mandela was a liberator of all people in South Africa; 4.-save;
-li dovu -have strong desire to eat meat;
-li du/ -li duu 1-be silent; 2.-be soundless; 3.-be noiseless; 4.-be quiet; 5.-be hushed; 6.-be nil;
-li dwi 1.-be attentive; 2.-fix eyes on spot;
-li dzandidzandi 1.-be drunk; ndinamuona ali dzandidzandi = I saw him not walking properly because he was drunk; 2.-stagger; 3.-stumble; 4.-wobble;
-li dzongo -show one's standing position/ posture;
-li dzoye 1.-cry easily; iyeyu ndi wadzoye akakalipidwa = she cries easily when shouted at; 2.-be irritable;
-li feruferu -boil; madzi anali feruferu = the water boiled;
-li fulifuli -be fat; Nasibeko ali fulifuli masiku ano = Nasibeko is fat these days;
-li futefute -spread out;
-li fwa 1.-be completely filled; 2.-be full; mphika uli fwa ndi nyama = the pot is full of meat;
-li fwanthu -appear suddenly;
-li fwendekere -be absent-minded; anali fwendekere, ngakhale maso ake amapenya =

although the eyes were open, he was absent-
minded;
-li fwenenkhu -be naked;
-li ge! -belch;
-li gebede -break into pieces;
-li gobedegobede -look for something;
-li gonerane gonerane -be piled up; matumba adali
gonerane gonerane = the bags were piled up;
-li gonere 1.-lie down; 2.-be in bed; 3.-be sick;
-li gudugu -be covered; anali gudugu ndi bulangete
= he was covered by a blanket;
-li gudugudu -be not in good order;
-li guni -be shy;
-li gwaa! 1.-be dry; expression: analankhula
m'maso muli gwaa! (lit.: she talked with dry eyes)
= she talked with an innocent complexion; 2.-be
solid;
-li gwebede -look for something;
-li gwedegwede -be shaky; mitengo ili gwedegwede
ndi mphepo = trees are shaking due to wind;
-li jegwejegwe 1.-chew; 2.-masticate;
-li jigaliga -be immobile;
-li jigijigi -vibrate;
-li jijirijijiri 1.-be busy; 2.-be full of activity; 3.-
struggle;
-li judu -jump about;
-li kakasi 1.-be puzzled; 2.-stand still; iye anali
kakasi = he stood still having nothing to say; 3.-be
agape; 4.-wonder;
-li kalikiliki -be busy;
-li -kathyali 1.-be disloyal; 2.-be crooky;
-li katu! 1.-cease; 2.-stop;
-li khama 1.-make effort; 2.-persevere;
-li khathikhathi 1.-be dirty; 2.-be untidy; 3.-be
soiled; 4.-be soaked to the skin;
-li khethekhethe 1.-be friendly; 2.-be in good
terms; masiku ano ali khetekhethe = nowadays
they in good terms;
-li khoba -bend neck;
-li khobo -break into pieces;
-li khokhokho -be full; nkhokwe inali khokhokho =
the granary was full;
-li kholophethe 1.-be abundant; 2.-be fully covered;
-li khope 1.-be weak; 2.-be feeble; 3.-be coward; 4.-
be under weight;
-li khotsa -be abundant;
-li khutcha -be full; thumba linali khutcha ndi
chimanga = the bag was full of maize;
-li khutchakhutcha -walk fast with grievous face;
iye anali khutchakhutcha ndi nkhope yachisoni
pamene ndinakomana naye = he was walking fast
with a grievous face when I met him;
-li khwakhwakhwa 1.-have completely nothing in
one's pocket; 2.-be nought; 3.-be bankrupt; 4.-be

broke; 5.-have no money;
-li khwee 1.-be good looking; 2.-be beautiful; 3.-be
handsome; 4.-be pretty;
-li khwesi 1.-doubt; 2.-be uncertain;
-li khwinthi -have strong desire of doing things
though told not to do so; uyu ndi wakhwinthi = she
has strong want of doing things although not given
permission;
-li khwithikhwi -be cloudy; nyengo ya khwithikhwi
= cloudy weather;
-li kobo -be coming up; fumbi lili kobo = dust is
coming up;
-li kolane kolane -be arm in arm;
-li kong'a 1.-ease; iye anali kong'a atamaliza
ntchito yayikulu = she eased herself after a heavy
work; 2.-be free from work;
-li kong'akong'a 1.-be boastful; akuyenda ali
kong'akong'a = he is walking boastfully; 2.-be
selfish; 3.-be challenging;
-li ku chikamwini 1.lit.: -be on the side of your
wife; 2.-follow the tradition of matriarchate;
-li kubwebweta 1.-dream; 2.-talk nonsense;
-li kumwezi -menstruate;
-li kwakwata -dry up; chilala chinasiya masamba
ali kwakwata = the drought left all the leaves dried
up;
-li lakaa -scatter; mbewa zinangoti lakaa, choncho
anapha zambiri = the mice scattered all over the
place, hence they killed more;
-li lakalaka -be scattered; Nyemba zinali lakalaka =
the beans were scattered;
-li lamba -prostrate; iye anali lamba pamaso pa
mfumu = she prostrated herself before the king;
-li lapu -be conscious; ndikumva moyo wanga uli
lapu pa zimene zikulankhulidwa = I am conscious
of what is being talked about;
-li lengulengu -be watery; phala lili lengulengu =
the porridge is watery;
-li litima 1.-be selfish; 2.-be jealous; 3.-be envious;
-li lungumale -be idle; mwamunayo anali
lungumale pa mpando = the man was just idle on
the chair;
-li m'khwapa ndi -be under someone's rule (lit.: -
be under someone's armpit);
-li machawi 1.-be quick; 2.-be in haste; 3.-be in a
hurry;
-li maluli 1.-shoot without missing; 2.-meet by
coincidence;
-li maso yu -look upon;
-li mberewere 1.-look through; 2.-see through; 3.-
be limpid;
-li mbulanda 1.-be naked; 2.-be undressed;
-li mbuu 1.-look whitish; 2.-be light; 3.-be early in
the morning (before sunshine); anabwera kuli

mbuu = they came early in the morning;
-li mbwee 1.-be scattered all over the place; the
words were scattered; nyemba zinali mbwee = the
beans were scattered; 2.-be plenty; chakudya chili
mbwee = the food is plenty; 3.-be everywhere;
maminibasi angoti mbwee = minibuses are
everywhere; 4.-be wide spread; 5.-be common;
-li mbwerekete -be spread;
-li mchenjenene shy;
-li mfuu 1.-cry; 2.-shout; 3.-roar;
-li mikhwithi -be cloudy; kumwamba kuli
mikhwithi lero = the sky is cloudy today;
-li mkafanikhale -be brave;
-li mkafe -be fast asleep;
-li mkangaziwisi 1-be brave; 2.-be not afraid;
-li mkulu 1.-be older; ali mkulu wanga/ ndi mkulu
wanga = he is my older brother; iye ndi wamkulu
kuposa ine = he is older than me; 2.-be old;
expression: ndi wamkulu adziwa yekha (lit.: she is
old she will know herself) = she will know what to
do;
-li mphumi 1.-be lucky; anthu amphumi = lucky
people; 2.-be fortunate;
-li mtuku -be unforgiving;
-li mtukutuku 1.-be unruly; 2.-be stubborn;
-li mtulo tofa nato -be fast asleep; ndinali mtulo
tofa nato pomwe mbala inabwera = I was fast
asleep when the thief came;
-li muguza -be in a blanket;
-li munthu wa mbalume -be a sweet talker;
mkuluyu anali wa mbalume = the man was a sweet
talker;
-li mwee 1.-smile; 2.-grin; 3.yarn;
-li nacho -have (refers to singular nouns of the chi-
zi class); muli ndi chisoti? ee ndili nacho = do you
have a hat? yes I do; ali nacho mumtimamo = she
has a reason behind her speech;
-li nakanaka -be fatty; nyama ili nakanaka = the
meat is fatty;
-li nako -have (refers to singular nouns of the ka-ti
class); muli ndi kabukhu? ee ndili nako = do you
have a booklet? yes I do;
-li nalo -have (refers to singular nouns of the li-ma
class); muli ndi dengu? ee ndili nalo = do you have
a basket? yes I do;
-li nao -have (refers to plural nouns of the mu -a
class and of the li-ma class); muli ndi ana? ee ndili
nao = do you have children? yes I do; muli ndi
agalu? ee ndili nao = do you have dogs? = yes I
do;
-li natinati 1.-be greasy; 2.-be oily;
-li nato -have (refers to plural nouns of the ka-ti
class); muli ndi timabukhu? ee ndili nato = do you
have booklets? yes I do;

-li nawo -have (refers to singular nouns in the mu-
mi class and the u- class); do you have a ball? yes I
do = muli ndi mpira? ee ndili nawo; muli ndi ufa?
ee ndili nawo = do you have flour? yes I do;
-li naye -have (refers to singular noun of the mu -a
class); muli ndi mwana? ee ndili naye = do you
have a child? yes I do; muli ndi galu? ee ndili naye
= do you have a dog? yes I do;
-li nayo -have (refers to plural nouns in the mu -mi
class and singular nouns in the i-zi class); muli ndi
mipira? ee ndili nayo = do you have balls? yes I
do; muli ndi nyumba? ee ndili nayo = do you have
a house? yes I do;
-li nazo -have (refers to plural nouns of the chi-zi
class and of the i-zi class); muli ndi zisoti? ee, ndili
nazo = do you have hats? yes, I do; muli ndi
nyumba? ee ndili nazo = do you have houses? yes
I do; ali nazonazo = he has enough money;
-li nazo ntchito 1.-have work to do with; 2.-be
concerned;
-li ndekha -be alone;
-li ndi 1.-have (lit.: -be with); muli ndi galimoto =
you have a car; tinali ndi nyumba = we had a
house; ndili ndi achemwali ang'onoang'ono awiri
= I have two younger sisters; 2.-possess;
-li ndi chifukwa 1.-have a reason against someone;
2.-have something against someone;
-li ndi chikhulupiriro chonse 1.-believe
emphatically; 2.-believe very much;
-li ndi chikoka 1.-be attractive; 2.-be a slow
coacher;
-li ndi imvi 1.-have white hairs; 2.-have grey hairs;
-li ndi lilime -be sweet talking;
-li ndi mabowomabowo 1.-have minute openings
in the surface; 2.-have pores; dothi la mchenga liri
ndi mabowomabowo ndipo madzi amadutsa
mosavuta = sandy soil has pores and it allows
water to pass through easily;
-li ndi madyo -eat a lot;
-li ndi mangawa ndi munthu 1.-object to someone;
2.-have reason against a person; alibe mangawa
ndi iye = s/he has no reason against him/her;
-li ndi manyazi -be shy; ali ndi manyazi zedi = she
is very shy;
-li ndi mimba -be pregnant; ali ndi mimba = she is
pregnant;
-li ndi moyo -be alive;
-li ndi muyezo wake 1.-have its limit; 2.-have its
measurement;
-li ndi mwayi 1.-be lucky; 2.-be fortunate;
-li ndi pakati -be pregnant; anapatsidwa pakati ndi
mwana wa Phiri = she was made pregnant by Mr.
Phiri's son; kodi muli ndi pakati? = are you
pregnant?;

-li ndi pathupi -be pregnant;
-li ndi thukuta 1.-perspire; 2.-sweat;
-li ndi zaka zochepa -be young; ali ndi zaka zochepa = he is young;
-li ndimpsi 1.-be uncanny; 2.-be acrobatic;
-li ndindindi -be many;
-li ndungundu 1.-look quiet; 2.-be silent;
-li ndwii 1.-look sad; anali ndwii = he looked sad; 2.-be quiet;
-li neng'a 1.-be alone; mwakhala muli neng'a pano = you have stayed alone here; 2.-be at ease;
-li nganganga -be strong;
-li ngwee -shine; anafika nyali ili ngwee = she arrived while the lamp was shining;
-li njenjenje 1.-shiver; 2.-tremble;
-li njo -stand firm; mitengo idali njo = the trees stood firm/ stood immovably;
-li nkhasako -be better;
-li nkhongo gwa 1.-be stubborn; 2.-be obstinate; ndinamuuza kuti asapite koma anali nkhongo gwa = I told him not to go but he was obstinate;
-li nkhule (chiTumbuka) 1.-be undressed; 2.-be unclothed; 3.-be naked; 4.-be nude;
-li nthangwanika 1.-be busy; 2.-be full of activity;
-li nyankhalala -be untidy; analowa m'kalasi tsitsi lili nyankhalala = he reported for class with untidy hair;
-li nyenywa 1.-look down on; 2.-despise; 3.-underrate;
-li nyomi 1.-follow; amuna anali nyomi pambuyo pake = men followed her; 2.-go after someone;
-li nyozoloke 1.-be in poor health; iye masiku ano ali nyozoloke = these days her body is in poor health; 2.-look frail;
-li ombokoto 1.-look weak; 2.-look tired;
-li osasiyana 1.-look like; 2.-look similar;
-li otseguka -be open;
-li pakalikiliki -be busy;
-li pampanipani 1.-have problems; 2.-be panicking; 3.-be pressed;
-li pamwamba 1.-be above; 2.-be superior;
-li pandekha -menstruate; sindingathe kugona ndi mwamuna wanga chifukwa ndili pa ndekha = I can't sleep with my husband because I am menstruating;
-li pansi -be inferior;
-li pathala -menstruate;
-li phethiraphethira -be blinking; maso ake anali kuphethiraphethira = her eyes were blinking;
-li phi -fall down;
-li phuliphuli 1.-be lightning; 2.-be shining;
-li phute -whirl; madzi ali phute = madzi wozungulira = whirling water;
-li phuthi! 1.-be sleepy (fig.); 2.-close eyes almost

completely; maso anga adzakhala phuthi! = my eyes will be almost completely closed;
-li phuzo -spoil things deliberately;
-li phwembwenene 1.-insist on something; 2.-force someone to do something;
-li phwii 1.-be idle; iye anali phwii = he was just idle; 2.-do nothing; iye ali phwii koma pali chochita = he is doing nothing, yet there is a job to be done; 3.-be plump and fat; expression: ali phwii pampando (lit.: he is seated plumply on his chair) = he is seated doing nothing;
-li pikili pikili 1.-be plenty; 2.-be numerous;
-li psuu 1.-well ripen; 2.-be reddish; 3.-be red; 4.-have red shot eyes;
-li pululu -have open mouth because of being flabbergasted;
-li pupupu -be falling heavily; chimvula chili pupupu = the rain is falling heavily;
-li sawasawa -resemble;
-li takataka -be busy;
-li tambalale -sit with legs stretched; ali tambalale pakhonde = she sat on the verandah with the legs stretched;
-li tayale -be fine; expression: zonse zili tayale = everything is fine;
-li tekeseka -be busy;
-li thedza -be alone;
-li thikithi 1.-look quiet; 2.-be settled;
-li thoo! 1.-be many; imvi zake zili thoo! = he has many white hairs; 2.-be numerous; 3.-be countless;
-li thoso! -break;
-li thovu 1.-be cumbersome; 2.-be quarrelsome; 3.-be stubborn;
-li thuli 1.-jump (like grasshopper); 2.-hop; 3.-bound; 4.-leap;
-li thuu -be warm;
-li tololo -be smoky; anali tololo = he was smoking;
-li tondori -be motionless;
-li tondovwi -be speechless;
-li tonthola 1.-be quiet; 2.-stop crying;
-li tsititi 1.-be dirty; 2.-be untidy; 3.-be dull;
-li tukumutukumu 1.-be proud; 2.-be arrogant; 3.-be pompous;
-li tumba! -lie dead; anapeza mkango ulu tumba! utafa = they found the lion lying dead;
-li umasikini -go begging;
-li vukutuvukutu 1.-be in disorder; 2.-disorganise; 3.-spoil things; 4.-put out of order; 5.-muddle; 6.-mess up; 7.-grow fast;
-li vuu 1.-grow fast; 2.-be not in order;
-li vuvumale -fail to walk; nkhuku inali vuvumale = the chicken failed to walk;
-li vwetete sit idly (esp. when drunk);
-li wa matama 1.-take pride; anali wamatama

chikhalire = he took pride from the beginning;
munthune matama ndilibe = I really take no pride;
amene uja ali ndi matama kwambiri = that one has
much pride; nkhope yake inawonetsa matama = his
face revealed pride; 2.-be arrogant;
-li waliwali 1.-be shining; 2.-be dazzling;
-li wamng'ono -be young; mtsikanayu ndi
wamng'ono = this girl is young;
-li waukali -be aggressive;
-li wedewede 1.-be powerless; njinga yanga ndi ya
wedewede = my bike is powerless; 2.-be not
strong; 3.-be immobilised;
-li wefuwefu -pant; galu anali wefuwefu atatha
kusaka = the dog was panting after hunting;
-li wemphawempha -go begging (from house to
house or from person to person); iye anali
wemphawempha kupempha chithandizo = he went
from one person to another begging for help;
-li werawera -be busy; anali werawera m'dimba =
he was busy in a vegetable garden;
-li wofooka 1.-be weak; 2.-be lacking strength;
-li wofuwofu 1.-be soft; 2.-be comfortable;
-li wotanganidwa -be busy;
-li wotere -be pregnant (informal);
-li yakaliyakali -be busy; anthu anali yakaliyakali
kugula zinthu m'tawuni = people were busy
shopping in town;
-li yangayanga -be creeping over something; udzu
uli yangayanga pa chitsime = the grass is creeping
all over the well;
-li yaviyavi 1.-be a vagabond; ali yaviyavi mtawuni
= they are just vagabonding in the city street; 2.-be
aimless; 3.-walk aimlessly; 4.-be careless;
-li yavuyavu -be not in order;
-li yayali-yayali -be rags; zovala zake zili yayali-
yayali = his clothes are rags;
-li yekha -be lonely; iye ali yekha = he is lonely;
-li yemphayempha -go begging;
-li zakazaka -be busy; anthu anali zakazaka kugula
zinthu m'tawuni = people were busy shopping in
town;
-li zawedewedezi -be undurable;
-li zyoli 1.-face down; 2.-be ashamed; 3.-be shy;
-li!li!li! -crackle (as bush fire);
liangwe\ma- gap;
libalima\ma- scar; malibalima akupweteka = the
scars are hurting me;
libanda\ma- house with a two-sided thatched roof;
-libe khobidi 1.-be penniless; 2.-have no money;
-libe malire 1.-be endless; 2.-be everlasting;
-libe ndalama 1.-be penniless; 2.-have no money;
lichero\ma- round flat basket for winnowing;
liderede\ma- 1.cowardice; 2.consternation;
3.nervousness;

lidwala\ma- kind of stone altar on which the body
of a chief is burnt;
lifefe\ma- light blue bead;
liferensi\- reference;
-lifula -bend;
lifupi\ma- width;
ligadzo pounded maize;
ligombo\ma- banana;
ligonero\ma- sheath; mpeni uli muligonero = the
knife is in the sheath;
ligontha\ma- desire for meat; fish, etc.;
ligubho (chiNgoni) military dance in preparation
for a fight;
-ligwichi obstinate; munthuyu ndi waligwichi = this
person is obstinate;
lihao\ma- buckler;
lija demonstrative pronoun meaning 'that ... over
there', with singular nouns of the li-ma class;
dengu lija = that basket over there;
likalamula baldness;
likalanje\ma- earthen jar; timasunga ndiwo zathu
mu likalanje = we store our relish in the earthen
jar;
likanda\ma- bag;
likango (matenda a l.) disease that kills the just
born the child;
Likasa la Chipangano Ark of the Covenant; ndi
bokosi la matabwa ndi golidi lomwe munali
miyala yolembedwapo malamulo a Mulungu
opatsidwa kwa Mose amene ali chitsimikizo cha
pangano pakati pa Mulungu ndi mtundu wa
alsrayeli = it is a chest of wood and gold in which
there were the two stone tablets on which the laws
of God were written that were given to Moses and
the people of Israel;
likasa\ma- 1.box; 2.ark;
-likha -cut; analephera kulikha mtengo = she failed
to cut the tree;
likhombo\ma- avarice;
likhweru\ma- whistle;
likingi (chiNgerezi) 1.clap; 2.gonorrhoea;
-likira -eat;
-likita 1.-whip; 2.-beat; iye anamulikita kawiri =
she was beaten twice;
-likitika 1.-rain heavily; mvula yalikitika kwambiri
= it has rained heavily; kugwa mvula yambiri =
raining cats and dogs; 2.-perform; gule walikitika
= the dance is performed; 3.-fall;
likizo (chiSwahili) holiday;
-liko 1.-be available; 2.-exist; ufiti ndi zowona
ulikodi = witchcraft really exists; 3.-be real;
likodza type of creeping thorny plant;
likodzo 1.bilharzia; 2.blood in urine; 3.hematuria;
4.haematobia;

likodzo (nyongolotsi yoyambitsa l.) 1.worm
causing bilharzia; 2.schistosome;
likole\ma- veranda (of a circular house);
likonyani\ma- calf;
likukule\ma- herd of animals; likukule la ng'ombe
= herd of cattle;
likulu\ma- 1.capital; Kamuzu Banda adasamutsa
likulu = Kamuzu Banda removed the capital;
likulu la dziko la Malawi ndi Lilongwe = the
capital of Malawi is Lilongwe; 2.headquarters;
likumwa 1.left over; 2.oddment; 3.remnant;
4.residue;
likungwi\ma- cobra;
likwata dance among the Yao;
-likwira 1.-swallow; 2.-ingest;
lilemba robe;
lililonse every (with singular nouns of the li-ma
class); tsiku lililonse = every day;
-lilima -crackle (as bush fire);
lilime\ma- 1.accent; 2.tongue;
-lilira -implore;
-lima 1.-cultivate (general term); analima mizere ya
mbatata = they cultivated the ridges for sweet
potatoes; analima mbewu zosiyanasiyana = they
cultivated different crops; 2.-hoe; 3.-turn soil; 4.-
till; 5.-grow; 6.garden;
-lima molambalala mtsetse 1.-make contour
ridges; 2.-practise contour farming; alimi
amalimbikitsidwa kulima molambalala mtsetse =
farmers are encouraged to practise contour
farming;
-lima mzere -make a ridge; sindingalime mzere
munda onse = I cannot make ridges in the whole
garden;
limanda kind of relish made from leaves (okra);
-limba 1.-be strong; 2.-be solid; 3.-be hard; 4.-be
durable; 5.-be stable; 6.-be stiff; 7.-be burly; 8.-
coagulate; 9.-curdle (as milk); 10.-be shatterproof;
11.-be courageous; ukaziputa limba = if you start a
thing, then be courageous;
-limba chiwindi 1.-be brave (fig); ndi wolimba
chiwindi = he is brave; 2.-be courageous;
-limba moyo 1.-be mettlesome; 2.-be courageous;
-limba mtima 1.-be cool in face of danger; 2.-bc
brave; 3.-be courageous; mayi anga ndi munthu
wolimba mtima = my mother is a courageous
person; 4.-dare; sindikulimba mtima kupitako = I
dare not to go there; 5.-be valiant; 6.-be serious; 7.-
be strong; 8.-be mettlesome; 9.-be stout hearted;
10.-be hard hearted; riddle: kulimba mtima ngati
wofula agalu (lit.: having a hard heart like one who
castrates dogs) = hard hearted person; 11.-be
determined;
-limba mtima kwambiri 1.-be lion hearted; 2.-be

hard hearted; 3.-be a very difficult person;
-limba nthiti 1.-be strong; 2.-be hard hearted;
-limbana 1.-be against; analimbana wokha = they
were against themselves; 2.-be versus; Red Lions
ilimbana ndi gulu la Telekomu = Red Lions versus
the Telecom team; 3.-combat; 4.-contend; 5.-
struggle; 6.-wrestle; analimbana naye mpaka
anagwa pansi = she wrestled with him to the
ground; analimbana ndi vuto lovuta kwambiri = he
wrestled with a difficult problem;
-limbana m'maganizo -be controversial;
-limbika 1.-work hard; 2.-be committed; 3.-be
courageous; 4.-exert oneself; 5.-struggle;
analimbika kuti apeze zabwino = he worked hard
to find good things;
-limbika mawu -raise voice;
-limbika mtima 1.-be bold; 2.-dare; sindikulimba
mtima kupitako = I dare not to go there;
-limbikira 1.-be enthusiastic; 2.-accomplish; 3.-
stress; 4.-underline; 5.-work hard; 6.-be active;
-limbikira kuchita choletsedwa -persist in doing
the prohibited thing;
-limbikitsa 1.-strengthen; chikhulupiriro chake
chinalimbikitsidwa = his faith was strengthened;
2.-edify; 3.-encourage; ndimamulimbikitsa kuti
azilimbikira pa maphunziro = I encourage him to
work hard on education; 4.-nerve; msirikali
amadzilimbikitsa asanapite ku nkhondo = the
soldier nerves himself before going to war; 5.-
make firm; 6.-make strong; 7.-liven; 8.-compel; 9.-
stick with; 10.-stiffen; 11.-harden; 12.-support;
13.-sustain; 14.-stimulate; 15.-revive; kulimbikitsa
chikhulupiriro chako = reviving your faith; 16.-
perpetuate;
-limbikitsa kuchita kanthu 1.-encourage to do
something; 2.-incite;
-limbikitsa mtima -give strength to;
-limbikitsa zoipa 1.-encourage to do wrong things;
2.-abet; adamulimbikitsa pa za kuba = he abetted
him to steal;
-limbikitsanso -regenerate;
limbikitso strictness;
-limbirana 1.-compete; akulimbirana chikho cha
masewera a mpira = they are competing for the
football cup; 2.-scramble; 3.-struggle;
-limbitsa 1.-brace; 2.-consolidate; 3.-solidify; 4.-
harden; adzalimbitsa mtima wake = he will harden
his heart;
-limbitsa chitsulo poziziritsa 1.-cool metal slowly
in order to harden; 2.-anneal iron;
-limbitsa galasi poziziritsa 1.-cool glass slowly in
order to harden; 2.-anneal glass;
-limbitsa mtima 1.-assure; 2.-give strength to;
limene relative pronoun with singular nouns of the

li-ma class; buku limene ndinagula = the book that I bought;

limene lija demonstrative pronoun meaning 'that ... over there', with singular nouns of the li-ma class; dengu limene lija = that basket over there;

limene lino this ... here; emphatic demonstrative pronoun following singular nouns of the li-ma class; dzina limene lino = this name;

limeneli demonstrative pronoun following singular nouns of the li-ma class; dzina limeneli = this name;

limenelo demonstrative pronoun following singular nouns of the li-ma class; dzina limenelo = that name;

-limenya 1.-bolt; 2.-run away; 3.-bound away as a dog;

-li-mkweneng'wene 1.-be unfriendly; 2.-be not harmonious;

-limo 1.-be available; 2.-be around;

lina 1.another (with singular nouns of the li-ma class); tsiku lina = another day; 2.an addition;

-linda 1.-wait; 2.-expect; chimanga chilinda moto = maize waits for a fire; expression: linda madzi apite ndiye uziti ndadala (lit.: wait until water has gone, and you must say I am blessed) = boast only when you have achieved what you want; 3.-be docile;

-lindimukira -fall; chipupa chinalindimukira pa iye = the wall fell on him;

-lindira -wait for;

-linditsa 1.-make someone wait; 2.-delay; 3.-hang around; 4.-detain;

-lindiza 1.-look for; 2.-wait for;

ling'ale mead;

-linga (chiYao) 1.-aim (at); akulinga kuti apite = he aims to go; 2.-measure; 3.-weigh; 4.-depend; malinga ndi m'mene ndiyendere ndikachita = I will do it depending on how I move;

linga\ma- 1.barricade; 2.bulwark; 3.shelter; nyerere zimakumba malinga awo mu nthaka = ants dig out their shelters in the ground; 4.stronghold; linga lidapsya = the stronghold was burnt; 5.headquarters; 6.defence; 7.fence; linga ili ndi la mphamvu = this fence is strong;

lingaka\ma- drum held at the chest;

-lingalira 1.-think deeply; 2.-brood; 3.-cogitate; 4.-conceive; 5.-concentrate on; tilingalire ndime 34 = we concentrate on verse 34; 6.-meditate; lingalirani ndime ya khumi = meditate on verse ten; 7.-think about; 8.-chew the cud (fig.); 9.-ponder; 10.-deliberate; 11.-emphasise; 12.-decide; Mary analephera kulingalira kuchita zoyenera = Mary failed to decide what to do; 13.-intend; 14.-deem;

-lingalira mozama 1.-think deeply; 2.-digest; iye ayenera kulingalira mozama mfundoyo asanayankhepo = he should digest the point before giving a response;

-lingaliranso -re-examine;

-lingaliritsa -contemplate;

lingaliro\ma- 1.meditation; 2.vision; 3.intention; 4.decision;

-lingana (chiTumbuka) 1.-correspond; 2.-accord; 3.-agree; 4.-be like; 5.-look alike; 6.-coincide; 7.-be compatible; 8.-suit each other; 9.-be identical; mapasawa ndi olingana = these twins are identical; 10.-be the same; 11.-be similar;

-linganiza 1.-make equal; 2.-balance; 3.-match; 4.-compare;

-lingilira 1.-picture; 2.-suspect; 3.-think about;

lingiliro la munthu wina suspicion;

lingiriro\ma- passion;

lino this ... here; emphatic demonstrative pronoun following singular nouns of the li-ma class; dzina lino = this name here;

linthinda\ma- cemetery;

linthumba\ma- abcess;

linthumbu\- red ants;

linunda\ma- 1.hump; ng'ombe ili ndi linunda lalikulu = the cow has a big hump; 2.bacon;

linyetsi fungus\fungi;

linyetsi (mpha l.) antifungal medicine; ndi mankhwala omwe amachepetsa kapena kuteteza kukula kwa linyetsi ndi zina = it is medication that limits or prevents the growth of yeasts and other fungal organisms;

linyetsu\ma- 1.centipede (small, red in colour); 2.caterpillar;

-li-onse every/ all (suffixes preceded by nouns and prefixed by subject concord); anthu alionse = all people; agalu alionse = all dogs; mudzi uliwonse = every village; midzi iliyonse = all villages; tsiku lililonse = every day; masiku alionse = all days; chinthu chilichonse = every thing; zinthu zilizonse = all things; nyumba iliyonse = every house; nyumba zilizonse = all houses; ulendo uliwonse = every journey; kabuku kalikonse = every booklet; timabuku tilitonse = all booklets; kuimba kulikonse = every singing; paliponse = everywhere; kulikonse = everywhere; mulimonse = in every place/ in everywhere;

-lipa 1.-pay; 2.-atone; 3.-give back; 4.-compensate; 5.-remunerate; 6.-ransom;

lipande\ma- 1.metre; 2.yard of cloth;

lipenga\ma- 1.horn; 2.bugle; 3.clarion;

liphango\ma- 1.warthog; 2.boar;

liphondo\ma- horn;

-lipidwa kamba ka chosowa -be compensated;

-lipira 1.-pay; analipira chindapusa = he paid a fine; kodi tilipire tsopano? = should we pay now?; chinyengo chilibe malipiro = cheating does not pay; 2.-remunerate; 3.-atone; 4.-compensate;
-lipira chobwereka -hire;
-lipira dipo -pay ransom;
-lipira malipiro -pay salary; expression: yera m'manja (lit.: cleansing the palms) = receive a salary/ pay;
-lipira msonkho -pay tax;
-lipiritsa -price; woimira pa mlandu/loya amagamula/amajaja/ amalipiritsa ndalama zambiri = the lawyer prices his services high;
lipiro\ma- 1.salary; 2.earnings; 3.pay; awawonjezera malipiro = they have got a pay rise; 4.wages;
-lipo 1.-be available; iye alipo lero = she is available today; 2.-be present; ndakondwa mulipo = I'm glad you are present; alipo = he is present; 3.-exist;
lipombo\ma- comb of fowl;
lipopo\ma- whereabouts; komwe iye anapita masiku ano samveka ndi lipopo lomwe = her present whereabouts is unknown;
lipoti\ma- (chiNgerezi) report;
-lipsa -take revenge;
-lipsira -avenge;
-lipsya -survive;
-lira 1.-weep; 2.-bewail; 3.-cry (voice of many animals); proverb: akulilira ku utsi (lit.: they are crying in the smoke) = their crying (weeping, regretting) is in vain; 4.-wail; 5.-mourn; 6.-need; mwana amalira = the child cries (needs food); chinangwa sichilira mvula yambiri = cassava does not need much rain; 7.-yelp; wodwalayo analira ndi kufa = the sick person yelped and died; 8.-chatter (of a monkey); 9.-chirr; 10.-clang; 11.-croak; 12.-crow (as a cock); 13.-ring; 14.-sound; 15.-seep through (fig) mbiya ili kulira = the water is seeping through the clay pot;
-lira ching'ang'adza -regret;
-lira kosatchula mawu -sob;
-lira kwa chinganga 1.-knell; kulira kwa chinganga pang'onopang'ono kumasonyeza kuti pafupi pachitika maliro = the knelling shows that there is a funeral nearby; 2.-jingle;
-lira kwa hatchi -neigh;
-lira kwa mbuzi -bleat;
-lira kwa mphaka -purr;
-lira kwa nkhosa -bleat;
-lira maliro -mourn;
-lira mopfuula 1.-cry with loud voice; 2.-roar;
-lira ndi phokoso lokweza -bawl;
-lira pang'onopang'ono 1.-grizzle (esp. of children); 2.-whimper; 3.-cry fretfully;

liragudu\a- dark-red ant;
-lirima -sound;
-lirira 1.-cry to; 2.-implore; 3.-plead;
lisangwe\ma- breach in wall;
-lisha 1.-shepherd; 2.-look after; 3.-whip;
lisiti\ma- (chiNgerezi) receipt; kulemba malisiti = writing receipts;
lisongoti pimple;
liswango splitting headache;
liswazi\ma- (chiZulu/ chiNgoni) whip; ndabweretsa liswazi lolimba = I have brought a strong whip;
-lisya -feed; analisya ng'ombe = he fed the cattle;
litaka\ma- 1.cotton cloth; 2.calico (piece/ division of truss);
litcholotcholo\ma- cock's comb;
litchowa la hatchi mane of horse;
litchowa\ma- 1.tail of an animal; 2.mane; 3.fly-whisk;
-liteku -be finished;
lithinda\ma- 1.burial-place; 2.burying-grounds;
lithyolo\ma- consternation;
lithyolothyolo nervousness;
liti? when? (int. pron.); kuchokera liti? = since when?; tikumane liti? = when are we meeting again?; tsiku liti? = which day?;
litima\ma- 1.selfishness; 2.jealousy;
litsipa 1.splitting headache; 2.tension headache; 3.worm in the stomach;
litsiro 1.dirt; proverb: mvula ikakuwona litsiro siikata (lit.: if the rain sees you dirty it does not stop) = one misfortune begets another; 2.filth;
-litsiro 1.dirty; 2.scruffy;
-liula -begin roofing a house;
-liuma 1.-be cunning; 2.-be pertinacious; 3.-be obstinate;
liumambula (chiYao) bloody nose;
liunde\ma- 1.dressing room for Nyau Secret Society dancers; 2.meeting place of the Nyau just outside the dancing arena; 3.assembling place for preparing the dancing;
liunde\maunde (chiYao) cloud;
livalo\ma- 1.cowardice; 2.consternation; 3.nervousness;
livembe\ma- sheath for keeping knives or guns;
liwamba 1.hunt; apita ku liwamba = they have gone to the hunt; 2.hunting; 3.hunting place; apita kokasaka ku liwamba = they will go to the hunting place in the bush;
liwezani\ma- 1.breastbone; 2.chest; 3.sternum;
liwiro lamtondo wadowoka 1.fast movement; 2.high speed (esp. when running away from danger);
liwiro\ma- 1.speed; expression: liwiro ligwetsa (lit.:

speed makes fall)= do not make hasty decisions; 2.haste; 3.diligence; 4.race; proverb: liwiro la mu mchenga nkuyambira limodzi (lit.: make sure to begin the sand race at the same time) = do not let friends be ahead of you in an undertaking;

liwizani\ma- 1.sternum; 2.chest; 3.breastbone;

liwombo\ma- 1.anterior fontanelle; 2.vertex;

liwongo\ma- 1.blame; 2.crime;

liwu la lamya dialling tone;

liwu la mnthetemya 1.sweet voice; 2.melody;

liwu lofanana ndi lina synonym;

liwu lotemberera 1.swear-word; 2.curse;

liwu lotsutsa denial;

liwu lovuta kulitchula 1.word hard to pronounce; 2.jaw-breaker;

liwu lozuna 1.sweet voice; 2.melody;

liwu\mawu 1.word; 2.voice; liwu lake = his voice; mawu okhakhala = a hoarse voice; 3.speech; 4.sound; 5.accent;

-liwuma 1.-be obstinate; 2.-be pertinacious; 3.-be cunning;

-liza 1.-discharge gun; 2.-whistle; 3.-make somebody cry; expression: iye akuliza (lit.: he is going to make you cry) = he will rob you of your money;

-liza galimoto -start a car;

-liza mkonono -sleep snoringly; analiza mkonono ngati wa chome = he slept snoringly like a cat; 2.-snore;

lizango\ma- amulet;

-lizunzo 1.chronic; 2.tragic;

-lo demonstrative function suffixed to singular nouns of the li-ma class; dzinalo = that name;

lobo (chiSwahili) small cup;

-lobodoka 1.-cook over; 2.-be powerless; 3.-be weak;

lobola 1.bride's price (in patrilineal setting: the transferring of goods to the wife's family, thus sealing/ legalising/ uniting/ stabilising the marriage); 2.wealth paid by the parents of the bridegroom;

-locha -decorate;

-lodza 1.-do charm; 2.-bewitch; anamulodza mwamuna = the man was bewitched; adamwalira atalodzedwa = he died after being bewitched; 3.-cast a spell; 4.-kill magically; mfiti inafuna kulodza munthuyu = the witch wanted to kill this person magically;

loji\ma- (chiNgerezi) lodge;

lokha -self/ only (with singular nouns of the li-ma class); tsiku lokha = the day itself/ the day only;

loko 1.if even; 2.possibly;

loko (chiNgerezi) lock;

-lokolo (chiNgerezi) 1.local; 2.common; 3.not imported; 4.not hybrid;

-lola 1.-permit; 2.-accept; 3.-accede; 4.-access; 5.-acquiesce; 6.-allow; muloleni iye apite = permit him to go; Mulungu akalola, ndipo tikakhala ndi moyo = if God allows and, if we'll be alive; ndiloleni! = allow me!; aloledwa kutenga tchuti/ awalola kuti akapume = she is allowed to take a holiday; 7.-assent; 8.-comply; 9.-concede; 10.-agree; 11.-consent;

-lola mpweya -ventilate;

-loledwa 1.-be acceptable; 2.-be admitted; analoledwa kupitiriza maphunziro ake ku Univesite ya Malawi = he was admitted to continue his studies at the University of Malawi; 3.-be permissible;

-loledwa ndi lamulo -be legitimate;

-loleka -be permissible;

Lolemba Monday: the day of registering (-lemba = -write) for work;

Lolemba pambuyo pa Pasaka Easter Monday;

-loleza 1.-permit; 2.-allow;

-loleza mwa lamulo 1.-legalise; 2.-allow by law;

-lolezedwa mwa lamulo 1.-be legalised; 2.-be legal;

-lolomoka 1.-be foolish; 2.-be delicate;

-lolopera -be sweet;

-lombola -discharge;

lomwa ant;

Lomwe\a- Lomwe; ndi dzina la mtunda wa anthu a ku Mozambique ndi ku Malawi = it is the name of a tribe in Mozambique and Malawi;

lomwe 1.-self (with singular nouns of the li-ma class); tsiku lomwe = the day itself; 2.who/ that/ which (relative pronoun with singular nouns of the li-ma class);

lomwe lija demonstrative pronoun meaning 'that ... over there', with singular nouns of the li-ma class; dengu lomwe lija = that basket over there;

lomwe lino this ... here; emphatic demonstrative pronoun following singular nouns of the li-ma class; dengu lomwe lino = this basket;

lona\ma- calico(thick, white);

-londa 1.-watch; analondera usiku wonse = he watched the whole night; 2.-guard;

-londedwa 1.-be persecuted; 2.-be followed; 3.-be watched; 4.-be guarded;

-londera 1.-guard; 2.-look after; 3.-care for; 4.-follow; 5.-watch;

-londola 1.-chase; 2.-pursue; 3.-follow after; 4.-follow up; 5.-follow; proverb: ulondola amayi ako (lit.: you will follow your mother) = you are going to die; 6.-go after someone; 7.-search; 8.-persecute; 9.-dog; analondola mapazi anga = he dogged my footprints; 10.-cast lots; 11.-be correct;

yankho lolondola = a correct answer; 12.-track;
-londola lamulo 1.-follow the law; 2.-be legitimate;
-londolana -follow one another;
-londolera 1.-correct; 2.-lead; 3.-escort; 4.-guide;
5.-shepherd; 6.-direct;
-londolondo 1.-be following; iye ali londolondo =
she is always following; 2.-walk behind;
-londoloza 1.-be accurate; 2.-adjust; 3.-classify; 4.-
correct; 5.-follow instruction; iye analondoloza
malangizo anga = he followed my instructions;
-londozana -follow one another;
-longa 1.-put to/into; 2.-put one thing on top of
another; 3.-arrange; 4.-eat all at once; 5.-crown a
chief; analonga ufumu = they crowned the chief;
-longedza 1.-assemble; 2.-gather together;
ndinayamba kulongedza tinthu tanga = I started to
gather my little things; 3.-pack; akulongedza
mabuku ake = he is packing his books; iye
analongedza katundu wake mochedwa = she
packed her luggage late;
-longedza zinthu zambiri -jam;
-longedzanso 1.-reload; 2.-pack again;
-longolola 1.-chatter; 2.-babble; 3.-be noisy; 4.-
yammer; 5.-brawl;
-longosoka 1.-be strict; 2.-be reformed;
-longosola 1.-organise; expression: iye walongosola
nsima ija (lit.: she has organised the nsima) = she
has eaten the whole plate of nsima; 2.-arrange; 3.-
classify; 4.-systematise; 5.-correct; 6.-explain;
adalongosola momveka bwino = he explained
clearly; 7.-set; amadziwa kulongosola zinthu
mnyumba = he knows how to set things in the
house; 8.-put in order;
-longosola bwino -be accurate;
-longosola malo ogona -prepare sleeping place;
-longosola mawonekedwe -describe;
-longosola mawu 1.-explain; 2.-state;
-longosola mu mawu -depict;
-longosoledwa 1.-be organised; 2.-be on schedule;
3.-be reformed; 4.-be corrected;
-lonjera 1.-greet; ndikufuna kumulonjera = I want
to greet him; 2.-introduce a subject; expression: iye
amulonjera (lit.: he has been greeted) = it is said
when one has his first bad experience at a place;
-lonjera mokondwera 1.-acclaim; 2.-give a warm
welcome;
-lonjera movomereza 1.-approve; 2.-acclaim; 3.-
applaud; 4.-applause;
-lonjerera 1.-dun for debt-payment; 2.-demand
debt-payment; 3.-ask again and again for an
outstanding debt;
-lonjeza 1.-promise; ndikumulonjeza chikhululukiro
= I promise him forgiveness; anachita zomwe
analonjeza = he did what he promised; 2.-pledge;

ndikulonjeza kusunga chinsinsi = I pledge secrecy;
3.-vow;
-lonjeza kulipira pa zotaika 1.-protect; 2.-
indemnify; 3.-secure;
-lonjeza kunena zoona -affirm;
lonjezo la mkayidi 1.parole; 2.prisoner's promise;
lonjezo losathyoledwa 1.unbroken promise; 2.vow;
lonjezo loti lidzatsatidwa 1.solemn promise/
undertaking; 2.vow; expression: lonjezo linadulitsa
mutu wa Yohane (lit.: a vow led John to be
beheaded) = you are under obligation to fulfil what
you vowed = uyenera kukwaniritsa chomwe
unalonjeza;
lonjezo\ma- 1.promise; mwalonjezo = according to
the promise; proverb: lonjezo linadulitsa mutu wa
Yohane (lit.: a promise caused John to be
decapitated) = what you promise requires your
fulfilment; osaphwanya lonjezo lanu = don't break
your promise; 2.vow;
lonse entire/ whole/ complete/ full (with singular
nouns of the li-ma class); tsiku lonse = the whole
day;
-lopa -cook halfway (in error);
Lopumula (Tsiku L.) 1.the rest day; 2.Sabbath
(Sunday);
-losa 1.-guess; 2.-divine; 3.-foretell;
-losera 1.-prophesy; Yesaya analosera kubwera kwa
Yesu = Isaiah prophesied the coming of Jesus; 2.-
predict; analosera za kupambana kwake = he
predicted his victory;
-losha 1.-surmise; 2.-divine;
-losha mtengo -value; nyumba inaloshedwa
MK100,000 = the house was valued at
MK.100,000;
-loshoka 1.-sag; denga linaloshoka = the roof
sagged; 2.-hang down;
-losoka 1.-fall; analosoka kufumira mu mtengo =
she fell down from a tree; 2.-drop down; 3.-
plummet;
-lota 1.-dream; expression; mphuno salota (lit.: the
nose does not dream) = you don't know what will
happen next (esp. danger); osalota masana = do not
dream by day; 2.-divine; 3.-foretell; 4.-guess; 5.-
conjecture; 6.-assume;
-lota zina -alter one's mind;
-lotcha 1.-engrave; 2.-decorate;
-loteza 1.-spell; 2.-be percipient; 3.-surmise;
loto loipa 1.bad dream; 2.incubus;
loto\ma- 1.dream; ndi maganizo kapena
masomphenya omwe amakhalako m'thupi pa
nthawi yomwe munthu uli m'tulo = series of
thoughts, they are visions and other sensations that
occupy the mind in sleep; 2.omen; ndinali ndi
maloto oipa usiku wathawu = I had a bad omen

last night; 3.instinct; 4.guess; 5.divination;
6.intuitive knowledge;
lova\ma- (chiNgerezi) 1.unemployed person; ganyu
kwa malova = a piece work for the unemployed;
2.jobless; 3.unwaged;
Lovedale Lovedale; ndi malo a Kum'mwera kwa
Afirika omwe sukulu (koleji) ya Lovedale
inakhazikitsidwa m'chaka cha 1841, imene
imaphunzitsa atsogoleri ambiri a mipingo ya
Kum'mwera kwa Afirika = it is a place in South
Africa where a college called Lovedale was
established in 1841, which trained many South
African Church leaders;
-lowa 1.-enter; malo olowa ndi kutuluka m'dziko =
border place; suyenera kulowa mu chipinda chino
= you should not enter in this room; sindingalowe
m'moto = I can not enter into the fire; expression:
kulowa kufa (lit.: entering death) = the practice
whereby a woman who has lost her husband is
made to sleep with a man, esp. identified, for the
purpose as part of a ritual that is said to put the
dead man's spirit at rest (the tradition of eg. the
Sena tribe in Malawi); expression: kulowa ku moto
(lit.: entering the fire) = a tradition of sleeping with
a virgin whose house was burnt; mwamuna amene
akulowa ku moto akuika moyo pa chiswe (lit.: a
man who enters the fire lays his life on termites) =
a man who sleeps with that woman risks his life;
sibwino kulowa m'nyumba ya eni osagogoda = it
is not good to enter someone's house without
knocking; 2.-come in; lowani! = come in!; 3.-go
into; 4.-get in; 5.-come home to; 6.-affect deeply;
7.-penetrate; 8.-be initiated; munthu walowa = the
man has become initiated; 9.-enlist; 10.-register;
-lowa dzina 1.-become heir; kulowa dzina (lit.:
entering the name) = become heir; 2.-inherit; 3.-
become successor;
-lowa gule -be initiated;
-lowa kawiri 1.-enter twice; 2.-re-enter; 3.-enter
double; 4.-come in again; 5.-go into for the second
time;
-lowa libolonje -make chaos;
-lowa m'chala -be chronically ill;
-lowa m'dziko 1.-immigrate; 2.-enter into another
country;
-lowa m'magazi 1.-enter blood; 2.-obsess (fig.);
atazindikira kuti ali ndi kachilombo koyambitsa
matenda a edzi malingaliro anamulowa m'magazi
= the feeling that she was HIV positive obsessed
her; expression: zalowa m'magazi (lit.: things have
entered into the blood) = get used to something;
-lowa m'malo 1.-inherit; 2.-become a successor; 3.-
supersede; 4.-represent; 5.-replace; 6.-take over
from; 7.-substitute;

-lowa m'malo mwa 1.-replace; ndani alowe
m'malo a wosewera yemwe sanabwere uja? = who
replaces the absent actress?; lowa chokolo =
replace a husband to a deceased wife; 2.-substitute;
-lowa m'manda 1.-bury; 2.-lay to rest; 3.-put in the
grave;
-lowa mchikanamba -shrink;
-lowa mchikuta -be confined;
-lowa mdziko la eni -migrate;
-lowa mkati 1.-sag; 2.-curve down; 3.-have
intercourse; 4.-have coitus;
-lowa mosafunikira 1.-intrude; 2.-encroach;
-lowa mosafunsidwa -intrude;
-lowa mosayembekezeka 1.-enter suddenly; 2.-
enter unexpectedly;
-lowa mthupi kudzera mumpweya 1.-enter the
body through the air; 2.-infect;
-lowa mtima -affect deeply;
-lowa ndi 1.-bring with; 2.-enter with;
-lowa ndi mphamvu ya nkhanza 1.-enter using
violence; 2.-invade; 3.-enter by force;
-lowa pansi 1.-go backwards; 2.-go downhill;
chuma cha dziko chalowa pansi kwambiri = the
economy of the country has gone downhill very
much; 3.-enter into the soil; 4.-go down; chuma
chalowa pansi = the economy has gone down; 2.-
degenerate; anthu amalowa pansi pamene
akudwala edzi = people degenerate when they
have AIDS; 3.-deteriorate; 4.-be moribund; 5.-
sink;
-lowanso 1.-re-enter; 2.-enter twice;
lowe dampness;
-lowera mtunda -go up;
-lowerera 1.-be addicted; mowa unandilowerera = I
got addicted to beer; 2.-go astray; masiku ano
ukulowerera m'makhalidwe ako = nowadays you
are going astray in your behaviour; 3.-be
committed; chiKhristu chinandilowerera = I
became committed to Christianity; 4.-encroach;
anthu a m'mudzi analowerera ku malo osungirako
nyama = the villagers encroached into the game
reserve; 5.-meddle; musalowerere mu nkhani
zanga = do not meddle in my affairs; 6.-enter; 7.-
invade; 8.-be used to; 9.-percolate;
-lowerera pakupereka maganizo 1.-push oneself
(one's opinions etc.) forward; 2.-obtrude;
Loweruka Saturday (lit.: the day of stopping work);
-lowetsa 1.-put in; 2.-enter something; 3.-insert;
-lowetsa chigoli 1.-score; 2.-win a mark; 3.-notch
up;
-lowetsa m'malo 1.-designate; walowetsedwa
m'malo mwawo = he is designated as his
successor; 2.-replace;
-lowetsa mpweya m'mimba 1.-breathe in; 2.-

inhale; 3.-gasp;
-lowetsa ufumu -crown a chief;
-lowetsanso -re-enter;
-loweza 1.-be accustomed; 2.-get used; 3.-memorise; muziloweza ndime iyi tsiku ndi tsiku = memorise this verse daily; 4.-learn by heart; 5.-keep in memory;
lowo\ma- 1.den; 2.cavern; 3.lair; 4.cave;
lowolo\ma- bride's price;
lowongo\ma- 1.cause (of a quarrel etc.); 2.reason; 3.source;
-loza 1-point; miyendo ya munthu wakufa imaloza kumadzulo = the legs of a dead person point westwards; loza pa bolodi = point at the blackboard; expression: ndi wolozeka (lit.: she is worth pointing at) = beauty that makes on-lookers stumble; 2.-face; loza uko! = face there! (when sleeping); 3.-choose; 4.-designate; 5.-indicate; 6.-show;
-loza chala motukwana -point with finger in an offending way;
-loza ndi chala 1.-finger; 2.-point with a finger;
-lozeka ndi maso -be tangible; anachita zinthu zazikulu zolozeka ndi maso = he did big tangible things;
-lozera 1.-point out; 2.-direct; 3.-guide;
-lozera mokalipa -point furiously;
-lozera zolakwika 1.-reprimand; 2.-criticise; 3.-rebuke; 4.-condemn;
-lozetsa pansi 1.-upset; 2.-put upside down;
-lozya 1.-decorate; nyumba yanga yalozya ndi utoto wosiyanasiyana = my house is decorated with various paints; 2.-paint; 3.-beautify;
lubwe gravel;
lujambi\ma- 1.mat; 2.rug;
Luka Luke; ndi dzina la wolemba wa mabuku awiri mu Chipangano Chatsopano = it is the name of the writer of two books in the New Testament;
-luka 1.-plait; 2.-braid; 3.-stitch; 4.-knit; 5.-crotchet; ndikuluka juzi ndi mbereko = I am crotcheting a jersey and a shawl; 6.-spine; 7.-yarn;
-luka dzikondo 1.-braid the hair; 2.-make ropes using sisal fibre;
-lukumwa -act (in such a manner as to be suspected);
-lula -be curative; mankhwala wolula = curative drug;
-luluka 1.-be ashamed; 2.-deteriorate; mankhwala aluluka = the drug has deteriorated; 3.-be held in disrepute; 4.-fade; 5.-lose quality; 6.-lose value;
-lulutira -ululate;
-luluza 1.-boil and repeatedly strain off to remove bitterness; 2.-clip (of one's wings); 3.-cry down; 4.-deprecate; 5.-dandle; 6.-despise; 7.-disparage;

8.-comfort; luluza mwana = comfort the child;
-luluzika 1.-be despicable; 2.-be comforted; 3.-be despised;
-luma (chiYao) 1.-bite; iye analuma chala changa = she bit my finger; tizirombo toluma = biting insects; analumidwa ndi njoka ya ululu = he was bitten by a poisonous snake; expression: amfumu adziluma (lit.: the chief has bitten himself) = the chief is so drunk that he can't speak; expression: mtengo watchulawu ndi woluma (lit.: the price you have charged is biting very much) = it is very expensive = the price is too high; 2.-nibble; 3.-gnaw;
-luma khutu 1.-bite an ear (lit.); 2.-confide; 3.-tell in confidence; 4.-reveal something to someone;
-luma lilime poyankhula -lisp;
-luma mpakana kubowola -gnaw;
-lumala 1.-be lame; 2.-be paralytic; 3.-be deformed; 4.-be disabled; 5.-be maimed; sangathe kukumba popeza analumala manja onse ndi chipolopolo = he can't dig as he was maimed by a bullet on both hands; 6.-be handicapped;
-lumaluma -be colicky; m'mimba mukundilumaluma = I have colicky pain in my abdomen;
-lumanza 1.-make deformed; 2.-disable; 3.-be paralytic;
-lumba (chiTumbuka) 1.-thank; 2.-show gratitude; 3.-show appreciation; 4.-be grateful;
lumbe\a- night-jar (harsh-voiced nocturnal bird); lumbe analira mwezi ukuwala = a night jar was singing when the moon was shining; expression: kugona pa lumbe: (to sleep on a night-jar) = to sleep coverless;
-lumbira 1.-swear (making a vow); pulezidenti amulumbiritsa = the president has been sworn in; ine ndikulumbira pamaso pako = I swear before you; 2.-vow; analumbira kuti adzamuthandiza = he vowed to help her; 3.-give one's promise;
-lumbira pa wina -curse;
-lumbirira 1.-vow; mlembi analumbira kuti adzamvera ndi kusunga chinsinsi = the secretary took a vow of obedience and secrecy; 2.-swear; 3.-confirm;
lumbiriro\ma- curse;
-lumbiritsa 1.-swear in; 2.-affirm;
-lumbiritsidwa -be sworn in;
lumbiro\ma- 1.vow; 2.oath;
-lumbizira 1.-compare; kodi mungalumbizire shati iyi ndi yake? = can you compare this shirt with his?; 2.-foretell; 3.-predict; 4.-foresee; 5.-forecast;
-lumbula -take a bite out of flesh;
lumbwana\a- young boy or young girl;
lume\mame dew; proverb: mlendo ndi mame (lit.: a

stranger/ visitor is dew) = entertain a visitor well, for he is there for a short while only; expression; mkupamame (lit.: a person who shakes off the dew) = a person who gets up first in the morning; proverb: ukakwera pa msana pa njovu usamati kunja kulibe mame (lit.: when you are on the elephant's back, don't say there is no dew) = don't underestimate or neglect other people's problems if you are living in fortune and prosperity (a warning to those who disregard others because of their own positions and fortunes);
-lumidwa -be bitten; walumidwa ndi njoka = he has been bitten by a snake;
-lumika 1.-bleed by cupping; 2.-draw blood by cupping; 3.-cup (scaring and draw blood); 4.-scarify;
-lumikiza 1.-adjunct; 2.-attach; 3.-connect; chingwe chinaduka chija achilumikiza = they have connected the broken rope; 4.-set; adotolo analumikiza fupa lothyoka = the doctor set a broken bone; 5.-join together; 6.-unite; 7.-splice; 8.-stitch; 9.-affix; 10.-fix;
-lumikizana 1.-amalgamate; 2.-mix; 3.-merge; 4.-join; 5.-coordinate; 6.-bring together;
-lumikizana ndi anthu ena 1.-communicate; ndidayamba ndalumikizana naye ndisananyamuke = I had to communicate with him before departure; 2.-keep in touch;
-lumikizana ndi moyo -be vital;
-lumikizidwa 1.-be bound together; 2.-be affiliated; 3.-be connected; 4.-be linked; 5.-be joined; 6.-be attached to;
lumikiziro\ma- joint;
-lumikizitsa 1.-link; 2.-reconcile; 3.-settle down dispute; 4.-re-unite;
-lumikizitsa anthu 1.-liaise; 2.-reconcile; 3.-cause persons to become friends;
-lumiza -smear;
lumo lometera shaver;
lumo\ma- razor blade; lumo ndi lobuntha kotero silingathe kumeta = the razor blade is too blunt to shave; proverb: mlendo amadza ndi kalumo kakuthwa (lit.: a visitor brings a sharp razor) = alendo ndi amene amatha kuthandiza = visitors usually come with new ideas;
-lumpha 1.-jump; 2.-spring; 3.-leap; 4.-bounce; 5.-bound; 6.-vault; 7.-leave out; mnyamata adalumpha mizere iwiri = the boy left out two lines; 8.-skip;
-lumpha lamulo 1.-break the law; 2.-break a rule;
-lumphalumpha -jump; expression: iye akulumphalumpha (lit.: he is jumping jumping) = he is not giving straight answers;
-lumwa 1.-conceive (for the first time); namwali

walumwa tsopano = the virgin has conceived now; 2.-get surprised; 3.-be startled; 4.-be amazed; 5.-be flabbergasted; 6.-be astonished; 7.-be shocked;
lumwe ant;
-lunda 1.-be enraged; 2.-be livid; 3.-feel bitter;
-lundirika -be palatable;
-lunga 1.-heal; 2.-direct; 3.-swathe; 4.-recover;
-lungama 1.-be righteous; khalani wolungama = be righteous; 2.-be straight; 3.-be just; 4.-refine; 5.-be blameless; 6.-be honest;
-lungamitsa 1.-make righteous; lungamitsani njira zanu = make your ways righteous; 2.-justify; timalungamitsidwa mwa chikhulupiliro = we are justified by faith; kulungamitsidwa mu za chilungamo = being justified in righteousness;
-lungiza -smear;
-lungudza 1.-be brackish; 2.-be slightly salt;
-lungumala 1.-be idle; 2.-be inactive;
lunje group (of people discussing secrets);
-lunjika 1.-direct to; 2.-head for; muyende cholunjika phiri = you better head for the mountain; 3.-refine; khalidwe lake lalunjika tsopano = his behaviour is refined at last; 4.-face; ndege inalunjika kumpoto = the plane faced to the north; 5.-follow;
-lunjikitsa 1.-set; analunjikitsa mfuti kukonzekera kulasa mkango = he set the gun to shoot the lion; 2.-direct to; 3.-place;
luntha 1.ability; ndi munthu wa luntha = he is a man of ability; 2.acumen; 3.adept (n); 4.cunning; 5.experience; 6.sense; 7.wit; 8.dexterity; 9.understanding through contemplation and reflection; 10.intelligence; 11.wisdom; 12.talent; 13.skill; 14.cleverness; 15.brightness;
luntha lalikulu 1.great ability; 2.great intelligence; 3.prowess;
-lunzana 1.-unite people; analunzana atakambirana = they united after discussions; 2.-amalgamate; 3.-join;
-lunzanitsa 1.-connect (by tying); 2.-rejoin; 3-unify; 4.-unite; khoma linalunzanitsa nyumba zathu ziwiri izi = the wall united (joined) these two houses of ours; Chichewa chimalunzanitsa mtundu wa a Malawi = Chichewa unites the people of Malawi; 5.-pacify; 6.-mediate; Mpingo umalunzanitsa anthu a mitundu yosiyanasiyana = the Church mediates people of different races; 7.-incorporate;
-lunzitsa 1.-attach; 2.-join; 3.-connect;
lupanga lakuthwa konse-konse 1.rapier; 2.light thin sword with two sharp edges;
lupanga\ma- 1.sword; 2.big knife; 3.blade; 4.weapon;
lupsa ashes of burnt grass; chizima lupsa = rains in

between the cold dry period and the rainy period (lit.: thing that dampens the burnt grass);
lusa 1.anger; 2.rage; 3.fury; 4.annoyance; 5.irritation;
-lusa 1.-be angry; sindine munthu wolusa = I am not an angry person; 2.-be furious; 3.-be shirty (fig); 4.-menace; agalu olusa = menacing dogs; 5.-be annoyed;
Lusifala 1.Lucifer (lit.: light bearer); ndi dzina la mngelo wakugwa = it is the name of a fallen angel; 2.demon;
-lusira -scold;
-lusitsa 1.-upset; 2.-annoy; 3.-peeve;
luso 1.skill; 2.ability; 3.talent; 4.aptitude; 5.acumen; 6.adept (n); 7.arts; 8.cleverness; 9.dexterity; 10.experience;
-luso 1.capable; 2.versed; waluso polalikira = a well versed preacher; 3.artistic; 4.talented; 5.skilled; 6.gifted;
luso la anthu arts; Bungwe la chifumu loyang'anira luso la anthu (ku Mangalande) = Royal Society of Arts (R.S.A.);
luso la chibadwidwe 1.skill; 2.flair; 3.cunning; 4.talent;
luso la kalembedwe ka nyimbo 1.art of poetry; 2.art of making songs;
luso la maphunziro a malamulo 1.science of law; 2.jurisprudence;
luso la mayimbi dwe art of music;
luso la ntchito 1.expertise; 2.skill; 3.ability; 4.experience;
luso la zomangamanga architecture;
luso lamanja 1.handicraft; lina mwaluso la manja ndi kusoka, kuluka ndi zina = some examples of handicraft are sewing, weaving etc.; 2.handiwork;
luso loganiza wit; Kanyama Chiume anali munthu wa luso loganiza ndi kulankhula pa nthawi ya Kamuzu = Kanyama Chiume was a famous wit during Kamuzu's era;
luso logwiritsa ntchito manja 1.dexterity; 2.deftness;
-luso lokwanira 1.proficiency; 2.skilfulness; 3.talent;
luso lopanga zinthu 1.craft; 2.technology; 3.technique; 4.art; 5.skill; 6.ability;
luso lopangapanga chinthu 1.art of doing a thing; 2.knack;
-luso lopeka 1.inventive; munthu wa luso lopeka = an inventive man; 2.imaginative skill;
-luso loyankhula bwino 1.smooth-tongued; 2.-have sweet talk;
luso loyimba 1.art of singing; 2.talent of singing;
luti javelin;
-luwika -be nervous;

Luxembourg Luxembourg; ndi dzina la kadziko kakang'ono pakati pa Germany, France ndi Belgium = it is the name of a very small country in between Germany, France and Belgium;
-luza (chiNgerezi) 1.-lose; tidzaluza ndalama = we will lose money; 2.-be defeated; 3.-be beaten; 4.-be unable to find;
luzi lolumikiza mafupa mthupi 1.tissue that holds bones together in the body; 2.ligament;
luzi\ma- 1.bark for making strings; 2.rope;

M

-m(u)- 1.object concord of third person singular; akumuona = they are seeing him/ her/ it; 2.object concord infixed in conjugated verbs representing singular nouns in mua-class; ndikumuona (mwana) = I am seeing him (child); 3.object concord infixed in conjugated verbs representing nouns indicating locality of mu - class; ndikumuona (m'nyumba) = I am looking in it (house); amayi akumphikira nsima (mwana) = mother is cooking maize porridge (nsima) for it (the child);

m'misiri womanga nyumba 1.builder; 2.architect;

m'- 1.prefix of noun indicating locality of mu - class; m'nyumba = in the house; 2.subject concord with nouns indicating locality of mu - class; m'nyumba muli anthu = in the house there are people;

m'badwo\mi- 1.birth; 2.genealogy; m'badwo wake = her genealogy; kafukufuku wa m'badwo = searching one's genealogy; 3.generation; 4.age group;

m'bale chifukwa cha ukwati 1.relative through marriage; 2.in-law;

m'bale\a- 1.relative; 2.companion; 3.neighbour; 4.friend; 5.brotherhood; 6.family member;

m'bandakucha 1.early in the morning (appr. 4 o'clock); ndinapeza anthu ambiri pa malo oyima basi ku m'bandakucha = I found a lot of people at the bus stage early in the morning; 2.dawn; 3.before light;

m'bebe warmth; ndikhala pano kuti ndilandire m'bebe wa dzuwa = I will stay here to receive the sun warmth; expression: lero umva m'bebe (lit.: today you will hear warmth) = you will feel the pinch/ hardship;

m'bobo\mi- cobra;

M'bona M'bona; ndi dzina la chipembedzo chakale cha kummwera kwa Malawi = it is the name of an old religion in the South of Malawi; M'bona anali mfumu ya a Mang'anja = M'bona was the king of the Mang'anja people;

m'bowo\mi- 1.hole; 2.mesh of net;

m'buka\mi- 1.eruption (esp. of a boil on skin); 2.outbreak; 3.epidemic;

m'bulu wa mankhwala 1.tablet of medicine; 2.pill; 3.capsule;

m'bulu\mi- 1.ball; ball of wax = m'bulu wa chikonga; 2.clod; 3.clot; m'bulu wa magazi = clot of blood; 4.lump; 5.tadpole;

m'buluwe uncooked beans;

m'busa wa chiSilamu sheikh;

m'busa wa mpingo 1.pastor of a congregation; 2.minister of congregation; 3.priest;

m'busa wa ng'ombe cowherd;

m'busa wa nkhosa shepherd; Ambuye ndiye m'busa wanga (*Salimo* 23) = the Lord is my shepherd (*Psalm* 23);

m'busa wa ziweto 1.herdsman; 2.shepherd;

m'busa wachikazi shepherdess;

m'busa wamkazi shepherdess;

m'busa\a- 1.shepherd; 2.pastor; ukwati womangidwa ndi m'busa = a marriage officiated by a pastor; 3.church minister; mbusa wa achinyamata = youth minister; 4.priest;

m'buulo 1.wailing; 2.groaning; 3.weeping; 4.crying; 5.sobbing;

m'bwemba tamarind tree;

m'chana (chiSwahili) noon;

m'chete (chiSwahili) rice;

m'chigulugulu 1.socially; m'chigulugulu chanu ganizani pakati panupo = opinions shared socially; 2.communally; 3.within society; 4.publicly;

m'chitidwe wokopa wina 1.influence (n); 2.campaign;

m'chitidwe wopatsa generosity;

m'chitidwe wopusa 1.idiocy; 2.foolishness; 3.stupidity; 4.folly;

m'chitidwe wosunga nyama 1.animal farming; 2.animal husbandry; 3.animal protection;

m'chungati (chiSwahili) pastor; m'chungati akulalika Mawu a Mulungu = the pastor is preaching the Word of God;

m'dadada big long building;

m'dede (-li m.) -be attracted by something;

m'dzuwa 1.in the sun; 2.sunny; expression: m'dzuwa anthu ambiri anafa (lit.: during the sunny period many people died) = during hunger period many people lost their lives;

m'fana\abafana (chiZulu) child; uyu asapite, ndi m'fana = stay behind, you are a child;

m'godi wa golidi 1.gold mine; 2.bonanza;

m'gomba roof pole;

m'gong'o back;

m'gugu 1.sound of the feet; 2.sound of footsteps; 3.sound of walking;

m'gulu 1.en masse; 2.social life;

m'gwala\mi- penis;

m'kachisisira 1.early in the morning (appr. 4 o'clock); 2.dawn; 3.late in the afternoon;

m'kati 1.amid; 2.inside; 3.indoor;

m'khalidwe wa malo 1.local situation; 2.ambience;

m'kutu 1.in the ear (lit.); 2.useless (fig.);

m'mabinga kucha 1.early in the morning; 2.at dawn; 3.before light;

m'macheza time just before roosters crow;

m'malere 1.in suspense; 2.in the air; 3.in the atmosphere;

m'malinyero\a- 1.seaman; 2.captain (leader of the swimmers); 3.pilot; 4.sailor;

m'malo mwa 1.instead of; m'malo mwa Maria ndipita ineyo = instead of Mary I will go; 2.in lieu of; boma linapereka tchuthi m'malo mwa malipiro owonjezera = the government offered a holiday in lieu of extra payment; 3.on behalf of; kodi mungamuthandizeko m'malo mwanga? = would you assist her on my behalf?; 4.replacement for; 5.substitute;

-m'maluwa unfounded (lit.: n the flower);

m'mamawa early in the morning (appr. 5.30-6.30) ;

m'mangu 1.quickly; yendani m'mangu m'mangu = walk quickly; 2.fast; 3.rapidly; 4.speedly; 5.hurriedly;

m'matanda kucha 1.early morning; 2.at dawn; 3.before light;

m'matumbo 1.intestine; 2.stomach; 3.bowels;

m'mawa 1.morning; mapemphero a m'mawa = morning prayers; kutacha m'mawa, ananyamuka = when it was morning, he departed; mbandakucha = kuli mbuu = usikusiku = very early in the morning; m'mawa kunazizira = this morning it was cold; mawa m'mawa = tomorrow morning; proverb: kutola khobwe ndi m'mawa (lit.: picking/ collecting cow peas is in the morning) = if you want to prosper, do what you want to do immediately; 2.at sunrise;

m'mbali 1.alongside; 2.edges; 3.sideways

m'mbali mwa mtsinje 1.river side; 2.bank of river;

m'mbali mwa mwana wa diso 1.coloured part round the pupil of the eye; 2.iris;

m'mbali mwa nyanja 1.shore; 2.coast; 3.sea shore; 4.sea side; 5.beach;

m'mbelwa (chiNgoni) 1.the buried one (lit.); 2.title of the paramount chief of the aNgoni;

m'mbulu\mi- wild dog;

m'mbuyo 1.at the back; expression: anafika m'mbuyo mwa alendo (lit.: he arrived at the back of the visitors) = he arrived late; 2.on the back; 3.behind; masiku apita m'mbuyomu = the days behind us; akuyenda kumbuyo kwanga = he walks behind me; 4.after; 5.past; zaka za m'mbuyomu = past years; 6.ago; m'mbuyomu ndinamuona = some time ago I saw him;

m'mene 1.relative pronoun with nouns of the mu - class; m'nyumba m'mene timakhala ndi mwabwino; the house in which we live is good; 2.how; sindikudziwa m'mene ulili = I do not know how you are; 3.when; m'mene/ pamene ndinali ndi iye = when I was with her;

m'mene muno in here;

m'mene ziliri 1.as it is; 2.status quo;

m'mene zinaliri 1.as it was; 2.status quo;

m'mene zinthu zachitikira 1.as it happened; 2.context; 3.situation;

m'menemo demonstrative pronoun indicating locality; m'menemo = in there;

m'menemu demonstrative pronoun indicating locality; m'menemu = in here;

m'menya nkhondo 1.war-lord; 2.general; 3.military leader;

m'menyero 1.whip; 2.beat; 3.flog; 4.lash;

m'mera 1.seedling; expression; m'mera mpoyamba (lit.: seedling is in the beginning) = do the work at a proper time for better results; 2.crop; proverb: m'mera mpoyamba = (lit.: the crop is at the beginning) = children learn good manners whilst young; 3.germination;

m'mero 1.oesophagus; 2.throat; expression: ku m'mero kwauma (lit.: the throat is dry) = being thirsty; adayamba kumwa kummeroku kuti ziii! (lit.: he started drinking to the clear throat) = he started drinking thinking that it was good for him; 3.larynx; 4.epiglottis; 5.voice box; 6.gullet; 7.Adam's apple; 8.oesophagus/ esophagus;

m'mimba 1.bowels; kutsegula m¯mimba = opening bowels = having diarrhoea; 2.stomach; 3.abdominal cavity; ndi mpata wa mkati mwa mimba = it is the cavity within the abdomen; abdominal aorta = mtsempha waukulu wa magazi wa mimba; kupweteka m'mimba = abdominal pain;

m'mimba mwa magazi dysentery;

m'misiri wosema sculptor;

m'misiri\a- 1.expert; m'misiri womanga nyumba = an expert builder; 2.specialist (specific); m'misiri wokonza njinga = a specialist of bikes; 3.craftsman; 4.designer; 5.wise person;

m'modzi wa zigawenga 1.mobster; 2.gangster; 3.armed robber; 4.rebel; iye ndi m'modzi wa zigawenga/ oukira = he is a rebel; 5.criminal;

m'modzim'modzi one by one; abwere m'modzim'modzi = let them come one by one;

m'modzimodzi the same person; asabwere m'modzimodzi = don't bring the same person;

m'mphawi\a- poor person;

m'mphechempheche 1.groin; 2.space between the legs;

m'mphepete mwa kapu 1.rim of a cup; 2.edge of cup; 3.brim of the cup;

m'mphepete mwa malo akuya 1.outer limit or boundary of something; 2.edge; 3.brink;

m'mudyero 1.manger; Yesu anagonekedwa mu gome mu m'dyero mwa ng'ombe atabadwa (Luka 2:7) = Jesus was laid in a cattle's manger when he was born (*Luke* 2:7); 2.crib;

m'munsi mwa 1.at the foot of; 2.at the bottom of;

m'munsi mwa chiuno 1.lower part of the backbone; 2.pelvis;

m'mwamba 1.up; 2.atmosphere; mpweya wotentha umapita m'mwamba = vapour goes in the atmosphere; 3.above; 4.in the sky;

-m'mwamba 1.upper; nyumba ya Malamulo ya m'Mwamba = Upper House; 2.higher;

m'mwamba mwa madzi surface of water;

m'Mwenye\a- Indian; aMwenye ambiri ali ku Malawi = in Malawi there are many Indians; amalonda a chimwenye = Indian merchants; nyanja yayikulu pakati pa India ndi Afirika = Indian Ocean;

m'neneri\a- 1.prophet; iye ndi mneneri wonyenga = he is a false prophet; 2.seer; 3.predictor; 4.soothsayer; 5.foreteller; 6.speaker; mneneri wa nyumba ya Malamulo = the speaker of Parliament; 7.spokesman; mneneri wa unduna owona nkhani zakunja = the spokesman of the Minister of Foreign Affairs;

m'neni\a- verb; ndi mawu amene amafotokoza za ntchito yochitika = they are words expressing action; aneni ovutitsidwa = passive verbs; msintho wa aneni = conjugation of verbs; tsinde la m'neni = stem of the verb;

m'ngelo wa udindo waukulu archangel;

m'njombolo\- drill (n);

m'nsasi 1.name of a fruit giving juice used for smearing on skin; 2.kind of tree;

m'nyamata\a- 1.boy; 2.young person; 3.young man; 4.son;

m'nyengo yina yake 1.in some time; 2.another time; 3.sometime ago;

m'paliro\mi- 1.assagai; 2.assegai;

m'pha dzanzi sexual intercourse;

m'phepete (chiTumbuka) 1.edge; 2.bank; 3.side; 4.shore; 5.coast;

m'pheranjiru\a- sorcerer who kills out of malice or upon demand;

m'phika\mi- 1.earthenware; 2.pot;

m'thakati\a- (chiZulu) 1.witch; ameneyu ndi m'thakati = he is a witch; 2.wizard;

m'tsogolo 1.in front of something; 2.future; 3.next time;

m'tsogolo mwa before;

m'tu\mi- edge;

m'Zaka za Pakatikati the Middle Ages (500-1500);

m'zamphuno nosebleed;

ma- prefix of plural nouns of li-ma class; madengu = baskets;

mabadwidwe nativity;

mabekha (chiNgoni) wealth paid by the parents of the bridegroom;

mabere (kupanda m.) amastia;

maberekedwe 1.breeding habit; 2.productivity;

mabi faeces;

mabindi play for young girls during which they learn how to cook;

mabinga kucha 1.dawn; 2.early morning;

mabodza 1.backbiting; 2.lies; 3.gossip;

maboma a ang'ono local government; Malamulo a mayendetsedwe a Maboma a ang'ono = Local Government Act (L.G.A.);

mabomu gonorrhoea;

mabowo awiri opumira 1.two openings for breathing; 2.nostrils; 3.nose;

mabowomabowo 1.minute openings in the surface; 2.pores; dothi la mchenga liri ndi mabowomabowo ndipo madzi amadutsa mosavuta = sandy soil has pores and it allows water to pass through easily;

mabuku 1.literature; mabuku okhudza zoyimba = literature on music; 3.text books; 4.exercise books; 2.books;

mabuku a malamulo law books;

Mabuku Okayika Apocrypha; ndi mabuku a nthawi ya Baibulo omwe amawatenga ngati okayikitsa = they are books of the time of the Bible that are taken as doubtful;

machawi 1.liveliness; machawi afunika pa ntchito iyi = liveliness is needed on this work; 2.zeal; 3.speed;

-machawi 1.fast; 2.brisk; 3.zealotic;

macheka 1.saw (n); 2.the whole business of sawing;

machenya footsore;

macherefutsa filtrate;

macheso matches;

macheza 1.conversation; 2.chat; 3.discussion; 4.dialogue;

machira 1.stretcher; Azungu oyambirira amayendayenda ponyamulidwa pa machira = the early Europeans travelled on stretchers; 2.pallet; ananyamula wodwala pa machira = they carried the sick on the pallet; expression: kuyenda pa machira (lit: walking on a pallet) = being bedridden;

machiritso 1.healing process; 2.curing; 3.therapeutic;

machitachita 1.doings; 2.liveliness; 3.actions; 4.deeds;

machitidwe 1.acts; Machitidwe a Atumwi = Acts of Apostles; Machitidwe a mboni za Yesu Khris tu amene anaphedwa chifukwa cha chikhulupiriro chawo = Acts of the Martyrs; 2.deeds; 3.dealings; 4.scheme; 5.performance; 6.recital;

machitidwe a chiHelene Hellenism;

machitidwe a mwano 1.impudence; 2.disrespect; 3.impoliteness; 4.cheek;

machitidwe opatsana zabwino 1.giving of special favour; 2.exchanging of gift; 3.nepotism;

machitidwe owutsa chiwawa 1.words/actions making people rebel against authority; 2.sedition; 3.agitation; 4.trouble making;

machitidwe oyenera 1.good behaviour; 2.discipline; 3.good habit;

machokero 1.reasons for leaving; 2.finality;

machotsedwe a ziwanda 1.driving out of evil spirits/demons; 2.exorcism;

Madagascar Madagascar; ndi chisumbu chachikulu chopezeka ku nyanja yayikulu ya Pasifiki kum'mawa kwa Afirika = it is a big Island located in the Pacific Ocean in Southern Africa;

madala father (colloquial);

madalirano 1.dependence; 2.reliance;

Madalitso 1.Beatitudes; chiphunzitso cha Ambuye Yesu paphiri za amene ali odala (*Mateyo* 5: 3-12) = teaching of the Lord Jesus about those who are blessed (*Matthew* 5: 3-12); 2.blessings;

madandu 1.fuss; 2.unnecessary worry; 3.state of being nervous;

madedwe 1.blackness; 2.dirtness;

madera okwera a Shire 1.Shire Highlands; 2.Upper Shire; 3.upland of Shire;

madomo (chiSwahili) mouth;

madona ndi mabwana ladies and gentlemen; madona adafika mofulumira kusiyana ndi mabwana = ladies arrived earlier than gentlemen;

madrassa (chiArab) elementary Quranic school;

madulira 1.shortcut; 2.short way;

madyedwe 1.diet; 2.feeding habit;

madyeramphoto 1.bribery; 2.greed; 3.corruption; 4.gluttony;

madyerero 1.merriment; 2.party; 3.feast; 4.banquet; 5.celebration;

madyo food appetiser;

madyodyo 1.medicine or thing that makes a person love someone; 2.love token;

madzi water; madzi ochepa = some water; madzi amaundana kukaziziratira kwambiri = water freezes (hardens) when it is very cold; madzi akuwira = madzi akutokota = the water is boiling; madzi akumwedwa = the water is being drunk; tunga/peza madzi = fetch some water; proverb: madzi akatayika sawoleka (lit.: once water has poured out on the ground, it cannot be collected) = a wrong thing cannot be reversed; proverb: madzi saiwala khwawa (lit.: water does not forget its way) = it is sometimes difficult to abandon old behaviour; expression: samwa madzi lero (lit.: she will not drink water today) = she causes disquiet/

restlessness; expression: madzi akatayika sawoleka (lit.: when water is poured out, it cannot be taken up) = when somebody has died you can't do anything/ a mistake once made cannot be corrected;

madzi (m. a mu ndulu) bile; ndi madzi obiriwira mwa chikasu opangidwa ndi chiwindi ndipo amasungidwa mu kathumba kotchedwa ndulu komwe ndi kophatikira pa nyongo = yellow-green fluid that is made by the liver and stored in the gallbladder;

madzi (m. m'chiberekero) amniotic fluid; madzi m'thumba losungira mwana mu chiberekero/ m'mimba;

madzi (-phwa m.) -empty of water; expression: chipanicho chayamba kuphwa madzi (lit.: that party has begun to empty water) = that party has begun to change its mind;

madzi (thumba la m. m'chiberekero) amniotic sac;

madzi a m'bongo 1.brain fluid; 2.water in the brain; 3.hydrocephalus;

madzi a m'chifu stomach juices

madzi a m'mtsinje river water;

madzi a m'nthaka ground water;

Madzi a Moyo Living Waters; ndi dzina la Mpingo wina wa ku Malawi = it is the name of a church denomination in Malawi;

madzi a mtengo sap of tree;

madzi a mvula 1.rain water; 2.rainfall;

madzi a nyemba useless things (lit.: water of beans);

madzi a zipatso fruit juices; madzi a zipatso amateteza ku matenda = fruit juices prevent diseases;

madzi kusanduka mpweya 1.water changing into vapour; 2.evaporation;

madzi odikha stagnant water;

madzi odzinga stagnant water;

madzi opezeka m'magazi 1.yellowish fluid in the blood; 2.plasma;

madzi osayenda stagnant water;

madzi osefukira 1.flood (n); 2.overflowing water;

madzi osungunuka 1.solution; 2.melted water;

madzi othirira irrigation water;

madzi owundana 1.hard water; 2.stagnant water; 3.ice;

madzi oyima stagnant water;

madzi ozizira kwambiri 1.very cold water; 2.ice water;

madzi wosamba bathing water;

madzimadzi a thupi amino acid; madzimadzi a thupi ndi gawo limodzi la magawo makumi awiri a madzi omwe amamangidwa pamodzi m'chakudya cholimbitsa thupi = amino acid is one of the 20 building blocks from which proteins are assembled;

madzimatentha hotspring;

madzimawira hotspring;

madzulo 1.evening; 2.just after the daylight; 3.late afternoon; pakati pa nthawi ya 5 koloko ndi 8 koloko ku madzulo = between 5 and 8 o'clock in the afternoon; 4.afternoon (between noon and 5 pm);

maendeleyo (chiSwahili) development;

maere 1.lot; 2.bounty;

-maere 1.by lot; 2.bounteous;

mafafa 1.shower; 2.sprinkles;

mafalitsidwe a pakamwa 1.spreading through word of mouth; 2.orality; 3.broadcasting through word of mouth;

maferano 1.finality; 2.dying together;

mafinya pus; kutaya mafinya = kuchucha mafinya = discharging pus; kufinya mafinya = draining pus;

mafinya mu mkodzo 1.pus in the urine; 2.pyuria;

mafotokozedwe a khalidwe 1.star guide; 2.horoscope; kodi tsogolo la munthu lidziwika kuchokera kukuwerenga nyenyezi? = is the future of any person known by a study of stars?;

mafotokozedwe a moyo 1.star guide; 2.horoscope;

mafufuzidwe 1.investigation; Wamkulu wa Ofufuza Milandu = Criminal Investigation Department Officer (C.I.D.); 2.determination; 3.research; 4.survey;

mafuko khumi a Israyeli ten tribes of Israel; maganizo akuti anthu a ku Britain amachokera mafuko khumi a Israyeli = British-Israel Theory;

mafuko osiyanasiyana 1.different peoples; 2.various peoples; 3.different tribes;

maFulansisikani Franciscans; gulu la obindikira a mpingo wa chiRoma limene linakhazikitsidwa ndi Francis wa ku Assisi mchaka cha 1209 = a group of Roman Catholic monks which was founded by Francis of Assisi in 1209;

mafuno 1.wishes; 2.desires; 3.wants; 4.longings; 5.needs;

mafuno abwino 1.regard; perekako mafuno abwino = pass my regards; 2.best wishes;

mafunso 1.questionnaire; anachita kafukufuku ndi mafunso = he carried out a survey with a questionnaire; 2.quastions;

mafupa a thupi lonse skeleton; fupa lochekera ku mutu mpaka ku msana = spinal cord;

mafuta 1.fat; mafuta ofunikira m'thupi = fatty acid; 2.oil, e.g. butter, petrol; mafuta okowa ndi zala = oil scooped with fingers; 3.fuel; 4.grease; 5.lotion; 6.lipids; mafuta m'magazi = lipids profile;

-mafuta 1.fatty; mkazi wanga waphika nyama ya

mafuta = my wife has cooked fatty meat; 2.oily; njere za mafuta = oily seeds;

mafuta a mkaka cream;

mafuta a nsatsi castor oil; iye ali ndi nyanga ya nsatsi = he has a horn of castor oil;

mafuta a nyali 1.paraffin; 2.lamp oil;

mafuta achilengedwe essential fat;

mafuta ankhumba ophikira 1.fat of pigs used for cooking; 2.lard;

mafuta ofewetsa milomo 1.lip-salve; 2.lip-ice;

mafuta opaka milomo lip-salve;

mafuta opaka zitsulo 1.grease; 2.lubricant;

mafuta ophikira cooking oil;

mafuta owuma a nyama 1.grease; 2.solid fat of animals;

mafutambi yellow maize;

mafuwa fire-place (set of three stones); yika mphika pa mafuwa = put the pot on the fire;

mafwafwa shower;

magabi wave;

magaga caterpillar;

magalasi 1.glasses; 2.spectacles; 3.goblets;

magalasi a m'maso 1.goggles; 2.spectacles; 3.specs;

magalasi olimba kwambiri 1.strong spectacles; 2.strong glasses;

magalasi owonera patali binoculars;

maganizo 1.opinion; 2.thoughts; expression: amenewa ndi maganizo obwerera (lit.: these are returning thoughts) = these are immature decisions/ not satisfying; 3.ideas; 4.suggestions;

maganizo a anthu ambiri 1.general agreement of opinion; 2.concensus; 3.general thought;

maganizo a anthu m'dziko 1.thoughts/ words of the people; 2.vox populi (Latin);

maganizo a chiHeberi Hebraic thought;

maganizo a munthu mwini 1.human thoughts; 2.egocentrism;

maganizo oipa 1.sinister thoughts; 2.bad thoughts; 3.evil thoughts; 4.malicious plans;

maganizo olakwa 1.false opinion; 2.delusion;

maganizo omasuka 1.liberalism; 2.broad-mindedness;

maganizo otsutsana 1.contrary views; 2.ambivalence;

maganizo ozama 1.deep thoughts; 2.profundity;

magawagawa 1.venereal disease; 2.AIDS;

magawano 1.division; 2.sharing;

magawo a m'magulu 1.groupings; 2.categories; 3.classes; 4.grades; 5.levels;

magawo a madera 1.zones of a region; 2.groups in regions;

magawogawo a mtima; heart chambers;

magazi blood; kuundana kwa magazi = blood clot =

blood coagulation; kugwirana kwa magazi = blood coagulation; magazi owundana/ ndopa/ mlopa/ mulopa = clotted blood; mtundu wa magazi = blood group abo; anthu osemphana magazi/ anthu osiyana magazi = people with different blood groups; magazi mu m'kodzo; blood in urine; chiphe cha magazi = blood poisoning; kuthamanga kwa magazi = blood pressure; kuthamanga kwa magazi mopitiriza = blood pressure (high blood pressure); kuthamanga kwa magazi kopyola muyezo = high blood pressure; kuthamanga kwa magazi mopitirira = hypertension = kuthamanga kwa magazi kopyola muyezo; high blood pressure; mupite mukapimitse magazi! = go and have your blood tested!; amapereka magazi = he gives blood; magazi adali chuchuchu pa chilonda = blood oozed from the sore; zinthu zopereka mtundu wofiira ku magazi zomwe ziri ndi ayironi komanso mpweya wabwino (lit.: things that give red colouring of the blood, and als o have iron or oxygen) =   . haemoglobin;

magazi (asilikali a m'm.) 1.white blood cells; 2.leukocytes;

magazi (gawo la m.) blood cell

magazi (kupatsa m.) blood transfusion;

magazi (kupereka m.) blood transfusion;

magazi (kusowa m.) 1.anemia; 2.lack of blood; ndi kukhala ndi magazi ochepa m'thupi = it is a condition of having a lower-than-normal number of red blood cells;

magazi (kuthamanga kwa m.) blood pressure;

magazi (kuthira m) blood transfusion;

magazi (kuyesetsa magazi) blood test;

magazi (mtundu wa m.) blood group;

magazi otseka platelet;

magazi owuma 1.gore; 2.clotted blood;

magazi owundana thrombocyte;

-magetsi 1.live; sitima ya magetsi = live train/ rail; 2.electric;

magomero (chiYao) 1.end; awa ndi magomero a dziko = this is the end of the world; 2.boundary; 3.finishing point; 4.conclusion;

magona amulet;

magonedwe 1.position; magonedwe a mwana mu chiberekero = the position of a baby in the womb; 2.lie;

magwankha slimness;

magwera 1.left over (esp. of the maize in the field); 2.oddment;

magwero a kulumikizanitsidwa 1.the source of unification; 2.source of unity;

magwiragwira 1.doings; 2.liveliness; 3.deeds;

-mahala 1.free; 2.gratis (adj); 3.free of charge; 4.no cost;

mahala (chiTumbuka) 1.intelligence; 2.wisdom; 3.cleverness;

maHuguenot Huguenots; dzina la maProtestant kapena otsatira Chikonzedwe cha Mpingo a ku Faransa, amene anazunzidwa kwambiri ndi boma komanso Mpingo wa chiRoma m'zaka za m'ma 1600 ndi 1700 = a name of the 'Protestants' who followed the Reformation in France, who were also persecuted by the government and the Roman Church in the 17th and 18th centuries;

maiko akunja 1.foreign countries; 2.outside countries;

maiko okwera kumene developing countries;

maiko osauka poor countries; Maiko a Ngongole Osauka Kwambiri = Highly Indebted Poor Countries (H.I.P.C);

Maiko Otsika The Netherlands (lit.: the low lands);

maiko otukuka kumene developing countries;

maikolofoni (chiNgerezi) microphone; expression: akazi anu ndi maikolofoni (lit.: your wife is a microphone) = your wife is quarrelsome/ talkative;

maikuka\a- 1.wife to the chief; 2.first lady; 3.wife to the President;

maimvaimva 1.hearsay; 2.rumour;

majaha 1.teenager; 2.mod; 3.young men; 4.boys;

majiga cross-road;

majolijoli bodyguard; ndi majolijoli okha alipo = only the bodyguards are present;

majuguja large red cut beads;

-maka 1.-be specific; 2.-be special; 3.-mark exams;

makadaba nails; kuyera kwa makadaba/ mangamanga a pa makadaba = joggers' nails;

makadi oyitanira anthu invitation cards;

makaka 1.cassava of which the skin is taken off and spread on the sun to let it dry; 2.decoration;

makakala bodily vigour;

makala (chiYao) charcoal;

makamaka 1.particularly; iye makamaka amafuna bukuli = he particularly wanted this book; 2.especially; makamaka lero mvula yambiri inagwa = especially today there was much rain; 3.mainly; 4.particular; 5.more than ever;

-makamaka 1.main; 2.chief (adj);

makanda ntchembere varicose veins; anthu ena ali ndi makanda ntchembere mmiyendo yawo = some people have got varicose veins on their legs;

makande clay; dothi la makande ndi lovuta kulima = clay soil is difficult to cultivate;

makani 1.rudeness; 2.contest; 3.challenge; 4.impoliteness; 5.disrespect;

-makani rude;

make chulu ants' queen;

make khutu 1.inner ear; 2.internal ear; 3.eardrum;

make njuchi queen bee;

make wodziyesa ofunika zedi queen bee;
makedzana 1.old time; 2.those days; 3.light year;
-**makedzana** 1.afore-time; 2.ago; 3.former;
4.ancient; 5.pre-historic; 6.antedeluvian; 7.once
upon a time;
Makewana title of the High Priestess of the Chewa,
traditionally a member of the Banda clan (lit.:
mother of the children);
makewana\a- 1.priestess (in African Traditional
Religion: at the Msinja rain shrine); 2.grand
parent;
makha gill;
makhalang'oma diaphragm;
makhalapsa dottle;
makhalidwe 1.behaviour; 2.constitution; 3.pose;
mtundu uliwonse pofuna kujambulitsa = any way
one behaves or stands when a snap is taken;
4.tradition; 5.culture; 6.system; 7.custom;
8.characters;
makhalidwe a atumwi 1.apostolic; 2.apostolicity;
makhalidwe a chiwerewere 1.indecent behaviour;
2.sexual behaviour;
makhalidwe a munthu 1.behaviour; 2.demeanour;
3.personal behaviour;
makhalidwe abwino 1.good behaviour; 2.courtesy;
3.good habit; 4.good manners;
makhalidwe odabwitsa 1.peculiar manners;
2.strange characters; 3.odd manners;
makhalidwe osayenera immorality; makhalidwe
osayenera amaphatikiza kugwirira azimayi =
immorality includes raping women;
makhalidwe oyambitsa vuto 1.behaviour causing a
problem; 2.incendiary;
makhalidwe oyenera 1.good behaviour; 2.morality;
3.good habits; 4.good manners;
makhalidwe oyipa/ oipa 1.bad behaviour;
2.malpractice; 3.indecent behaviour; 4.heinous
behaviour; 5.misbehaving; 6.bad habit;
makhaliro a anthu social welfare;
makhololo 1.phlegm; makhololo ake anayesedwa =
his phlegm was examined; 2.sputum; makhololo a
magazi = stained sputum; 3.dripping;
makhololodwa 1.sputum; 2.phlegm;
makhumutcha\a- 1.rich person; 2.prosperous
machine;
makina 1.machine; makina osokera = sewing
machine; 2.engine; galimoto langa lili ndi makina
atsopano = my car has a new engine; 3.device;
makina obweretsa mphamvu ya magetsi
1.dynamo; 2.generator;
makina ochapira zovala 1.washing machine;
2.washer;
makina odindira mabelo 1.baler; 2.bale presser;
makina ojambulira mawu tape-recorder;

makina ojambulira zithunzi 1.video-recorder;
2.video camera; 3.camera;
makina oonetsera kanema 1.film-projector;
2.screen;
makina osakanizira 1.mixer; 2.food processor;
3.blender;
makina osindikiza 1.printing press; 2.copy press;
3.printer;
makina osokera sewing machine;
makina osungunulira chakudya 1.liquidiser;
2.mixer;
makina otchetchera lawnmower;
makina otenthetsa madzi/ mpweya 1.heater;
2.warmer; 3.radiator; 4.furnace;
makina owotchera zosafunika 1.machine that
reduces things to ashes; 2.incinerator;
makina owumitsira tsitsi hair dryer;
makolo 1.parents; 2.ancestors; 3.forebears; 4.close
relatives;
-**makolo** 1.parental 2.local; chimanga cha makolo =
local maize;
makolo a munthu 1.ancestors; 2.folk; 3.parents of
someone;
makolo a nyamu ant (male);
makombo 1.oddment; 2.left over; 3.remainder;
4.residues; 5.remnants;
makono 1.these days; 2.nowadays; 3.modern times;
4.up to date; 5.new fashion;
-**makono** 1.modern; njira za makono zolumikizirana
kudzera pa lamya = modern means of
communication through telephone; mwa njira za
makono = in a modern way; amalima mbewu ya
makono = they grow modern varieties of crops;
2.at present; 3.of these days; 4.nowadays;
5.fashionable; anthu amakono = fashionable
people;
makonzedwe 1.scheme; 2.style; 3.make; 4.design;
5.fashion;
makonzedwe a tsitsi hair-do; types of head dress:
(a) madiredzi = dreadlocks (artificial plaits), (b)
mangongo/ chikondo\zi- (no wire is used: strings
of hair are either bent or not bent), (c) nkule (no
wire is used: strings of hair are bent or plaited
flatly on the head); ulusi = wires used; strings are
either bent or not bent;
makopedwe 1.influence; 2.evangelisation;
3.persuasion;
makosana (chiNgoni) boys;
makoti fallow (n);
makulainvi kind of caterpillar;
makumba kind of tilapia fish;
makumi anayi forty; nyumba makumi anayi = forty
houses;
makumi asanu fifty; anyamata makumi asanu =

249

fifty boys;
makumi asanu ndi anayi ninety; mipira makumi asanu ndi anayi = ninety balls;
makumi asanu ndi atatu eighty; midzi makumi asanu ndi atatu = eighty villages;
makumi asanu ndi awiri seventy; zisa makumi asanu ndi awiri = seventy nests;
makumi asanu ndi limodzi sixty; zisoti makumi asanu ndi limodzi = sixty hats;
makumi atatu thirty; anthu makumi atatu = thirty people;
makumi awiri twenty; anthu makumi awiri = twenty people;
makumi khumi one hundred; anthu makumi khumi = one hundred people;
makungwa olimba 1.nutshell; 2.strong barks; 3.hard barks;
makunkhu 1.soaked rice eaten raw; 2.remains of relish;
makupala 1.mat; 2.body hair;
makwa\- scale;
makwechezi deposits (esp due to running water);
makwerero 1.ladder; anakwera pogwiritsa ntchito makwerero = he climbed by using a ladder; 2.steps; 3.stairs; 4.scaffold;
makwinya 1.wrinkles; 2.crinkle;
-mala (chiTumbuka) -finish;
malabada grave-yard;
malagada rocky soil;
Malaki Malachi, ndi mneneri ndi dzina la buku mu Chipangano Chakale = a prophet and the name of a book in the Old Testament;
malambe (mtengo wa m.) baobab tree;
malamulo a chiSilamu 1.Islamic law; 2.shariah;
malamulo a chiyankhulo 1.grammar; 2.language rules;
malamulo a kagwiritsidwe ka mankhwala 1.medical directions; 2.prescription; 3.medical instruction;
Malamulo a Mafumu Chiefs' Act;
malamulo a pa msewu highway code;
Malamulo Khumi a Mulungu 1.Decalogue; Malamulo Khumi a Mulungu anali pa miyala iwiri (*Eksodo* 20: 1-17) = the Decalogue was on two stone tablets (*Exodus* 20: 1-17); 2.The Ten Commandments of God;
malamulo okhudza mankhwala 1.medical directions; 2.medical instructions;
malamulo oyikidwa ndi osasinthika 1.hard and fast laws/ rules; 2.rules and regulations;
malamulo wopangidwa legislation;
malandi flames;
malangizo a kachitidwe ka chinthu 1.instructions; 2.directions; 3.prescriptions;

malankhulidwe 1.speech; 2.verbal communication; 3.language; 4.vocalizations;
malankhulidwe onyoza 1.speaking scornfully; 2.speaking disrespectfully;
malapa creepers (with roots, eaten in times of scarcity);
malasha 1.coal; mgodi wa malasha = coal mine; 2.charcoal;
malasha a khofi 1.brown coal; 2.lignite;
malaulo 1.abnormal thing; 2.bad luck; 3.calamity; 4.miracle; 5.misfortune;
Malawi Malawi, ndi dzina limene linatengedwa kuchokera ku malawi a moto = Malawi is a name which was taken from flames of fire;
malawi a moto flames of fire; dzina loti Malawi linachokera ku mawu oti 'malawi a moto' = the name Malawi was taken from the words 'flames of fire';
malaya 1.shirt; anawang'ambira malaya awo = they tore up their shirts; ndimavala malaya = I wear a shirt; ndimaveka ana malaya = I dress up children; malaya a mizera = a stripped shirt, malaya a mawanga = a spotted shirt; 2.coat; 3.clothes;
malayika (chiSwahili) angel; malayika amakhala kumwamba = the angels live in heaven;
malecheleche 1.end; malecheleche a moyo wake = the end of his life; 2.conclusion; 3.finish;
malecheleche akuchotsera 1.naught; 2.zero; 3.nothing; 4.nil; 5.end of something;
malekano 1.breakaway; 2.cross-road; 3.road junction;
malekezero 1.end; 2.ending; 3.conclusion; 4.boundary; 5.demarcation;
malekezero anzeru za munthu 1.limit of one's knowledge; 2.horizon;
maleledwe spacing of children;
malembedwe 1.way of writing; 2.spelling;
malembo a chidule shorthand writing;
malembo apamanja handwriting;
Malembo Opatulika Holy Scriptures; ndi dzina la Baibulo = it is a name of the Bible;
Malembo Oyera Holy Scriptures; ndi dzina la Baibulo = it is a name of the Bible;
malemu 1.late; malemu mkazi wake = his late wife; malemu malume wake = his late uncle; 2.deceased; 3.dead person;
malengedwe 1.creation; 2.invention; 3.formation;
maleredwe 1.family planning; 2.spacing of children;
malesa molasses; mawu ake angakhala ngati malesa osasa = his voice is like bitter/ sour molasses;
malesa a njuchi bees' wax;
maleu avoidance;
maleule gill; maleule a nsomba amakoma = gills of

fish taste nice;
mali (chiSwahili) money;
malimidwe 1.agriculture; nduna ya zamalimidwe = minister of agriculture; 2.farming; 3.cultivation; 4.crop/animal husbandry;
malinga ndi (momwe) 1.in accordance with; malinga ndi momwe munafunira ndinaletsa kuti msonkhano usachitike = in accordance with your wishes I cancelled the meeting; 2.according to; malingana ndi lonjezo = according to the promise; malinga ndi kafotokozedwe = according to the explanation; monga mwa chikhalidwe chathu = according to our tradition; pa chilamulo/ palamulo/ mwalamulo = according to the law;
malingaliro 1.thoughts; 2.opinion; 3.suggestions; 4.ideas;
malingaliro omasuka 1.liberal thoughts; 2.liberalism;
malingana ndi (chiTumbuka) according to;
malinyero\a- 1.seaman; 2.captain (leader of the swimmers); 3.pilot; 4.sailor;
malipenga traditional dance among the Tonga in Northern Malawi (lit.: trumpets, bugles);
malipiro a ntchito 1.earnings 2.salary; 3.pay; 4.wages; 5.fee; 6.fine; 7.merit; 8.payment; 9.income;
malipiro a padera 1.allowance; 2.bonus pay;
malipiro owonjezera emoluments;
malipsata 1.nudity; 2.nakedness;
malire 1.boundary; malire a Malawi ndi Tanzania ndi mtsinje wa Songwe = the boundary of Malawi and Tanzania is the Songwe river; 2.beacon; 3.border of country; 4.limit; 5.demarcation; 6.end;
malire a moyo 1.lifespan; malire a moyo wake ndi wochepa = his lifespan is short; moyo wautali = long lifespan; moyo wokhalitsa = long lifespan; 2.end of life;
maliro 1.corpse; expression: lero kuli maliro m'mbale (lit.: today there is corpse on the plate) = today we eat meat relish; 2.dead body; 3.funeral; expression: maliro nkulirana (lit.: funerals are crying for one another) = helping one another when someone has died = helping one another is good; maliro a m'chikuta = the funeral of a newly born baby; maliro atachitika, anatsosa masiku atatu = after the funeral, three days went by; nyimbo zimatonthoza wolira pa maliro = the songs comfort those who mourn at the funeral; 4.cadaver;
Maliro Lamentations; dzina la buku lopezeka mu Chipangano Chakale = name of a book in the Old Testament;
maliseche 1.nakedness; 2.bareness; 3.nudity; 4.pudendum (genitals of a woman);
-maliseche 1.naked; 2.bare; 3.nude;

maliseche a amuna nakedness of males;
maliseche a mkazi nakedness of a female;
maliwongo\a- 1.enemy; 2.adversary; 3.opponent; 4.foe;
maliyano boundary (of garden);
-maliza 1.-finish; ndani andimalizire ntchito? = who will finish the work for me?; akamaliza ntchito = when they have finished the work; 2.-finish up; iye anamaliza tiyi yense = he finished up all the tea; 3.-break up; 4.-complete; 5.-end; Yesu anamaliza ntchito yake = Jesus ended his work; 6.-be final; 7.-finalise; maliza ntchito = finalise the work; 8.-be last; 9.-extinguish; 10.-kill off; 11.-last; ndi womaliza kubadwa = she is the last born;
-maliza bwino 1.-finish well; 2.-make perfect;
-maliza mwachangu 1.-finish quickly; 2.-do quickly; 3.-do fast; 4.-dash-off; 5.-finish rapidly;
-malizidwa 1.-be finalised (adj.); ntchito yomalizidwa = finalised work; 2.-be completed; 3.-be concluded; 4.-be finished;
-malizika 1.-be passing; 2.-be finalised; 3.-die; when she was dying = panthawi yomwe amamalizika;
-malizitsa 1.-be complementary; 2.-conclude; 3.-sum up; anamalizitsa milandu yonse = he summed up all legal proceedings; 4.-generalise;
malo 1.place; 2.abode; 3.berth; 4.plot; 5.field; 6.land; 7.space; 8.address; 9.position;10.venue; malo ochitira msonkhano = venue for the meeting; malo opemphererapo = venue for prayers; 11.locality;
-malo 1.spacious; 2.commodious;
malo a akulu 1.land mass; 2.large plot; 3.large space;
malo a alendo guest house;
malo a anthu osauka place of the poor;
malo a bade 1.Golgotha (*Mateyu* 27: 33); 2.place of skulls;
malo a boma 1.public land; 2.land for the government;
malo a chilengedwe 1.natural place; 2.habitat; malo achilengedwe a zomera kapena nyama = a natural living place for plants or animals; malo okhalako anthu = habitat for humanity;
malo a chisangalalo 1.resort; 2.hotel; 3.lodge;
malo a chisokonezo 1.place of confusion; 2.imbroglio; 3.inferno;
malo a chitetezo 1.citadel; 2.fortress; 3.place of high security; 4.safe place;
malo a lamya 1.telephone booth; 2.telephone bureau;
malo a lowe quagmire;
malo a m'mwamba 1.upland; 2.high land; 3.upstairs;

malo a mizimu ya anthu omwalira 1.place of the spirits of the dead; 2.Sheol;

malo a mphepete mwa nyanja 1.place on the coast of the lake; 2.littoral; asodzi amakonda kukhala mphepete mwa nyanja = fishermen like to live on the littoral; 3.seashore; 4.beach;

malo a msika 1.market place; 2.bazaar;

malo a msonkhano 1.meeting place; 2.accommodation; 3.venue;

malo a mtendere ndi chitetezo 1.safety place; 2.heaven; 3.safe haven;

malo a pafupi 1.yonder; 2.nearby;

malo a patali yonder;

malo a patsogolo yonder;

malo a tchalitchi 1.church premises; 2.church-yard;

malo a totomoyo 1.death place; 2.death-trap;

malo a ulenje hunting place;

malo a wansembe glebe;

malo a zomera 1.plantation; malo a zomera za mtundu umodzi = pure plantation; 2.nursery;

malo ambali zinayi quadrangle; malo a mbali zinayi zofanana wozunguliridwa ndi nyumba = open square area amidst buildings;

-malo ambiri 1.spacious; 2.commodious;

malo awodzipatula mwa chipembedzo monastery;

malo ena 1.some place; 2.somewhere; 3.another place;

malo enieni a chinthu 1.real place for things; 2.locus; 3.exact place;

malo obatizira baptismal font;

malo obisala 1.hiding place; 2.hide-away;

malo obisika 1.secret place; 2.hiding place; 3.cache;

malo ochezera 1.lounge (n); tidakhala pa malo ochezera = we were seated in the lounge; 2.sitting room;

malo ochitirapo chisankho 1.booth for casting votes; 2.polling station; tilibe malo ochitirako chisankho = we do not have a polling station; 3.place for election;

malo oduka mphepo 1.rendezvous; 2.private place; tiyeni tikumane pa malo oduka mphepo = let us meet at a private place (for private discussion);

malo odutsa 1.passage; 2.thoroughfare; 3.corridor; 4.path; 5.road; 6.way;

malo odutsa njanji railway crossing;

malo odyera wina aliyense 1.public place for eating; 2.inn; 3.dining room;

malo odyeramo 1.cafeteria; 2.restaurant; 3.dining room;

malo odzithandizira 1.toilet; 2.latrine; 3.urinal; 4.loo;

malo odziwika kwambiri 1.famous place; 2.well known place; 3.common place;

malo ofikira 1.landing place; 2.docking place; 3.destination; 4.depot; 5.station;

malo ofikira alendo 1.guest house; 2.hotel; 3.motel; 4.rest house; 5.lodge;

malo ogogomolera mazira 1.incubator; 2.hatchery;

malo ogona wina aliyense 1.public place for sleeping; 2.guest house; 3.hotel; 4.motel; 5.rest house; 6.accommodation;

malo ogonera 1.uncultivated land; 2.fallow land; 3.unplanted land;

malo ogulitsa mowa 1.pub; 2.shebeen; 3.tavern; 4.bar; 5.bottle store; 6.beer hall;

malo ogulitsira katundu 1.place for selling goods; 2.outlet; sitolo ndi chitsanzo cha malo ogulitsira katundu = a store is an example of an outlet; 3.grocery; 4.market;

malo ogulitsira mankhwala 1.medicine store/shop; 2.pharmacy;

malo ogulitsira nyama 1.place where meat is sold; 2.butchery;

malo ogulitsira zakudya 1.place where food is sold; 2.restaurant; 3.café; 4.market;

malo ogwirira ntchito 1.work place; 2.station; 3.post; 4.position of duty; 5.office; 6.workshop;

malo oimapo sitima za pa madzi 1.place of shelter for ships; 2.harbour (n); 3.dock;

malo okhala njuchi 1.bee nest; 2.bee-hive;

malo okhalidwa habitable place;

malo okodza 1.place for urinating; 2.urinal;

malo okonzera galimoto 1.garage; 2.service station;

malo okumaniranako meeting place;

-malo okwanira 1.spacious; 2.commodious; 3.enough space;

malo okwera 1.elevated place; 2.upper place; 3.up land; 4.altitude;

malo okwerera basi 1.stage; 2.depot; 3.bus station;

malo okwerera sitima 1.station; 2.depot;

malo okwererako 1.elevated place; 2.upper place; 3.upland;

malo okwererapo m'nyumba 1.stage; 2.dais; 3.platform;

malo olandirira alendo 1.reception; 2.guest-house; 3.hotel; 4.porter's lodge; 5.front-office;

malo olandirirako mankhwala 1.place for receiving medicines; 2.infirmary; 3.clinic; 4.hospital;

malo olandirirako thandizo la odwala 1.hospital; 2.infirmary; 3.clinic; 4.dispensary;

malo olangira anamwali initiation place/ camp/ house;

malo omenyera nkhondo battle field;

malo ometera 1.haircutter's shop; 2. barbershop;

malo ometetsera 1.haircutter's shop; 2. barbershop;

malo omwe si Paradizo kapena Gehena limbo (in the opinion of some: abode of pre-Christian righteous and unbaptised infants);
malo omwera mowa 1.place for drinking beer; 2.beer hall; 3.pub; 4.inn; 5.bar; 6.bottle store;
malo omwera wina aliyense 1.public place for drinking; 2.inn; 3.beer hall; 4.bottle store;
malo onyongerapo anthu 1.gallows; 2.prison; 3.scafford;
malo opanda chonde unfertile place;
malo opanda mpweya vacuum; mulibe moyo m'malo mopanda mpweya = there is no life in a vacuum;
malo opanda munthu vacant place; chipinda chosagwiritsidwa ntchito = a vacant room;
malo opanda osokoneza 1.quiet place; 2.hide-out; 3.place of no intruders;
malo opanda phokoso 1.quiet place; 2.nook;
malo opanda zitunda 1.level ground; 2.plain; 3.flat area;
malo opangira chisankho 1.polling station; 2.place for election; 3.place for casting votes;
malo opangira voti polling station;
malo opangira zisudzo 1.stage; 2.platform;
malo opatulika 1.holy place; 2.shrine; 3.sanctuary; 4.harem (ndi malo opatulika m'nyumba ya chiSilamu omwe amayi okha amakhala = it is a separate place in an Islamitic house which is used by women only);
malo opempherera 1.place for worship; 2.prayer house; 3.church; 4.chapel;
malo opezeka madzi m'chipululu 1.place with water in desert; 2.oasis;
malo opezera za chiwembu 1.place from which to watch; 2.watch-tower; 3.observation post;
malo ophimbidwa 1.covered place; 2.booth; 3.hiding place;
malo ophunzirira 1.school; 2.college; 3.university; 4.training place;
malo ophunzirira unsembe 1.Roman Catholic college for training priests; 2.seminary;
malo opita kumtunda 1.up hill; 2.ascent;
malo opita kumunsi 1.descent; 2.slope;
malo osakako nyama hunting place;
malo osalimidwa 1.fallow land; 2.uncultivated place; 3.unplanted place;
malo osamalira ana amasiye orphanage;
malo osewererako gofo 1.golf course; 2.golf ground;
malo osiyidwa 1.deserted place; panyumbapa pasiyidwa = this house is deserted; 2.place of perdition;
malo osungira akaidi 1.prison camp; 2.cell; 3.jail; 4.dungeon;

malo osungira anthu okalamba 1.old-folks home; 2.a place where old people are kept;
malo osungira katundu 1.storage; 2.warehouse; 3.storeroom; 4.store;
malo osungira nyama 1.game reserve; 2.national park; 3.animal farm; 4.wildlife park;
malo osungira odwala 1.hospital; 2.asylum; 3.sickbay;
malo osungirako ankhondo 1.place where soldiers live; 2.barracks;
malo osungirako nyama 1.game reserve; 2.national park; 3.wildlife park; 4.zoological garden/ zoo;
malo osungirako za chilengedwe 1.natural reserve; 2.sanctuary; 3.wildlife park;
malo osungirako zakale 1.historical place; 2.museum; 3.storeroom;
malo otakasuka spacious place/ house/ room;
malo otentha ndi osatchinjirizidwa 1.inferno; 2.hell;
malo oterapo ndege 1.airport; 2.air field; 3.air base; 4.aerodrome; 5.landing place for aeroplane;
malo otetezedwa 1.fortress (lit.: defended place); 2.sanctuary; 3.refuge; kalekale olakwa ankatenga mpingo ngati malo otetezedwa = in earlier times a criminal could use a church as a refuge; 4.laager (chiAfrikaans); 5.safe place;
malo othawirapo mphepo yoipa leeward area;
malo otsekeramo nkhosa 1.enclosure for sheep; 2.sheepfold; 3.sheep kraal;
malo otsekuka m'thupi 1.orifice; 2.foramen;
malo otsetsereka 1.slope; 2.steep place;
malo otsikira basi 1.place for getting off a bus; 2.bus depot; 3.bus stage; 4.destination; malo athu otsikira ndi ano = this is our destination; ndikatsikira ku Limbe = my destination is Limbe;
malo otukuka 1.developed area; 2.urban area; 3.town;
malo otuluka thukuta sweat glands;
malo owetera ziweto za mbalame poultry farm; ku malo owetera ziweto kuli nkhuku, nkhanga, abakha, ndi zina zotero = on a poultry farm there are chickens, guinea fowls, ducks etc.;
malo owolokera 1.crossing; 2.zebra crossing;
Malo Owona za Ziyankhulo Centre for Language Studies;
malo owonera mdani 1.observation post; 2.look out; 3.watch-tower; 4.vantage point;
malo owumbirako mbiya 1.pottery; 2.place where pots are made;
malo oyera 1.holy place; 2.sanctum;
malo oyeretsedwa 1.sanctuary; 2.sanctified place; 3.holy place;
malo oyima basi 1.bus stop; 2.halt; 3.bus stage; 4.bus depot; 5.bus station;

malo oyima sitima 1.place of anchorage; 2.port; 3.harbour; 4.station; 5.dock;

malo oyimikako galimoto car park; malo a akulu oyimika galimoto = a big car park;

malo ozembera anthu hide-away;

malo ozungulira nyumba 1.area surrounding a house; 2.yard; 3.lawn;

malo ozunguliridwa ndi mpanda 1.fenced area; 2.enclosure; 3.area surrounded by a fence;

malo wofeserapo mitengo 1.tree nursery; 2.forestry nursery;

malo wopangira ulimi 1.estate; 2.farm; 3.agricultural area; 4.ranch; 5.garden;

-malochomalocho 1.variegated; 2.spotted; 3.decorations;

malodza 1.death-shudder; 2.funeral message; 3.adversity; 4.bewitchment; 5.supernatural thing; 6.extraordinary thing; 7.evil tidings; 8.calamity; 9.abnormal thing;

malombo 1.invocational dance; 2.spiritual dance among the Tumbukas in Northen Malawi and the Sena in the Southern Region;

malonda 1.business; kodi ukupanga malonda anji? = what kind of business are you doing?; 2.commerce; nduna ya za malonda = minister of commerce; unduna wa za malonda = ministry of commerce; anthu kale amachita malonda osinthana katundu = formerly people did commerce by bartering; 3.gain; 4.trade;

malonda a anthu ambiri 1.partnership business; 2.joint-stock; 3.corporation;

malonda obisa 1.illegal trading; 2.trafficking;

malonda obweretsa ndalama zambiri 1.lucrative trade; 2.vast economy;

malonda ochita ku nyanja 1.commerce at sea; 2.mercantile marine;

malongosoledwe 1.order; malongosoledwe a mapemphero a m'mawa = order of the morning prayers; 2.outline; 3.procedure; 4.explanation; malongosoledwe ake anayenda bwino = his explanation went on well; 5.description; 6.clarification;

malongosoledwe a nkhani 1.explanation; 2.exposition; 3.outline; 4.description of a story;

malonje 1.salutation; malonje a mukalata = the salutation in a letter; 2.greetings;

malonje a m'mawa greetings in the morning; mwadzuka bwanji? = mwagalamuka bwanji? = how did you get up?;

malonje a ulemu 1.respectful greetings; 2.greetings of honour;

malopa meal prepared at a funeral; anthu ena samadya malopa = some people do not eat meals prepared at a funeral;

maloto 1.dream; 2.vision; 3.foresight; 4.plan;

maloza 1.message of death of someone; 2.bewitchment;

malubwelubwe 1.talking while in deep sleep; 2.hallucination;

malulu 1.marksmanship; 2.offal;

malume a mafupa joint;

malume\a- 1.brother to mother; 2.uncle;

malumikiziro a chigonkhono elbow joints;

malungo malaria; malungo akulu = falciparum malaria = malungo woopsya kwambiri;

malungo a akulu 1.cerebral malaria; 2.severe malaria;

malungo ogwira ubongo 1.cerebral malaria; 2.malaria that attacks the brain;

maluwa okhala m'madzi flowers that grow in the water, e.g. water lily;

maluwa ozungulira nyumba 1..flowers surrounding a house; 2.hedge; 3.flora;

-maluwamaluwa 1.floral; 2.flowerly;

-mama -defecate (impolite);

mama\a- (chiYao/ chiTumbuka) 1.mum; 2.mother;

mamaliziro 1.end; 2.conclusion; 3.result; 4.consequence; 5.outcome;

-mamaliziro 1.ultimate; 2.final;

mamangidwe 1.construction; sindimvetsa mamangidwe a nyumba za m'mwamba = I do not understand the construction of flat buildings; 2.art of building; 3.building; 4.edifice;

mamasulidwe a Baibulo 1.interpretation of the Bible; 2.exegesis; analemba mamasulidwe a Baibulo pa Masalimo = he wrote an exegesis of the Psalms; 3.translation of the Bible;

-mamatira -stick; Yobu anapirira m'mazunzo ndi kumamatira kwa Yehova = Job persevered hardships and stuck to God;

-mamatiza 1.-seal; 2.-join with glue;

-mamatula 1.-unseal; 2.-unjoin; 3.-open; 4.-unscrew; 5.-uncap;

mamvyala (chiTumbuka) mother-in-law;

mamba\a- 1.cobra; 2. adder; mitundu iwiri ya mamba = two types of adder are black and green mambas; 3.scales of fish or snake;

mambulu boiled maize;

mame\- 1.dew; 2.something that is temporary;

mamina 1.nasal discharge; 2.mucus of the nose; pukuta mamina = remove the mucus; khanda lili ndi mamina pa mphuno = the baby has mucus on the nose; 3.runny nose

-mamvekedwe a mawu 1.voice; 2.labial (sound made by the lips); 3.tone of voice; 4.volume; kweza/tsitsa mamvekedwe = turn the volume up/down;

-mana 1.-deprive; anadzimana chakudya = he
deprived himself of food; 2.-refrain from; 3.-
starve; 4.-be close fisted; 5.-be mingy; iye ndi
womana pa ndalama = he is mingy with money;
6.-be stingy; 7.-be greedy;
manabii (chiSwahili) prophets;
manandi adhesiveness;
manda a akulu 1.mausoleum; 2.big cemetery;
manda wokhala pa mpingo 1.church-yard; 2.burial
place at the church;
manda\- 1.grave; akukwirira manda = they are
filling (covering) the grave; akutamba ku manda =
he is using charms on the grave; 2.burial-place;
3.sepulchre; 4.burying-grounds; 5.cemetery;
6.village; 7.home;
mandala (sing.: ndala) 1.reflection of sunlight by
glass etc.; 2.glinting off of sunlight; 3.spectacles/
specs (comes from: the reflection of sunlight by
the spectacles of John Moir, who together with his
brother Frederick were the first managers of the
African Lakes Corporation, which eventually
adopted the name Mandala); 4.eye glasses;
5.goggles;
mandolo 1.unripe groundnuts; 2.disease of tobacco
seedlings while at the nursery;
-mang'ala ku khoti -summon;
mang'ombe 1.chorus (singing in unison); 2.song;
3.comment; expression: kutsilira mang'ombe (lit.:
making our comments) = to comment favourably
while one is making a speech or report/ to put it
nice; 4.remark;
-manga 1.-build; ndikufuna kumanga kakhumbi = I
want to build a small house 2.-construct; 3.-bind;
kumanga mabuku = binding books; kumanga ndi
kumasula = binding and loosening; 4.-dress; 5.-
affix; 6.-arrest; 7.-attach; 8.-tie; 9.-fasten; 10.-
manacle; 11.-strap; 12.-swathe; 13.-plait (hair);
14.-take into custody;
-manga bala 1.-dress a wound; 2.-bind; 3.-cover a
wound with bandage;
-manga butawo -button; mangani mabutawo shati
yanu = button up your shirt;
-manga chilonda 1.-bandage a wound; 2.-dress a
wound; 3.-cover wound with bandage;
-manga chimodzi 1.-agree; 2.-reach decision; 3.-
reach understanding; 4.-come to the conclusion;
-manga dziwe 1.-dam up; mangani dziwe mu
mtsinje = dam up in the river; 2.-make a pond; 3.-
make a reservoir;
-manga kamtengo -put in splint;
-manga kola -bridle;
-manga ku maso -blindfold;
-manga maziko 1.-lay foundation; 2.-be settled; 3.-
establis h oneself; 4.-get settled;

-manga mozungulira chiuno 1.-buckle; 2.-gird;
-manga mtsempha -ligate; ndikumanga mtsempha
= I am ligating an artery;
-manga munthu 1.-shackle; 2.-manacle; 3.-chain;
-manga mvula -make rain (-invoke rain magically);
-manga namazani -begin fasting;
-manga ndi unyolo -handcuff; apolisi amanga
wakuba = the police have handcuffed the thief;
-manga nkhokwe 1.-make storage house for
harvest; 2.-make a granary;
-manga pamodzi 1.-settle at one point; 2.-pin; 3.-
build at one place; 4.-bind together;
-manga pepala 1.-pin paper; 2.-staple;
-manga sikulu -screw; umange sikulu iyi kwambiri
= you screw up this tightly;
-manga thondolo 1.-chain; 2.-manacle; 3.-shackle;
-manga unyolo 1.-chain; 2.-manacle; 3.-shackle;
-manga vwakavwaka 1.-bundle; 2.-tie loosely; 3.-
tie carelessly; 4.-tie unproperly;
mangaka a drum held at the chest;
Mangalande England; ndimakhumbira rrditawona
dziko la Mangalande = I wish I would see
England;
mangani tanu! 1.tie up your little things! (lit. for:
mangani tizinthu tanu); 2.mind your own business
(expression);
-manganso 1.-rebuild; 2.-reconstruct; 3.-restructure;
4.-retie;
mangawa 1.due debt; 2.loan; 3.grudge; 4.suspicion;
5.envy; 6.hatred;
-mangidwa 1.-be arrested; 2.-be manacled; 3.-be
fixed; 4.-be built; 5.-be imprisoned; 6.-be detained;
-mangidwa mwansanga motchipa 1.-be built fast
and cheaply; 2.-be jerry-built;
-mangidwa pamodzi 1.-be bound together; 2.-be
made to come together; 3.-end grudges; 4.-build at
the same time;
-mangika 1.-get stuck; 2.-get bound; 3.-get
tightened;
-mangirira 1.-stick to; 2.-bound to; 3.-depend on;
iye wandimangirira zedi = he has stuck to me for
monetary gain;
-mangirira mawaya 1.-wire; kodi munamaliza kale
kumangirira mawaya m'nyumba? = is the house
wired up yet? 2.-stick the wire together; 3.-tie
together the wire;
-mangiriza 1.-splice; 2.-join two pieces of ropes/
strings together;
-mangitsa 1.-brace; 2.-adjunct; 3.-compress (of the
waist); 4.-be strongly bound; 5.-tighten;
-mangitsa madzi m'mayani 1.-cheat; 2.-deceive;
3.-disappoint; 4.-swindle; 5.-dupe;
mangolomera 1.power; 2.supernatural power;
3.power from charms; 4.extraordinary strength;

mangolongondo locally made xylophone from bamboo; mbala inandibera katundu pamene ndinali kuyimba mangolongolo = the thief stole my property while I was playing the xylophone;

mangongo (chiYao) 1.boiled shelled maize; 2.dreadlock; 3.hair that has been bound to the head;

mangungu grounded boiled maize;

manja hands; expression: iye ali chimanjamanja (lit.: he is with hands only) = he is empty-handed; expression: iwe uli ndi manja (lit.: you have got hands) = you make crops produce when you have planted yourself/ your own hands are fruitful; expression: ndi wouma manja (lit.: he is dry-handed) = he is tight-fisted/ stingy; expression: ndi wa manja aatali (lit. he has long hands) = he is a thief;

-manja right (adj); mutenge msewu wa kumanja = take the road on your right;

-manja lende 1.lazy; ndi wamanja lende = he/she is lazy; 2.slothful; 3.idle; 4.inactive;

-manjamanja 1.-have nothing at all; 2.-be naked;

manjenje 1.epilepsy; manjenje amagwira nyama za m'miyendo= epilepsy attacks muscles of the legs; 2.shaking of body;

mankhalu thing that encourages one to work hard;

mankhalu\- 1.curiosity; 2.attention; 3.stubbornness; 4.interest;

mankhanana sputum;

mankhokwe shoot;

mankhusu 1.chaff; 2.unworthy remains (thus from rice, maize and groundnuts); 3.holes;

mankhwala 1.medicine; akanapanda kumwa mankhwala, akanamwalira = if he would not have taken medicine, he would have died; mankhwala a chikuda = traditional medicine; mankhwala ochepetsa ululu/ mankhwala opha ululu = sedative; 2.analgesia; ndi mankhwala opangidwa ndi mtundu wa majeremuso omwe amalepheretsa kuti majeremusi a mtundu wina achuluke = it is medicine produced by one micro organism that selectively inhibits the growth of another; 3.medication; 4.drug; ntchito ya mankhwala m'thupi = drug activity = mphamvu ya mankhwala m'thupi; kuyesa mmene mankhwala angachiritsire m'thupi = it is the measure of the physiological response that a drug produces; kusayanjana ndi mankhwala = drug resistance; chilakolako chosaletseka chofuna kugwiritsa ntchito zinthu ngati mowa ndi mankhwala ena = uncontrollable craving to use substances such as alcohol or another drug; ndimadalira mankhwala pamene ndadwala = I depend on drugs when I am sick; 3.analgesia; mankhwala monga panado ndi

asipirini amaletsa kupweteka kwa m'thupi = analgesia like panado and aspirin lessen body pain; 5.poison; thawitsani udzudzu pofukiza mankhwala = chase the mosquitoes with poison; 6.arsenic; 7.tablets; 8.pills; 9.chemicals;

mankhwala (m. oletsa ululu/ kupweteka) anesthésia;

mankhwala a magazi 1.folic acid; 2.hypofolicosis; 3.iron tablet;

mankhwala a malungo 1.malaria drug (quinine, fansidar, lariam, etc.); 2.antimalarial agent; 3.medicine for malaria;

mankhwala a matsenga magic medicine; anthu ena amagwiritsa ntchito mankhwala a matsenga potema mphini m'matupi awo = some people use magic medicine by marking incisions on their bodies;

mankhwala a mitsitsi roots used for medicine;

mankhwala a mu fodya 1.drug found in tobacco; 2.nicotine;

mankhwala a ufa ogonetsa 1.valium; 2.sleeping powder;

mankhwala amadzi a chifuwa cough syrup (linctus; stearns, good morning etc.);

mankhwala ochapira 1.washing substance; 2.detergent; 3.washing powder; 4.surf;

mankhwala ogonetsa 1.sleeping drug; e.g. valium; 2.sedative;

mankhwala oipa 1.bad medicine; 2.poison; 3.venon; 4.toxin;

mankhwala okongoletsa milomo 1.lip-stick (lit.: substance used to decorate lips) ; 2.lip-ice;

mankhwala olera contraceptive;

mankhwala oletsa kuwawa pain-killer;

mankhwala oletsa ululu pain-killer;

mankhwala opangitsa kusanza 1.medicine that causes to vomit; 2.emetic;

mankhwala opatsa magazi 1.hypofolicosis; 2.folic acid; 3.iron tablet;

mankhwala ophera tizirombo 1.insecticides; 2.pesticides; 3.insect killer; 4.insect repellent;

mankhwala opusitsa calcium drug;

mankhwala osokoneza bongo drugs that disturb the brains;

mankhwala oteteza mano 1.medicine for protecting teeth; 2.fluoride;

mankhwala oteteza mimba contraceptive; njira yabwino yopewera kutenga mimba ndi kudziletsa = the best contraceptive is abstinence;

mankhwala othandiza kupita kuchimbudzi laxatives;

mankhwala othetsa thukuta antiperspirant;

mankhwala othetsa ululu 1.sedative; 2.pain killer; 3.anaesthesia;

mankhwala otsegula m'mimba laxative; anthu odzimbidwa amafuna mankhwala otsegula m'mimba = constipated people need a laxative;
mankhwala owalitsira zinthu 1.chemicals used for shining things; 2.polish; mankhwala owalitsira nsapato = shoe polish;
mankhwima shoot;
mano teeth; expression: walurna mano (lit.: he has bitten the teeth) = he has died after a long illness; expression: kumera mano (lit.: grow teeth) = to develop a touchy spirit;
mano a kutsogolo 1.front teeth; ndidula ulusi ndi mano anga a kutsogolo = I will cut the thread with my front teeth; 2.molar and premolars;
mano a mcheni 1.sawteeth; 2.sharp teeth;
mano a ubwana 1.baby's teeth; 2.primary teeth; 3.milk teeth;
mano ansadzu front teeth;
mano ochita kupanga 1.artificial teeth; 2.denture; 3.man-made teeth;
mano otulukira kunja protruding teeth;
mano otulukira pamtunda protruding teeth;
mano oyambirira 1.baby's teeth; 2.primary teeth; mwana ali ndi mano oyamwira 20 = a child has 20 primary teeth;
manong'onong'o 1.hearsay; 2.rumour; 3.gossip;
mantha 1.fear; munthu wa ntchito ali ndi mantha = the worker is afraid; 2.alarm (n); 3.awe; 4.worry; ndili ndi mantha = I am worried; 5.cowardice; proverb: khwangwala wa mantha anafa ndi ukalamba (lit.: a coward raven died of old age) = person who evades things, lives for a long time; 6.horror; 7.dread; 8.anxiety; 9.dysphoria;
mantha (-li ndi m.) 1.-be afraid; 2.-be fainthearted; 3.-be nervous; 4.-be frightened;
manthunthumira 1.malarial fever; 2.ague;
manvaimva hearsay;
manya 1.wrinkle on the body of an old person; 2.crows' feet;
manyado 1.pride; 2.arrogance; 3.pleasure; 4.superiority; 5.self-importance; 6.beautiful things; 7.happy things; 8.joyful things;
-manyado 1.beautiful; nyumba ya manyado = beautiful house; 2.happy;
manyawa 1.dried cassava; 2.one of the clans of Lomwe people;
manyazi 1.shame; analankhula mopanda manyazi/ analankhula nkhope ili gwaa = she talked without shame; proverb: masamba akagwa manyazi agwira mtengo (lit.: when the tree loses its leaves it looks shamefully naked) = a useless child causes shame to the parents; proverb: mbewa ya manyazi inafera ku una (lit.: a shameful mouse died in the hole) = sometimes it's bad to be shameful; expression:

wadya manyazi (lit.: she has eaten shame) = she has been disgraced; 2.being ashamed; iye anapanga manyazi = he was ashamed; 3.being abashed; anali wa manyazi = he was abashed; 4.diffidence; 5.disgrace;
-manyazi 1.disgraceful; proverb; mbewa ya manyazi inafera kuuna (lit.: the disgraceful mouse died in a hole) = being disgraceful is not good; 2.shameful;
-manyazitsidwa 1.-be sheepish; 2.-be disgraced;
manyenje (chiYao) 1.being torn; zovala za manyenje = torn clothes; 2.hairs on the body;
manyi (chiYao) 1.stools; kuyeza manyi = stools test; 2.excrements; 3.motions; 4.dung; 5.faeces; kuyeza manyi = fecal occult blood test; 6.ordure; 7.droppings;
manyokola manioc; manyokola ndi mtundu wabwino wa chinangwa = manioc is a good variety of cassava;
manyowa 1.manure; athira manyowa m'minda yawo = they have applied manure in their gardens; mitengo yodzetsa manyowa = trees that give manure; manyowa amathandiza kupereka chonde ku nthaka = manure helps to add fertility to the soil; 2.compost; 3.muck;
manyowa a ndowe za munthu manure made from human excrement;
manyowa a ziweto 1.animal manure; 2.dung; 3.dropping; 4.muck;
manyuchi 1.honey; 2.sweet; 3.coitus (fig); 4.sexual intercourse (fig);
-manzenene 1.hoarse; 2.raucous; chifukwa chachifuwa iye anatulutsa mawu a manzenene = he produced a raucous voice because of a cough;
manzenene a nyimbo 1.rhythm; 2.rough voice while singing;
manzere left; expression: zandipita kumanzere (lit.: they have passed me to the left) = I am much less acquainted with it;
maonedwe vision;
maonekedwe 1.appearance; 2.aspect; 3.commensurate; 4.scenery; maonekedwe ake ndi okoma = what a beautiful scenery; 5.outer shell; 6.outer surface;
maonekedwe a kunja 1.external appearance; 2.façade; 3.guise; 4.semblance;
maonekedwe a mwamuna appearance of man;
maonekedwe a thupi 1.body shape; 2.body type;
maonekedwe oipa 1.ugly appearance; 2.unpleasant looks; 3.unlikeable appearance; 4.nasty appearance;
-maonekedwe onama 1.not genuine; 2.pseudo; 3.fake; 4.bogus;
maonekedwe onyansa 1.ugly appearance;

2.unpleasant looks; 3.unlikeable appearance;
maonekedwe osakongola 1.ugly appearance;
2.unlikeable appearance;
maonekedwe osapatsa chidwi 1.ugly appearance;
2.unpleasant looks; 3.unlikeable appearance;
maonekedwe osasangalatsa 1.ugly appearance;
2.unpleasant looks; 3.unlikeable appearance;
mapambadzuko (chiSwahili) dawn;
mapangidwe 1.creation; 2.scheme; 3.design;
kompyuta yanga ndi yamapangidwe atsopano =
my computer is of new design; 4.making; 5.make;
6.model; 7.formation;
mapasa (ana a m.) twins;
mapekedwe composition; Davide alibe luso la
mapekedwe = David has no talent of composition;
mapemphero 1.worship; 2.prayers; 3.devotions;
mapemphero a aliyense 1.public worship; 2.open
worship/ prayers;
mapemphero a madzulo 1.evening worship/
prayers; 2.evensong;
mapeto 1.end; kumapeto kwa ndime ya moyo = the
end of the course of life; chidali chitafika ku
mapeto = it had come to an end; Mulungu alibe
chiyambi kapena mapeto = God has no beginning
and no end; 2.ending; 3.conclusion; 4.result;
5.boundary;
-mapeto 1.final; 2.end; 3.result; 4.last;
mapeto a chala finger tip;
maphang'ombe 1.hornet; 2.wasp (big in size);
maphephe 1.hearsay; 2.rumour;
maphunziro education; maphunziro a zoyambitsa
matenda = medical etiology (medical);
maphunziro a kalongosoledwe ka Mpingo
1.ecclesiology; 2.church doctrine;
maphunziro a kuwerenga ndi kulemba 1.literacy
school; 2.education aimed at writing, counting and
reading;
maphunziro a kuyenda kwa ma electrons
1.science and technology of electronic systems;
2.electronics;
maphunziro a luso la kulalikira 1.art of preaching;
2.preaching lessons; 3.homiletics;
maphunziro a maso ophthalmology;
maphunziro a mtundu wa anthu 1.humanism;
2.anthropology;
maphunziro a pamwamba 1.high education;
2.university education;
maphunziro a ukachenjede 1.academic learning;
2.undergraduate studies; 3.university education;
maphunziro a ukadaulo 1.doctorate studies; 2.PhD
studies;
maphunziro a za Baibulo 1.Bible study; 2.Bible
knowledge; 3.religious studies; 4.theology;
5.divinity;

maphunziro a za chilengedwe 1.natural sciences;
amaphunzitsa maphunziro okhudza za
chilengedwe = he teaches natural sciences;
2.natural resources;
maphunziro a za chuma 1.economics; 2.accounts;
3.financial accounting;
maphunziro a za mano dentistry;
maphunziro a za mitengo 1.forestry studies;
2.dendrology; 3.study of trees;
maphunziro a za moyo ndi zozungulira 1.habitat
study; 2.ecology (lit.: science of living things and
their environment); 3.environmental science;
4.environmentation;
maphunziro a za Mulungu 1.divinity; 2.theology;
3.religious studies;
**maphunziro a za Mulungu a kamasulidwe mwa
ndale** liberation theology;
maphunziro a za nyama ndi zomera 1.science of
animals and plants; 2.biology; 3.study of zoology
and botany;
maphunziro a za umunthu 1.studies of human
origin; 2.anthropology; 3.humanity;
maphunziro oyambirira 1.nursery education;
2.primary education;
mapira 1.sorghum; mapira amamera bwino ku
madera a chigwa cha Shire = sorghum grows well
in Shire valley areas; 2.millet; mapira ndi a
ang'ono kusiyana ndi chimanga = millet grains are
smaller than maize grains;
mapserera dottle;
mapu map; mapu a Malawi = the map of Malawi;
maonekedwe a Malawi ojambulidwa pa pepala =
the map of Malawi;
mapulumukidwe 1.salvation; 2.escapism;
3.deliverance;
maqakeni (chiNgoni) boiled maize grains that are
not crushed;
Mariya Virigo Virgin Mary;
masa 1.mice nest; 2.bee-hive;
masala 1.uncultivated area; 2.fallow (n);
masalanga pounded maize;
masamalidwe 1.management; 2.administration;
3.art of caring; 4.managing; 5.supervision; 6.care;
masamalidwe a malo 1.care for the land; 2.land
husbandry;
masamba a chinangwa cassava leaves;
masamba a mkuyu fig leaves;
masamba a zomera 1.plant leaves; 2.foliage;
masamba odyedwa osaphika 1.lettuce; 2.salad;
masamu mathematics; expression; munthu uyu ndi
wa masamu (lit.: this person is of mathematics) =
this person is good at mathematics/ this person is a
good thinker; expression: uyu ndi chigawenga pa
masamu (lit.: he is a gangster at maths) = he is

clever at maths; arithmetic ndi gawo la masamu =
arithmetic is a branch of mathematics;

masana 1.noon; 2.afternoon; phwando limachitika
masana = the feast takes place in the afternoon;
3.daylight; 4.midday;

masanje (chiYao) 1.play during which children
learn to cook; 2.childishness;

-masanje (chiYao) childish;

masankho 1.vote; 2.selection; 3.election; 3.casting
one's vote;

masano 1.grave yard; 2.sepulchre; 3.village (fig.);

masanzi a chikasu biliousness;

masanzi/ masanzo vomit; akuwola masanzi = she
clears away the vomit;

masekedwe a chisangalalo 1.laughter with
happiness; 2.merriment; 3.cheerfulness;
4.joyfulness;

maseko (chiZulu) hearth stones;

masese (chiTumbuka) 1.dregs; mowa unali ndi
masese ambiri = the beer was full of dregs; 2.lees;
masese amaonetsa kuti mu mgolo munali mowa =
lees shows that the drum had beer; 3.roe;
4.traditional dance;

masewera 1.plays; 2.games; 3.childishness;
4.sports; 5.infantile behaviour;

masewera opezera ndalama gamble;

masewero a chibisalirano hide and seek;

masewero a nkhonya 1.boxing; 2.fighting with
fists;

masewero olimbitsa thupi 1.sports; 2.diversion;
3.relaxation; 4.gymnastics; kusewera chipako =
playing a gymnastic game of time awareness;
5.game;

mashingozi (chiNgerezi) shingles; ali ndi
mashingozi pa thupi pake = she has shingles on her
skin;

masika 1.harvest; kukolola zakumunda = the
harvesting of the crops; proverb: kulima chimunda
uko, kukolola m'manja (lit.: cultivating that large
field, harvesting in the hand) = the more you work
the less you get; ndithandizeni kukolola chimanga
= help me to harvest maize crops; riddle: munda
uko koma kukolola m'manja (lit.: what a big
garden but only a handful of harvest) = the head is
big but when you shave it you only get a handful
of hair; 2.spring period; 3.dry season;

masikini\a- 1.poor·person; 2.beggar; 3.street child;
4.tramp; 5.vagrant; 6.vagabond;

masiku a dzana 1.days in the past; 2.old-times (lit.:
days before yesterday);

masiku a Lent Lent; masiku makumi anayi
lisanafike tsiku Lachis anu Loyera = forty days
before Good Friday;

masiku a m'mbuyomo 1.days in the past; 2.in

those days; 3.once upon a time; 4.days ago; 5.old
days;

masiku akale 1.former days; 2.days in the past;

masiku ano 1.at present; 2.nowadays; 3.these days;
4.modern time; 5.new time;

masiku nkumatha that's how days go; timakhala
chonchi masiku nkumatha = that is how we stay
and days go by;

masiku onse 1.daily; 2.every day; 3.day by day;
4.always; 5.forever; Yesu ndi wa moyo kwa
masiku onse = Jesus is alive forever; 6.all the days;

masiku opatulika holy days;

masiku opuma 1.holidays; 2.leave days;
3.vacation; 4.days of rest;

masiku oyera holy days;

masikuwa (chiLomwe) 1.afternoon; 2.night;

masilamusi (chiYao) 1.magic; 2.witchcraft;
3.bewitchment;

-masilamusi (chiYao) magical;

masimba akonyani yellow bead;

masinthidwe 1.conversion; masinthidwe a mtundu
wa birimankhwe ndi wodabwitsa = the conversion
of the cameleon's colour is wonderful; 2.changing;

maso eyes; expression: ichi ndi chiphamaso (lit.:
this is what kills the eyes) = this is pretence;
expression: lowa m'maso (lit.: enter into the eyes)
= be at a loss as to what to choose; expression:
kutsuka maso (lit.: cleanse the eyes) = to entertain
the eyes/ to watch a dance especially of girls and
women;

-maso a changu 1.eagle eyed; 2.fast eyes; 3.keen
eyes;

maso a psuu 1.bloodshot eyes; 2.red eyes;

maso akuthwa 1.sharp eyes; 2.strong eyes; 3.quick
look;

-maso akuthwa 1.clever; 2.eagle eyed;

maso ang'ala 1.bad sight; 2.see with difficulty;
3.eyes with an opacity of cornea;

maso ndi maso 1.face-to-face; anakumana ndi
mkango maso ndi maso = he met the lion face to
face; tidzakumana naye Ambuye maso ndi maso =
we will meet the Lord face to face; 2.openly;
3.confronting;

maso obungudzabungudza blinking eyes;

maso ofiira 1.bloodshot eyes; 2.red eyes;

-maso ongwala eagle eyed;

maso ophethiraphethira 1.blinking eyes;
2.flashing eyes;

maso opunthwa 1.bad sight; 2.bad eyes;

maso osawona blind eyes;

maso osawona bwino 1.bad sight; 2.eyes which do
not see properly;

maso owona patali 1.eagle eyed; 2.sharp eyes;
3.long sight;

maso owuma 1.dry eyes; 2.xerophthalmia;

maso tuzu 1.wide open eyes; 2.protruding eyes;

-maso tuzu 1.with wide open eyes; 2.with eyes open widely;

masomphenya 1.visions; masomphenya a aneneri = the visions of the prophets; 2.foresight; 3.dreams; 4.phantasm;

-masuka 1.-feel free; 2.-be open; 3.-be loose; 4.-be at liberty; 5.-be at ease; 6.-be free;

-masukira -make feel free;

-masula 1.-set free; 2.-free; 3.-give freedom; 4.-release; 5.-untie; 6.-loosen; anamasula mphaka mchiguduli = he loosened the cat out of the sack; masula chingwe = untie the rope; proverb: thumba la Tambe amamasula ndi Tambe yemwe (lit.: a bag of Tambe is undone by Tambe himself) = clever people cannot cheat each other = send a thief to catch a thief; 7.-unscrew; 8.-unpack; masula katoni iyi = unpack this carton; 9.-unchain; mumasule galu = you unchain the dog; 10.-unbutton; anamasula mabatani a malaya ake = he unbuttoned his shirt; 11.-acquit in lawsuit; 12.-explain; 13.-end; 14.-allow; masulani mkazi wamasiye kuti akwatiwenso = allow a widow to marry again; 15.-permit; amumasula angathe kupita = he has been permitted to go; 16.-discharge; 17.-disenchant; 18.-disjoin; 19.-unroll; 20.-roll down; 21. -open; ndikumasula pepala kuti nditenge m'bulu wa mankhwala = I am opening the paper to take out a tablet of medicine; 22.-lighten; atamulongosolera maloto, Farao adamumasula m'maganizo = after interpreting the dreams, Pharaoh's mood was lightened;

-masula chinthu chomangidwa 1.-unbind; 2.-set free; 3.-remove chains; 4.-untie; 5.-loosen; 6.-unknot;

-masula kabali 1.-open; 2.-unlock; 3.-unchain; 4.-release;

-masula kuchipsinjo 1.-exorcise; 2.-free from difficulties; 3.-be at liberty;

-masula lamba 1.-untie a belt; 2.-unbuckle; 3.-loosen a belt;

-masula mabauti 1.-set bolts free; 2.-unbolt;

-masula mazinga 1.-unbolt; 2.-unchain;

-masula mpiringidzo 1.-open; 2.-unlock; 3.-loosen;

-masula pa chodetsa nkhawa 1.-give relief; 2.-relieve; 3.-have peaceful mind; 4.-release;

-masula wa m'ndende 1.-free; 2.-parole; kodi wamasula wakupha uja ndi ndani? = who has paroled that murderer?; 3.-be open;

-masulira 1.-translate; 2.-clarify; 3.-comment; 4.-expound; 5.-interpret; masulirani ndime iyi = interpret this verse; 6.-give meaning; 7.-demonstrate; 8.-solve; 9.-explain;

masungidwe 1.preservation; masungidwe a matimati = preservation of tomatoes; 2.care; 3.storage; 4.conservation; 5.saving; 6.storing; 7.keeping;

masweswe baldness about the temples; expression: awa ndiwo masweswe (lit.: this is receding hair line on both sides of the brow) = this is a joke/ especially for fooling;

-mata 1.-affix; 2.-coat; 3.-seal; anamata kalata = she sealed the letter; 4.-stick; 5.-stick on; 6.-be sticky; 7.-plaster; mata khoma = plaster the wall; 8.-patch; 9.-daub; mata pa chitseko = daub on the door; 10.-be glutinous; 11.-glue;

-mata mnkhungu 1.-chase a thief; 2.-lie; 3.-cheat;

-mata phula 1.-lie; 2.-cheat; 3.-be deceitful;

matako\- buttocks; expression: iwe unadya matako agalu (lit.: you ate the buttocks of a dog) = you are not restive; you are impatient/ anxious;

matalala 1.hail; 2.ice; 3.sleet; 4.snow;

matalala osongoka 1.sharp ice blocks; 2.icicle;

matalala oyandama pa madzi 1.floating hailstone; (esp in cold areas); 2.ice berg; matalala akulu kwambiri oyandama panyanja = large ice blocks which float on the lakes;

matalikanidwe 1.distance between; 2.length; 3.duration; 4.span;

matamando 1.praise; anayimba nyimbo za matamando = they sang songs of praise; 2.eulogy; 3.extol;

matambidwe 1.witchcraft; 2.excavation;

matambitso\mi- tall drum;

-matana 1.-stick to each other; 2.-coagulate; 3.-cohere; 4.-stick together; 5.-join together;

matanda scaffold;

-matanthauzo ambiri 1.of many meanings; 2.ambiguous;

matanyula\- 1.sexual satisfaction; 2.coitus;

-mataphula 1.-beguile; 2.-trick; 3.-cheat; 4.-deceive;

matatalazi struggle; matatalazi afunika pamene pali ubwino = struggle is needed where there is comfort;

mataya\a- 1.eaves of a house; 2.rich person; 3.prosperous person; 4.affluent person;

matayikira\mi- shoot;

matchabwada 1.meat; 2.fat (n);

matchera 1.noose; 2.net used to catch fish; 3.trap; 4.witchcraft;

matchowa 1.hair of tail of animal; 2.fly whisk (plural of 'litchowa'); Kamuzu Banda anali ndi litchowa = Kamuzu Banda had a fly whisk;

mate\- 1.saliva; 2.spit; expression: mukuwumitsa anthu mate mkamwa (you make people have saliva dry in the mouth) = you make people talk senselessly; 3.spittle; expression: musadyetsane mate (lit.: don't eat one another's spittle) = do not have anything to do with one another; expression: khambitsa mate (lit.: make the spittle go the wrong way) = ask too many questions/ said to be inquisitive ones; expression: sameza mate (lit.: he/she does not swallow spittle) = once he/she starts talking, and that's it;

matebani play;

matemba awisi 1.fresh little fish; 2.dace; mlamba umadya matemba awisi = the dace are mud fish's prey;

matenda 1.diseases; matenda ofalikira pa kukhudzana kwa thupi, amafalitsidwa kwambiri ndi utitiri wa makoswe = bubonic plague; chipwirikiti cha matenda/ kuphatikizika kwa zizindikiro zamatenda = syndrome; 2.illness; expression: awa ndi matenda a kayakaya (lit.: this is illness of uncertainty) = this is a critical illness most likely to be followed by death/ hopeless illness; 3.sickness;

matenda a chigodola foot and mouth disease;

matenda a chikhodzodzo 1.tropical disease caused by parasite flatworms in the blood and bladder; 2.bilharzia;

matenda a chilengedwe 1.natural diseases; 2.diseases not associated with witchcraft;

matenda a chinzonono gonorrhoea;

matenda a chiwindi hepatitis; matenda a chiwindi amafooketsa komanso amayambitsa chikasu = hepatitis causes body weakness and also jaundice;

matenda a likango disease that kills the child after birth;

matenda a m'maganizo 1.hysteria; 2.neurosis; 3.madness;

matenda a mgonagona 1.incurable disease; 2.disease that has stayed longer; 3.untreatable disease;

matenda a mtima 1.heart disease; 2.heart attack; 3.high blood pressure;

matenda a nkhakamira incurable disease;

matenda a nthomba 1.small pox; 2.chicken pox;

matenda a pakhungu opatsirana 1.skin disease; 2.contagious disease; 3.impetigo;

matenda adzawa shingles;

matenda akayakaya illness that causes a patient to be on the verge of death and life;

matenda akugwa epilepsy;

matenda akumwezi 1.monthly bleeding; 2.menstruation;

matenda ochokera kwa Mulungu 1.natural diseases; 2.diseases not associated with witchcraft;

matenda ofiiritsa maso 1.disease that causes red eyes; 2.ophthalmia;

matenda omangofuna kuba 1.obsessive wish to steal; 2.kleptomania;

matenda opatsirana infection;

matenda opatsirana mchiwerewere 1.sexually transmitted diseases; 2.venereal diseases; 3.clap (n);

matenda opatsirana pogonana 1.venereal diseases; 2.sexually transmitted diseases;

Matenda Opatsirana Pogonana (M.O.P) Sexually Transmited Disease (S.T.D);

matenda ososoka bweya a nyama 1.contagious skin disease; 2.mange;

matenda osowa magazi 1.anaemia (lacking of blood); munthu wodwala nthenda yosowa magazi = anaemic patient; 2.disease caused by lack of blood;

matenda osowa zakudya 1.diseases caused by lack of food; 2.malnutrition; 3.deficiency disease;

matenda oswa m'malungo 1.stiffness and inflammation of muscle and joints; 2.rheumatism;

matenda otengera 1.hereditary disease; 2.inherited disease; 3.inborn disease;

matenda otsekula m'makutu inflammation of the middle ear;

matenda otupa cham'mimba 1.womb inflammation; 2.swelling of the ovary;

matenda otupa chithokomiro 1.swelling of the thyroid gland; 2.goitre;

matenda otupa mimba 1.inflammation of stomach; 2.gastritis;

matenda otupitsa kholingo 1.inflammation of mucous membrane of pharynx; 2.pharyngitis;

matenda otupitsa maso 1.disease that causes swelling of the eyes; 2.ophthalmia;

matenda otupitsa miyendo 1.disease that causes swelling of legs; 2.gout;

matenda otupitsa mokumana mafupa 1.disease that causes swelling of joints; 2.gout;

matenda otupitsa thupi 1.disease that causes swelling of the body; 2.phthisis;

matenda owumitsa khosi 1.inflammation of the membranes enclosing the brain and the spinal cord; 2.meningitis; matenda owumitsa khosi amadza chifukwa chakutupa kwa mbali ya kunja kwa bongo = meningitis is caused by the inflammation of the membranes enclosing the brain;

matenda owumitsa msagwada 1.disease that paralyses the jaws; 2.lock jaw;

matenda oyambitsidwa ndi kutentha 1.sudden illness caused by excessive heat; 2.heatstroke; 3.hyperthermia;

matenda oyamwira hereditary disease;

matenda oziziritsa ziwalo 1.polio; 2.paralysis;

matendevu akulu hornets;
matengedwe a pakati 1.becoming pregnant;
2.conception; matengedwe a pakati opanda
chodetsa a Mariya = immaculate conception of
Mary (the Catholic doctrine that Mary was born
without a sin);
matenjetenje bog;
matero 1.steep hill; 2.slope; 3.bevel;
matewe 1.rickets; 2.disease caused by lack of
Vitamin D in children;
Mateyu Matthew; m'modzi mwa ophunzira a Yesu
ndi dzina la buku loyamba mu Chipangano
Chatsopano = one of the disciples of Jesus and the
name of the first book in the New Testament;
mathanyula 1.sexual intercourse between men;
2.homosexuality; 3.coitus;
mathawidwe 1.escapism; 2.diversion; 3.dodging;
mathedwe 1.ending; 2.conclusion; 3.result;
4.consequence;
mathero 1.end; mathero a zokambirana zathu = the
end of our discussions; 2.ending; 3.conclusion;
4.result;
mathithi 1.cataract; mathithi mu mtsinje = the
cataract of the river; 2.waterfalls; 3.falls;
-mathuthu 1.-speak with difficulty; 2.-stammer; 3.-
stumble; 4.-stutter;
mathyana (chiLomwe) noon;
-matika 1.-adhere 2.-cleave; 3.-stick;
-matirira 1.-stain; 2.-stick to;
-matirira pamodzi 1.-adhere (by means of glue);
2.-join together;
matiwa 1.blow of hard body on soft; 2.dent;
matola 1.illegitimate transport; 2.unauthorised
passengers;
matolo sugarcane garden;
matsagwidi 1.swollen cheeks; 2.mumps;
matsala 1.land that has not been cultivated; 2.fallow
land;
matsalafutsa 1.shower; 2.filtrate; 3.sprinkling;
matsenga 1.magic; kuphunzira matsenga = learning
magic; 2.sorcery;
-matsenga 1.magical; 2.occult; 3.curious;
4.supernatural;
matsire hangover; kumwa vinyo koposa
kumabweretsa matsire = drinking too much wine
brings hangover;
matsiriro 1.where two rivers join into one;
2.confluence; 3.end; 4.convergence;
matsiriro a mtsinje 1.end of river; 2.estuary;
matsiriziro 1.ending; 2.conclusion; 3.consequence;
4.result; 5.winding up; 6.close;
matsitso 1.slope; 2.steep hill; 3.gradient;
-matsweta 1.beautiful; 2.gorgeous; 3.good looking;
matudzi 1.faeces; 2.stools; 3.excrements; 4.dung;

-matula 1.-unstick; 2.-prise; 3.-unseal; 4.-open; 5.-
break up; 6.-uncap;
matulukiro a dzuwa sunrise;
matumbi fresh fish;
matumbo 1.bowels; matumbo sakugwira ntchito =
the bowels are not working; 2.intestines;
matundulu pod;
matuvi 1.faeces; 2.human excrements; 3.stools;
maudindo okwera kapena kutsika 1.rank;
2.hierarchy; 3.position; 4.grade; 5.category;
6.levels;
mauka 1.wart (in the vagina only); 2.genitaol warts;
maulendo a mlengalenga 1.air services; 2.air
transport; 3.air flight;
mauta\- 1.group of five stars; 2.bows;
mavalidwe dressing;
mavalo a chimuna penis;
mavava 1.shower; 2.filtrate;
mavu 1.wasp; expression: kuwotcha mavu
(lit.:roasting wasps) = roasting green maize;
expression: lero tiwawula mavu (lit.: today we will
roast wasps) = today we will roast green maize;
uyu ndi mavu nkhomola (lit.: he is a poisonous
wasp that can kill) = he is powerful/ aggressive;
2.poisonous flying insects that build their nests in
houses and can sting;
mavume 1.song; 2.chorus; 3.chant;
mavuto 1.hard luck; 2.problems; 3.troubles;
4.difficulties; 5.snag;
mavuto ochedwetsa zinthu 1.obstacles; 2.set back;
3.snag; 4.hindrance;
mavuto ogwa mwadzidzidzi 1.accident;
2.calamity; 3.disaster; 4.catastrophe;
mavuvu 1.riot; 2.violence; 3.controversy;
4.argument;
mavwende melon; mavwende ali ndi madzi okoma
= melon has sweet juice;
mawa 1.tomorrow; 2.morrow; 3.next day;
4.following day;
-mawa 1.of tomorrow; 2.next; mulungu wa mawa =
sabata la mawa = next week; mwezi wa mawa =
next month; chaka cha mawa = next year;
mawanga 1.blemishes; expression: lero wasintha
mawanga (lit.: he has changed blemishes today) =
he has changed sides; 2.sins; 3.patches;
4.decoration;
-mawangamawanga 1.variegated; tsamba la
mawangamawanga = a variegated leaf;
2.multicoloured; exp ression: Rute sungamudalire
ndi wamawangamawanga (lit.: you cannot depend
on Ruth because she is multicoloured) = you
cannot trust in Ruth since she is very unfaithful;
mawawa light rain;
mawere breasts;

mawerengedwe a nsalu\- 1.counting of cloth material; 2.yard of cloth; **maweruzidwe** discipline; 1.maweruzidwe a Mpingo = Church discipline; 2.type of judgement; **mawonekedwe** 1.shape; uli ndi mawonekedwe okoma = you have a good shape; 2.style (fig); sitayilo ndi wekha = life style is oneself; 3.appearance; 4.features; 5.form; 6.external look; **mawonekedwe a chinthu** 1.form of a thing; 2.appearance of something; 3.design; **mawonekedwe a m'mbali** side-view; **mawonekedwe a munthu** 1.looks of a person; kuoneka bwino ndiko kuwonekeranso bwino = good looks means good appearance; 2.appearance; 3.human features; **mawonekedwe a nkhope** 1.facial appearance; 2.lineament; 3.countenance; 4.look of the face; **-mawonekedwe a thambo** 1.cloudy; 2.celestial; **mawonekedwe a thupi** 1.body structure; 2.figure; 3.body form; 4.body shape; **mawonekedwe a uMulungu** 1.divine appearance; 2.divinity; 3.Deity; **mawonekedwe a zinthu** 1.visibility; 2.appearance of things; **mawonekedwe abwino** 1.pleasant appearance; 2.comely appearance; 3.pleasant look; 4.likeable appearance; **-mawonekedwe owala** 1.flamboyant; ali ndi malaya a mawonekedwe a chikasu owala kwambiri ndi owonekera patali = he has a flamboyant yellow shirt; 2.colourful; **mawu** 1.words; mawu a chiDatchi = Dutch words; mawu okha = words only; 2.voice; 3.tune; **mawu a anthu** vox populi (Latin: voice of the people); **mawu a malonje** 1.greetings; 2.introductory words; **Mawu a Mulungu** 1.Word of God; ndi dzina la Baibulo = it is a name of the Bible; 2.Logos (Greek); ndi liwu lolozera Mawu a Mulungu ndi Wachiwiri wa Utatu wa Mulungu (Yohane 1:1) = it is the word that points to the Word of God and to the second Person of the Trinity (John1:1); **mawu a munthu wowuma mutu** 1.senseless words; 2.guff; expression: wowuma mutu ngati makaka (lit.: dry head like dry cassava) = a person who is not wise enough (a guff); 3.meaningless words; **mawu a mwano** 1.impudence; 2.sass; **mawu a nyimbo** 1.words of a song; 2.lyrics; **mawu a pamwala wa chikumbutso** 1.words on a memorial stone; 2.inscription; **mawu a pamwamba** 1.heading; 2.topic; 3.headline; 4.title; 5.subject; 6.theme; **mawu a pandalama** inscription on money;

mawu a pemphero kwa Mariya Ave Maria; ndi mawu oyamba a malonje a pemphero la chiRoma kwa Mariya namwali = introductory words of a prayer to virgin Mary among Roman Catholics; **mawu anzake** context; **mawu atanthauzo lozama** 1.words with deep meaning; 2.profundity of words; 3.proverb; **mawu obwerekera** loan-words; aphunzitsi kawirikawiri amagwiritsa ntchito mawu obwerekera polongosola mfundo = teachers often use loan-words when clarifying points; **mawu ofunsira mbeta** 1.courting words; 2.proposal; **mawu ofupikitsidwa** abbreviated words; mawu ofupikitsidwa kuti A.D. = abbreviated words A.D. (Anno Domini), meaning years coming after the birth of Jesus Christ; **mawu okana** 1.denial; kukana kwake sikololedwa = his denial is not welcome; 2.rebuff; 3.refusal; 4.rejection; 5.negative response; **mawu okhakhala** 1.hoarse voice; 2.rough voice; **mawu olembedwa pamanda** 1.inscription on grave; 2.epitaph; 3.words on grave pillar; **mawu olembedwa pamtengo** inscription on a tree; **mawu olembedwa pamwala** 1.inscription on stone; 2.lapidary; **mawu onenedwa opanda ulemu** 1.abuse of language; 2.obloquy; 3.misuse of language; **mawu onenera matsenga** 1.magic words; 2.abracadabra; **mawu onenerera malonda** 1.bargaining words; 2.advertising words; 3.marketing; 4.words spoken at sale point; **mawu opanda nzeru** 1.senseless words; 2.guff; **mawu opangidwa kum'mero** gutteral; **mawu ophiphiritsa** 1.indirect words; 2.idiom; 3.figure of speech; 4.proverb; **mawu osasa** 1.hoarse voice; 2.rough voice; **mawu osonyeza kuipidwa** 1.sarcastic words; 2.hoarse voice; **mawu otemberera** cursing words; **mawu othokoza olembedwa** 1.thankful written words; 2.panegyric; 3.letter of appreciation; **mawu othokoza oyankhulidwa** 1.thankful spoken words; 2.panegyric; **mawu otsazikana** 1.words of conclusion; 2.valediction; mawu otsazikana ochepa/achindunji/ achidule = brief valediction; **mawu otsogolera** 1.heading; 2.preface; 3.introductory words; 4.foreword; 5.introduction; 6.preamble; **mawu owonjezera** adjunct (n); **mawu oyamba** 1.introductory words; 2.epilogue; 3.preamble;

mawu oyamba a phungu 1.first speech of a member of parliament; 2.maiden speech; 3.opening speech;

mawu oyamikira Mulungu 1.words of praise to God; 2.doxology;

mawu oyimbidwa motsitsa 1.soft and gentle singing; 2.croon (n); 3.words mentioned in a song;

mawu oyitanira malonda 1.bargaining words; 2.advertising words;

mawu ozembetsa 1.indirect words; 2.idiom; 3.figure of speech;

mawu ozimbaitsa 1.indirect words; 2.idiom; 3.figure of speech; 4.proverb;

mawu ozuna 1.sweet words; 2.sweet tongue; 3.sweet talk;

mayambiriro 1.grassroots; 2.genesis; 3.basics; 4.starting point;

mayamiko 1.praise; 2.gratitude; 3.thanks; 4.gratefulness; 5.appreciation;

mayankhulidwe oteteza chikhulupiriro 1.justifying a religious belief; 2.apologetics;

mayendedwe 1.steps; 2.movement; 3.transport;

-mayendedwe 1.moving; 2.kinetic; mphamvu za mayendedwe a chinthu = kinetic energy;

mayendedwe a moyo way of life;

mayendedwe a pa nyanja 1.sailing over a sea; 2.navigation;

mayere (chiTumbuka) 1.magic; 2.spell;

mayeso 1.examination; Bungwe lokonza Mayeso m'Dziko la Malawi = Malawi National Examinations Board (Ma.N.E.B.); 2.test;

mayeso oyambira ntchito interview;

mayi mayi! alas me!;

mayi opanda banja 1.unmarried woman; 2.spinster; 3.maiden;

mayi wa pathupi pregnant woman;

mayi wodwala pregnant woman (lit.: sick woman);

mayi wodziwa zinthu 1.knowledgeable woman; 2.educated woman;

mayi wokupeza 1.stepmother; 2.foster mother;

mayi wolera ana 1.nurse; 2.nanny;

mayi wosakubala 1.not one's biological mother; 2.step mother; 3.foster mother;

mayi wosakwatiwa 1.female celibate; 2.spinster; 3.maiden; 4.unmarried lady;

mayi wosoka 1.tailoress; 2.seamstress;

mayi woyang'anira ana a sukulu 1.woman housekeeper in a school or other institution; 2.matron;

mayi woyembekezera 1.pregnant woman; 2.expectant woman;

mayi woyendayenda 1.prostitute; 2.tramp;

mayi!/ mayo! mother (an utterance of grief at a funeral by those who are crying, an exclamation of fear and awe, cry for help);

mayi\a- 1.mother; amayi anabala mwana = mother gave birth to a child; amake = amayi ake = his mother; malemu amayi ake = late his mother; proverb; mako ndi mako, usamuwone kuchepa mwendo (lit.: your mother remains as such though with a little leg) = you have to respect your mother no matter her appearance; 2.woman; mayi wachikulire = an old woman; 3.wife; 4.dame; 5.madam;

mayiko ogwirira limodzi ntchito 1.countries working together for a common goal; 2.bloc of nations;

mayimidwe 1.pose; mtundu uliwonse pofuna kujambulitsa = any way one behaves or stands when a snap is taken; 2.position;

mayindi (chiSwahili) maize;

mayitanidwe 1.invitation; 2.call; 3.calling;

mayo ine! alas me!;

mayo! mayo! cry for help;

mazame ruin;

mazanamazana 1.hundreds; 2.several hundreds;

mazangazime 1.delirium; mazangazime ake ndi osakhalitsa = his delirium is temporary; 2.hallucination; 3.mania; 4.big problem; expression: waona mazangazime chaka chino (lit.: you have seen big problems this year) = you have experienced indescribable problems;

maziko 1.foundation; anapanga maziko = they made a foundation; 2.base; 3.groundwork;

maziko a kudziwa za sayansi 1.foundation of knowing science; 2.epistemology;

maziko a uzimu 1.spiritual basis; 2.spiritual foundation; 3.principle;

mazira\- eggs; expression: nkhani ija ikanali m'mazira (lit.: the issue is still in the eggs) = the issue is still under consideration;

maziru footsore;

mazizi 1.coldness; 2.slowness; 3.laggard;

mazizwa breastmilk;

mazunzo 1.persecution; 2.hardship; 3.maltreatment; 4.harrassment;

mbadwa ya dziko limodzi 1.citizen of the same country as another; 2.compatriot; 3.fellow-countryman; 4.person from the same nationality; 5.fellow citizen;

mbadwa ya mtundu 1.ancestor; 2.descendant;

mbadwa\- 1.descendant; Yesu ndi mbadwa ya Davide = Jesus is a descendant of David; 2.native; Bungwe la Mbadwa = Native Association; 3.citizen;

mbadwidwe\ma- disposition of natural tendency;

mbala\- 1.robber; 2.burglar; 3.thief; 4.fire mark; 5.mugger;

-mbalambanda 1.bare; 2.naked;
mbalame yodya nsomba 1.fish eating bird; 2.fish eagle;
mbalame yodya nyama bird of prey;
mbalame yopha zinzake bird of prey;
mbalame zosakidwa birds of prey; mbalame zomwe zimapha ndi kudya zinzake = birds of prey;
mbalame\- bird;
mbalansenga\a- crocodile (small and light in colour);
mbalawala\- 1.beam of sun; 2.cross rail;
mbale ya chiyanjano communion-plate; mkate umene umafaniziridwa thupi la Yesu Khristu umayikidwa m'mbale ya chiyanjano = the bread that symbolizes the body of Jesus Christ is put on the communion-plate;
mbale ya dothi 1.china plate; 2.clay plate;
mbale yopangidwa ndi mtengo 1.wooden bowl; 2.wooden plate;
mbale\- 1.dish; 2.plate; ikani chakudya mu mbale = put the food in the plate;
-mbali 1.partial; 2.on the edges;
mbali imodzi 1.the same side; 2.semi; 3.half;
mbali ina other side; fotokoza mbali ina ya nkhani = explain the other side of the story;
mbali ndi mbali 1.side by side; anayenda mbali ndi mbali = they walked side by side; 2.abreast;
mbali ya chinthu yosamaliza 1.provisional; 2.interim;
mbali ya kum'mawa 1.east; 2.orient;
mbali ya kumadzulo 1.west; 2.occident;
mbali ya lamulo section;
mbali ya malo 1.location; 2.area; 3.plot; 4.yard; 5.residence;
mbali ya mtengo 1.chip of wood; 2.cost; 3.charge;
mbali ya nyanja yayitali 1.lake; 2.loch;
mbali yaing'ono 1.small part; 2.fraction; 3.portion;
mbali yathupi langa 1.my other half; 2.counterpart (husband/ wife); mbali ya thupi langa ili kunyumba = my counterpart is at home; 3.part of my body;
mbali yofewa ya chinthu 1.soft part of a material; 2.pulp;
mbali yofewa ya chipatso 1.soft part of a fruit; 2.pulp; 3.fresh part of a fruit; 4.edible part of a fruit;
mbali yofewa ya njere 1.soft part of seed; 2.kernel;
mbali yofunikira 1.vital part; 2.important part; 3.substance; 4.linchpin;
mbali yofunikira kwambiri most important part/ section;
mbali yogulitsa 1.sales department; 2.section to be sold;
mbali yosiyana 1.opposite side; 2.counter (adv);

kumadzulo ndi mbali yosiyana ndi kum'mawa = the west is counter east;
mbali za kumaso 1.in front; 2.front side; 3.features;
mbali zinayi 1.four sides; 2.quadrille;
-mbali ziwiri 1.two sided; 2.bilateral;
mbali zonse 1.all sides; 2.around; mbali zonse za nyumba = around the house;
mbali\- 1.edge; 2.side; 3.aspect; anawerenga mbali zonse = he studied every aspect; 4.segment; 5.component; 6.section; 7.part; mbali zina za boma lino = other parts of this district; 8.position; 9.field; 10.stand; kodi uli mbali iti? = what is your stand/ position?; 11.region;
mbaliwali spark (n);
mbama\ma- 1.slap; 2.cuff;
mbambadi swearing word;
mbambande (chiTumbuka) beautiful person/ thing;
-mbambande (chiTumbuka) 1.beautiful; 2.pretty; 3.good; 4.perfect; chigoli mbambande = a perfect goal; 5.genuine; 6.gorgeous;
mbamu/ nthongo piece (of portion of nsima-porridge taken by hand when eating); mbamu ya kondoole = piece of cassava porridge;
-mbanda -cut short;
mbanda\a- 1.gangster; ambanda anabwera ku nyumba kwanga = gangsters came to my house; 2.vandal; 3.murderer; 4.robber;
mbande\- 1.seedling; 2.ball of wax or tobacco; 3.sprout; 4.sapling;
mbaniwa\- corners of mouth;
mbano\- grilling-stick;
mbatata\a- potato; mbatata ya kachewere = Irish potato;
mbatatesi\- irish potato;
Mbatizi|A- Baptist;
mbaula 1.stove; mbaula yotenthetsa nyumba = stove for heating the house; 2.charcoal stove;
mbava\- 1.robber; 2.thief; munthuyu ndi mbava = this man is a thief; 3.crook; 4.burglar; 5.pick pocket; 6.mugger;
mbawala\- (chiZulu) 1.antelope; mbawala ndi nyama yokongola = an antelope is a beautiful animal; 2.bushbock;
mbaza\- bag of fan palm leaf;
mbeba (chiTumbuka) mouse;
mbedza\- hook; nsomba zikukoka chingwe cha mbedza = the fish are pulling the rope of the hook; nsomba yakodwa kumbedza = the fish is caught by a hook;
-mbee 1.white; 2.pristine; buku lakale, koma la mbee = an old book but still pristine (in good condition);
mbemba\- 1.axe; 2.billhook;

mbembe (chiTumbuka) 1.impudence; mbembe siiloledwa = impudence is not allowed; 2.all is finished;

mbendera\- 1.flag; mitundu ya mbendera ya dziko = the colours of the national flag; mbendera inali m'mwamba = the flag was up; mbendera ya Great-Britain = the flag of Great-Britain/ Union Jack; 2.banner; 3.pennant; 4.pennon; 5.ensign;

mbendule\- cockroach;

mbenya\mi- (chiYao) gap (between foreteeth);

mbera drum calling people to a certain event; mbera ya chisankho = the call for elections;

mbera\- cowries;

mbereko (chiNgoni) 1.cowhide used for carrying a baby on the back; 2.swaddling cloth;

mberere\- (chiTumbuka) sheep;

mbereswa winged ant;

-mberewere 1.transparent; 2.limpid;

mberewere\- 1.crack (allowing entry of light); 2.crevice (letting in the light); 3.chink; 4.space;

mberewetu impudence;

mbereze\a- kind of bee;

mberuka 1.rumour; 2.hearsay;

mbeta ya mphongo bachelor;

mbeta\- 1.female celibate; 2.unmarried lady; 3.spinster; expression: nyumba ya mbeta ikapsa (lit.: when the house of a spinster is burnt) = when a spinster gets married; 4.maiden;

mbetete hole in the handle in which a hoe is inserted and fastened;

mbewa\- mouse;

mbewa-khonde 1.mouse found in the house/ food store houses; 2.rat;

mbewewe\a- dumb person;

mbewu yodya ziweto alfalfa;

mbewu yosafunika 1.unwanted plant; 2.weed;

mbewu\- 1.seed; proverb: chili kumunda n'chambewu, chakumudzi n'chakudya (lit.: what is in the garden is for seed and the one at home is for food) = do things in a right manner at the right time; proverb: ndidyeretu chile anasowa mbewu (lit.: I have to eat it now had no seeds) = he consumed everything; 2.crop; 3.sperm; 4.ovum; 5.semen;

mbeya\- side of a canoe;

mbiligha (chiTumbuka) practice of giving a girl as a second wife to the brother-in-law = mwambo wopereka mtsikana kwa mwamuna wa mchemwali wake ngati mkazi wachiwiri;

mbina\- 1.big bottom (of person); 2.buttock(s); mbina ya khonde = protruding buttocks; 3.pit;

mbindikiro\mi- 1.confinement; 2.indoor;

mbinguni (chiSwahili) heaven; Yesu anapita ku mbinguni = Jesus went to heaven;

mbinimini\- caterpillar (very large, green in colour);

-mbira 1.-dip; 2.-immerse; 3.-plunge;

mbira\- 1.cony; 2.coney; 3.rabbit;

-mbiri 1.many; anthu ambiri = many people; 2.very; mavuto ambirimbiri = very many problems; 3.voluminous; 4.copious; 5.full; 6.plenty; ali ndi katundu wambiri = they have plenty of goods; 7.mass; owonerera ambiri = mass of spectators; nkhungu yambiri = mass of snow; 8.maximum; 9.macro; 10.more; ndili ndi mabuku ambiri = I have more books; 11.poly-; 12.plural; 13.divers;

mbiri ya kudwala 1.history of sickness; 2.history of illness; 3.anamnesis;

mbiri ya Mpingo Church history;

mbiri yabwino 1.glad tidings; 2.good behaviour; 3.success; tamva mbiri yabwino = we have heard about your success; 4.good history;

mbiri yakale 1.history; kufukula za mbiri yakale = digging out history; 2.archaeology;

mbiri yozilembera wekha autobiography;

mbiri\- 1.history; 2.story; 3.anecdote; 4.record; mbiri yako ndi yoyipa = your record is bad; 5.dossier;

-mbirimbiri 1.plentiful; 2.very many; 3.umpteen (a lot of); 4.masses;

mbiriwidzi\- little black beetle that swims on water;

mbiriwiri\a- kind of drum used to announce impending war or the death of a chief;

mbirizi\- 1.warrior; 2.fighter; 3.soldier; 4.combatant;

mbito\- dark blue bead;

mbiya\- 1.waterpot; 2.very large earthen pot mainly used for keeping water or beer; expression: ndale za kuseri kwa mbiya (lit.: politics behind a large pot) = (a) secret politics, (b) foolish politics; expression: adzakhala m'mbiya yovundikira (lit.: they will be covered by a pot put upside down) = they will not know what happens; iwe ndiwe mbiya (lit.: you are a big earthen pot) = you are one who can't swim; iwe ndiwe mbiya ng'ambe (lit.: you are a pot crack) = you are a drunkard; anafunda mbiya (lit.: he covered himself with a jar) = he became foolish;

mbiyang'ambe\a- 1.drinker; 2.dipsomaniac; 3.drunkard;

-mbiza 1.-duck; 2.-drown; 3.-sink;

mbizi\- 1.zebra; 2.bowl;

mboga (chiSwahili) relish;

mbola ya nyerere ant sting;

mbola\- 1.sting; insect stings = mbola za kachirombo; mbola ya njuchi kapena chirombo chilichonse cholumira ku mchira = sting from a

bee or another stinging insect; 2.proboscis;
mbolembole (chiYao) 1.slowly and carefully;
2.gently;
mbolera\- dead wood;
mbolo\- penis;
-mbonaona 1.-be horrible; 2.-be terrible; 3.-be horrifying;
mbonekera\- 1.shale; 2.float;
mboni ya mwana pobatizidwa 1.witness for a child at baptism; 2.godparent;
mboni yofunikira 1.important witness; 2.key witness; 3.good observer; 4.eye witness;
Mboni za Yehova Jehovah's Witnesses; Mboni za Yehova zamanga matchalitchi ambiri = Jehovah's Witnesses have built many churches;
mboni\- 1.witness; Mboni za Yehova = Jehovah Witnesses; 2.martyr; 3.viewer; 4.observer;
mbota zolukira 1.knitting stick; 2.lisle;
mbota\- 1.thread; 2.string;
mbotosya dance of Tumbuka women;
mbowani\- cassava;
mbozi\- 1.insect; 2.caterpillar;
mboziye\- 1.advisor to grown-up girls; 2.witness at baptism;
mbu 1.dawn; ndikupeza kuli mbu = I will find you at dawn; 2.early in the morning; 3.before sunrise;
-mbu 1.white; mwana azivala zoti mbu = the child must be dressed in white; 2.clean; madzi a mbu = madzi oyera = madzi abwino = clean water; 3.clear; kunja kunali mbu = it was clear outside;
mbukufu\- 1.sexual intercourse; 2.coitus;
mbukutu\- small maize cobs;
mbulanda 1.nakedness; 2.being without clothes;
-mbulanda 1.naked; 2.undressed; 3.bare;
-mbuli (chiTumbuka) 1.primitive; 2.blind; 3.uncivilised; 4.unknowledgeable;
mbuli\- (chiTumbuka) 1.uneducated person; 2.ignoramus; 3.ignorant person; 4.empty-headed person; 5.primitive person; 6.yokel; m'mudzi muno muli mbuli zambiri = there are many yokels in this village; 7.savage person; 8.violent man; 9.ruffian; 10.dunce;
mbulu\mi- tablet; mibulu yolelera m'banja = contraceptive;
mbuludzi little black beetle that swims on water;
mbululi roasted maize;
mbuluwuli 1.puff; 2.pop; mbuluwuli za chimanga = popcorn;
mbumba\- 1.brother's sisters; 2.community;
mbuna yokuya 1.pit; 2.abyss; 3.big hole in the ground;
mbuna yozungulira malo 1.trench; 2.ditch; 3.drain; 4.moat;
mbundira\a- miniskirt;

mbundulira\- calico (short);
mbuto\- 1.sleeping place of an animal; 2.nest; mbuto ya nkhuku = nest of hen; 3.lair; expression: mbuto ya kalulu imakula nditadzaonani (lit.: the lair of a hair/ rabbit grows with come and see) = rumour mongering always exaggerates issues; 4.berth; 5.den;
mbutuma\- 1.bore 2.dull person; 3.empty headed person; 4.unintelligent person; 5.ignorant person; 6.reckless person; 7.imprudent person;
-mbuu 1.deaf and dumb; 2.looking white; timaso take toyera mbuu = her very white-looking little eyes;
mbuwa\- 1.pile of things; 2.heap; 3.mound;
mbuwu\a- dumb person; maphunziro a padera a mbuwu = special education for the dumb;
mbuyawo\a- 1.cat; 2.owner; mbuyawo wa agaluwa wabwera = the owner of these dogs has come; 3.their grandparent; mbuyawo wamwalira = their grandparent is dead;
mbuye\a- 1.grandparent (grandfather/ grandmother); ambuye a amuna = grandfather; ambuye a akazi = grandmother; ambuye ake anamwalira makolo ake ali ochepa = his grandparents died while his parents were still young; 2.birth scar;
mbuyi\- seed;
-mbuyo 1.back; cham'mbuyo = aback; pititsa m'mbuyo = put back; wandiika kumbuyo = lit.: you have put me at the back) = winking at somebody's mistakes; 2.after (adj); pambuyo panga = after me; expression: akuyenda kumbuyo (lit.: she is walking with the back) = shamelessly praising herself;
mbuyo\- 1.back (n); anabereka mwana kumbuyo = she carried the child on her back; 2.bottom;
mbuzi yaikazi 1.nanny-goat; 2.she-goat;
mbuzi yayimuna he-goat;
mbuzi\- 1.goat; proverb: mbuzi ikakondwa, amalonda ali pafupi (lit: the happier the goat the nearer the buyer) = don't be joyful in a foolish way, because misfortune might hit you; ukasangalala kwambiri suchedwa kupeza mavuto = when you are overjoyful, troubles are just around the corner; expression: muwona chomwe chidapangitsa mbuzi kumera mano kunsi (lit.: you are going to see what made the goat grow lower teeth) = you are going to see astonishing things; expression: iwe ndiwe mbuzi (lit.: you are a goat) = you are a stupid person/ fool; expression kambuzi kosamva kamamva ndi chikwapu (lit.: a goat that does not listen will start listening when you beat her with a stick) = a child that does not listen to advice should be beaten to be encouraged

to listen; 2.dunce (fig); 3.dull person;
mbvunde\- 1.sour beer; 2.rotten;
mbwa\- (chiYao) dog;
mbwadza\- 1.misfortune; 2.difficulty; 3.hardship; expression: wawona mbwadza (lit.: you have seen hardship) = you have been severely punished; 4.bad luck; 5.mishap; 6.trouble; 7.calamity;
mbwanda\- bean;
-mbwandira 1.-catch; 2.-grasp; 3.-dive; 4.-hold tight;
mbwani\- 1.cassava; 2.ocean;
mbwebwe 1.soothsaying; mzimu wa mbwebwe = the spirit of soothsaying; 2.divination; mzimu wa mbwebwe = the spirit of divination; 3.delirium; 4.hallucination;
-mbwembweza -scatter;
-mbwerera 1.-waffle; 2.-be pointless; 3.-be disjointed; kudakwa kudamukambitsa za mbwerera = drunkenness led him to disjointed speech; 4.-beat about the bush in speech; 5.-make unnecessary repetitions; 6.-talk nonsense; 7.-speak meaningless words;
mbwibwi 1.senseless saying; 2.flour of roasted maize; 3.sexual intercourse (esp. by unmarried partners);
-mbwinda 1.-fall; mwana wambwinda = the child has fallen; expression: msungwana wambwinda (lit.: the girl has fallen) = the girl is pregnant; 2.-drop;
mbwinya\- rudeness;
-mbwita 1.-miss target; 2.-fail to reach spot/place; ndege inambwita = the plane failed to reach the spot;
mchada\mi- old baboon;
-mchaka 1.annual; 2.yearly; 3.twelve monthly;
mchamphuno 1.nose bleeding; 2.epistaxis;
mchamulo\mi- 1.headband; 2.headcloth;
mchape\- poisoned ordeal medicine;
Mchawa\A- Yao (member of the Yao people);
mchawi (chiSwahili) witch;
mchaza\mi- rectum;
mchedwa\mi- fullness;
mchemba\mi- ditch;
mchembo\mi- 1.catacomb; mchembo ndi malo obisalamo pansi pa nthaka = a catacomb is an underground hiding place; 2.abyss; 3.cavern;
mchena\mi- gap (between foreteeth);
mchenga 1.sand; maziko ena mpamchenga (onani nyimbo 362) = other foundations are on sand (see hymn 362); 2.type of soil;
mchenjere\mi- gully;
mchera\mi- 1.artificial drainage; 2.channel; 3.conduit; 4.ditch; 5.dragonfly;
mchere 1.salt; mchere wolimbitsa mafupa =

calcium; mchere wochepa m'thupi = calcium deficiency; mchere wochepa m'magazi = low blood level of calcium; kuchuluka kwa mchere m'thupi = calcium excess; kuchepa mchere wa thupi = hypocalcaemia; expression: kudya za mchere (lit.: eating salty foods) = being engaged in prostitution; expression: wachoka mchere (watha) (lit.: he has lost saltiness) = he is not effective anymore; 2.sodium chloride;
-mchere 1.saline; nthaka yamchere = saline soil; madziwa ndi amchere = this water is saline; proverb: mbuzi ikalawa za mchere siileka (lit.: when a goat tastes saline foods it does not stop) = when the youth have tasted sexual relations, they will go on with them; 2.-be salty;
mchere wa mibulu kitchen salt;
mcherenje kuzungulira malo 1.moat; 2.trench dug at the boundary of one's settlement;
mchetho\mi- chief's chosen men;
mcheu\mi- 1.hem of a cloth; 2.border;
mchewere mtundu wa chomera/mbewu;
mchezo wanthabwala 1.joke; 2.banter; 3.chatting for a long time; 4.mockery;
mchezo\mi- 1.overnight occasion; 2.nocturnal activity/ performance;
mchigulu 1.social life; 2.in a group/ crowd;
mchikumbe\a- 1.farmer; mchikumbe wotukuka = a progressive farmer; 2.cultivator; 3.grower;
mchilichizo\mi- strut;
mchimake mwa lupanga 1.bag of knife; 2.sheath; 3.scabbard;
mchimake\mi- 1.sheath; mchimake mwa mpeni = sheath of a knife; 2.important for; mmudzi uwu ndi mchimake mwa Nyau = this village is important for Nyau secret society;
mchimba\mi- dropping;
mchimbulimbuli 1.unknowingly; 2.uninformedly; 3.ignorantly; 4.unaware;
mchimwene wamkulu 1.elder brother; 2.elder;
mchimwene wamkulungwa (chiYao) elder brother;
mchimwene\a- 1.brother; 2.young man;
mchinchi\mi- ball of wax or tobacco;
mchindikulo\mi- ridgepole;
mchindo 1.coitus; 2.sexual intercourse;
mchinga\mi- 1.blockade; 2.barrier; 3.windbreak; 4.ridge; 5.barricade; 6.line of defence;
mchira tail;
mchira wa khoswe 1.tail of a rat; 2.bracelet of beads;
mchiriki\mi- latch;
mchirikulo\mi- 1.ridgepole; 2.pole;
mchiritsi\a- 1.healer; 2.doctor; 3.therapeutic; 4.remedial;

mchiritso\ma- 1.recovery; 2.the process of healing or being healed;

mchiro\mi- food for hunger alleviation;

mchitidwe odzudzula zolakwika 1.criticism; 2.censure; 3.condemnation; 4.rebuke;

mchitidwe wa chinthu 1.way of doing something; 2.fashion;

mchitidwe wa dama prostitution;

mchitidwe wa ulemu 1.courteousness; 2.politeness; 3.civility;

mchitidwe wakudzilamulira 1.self-government; 2.independency; 3.self-rule;

mchitidwe wochita zolungama 1.righteousness; 2.credibility; 3.trustworthiness; 4.honesty; 5.uprightness;

mchitidwe wochulukitsa breeding habit;

mchitidwe wodziretsa 1.abstention; 2.abstinence;

mchitidwe wofuna umodzi wa chiKhristu aspiring Christian unity;

mchitidwe wofuna umodzi wa mipingo 1.aspiring church unity; 2.'ecumenism';

mchitidwe wogwiritsa nzeru 1.humanism; 2.intellectualism; 3.philosophy; 4.academic; 5.wisdom; 6.use of the brain;

mchitidwe woipitsa khalidwe 1.jealousy; 2.blotting; 3.envy; 4.dishonesty; 5.character assassination; 6.mud slinging;

mchitidwe wokhululukirana 1.forgiveness; 2.amnesty; 3.exoneration;

mchitidwe wolowa m'dziko immigration;

mchitidwe wopha ana a ang'ono infanticide;

mchitidwe wopusa 1.foolishness; 2.idiocy; 3.imbecility; 4.stupidity; 5.silliness; 6.carelessness;

mchitidwe wosakhulupirika 1.unfaithfulness; 2.infidelity; 3.betrayal; 4.distrust; 5.dishonesty;

mchitidwe wosasinthasintha 1.stability; 2.consistency; 3.constancy;

mchitidwe wosowa chilungamo acts without justice;

mchitidwe wothetsa lamulo 1.liberation; 2.revocation; 3.legalisation;

mchitidwe\ma- 1.deed; mchitidwe wosayembekezereka pa umunthu = deeds beyond human's expectation; 2.act; 3.manner; mchitidwe wopepesa = the manner of apologising; 4.disposition; 5.character; 6.habit;

mchiuno 1.in the waist (lit.); expression: iye ndiye wa mchiuno (lit.: he is of those in waist) = he is sexually volatile/ he is a skirt chaser; 2.libidinous;

mchizamchombo food;

mchizawanthu\mi- 1.food for hunger alleviation; 2.doctor; 3.healer; 4.therapeutic;

mchokachoka 1.unsettlement; 2.diaspora;

mchokocho 1.redundancy; 2.reducing the number of employees; 3.retrenchment; 4.dismissal; 5.discharging people from work with an aim;

mchokotho\mi- digging instrument;

mchola 1.carrier bag; 2.travelling bag; 3.hand bag;

mchoma\mi- drum held at the chest;

mchombo\mi- 1.navel; expression: pamchombo pa dziko (lit.: at the navel of the country) = at the centre of the country; expression: mchombo wa mzinda (lit.: navel of the city) centre of the city; expression: chibwana cha mchombo lende (lit.: the childishness of a protruding navel) = taking things recklessly; 2.navel string; 3.umbilicus;

mchotcholo\mi- 1.boundary; 2. farm demarcation; 3.border; 4.margin;

mchulu\mi- batch;

mdala\badala (chiNgoni) persons retired from military life;

mdala\ma- 1.elderly man; 2.dad; 3.father;

mdani\a- 1.enemy; 2.adversary; 3.foe; 4.opponent; kukhaza mdani = to mark an opponent;

mDatchi\ma- 1.Dutchman; ine ndine mDâtchi weniweni (lit.: I am a real Dutchman) = I belong to Nkhoma C.C.A.P. Synod and not to Blantyre or Livingstonia C.C.A.P. Synods; 2.someone from The Netherlands/ Holland; 3.Netherlander; 4.South African Boer;

mdidi\mi- footstep; expression: imfa ya munthu wolungama imafika pa maso pa Mulungu ndi mdidi (lit.: in the eyes of God the death of a righteous person comes with the sound of footsteps) = the death of a righteous person does not mean doom;

mdierekezi 1.satan; 2.devil; 3.Lucifer; mdierekezi anali m'ngelo wowukira asanagonjetsedwe = Lucifer was a rebellious angel before he was defeated; 4.evil one; 5.adversary;

mdima\mi- 1.darkness; kuwala ndi mdima = light and darkness; adakonda mdima koposa kuwunika = they loved darkness more than light; kuli mdima wa mnanu = there is great darkness; expression: koma kuli mdima wa ndiweyani (lit.: there is darkness of who-are-you) = it is very dark/ it is pitch-dark; 2.gloom; 3.murk;

mdindo wotumidwa 1.envoy; 2.ambassador; 3.emissary; 4.representative; 5.diplomat; 6.messenger;

mdindo\a- 1.boss; 2.keeper; 3.person in charge; 4.supervisor; 5.manager; 6.incumbent;

mdipiti\mi- convoy;

mdondocha\- 1.ghost in witchcraft; 2.created beings by witches who can be employed as labourers during the night;

mdondolozi\mi- 1.sweat; 2.exude;

mdoto\mi- navel;

mduduza push (n);
mdula mitu ya adani 1.leader; 2.head hunter;
munthu amene amadula mitu ya adani ake ndi
kuisunga = one who beheads and keeps the heads
of adversaries;
mdula\a- person who performs the act of
circumcision;
mdulamoyo 1.cutter of life (lit.); 2.person who has
AIDS; 3.AIDS; nthenda ya edzi ndi mdulamoyo =
the disease of AIDS is a cutter of life; 4.minibus;
mdulanfuno\a- mantis;
mdulidwe circumcision; mdulidwe ndi mwambo wa
chiYuda = circumcision is a Jewish custom;
mdulidwe wa mkazi ndi mwambo wosayenera =
female circumcision is not a good custom;
mduliro\mi- hair-cut;
mdulo wa zinthu 1.cutting of things; 2.deduction;
mdulo\mi- 1.taboo; 2.mysterious disease, said to be
caused by the transgression of a taboo on sexual
intercourse; 3.disconnection;
mdululu\mi- 1.parade; 2.motorcade;
mdya nyansi 1.scavenger; 2.bird/ animal that feeds
on dirty/ rotten food;
mdya zoipa scavenger;
mdyera ku mthiko 1.poor person; 2.tramp;
3.homeless person; 4.beggar; 5.vagabond;
mdyulidu watery stool;
mdzabwe\mi- boiled maize;
mdzakazi\a- 1.handmaiden; 2.maid servant;
3.bondmaid; 4.bondservant; 5.attendant; 6.servant;
mdzukulu\a- 1.grand child; uyu ndi mdzukulu
wanga = this is my grand child; two kinds
(mitundu iwiri): (a) adzukulu ndi ana a ana anu =
grandchildren are children of your children, (b) ana
a ana a mng'ono wanu = the children of the
children of your younger brother; 2.nephew/ niece
(makamaka ana a mchemwali wanu = esp. the
children of your sister); 3.grave digger;
mdzuwa 1.in summer; 2.in famine; 3.in hunger;
mdzyina naye (chiLomwe) his name;
Meka Mecca; Meka ndi mzinda wofunikira mu
mbiri ya chiSilamu = Mecca is an important city in
the history of Islam;
melek (chiAfrikaans) milk;
-mema (chiTumbuka) 1.-assemble; 2.-carry on the
back (of a child); 3.-ask politeness; 4.-call people
to meeting;
membala wa khonsolo councillor;
-memedwa 1.-be called; 2.-be assembled; 3.-be
made to; 4.-be urged; 5.-be borne; 6.-be invited;
-memesana 1.-cause sexual desire; 2.-copulate;
-memeza 1.-assemble; 2.-collect (for war); 3.-
convene (for war); 4.-call (-call to arms); 5.-invite
for meeting; 6.call for meeting; 7.-announce; 8.-

shout;
mendekhonde\a- rat;
mendulo ya mkuwa gold medal;
mendulo\- medal; analandira mendulo ya nkuwa =
she received a gold medal;
-mene who/ that/ which (suffix of relative pronouns,
prefixed by the subject concord of their
antecedents); chipatso chimene ndagula = the fruit
that I have bought; nyumba imene mukuyiona =
the house which you are seeing; ana amene
akuyimba = the children who are singing;
-menya 1.-hit (not accidentally); mnyamata
anamenya (anatchaya) mnzake pamutu = the boy
hit his friend on the head (with a stick or his fist);
2.-fight; njira yomenyera = the way of fighting;
ndani atimenyere/? = who will fight for us?; 3.-
beat with stick, hands or feet; 4.-kick; anammenya
munthu = they kicked the man; tsiku lomenya
mpira = the day of the football kick; osewera ali
ndi njala kumenyera mpira mu ukonde wa anzawo
= the players are hungry to kick the ball into the
net of their opponents; 5.-box; kodi umamenya? =
are you a boxer?; 6.-whip; 7.-smite; 8.-strike; 9.-
punch;
-menya khofi 1.-cuff; 2.-beat with palm of hand; 3.-
slap; andipatsa khofi = I have been slapped; 4.-
spank;
-menya kwambiri 1.-beat up heavily; 2.-belabour;
-menya mafutadya -box the ears;
-menya mateche -kick;
-menya mateke -kick;
-menya mofulumira 1.-beat quickly; 2.-hit quickly;
3.-jab;
-menya motutumutsa 1.-hit someone without
warning; 2.-ambush;
-menya mtedza 1.-remove shells of groundnuts; 2.-
shell;
-menya mwankhanza 1.-hit without sympathy; 2.-
lambaste;
-menya ndi chibakera 1.-strike with fist; 2.-
pummel;
-menya ndi mphamvu 1.-strike with force; 2.-hit;
3.-pound;
-menya pama 1.-beat with palm of hand; 2.-smack;
3.-slap; 4.-spank;
-menyana 1.-fight one another; 2.-combat;
-menyera ufulu 1.-fight for freedom; 2.-fight for
peace;
-menyerera 1.-fight for; 2.-struggle for; 3.-try for;
expression: iye anamenyerera kuti amulembe
ntchito (lit.: he has tried so that he gets employed)
= he has tried all means for him to be employed;
4.-seam;
-menyetsa -beat; anamenyetsa munthu = he beat up

the man; anamenyetsa munthu = anamenya munthu kolapitsa = he beat up the man very much; expression: kumenyetsa nkhwangwa pa mwala (lit.: beating the axe on a stone) = kukanitsitsa;
-menyetsamenyetsa 1.-hit over one another; 2.-bump; 3.-collide with;
-mera 1.-sprout; 2.-shoot; mbewu zanga zamera = my plants have shot; 3.-germinate; 4.-regenerate; mbewu za m'munda zikumera = the seeds in the garden are regenerating; 5.-grow; 6.-bud;
-mera mizu 1.-produce roots; chimanga chimamera mizu pakatha sabata = maize seeds produce roots after one week; expression: achimwene amera mizu pa ntchito (lit.: my brother has grown roots at work) = my brother has a permanent job; 2.-be settled;
-meremetuka -appear (out or above the ground);
mesa (chiSwahili) table;
Mesiya 1.Messiah; 2.Saviour;
-meta 1.-shave; expression: wapita kukameta (lit.: he has gone to shave) = he has gone for initiation; expression: ndikufuna kuti adziwe chomwe chinameta nkhanga mpala (lit.: I want him to know what shaved a guinea fowl bald) = I want to teach him a lesson; expression: m'meto = initiation ceremony; proverb: iye am'meta (lit.: he has been shaved) = he has been robbed; proverb: atambwali sametana (lit.: clunning persons do not shave one another) = deceitful people cannot cheat each other; 2.-shear; 3.-be awakened; 4.-be initiated in Nyau Society; anyamata ometa = initiated boys; 5.-steal; 6.-be robbed; 7.-be unfaithful in business deal;
-meta chipedzenga -cut hair on sides only;
-meta mpala -shave the head; expression: amumeta mpala (lit.: they have shaven his head) = they have cheated him;
-meta pa lufu -cut hair (first cutting in mourning); amayi oyembekezera koyamba amameta tsitsi = expectant mothers of first born cut all hairs; meta mpala = cut all hairs; mutu wa mpala = bald head;
-meta ubweya wankhosa -shear;
-meteka 1.-be hairless; 2.-be bald;
Meyi May (fifth month of the year);
-meza 1.-make something enter the stomach; 2.-swallow; expression: anameza chibwana (lit.: he swallowed his childishness) = he had to stop being childish; mwana wanga anameza ndalama ya chitsulo mwangozi = my child swallowed a coin accidentally; 3.-ingest; 4.-gulp;
-meza malovu -swallow saliva;
-meza mofulumira 1.-swallow fast; 2.-gulp;
-mezanitsa -graft;
mfafa\- liver;

mfana\bafana (chiNgoni) 1.cattle; 2.small boy;
mfani\mi- batch (of fresh fish);
mfata\- flute;
mfecane (chiSoto) diaspora (lit.: crushing); ndi kuwonongedwa kwa anthu chifukwa cha nkhondo za aZulu m'zaka za ma 1800 = it is the destruction of people because of the Zulu wars in the 19th century);
mfedwa\a- bereaved person;
Mfirika\a- African; Mpingo wa anthu a chikuda = African Church; nthumazi kapena kukhudzidwa ndi zinthu zachikuda = African consciousness; makhalidwe a chikuda = chikhalidwe cha chifirika = makhalidwe a chifirika omwe mibadwo yakhala ikupatsirana = African culture; kutengera za chikuda = African heritage; phunziro la za uzimu za chikuda = maphunziro a Mulungu m'chifirika = African theology;
mfitha\mi- wide cut drum;
mfiti\a- 1.witch; afiti amafukula maliro = the witches exhume the dead bodies; mfiti yapezeka mbulanda = the witch has been found naked; 2.oppressor (fig);
mfitsiro\mi- breakfast;
mfo\a- attendant;
mfotokozi\a- 1.adjective; afotokozi ndi mawu amene amafotokoza za dzina = adjectives are words that qualify a noun; 2.editor;
mfufuzi\a- researcher;
mfula\mi- ankle;
mfulang'ombe\mi- river bird;
mfule\mi- bullock;
mfuleni wa nkhumba yatonde hog;
mfuleni\mi- 1.brook; 2.canal; 3.stream; 4.river; 5.draught oxen; proverb: iye ndi mfuleni (lit.: he is a draught oxen) = he is barren/ he does not produce children; 6.oxen
-mfulu 1.open hearted; 2.peace maker;
mfulu\a- 1.free person; 2.open hearted person; 3.philanthropist;
mfumakazi\a- 1.niece; mfumakazi wanga akudwala = my niece is sick; 2.daughter of one's sister;
mfumu ya mafumu king of kings;
Mfumu ya Mpingo King of the Church (refers to Jesus Christ);
mfumu ya mzinda 1.mayor; mfumu ya mzinda wa Blantyre = the mayor of the city of Blantyre; 2.traditional chief who practices Nyau cult;
mfumu yaikulu group village headman; olamulira mafumu ena onse a midzi = the leader of all the other chiefs in the villages; olamulira mafumu ena a ang'ono m'midzi = the leader of all sub-chiefs in the villages; milandu inakafika kwa mfumu yaikulu = the cases were brought before the group

village headman;
mfumu yaing'ono 1.village headman; 2.village chief;
mfumu\ma- 1.chief; M'bona inali mfumu ya a Mang'anja = M'bona was the Mang'anja chief; 2.king; Mfumu ya Mpingo = the King of the Church; mafumu ena samalemekeza anthu awo = some kings do not respect their own people; 3.dead body; 4.funeral;
mfumukazi\ma- queen;
mfunda\mi- 1.family name; 2.surname; 3.clan name;
mfunde\- rain sacrifice;
mfundo ya chabechabe 1.pointless topic; 2.useless argument;
mfundo ya dzala ndi dzanja knuckle;
mfundo ya dzanja wrist;
mfundo ya moyo fact-of-life;
mfundo yeniyeni 1.nub; 2.gist; 3.hub; 4.central point; 5.crux; 6.fulcrum; 7.pivot;
mfundo yofunikira kwambiri 1.crux of the matter; 2.nub; iyi ndiye mfundo yofunikira kwambiri pa mkanganowu = this is the nub of the argument;
mfundo yopanda cholinga 1.pointless topic; 2.meaningless point;
mfundo yopanda nzeru 1.pointless topic; 2.meaningless point;
mfundo yopezeka pa zofufuza datum;
mfundo yosathandiza 1.pointless item; 2.useless topic;
mfundo\- 1.point; ukhoza kunena mfundo yeniyeni = you can mention the main point; mfundo yoyamba = the first point; mfundo yayikulu ya ulaliki = the main point of the sermon; 2.issue; mfundo ya nkhani = the issue of the story; anayankhula mfundo zodziwika bwino pa msonkhano = he spoke well known issues at the meeting; mfundo ya chitukuko = the issue of development; 3.joint; mfundo za nzimbe = the joints of sugarcane; 4.knot in reed/ grass; mfundo za udzu = the knots of the grass; mfundo za nzimbe = the knots of a sugarcane; phesi la chimanga liri ndi mfundo zinayi = the maize stalk has four knots; 5.node of plant; 6.boil; 7.bond; 8.measure; mfundo zokhwima = strict measures; 9.rule; tikhazikitsa mfundo zokhwima = we are going to establish strict rules; 10.fact; fotokozerani kuti mfundo yanu imveke bwino = clarify your fact; 11.objective; 12.occurrence; 13.impediment;
mfundu\- 1.scurf; 2.dandruff; kusamba kawirikawiri kungathetse mfundu mu tsitsi lako = regular washing will make your hair free from dandruff;
mfungulo\mi- key;

mfuniko (chiSwahili) 1.lid; ndavindikira chakudya ndi mfuniko = I have covered the food with a lid; 2.pot cover;
mfunthi\a- thief;
mfupi width;
mfupo\mi- 1.ceremony of being given money; 2.award; 3.prize;
mfutamalo\mi- exudation;
mfuti yaikulu machine gun; mfuti imene imawombera zipolopolo mosalekeza = a gun that fires bullets continuously;
mfuti yowombera matanki bazooka (anti-tank weapon); ndi mfuti yayitali yowombera kuchokera paphewa makamaka pofuna kuphwanya matanki = it is a long weapon that is fired from the shoulder, especially to destroy tanks;
mfuti zazikulu 1.big guns; 2.artillery;
mfuti\- 1.rifle; wagwira mfuti = he is holding a rifle; amawomba mfuti = he shoots with a rifle; 2.gun; bweretsa mfuti yanga = bring my gun!; bwanji osagula mfuti? = why not buy a gun?; 3.firearm; 4.penis (fig);
mfutso\- 1.dried vegetables; 2.half boiled dry preserved foods;
mfuwu odzidzimukira gale of laughter;
mfuwu wa chikondwerero exclamation of joy;
mfuwu wa chisangalalo exclamation of joy;
mfuwu\mi- 1.cry; kunamveka mfuwu dzulo usiku = there was a cry last night; 2.scream; 3.shout; ndinamva mfuwu = I heard shouts; 4.wailing; 5.roar; 6.weeping; 7.slogan; 8.ideophone; mawu amenewa ndi mfuwu = the words are ideophones;
mgagadule\mi- 1.bite; 2.gnawing;
mgamulo\mi- 1.judgment; 2.boundary; 3.demarcation;
mganda\mi- traditional dance among the Tonga done at night (esp. by soldiers and in preparation for a wedding);
mgawano\mi- 1.segregation; 2.isolation; 3.schism; 4.separation; 5.nepotism; 6.sharing;
mgoba\mi- sheath for keeping knives or guns;
mgodi wa malasha 1.colliery; 2.coal mine;
mgodi wa mchere salt-mine;
mgodi wa mkuwa 1.gold field; 2.gold mine;
mgodi\mi- 1.mine; migodi ya golidi = gold mines; 2.source; mgodi wa ndalama = the source of money; expression: uyu ndi mgodi (lit.: he is a mine) = he always has money;
mgodya\mi- bag for food;
mgola\mi- breadth;
mgole\mi- coconut fruit;
mgolo\mi- drum; mgolo wa petulo = petrol drum;
mgomo\ma- 1.hills; 2.mount;
mgoneko\mi- 1.traditional medicine, used to let

Mgonero wa Ambuye - mgwirizano\mi-

people sleep in order to do something bad, e.g. stealing; 2.anaesthesia;

Mgonero wa Ambuye 1.the Lord's Table; 2.Holy Supper; 3.the Lord's Supper; Mgonero wa Ambuye usadayambe = before the Lord's Supper started; 4.the Last Supper; 5.Eucharist; 6.Holy Communion;

Mgonero Wotsiriza Last Supper; Yesu anadya mgonero wotsiriza limodzi ndi ophunzira ake = Jesus ate the Last Supper together with his disciples;

mgonero\mi- 1.evening meal; 2.supper; 3.dinner;

mgong'o (chiYao) area around the centre of the upper part of the head; expression: akusenzera poto pa mgong'o (lit.: she is carrying the pot on the side of her head) = she is carrying the pot out of balance; expression: nkhaniyi waitengera pa mgong'o (lit.: you have carried the story on the side of your head) = you are discussing an issue that you do not know about; expression: akutengera zinthu pa mgong'o (lit.: he takes things on the side of the head) = he is doing things without good knowledge;

mgugu wa mtima gallop rhythm of the heart;

mgugu\mi- 1.footstep; ndinamva mgugu kuseri kwa nyumba yanga = I heard footsteps behind my house; 2.walking noisily; 3.sound of feet when walking; 4.walking with strength; 5.walking with confidence;

mgula\mi- 1.drain; 2.bund; 3.water way; 4.water pot;

mgulitsi\a- 1.seller; 2.sales person; 3.trader; 4.merchant;

-mgulu 1.social; 2.communal;

mgulupa\a- 1.Roman Catholic spiritual caretaker; 2.priest assistant; 3.catechist;

mguu (chiSwahili) foot;

mgwala\a- 1.long tailed bird; 2.long pointed strong metal for digging holes;

mgwalangwa\mi- palm tree;

mgwazo 1.fast work; amawapatsa mgwazo = they exhort them to work fast; 2. work done recklessly and hastily; 3.piece work;

mgwere\mi- 1.bund; 2.artificial drainage; 3.water way; 4.ridge for water;

mgwirizanitsi\a- 1.link; 2.conjunctive;

mgwirizano\mi- 1.accord; 2.adaptation; mgwirizano wa zinthu kapena anthu ndi malo kapena zochitika zatsopano = adaptation to new places and situations; galimotoli ndi logwirizana ndi kugwiritsa ntchito m'madzi = this car has been adapted for use in water; seweroli lapangidwanso kuti lithe kugwirizana ndi anthu a mtundu wa chiFaransa = this play has been edited as a French

adaptation; 3.affinity; 4.agreement; 5.alliance; mgwirizano wa pakati pa zipani = an alliance between parties; mgwirizano wa mipingo ya chitsitsimutso = Evangelical Alliance (E.A.); Mgwirizano wa MipingoYokonzedwa ku dziko lonse = World Alliance of Reformed Churches (W.A.R.C.); 6.assent; 7.association; Mgwirizano wa Afirika = Association for African Unity; Mgwirizano wa maProtestants a ku Afirika = Association of Evangelicals in Africa (A.E.A.); this association was founded in 1966 for defending the faith and the certainty of the Bible = mgwirizanowu unakhazikitsidwa m'chaka cha 1966, woteteza kukhulupirira ndi kusakayikira za Baibulo; 8.bond; 9.commonwealth; Mgwirizano wa maiko amene anali pansi pa Britain pa nthawi ya atsamunda = British Commonwealth; 10.communication; payenera kukhala mgwirizano pakati pa aphunzitsi ndi ana a sukulu = there has to be communication between the teachers and the pupils; 11.concordance; 12.contract; dziko la Malawi liri ndi mgwirizano ndi mayiko oyandikana nalo = Malawi has a contract with neighbouring countries; 13.connection; 14.cooperation; 15.correspondence; 16.entente; pali mgwirizano pakati pa Malawi ndi Zambia = there is an entente between Malawi and Zambia; 17.harmony;18.league; 19.pact; 20.partnership; dongosolo la mgwirizano pakati pa Reformed Mission League ndi CCAP-Blantyre Synod = the arrangement of partnership between the Reformed Mission League and CCAP-Blantyre Synod; Mgwirizano Watsopano wa za Chuma mu Afirika pa Chitukuko = New Economic Partnership for Africa's Development (N.E.P.A.D.); 21.relationship; 22.seal; 23.society; Mgwirizano wa Mishoni wa Mpingo = Church Missionary Society (C.M.S.); 24.treaty; Berlin Treaty = mgwirizano wa ku mzinda wa Berlin (m'Germany) m'chaka cha 1885 womwe maiko a Ulaya anagawana Africa poyamba nyengo ya atsamunda; 25.union; mgwirizano wa Afirika = African Union (A.U.); mgwirizanowu umathandiza chuma, ndale ndi umoyo wa anthu a ku Afirika, ndipo unakhazikitsidwa m' chaka cha 2002 = this union is for helping economy, politics and health of Africans and was founded in 2002; Mgwirizano wa maiko a chiSocialist amene ali pa mabungwe = Union of Soviet Socialist Republics (U.S.S.R.); linali dzina la dongosolo la Russia ndi maiko ena ambiri lolamulidwa ndi chipani cha chiCommunist, lokhala mpaka chaka cha 1990 = it was the name of the system of Russia and many other states ruled by the Communist Party, until

1990; Mgwirizano wa maiko a ku Amereka pansi pa boma la likulu lotchedwa Washington = United States of America (U.S.A.); Mgwirizano wa Maufumu = United Kingdom (U.K.); ndi dzina limodzi la England, Wales ndi Scotland = it is the name of the union of England, Wales and Scotland; 26.solidarity;

mHango\a- member of the Hango tribe;

mHeberi\a- Hebrew;

mhlubulo (chiNgoni) flesh attached to the ribs;

mhubiri (chiSwahili) preacher;

mhubo (chiNgoni) military song;

mi- subject concord with plural nouns of mu -mi class; mipando ili pano = the chairs are here;

midadada ya sukulu school blocks;

-midzimidzi 1.rural; moyo wamidzimidzi = rural life; 2.rustic; 3.bucolic;

migolomigolo 1.large/ great quantity; 2.great quantity; 3.abundance; chakudya ndi migolomigolo = there is an abundance of food; 4.plenty; 5.much; 6. many; adzapambana ndi mavoti migolomigolo = he will win with many votes; 7.numerous; 8.lots of; 9.profusion;

Mika Micah; ndi mneneri ndi dzina la buku mu Chipangano Chakale = he is a prophet and the name of a book in the Old Testament;

mikhwithi 1.fog; 2.haze;

-mikhwithi 1.hazy; 2.foggy; 3.dismal; tsiku la mikhwithi = a dismal day;

mikwingwirima 1.bruises; anawaonetsa mikwingwirima = they showed them the bruises; 2.suffering; 3.painful happening; 4.people with great magical knowledge;

milezi milezi stripe (n);

miliri 1.greed; 2.gluttony; 3.plagues;

-militsa sitima dala -scuttle;

milule water-lily;

milumilu 1.piles; tabweretsa milumilu ya mabuku = we have brought piles of books; 2.mounds; 3.heaps;

milungu ya chabe deities;

milungu yosema 1.idols; 2.carved images to represent God/ gods;

mimba yokhuta full stomach;

mimba\- 1.belly; ndi mbali ya thupi pakati pa chifuwa ndi chinena/ ndi gawo la thupi pakati pa chidali ndi chiuno = it is the part of the body between the chest and the pelvis; 2.tummy; 3.abdomen; the abdomen is on the front side of the body = mimba ili kutsogolo kwa thupi; 4.stomach; mulibe kanthu m'mimba mwanga = there is nothing in my stomach; mimba yakhala pamtunda = the stomach is shown; akumva kupweteka m'mimba = she feels stomachache; zilonda za m'mimba = stomach ulcers; zilonda zotulutsa magazi za m'mimba = bleeding stomach ulcers; dwala m'mimba = having stomach problems; proverb: wamva m'mimba ndi amene amatsegula khomo (lit.: one who feels the stomach, opens the door) = the one who has the problem strives to get the solution; expression: ukundilowa m'mimba (lit.: you are entering into my stomach) = you are pestering me/ troubling me; expression: iwe ndiwe mimba tiye (lit.: you are a come on stomach, let's go) = you are a great eater but a lazy-bones; 5.stomach; 6.pregnancy; kutaya mimba = spontaneous abortion; kusanza kwambiri uli wodwala/ uli ndi mimba = hyperemesis; mimba yomera kunja kwa mimba = extra uterine pregnancy; kukonzekera mimba = pregnancy planning; kayesedwe ka mayi wa woyembekezera/wamimba; = prenatal diagnosis;

-mina 1.-empty the nose; expression: aminitseni anthuwa (lit.: empty these people's noses) = have these people punished; expression: kuminitsa agalu = (lit.: emptying the dogs' noses) = putting tobacco, pepper, snuff or chamba in the dogs nose to make them fierce, active, alert; 2.-blow the nose; expression: lero ndachimina (lit.: today I have blown it out of my nose) = I shall not do it again;

minga yanungu quill;

-minitsa 1.-blow someone else's nose; expression: kuminitsa galu (lit.: blowing the dog's nose) = making it move wild; 2.-punish (fig);

minofu ya mtima heart muscles (myocardium)

minya\- 1.egg of a louse; 2.nit;

minyama 1.bad luck; 2.peril; 3.misfortune;

-minyewa muscular;

mipingo ya Aladura Aladura churches;

mipingo ya pansi pa bishopo diocese;

mipingo yodziimira payokha free churches;

Mipingo yoyima payokha Independents; liwu la m'mbiri ya ku Mangalande lolozera aKhristu a chiCongregationalist, amene amatsimikiza kuyima kwa pa kokha kwa mpingo umodzi = a word in the history of England that means the Congregationalist Christians who declared one congregation to be independent;

-mira 1.-sink; adamira m'madzi = he sank in the water; ndinamira m'nyanja yakuya ya maganizo = I sank in the deep lake of thoughts; 2.-drown; 3.-submerge; mwala unamira sukuwonekanso = the rock submerged and it is no longer to be seen;

mirakuli (chiNgerezi) miracle;

misa (chiLatini) mass; akadali kuyang'aniridwa kuti asadye misa = he is disciplined not to take mass;

misa yolemekezera mdierekezi Black Mass;
misala 1.madness; kusuta fodya wamkulu/ chamba
kumapangitsa misala = smoking indian hemp leads
to madness; 2.craziness; misala ndi nthenda
yoyipa/ misala ndi nthenda yowopsa = craziness is
a dangerous disease; 3.insanity; 4.lunacy; 5.mental
illness; 6.folly;
-misala 1.-be crazy; proverb: wamisala anawona
nkhondo (lit.: the crazy person saw war) = the
crazy have a chance of discerning danger/ the
crazy can sometimes talk sense; 2.-be mentally
deranged; dokotala wa anthu a amisala/ wodziwa
bwino za matenda a amisala = psychiatrist; ndi
dokotala amene amathandiza odwala amisala =
physician who helps mental patients; 3.-be insane;
munthu wa misala = an insane person; 4.-be scatty;
5.-be demented;
miseche 1.backbiting; 2.unkind remarks;
misholo bad luck;
Mishoni ya ku Herrnhut Herrnhut Mission;
Mishoni ya ku Livingstonia Livingstonia Mission;
Mpingo umene unakhazikitsidwa ndi Free Church
of Scotland ku dera la kumpoto kwa Malawi
pokumbukira Dr. David Livingstone = a mission
which was established by the Free Church of
Scotland in the Northern part of Malawi in
remembrance of Dr. David Livingstone;
Mishoni ya Mpingo wa a Moraviya Hernnhut
Mission; dongosolo la mishoni la Mpingo wa
Abale a Moraviya, lokhazikitsidwa ku munda wa
Herrrnhut ku Germany wa Mfumu Von Zinzendorf
m'chaka cha 1722 = the Mission of the Moravian
Brethren Church, established in Herrrnhut in
Germany, the estate of Earl Von Zinzendorf in
1722;
mishoni yoyima payokha 1.missions independent
of the main churches; 2.faith missions; ndi
mamishoni omwe anayambidwa ndi Hudson
Taylor mu 1905 = they are missions that were
started by Hudson Taylor in 1905;
Mishoni za Zopangapanga Industrial Missions;
awa anali mamishoni amene anaphunzitsa zinthu
za chipembedzo kupyolera mu zitukuko
zosiyanasiyana monga ulimi, kupanga katundu ndi
zina = these were the missions that taught religion
through different fields of development like
agriculture, manufacturing of goods etc.;
mishoni\ma- mission; mabungwe a mamishoni =
mission societies; mishoni ya chiBaptist yochokera
ku Scotland yofalitsa Uthenga Wabwino ndi
kukulitsa luso ndi chuma cha anthu a ku
Nyasaland (Malawi), limene linakhazikitsidwa
kudzera mwa Joseph Booth m'chaka cha 1895 =
Baptist Industrial Mission from Scotland

(B.I.M.f.S.) that spread the Gospel through
industrial work in Nyasaland, which was founded
through Joseph Booth in 1895; Mishoni ya
chiBaptist yochokera ku Amereka yofalitsa
Uthenga Wabwino ndi kukulitsa luso ndi chuma
cha anthu ku Nyasaland = Baptist Industrial
Mission (B.I.M.) from America that spread the
Gospel by development of industrial work in
Nyasaland; Mishoni Yokhazikitsidwa mwa njira
ya Kupanga zinthu ya ku Nyasaland,
yotsogoleredwa ndi Joseph Booth ndi ena ku
Likhubula m'chaka cha 1893 = Nyasa Industrial
Mission (N.I.M) which was led by Joseph Booth
and others at Likhubula in 1893; Mishoni ya dziko
lonse la South Afirika = South African General
Mission (S.A.G.M.);
Misonkhano ya Mulungu Assemblies of God; ndi
mtundu wa mipingo ya chiPentekositi = it is a kind
of Pentecostal churches;
mitala (chiYao) polygamy; anakwatiwa ku mitala =
anagwa m'chiwiri = anagwa m'mitala = she is in a
polygamous marriage;
mitengo ya zipatso fruit trees;
mitengo yayitali ndi yobiriwira tall green trees;
mitengo yofewa soft woods;
mitengo yopangira mapepala 1.papermaking
wood; 2.pulp wood;
mitengo yopulula masamba 1.trees that shed their
leaves; 2.deciduous trees;
mitengo yosalama soft woods;
mitengo yozizira 1.low prices; 2.cheap prices;
3.low cost;
mitepu feelers of catfish;
mithulo 1.greed; 2.voracity;
-mitundu mitundu 1.diverse; 2.varied; 3.variety;
mitundu ya Israyeli the tribes of Israel;
-mitundu yambiri 1.multi-racial; 2.multi-colour;
-mitundu yosiyana 1.diverse; 2.varied;
mitundu yosiyanasiyana 1.different kinds;
2.different sorts; 3.different colours;
mitundumitundu 1.various kinds; 2.various
colours;
miwunjiri pile(s);
-miyala 1.stony; nthaka ya miyala = stony soil;
2.rocky; 3.pebbly;
miyala ya m'mbali mwa msewu 1.stones on the
sides of roads/ paths; 2.kerb;
miyala yokumbidwa pansi quarry;
miyala yonyezimira shale;
miyambo 1.proverbs; 2.customs; 3.traditions;
4.cultural values;
miyambo ya chipembedzo religious rituals;
miyambo ya maliro 1.funeral rituals 2.funeral
ceremonies; 3.obsequies;

miyambo yovomerezeka 1.code of conduct; 2.mores;

miyandamiyanda 1.crowd; 2.multitude;

miyano (chiLomwe) I (stressed);

-miyendo iwiri 1.with two legs; 2.biped;

miyendo ya nyama yakumbuyo 1.hind legs of animal; 2.back legs;

miyo (chiLomwe) I;

-miza 1.-submerge; 2.-deepen; akukumba ngalande ndi cholinga choyimiza = he is digging the drain in order to deepen it; 3.-drown; 4.-duck; 5.-sink; 6.-immerse; 7.-dip;

-mizere mizere stripped; amakonda malaya a mizere mizere = he likes stripped shirts;

mizere yolumikiza madera a katenthedwe kofanana isotherms; mizere ya pa mapu yolumikiza madera akatenthedwe kofanana = lines drawn on the map connecting places of the same temperature;

mizere yolumikiza madera a mphepo yofanana isobars; mizere ya pa mapu yolumikiza madera a mphepo yofanana = lines on the map which join places of the same atmospheric pressure;

mizimu ya akufa living dead; iye amakhulupirira mizimu ya anthu akufa = he believes in the living dead;

mizu yowoneka yotupa 1.hard lump; 2.swelling; 3.nodule;

mjedo\mi- / mjedu\mi- backbiting;

mjigo\mi- 1.borehole; 2.pump (derived from sound of pumping);

mjiri\mi- 1.boar; 2.warthog;

mjitchi wa chinthu 1.thickness of a thing; 2.layer;

mjomba\a (chiYao) uncle;

mkacha\mi- kind of net; mkacha ndi mtundu wa ukonde wokhala ndi mabowo aang'ono = mkacha is a kind of net having small meshes;

mkachenjede\a- 1.student at a higher institution of learning; 2.person trained at a university or college;

mkafula\a- dwarf;

mkaidi m'moyo wake wonse 1.lifelong prisoner; 2.lifer;

mkaidi wamkulu chief prisoner;

mkaidi \a- 1.prisoner; kuseweza ndende = working as a prisoner; malo osungirako akaidi = a place where prisoners are kept; 2.incarcerated person; 3.captive;

mkaka milk; kodi amayi ali ndi mkaka wokwanira? = does the mother have enough milk?;

mkaka ndi uchi milk and honey; expression: dziko la mkaka ndi uchi (lit.: land of milk and honey) = dziko la ufulu ndi mtendere = land of peace and harmony;

mkaka wa m'mawere breastmilk;

mkaka wa ufa milk powder;

mkaka wokhathamira cream;

mkaka wosatsa yoghurt;

mkaka wowundana cream;

-mkamwa 1.noisy; 2.talkative; expression: ndiwe wamkamwa (lit.: you are of the mouth) = you are talkative/ quarrelsome; 3.chatty; 4.obstreperous;

mkamwana 1.patrilineal marriage (position of a woman who lives with her husband at his village); 2.in-law-hood;

mkamwini\a- son-in-law (lit.: he who belongs somewhere else);

mkana chibale 1.solitary person having no friend; 2.lone;

mkanapati\a- lone;

mkanda wa m'chiuno waist-beads;

mkanda wam'khosi necklace;

mkanda wovala pakhosi necklace;

mkanda\mi- bead (general term); mkanda woyera = white bead; proverb: sunga khosi, udzavala mkanda woyera (lit.: keep your neck, you'll wear the white bead) = be patient, so you'll be fortunate; black bead = mkanda wakuda (gives misfortune); expression: wauvala mkanda wakuda (lit.: he has put on the black bead) = he is not lucky;

mkandakhuku\mi- bramble;

mKandawire member of the Kandawire clan;

mkangala\mi- 1.traditional flute (esp played by women); 2.well matured maize;

mkangali\mi- 1.string; 2.an initiation ceremony in the Nyau cult;

mkangano wopanda pake 1.spat; 2.useless argument;

mkangano\mi- 1.fight; 2.quarrel; 3.fracas; 4.conflict; mikangano ndi yoyipa pakati pa anthu = conflicts are bad among people; 5.chaos; 6.controversy; 7.discord; 8.being at loggerheads;

mkango waukazi lioness; mkango waukazi ndi waukali kuposa mkango waumuna = the lioness is more aggressive than the lion;

mkango\mi- lion; mkango wamisala = a mad lion; mkango unalusa = the lion became ferocious;

mkanjo\mi- 1.cassock; 2.gown; abusa onse anavala mikanjo = all pastors were dressed in gowns; 3.robe; 4.vestments;

mkankho push;

mkata\a- 1.lazy bones; 2.lazy person; 3.drone;

mkate wa tsiku lililonse daily bread;

mkate wopanda chotupitsa unleavened bread;

mkate\mi- any product made from flour: 1.bread; 2.scone; 3.bun; 4.cake; 5.banana flitter; 6.thick maize porridge (nsima);

Mkathamvula April;

mkati 1.middle; mkati mowerenga iye anaimirira =
in the middle of the reading he rose; 2.centre;
3.inside; lowani mkati = get inside; 4.between;
5.within; 6.in; 7.indoors;
-mkati 1.central; 2.middle;
mkati mwa anthu social relationships;
mkati mwa bwato 1.inside the boat; 2.inboard;
mkati mwa chinthu 1.inside of a thing; 2.interior
part; 3.internal part;
mkatikati 1.interior; 2.inland; 3.core;
mkatikati mwa 1.in the middle of; 2.mid;
mkatimkati wa bongo medulla; polumikiza bongo
ndi mtsempha wa msana = medulla oblongata
(Latin);
mkayidi\a- 1.prisoner; 2.captive;
mkazi wa chiwerewere 1.harlot; 2.scrubber;
3.prostitute;
mkazi wa makhalidwe a chimuna mannish
woman;
mkazi wa masiye widow;
mkazi wa munthu 1.wife; mkazi wanga = my wife;
amayi busa (respect) = mayi busa (less respect) =
the minister's wife; 2.woman; 3.lady; 4.mistress;
mkazi wa mwana wako daughter-in-law;
mkazi wa nthumwi ambassadress;
mkazi wa pulezidenti first lady;
mkazi wachigololo 1.adulterous woman; 2.slut;
mkazi wachitengwa married woman living in the
village of her husband;
mkazi wako 1.your wife; 2.your spouse;
mkazi wobereka 1.fertile woman; 2.productive
woman;
mkazi wofedwa widow;
mkazi wofuna kukwatiwa bride;
mkazi wogulitsa 1.sales woman; 2.sales lady;
mkazi wokonda amuna 1.prostitute; 2.harlot;
3.scrubber;
mkazi wokongola 1.beautiful woman; 2.pretty
woman; 3.attractive woman;
mkazi wopanga chiwerewere ndi mkazi mzake
1.woman who has sex with a female friend;
2.lesbian;
mkazi wosadziwa mwamuna virgin; sadziwa
mwamuna = sanadziwane ndi mwamuna = she is a
virgin; iye sanagonanepo ndi mwamuna = she is a
virgin;
mkazi wosakwatiwa 1.unmarried woman;
2.unmarried lady;
mkazi wothamanga 1.harlot; 2.prostitute; 3.scarlet
woman;
mkazi wotsala widow;
mkazi\a- female (n); maliseche a mkazi omwe
amaonekera kunja = female external genitalia =
bumbu; chiwalo cha mazira a mkazi = female

gonad; zimene zimasunga mazira mwa mkazi =
female organs of reproduction; pokodzera mkazi =
female urethral meatus; pokodzera pa mkazi =
female urethral opening; thumba la mazira la
mkazi = ovary; chiwalo cha mazira cha mkazi =
ovary;
mke (chiSwahili) wife;
mkeka\mi- mat made from coconut palm leaves;
expression: nanga ku mkeka kuli bwanji (lit.: how
is the mat?) = how is your marital life?;
mkhalakale\a- 1.veteran; 2.experienced person;
3.long established citizen of the country;
mkhalapakati\a- 1.intermediary; 2.mediator; 3.go-
between; 4.advocate;
mkhalapampando\a- chairperson;
mkhalayekha\a- lonely person;
mkhalidwe ochititsa manyazi 1.shameful
behaviour; 2.embarrassing behaviour; 3.heinous
behaviour; 4.disgraceful behaviour;
mkhalidwe\ma- 1.custom; 2.disposition;
3.character; 4.behaviour;
mkhamphuno 1.nose bleeding; 2.epistaxis;
mkhate\mi- earthen jar; muli madzi osamba mu
mkhate = there is bathing water in an earthen jar;
mkhombo (chiNyungwe) 1.grace; 2.favour;
3.things that go well for a person;
mKhristu\a- Christian; onse amene amakhulupirira
mwa Yesu Khristu atchedwa aKhristu = all who
believe in Jesus Christ are called Christians;
mkhundu mwa in the neighbourhood; amakonda
kukhala mkhundu mwa amake = he likes staying
in the neighbourhood of his mother;
mkhuto\mi- 1.strainer; 2.fullness (of stomach);
mkhutukumve\a- 1.person who hears but does not
obey; 2.disobedient person; 3.stubborn person;
mkhuwo\mi- custom;
mkhwapa\- 1.armpit; 2.axilla;
mkhwere\a- monkey;
mkhwimba\- 1.jackal; 2.wild dog;
mkhwindi\mi- apron;
mkhwinyimbi\a- dwarf; nthochi ya mkhwinyimbi =
a variety of banana;
mkoba\mi- 1.handbag; 2.bag carried in arm-pit;
mkobwe\mi- 1.handle (of a gourd used as a cup);
2.haft; 3.knob;
mkodzo\mi- 1.urine; kupezeka kwa magazi mu
mkodzo = availability of blood in the urine;
magazi mu m'kodzo = hematuria; bowo la
mikodzo = urethra; pokodzera mkazi = female
urethral meatus/ female urethral opening; 2.pee;
mkokamphenzi lightning conductor;
mkoko\mi- 1.bunch of bananas; adandibera mkoko
wa nthochi = they stole my bunch of bananas;
2.cluster (of bananas); 3.coconut fruit; 4.the

highest person to whom you are introduced last (expression); 5.mask having many humps (in Nyau Society);

mkokomo wa njoka hiss of snake; **mkokomo\mi-** 1.noise; tinamva mkokomo ngati wa ndege = we heard a noise like that of a plane; mkokomo wa mvula = the noise of rain; mkokomo wa mvula = the noise of rain; adanyamuka ndi mkokomo = he left with noise; ndinamva mkokomo wa galimoto = I heard the noise of a car; 2.sound; 3.roar;

-mkokota 1.-beat about the bush in speech; 2.-make unnecessary repetitions; 3.-be verbose; munthu wamkokota poyankhula = verbose speaker; **mkokota\mi-** 1.long speech; 2.verbiage; **mkokowogona\mi-** 1.(lit.: sleeping bunch of bananas) = old person believed to have wisdom; 2.advisor to village headman and/ or his vice; 3.clanhead; 4.counsellor to Traditional Authority; **mkolimbo\mi-** digger; **mkolokolo\mi-** 1.lower back; 2.sacrum; 3.anus; **mkolosa\mi-** cashew nut; **mkombaphala\-** fore finger; **mkombero\mi-** 1.rim of a wheel; 2.edge of a basket; 3.hem;

mkomya 1.domestic chores (like preparing well cooked food); akazi anga amadziwa mkomya wa pa banja = my wife knows how to deal with domestic chores; 2.pleasant gift; 3.love (shown by regularly doing something); anthu ambiri ali ndi mkomya wa pakulima = many people have the love of cultivating;

mkondo wopepuka 1.light spear; 2.javelin; **mkondo wosakira** harpoon; mkondo wokhala ndi chingwe chachitali wosakira nyama zazikulu za m'nyanja = a spear with a long rope that is used for hunting large animals in seas or lakes; **mkondo\mi-** 1.spear; mkondo ndi chida choopsa = a spear is a dangerous weapon; 2.sword; 3.assagai; **mkonje\mi-** 1.young green bean; 2.shaft; **mkono\mi-** 1arm; kulera koyika tinthu ngati kasang'adzi pa mkono = norplant; tinthu toyi.ka pa mkono pa mayi kuti asabereke = contraceptive devices that are implanted in a woman's upper arm; mkono wothyoka = broken arm; expression: adatsamira mkono (lit.: he leaned on his arm) = he died/ he passed away; 2.fore-arm; 3.wrist; **mkonono\mi-** 1.snort; kunamveka mkonono = there was a snort; 2.snoring; 3.snore; expression: lero sakuveka ndi mkonono omwe (lit.: these days you can't hear his snore) = he is not as famous as he used to be; 4.grunt; **mkonzi wa mabuku** book-editor; ndi mkulu woyang'anira kalembedwe ka mabuku = he is the

leading supervisor of the writing of books; **mkonzi wa nyuzipepala** paper-editor; **mkonzi\a-** 1.editor; 2.sculptor; **mkosana\ma-** 1.title given to age mates by aNgoni; 2.elder; expression: iye ndi mkosana pazolembalemba (lit.: he is an elder in writing) = he is an experienced writer; 3.old people; **mkota wa mbuzi** 1.nanny-goat; 2.mother goat; **mkota wa ng'ombe** mother cow; **mkowa\ma-** doorway; **mkuda\a-** black person; **mkufu\mi-** necklace; **mkuja** 1.day after tomorrow; 2.day after the next day; **mkuka\mi-** 1.drain; 2.ditch; 3.trench; 4.water way; 5.channel; **mkuku\mi-** heap; **mkukuluzi** famine; **mkukuzi\mi-** 1.mark; 2.sign; 3.symbol; **mkulu wa ankhondo** 1.commander; 2.army-officer; **mkulu wa ansembe** 1.chief priest; 2.pontiff; **mkulu wa aphunzitsi** 1.headmaster; 2.headmistress; 3.head teacher; **mkulu wa kampani** manager; anakumana ndi mkulu wa kampani = he met the company manager; **mkulu wa mpingo** 1.presbyter; 2.elder; **mkulu wa mudzi** 1.village headman; 2.chief; **mkulu wokopa anthu** leader of the campaign (e.g. in preparation of elections); **mkulu woyang'anira** 1.supervisor; 2.leader in charge; 3.manager; 4.administrator; **mkulu woyang'anira msika** 1.market master; 2.inspector of the market; 3.clerk of the market; **mkulu woyendetsa kampani** chief executive of the firm; **mkulu wozenga mlandu** 1.judge; 2.magistrate; 3.lawyer; **mkulu\a-** 1.elder; mkulu wa mpingo = church elder; proverb: akulu a mvula zakale (lit.: elders of old rains) = elders; mkulu wa gulu la azibambo lokhala mopatuka ndipo lomwe limachita malumbiro a uzimu osakwatira ndiponso osakhala ndi chuma = the head of a group of segregated men who swore not to marry and not to have possessions (abbot); mchimwene kapena mchemwali wamkulu = eldest brother or sister; 2.director; Mkulu wowona za Milandu m'Dziko = Director of Public Prosecution (D.P.P); 3.old person; expression: mawu a akuluakulu akoma akagonera (lit.: the words of old people become sweet on the day after/ the words of old people gain value in course of time (ndi langizo la munthu

wopanda ulemu kwa akuluakulu = it is a warning
to a person who is disrespectful towards elders);
mkulukulu\a- elder; mkulukulu amakonda kunena
mikuluwiko = an elder likes to use expressions;
mkuluwiko\mi- expression with a hidden meaning;
mkumbaliro wa moto fire-place;
mkumbi\mi- 1.pile; 2.heap;
mkumbudzu\mi- 1.bad smell from dirt; 2.odour;
mkunda\mi- big bottle of beer;
-mkundi 1.foolish; 2.stupid; 3.daft; 4.silly;
5.idiotic;
mkunga\mi- 1.lazy person; 2.dull person; 3.poor
person; 4.fool; 5.eel; tinawona mkunga waukulu
mumtsinje = we saw a big eel in the river;
mkungudza wowumika raisin;
mkungudza\mi- cedar; mkungudza ndi wolimba
kuposa payini = cedar is harder than pine;
mkunguni wa nsomba shoal;
mkunja\a- 1.pagan; 2.heathen; 3.gentile;
mkunkhu\mi- rod; expression: iye ndi samva
mkunkhu (lit.: he does not hear a rod) = he is
stubborn;
mkuntho\mi- 1.storm wind; mphepo ya mkuntho =
a very strong wind; 2.whirl wind; 3.death
involving many;
mkupalume\mi- 1.forerunner; 2.harbinger;
3.dewlap;
mkupe mange; mkupe ndi nthenda ya pa khungu ya
agalu ndi amphaka = mange is a skin disease of
dogs and cats;
mkusani\mi- nasal catarrh;
mkutano (chiSwahili) 1.meeting; 2.congregation;
mkute maize porridge (nsima) cooked yesterday;
mkuti oven;
mkutu auditory;
mkuwa\mi- gold;
mkuwe\mi- 1.cry; 2.scream; 3.shout; 4.yell;
5.resounding voice; 6.echo;
mkuwo\mi- 1.slogan; 2.cry; 3.scream; mkuwo
unamveka = the scream was heard;
mkuyu\mi- fig tree; Yesu Khristu anatembelera
mkuyu (*Mateyu* 21: 19-21) = Jesus Christ cursed
the fig tree (*Matthew* 21: 19-21);
mkuza kanthu magnifier;
mkuza mawu 1.megaphone; 2.amplifier;
mkuzi\mi- 1.belt of string to support loin cloth;
2.waist rope; asing'anga anandiuza kuti ndivale
mkuzi mchiuno = a herbalist advised me to wear a
waist rope; 3.string of beads around the waist;
mkwakwa\mi- 1.stripe; galimoto la mkwakwa
wofiira = a car with a red stripe; 2.child failing to
walk;
mkwamba\mi- piece of cloth;
mkwansa\mi- lane;

mkwaso\mi- 1.path; 2.street; 3.route; 4.lane; 5.road;
mkwati\a- bridegroom; amakondwera chifukwa cha
mawu a mkwatiyo = she rejoices in the voice of
the bridegroom;
mkwatibwi\a- bride;
mkwatira\a- bridegroom;
mkwato 1.sexual intercourse; 2.coitus;
3.fornication;
mkwatulo 1.rapture; 2.ecstasy;
-mkweneng'wene 1.unfriendly; 2. not harmonious;
mkweteko\mi- 1.harmful medicine; 2.deadly
poison; 3.poisonous medicine; sing'anga
wabweretsa mkweteko = the witch doctor has
brought poisonous medicine;
mkweza mawu 1.microphone; 2.mouth piece;
mkwidziro\mi- 1.edge; 2.side of mat; 3.rim;
mkwita\mi- anklet of iron;
-mkwitsa 1.-go beyond; 2.-go too far;
mkwiyo 1.anger; anawonetsa mkwiyo pa nkhope
pake = he showed anger on his face; 2.annoyance;
3.sadness; 4.sullenness; 5.vehemence;
ndinazindikira chidani ndi mkwiyo wake = I
noticed her hatred and vehemence; 6.dandering up;
mumautsa mkwiyo wa akazi anu ngati nthawi
zonse mukubwera kunyumba mochedwa = you get
your wife's dandering up when you always come
home late;
mlabi\mi- bar of soap;
mlakanjovu\mi- jacaranda;
mlakatuli\a- 1.poet; 2.bard;
Mlaliki Ecclesiastes; ndi dzina la buku
m'Chipangano Chakale = it is the name of a book
in the Old Testament;
mlaliki\a- 1.preacher; 2.evangelist;
mlalu\mi- 1.bicycle; 2.push bike;
mlamba cat fish (kind of fish without scales);
kutembenuka ngati mlamba pa dziwe lakuphwa =
turning round like a cat fish in an empty pool;
mlambala\mi- 1.ridge for water conservation;
2.artificial drainage; 3.artificial water way; 4.bund;
mlamu wamkazi sister-in-law;
mlamu wamwamuna brother-in-law;
mlamu\a- 1.brother-in-law; 2.sister-in-law; 3.in-
law; alamu anu = your in-laws;
mlandu wakupha ana infanticide;
mlandu wakupha m'bale fratricide;
mlandu waukulu 1.big crime; 2.big offence;
mlandu wopha mfumu regicide (the crime of
killing a king);
mlandu woyika dziko pangozi high treason;
zitsanso ndizo, kufuna kupha mfumu kapena
kuwulula chinsinsi cha asilikari ankhondo kwa
adani = examples (of high treason) are attempts to
kill the king or revealing a millitary secret to

adversaries;

mlandu\mi- 1.lawsuit; 2.crime/; mlandu wodetsa nkhawa = serious crime; 3.felony; 4.misdemeanour; 5.case (at law); zokambirana zokhudza mlandu = discussions about case; bwalo la milandu = place for judging cases; mlandu wakuba ndi kuthyola nyumba = a case of theft with burglary; ndikukuyimba mlandu wakupha = I am charging you with the crime of murder; adalephera mlandu = he lost the case; akayidi a milandu ying'onoying'ono = prisoners of minor cases; proverb: mlandu suwola (lit.: a case does not rot) = a case cannot be forgotten; 6.summons; proverb: mlandu suwola (lit.: summons does not rot) = no matter how long the summons might be, it remains the same; 7.offence; uwu ndi mlandu woyamba = this is the first offence; 8..affair; 9.concern; 10.controversy; 11.dispute; kuzenga mlandu = settling the dispute;

mlangizi wa ziweto veterinarian;

mlangizi\a- 1.counsellor; 2.adviser; 3.mentor;

mlatho\mi- 1.bridge; 2.viaduct;

mlauli\a- 1.foreteller; 2.seer; 3.soothsayer; 4.prophet;

mlaza\mi- 1.palm tree; 2.palm-leaves; expression: kacheka mulaza (lit: one who cuts palm leaves) = an ordinary man;

mlembi wa ndakatulo poet; mlembi wa ndakatulo zabwino = the best poet;

mlembi wa zonse general-secretary;

mlembi wamkulu general-secretary;

mlembi\a- 1.author; 2.clerk; Bambo Jones akufuna kukhala mlembi wa mpingo = Mr. Jones wants to become a church clerk; 3.secretary; 4.scribe; 5.writer;

mleme\mi- bat; proverb: kusinthasintha ngati mleme (lit.: being apt to change like a bat) = person who changes his statements;

mlendo mnzanga 1.fellow-traveller; 2.companion in travel;

mlendo wobwera kumene 1.new-comer; 2.new arrival; 3.new guest; 4.visitor;

mlendo\a- 1.guest; mlendoyo ndi mzungu = the guest is a white man; proverb: mlendo amabwera ndi kalumo kakuthwa (lit.: a guest comes with a sharp razor blade) = a guest brings good ideas; expression: mlendo amakhala ndi nzeru zatsopano (lit.: a guest has new ideas) = a guest brings good and new ideas; proverb: mlendo ndi mame sachedwa kukamuka (lit.: a guest is more or less like dew, he evaporates very fast) = a guest needs to be made welcome because he does not stay long; 2.visitor; proverb: mlendo ndi mame (lit.: a visitor/ stranger is dew) entertain a visitor/ stranger

well for he is there for a short while; proverb: mlendo ndi amene adza ndi kalumo kakuthwa (lit.: the stranger/ visitor is the one who carries along with a sharp razor) = a stranger/ visitor might have the unexpected solution to great difficulties; 3.stranger; 4.alien; 5.traveller;

mlengalenga 1.atmosphere; 2.sky; 3.heaven; **-mlengalenga** celestial;

mlengalenga ndi zopezekamo universe and the heavenly bodies;

Mlengi name for God (lit.: Creator); Mulungu ndi Mlengi wa zonse = God is the Creator of everything;

mlengi\a- 1.creator; 2.maker;

mlenje\a- 1.hunter; 2.poacher;

mlera\a- 1.educator; 2.teacher;

mlerambina\a- loincloth; amavala mlerambina mchiuno mwake = she wears a loin cloth around her waist;

mlerankhungwa\a- 1.steward; iyeyu ndi mlerankhungwa (lit.: he is a steward) = he is a very kind person; 2.custodian; 3.keeper;

mlerankhwangwa \a- sponsor;

mlesi\a- 1.lazy bones; 2.lazy person; 3.drone;

mLevi \a- Levite;

mleza\- 1.concoction for silencing (lit.); 2.herbs given to spouse for love;

mleza\a- 1.sustainer; 2.upbringer;

Mlezi name for God (lit.: sustainer, nourisher of all);

mlifupi 1.width; 2.breadth;

mlili\mi- 1.plague; mlili wa Edzi = the plague of Aids; mlili wa dzombe = plague of locusts; 2.outbreak; mlili wa chifuwa = an outbreak of cough; 3.pestilence; 4.pandemic; kodi Edzi ndi mlili? = isAIDS a pandemic?; 5.deadly disease;

mlimbikitsi\a- supporter;

mlimbiko supporting medicine given to pregnant women to avoid miscarriage;

mlimi\a- farmer;

mling'ono 1.width; 2.breadth;

mlingo wa kalipiridwe 1.scale; 2.rate;

mlingo wa madzimadzi litre;

mlingo wa malo surface;

mlingo wa nthawi yolama life expectancy;

mlingo wa zaka za munthu 1.life expectancy; mlingo wa zaka za munthu zoyembekezedwa kukhala ndi moyo masiku ano ndi zaka 35 = life expectancy is now at 35 years; 2.life span; 3.age limit; 4.lifetime; 5.duration of life;

-mlingo wake 1.having right quantity; 2.being recommended quantity;

mlingo wakukhala ndi moyo 1.life span; 2.life time; 3.life expectancy;

mlingo waukulu enormity;

mlingo wochepa grain; mlingo wochepa wa choonadi = a grain of truth;

mlingo wovomerezedwa 1.recommended size; 2.normal quantity; 3.unexceptionable quantity;

-mlingo woyenera 1.being of recommended size; 2.being beyond criticism; 3.being unexceptionable;

mlingo woyerekeza 1.average; 2.estimate; 3.assumption; 4.approximation;

mlingo\mi- scale; mlingo wa ana umayesedwa ku chipatala cha ana osachepera zaka zisanu = the scale of infants is measured at the clinic of children under five;

mlirang'amba galaxy;

mliti four or more days from today; tidzabwera kumeneko mliti = we'll come there four or more days from now;

mlomo wa mbalame 1.neb of bird; 2.beak; 3.bill;

mlomo wa mbolo foreskin;

mlomo\mi- 1.lip; adaluma mlomo wammunsi = he bit his lower lip; 2.mouthpiece; mlomo wakhosi = mouthpiece of the chief/ ambassador/ interpreter of the chief; milomo ikunjenjemera = the lips are trembling; mlomo wakunsi = the lower lip; mlomo wa m'mwamba = the upper lip; kunyansitsa kukamwa = curling one's lips (in disrespect); mkazi wa mlomo (lit.: a woman with a lip) = a troublesome and talkative woman; expression: iye ndi wapa mlomo (lit.: she is of the lips) = she is talkative/ quarrelsome; 3.labium\labia (Latin); milomo ya kunja kwa nyini = labia majora; milomo ya mkati mwa nyini = labia minora; 4.mouth; 5.bill of a bird; 6.edge of vessel etc.; 7.rim of vessel etc.; 8.brim; dzadzani madzi mpaka m'milomo = fill the water to the brim;

mlonda\a- 1.watchman; 2.guard; 3.janitor; 4.watchdog; bungwe kapena munthu woyang'anira zinthu kuti zisabedwe = a watchdog; 5.protector;

mlongo\a- 1.sister (of same parents); 2.brother (of same parents); 3.cousin; 4.brother/sister in Christ;

mlongoti\mi- 1.aerial; 2.antenna; 3.flag-pole;

mlopa\mi- clotted blood of person;

mlosi\a- 1.prophet; 2.foreteller; 3.seer; 4.soothsayer; mzimu wa ulosi = the spirit of soothsaying;

mlota 1.divination; 2.prediction;

mlovi\a- 1.fisherman; 2.sailor;

mlowadzina\a- 1.successor; 2.heir;

mlowam'malo wa dzina 1.successor; 2.heir;

mlowam'malo wa wina 1.substitute; 2.proxy;

mlowam'malo wa womwalira 1.successor; 2.heir; bambo ake akadzamwalira adzalowa m'malo mwawo = when his father dies, he will be the heir;

mlowam'malo wadzina laumwini la mayi 1.successor; 2.partaker;

mlowam'malo wamkazi 1.female successor; 2.heiress;

mlowam'malo\a- 1.pronoun; mlowam'malo wa mwini = personal pronoun; mlowam'malo wa umwini = possessive pronoun; mlowam'malo wa ubale = relative pronoun; 2.heir; 3.representative; 4.chief's representative; 5.vicar; 6.substitute; 7.successor; 8.stop gap; 9.replacement;

mlowoka\a- person who is crossing a big waterway;

mlozo\a- guide;

mlozola\a- scout;

mluchi\mi- bale or truss of calico;

mlulu lily;

mlumbiro swearword;

mlumbwana\a- bachelor;

mlumikizi\a- 1.conjugation; 2.mediator; 3.go-between; 4.intermediary; 5.peace maker;

mlumphanjira\mi- root that crosses a path;

mlunzanitsi\a- 1.reconciliator; Yesu ndi mlunzanitsi wathu = Jesus is our reconciliator; 2.mediator;

mlunzo\mi- 1.batch; 2.bond;

Mluya/A- Arabian;

mluza embryo;

mluzi\mi- whistle (sound);

mluzu whistle;

mMalawi\a- Malawian (n);

mmanthu\a- ants'queen;

mmera\- 1.sprout; 2.germination; 3.blade of plant;

mmero 1.larynx; 2.oesophagus;

mmezo 1.act of swallowing; 2.larynx; 3.oesophagus;

mmiravo (chiLomwe) boy;

mmisiri wa nyumba 1.builder; 2.constructor;

mmodzi one;

mmunsi 1.down; 2.below; 3.under;

mMwenye\a- 1.Indian; 2.Asian; 3.banyan; 4.banian; 5.lit.: noble person;

mnachire\a- billow;

mnafunzi\a- 1.student; 2.scholar;

mnamalowe\a- echo; kunali mnamalowe kuchokera m'mapiri = there was an echo from the mountains;

mnambera\a- small drum;

mnamsinsi\a- kind of small bat;

mnang'omba\a- long necked big black bird, that usually hunts for food in pairs and seldom flies;

mnangalire\a- beetle;

mnankafumbwe\a- weevil;

mnankalimbwi\a- bullet;

mnankodzwe\a- waterbuck;

mnankulunga\a- strainer;

mnansi\a- 1.acquaintance; 2.neighbour; 3.relative; 4.family member;

281

mnantusi\a- ant (small, working);
-mnanu 1.great; njala ya mnanu = great hunger;
2.beyond capacity; 3.more than necessary;
mnanzeze\a- swallow;
mNasala\a- Moslem/ Muslim;
mndaferamwendo\a- beetle;
mndakaka\a- brace;
mndala\mi- 1.crack in jars; 2.crevice; 3.chink;
mndandanda wa mabuku bibliography;
mndandanda wa maina list of names;
mndandanda wa malamulo 1.system of
  laws/rules; 2.code;
mndandanda wa ndime za Baibulo 1.list of Bible
  verses; 2.lectionary;
mndandanda wa nyumba 1.line of houses;
  2..block of houses; 3.list of houses;
mndandanda wa zakudya 1.list of foods; 2.menu;
mndandanda wa zogulitsa 1.list of sold goods;
  2.bill;
mndandanda\mi- 1.list; mndandanda wa maina =
  list of names; 2.queue;
mndendenga\mi- paper;
mndikale shoot;
mnena nthawi 1.clock; 2.watch; 3.chronometer;
mneneri wa chikazi prophetess;
mneneri\a- 1.prophet; iye ndi mneneri wonyenga =
  he is a false prophet; 2.seer; 3.predictor;
  4.soothsayer; 5.foreteller; 6.speaker; mneneri wa
  nyumba ya Malamulo = the speaker of Parliament;
  7.spokesman; mneneri wa unduna owona nkhani
  zakunja = the spokesman of the Minister of
  Foreign Affairs;
mnengo\a- ant-eater;
mneno\mi- bead;
mng'alu waukulu fissure;
mng'alu\mi- 1.crack; m'chipani tidaona ming'alu =
  we saw cracks in the party; 2.split; 3.rift;
  4.fracture;
mng'azi\mi- alligator; kodi kusiyana kwake ndi
  kotani pakati pa mng'azi ndi ng'ona? = what is the
  difference between an alligator and a crocodile?;
mng'oma\mi- bee-hive;
mng'onamtundo\a- crocodile (black);
mng'ono younger brother or sister;
mngelo\a- 1.angel; 2.cherub; 3.seraph;
mngenisa khaya (chiNgoni) cooking utensils and
  other gifts facilitating the bride athe time of the
  entry in the bridegroom's home;
mNgerezi\a- 1.Englishman; 2.white person;
mngonera\a- bedfellow;
mnguwi\- rust;
mnjelo angel;
mnjere\mi- 1.seed; 2.cane-cover;
mnjero\a- seraph;

mnjiba\a- rich person;
mnjiranga\a- my elder brother or sister;
mnjirathu\a- 1.our elder brother; 2.our elder sister;
mnkhaka\mi- cucumber; ndimakonda kudya
  minkhaka = I like to eat cucumbers;
mnkhungu\a- 1.burglar; 2.thief;
mnkhwani pumpkin leaves; mnkhwani wamera
  m'munda = pumpkin leaves have grown in the
  garden; tiri ndi mnkhwani wambiri = we have a lot
  of pumpkin leaves; expression: ndangodutsamo
  sindinathyole mnkhwani (lit.: I have just passed
  through without picking pumpkin leaves) = I did
  not do/ say anything wrong in my involvement;
mnkhwerere (chiTumbuka) monkey;
mnofu\mi- 1.flesh; 2.muscle; katumba\a- = muscle
  of the leg; long muscles of the arm = minofu
  yaitali ya mumkono; short muscles of the arm =
  minofu yaifupi ya mumkomo; muscles of the chest
  = minofu ya chidali/ minofu ya chifuwa; muscles
  of the thigh = minofu ya ntchafu; muscles of the
  abdomen = minofu ya pa mimba; mnofu
  woyandikana ndi m'mimba = abdominal muscle;
  ndi limodzi la gulu la minofu yokhala kutsogolo
  kwa m'mimba = it is one of a large group of
  muscle in the front of the abdomen; 3.soft tissue;
mnokonoko\mi- bridge of the nose;
mnong'a\a- 1.weakling; 2.feeble person; 3.unsteady
  person;
mnsi\mi- bow of a boat;
mntchowa\a- baby;
mnthumwatumwa\a- attendant;
mnunkho\mi- 1.stink; 2.stench; 3.bad smell; 4.bad
  aroma;
mnyama\mi- 1.bad luck; 2.mishap; 3.misfortune;
  4.calamity; 5.not being lucky;
mnyamata wokondedwa boyfriend;
mnyamata wokusa ng'ombe 1.cowherd;
  2.cowboy;
mnyamata wonyada 1.conceited young man;
  2.proud boy;
mnyamata woweta ng'ombe 1.cowherd;
  2.cowboy;
mnyamata\a- boy;
mnyanga ya njovu 1.tusk of elephant; 2.ivory;
  malonda a mnyanga ya njovu = ivory trade;
mnyanya\mi- rotten cat fish;
mnyapala\a- leader of other prisoners;
mnyapombo\mi- rectum;
-mnyata 1.-crouch; 2.-hide; 3.-conceal;
mnyewa\mi- 1.muscle; 2.ligament;
mnyontho 1.moisture; 2.dampness; 3.wetness;
mnyozi\a- 1.mocker; 2.scoffer; 3.ridiculer;
  4.derider;
mnyozo 1.sarcasm; 2.mockery; 3.scoff; 4.insolençe;

mnyozo pa maso pa akulu = an insolence before the elders; 5.cheek; 6.stigmatisation;
-mnyuka mtima 1.-cup up; 2.-affect deeply; 3.-be annoyed; 4.-be angry;
mnyumba ya pansi groundfloor;
mnza-\anza- 1.friend (with possessive suffix); mnzanga\a- = my friend(s); proverb: mnzako akapsya ndevu mzimire (lit.: when the beard of your friend has caught fire, help in putting it out) = when your friend is in problems, assist him; proverb: chiri kumnzako nkumati chigwire nyangayo! (lit.: when it is with your friend, say hold it by the horn!) = you always try to underestimate your friend's hardship, and magnify your own); 2.partner; mnzanga amandithandiza = my partner helps me; proverb: mnzako akapsa ndevu mzimire (lit.: when your partner's beard has caught fire, help him put it out) = help someone in trouble so that he may do the same when you are in trouble; 3.comrade (plus suffix); iye ndi mnzanga = he is my comrade; 4.companion + suffix of possessive pronoun; my companions = anzanga; ine ndili ndi mnzanga = I have a companion; 5.colleague; 6.neighbour (with possessive suffixes); Eliza ndi mnzanga wabwino = Elisha is my good neighbour;
mnzake\a- 1.his/her colleague; 2.his/ her friend; 3.his/her contemporary;
mnzako wa dzina your namesake;
mnzako wa pamtima your chum;
mnzako wosewera naye 1.your playmate; ndi mnzako = she is your playmate; 2.your age mate;
mnzathu\a- 1.our colleague; anzathu = our colleagues; 2.our friends;
-mo 1.in there/ in that place; suffix to a verb, referring to a previously mentioned location; ndinalimo = I was in there; 2.that; demonstrative function suffixed to nouns of the mu -class indicating locality; m'nyumbamo = in that house;
moba (chiTumbuka) beer;
mobanika suffocatingly; expression: amalankhula mobanika (lit.: he was speaking suffocatingly) = he was so shocked that he could not speak well;
mobetchera 1.more than; 2.better than; ophunzira ena amavala mobetchera aphunzitsi awo = some pupils dress better than their teachers; 3.competetively;
mobindikira 1.in confinement; 2.in isolation;
mobisa 1.secretly; 2.obscurely; 3.clandestinely;
mobisala 1.invisibly; 2.hide-out;
mobisalira 1.hiding place; 2.covert place;
mobisika 1.clandestinely; 2.secretly;
mobwerezabwereza 1.repeatedly; 2.time after time; 3.over and over again; 4.again and again;

5.continuously; 6.continually;
mobzola mlingo 1.beyond limit; 2.above the capacity; 3.extravagantly; 4.beyond the scale;
mochedwa lingeringly;
mochepa 1.scarcely; 2.partially; 3.little;
mochepera partially;
mocheza 1.festive occasion; 2.wassail;
mochezera 1.throughout the night; 2.night through; 3.overnight; 4.all night/ whole the night;
mochitira chisankho/voti 1.polling station; 2.polling booth;
mochititsa mantha 1.menacingly; 2.fearfully;
modabwitsa 1.surprisingly; 2.amazingly; 3.astonishingly; 4.unexpectedly;
modalirika 1.dependably; 2.scrupulously;
modandaula 1.while worrying; 2.imploringly;
modekha 1.patiently; 2.calmly;
modera nkhawa 1.anxiously; 2.nervously;
modutsa ngalawa pa madzi 1.steamer route; 2.ocean lane;
modyera 1.crib; 2.manger; Yesu anagonekedwa modyera ng'ombe = Jesus was laid in a manger;
-modzi 1.single; proverb: nyimbo imodzi sachezera gule (lit.: a single song is not enough for dancing the whole night) = you need a variety of things in life; 2.singular; 3.suffix representing the ordinal number 'one', preceded by the subject concord of nouns; munthu mmodzi = one person; galu mmodzi = one dog; mpira umodzi = one ball; dengu limodzi = one basket; chisoti chimodzi = one hat; nyumba imodzi = one house; ulendo umodzi = one journey; kabuku kamodzi = one little book; boma la chipani chimodzi = one party state; ndili ndi mwana m'modzi = I have got one child; kuli buku limodzi = there is one book; nthawi imodzi = one time; 5.both;
-modzi modzi 1.similar; 2.alike; 3.parallel;
-modzi mu utatu triune; Mulungu mmodzi mu utatu = Triune God;
modzibisa 1.in hiding; 2.secretly;
modzichepetsa 1.humbly; 2.modestly;
modzidzimutsa 1.suddenly; 2.surprisingly; 3.abruptly;
modzikhuthula 1.whole heartedly; 2.devotedly; 3.willingly;
modzikuza 1.pompously; 2.boastfully; 3.rudely;
modzimbuka 1.ill-tempered; 2.pettishly;
-modzimodzi 1.the same (suffix preceded by subject concord of nouns); munthu mmodzimodzi = the same person; anthu amodzimodzi = the same persons; chinthu chimodzimodzi = the same thing; chinthu ichi ndi ichi ndi chimodzimodzi = this thing is the same as this thing; zinthu zimodzimodzi = the same things; 2.alike;

3.similar; 4.identical; 5.steady; 6.one by one;
-modzimodzi ndi china 1.similar; 2.identical;
  3.duplicate; 4.indistinguishable; 5.like;
modzinga 1.in a modest way; 2.nobly;
modzipereka 1.by way of a sacrifice;
  2.sacrificingly;
modziwika as it is known;
mofanana 1.in the likeness; mofanana ndi Mulungu
  = in the likeness of God; 2.similarly;
mofatsa 1.in a modest way; 2.nobly;
mofewa manja 1.open-handedly; 2.generously;
mofowoka 1.weakly; 2.feebly;
mofowoketsedwa 1.disappointedly; 2.listlessly;
mofulumira 1.fast; 2.hasty; 3.quickly; 4.in a hurry;
  5.early;
mofulumizidwa yekha open-handedly;
mofunikira significantly;
mofupikana 1.closely; 2.intimately;
moganyavula sarcastically; iye analankhula
  moganyavula zimene zinampsetsa mtima = he
  spoke sarcastically which hurt her;
mogulitsa zinthu zophikaphika 1.restaurant;
  2.delicatessen shop; 3.canteen;
moguluka nkhongono listlessly;
mogunata 1.foolishly; 2.stupidly;
mogundana mapewa 1.abreast; 2.walking side by
  side;
moipa 1.badly; 2.in an evil way;
moipa mtima 1.unfriendly; 2.unkindly; 3.cruelly;
  4.malevolently;
moipidwa feeling badly;
mokalipa 1.angrily; 2.furiously;
mokanambala disorderly;
mokha inside (it) only;
mokhala chitungwi 1.sweat glands; 2.sudoriferous
  glands;
mokhalira dwelling;
mokhazikika 1.nobly; 2.confidently;
mokhazikika m'maganizo 1.in a stable minded
  way; 2.calmly; 3.patiently;
mokhomera zinthu 1.workshop; 2.factory;
mokhotakhota 1.twistingly; njoka imayenda
  motkhotakhota = the snake moves twistingly; 2.in
  a twisting way; 3.in an evasive way; amayankhula
  mokhotakhota = he answers in an evasive way;
mokhulupirika 1.faithfully; 2.honestly;
  3.truthfully; 4.loyally;
mokhumata 1.sadly; 2.unhappily;
mokhunyuka 1.peevishly; 2.pettishly;
mokonda 1.lovingly; 2.adoringly; 3.affectionately;
mokondwa merrily;
mokumbika 1.trenches; 2.potholes;
mokuwa loudly;
mokweza loudly; akuyankhula mokweza = he is

talking loudly;
mokwezako louder; muyankhule mokwezako =
  speak louder;
mokwiya 1.angrily (emotions are shown on the
  face); 2.furiously; 3.lividly;
molakalaka 1.willingly; 2.wishingly; 3.longingly;
molakwitsa by mistake;
molapitsa 1.exceedingly; mtsikana wokongola
  molapitsa = an exceedingly beautiful girl; 2.more
  than required, thus difficult to explain; 3.giving
  much punishment;
molawitsa slightly testing;
molawula 1.taboo; 2.salaciously;
molefuka pantingly;
molekanitsa 1.disjointedly; 2.disconnectedly;
  3.separately;
molimba 1.powerfully; 2.strongly; 3.vigorously;
molobodoka 1.weakly; 2.feebly; 3.lazily;
molomwa ant;
molondola 1.accurately; 2.correctly;
molondozana 1.in succession; 2.simultaneously;
  3.one after another;
molongosoka 1.orderly; 2.clearly;
molumikizira miyendo 1.hip joint; 2.pelvis;
momana 1.greedily; 2.niggardly;
momba\miyomba arrow;
momva kupweteka painfully;
momva kuwawa painfully;
momveka 1.meaningfully; nkhani yayendetsedwa
  momveka = the matter has been handled in a
  meaningful way; 2.sensibly; 3.vividly; 4.clearly;
momvetsetsa 1.understandingly; 2.attentively;
momwaza broadcast (adv.);
momwe the place where;
momwe chinthu chilili 1.identification of a thing;
  2.feature; 3.characteristic;
momwe muja in over there: demonstrative
  pronoun, with nouns of the mu -class indicating
  locality;
momwe muno 1.here; 2.just here; 3.right here;
momwe munthu alili 1.personality; 2.identification
  of person;
momwemo 1.such like; 2.literally; 3.identification
  of a person;
momwemonso 1.likewise; 2.in the same way; 3.in
  nthe same manner; 4.ditto;
monama 1.untruthfully; 2.mendaciously;
monamizira malignity;
monasteri\ma- (chiNgerezi) monastery;
mondokwa cob of green maize;
mondondozana 1.in succession; 2.consecutively;
monga 1.according to; 2.as; 3.id est (chiLatini);
  4.i.e; 5.like; monga mwaneneramo = like you have
  said in your speech;

monga ngati 1.as; 2.in like manner;
mongolawa just for a taste/ trial;
mongonyengerera 1.persuadingly; 2.convincingly;
mongoyerekeza 1.by way of estimation;
2.imaginary; 3.for example;
mongoyerekezera 1.approximately; 2.by way of
estimation;
moni 1.greetings; ndikupereka moni kwa anthu = I
give greetings to the people; 2.hello;
moni nonse hello everybody;
moni wa chikondi 1.loving greetings; 2.friendly
greetings;
moni wa pa dzanja greeting;
moni wa ulemu respectful greeting; e.g. 'wawa' is
used at the end of a greeting to show respect
among Achewa and is applied to men only;
mwadzuka bwanji wawa? = how have you got up
sir?;
monire monse - yewo (chiTumbuka) greetings to
you all - good;
monjo\mi- new earthen jar (for keeping drinking
water cold);
mono\miyono 1.bow-net; 2.fish-trap (made of
bamboo or wire in a basket form); expression:
aonenji anapha mvuu m'mono (lit.: a poor man
killed a hippo using a fish trap) = a humble man
can make great achievements; 3.basket for
catching fish;
monong'ona 1.while whispering; 2.while
murmuring;
monse(monse) 1.in every place; 2.everywhere;
3.anywhere;
monyada 1.proudly; 2.arrogantly; 3.selfishly;
monyang'ama 1.noiselessly; 2.quietly;
monyang'wa proudly;
monyansidwa 1.bitterly; 2.irritably;
monyenya lazily;
monyinyirika unwillingly; ngakhale anapita,
anapita monyinyirika = though she went, she went
unwillingly;
monyodola 1.despisingly; 2.mockingly; 3.in a
scandalising way;
monyogodola 1.unpolitely; 2.scurrilously;
monyoza 1.mockingly; 2.scurrillously;
3.opprobriously;
moonadi 1.honestly; 2.truthfully; 3.frankly;
4.candidly; 5.openly;
moopsezedwa intimidatedly;
mopanda chidwi unwillingly;
mopanda chikondi 1.unlovingly; 2.ill;
mopanda chindunji indirectly;
mopanda chisoni 1.unsympathetically; 2.with ill-
feelings;
mopanda chowo 1.quickly; 2.in time;

mopanda dongosolo 1.disorderly; 2.shabbily;
mopanda mwano 1.politely; 2.respectfully;
mopanda nkhwesa tamable;
mopanda nkhwinya 1.willingly; 2.happily;
mopanda phokoso 1.noiselessly; 2.quietly;
3.peacefully;
mopanda psete 1.openly; 2.without mincing words;
3.outright; 4.without beating about the bush;
mopanda tsankho objectively;
mopanda tsinya willingly;
mopanda ulemu 1.impolitely; 2.disrespectfully,
3.in an uncivilised way; 4.shabbily; 5.rudely;
mopembedzera 1.sanctuary; 2.house of God;
3.persuasively; 4.politely;
mopenga 1.madly; 2.crazily;
mopereka tanthauzo meaningfully;
moperewera 1.insufficiently; 2.scarcely;
mophatikiza overall;
mophimbira by way of covering;
mophiphiritsa sarcastically;
mophoponya by mistake;
mopingasa across; uyale mopingasa = lay across;
mopitirira 1.continuously; 2.endlessly;
3.limitlessly; 4.progressively;
mopitirira muyeso 1.beyond expectations;
2.radical; chikonzedwe chopitirira muyeso/
kusintha kwenikweni koposa = Radical
Reformation; 3.extravagantly; 4.beyond limit;
mopsa mtima 1.emotionally; 2.out of mood;
3.lividly;
mopsapsula mockingly;
mopsinjika painstakingly;
mopusa 1.foolishly; 2.in a silly way;
mopyola muyeso limitlessly;
mosabisa 1.openly; 2.outright; 3.obtrusively;
mosachedwa 1.quickly; 2.fast; 3.rapidly;
mosachedwa kukhumudwa 1.with an ill temper;
2.pettishly;
mosachotsera likely; mosachotsera abwera pa
galimoto = they are likely to come by car;
mosadzisamala 1.carelessly; 2.shabbily;
mosadziwa ignorantly;
mosadziwa kanthu 1.unknowingly;
2.unconsciously; 3.unaware;
mosafuna 1.unwillingly; 2.accidentally;
mosaganizira 1.regardlessly; 2.inconsistently;
3.irrespectively;
mosaganiziridwa shabbily;
mosagwirizana nazo 1.disagreably; 2.negatively;
mosagwirizana ndi lamulo illegally; kudula
mitengo mosagwirizana ndi lamulo = cutting down
trees illegally;
mosaiwalika unforgettably;
mosakayika undoubtedly;

mosakhalitsa 1.before long; 2.recently; 3.soon;
mosakuluwika 1.openly; kukamba mosakuluwika = speaking openly; 2.without hiding; 3.without mincing words;
mosakwanira 1.insufficiently; 2.scarcely; 3.barely;
mosalekeza 1.continuously; 2.non stop;
mosalembedwa 1.not written; 2.orally; 3.not recorded;
mosalunjika 1.indirectly; 2.while beating about the bush; 3.oblique;
mosamala 1.carefully; 2.neatly; 3.done with care;
mosamalika 1.neatly; 2.selfishly (fig);
mosambira 1.bathroom; 2.bathtub; 3.basin for washing; 4.bucket;
mosambiramo ku maliseche 1.private bucket; 2.bidet;
mosangalala 1.happily; anamwetulira mosangalala = she smiled happily; 2.merrily; ntchito yagwiridwa mosangalala = the work has been done merrily; 3.gaily;
mosankha selectively;
mosankhula 1.selectively; 2.choosing from a group;
mosanyengerera 1.honestly; 2.truthfully; 3.saying openly;
mosanyinyirika 1.without murmuring; 2.without whispering;
mosapatsa ulemu 1.impolitely; 2.disrespectfully;
mosapatsidwa malire limitlessly;
mosapeneka undoubtedly;
mosapeza mwayi unfortunately;
mosaphatikiza selectively;
mosapsatira 1.straightly; 2.honestly; pokamba mosaptsatira = saying honestly; 3.truthfully; 4.frankly; ponena mosapsatira = frankly saying; 5.openly; kunena mosapsatira mawu = to speak openly; 6.in an unhidden way; 7.saying in direct speech;
mosasamalira carelessly; amavala mosadzisamalira = they dress carelessly; aPhiri amayendetsa galimoto yawo mosasamalira = Mr. Phiri drives his car carelessly;
mosasintha chirichonse literally;
mosatalikitsa 1.briefly; 2.summarily;
mosataya nthawi without waisting time;
mosatchula bwino 1.talking unclearly; 2.lispingly;
mosatheka impossibly; mosatheka kuti angagule galimoto = he can impossibly buy a car;
mosatsimikiza uncertainly;
mosautsa while torturing;
mosavomereza 1.negatively; 2.disagreably
mosawerengeredwa irrespectively;
mosawoneka invisibly;
mosayembekeza 1.unexpectedly; 2.abruptly;

3.surprisingly;
mosayembekezereka 1.unlikely; 2.untimely; anamwalira mosayembekezereka = he died untimely;
mosayenda m'mbali 1.outright; 2.straight;
mosazindikira 1.unknowingly; 2.ignorantly; 3.by mistake;
mosazungulira 1.outright; 2.not mincing words; 3.without beating about the bush;
Mose Moses; dzina la mtsogoleri wa a Israeli amene analandira malamulo khumi a Mulungu = leader of the Israelites who received the ten commandments of God;
moseka 1.laughingly; 2.jokingly; 3.in a funny way;
moseliwa? – koseliwa, khaya nyuwano!
(chiLomwe) how are you? – good, thank you!;
moshashalika 1.untruthfully; 2.mendaciously;
moshosa malignity;
mosimbwa 1.proudly; 2.opprobriously;
mosinjirira 1.showing ill-will; 2.malignity;
mosisitika unwillingly;
mosiyana 1.differently; 2.separately;
mosonkhanira convocation;
mosweramo ana a nkhuku 1.incubator; 2.hatchery;
motakasuka comfortably;
motamanda 1.praisingly; 2.meritoriously;
motambalikiza loudly;
motambasuka 1.liberally; 2.freely; they talked freely = anakamba motambasuka bwino;
motangalala legs stretched apart; anakhala pansi motangalala = he sat down with legs stretched apart;
motaya zinyalala 1.litter bin; 2.rubbish bin; 3.waste bin; 4.pit;
motchingira 1.dishonestly; 2.unjustly (as witness in court);
motere in this way/ manner;
motero in that way/ manner;
motha mphamvu 1.powerlessly; 2.listlessly;
motheratu 1.utterly; 2.wholly; ndikugwirizana nawe motheratu = I wholly agree with you;
moto fire; mo to unabuka = the fire started; ndayibutsa moto nyumba = I have set fire to the house; expression: ukayenda pawekha, udziwe kuti uli pa moto (lit.: when you go alone, know that you are on fire) = going alone is dangerous; moto osazima = the fire that is not extinguished; tili pa moto ndithu (lit : we are really on fire) = we are really in problems; proverb:utsi sufuka popanda moto (lit.: there is no smoke without fire) = there is a certain truth in the rumour; expression: Malita ndi moto (lit.: Martha is fire); Martha is very talkative and troublesome; expression: anayatsa

moto m'banja/ pamudzi (lit : he set fire to the family/ village) = he caused disagreement in the family/ village; expression: koma ndiye uli pa moto (lit.: but you are on fire) = you have problems; expression: ndadya moto (lit.: I have eaten fire) = I have performed excellently; proverb: moto umalowera kumene kwatsala tchire (lit.: fire burns into the direction of the bush) = problems go to the remaining side; expression: Nagama ndi moto (lit.: Nagama is fire) = Nagama is an immoderately quarrelsome person; expression: wakupalasira moto (lit.: he has scraped the fire towards you) = he has put you in trouble;

moto osazima 1.eternal fire; 2.hell; 3.Gahena;

moto wa m'tchire 1.wildfire; 2.spreading of news; kulephera kwake kunafalikira/ kunawanda ngati moto wa m'tchire = his failure spread like wildfire;

-motoka 1.-disintegrate; 2.-remove dirt from someone/ something;

motokala (chiNgerezi) 1.motor car; 2.vehicle;

motsagana ndi 1.preceded by; 2.followed by one after another;

motsatana successively; imfa zachitika motsatana m'nyumba ino = the deaths have successively happened in this house;

motsatizana 1.following one after another; 2.in sequence; 3.simultaneously;

motsekereza 1.in a hindering way; 2.obstructively;

motsimikiza emphatically; ananena motsimikiza = he spoke emphatically;

motsirizira margin;

motsitsa 1.softly; akuyankhula motsitsa = he is speaking softly; 2.with low voice; kuyankhula motsitsa mawu = speaking with low voice;

motsogozana 1.preceded by; 2.successively;

motsogozedwa ndi preceded by;

motsutsa 1.opposingly; 2.negatively;

motsutsana ndi lamulo against the law;

motukumuka 1.proudly; 2.arrogantly;

motukwana 1.in abusive speech; 2.obscenely;

motumbwa (chiTumbuka) 1.boastingly; 2.proudly; 3.arrogantly; 4.pompously; adalankhula motumbwa = he talked pompously; 5.conceitedly; 6.opprobriously;

motuwira 1.hazy; 2.lighter;

movutikira 1.with difficulties; 2.hardly;

mowa beer; mowa uwu ndi wopangidwa kuchokera ku chimanga = this beer is made from maize; expression: lero ndaulikita mowa (lit.: today I have hit the beer hard) = I have drunk too much;

mowa wa kalimalima the beer that is promised for after work;

mowa wa uchema 1.beer made of liquid that is tapped from the migwalangwa tree/ palm tree;

2.palm wine;

mowawidwa moyo 1.bitterly; 2.painfully; 3.in a hurting way;

mowerengeka 1.seldom; 2.rarely;

mowetera ziweto 1.kraal; 2.cage;

mowirikiza 1.continuously; mvula ikugwa mowirikiza = the rain is falling continuously; 2.frequently; 3.very often;

mowolowa manja open handedly;

mowonetsera openly;

mowopsa dangerously;

mowopseza 1.in a threatening way; 2.menacingly;

mowululika openly;

mowuma manja 1.selfishly; 2.niggardly;

mowumira 1.selfishly; 2.niggardly;

moyaluka maddeningly;

moyamba at first (order of manner);

moyambirira 1.in the beginning (refers to how the thing started); 2.early;

moyambitsa mavuto 1.in a way that causes problems; 2.chaotically;

moyandikana 1.close to; anthu anayandikana ndi iwo = the people were close to them; 2.closely; 3.nearly;

moyandikana ndi 1.next to; 2.close to; 3.near to;

moyang'anana ndi opposite to;

moyankhula orally;

moyembekezeka expectedly;

moyembekezereka 1.literally; 2.morally;

moyenda pamodzi ndi nthawi 1.moving abreast with time; 2.matching with time;

moyenera 1.nicely; 2.moderately; 3.orderly; 4.morally;

moyepula 1.superficially; 2.not seriously; 3.not strictly; 4.not detailed;

moyerekedwa 1.proudly ; 2.arrogantly; 3.opprobriously;

moyipa 1.badly; 2.notoriously;

-moyo healthy; moyo wabwino = healthy life;

moyo ndi imfa life and death; m'moyo ndi muimfa Mulungu amayang'anira anthu ake = in life and death God looks after His people;

moyo wa abusa a ziweto 1.country life; 2.village life; 3.herdmen's life; 4.bucolic life;

moyo wa chimidzi 1.country life; 2.bucolic life;

moyo wa makedzana 1.old life; 2.life of history; 3.ancient life;

moyo wa masiku ano 1.modern life; 2.current life;

moyo wa muyaya 1.everlasting life; 2.eternal life;

moyo wa umulungu 1.godly life; 2.spiritual life;

moyo wa uzimu spiritual life;

moyo wautali 1.long life; 2.longevity;

moyo wokhalira mphathi 1.difficult life; 2.life without basic needs;

moyo wonse 1.forever; tidzakhala limodzi moyo wonse = we will be together forever; 2.life long ; anatumikira Mpingo moyo wake wonse = he served the Church all his life;

moyo wopanda thanzi 1.unhealthy life; 2.troubled life;

moyo wopirira 1.endurance; 2.perseverance; 3.spartan life;

moyo wosatha life everlasting; aKhristu ali ndi moyo wosatha mwa Ambuye = Christians have everlasting life in the Lord;

moyo wozunzika 1.suffering life; 2.hard life; 3.oppressed life; 4.ill-treated life; 5.unhealthy life;

moyo\miyoyo 1.life; miyoyo yambiri idapulumutsidwa pa ngozi = many lives were saved in the accident; mphatso ya moyo = a gift of life; moyo wopemphapempha = life as a beggar; moyo wa chinthu/munthu = longevity; nthawi ya moyo padziko = longevity; expression: apa za moyo palibe (lit.: there is nothing about life here) = impending death; expression: anangochita mokonza (lit. he just finished somebody's life) = refers to a custom of killing seriously ill people (e.g by giving them poisonous foods like uncooked cassava leaves, this is arranged by the chief where as the family secretly agrees); mtsogoleri wa muyaya = life president; moyo wosatha = everlasting life; 2.spirit; 3.soul;

mozama deeply; akuganiza mozama = he is thinking deeply;

mozaza angrily;

mozemba 1.secretly (adv); akuyankhula mozemba = he speaks secretly; 2.indirectly; 3.invisibly; 4.oblique;

mozembera indirectly;

mozungulira 1.about; kukamba mozungulira mwini nkhani = talking about the subject; 2.concerning; 3.beating about the bush;

mozungulira mutu 1.maddeningly; 2.abnormally;

mozunzika 1.painstakingly; 2.while suffering;

mpaka until;

mpaka kalekale 1.forever; 2.immortal; 3.long lasting;

mpaka muyaya forever;

mpakana until;

mpakana pano yet; bambo Banda sanafike mpakana pano = Mr. Banda has not yet arrived;

mpala\mi- bald; expression: meta mpala wopanda madzi (lit.: shave someone bald without water) = swindle someone out of something;

mpaliro wophera nyama 1.arrow (barbless arrow); mpaliro uwu ndi wosongoka/ wakuthwa kwambiri = this arrow is very sharp; 2.dagger;

mpama\mi- creepers (with roots, eaten in times of scarcity);

mpamba\mi- capital; alibe mpamba wa malonda awo = they don't have the capital for their business; expression: wadyera mpamba onse (lit.: he has eaten all his capital) = he has used up all his money, he has nothing to do now;

mpanambewa\mi- improvised door;

mpanda kwawo 1.homeless; 2.stateless;

mpanda wa maluwa hedge of flowers;

mpanda wa mtchalitchi iconostasis; mpanda mkati mwa matchalitchi a Mpingo wa kuvuma wa chiOrthodox wolekanitsa malo kutsogolo ndi malo a kumbuyo, wokhala ndi zithunzi za oyera mtima otchuka a mbiri ya Mpingo = dividing wall inside Eastern Orthodox Churches which separates the front side and the rear side of the church and is used for icons;

mpanda wa zitsulo 1.railing; 2.steel fence;

mpanda\mi- 1.fence; anadumpha mpanda = she jumped over the fence; mpanda wozungulira msika = a fence around the market, 2.enclosure;

mpando wautali 1.long seat; 2.bench; 3.pew;

mpando wokhala ndi gome 1.chair with table; 2.desk;

mpando wonona hight position/ rank;

mpando\mi- 1.chair; mipando ya nsungwi = chairs made of bamboo; 2.seat;

mpanduko\mi- 1.revolution; 2.revolt; Chilembwe adatsogolera mpanduko = Chilembwe led a revolt; 3.rebellion; mpanduko ku boma = kuukira boma = rebellion against the government;

mpang'ono pomwe not at all;

mpanga zishalo saddler;

mpangiri\a- 1.advisor; 2.counsellor;

mpango wa m'manja handkerchief;

mpango wominira handkerchief;

mpango\mi- 1.piece of cloth for the head; mpango ndi duku la mutu = the mpango is a cloth for the head; 2.head cloth; amanga mnkhwani m'mpango = they have tied the pumpkin leaves in a head cloth; 3.headdress; 4.shawl; mpango womanga m'mutu = a shawl around the head;

mpani\mi- grilling-stick; proverb: mwana wa mnyanja alimbikira mpani wake (lit.: a son of the lake is eager with its grilling-stick) = work hard on what you do;

mpanikizo\mi- oppression;

mpanipani 1.force; zonse zinayenda bwino chifukwa cha mpanipani wochokera ku boma = all went well because of force from the government; 2.stress;

-mpanipani narrow; njira ya mpanipani = a narrow passage; expression; ine ndili mumpanipani (lit.: I'm in a narrow passage) = I'm not free;

mpanje\mi- - mphamba\-

mpanje\mi- kind of drum;

mpapaya\mi- pawpaw; expression: achimwene anagwa mu mpapaya (lit.: my brother fell from a pawpaw tree) = my brother has no child/ doesn't produce children;

mpata kumpoto kapena kumwera kwa equator 1.distance to the equator on a line north and south of it; 2.latitude;

mpata wa m'mimba abdominal cavity;

mpata wapakati pa mano 1.gap in between teeth; 2.diastema;

mpata wodutsa mnofu tunnel in body;

mpata wopanda kanthu 1.empty place; 2.vacant place; 3.vacuum; 4.blank space; 5.gap; 6.lacuna;

mpata woyendamo 1.passage; 2.corridor; 3.alley;

mpata\mi- (chiTumbuka) 1.space; 2.room; 3.time; kodi pali mpata wanji pakati pa 1 koloko ndi 5 koloko? = how much time is there between 1 o'clock and 5 o'clock? 4.distance; kodi pali mpata wanji pakati pa mtengo woyamba ndi wachiwiri = what is the distance between the first and the second tree; 5.gap; 6.pass; 7.breach in wall; 8.advantage; 9.chance; anapeza mpata wozunza ena = he found a chance of ill-treating others; atapatsidwa mpata, angatukule dziko = if they are given the chance, they could develop the country; 10.opportunity; 11.privilege; 12.access; 13.fortune;

mpatuko m'maganizo 1.differences; 2.schizophrenia;

Mpatuko Waukulu Great Schism; ndi mpatuko mu Mpingo wa chiKhristu m'chaka cha 1054 = it is the split of the Christian Church in 1054;

mpatuko\mi- 1.separation; 2.segregation; 3.breakaway; 4.rebellion; 5.sectary; 6.disassociated one; 7.apostasy; 8.schism;

mpedzepedze 1.watery stool; 2.diarrhoea;

mpemera\mi- driving storm; proverb: mpemera ulibe mpani (lit.: a driving storm has no grilling stick) = a driving storm can change direction anytime;

mpendwa (chiSwahili) beloved;

mpenemene eighth day;

mpeni wa 5 giya 1.clasp knife; 2.jack-knife; 3.penknife;

mpeni wa mfuti bayonet; ndi mpeni wautali wokhala ku mapeto kwa mfuti = it is a long knife at the end of a rifle;

mpeni wa okapi 1.clasp knife; 2.jack-knife; 3.penknife

mpeni waung'ono wowongoka lancet (lit.: little straight knife);

mpeni wodulira nyama 1.knife for cutting meat; 2.cleaver;

mpeni wokuthwa konsekonse 1.dagger (lit.:two edged knife); 2.lancet;

mpeni\mi- 1.knife; kampeni kodulira kogwiritsa ntchito kuunika = gamma knife; ndi chida chomwe chimagwiritsa ntchito kuwala kwambiri podula tinthu ting'onoting'ono = it is a tool that uses highly focused radiation; mpeni wakuthwa = a sharp knife; expression: kusunga ka mpeni ku mphasa (lit.: to keep a knife under a mat) = making plans for an ambush; 2.jackknife; mpeni unali wakuthwa kwambiri = the jacknife was very sharp;

mpenu\mi- valley;

mpfula ankle;

mpha dzanzi 1.sexual intercourse; 2.coitus; 3.fornication;

mpha linyetsi antifungal medicine; ndi mankhwala omwe amachepetsa kapena kuteteza kukula kwa mafangai ndi zina = it is medication that limits or prevents the growth of yeasts and other fungal organisms;

mpha ululu 1.analgesic; mpha ululu ndi mankhwala oletsa kupweteka = analgesic is a drug that relieves pain; 2.antidote; ndi mankhwala olimbana ndi ululu = it is a drug that counteracts a poison; 3.antitoxin; ndi msilikali wa m'thupi opangidwa mwa chilengedwe kuti alimbane ndi ululu/chiphe = it is an antibody that is naturally produced to counteract a toxin;

mphafa\- 1.pancreas; 2.liver; mphafa zikatupa kupuma kumavuta = if the livers are swollen, breathing becomes difficult;

mphaka wa m'tchire lynx;

mphaka wamkulu 1.big cat; 2.jaguar;

mphaka\a- cat; expression: malonda a mphaka (lit.: trading of cats) = selling and buying things secretly by not letting others know what is going on;

mphakanyiko\- groin;

mphako 1.big hole; 2.cave;

-mphakomphako porous;

mphala\- 1.place for socialising; 2.dormitory; 3.court; 4.citadel;

mphalabungu\- caterpillar;

mphalapala\- 1.deer; 2.impala;

mphalasa\mi- bugle;

mphalaso yoyendetsa ndege propeller of a plane;

mphale 1.pounded maize; proverb: mwini mphale sakuda chala (lit.: the owner of the pounded maize does not have a dirty finger tip) = the owner of a thing cannot be despised; 2.husked maize; expression: anafunda mphale (lit.: he covered himself with husked maize) = he became foolish;

mphaliro\- chicken leg;

mphamba mutu 1.headband; 2.headcloth;

mphamba\- 1.eagle; 2.large hawk;

mphambani\- 1.cross road; 2.corner of a street;
-mphambanitsa -detour;
mphambano za njira labyrinth;
mphambano\- 1.road junction; mphambano ya
Chichiri stadium = Chichiri stadium junction;
expression: tachita mphambano (lit.: we have
made a road junction) = we have not met/ we have
not found them; kusowa njira yotsata pa
mphambano = failure to get the correct way to the
road junction; 2.cross-road;
mphambanya\a- divining stick;
Mphambe name for God (lit.: the almighty);
mphambu (ndi m.) 1.plus (used when adding to a
number any number from 1 to 9); khumi ndi
mphambu zisanu ndi 15 = ten plus five make
fifteen; 2.item;
mphamphwe\- small axe;
-mphamvu 1.powerful; 2.violent; mphepo ya
mphamvu ndi yowononga/ ya mkuntho = violent
wind; 3.lively; 4.stalwart; 5.strenuous; 6.potent;
makina a mphamvu zedi = very potent machine;
7.vigorous; kukankha kwa mphamvu = a vigorous
push;
-mphamvu kwambiri 1.very strong; 2.invincible;
mphamvu pa masewera sport-minded;
mphamvu ya magetsi 1.electric power; 2.electric
shock;
mphamvu ya mthupi 1.physical power of the
body; 2.faculty of the body; mphamvu yoganizira
chinthu = mental faculty; mphamvu yopenyera =
the faculty of sight;
mphamvu yobereketsa 1.fertility; 2.fecundity;
mphamvu yochiritsa healing power;
mphamvu yodziwa njira 1.guidance; 2.orientation;
mphamvu yofuna mphongo/ mkazi 1.psychic
drive associated with sex-instinct; 2.libido;
mphamvu yoganiza 1.reasoning power; 2.intellect;
mphamvu yokankhira mtsogolo 1.impelling force;
2.propulsion; 3.propelling force;
mphamvu yokoka zinthu 1.magnetical power;
2.gravitation;
mphamvu yokulitsa 1.growing-power;
2.magnifying power;
mphamvu yolemeretsa chinthu 1.gravitation;
2.pressure; 3.power of weight; 4.power of mass;
mphamvu yolimba ya moyo 1.strong power of life;
2.vitality;
mphamvu yopangitsa mwa changu 1.impulse;
2.impetus;
mphamvu yosintha 1.power of change; 2.impulse;
3.impetus;
mphamvu yoyendetsa chinthu steering power;
mphamvu yoyima pa yokha 1.power of
independence; 2.self-governing power; 3.power of

autonomy;
mphamvu za Baibulo authority of the Bible;
Mphamvu za Chikuda Black Power;
mphamvu za kununkhiza 1.sense of smell; agalu
ali ndi mphamvu yabwino yakununkhiza = dogs
have a good sense of smell; 2.capacity of smell;
mphamvu za kuona sense of sight;
mphamvu za munthu manpower;
mphamvu za ulamuliro m'mabungwe force of
organisational rule;
mphamvu za uzimu 1.spiritual strength;
2.charisma;
mphamvu zochitira chinthu 1.power; 2.strength;
3.authority;
mphamvu zoposa chilichonse omnipotence;
Mulungu ndi wa mphamvu zonse = God is
omnipotent;
mphamvu\- 1.power; Erwin ali ndi mphamvu =
Erwin has power; ndili ndi mphamvu = I have
power; mphamvu ya uchimo = the power of sin;
mphamvu zaimfa = the power of death; mphamvu
za mwamuna = the power of a man; expression;
alibe mphamvu (lit.: he has no power) = he cannot
have children; 2.authority; 3.bodily vigour;
4.energy; 5.strength; 6.mandate; 7.stamina;
8.force; 9.fertility;
mphanda\- 1.branch; mtengo uli ndi mphanda
zochepa = the tree has few branches; 2.bough of
tree; 3.joint (place where trunk and branch of a tree
join);
mphande\- 1.fore-arm; 2.metacarpus; 3.finger joint;
mphanga yodutsa pansi 1.underground passage;
2.tunnel; 3.catacomb;
mphanga\- 1. hiding place of a snake; 2.deep
narrow hole;
-mphangala 1.-be well knowledgeable; 2.-be
powerful; 3.-be strong; 4.-be intelligent; 5.-be
professional; 6.-be authoritative;
mphanje\- 1.fallow land; 2.uncleared land/ forest;
3.untilled land; 4.uncultivated tilled land; 5.tilled
land on which to start a new garden for the first
time;
mphanza\- baldness;
mphanzi\- caterpillar;
mphasa 1.mat used as bed; 2.mat made of reeds;
expression: kutengera mwana ku mphasa (lit.: to
take a child to the mat) = the first time a couple is
sleeping together after a period following
childbirth, the child is kept between them so that
the warmth of the parents can meet in the child, in
order to make it grow and prosper better; kugona
pa mphasa = lying on the reed mat; proverb:
bwenzi la mphasa (lit.: a reed mat's friend) = a
person who easily gets sick; munthu

wodwaladwala = a person who gets sick easily;
mphasha clothes;
mphatikira mtsogolo prefix;
mphatikira\a- addition;
mphatikiram'mbuyo\a- suffix;
mphatikiramkati\a- infix;
mphatikiza\a- mixer;
mphatikizi\a- sum;
mphatso\- 1.gift; ndinapita kubanja ilo kukawapatsa mphatso = I went to that family to give them a gift; mphatso ya moyo = the gift of life; 2.bounty; 3.charity;
-mphawi 1.needy; munthu waumphawi = needy person; 2.poor;
mphawi (-li m.) 1.-be poor; 2.-be needy;
mphawi\a- poor person;
mphechempheche\- 1.space between the legs; proverb: mphechempheche mwa njovu sadutsamo kawiri (lit.: you cannot enter twice the space between the legs of an elephant) = do not try your luck again; 2.groin;
mphekesera\- 1.rumour; kuulula mphekesera = disclosing rumours; mphekesera yomwe ikumveka = the rumour that is circulating; proverb: utsi sufuka popanda moto (lit.: there is no smoke without fire) = there is some truth in the rumour; 2.speculation; 3.hearsay; 4.gossip;
mpheko two sticks rubbed together to make fire;
mphembedzu\- 1.ant (small brown); 2.earwig; 3.kind of bird;
mphemvu\- cockroach;
mphemvu\- cockroach; iye anapha mphemvu pogwiritsa ntchito mankhwala a tizilombo = he killed cockroaches by using insecticide; expression: anali ndi ana ngati mphemvu n'nyumba ya uve (lit.: they had children like cockroaches in a dirty house) = they had a lot of children;
mphenga ear infection;
mphenzi\- 1.lightning; proverb: usamale mphenzi ingakukanthe (lit.: you should beware of lightning, it can kill you) = be careful in order to avoid problems; 2.flash;
mphepete mwa malo 1.edge; 2.side; 3.rand;
mphepete mwa msewu roadside; adayima m'mphepete mwa msewu moyima galimoto = s/he halted the car on the roadside;
mphepete mwa mtsinje 1.river bank; 2.river side;
mphepete mwa nyanja shore;
mphepete\- 1.edge; 2.rim; 3.side (of book, garden, road, river); msewu wa mphepete mwa mtsinje = the road alongside the river; 4.margin; 5.boundary;
mphepo ya mkuntho 1.strong wind; 2.gale; 3.cyclone;

mphepo ya mphamvu 1.cyclone; 2.gale;
mphepo yoyazimira breeze;
mphepo\- 1.wind; proverb: anakumana poduka mphepo (lit. : they met where the wind is cut off) = they met secretly; 2.breeze; expression: wamuthira mphepo (lit.: you have blown the wind at him) = you have taken him to task very seriously; 3.adversity;
mpherakuleza\a- hypocritical person;
mphere\- 1.scabies; amavutika ndi mphere = he is struggling with scabies; akayidi ambiri ali ndi mphere zosaneneka = many prisoners suffer from scabies very much; 2.itch; 3.eruption;
mphero\- grinding stone; perani mphaleyo pa mphero kuti tisunge ndalama = grind the maize on a grinding stone so that we can save money;
mphesa yowumika raisin;
mphesa\- /mpesa\- 1.vine; mtengo wa mphesa = vine tree; 2.grape; 3.berry; 4.seed;
mpheta\- kind of bird found in rice field;
mphetchemphetche groin; expression: mphetchemphetche mwa njovu munthu sadutsamo kawiri (lit.: a person does not pass twice at the groin of an elephant) = do not pass a dangerous place twice;
mphete yoyandama pa madzi 1.floating ring; 2.life buoy;
mphete\- ring; atsikana amakonda mphete = girls like rings;
mphezi\- lightning; mphezi zidang'anima = the lightning flashed;
mphika wodzalamo maluwa flowerpot;
mphika wokodzeramo m'nyumba 1.chamber pot; 2.bed pan;
mphika wosungunulira zinthu melting pot;
mphika\mi- 1.cooking pot (of clay); chimphika = a big cooking pot; bambo anga anagula mphika waukulu = my father bought a big cooking pot; expression: adayala liwiro la mphika wapselera (lit.: he ran as fast as a cooking pot with burnt food) = he ran extremely fast; 2.sauce pan;
mphinda\- half bag; anapeza mphinda yokha = she got a half bag only;
mphinde small mat;
mphindi\- 1.short time; mphindi yochepa = a short time; 2.minute; dikirani kwa mphindi zitatu = wait for three minutes; 3.short period; kwangotsala kamphindi kochepa kuti msonkhano uyambike = there is just a short period remaining for the meeting to start; 4.moment; dikirani kwa mphindi zochepa = wait for a short moment; ndinakhala chete kwa ka mphindi = I was silent for a moment; 5.duration; mphindi ya msonkhano = the duration of the meeting;

mphindo\- 1.knot; 2.joint; mphindo za nzimbe = the joints of sugarcane;

mphini\- 1.cut on the body; 2.incision; 3.tatoo;

mphinji 1.dwarf; 2.manikin;

mphinjika (chiTumbuka) cross (n);

mphinjiri\- 1.charm; 2.magic; 3.concoction;

mphiphiritso\mi- bluff;

mphipi ya chinthu layer;

mphipi ya waya gauge; chida choyezera = gauge box;

mphira 1.elastic; 2.rubber; mukhoza kugwiritsa ntchito mphirayo kugwirizitsa katundu pa njinga = you can use the rubber to hold the luggage on the bike;

mphira yofufutira m'buku india rubber; ndikufuna mphira yofufutira malembo awa = I need an india rubber to rub off these letters;

mphiri\- 1.adder; 2.viper;

mphirimbedza\- 1.adder; 2.viper;

mphitapansña- 1.hypocrite; 2.untrustworthy person; 3.snake in the grass; 4.gossip;

mphona\mi- old baboon;

mphonda gourd; zifulu za mphonda zokhwima = mature gourd pods;

mphondo\- horn;

-mphongo masculine; zizindikiro zamphongo = masculine signs;

mphongo ya mbuzi he-goat;

mphongo\- male (n); expression: amene uja ndi mphongo (lit.: that one is a male) = he is strong = he is tough; proverb; anaphera mphongo pa nkhani yakuti kuli njala (lit.: he killed the male on the news that there is hunger) = he strongly commented that there is hunger/ he emphasised strongly;

mphonje\- 1.lock; 2.fringe; 3.tassel; expression: mavuto awa kunalibe dziko lili mphonje (lit.: such problems were not there when the earth was all tassels) = such problems were not there a very long time ago; 4.edging; 5.ornamental border of feathers;

mphonongolo dry mucus;

mphotho\- 1.reward; 2.award; 3.prize; mphoto yoyamba = the first prize; 4.lottery;

mphoto yoyenera kulandira 1.prize; 2.desert;

mphoyo 1.wild goat; 2.antelope; 3.bushbuck; 4.ibex; nyama ya mtchire yokhala ngati mbuzi yokhala ndi nyanga yopindika = a wild animal which looks like a goat but has bent horns;

mphuchi\- borer;

mphukira ya duwa bud of flower;

mphukira ya nthambi bud of branch;

mphukira\- 1.shoot; 2.bud; 3.stump; 4.remnant; 5.coppice;

mphulimphuli\- roasted maize;

mphulo\mi- earthen jar;

mphulu\- ram;

mphulukwa 1.left over; 2.residue; 3.lees; 4.dregs; 5.oddment;

mphululi\- window (small and rounded); mbava inadzera pa mphululi iyi = the thief entered through this small-round window;

mphulumukwa\mi- shoot;

mphulupulu 1.indiscipline; amachita mphulupulu m'banja lake = he creates indiscipline in his family; 2.misbehaviour; 3.ill-behaviour; 4.mischief; 5.perversity; 6.naughtiness;

mphumi\- 1.forehead; 2.brow; 3.luck; expression: ali ndi mphumi (lit.: he has forehead) = unexpectedly he has short term privileges; 4.fortune;

mphumo 1.dyspnea; 2.hyperpnea; akudwala mphumo = she is suffering from hyperpnea; 3.asthma;

-mphumphu 1.complete; 2.whole; 3.entire;

mphumphu\- 1.batch; 2.wholeness; 3.item;

mphumu 1.asthma; ndi nthenda ya kutupa kwa mapapo yomwe imapangitsa kuti njira ya mpweya itupe ndi kulepheretsa kupuma = it is lung disorder in which inflammation causes the bronchi to swell and hinder breathing; 2.hyperpnea; 3.dyspnea;

mphundi\- bud of flower;

mphungu sataya nthenga 1.male animal like bull/ goat having no horns; 2.scrooge (fig);

mphungu\- eagle;

mphuno\- nose; kutokosa m'mphuno = nose picking; kamtengo kotokosera zimphonongolo m'mphuno = nose picking; kutuluka magazi mphuno = nosebleeding; mpata kumbuyo kwa mphuno ndi kamwa = pharynx (medical); ali ndi mphuno yothasamala = he has a flat nose; proverb: mphuno salota (lit.: the nose does not dream) = you don't know what will happen next (esp.danger); fodya wako ndi yemwe ali pa mphuno, wa pachala ngwa mphepo (lit.: your tobacco is the one on the nose the one on the finger is for the wind) = your real things are those you own/ a bird in hand is worthy two in the bush; expression: mphuno bii (lit.: black nose) = said when are not welcome;

mphunzi\- caterpillar;

mphunzitsi wa masewero a mpira 1.teacher of sports; 2.coach; Young Chimodzi anali mphunzitsi wa gulu la mpira la dziko lino = Young Chimodzi was the coach of Malawi national football team;

mphunzitsi wa ukachenjede lecturer;

mphunzitsi wamkazi female teacher;

mphunzitsi wamkulu 1.head-teacher; mphunzitsi

wamkulu wamwamuna = headmaster; mphunzitsi wamkulu wa mkazi = headmistress; 2.teacher-in-charge;

mphutsi\- 1.maggot; nsomba yowola inali ndi mphutsi = the rotten fish had maggots; expression: osamangowerengera madzi a mphutsi (lit.: do not count the water of the maggot) = do not count the things that you do not know; 2.worm; 3.larva; ukhoza kuwona mphutsi m'malo a chinyontho = you can see larva in a wet places; 4.borer;

mphuwa\- 1.blain; 2.sore; 3.cyst; 4.tumour;

mphwako\a- 1.your nephew; 2.son of your sister; 3.your younger sister/ brother;

mphwamphwa\mi- crease;

mphwanga\a- 1.my nephew; mnyamata uyu simphwanga = this boy is not my nephew; mphwanga wabwera = my nephew has come; 2.my niece; 3.my younger brother/ sister;

mphwathu\a- 1.our nephew/ niece; 2.our younger brother/ sister;

mphwayi 1.laziness; 2.idleness; 3.carelessness; 4.being unconcerned; expression: ali mphwayi tolo (lit.: he is absolutely unconcerned) = he has seriously nothing to care under the sun; 5.sloth;

-mphwayi 1.careless; 2.lazy;

mpikisano wa liwiro 1.running competition; 2.race; 3.contest;

mpikisano wa mtengo bargain;

mpikisano wobetcha gamble;

mpikisano wothamanga 1.running competition; 2.race;

mpikisano\mi- 1.competition; mipikisano wa mpira ya miyendo = the football competitions; mpikisano wa chikho cha dziko lonse lapansi = the world cup competition; amayi akwathu adapambana mpikisano woyimba nyimbo = our women won the music competition; 2.match; opambana pa mpikisano = the winners of the match; 3.contest; Daudi akuti apanga nawo mpikisano wolankhula Chingerezi = Daud says he will contest in the English speaking competition; 4.rivalry; 5.league; mpikisano wa masewera a mpira ukupitirira = a football league is underway;

mpikiti competition;

mpikizo\mi- 1.bar at entrance; 2.cross-stick; 3.cross-bar; 4.door fastener; 5.gate;

mpindi\mi- 1.elbow; 2.joint;

mpindiro\mi- 1.edge; 2.hem; 3.seam; 4.border;

mpingidzo\mi- cross-bar;

Mpingo wa Azimayi lit: Women's Church; it is the name of the women's organisation ('Mothers Union') in the Anglican Church in Malawi and other countries of Central Africa;

Mpingo wa chiOrthodox Orthodox Church;

mpingo wotsata chikhulupiriro chovomerezeka wa aGiriki kapena wa a Kum'mawa = Greek Orthodox or Eastern Orthodox Church;

mpingo\mi- 1.church; Mpingo wa ku Scotland womwe udakhazikitsidwa ndi Thomas Chalmers mu chaka cha 1843 yemwe anaphunzitsa kuti mpingo uli ndi ufulu wamba komanso kusankha atsogoleri ake = Free Church of Scotland (F.C.S.) which was established by Thomas Chalmers in 1843 who taught that a church can be run by ordinary people and is free to choose its own leaders; Mpingo wa Pakati pa Afirika wa chiPresbiterio = Church of Central African Presbyterian (C.C.A.P.); mpingo wathu uli ndi anthu mazana asanu = our church has 500 people; Mpingo wa chiEvangelical wa Zambezi = Zambezi Evangelical Church (Z.E.C.); mpingowu unayambitsidwa ndi Mishoni ya njira ya luso ya Zambezi, imene inakhazikitsidwa ndi Joseph Booth m'chaka cha 1892 = this church was started by Zambezi Industrial Mission that was founded by Joseph Booth in 1892; mpingo wa Katolika wa chi Roma = Roman Catholic Church (R.C.C.); 2.congregation; mu Zomba muno mokha muli mipingo 80 = Zomba only has 80 congregations; 3.band of people; 4.crowd; 5.multitude; 6.company; 7.concourse;

mpingu\mi- 1.calamity; 2.catastrophe; 3.bad luck; 4.token; 5.miracle; 6.death shudder;

mpini\mi- 1.handle (of hoe or axe); proverb: ndatola nkhwangwa ndi mpini womwe (lit.: I have found an axe together with handle) = I am lucky; expression: wagwira mpini chaka chino (lit.: he has held the handle of the hoe this year) = worked hard in the garden; 2.haft;

mpira wa miyendo football; mpikisano wa mpira wa miyendo = the football competition; tsiku lomenya mpira = the day of the match;

mpira waukulu 1.large ball; 2.balloon; ndi mpira waukulu ndi bowo loti mpweya udzilowera popopa = it is a big ball with a hole through which air is pumped in;

mpira\mi- 1.ball; 2.creepers (used for rubbers); 3.caoutchouc; 4.condom;

mpirikizo\mi- latch;

mpiringidzo\mi- 1.latch; 2.hasp; 3.door fastener;

mpiru mustard; njere ya mpiru ikugulitsidwa = a mustard seed is being sold;

mpita\mi- 1.duct; mpita/ndi njira yomwe madzi a m'thupi amayenda kuchokera kwa mbali ina kupita mbali inanso = it is a walled passageway, such as lymph duct, that carries fluid from one place to another; 2.corridor; 3.thoroughfare; 4.passage;

mpitirira\mi- bugle;

mpito wa ngalawa ocean lane;
mpito\mi- 1.path; 2.street; 3.door opening; 4.gateway; 5.route; 6.lane; 7.avenue;
mpolozi\mi- stillborn animals;
mpombe\- (chi-Yao) large cucumber;
mponda loan (fig); ndayendera mponda = I've got a loan;
mponda chimera 1.peak; 2.climax; 3.full swing activity;
-mponda chimera climactic;
mpondachimera lit.: person who is treading germinating seeds; expression: nkhani yafika pa mpondachimera (lit.: the news has arrived at a treader of germinating seeds) = the isssue has become very difficult;
mpondamakwacha\a- 1.wealthy person; 2.rich person; 3.mogul;
mpondamatiki\a- 1.rich person; 2.wealthy person; 3.well to do person; 4.magnate; 5.noble person;
mpongozi\a- 1.father-in-law 2.mother-in-law; 3.son-in-law; 4.daughter-in-law;
mpopi\mi- 1.tap; 2.faucet;
mposiye\a- advisor to grown-up girls;
mpoyo\- ibex; ndi nyama ya mtchire ya ngati mbuzi yokhala ndi nyanga yopindika = it is a goat-like wild animal which has bent horns;
mpsimpsi\- revenge;
mpukutu\mi- 1.heap bound together; 2.bundle; 3.sheaf; 4.wad; mipukutu ya ndalama = wad of banknotes; 5.bunch; mpukutu wa makiyi = bunch of keys; 6.pack;
Mpulumutsi wa dziko lapansi the Saviour of the world (Jesus Christ);
mpulumutsi\a- 1.saviour; 2.deliverer; 3.redeemer; 4.liberator; 5.rescuer; 6.life guard;
mpumbulu\mi- calico twisted around about the waist;
mpumo\mi- breathing;
mpumphu\mi- bunch;
mpumulo 1.rest; 2.relaxation;
mpunga rice; ndimakonda mpunga kuposa ndi buledi = I prefer rice to bread; proverb: timu ya Bata Bullets ndi mpunga/ pa mpunga (lit.: Bata Bullets football team is rice) = Bata Bullets is easily defeated by other teams;
mpuntho\mi- 1.destruction; 2.annihilation; 3.obliteration;
mpunthu\mi- door post;
mpupu\mi- flour; mitundu ya mipupu = kinds of flour: mgaiwa (maize, not pounded); wachimanga chokonola (maize, pounded); ufa woyera (white flour); watirigu (wheat); kondowole (cassava flour); mapira (sorghum);
mpupuluzi\mi- 1.famine; 2.starvation; 3.desolation;

mpuzi\mi- 1.path; 2.track;
mpwechepweche 1.abundance; mpwechepweche wa zakudya = abundance of food; 2.plenty; 3.masses;
-mpwechepweche 1.plenty; 2.abundance; 3.ample;
mpwerere\- watery stool;
mpweya 1.air; kupuma mpweya = breathing air; 2.oxygen = mpweya wabwino wopatsa moyo; 3.breath; sakupuma = watha mpweya = ali wefu-wefu = he is out of breath; 4.wind;
mpweya woipa 1.stench; 2.unpleasant smell; 3.stink; 4.reek;
mpweya wotentha 1.hot air; 2.steam; 3.vapour;
mpweya wotuluka kunyero 1.flatus; 2.fart;
mpweya wozungulira dziko aerospace;
mpwidzo\mi- sexual intercourse;
mPwitikizi\a- Portuguese; kwabwera m'Pwitikizi = there is a Portuguese in town; Afirika wa kum'mawa kwa aPwitikizi = Portuguese East Africa;
mqando (chiNgoni) 1.bullock to be presented by the bride to her father-in-law; 2.knobkerrie;
mquba (chiNgoni) dried cowdung broken into loose particles;
mSaduki\a- Sadduccee; aSaduki ndi aFarisi anawukira Yesu = the Sadduccees and the Pharisees rose against Jesus;
msagwada\- 1.jaw bone; 2.jaw;
msakaniza\a- 1.batter (of flour, water or milk and eggs for frying); 2.mixer; 3.blender;
msakazi\a- 1.destroyer; 2.saboteur; 3.demolisher;
msalaba (chiSwahili) cross; Yesu anamwalira pa msalaba = Jesus died on the cross;
mSamaliya\a- Samaritan; mSamaliya wa chifundo (Luka 10: 25-37) = the good Samaritan (Luke 10:25-37);
msamba litsiro cat fish;
msambamatope\a- 1.swine; 2.pig;
msambi\mi- 1.flock; 2.drove of cattle;
msambidwe\mi- basin for washing;
msambira\mi- bath;
msambiri\a- 1.sailor; 2.navigator; 3.swimmer; 4.diver;
msambo (kuleka m.) amenorrhoea;
msambo\mi- 1.menstruation; 2.ovulation;
msampha\mi- 1.trap; msampha wa imfa = deathly trap; 2.snare; 3.lasso;
msampho body type;
msana wa njira journey; onani msana wa njira (lit.: look at the spine of the road) = go on a journey;
msana wa nyama 1.back of animal; 2.chine;
msana\mi- 1.backbone; backbone; ndi mdandanda wa mafupa olumikizana kuchokera ku bade la mutu mpaka ku fupa la mkololo\mchira = it is a

row of bones stretching from the base of the skull to the tailbone; mtsempha waukulu wa ku msana = spinal cord; fupa la pakati pa msana = spine; 2.spine; 3.spinal column; 4.back; I am carrying him on my back = ndikumubereka ku msana kwangaku; ululu wa m'munsi mwa dera la kumbuyo kukhudzana ndi mavuto a msana = pain in the lower part at the back concerns problems wioth the back; 5.upper vertebrae; nyama zokhala ndi fupa la pamsana = vertebrate animals;
msanamira\- 1.corner post; 2.roof supporter; 3.roof pole; 4.support pole; 5.strut; 6.backbone;
msanawanjira\mi- wayback; ndiwone msanawanjira = I should go back;
msandikhudza brittle (bead);
msanga 1.soon; 2.early; 3.quickly; 4.fast; 5.short term; 6.immediately; 7.rapidly;
msangalatsña- 1.entertainer; 2.comedian; 3.jovial person; 4.sportsman;
msangalatsña- 1.entertainer; 2.comedian; 3.performer; 4.artiste;
-msangamsanga 1.quick; 2.fast; 3.short term;
msangu kind of needle-leaved tree;
msangwe\- group of five stars;
msasa\mi- 1.tent; 2.shelter; 3.hut; 4.camp;
msautso\ma- 1.grief; munthu uyu ali pa msautso = this man is in grief; 2.sorrow; 3.unhappiness; 4.problem;
mseche\mi- gossip; proverb: mseche ulinda mwini (lit.: gossip awaits the owner) = when you talk about somebody know that he is about to arrive;
-mseka 1.-laugh at; 2.-express amusement;
mseko 1.laughter; ali mu mseko = he roars with laughter; 2.amusement; 3.hilarity;
mseko wamphamvu wadzidzidzi gale of laughter; pamene chitseko chinali kutsekuka mseko wamphamvu wadzidzidzi unamveka mkatimo = as the door opened, a gale of laughter came from inside;
mselu emesis;
msema\a- 1.carver; proverb: chifundo chinapha msema mitondo (lit.: charity killed the carver of mortars) = charity can kill; 2. wood worker;
msempho\mi- separation;
msendawana 1.witch agent (e.g. snake, mouse, chameleon); 2.charm (a person who depends on charms to get a lot of money or wealth on his business);
msenga\mi- 1.crumb; 2.scrap;
mseni\a- sculptor;
msepe\mi- 1.swaddling cloth; 2.cloth for carrying a baby;
msere\mi- 1.crumb; 2.morsel;
mseri 1.in secrecy; expression: poduka mphepo

(lit.: where the wind is cut) = secret place; 2.clandestinely; 3.covertly; 4.in hiding;
msese\mi- rope;
msesenga plateau; msesenga wa paphiri la Zomba = Zomba plateau;
mseula\- hard and flat bean;
msewe\mi- arrow (of grass);
msewu wa phula macadam road;
msewu wa tala 1.macadam road; 2.bituminised road; 3.tarmac road;
msewu wotakata wide road; uwu ndi msewu wotakata = this is a wide road;
msewu wotuluka wina bifurcating road;
msewu\mi- 1.road; misewu yapangika = roads are made; misewu inapangidwa ndi iye = roads were made by him; anapangitsa ena kukonza misewu = he made others construct the roads; msewu unapatukira kumanzere = the road branched to the left; msewu wopita ku = the road to; watiwuza kuti tilambule msewu = he has told us to clear the road; 2.street; 3.path; 4.way;
mshumaa (chiSwahili) candle;
msichiri\mi- old hoe;
msiizi 1.result; 2.consequence; proverb: mtsinje wa tinkanena unathira msiizi (lit.: the river of what we had been saying poured into its consequence) = what people say becomes true;
msika\mi- market; pitani ku msika mukagule ndiwo = go to the market and buy relish; anthu amasonkhana m'misika = people meet at the market places;
msiki\- staff;
msikidzi\- bedbug;
msikiri\mi- old hoe;
mSilamu\a- 1.Muslim; mSilamu amene adapitako ku Mecca m'moyo mwake = a Muslim who once in his/ her lifetime went to Mecca = Hadji; 2.Moslem;
msilikali wa m'thupi antibody;
msilikali wopuma kunkhondo 1.war veteran; 2.retired soldier;
msilikali wovulazidwa 1.wounded soldier; 2.injured soldier;
msindo (chiNgoni) dance performed by one woman;
msinkhu umodzi 1.age group; 2.peer group;
msinkhu wofanana age group; ndi munthu wofanana/ wamsinkhu umodzi ndi msungwana uyu = he is a man of the same age group as the girl;
msinkhu woponyera voti voting age; ku Malawi msinkhu wovomerezeka kuponya voti ndi zaka 18 = in Malawi the voting age is 18 years;
msinkhu\mi- 1.height; ndi wamfupi mu msinkhu =

she is short in height/ she is not tall/ she is of small
stature; 2.tallness; 3.dimension;

msinthi\a- 1.substitute; 2.replacement;

msintho wa aneni conjugation of verbs;

msintho\a- 1.substitute; timu inali ndi asintho awiri
= the team had two substitutes; 2.change; 3.swap;
4.exchange; 5.barter;

msipu wobiriwira green pasture; ndikuyang'ana
msipu wobiriwira = I am looking for a green
pasture (meaning: better acquisitions/ better things
= zinthu zabwino);

msirikali wolondera 1.sentry; 2.guard;
3.watchman;

msirikali wosatenga mfuti non-combatant;

msirikali\a- 1.soldier; 2. warrior; 3.fighter;
4.combatant; 5.policeman; asirikali anabaya mbava
= the police stabbed the thieves; 6.constable;
7.cop;

msitu\mi- 1.burial-place; 2.burying-grounds;
3.cemetery; 4.grave-yard;

-msiya wafa 1.-be long-drawn-out; 2.-be long
lasting;

msodzi\a- fisherman; kodi ndiwe ms odzi? = are you
a fisherman?;

msofi (chiTumbuka) priest;

msoko\mi- 1.line of stitching; 2.seam;

msokoto\mi- digging instrument;

msokwe\mi- (chiLomwe) dregs of beer;

msolo\mi- 1.shinbone; 2.shin; expression:
mukuyendana pa msolo (lit.: you are walking on
one another's shin) = you are belittling each other/
underrating each other; 3.tibia; 4.oak; msolo ndi
mtundu wa mitengo wopezeka ku Ulaya = oak is a
ttype of tree found in Europe;

msomali\mi- 1.nail; kukhoma msomali = hitting a
nail; khoma ndi msomali = hit with a nail; proverb:
khoma msomali pa mutu wake (lit.: hit a nail on
the head) = be exact in saying something = don't
beat about the bush; 2.ankle;

msona\mi- cub;

msong'otho cob;

msonga\- 1.stake; 2.short;

msongolo\mi- 1.shinbone; 2.tibia;

msonkhano wa atolankhani 1.press conference;
2.news conference;

msonkhano wa chinsinsi 1.secret meeting;
2.conclave;

msonkhano wa zofuna kudziwa interview;

msonkhano\mi- 1.meeting; misonkhano yokopa
anthu = campaign meetings; msonkhano
unapangika = the meeting was convened;
msonkhano unali ndi mutu wabwino = the meeting
had a good theme; 2.assembly; msonkhano wa
aphungu a nyumba ya malamulo = assembly of

parliament; 3.session; 4.concourse; 5.rally;
6.congregation; 7.gathering; 8.congress;
Msonkhano wa chiAfirika wa Nyasalandi
wokhazikitsidwa m'chaka cha 1912 = Nyasaland
African Congress (N.A.C.) formed in 1912;
Nyasaland African Congress chinali chipani
chandale ku Malawi pa nthawi ya atsamunda =
Nyasaland African Congress was a political party
in Malawi during the colonial era; 9.forum;

msonkho wa moyo wonse life insurance; msonkho
wa moyo wonse ndi ndalama yolandiridwa ndi
ofedwa mwini ndalama atamwalira = life
insurance is the money received by the bereaved
after the owner of the money has died;

msonkho wa ogulitsa sales-tax;

msonkho wa pakatundu 1.value-added tax; anthu
sanathe kugula nsalu chifukwa msonkho wake
adaukweza kwambiri = people could not buy the
cloth, because the value added tax was high;
2.surtax;

msonkho wa pamsewu road tax;

msonkho\mi- 1.tax; 2.customs; nyumba yokhomera
msonkho = customs house; 3.revenue; Bungwe
Lotolera ndalama za msonkho m'Malawi =
Malawi Revenue Authority (M.R.A); 4.rate;

msoti wa nkhuku 1.young hen; 2.pullet;

msoti\mi- female animal (connotation of virginity);

msuku wa anthu 1.multitude of people; 2.crowd of
people; 3.mob; 4.rabble;

msuli\mi- ant-eater;

msulizo\mi- 1.dissatisfaction; 2.displeasure;

msumati\mi- grilling-stick;

msundu\mi- leech; mtundu wa nyongolotsi umene
umakhala mzithaphwi, umene umasintha utali
wake, umene umathanso kuluma ndi kukoka
magazi pabala, komanso utha kulowa mthupi =
kind of worm living in stagnant water, that
changes its length, which when biting it sucks
blood on the wound and may enter the body;

msunduli\mi- 1.muscle; 2.ligament;

msunga malo 1.occupier; 2.occupant; iwo ndi a
msunga malo/dziko = they are the occupants of the
place/ the country; 3.inhabitant; 4.dweller;
5.citizens;

msunga nyumba occupant;

msungankhani computer;

Msungi Sabata Sabbatarian;

msungi\a- 1.saver; 2.keeper; 3.custodian;
4.treasurer;

msungichuma wamkulu general treasurer;

msungichuma\a- treasurer;

msungu boil; thupi lake linali msungu zokhazokha
= his body was completely covered with boils;

msungu za kukhosi 1.sore-throat; 2.diphtheria;

msungunula chakudya liquidiser;

msungununu\- small black ant;

msungwana\a- (chiTumbuka) 1.girl; msungwana kapena mayi yemwe kukongola kwake ndi kosazindikirika = a girl or a woman whose attraction has not been recognised; 2.young woman; 3.lass; 4.cinderella;

msusîi\- soup;

msuwachi\mi- tooth brush; kodi msuwachi uwu unagula kuti? = where did you buy this tooth-brush?;

msuweni wa mkazi female cousin (daughter of mother's brother to whom male cousins can marry);

msuwo\mi- draught;

msuzi 1.sauce; msuzi wa matimati = tomato sauce; msuzi wa nyama = animal sauce; msuzi wa kapado = sauce of a pig; expression: taya msuzi (lit.: pour away sauce) = fall into disgrace; 2.soup; 3.broth; 4.gravy; 5.meat juice;

mswani\- 1.cousin; 2.curd;

mtafu\- rudeness;

mtakula\- cooked broken maize with an addition of peanut butter;

-mtali manja long-handed; expression: iye ndi wamtali manja (lit.: he has long hands) = he is an able person/ he is active/ he is hard working;

-mtali zala long-fingered; expression: iye ndi wamtali zala (lit.: he has long fingers) = he is a thief;

mtama\mi- crumb;

mtamba\mi- glans of a penis;

mtambala\mi- 1.luggage; 2.baggage;

mtambasale 1.rest; 2.being free;

-mtambo blue; deresi la mtambo = a blue dress;

mtambo wobweretsa mvula cloud that brings rain (nimbus);

mtambo\mi- 1.cloud; mitambo ya mvula ikusonkhana mofulumira = thick rain clouds are gathering fast; expression: lero kuli mitambo (lit.: today there are clouds) = refering to someone who is moody; 2.casket containing the dead body;

mtanda\mi- 1.cross; Yesu anafa pamtanda = Jesus died on the cross; Yesu anapirira pa mtanda = Jesus endured on the cross; 2.cross bar of bicycle; 3.bar of soap; 4.roof pole/ beam/ pole of roof/ support; denga lili ndi mitanda iwiri = the roof rests on two supports; denga lalowa mkati chifukwa mtanda wathyoka = the roof has sunk in because the roof pole has broken; proverb: ali mu mtanda (lit.: they are in a roof pole) = they are in the house of one bereaved where they spend a couple of days comforting him/ her; 5.bar of bike; 6.bar of soap;

mtanga\mi- basket for carrying tobacco etc.;

mtantha\a- unfaithful person (lit.: balancer); expression: lero ndinakumana ndi mtantha palumo (lit.: today I met the one who balances on the razor blade) = I met an unfaithful person/ a sneaky person;

mtanthauzira mawu dictionary; mtanthauzira mawu woyamba wa Chinyanja/ Chichewa anasindikizidwa m' chaka cha 2000 = the first Chinyanja/ Chichewa monolingual dictionary was printed in the year 2000;

mtantho\ma- bridge;

mtapo clay;

-mtawuni 1.in town; 2.urban;

mtayo 1.abortion; ndi kuchotsa mwadala/ kutaya kamwana kosabadwa kuchokera chiberekero = it is premature exit of the fetus from the uterus; 2.miscarriage; 3.stillborn;

mtazi\mi- bundle of firewood;

mtchetche elephantiasis;

mtcheu\mi- edge;

mtchezero\mi- place where people gather for social talk;

mtchinjirizi\a- 1.protector; 2.defender;

mtchisîi\a- 1.dirty person; 2.nasty person;

mtchona\ma- migrant labourers; matchona anathamangitsidwa ku Zimbabwe = migrant labourers were chased from Zimbabwe;

mtebera\mi- kind of bracelet;

mtedza\- 1.groundnut; mtedza wophika ndi wokazinga = boiled and roasted groundnuts; 2.nut;

mtela (chiYao) 1.medicine; 2.drug;

mtembo\mi- 1.dead body; 2.corpse; dzulo ndinawona mitembo iwiri mu msewu = yesterday I saw two corpses along the road; 3.mortal remains; 4.cadaver; 5.stiff; 6.funeral;

mtemwende\mi- nappy;

mtende (chiTumbuka) 1.peace; 2.freedom;

mtendere 1.peace; chisomo kwa inu ndi mtendere zochokera kwa Mulungu Atate wathu = grace be with you and peace from God our Father; kulibe mtendere kwa ati ati Yehova = there is no peace for the wicked says God; 2.calm; 3.freedom; 4.liberty;

-mtendere 1.peaceable; 2.harmonious; 3.free;

mtengambali\a- sportsman;

mtengatenga 1.postal services; 2.voyage;

mtengo (brief sound) price;

mtengo (long sound) tree;

mtengo ukaponyedwa boomerang; ndi mtengo ukaponyedwa, ndipo ukabwerera kwa woponya = it is a stick that comes back to the one who throws it; expression: zolemba zomwe zimapwetekanso mwini (lit.:writings that harm the writer) =

boomerangs;

mtengo wa azitona olive tree; mtengo wa azitona umabala zipatso za ntchito zambiri monga, kudya komanso kuyengera mafuta = olive tree gives fruits for many uses like food and for making oil; Phiri la Azitona = Mount of Olives;

mtengo wa chilengedwe 1.indigenous tree; 2.wild tree; 3.natural tree;

mtengo wa chomera stem;

mtengo wa m'bawa mahogany tree;

mtengo wa malambe baobab tree;

mtengo wa manachesi match stick;

mtengo wa mbendera 1.flag-pole; 2.mast of flag;

mtengo wa mkuyu sycamore tree;

mtengo wa ntchito yogwiridwa 1.labour cost; 2.salary; 3.quotation;

-mtengo wa pamwamba 1.valuable; 2.at a high price;

mtengo wa ulendo 1.transport charge; 2.fare;

mtengo wachilendo exotic tree;

-mtengo wapatali 1.expensive; 2.dear; 3.costly; 4.at a high price;

mtengo wauwisi fresh bush;

mtengo wogulika 1.cheap price; 2.fair price; 3.manageable cost;

mtengo wolimba hard wood;

mtengo wolipira polowa 1.entrance fee; 2.admission fee; 3.door fee; 4.gate fee;

mtengo wosafunika unwanted tree;

mtengo wotulutsa mafuta oil giving tree;

mtengo woyendetsera bwato barge pole;

mtengo wozizira 1.low price; 2.cheap;

mtengo\mi- 1.tree; 2.stick; 3.pole; anakhoma mtengo = he hit on a pole; 4.charge; 5.cost; 6.price; akweza mtengo wa feteleza = they have raised the price of fertilizer; pa mtengo wa = at a price of; pa mtengo wotsika = at a lower price; ndi mtengo wanji? = what is the price?; mtengo wa padera = a special price; 7.amount;

mtengowogulira\mi- 1.charge; 2.cost;

mtengwa\a- daughter-in-law;

mtera\- 1.medicine; 2.pill; 3.poison;

mtetezi\a- 1.guardian; udindo wa tchalitchi woteteza chikhalidwe cha anthu = the church's role as a guardian of public moral; 2.defender; 3.protector;

mthakathi\a- (chiNgoni) 1.witch; 2.wizard;

mthandizi wa uchigandanga accomplice; mthandizi wa uchigandanga anamutsekera mndende = his accomplice was imprisoned;

mthandizi\a- 1.helper; 2.assistant; 3.help-mate; 4.aide; 5.sponsor; 6.contributor; 7.resort; 8.steward;

mthangati\a- 1.sponsor; 2.helper; 3.promoter;

mthanthi\mi- bridge;

mthanzi\- 1.small artery; 2.blood vessel;

mthawa\a- runaway (n);

mthenga\a- messenger; mthenga wapita = the messenger has gone;

mthengu\mi- kind of black bird;

mtheno\mi- 1.bullock; 2.castrated bull;

mthethe\mi- loincloth worn by women;

mthiko\mi- 1.cooking-stick; ndi mthiko wa mtundu wanji muli nawo? = what kind of a cooking stick do you have?; 2.stirring stick; 3.wooden stick; 4.spatula;

mthini\mi- badger;

mthumba 1.sheath; ika mpeni mthumba/ mchola = sheath the knife; 2.pocket;

mthungo\- spear;

mthungwi\mi- double basket;

-mthunzi shady; malo a mthunzi = shady places;

mthunzi\mi- 1.shade; akukhala mu nthunzi = he is sitting in the shade; expression: ali pa mthunzi (lit.: she is in the shade) = she is wealthy; 2.shadow; nkhani za mwala wa mthunzi = stories of the shadow stone;

mthusane (chiNgoni) person who is always praising another/ bridge-builder/ helper (name given by aNgoni to William Koyi, † 1886, a South African Xhosa who worked among them as a missionary);

mthuthumula/ mthuthuthu 1.motorbike; 2.scooter (small in size);

mthyola nyumba 1.burglar; 2.robber; 3.thief;

mtibo wa ulusi 1.spool; 2.bobbin;

mtibo\mi- shaft;

mtima wa moto heart of fire; papsa tonola sudziwa mtima wa moto (lit.: eat the part that was cooked because you do not know the heart of the fire) = eat the things you have now because you do not know whether you will have another opportunity to eat;

mtima wa nkhanza 1.cruel heart; 2.hard heart; 3.malice;

mtima wopweteka painful heart;

mtima wosweka broken heart; analira ndi mtima wosweka = she cried with a broken heart;

mtima wothodwa broken heart;

mtima\mi- 1.heart; also: kulephera kwa ntchito ya mtima = heart failure; kumanzere kwa mtima = left heart; ndikumva kupweteka mu mtima = I feel pain in the heart; mtima wanga sukonda zinthu zotere = my heart does not like such things; mtima wako ukuganiza bwanji? = how does your heart think?; chikumbumtima = anything good/bad; mawuwa akhale kunsi (pansi) kwa mtima = those words should be at the bottom of the heart; mtima wanga udakhala pansi = my heart was settled; kuloweza pa mtima = learning by heart; expression: kukwera mt ima (lit.: the rising of the heart) = used to express a person who gets angry; wadza ndi mtima wina = he has come with another heart; unayankha mtima uli pansi = you answered without trembling/ stammering for fear; expression: analemba mumtima (lit.: he wrote in the heart) = he memorised; proverb: chidaona maso mtima suyiwala (lit.: what the eyes saw, the heart does not forget) = it is very difficult to forget whatever was seen or heard; expression: wosachedwa kupsa mtima = he easily gets angry; expression: ndiwe wokula mtima (lit.: you are big hearted) = you are proud/ boastful; expression: ali ndi mtima wa pakhundu (lit.: she has a heart on the side) = she is short-tempered; expression: ali ndi mtima wa pachala (lit.: she has a heart on the finger) = gets angry easily; expression: ndakuuza kuchokera pansi pa mtima (lit.: I have told you from under the heart) = I have told you the hidden substance of the matter; expression: mtima wake walasa phaso (lit.: his heart has hit the rafter) = he is home sick; 2.core; 3.soul; 4.mind;

mtimbo\mi- drumstick;

mtobwito 1.sexual intercourse; 2.coitus;

mtokoma 1.postal services; 2.voyage;

mtolankhani\a- 1.pressman; 2.journalist; kodi ndiwe mtolankhani? = are you a journalist?; 3.news reporter; 4.news monger; 5.publicist; 6.spy; 7.columnist;

mtolazithunzi\a- 1.photographer; 2.cameraman;

mtolilo potato leaf;

mtolo wa makiyi 1.bunch of keys; 2.bundle of keys;

mtolo wa nkhuni 1.bundle of firewood; 2.bunch of firewood;

mtolo wa udzu bundle of grass;

mtolo\mi- 1.bundle; proverb: pang'ono pang'ono ndi mtolo (lit.: a bundle of fire-wood grows gradually) = gradual and persistent attempts reach their objective; expression: dzimvere mu mtolo (lit.: hear yourself in the bundle - part of a fable) = there is no need for further explanation; 2.burden; 3.sheaf; mtolo wa udzu = a sheaf of grass; mumange mtolo wa udzu = you sheaf the grass; 4.bunch;

mtondo\ma- kind of edible caterpillar feeding on leaves of trees;

mtondo\mi- 1.pounding vessel; 2.mortar; mtondo waung'ono wokonolera = small mortar for pounding; expression: uyu ndi mtondo pa masamu (lit.: this one is a pounding vessel at maths) = he is clever at maths; 3.powerful person; 4.witch;

mtongole\mi- dung;

mtopola 1.provocation; 2.attack; 3.aggravation; 4.annoyance;

mtoso\mi- poking stick; expression: wanditengera ku mtoso ngati nyama ya galu (lit.: he has taken me at the end of a poking stick like meat of a dog) = underestimated/ devalued;

mtoto (chiSwahili) child;

mtovu\mi- lead (n);

mtsachinya yellow maize;

mtsaliro afterbirth; nthumbo ya chiberekero ndi zinthu zina zimene zimatuluka mu chiberekero mwana atangobadwa = placenta and other things that leave the body after the child is born;

mtsamiro\mi- 1.cushion; 2.pillow; 3.bolster;

mtsamphuno 1.nose bleeding; 2.epistaxis;

mtsanu\a- concubine (esp. second wife of a chief/ king);

mtseche\mi- slander;

mtsedza edging;

mtsekerezi\a- 1.defender; 2.obstructionist;

mtsekero\mi- 1.rocks or tree logs used for sealing the grave; 2.cross stick for barring a door;

mtsempha wa mbolo 1.sack containing the testicles; 2.scrotum;

mtsempha\mi- 1.blood vessel; tifuna kukupatsani madzi mumtsempha = we want to give you some fluid through the blood vessel; 2.artery; 3.vein; tifuna kukupatsani madzi m'mitsempha = we want to give you some fluid into the veins; mitsempha yatupa = the veins are swollen; 4.duct; 5.tendon; 6.muscle; usilikali wa misempha yoteteza mimba = abdominal guarding; 7.ligament; 8.nerve; mitsempha imabweretsa ndi kubweza mauthenga ku bongo = nerves carry messages to and from the brain; 9..sinew;

mtsetse 1.steep hill; 2.slope; galimoto imathamanga pa mtsetse = a car goes fast down a steep slope; 3.inclination;

mtsetse wa malo 1.descent (n); 2.steepness of a place; 3.gradient;

mtsetsenga\mi- 1.variety; 2.species; 3.type; 4.pedigree;

mtsidya 1.across; 2.beyond; 3.other side of the river;

mtsikana wantchito 1.house girl; 2.maid servant;

mtsikana wogulitsa maluwa 1.flower girl; 2.girl selling flowers;

mtsikana wokongola 1.beautiful girl; 2.beautiful lady; expression: ali wokongola ngati dzuwa (lit.: she is as beautiful as the sun) = she is very beautiful;

mtsikana wonyamula maluwa 1.flower girl; 2.girl carrying flowers during a wedding;

mtsikana wosatha msinkhu 1.little girl;
2.immature girl;
mtsikana\a- 1.girl; mtsikana wokongola = a
beautiful girl; proverb: atsikana akwathu
amayenda atatu nthawi zonse (lit.: girls from our
family always go by threes) = a pot on a fire is put
on three stones (compare to: mafuwa = a set of
three stones for the fire) = refers to things that are
in balance/ in harmony; 2.damsel;
mtsinje wosaphwa perennial stream;
mtsinje wosauma perennial stream;
mtsinje wotuluka wina bifurcating river;
mtsinje\mi- 1.river; mtsinje wa Shire = Shire river;
mtsinje wa Zambezi = Zambezi river; proverb:
mtsinje wa tinkanena udakatsira mu msiizi (lit.: the
river of which we were talking emptied into this) =
this is the outcome of what the elders said; kasupe
wa mtsinje = the spring of the river; magwero a
mtsinje = the sources of the river; matsiriro/
mathero a mtsinje = the mouth of the river;
mitsinje siyiphwera = the rivers do not dry up;
mitunda ya mtsinje = the banks of the river; madzi
atadzadza mu mtsinje, adaima pamtunda = when
the river was full of water, he stood on the bank;
2.brook;
mtsiriko magical protection;
mtsiriziro\mi- 1.conclusion; 2.result; 3.end;
4.consequence; 5.effect;
mtsitsi\mi- creepers (used for rims of baskets);
mtsogoleri mwa dzina chabe 1.powerless leader;
2.non-influential leader; 3.passive leader; 4.non-
potential leader; 5.figure head; 6.helpless leader;
mtsogoleri pochonga mayeso 1.chief marker;
2.moderator;
mtsogoleri wa chikazi 1.female manager;
2.manageress; 3.head mistress; 4.chairlady;
mtsogoleri wa chipani chotsutsa 1.opposition
party leader (in Parliament); 2.leader of
opposition;
mtsogoleri wa dayosesi 1.leader of a diocese;
2.bishop;
mtsogoleri wa gulu losokoneza 1.chief trouble
maker; 2.chief rebel; 3.ring leader; 4.leader of the
trouble maker;
mtsogoleri wa mabishopo 1.leader of bishops;
2.archbishop;
mtsogoleri wa mzikiti 1.sheikh; 2.imam;
mtsogoleri wa nkhondo 1.captain; 2.general;
3.commander; 4.warmonger;
mtsogoleri wa parishi 1.main parish priest;
2.rector; 3.parson; 4.vicar;
mtsogoleri wa sukulu 1.headmaster/ headmistress;
2.principal; 3.rector; 4 school director;
mtsogoleri wa zigawenga 1.rebel leader; 2.guerilla

leader; 3.gang leader;
mtsogoleri wamkulu wa asirikali 1.chief leader of
soldiers; 2.marshal; 3.general; 4.army commander;
mtsogoleri wanzeru wolemekezeka 1.very wise
and honoured person; 2.guru;
mtsogoleri\a- 1.leader; madzi ali mkhosi kwa
atsogoleri andale = atsogoleri a ndale apeza zovuta
= the political leaders will get problems;
mtsogoleri wanzeru zokuya = a dynamic leader;
2.head; 3.chairman; 4.president; mtsogoleri wa
muyaya = a life president; 5.manager; 6.guide;
mtsogolo 1.in future; mtsogolo = kutsogolo kuno =
in future; tidzaziwona mtsogolo = we shall solve it
in the future; zokoma ziri mtsogolo = the future
holds good things in store; expression; zabwino
zili mtsogolo (lit.: good things are in the future) =
be patient in everything; 2.ahead (adv); 3.front;
-mtsogolo 1.hereafter; moyo wamtsogolo
ukamwalira = life hereafter; 2.frontal; 3.forward;
mtsonyo\mi- whistle; (esp. for expressing anger or
disappointment);
mtsuko\mi- 1.water pot; 2.earthen jar for storing
drinking water; 3.bath;
mtsutsano pa zokambirana 1.argument; 2.debate;
3.dispute; 4.difference of opinion;
mtsutsi\a- 1.objector; 2.one who opposes;
mtsutso wa mtengo 1.discussion on price;
2.bargain; 3.haggle;
mtsutso wa utatu wa Mulungu anti-trinitarianism;
mtsutso wopanda pake 1.useless debate; 2.quibble;
mtsutso\mi- 1.debate; 2.criticism; 3.opposition;
mtswatswa footstep; (esp. when stepping on dry
grass/ leaves);
mtudzo anus; mtudzo ndi malo a thupi otulukira
chimbudzi = the anus is the place of the body
where the faeces are put out;
mtudzu 1.bad behaviour; 2.rudeness;
3.impoliteness; 4.disrespect; 5.vice;
-mtudzu 1.rude; 2.unruly; 3.disobedient; uyu ndi
munthu wa mtudzu = this person is disobedient;
4.vicious; munthu wa mtudzu = a vicious person;
5.stubborn;
mtuka\mi- 1.gift; 2.present;
mtukamphako 1.rudeness; 2.bad behaviour; 3.vice;
4.disobedience; iye ndi wamtukamphako = he is
disobedient; 5.stubborn;
mtukulo\mi- ridgepole (of a granary);
mtukutira 1.heat; 2.warmth;
mtukwano 1.bitter remarks; 2.sarcasm; 3.use of
abusive language;
mtulo\mi- 1.charity; 2.gift; examples of traditional
gifts: (a) chadothi: ndinapereka chadothi kwa
mfumu kuti ndipeze malowo = I gave the chief a
gift to acquire that plot, (b) chadziko, (c) chakhola

= a gift of the owner of the kraal after keeping
one's livestock; 3.bounty; 4.sacrifice;
mtumba\mi- bale of calico;
mtumbira\mi- 1.bed for sowing seed; 2.mound;
3.place showing where a dead person was buried;
mtumbo\mi- anus (derogatory);
mtumiki wa mkazi deaconess;
mtumiki\a- 1.deacon; atumiki amatolera zopereka =
deacons gather up the collections; 2.messenger;
mtumiki wa Mpingo wa Chipangano = the
messenger of the Convenant Church; 3.servant;
4.go between; 5.mediator;
mtumizi wa zinthu 1.sender; 2.consigner;
3.dispatcher;
mtumwi wa kumwamba 1.angel; 2.messenger;
mtumwi\a- 1.apostle; 2.messenger; 3.angel;
mtunda (nthenda ya pa m.) altitude sickness; ndi
nthenda yobwera chifukwa chokhala pa mtunda
wopitirira fiti zikwi zisanu ndi zitatu = it is a
sickness caused by being at an altitude of more
than 8,000 feet;
mtunda wa mtsinje bank of a river; msodzi
amapita nazo nsomba kumtunda = the fisherman
goes with the fish to the bank;
mtunda\mi- 1.distance; munthu watha mtunda =
the person has covered a distance; 2.mile;
anayendetsa njinga mitunda iwiri = he cycled for
two miles; 3.hill; 4.higher land/ grounds/ place;
expression: kulimbikira mtunda wopanda madzi
(lit.: struggling with a place without water) =
working hard on a thing that is hopeless; 5.bank of
river; 6.cape; mtunda wa chiyembekezo = cape of
good hope; 7.elevation; 8.ground; nthaka ya
chiyembekezo = ground (cape) of good hope;
9.land; 10.space; 11.place; ndipita komweko = I
will go to the same place; papakulu = a large
place; pena pake = at some place; 12.land;
expression: amene uja alibe mtunda (lit.: that man
has no land) = that man is not going to live long;
13.kind of shrub, used for curing cough;
-mtundu 1.racial; kusiyana pa mitundu = racial
differences; kusankhana mtundu = racial
discrimination; chikhalidwe chosankha pa mitundu
= racial attitude; kukangana pa mtundu = racial
disputes; 2.ethnic group; 3.tribal;
mtundu umodzi 1.one race; 2. one colour; 3.one
nation; 4.one tribe; 5.such like;
mtundu wa anthu 1.nation; 2.tribe; 3.race;
4.dynasty; 5.ethnic group;
mtundu wa bulu colour of donkey;
mtundu wa chipembedzo 1.kind of religion; 2.cult;
mtundu wa lidi colour of lead; 2.livid;
mtundu wa mafuta 1.type of oil; 2.lanolin; mafuta
opangidwa kuchokera ku bweya wa nkhosa omwe

amayikidwa m'mafuta odzola = fats made from fur
of sheep which is mixed with body lotion;
mtundu wa magazi blood group;
mtundu wa maonekedwe a chikasu 1.yellow
colour; 2.amber;
mtundu wa mawu ofunsira interrogative word,
e.g. how?, what?; alowam'malo ofunsira =
interogative pronouns;
mtundu wa mbalame yonga bakha 1.duck like
bird; 2.goose;
mtundu wa mfuti kind of rifle/ gun;
mtundu wa mlandu 1.kind of a case; 2.crime;
3.offence;
mtundu wa mowa kind of beer;
mtundu wa mpingo 1.kind of church; 2.church-
denomination;
mtundu wa mpweya kind of air;
mtundu wa mtambo 1.sky; 2.blue (colour of
clouds); deresi la mtambo = a blue dress;
mtundu wa ndege yoima paliponse 1.kind of
aeroplane that lands every place; 2.helicopter;
mtundu wa ndege yonyamuka osathamanga
helicopter;
mtundu wa nsomba yaying'ono yokoma anchovy-
fish (lit.: kind of tasty little fish);
mtundu wa thupi body type;
mtundu wa ufupi 1.short; 2.dwarf;
mtundu wa zolengedwa 1.kind of creature;
2.species; 3.variety;
mtundu wina wa anthu 1.people; muyamikeni iye
anthu amitundu yonse = extol Him all peoples;
lalikani za ntchito yake pakati pa mitundu ya anthu
= make known His deeds among the peoples;
2.ethnic group; 3.kind of people; 4.type of people;
5.colour of people; 6.mankind;
mtundu wofiira red colour;
mtundu wofiira kwambiri crimson;
mtundu wotuwa grey colour;
mtundu\mi- 1.kind; mitundu yosiyanasiyana =
different kinds; 2.colour; mitundu ya nsalu ya
mbendera ya dziko = the colours of the national
flag; mtundu wa mitambo = blue; 3.breed; 4.race;
5.clan; 6.type; 7.sort; mtundu wotani wa utoto? =
what sort of paint?; 8.ilk; sali wa mtundu
umenewo = he is not of that ilk; 9.variety, mtundu
wa chimanga = the variety of maize; 10.species;
mtunkhatunkha 1.unsettlement; 2.nomadic
arrangement; 3.mobile life; 4.movable;
mtupido\mi- 1.fullness; (esp. due to eating too
much); 2.constipation;
mtuta nyansi 1.scavenger; 2.one who eats rotten
things;
mtuwa young bamboo;
mtwana\abantwana (chiNgoni) child;

mu 1.in; 2.inside; 3.into;

-mu demonstrative function suffixed to nouns of the mu- class indicating locality; m'nyumbamu = in this house;

mu- 1.prefix of noun indicating locality of mu - class; mu nyumba = in the house; 2.subject concord with nouns indicating locality of mu - class; mu nyumba muli anthu = in the house there are people; 3.subject concord for second person plural of conjugated verbs; mukuona = you are seeing;

mu'allim (chiArabic) 1.teacher; 2.learned person;

muda- prefix of verbs in past tense positive, in second person plural; mudapita = you went;

muda (chiSwahili) 1.period; 2.duration;

mudali you were (plural);

mudza- prefix of verbs expressing future positive, in second person plural; mudzaphunzira = you will study;

mudzakhalamo 1.you will be in there; 2.you will live inside;

mudzi 1.piles (protruding on the anus or other arteries); 2.haemorrhoids;

mudzi- prefix of verbs indicating necessity, in second person plural; mudzipita = you have to go;

mudzi wa nyama zakuthengo 1.sanctuary; 2.game reserve; 3.parks; 4.den;

mudzi\mi- 1.village; mudzi wa m'boma la Zomba = village in Zomba district; expression: mudzi watha tichotse maliro (lit.: the village is completed, let us lay the deceased to rest) = the tomb is ready for the burial ceremony to start; expression: mudzi wachoka (lit.: the village has departed) = a very important person has died; 2.home; ali kumudzi kwawo = they are at home; 3.place in the grave where the body is put; amadula timitengo kuti tidzatchingire mudzi = they were cutting small trees that would cover the grave; 4.sepulchre; 5.graveyard;

muhabva\mi- (chiLomwe) sand;

Muhamadi Mohammed; mtsogoleri woyambitsa chipembedzo cha chiSilamu, amene anamwalira m'chaka cha 632 = the founder of Islam, who died in 632;

muIsrayeli\a- Israelite;

muja demonstrative pronoun meaning 'that ... over there', with nouns of the mu - class indicating locality; m'nyumba muja = in that house over there;

mujtahid (chiArabic) person who brings about Islamic revival;

-muka 1.-go away; 2.-depart; 3.-leave; 4.-vanish; 5.-vacate;

muka- 1.prefix of verbs in consecutive positive of

second person plural; mukapita = if you go/ went/ have gone/ will go; 2.prefix of the present conditional positive of second person plural; mukapita = when you go;

-muka (chiZulu) -leave; anamuuza kuti amuke = she was told to leave;

mukada- prefix of verbs in past conditional positive of second person plural; mukadapita = if you had gone;

mukadapanda + inf. prefix of verbs in past conditional negative of second person plural; mukadapanda kupita = if you had not gone;

mukadza- prefix of verbs in future conditional positive of second person plural; mukadzapita = if you will go;

mukadzapanda + inf. prefix of verbs in future conditional negative of second person plural; mukadzapanda kupita = if you won't go;

mukana- prefix of verbs in past conditional positive of second person plural; mukanapita = if you had gone;

mukanapanda + inf. prefix of verbs in past conditional negative of second person plural; mukanapanda kupita = if you had not gone;

mukapanda + inf. construction of the negative of the present conditional of the second person plural; mukapanda kupita = when you don't go;

mukho\mi- passage of mice;

muku- prefix of verbs in present continuous tense positive, in second person plural; mukuyimba = you are singing;

-mukuthana (chiLomwe) -beat one another;

mulamba cat fish;

mulamia\ma- large banana;

mulamu\a- 1.brother-in-law; 2.sister-in-law;

mulango (chiSwahili) door; tseka mulango = close the door;

muli 1.you are (plural); muli m'Malawi = you are in Malawi; 2.there is; 3.there are; muli anthu m'chipatala = there are people in the hospital;

muli bwanji? how are you?;

mulibe 1.there is not; 2.there are not; mulibe anthu m'chipatala = there are no people in the hospital; 3.not available; 4.away; 5.not present; 6.you have not (plural); 7.absent; 8.not in attendance;

mulibe anthu there are no people (in a previously mentioned location);

mulimbo\mi- door fastener;

mulimonse 1.in every place; 2.in everywhere; 3.anyhow; 4.in any amount;

mulingo wa mitunda 1.metre; 2.meter; 3.kilometres; 4.miles;

mulingo\mi- 1.gauge; 2.measurement; 3.measuring object; 4.standard; 5.limit; thanki yatenga madzi

opyola mulingo wake = the container exceeded its limit of water; 6.scale; 7.level; 8.dimension;
mulitali 1.longitudinal section; 2.longitudinal line; 3.length; mulitali mwa bwalo la masewero = length of the football field;
mulu wa dothi 1.clod of earth; 2.pile of soil;
mulu wa mchenga 1.sand bank; 2.dune;
mulu wa mfuti heap of guns;
mulu\mi- 1.bundle; uwo ndi mulu wa nkhuni = that is a bundle of firewood; 2.sheaf; 3.collection; Buku Lopatulika ndi mulu wa mabuku ambiri = the Bible is a collection of many books; 4.pile; mulu wa mabuku = a pile of books; 5.heap; ndinaona mulu wa zovala = I saw a heap of clothes; 6.bunch; 7.mound;
Muluku (chiLomwe) God;
mululu\mi- bulrush;
mulumuzana\ma- (chiNgoni) 1.helper of a chief; 2.assistant of a chief;
Mulungu God; Mulungu wamphamvu zonse = Almighty God;
Mulungu alemekezeke 1.praise God; 2.Alleluia;
Mulungu ali nafe 1.God is with us; 2.Imanueli (Yesaya 7:14; 8:8) = Immanuel (*Isayah* 7:14, 8:8);
Mulungu mmodzi mu/ wa utatu Triune God;
mulungu wa mawa 1.next week; 2.following week;
mulungu\mi- 1.week; 2.god; 3.idol; 4.deity;
mulungudi swearing word;
muma- prefix of verbs in the present habitual tense positive, in second person plural; mumaphunzira = you usually learn;
mume (chiSwahili) husband;
-muna 1.masculine; makhalidwe a chimuna = masculine behaviour; 2.male;
muna- prefix of verbs in past tense positive, in second person plural; munapita = you went;
munali you were (plural);
munalibe you had not (plural);
munda wa mphesa vineyard;
munda wa zipatso orchard;
munda waukulu 1.big garden; 2.estate; 3.farm; 4.ranch;
munda waukulu kwambiri 1.estate; 2.farm; 3.ranch;
munda wodyetserako ziweto 1.grazing land; 2.grass land; 3.meadow; 4.pasture;
munda woweterapo ziweto 1.pasture land; 2.ranch;
munda\mi- 1.garden; munda wa Edeni = Garden of Eden; riddle: munda wa kwathu ulibe malire (lit.: the garden we have at home has no boundary) = hair; 2.field; thalakitala limalima munda waukulu = the tractor cultivates a large field; poyamba amasosa munda = first they clear the field; riddle: munda uko, kukolola m'manja (lit.: so big a field,

but only a handful harvest) = a head is big, but when you shave it the hair only fits in a hand; 3.cultivated land;
munga- prefix of verbs in potential positive of second person plural; mungapite = you are able to go/ you could go;
munga\mi- 1.thorn; expression: iwe ndiwe munga (lit.: you are a thorn) = you are a problem/ you are a trouble maker; 2.fish-bone; 3.bristle of porcupine;
mungu 1.chaff; 2.pollen; mungu wosakhwima = immature pollen;
Mungu (chiSwahili) God; Mungu adalenga ife tonse = God created us all;
Mungu (chiSwahili) God;
muni\miuni floodlight; muni ndi nyale yowala kwambiri = floodlight is a lamp that shines very brightly;
munka- prefix of verbs in past habitual tense positive, in second person plural; munkapita = you always went;
munkhwere (chiTumbuka) baboon;
muno 1.here; 2.in ... here; emphatic demonstrative pronoun following nouns of the mu - class indicating locality; m'nyumba muno = in this house;
muno ndi umo here and there;
munsi mwa 1.below; 2.beneath; 3.down; 4.under; 5.underneath;
munthu amene akuchira 1.person regaining health and strength; 2.convalescent person;
munthu mwini chuma 1.rich person; 2.prosperous person;
munthu payekha 1.individual; 2.distinct person;
munthu uja that man (known but not around);
munthu uyo that man (pointing at him from a distance);
munthu uyu this man (the speaker can point at him);
munthu wa chichepere young person;
munthu wa chiJapani Japanese;
munthu wa chimidzimidzi native;
munthu wa chiphunzitso chosavomerezeka 1.teacher of heresy; 2.heretic;
munthu wa chiwembu 1.attacker; 2.robber; 3.killer; 4.burglar; 5.mugger;
munthu wa cholinga 1.ambitious person; 2.aspirant;
munthu wa chuma 1.rich person; 2.wealthy person; 3.tycoon; 4.magnate; 5.mogul;
munthu wa dziko lina 1.foreigner; 2.expatriate; 3.alien; 4.emigrant;
munthu wa ku Asia 1.native of Asia; 2.Asian;
munthu wa ku Denmark 1.native of Denmark;

2.Dane;

munthu wa ku Maiko Otsika 1.native of The Netherlands; 2.Netherlander; 3.Dutchman;

munthu wa ku Sikotilandi 1.native of Scotland; 2.Scot;

munthu wa ku Ulaya 1.native of Europe; 2.European; 3.wealthy person (fig.);

munthu wa kummwera 1.person from the South; 2.southerner;

munthu wa kupha 1.murderer; 2.assassin; 3.killer; 4.slayer; 5.slaughterer;

munthu wa lendi 1.lessee; anthu onse a lendi anakana kulipira mtengo watsopano = all the lessees protested against the new rental charges; 2.tenant;

munthu wa luso 1.artisan; 2.skilful person; 3.ace (n);

munthu wa makhalidwe oipa 1.person of evil behaviour; 2.person of ill manners; 3.villain; 4.person of bad character; 5.crook; 6.rascal; 7.rogue;

munthu wa malonda 1.dealer; 2.trader; 3.businessman; 4.merchant;

munthu wa mantha 1.fearful person; 2.coward;

munthu wa mapazi aakulu 1.person with big feet; 2.clumsy person; 3.clodhopper;

munthu wa mfupi msinkhu 1.dwarf; 2.manikin;

munthu wa minofu ya mphamvu 1.strong muscled person; 2.able-bodied man; 3.he-man;

munthu wa mphamvu 1.powerful person; 2.energetic person; 3.indomitable person; 4.strong person;

munthu wa mphongo 1.adult male person; 2.man;

munthu wa mphwayi 1.lazy person; 2.indolent person;

munthu wa ngongole 1.money borrower; 2.debtor;

munthu wa nkhanza 1.cruel person; 2.harsh person; 3.hard-hearted person; 4.unkind person;

munthu wa Nyau 1.Nyau person; 2.Nyau dancer;

munthu wa nzeru 1.wise person; 2.intelligent person; 3.clever person; 4.brilliant person; 5.bright person;

munthu wa nzeru kwambiri 1.very intelligent person; 2.genius; 3.sage; 4.bright person;

munthu wa udindo waukulu 1.important person; 2.honourable person; 3.dignitary;

munthu wa ulesi 1.lazy bones; 2.lazy person; 3.indolent person; 4.loafer; 5.slothful;

munthu wa uthenga 1.messenger; 2.herald; 3.harbinger;

munthu wa zaka zofanana 1.age mate; 2.contemporary;

munthu wachidodo 1.slow coacher; 2.sleepy person; 3.stupid person; 4.dull person;

munthu wachikoka 1.attractive person (general term); 2.zealous person; 3.slow coacher;

munthu wachikulire 1.senior person; 2.elderly person; 3.grown up person;

munthu wachilendo 1.sojourner; 2.stranger; 3.foreigner;

munthu wachuma 1.wealthy person; 2.rich person;

munthu wakhama 1.courageous person; 2.bold person;

munthu waku Latvia Latvian; Latvia ndi dziko la ku Ulaya = Latvia is a country in Europe;

munthu wakuba 1.thief; 2.robber; 3.plunderer; 4.burglar; 5.pickpocket;

munthu wakuba luso 1.pirate; 2.plagiarist;

munthu wakuda 1.black person; 2.negro; 3.nigger (a word expressing disrespect to the blacks especially by some whites); 4.african;

munthu wakudya kwambiri 1.greedy person; 2.selfish person; 3.glutton;

munthu wakufa 1.dead body; 2.corpse; 3.cadaver;

munthu wakutha chandamale 1.sharp shooter; 2.marksman;

munthu wamba 1.ordinary person; Yesu anakondanso anthu wamba = Jesus also liked ordinary people; 2.plebian; iye ndi munthu wamba = he is a plebian; 3.rough person;

munthu wamisala 1.person with a mental illness; 2.maniac; 3.madman; 4.lunatic; 5.insane person;

munthu wamiseche 1.backbiter; 2.newsmonger;

munthu wamng'ono 1.juvenile; 2.immature person;

munthu wamwano 1.cheeky person; 2.rude person; 3.pompous person;

munthu wapsululu 1.baby; 2.child of under one year; 3.young person; 4.small person; 5.infant;

munthu wathanzi 1.healthy person; 2.energetic person; 3.powerful person; 4.strong person;

munthu wobindikira 1.monk; 2.nun;

munthu wobisa maganizo 1.conservative; 2.non-committal person;

munthu wobwerekedwa ndalama 1.person owing money; 2.debtor;

munthu wobwereketsa ndalama 1.money lender; 2.creditor;

munthu wobweretsa tsoka person bringing misfortune;

munthu wobzala 1.sower; 2.planter; 3.seedman; 4.farmer;

munthu wochangamuka 1.clever person; 2.educated person; 3.civilised person;

munthu wochita chisankho 1.elector; 2.voter;

munthu wochita zofufuzafufuza 1.researcher; 2.scientist; 3.detective; 4.surveyor; 5.investigator;

munthu wochita zopusa 1.fool; 2.goof; 3.dupe;

munthu wochititsa chidwi - munthu wonama

munthu wochititsa chidwi 1.attractive person;
2.charming person; 3.good person;
munthu wochonga mayeso examination marker;
iye ndi wochonga wotsiriza = he is a final marker;
munthu wodontha 1.foolish person (lit.: leaking
person); 2.silly person; 3.dull person;
munthu wodula magalasi glass cutter;
munthu wodya anzake 1.person feeding on
someone else; 2.vampire; 3.wizard; 4.witch;
munthu wodzimva 1.pompous person; 2.boaster;
3.ladida; 4.prig;
munthu wodzipatula mwa chipembedzo
1.religious person living in solitude; 2.hermit;
3.religionist; 4.recluse in religion;
munthu wodzipinda mosavuta 1.acrobat; 2.lithe
person;
munthu wodziwa kulasa 1.marksman; 2.sharp
shooter;
munthu wodziwa science scientist;
munthu wodziwika 1.famous person; 2.eminence;
3.celebrity;
munthu wodziyenereza 1.boaster; 2.pompous;
3.prig;
munthu wodziyikamo 1.boaster; 2.ladida;
3.bragger;
munthu wofooka weak person;
munthu wofooka m'maganizo 1.weak minded
person; 2.irresolute person; 3.dull person; 4.stupid
person;
munthu wofuna 1.aspirant; 2.a person who wants;
munthu wofuna msika 1.trader; 2.sales person;
munthu wofuna zabwino zokha 1.optimist;
2.positively minded person;
munthu wofunikira 1.essential person; 2.important
person; 3.linchpin; 4.useful person;
munthu wogula malonda 1.buyer; 2.customer;
3.purchaser; 4.consumer;
munthu wogulitsa 1.seller; 2.sales man; 3.shop
assistant;
munthu wogulitsa nsomba 1.fish trader;
2.fishmonger;
munthu wogunata 1.silly person; 2.foolish person;
3.stupid person;
munthu wogwirizira ufumu 1.acting ruler;
2.regent;
munthu wokhala mwauchitsiru 1.ridiculous
person; 2.laughing stock; 3.foolish person;
munthu wokhala ndi diploma certified person;
munthu wokhala pa chipata gatekeeper;
munthu wokhala pa malo 1.inhabitant; 2.inmate;
iye anali wokhala nane m'ndende = he was my
prison inmate; 3.occupant;
munthu wokhala pakati 1.mediator; 2.go between.
3.intermediary;

munthu wokhala yekha 1.hermit; 2.recluse;
munthu wokhalitsa m'ndende 1.gaolbird;
2.jailbird; 3.inmate;
munthu wokhoza 1.able person; 2.capable person;
3.clever person;
munthu wokhupuka 1.rich person; 2.wealthy
person; 3.tycoon; 4.magnate;
munthu wokhwima 1.mature person; 2.grown-up
person; 3.witch; 4.wizard;
munthu wokoma m'maso 1.attractive person;
2.beautiful person; 3.charming person; 4.good
looking person;
munthu wokoma mtima 1.kind person; 2.Good
Samaritan;
munthu wokonda azimayi 1.womaniser; 2.skirt
chaser;
munthu wokonda mikangano 1.lover of quarrels;
2.quarrelsome person;
munthu wokongola 1.beautiful person; 2.good
looking person; 3.charming person; 4.attractive
person; 5.handsome;
munthu wokongoza ndalama 1.lender of money;
2.creditor;
munthu wokonza dongosolo la maliro
1.undertaker; 2.funeral organiser;
munthu wokwanitsa 1.able person; 2.capable
person;
munthu wolamula 1.ruler; 2.chief; 3.king; 4.queen;
munthu wolandira chinthu 1.receiver; 2.recipient;
munthu wolandira ndi kusamala alendo
1.receptionist; 2.host;
munthu wolankhula lankhula 1.talkative person;
2.gagbag;
munthu wolemera 1.rich person; 2.wealthy person;
3.mogul;
munthu wolephera 1.failing person; 2.failure;
3.insufficient person; 4.unsuccessful person;
munthu wolewa mavuto 1.person who tries to
evade problems; 2.ostrich (that hides its head in
the sand);
munthu wolimba mtima 1.unyielding person;
2.indomitable person;
munthu wolimbika 1.brave person; 2.courageous
person;
munthu wolipidwa payee;
munthu womanga nyumba 1.builder; 2.architect;
3.brick layer;
munthu womangogemulidwa 1.mocked person;
2.laughing stock;
munthu womasuka 1.easy going person; 2.free
feeling person; 3.liberal person;
munthu womveka 1.celebrity; 2.eminence;
3.famous person;
munthu wonama 1.liar; 2..fraud; 3.hypocrite;

305

munthu wonena ena - munthu wotha

4.deceiver; 5.cheat; 6.fraud; 7.false person;
munthu wonena ena 1.hypocrite; 2.double tongued
person;
munthu wonenepa kwambiri 1.fat person;
2.corpulent person;
munthu wongoyendayenda 1.non-resident;
2.nomadic person; 3.mobile person;
munthu wonyengerera ena 1.persuasive person;
2.head hunter; munthu wokopa anthu aluso lawo
kuntchito makamaka powauza za malipiro abwino
ndi udindo wabwino = a person who attracts
talented people to work with him, especially by
promising them better payments and ranks;
munthu wonyonga zigawenga 1.hangman;
2.executioner;
munthu wonyovemera zirizonse 1.footman;
2.lackey;
munthu woonetsa chilakolako pa chipembedzo
zealot;
munthu woononga zinthu 1.destroyer; 2.plunderer;
3.predator; 4.demolisher;
munthu woopsa 1.dangerous person; 2.brute;
munthu wopalamula 1.culprit; wopalamula
mlandu amutengera ku khoti = the culprit has been
taken to court; 2.offender; 3.wrong doer;
munthu wopanda chifundo 1.merciless person;
2.unkind person; 3.hard-hearted person;
munthu wopanda khalidwe 1.person with bad
behaviour; 2.person without good manners;
3.uncivilised person; 4.rude person;
munthu wopanda mphamvu 1.person without
power/ strength; 2.weakling; 3.underdog;
munthu wopanda nzeru 1.unwise person;
2.ignoramus; 3.simpleton; 4.dull person;
munthu wopanga mpikisano 1.competitor;
2.contestant;
munthu wopeka 1.composer; 2.poet;
munthu wopeka nyimbo 1.song composer; 2.poet;
3.lyrist;
munthu wopepuka thupi 1.slim person; 2.lithe
person; 3.skinny person;
munthu wophangira 1.selfish person; 2.greedy
person; 3.monopolist; 4.gluttonous person;
5.insatiable person;
munthu wophunzira 1.learner; 2.student;
3.scholar; 4.pupil;
munthu wophunzira ntchito 1.trainee;
2.apprentice;
munthu wopikisana naye 1.keen competitor;
2.rival; 3.opponent;
munthu wopusa 1.foolish person; 2.stupid person;
3.fathead; 4.loony;
munthu wopuwala crippled; sibwino kumaseka
olumala = it is not good to laugh at the crippled;

munthu wosachimwa 1.innocent person; 2.just
person; 3.righteous person; 4.blameless person;
munthu wosaka nyama 1.hunter; 2.archer;
munthu wosakaza 1.unruly person; 2.destroyer;
3.plunderer; 4.demolisher;
munthu wosakhutitsidwa 1.not satisfied person;
2.malcontent person; 3.ungrateful person;
4.unappreciative person;
munthu wosakonda nkhondo pacifist (lit.: person
who does not like war);
munthu wosalakwa 1.innocent person;
adamtsogoza munthu wosalakwayo ku manda = he
sent that innocent man to the grave; expression;
analankhula m'maso muli gwa! (lit.: she talked
with dry eyes) = she talked with an innocent face;
2.unoffender;
munthu wosamva za anzake 1.know-all;
2.stubborn person; 3.pig-headed;
munthu wosamvera 1.disobedient person; 2.defiant
person;
munthu wosangalala 1.happy person; 2.jovial
person;
munthu wosangalatsa 1.merry-maker; iye ndi
wosangalatsa = she is a merry-maker; 2.interesting
person; 3.entertainer; 4.amusing person;
5.charming person;
munthu wosankha mitundu 1.racist; 2.nepotist;
munthu wosaphunzitsika 1.ineducable person;
2.stubborn person;
munthu wosauka 1.poor person; 2.disadvantaged
person; 3.needy person;
munthu wosauka kwambiri 1.miserable person;
2.pauper; 3.person below poverty line;
munthu wosaupeza mtima 1.person without self-
control; 2.person without self-discipline; 3.person
without conscience;
munthu wosavuta easy going person; iye ndi
munthu wokonda kuvomereza chinthu mosavuta =
she is an easy going person/ she easily accepts
things without complaints;
munthu woshanganipa 1.clever person; 2.educated
person; 3.civilised person;
munthu wosinjirira mocker;
munthu wosokoneza 1.confusionist; 2.trouble
maker; 3.firebrand; 4.ruffian; 5.agitator;
munthu wosowa 1.disadvantaged person; 2.poor
person;
munthu wosungidwa 1.dependant; 2.hostage;
munthu wotchuka 1.famous person; 2.celebrity;
3.eminence; 4.hero; munthu wotchuka pa ndale = a
hero in politics; 5.well-known person;
munthu woteteza chikhulupiriro 1.defender of
faith; 2.apologist;
munthu wotha 1.able person; 2.capable person;

3.complementor;

munthu wothamangitsidwa 1.refugee; 2. deportee; 3.outcast; 4.someone sent to exile; 5.quarry;

munthu wothandiza 1.helper; 2.contributor; a Malawi ali ndi mtima wothandiza pa mavuto = Malawians have a contributory mind in times of crises;

munthu wothira kuwiri spy;

munthu wotsutsa 1.opponent; 2.opposer; 3.objector;

munthu wotumbwa 1.proud person; 2.arrogant person; 3.pompous person;

munthu wotumikira mu mpingo 1.servant; 2.server; 3.deacon;

munthu wotumiza katundu 1.sender; 2.consigner; 3.dispatcher;

munthu wôtumiziridwa 1.receiver; 2.consignee;

munthu wouma manja 1.person with tight-fisted hands; 2.selfish person; 3.stingy person; 4.unkind person;

munthu wouma mutu 1.dull person; 2.simpleton; 3.brainless person;

munthu wovutitsa 1.trouble maker; 2.unruly person; 3.confusionist; 4.firebrand; 5.scourge;

munthu wowonda lanky person;

munthu wowonetsa kanema projectionist;

munthu wowononga 1.destructive person; 2.kill joy; 3.plunderer; 4.destroyer;

munthu wowopseza 1.intimidator; 2.menace (n); 3.persecutor;

munthu woyendetsa bwato 1.rower; 2.oarsman; 3.sailor;

munthu woyerekedwa 1.proud person; 2.arrogant person; 3.pompous person;

munthu woyimba 1.singer; 2.musician; 3.composer;

munthu woyimira dziko lake 1.representative; 2.ambassador; 3.delegate; 4.diplomat;

munthu wozama pa kagwiritsidwe ka chuma economist;

munthu wozemba ntchito 1.work-shy person; 2.absconder;

munthu wozemba udindo person dodging responsibility;

munthu\anthu 1.person; kamunthu = a small person; munthu wantali = a tall person; munthu wamkulu = a big person; munthu wabwino = a good person; expression: uyu ndi munthu (lit.: this is a person) = he has good behaviour; expression: izi ndi za mwa anthu (lit.: this is from human beings) = problems mysteriously caused by fellow human beings upon someone; 2.man; 3.human (n); 4.human being;

munthuyu this man (known, around but not pointed

at);

muonjezi\a- adverb; awonjezi amanena zambiri za mneni, mfotokozi kapena muonjezi wina = adverbs modify a verb, an adjective or another adverb;

muphwa\a- 1.nephew; 2.son-in-law;

musa- prefix of verbs in subjunctive negative of second person plural; musapite = (so) that you would not go;

musana- prefix of verbs in a tense indicating 'before', in second person plural; musanapite = before you went;

musavutike 1.don't be disturbed; 2.don't be troubled;

museri mwa 1.beyond; 2.behind; 3.over the;

musĩ\mi- 1.pestle; 2.pounding stick;

musuphayi\asuphayi (chiLomwe) soldier\soldiers;

musurukhu (chiLomwe) money;

muta- prefix of verbs in a tense indicating 'after', in second person plural; mutapita = after you went;

mutakura (chiShona) cooked broken maize with an addition of peanut butter;

-muthina (chiLomwe) -encourage;

muti 1.medicine; 2.pill; 3.tablet; iye anamupatsa muti ochiritsa malungo = he was given medicine to cure malaria; 4.drug;

mutu wa mawu 1.heading; 2.topic; 3.title; 4.theme;

mutu wa nkhani 1.headline in paper; 2.topic; 3.theme; 4.point;

mutu woganiza logical person;

mutu\mi- 1.head; cheuka = liwombo/ pa mwamba pa mutu = top of the head; mutu waching'alang'ala = headache tension; turn the head (to look back); proverb: mutu ukakula sulewa nkhonya (lit.: if a head is big it can't evade a blow) = every problem is solved by the elderly; proverb: mutu umodzi susenza denga (lit.: a single head can not carry a roof) = you can't solve problems alone; expression: anangoti chimutu gada (lit.: she just had the head bent backwards) = she believed and accepted everything; expression: uyenera udye mutu (lit.: you must eat the head) = you must ponder with extra care; expression: ine ndayima mutu (lit.: my head has come to a standstill) = I am at a loss as to what to do/ I am confused; ndidagwedeza mutu = I shook my head; anakhala zyoli = he drooped his head; iye ali ndi mutu waukulu kuposa onse = his head is the biggest; kodi mutu wako umagwira ntchito bwinobwino? = kodi mutu wako umakoka bwinobwino = does your head work properly?; expression: ndakula mutu (lit.: my head has grown big) = this is too much for me to do anything; mutu ukundikula (lit.: my head gets bigger than ever) = I am failing to pass judgement/ I am shy/ abashed; 2.topic; 3.title;

4.theme; 5.apex; 6.brow of a hill; 7.chapter; Buku
Lopatulika lili ndi mitu yambiri = the Bible has
many chapters; ndimawerenga mitu itatu tsiku
lililonse = I read three chapters everyday;
muumbi\a- 1.potter; 2.sculptor; 3.moulder;
muuni\mi- 1.lamp; 2.light;
muunjiri\mi- 1.heap; 2.pile; 3.conglomerator;
muvi\mi- 1.arrow; muvi woyang'anira msilikali =
an arrow aimed at the soldier; proverb: muvi
woyang'anira umalowa m'maso(lit.: the arrow that
is watched enters the eye) = do not wait for
someone to act on your behalf; 2.dart; 3.divorce
token;
muviko (chiLomwe) measurement;
muwanga\mi- 1.indigenous tree in tropical Africa;
2.cross-rail in a building;
muwerengeri\a- accountant;
muwerengi\a- reader;
muweruzi\a- judge;
muwi\a- deceased (n);
muwomboli\a- 1.saviour; 2.deliverer; 3.redeemer;
Yesu ndi Muwomboli = Jesus is the Redeemer;
4.liberator;
muwonjezi\a- adverb; awonjezi amanena zambiri
za mneni, mfotokozi kapena muwonjezi wina =
adverbs modify a verb, an adjective or another
adverb;
muwulutsi\a- 1.announcer; 2.broadcaster; 3.news
presenter; 4.news reporter;
-muyaya 1.always; 2.everlasting; 3.eternal;
4.immortal; 5.endless; 6.forever; 7.ad infinitum;
muyeso wa ndalama unit of money; ndalama ya
Malawi ndi Kwacha ndi Tambala = the units of
Malawian currency are Kwacha and Tambala;
muyeso wa zamadzimadzi 1.that which measures
water; 2.measure of liquid in a container; 3.litre;
muyeso woyesera mtunda 1.metre; 2.yard;
3.kilometre; 4.mile;
muyeso\mi-/ muyezo\mi- 1.standard; 2.barrel;
muyeso wa mafuta = an oil barrel; 3.gauge;
4.measurement; muyeso wa mchere uli bwino =
the measurement of salt is good; muyeso wawutali
= measurement of length e.g. metre, yard; muyeso
woyesera mtunda = measurement of distance e.g.
kilometre; muyeso wazamadzimadzi = capacity
e.g. litres; muyeso wamphamvu kapena ntchito =
measurement of power or work e.g. joules; muyeso
wakuchuluka = measurement of quantity e.g.
kilogrammes; 5.measure; muyezo wa kutseguka
kwa kamvedwe = measure of how well a person
hears; muyezo wa supuni lalikulu/chikombe
chomwe muyezo wake ndi 15 cc = household
measure of a tablespoon of a capacity that is equal
to about 15 cc of liquid; 6.limit; iye wafika pa

muyeso osayenera kudutsidwa = she/ he has
reached the limit; 7.dimension;
muzi- prefix of verbs indicating necessity, in second
person plural; muzipita = you have to go;
muzu wa dzino tooth root;
muzu\mi- root; proverb: mizu ya kachere
imakomana pansi (lit.: the roots of a kachere tree
meet in the ground) = the real thing is hidden;
expression: wamera mizu (lit.: you have developed
roots) = you have got established/ settled;
-mva 1.hear (refers to hearing, thought and
emotion); ndikumva kuimba = I hear singing;
pakumva = with the hearing; amene ali ndi
makutu, amve = who has got ears, must hear;
anamva kugogoda = he heard knocking; mawu
anamveka = words were heard; anamva mawu =
he heard the word; ndimvereni = hear me!; 2.-feel;
msungwana anamva chisoni ndi anthu = the girl
felt sorry for the people; ndikumva njala = I feel
hungry; ndikumva kupweteka = I feel pain;
ndikumva chisoni = I feel sad; ndikumva kuzizira
= I feel cold; ndikumva kutentha = I feel hot;
ndikumva chisanu = I feel cold wind; 3.-listen; 4.-
understand; anayamba kumvana okhaokha = they
began to understand each other; 5.-comprehend;
expression: ndi womva zake zokha (lit.: he hears
only what is his own) = abiding only by one's own
good will/ stubbornly selfish; kumva bwino =
feeling well; kumva chizumbazumba = feeling
dizzy;
-mva bwino 1.-feel well; 2.-enjoy oneself; 3.-hear
with no difficulty;
-mva chisoni 1.-feel sad; iye akumva chisoni = she
is feeling sad; 2.-feel sorry; msungwana anamva
chisoni ndi anthu = the girl felt sorry for the
people; anthu anamva chisoni ndi msungwana =
people felt sorry for the girl; 3.-be sorry; 4.-
condole; 5.-be contrite; ine ndimamva chisoni ndi
imfa ya ana a khanda = I am contrite as to the
death of babies; 6.-regret; 7.-be crestfallen; 8.-be
dejected; 9.-be distressed; adamva chisoni
chifukwa analephera mayeso = he was distressed
because he failed the exams; 10.-be grieved;
-mva chizumbazumba 1.-feel dizzy; 2.-feel giddy;
-mva chizungulire 1.-feel dizzy; 2.-feel giddy;
-mva kukondwa kwambiri 1.-feel very happy; 2.-
be ecstatic;
-mva kuphwanya mthupi 1.-feel body pain; 2.-feel
queasily;
-mva litsipa 1.-have cold fever; 2.-have a headache;
-mva malango 1.-hear advice; 2.-listen to advice;
-mva malungo 1.-have malaria; 2.-have cold fever;
-mva manyazi 1.-be ashamed; 2.-feel ashamed;
anamva manyazi = she felt ashamed; 3.-be

embarrassed;
-mva mbebe 1.-feel the warmth; 2.face your fate;
-mva njala 1.-be hungry; 2.-feel hungry; ndikumva njala = I feel hungry;
-mva ululu 1.-have pain; 2.-ache; 3.-be painful; tsabola amapweteka m'maso = pepper is painful in the eyes; 4.-be hurting; 5.-be twinge;
-mva zayekha 1.-be narrow-minded; 2.-be stubborn; 3.-be pig-headed;
-mva zowawa 1.-be ill; 2.-feel bad; 3.-feel pain;
-mvana 1.-hear one another; 2.-agree; 3.-be allied; 4.-coincide (in opinion); 5.-make covenant with; 6.-bargain with; 7.-love one another;
-mvana mwa mgwirizano -be concordant;
mvano\mi- 1.union; 2.unity; 3.solidarity; 4.harmony; 5.guild; 6.affinity; 7.agreement; 8.accord; 9.assent; 10.credence; 11.amalgamation;
mvanu\mi- belief;
-mveka 1.-sound; ndinamva mfungulo akumveka kherekhere = I heard the sound of a key; nyimbo inamveka bwino = the song sounded well; 2.-be heard; chinganga chikumveka patali = the bell is heard at a great distance; onse anakondwera, amvekere: 'zikomo' = all were happy and said: 'thanks'; 3.-be audible; 4.-be loud enough to be heard; 5.-be celebrated; 6.-pronounce; 7.-be meaningful; 8.-circulate; mphekesera yomwe ikumveka = the rumour that is circulating; 9.-be popular; 10.-be famous; limodzi mwa magulu omveka = one of the famous groups;
-mveka bwino 1.-be audible; 2.-be clear; 3.-be incontestable; 4.-be tasty;
-mveka kwa phokoso 1.-be audible (of noise); 2.-hiss;
-mveka mkokomo wa madzi 1.-gurgle; (esp. of water at water-falls); 2.-burble;
-mveka ngakhale sizachindunji -be implicit;
-mveka -ni-ni -be sensible; mfundo yomveka yeniyeni = sensible facts;
-mveka phokoso la madzi 1.-gurgle; 2.-burble; 3.-sound (of water);
mvekero\mi- ideophone;
-mveketsa 1.-publish abroad; 2.-diffuse; 3.-make to be heard;
-mvera 1.-listen; 2.-feel; 3.-hear; 4.-give ear to; 5.-believe; 6.-be lucid; 7.-obey; uyenera kumvera ine = you need to obey me; 8.-be obedient; nzika yomvera = an obedient citizen; 9.-obey; 10.-be meek; 11.-pay attention;
-mvera chisoni 1.-pity someone; ndikumumvera chisoni = I pity him; 2.-be sympathetic; 3.-feel sad for someone;
-mveredwa 1.-be heard; 2.-be listened;
-mverera 1.-listen; 2.-hark; 3.-hearken;

mverero\mi- belief;
-mvetsa 1.-understand; ndikumvetsa funso lanu = I understand your question; iye sawamvetsa = he does not understand them; 2.-get the point; 3.-comprehend; 4.-make someone feel; iye anamvetsa chisoni anthu = she made the people feel sorry for her; 5.-listen; 6.-be flexible; 7.-be pliable; 8.-be easily influenced;
-mvetsa chifundo 1.-be merciful; 2.-sympathise; 3.-be compassionate;
-mvetsa chisoni 1.-sadden; 2.-make sad; 3.-grieve; 4.-be abject; 5.-be a pity; 6.-make dejected; 7.-be compassion; 8.-feel sad;
-mvetsa zinthu mofulumira 1.-be perceptive; 2.-be understanding; 3.-be easy to understand;
-mvetsera 1.-give ear to; ophunzira, mvetserani = students, give me an ear; 2.-attend; 3.-eaves drop; 4.-hark; 5.-hearken; 6.-listen; mvetsera chigamulo = listen to judgement; mvetserani bwinobwino = listen very carefully; 7.-grasp; 8.-understand;
-mvetsera mobera -eaves drop;
-mvetserana 1.-hear one another; 2.-agree; 3.-love;
mvetserani! 1.nota bene! (N.B.; (chiLatini); ndi liwu logwiritsidwa ntchito pofuna kusonyeza chofunikira kuti anthu adziwitsidwe = it is a word used to show that it is important that people are aware; 2.you hear!;
-mvetsetsa 1.-understand; 2.-comprehend; 3.-inquire; anafuna kumvetsetsa za nkhani = he wanted to inquire about the news; 4.-get the point; 5.-give ear to; 6.-lend an ear; 7.-listen;
-mvetsetsa -understand; imvetsetsani! = understand!;
mvukuto\mi- 1.hide; 2.skin; 3.bellows;
mvula ya chikumba the first rains;
mvula ya myundo 1.autumn rain; 2.sleet; 3.hail;
mvula yowaza 1.shower; 2.light rain; 3.drizzle; 4.mizzle;
mvula yoyamba 1.early rains; 2.first rains;
mvula zapita previous years (metaphor);
mvula\- 1.rain; chimkokomo cha mvula = the noise of rain; mvula imayamba kuvumba = the rain begins to fall = mvula imayamba kugwa; mvula ikugwa mowirikiza = the rain is falling continuously; mvumbi = continuous rains; mvula ikaleka = when the rain stops; mvula ikapanda kuleka = when the rain does not stop; proverb: mvula ikakuona litsiro, siyikata (lit.: when the rain sees you dirty it does not stop) = one misfortune begets another = problems for humanity will not end; proverb: walira mvula, walira matope (lit.: he who cries for rain, cries for the mud as well) = if you want a good thing, also expect and be alert for troubles; mizimu yopetula mvula = rain-making

cult; 2.precipitation; expression; kwagwa mvula
(lit.: rains have fallen) = we have had a
precipitation;
mvumbi\- 1.shower; 2.drizzle; expression:
walankhula mwa mmvumbi (lit.: you have talked
with a drizzle) = given an endless talk; 3.light rain;
mvuno\mi- palm tree;
mvuu\- 1.hippopotamus; 2.hippo; expression: apha
mvuu m'mono (lit.: he killed an elephant in a fish-
trap) = he had the maximum of success with the
minimum of effort/ he was lucky/ he received a big
gain on a platter;
mwa 1.according to; 2.of, indicating possession, in
between a noun of the mu -class (location) and
another noun; m'madzi a mu mtsinje = in the water
of the river;
-mwa 1.-drink; mumwe chakumwachi = drink this;
adamwa mankhwala ophera makoswe = she drunk
rat poison; kodi mumamwa zolezeretsa? = do you
drink alcohol?; expression: tidamwa/ tamwa/
tinamwa (lit.: we drunk) = often refers to drinking
of beer; 2.-imbibe; amamwa mowa kwambiri = he
imbibes a lot of beer;
mwa- prefix of verbs in present perfect tense, in
second person plural; mwaphunzira = you have
learnt;
-mwa chakumwa chaukali 1.-drink alcohol; 2.-
drink spirit; 3.-drink beer;
mwa chamuna 1.manly (lit.); 2.strongly; 3.bravely;
4.courageously; 5.powerfully; 6.mascularly;
mwa changu 1.early; 2.readily; 3.hurriedly; 4.in a
hurry; 5.soon; 6.fast; 7.quickly; 8.zealously;
9.rapidly;
-mwa chiloza 1.-drink without stopping; 2.-drink
without breathing; 3.-drink continuously;
mwa chisomo graciously; anachita mwa chisomo =
he acted graciously;
mwa chitsanzo 1.for example; 2.e.g. = exempli
gratia (chiLatini); 3.for instance; 4.suppose; tiyeni
mwa chitsanzo atabwera m'mawa = let us suppose
he comes tomorrow; 5.exemplar;
-mwa choledzeretsa 1.-drink alcohol; 2.-grog;
mwa iye yekha single-minded;
mwa kamodzi only one time;
-mwa kuti upezenso bwino 1.-drink to feel better;
2.-refresh; 3.-drink to restore health;
mwa lonjezo 1.according to promise; 2.as per
promise; 3.according to our agreement;
-mwa madzi 1.-drink water (lit.); 2.-give birth
(fig.); 3.-fail to take place (fig.); 4.-be relieved; 5.-
be revived; 6.-be delivered;
mwa Malembo according to the Scriptures;
mwa mlingo wabwino 1.fairly; 2.moderately;
3.normally;

-mwa mosapuma 1.-drink without stopping; 2.-
drink without breathing; 3.-drink continuously;
-mwa mowa -be drunk; iye wamwa mowa = he is
drunk;
-mwa mowa kwambiri 1.-drink much beer; 2.-be
very drunk; 3.-be bibulous;
mwa mphamvu ndi nyonga 1.vigorously;
2.heartily; 3.strongly; 4.powerfully;
mwa mtima pansi 1.in a modest way; 2.calmly;
3.confidently;
mwa mtundu wina 1.according to another kind;
2.otherwise;
mwa ndakatulo poetically;
mwa njira ina 1.in another way; 2.in some way;
3.somehow; 4.in another method;
mwa pang'ono 1.slightly; 2.partly; 3.partially;
mwa phe/ mwa phee 1.in a modest way; 2.calmly;
3.without noise; 4.peacefully; 5.quietly; 6.silently;
mwa ugalu 1.in the way of dogs; 2.canine;
3.foolishly; anatenga mwa ugalu = he took it
foolishly;
mwa ulemu 1.politely; anadikira mwa ulemu = he
waited politely; 2.respectfully;
-mwa wa mame 1.-drink ice-cold beer; 2.-drink
from cool bottles;
-mwa zoziziritsa kukhosi 1.-drink cold drinks; 2.-
have soft drinks; 3.-take cold beverages;
mwabefu pantingly;
mwabodza 1.deceitfully; 2.falsely; 3.mendaciously;
4.dishonestly;
mwabule 1.without payment; 2.gratis; 3.free; 4.free
of charge;
mwabvi 1.poison ordeal; 2.de-witching concoction;
mwabwino 1.good (adv.); kuyimba mwabwino =
good singing; 2.nicely; 3.carefully; 4.properly;
5.correctly;
mwachaje 1.nakedly; 2.gratis; 3.empty; expression:
mwachaje satafuna (lit.: you don't chew in an
empty mouth) = half a bread is better than none;
mwachamuna 1.manly; 2.strongly; 3.powerfully;
mwachibadwidwe 1.naturally; 2.inborn; 3.nakedly;
mwachibale amicably;
mwachibwana 1.lightly; utsogoleri musautenge
mwachibwana = do not take leadership lightly;
2.childishly;
mwachidodo 1.lazily; 2.stupidly; 3.sluggishly;
mwachidule 1.briefly; 2.in short; 3.in summary;
mwachidziwikire 1.obviously; 2.as it is known;
3.undoubtedly; mwachidziwikire adzapambana
mayeso = undoubtedly he will pass the exams;
mwachidziwitso 1.with discernment;
2.scrupulously; 3.with notice;
mwachifupi 1.briefly; 2.in short; 3.in summary;
mwachigololo 1.lustfully; 2.adulterously;

mwachikaiko - mwala wautali wa ulemu

mwachikaiko 1.uncertainly; 2.doubtfully; 3.distrustly;

mwachikazi 1.femininely; 2.womanly;

mwachikoka 1.attractively; 2.charmingly;

mwachikondi 1.lovingly; 2.fondly; 3.lovely; 4.affectionately; 5.adoringly; 6.kindly;

mwachikondwerero 1.happily; 2.jubilantly; 3.gladly; 4.joyfully;

mwachikumbumtima 1.in remembrance; 2.regrettably; 3.remorsefully;

mwachilemekezo 1.praisingly; 2.meritoriously;

mwachilengedwe naturally;

mwachilime lispingly; ananena mawu ena mwachilime = lispingly he mentioned some words;

mwachilungamo 1.in the way of righteousness; 2.outright; 3.in truth; 4.faithfully; 5.loyalty;

mwachimakono 1.newly; 2.in a modern way; 3.civilised way;

mwachimwana in a babyish way;

mwachindunji 1.directly; 2.straightforwardly; 3.briefly; 4.point-blank; 5.frankly; 6.succinctly;

mwachinsinsi 1.secretly; 2.obscurely; 3.clandestinely;

mwachinyengo 1.deceitfully; Yakobo analandira madalitso mwachinyengo = Jacob received blessings deceitfully; 2.mendaciously; 3.dishonestly;

mwachipiku 1.on order; anagulitsa katundu mwachipiku = she sold goods on order; 2.in bulk; 3.in large quantities with an aim to sell again;

mwachipongwe 1.impudently; 2.rudely; 3.disrespectfully; 4.cheeky; 5.scurrillously; 6.opprobriously; 7.shabbily;

mwachisawawa 1.anyhow; 2.carelessly; 3.inaccurately;

mwachitaka steal magically; amalonda ambiri amaba ndalama mwachitaka = some business men steal money magically;

mwachithokozo meritoriously;

mwachitonthozo comfortingly;

mwachitsamunda colonialistically;

mwachitsanzo for example;

mwachiwawa 1.violently; 2.brutally; 3.ferociously;

mwachiwembu 1.maliciously; 2.malevolently;

mwachiwerewere 1.lustfully; 2.adulterously;

mwachiyamiko 1.praisingly; 2.meritoriously;

mwachiyero 1.saintly; anakhala mwa chiyero = he lived saintly; 2.faithfully;

mwachizolowezi 1.habitually; proverb: chizolowezi cha namkholowa chinazulitsa mbatata ya pansi (lit.: the habitual plucking of sweet potato leaves led to the uprooting of an underground potato) = chizolowezi chimawonongetsa = habit may lead to destruction/ do not take things for granted;

2.usually; 3.customarily;

mwachokha spontaneously;

mwadala 1.deliberately; kupanga phokoso mwadala = making noise deliberately; ananama mwadala = he lied deliberately; 2.intentionally; 3.knowingly; 4.on purpose;

mwado\a- 1.underclothes; 2.underpants; 3.panties; 4.underwear;

mwado\mi- 1.underwear; 2.underclothes;

mwadongosolo 1.orderly; 2.officially; 3.solemnly; 4.systematic;

mwadontha\a- kind of bird;

mwaduu 1.quietly; 2.patiently; 3.calmly;

mwadyera 1.greedily; 2.stingly; 3.in a selfish way; 4.selfishly;

mwadzidzidzi 1.abruptly; kusintha mwadzidzidzi kwa mtengo wa mafuta = an abrupt change in the oil price; 2.surprisingly; 3.suddenly; 4.unexpectedly; 5.untimely;

mwadzumwadzu while looking around;

mwafuli (chiSwahili) umbrella;

mwai 1.opportunity; 2.chance; 3.luck;

mwaiwe friend;

mwaka (chiSwahili) year; mwaka uno ndidzagula nyumba = this year I'll buy a house;

mwakachetechete 1.very quietly; 2.very silently; 3.noiselessly; 4.peacefully; 5.calmly; 6.patiently;

mwakaligwiritsa 1.parsimoniously; 2.niggardly;

mwakalondolondo 1.while taking time to know something from its root/ origin; 2.meticulously;

mwakatangale corruptly; anapata katundu yenseyo mwakatangale = he obtained all those goods corruptly;

mwakathithi more than sufficiently;

mwakufatsa 1.meekly; 2.patiently; 3.humbly;

mwakufuna voluntarily; aphunzitsi ogwira ntchito mwakufuna = voluntary teachers;

mwakuya deeply;

mwakuyera 1.clearly; 2.cleanly; 3.in a holy way; 4.saintly;

mwala wa chikumbutso 1.gravestone on which an epitaph is written; 2.memorial stone; 3.megalith; 4.memorial pillar;

mwala wa msangalabwi quartz; mwala wa msangalabwi ndi wofunika kwambiri = quartz is very important;

mwala wa mtengo wapatali 1.precious stone (lit.); 2.diamond;

mwala wa tupa 1.grinding stone; 2.file; 3.whetstone;

mwala waung'ono 1.small stone; 2.pebble; 3.small rock;

mwala wautali wa ulemu 1.memorial stone; 2.obelisk;

mwala wodula wa mtundu wa mkaka 1.opal (lit.: a precious stone that looks like milk); 2.limestone; mwala wolimba kwambiri 1.hard rock; 2.granite; mwala wonolera whetstone; mwala wopererapo grinding stone; mwala\miyala 1.stone; mnyamata anakhoma mnzake pa mutu ndi mwala = the boy hit the head of his friend with a stone; proverb: mwala wogubuduzika suyanga ndere (lit.: a rolling stone gathers no moss) = it is not safer to change your position regularly; 2.rock;
mwalamulo 1.legally; 2.according to the law; 3.lawfully; 4.de jure;
-mwalamwaza 1.-spread to dry; anamwalamwaza ufa kuti uwume = she spread the flour to dry; 2.-derange;
mwalimu\waalimu (chiArab/ chiSwahili) Muslim teacher, particularly of the Qur'an;
-mwalira 1.-pass away; 2.-die; pafupifupi akanamwalira = he almost died; expression: thupi lidanka kwawo (lit.: the body went home) = the body died; 3.-be dead; 4.-go down; 5.-give up the ghost;
mwaliwiro 1.fast; 2.hasty; 3.quickly;
mwaluntha 1.cleverly; 2.wisely; Solomo anaweruza mwaluntha = Solomon ruled wisely; 3.competently; 4.intelligently;
mwamachawi 1.zealously; 2.confidently; 3.quickly;
mwamahala (chiTumbuka) 1.free of charge; 2.gratis; 3.intelligently; 4.wisely;
mwamakani 1.stubbornly; 2.disobediently; 3.obstinately;
mwamalaulo 1.sarcastically; 2.obscenely;
mwamalipsata 1.naked; kuyenda mwamalipsata = walking naked; 2.nude; 3.undressed;
mwamaliseche 1.naked; 2.without clothes; 3.undressed; 4.nude;
mwamalumbiro 1.according to the oaths; 2.according to vows; 3.according to promise;
mwamanyado 1.proudly; 2.arrogantly; 3.conceitedly; 4.pompously;
mwamanyazi 1.shyly; 2.shamefully;
mwamasewera 1.lightly; 2.not seriously; 3.superfluously; 4.playfully;
mwamasilamusi magically;
mwamatama 1.proudly; 2.boastfully; 3.pompously; 4.conceitedly; 5.arrogantly;
mwamatamando praisingly;
mwamatsenga magically; mlendoyo anasowa mwamatsenga = the visitor vanished magically;
-mwamba 1.above; 2.on top; 3.high; 4.celestial; 5.heavenly;
mwambi\miyambi 1.proverb; miyambi yonse imakhala yokuluwika = all proverbs are indirect;

2.conundrum; 3.saying; mwambi wakale = old saying; mwambi wa nzeru = wise saying (lit.); 4. narrative (including stories; riddles and proverbs); mwambi wa uzimu wongofotokozedwa = narrative theology; 5.adage;
mwambo wa chiKhristu 1.Christian tradition; 2.Christendom;
mwambo wa chikhulupiriro 1.religious custom; 2.rite; miyambo imene imachitika pa msinkhu wa munthu = rites of passage;
mwambo wa makolo 1.ancestral tradition; 2.traditional custom; 3.culture;
mwambo wa mfunda clan-taboo;
mwambo wa za Mulungu 1.divine tradition; 2.religious tradition;
mwambo wakale 1.ancestral tradition; 2.old culture;
mwambo wolemekeza Mulungu 1.ceremony of praising God; 2.doxology;
mwambo wopatulika 1.holy ceremony; 2.holy tradition;
mwambo wopereka masatifiketi 1.ceremony of handing certificates; 2.graduation ceremony;
mwambo woveka m'busa ordination;
mwambo woveka ufumu 1.installation ceremony of a chief; 2.coronation;
mwambo\miyambo 1.tradition; 2.ceremony; kuyendetsa mwambo = leading the ceremony; anavinidwa mwambo wa unamwali = she underwent the ceremony of virginhood; mwambo wokhazikitsa ufumu/ mwambo woveka ufumu = installation ceremony of the chief; mwambo wodzoza abusa = ordination ceremony; 3.custom; 4.function;
mwambulanda naked; iye anagona mwambulanda = she lay down naked;
mwamgwirizano 1.in unity; 2.according to our agreement;
mwamini\- 1.kind of plastic shoe; 2.flat plastic shoe for ladies;
mwamiochi (chiSwahili) citizen;
mwamisala 1.madly; 2.crazily; anaseka mwamisala = he laughed crazily;
mwamkokomo 1.noisily; 2.while hissing (like a snake); 3.snoringly;
mwamphwayi 1.lazily; anayankha mwamphwayi = he answered lazily; 2.lingeringly; 3.ponderously; 4.slothfully; 5.unwillingly; 6.reluctantly; 7.indolently;
mwampitapita 1.successively; 2.one after another; abale anga anamwalira mwampitapita = my relatives died one after another;
mwamsanga 1.quickly; 2.soon; 3.fast; 4.rapidly;
mwamseri 1.secretly; 2.privately;

mwamtendere - mwana wompeza

mwamtendere peacefully; aMalawi anasintha ndale mwamtendere = Malawians changed politics peacefully;
mwamtudzu 1.rudely; 2.naughtily; 3.stubbornly; 4.impolitely;
mwamuna wa ku Sikotilande 1.Scottish man; 2.Scotsman;
mwamuna wa masiye widower;
mwamuna wa munthu 1.husband; abale akuchimuna = the husband's relatives; 2.married man;
mwamuna wa nsanje 1.jealous man; 2.envious man
mwamuna wako 1.your husband; 2.your spouse;
mwamuna wofedwa widower;
mwamuna wokonda akazi 1.womaniser; 2.skirt chaser;
mwamuna wosakwatira 1.single man; 2.bachelor;
mwamuna wosalemekezeka 1.rascal; 2.cad;
mwamuna wosamala thupi lake kwambiri 1.man who cares for his body very much; 2.smart man; 3.dandy;
mwamuna wosayamika 1.ungrateful man; 2.oaf; 3.lout;
mwamuna wotsala widower;
mwamuna\a- 1.man; expression: mwamuna mnzako mpachulu (lit.: your fellow man is an ant-hill, dare to climb up) = do not underrate your colleague because of appearance, he might be better off than you, provoke him and you will discover a lot; 2.male; 3.chap; 4.husband;
mwamvemvemve 1.speaking clearly; 2.explaining without hiding; 3.speaking openly; 4.succinctly;
mwamvu rainy season;
mwamwambo traditionally;
mwamwano 1.rudely; 2.naughty; 3.notoriously; 4.impolitely; 5.disrespectfully; 6.sarcastically;
-mwamwata 1.-munch; 2.-eat carelessly; 3.-graze; 4.-destroy;
mwamwayi 1.luckily; 2.by chance; 3.fortunately; 4.perchance;
mwana ovutitsa 1.troublesome child; 2.scamp; 3.rascal;
mwana wa chigololo bastard;
mwana wa chipongwe 1.cheeky child; 2.rude child; 3.impolite child;
mwana wa diso pupil of the eye;
mwana wa hatchi foal;
mwana wa kuutsikana first born (lit.: child from girlhood/ young age);
mwana wa Leza rainbow (lit.: child of God);
mwana wa luntha 1.wise child; 2.competent child; 3.prodigy; 4.clever child; 5.intelligent child;
mwana wa m'diso pupil of the eye;

mwana wa m'mimba 1.foetus; 2.embryo;
mwana wa mchemwali 1.child of sister; 2.nephew; 3.niece;
mwana wa mchimwene 1.child of brother; 2.nephew; 3.niece;
mwana wa mlongo 1.child of sister or brother; 2.nephew; 3.niece;
mwana wa mphongo 1.male child; 2.baby boy; 3.son;
mwana wa mthengo bastard;
Mwana wa Mulungu Son of God (refers to Jesus Christ);
Mwana wa Munthu Son of Man (refers to Jesus Christ);
mwana wa mwamuna 1.son; 2.boy; 3.male child;
mwana wa mwamuna womupeza 1.adopted son; 2.step son; 3.foster son;
mwana wa mwano 1.naughty child; 2.rude child;
mwana wa ng'ombe calf;
mwana wa ng'ombe wa mkuwa golden calf (Exodus 32);
mwana wa ng'ona baby crocodile; proverb: mwana wa ng'ona sakulira dziwe limodzi (lit.: a baby crocodile does not grow in one marsh) = variety is the spice of life;
mwana wa nkhosa lamb; Mwana wa Nkhosa wa Mulungu (onani Yohane 1: 29,36) = the Lamb of God (see John 1:29,36;
mwana wa nkhuku chick;
mwana wa nzeru zambiri 1.very wise child; 2.intelligent child; 3.prodigy; 4.bright child; 5.very clever child;
mwana wa patchire 1.bastard; 2.illegal child;
mwana wa pathengo 1.bastard; 2.illegal child;
mwana wa sukulu 1.pupil; 2.scholar; 3.student;
mwana wachisamba first born child; ndine mwana wachisamba = I am the first born;
mwana wakhanda 1.baby; kodi mwana wakhanda akuyamwa bwino? = does the baby suckle well?; 2.infant; 3.newborn child;
mwana wakunjira 1.still born baby; 2.dead infant;
mwana waleza 1.rainbow; 2.spectrum;
mwana wamasiye orphan; malo osamalira ana amasiye = orphanage;
mwana wamkazi daughter; ana a akazi a Ziyoni ndi odzikuza Yesaya 3: 16) = daughters of Zion are haughty (Isaiah 3:16); mwana wamkazi wa mfumu ya chiPwitikizi kapena chiSpain = infanta (title of daughter of the Portuguese/ Spanish king);
mwana wamng'ono 1.little child; 2.young child; 3.kid; 4.infant; 5.baby;
mwana watsekwe gosling;
mwana wobadwa (zilema za m. w.) birth defects;
mwana wompeza 1.adopted child; 2.step child;

313

3.foster child;

mwana wopita padera 1.stillborn baby; 2.dead child at birth;

mwana wosabadwa 1.unborn child; 2.embryo; 3.foetus/ fetus;

mwana wosamvera 1.disobedient child; 2.imp; 3.stubborn child;

mwana wosungidwa 1.foster child; 2.adopted child;

mwana wotola 1.foundling; 2.foster child; 3.waif;

mwana wowapeza foundling;

mwana woyamba kubadwa 1.first born child; 2.eldest child;

mwana wozizira stillborn baby;

mwana\ana 1.child\children; ana ayenera kulemekeza makolo = children have to honour their parents; ndi mwana wa zaka zochepa = it is a young child; mwana wa mphongo = a male child/ a boy; kupondereza ufulu wa mwana = abusing child; kuphwanya ufulu wa mwana = child abuse = kumulakwira mwana; kugona ndi mwana wa chichepere = sexual child abuse; proverb: ukakhala mwana mphanje umayambira pa mchenga (lit.: as a child you begin to hoe a garden on sand soil) = a child should begin where s/he can manage; expression: pakhomo pano ndi pa mwana alirenji (lit.: this home is what the child will cry for) = refers to being plentiful; expression: mwana wopanda mwambo (lit.: an uncultured child) = a child that was not disciplined by corporal punishment; proverb: mwana wa mnzako nsamba m'manja wako nkazingokudya (lit.: someone's child is wash your hands, yours is you just eat) = admonition to mothers who feed their own children, while they send others away to do another task; proverb: kutengera mwana ku mphasa (lit.: to take a child to the mat) = refers to the first time a couple is sleeping together after childbirth: a child is kept between them, the warmth of the parents meets in the child and make it grow well; mwana amatha kudya = the child can eat; mwana wobwerayo = the coming child; proverb: nkhuyu zodya mwana zinapota wamkulu (lit.: figs eaten by a child troubled an adult) = the wrong doings of the children affect adults; 2.offspring; m'chiuno mwa mwana simufa nkhuku (lit.: no hen dies in the waist of a child) = nothing good can be done or said by a child;

mwanaalirenji 1.rich person; 2.person living abundantly; 3.mogul; 4.magnate;

mwanabere\a- 1.swollen lymph gland; 2.inflammed gland;

mwanaleza\- rainbow;

mwanamphepo\a- influenza;

mwananga\a- my child;

mwananu\a- your child;

mwanapiye\a- 1.chick; thadzi lathu lili ndi anapiye khumi = our hen has ten chicks; 2.chicken of one day;

mwanapwa (chiLomwe) dog;

mwanawanga\a- my child;

mwandale 1.politically; 2.tricky; 3.secretly;

mwandawala 1.fast; 2.hastily; 3.at a fast pace;

mwandiwonera pati dwarf;

mwandondomeko 1.orderly; 2.officially; 3.systematically; 4.methodically;

mwangozi 1.by mistake; 2.accidentally; 3.by chance; 4.coincidentally;

mwanji? in which?;

mwanjira imeneyi 1.in this way; 2.in this method;

mwanjira ina 1.in another way; 2.otherwise; 3.somehow;

mwankhanza 1.cruelly; 2.autocratically; analamulira mwankhanza = he ruled autocratically; 3.viciously; 4.malevolently; 5.unkindly;

mwankhungunkhungu 1.hazy; 2.snowy; 3.cloudy; 4.mistry; 5.foggy;

mwano 1.bad behaviour; 2.impudence; 3.sacrilege; 4.audacity; 5.disrespect; 6.cheek; 7.being churlish; 8.rudeness; 9.insolence; 10.vice;

-mwano 1.impudent; 2.cheeky; 3.derogatory; 4.rude; mnyamata wamwano = a rude boy; 5.impertinent; 6.ill-bred; 7.uncouth; 8.unruly; 9.impolite;

mwano wa poyera 1.open defiance; powonetsa mwano wa poyera anagenda apolisi = in open defiance they stoned the police; 2.open audacity;

mwansangala 1.cheerfully; anandilandira mwansangala = he welcomed me cheerfully; 2.gladly; 3.happily;

mwantche 1.doll; 2.figurine;

mwanthano like a story;

mwanthawi zambiri 1.in most cases; 2.generally; 3.normally;

mwanthawi zonse 1.usually; 2.generally; 3.normally; 4.habitually;

-mwanya 1.-smash; 2.-break; 3.-crush;

mwanzeru 1.in a wise way; 2.wisely; 3.sensibly;

mwanzo (chiSwahili) beginning;

mwapadera 1.particularly; 2.specifically;

mwapanatu in the way of being bound/ cornered (lit.: you have caught by a trap);

mwapatalipatali 1.sketchy; 2.scarcely; 3.occasionally; 4.rarely; 5.sporadically; 6.seldom;

mwapendapenda staggeringly;

mwaphee 1.quietly; ukuchita zinthu mwaphee = you are doing things quietly; 2.calmly; 3.patiently 4.silently; 5.peacefully;

mwaphokoso noisily; ndege inanyamuka
mwaphokoso = the plane set off noisily;
mwaphuma 1.too quickly; kudya mwaphuma =
eating too quickly; 2.in great haste;
mwaphunzo 1.obscenely; 2.salaciously;
3.scurrillously;
mwaphwete laughingly;
mwapyola while passing by;
mwatani? what is wrong? (lit.: what have you
done?);
mwatanthauzo 1.meaningfully; 2.significantly;
mwatchutchutchu 1.emphatically; ananena
mwatchutchutchu = he spoke emphatically;
2.honestly; 3.entirely; 4.openly; 5.succinctly;
6.outrightly; 7.honestly; 8.frankly; 9.directly;
mwathunthu 1.wholly; 2.completely; 3.entirely;
mwatsatanetsatane 1.in succession; 2.orderly;
3.systematically; 4.solemnly;
mwatsoka 1.unfortunately; 2.by mistake;
ndinatenga mwatsoka = I took it by mistake;
3.unluckily;
mwauchitsiru 1.foolishly; 2.stupidly; 3.idiotically;
4.unwisely;
mwaufulu 1.peacefully; 2.open-handedly; 3.at
liberty;
mwaugogodi 1.foolishly; 2.stupidly; 3.daftly;
mwaukadaulo 1.professionally; 2.competently;
3.sagaciously; 4.cleverly; 5.technically;
6.proficiently;
mwaukali angrily (emotions are shown);
mwaukamberembere 1.deceitfully; 2.secretly;
3.unfaithfully; 4.dishonestly;
mwaukapsala 1.perversely; 2.obliquely;
mwaukatswiri 1.technically; 2.cleverly;
3.sagaciously; 4.professionally; 5.competently;
mwaukhondo 1.hygienically; 2.neatly; 3.smartly;
4.tidily; 5.trimly; 6.decently;
mwaulemu 1.politely; 2.morally;
mwaulere 1.gratis; 2.free; 3.favouringly;
mwaulesi 1.lazily; bambo wanga ankagwira ntchito
mwaulesi = my father was working lazily;
2.slothfully;
mwaumbombo 1.meanly; 2.greedily; 3.niggardly;
4.stingly;
mwaumbuli 1.unwisely; 2.ignorantly;
3.unknowingly;
mwaumphawi poorly;
mwautambwali 1.deceitfully; 2.unfaithfully;
3.dishonestly;
mwauve unhygienically;
mwavi\- poison ordeal/ poison administered by
witch doctors to suspects of witchcraft (those who
die because of the poison are said to be guilty,
those who vomit the poison and survive, are

released);
mwawefuwefu pantingly;
mwaye soot; muli mwaye wambiri mukhitchini
mwathu chifukwa cha utsi = there is a lot of soot in
our kitchen because of smoke;
mwayekha 1.individually; 2.independently;
3.spontaneously; 4.alone;
mwayi 1.opportunity; kupeza mwayi = finding
opportunity; 2.chance; adapeza mwayi = they
found chance; pali mwayi = there is a chance;
3.luck; kukhala ndi mwayi wanga wotsiriza =
having my last luck; kupeza mwayi = finding luck;
ndili ndi mwayi = I am lucky; expression: mwayi
wanzama (lit.: luck of beans) = being lucky/
jammy; 4.good luck; 5.fortune; 6.advantage;
7.privilege;
mwayi osankha 1.choice; 2.option; 3.altenative;
mwayi wa kupambana 1.prospect; 2.chance;
mwayi wodzipezetsa zabwino 1.self consideration;
2.opportunism;
mwayi wolowera 1.way; 2.access; 3.admission;
mwayi wosankha 1.option; 2.alternative; 3.choice;
-mwaza 1.-scatter; 2.-disperse; chinthu chimene
chinamwaza anthu = a thing which dispersed the
people; anamwaza ana pa sukulu = they dispersed
the children at the school; 3.-spread; expression:
uyu ndi mwazire (lit.: she is a spread them for us)
= she is a trouble maker/ one who disunites people
in a village; 4.-spend; boma limamwaza ndalama =
the government spends money; 5.-destroy; 6.-
vandalise; 7.-destruct; 8.-splash; mwaza madzi =
splash water; 9.-sprinkle water; 10.-muss; mwana
anamwaza mchere = a child mussed salt; 11.-
misuse; kumwaza chuma cha boma = misusing the
government funds; 12.-lose; ndamwaza ndalama
zambiri = I have lost a lot of money; 13.-cause
enmity; 14.-spatter;
-mwaza madontho pa chinthu 1.-splash drops on
something; 2. -spatter;
-mwaza mutu 1.-be disturbing; 2.-be shattering;
-mwaza ndalama 1.-spoil money; 2.-splurge; 3.-
squander; 4.-spend carelessly; 5.-use deliberately;
mwazi blood ; 'uwu ndi mwazi wanga'(1 *Akorinto*
11: 25) = 'this is My blood'(1 *Cor*. 11: 25);
anataya mwazi = he lost blood; ndaowomboledwa
ndi mwazi wa Yesu = I have been saved by the
blood of Jesus;
-mwazidwa pamalo akulu 1.-be broadcast; 2.-be
farflung; 3.-be dispersed in a wide area;
-mwazika 1.-be spread; dothi linamwazika = the
soil was spread; 2.-be dispersed; anthu
anamwazika utatha mwambo woyika maliro =
people were dispersed after the burial ceremony;
3.-be level; 4.-be scattered; 5.-spatter; 6.-be

disjointed; 7.-act disorderly; 8.-be distorted; 9.-be
lost; ndalama yamwazika = the money has been
lost;
-mwazika mutu 1.-be puzzled; 2.-be scatty; 3.-be
mad; 4.-be confused; 5.-be indecisive;
-mwazikana -be scattered; mbale zinamwazikana
paliponse = the plates were scattered all over the
floor;
-mwazikira 1.-be spread; dothi linamwazikira = the
soil spread; 2.-level; 3.-spread out; 4.-be levelled;
dothi linamwazikira = the soil was levelled;
-mwazitsa 1-.disperse; 2.-disband; 3.-disintegrate;
4.-scatter;
-mwe 1.as well; 2.even; 3.the same; nkhani
yomweyo = the same issue;
-mwedwa 1.-be potable; 2.-be drinkable;
-mweka 1.-be drinkable; 2.-be potable;
-mwemwetera (chiTumbuka) 1.-cheer; 2.-be
happy; 3.-smile; 4.-grin; 5.-smirk;
mwendero\mi- pallet used for carrying a casket;
mwendo\miyendo 1.leg; anapweteka pamwendo =
his leg was hurt; mwendo wapanga dzanzi = the
leg has muscle cramp; miyendo itali itali =
miyendo yaitali = long legs; expression; mwendo
ngati timba (lit.: a leg as if it is of timba) = a
mocking remark about a thin person, e.g. likening
him with timba which is a bird with very thin legs;
mwendo wothyoka = a broken leg; ali miyendo
tambalale = his legs are stretched (when sitting);
proverb: mako ndi mako usamuone kuchepa
mwendo (lit.: your mother remains as such,
disregard her thin leg) = a mother is mother
regardless of her stature = mother has to be
respected regardless of her poor structure;
2.distance; pali mwendo = there is a long distance;
mwendophikalo\mi- large snake-eating bird;
mwenecharo (chiTumbuka) person who
supervises and allocates the land of the
community, i.e. traditional chief (lit.: owner of the
land);
mwenimweni 1.in there exactly; 2.utterly;
mwenye m'sitolo sales man (lit.: Indian in the
shop);
mwenyekiti (chiSwahili) chairman; mwenyekiti
ndiye woyendetsa msonkhano = the chairman is
the leader of the meeting;
-mwerera (chiTumbuka) 1.-absorb; 2.-percolate;
madzi amamwerera mu nthaka ya mchenga =
water percolates into the sandy soil; 3.-drink beer
heavily;
-mweta -cut grass; agogo akumweta udzu ndi
chikwakwa = granny is cutting the grass with a
sickle;
mweteko\mi- love potion;

mwetha dew;
-mwetsa 1.-cause to drink; 2.-drink a lot; 3.-
inebriate;
-mwetsa chigoli 1.-score a goal; 2.-achieve a goal;
3.-win a point;
-mwetsera 1.-blot out with blotting paper; 2.-fill in
with a pipe;
-mwetsula 1.-eat off grass (by animals); 2.-break
string in two;
-mwetula -take a bite out of flesh;
-mwetulira 1.-smile; anali omwetulira kwambiri =
she had a big smile on her face; ndimakonda
m'mene amamwetulirira = I like the way she
smiles; anamumwetulira = she smiled at him; 2.-
grin; mwamuna wanga analowa akumwetulira =
my husband came in grinning;
-mwetulira mopusa 1.-smile insincerely; 2.-simper;
3.-smirk;
-mweza -flow;
mwezi wa mawa next month;
mwezi\miyezi 1.month; kwa mwezi wa thunthu =
for a month; mwezi watha = last month; mwezi wa
mawa = next month; mwezi wotsatira = the
following month; 2.moon; anapita mu kuwala kwa
mwezi = they went by moonlight;
mwikho (chiLomwe) taboo;
mwili (chiSwahili) body;
mwina 1.perhaps; mwina mawa = perhaps
tomorrow; mwina ku chipatala = perhaps in
hospital; mwina mvula ibwera = perhaps it will
rain; 2.may be; mwina ndidzapita = may be I will
go; 3.sometimes; 4.in another place; 5.in
somewhere else; ali mwina = he is inside
somewhere else; 6.or; 7.otherwise; sindichitira
mwina ayi = I can't do otherwise;
mwina mwake 1.otherwise; 2.perchance; 3.may be;
mwinamanga (chiLomwe) cat;
mwini banki 1.owner of a bank; 2.banker;
mwini chikhuthe publican;
mwini chipala blacksmith;
mwini dziko 1.rich person; 2.mogul;
mwini khomo nyumba 1.resident; 2.landlord;
3.owner of the house; 4.proprietor;
mwini khutu 1.inner ear; 2.internal ear; 3.eardrum;
ndi mbali ya khutu mmene muli ng'oma = it is the
part of the ear that consists of the eardrum;
4.middle ear; 5.tympanic membrane;
mwini maliro maternal uncle or elder brother of the
deceased;
mwini malo 1.landowner; 2.landlord;
mwini mkazi 1.husband; 2.married man;
mwini munda 1.garden owner; anali eni minda =
they were garden owners; 2.landowner;
mwini mwamuna 1.wife; 2.married woman;

mwini nkhondo war-lord;

mwini ntchito employer;

mwini ntchito za malonda proprietor;

mwini nthaka landowner;

mwini nyumba 1.house owner; 2.landlord;

mwini nyumba wamkazi 1.female house owner;
2.landlady;

mwini sitolo 1.grocer; 2.storekeeper;

mwini wokonza poyamba author;

mwini zonse 1.owner; 2.possessor;

mwini\eni 1.owner; mwini mbumba = the owner of
the lineage/ clan; the man to whom the children
bearers of the family belong in matrilineal Chewa
culture, the 'malume' i.e. the mother's eldest
brother; this 'malume' receives respect from the
audience, he acts as (a) nkhoswe, i.e. represents
cousins in marriage and education matters, (b)
mwini maliro, responsible for burial rites when
cousins die; proverb; choipa chitsata mwini (lit.:
the evil trails its owner) = if you do a bad thing to
someone expect a bad thing to happen to you as
well; 2.proprietor; 3.personally; kwa ife eni = for
us personally; 4.possessor;

mwinidziko person who supervises and allocates
the land of the community, i.e. traditional chief
(lit.: owner of the land);

mwinikhutu\a- eardrum;

mwinimudzi village chief;

mwinimwini proper noun;

mwininkhani 1.subject (adj); 2.owner of the case;

mwinjiro 1.robe; 2.cassock; 3.gown; 4.vestments;
5.cloak;

mwiri\a- civet cat;

mwisho (chiSwahili) end;

mwiyo\- kind of bird singing monotonously;
expression: kuyimba mwiyo (lit.: singing
gibberishly) = saying/ acting in a disinterested
way;

mwovu (chiSwahili) devil;

myambitsa\a- 1.beginner; 2.starter; 3.pioneer;

myocardium (heart muscle) mnofu wa mtima;

mYuda\a- Jew; iye ndi mYuda = he is a Jew by
birth;

-myula 1.-come off (as skin from a blister); 2.-
abrade;

mzakhali\a- aunt (sister to one'sfather/mother);

mzalo in the fingers;

-mzama 1.-dig out with your hands; 2.-pull out;
adachita mwayi wa mzama wopalasa ndi manja
khasu lilipo = he had a chance of pulling out
ground peas with the hands while the hoe is there;

mzamba\a- 1.midwife; 2.birth attendant; 3.birth
assistant;

mzambwe 1.male dove; 2.an elderly man;

mzati\mi- 1.pillar; good future; Yesu ndi mzati wa
mpingo= Jesus is the pillar of the Church; 2.grave
monument; mzati wa tsogolo labwino = the pillar
of a good future; 3.central pole/ support pole;
nyumba ya bambo anga ili ndi mizati isanu = my
father's house has five central poles; 4.column (for
supporting inside); expression: uyu ndi mzati (lit.:
he is a column) = he is a person upon whom one
can rely; 5.brace; 6.stut;

mzee (chiSwahili) 1.you; 2.old person;

mzenenga\ma- bangle;

mzengo\mi- 1.dried meat put on a stick; 2.long and
thin pole;

mzere wodula dziko pakati 1.a line which divides
the earth into North and South; 2.equator; mzere
wongoyerekeza wodula dziko pawiri kuchokera
kumpoto mpaka kumwera = an imaginary line
drawn on the earth and dividing it into North and
South;

mzere wokhota 1.curve; 2.curved line; 3.bend;
4.bent line; 5.arc;

mzere wokhotakhota 1.zigzag line; 2.crisscross
line;

mzere wongoganizira wowonera zinthu 1.line of
sight; 2.imaginary line; e.g. horizon;

mzere wopindika 1.curve; 2.curved line; 3. bent
line; 4.arc;

mzere wowongoka straight line;

mzere\mi- 1.line; m'mizere = in lines; mzere wa
pakati = middle line; mzere wa kutsogolo = front
line; 2.row; 3.queue; pamzere = in a queue;
tinayima pamzere wokalowa m'basi = we queued
up for the bus; 4.stripe; 5.band of colour; 6.rank;
7.ridge; bzalani pa mizere = plant on ridges;
8.wrinkle; mizere pa mphumi = wrinkles on the
forehead;

mzibambo owoneka bwino 1.handsome man;
2.heart-throb; 3.gentleman;

mzibambo uja that man;

mzibambo wosiririka 1.handsome man; 2.heart-
throb;

mzibambo\a- 1.man; 2.gent; 3.gentleman; 4.father
(polite); 5.chap;

mzibowo 1.opening; 2.hole; 3.perforation;

mzikanda scratching;

mzikiti\mi- mosque; kumwera kwa Malawi kuli
mizikiti yambiri = there are many mosques in the
southern part of Malawi;

mzimayi wachigololo 1.adulterous woman;
2.prostitute;

mzimayi wachiwerewere 1.adulterous woman;
2.prostitute;

mzimayi wokondedwa ndi mzibambo 1.lady
loved by a gentleman; 2.inamorata (masculine:

inamorato);

mzimayi wonyansa hag; mzimayi wakale amene amakhulupiriridwa kuti ndi mfiti = an ugly old woman who is believed to be a witch;

mzimayi wosangalatsa 1.cheerful woman; 2.hostess;

mzimayi\a- 1.lady; 2.mistress; 3.woman; 4.madam; 5.mother;

mzimba (chiNgoni) body;

mzimba\mi- cock;

mzimbe\mi- sugar-cane;

mzime\a- last born; uyu ndi mzime wanga = this is my last born child;

mzimizi\a- 1.deceased (n); 2.corpse; 3.cadaver;

mzimu wa chidziletso 1.self-control (*Timothy* 1:7); 2.self-discipline; 3.abstinance;

mzimu wa makolo ancestral spirit;

mzimu wa munthu 1.soul of a person; 2.psyche;

mzimu wogona ndi amuna ali mtulo 1.succubus (female demon supposed to have sexual intercourse with sleeping men); 2.incubus (evil spirit that is supposed to descend on sleeping persons);

mzimu woipa 1.devil; 2.satan; 3.demon; 4.fiend; 5.evil spirit;

Mzimu Wopatulika 1.Holy Spirit; 2.Holy Ghost; 3.Comforter;

Mzimu Woyera 1.Holy Spirit; Mulungu anatumiza Mzimu Woyera = God sent the Holy Spirit; 2.Comforter; 3.Holy Ghost;

mzimu\mi- 1.spirit; mzimu wake uwuse mu mtendere = may his soul rest in peace; Mzimu Woyera = the Holy Spirit; mzimu wa mbwebwe = spirit of divination/ soothsaying; sing'anga wa mizimu = a traditional doctor influenced by spirits; mzimu wa chinyengo = the spirit of deceit; mzimu wa chisokeretso 1 *Yohane* 4:1) = the spirit of misleading (1 *John* 4:1); 2.soul; 3.spook; 4.ghost; 5.apparition; 6.psyche;

mzimuka! 1.you should go! 2.you should leave!;

mzimuzimu in the true spirit;

mzinazina delay; amachita mzinazina pogwira ntchito = he always delays in doing work;

mzinda wa mfumu 1.chief's city; 2.capital;

mzinda wodziyimira municipality;

mzinda wopatulika holy city; Yerusalemu ndi mzinda wopatulika = Jerusalem is the holy city;

mzinda\mi- 1.town; 2.city; proverb: za kumzinda sawulula (lit.: don't reveal things of the city) = don't reveal secrets; 3.rights granted to the Chewa chiefs to have Nyau Secret Society; 4.solemn initiation of girls; 5.grave yard;

mzinga\mi- 1.bee-hive; 2.cannon; 3.gunshot;

mzingamphiri creeping grass (usually grows in dambo land);

mzingaphiri tall grass (usually grows on mountains);

mziru fruit of fig type;

mzizima 1.humming noise; 2.noise made by an owl; 3.sound of a heavy goods vehicle from afar;

mzondi\a- 1.scout; 2.spy; 3.enemy;

mzondo\mi- 1.fringe; 2.initiation for girls among the Yao;

mzozodo\mi- 1.able person; expression: iye ndi mzozodo (lit.: he is a genius) = he is a very clever and able person; 2.complementor; 3.professional person;

mzukwa\mi- 1.apparition; 2.spook; 3.spirit with body; 4.ghost; 5.spectre; 6.dragon; 7.phantom;

mzuli\mi- 1.Islamic hat; 2.fez;

mZungu\a- 1.European (lit.: wonder maker); 2.rich/ wealthy person; expression: anzathu inu ndinu Azungu tsopano (lit.: you are a European now) = you are rich now; 3.white man;

mzuwa cooked porridge (esp. suitable for a newly born baby);

mzwanya\mi- 1.skilled person; 2.specialist; 3.knowledgeable person; 4.expert; 5.experienced person; 7.veteran; 8.crack; ndinali mzwanya pa masamu = I was a crack in mathematics;

N

n- it is/ he is/ she is/ they are (identification); nmkazi = she is a woman; nchipatala = it is a hospital; nkutali = it is far; npafupi = it is nearby; na 1.with; na ine = with me; 2.and me;

Na title expressing respect for an unmarried or a married woman indicating her father's name = dzina la ulemu la mkazi wosakwatiwa kapena wokwatiwa lolozera dzina la abambo ake; Na Nkhoma = Miss/ Mrs Nkhoma; Amayi Hava Phiri ndi Na Banda (Phiri is her husband's name and Banda is her father's name);

-na other; Bamb o Banda ndi anzawo ena awiri = Mr Banda and the two others;

nabili\a- (chiSena) morbilli;

nacho (-li nacho) -have (refers to singular nouns of the chi-zi class); muli ndi chisoti? ee ndili nacho = do you have a hat? yes I have;

nachoni! 1.-go on with it!; 2.-proceed with it; 3.-carry it on; 4.-continue; 5.-keep on;

nadzambwe\a- male bee;

nadzikambe\a- chameleon;

nadzochi\a- male bee;

nafe 1.and we; 2.with us;

nakafumbwe\a- weevil;

-nakama 1.-sweeten; 2.-make sweeter;

nakamuna\a- gentleman;

-nakanaka 1.-be sticky; thupi lake liri nakanaka = his body is sticky; 2.-be untidy; 3.-be dirty;

nakaunde\a- pink bead;

nakhuwo (chiLomwe) maize;

nako (-li nako) -have (refers to singular nouns of the ka-ti class); muli ndi kabuku? ee ndili nako = do you have a booklet? yes I do;

nakubala\a- 1.parent; 2.relative; 3.father and mother;

nakupungala\a- bead;

-nali lungumale -be idle; mwamunayo anangoti lungumale pa mpando = the man was idle on the chair;

nalikungwi\ma- cobra;

nalimpsimpsi\a- kind of small bat;

nalinsi\a- pin;

nalipembedzu\a- gale;

nalitengere\a- kind of tree;

naliti\a- needle;

nalo (-li nalo) -have (refers to singular nouns of the li-ma class); muli ndi dengu? ee ndili nalo = do you have a basket? yes I do;

nam'madzi\a- lake dweller;

nam'phathika\a- hasp;

-nama 1.-lie; kunena zonama = telling lies; 2.-be mendacious; 3.-cheat; kunama sikupindula = cheating does not pay; 4.-deceive; 5.-be spurious; 6.-falsify; 7.-be false; 8.-be unfounded; 9.-swindle; 10.-be untruthful;

-nama mwa utambwali 1.-swindle; 2.-cheat; 3.-dupe; 4.-fiddle;

namadyabwino\a- 1.rich person; 2.wealthy person; 3.the haves; 4.mogul; 5.magnate;

namalamba\a- 1.veteran; 2.rich person; anamalamba ali ndi chuma = the rich have wealth; 3.inspector; 4.security officer; 5.general in the army;

namalawa\a- 1.ladle; 2.wooden spoon;

Namalenga name for God (lit.: Creator);

namalowe\a- 1.vibration; 2.echo; 3.reverberation;

namandwa\a- 1.person of advanced age (say over 50) who has a responsibility in life; namandwa wa mbumba = man responsible for the generation; 2.professional man;

Namani Naaman (2 *Mafumu* 5: 1);

namasamba green mamba;-

-namasamba -be green;

namasupuni\a- water hyacinth;

namatetule\a- 1.mature person; 2.expert; 3.hero; 4.giant; 5.specialist; 6.proficient; 7.wealthy/ rich person; 8.famous/ great person;

namavutitsa\a- troublesome person (usually female);

namazani/ namasani (chiArab) 1.fasting; anamanga namasani = they began fasting; period of Ramadan;

nambala\ma- (chiNgerezi) 1.number; 2.code; 3.figure; 4.cipher;

nambwibwi\a- 1.fountain; 2.spring;

namchidwe\a- frog;

namfedwa\a- bereaved person;

namgogoda\a- 1.kind of bird (makes nests in dry trees); 2.old bicycle which makes noise when moving;

namgogomola\a- kind of bird (makes nests in dry trees);

-namiza 1.-deceive; 2.-cheat; 3.-beguile; 4.-trick; 5.-bog; 6.-calumniate; 7.-lie;

-namizana -deceive one another; anyamata akungonamizana = the boys are just deceiving one another;

-namizira 1.-backbite; 2.-accuse; 3.-slander; 4.-vilify; 5.-feign; namizira kuti ndiwe wopenga = feign that you are mad; 6.-pretend;

-namizira maonekedwe a munthu 1.-impersonate; akumuyimba mlandu wonamizira maonekedwe a munthu = he was sued because he had impersonated someone else; 2.-pretend to be; 3.-

mimic;

-namizira wina -frame;

-namiziridwa -be accused of;

namkandiwu\a- scorpion;

namkungwi\a- 1.counsellor; 2.advisor; 3.elderly woman in charge of the initiation of girls;

namlondola\a- divining stick;

namng'omba\a- ibis; namng'omba ndi mbalame yayikulu yakuda yokhala ndi mlomo wautali = an ibis is a very big black bird with a long beak;

namnjerezi\a- dragonfly;

namntchichi\a- ibis; namntchichi ndi mbalame yaikulu yakuda ndi mlomo wautali = the ibis is a very big black bird with a long beak;

namondwe\a- 1.whirlwind; namondwe ndi mphepo ya mkuntho = a whirlwind is a strong wind; 2.storm at sea;

namsisi\a- kind of bat;

namtadza\a- root;

namtindi wa anthu 1.multitude; namtindi wa anthu = multitude of people; 2.scores; 3.crowd; ndinawona namtindi ali kubwera = I saw a crowd coming;

namtunga\a- needle;

namwali\a- 1.virgin; Mariya Namwali Wodala = Blessed Virgin Mary (B.V.M.); 2.damsel; 3.girl who has reached puberty;

namwalikande\a- 1.swine; 2.pig;

namwaliveke\a- 1.pig; 2.swine;

namwibi\a- big housefly;

namwino\a- 1.nurse; Lonjezo ndi namwino = Lonjezo is a nurse; nyumba yogona anamwino = a hostel for nurses; 2.midwife;

-nanaka -stick;

nanazi\zi- pine apple;

nandolo\- cow peas;

-nandula -draw sticky things;

nandumu\a- navel;

nane 1.with me; akhala nane = he will be with me; nawe = with you; naye = with him/her; nacho/ nako/ nalo/ nawo = with it/with them; 2.and me;

nanenso 1.and me; 2.also me;

nanga? 1.and (only opening questions); nanga mubwera liti? = and when will you come?; nanga, mukupita kuti tsopano? = and, where are you going now?; 2.but; nanga mubwera? = but will you come?; nanga umatani? = but what were you doing?; nanga muli bwanji? = but how are you?; 3.what;

nangoma\a- 1.roasted and pounded maize; 2.kudu;

nangula\a- 1.anchor; nangula wanga ndi Yesu Khristu = my anchor is Jesus Christ; 2.unmoved person;

nankabawi\a- hawk;

nankafumbwe\a- corn weevil; expression: mthupi mwawo mwalowa nankafumbwe (lit.: in his body a corn weevil has entered) = he is always in bed due to sickness;

nankalizi\a- centipede;

nankwichi\a- long tailed bird;

nansanganya herb of which the crushed and burnt roots are used for tradional cleansing/ ritual cleansing;

nantchengwa kind of bird;

nanthambwe\a- kind of bird;

nantukunya 1.halitosis (bad smell coming from the mouth); 2.bleeding from the gums;

nantunda (chiLomwe) 1.love potion; 2.medicine for a lover;

nanu 1.and you; 2.with you;

napantha 1.influenza; 2.flu;

napolo 1.big erosion caused by flood; anthu adasesedwa ngati padutsa napolo = people were swept away as if a flood had passed; 2.kind of beer;

napose herb of which the crushed and burnt roots are used for tradional cleansing;

napsipsi\a- kind of bat;

napweri\a / napwere\a- (chiLomwe) albino;

-nata 1.be sticky; dothi ndi lonata = the soil is sticky; 2.be gluey;

nato (-li nato) -have (refers to plural nouns of the ka-ti class); muli ndi timabuku? ee ndili nato = do you have booklets? yes I do;

nawa here are you;

nawe 1.and you; 2.with you;

nawenza\a- scavenger;

nawo 1.and they; 2.with them;

nawo (-li nawo) 1.-have (refers to plural nouns of the mu-a class and of the li-ma class); muli ndi ana? ee ndili nawo = do you have children? yes I do; muli ndi agalu? ee ndili nawo = do you have dogs = yes I do; 2.-have (refers to singular nouns in the mu-mi class and the u- class); muli ndi mpira? do you have a ball?; muli ndi ufa? ee ndili nawo = do you have flour? yes I do;

naye 1.and him/her/it; 2.with him/her/it;

naye (-li naye) -have (refers to singular noun of the mu-a class); muli ndi mwana? ee ndili naye = do you have a child? yes I do; muli ndi galu? ee ndili naye = do you have a dog? yes I do;

-nayi suffix representing the ordinal number 'four', preceded by the subject concord of nouns; anthu anayi = four people; agalu anayi = four dogs; mipira inayi = four balls; madenga anayi = four roofs; zisoti zinayi = four hats; nyumba zinayi = four houses; timabuku tinayi = four little books; mbuzi zinayi = four goats;

nayo (-li nayo) -have (refers to plural nouns in the mu-mi class and singular nouns in the i-zi class); muli ndi mipira? ee ndili nayo = do you have balls? yes I do; muli ndi nyumba? ee ndili nayo = do you have a house? yes I do;

nazare (chiNgerezi) nursery; nazare ya chinangwa = nursery of cassava plants;

nazikambe\a- chameleon;

nazo (-li nazo) -have (refers to plural nouns of the chi-zi class and of the I-zi class); muli ndi zisoti? ee ndili nazo = do you have hats? yes I do; muli ndi nyumba? ee ndili nazo = do you have a house? yes I do;

nchakale being very old; chinthuchi nchakale = this thing is very old;

nchako being yours;

nchayani? whose?; kodi chinthu ichi ndi chayani? = whose thing is this?;

-nchenchenthula -bite;

nchepsa 1.one who likes to belittle others; expression: nyalugwe nchepsa za anzake (lit.: a leopard belittles others' achievements) = one who is proud/ who always thinks he is better than others; 2.scanty;

ncheto\- arrow (barbed arrow);

nda- prefix of verbs in present perfect tense, in first person singular; ndaphunzira = I have learnt;

nda + mneni the word nda + verb denotes the perfect tense and describes an action that began in the past and is still going on in the present; ndakhalira mpando = I have sat on the chair/ I am sitting on a chair; akhalira mpando = they have sat on a chair/ they are sitting on a chair;

-ndadala -be blessed; chaka chino ndadala = I have been blessed this year;

ndagala (chiYao) initiation place/ house/ shelter/ camp;

ndagi\-/ ndaji\- 1.riddle; 2.conundrum;

ndakatulo ya chisoni 1.sorrowful poem; 2.elegy;

ndakatulo yayitali 1.long poem; 2.ode;

ndakatulo yosangalatsa 1.humorous poem; 2.limerick; 3.interesting poem;

ndakatulo\- 1.poem; ndime za ndakatulo = the stanzas of a poem; kodi ndichifukwa chiyani umakonda kulemba ndakatulo? = why do you like writing poems?; 2.lyric;

ndala kind of snake;

ndala (chiSwahili) slippers;

ndala\ma- 1.reflection of light; 2.glinting off of light; 3.spectacles;

ndalama ya chindapusa 1.punishment money; 2.fine; ndinalipira mlandu = ndinalipira chindapusa = I paid a fine;

ndalama ya ku Amereka 1.American money;

2.dollar;

ndalama ya pa ulendo 1.transport money; 2.fare; 3.travel money;

ndalama yeniyeni hard cash (lit.: real money);

ndalama yoperekedwa poyamba 1.deposit; 2.pay down;

ndalama za chipukutira misozi condolence money;

ndalama za chitsulo coins (lit.: metal money);

ndalama za malipiro 1.salary; 2.wages; 3.income; 4.earning; 5.pay;

ndalama za msonkho tax money;

ndalama za nkhaninkhani a lot of money;

ndalama zamasiye legacy;

ndalama zochepera deficit;

ndalama zochuluka 1.large sum of money; 2.king's ransom;

ndalama zogwiritsidwa ntchito hard cash;

ndalama zolandira moyo wonse life annuity;

ndalama zolandiridwa 1.income; 2.deposit;

ndalama zoletsa kuwulula zinthu 1.hush-money; 2.bribe;

ndalama zoletsa kuwulula zochitika 1.bribe; 2.hush-money; 3.palm-oil;

ndalama zolowa income;

ndalama zolowa ku malonda 1.expenses; 2.expenditure; 3.debit;

ndalama zolowa kwa munthu/ bungwe 1.income; 2.revenue;

ndalama zolowera 1.entry fee; 2.admission fee; 3.subscription fee; 4.booking fee;

ndalama zopepesera condolence money;

ndalama zoperekedwa ku bungwe lodzalipira 1.compensation; 2.insurance; 3.reimbursement;

ndalama zopezeka 1.profit; 2.proceeds; 3.income; 4.earning;

ndalama zosungidwa 1.money saved; 2.deposit; iye adasunga ndalama zokwana 5000 kwacha ku banki = she made a deposit of five thousand kwacha to the bank; 3.nest egg;

ndalama zosupa 1.reward; 2.prize;

ndalama zotapidwa 1.money withdrawn; 2.debit;

ndalama zoyambira malonda 1.cash in hand; 2.capital;

ndalama\- 1.money; ndalama zonse = all the money; ndalama zinapatsidwa kwa iye ndi John = the money was given to him and John; ndalama zinaperekedwa kwa iye = the money was given to him; amasakaza ndalama kwa akazi = he wastes money on women; tatinyemerani ndalama = just give us money; ndalama za chipukuta misonzi/ ndalama za chipepeso = money as a compensation; njira zopezera ndalama = the source of money;

kuwononga ndalama = spoiling money; 2.finances;

-**ndale** political; ufulu wa zandale = political freedom;

ndale\- 1.politics; a Yona analowa ndale = Mr.Yona joined politics; adali m'Ngerezi pa ndale = he was doing politics in the English way; iye ndi katswiri pa ndale = he is a specialist in politics; ndale za mazunzo = politics of persecution; 2.trap;

ndalira\a- bangle;

-**ndanda** 1.-make line; ana amandanda pa mzere owongoka = children make a straight line; 2.-queue; ndandani apa = queue here; 3.-make a list;

ndanda\ma- egg; expression: adalera mwana wawo ngati ndanda(lit.: he brought up his child like handling an egg) = he brought up his child very carefully;

-**ndandanda** 1.-be on line; 2.-be in order;

ndandanda wa malamulo a pamsewu 1.list of laws for the road; 2.highway code;

-**ndandika** 1.-arrange; anandandika maluwa = she arranged the flowers; 2.-put on line; 3.-put in order;

-**ndanenandanena** 1.-be irreversible; 2.-be inflexible; 3.-be not withdrawing; 4.-be conservative; 5.-be not willing to change mind; 6.-be unchangeable;

ndani? 1.who is it? 2.whom?; apatsa ndani? = to whom have they given it?; mukufuna kuwonana ndi ndani/yani? = whom do you want to see?; 3.who?; ndani abwera madzulo? = who is coming this afternoon?;

ndapusa 1.money paid for not following order of marriage among the chewa; 2.I have been fooled; 3.I am a fool;

ndapusitsidwa 1.I have been fooled; 2.I have been made a fool; 3.I am fooled;

-**ndata** 1.-direct; 2.-go straight;

ndawala 1.walking fast; expression: khoma ndawala (lit.: hammer speed) = walking very fast; 2.speed (of person who moves fast without running);

ndege ya nkhondo war-plane;

ndege\- (chiSwahili) 1.plane; anatsika ndege = he got out of the plane; 2.aeroplane; ndege idzatera = the aeroplane will land;

ndekesha\- 1.unfitting clothes (esp women); 2.miniskirt; chemwali anga agula ndekesha = my sister has bought a miniskirt; 3.tight clothes that show shape of the body;

ndekha 1.only; ine ndekha = I only; 2.alone;

ndemanga ya mnyumba ya Malamulo 1.comments of Parliament; 2.Hansard; ndemanga yolembedwa ya zomwe zimalankhulidwa mu Nyumba ya Malamulo ya ku Britain = written

comments on the deliberations in the Parliament in Britain;

ndemanga yokwiyitsa 1.angering comment; 2.upsetting comment; 3.provocative comment; 4.disappointing comment;

ndemanga\- 1.comment; kodi ndemanga yako ndi yotani? = what is your comment?; mtolankhani analemba ndemanga = the journalist wrote a comment; 2.remark;

ndembera (chiTumbuka) 1.flag; 2.pennant; 3.pennon;

ndemera\- vital force; Iye ali ndi ndemera = he has a vital force;

ndemwe -self; ine ndemwe = I myself;

-**ndende** 1.imprisoned; 2.exilic; 3.circular; khonde landende = circular verandah; 4.jailed;

ndende\- 1.prison; kodi ali mundende ndani tsopano? = who is in prison now?; 2.gaol; 3.jail; timapempherera anthu a mu ndende = we pray for people in jail; 4.nick; 5.captivity; 6.exile; anachotsedwa m'dziko lake mwachilango = he was punished with exile;

ndende\ma- 1.calabash; 2.gourd; 3.cup;

-**ndendende** 1.brimful; 2.same; 3.identical; 4.similar; 5.filled to capacity; 6.level with;

-**ndendenga** -be tight; anavala zovala za ndendenga = he was wearing tight clothes;

-**ndendera** 1.-be round; nyumba zathu ndi zandendera = our houses are round in shape; 2.-be ball shaped;

ndendera\- round shaped house; ndendera yanga yagwa = my round shaped house has fallen down;

ndendere\mi- necklace; amakonda kuvala ndendere = he likes wearing necklace;

-**ndengula** 1.-drift; bwato linandengula = the boat drifted away; 2.-be adrift; 3.-stagger; 4.-wobble; 5.-stumble;

-**ndenguma** 1.-be unsteady; 2.-be shaky; 3- wobble;

ndense 1.the whole of me; ndinabila m'madzi ndense = the whole of me sank in the water; 2.I completely;

ndere\- 1.moss; mwala uli ndi ndere = the rock is mossy; ndere zimaterera = moss is slippery; proverb: mwala woyendayenda sumera ndere (lit.: a rolling stone does not gather moss) = if you are not settled you can't prosper in life; 2.mould; 3.algae; 4.type of dambo creepers;

nderema\ma- 1.kind of big mushroom; 2.drum;

ndeula hole; madzi akudzera pa ndeula = water is passing through the hole;

ndevu zokula mosongoka goatee; bambo anga ali ndi ndevu zosongoka = my father has goatee;

ndevu\- 1.beard; expression: amapindira ndevu m'kamwa (lit.: he bends the beard and puts it in his mouth) = he is courageous; proverb: mnzako akapsa ndevu mzimire mawa adzazima zako (lit.: when the beard of your friend catches fire, quench the fire since tomorrow he will do likewise to you) = when a friend is in trouble help him because he will help you next time you are in trouble; riddle: mtentha ndevu (lit.: beard burner) = tea; 2.moustache;

ndewere 1.type of traditional dance; 2.tribe of people; 3.kind of drum for Nyau dancers;

ndewu yothetsa kusamvana showdown; lero kuli ndewu yothetsa kusamvana = today there will be a showdown;

ndewu\- 1.fight; ndewu inayambika = the fight started; 2.battle; 3.war; 4.contention; 5.discord; 6.dispute;

ndi 1.it is/ he is/ she is/ they are (identification); mkango ndi nyama ya mtchire = a lion is a wild animal; ndi mkazi = she is a woman; ndi chipatala = it is a hospital; ndi kutali = it is far; ndi pafupi = it is nearby; kwanu ndi kuti? = where do you live?; 2.and (between nouns) Yohane ndi Mariya = John and Mary; 3.but also; 4.by a cause; 5.by a means; 6.by an agent; 7.against; agalu anamenyana ndi mkango = the dogs fought against the lion; 8.with; ndi ife tonse = with us all; ndadzicheka ndi mpeni = I have cut myself with a knife;

ndi- I; subject concord for first person singular of subjugated verbs; ndikuona = I am seeing; ndikuganiza kuti ndipite = I intend to go; ndilibe nazo ntchito = I don't mind;

-ndi- me; object concord of first person singular; akundiona = they are seeing me;

ndi aja it's those; ndi aja ali paja = it's those who are there (pointing);

ndi awa it's these; ndi awa ali apawa = it's these who are here;

ndi cholinga 1.on purpose; anapanga izi ndi cholinga = he did this on purpose; 2.by intention; 3.deliberately; 4.intentionally; 5.knowingly;

ndi ine it is I; ndi ine amene ndinabwera = it's I who came;

ndi ito 1.it is them; 2.is it them? (as a question);

ndi iwe 1.it is you; 2.is it you? (as a question);

ndi iwo 1.it is them? (as a question); 2.it's them;

-ndi khwesi 1.-be doubtful; ndi khwesi ngati anabweradi = I doubt if she really came; 2.-be unsure; 3.-be uncertain;

ndi motere 1.id est (chiLatini); 2.i.e; 3.in this manner; 4.in this way;

ndi mphambu plus (used when adding to a number any number from 1 to 9); khumi ndi mphambu zisanu, ndi 15 = ten plus five equals fifteen;

ndi wayani? whose?; ndiwayani mwanayu? =

whose child is it?;

ndi zina zotero 1.etcetera; 2.and many others; 3.and so on;

ndicho it is (refers to singular nouns of the chi-zi class); ndi chisoti? ee ndicho = is it a hat? yes it is;

ndida- prefix of verbs in past tense positive, in first person singular; ndidapita = I went; ndidachita = I did;

-ndidala 1.-be blessed; ine chaka chino ndidala = I will be blessed this year; 2.-be done deliberately; ndidala wachitira izi = he has done this deliberately;

ndidali I was; ndidali ku Zomba = I was in Zomba; ndidali mphunzitsi = I was a teacher;

ndide 1.let me be dirty; ndikufuna kuti ndide = I want to be dirty; 2.hate me;

ndidza- prefix of verbs expressing future positive, in first person singular; ndidzapita = I will go;

ndidzi- prefix of verbs indicating necessity, in first person singular; ndidzipita = I have to go;

ndife it is us; ndife amene tiri okonzeka = it is us who are ready;

ndika- 1.prefix of verbs in consecutive positive of first person singular; ndikapita (stress on ka) = and I go/ went/ have gone/ will go; 2.prefix of the present conditional positive of first person singular; ndikapita = when I go;

ndikada- prefix of verbs in past conditional positive of first person singular; ndikadapita = if I had gone;

ndikadapanda + inf. prefix of verbs in past conditional negative of first person singular; ndikadapanda kupita = if I had not gone;

ndikadza- prefix of verbs in future conditional positive of first person singular; ndikadzapita = if I will go;

ndikadzapanda + inf. prefix of verbs in future conditional negative of first person singular; ndikadzapanda kupita = if I won't go;

ndikana- prefix of verbs in past conditional positive of first person singular; ndikanapita = if I had gone;

ndikanapanda + inf. prefix of verbs in past conditional negative of first person singular; ndikanapanda kupita = if I had not gone;

ndikanga it is mine; kagalu aka ndikanga = this small dog is mine;

ndikapanda + inf. construction of the negative of the present conditional of the first person singular; ndikapanda kupita = when I do not go;

ndikena it is something else;

ndiko 1.it is (refers to singular nouns of the ka-ti class and to verbal nouns of the ku-class, and to nouns of the ku- class indicating locality); ndi kabuku? ee ndiko = is it a booklet? yes it is; ndi kuphika? ee ndiko = is it cooking? yes it is; ndi kunyumba? ee ndiko = is it at the house? yes it is: 2.and;

ndiku- prefix of verbs in present continuous tense positive, in first person singular; ndikuphunzira = I am studying/ learning;

ndikutsimikizadi I am sure; ndikutsimikizadi kuti abwera = I am sure that he is coming;

ndili I am; ndili panyumba = I am at the house; ndili m'nyumba = I am in the house; ndili bwino = I am well;

ndilibe 1.I have not (lit.: I am without); 2.I don't have;

ndilo it is (refers to singular nouns of the li-ma class); ndi denga? ee ndilo = is it a roof? yes it is;

ndima- prefix of verbs in the present habitual tense positive, in first person singular; ndimapita = I always go;

ndimakhalapo I am usually there;

ndimba\- 1.abyss; 2.deep place e.g. in a lake or river;

ndime ya moyo 1.course of life; kumapeto kwa ndime ya moyo = at the end of the course of life; 2.lifespan;

ndime\- 1.verse; kuyambira ndime 10 kulekeza ndime 15 = from verse 10 to verse 15; tilingalira ndime 35 = we concentrate on verse 35; 2.paragraph; ndime yoyamba ya tsamba = the first paragraph of the page; 3.part; ndime ya munda = part of the garden; 4.stretch; ndime ya nsewu = a stretch of the road; expression: alibe ndime (lit.: he has no stretch) = he has nowhere to go; 5.stanza; ndime za ndakatulo = the stanzas of a poem; 6.segment; 7.course; 8.section;

ndimo 1.it is (refers to nouns of the mu - class indicating locality); ndi m'nyumba? ee ndimo = is it in the house? yes it is; 2.and;

ndimu\ma- lemon; tinamwa chakumwa chochoka ku mandimu = we drank lemon juice;

ndimwa I will drink; lero ndimwa madzi ambiri = today I will drink a lot of water;

ndimwe 1.let me drink; 2.should I drink?; 3.could I drink?;

ndina- prefix of verbs in past tense positive, in first person singular; ndinapita = I went;

ndinali I was; ndinali ku Zomba = I was in Zomba; ndinali mphunzitsi = I was a teacher;

ndinalibe I had not; dzulo ndinalibe kanthu = I had nothing yesterday;

ndinda\- 1.shelter; 2.watch tower; 3.small grass thatched house;

ndindani? whom? ndindani amene unamupezayo? = whom did you find?;

ndine it is me; ndineyo ndinabwera = it's me who came;

ndinga- prefix of verbs in potential positive of first person singular; ndingapite = I am able to go;

ndingalira 1.sentiment; 2.feeling;

ndinka- prefix of verbs in past habitual tense, in first person singular; ndinkapita = I always went;

ndinso 1.and also; 2.too;

ndinu ndani? 1.who is it?; 2.who are you?;

ndinu yani? who are you?;

ndipo 1.and (between sentences); ndinamuitana ndipo sanabwere = I called her and she did not come; 2.it is (refers to nouns of the pa- class indicating locality); ndi panyumba? ee ndipo = is it at the house? yes it is;

ndipobe also;

ndipodi 1.also really; 2.of course; 3.indeed;

ndipoko 1.better; ndipoko lero ndilibwino = I am better today; 2.-mproved;

ndiponi 1.not too bad; 2.better; ndiponi lero = I am better today;

ndiponso 1.besides; 2.and; 3.and also; 4.and then; 5.moreover;

ndipsña- 1.robber; 2.burglar; 3.thief; 4.mugger; 5.pickpocket;

ndiro\- small bowl (esp. for serving sugar/ soup);

ndisa- prefix of verbs in subjunctive negative of first person singular; ndisapite = (so) I should not go;

ndisana- prefix of verbs in a tense indicating 'before', in first person singular; ndisanapite = before I go;

ndita- prefix of verbs in a tense indicating 'after', in first person singular; nditapita = after I had gone;

ndithu 1.sure; 2.really; 3.indeed; 4.in fact; 5.certain for; 6.in reality; 7.in truth;

ndithudi 1.very sure; ndithudi abwera lero = I am sure he is coming today; 2.surely; 3.indeed; 4.at all; 5.with no doubt;

ndithundithu very true;

nditi I say; nditi sindifuna kukuwona iwe = I say I don't want to see you;

ndito they are (refers to plural nouns of the ka-ti class) ndi timabuku = ee ndito = are they booklets? yes they are;

ndiwe 1.it is you; 2.is it you? (in form of question);

ndiwe yani? 1.who is it?; 2.who are you?;

ndiwo 1.it is (refers to singular nouns of the mu -mi class and the u- class); ndi mpira? ee ndiwo = is it a ball? yes it is; ndi msewu wopita ku Zomba? ee ndiwo = is it the road to Zomba? yes it is; ndi ufa? ee ndiwo = is it flour? yes it is; 2.they are (refers to plural nouns of the mu -a class and of the li-ma class); ndi ana? ee ndiwo = are they children? yes

they are; ndi agalu? ee ndiwo = are they dogs? yes
they are; ndi madenga? ee ndiwo = are those
roofs? yes they are; 3.it is them; 4.side dish of
meat, fish, or vegetables; kukonza ndiwo
kuchokera ku chilengedwe = preparing side dish
from nature; 5.relish;

ndiwo za masamba vegetables; ndili ndi ndiwo za
masamba zokwanira = I have enough vegetables;
ndiwo za mayani vegetables;

ndiye 1.s/he/it is (refers to singular nouns of the
mu-a class); ndi mwana? ee ndiye = is she a child?
yes she is; ndi galu? ee ndiye = is it a dog? yes it
is; 2.it is him/ her/ it; 3.in this case; 4.so;

ndiye kuti 1.that means; ndiye kuti abwera = that
means she will come; 2.that is to say; 3.where is
that?; ndiye kuti kumeneko? = where is that
place?;

ndiyeno 1.and then; 2.after that;

ndiyo 1.it is/ they are (refers to plural nouns of the
mu-mi class and singular nouns of the i-zi class);
ndi mipira? ee ndiyo = are they balls? yes they are;
ndi nyumba? ee ndiyo = is it a house? yes it is;
2.an expression to show puzzlement;

ndizi- prefix of verbs indicating necessity, in first
person singular; ndizipita = I have to go;

ndizo they are (refers to plural nouns of the chi-zi
class and of the i-zi class); ndi zisoti? ee ndizo =
are they hats? yes they are; ndi nyumba? ee ndizo
= are they houses? yes they are;

-ndo 1.stiff; 2.not watery; 3.weightier;

ndoda\ma- (chiZulu) 1.man; ndoda iyo
ndimayidziwa = I know that man; 2.gentleman;
3.mature person; 4.chap;

ndodo ya chifumu 1.scepter; 2.rod carried by a
chief/ ruler as sign of power;

ndodo ya ulemu 1.scepter; 2.rod carried by a chief/
ruler as sign of authority;

ndodo yolozera pointer; mphunzitsi ali ndi ndodo
yolozera = the teacher has a pointer;

ndodo yopalasira bwato 1.oar; 2.peddle stick for
driving boats;

ndodo yowombera ng'oma drumstick; ndili ndi
ndodo yowombera ng'oma = I have got a
drumstick;

ndodo yoyendera 1.walking stick; 2.cane; 3.rattan;

ndodo\- 1.stick; anakhoma ndi ndodo = he hit with
a stick; 2.bludgeon; 3.staff; ndodo yanu
indisangalatsa ine (*Salimo* 23:4) = your staff
always comforts me (*Psalm* 23:4); 4.rod;

ndolo\- earring; ndolo zake ndizakuda = her
earrings are black;

ndoma\- 1.woolly hat; 2.cricket (game); 3.a knitted
banet worn to cover the head;

ndomondo\a- hippopotamus (hippo); expression:

madzi abisa ndiwo (lit.: water hides relish) =
hippopotamus;

-ndonda 1.-spread; 2.-walk in line; 3.-be in file;
ndonda poyenda = walk in a single file; 4.-shoot
without missing; 5.-fulfil a target;

ndondocha witch agent; mfiti imadyetsa ndondocha
nyama ya munthu = a witch feeds its agents with
dead body's flesh;

-ndondola 1.-crawl; iye akundondola = he is
crawling; 2.-creep;

ndondoli 1.spit; 2.spittle; 3.saliva; 4.drop of saliva;

ndondolozi\- 1.club; 2.knobkerrie; 3.group of
people; 4.drops of saliva; 5.sweat;

-ndondomeko 1.systematic; 2.methodical;
3.orderly;

ndondomeko ya chinansi 1.kinship; 2.lineage;
3.relationship;

ndondomeko ya chipembedzo 1.order of service;
2.liturgy; mapemphero a mkati mwa mulungu
sanatsate ndondomeko ya mapemphero = midweek
prayers did not follow the liturgy; 3.programme of
sermon;

ndondomeko ya kachitidwe ka chinthu
1.directive; 2.order of doing things; 3.system;
4.methodology; 5.method;

ndondomeko ya kapangidwe 1.direction;
2.procedure; 3.system;

ndondomeko ya maina 1.register; 2.order of
names; 3.list of names;

ndondomeko ya mawu a m'buku 1.order of
words; 2.index; ndondomeko ya mawu amene ali
m'buku imapezeka kumapeto = an index is
normally found at the last pages of the book;

ndondomeko ya moyo lifecycle (birth, growth,
ageing, death);

ndondomeko ya opikisana pa masewero 1.order
of competitors; 2.line-up (n);

ndondomeko ya osewera 1.order of players; 2.line-
up (n);

ndondomeko ya ulaliki preachers' programme;
ndondomeko ya maulaliki ndi mawu a m'Baibulo
= programme of sermons and Bible readings;

ndondomeko ya zilembo 1.alphabet; 2.alphabetical
order;

ndondomeko ya zochitika 1.programme;
ndondomeko ya zonse = the entire programme;
2.plan; 3.syllabus;

ndondomeko ya zolembalemba 1.order of
writings; 2.contents; 3.glossary; 4.index;

ndondomeko yochiritsa 1.healing process; 2.curing
process;

ndondomeko yokonzera chakudya 1.recipe;
2.procedure of preparing food; 3.process of food
preparation;

ndondomeko yopanda dongosolo 1.disorder; 2.disorganisation;

ndondomeko za maudindo 1.order of responsibilities; 2.hierarchy;

ndondomeko za ulimi 1.farming methods; 2.farming procedures; 3.farming techniques;

ndondomeko\- 1.structure; 2.plan; 3.system; 4.procedure; 5.programme; kabuku kokhala ndi ndondomeko yazochitika m'chaka chonse = almanac; 6.explanation; 7.schedule; 8.time-table; kodi ndingadziwe nawo ndondomeko ya mabasi? = may I know the bus time-table?; 9.scheme; aphunzitsi ayenera kukhala ndi ndondomeko za kaphunzitsidwe = teachers must have the teaching schemes; 10.form; 11.order; mopanda ndondomeko = without order; 12.outline;

-ndondoza 1.-put in line; 2.-put one after another; 3.-put in single file; 4.-put one behind the other;

-ndondozana 1.-make a row (of people); 2.-follow one another;

ndondwa\- (chiYao) brightest morning star;

ndongwe\- 1.eggyolk; 2.yellow part of an egg; 3.nutritious part of an egg;

ndonyo\- 1.corner; 2.angle;

ndopa (chiTumbuka) blood;

-ndota 1.-guess; 2.-have instinct; 3.-divine; 4.-have intuitive knowledge;

ndota\ma- 1.divination; 2.instinct; 3.guess; 4.intuitive knowledge; 5.advisor; 6.prediction; 7.foresight;

-ndoto -be heavy;

-ndotoma 1.-be rich; 2.-have plenty; 3.-lack nothing; 4.-be wealthy;

-ndotomera –be heavier;

ndowa\- 1.pail; tenga madzi mu ndowa = get water from the pail; expression: anachitira umboni ukwati wa ndowa (lit.: he witnessed to a marriage of the pail) = he witnessed to a Muslim marriage; 2.bucket;

ndowani (chiSwahili) hook;

ndowe za mbalame 1.guano; 2.droppings of birds;

ndowe\- 1.animal manure; 2.dung; 3.excrement; pali ndowe pena paliponse = there are excrements everywhere; 4.ordure; pali ndowe ponsepo = there is ordure all over; 5.shit; 6.droppings; ndowe za ng'ombe = droppings of cattle;

ndozi\- 1.beans' tree; 2.pigeon peas; 3.green peas;

ndudu\- 1.fag; 2.cigarette; ndudu ya chingambwe = home made cigarette filled with local tobacco of minor quality; ndikupichira ndudu = I am rolling a cigarette; ndikupichira fodya mu khokho la chimanga kuti ndipange ndudu = I am rolling tobacco in a maize leaf to make a cigarette;

ndugu (chiSwahili) friend;

nduindui\- kind of bird that stays near water;

nduku\- 1.club; 2.knobkerrie; 3.bludgeon;

ndukutu\- 1.angle of jaw; 2.jaw; 3.jawbone; 4.corners of mouth;

ndulu\- 1.gall; 2.bile; galu wafa atadya ndulu ya ng'ona = a dog has died after eating crocodile's bile; proverb: anamwa ndulu ya ng'ona (lit.: he drank bile of a crocodile) = his anger is uncontrollable; expression: ndulu ya ng'ona (lit.: crocodile's bile) = kind of poison;

ndumba\- 1.corner; 2.angle;

ndumu\- 1.hernia; 2.big navel; 3.kind of a swelling disease in the belly;

Nduna ya Masewero Minister of Sports;

nduna ya mfumu 1.adviser to the chief; 2.counsellor to the chief; 3.assistant to the chief;

nduna yayikulu prime minister;

nduna\- 1.minister; nduna za boma = state ministers; nduna yowona nkhani za kunja = minister of foreign affairs; 2.advisor; 3.counsellor; 4.commander;

ndunda\- hump; msewu uwu uli ndi ndunda yayikulu = this road has a big hump;

ndundu\a- 1.ant-eater; 2.earwig;

ndundukwa\- 1.crumbs; 2.remains; 3.small pieces, 4.broken things; 5.leftover; 6.remainder;

-ndundulira 1.-bind firmly; 2.-tie strongly;

-ndungundu 1.-feel sad; 2.-be angry without producing words; 3.-murmur;

-ndungwa 1.-be quiet; 2.-be silent; 3.-be soundless; 4.-be noiseless;

ndunji 1.direct way; expression: amakamba mwachindunji (lit.: he talks in the way of a large needle) = (a) he talks powerfully, (b) he talks in a direct way; 2.coincidence;

-ndunji 1.direct; iyi ndiye ndunji yake = this is its direct position; 2.frank; 3.precise; 4.pinpointed; 5.hitting the nail on the head;

-nduta 1.-look tired; 2.-be exhausted;

nduwa young bamboo;

nduwira\- 1.headdress of calico; 2.headcover;

ndwale 1.goose flesh; 2.goose pimples; ali ndi ndwale pa thupi = he has goose pimples;

-ndwandwa crazy; iye ndi wandwandwa = he is crazy;

ndzodzo\mi- big black ant;

neba\a- (chiNgerezi) 1.neighbour; 2.someone who lives near to you;

neck muscles minofu ya khosi;

-nefula 1.-draw in one's stomach; 2.-cause someone weak; 3.-discourage;

nekame\a- 1.friend; 2.lover; 3.pal;

nemba m'khutu 1.eardrum; 2.tympanic membrane;

nemba m'khutu yovala 1.eartube; 2.tympanum;

nemba ya diso retina;
-nena 1.-say; 2.-speak; Yesu ananena ndi iwo = Jesus spoke to them; poyankhula ananena molowa mkati = while speaking he touched things that should not be revealed; manenedwe = way of speaking; kunena kuti = that is to say; pali zinthu zina ananena = there were certain things that were said; expression: kunena kwa ndithe-ndithe Nanthambwe anadzitengera (lit.: saying of let me finish, Nanthambwe took it to himself) = think wisely when you want to speak in a crowd/ guard the speech before people; 3.-talk; 4.-call; 5.-confess; tiyeni tinene chikhulupiriro cha chiKhristu = let us confess our Christian faith; 6.-declare; 7.-report; 8.- mention; uyenera kunena maina atatu = you need to mention three names; 9.-emphasise; nenani motsindika = please, emphasise it; 10.-scold; anamunena munthuyo = he scolded at the man; 11.-utter; 12.-verbalise; 13.-reveal;
-nena bodza 1.-tell lies; 2.-be unfounded; mphekesera yoti akufuna kudzipha ndi ya bodza/ yonama = the rumour that she wants to commit suicide is unfounded; 3.-slander; 4.-falsify; 5.-be untruthful;
-nena chenicheni 1.-specify; 2.-speak frankly; 3.-be open; 4.-pinpoint; 5.-hit the nail on the head; 6.-be precise; 7.-speak the truth/ reality;
-nena chifukwa 1.-account for; 2.-give a reason;
-nena kabodza kochepa 1.-speak a little lie; 2.-fib;
-nena kuti alibe 1.-disclaim; 2.-refuse;
-nena m'malo mwa ena 1.-speak on behalf of others; 2.-represent;
-nena m'mene chiliri 1.-talk reality; 2.-describe; 3.-talk without exaggeration; 4.-explain;
-nena mawu a chinsinsi 1.-publicise secret; 2.-reveal secret;
-nena mawu ochepetsa wina 1.-degrade; 2.-denigrate; 3.-underrate; 4.-demean; 5.-disparage;
-nena miseche 1.-gossip; 2.-backbite; 3.-tell lies;
-nena mobwereza 1.-retract; 2.-call back; 3.-speak repeatedly; 4.-be redundant;
-nena mobwerezabwereza 1.-patter; 2.-speak the same subject very often;
-nena mokwiya -speak angrily; osakanena mokwiya = do not speak angrily;
-nena momveka -state clearly;
-nena mong'ung'udza 1.-whisper; 2.-produce a little sound; 3.-murmur;
-nena monyengezera 1.-profess; 2.-speak tenderly; 3.-campaign;
-nena mosabisa mawu 1.-speak directly; 2.-speak frankly; 3.-speak without hiding words;
-nena mosamveka 1.-whisper; 2.-speak unclearly;
3.-murmur;
-nena mosiyana ndi kale 1.-change statement; 2.-restate;
-nena mozimbayitsa 1.-speak indirectly; 2.-allude; 3.-be idiomatic;
-nena mtengo 1.-bid; 2.-charge; 3.-mention price of an item;
-nena mwamvemvemve 1.-elaborate; 2.-speak clearly;
-nena mwatchutchutchu 1.-be frank; 2.-talk directly; 3.-pinpoint; 4.-hit the nail on the head;
-nena ndondomeko 1.-explain; 2.-give directions;
-nena ndunji wankhani 1.-talk reality; 2.-be incisive; 3.-speak directly to the subject;
-nena nubweza 1.-call; 2.-retract; 3.-withdraw;
-nena opanda umboni -allege;
-nena pepa 1.-say sorry; 2.-condole; 3.-console; 4.-reconcile;
-nena wina 1.-impeach; amakonda kunena abale ake = he is fond of impeaching his relatives; 2.-speak about someone;
-nena za chikhulupiriro chako 1.-testify one's faith; 2.-profess;
-nena za mtsogolo 1.-foretell; 2.-divine; 3.-speak about future;
-nena zenizeni 1.-say the truth; 2.-be candid; 3.-be frank and honest;
-nena zochitika mtsogolo 1.-forecast; 2.-foretell; 3.-divine;
-nena zomveka bwino 1.-speak clearly; 2.-specify; 3.-state clearly;
-nena zonenedwa kale 1.-quote; 2.-restate; 3.-repeat; 4.-say again;
-nena zosamveka -misstate;
-nenanso chinthu motsimikiza 1.-confirm; 2 -reaffirm;
-nenanso mogwira moyo 1.-assure; 2.-reaffirm;
-nenapo mawu 1.-remark; 2.-comment;
-nenedwa 1.-be spoken; 2.-be talked about;
-nenedwa kale 1.-be aforesaid; 2.-be already mentioned; 3.-be already stated;
-nenedwa kosalekeza 1.-be nagged; 2.-annoy by scolding; 3.-find fault with someone continuously;
-nenedwa kuti anthu aseke 1.-joke; 2.-be jocose;
-nenedwa pakamwa 1.-be oral; mbiri yonenedwa pakamwa = oral tradition; 2.-be spoken; 3.-be verbal;
-nenedwa woyera 1.-be sainted; 2.-be called a saint; 3.-be called blameless person;
-neneka -be spoken;
-nenekedza 1.-be near; 2.-be about to; ananenekedza imfa = he was about to die;
-nenekera 1.-be near; 2.-be about to;
-nenepa 1.-be fat; ; mwamuna uyu ndi wonenepa =

this man is fat; 2.-become fat; 3.-be chubby; 4.-be plump; kodi ndi wonenepa? = is she plump?; 5.-be stout; ndi munthu wonenepa = he is a stout person;

-nenepa kwa matenda 1.-be obese; kunenepa mopitirira mulingo = being excessively obese; 2.-be fat because of illness;

-nenepa kwambiri 1.-be enormous; 2.-be too fat;

-nenepetsa 1.-make fat; 2.-be calorific;

-nenera 1.-prophesy; Amosi adanenera za chiwonongeko cha dziko la Yuda = Amos prophesied about the destruction of Judah; 2.-predict; 3.-forecast;

-nenera bodza 1.-accuse falsely; 2.-speak lies about somebody;

-nenera za kutsogolo 1.-predict; kunenera za mtsogolo = predicting the future; 2.-prophesy; 3.-foretell; 4.-forecast; 5.-speak about the future;

-nenerana 1.-argue; 2.-report for one another;

-nenerera 1.-commentate; 2.-bargain;

-nenerera mtengo 1.-negotiate the price; 2.-haggle; 3.-bargain;

-nenetsa 1.-swear; ananenetsa kuti sadzaulula chinsinsi = she swore not to reveal the secret; 2.-accentuate; 3.-affirm; 4.-confirm; 5.-emphasise; adanenetsa = he emphasised; 6.-be specific;

-neneza 1.-notify; anyamata akuba ndalamawo anakanenezedwa ku polisi = the police were notified about the boys who had stolen the money; 2.-inform against; 3.-accuse; 4.-sue; 5.-slander;

-neng'ama 1.-be on top of something; 2.-float on water;

-nengwa -be stranded; Bambo Banda adanengwa mu mzinda atafika = Mr Banda was stranded in the city, when he arrived;

neni nanny; ndimagwira ntchito ngati neni = I work as a nanny;

-nenkhula 1.-breathe in; 2.-draw in one's stomach; 3.-inhale;

nfundi libation; nfundi inkachitidwa masiku akale mdziko lino = libation was an ancient practice in this country;

-ng'adzula -break (e.g of firewood);

ng'ala 1.corneal opacity; 2.allergic conjunctivitis;

-ng'aluka 1.-crack; khoma la nyumba yathu lang'aluka ndi chivomerezi = the wall of our house has been cracked by the earthquake; 2.-cleave; 3.-fracture;

-ng'alula 1.-slit; wang'alula msungwi ndi manja ake = he slit a bamboo with his hands; 2.-split; 3.-tear;

-ng'amba 1.-break (i.e. of firewood); 2.-burst; 3.-cleave; 4.-chop; 5.-tear apart; 6.-tear off; 7.-shed out; 8.-slice; iye sanang'ambe nsomba = she did not slice the fish; 9.-dissect; 10.-operate; 11.-split;

12.-rend; 13.-damage;

-ng'amba mokoka 1-rip; 2.-tear apart;

ng'amba\- 1.period without rain; 2.drought; expression: chaka cha ng'amba (lit.: drought year) = a year without enough food; expression: iwe uwonekera ng'amba (lit.: you will face drought) = sooner or later you will be spotted/ discovered;

-ng'ambidwa 1.-be torn; 2.-be ripped apart; 3.-be defeated (esp. in fight); 4.-be beaten;

-ng'ambika 1.-be torn; 2.-be ruptured; 3.-be damaged; tayala lang'ambika ndipo lili ndi bowo = the tyre is damaged and has a hole; 4.-crack (from action of sun); 5.-spurt out; 6.-split open; 7.-tear;

ng'ambing'ambi spark (n);

-ng'ambirana -tear apart; anang'ambirana nsalu = they have torn apart the cloth;

-ng'amina 1.-shine; 2.-twinkle; 3.-flash;

ng'anga\a- 1.witchdoctor; ndipita kwa ng'anga ngati simundilipira = I will go to the witchdoctor if you do not pay me; 2.herbalist; 3.African doctor; anapita kwa ng'anga kukatenga mankhwala achikuda = he went to an African doctor to get traditional medicine;

ng'ani sudden flash;

-ng'anima 1.-flash; mphenzi imang'anima nthawi imene mvula imavumba = the lightning flashes when the rain falls down; 2.-glint; 3.-reflect;

-ng'anipa 1.-flash; 2.-be lustre; 3.-reflect;

ng'anjo 1.forge; 2.furnace;

ng'azi alligator; mlenje wapha ng'azi = the hunter has killed an alligator;

-ng'azimira 1.-be shining; 2.-be dazzling; 3.-shine brightly; 4.-gleam;

-ng'azimiritsa 1.-brighten; 2.-burnish;

ng'oma m'khutu 1.eardrum; 2.tympanic membrane;

ng'oma yoyimba ndi manja bongo (lit.: a drum beaten by hands);

ng'oma\- drum; kuyimba ng'oma = beating the drums; proverb: chakudza sichiyimba ng'oma (lit.: what comes does not beat a drum) = you can't know what is coming your way; proverb: ng'oma yolira sichedwa kung'ambika (lit.: a loud drum will soon burst) = nice things do not stay long; proverb: opusa anayimba ng'oma wochenjera navina; (lit.: a clever man danced whilst a fool beat the drum) = a clever person could also be fooled;

ng'ombe ya mfule ox; adapha ng'ombe ya mfule = he slaughtered an ox;

ng'ombe ya mphongo bull; ndagula ng'ombe ya mphongo = I have bought a bull;

ng'ombe ya nsoti heifer; atipatsa ng'ombe ya nsoti = we have been given a heifer;

ng'ombe ya nyanga horned cow;

ng'ombe ya thadzi female cow; ng'ombe zathadzi zinazinga nsipu = the cows were fixed on the grass; expression: kufula ng'ombe = taking off private parts of bulls/ -castrate bulls; amaweta ng'ombe ndi cholinga chozigulitsa = they rear cattle with an intention to sell them; ng'ombe zolimira = working cattle; **ng'ombe yayimuna yothena** 1.cart bull; 2.ox; 3.castrated bull; **ng'ombe\-** 1.cattle; ndowe za ng'ombe ndi zabwino ku ndiwo za masamba = cattle manure is good for vegetables; expression: ng'ombe zayang'ana ku ngolo (lit.: cattle have faced an ox-cart) = you cannot make any progress when you meet a problem; 2.cow;
-ng'ombola maso 1.-open eyes widely; 2.-outface;
ng'ona\- crocodile; proverb: mwana wang'ona ndi uyo ali pa mchira (lit.: the baby of a crocodile is the one at the tail) = you should follow the customs and traditions of your parents, follow their 'tail' just like the baby crocodiles do; proverb: mwana wa ng'ona sakulira dziwe limodzi (lit.: a baby of crocodile is not brought up in one dam) = a male person is not restricted to one place;
-ng'ondoka 1.-be scattered; 2.-scatter; 3.-spatter; 4.-uncover;
-ng'ondola 1.-spread; 2.-sprinkle water;
ng'ondotsa 1.-scatter; 2.-uncover;
-ng'ono 1.small; mwana wamng'ono = a small child; ana aang'ono = small children; mtengo waung'ono = a small tree; dengu laling'ono = a small basket; nyumba yaing'ono = a small house; m'nyumba yaing'ono/ m'nyumba mwamung'ono = in the small house; at the small house = kunyumba yaing'ono; 2.few; agalu apang'ono = few dogs; 3.little; pang'ono = a little; pang'ono kwambiri = very little; galu wa mng'ono = a little dog; timabuku tating'ono = small booklets; 4.young; 5.brief; 6.slow; 7.dimunitive;
-ng'onong'ono 1.very small; 2.very little; madzi ang'onong'ono = very little water; 3.very young;
-ng'ulung'unya 1.-eat without chewing; 2.-suck;
-ng'una 1.-eat without companion; 2.-be greedy;
-ng'ung'udza 1.-speak angrily (in a low voice); 2.-whisper; 3.-murmur; 4.-complain; 5.-mumble; 6.-croon;
ng'wenye\zi- costume with 'ngoli' (= dance by one man);
-nga suffix preceded by subject concord + a, thus forming the possessive pronoun of the first person singular; mwana wanga = my child; galu wanga = my dog; chitseko changa = my door;
-nga- 1.may (verbal infix); ndingathe kupita/ ndingapite = I may go; 2.can; 3.could;

-ngada -swim on one's back;
ngaka\- ant-eater; ndaona ngaka = I have seen an ant-eater;
ngakhale 1.although; 2.despite; ngakhale mvula idagwa ife tidapita ulendo = despite the rains we went; 3.although; 4.even; ngakhale chimene ali nacho chidzachotsedwa/ chidzakwatulidwa kwa iye = even what he has will be taken away from him; 5.even though; 6.even if; 7.possibly; 8.also;
ngakhale ... kapena whether ... or not; ngakhale ufune kapena usafune = whether you like it or not;
ngakhale zili chonco 1.although; 2.even though; 3.even if;
ngala\- 1.ear of grain; 2.head of grain; mpunga watulutsa ngala = rice has produced head of grains; 3.crab;
ngalande ya madzi 1.canal; 2.artificial waterway; 3.drain; 4.channel; 5.gully; 6.bund;
ngalande zothirira madzi 1.irrigation canal; 2.irrigation channels;
ngalande\- 1.channel; 2.canal; 3.artificial waterway; 4.drain; 5.ditch; muli munthu wakufa mu ngalande = there is a dead man in the ditch; 6.gully; 7.gutter; 8.conduit; 9.bund;; 10.dyke; 11.dike;
ngalawa\- 1.boat; 2.ark; 3.canoe;
ngale\- pearl; ngale sizipezeka wamba ku Malawi = pearls are not commonly found in Malawi;
ngaliba (chiYao) adviser to candidates for initiation;
ngaliba\a person who performs the act of circumcision;
ngalu\- 1.crested crane; 2.float for nets;
ngamira\- camel; ngamira ndi nyama yayikulu yothandiza mayendedwe m'chipululu = a camel is a big animal for travelling in the desert; ngamira zambiri zimapezeka ku chipululu cha Sahara = many camels are found in the Sahara desert;
ngamulo\- coast (borders of the country);
ngana so and so;
nganga\- 1.brisket; 2.chest; 3.thorax; 4.sternum;;
nganga\a- (chiYao) grandparent;
-nganganga (chiTumbuka) 1.-be strong; 2.-be powerful; 3.-be in solidarity;
-ngapo several (suffix preceded by subject concord of nouns); anthu angapo = several people; midzi ingapo = several villages; nyumba zingapo = several houses; ng'ombe zingapo = several cows;
ngati 1.if; ngati ndilibe chakudya = if I don't have food; 2.like; 3.as;
ngati mnyamata 1.boyish; 2.like a boy; amapanga zinthu ngati mnyamata = he acts like a boy;
ngati mwana 1.like a child; 2.babyish; 3.childish;
ngati sizikhala choncho 1.if it's not like that; 2.if not so; 3.if it's not to be like that;

-ngati? how much/ many? (suffix preceded by subject concord of nouns); anthu angati? = how many people?; midzi ingati? = how many villages?; nyumba zingati? = how many houses?; muli ndi ana angati? = how many children do you have?; kodi kuli anthu angati? = how many people are there?; ng'ombe zingati? = how many cows?;
-ngawa 1.-be argumentative; 2.-be critical; Yohane ndi wamngawa = Yohane is too critical;
ngaya\- banana stem;
ngazi step;
-ngena (chiWemba) -enter; mwangena nyumba = you have entered the house;
Ngende English; iyeyo amayankhula Ngende = he speaks English;
ngenge\- beautiful lady; kugwira ngenge = falling in love with a beautiful lady;
Ngezi English; iye amalankhula Ngezi = he speaks English;
ngima\- swelling;
ngina\- beautiful lady;
-ngiza -smoothen;
-ngo- infix of verbs indicating 'just' or 'only'; ndangofika = I have just arrived; they have just left = anangopita; ndidzangoyesa = I will only try it; amangochita = they just do; adangoti ichi chili apachi = he just said, here it is; kungoti = just to say;
ngodya\- 1.corner; 2.supporting pole at the corner of a house; 3.pillar; 4.cornerstone; ngodya zinayi za dziko m'maganizo a Kamuzu Banda zinali: kukhulupirika, kusunga mwambo, kumvera, umodzi = the four cornerstones of the country in Kamuzu Banda's thought were: loyalty, keeping tradition (discipline), obedience, unity; chisankho ndiye ngodya ya ndale za demokalase = the election is a corner stone of the politics of democracy; 5.angle; 6.edge;
-ngokhala 1.-do nothing; 2.-just sit; 3.-be idle; 4.-loaf;
-ngokhala wopanda chochita 1.-loaf; 2.-be idle; osangokhala opanda chochita chilichonse = do not just stay idle; 3.-just sit;
ngola 1.violin having one string; 2.old king's title of Ndongo people in southern Angola;
ngole\ma- coconut fruit;
ngoleka\- goods;
ngolingo\- scale; nsomba yopanda ngolingo = fish without scales;
ngolo ya ng'ombe ox-cart;
ngolo yopanda denga buggy;
ngolo\- 1.ox-cart; amalume anga anagula ngolo = my uncle bought an ox-cart; kangolo kakang'ono kokokedwa ndi manja = handcart; ngamira/ hatchi

zimakoka ngolo = the camel/ the horse pulls a cart; expression: ng'ombe zayang'ana kungolo (lit.: cattle have faced an ox-cart) = you cannot make any progress when you meet a problem; 2.barge; 3.wagon;
ngolomera\ma- 1.pugnacious person; 2.fighter;
ngolomi\- eagle;
ngolowera thick green maize field;
ngolozolo man who in certain traditions is hired or appointed to have sex with an initiated girl;
ngoma (chiTumbuka) maize;
ngoma (chiZulu) dance among the Ngoni/Zulu;
ngoma\- kudu;
ngomani\- green bead;
ngombe\- earthen pipe for smoking;
ngombo\- 1.cup (for baling); 2.big stick for hunting; 3.paddle;
ngongo\ma- 1.dreadlock; 2.backside of the head;
ngongole\- (chiYao) 1.loan; kupereka ngongole kwa amalonda = giving loans to business people; ngongole ya chiwongola dzanja = loan at interest; 2.advance; 3.credit; anamwa kachaso pa ngongole = he drank kachaso on credit; ine sindikonda kugula zinthu pa ngongole = I don't like to buy things on credit; 4.debt; bweza ngongole ndi kukhala wokhulupirika = pay the debt and be trustworthy; atate anatenga ngongole ku banki = my father took a loan from the bank; 5.due; ndakonzeka kupereka ngongole zanga = I am ready to pay back my dues; proverb: ngongole sipha munthu (lit.: a due does not kill) = do not fear to borrow money;
ngongosero\- club (long stick with a head);
-ngoti balamanthu -appear suddenly; chitseko chidatsegulidwa ndipo mwamuna anangoti balamanthu = the door was opened and a man came in suddenly;
-ngoti gone -sleep; ndinamupeza atangoti gone = I found him asleep;
-ngoti jee! aglow of fire;
-ngoti khalu -sit; anangoti khalu = she just sat;
-ngoti khathikhathi 1.-soil; 2.-be dirty; 3.-be soaked;
-ngoti khuphuthu -sleep suddenly; iye anangoti khuphuthu tulo ntomweto = she slept suddenly;
-ngoti kolopolu 1.-undress; 2.-untie;
-ngoti kwakwalala -sneak; iye anangoti kwakwalala wosatsanzika = she sneaked out without saying bye;
-ngoti lakaa 1.-scatter; 2.-disperse;
-ngoti lowu -enter suddenly; iye anangoti lowu osagogoda = she just entered suddenly without knocking;
-ngoti mbwandi -catch; mphaka anangoti mbwandi

khoswe = the cat caught a rat;
-ngoti mbwandimbwandi -catch;
-ngoti ngwee! 1.-lighten immediately; 2.-glow (of
fire);
-ngoti see -be smooth; pamutu pake pangoti see =
he is smooth on his head;
-ngoti terezu 1.-slip; 2.-fall suddenly due to
slippery surface;
-ngoti vulu -undress; iye anangoti vulu ndi kugona
= he undressed himself and went to sleep;
-ngoti vwapa 1.-be alight; 2.-fall down;
-ngoti zii -be silent; kunangoti zii nditagogoda = it
was silent when I knocked on the door;
ngowe\- 1.hooked stick used for plucking fruits/
firewood; 2.hook; 3.boat hook; 4.rake; bweretsa
ngoweyo kuno = bring that rake here;
-ngoyerekeza -be imaginary; mzere wongoyerekeza
= imaginary line;
-ngoyesa -mock; ndikulemba mayeso ongoyesa = I
am sitting for mock exams; ndimangokuyesa = I
was only mocking you;
ngozi yayikulu 1.disaster; 2.accident; 3.calamity;
4.casualty;
ngozi\- (chiTumbuka) 1.accident; also: calamity;
osapanga ngozi! = don't make an accident!;
2.mishap; 3.casualty; 4.funeral; expression:
waphula ngozi (lit.: you have taken an accident
from the fire) = you have had an accident
unexpectedly; expression: m'mudzi muno
mwagwa ngozi (lit: there is an accident in this
village) = there is funeral in this village;
ngula\- gully;
ngulungunde calico (blue, dark);
nguluwe\- 1.wild pig; 2.wild boar; proverb:
nguluwe inalira msampha utaning'a (lit.: the wild
pig roared after the loosening of the trap) = it is
good to still persevere in persistent difficulties;
nguluzuma\ma- gums (often of a baby);
ngumbi\- flying ant (white winged); amadya
ngumbi zopanda mapiko = they eat flying ants
without wings; kodi umadya ngumbi? = do you eat
flying ants?; expression: achimwene ndi akazi ao
ndi ngumbi (lit.:my brother and his wife are flying
ants) = they always walk together;
ngumi\- 1.beaver rat; 2.fist; proverb: mutu ukakula
sulewa nkhonya (lit.: if the head is big it cannot
dodge a fist) = if you are an elderly person you
can't run away from responsibilities;
-ngunura -vanish; iye anangunura = he vanished;
nguru 1.late comer; 2.hill in Mozambique where a
group of the Lomwe came from, hence used as a
nickname;
nguwi 1.rust; chitsulochi chili ndi nguwi = this
metal has rust; 2.dust;

nguwo (chiSwahili) clothes;
nguwo\- 1.cloth worn by women; expression: valira
nguwo ya kasenye (lit.: wear the skin of the grey
antelope) = commitment to work, 2.hard work;
3.penis;
-ngwala 1.-beware; 2.-be artful; 3.-be cunning; 4.-
be sly; 5.-be clever; 6.-be cute;
ngwala\mi- drill;
-ngwalitsa 1.-defraud; 2.-cheat; 3.-take someone's
thing without paying;
ngwanda ear-ring;
-ngwandula 1.-cut with a knife; 2.-decapitate;
-ngwanjula 1.-decapitate; 2.-cut with a knife;
proverb: kupha njoka nkudula mutu (lit.: to kill a
snake is to decapitate the head) = severe
judgements given to criminals prevent them from
commiting more crimes;
ngwasala handclapping that accompanies the
singing;
ngwayani? whose?; mwana uyu ngwayani? =
whose child is this?;
ngwazi (chiNgoni) 1.hero; 2.person responsible for
victory;
ngwazi\- 1.champion; 2.winner; 3.hero; Kamuzu
Banda anali ngwazi = Kamuzu Banda was a hero;
4.big strong man; 5.giant; 6.warrior; 7.wise
person;
-ngwe -be light;
-ngwendula -shake of the body when dancing;
ngwere\- shell;
-ngwerengwenduka 1.-be not straight; 2.-be not in
line; 3.-be askew;
-ngwindima 1.-feel sleepy; 2.-doze;
-ngwingwimala 1.-fail to grow; 2.-be stunted in
growth;
-ngwingwimira 1.-be dwarfed; 2.-be stunted in
growth;
ngwiro 1.chastity; 2.perfection; 3.completion;
-ngwiro 1.clean; 2.perfect;
nhlanzi (chiNgoni) supplementary wife;
ni (chiLomwe) 1.with; 2.and;
nichuche\ma- sparrow;
-nika -dye; zovala zakuda zimanika zovala zoyera
zikachapidwira pamodzi = black clothes dye the
white clothes when washed together;
nikhwithi 1.haze; 2.fog;
-nikitsa 1.-have dirty spot on clothes; 2.-daub;
-nikoniko scruffy;
-nikuka 1.-bend in the middle; 2.-bend as a shoe;
nimu kind of tree used for traditional medicine;
-ning'aning'a -be hollow in the middle;
-ning'itsa -compress (of the waist like wasp);
-ni-ni 1.sincere; 2.true; 3.genuine; 4.specific;
5.salient; mfundo zenizeni = salient points; gwero

lenileni la makangano = salient basis of their arguments;

-ninkha 1.-give; ndininkhe shuga = give me some sugar; 2.-deliver; ninkha buku ilo kwa mnzakoyo = deliver that book to your friend; 3.-bestow; 4.-confer;

-ninkha 1.-give; 2.-hand over; 3.-supply;

-ninkheko -give me; mundininkheko madalitso = give me blessings;

-nja bare; ali panja = he is on bare ground;

-njakata 1.-be busy; 2.-be in a dilemma; expression: ndagwira njakata (lit.: I have seized a dilemma) = I am in a dilemma;

njala 1.hunger; amavutika ndi njala = they suffer from hunger; ndidzadya pamene ndidzamve njala = I'll eat when I feel hungry; njala yayikulu = a great hunger; zotsatira zake za zimenezi ndi njala = the result of this is hunger; proverb: pano ndi pathu anagona ndi njala (lit.: our place is here slept with hunger) = kuzengereza kumapangitsa munthu kupereweredwa zinthu = use the immediate available thing; 2.famine; muli njala m'dziko muno = there is famine in this country; njala yagwa ku dziko (lit.: hunger has fallen on the country) = the country has been hit by famine; kwagwa njala = there is a famine; njala ya dzawoneni/ njala ya dziko lonse = a very big famine;

njala m'chiuno weakling (lit.: hunger in the waist);

njala ya nkhodzo great hunger;

njale\- 1.kind of hard tropical tree; 2.car; ine ndili ndi njale = I have got a car;

-njanja 1.-bounce; mpira unanjanja kawiri usanagole = the ball bounced twice before touching the net; 2.-swing;

njanje\- railway; pogwiritsa ntchito njanje = by the use of railways; njanje pakati pa S ndi M = the railway between S and M;

njanji rails (of a train); anawoloka njanji = she crossed the rails;

-njata 1.-bind; adamunjata ndi unyolo = they bound him with cuffs; 2.-arrest; 3.-manacle; 4.-tie; 5.-apply bandage; 6.-swathe;

-njata ndi unyolo 1.-chain; 2.-handcuff;

njati\- buffalo; expression: waponda njati (lit.: he has treaded on a buffalo) = he has contracted a venereal disease;

-njatidwa 1.-be manacled; 2.-be tied; 3.-be arrested;

-njatidwa pamodzi 1.-be bound together; 2.-be tied together;

-njenjemera 1.-be shaky; 2.-shake; 3.-shiver; thupi lake linanjenjemera = his body shivered; 4.-quiver; 5.-be nervous;

-njenjemera mopitirira 1.-vibrate; 2.-tremble due

to fear;

njenjete\- 1.moth; njenjete zimawononga zovala = moth spoils clothes; 2.cricket (eats cloth);

njera\- 1.slip of bamboo for plaiting; 2.white cloth; 3.small white bead;

njere ya chipatso 1.fruit seed; 2.pip;

njere ya dzungu pumpkin seed;

njere ya mbewu corn; ndagula njere za chimanga = I have bought maize seeds;

njere\- 1.core of fruit; 2.seed; 3.head of grain;

njerejere\- bean for killing fish;

njerengo\- 1.joke; umakonda za njerengo = you like jokes; 2.conundrum; 3.unknown thing;

njerewere\- wart; ali ndi njerewere pa chala = he has wart on his thumb;

njereza white-wash lime;

njero razor;

njerwa\- 1.brick; iwo akuwumba njerwa zolemera = they are moulding heavy bricks; ndikuwumbitsa njerwa = I have the bricks moulded;

-nji? 1.which?; chinthu chanji? = which thing?; kuchokera tsiku liti/ lanji? = since which day?; kuchokera sabata yanji/ iti? = since which week?; kuchokera chaka chanji/chiti? = since which year?; galu wanji? = which dog?; chisoti chanji? = which hat?; kuyimba kwanji? = which singing?; panji? = at which place?; kwanji? = at which/what place?; mwanji? = in which?; 2.what?; panthawi yanji? = at what time?;

njiba\- (chiTumbuka) 1.dove; 2.champion; mnyamata uyu ndi njiba = this boy is a champion;

njilitsi\- protective charms against witchcraft (esp worn around the neck/ waist);

njinda 1.ulcer; 2.wound;

njinga ya moto motor-bike;

njinga ya thonje bobbin of thread;

njinga yopalasa 1.bicycle; 2.push bike; kodi wagulitsa njinga yopalasa? = have you sold the push bike?;

njinga\- 1.bicycle/ bike; njinga yakapalasa yakuda = a black bicycle; wokonza njinga = m'misiri wokonza njinga = bike repairer; 2.bobbin; 3.prostitute (fig); 4.scarlet woman;

-njinjita -bite; galu uyu amanjinjita anthu = this dog bites people;

njira ya chiKhristu the Christian way;

njira ya dzuwa mu mitambo 1.orbit; 2.ecliptic;

njira ya luso Industrial; Mishoni ya njira ya luso ya Zambezi = Zambezi Industrial Mission (Z.I.M.); mpingowu unakhazikitsidwa ndi Joseph Booth mchaka cha 1892 = this church was started by Joseph Booth in 1892;

njira ya mkazi 1.birth canal; 2.vagina; 3.uterus;

njira ya mpweya airways; njira ya mpweya

mofikira ndi kutulukira m'mapapo = path that air follows to get into and out of the lungs;

njira ya mum'godi gallery in a mine;

njira yachidule 1.shortcut; 2.lane; ndadzera njira yachidule = I have used a short cut;

njira yayifupi 1.shortcut; 2.path; 3.way; 4.lane;

njira yaying'ono 1.path; 2.lane; 3.way;

njira yopapadza 1.narrow path; lowani pa njira yopapadza = enter the narrow path; 2.lane;

njira yosemphana 1.contrary-way; 2.different way;

njira yosiyana 1.contrary-wise; 2.different way; tiyenda njira zosiyana = we will go by different ways;

njira yothetsera mavuto 1.way of solving problems; 2.panacea;

njira yotulukira mkodzo 1.urinary canal; 2.urethra;

njira yoyengera zitsulo metallurgy;

njira za chinyengo 1.the way of lies; 2.tricky ways; 3.cheating ways; 4.bribe manner; 5.ruse;

njira za ulimi 1.farming methods; 2.agricultural methods;

njira zina 1.other ways; 2.other methods; 3.other routes; 4.somewhere;

njira zodzitetezera 1.the way of self-protection; 2.ways of preventing danger; 3.precautionary measures;

njira zofalitsira uthenga media; wailesi ndi njira yofulumira yofalitsira uthenga = radio is the fastest media;

njira zofatsa handling with kidgloves; njira zofatsa zogwirira ntchito ndi anthu = handling people with kidgloves;

njira zoipa 1.bad ways; 2.erroneous ways;

njira zolakwika 1.wrong ways; 2.erroneous ways;

njira zolimira 1.farming methods; 2.agricultural ways;

njira zopezera moyo 1.livelihood; 2.ways of living;

njira zosokera 1.lost ways; 2.erroneous ways;

njira\- 1.way; njira ya pafupi/ njira ya chidule = the shorter way; aziganiza njira zawozawo = they must think of their own ways; Yesu ndi njira ya kwa Mulungu Atate = Jesus is the way to the Father; expression: lambula njira (lit.: sweep the way) = stage something in preparation for a greater event; 2.street; 3.road; m'mbali mwa njira = on the side of the road; kuwongoka kwa msewu = a straight stretch of the road; kanjira kachidule = a short cut; 4.path; njira yodutsa anthu oyenda pansi = footpath; 5.pass; 6.narrow place; 7.course; 8.direction; 9.route; 10.method; njira yolakwika yochitira zinthu = wrong method of solving; njira yondiputira = method of provoking me; 11.manner; 12.means; njira ya kanyamulidwe =

means of transportation;

njirimba\- controversy; iye ali pa njirimba ndi khamu = he is engaged in controversy with the crowd;

njirinjiri epilepsy; njirinjiri ndi matenda owopsa = epilepsy is a very dangerous disease;

njirisi\- 1.charm against evil; 2.amulet; 3.mascot;

njiru 1.jealousy; 2.envy; 3.malice;

njiwa 1.wild pigeon; 2.wild dove;

njiwiri\- costume (esp. in Nyau Secret Society dancers);

njo 1.straight; ima njo = stand straight; 2.stand still;

njoka ya mamba cobra;

njoka ya ululu 1.poisonous snake; 2.adder;

njoka yoguluka mano 1.harmless snake; 2.powerless person (fig.); expression: ulikuwopa njoka yoguluka mano (lit.: you fear a snake without teeth) = you fear a powerless person;

njoka yopanda ululu 1.harmless snake; 2.powerless person (fig.);

njoka za m'mimba 1.intestinal worms; kukhala ndi njoka m'mimba = having intestinal worms; 2.round worms; 3.hook worms; 4.tape worms;

njoka\- 1.snake; njoka ya ululu = a poisonous snake; njoka zinkangopiringizanapiringizana zokha zokha = the snakes were curling themselves around one another; m'bobo ndi njoka imene imaluma mutu wanu = m'bobo is a snake that bites your head; bala la njoka/ kuluma kwa njoka = snakebite; njoka ya m'mimba yaitali = tapeworm; proverb: njoka luzi (lit.: rubber snake) = a person who frightens in speech/ appearance and has no power to fight; expression: kupha njoka ndi kudula mutu (lit.: killing a snake means cutting its head) = if you want to hit the nail, hit it on the head; proverb: munthu akalumidwa ndi njoka yakuda amathawa nsanza yakuda (lit.: when a person is bitten by a black snake, he runs away when seeing a black torn piece of cloth) = being frightened of undangerous things; 2.serpent;

njokaluzi 1.harmless snake; 2.powerless person (fig.); 3.useless person;

njole\- 1.beautiful lady; 2.good looking lady; 3.pretty girl; maso ake adatera panjole = his eyes were attracted by the pretty girl;

njoma\- 1.big calabash; 2.big drum;

njonda\- 1.rich person; ; ndakwatiwa ndi njonda = I am married to rich man; 2.well-to-do person; 3.prosperous person;

njonja\ma- thief;

-njonjola 1.-run fast; ndege idanjonjola ku bwalo = the plane ran very fast on the air-field; 2.-gallop; bulu ananjonjola mtunda wawutali = the horse galloped over a long distance;

njovu\- elephant; proverb: umanena chomwe chatsitsa dzaye kuti njovu ithyoke mnyanga (lit.: say that which takes down the fruit for the elephant to have its trunk broken) = looking for the real cause of a thing/ be frank in pointing at the problem; proverb: ukakwera pa msana pa njovu usamati pansi palibe mame (lit.: when you are at the back of an elephant do not say there is no dew on the grass) = ngati ukupeza bwino, osamanyoza amene ali ndi mavuto = if you are well to do, do not despise those in problems; proverb: Awonenji adapha njovu ndi chigulumwa (lit.: Awonenji killed an elephant with a clod of soil) = munthu onyezeka amatha kuchita zinthu zazikulu = a little regarded person sometimes does something great; proverb; mphechempheche mwa njovu sapitamo kawiri (lit.: you do not have to go again through the elephant legs/ once bitten twice shy/ repeating mistakes is fatal) = sibwino kubwereza zolakwika = repeating mistakes may be fatal; proverb: njovu yafa ku Mulanje nyanga zake zawoneka kuno (lit.: an elephant is dead in Mulanje and we can easily see its tusks from here) = palibe chinsinsi pa dziko lapansi = there is no secret under the sun; proverb: njovu ziwiri zikamamenyana ndi udzu omwe umavutika (lit.: when two elephants fight it is the grass that is in trouble) = one can suffer while being innocent/ while not being responsible for it;

njuchi\- bee; njuchi zili ndi ululu woopsya = bees have dangerous poison; kufula njuchi = burning bees and harvesting honey; proverb: njuchi zagulugusha (lit.: bees go from flower to flower) = refers to men who are going about taking women; also: going about doing useless things; proverb: safunsa adadya phula (lit.: he who did not ask ate wax instead of honey) = when you don't inquire, you'll make mistakes; proverb: chuluke chuluke ndi wa njuchi iwe umanena yomwe yakuluma (lit.: many many is for bees but you pin-point that which has stung you) = talk to one who has provoked you; expression: zinamwa njuchi (lit.: the bees drank it all) = an impotent person;

njuga gamble; expression: amuyenda njuga (lit.: they have walked him a gamble) = they have deceived him;

-njuta 1.-sit on your legs; atafika ananjuta = he sat on his legs on arrival; 2.-squat;

-nka 1.-go; tidzanka = we will go; akunka = he is going; 2.-go away; 3.-depart;

-nka ndi 1.-go with; anka ndi bambo = she is going with father; 2.-accompany;

nkana 1.despite; 2.inspite of; 3.even if; 4.possibly; 5.although;

nkawi\- bullock;

nkhadze cactus; nkhadze kawirikawiri zimapezeka kumanda = cactus trees are normally found in graveyards;

nkhafi\- 1.paddle; 2.oar;

nkhaka\- 1.barb of arrow; 2.ant-eater;

nkhakama 1.worn out; 2.rust;

-nkhakamira 1.-be stiff; ndi wankhakamira nthawi zonse = he is always stiff; 2.-be pertinacious; 3. -hold tight; matenda a nkhakamira = incurable diseases;

nkhakamira\- 1.someone who clings to his/ her idea even when others do not agree; 2.one who doesn't leave you alone; 3.kind of big bird with a white thing over the nostrils;

-nkhakankhaka -be scabrous;

nkhalakale\a- 1.veteran; ali ankhalakale pa ndale = they are veterans in politics; 2.person of long time experience; 3.citizen;

nkhalamanja dagger;

nkhalamba\- 1.old person; 2.elderly person; 3.grandmother/ father;

nkhalamo\- lion; proverb: ukatchula nkhalamo kwera m'mwamba (lit.: if you mention a lion climb a tree) = if you mention someone know that he/ she is about to arrive;

nkhalango yaminga 1.thorny bush; 2.briar/ brier;

nkhalango yopindulitsa 1.productive forest; 2.fruitful forest;

nkhalango\- 1.forest; kasamalidwe ka nkhalango = forest management; kuteteza nkhalango = forest protection; malamulo a kasamalidwe ka nkhalango = forest rules; malire a nkhalango = forestry boundaries; expression: Baibulo ndi m'nkhalango (lit.: the Bible is a forest) = the Bible cannot be understood (expression to depreciate the Bible); 2.wood; 3.bush;

nkhali\- 1.nsima pot; 2.pot for cooking (esp. nsima); 3.clay pot used for bathing;

nkhalira\a- midwife;

-nkhalula newly opened garden;

nkhalusa 1.edge of nail; 2.sharp pointed edge;

nkhalwe 1.cruelty; 2.evil minded; munthu wa nkhalwe = a cruel person;

-nkhalwe 1.evil hearted; 2.hard hearted; 3.cruel; 4.malevolent; kholo la nkhalwe = a malevolent parent;

nkhama\- 1.gums (without teeth); 2.gingviva; 3. jaw bone; nkhama yanga ikunyerenyesa = my jaw bone is itching; 4.African medicine believed to protect a child whose twin brother/ sister has died;

nkhambakamwa\- 1.joke; 2.rumour; ; nkhani iyi ndi nkhambakamwa = this news is a rumour; 3.hearsay; 4.abstraction; maganizo ake ndi nkhambakamwa chabe = his ideas are only abstractions;

nkhanamba\ma- faeces with mucus;

nkhanambo\- scab (of a sore);

nkhanda\- cur pup;

nkhandwe yaikazi vixen (of a fox); expression: Phiri ndi nkhandwe (lit. : Phiri is a vixen) = Mr. Phiri is a fool;

nkhandwe\- 1.jackal; nkhandwe imafanana ndi galu = a jackal resembles a dog; 2.wolf; 3.wild dog; 4.fox;

nkhanga\- guinea-fowl; mawanga okongola a nkhanga = beautiful spots of a guinea-fowl; proverb: waona mawanga a nkhanga wataya nkhwali (lit.: the beauty of the feathers of the guinea-fowl you have seen, you have rejected the partridge/ quail) = do not consider outward appearances only; proverb: ndikufuna kuti adziwe chinameta nkhanga mpala (lit.: I want them to know what shaved the guinea-fowl bald) = they will face the consequences; expression: mkamwini wa nkhanga (lit.: the father-in-law of a guinea fowl) = a very hard-working farmer/ dedicated to his work;

-nkhani very; mavuto ankhaninkhani = very many problems;

nkhani mwatsatanetsatane 1.news bulletin; 2.continuous news; 3.news in full;

nkhani ya kubwalo la milandu lawsuit; lero kuli nkhani ya kubwalo la milandu = there is a lawsuit today;

nkhani ya pachibale friendly and casual talk;

nkhani yabodza 1.false news; 2.false allegation;

nkhani yabwino 1.good news; 2.good tidings;

nkhani yabwino kwambiri 1.very good news; 2.news worthy of publishing;

nkhani yakale yosakhala yowona legend; zoti njoka inkalankhula ndi nkhani chabe = that a snake ever spoke is only a legend;

nkhani yayifupi 1.short story; 2.essay;

nkhani yayitali yolembedwa 1.long written story; 2.novel;

nkhani yofunika important news;

nkhani yofupikitsidwa 1.shortened news; 2.abridgement;

nkhani yogwira mtima moving news; ndauzidwa nkhani yogwira mtima = I have been told moving news;

nkhani yokhumudwitsa 1.confusing news; 2.annoying news; 3.disappointing news; 4.bad news;

nkhani yolembedwa 1.written news; 2.article; nkhani yolembedwa m'buku= the article in the book;

nkhani yonamizira 1.false news; 2.false allegation;

3.fabrication of news;

nkhani yongoganizira 1.composition; 2.allegation;

nkhani yongoyerekeza myth; usandiuze nkhani yongoyerekeza = do not tell me a myth;

nkhani yopeka fiction; mabuku ambiri ali ndi nkhani zongopeka = many books have fictions;

nkhani yophunzitsa khalidwe 1.behaviour oriented news; 2.fable;

nkhani yosangalatsa 1.good news; 2.glad tidings; wandiuza nkhani yosangalatsa = he has told me glad tidings/ good news;

nkhani yoserewula joke;

nkhani yotsanzira 1.excerpt; 2.extract from a book;

nkhani za chabechabe 1.idle words; 2.prattle;

nkhani za kunja foreign affairs;

nkhani zakale zili pamodzi 1.history; 2.mythology;

nkhani zolembedwa 1.written stories; 2.written news; 3.newspaper;

nkhani zopanda pake 1.nonsensical words; 2.prattle;

nkhani zopanda phindu 1.worthless talk; 2.prattle;

nkhani\- 1.news; nkhani yonga ndakatulo = ballad; nkhani zofunikira = important news; magwero a nkhani = source of the news; Bungwe Lofufuza Nkhani m'Malawi = Malawi News Agency (M.A.N.A.); 2.information; unduna wa zofalitsa nkhani = ministry of information; 3.message; 4.story; expression: nkhani ili mkamwamkamwa (lit.: while the story was being talked about) = nkhani sikutha wamba; 5.adage; 6.anecdote; 7.dispute; kuzenga nkhani = settling the dispute; 8.case;

-nkhaninkhani 1.plenty; ali ndi ndalama za nkhaninkhani = they have plenty of money; 2.many; 3.much; 4.numerous; 5.more; 6.mass; anthu ankhaninkhani = mass of people; 7.macro; 8.bounteous; 9.copious;

nkhanira\zi- scorpion; chinkhanira chimaluma = a scorpion bites;

nkhanu\- crab; mu mtsinje muli nkhanu zambiri = there are a lot of crabs in the river;

-nkhanza 1.-be cruel; Idi Amin anali mtsogoleri wankhanza = Idi Amin was a cruel leader; 2.-be ruthless; 3.-be brutal; 4.-be evil hearted; 5.-be malevolent; 6.-be ferocious; 7.-be barbaric; 8.-be bellicose; 9.-be sanguinary;

-nkhanza zowopsa diabolic;

nkhanza\- 1.cruelty; mbiri ya nkhanza yakhala ikuloza pa mutu pake = the stories of cruelty are attributed to him; 2.maltreatment; 3.misrule; 4.animosity; 5.ferocity;

nkhasako (chiTumbuka) 1.better; 2.not too bad; zinthu zili nkhasako = things are not too bad;

nkhasi\- 1.water tortoise; 2.sea turtle;
nkhaswe \- 1.unfriendliness; 2.tyranny; 3.cruelty;
4.ruffian;
nkhata ya maluwa 1.wreath; expression: uyu ndi
nkhata yagwa (lit.: he is wreath has fallen) = he is
an idle person; 2.garland; 3.funeral wreath;
nkhata\- 1.wreath; 2.rolled grass;
nkhate\- 1.pot for boiling bathing water; 2.bath;
-nkhawa 1.worried; 2.nervous;
nkhawa ndi khalidwe lawina qualm (lit.: be
nervous with someone's behaviour);
nkhawa\- 1.anxiety; chomwe chikudetsa nkhawa =
the thing that is causing anxiety; nkhawa ikhoza
kupha munthu = anxiety can kill a person; 2.worry;
3.concern;; nkhawa yanga ndi = my concern is;
dziko la Malawi liri ndi nkhawa ndi kukwera kwa
chiwerengero cha anthu = Malawi's concern is the
growth of population; 4.nervousness; 5.anguish;
nkhazi\a- (chiTumbuka) aunt;
nkhofia\- fez; otumikira kukhoti kale ankavala
nkhofia = previously messengers were putting on
fez;
-nkhoko scanty;
nkhoko\- 1.burnt substance; mu mphika mwake
nkhoko mudalibe = in his cooking pot there was no
burnt substance; 2.crust; 3.scraper;
nkhokota\- (chiTumbuka) 1.scraper; 2.crust;
nkhokwe ya katundu 1.warehouse; 2.granary;
3.storage;
nkhokwe ya mabuku library;
nkhokwe ya matanthauzo a mawu 1.a book that
contains meanings of words; 2.dictionary;
nkhokwe ya ndalama money bank;
nkhokwe ya nzeru 1.brain; 2.head;
nkhokwe yaying'ono 1.small maize storage;
2.small granary; 3.larder;
nkhokwe yosungira ndalama money savings bank;
nkhokwe yosungira zinthu 1.storage; 2.granary;
nkhokwe \- 1.store for grain; 2.silo; 3.granary;
expression: wagona m'nkhokwe (lit.: you have
slept in the granary) = you are in trouble/
problems; 4.corn store; 5.storage;
nkholo\- 1.anus; 2.buttocks; 3.piles (a disease);
4.vagina (chiLomwe)
nkholokolo\- type of fish (available in Lake
Malawi);
nkholoso\- long bamboo to which a calabash is
attached used to draw water from a well;
nkholowa potato leaves;
nkhomaliro 1.lunch; ndimakonda nsima ndi
nsomba zaziwisi pa nkhomaliro yanga = I like
nsima and fresh fish for my lunch; 2.meal at noon;
3.mid-day meal;
nkhombe\- 1.spoon; 2.ladle (used for eating

porridge); 3.bivalve;
nkhombokombo\- fruit-pigeon; adapeza
nkhombokombo yakufa = he found a dead fruit-
pigeon;
nkhomo\- 1.pieces for playing bawo; nkhomo zanga
zatha = my pieces for bawo are used up; 2.shoot;
nkhonde earwax;
Nkhonde\a- Nkhonde (tribe of people found in
Karonga district in the Northern part of Malawi);
nkhondi earwax; nkhondi zikumulepheretsa kumva
bwino = earwax makes him not to hear properly;
nkhondo ya chinsinsi secret war;
nkhondo ya pakamwa cold war;
Nkhondo Yayikulu Great War (= First World War,
1914-1918);
nkhondo yomenya ndi mawu 1.war fought with
words; 2.cold war;
nkhondo yotsiriza ya dziko lonse 1.(lit.: last world
war); 2.Armageddon;
nkhondo yoyera ya a Silamu 1.Islamic holy war;
2.jehad; 3.jihad;
nkhondo\- 1.war; nkhondo ya angelezi ndi mabuno
= Anglo-Boer War; ndi nkhondo ya pakati pa
Angelezi ndi maDatchi kapena Mabuno ku dziko
la South Africa, m'zaka za 1899-1902 = it is the
war between the English and the Boers in South
Africa in the years 1899-1902; nkhondo inabuka =
the war broke out; akumenya nkhondo = they
wage war; panali chipwirikiti cha nkhondo = there
was a terrible war; 2.battle; 3.raid; 4.attack;
expression: wandiputira nkhondo (lit.: you have
started war for me) = you have plunged me into
trouble; expression: thira nkhondo (lit.: wage war)
= to put in very serious trouble;
nkhongo\- 1.back of the head; expression: mwana
uyu ndi zaya kunkhongo (lit.: a child is deep in the
back of the head) = a child does not listen to what
his father advises him/ he is stubborn; expression:
wangoti nkhongo gwa, ulendo (lit.: back of the
head to us, and away) = being determined to
depart/ braving the darkness; 2.occiput;
nkhongono (chiTumbuka) 1.power; 2.strength;
3.vigour; 4.the whole body;
-nkhongono (chiTumbuka) 1.vigorous;
2.powerful; tikufuna anthu ankhongono = we want
powerful people;
nkhonkho\- 1.rabbit; 2.cony;
nkhono yopanda chiganamba 1.snail without a
shell; 2.slug;
nkhono\- snail; proverb: kuwona maso a nkhono
nkudekha (lit.: to see the eyes of a snail is to be
patient) = when you want to get a good thing ,
don't be in a hurry; expression: kuyenda ngati
nkhono (lit.: walking like a snail) = moving

slowly;

nkhonodambe snail's shell;

nkhonya\- 1.fist; munthu wankhonya = boxer/ pugilist; proverb: mutu ukakula sulewa nkhonya (lit : a big head cannot dodge a fist) = being a leader is not always an advantage; 2.boxing;

nkhope ya chipongwe 1.cheeky face; 2.brazen face;

nkhope ya ukali 1.angry face; 2.furious face;

nkhope\- face/ facies; expression: msungwana anagwa nkhope (lit.: her face dropped) = the girl felt ashamed/ abashed; anatsitsa nkhope = his face fell; ndi nkhope yakugwa = with a sad face; nkhope zomvetsa chisoni = with apparently unhappy face; expression: analankhula nkhope ili gwaa (lit.: she talked with a dry face) = she talked with an innocent face; analankhula mopanda manyazi = she talked without shame;

nkhosa ya khonje 1.bunch of fibre-plant thread; 2.bunch of cotton thread;

nkhosa ya mphongo 1.ram; 2.male sheep;

nkhosa yaimuna 1.ram; 2.male sheep;

nkhosa yayikazi ewe lamb;

nkhosa za bweya wautali 1.long furred sheep; 2.merino;

nkhosa\- sheep; expression: iye ndi nkhosa (lit.: he is a sheep) = he is dull/ not clever/ patient;

nkhosi\- chief;

nkhoswe\a- 1.Comforter (Holy spirit, John 14:16); 2.mediator; 3.advocate; 4.advisor/ counsellor/ representative in marriage affairs; 5.intermediary; 6.go between; 7.a link between husband and wife; 8.witness;

-nkhota 1.-be daft; 2.-feel ashamed; 3.-be dreamy;

nkhowa\a- champion; iye ndi nkhowa wa mpira = he is a football champion;

nkhufi\- 1.bug-tick; 2.fever-tick;

nkhukhuluzi 1.mark; 2.vestige;

nkhuku ya msoti 1.young hen; 2.pullet;

nkhuku ya thadzi 1.hen; ndapereka nkhuku ya thadzi kwa asing'anga = I have given a hen to the medicine man as payment; 2.female chicken;

nkhuku yayikazi 1.hen; 2.female chicken;

nkhuku yayimuna 1.cock; 2.male chicken;

nkhuku\- chicken; nkhuku yodwala chitopa = chicken suffering from new castle disease; expression: nkhuku ya chilendo (lit.: a strange chicken) = a stranger in foreign land;

nkhukundembo\-/ **nkhukutembo**\- turkey; kunyada ngati nkhukundembo = as proud as a turkey;

-nkhule (Chitumbuka) 1.-be undressed; 2.-be naked; ndinamupeza ali nkhule = I found her naked;

nkhuli\- 1.desire for meat, chicken, fish, etc.; expression: ali ndi nkhuli ngati fisi (lit.: he has desire for meat like a hyena) = he likes meat; 2.lust; nkhuli ya chigololo/ chiwerewere/ yogonana = sexual lust;

nkhulukupenya\a- boyish person, but advanced in years;

nkhulukutamo duplication;

nkhululu\- cricket (edible);

nkhulumbi\- 1.skin disease that causes a rough surface; 2.scab;

nkhulunsinga\- caterpillar;

nkhumano ya kumwamba ndi pansi poyang'ana horizon; mzere umene umawoneka ngati pokumanirana pothera pa dziko la pansi, nyanja kapena mtambo = an imaginary line which joins the ground and the sky;

nkhumano za mtsinje 1.a place where rivers meet; 2.estuary;

nkhumano\mi- 1.a place where roads meet; 2.gathering; 3.labyrinth;

nkhumba (nyama ya n.) 1.bacon; 2.pork; 3.pig meat;

nkhumba yayikazi 1.female pig; 2.sow (n);

nkhumba yofulidwa 1.castrated pig; 2.hog;

nkhumba yosabereka yaimuna 1.unreproductive male pig; 2.hog;

nkhumba yosathena 1.uncastrated pig; 2.boar;

nkhumba\- 1.pig; iwe ndiwe nkhumba = you are as dirty as a pig; 2.swine;

nkhumbe bran;

nkhumbutondo\- 1.swelling besides the eye due to eye boring; 2.scab;

nkhunda\- 1.tame dove; mtima wa nkhunda umagwiritsidwa ntchito ngati mankhwala a chikondi a chikuda = a dove's heart is used as traditional love medicine; expression: khalani ngati nkhunda (lit.: be like a dove) = have good behaviour; 2.tame pigeon;

nkhundi\- creepers (used for rims of baskets);

nkhunga\- type of roots used to decorate earthen ware e.g. pots and jars;

-nkhungu 1.daft (lit.: snowy, misty); 2.nebulous;

nkhungu\- 1.haze; 2.fog; 3.mist; 4.vapour;

nkhungudza unripe green maize which can be eaten raw;

nkhungudzu\- large bean; tadya nsima yankhungudzu = we have eaten nsima with large beans;

nkhungukuma\- ant (small black);

nkhunguni\- kind of blood-sucking bug; expression: iwe ndiwe nkhunguni (lit.: you are a bug) = you are a stingy person/ a selfish person;

nkhuni yothimitsidwa 1.extinguished firewood;

2.cinder;

nkhuni\- 1.firewood; tola nkhuni = pick up firewood; proverb: nkhuni imodzi simanga mtolo (lit.: one piece of firewood does not make a bundle) = a decision by one person is not enough; 2.stick; 3.dead wood;

nkhunje\- 1.bud of cotton; 2.calyx;

nkhupakupa\- 1.tick; 2.flea; 3.bed bug;

nkhusu 1.residue; 2.crumb;

nkhuti 1.pit; taya m'nkhuti = throw it in the pit; 2.place for rubbish;

nkhutukumve\a- 1.disobedient person; 2.defiant person; 3.imp;

nkhutunkhutu\- 1.kind of owl that calls in the night and its call is considered an evil omen; 2.foolish talk;

nkhuwiku\- 1.multitude; 2.crowd;

nkhuwiri\- 1.drum with skin on both sides; 2.fruit eating bird;

nkhuyu\- fig tree; proverb: chikomekome cha nkhuyu mkati muli nyerere (lit.: the external beauty of the wild fig fruit whereas inside there are ants) = admonition not to consider external features of a candidate only; proverb: nkhuyu zodya mwana zinapota mkulu (lit.: the figs eaten by a child cause pain in the adult's stomach) = the parents are punished because of the misdeeds of the children;

nkhuzi\- (chiTumbuka) 1.bull; 2.male cattle; 3.short and stout person;

nkhuzinkhuzi\- kind of bird (mainly found during rain season);

nkhwalangwa 1.unproductive place; 2.infertile place;

nkhwali\- 1.partridge; nkhwali zimavuta kusaka = partridges are difficult to hunt; 2.quail; waona mawanga a nkhanga wataya nkhwali (lit.: you have seen the beauty of the guinea-fowl, and you have rejected the quail) = do not consider outward appearances only;

nkhwangala\- desert;

nkhwangulo\- 1.chest; 2.thorax;

nkhwangwa ya mpini waufupi hatchet;

nkhwangwa\- axe; proverb: chibale cha nkhwangwa chokoma pokwera (lit.: the friendship of an axe is nice when you climb up, but becomes useless after having cut the branch) = refers to a thing that has become useless now, or to the abandoning of friends when one cannot profit from them anymore; proverb: nkhwangwa sithwera pachipala (lit.: an axe does not sharpen at the forge) = the proof of the pudding is in the eating; proverb: anamenyetsa nkhwangwa pamwala (lit.: he hit the rock with the axe) he refused, he denied;

expression: iye ndi nkhwangwa (lit.: he is an axe) = he is ugly/ not handsome; mwakwatira nkhwangwa = you are married to an ugly girl; expression: osamva anamva nkhwangwa ili m'mutu (lit.: disobedient people became obedient when the axe was in the head) = disobedient people will learn their painful lesson;

nkhwayira\- sandal; nkhwayira zanga zang'ambika tsopano = my sandals are now torn apart;

nkhwazi\- 1.fish-eagle; expression: iwe ndiwe nkhwazi (lit.: you are an eagle) = you are intelligent/ you are doing things in a right way; 2.vulture; 3.eagle; ndi mbalame zopanda nthenga m'mutu ndi mkhosi zopezeka m'madera otentha zomwe zimadya nyama zakufa = they are birds whose heads and necks are featherless found in hot areas which feed on carcasses;

nkhwende\- 1.cloth of bark; makolo athu ankavala nkhwende = our ancestors were wearing clothes made from barks of trees; 2.bark;

nkhwenkhwe 1.quarrel; 2.chaos; 3.hatred;

nkhwere\a- 1.monkey; ankhwere amadya chimanga chachiwisi = monkeys eat green maize; 2.baboon;

nkhwesa\- 1.controversy; 2.vice;

nkhwewa\- hawk;

-nkhweza -be driven to commit suicide (esp. by the influence of magic);

nkhwezule\- owl (a night bird associated with witchcraft); expression: anandiona ndi diso la nkhwezule (lit.: she saw me with an eye of owl) = she saw me with fury/ rudeness/ with scornful eyes;

-nkhwidzi 1.jealous; akuchita nkhwidzi = he is jealous; mtima wankhwidzi = jealous heart; 2.malicious; 3.envious;

nkhwiko\- 1.windpipe; 2.voice box; 3.esophagus; 4.throat; 5.trachea; 6.glottis; 7.Adam's apple;

nkhwimba\- 1.hole; 2.wolf;

nkhwinchi 1.dog chain; 2.bridle for leading a dog;

nkhwindi\- loin cloth of beads worn by children;

nkhwinkwi\- eye-lash; mtsikana wameta nkhwinkwi zake zonse = the girl has shaved all her eye-lashes;

nkhwinya\- revenge; eexpression: tulira nkhwinya (lit.: dump revenge on the innocent) = taking revenge against someone who is innocent;

nkhwiru\- 1.desire for meat or fish; 2.a wish to eat meat or fish; 3.lust;

nkobwe\mi- gourd handle; expression:kubwezera phala ku nkobwe (lit.:reversing porridge back to the gourd handle) = preventing a continuity of good things;

nkokomo heavy sound; nkokomo wa mafunde = the sound of the waves;

nkolongo 1.hard wood; 2.mahogany;
nkolongonjo 1.hard wood; 2.mahogany;
nkombero\mi- 1.rim; 2.border; 3.hem;
nkomendine\a- bootlicker;
nkomoko\mi- sugarcane;
nkondo\mi- 1.spear; 2.arrow; nkondo wa Mulungu
   = an arrow of God;
nkongo\mi- clitoris;
nkono\mi- 1.arm; nkono wanga waduka = my arm
   has been cut; 2.hand;
nkota\mi- parent animal; expression: kuwombera
   nkota (lit: killing the parent animal) = strongly
   commenting/ emphasising; expression: mbuzi ndi
   nkota (lit: a goat is his parent) = he imitates what
   parents do;
nkuja day after tomorrow;
nkuka\mi- water drain;
nkumbutera edible beetle;
nkunja\a- 1.atheist; 2.outcast;
nkunkhu\- bludgeon without head;
nkusani 1.common cold (n); 2.nasal catarrh;
   3.fluenza;
nkwinya\ma- wrinkle;
-nlanja -swing;
nokha 1.only (inu nokha = you only); 2.alone;
-nokola geni -be knocked out of business;
-nola 1.-sharpen; mpaliro uwu ndi wonola = this
   arrow is sharpened; mpeni wonoledwa = a
   sharpened knife; 2.-be close fisted;
-noledwa 1.-be sharp; 2.-be educated;
nolo\- 1.sharpener; 2.whetson;
nombo\- nail (esp. of a hawk);
nomwe -self; inu nomwe = you yourselves;
-nona 1.-be fat; 2.-be rich in fat;
nondo\- 1.seedling; 2.young plant;
-nong'omera -be sweet; zinthu zafika
   ponong'omera = things have reached a sweet
   stage;
-nong'ona 1.-whisper; expression :
   mudzanong'oneza bondo (lit : you will whisper to
   your knees) = you will regret; 2.-betray; 3.-
   murmur; 4.-mumble;
-nong'oneza 1.-tell secret; 2.-confide some secret;
-nong'oneza bondo -whisper to one's knee (lit.);
   expression: wanong'oneza bondo (lit.: he has
   whispered to his knee) = he has regretted;
nong'onong'o\ma- 1.whisper (n); 2.rumour;
   3.murmur;
noni (-li n.) 1.be fatty; 2.-be greasy;
-nonomera 1.-adhere; 2.-cling;
-nonono -look strong; akadali wanonono = he looks
   strong;
-nonthokera 1.-close with; 2.-wrestle; 3.-rapple;
-nota 1.-prosper; 2.-be prosperous; 3.-be rich;

walemera/ wanota = he is rich;
Novembala 1.November; 2.eleventh month of the
   year;
Nowa Noah; munthu amene anatumidwa ndi
   Mulungu kuti aseme chombo (Genesis 6: 13-22) =
   a man who was told by God to make an ark
   (Genesis 6:13-22);
nsabwe za m'mutu head lice;
nsabwe\- louse; proverb: chala chimodzi sichiswa
   nsabwe (lit.: one finger cannot press a louse) = you
   can't solve problems alone; ukhoza kupha nsabwe
   pogwiritsa ntchito madzi wotentha = you can kill a
   louse by using hot water;
nsadzu call of bird;
nsagwada\- 1.jaw; 2.corners of mouth;
nsakasa\- 1.simple built hut; 2.cool season;
nsalu ya bafuta 1.linen; 2.white cloth;
nsalu ya njema grey calico;
nsalu ya saka sackcloth;
nsalu yakuda black calico;
nsalu yofundira ya thonje 1.cotton fabric;
   2.cambric;
nsalu yogonera bedsheet; muli ndi nsalu yogonera
   imodzi = you have one bed sheet;
nsalu yokhuthala 1.denim; 2.calico;
nsalu yolembapo 1.flag; 2.banner; anayika nsalu
   yolemba pa msewu = they posted a banner on the
   road side;
nsalu yolimba 1.calico; 2.denim;
nsalu yomanga pa bala 1.cloth for binding up a
   wound; 2.bandage; 3.dressing;
nsalu yomanga pa chilonda 1.cloth for binding up
   a wound; 2.bandage;
nsalu yomangira mchiuno loincloth;
nsalu yopangidwa kuubweya 1.woollen cloth;
   2.merino;
nsalu yophimba 1.curtain; Yesu anachotsa nsalu
   yophimba ya machimo = Jesus removed the
   curtain of sins; 2.cover;
nsalu yosasira duster;
nsalu yotchinga curtain;
nsalu yovindikira zinthu 1.cloth covering things;
   2.plaid; 3.rug;
nsalu yovundikira mtembo shroud; nsalu
   yovundikira mtembo ndi chizimba cha bizinesi = a
   shroud is charm for business;
nsalu yoyera white cloth;
nsalu yoyera ya chabe calico (grey);
nsalu\- 1.cloth; wowomba nsalu = a cloth maker;
   2.zambia (referring to clothes made in Zambia);
nsaluyalekaleka 1.baby; 2.child;
nsambinsambi\- water beetle;
nsambo\- 1.chord (of a guitar); 2.string; 3.bracelet
   of wire; 4.bangle;

nsambu\mi- ring;

nsanamira\- 1.column (column outside the verandah); 2.pillar; Mpingo ndi nsanamira ya Malawi = the Church is the pillar of Malawi; 3.stake; 4.abutment; nsanamira ya ulalo = an abutment of a bridge; 5.support pole; 6.roof pole;

nsanasana kind of bat (edible);

nsanda\- 1.cloth for covering the dead body; 2.shroud;

nsanga\- cataract; iye ali ndi nsanga mu diso lake = he has a cataract in his eye;

nsangala happiness;

-nsangala 1.-be cheerful; mwana wansangala = the child is cheerful; 2.-be cordial;

nsangamutu 1.headband; nsangamutu imasonyeza chisoni = headband symbolises sorrow; 2.headcloth;

nsangwe seven stars grouped together; riddle: pali akamwini asanu ndi awiri (there are seven sons-in-law) = nsangwe;

nsanja ya olonda watch tower;

Nsanja ya Olonda Watch Tower: (a) chiyanjano cha Baibulo ndi Zolembera cha Nsanja ya Olonda kapena (b) Chiyanjano cha Mboni za Yehova = Watch Tower Bible and Tract Society (W.T.B.T.S.); chiyanjanochi chinakhazikitsidwa ku Amereka ndi C.T. Russell (1852-1916) = this society was founded in America by C.T. Russell between 1852 and 1916;

nsanja\- 1.platform; anaimirira pa nsanja = he stood on the platform; 2.shelf; iyi ndi nsanja ya mabuku = this is a book shelf; 3.dais; 4.tower;

nsanje 1.jealousy; 2.envy; 3.grudge;

-nsanje 1.envious; munthu wa nsanje = envious person; 2.jealous;

nsanza\- 1.worn or torn piece of cloth; proverb: munthu akalumidwa ndi njoka yakuda amathawa nsanza yakuda (lit.: when a person is bitten by a black snake, he runs away when seeing a black torn piece of cloth) = being frightened of undangerous things; 2.old and torn clothes; 3.rags;

nsanzi\- small bag;

nsapato ya chidende chachitali high-heeled shoe;

nsapato\- (chiPortuguese) 1.shoe; nsapato zanyowa = the shoes have become wet; nsapato ndi yong'ambika = the shoe is torn; nsapato sizikupezeka msitolo = the shoes are out of stock; 2.boot;

nsapule ear-ring; wagula nsapule yatsopano = she has bought a new ear-ring;

nsaputu\- 1.bunch of flowers; 2.cluster;

nsasa\mi- seed (of cotton);

nsati\- corners of mouth;

nsato\- 1.boa constrictor; 2.python; nsato ndi njoka yoopsa kwambiri = a python is a very dangerous snake; ichi ndi chikumba cha nsato/ ili ndi fundu la nsato = this is the skin of a python;

nsatsi\- castor; mbewu ya mafuta a nsatsi = seed of castor oil plants;

nsatsimanga\- 1.wild castor; 2.croton;

nsautso\ma- crisis; kuli nsautso opambana = there is great crisis;

nsawa\- 1.groundnut; 2.peanut;

nsawawa\- green peas; tidyera nsawawa basi pa nkhomaliro = we will have green peas only for lunch;

-nse 1.all; 2.both; 3.each; 4.every; amabwera kuno tsiku lililonse = he comes here every day; zinthu zonse = everything; anatenga katundu yense/ chilichonse = she took everything; aliyense = everyone; konsekonse/ ponseponse = everywhere; 5.totally; 6.the whole; ndamaliza kuwerenga buku lonse = I have finished reading the whole book; masiku onse = all days; proverb: masiku sakoma onse (lit.: not all days are Sundays) = there are also unhappy days; tsiku lokumbukira Oyera onse = All Saints' Day; tsiku lokumbukira akufa onse = All Souls' Day; 7.general; msonkhano wa onse = general assembly; 8.entire; 9.any; aliyense wa inu = anyone of you;

-nse pamodzi all together;

nseche (-chita n.) 1.-backbite; expression: kudya nseche (lit.: eating gossip) = gossiping/ backbiting; 2.-gossip; uyu akuchita nseche = he is gossiping;

nsechera 1.inflamed swelling on eye-lid; 2.stye;

nsembe yopsereza burnt-offering;

nsembe yowotchedwa mwathunthu 1.fully burnt sacrifice; 2.whole burnt offering;

nsembe\- 1.libation; 2.offering; nsembe yopsereza = burnt offering; 3.sacrifice; expression: kumvera ndikokoma koposa nsembe (1 Samueli 15: 22) = to obey is better than sacrifice (1 Samuel 15: 22);

nseme\- baldness;

nsenga\- 1.dregs; 2.left overs; 3.reeds;

nsengwa\- 1.small plaited basket of bamboo, which is used for eating nsima or other food; 2.plate; 3.dish; 4.small flat basket;

nsenjere elephant grass;

-nsensenya borer-beetle, or coffee-bug, named 'Cameron';

nsenya\- slow walk;

nsenye\mi- 1.dead body of a newly born baby; 2.still born baby;

nseru\- 1.nausea; 2.feeling like vomiting;

nsesenga\mi- 1.plain; 2.flat land;

nshawa\- 1.groundnut; 2.peanut;

-nsi 1.under; pansi pa mtengo = under a tree; 2.down; 3.below;

nsichi zisanu za chiSilamu five pillars (Islam);
nsichi zomangira mpanda 1.poles for making a fence; 2.paling;
nsichi\- 1.corner post; 2.support pole; 3.pillar;
nsidze eye lashes; amayi ambiri amachotsa nsidze zawo = many women remove their eye lashes;
nsikidzi\- bedbug; mnyumba muli nsikidzi = there are bedbugs in the house;
nsikwa\- 1.stick; 2.an African game played by men;
nsima 1.stiff maize porridge; 2.pap;
nsima yogona maize porridge (nsima) cooked yesterday;
nsimbi 1.steel; 2.strong metal pole; 3.iron;
nsimwi crop (of hair);
nsinde\mi- 1.stalk; 2.kind of bracelet;
nsinga\- 1.bondage; nsinga za ukapolo = the bondage of slavery; nsinga za atsamunda/ utsamunda = bondage of colonialism; nsinga za imfa = bondage of death; 2.chain; 3.cord (of bow); 4.bowstring;
nsinjiro 1.groundnuts powder; 2.additives (fig.); tsilira nsinjiro = make a comment;
nsinsi\- 1.compassion; 2.feeling sorry for someone;
nsiriro\- 1.desire; 2.fondness; 3.ambition;
-nso 1.suffix indicating repetition and addition; 2.again; alinso bwino = he is also well; komanso = but also; tionananso = we will meet again; nenaninso/ bwerezanso/ nenanso = say it again; 3.back; abweranso = he has come back/ he will come back; 4.also; he has come also; tionananso = see you later; inenso ndili bwino = I am well also; 5.too; inunso = you too; 6.anew; 7.as well;
nsodo\- small flower bird;
nsokera 1.glioma optic; ndi chotupa cha pa make diso = it is a tumour on the optic nerve; 2.stye (a swelling on the edge on the eyelid); 3.eye-lid disease;
nsokole\- pounded maize;
nsolo\mi- 1.draught; 2.head;
nsomali wa mazinga screw;
nsomba zaziwisi fresh fish;
nsomba zokodwa mu ukonde 1.fish hooked in net; 2.haul; 3.catch;
nsomba\- 1.fish; amagwiritsa ntchito zida pogwira nsomba = they use tools for fishing; mitundu ina ya nsomba = some kinds of fish: themba\ma-, chambo\za-, mlamba\mi-, kadyaakolo\a-, kampango\a-; kodi mitundu ya nsomba ya ku Malawi ndi iti? = which are the types of fish in Malawi?; 2.ichthus (chiGiriki); liwu loti 'ichthus' ndi zolemba m'chiGiriki zayimirira mawu woti: Yesou Christou Theou Huyos Soter, kutanthauza: Yesu Khristu, Mwana wa Mulungu, Mpulumutsi = the word 'ichthus' is Greek which stands for:

Yesou Christou, Theou Huyos Soter, meaning: Jesus Christ, Son of God, Saviour;
nsompho\- adze; amisili ambiri amakhala ndi nsompho = most skilled artisans do have an adze;
nsondo (chiYao) initiation of girls;
nsonga ya chala finger tip;
nsonga ya cholembera nib of a pen;
nsonga\- 1.tip; 2.top; 3.summit; nsonga ya phiri = the summit of the mountain; 4.apex; 5.nipple; kukoka nsonga = pulling out nipples; mawere ako opanda nsonga = you have flat nipples; 6.foreskin; nsonga ya mbolo = foreskin;
nsongola shinbone;
nsonono\- 1.earwax; 2.cerumen;
nsoti wa nkhuku 1.little hen; 2.pullet;
nsoti wa nkhumba sow (n);
nsukunyu\- head of femur;
nsuli\mi- 1.skull cap; 2.fez;
nsungu\- 1.pimple; 2.rash;
nsungwi\- bamboo; timagwiritsa ntchito nsungwi pomanga zilindo = we use bamboos when building huts;
nsupa\- 1.horn; 2.gourd for storing medicine by traditional healers; 3.cruse for keeping oil;
nsusuko fondness;
nsutu\a- attendant;
nsuwachi\mi- toothbrush;
nswala yamphongo hart;
nswala yayikazi hind;
nswala yayimuna hart;
nswala\- 1.giraffe; 2.gazelle(small in size); 3.antelope;
nswani\- cud of cow;
-nswentha 1.-release air from the anus; osanswentha pa gulu = do not release air in public; 2.-fart;
nsweta\mi- bunch of beads;
ntaji 1.capital; adapezera ntaji = she earned a capital; 2.opportunity; 3.improvement; 4.chance;
ntalanga\- desolation;
ntanda\mi- cross pole which supports the roof;
ntandasha cassava flour; procedure: drying, pounding;
ntapasya cassava leaves;
ntapo\- clay soil;
ntawa\mi- kind of indigenous tree;
ntawanga\- desolation;
ntayo 1.miscarriage; 2.abortion; mkazi wanga wachita ntayo = my wife has had an abortion;
ntchafu\- 1.thigh; 2.fupa la ntchafu = thighbone; 3.upper leg; 4.lap; 5.hip; 6.haunch;
ntchedzera\- lark;
ntchedzero\- 1.joke; 2.simile;
ntchefu\- eland;

ntchekwera 1.underwear; 2.underpant;
ntchemba\mi- fortification;
ntchembere 1.old woman; 2.fertile woman; mayi
wobereka = a fertile woman (having children);
ntchembere gandule 1.old woman; 2.lady;
ntchemberembaya 1.young woman; 2.lady;
ntchemberembaya zimakonda kusewera mpira
wamanja = women like to play netball;
ntchemberezandonda\- insect that can destroy
crops of maize and other seeds;
ntchentche\- house fly;
ntchetcha elephantiasis;
ntcheto\- 1.hooked arrow used by hunters;
2.dagger; 3.discouragement;
ntchezi\- cane rat; expression: ntchezi mmbuyo (lit.:
the cane rat behind) = a liar/ a trickster;
ntchezo conversation;
ntchini\mi- 1.engine; 2.mill;
ntchintchi\- 1.dough; 2.ball of wax; 3.traditional
song;
ntchirichiri 1.hiccup; 2.hiccough;
ntchitikiro 1.hiccup; 2.hiccough;
-ntchito official (adj); mapepala antchito = official
papers;
ntchito ya chinyengo 1.dishonest work; 2.fiddle;
ntchito ya chisankho polling;
ntchito ya kufufuza quest; ntchito yako yofufuza
yayenda bwino = your quest has been thoroughly
done;
ntchito ya kulumikiza attachment;
ntchito ya kuwombola redemption;
ntchito ya kuyanjana reconciliation;
ntchito ya manja 1.manual work; 2.technical work;
ntchito ya nkhanza kwambiri 1.cruelty; 2.outrage;
3.violence;
ntchito ya pobereka mwana labour in child birth;
ntchito ya thupi bodywork;
ntchito ya unsembe 1.work of the priesthood;
2.curacy;
ntchito yamtengatenga 1.transport; 2.haulage;
ntchito yobweretsa ndalama zambiri 1.profitable
work; 2.lucrative work; 3.yielding gain;
ntchito yochepa chore;
ntchito yochepetsa reduction;
ntchito yochotsa chiberekero mwa mzimayi
1.removal of womb in women; 2.hysterectomy;
ntchito yochotsera deduction;
ntchito yodumphidwa omission;
ntchito yofalitsa uthenga proclamation;
ntchito yofufuza zinsinsi 1.spying; 2.espionage
(esp. of political and military secrecy);
ntchito yofunsa mafunso interrogation;
ntchito yoganizira chinthu proposal;
ntchito yogula chinthu purchase;

ntchito yogwirira kusangalatsidwa labour of love;
ntchito yoipa 1.evil deed; 2.outrage;
ntchito yokakamiza anthu force;
ntchito yokhazikitsa installation;
ntchito yokonzanso restoration;
ntchito yolalika uthenga proclamation;
ntchito yolandira 1.receipt; 2.reception;
ntchito yolembedwa pa manja 1.handwritten
work; 2.manuscript;
ntchito yolenganso recreation;
ntchito yolipidwa 1.job; 2.employment;
ntchito yolondola pursuit;
ntchito yomanga 1.construction; 2.building;
ntchito yometa shaving;
ntchito yongosangalatsa wina labour of love;
ntchito yonyamula katundu 1.transportation;
2.haulage;
ntchito yoonetsa zinthu projection;
ntchito yopanda munthu vacancy;
ntchito yopanda phindu 1.profitless job; 2.labour
of love;
ntchito yopanga chinthu production;
ntchito yopeka 1.composition; 2.fiction;
ntchito yophika cookery;
ntchito yosasangalatsa 1.fag; 2.unimpressive work;
ntchito yosindikiza mabuku 1.printing;
2.publication;
ntchito yotanthauzira interpretation;
ntchito yothamangitsa pursuit;
ntchito yoyatsa ignition;
ntchito za mkomya wa pabanja homecraft work;
ntchito za mlengalenga air services;
ntchito za mtokoma carrying/ transporting things;
ntchito za pakhomo 1.house work; 2.domestic job;
ntchito zina other responsibilities; abusa amakhala
ndi ntchito zina = ministers have other
responsibilities;
ntchito\- 1.work; ntchito inali ndi zabwino zake =
the work had its own benefits; ntchito yanji =
which work? ntchito yabwino = good work;
ntchito yako ndi yotani? = what is your work?;
2.occupation; 3.job; ntchito imene munthu
uzigwira tsiku ndi tsiku = job description; 4.task;
5.labour; expression: osagwira ntchito asadye (lit.:
those who do not labour shall not eat) = one should
work for his livelihood; 6.berth; 7.business; 8.acts;
Acts of the Apostles = Ntchito za Atumwi;
9.employment; 10.concern; 11.craft; 12.deed;
lalikani za ntchito zake pakati pa mitundu ya anthu
= make known his deeds among the peoples;
13.duty; 14.function; 15.obligation; kukwaniritsa
ntchito za mwini = fulfilling one's obligations;
16.assignment;
ntchiu\- caterpillar;

ntchofu 1.umbilical cord; 2.sickness of the stomach; 3.biliousness; 4.colic; 5.enlargement of scrotum;

ntchowa\a- 1.baby; 2.newly born child;

ntchyamba 1.lazy bones; 2.lazy person; Gondwe ndi ntchyamba = Gondwe is a lazy person;

nterera ability to resist blows;

nterezi\- dance especially by old people, mixed indoors, drums;

-nthabwala hilarious;

nthabwala\- 1.joke; adzaseka chifukwa cha nthabwala = he will laugh because of the joke; nthabwala zili ndi malo ndi nthawi yake yokambira = jokes have their place and time to be talked about; 2.lark; 3.jest;

nthaka ya zinthu fertile soil;

nthaka\- 1.earth; 2.soil (agricultural term); nthaka yabwino = good soil; madzi okokolola nthaka = water that erodes the soil; madzi amakokolola nthaka = water carries away the soil; 3.land; awa ndi eni nthaka = these are owners of land/ indigenous citizens;

nthale\- 1.dross of metal; 2.clinker;

nthalo\- nsima pot;

nthambi ya filosofe branch of philosophy; maphunziro a kukhala kwa munthu ndi nthambi ya filosofe yolingalira kukhala kwa umunthu = existentialism is a branch of philosophy dealing with the existence of human life;

nthambi zodulitsidwa cut branch;

nthambi zothyoka brushwood;

nthambi\- 1.bough of tree; 2.shoot; 3.department; nthambi yoyang'anira nyama za mnkhalango = department of parks and wildlife; 4.branch; funso lili ndi nthambi zambiri = the question has many branches (sub-questions); 5.off-spring;

nthambo ya wayilesi aerial; nthambo ya wayilesi yathyoka = an aerial has broken;

nthambo yomangira 1.cord; 2.lace;

nthambo\- cable;

nthanagula 1.joke; 2.lark;

nthanda\- 1.beautiful morning star; expression: mtsikana uyu ndi nthanda (this girl is a beautiful morning star) = this girl is very beautiful; 2.brightest morning star; 3.type of snake;

nthandizi\a- philanthropist;

nthanga imodzi contemporary (n);

nthanga ya chipatso pip;

nthanga\- 1.core of fruit; 2.seed (esp. of pumpkins); anthu a nthanga imodzi (lit.: people of the same seed) = people of the same age;

nthangala\- seed; nthangala za mawungu zimakoma kudya = pumpkin seeds are delicious to eat;

nthanganula\- 1.joke; 2.lark; 3.jest;

-nthangwanika -extremely busy; iye ali pa nthangwanika = he is very busy;

nthano\- 1.fable (story containing a lesson); 2.saying; 3.expression; 4.conundrum; 5.myth; 6.legend; 7.folktale;

nthanthalibwe cobweb;

nthanthalika\zi- joke;

nthanthi\- 1.joke; 2.lark; 3.jest;

nthanthula\- 1.lower leg; 2.calf;

-nthasa -transverse;

nthata\- 1.flea; galu uyu ali ndi nthata = this dog has got fleas; expression: kukakamira ngati nthata (lit.: clinging like a flea) = sticking to someone for assistance; 2.tick;

nthawi imeneyo 1.those days; 2.those times;

-nthawi imodzi 1.simultaneous; 2.contemporary; 3.coeval;

nthawi ina another time;

nthawi ina posachedwa 1.another time soon; 2.anon;

nthawi ino 1.at the moment; 2.at present;

-nthawi ino yokha provisional; chiphaso cha nthawi ino yokha = provisional licence;

nthawi ndi nthawi 1.usually; 2.now and then;

nthawi pang'ono 1.a moment; 2.a while;

nthawi ya chimaliziro time of the end;

nthawi ya dzuwa 1.summer time; 2.dry season;

-nthawi ya kale 1.ancient; 2.old days;

nthawi ya Khirisimisi Yuletide; moni wa nyengo ya Khirisimisi = Yuletide greetings;

nthawi ya komwe kwatchulidwa 1.time for a particular place; 2.local time (i.e. in comparison to the time of where the speaker is); nthawi ya ku Malawi ndi 1 koloko ya masana = 13.00 hours Malawi local time;

nthawi ya m'mawa 1.day break; 2.dawn; 3.morning;

-nthawi ya m'mbuyo former;

nthawi ya mtumiki pa udindo 1.time for the deacon in charge; 2.term;

nthawi ya muyaya 1.eternity; 2.everlasting;

nthawi ya mvula rainy season;

nthawi ya ubwana infancy; ndidamuona iye pa nthawi ya ubwana wake = I saw him in his infancy;

nthawi ya zaka khumi 1.ten year period; 2.decade;

nthawi ya zida zazitsulo Iron Age;

nthawi yakukhala pa wekha solitude;

nthawi yakumwa ndi chisangalalo 1.time of drinking and merry making; 2.wassail;

nthawi yakupambana hey-day;

nthawi yatchaya 1.it's time now; 2.time up;

nthawi yochepa short time;

nthawi yocheza playtime;

nthawi yogona bedtime;

nthawi yokhala ndi mphamvu 1.time of greatest prosperity and power; 2.hey-day;

nthawi yokhalitsa time of existence;

nthawi yokondwa happy hour; kanthawi kena patsiku pamene mowa umagulitsidwa motsika mtengo kubala ndi kumalo kwina komwera mowa = time where by price/ cost of beer is reduced at a bar;

nthawi yomaliza kuchita zinthu 1.dead-line; 2.time assigned;

nthawi yongokhala 1.free time; 2.leisure;

nthawi yopanda malire 1.infinite time; 2.everlasting;

nthawi yophwetsa mkhuto 1.short period of rest; 2.siesta;

nthawi yopuma ukadya 1.short period of rest; 2.siesta;

nthawi yosangalala zedi time for elevated mood;

nthawi yosatha 1.eternity; 2.everlasting; 3.forever;

nthawi yosowa chochita 1.leisure; 2.freetime;

nthawi yotchuka 1.prosperous time; 2.hey-day;

nthawi yovuta zokambirana 1.dead end; 2.impasse; kukambirana kwafika povuta = the negotiations have come to an impasse;

nthawi yowawitsa 1.difficult time; 2.hard time; 3.tough time;

nthawi yowonjezera overtime; mwezi uno ndalama pa nthawi yowonjezera yanu ndi K2000 = your overtime allowance for this month is K2000;

nthawi yoyamba first time; ndi nthawi yoyamba kukhala kuno = it is the first time for me to be here;

nthawi yoyenera 1.right time; 2.high time;

-nthawi za nthawi 1.forever; 2.everlasting;

nthawi zabwino ndi zoipa ups and downs;

nthawi zambiri 1.most times; 2.often;

nthawi zina sometimes; nthawi zina ndimangona = sometimes I just sleep;

nthawi zonse 1.always; nthawi zonse amamutamanda/ amamuthokoza/ amamuyamika = always he thanks him; 2.continually; 3.evermore; 4.forever;

-nthawi zosatha 1.everlasting; 2.eternity;

nthawi zosayamba forever and ever;

nthawi\- 1.time; nthawi yothaithayi = the last time; nthawi yopitapita = time already passed; 2.duration; 3.term; 4.period; 5.point; panthawi imeneyi = at this point of time; 6.occasion;

nthayo (chiTumbuka) 1.abortion; 2.still born baby;

nthedza\- highest point (of a tree); proverb: ukakwera panthedza usatukwane (lit.: if you are in a top position, don't use obscene language) = do not underestimate others below your rank;

nthekwe 1.clan; 2.dynasty;

nthembe\- old woman;

nthenda mchifuwa pleurisy;

nthenda ya chithokomiro 1.disease of the Adam's apple; 2.goitre;

nthenda ya kholingo disease of bronchus\bronchi; njira ya mpweya yochokera ku m'mero mpaka mu mapapo = air tube that begins at the trachea and branches into the lungs;

nthenda ya lizunzo chronic disease;

nthenda ya mapapo pleurisy;

nthenda ya mphuno 1.inflammation of the nose; 2.rhinitis;

nthenda ya mtima 1.heart-disease; 2.health failure;

nthenda ya ululu m'magazi 1.blood poisoning; 2.septicemia; 3.viremia;

nthenda yakugwa epilepsy;

nthenda yolasa mu mtima angina pectoris; ndi nthenda imene imayambitsa ululu molasa m'chifuwa = disease that gives piercing pain in the chest;

nthenda yoopsa ya chiwindi 1.dangerous disease of a liver; 2.cirrhosis;

nthenda yopatsirana infectious disease;

nthenda yopha ziwalo 1.hyperthermia; nthenda yopha ziwalo za m'thupi chifukwa chotentha thupi kwambiri = a disease that kills/ paralyses parts of the body due to intensive heat in the body; 2.heatstroke;

nthenda yopuwalitsa ziwalo 1.polio; katemera wa nthenda yopuwalitsa ziwalo = polio immunisation; katemera wa nthenda yopuwalitsa ziwalo = polio vaccine; vairasi yoononga m'thupi yoyambitsa chimapuwalitsa cha ziwalo = polio virus; 2.paralysis;

nthenda yosachiritsika incurable disease; HIV/Aids ikukhalabe nthenda yosachiritsika = HIV/Aids is still an incurable disease;

nthenda yotupitsa diso exophthalmos; ndi pamene maso amatuzuka chifukwa cha matenda = it is the condition in which the patient has protruding eyeballs;

nthenda yoyambukiritsa infectious disease;

nthenda\- 1.disease; 2.illness; 3.problem; uyu ali ndi nthenda = this one has a problem;

nthenda\matenda 1.disease; matenda otengedwa munjira ya chiwerewere = sexually transmitted diseases/ infections (S.T.D/ S.T.I); nthenda ya edzi inabuka = the disease of aids broke out; chindoko ndi chizonono ndi matenda = gonorrhoea and syphilis are diseases; matenda achilengedwe = natural diseases; matenda a mu anthu = diseases caused by sorcery, evil powers, evil spirits; matendawa = these diseases; nthendayi = this disease; matenda a malungo = the disease of malaria; 2.malady; 3.ailment; 4.illness; 5.sickness;

nthendero groundnuts powder; expression: wathira nthendero mu nkhaniyi (lit.: you have added groundnut powder into the issue) = you have exaggerated in your report;

nthenga yakuchipsepse quill;

nthenga yayikulu plume;

nthenga zophimba mbalame plumage;

nthenga\- 1.feather; mbalame iyi ilibe nthenga zoyera = this bird doesn't have white feathers; expression: kusosolana nthenga (lit.: there is plucking each other's feathers) = exceptional important thing is happening; proverb: mphungu sataya nthenga (lit.: a certain 'species of bird' (Scott/ Hetherwick) does not lose its feathers) = munthu womana anzake; expression: anthu awa ndi a nthenga imodzi (lit.: these people are of the same feather) = they are age mates; 2.armour;

nthengere\- type of wild fruit;

nthenje\- 1.cluster (of bees); 2.flock; njuchi zamanga nthenje mu mtengo uwo = the bees' flock is in that tree; 3.collection;

ntheno\mitheno oxen; ndagula mitheno yoguzira ngolo = I have bought car drawing oxen;

nthenthemezi\- dread;

nthenya\- 1.crack (in jars); 2.flaw;

nthera\- arrow (with notched end);

ntheradi 1.sure; 2.certain for;

ntherera\a- infant;

-nthete 1.young; msungwana wa nthete = young girl; 2.immature; msungwana wa nthete = an immature girl; kankhuku ka nthete = immature chick; kadzungu ka nthete = immature pumpkin; **nthete (-li n.)** -be immature; kanyamata ka nthete = immature boy/ youth;

nthetemya 1.attractive emphasis; 2.harmony;

-nthetemya -sing in harmony in a soft voice;

nthethe small green grasshopper;

nthetheyango\ma- triangle;

nthewe fear; ali ndi nthewe = she has fear;

nthibwinthibwi\- bubble;

nthikinya yellow maize;

nthikwinthikwi 1.hiccup; 2.hiccough;

nthipo\- dance for women with a first born child only;

nthirakuwiri\a- 1.hypocrite; 2.double tongued person;

nthiti\- 1.rib; expression: nthiti yanga (lit.: my rib) = my wife/ my counterpart; 2.wife; nthiti yanu yalongosola zonse = your wife has organised everything;

nthiwatiwa\- ostrich;

nthochi\- banana;

nthoki\- banana;

nthokomera 1.middle of the head; 2.disease in which the head pulsates in the nuddle; 3.anterior fontanella; 4.vertex;

nthola\- 1.stateless person; apolisi amanga nthola = the police have imprisoned the stateless; 2.foundling;

ntholo\- cobbler's peg;

nthomba smallpox;

nthondwa\- 1.brightest morning star; 2.beautiful morning star;

nthonga\- 1.rod; 2.club; 3.roll of twine for sewing fish nets;

nthongo\ma-/ mbamu 1.lump of stiff maize porridge (nsima); 2.white substance detected in the eyes after sleep; 3.eye discharge; akutuluka manthongo m'maso = the discharge is coming from the eyes;

nthonyola chicken pox;

nthota rudeness; nthota siyabwino = rudeness is not good;

nthowa\- caterpillar;

nthowitowi\- type of bird that feeds on flies in the pit latrine;

nthubwitubwi\- bubbles in water;

nthuda\- small brown edible fruits;

nthukumwa 1.hiccup; 2.hiccough;

nthula\- wild poisonous fruits resembling tomatoes;

nthuli ya magazi clot of blood;

nthuli\- 1.slice; 2.piece (esp.of meat); 3.steak;

nthulu 1.wrath; 2.aggressive voice;

nthulula\- type of wild fruit resembling small tomatoes but not edible;

nthumazi yofunitsitsa 1.great zeal; 2.lyrical;

nthumazi\- 1.conscience; kuti pha! (lit.: my heart beat with conscience) = I was caught with conscience; 2.guilt; nthumazi yake pophwanya lamulo imamuvuta = the guilt of breaking the law troubles him; 3.dread; 4.fear; adagwidwa nthumazi = he was caught with fear; 5.nervousness;

nthumbatumba\- ant (black and white stripes);

nthumbi\- (chiTumbuka) death of a pregnant woman;

nthumbidwa\- 1.suckling baby while mother is pregnant; 2.unhealthy child; 3.emaciated child (due to lack of child spacing and proper feeding);

nthumbwa\- caltrop;

nthumbwana\- 1.internal parts of animals; 2.offals; kaguleni nthumbwana za mbuzi = go and buy goat offals;

nthumwi ya ku zokambirana 1.emissary; 2.person sent to deliver a message; 3.delegate;

nthumwi\- 1.ambassador; 2.envoy; 3.delegate; nthumwi zinakambirana nkhani mozama = the

delegates discussed the issues thoroughly;
4.representative;

nthungo\- 1.javelin; Yoswa anakweza nthungo yake (*Yoswa* 8: 18, 26) = Joshua lifted his javelin (*Joshua* 8:18, 26); 2.arrow; 3.spear;

nthungululu 1.cheering (at high pitch); proverb: kukula sachita kuyimbira nthungululu (lit.: growing does not need to make cheering) = one does not need to be told that he/ she is grown up; 2.cry of joy or whistle of old women at 'unamwali' dance); 3.shrill shout of joy by women; 4.ululation;

nthungwi\- type of wild fruit resembling small tomatoes but not edible;

nthuni please; khululukireni nthuni = forgive me please;

nthunzi yotentha steam;

nthunzi\- 1.vapour; nthunzi ya madzi = vapour of water; expression: ndi wofuka nthunzi (lit.: he is to evaporate) = he is stupid; 2.steam; 3.smoke; nthunzi ikufuka mdambo = smoke is rising from the river banks; expression: ndiwofuka nthunzi (lit.: he is rising smoke) = he is stupid/ foolish/ dull;

nthutumba gizzard; ndi chifu chachiwiri cha mbalame = it is a bird's second stomach

nthyamba 1.lazy person; 2.weak minded person;

ntibu\mi- 1.HI-FI music system; wagula chintibu = he has bought a HI-FI system; 2.radio/cassette player;

-ntidzi horrible;

ntoliro\- sweet potato leaves;

ntombera water from soaked pounded maize;

ntoso\mi- stick as pointer; expression: usanditengere ku ntoso ngati nyama ya galu (lit.: don't take me by the pointer as if I am dog meat) = do not underrate me/ do not look down upon me;

ntsasi castor oil beans; oil for the body;

-nu 1.your; suffix preceded by subject concord + a, thus forming the possessive pronoun of the second person plural; dzina lanu = your name; ulendo wanu = your journey; kwanu = at your home; 2.yours; kodi cholemberachi ndi chanu? = is this pen yours?;

Numeri Numbers, a book in the Old Testament;

nundu\- 1.hump; ali ndi nundu pa msana = he has a hump on his back; expression: usamere nundu pano (lit.: don't grow a hump here)= don't be pompous; 2.hunch back;

nungu\a- 1.porcupine; nungu imatetezedwa ndi minga zake = the porcupine is protected by its quills; 2.hedgehog;

-nunkha 1.-stink; bamboyo amanunkha nsomba zovunda = the man stank of decayed fish; 2.-smell badly; 3.-be fetid;

-nunkha chifwenthe 1.-be evil-smelling; 2.-be malodorous;

-nunkha chikhwema 1.-be evil-smelling; 2.malodorous; anthu ena amanunkha chikhwema = some people are malodorous;

-nunkhira 1.-smell nicely; 2.-smell spicy; 3.-be fragrant;

-nunkhiritsa 1.-make something smell nicely; 2.-spice;

-nunkhiza 1.-sniff; agalu amanunkhiza = dogs sniff around; expression; iye wanunkhiza kuti tiri kuno (lit.: he has sniffed that we are here) = he knew where his friends were without anybody telling him; 2.-sniff up; 3.-smell; 4.-scent;

-nunsira -economise;

-nunudzira -dole out;

nursery nazale;

nuru (chiSwahili) light; Yesu ndi nuru wa dziko = Jesus is the light of the world;

-nusa -sniff;

nusu (chiSwahili) big cup;

nusu\- bit of calico;

-nya -defecate;

nyabili\a- morbilli;

-nyada 1.-be proud; 2.-boast; tiyeni, tizipita, akungonyada chabe = let us go, he is just boasting; 3.-cavil; 4.-be self-centred; 5.-be selfish; 6.-show off;

-nyadira -be proud of; akudzinyadira = he is proud of himself;

-nyadira kwambiri -elate; anamwetulira monyadira kwambiri = she gave an elated smile;

-nyaditsa 1.-take pride; amanyaditsa chinthu chake nthawi zonse = he always takes pride of his thing; 2.-make someone proud; mwana ananyaditsa amayi ake = the child made his mother proud;

-nyakitsa -increase burning fire;

nyakula style of shoulderpart of a women's dress;

-nyakula 1.-mash; nyakulani mbatatayo = mash the potatoes; 2.-tie arms together at the back of a person; 3.- arrest someone by applying handcuffs;

nyakwawa\- 1.chief; nyakwawa imaweruza mlandu = the chief judges the case; proverb: nyakwawa yokoma mtima idafa ndi mphenembe m'mimba (lit.: the kind hearted chief died with a lizard in his stomach) = a chief helping wrong doers; 2.village headman; 3.counsellor (subchief); nyakwawa ya chikulire = an elderly counsellor;

-nyala 1.-be abashed; 2.-be ashamed; 3.-feel ashamed; 4.-avoid (e.g. of one's mother-in-law out of self respect); 5.-shrink; 6.-shrivel up; 7.-dry; 8.-wither; udzu unyala (*Yesaya* 40: 8) = grass withers (Isaiah 40:8); ndiwo za ku dimba zanyala chifukwa cha dzuwa = the vegetables have withered due to the sun; 9.-be subconscious; 10.-subside; 11.-droop;

-nyalanyaza 1.-be unwilling; 2.-disobey; akunyalanyaza mwambo = he is disobeying the tradition; 3.-defer; 4.-hesitate; 5.-abandon; nyumba yonyalanyazidwa = an abandoned house; 6.-delay; 7.-dilly dally; akungonyalanyaza = he is just dilly dallying;

-nyalapsa 1.-underrate; 2.-despise;

-nyalawanda 1.-go slowly; 2.-move slowly; 3.-delay; 4.-procrastinate;

nyale yowala floodlight;

nyali\-/ nyale\- 1.lamp; nyali yagwa = the lamp has fallen; nyali siyinagwe = the lamp has not fallen; 2.light; 3.candle;

-nyalitsa -dry;

nyalugwe \a- 1.panther; 2.leopard; mkango ndi wowopsa kwambiri kusiyana ndi nyalugwe = a lion is more dangerous than a leopard; 3.cheetah;

-nyalula -stretch;

nyama mlikita fierce animal; expression: Yohane ndi nyama mlikita (lit.:he is a fierce animal) = John is a violent man;

nyama ya ku tchire wild animal; expression: iye ndi nyama ya kutchire (lit.: he is a wild animal) = he is a care free/ he fears nobody;

nyama ya mafupa bony meat;

nyama ya mkati 1.offal; 2.putrid flesh;

nyama ya mnofu 1.steak; 2.fillet;

nyama ya ng'ombe beef;

nyama ya nguluwe pork;

nyama ya nkhumba 1.bacon; 2.pork; nyama ya nkhumba ndi ya mafuta = pork is fatty;

nyama yakufa 1.dead animal; 2.carcass;

nyama yamchitini 1.bully; 2.canned meat;

nyama yayikulu ya m'nyanja leviathan; nyama ya mnyanja ya msinkhu waukulu kwambiri m'Baibulo (*Yobu* 40:20, *Salimo* 74:14, 104:26, *Yesaya* 27:1) = a very large animal in the Bible (*Job* 40:20, *Psalm* 74:14, 104:26 and *Isaiah* 27:1);

nyama yodya zinzake predator;

nyama yodya zomera zokha herbivore;

nyama yofutsa smoked meat (usually for future use);

nyama yokazinga fried meat;

nyama yokhala m'madzi ndi pamtunda 1.animal which lives both on land and in water; 2.amphibian;

nyama yokhala pamalo local animal;

nyama yolusa fierce animal;

nyama yopanda mafupa 1.meat without bones; 2.fillet;

nyama yosakidwa 1.hunted animal; 2.prey;

nyama yothamangitsidwa 1.animal eagerly pursued; 2.quarry;

nyama yowotcha roasted meat;

nyama yozinga halal; nyama yophedwa povomerezedwa ndi lamulo la chisilamu = an animal which is slaughtered in accordance with Islamic tradition;

nyama za mtchire 1.game; 2.wild animal;

nyama zamtundu umodzi 1.animals of the same kind; 2.herd of animals;

nyama zazikulu zoyamwa big mammals;

nyama zodya zomera ndi nyama zina 1.animals that feed on plants and other animals; 2.omnivores;

nyama zoweta 1.livestock; 2.domestic animals; 3.grazing animals;

nyama\- 1.animal; Ukachenjede wa Nyama ndi Matenda = Baccalaureate of Veterinary Medicine (B.V.M.); Mulungu anapanga nyama zazikulu = God made big animals; nyama za kutchire = wild animals; nyama zoweta/ ziweto = domestic animals; 2.meat; nyama yonona = meat with fat;

nyamakazi\- 1.rheumatism; 2.neuralgia in hip and thigh; 3.sciatica;

nyamalikiti\- 1.gazelle; 2.antelope; 3.giraffe;

nyamambale\a- 1.fierce and dangerous yet edible animal; 2.buffalo;

-nyamba 1.-emit air; 2.-desert doing something;

-nyambalaza -be rough;

nyambankha\- scorpion;

-nyambazala -be unable to burn because of moisture;

-nyambita 1.-lick; agalu anali kunyambita zilonda za Lazaro = the dogs were licking Lazarus' sores; 2.-flatter; anayankhula momunyambita mwana wamkazi = he talked with the girl in a flattering manner; expression: anenena kuti sangamunyambite mnzakeyo (lit.: she said she would not flatter her friend) = she said that she does not care for her; 3.-destroy completely;

nyambo yokolera nsomba 1.lugworm; 2.bait for fishing;

nyambo yowedzera 1.lugworm; 2.bait for fishing;

nyambo\- 1.earth-worm; 2.worm for bait; nyambo yokolera bwenzi = the bait for trapping a friend; nyambo yowedzera nsomba = the bait for catching fish; 3.angle-worm;

-nyambwala 1.-dry; 2.-shrivel up;

nyamkadumu skin abscess;

nyamu black and red flying ant;

-nyamuka 1.-begin a journey; 2.-set off; ndinanyamuka kupita ku Zomba = I set off for Zomba; 3.-go; 4.-go off; ananyamuka = off they went; 5.-depart; m'mawa kutacha ananyamuka = after the morning came, he departed; 6.-leave; 7.-

wander;
-nyamula 1.-carry; 2.-bring; 3.-convey; 4.-lift up;
chonyamulira zinthu = a device for lifting things;
5.-raise up; 6.-elevate;
-nyamula cholemera 1.-carry heavy load; 2.-
schlepp (chiGerman);
-nyamula katundu 1.-load; 2.-transport; 3.-burden;
-nyamula kazozo -carry a load tied to the ends of a
pole;
-nyamula ndi mphamvu -manhandle;
-nyamula nkolombidzo -carry a load tied to the
ends of a pole;
-nyamulana 1.-lift one another; 2.-help someone
with capital for business;
-nyamulidwa 1.-be borne; 2.-be carried; 3.-be
brought;
nyana 1.despite; 2.although;
nyanda\- 1.loincloth; 2.cloth made from bark of a
tree; 3.rag;
-nyandula -unthatch;
-nyang'ama 1.-walk slowly; 2.-crawl; 3.-be
noiseless; 4.-be without noise; 5.-move slowly
because of weakness;
-nyang'wa -be proud;
nyanga\- 1.horn; tinyanga ta mwana wa mbuzi =
young goat's horns; proverb: anapukusa mutu
ngati uli ndi nyanga (lit.: he shook his head as if it
has horns) = he showed disagreement or disbelief;
2.poison; anamudyetsa nyanga = he was poisoned;
3.witchcraft;
-nyangala 1.-lose temper; 2.-stop doing; 3.-boycott;
4.-act surly; 5.-be livid;
nyangalazi\- 1.space; 2.chink; 3.hole; dengu la
nyangalazi = a basket with holes;
-nyangalitsa 1.-annoy; 2.-peeve;
-nyangu m'maso bleary-eyed;
nyangu\- blepharitis (inflammation of the eyelids);
nyangwita\- 1.second hand clothes (esp. of poor
quality); 2.torn clothes;
nyani wamkulu gorilla;
nyani\a- 1.monkey; expression: tikuona kuti
pakhota mchira wa nyani (lit.: we see that the tail
of the monkey is being twisted) = we can see
where the mistake is; 2.baboon;
nyanja ya mchere 1.ocean; 2.sea;
nyanja ya Pasifiki Pacific Ocean;
Nyanja Yakufa Dead Sea; mabuku a Mulungu
opezeka m'mbali mwa Nyanja Yakufa = books of
God found by the Dead Sea (the Dead Sea
Scrolls);
nyanja yakuya kwambiri sea;
nyanja yayikulu ocean;
nyanja yosaya shallow lake;
nyanja\- 1.lake; Nyanja ya Malawi = Lake Malawi;

Nyanja ya Victoria = Lake Victoria; 2.sea; iyi ndi
Nyanja Yofiira = this is the Red Sea; 3.ocean;
4.loch;
Nyanja\a- Nyanja (tribe of people living in various
districts of the southern province of Malawi);
chiChewa ndi chiNyanja zili mbali ziwiri za
chiyankhulo chimodzi = Chichewa and Chinyanja
are two aspects of one language;
-nyankhala 1.-become old; 2.-wear out; 3.-be dirty;
4.-be angry;
-nyankhaza -disturb;
nyankhwa\- 1.sharp arrow with hooks; 2.spear
smeared with poisonous substances;
nyankhwiriri (-li n.) -be uncombed (of hair);
nyanonkhera (chiSena) 1.nosebleed; 2.bloody
nose;
-nyansa 1.-be dirty; 2.-be bad; 3.-be a bore; 4.-
annoy; 5.-be shitty; 6.-be ugly; 7.-be not attractive;
8.-disguise;
-nyansa kuchiwona 1.-be nasty; 2.-be dirty;
-nyansi 1.dirty; 2.scruffy; 3.unclean;
nyansi\- 1.athlete's foot; matenda a pa khungu
makamaka mapazi oyambitsa ndi unyawi = skin
disease especially of the feet, caused by a fungus;
2.dirt; 3.filth; 4.grime; 5.loose earth/ soil;
6.excrement; 7.rubbish; 8.nonsense; 9.debris;
-nyansidwa ndi 1.-be abhorred; ananyansidwa ndi
khalidwe lake = she was abhorred by his
behaviour; 2.-be disgusted; 3.-detest; 4.-be bored;
-nyansitsa 1.-ruffle; 2.-make dirty;
-nyanso foul;
-nyantha -lick; ananyantha pofuna kulawa
chakudyacho = he tasted the food by licking;
-nyanthama 1.-creep (as a cat); 2.-move slowly
because of weakness; 3.-walk slowly; 4.-crawl;
-nyanthanyantha 1.-move noiselessly; 2.-move
quietly;
-nyanya 1.-itch; makutu anga akunyanya = my ears
are itching; 2.-bore; 3.-annoy others; 4.-do
annoying things; 5.-be too much; 6.-go beyond;
nyanya\ma- rotten fish;
-nyanyala 1.-boycott; ananyanyala msonkhano = he
boycotted the meeting; 2.-refuse; ananyanyala
chakudya = anaduwa chakudya = he refused food;
proverb: fisi anakana nsatsi (lit.: the hyena refused
castor beans) = refusing not having done all things;
3.-be discontented; 4.-be crusty; 5.-be sad; 6.-be
surly;
-nyanyala msanga 1.-be irritable; 2.-be peevish;
-nyanyala ntchito -strike; anthu anyanyala ntchito
= employees have staged a strike;
-nyanyala ntchito 1.-do not want to work; 2.-strike;
3.-down tools;
-nyanyalidwa -be outcast;

-nyanyalitsa -exasperate;

-nyanyira 1.-be limitless; 2.-be worse; 3.-go beyond;

-nyanyitsa nthaka -overuse land;

-nyanyula 1.-dispute; 2.-provoke;

nyapala\a- 1.experienced prisoner; 2.jailbird;

-nyape fighting; expression: ndi wanyape (lit.: of a fighting propensity) = being prone to settling a quarrel by fighting it out;

-nyapula 1.-beat with stick; 2.-lash; 3.-whip; 4.-hit; 5.-spunk;

-nyasa -be dirty; it is dirty = ndi chonyasa;

Nyasaland Nyasaland (Nyasa is a word in chiYao meaning 'nyanja' = 'lake'); this is the old name for Malawi, meaning 'land of the lake';

-nyasi -be untidy;

-nyasula -dishevel hair; ukhnza kunyasula tsitsi = you can dishevel your hair;

-nyata 1.-smear; 2.-apply; 3.-be concealed (in grass); 4.-be clammy; 5.-be sticky; 6.-stoop down; 7.-crouch;

-nyata phula 1.-deceive; 2.-stupefy; wandinyata phula = you have stupified me; 3.-cheat;

-nyatha 1.-taste; 2.-feel;

-nyatidwa -be clammy;

-nyatiza -smoothen; expression: iye wakunyatiza phula (lit.: he has smoothened you with wax) = he has told you a lie/ he has fooled you;

nyatwa\- expression: waona nyatwa (lit.: you have experienced hardship) = you are in hot soup as a consequence of your own responsibility;

nyau\- 1.Nyau Secret Society of the Chewa tribe; 2.dancer;

-nyauda 1.-be proud; 2.-boast; 3.-be selfish; 4.-enjoy oneself; ana angonyauda masiku ano = these days children are enjoying themselves;

nyauhango (chiHango) woman;

nyaukandawire woman of the Kandawire clan;

nyaulikobiri\a- albino;

-nyaunyau creepy;

-nyaza 1.-boycott; 2.-be on strike;

-nyazika -dry;

nyaZimba woman from the Zimba clan;

-nyazitsa 1.-despise; osanyazitsa achinyamata = do not despise the youth; 2.-dishonour; 3.-bring shame; 4.-disgrace; 5.-abash; 6.-make sheepish; 7.-mortify;

-nyazitsidwa 1.-be despised; 2.-be slandered;

-nyedza 1.-tear in strips; 2.-crumble;

-nyeka 1.-smoulder; chikuni chikunyeka = the wood smoulders; 2.-glow;

-nyekanyeka -be excited;

nyeke\- 1.wife of chief (smallest in the chain of wives in polygamy); 2.new comer at school;

-nyekhulira -make rhythmic movement during sexual intercourse;

-nyekweta -be burnt to cinder;

-nyema 1.-break off a portion; 2.-chip (of something soft); 3.-share; 4.-divide; 5.-give money; tangotinyemerani! = just give us money;

nyemba zoyera 1.white beans; 2.haricot;

nyemba\- 1.bean (general term); 2.haricot; expression: m'dya nyemba amayiwala, koma mtaya makoko sayiwala (lit.: the beans eater forgets, shell thrower does not forget) = the boss does not feel the pressure of toiling, but the worker does; tikudya nsima ndiwo zake nyemba = we are eating nsima with beans;

-nyembetera -absorb;

-nyembeteza 1.-lash; 2.-beat with stick;

-nyembetula 1.-cheat; 2.-fool;

-nyemerana -share;

nyen'wa 1.rumour; 2.disturbance; 3.fake message;

nyena\- nit;

-nyenga (chiTumbuka/ chiYao) 1.-deceive; proverb: kunyenganakudya galu (lit.: deceiving one another to eat a dog) = to let someone down/ to fool someone; 2.-lie; 3.-defraud; 4.-be dishonest; 5.-cheat; 6.-trick; 7.-soothe; 8.-be false; 9.-beguile; 10.-bog; 11.-counterfeit; 12.-gull; 13.-crush; 14.-be mendacious; 15.-have intercourse; 16.-have coitus;

nyenga\a- 1.liar; 2.deceiver;

-nyengeleredwa mosavuta 1.-be easily deceived; 2.-be gullible;

-nyengerera (chiTumbuka) 1.-lure; 2.-attract; chakudya chinanyengerera mbewa = the food attracted mice; 3.-please; 4.-soothe a child; 5.-coax; 6.-entice; 7.-seduce; 8.-campaign; 9.-speak cleverly; 10.-persuade in a deceiving way; 11.-propose; 12.-cheat; 13.-dandle; 14.-comfort; 15.-decoy; 16.-draw on; 17.-induce;

-nyengererana -persuade in a deceiving way;

-nyengetera 1.-allure; 2.-coax; 3.-curry; 4.-flavour with; 5.-persuade; 6.-decoy; 7.-entice; 8.-draw on;

-nyengezera 1.-feign; iye ananyengezera kukwiya = she feigned to be annoyed; 2.-vilify; 3.-profess; chisoni chonyengezera = professed sorrow;

-nyengezera chinthu 1.-cheat ;2.-sham;

-nyengezeredwa 1.-be accused while innocent; 2.-be falsely accused;

-nyengo imeneyo former;

nyengo ya chikondwerero festival;

nyengo ya chirimwe 1.dry season; 2.summer;

nyengo ya dzinja rainy season;

nyengo ya dzuwa 1.dry season; 2.summer;

nyengo ya Khirisimisi 1.Christmas time; 2.Yuletide;

nyengo ya madzi owundana ice age; nyengo zimene madzi owundana anakuta maiko ambiri a kumpoto = a period when ice covered many countries in the North;

nyengo ya masika 1.harvesting season; 2.first fruits harvested (*Deuteronomy* 26: 2); zipatso zoyamba za masika (onani: *Deuteronomo* 26: 2); zopereka za masika = collection of first fruits;

nyengo ya mkaka ndi uchi 1.era of milk and honey; 2.golden age;

nyengo ya mvula rainy season;

Nyengo ya Pakati Middle Ages (500-1500);

nyengo ya zaka makumi khumi 1.century; 2.millenium;

nyengo ya zinthu 1.high produce season; 2.high yield season; 3.great season;

nyengo yachisanu 1.cold season; 2.winter;

nyengo yobvala planting season;

nyengo yofunda 1.hot season; 2.summer; 3.warm season;

nyengo yokolola harvesting season;

nyengo yokondwerera 1.period of public festivity; 2.carnival;

nyengo yotentha 1.hot season; 2.warm season; 3.summer;

nyengo yotsika mitengo ya malonda 1.season of lowering prices; 2.low season;

nyengo youma 1.dry season; 2.summer;

-nyengo yoyamba primeval; mu nyengo yoyamba zinthu sizinali chonchi = in the primeval period, things were not like this;

nyengo yozizira 1.cold season; 2.winter;

nyengo zisanu five times;

nyengo zonse 1.eternity; Mulungu adzakhala ku nyengo zonse = God shall live for all eternity; 2.time without end; 3.everlasting;

nyengo\- 1.season; nyengo yozizira = cold season; nyengo ya dzinja = the rainy season; nyengo ya chirimwe = the dry season; 2.time; anthu a nyengo ya Atumwi = people of the time of the Apostles; nyengo yochepa = mphindi yochepa = a short time; kwangotsala kamphindi kochepa/ kanyengo kochepa kuti msonkhano uyambike = there is just a short time for the meeting to start; 3.period; m'nyengo ya pakati pa 1545 ndi 1563 = in the period between 1545 and 1563; 4.moment; 5.occasion; 6.weather; 7.climate; kusintha kwa nyengo = climatic changes; 8.era; 9.span; nyengo ya moyo wa munthu = the life span of a person;

nyenje\- 1.cicada (type of edible insects that make a lot of noise during the months of October to December and are found in trees;); 2.cricket;

-nyenjetera 1.persuade; 2.-coax;

-nyentchera 1.-be retarded; 2.-have stunted growth;

3.-fail to produce evidence for backing oneself; 4.-be dwarfed; 5.-be dry (fig.);

-nyenya 1.-bruise; 2.-break into pieces; expression: iye akunyenya pa ntchito (lit.: he is breaking into pieces at work); = he is working without enthusiasm/ work lazily; 3.-crumble; 4.-grind; 5.-disintegrate; 6.-macerate; 7.-crack; sitima inanyenya mwendo wa munthu = the train cracked the person's leg; 8.-be lazy/ -do not work well; wanchito ananyenya = the employee did not work well;

-nyenyeka 1.-be broken into pieces; 2.-be crushed; 3.-melt; kufunditsa kumanyenyeketsa makandulo = over heating melts candles; 4.-crumble; 5.-melt away;

-nyenyeka ndi madzi 1.-be dissolved and smouldered in water; 2.-macerate;

nyenyekwa\- 1.food remains; 2.crumb; 3.morsel;

nyenyeswa\- 1.crumb; 2.small piece; Lazaro wa umphawi anali kudya nyenyeswa zochokera pa gome *Luka* 16: 21) = poor Lazarus was eating crumbs from the table (*Luke* 16: 21); 3.bit; 4.morsel;

-nyenyewula -peel; uzinyenyewula ndiwo za masamba = you must peel the vegetable;

nyenyezi yothandiza pa madzi 1.the star that helps to find the right direction at sea; 2.lodestar;

nyenyezi\- 1.star; 2.beautiful girl; 3.beautiful lady;

-nyera 1.-relieve oneself of stool; 2.-defecate; 3.-excrete;

nyere 1.sexual lust/ drive; 2.sexual desire; ndikumva nyere = I am feeling a sexual desire; 3.libido;

-nyere 1.lustful; 2.sexy; 3.libidinous;

nyere yayikulu ya mzimayi nymphomania (abnormal sexual desire in women);

nyere yosaletseka lasciviousness; iye ali ndi nyere yosaletseka = he is lascivious;

-nyerekesa -itch;

-nyerenyetsa 1.-be itching; m'chikhatho mukunyerenyetsa ngati thekenya = in the palm of the hand it is itching as if there are jigger fleas; 2.-itch; kodi khungu likunyerenyetsa? = is your skin itching?;

nyerere zofiira red ants;

nyerere\- small black ant; expression for footing; kupha nyerere = killing ants; proverb: chikomekome chankuyu mkati muli nyerere (lit.: the external beauty of the wild fig tree, whereas inside there are ants) = an admonition not to consider external features of a candidate only; = nyerere zimakonda kudya shuga = ants like to eat sugar;

-nyeruka 1.-conceive in the womb; 2.-be pregnant;

-nyesulira -share out;

-nyetereka -slide;

-nyeteza 1.-sting as a bee; 2.-bite;

-nyetima 1.-be shining; 2.-shine brightly;

-nyetimitsa 1.-make shiny; 2.-make brighter; 3.-brighten;

nyeti-nyeti! quivering of heated air;

-nyetsa 1.-beat with stick or hand; 2.-fight; 3.-brawl; 4.-beat;

-nyetsana -exchange blows;

-nyetsedwa 1.-be beaten; 2.-be defeated; 3.-be conquered;

nyetsi (n. ya magetsi) electric shock;

-nyetsula -break a piece from anything soft (esp. food);

nyetu-nyetu! quivering of heated air;

-nyezi 1.moist; pansi ponse pali nyezi = the whole ground is moist; 2.damp; 3.humid;

-nyezima 1.-be shining; 2.-shine brightly;

-nyezimira 1.-shine brightly; 2.-be brilliant; 3.-be dazzling; 4.-glitter; 5.-be lustre; 6.-reflect;

-nyezimiritsa -brighten;

nyifwa (chiTumbuka) death;

-nyika 1.-dip; expression; apa ndiye wanyika (lit.: here he has dipped) = he has messed up things/ he has spoiled things; 2.-soak; 3.-immerse;

-nyika chimera -malt; iye ananyika chimera cha mowa = he was malting for beer;

-nyika chinthu m'madzi 1.-soak something into the water; 2.-infuse;

-nyika m'madzi 1.-soak; 2.-immerse; 3.-steep in water;

-nyimbitika 1.-grumble; 2.-protest; 3.-show anger because of dissatisfaction

Nyimbo ya Chikondi 1.Song of Songs; 2.song of love;

nyimbo ya chisangalalo carol; nyimbo yoyimbidwa pachisangalalo cha Khirisimasi = Christmas carol;

nyimbo ya fuko national anthem;

nyimbo ya pang'onopang'ono 1.slow and soft music; 2.largo; 3.adagio;

Nyimbo ya Solomo 1.Song of Solomon; 2.Song of Songs;

nyimbo ya uzimu 1.spiritual song; 2.religious song;

-nyimbo yogonekera ana lullaby; nyimbo yosangalatsa yoyimbira ana kuti agone = an interesting song sang to lull a baby to sleep;

nyimbo yokoka largo;

nyimbo yotsanzira 1.copyright song; 2.excerpt; 3.piece of music;

nyimbo yowonetsa kusakondwa 1.song showing grief; 2.elegy;

nyimbo yoyamika Mulungu 1.song of praise to God; 2.hymn;

nyimbo yoyimba m'modzi 1.song by one singer; 2.solo;

nyimbo yoyimbidwa poika maliro 1.song at funeral; 2.dirge;

nyimbo za nthetemya songs that make people happy;

nyimbo zoimbidwa m'chipembedzo 1.songs during service of worship; 2.church hymns;

nyimbo\- 1.song; nyimbo ya chikondi yotchuka = ballad; nyimbo zakawawa = genuine songs; nyimbo idapekedwa ndi = the song was composed by; nyimbo za makedzana (lit.: the songs of the day before yesterday) = the songs of the past; expression: ndi mnzanga wanyimbo (lit.: he is my friend of the song) = he is a very close friend; 2.hymn; 3.adagio = nyimbo yoyimba pang'onopang'ono; 4.anthem; ndi nyimbo yoyimbidwa ndi fuko = it is the national song; 5.chant; 6.cleg; 7.slogan (fig); nyimbo yomwe ilipo masiku ano ndi yokamba za ufulu wa atolankhani = the freedom of press is the slogan at present; 8.music; 9.hymn book; Nkhoma Synod ili ndi nyimbo yophatikizamo malongosoledwe a chipembedzo = Nkhoma Synod has a hymn book that includes an order for church service; 10.hymnal;

-nyinda -snarl;

-nyindiririra 1.-test; asing'anga ananyindilirira zitsamba zawo = the doctor tested the herbs on me; 2.-try to impress someone; 3.-try hard; ananyindirira kuti apambane = he tried hard to succeed; ananyindirira kupambana mayeso = he tried to pass the examination;

-nyindulira -distort the mouth;

nyini\- 1.woman's/ female private parts; 2.vagina; 3.vulva;

-nyinyirika 1.-grumble; 2.-grudge; 3.-refuse work; 4.-be unwilling; ananyinyirika pamene anawuzidwa kugwira ntchito = he was unwilling when he was told to work. 5.-complain; 6.-protest; 7.-be worried (because of pain in the body);

-nyinyirika kunyamuka -linger; ananyinyirika kunyamuka chifukwa samafuna kupita = she lingered because she did not want to go;

-nyinyirika ntchito 1.-do not want to work; 2.-strike; 3.-down tools;

-nyinyirika pochita zotumidwa 1.-complain; 2.-grumble; 3.-be insurbordinate;

-nyinyita 1.-disobey; 2.-whisper;

-nyisula 1.-break into pieces; 2.-scatter;

-nyisula -come off (of skin); milomo yanga ikunyivuka = the skin came off my lips;

-nyivula 1.-smile; 2.-grin; 3.-show signs of rain;

-**nyiwula** -dig with vigour;
-**nyodogola** 1.-despise; 2.-scorn; 3.-look down on;
-**nyodola** 1.-defame; 2.-scoff; 3.-denounce; 4.-be
 derogatory; 5.-look down on; Ayuda ananyodola
 Yesu = the Jews looked down upon Jesus; 6.-
 despise; 7.-be burlesque; 8.-be despicable; 9.-
 loathe; 10.-mortify; 11.-scorn;
nyogo mask among the Yao people;
-**nyogodola** 1.-scoff; 2.-mock; 3.-laugh mockingly;
 4.-despise; 5.-loathe; 6.-look down on; 7.-spurn;
 8.-abase; 9.-be derogatory; 10.-snub; 11.-slander;
 12.-ignore; 13.-scorn;
-**nyola matenda** -fall ill;
-**nyololoka** 1.-be gaunt; 2.-be thin;
-**nyombelera** -escape trap;
nyombola\a- 1.drone; 2.lazy person; 3.lazy bones;
nyondo\- 1.bend of the house; 2.corner;
-**nyong'olera** -chew with great appetite (esp when
 the food is finished);
-**nyong'omera** 1.-swallow food; 2.-ingest;
-**nyong'onyeka** 1.-be weak; 2.-have the blues;
-**nyonga** 1.-strangle; 2.-kill; onse olakwira boma
 anyongedwe = all those who rebel against the
 government should be killed; 3.-murder; 4.-take
 life; 5.-slay; 6.-be stout; 7.-be strenuous; 8.-be
 potent; 9.-be vigorous; mnyamata wanyonga = a
 vigorous boy; 10.-be strong; 11.-be powerful;
nyonga\- 1.strength; 2.power; 3.bodily vigour;
 4.stamina;
-**nyongedwa** 1.-be hanged; iye adzanyongedwa = he
 will be hanged; 2.-be killed; 3.-be guillotined;
nyongo ya ndulu gallbladder; ndi chiwalo
 chopezeka pambali pa chiwindi chomwe
 chimasunga zowawa = it is the organ located
 below the liver that stores the bile;
nyongo\- 1.gall bladder; dokotala anachotsa nyongo
 yake = the doctor took away his gall bladder;
 2.gall;
nyongolotsi za m'mimba 1.intestinal worms;
 2.roundworms; nyongolotsi za m'mimba ndi
 zoopsa ku matupi athu = roundworms are very
 dangerous to our bodies;
nyongolotsi za mnthaka 1.earth-worm; akuyika
 nyongolotsi ku mbedza = he is putting an earth
 worm to the hook; 2.angle-worm;
nyongolotsi\- 1.worm; 2.angle worm; asodzi
 amagwiritsa ntchito nyongolotsi pogwira nsomba
 = fishermen use angle worms to catch fish; 3.tinea
 barbae;
-**nyontha** 1.-drop; 2.-fall; 3.-leak;
-**nyonya** -lap;
-**nyonyoloka** 1.-crumble; 2.-break into pieces; 3.-
 disintegrate; 4.-fall to pieces;
-**nyonyomala** 1.-squat; 2.-kneel; 3.-crouch;

timakhala monyonyomala = we crouch; 4.-
 genuflect; 5.-kneel; 6.-walk on toes;
-**nyonyosoka** 1.-be broken; 2.-be torn; zovala
 zovunda zanyonyosoka = the worn clothes are
 torn;
-**nyonyotoka** 1.-break into pieces; 2.-come off (in
 bits and fragments); 3.-crumble;
-**nyosola (chiTumbuka)** -break; ananyosola nkhani
 = she broke the news;
-**nyosoloka** -curl;
-**nyota** 1.-escape trap (esp. birds); 2. -drink;
 ndamuona akunyota bota = I have seen him
 drinking sweet beer;
nyota\- 1.rank; 2.dignity; 3.honour; 4.position;
 5.thirst;
-**nyotsoka** 1.-disintegrate; 2.-come off (as meat); 3.-
 be torn into pieces;
-**nyotsola** 1.-break string in two; 2.-break short (e.g.
 of earthenware); 3.-peck;
-**nyotsola poluma** -gnaw;
-**nyotsoledwa** -be torn;
-**nyotsolera** 1.-cut off; 2.-share with friend by
 cutting a piece; magetsi onyotsolera = shared
 electricity;
-**nyowa** 1.-soak; zovala zanga zanyowa = my
 clothes are soaked; 2.-be damp; 3.-be ashamed; 4.-
 be wet; expression: wanyowa (lit.: he is wet) = he
 recoils with shame; 5.-be clammy;
nyowe kind of fruittree;
-**nyowetsa** 1.-soak; 2.-wet; 3.-cause shame; 4.-
 madden;
-**nyoza** 1.-look down on; proverb; maso anyoza
 kolemera (lit.: eyes look down upon a heavy thing)
 = using sight you may understate something of
 great importance; 2.-disrespect; akunyoza
 mwambo wakale = he is disrespecting the old
 tradition; 3.-despise; osandinyoza = do not despise
 me; 4.-be discourteous; iye ananyoza = she was
 discourteous; 5.-dishonour; amanyoza malamulo =
 he dishonours the laws; 6.-disregard; 7.-be
 sarcastic; 8.-scoff; 9.-be scurrillous; 10.-defame;
 11.-insult; 12.-be defiant; 13.-defy; 14.-mock; 15.-
 mortify; 16.-castigate;
-**nyoza Mulungu** -blaspheme;
-**nyoza mwakabisira** 1.-look down on not openly;
 2.-be proud in secret;
-**nyozeka** 1.-be despicable; mawonekedwe ake ndi
 onyozeka = her appearance is despicable; 2.-be
 inferior; 3.-be disgraceful;
-**nyozera** 1.-ignore; 2.-pay no attention to; 3.-
 disregard; 4.-counteract;
-**nyozera lamulo** -defy the law;
-**nyozetsa** 1.-disparage; 2.-be contumacious;
-**nyozolola** 1.-draw out; 2.-stretch;

nyu (chiLomwe) you (plural);

-nyuka 1.-bruise; ananyuka pa bondo = he bruised his knee; 2.-scratch; adanyuka pamwendo = he was scratched on the leg; 3.-loathe;

-nyuka mtima -be deeply affected;

-nyukutula -squeeze the skin between fingers;

-nyula 1.-remove skin (of a person); 2.-scrape; expression; iye wanyula (lit.: she has scrapped) = she has offended/ she is guilty; 3.-chafe; 4.-peel; 5.-unskin; 6.-come off (as skin from a blister); 7.-abrade; 8.-provoke; 9.-cause chaos; 10.-make an offence;

-nyulidwa 1.-be bruised; 2.-be grazed; 3.-be provoked;

nyumba ya alendo 1.rest house; 2.guest house;

nyumba ya amayi obindikira 1.house for nuns; 2.nunnery; 3.convent;

nyumba ya amuna obindikira 1.house for monks; 2.monastery;

nyumba ya bembelezi dwelling house of wasp;

nyumba ya chandamale shooting-gallery;

nyumba ya chisoni 1.morgue; 2.mortuary; 3.house for the funeral;

nyumba ya dothi mud house;

nyumba ya kamba shield of tortoise;

nyumba ya kangaude spider web;

nyumba ya m'busa manse; adasonkhana pa nyumba ya m'busa = they gathered at a manse;

nyumba ya makono modern house;

nyumba ya Malamulo Parliament; phungu wa ku nyumba ya malamulo = Member of Parliament;

nyumba ya Malamulo ku Britain House of Commons;

nyumba ya malata house thatched by iron sheets;

nyumba ya malemu 1.house of the deceased; 2.grave;

nyumba ya malonda 1.shop; 3.house meant for sale;

nyumba ya matalala igloo; maEsikimo amamanga nyumba za matalala = Eskimos build igloos;

nyumba ya mfumu palace;

nyumba ya mitengo log cabin;

nyumba ya mphepo studio; nyumba ya mphepo ya M.B.C.= M.B.C. studio;

nyumba ya Mulungu 1.house of God; 2.church; 3.temple; 4.minster;

nyumba ya ndege hangar; nyumba yayikulu yosungiramo ndege = a large house for keeping aeroplanes;

nyumba ya ndende 1.traditional round house; 2.prison cell;

nyumba ya njerwa brick house;

nyumba ya pansi 1.underground house; 2.cellar;

nyumba ya udzu grass thatched house;

nyumba ya ulemu 1.toilet; 2.latrine; 3.loo; 4.house of respect (lit.);

nyumba ya ulemu toilet;

nyumba ya wansembe 1.rectory; 2.personage; 3.kraal (chiAfrikaans);

nyumba ya ziweto 1.cattle shed; 2.corral; 3.kraal; 4.battery cage;

nyumba ya zovuta 1.morgue; 2.funeral ceremony house; 3.mortuary;

nyumba yaikulu 1.big house; 2.spacious residence;

nyumba yakale 1.old house; 2.dilapidated house; 3.ruins;

nyumba yayikulu yabwino 1.big and nice house; 2.big edifice;

nyumba yaying'ono 1.small house; 2.simple house; 3.shelter; 4.hut;

nyumba yobwereketsa mabuku library; Bungwe la Nyumba za Mabuku m'Malawi = Malawi Library Association (MA.L.A.);

nyumba yochekera matabwa sawmill;

nyumba yodzilemekezera toilet;

nyumba yogona alendo 1.rest house; 2.guest house;

nyumba yogwiriramo ntchito 1.workshop; 2.office; 3.work room;

nyumba yokhala residence;

nyumba yokonzeramo ndege hangar;

nyumba yomweyomwe the very same house (not another one);

nyumba yopanda munthu 1.vacant house; 2.empty house; 3.deserted house;

nyumba yopanda zenera 1.house without windows; 2.unventilated house;

nyumba yopangiramo zinthu 1.house for making things; 2.factory; a fakitale ya Lujeri amapanga tea wabwino = Lujeri Tea Factory makes the best tea;

nyumba yopemphereramo 1.prayer house; 2.chapel; 3.church;

nyumba yophatikizidwa annexed house;

nyumba yophikira chakudya cha malonda restaurant;

nyumba yophunziriramo 1.school; 2.class room;

nyumba yopimira zasayansi laboratory;

nyumba yopumulirako 1.rest house; 2.lodge;

nyumba yosungira za makedzana museum;

nyumba yosungiramo galimoto garage;

nyumba yosungiramo katundu 1.storehouse; 2.stockroom; 3.warehouse;

nyumba yosungiramo maliro 1.morgue; 2.mortuary;

nyumba yosungitsa/ yotapa ndalama bank for saving and taking money;

nyumba yowerengera 1.library; 2.study room;

nyumba yowulutsira mawu 1.broadcasting station;

2.studio;

nyumba yozengera milandu court;

nyumba za m'mwamba 1.up-stairs; 2.flat;

nyumba zomangidwa motchipa 1.low labour cost house; 2.cottage;

nyumba zophuziriramo 1.school blocks; 2.school buildings;

nyumba\- 1.house; munyumba/ m'nyumba = in the house; expression: nyumba zakumayadi = the houses belonging to the 'busona's, i.e. to the rich class; nyumba yomwe tikukhalamo = the house in which we live; nyumba ikhala itamalizika kukonzedwa usanathe mwezi uno = the house will be ready before the end of this month; riddle: nyumba ya kwathu yopanda khomo (lit.: our house is without a door) = an egg; nyumba ya lendi = a house to let; 2.home; 3.dwelling; 4.abode; 5.domicile;

nyumbu\- long grass for thatching;

-nyumwa 1.-be bothered; 2.-dread as a result of guilty conscience; 3.-act (in such a manner as to be suspected); 4.-wonder; 5.-surprise;

-nyumwitsa 1.-be amazing; 2.-be hair-raising;

nyundo\- hammer;

-nyung'unya 1.-be sour; 2.-be brackish;

nyung'unyu hip-joint;

nyungu\- pumpkin seed; mundigawireko nyungu = share me some pumpkin seeds;

-nyutuka 1.-be elastic; 2.-be stretched;

nyuwano (chiLomwe) you (plural, stressed);

nyuwere (chiNgerezi) 1.New Year's Day; 2.first of January;

nyuzipepala ya tsiku lililonse daily newspaper;

nyuzipepala\- 1.news paper; 2.paper;

nywele (chiSwahili) hair;

-nza- 1.infix, meaning 'friend', preceded by letter m and followed by possessive suffix; mnzanga = my friend; mnzako = your friend; mnzake = his friend; mnzathu = our friend; mnzanu = your friend; mnzawo = their friend; 2.infix, meaning 'friends', preceded by letter a and followed by possessive suffix; anzanga = my friends; anzako = your friends; anzake = his friends; anzathu = our friends; anzanu = your friends; anzawo = their friends;

nzama\- large kind of groundnut;

-nzanduka -rebound;

nzengeza\mi- kind of bracelet;

nzengo\mi- 1.small poles for building roofs; 2.small support pole; 3.rafter;

-nzeru 1.wise; 2.sensible; 3.advisable; 4.sagacious; 5.shrewd;

nzeru za chibadwidwe 1.instinct; 2.intuition; 3.natural intelligence;

nzeru za yekha isolated person; proverb: nzeru za yekha anaviyika nsima m'madzi (lit.: an isolated person soaked nsima in water) = a person who depends only on his wisdom cannot come out with good ideas;

-nzeru za yekha uncompromising (fig.);

nzeru za zomera botany;

-nzeru zedi brilliant;

nzeru zobadwa nazo intuitive knowledge;

nzeru zosazindikirika bwino bwino grey area;

nzeru\- 1.wisdom; nzeru zakuya = great wisdom; mgodi wa nzeru/ chiyambi cha nzeru = source of wisdom; expression: chiyambi cha nzeru ndi kuwopa Mulungu = the fear of God is the source of wisdom; mfumu Solomo anapempha nzeru = King Solomon asked for wisdom; 2.intelligence; ndi bwino kukhala wa nzeru = it's nice to have intelligence; 3.knowledge; 4.adeptitude; 5.thinking capacity; 6.capability; 7.cleverness; 8.dexterity; 9.common sense; 10.cunning; 11.genius; iye ndi wanzeru mkalasi = he is a genius in class; 12.brilliance; 13.wit; 14.mentality;

nzika yokonda dziko lake 1.citizen who loves his country; 2.patriot;

nzika\- citizen; iye ndi nzika ya dziko la Malawi = he is a citizen of Malawi;

nzimbe\- sugarcane;

nzindo\- 1.caterpillar (not edible kind); 2.curled hair;

nziwaziwankutu\- winged ant;

nzukira\mi- red headed ant; nzukira wandiluma = I have been stung by a big red headed ant;

-nzuna 1.-be sweet; 2.-be tasty; 3.-be delicious;

nzungulu\- kind of bird;

-nzunzunda 1.-beat without drawing blood; 2.-bruise; 3.-contuse;

O³

Obadiya Obadiah; mneneri ndi dzina la buku mu Chipangano Chakale = a prophet and the name of a book in the Old Testament;

ochimwa ogula kalata libellatici; aKhristu amene anapewa imfa pa nthawi ya kuzunzidwa ndi mfumu yayikulu ya a Roma Decius m'zaka za 249-251 pogula kalata yonena kuti ankathira nsembe kwa mfumu yayikulu = Christians who were spared from persecution during the reign of Emperor of Rome Decius in that they bought letters stating that they offered sacrifice to the Emperor;

-oda -order; anaoda nsalu zokongola = she ordered beautiful cloths;

odi 1.hello (at doorstep); 2.can I come in?;

-odika -knock;

odini 1.hello (response to 'odi'); 2.come in!;

-odira -say hello;

-odoma 1.-be clumsy; 2.-surprise;

odwala (galimoto lonyamula o.) ambulance;

-odzera 1.-drowse; 2.-doze; 3.-snooze;

odzyulhu (chiLomwe) heaven;

ofesi 1.office; 2.work room;

ogala\ma- tool for drilling holes;

Ogasiti August;

ogo! alas! (exclamation expressing disappointment, surprise or regret);

Ogwedeza 1.Ouakers; ndi gulu la chiKhristu lokana nyumba za Mpingo ndi lokana abusa odzodzedwa, ndi zinthu za nkhondo, lokhazikitsidwa ndi G. Fox pa zaka za ma 1600 = it is a denomination of Christians who rejected church buildings, ordained clergy and military affairs, founded by G. Fox in the 17th century; 2.Friends;

ogwira ntchito limodzi 1.colleagues; anthu ogwira ntchito limodzi ayenera kugwirizana = colleagues have to be in agreement with each other; 2.workmates; 3.comrades;

ogwira ntchito mu sitima ship's crew;

ogwira ntchito pamalo 1.staff; 2.members of staff; 3.workers; 4.employees;

ohinase (chiLomwe) morning;

-ohowa (chiLomwe) -be poor;

³ *Chichewa Orthography Rules*, p. 7 indicates that verbs like kuwononga, kuwonda, kuwoloka have intrusive w between the vowel of their prefix and the o of their stem, 'and wherever the w-sound is heard in speech'. We have included these verbs both in the section of letter o and in the section of letter w, because we have observed that many people don't use intrusive w, or classify it with either the prefix or the stem.

-ohusirha (chiLomwe) -learn;

-oka -transplant;

okala\ma- hawker;

okha -selves/ only (with plural nouns of the mu -a class and the li-ma class); anthu okha = the people themselves/ the people only; agalu okha = the dogs themselves/ the dogs only; masiku okha = the days themselves/ the days only;

-okha -self/ -selves/ only/ alone (suffix preceded by subject concord of most nouns); anthu okha = the people themselves/ only; agalu okha = the dogs themselves/ only; mudzi wokha = the village itself/ only; midzi yokha = the villages themselves/ only; tsiku lokha = the day itself/ only; chinthu chokha = the thing itself/ only; zinthu zokha = the things themselves/ only; ulendo wokha = the journey itself/ only; kabuku kokha = the booklet itself/ only; timabuku tokha = the booklets themselves/ only; kuimba kokha = the singing itself/ only; pokha = the place only; kokha = the place only; mokha = inside it only;

-okhaviherana (chiLomwe) 1.-help one another; 2.-love one another;

-okhupanya (chiLomwe) 1.-worry; 2.-protest;

-okhwa (chiLomwe) -die;

-okhwa mulhakalhaka (chiLomwe) -know not what to do;

-okhwelha (chiLomwe) 1.-want; 2.-need;

-okhwerheya (chiLomwe) -be needed;

Okotobala October; ndi mwezi wachikhumi wa chaka = it is the tenth month of the year;

-ola 1.-rot/ -be rotten; proverb: nsomba ikawola imodzi, ndiye kuti zonse zawola (lit.: when one fish is rotten it means all of them are rotten) = when one person has done a mistake in a group, then the whole group is affected; dzira ili ndi lowola = this egg is rotten; expression: mkamwa mowola (lit.: rotten mouth) = one who produces a bad smell from the mouth/ one who is used to speaking foul languages; 2.-get rotten; zipatso zinawola = the fruits got rotten; proverb: kuda sikuola (lit.: being black is not rotten) = if a thing or a person is black it does not mean that he/ it is not good in characters; 3.-be decomposed; 4.-decompose; 5.-go bad; expression: munthu woola m'kamwa (lit.: person going bad in the mouth/ person who breathes a bad smell) = person using foul language; 6.-be putrid; 7.-decay; 8.-corrupt; 9.-decay; 10.-clear away; mlongo amawola masanzi = sister clears away the vomit;

ola\ma- (chiNgerezi) hour; maola atapita = hours later; ola limodzi ndi theka = one and a half hours;

-oletsa 1.-corrupt; 2.-decay; chakudya chozuna chimawoletsa mano anu = sweet food decays your teeth; proverb: kuda sikuwola (lit.: looking/ being black does not mean you have decayed) = sometimes that which is black might be good; 3.-decômpose; 4.-rot;

-olhakiwa (chiLomwe) -be punished;

olo (chiNgerezi) 1.or; John olo Mary = John or Mary; 2.even if; olo utero sizitheka = even if you do that, it will not be possible;

-olobza -soften the lips with saliva;

-olobzeka -soak;

-olobzya -lick;

-oloka 1.-be ferried over; anthu anawoloka pa mtsinje ndi bwato = people ferried over the river by a boat; 2.-cross over; popita kumudzi timawoloka mtsinje = we cross over a river when going home; 3.-pass through; 4.-cross;

-oloka pochita chidule 1.-go shortcut; 2.-cut across;

-olokera -cross over (over roads, rivers; problems);

oloto\ma- 1.alto; 2.highest adult male voice;

-olotsa 1.-ferry over; bwato linaolotsa anthu pa mtsinje = the boat ferried the people over the river; 2.-take across; 3.-carry over a stream; 4.-steal;

-olowa 1.-be soft (esp by water); 2.-get soaked; 3.-be saturated; 4.-be flexible; 5.-be generous;

-olowa manja 1.-be very generous; 2.-be municifent; kudalira opereka mowolowa manja = depending on munificent givers;

-olowera 1.-be easily persuaded; 2.-allow; 3.-be convinced;

-omba 1.-shoot; anawomba ndi mfuti = he shot with a rifle; 2.-fire; 3.-beat drums; akuwomba ng'oma = he is beating the drum; 4.-strike; 5.-blow; 6.-bang; mpira udawomba pholo = the ball banged a pole; 7.-clang; 8.-crash; galimoto zawombana = cars have crashed; anawombana ndi galimoto ndipo waferatu/ anadziwombetsa ku galimoto ndipo anafera pomwepo = he has crashed into a car and died on the same spot; 9.-clap hands; 10.-ring; 11.-hit accidentally; 12.-steal; ukapanda kusamala akuwomba = if you are not careful they are going to steal from you; 13.-rob; ukapusa akuwomba = if you will not take care he is going to rob you of your money; 14.-trick; 15.-fool; 16.-cheat; 17.-swindle; 18.-come against; 19.-prepare; 20.-sew; 21.-make; akuwomba nsalu = he is making a cloth;

-omba belu -ring the bell;

-omba chanza -clasp hands (in mutual appreciation of a joke or something amusing);

-omba khofi 1.-slap; 2.-smack; 3.-smite; 4.-strike;

-omba lipenga -blow the trumpet; ndipo mngelo wachisanu anaomba lipenga = then the fifth angel blew the trumpet (Revelation 1: 1);

-omba m'manja 1.-handclap; 2.-clap hands;

aphunzitsi anandiwombetsa m'manja = the teacher told me to clap my hands; anandiwombera mmanja nditapambana = they clapped hands on my success; 3.-applaud; anandiwombera mmanja nditapambana = they applauded me on my success;

-omba ng'oma 1.-beat the drum; tiyeni tiombe ng'oma = let's beat the drums; 2.-drum;

-omba nsalu 1.-produce cloth; 2.-fabricate cloth; 3.-manufacture cloth; 4.-make cloth;

-omba nthenya -miss a person/ thing;

-ombana 1.-collide; 2.-have collision; 3.-strike violently against each other; 4.-smash together; 5.-crash; magalimoto awombana = vehicles have crashed;

-ombanawombana 1.-collide one another; 2.-crash one another;

-ombanitsa 1.-collide; 2.-clash;

-ombedwa 1.-be shot; 2.-be run over; kuwombedwa ndi galimoto = being run over by a car; 3.-be knocked off; 4.-be aired; ndati ndiwombedwe mphepo = I would like to be aired;

-ombedwa khofi -be slapped;

-ombedwa mbama -be slapped;

-ombedwa pamwendo -be shot on the leg;

-ombera 1.-discharge; 2.-fire; 3.-shoot; apolisi anawombera wakuba = the police shot at the thief; 4.-gun down; 5.-kill;

-ombera kuphazi 1.thank very much (lit.: -knock on foot); 2.-stamp with feet because of joy;

-ombera mkota 1.-comment; powombera mkota pa nkhaniyi = while commenting on this news; 2.-emphasise; 3.-remark; 4.-say something;

-ombera motutumutsa 1.-blaze; 2.-explode suddenly; 3.-shoot unexpectedly; 4.-do divination;

-omberera 1.-clinch; 2.-fasten; 3.-darn;

-ombetsa galimoto 1.-hit a car; adadziombetsa galimoto itayima = she hit the car when it stopped; 2.-knock a car;

-ombeza 1-divine; 2.-foretell; 3.-cast lots; 4.-conjure; 5.-do magic trick; 6.-juggle;

-ombeza ula 1.-conjure; 2.-divine; 3.-communicate with spirits;

-omboka 1.-cross over (e.g. of a river); 2.-be freed; 3.-be rescued; 4.-come out of problems; 5.-be secured;

-ombola 1.-pay ransom; 2.-save; 3.-rescue; 4.-buy back anything in 'pawn'; 5.-redeem;

-ombwa 1.-fear for danger; 2.-fear for a bad thing done;

ombwe\- poisonous leaf for killing fish; timapha nsomba ndi ombwe = we kill fish by using poison leaves;

ometa initiated people (in Nyau Secret Society);

-omoka -be removed because of wetness;

-omola -take out from pot with spoon (esp. of nsima);

-omolera -remove from pot to a plate;

-omphola -break through; ziweto zikuomphola = the cattle are breaking through; madzi a mtsinje akuomphola = the water of the river is breaking through;

omwe 1.-selves (with plural nouns of the mu -a class and of the li-ma class, and together with personal pronoun: iwo); anthu omwe = the people themselves; agalu omwe = the dogs themselves; iwo omwe = they themselves; 2.who/ that (relative pronoun with plural nouns of the mu -a class, and of the li-ma class); 3.who/ that which (suffix of relative pronouns, prefixed by the subject concord of their antecedents); chipatso chomwe ndagula = the fruit that I have bought; nyumba yomwe mukuona = the house which you are seeing; ana omwe akuyimba = the children who are singing;

omwe aja demonstrative pronoun meaning 'those … over there', with plural nouns of the mu -a class and of the li-ma class; ana omwe aja = those children over there; agalu omwe aja = those dogs over there; madengu omwe aja = those baskets over there;

omwe ano these … here; emphatic demonstrative pronoun following plural nouns of the li-ma class; madenga omwe ano = these roofs;

-ona 1.-look; 2.-see; anabwera kudzawona iye = they came to see her; ndawona = I have seen; atawona = when they saw; amaona = he always sees; proverb: kadawona maso mtima suyiwala (lit.: what the eyes saw the heart can't forget, seeing is believing) = you can't forget what you have seen; kodi ukuliwona bukulo? = do you see that book?; proverb: kuwona maso a nkhono nkudekha (lit.: to see the eyes of a snail is to be patient)= it needs patience to get something good; expression: ndaziona ine mdziko lino (lit.: I have seen things in this world) = I have been troubled\ oppressed in this world; 3.-observe; 4.-face; you will face it = uziwona; 5.-fancy; tangowonani! = just fancy!; 6.-consult; 7.-espy; 8.-discover; 9.-distinguish; 10.-be manifest; 11.-behold; 12.-watch; 13.-be visual; 14.-be true; 15.-be bonafide; 16.-be authentic; 17.-approve;

-ona bwino 1.-be careful; 2.-be watchful; 3.-look carefully; 4.-see properly; 5.-be on the look out; 6.-scrutinise; 7.-inspect; 8.-examine; 9.-be merry;

-ona chapafupi -see suddenly something at a short distance;

-ona chidima -be hungry (lit.: -see darkness); amalephera kuyenda chifukwa amawona chidima = she failed to walk because she was too hungry;

-ona chifunga 1.-be hazy; 2.-be covered with thin mist; 3.-be foggy;

-ona imfa 1.-die (lit.: -see death); 2.-pass away; 3.-breathe your last breath; 4.-depart this life; 5.-give up the spirit; 6.-go to meet your Maker;

-ona kanthu 1.-see something; 2.-view something; 3.-detect a problem;

-ona kufanana 1.-be indiscriminate; 2.-be similar; 3.-be alike;

-ona kusiyana 1.-be unfamiliar; 2.-differentiate;

-ona kuwala 1.-see light; 2.-see possibility; chaka chino ndikuwona kuwala ndikhoza mayeso = this year there is a possibility of passing exams;

-ona kwambiri 1.-look intently; 2.-stare;

-ona malodza 1.-face misfortune; 2.-meet bad adventures;

-ona mbonaona 1.-face problems; 2.-undergo hardships;

-ona mbwadza 1.-have great problems; 2.-be beaten severely; akuba anaona mbwadza = the thieves were beaten severely;

-ona mdima 1.-see darkness; 2.-be in trouble; 3.-meet bad luck;

-ona mkodi 1.-belittle; 2.-underrate; 3.-despise;

-ona mobera 1.-steal a look; 2.-peep; 3.-sneak; 4.-peek;

-ona molakwa 1.-see wrongly; 2.-misjudge; 3.-get wrong idea about;

-ona moyo 1.-be delivered; 2.-be rescued; 3.-be saved;

-ona mozonda 1.-hate; uyu amandiyang'ana mozonda = he hates me; 2.-dislike;

-ona msana wa njira 1.-go back; 2.-return; ndimati ndiwone msana wa njira = I want to return; 3.-retreat; 4.-come home;

-ona mtsogolo 1.-look ahead (lit.: -see the future); 2.-think about the future; 3.-forge ahead; 4.-proceed;

-ona mwachipongwe 1.-despise; 2.-be offensive; 3.-be contemptuous; 4.-be insolent;

-ona mwakhama -discern; anawona mwakhama mawonekedwe a mfuti = he discerned the appearance of a gun;

-ona mwana 1.-bear a child (lit.: -see a child); 2.-see child; abambo apita kukawona mwana wawo = the father has gone to see his child;

-ona mwapatali -preview; boma silidawone mwapatali zavuto la chakudya = the government did not preview the food problem;

-ona mwayi 1.-be lucky (lit.: -see luck); 2.-be fortunate;

-ona ndi diso la mfiti 1.-hate; 2.-be insolent;

-ona ndi diso lofiira 1.-be angry; 2.-hate; 3.-detest; 4.-be furious; 5.-be jealous; 6.-be envious;

-**ona ndi diso loyera** -be friendly; expression: iye amandiona ndi diso loyera (lit.: he sees me with a white eye) = he is friendly towards me;

-**ona pafupi** -see near;

-**ona pambuyo** 1.-look back; 2.-glance back; 3.-review; 4.-remember the good things;

-**ona pansi** -look down;

-**ona patali** 1.-see far; 2.-be a visionary; 3.-preview; boma silidawone patali zavuto la chakudya = the government did not preview the food problem;

-**ona tsoka** 1.-face misfortune; 2.-face bad luck; 3.-face calamity; 4.-be cursed; 5.-be bewitched;

-**ona zakuda** 1.-be unlucky; 2.-be unfortunate; 3.-have misfortune;

-**ona zwezwe** -feel dizzy;

ona!/ onani! 1.look!; 2.behold!;

-**onadi** 1.-be absolute; 2.-be true; ndi zoonadi = it is true;

-**onana ndi diso loyera** -get along with;

onatu! 1.watch!; 2.look!; 3.behold!;

-**onda** 1.-lose weight; 2.-be thin; 3.-be slim;

-**oneka** 1.-be apparent; 2.-appear; mwezi unawoneka = the moon appeared; 3.-be visible; 4.-be observable; 5.-be seen through; expression: wawonekera ng'amba (lit.: he has been seen through) = he has been known/ revealed; 6.-materialise;

-**oneka bwino** 1.-be lovely; 2.-be good looking; 3.-be handsome; 4.-be pretty; 5.-be elegant;

-**oneka kutali** -be visible from afar;

-**oneka kuti ndi zabodza** 1.-be untrue; 2.-be false; 3.-be incorrect; 4.-be implausible;

-**oneka mbuu** 1.-be gray; 2.-be grey; 3.-be dirty;

-**oneka modolola** 1.-look lovely; 2.-look attractive;

-**oneka modzizimbaitsa** -look disguised;

-**oneka mokongola** -look beautiful; mmene wameta ukuwoneka mokongola = now that you have shaven, you look beautiful;

-**oneka monga** 1.-look alike; 2.-look like; 3.-be similar to; 4.-resemble;

-**oneka mosasangalatsa** 1.-be unpleasant; 2.-look ugly; 3.-be boring; 4.-be unentertaining;

-**oneka munthu wosamasuka** -look grim; akuwoneka osamasuka = he looks grim;

-**oneka mwa mantha** 1.-fear; 2.-quail;

-**oneka mwachibwana** 1.-look childish; 2.-look like a child;

-**oneka mwangozi** -be coincidental; masiku ano mumawoneka mwangozi = these days you are seen by accident/ you are hardly seen these days;

-**oneka mwauve** 1.-look dirty; 2.-be dirty; 3.-b3e shabby; 4.-look untidy; 5.-look unhygienic;

-**oneka ndi madontho** 1.-be sprinkled; 2.-be spotted; 3.-be spattered;

-**oneka ndi maso** 1.-be visible; zolephera zowoneka ndi maso zinatilozera poyambira = visible failures gave us a starting point; majeremusi amawoneka ndi maso pogwiritsa ntchito maikolosikopu = germs are visible when using a microscope; 2.-be physical; 3.-be seen;

-**oneka ng'aning'ani** 1.-be sparkling; 2.-be lustre;

-**oneka ngati** 1.-seem; chimawoneka ngati ndi chowonadi = it seems to be true; amawoneka ngati amabwera m'mawa uliwonse = he seems to come every morning; 2.-pretend; 3.-look alike; 4.-resemble; 5.-be like;

-**oneka ngati chabwino** 1.-be well looking; 2.-look as if good;

-**oneka ngati kapezi** 1.-be fiery; 2.-be bright; 3.-be shiny; 4.-be shining; 5.-be gleaming;

-**oneka ngati mzimu** 1.-look like a ghost; 2.-look like a phantom;

-**oneka ngati nyenyezi** -be pretty (lit.: -look like the stars); iye ndiye nyenyezi/ mkazi wokongola = she is a pretty woman;

-**oneka ngati opopa** 1.-look plump; 2.-be fat; 3.-be overweight;

-**oneka ngati wakufa** 1.-be like dead person; 2.-be cadaverous;

-**oneka ngati wopanda mphamvu** -look powerless;

-**oneka ngati wozindikira** -feign knowledge;

-**oneka okwiya** 1.-look angry; 2.-be gloomy;

-**oneka patalipatali** -be scarce;

-**oneka wa ulemu** 1.-look respectful; 2.-look polite; 3.-be well mannered;

-**oneka wakhungu** -look like a blind person;

-**oneka wamantha** 1.-look frightened; nkhope yake inali yamantha/ yowopsedwa = his face looked frightened; 2.-be terrified;

-**oneka wodzichepetsa** 1.-be humble; 2.-be modest;

-**oneka wodzikuza** 1.-be pompous; 2.-feel more important; 3.-be proud; 4.-be selfish;

-**oneka wofanana** 1.-look alike; 2.-resemble; 3.-be similar;

-**oneka wofooka** -look weak; onse akuwoneka ofooka ndi njala = all are looking weak due to famine;

-**oneka wokhulupirika** 1.-be honest; 2.-be trusted; 3.-be truthful; 4.-be trustworthy;

-**oneka wokhumudwa** 1.-look disappointed; 2.-be disheartened;

-**oneka wokhwima** 1.-look old; 2.-look mature; lero ndadya mondokwa wokhwima = today I have eaten mature green maize; 3.-look like a magician;

-**oneka wokwiya** 1.-look angry; 2.-be gloomy;

-**oneka wonenepa** 1.-look plump; 2.-look fat; 3.-be fatty;

-**oneka wonyalanyaza** 1.-be uncaring; 2.-be

unconcerned; 3.-be numb;

-oneka wosangalala -look happy; mmene wakwatiwamu akuoneka osangalala = she looks happy now that she is married;

-oneka wotopa 1.-look tired; 2.-look swollen; 3.-be weary; 4.-be raddled; 5.-be sleepy; 6.-be fatigued;

-oneka wotuwa 1.-look grey; 2.-look dusty;

-onekera 1.-appear; anawonekera ku bwalo la milandu = he appeared before the court; 2.-be limpid; 3.-be vivid; 4.-be transparent; 5.-be seen;

-onekera kwa mzukwa 1.-be haunted; 2.-haunt;

-onekera mwadzidzidzi 1.-appear suddenly; 2.-come abruptly; 3.-appear unexpectedly;

-onekera ng'amba -be exposed (fig.); expression: lero wawonekera ng'amba (lit.: today he has been exposed) = today everybody has known what was hidden about him;

-onekera ng'amba -show openly;

-onekera ngati opopa 1.-look plump; 2-look inflated;

-onekera poyera -show openly;

-onekeranso 1.-reappear; 2.-come back again;

-onekeredwa zovuta 1.-face misfortune; 2.-have a bad omen; 3.-have death in one's family; 4.-lose a member of the family;

-oneketsa chopanda ntchito 1.-decry; 2.-look useless; 3.-look powerless;

-onera 1.-see nakedness; 2.-peep; 3.-wait; 4.-look after;

-onera gule -watch dance;

-onera m'botolo -remove one's name; chipani cha UDF chikuonera m'botolo aphungu amene sakugwirizana ndi atsogoleri a chipanicho = the UDF party is emoving the names of its MP's who are disagreeing with the party's leadership;

-onerera 1.-watch; iwo amakonda kuwonerera masewero a mpira = they like to watch football matches; 2.-supervise; 3.-oversee; 4.-be not concerned; abambo amawonerera ana akumenyana osawalanditsa = the man was not concerned to stop children fighting;

-onerera ndewu 1.-watch a fight; 2.-oversee a fight;

-onetsa 1.-exhibit; 2.-demonstrate; 3.-expose; 4.-show; ndiwonetse manja ako = show me your hands; 5.-display; 6.-manifest; 7.-project; 8.-point out; 9.-indicate; 10-teach; 11.-reflect; kulepheraka kukuwonetsa ulesi wake = the failure reflects his laziness; 12.-imply; posandiyankha kalata zikuwonetsa kuti sakundifuna = the failure to reply to my letter implies that she does not want me;

-onetsa alendo 1.-introduce guests; 2.-show visitors;

-onetsa chala motukwana -point in an offending way;

-onetsa chidani 1.-show enmity; 2.-show unfriendliness; 3.-show hostility;

-onetsa chidwi 1.-be interested; 2.-be keen;

-onetsa chikhumbokhumbo 1.-be ardent; 2.-be fervent; chikhumbokhumbo chachikulu chakupambana = a fervent desire to win; 3.-be zealous; 4.-be interested;

-onetsa chikondi chogonana 1.-be adulterous; 2.-be amorous;

-onetsa chilendo 1.-be unfamiliar with a place; 2.-be a stranger; 3.-be an alien; 4.-be a foreigner;

-onetsa chilungamo 1.-show justice; 2.-show righteousness; 3.-be fair;

-onetsa chimwemwe 1.-enthuse; 2.-exult; 3.-be gleeful; 4.-be happy; 5.-be smiling;

-onetsa chimwemwe ndi chikondi 1.-show joy and love; 2.-be radiant; 3.-be happy;

-onetsa chinthu/ munthu 1.-show a thing/ person; 2.-identify; onetsa mmodzi pakati pawo = identify one of them; 3.-demonstrate;

-onetsa chinyengo 1.-be unfaithful; 2.-be untrustworthy; 3.-be corrupt;

-onetsa chipongwe 1.-be indisciplined; 2.-be rude; 3.-be impolite;

-onetsa chisoni 1.-bewail; 2.-mourn; 3.-weep;

-onetsa chithunzi 1.-show photograph; 2.-show picture; 3.-show photo; 4.-delineate;

-onetsa khalidwe labwino 1.-show good behaviour; 2.-be courteous; 3.-show good manners;

-onetsa kuchenjera 1.-be clever; 2.-be knowledgeable;

-onetsa kudabwa -be amazed;

-onetsa kudandaula 1.-be pitiful; 2.-be miserable; 3.-be unhappy;

-onetsa kudekha 1.-show patience; 2.-show calmness; 3.-show humility;

-onetsa kudelera 1.-underrate; 2.-disdain;

-onetsa kugwirizana 1.-endorse; 2.-show unity; 3.-show good relation;

-onetsa kukwiya 1.-be angry; 2.-be sad;

-onetsa kulakwa 1.-be guilty; 2.-be contrite;

-onetsa kulephera kudzifotokozera 1.-show failure to describe oneself; 2.-be incoherent;

-onetsa kulephera maganizo 1.-be undecided; 2.-indecisive;

-onetsa kunyoza Mulungu 1.-profane God; 2.-blaspheme God;

-onetsa kunyoza zopatulika 1.-profane holy things; 2.-be blasphemous; 3.-blaspheme;

-onetsa kupambana 1.-show success; 2.-show victory; 3.-show achievement; 4.-exult; 5.-revel; 6.-show achievement;

-onetsa kupanda mphamvu -show weakness;

-onetsa kusadziwa 1.-be ignorant; 2.-be

uninformed; 3.-be innocent;

-onetsa kusagwirizana 1.-show disagreement; 2.-show difference of opinion;

-onetsa kusavomereza 1.-disagree; 2.-deprecate;

-onetsa kusazindikira 1.-be ignorant; 2.-be unknowledgeable;

-onetsa kuthandiza ena 1.-be helpful; 2.-be useful; 3.-be benevolent;

-onetsa kuti wina walakwa 1.-discourage; 2.-dishearten; 3.-put off; 4.-inculpate;

-onetsa kuvomereza 1.-applaud; tiyeni tivomereze powomba m'manja = let us applaud; anawomba m'manja = they applauded; 2.-accept; 3.-approve; 4.-agree to; 5.-admit;

-onetsa kuwala 1.-show light; 2.-give light;

-onetsa luntha 1.-show ability; 2.-show wisdom; 3.-show dedication;

-onetsa maganizo m'mawu -express thoughts orally; anawonetsa maganizo m'mawu podabwa = she expressed surprise;

-onetsa makani 1.-show rudeness; 2.-be stubborn; 3.-be obstinate;

-onetsa makhalidwe oipa 1.-show evil behaviour; 2.-show indiscipline; 3.-show bad manners; 4.-show bad character; 5.-be irresponsible;

-onetsa mano 1.-show teeth; 2.-smile;

-onetsa manyazi 1.-show shyness; 2.-show bashfulness;

-onetsa matsenga -show magic;

-onetsa mphamvu 1.-show strength; 2.-be fervent; 3.-show power; 4.-show authority;

-onetsa mtundu wako 1.-be clannish; 2.-be racialist; 3.-show tribal preference;

-onetsa mwano 1.-be rude; 2.-be impolite; 3.-be arrogant; 4.-be insolent;

-onetsa ng'oma ya m'khutu 1.-show sign; 2.-earmark; 3.-show indication;

-onetsa nkhanza 1.-be harsh; 2.-be cruel; 3.-be intolerable; 4.-be unkind;

-onetsa nkhwinya 1.-be angry; 2.-be annoyed;

-onetsa nzeru -show wisdom;

-onetsa pa dzuwa -expose in the sun;

-onetsa pa wayilesi ya kanema -show on television;

-onetsa phindu 1.-produce fruits; onetsani zipatso zoyenera kutembenuka mtima = produce good fruits worth of conversion; 2.-show profit; 3.-yield interest;

-onetsa poyera 1.-expose; 2.-display; 3.-demonstrate; 4.-put on show;

-onetsa sewero -stage; magulu azisudzo anawonetsa sewero lokamba za Edzi = the drama groups staged a play depicting AIDS;

-onetsa uchitsiru 1.-be impudent; 2.-be cheeky; 3.-

be rude;

-onetsa ukali 1.-be barking; 2.-look angrily; 3.-scrowl;

-onetsa ukamberembere 1.-be crooked; 2.-be dishonest; 3.-be untruthful; 4.-be lying;

-onetsa ulemu 1.-show politeness; 2.-be respectful; 3.-be deferential;

-onetsa ulemu ku maganizo a wina 1.-be tolerant; 2.-be delicate; 3.-be broad minded;

-onetsa ulesi 1.-show laziness; 2.-show idleness;

-onetsa umambala 1.-be crooky; 2.-be dishonest;

-onetsa umasiye -be orphaned;

-onetsa umodzi 1.-be uniform; 2.-be together;

-onetsa unkhutukumve 1.-be arrogant; 2.-be haughty; 3.-be idiotic;

-onetsa uwisi -be not well cooked;

-onetsa wachisoni 1.-look sad; 2.-look unhappy;

-onetsa zachilendo -show something new;

-onetsa zakuda 1.-show punishment; 2.-treat rudely;

-onetsanso umwini pa chinthu 1.-be possessive; 2.-show ownership; 3.-reclaim;

-onetsedwa 1.-be located; 2.-be revealed; 3.-be shown;

-onetsera 1.-show off; kuwonetsera kwa kuvina, kuyimba = showing off dances, songs; osawonetsera pochita zinthu = do not show off when you are doing something; 2.-disclose; 3.-reveal;

-onetsera ng'amba 1.-expose; 2.-unveil; 3.-be uncovered;

-onetsetsa 1.-be observant; 2.-be alert; 3.-scan; amawerenga buku mowonetsetsa = he was scanning the book; 4.-detect; 5.-watch; 6.-examine;

-onetsetsa mkazi mwadama 1.-cast amorous glances; 2.-ogle;

-onga 1.-be similar; a shirt similar to his = malaya onga a uyu; 2.-be like; mbalame yonga nkhunda = a bird like a dove; 3.-give thanks; 4.-give 'lobola';

-onga ngati 1.-be like; 2.-be similar to;

onga\- 1.gun powder; 2.semen (fig.);

-ongoka 1.-be straight; 2.-be in a straight line; 3.-be direct; 4.-be flat; 5.-unbend; 6.-straighten;

-ongokera 1.-amend; 2.-be convalescent;

-ongola 1.-straighten up; proverb; kuwongola mtengo mpoyamba (lit.: straightening a sapling is at the beginning) = teaching a child good behaviour is when he/ she is still young; proverb: ana sawongoka (lit.: children cannot be straightened) = children cannot be advised without the help of their parents; proverb: ana ali ngati mbatata ukati uwongole wathyola (lit.: children are like potatoes if you try to straighten it you break it) = deal very carefully with children since they don't

easily take advice; 2.-unfold; 3.-unbend; 4.-go straight; 5.-stretch; ongola mkono = stretch the arm; 6.-elongate; 7.-crack one's fingers at joint;
-ongola khosi 1.-stretch out the neck; 2.-lengthen the neck;
-ongola manja 1.-straighten hands; expression: lero ndawongola manja (lit.: today I've straightened hands) = I engaged into a fight; 2.-comfort by giving something; 3.-pay someone (esp. after doing some work for you); 4.-stretch out hands; 5.-fight;
-ongola miyendo 1.-straighten the legs; expression: akuwongola miyendo (lit.: he is straightening legs) = he has gone for a walk; 2.-stretch the legs; 3.-lengthen the legs; 4.-walk about; 5.-walk around; 6.-roam; 7.-make a walk;
-ongola msana 1.-straighten back; expression: lero ndawongola msana (lit.: today I've straightened my back) = today I have had sexual intercourse; expression: iyeyo ayenera kupereka chiwongola msana asanamukwatire mtsikanayu (lit.: he must pay the back straightener before marrying this girl) = he must pay the parents before he can marry this girl; 2.-sleep with a woman after a period of time; 3.-lie down; expression: wongola msana (lit.: stretch the back bone) = lie down;
-ongola mwana 1.-counsel a child; 2.-advise a child;
-ongola mwendo -make a jolly walk;
-ongoledwa 1.-be straightened; 2.-make straight;
-ongoleka -be made straight;
-ongolera 1.-drive; 2.-propel; 3.-guide; 4.-instruct;
-ongolera mwambo 1.-convene; 2.-officiate; 3.-master a ceremony; 4.-organise a ceremony;
-ongoleredwa -be just adopted;
-ongomola -straighten;
-onja -trap; ndawonja chinziri = I have trapped a quail;
-onjeza 1.-add; 2.-increase; 3.-make more; 4.-do over again; 5.-overdo; 6.-boost;
-onjeza malipiro -increase wages/ salaries;
-onjeza mphamvu 1.-energise; 2.-re-empower; 3.-increase power; 4.-add power;
-onjezapo 1.plus (prep.); ng'ombe zitatu kuwonjezapo ziwiri zikhala ng'ombe zisanu = three cows plus two cows equals five cows; 2.-make interest (esp. in money lending business); 3.-add more;
-onjezera 1.-add; pa Mawu ake Yesu amawonjezera\ amaphatikiza mkate ndi vinyo = Jesus adds to His Word the bread and the wine; 2.-be supplementary; 3.-append; 4.-augment; 5.-comment; 6.-extend; 7.-include; 8.-incorporate; 9.-increase;

-onjezera apo 1.-be above; kuwonjezera apo, ndinabwera mochedwa = above that I came late; 2.-be besides; kuwonjezera apo, ndinabwera mochedwa = besides that I came late; 3.moreover;
-onjezera chakudya -add some more food;
-onjezera malipiro 1.-increase pay; 2.-give increment; 3.-raise salary;
-onjezera msinkhu -grow; mmene unali kundende wawonjezera msinkhu = you have grown a bit during your stay in prison;
-onjezera mtengo 1.-increase price; 2.-raise price;
-onjezera nkhani 1.-prolong; 2.-exaggerate; 3.-extend story; 4.-overstate;
-onjezerapo 1.-be included; 2.-add some more;
-onjezereka 1.-be applicable; 2.-be added; 3.-be multiplied; 4.-be increased;
-onjezereka mu chiwerengero 1.-multiply; 2.-increase in numbers (e.g. population); 3.-propagate;
-onjola 1.-take off an animal caught in a trap; 2.-discharge; 3.-acquit in lawsuit; 4.-redeem; 5.-ransom;
-onkhetsa 1.-add; 2.-sum up; 3.-increase; 4.-cast up as figures; 5.-amount to; 6.-do the total;
-onkhetsapo 1.plus (prep); 2.-increase; 3.-add upon;
-onona 1.fatty; 2.plump;
-ononga 1.-destroy; sindikufuna kuwononga wailesi tsopano = I don't want to destroy the radio now; 2.-damage; 3.-be destructive; 4.-devastate; 5.-spoil; anamuwonongera chuma chake = he spoilt his riches; anawonongera mwana tsogolo = he spoilt the child's future; nthawi yomwe timawonga imabwezera zinthu m'mbuyo = the time that we spoil retards things; 6.-harm; chikuwononga chimenecho = this is going to harm you; 7.-be harmful; 8.-be marred; mvula inawononga mwambo wonse = the occasion was marred by the rain; 9.-squander; iye anawononga ndalama zonse = he squandered all his money; 10.-make bad; 11.-misuse;12.-blemish; 13.-crush; 14.-liquidate; 15.-vandalise; anthu a sitalaka anawononga zipangizo za mu ofesi = the people on strike vandalised the office equipment; 16.-sabotage; 17.-be violent; antchito owononga = violent workers; 18.-be careless; 19.-spend; 20.-scupper; 21.-debase; 22.-pollute; kuwononga mpweya = air pollution; 23.-be deleterious;
-ononga chakudya 1.-spoil food; 2.-misuse food;
-ononga chikhalidwe 1.-destroy the culture; 2.-spoil the culture; 3.-darken the culture;
-ononga chimwemwe cha ena 1.-kill joy of others; 2.-disturb the joy of others; 3.-bring sadness;
-ononga chinthu 1.-demolish; 2.-destroy; 3.-dismantle; 4.-break; 5.-devastate; 6.-spoil; 7.-

361

knock down; 8.-shame; 9.-dishonour;

-ononga chuma cha boma -misuse government funds;

-ononga chuma cha mpingo -misuse church property;

-ononga chuma mwachinyengo 1.-fraud; 2.-divert funds; 3.-misuse money in the way of corruption;

-ononga khalidwe -be indisciplined;

-ononga koposa muyeso 1.-overspend; 2.-annihilate; 3.-eliminate; 4.-eradicate;

-ononga kunyadira kwa munthu 1.-disgrace; 2.-be ignominous; 3.-humiliate; 4.-dishonour;

-ononga kwambiri 1.-ravage; 2.-ruin; 3.-aggravate; 4.-be malicious; dongosolo loononga = malicious plan; khalidwe lowononga = malicious character; 5.-rampage;

-ononga madzi 1.-dirten water; 2.-misuse water; 3.-pollute water;

-ononga malo 1.-destroy a place; 2.-pollute land; 3.-dirten a place; 4.-bomb a place;

-ononga malo wosalala 1.-groove; 2.-ruffle; 3.-mess up;

-ononga mawonekedwe 1.-defile; 2.-deface; 3.-spoil the appearance; 4.-taint;

-ononga mbiri ya munthu 1.-destroy someone's reputation; 2.-defame; 3.-insult; 4.-affront;

-ononga mpweya -pollute air;

-ononga mtsikana -make pregnant;

-ononga mudzi -spoil the village;

-ononga ndalama 1.-waste money; 2.-spoil money; 3.-misuse money; 4.-spend money carelessly; 5.-squander; 6.-be extravagant; 7.-be profligate;

-ononga ndalama mosasamalira 1.-spend money carelessly; 2.-squander;

-ononga nthaka 1.-make land lose fertility; 2.-degrade the soil;

-ononga pogwiritsa ntchito 1.-lavish; 2.-misuse;

-ononga popanda chotsalapo 1.-perish; 2.-raze; 3.-destroy totally; 4.-eliminate;

-ononga popereka -lavish;

-ononga zosafunika poziyatsa 1.-burn garbage; 2.-incinerate;

-onongedwa 1.-be damaged; 2.-be demolished; 3.-be mangled;

-onongeka 1.-be damaged; 2.-be broken down; galimoto langa lawonongeka = my car is broken down; 3.-be contaminated; 4.-go bad; 5.-be rotten; 6.-be faulty;

-onongeka kamodzi -be damaged once;

-onongeka kawiri -be damaged twice;

-onongeka koposa 1.-deteriorate; 2.-be scraped;

-onongeka kwa dzira -be addled (of the egg);

-onongeka kwa ubongo 1.-be addled (of the brains); 2.-have brain injury;

-onongeka mosavuta -be easily damaged;

-onongeka msanga 1.-be not long lasting; 2.-be fragile; 3.-be short lived;

-onongekawonongeka -break down continuously;

-onongera -spoil;

-onongeratu zizindikiro zonse 1.-destroy signs of something completely; 2.-revamp; 3.-obliterate;

onse all (with plural nouns of the mu -a class and the li-ma class); anthu onse = all people; agalu onse = all dogs; masiku onse = all days;

-onse 1.each; chilichonse pachokhapachokha = each thing on its own; 2.all/ entire/ whole/ complete/ every/ full (suffix preceded by subject concord of most nouns); mudzi wonse = the whole village; midzi yonse = all villages; tsiku lonse = the whole day; chinthu chonse = the entire thing; zinthu zonse = all things; nyumba yonse = the whole house; nyumba zonse = all houses; ulendo wonse = the complete journey; kabuku konse = the entire booklet; timabuku tonse = all booklets; kuimba konse = the whole singing; ponse = everywhere; konse = everywhere; monse = in everywhere/ in every place;

onse ochita zofanana generation;

onse otsagana entourage; makamaka ndi otsagana ndi munthu wofunikira kwambiri monga mtsogoleri wa dziko = it is especially those who go along with a very important person like the president of the country;

onse otumikira entourage (lit.: all those who serve);

onse pamodzi 1.all together; 2.en masse; alendo anafika onse pamodzi = guests arrived en masse;

-onyozeka 1.-fall down powerlessly; 2.-sit down powerlessly;

-ooza 1.-shout at; 2.-boo (showing disapproval); 3.-boom;

-opa 1.-be afraid; osawopa agalu = don't be afraid of dogs; 2.-awe; 3.-fear; 4.-dread; 5.-burke;

-opa maso -be cross-eyed;

-opa mlendo 1.-fear a stranger; 2.-be xenophobic;

-opa Mulungu 1.-fear God; 2.-be godly;

opaleshoni ya m'bongo 1.brain surgery; 2.lobotomy;

opaleshoni yochotsa bere 1.operation for removing a breast; 2.mastectomy;

opaleshoni/ opeleshoni (chiNgerezi) operation; waberekeka pa opaleshoni = she has delivered by operation; dokotala ophunzira bwino za using'anga yemwe amapanga opeleshoni/ ndi dokotala yemwe amachiritsa pong'amba thupi = surgeon/ it is a physician who treats disease via operative manuala methods;

-opana -fear one another;

Opemphera pa Chiweru Seventh Day Adventists (S.D.A.);

-opera 1.-go back; 2.-withdraw; 3.-retreat;

-opetsa 1.-make someone afraid; 2.-terrify; 3.-frighten; 4.-menace; 5.-dismay; 6.-prevent; 7.-ward off;

-opharana (chiLomwe) -seize one another;

-ophiya (chiLomwe) 1.-reach; 2.-arrive;

-ophwanyeya (chiLomwe) 1.-live; 2.-dwell;

oponya voti voters; kalembera kwa opanga chisankho/oponya voti = voters' registration;

-opsa 1.-be dangerous; njoka ndi yowopsa = a snake is dangerous; mitsinje yowopsa = dangerous rivers; zitsamba zowopsa = dangerous herbs; 2.-be awful; 3.-be dreadful; 4.-be grim; ali ndi nkhope yowopsa = he has a grim face; 5.-be ferocious; 6.-make one afraid; 7.-alarm; usandiwopse = do not alarm me;

-opsedwa 1.-be made afraid; 2.-be frightened; 3.-be scared; 4.-look frightened; 5.-fear; 6.-panick;

-opseza 1.-make one afraid; mawonekedwe ako amandiwopsa = I am afraid of your outlook; 2.-bring about fear; 3.-scare; 4.-menace; 5.-intimidate; 6.-frighten;

-opseza ndi maso 1.-look daggers; 2.-be red-faced;

-opseza wina 1.-bully someone; 2.-browbeat someone;

Opuma Atakula Pantchito Old Age Pensioner;

-orhimerha (chiLomwe) -pass away;

-orhomorhiwa (chiLomwe) -be called;

-oripana nekholo (chiLomwe) -prepare for war;

-orowa (chiLomwe) -be soft;

osa- prefix for verbs in the negative imperative; osabwera! = do not come!; osapita! = do not go!;

osaguza! 1.do not pull; 2.do not drag; osaguza nyimbo = do not drag the song;

osagwira! 1.hands off!; 2.don't touch!;

osakhala mpaka muyaya mortality;

osatchula dzina 1.do not mention a name; 2.indirect object;

osati and not;

osati chenicheni 1.not the real thing; 2.imitation only;

osati paliponse 1.not everywhere; kodzani mchimbudzi osati paliponse = urinate in the toilet and not everywhere; 2.not anywhere;

-oserhiwa (chiLomwe) -delay;

Ositiliya Austria; ndi dziko lina la ku Ulaya = it is a country in Europe;

Ositireliya Australia;

Osonkhana a Mulungu Assemblies of God; ndi mtundu wa mipingo ya chiPentekosti = they are a kind of Pentecostal churches;

osowa 1.the poor (plural); 2.the needy; kuthandiza osowa = helping the needy;

-otani? which?; mukufuna chipinda chotani? = which room do you want?;

-otcha 1.-burn; adawotcha matchalitchi = they burnt churches; 2.-roast; kuwotcha nyama = roasting of meat; 3.-bake (of bread, meat etc.); 4.-scorch; iye anawotcha milomo yanga (*Yesaya* 6:7) = he scorched my lips (*Isaiah* 6:7); 5.-singe; anawotcha tsitsi lake = his hair was singed; 6.-be hot; 7.-steam; anandiwotcha dzanja = he steamed my hand; 8.-make sterile;

-otchera -roast for; nsima iyi tiwotchera nsomba = we will roast fish for this nsima;

-otcherera 1.-weld; akuwotcherera njinga = he is welding a bicycle; 2.-mend; 3.-lie/ -cheat (fig.);

-othapulha (chiLomwe) -translate;

-othera -be heated; dzuwa limene timaliothera = the sun by which we are heated;

-othera dzuwa 1.-sunbathe; 2.-bask in sun;

-otheza -be sunny after the rain;

-othyapalera (chiLomwe) -translate;

otsala 1.remnants; 2.remainder; 3.leftover; ndinyamula mabuku otsala = I will carry the left over books;

otsala onse the rest; nonse otsala, bwerani = the rest of you, come;

otsatira a Jacob Hutter Hutterites; mtundu wa Obatizanso pa nthawi ya Chikonzedwe cha Mpingo, umene umatsatira Jacob Hutter (†1536), ndi kukhazikitsa abale a chiMoraviya = a type of the Anabaptists who followed Jacob Hutter (†1536) and established the Moravian brothers;

otsatira a John Huss Hussites; awa anali otsatira a John Huss (†1415) amene anali kalambulabwalo wa Chikonzedwe cha Mpingo wa ku dziko la Czechia = these were followers of John Huss (†1415) who was a forerunner of the Reformation in Czechia;

otsatira a Simon Kimbangu Kimbanguists; anali otsatira a Simoni Kimbangu (1889-1951), amene anali mlaliki womveka ku dziko la Kongo ndi woyambitsa Mpingo wa chiKimbanguist = these were the followers of Simon Kimbangu (1889-1951) who was an evangelist in Congo and the founder of the Kimbanguist Church;

otsatira mafumu a Orange Orangists; iwo ali otsatira mafumu a mbumba ya chiOrange amene amalamulira dziko la The Netherlands = these are the followers of the kings of the Orange Dynasty who rule The Netherlands; anthu okonda gulu la chiOrange la kumpoto kwa Ireland = those people in the north of Ireland who love Orangism;

Otumikira mwa Chikondi (lit.: Servants in Love); ndi dzina la gulu la azimayi a chiPentekosti

m'Malawi = it is the name of a Pentecostal
women's movement in Malawi;
-owa (chiLomwe) 1.-enter; 2.-get in;
-oweha (chiLomwe) -watch;
Oweruza Judges; ndi dzina la buku lopezeka mu
  Chipangano Chakale = it is the name of one of the
  books in the Old Testament;
-owivya othyeka (chiLomwe) -drink beer;
owona za madandaulo a anthu ombudsman;
-oya (chiLomwe) -go;
oyambitsa chiwawa 1.starters of riot;
  2.incendiaries;
-oyeza 1.-shout at; 2.-boo; 3.-boom;
oyo (chiLomwe) who (rel. pron.);
ozaweya! call (war cry);
ozize! call (war cry);

P

pa 1.about; anthu akhala pa udzu = people are
  sitting about on the grass; 2..against; 3.in
  opposition to; 4.at; panyumba pa anthu = at the
  house of the people; 5.on (location); ika pagome =
  put on the table; 6.of (indicating possession, in
  between a noun of the pa- class and another noun);
-pa demonstrative function suffixed to nouns of the
  pa- class indicating locality; panyumbapa = at this
  house;
pa- 1.prefix of noun indicating locality of pa-class;
  panyumba = at the house; 2.subject concord with
  nouns indicating locality of pa- class; pa nyumba
  pali anthu; at the house there are people;
-pa- object concord infixed in conjugated verbs
  representing nouns indicating locality of pa- class;
  ndikupaona (panyumba) = I am looking round at it
  (at the house);
-pa banja marital; malumbiro a pa banja = marital
  vows;
pa chaka 1.per annum; K5,000 pa chaka = K5,000
  per annum; 2.per year;
pa gombe ashore; tafika pa gombe = we are ashore;
pa gulayi 1.road junction; 2.merry-go-round;
pa kapinga 1.lawn; malo wosalala pafupi ndi
  nyumba podzalidwa udzu = a beautiful place close
  to the house where grass is planted = lawn; 2.turf;
pa mafuwa 1.fire for cooking (at three stones);
  2.hearth;
pa malo pena pake elsewhere; tiyeni tikasewere pa
  malo pena = let's go and play elsewhere;
-pa mbali pa beside; pambali pa izi, ndimayimba
  kwayala = besides this I sing in a choir;
pa mtunda ashore; anali pa mtunda pamene bwato
  linafika = he was ashore when the boat arrived;
pa mtunda pa 1.upon; 2.on top of;
pa mwamba pa mutu vertex;
pa nthawi yabwino 1.good time; 2.convenient
  time; 3.betimes;
pa nthawi yanji? 1.at what time?; 2.when?;
pa sanga ashore (land as opposed to sea);
pa usiku by night; adzafika pa usiku = he will be
  home by night;
pabwalo 1.outer; 2.outside; 3.court;
pachabe in vain; mlonda amangochezera pachabe =
  the watchman stays awake in vain; zonse
  zidzakhala zachabe = all will be in vain;
-pachala on the finger tip; expression: ali ndi mtima
  wa pachala (lit.: he has the heart on the finger tip =
  he is short tempered/ he is easily annoyed;
-pachibale 1.related; 2.being brothers; 3.being

sisters;

-pachika 1.-hang; ndikupachika zovala = I am hanging the clothes (on a hanger); expression: uyu wapachika mnzake (lit.: he has hanged his friend) = he has caused a problem for his friend/ he has not covered his friend; 2.-dangle; 3.-sling; 4.-implicate;

-pachika pa msomali 1.-hang up on a nail (lit.); 2.-abandon; 3.-give up;

-pachika pamtanda -crucify;

-pachika zovala -hang clothes;

-pachikidwa -be hanged;

pachimake acute;

pachimake pa chitukuko 1.great prosperity; 2.zenith of development;

pachimake pa chiyembekezo 1.zenith of hope; 2.last hope;

pachimake pa mwayi 1.the most opportune time; 2.zenith of luck;

pachimake pa zinthu 1.climax; 2.culmination;

pachimake poganizira medulla oblongata (Latin);

pachipande scape-goat (lit.: on a wooden spoon);

pachisanu Friday; pitani pachisanu = go on Friday;

pachitsamba 1.at/ under the bush; 2.scape-goat; expression: iye wabisala pachitsamba (lit.: he has hidden under the bush) = he made someone else a scape-goat for his mistake;

pachitsulo poima bwato 1.dock; 2.quay;

pachiyambi 1.aboriginal; anthu oyambirira kukhala m'dziko ulamuliro wa Azungu kapena atsamunda usanakhazikitsidwe m'dzikomo = the inhabitants in the country before colonial rule; mtundu wa anthu kapena zolengedwa zopezeka ku malo ena pachiyambi = type of people/ creatures originally found at a place; 2.station;

pachokha 1.itself; ichi sichingakhale pachokha = this cannot survive itself; 2.on its own;

padali once upon a time there was;

padangokhala once upon a time;

padangotero once upon a time;

padayansiku always;

-padera 1.-be special; mtengo wapadera = a special price; 2.-set apart; anakhazikitsa thumba lapadera la ndalama = he set apart a special amount of money; 3.-be sacred;

paderapadera separately;

padothi floor; mtsikana anakhala padothi = the girl sat on the floor; mbale ili padothi = the plate is on the floor; expression: kugwa padothi (lit.: falling on the floor) = reaching the age of puberty;

padwale simpleton (fig);

padzakhaladi 1.it will exactly be; 2.it will indeed happen;

padzakhalapo there will be there;

padzenje 1.at the pit; 2.at the hole;

-padzuka -be torn;

-padzula -tear into pieces (esp. cloth);

-pafa 1.-beat heavily; 2.-beat a lot;

pafundo on the knot;

pafupi kufa 1.at the point of death and life; 2.in extremis; anatengedwera ku chipatala ali pafupi kufa = he was taken to hospital in extremis;

pafupi kulephereka 1.at a point of failure; 2.nearly failing; 3.hardly;

pafupi kuwonongeka 1.nearly collapsing; 2.groaning; mipando pafupi kuwonongeka chifukwa cha kuchuluka kwa anthu = benches groaning under the weight of people;

pafupi ndi 1.about; 2.near to; 3.nearby; 4.near; 5.closer; 6.close to; 7.by; 8.beside; 9.nigh;

pafupifupi 1.about (prep); 2.by now; 3.almost; pafupifupi akanagwetsa mbale = he almost dropped the plate; 4.nearly; 5.approximately; ndege inatera pafupifupi ola la 3 koloko masana = the plane arrived at approximately 15.00 hours; 6.closely;

pafupipafupi 1.often; 2.frequently; 3.regularly; 4.repeatedly;

pagulu 1.in public; proverb: bongololo sadzolera mafuta pagulu (lit.: a millipede does not oil itself in public) = secret and confidential business is never conducted in public; 2.publicly; 3.in a crowd; 4.en masse;

pagulupagulu in groups;

paindeinde 1.climax; 2.focal point; 3.zenith;

paini\ma- (chiNgerezi) pine tree;

paipi yodzera utsi 1.chimney; 2.flue; fodya wa utsi = flue cured tobacco;

paja demonstrative pronoun meaning 'that ... over there', with nouns of the pa- class indicating locality; panyumba paja = at that house over there;

-paka 1.-apply (esp. liquid); iwo akupaka penti = they are applying paint; 2.-rub on; 3.-smear; amapaka ufa pa mutu pake = he smears flour on his head; 4.-paint; 5.-coat (= -cover with paint); 6.-dye; 7.-incriminate; bungwe linaganiza zopaka mtsogoleri wa dziko mlanduwo = the committee decided to incriminate the president;

-paka chipegu -vilify;

-paka mafuta 1.-smear with fat; 2.-stick with fat; 3.-daub with fat;

-paka mankhwala pa bala 1.-apply medicine on the wound; 2.-salve;

-paka njereza 1.-white wash; 2.-paint; 3.-daub;

-paka phula 1.-cover with asphalt; 2.-bituminise; 3.-cheat someone (fig.);

-paka sopo -soap; ndadzipaka sopo = I have soaped myself;

-**paka thara** 1.-cover with asphalt; 2.-bituminise;

-**paka thayo** -blame;

-**paka tsoka** -vilify; agogo anga anandipaka tsoka = my grandpa vilified me;

-**paka utoto** 1.-colour; 2.-paint; 3.-dye;

-**paka zoipa** -besmear;

pakadali pano in the meantime; pakadali pano sungapite = in the meatime you cannot go;

Pakakasa August; ndidzayamba kusosa pakakasa = I will start preparing my field in August;

-**pakalapakala** 1.-get ready; 2.-work; 3.-be active;

pakali pano 1.at present; 2.in the meantime; 3.this time; 4.at this moment;

pakamwa 1.on the mouth; expression: ndagwira pakamwa (lit.: I have touched my mouth) = I wonder; 2.brim (esp. of a container);

-**pakamwa** 1.noisy; iye ndi wapakamwa = s/he is noisy; 2.-be talkative;

-**pakanso utoto** 1.-redecorate; 2.-paint again;

-**pakasa** 1.-weave; 2.-spin;

-**pakasa ndi ulusi** 1.-knit; 2.-yarn;

pakati 1.middle point; expression: iye ali ndi pakati (lit.: she has the middle point) = she has pregnancy; 2.pregnancy; kayesedwe ka mayi wa woyembekezera/ wapakati = prenatal diagnosis;

-**pakati** 1.central; chigawo cha pakati = central province; pakati pa Afirika = central Africa; 2.middle; 3.pregnant;

pakati pa 1.amid; 2.among; ganizani pakati panupo = think among yourselves; 3.between; 4.midst; mbewu zinagwa pakati paminga = seeds fell in the midst of thorns;

pakati pa usiku midnight; mbava zinabwera pakati pa usiku = thugs came at midnight (12.00 at night);

pakatikati 1.centre; 2.middle; 3.spot in between;

-**pakatikati** 1.quite; ndi ulemu wapakatikati = it is quite an honour; 2.not very; 3.in the middle of; 4.mid; tili pa tchuthi chapakati pa mulungu = we are on mid week holiday;

pakatimpakati focal point;

pakhomo 1.entrance; 2.exit (way out); 3.doorway; 4.gateway;

-**pakidwa ndowe** 1.-be smeared with droppings; 2.-be mucky;

-**pakiza** -supply;

-**pakizapakiza** -be variagated;

pakomeine\a- bootlicker;

-**pakula** 1.-divide; pakulani chakudya m'mbale yakeyake = divide food in each plate; 2.-dish; 3.-dispense; 4.-cut;

pakuti 1.because; 2.for the reason that;

pakututa harvest;

pakuwoka during transplanting;

-**pala** 1.-peel off skin; 2.-weed; 3.-chisel; 4.-scrape out; 5.-shave; 6.-defeat; 7.-conquer;

-**pala chibwenzi** -court;

-**pala moto kudambwe** 1.-commit a crime; 2.-be wrong;

-**pala ngang'a** -weed;

-**pala pansi ndi khasu** 1.-weed; 2.-hoe;

-**pala ubwenzi** 1.-befriend; iye anapalana ubwenzi ndi Mavuto= she befriended Mavuto; 2.-become friends; 3.-fall in love; anapalana ubwenzi = they fell in love; 4.-be in friendship with someone;

palachuti\ma- (chiNgerezi) parachute;

palafini (chiNgerezi) 1.paraffin; 2.lamp oil; 3.kerosene;

-**palalitsa** -spread;

palamava\a- 1.disobedient person; 2.person with unbecoming behaviour; 3.stubborn person; 4.difficult person; 5.badly behaved person;

-**palamira** -be dreadful;

-**palamula** 1.-commit offence; John wapalamula = John has committed an offence; 2.-break rules; 3.-be wrong; 4.-exasperate;

-**palamula mlandu** 1.-commit a crime; 2.-commit an offence;

-**palamula tchimo** -commit sin;

-**palana ubwenzi** 1.-fall in love; 2.-court in a friendship;

-**palana ubwenzi ndi** 1.-flirt; 2.-court; 3.-play with; adapalana ubwenzi ndi umphawi = he played with poverty; 4.-make friendship (between people or countries);

-**palanga** -scalp (fig);

-**palapala** 1.-scrape; 2.-weed;

-**palapasa** -scratch soil (esp. with chickens when looking for food);

-**palasa** 1.-pedal; 2.-paddle; 3.-steer; 4.-scrape out; 5.-dig; 6.-ride; palasa njinga = ride a bicycle;

-**palasa bwato** 1.-paddle; 2.-row; 3.-sail;

-**palasa njinga** 1.-ride a bike; 2.-cycle; anapàlasa njinga = he cycled;

palatchuti\ma- (chiNgerezi) parachute;

pali 1.there is; 2.there are; pali anthu pamudzi = there are people in the village;

pali mbee 1.nobody; ndinapeza pakhomo pali mbee = I found nobody at home; 2.clear; pamunda pali mbee = the field is clear;

palibe 1.there is not; 2.there are not; palibe anthu pamudzi = there are no people in the village; 3.not available; 4.nothing; palibe chachitika = nothing has happened; 5.nowhere; 6.away;

palibe ... ayi not ... at all;

palibe anthu there are no people (at a previously mentioned location);

palibe chinthu 1.nothing; 2.not available;

palibe chisokonezo non-violence; pachiwonetsero

panalibe chisokonezo = during the demonstration there was no violence;
palibe kanthu 1.naught; 2.nought; 3.nothing; 4.zero; 5.traditional herb used to win favour;
palibe njira 1.no way; 2.no through road;
paliponse 1.abroad; nyemba zinamwazika paliponse = the beans were scattered abroad; 2.everywhere; 3.elsewhere;
-palira 1.-remove the grass; 2.-weed;
-paliritsa -weed; anapaliritsa m'munda = he weeded in the garden;
-palitsa 1.-make it weeded; 2.-remove every grass;
palmatoria (chiPortuguese) cruel flogging as punishment for trivial offences;
palpitations kugunda kwa mtima;
-paluka -deviate; iye anapatukira njira ina = she deviated by another way;
-palula -dismember; ndikupalula nyama yonse = I am dismembering the whole carcass;
-paluza -discourage;
-paluzana -collude;
pam'bandakucha 1.dawn; 2.early in the morning;
pam'mbandambanda 1.sleeping without a blanket/covering; 2.sleeping in the open;
-pama ndi dzanja -buffet; uyu wapama mwana ndi dzanja = this one has buffeted a child;
pama\ma- 1.slap; 2.clout; 3.cuff;
-pamadza 1.-box the ears; 2.-cuff;
pamalo pamene m'dani angaonerepo 1.weak point; 2.observation post; apa ndi pamalo pamene mdani angaonerepo mosavuta = this is an easy observation post; 3.view point;
pamalo pomwepo ibid; mawuwa amagwiritsidwa ntchito polemba mabuku, makamaka pofuna kutchula buku limene latchulidwa kale = words used in writing books esp. when mentioning a book which has already been recorded;
-pamantha -beat with palm of hand;
Pamasanga August;
pamaso 1.personally; ndikufuna kuyankhula ndi inu pamaso = ndikufuna kuyankhula ndi inu pakamwa = I want to speak to you personally (without intermediary); 2.face to face;
-pamaso 1.outward; kusangalala kwa pamaso = outward happiness; 2.facial;
pamathero 1.at the end; 2.terminal;
-pamba -accuse falsely;
-pambadzukana 1.-part ways with each other; 2.-cross (of each other); 3.-disagree;
-pambalambanda -be vivid;
pambali 1.side; 2.hide out;
-pambali apart;
pambali pa 1.by; 2.beside;
-pambana 1.-have victory; 2.-be victorious; 3.-beat

the enemy; 4.-conquer; 5.-overcome; tingathe kupambana nthenda = we can overcome the disease; 6.-win; adapambanadi chisankho = they really won the election; 7.-be best; 8.-excel; 9.-be above; kawonekedwe ka nyumba iyi ndi kopambana kawonekedwe ka nyumba zonse = the design of this house is above all designs; 10.-be special; 11.-be sovereign; 12.-exceed; 13.-pass an exam; 14.-surpass; 15.-subdue; 16.-be dominant; 17.-defeat; 18.-be great; 19.-be grand; 20.-go into the opposite direction; 21.-miss one another;
-pambana koposa -outdo; John anapambana koposa ena = John outdid the others;
-pambana kwambiri -be splendid;
-pambana mayeso -pass an exam;
-pambana pa nkhondo 1.-conquer; 2.-vanquish; 3.-overcome;
-pambana ubwino -be magnificent;
-pambana zonse 1.-be successful in all; 2.-be most;
-pambanukana 1.-part; 2.-separate; 3.-disagree; 4.-break up;
-pambasula 1.-unroll; 2.-spread out; 3.-untwist; 4.-unwind; 5.-disentwine;
pambee 1.-be clear; 2.-be white; 3.-be tidy;
-pambuka 1.-relieve of stool; 2.-backslide; 3.-deviate; 4.-stand aside;
-pambukira -pass by;
-pambula -answer; ndimupambula akandifunsa = I will answer should he ask me;
-pambutsa -divert; iwo apambutsa madzi mu mtsinje = they have diverted the water in the river;
pambuyo 1.back; 2.at the back; 3.on the back; 4.behind;
pambuyo pake 1.afterwards; 2.thereafter; 3.later on;
pamene 1.where (relative pronoun with nouns of the pa- class); panyumba pamene amakhala pali mtengo waukulu = at the house where he lives there is a big tree; apa ndi pamalo pamene ndinabadwira = this is the place where I was born; 2.when; pamene ndinali mwana ndinkakhala ku Zomba = when I was a child I lived in Zomba;
pamene muja demonstrative pronoun with nouns of the mu - class indicating locality, meaning: in over there;
pamene munthu akhala 1.place where a person lives; 2.hangout; 3.habitation of person;
pamene paja over there (demonstrative pronoun with nouns of pa- class indicating locality);
pamene pano 1.at this point\ time; 2.here; 3.now; ndichoka pamene pano = I will leave at this point;
pamenepa here (demonstrative pronoun indicating locality);
pamenepo there (demonstrative pronoun indicating

locality);

pamfolo 1.in a line; 2.following; pamfolo wa atsogoleri = following the leaders;

pamodzi 1.together; tinapita pamodzi = we went together; tinapita pamodzi ndi mkazi uyu = we went together with this woman; 2.all together; taphatikiza zonse pamodzi = we have added all together; 3.all; 4.at once; tinabwera pamodzi = we came at once;

-pamodzi singular;

pamodzi ndi 1.along with; 2.together with; ndabwera pamodzi ndi mkazi wanga = I have come together with my wife;

pamsana 1.on the back; 2.at the back; 3.by day; 4.by noon;

pamtsetse 1.slope; 2.bevel; 3.descent;

pamtsiriziro 1.end; 2.conclusion; 3.winding up;

-pamudza -beat with palm of hand;

pamudzi 1.at the village; 2.in the village; 3.homestead;

-pamula -beat with palm of hand;

pamunda at the garden;

pamwala poima bwato 1.dock; 2.quay; 3.where boats/ ships dock;

pamwamba 1.on top; pamwamba pakepo = on top of that; 2.upon; 3.above; 4.over; anadumpha pamwamba pa khoma = he jumped over the wall;

pamwamba 1.great; 2.splendid;

pamwamba kuposa onse 1.above all else; 2.peerless;

-pamwamba kwambiri 1.highest; 2.greatest; 3.utmost;

-pana 1.bind; 2.-corner; anamupana kuti awulule = he was cornered to reveal;

-panama -be dreadful;

-panda 1.-beat with palm of hand; 2.-fight; osapandana! = don't fight!; 3.-cuff; 4.-beat; 5.-be devoid; 6.-dig; 7.-have not; 8.-be without; anabwera wopanda ana = she came without children;

-panda banga 1.-be spotless; 2.-be innocent; 3.-be unblemished; 4.-be unexceptionable; 5.-be immaculate; chikhulupiriro cha a chiRoma chakuti Mariya anakhala ndi pakati opanda banga, kuti analibe tchimo la chibadidwe limene aliyense anabadwa nalo = Immaculate Conception;

-panda chibwana -be serious; anali wopanda chibwana pa ntchito = he was serious at his work;

-panda chidodo 1.-be active; 2.-be punctual; 3.-have zeal;

-panda chidwi mu zolembalemba 1.-be uninterested in publications; 2.-show little interest in intellectual things; 3.-be lowbrow;

-panda chidwi pamaphunziro 1.-be uninterested in

education; 2.-show little interest in intellectual things; 3.-be lowbrow;

-panda chifukwa 1.-be spotless; 2.-be sinless; 3.-be faultless;

-panda chifundo 1.-be ruthless; 2.-be hard hearted; 3.-have no mercy; 4.-be oppressive;

-panda chikondi -be loveless; ndi banja lopanda chikondi = it is a loveless marriage;

-panda chilakolako cha chiwerewere -have no sexual desire;

-panda chilango 1.-be without punishment; 2.-be scot-free;

-panda chilema 1.-be without blemish; 2.-be unblemished; 3.-be spotless; 4.-be able; able hands = manja opanda chilema; 5.-be faultless; 6.-be perfect; 7.-be righteous; 8.-be upright;

-panda chilendo 1.-be not a stranger; 2.-be used to; 3.-be accustomed to; 4.-do not feel home sick;

-panda chilengedwe 1.-be unnatural; 2.-be not created;

-panda chiloli -be clever;

-panda chilungamo 1.-have no righteousness; 2.-be without righteousness; 3.-be dishonest; 4.-be false; 5.-be unfair; 6.-be unjust; 7.-be untruthful;

-panda chindunji 1.-be not straight forward; 2.-be not direct; 3.-be devious;

-panda chinthu 1.-be with nothing; 2.-be vacant;

-panda chinyengo 1.-be without lies; 2.-be fair; masankho anali wopanda za chinyengo = the elections were fair; 3.-be incorruptible;

-panda chinzere 1.-be active; 2.-be punctual; 3.-be hard working; 4.-have zeal;

-panda chipongozi -be social; mkamwini wanji wopanda chipongozi (fig.) = what kind of a son-in-law who is such a social character;

-panda chisomo -be graceless;

-panda chisoni 1.-be cold hearted; 2.-be unkind;

-panda chisoni pa zolakwa -be impenitent;

-panda chivomerezo 1.-be unauthorised; 2.-have no permission;

-panda chiyembekezo 1.-be without hope; 2.-be gloomy;

-panda chochita 1.-be idle; 2.-have no work to do; 3.-loaf;

-panda choipa 1.-be unblemished; 2.-be sinless;

-panda cholakwika -be impeccable; mwagula buluku lopanda cholakwika chirichonse = you have bought an impeccable pair of trousers;

-panda choletsa 1.-be without hindrance; 2.-be open-ended; 3.-be flexible;

-panda cholinga mtsogolo 1.-be aimless; 2.-be feckless;

-panda cholowa 1.-be without inheritance; 2.-have no gain;

-panda chotsala 1.-have no remnant; 2.-be complete;

-panda chumbu -dig; amalume akupanda chumbu kudimba = he is digging at the garden;

-panda dongosolo 1.-be disorderly; 2.-be void;

-panda dongosolo lenileni 1.-be without order; 2.-waffle; 3.-twaddle; 4.-be disorganised;

-panda dzina 1.-be nameless; 2.-be poor; masiku ano ndife opanda dzina = today we are the nameless/ we are poor;

-panda dzitho 1.-be weak; 2.-be feeble;

-panda kanthu 1.-be empty; 2.-be without; 3.-be vacant; 4.-lack;

-panda khalidwe 1.-be bad behaved; 2.-be without manners;

-panda khobidi 1.-have no money; 2.-be penniless;

-panda luntha 1.-be unskilled; 2.-be without ability; 3.-be without seriousness; 4.-be unprofessional; 5.-be not technical; 6.-be unskilful;

-panda luntha pantchito ina 1.-be unqualified; 2.-be unprofessional;

-panda luso -be cack-handed;

-panda m'bale -be kinless; abale ake onse anafa ndipo alibe m'bale = all his relatives died and he is kinless;

-panda makani -be manageable;

-panda makhalidwe a chiKhristu -be unchristian;

-panda malekezero 1.-be infinite; nthawi yopanda malekezero = infinite time; 2.-be endless;

-panda malire 1.-be endless; 2.-be illimitable; Mulungu ali ndi nzeru zopanda malire = God has illimitable knowledge; 3.-be ad infinitum;

-panda mantha 1.-be without fear; 2.-be blatant; 3.-be bold;

-panda manyazi 1.-be care-free; 2.-be shameless; 3.-be without shame;

-panda matenda -be aseptic; ndi kupanda matenda kapena tizirombo toyambitsa matenda = it is being free from infection, sterile;

-panda mathero 1.-be eternal; 2.-be endless; 3.-be infinite;

-panda mawonekedwe 1.-have no appearance; 2.-be immaterial; 3.-be amorphous;

-panda mawonekedwe abwino 1.-be vague; 2.-be indistinguishable;

-panda maziko 1.-have no foundation; 2.-be baseless; 3.-be liberal; ziphunzitso za Mulungu zosakhazikitsidwa pa Baibulo koma ziri zopatsidwa kwa ulere = liberal theology;

-panda mbali -be neutral;

-panda mchere 1.-be saltless; 2.-be senseless (fig.);

-panda mfundo 1.-be senseless; mawu opanda mfundo = senseless words; 2.-be shallow; buku ili ndi lopanda mfundo = a shallow book;

-panda mlandu 1.-be guiltless; 2.-have no crime;

-panda mnzake 1.-be without friend; 2.-be peerless;

-panda mnzako -be desolate;

-panda moyo 1.-be lifeless; 2.-be inanimate;

-panda mphamvu 1.-be without strength; 2.-be incapable; 3.-be weak; 4.-be powerless; 5.-be feeble; 6.-be languid; 7.-be cadaverous;

-panda mphamvu zosunthira 1.-be without power to change; 2.-be inert;

-panda mphumi -be ill-starred; ndayenda ndi munthu wopanda mphumi = I have moved with an ill-starred person;

-panda mpingo -be without church;

-panda mulungu -be godless; anthu opanda Mulungu atembenuke mtima = godless people should be converted;

-panda munthu -be vacant;

-panda mutu 1.-be senseless; 2.-be useless; 3.-be pointless;

-panda mutu weniweni 1.-be senseless; 2.-waffle; 3.-have no sense;

-panda muyeso 1.-be limitless; 2.-have no scale in measuring things;

-panda mwambo 1.-be without tradition; 2.-be disobedient;

-panda mwano -be respectful to elders;

-panda mwayi 1.-be ill-omened; 2.-be ill-starred;

-panda mwini 1.-be without owner; 2.-be common; common noun = dzina lopanda mwini;

-panda mzimu 1.-be unholy; 2.-be ungodly;

-panda ndalama 1.-have no money; 2.-be penniless; 3.-be bankrupt;

-panda nkhawa 1.-be without worries;

-panda ntchito 1.-be without work; 2.-be out-of date; 3.-be out-dated; 4.-be inessential; 5.-be useless; 6.-be void; 7.-be valueless;

-panda nthenya -be unaffected;

-panda nthumazi 1.-be without conscience; 2.-be without guilt feeling;

-panda nyonga 1.-be without strength; 2.-be powerless; 3.-be listless;

-panda nzeru 1.-have no wisdom; 2.-be dull; 3.-dingle; 4.-lacklustre;

-panda pake 1.-be useless; 2.-be worthless;

-panda phindu 1.-be meaningless; 2.-be of no help; 3.-be without profit; 4.-unprofitable; 5.-be valueless; 6.-be worthless; 7.-be spurious;

-panda phokoso 1.-be without noise; 2.-be noiseless; 3.-be without sound; 4.-be peaceable;

-panda tanthauzo 1.-be meaningless; 2.-be worthless;

-panda tchimo 1.-be sinless; 2.-be blameless; 3.-be spotless; 4.-be innocent;

-panda thandizo 1.-be useless; 2.-be helpless; 3.-be inane;

-panda tsitsi -be hairless;

-panda ukali 1.-be kind; 2.-be friendly;

-panda ukhondo 1.-be unclean; 2.-be unhealthy; 3.-be unhygienic;

-panda ulamuliro -be unauthorised;

-panda ulemu 1.-have no politeness; 2.-be impolite; 3.-be oafish;

-panda ulemu kwa akulu 1.-show no respect to elders; 2.-be impertinent;

-panda ulemu mkuchita 1.-be without politeness in deeds; 2.-be ignoble;

-panda umboni 1.-be without witness; 2.-be ill-founded; 3.-be baseless;

-panda uzimu 1.-be ungodly; 2.-be unholy;

-panda vuto 1.-be unaffected; 2.-be unerring;

-pandana -fight each other;

-pandira 1.-cultivate; 2.-put ground upon the seed; 3.-earth up; tikathira fetereza timapandira mbewu zathu = after applying fertilizer we earth up our crops; 4.-bank;

-pandiratu kanthu 1.-be without anything; 2.-be empty handed;

-panduka 1.-rebel; 2.-revolt;

-pandukira 1.-rebel; ana a sukulu apandukira aphunzitsi = school pupils have rebelled against their teachers; 2.-rise up;

-pandula 1.-rouse; 2.-stir up; 3.-incite; anamangidwa chifukwa chopandula anzake kuti agalukire boma = he was arrested because of inciting his friends to rebel against the government;

pandunji ndi 1.opposite to; 2.against;

-pandutsa 1.-make rebel; 2.-dissociate;

-panduza 1.-disaffect; 2.-discourage; 3.-dishearten; 4.-dissuade;

pang'ono 1.partially; gudumu laphwa pang'ono = the tyre is partially deflated; 2.slightly;

-pang'ono little;

pang'onong'ono 1.almost; 2.nearly;

pang'onopang'ono 1.slowly and carefully; 2.gently; 3.little by little; 4.gradually; 5.at snail pace; 6.majestically;

-panga 1.-build; Chauta akapanda kupanga nawo nyumba, anthu amene akupanga nyumbayo, angogwira ntchito pachabe = unless the Lord builds the house, those who build it will labour in vain; 2.-do; ndapanga ichi = I've done this; 3.-act; 4.-align; 5.-make; misewu yapangidwa ndi iye = the roads are made by him; chipani sichikadatha kupanga ndondomeko = the party could not make its plans; 6.-manufacture; 7.-compile; 8.-construct; John wapanga mlatho pogwiritsa ntchito matabwa ndi misomali = John has constructed a bridge by using timbers and nails; 9.-create; 10.-scheme; 11.-design; 12.-plan; 13.-shape; 14.-form; 15.-organise; 16.-perform;

-panga bodza -falsify;

-panga changu 1.-be quick; 2.-be alerted (suddenly); 3.-hurry;

-panga chimódzi 1.-unify; 2.-make up the mind; 3.-unite;

-panga chimodzimodzi 1.-imitate; 2.-duplicate;

-panga chinthu chitheke -realise; anapanga ulendo wake kuti utheke = he realised his journey;

-panga chinzake 1.-befriend; 2.-acquaint;

-panga chithunzithunzi 1.-shadow; 2.-make a picture;

-panga chiwembu 1.-plot; 2.-conspire; 3.-devise;

-panga chofanana -duplicate;

-panga chofanana ndi china 1.-copy; 2.-photocopy; 3.-duplicate;

-panga chosadyeka 1.-make inedible thing; 2.-denature;

-panga dzimbiri -be rusty;

-panga fotokope 1.-photocopy; 2.-xerox; panga fotokope setifiketi/ sindikiza setifiketi ina yako kuti ikadzatayika imodzi, udzagwiritse ntchito inayo = xerox your certificate, so that if you lose one, you can use the other one;

-panga ganizo pawekha 1.-take initiative; 2.-make plan;

-panga kaduka 1.-become jealous; 2.-be envious;

-panga kafukufuku 1.-do research; 2.-investigate; 3.-explore;

-panga ku -do to;

-panga kukhala lamulo -enable;

-panga kukhala zamakono 1.-renew; 2.-update;

-panga kuti munthu akutsate 1.-influence a person; 2.-do campaign;

-panga kuti ukondedwe -endear; anayesetsa kuti aliyense amu konde = he tried to endear himself to everybody;

-panga kwambiri -palpitate;

-panga lamulo 1.-make law; 2.-legislate;

-panga m'ndandanda wa zinthu 1.-make list of things; 2.-list; 3.-recite; anapanga m'ndandanda wa madandaulo = he recited his grievances;

-panga maganizo odabwitsa 1.-decide wild and strange ideas; 2.-fantasise;

-panga makwinya 1.-have wrinkles; 2.-have crinkles; 3.-wrinkle; 4.-scrowl;

-panga malire ndi -bound on; dziko lidapanga malire ndi = the country bounds on;

-panga mantha molumpha 1.-flinch; 2.-blench; 3.-cringe;

-panga manyazi -be ashamed;

-panga mkate ndi manja -knead; bambo anaphatikiza ufa ndi madzi pofuna kupanga mkate ndi manja = the man mixed flour and water in order to knead a cake;

-panga mkonono -snore; mwana akupanga mkonono = the baby is snoring;

-panga mowononga -be overwrought;

-panga mwa chizolowezi 1.-act as a habit; 2.-be perfunctory;

-panga mwachinsinsi 1.-do something in secret; 2.-make something confidentially;

-panga nawo 1.-participate; 2.-take part;

-panga ndime -paragraph;

-panga ngozi -have an accident;

-panga nkhalango -afforest;

-panga nthabwala 1.-joke; 2.-kid; sanavulale, akungopanga nthabwala chabe = he is not really hurt, he is kidding; 3.-make comedy;

-panga thukuta 1.-sweat; 2.-perspire;

-panga tsinya 1.-make wrinkles on the face; 2.-scrowl;

-panga wina kapolo -enslave;

-panga wina kufanana m'maganizo 1.-influence; 2.-infect;

-panga za uchitsiru 1.-do foolish things; 2.-derange;

-panga za ufiti 1.-bewitch; 2.-do charm;

-panga ziboliboli 1.-make curios; 2.-carve;

-panga zinthu 1.-make things; 2.-be industrial; Mishoni ya njira Yopanga Zinthu = Providence Industrial Mission (P.I.M); mishoni imeneyi inakhazikitsidwa ndi John Chilembwe m'chaka cha 1900, tsopano ndi dzina la mpingo = this mission was founded by John Chilembwe in 1900, now it is a name of a denomination;

-panga zosokoneza 1.-make confusion; 2.-disarrange;

-pangana 1.-unite; 2.-band; 3.-consult together; 4.-cooperate; 5.-make an agreement; 6.-confer; 7.-make covenant;

-pangana ndi -make agreement with;

-pangana zokwatirana -betroth; tapangana zokwatirana = we have betrothed each other;

-panganika 1.-be agreeable; 2.-be able to fulfill promise;

pangano la chinsinsi 1.secret contract; 2.intrigue;

pangano lodzalipira pangozi 1.insurance policy; 2.insurance contract;

pangano\ma- 1.contract; 2.agreement; 3.consensus; 4.covenant; 5.treaty; 6.promise;

-panganso 1.-do over again; 2.-redo; 3.-repeat; 4.-recreate; 5.-reorganise;

-panganula -add water to porridge to make it less thick;

-pangidwa bwino 1.-be made good; 2.-be well created;

-pangidwa kuipa 1.-be made bad; 2.-be made shoddy;

-pangidwa mobisa 1.-be done secretly; 2.-be clandestine;

-pangidwa mophwanya lamulo 1.-be illegal; 2.-be illicit;

-pangidwa ndi 1.-be made up of; 2.-be manufactured from; 3.-comprise;

-pangidwa ndi dothi 1.-make of earth; 2.-be earthen; ndiri ndi m'phika wa tiyi opangidwa ndi dothi = I have an earthen teapot;

-pangidwa ndi mkaka 1.-be made out of milk; 2.-be lactic;

-pangidwa ndi mkuwa -be golden;

-pangidwiratu -be destined; anapangidwiratu kukhala m'busa = he was destined to be a minister; anapulumutsidwiratu = they were destined to salvation;

-pangika limodzi contemporary (adj);

-pangikanso 1.-happen again; 2.-recur; zikadzapangikanso ndidzathawa = if it recurs I will run away;

-pangira 1.-counsel; 2.-advise; 3.-be made from;

-pangitsa 1.-enable; 2.-make possible; 3.-be effective;

-pangitsa bala ndi nyanga 1.-cause wound with horn; 2.-gore;

-pangitsa chikoka -be attractive;

-pangitsa chisiriro -seduce;

-pangitsa imfa 1.-be fatal; ngozi yopangitsa imfa = a fatal accident; 2.-cause death;

-pangitsa kugona -lull;

-pangitsa kukhala wofunika 1.-cause to be important; 2.-be bumptious;

-pangitsa kukhala woyembekezera -impregnate;

-pangitsa kulemera 1.-enrich; 2.-make rich; 3.-make to be heavy;

-pangitsa kupumula -lull;

-pangitsa kutaya mphamvu 1.-cause to lose physical/ moral strength; 2.-enervate;

-pangitsa kuti chifunike -necessitate;

-pangitsa kuti chisangalatse 1.-enliven; 2.-comfort; 3.-cheer; 4.-make live;

-pangitsa kuwoneka wolakwa -incriminate;

-pangitsa kuyenda 1.-make someone walk; 2.-take someone to a journey;

-pangitsa kuyipidwa -be abominable;

-pangitsa mantha 1.-scare; you scared me = unandipangitsa mantha; 2.-frighten;

-pangitsa mavuto 1.-cause trouble; 2.-hamper; kupangitsa vuto pochita chinthu = cause problems in doing something;

-pangitsa munthu kukondwa 1.-cause somebody to be happy; 2.-ecstasise;

-pangitsa munthu manyazi 1.-put to shame; 2.-gall;

-pangitsa mwachangu 1.-make someone do quickly; 2.-accelerate;

-pangitsa mwambo -discipline;

-pangitsa ululu 1.-cause pain; 2.-irritate;

-pangitsa umakono -modernise;

-pangitsa wina changu -impel;

-pangitsa wina kuchita chinthu 1.-instigate; 2.-force; 3.-oblige;

-pangitsa wina manyazi 1.-put to shame; 2.-embarrass;

-pangitsa zinthu mosavuta 1.-make things run easily; 2.-facilitate;

-pangwa 1.-be advised; 2.-be made;

-panidwa -be cumbered;

-panikiriza -pack tightly; zovala zapanikirizidwa = the clothes are tightly packed;

-panikiza 1.-oppress; mfumu inapanikiza anthu = the king oppressed his people; 2.-compress; 3.-squeeze; 4.-jam; 5.-constrain; 6.-coerce;

-panikiza ndi 1.-bombard with; 2.-saddle; musamupanikize ndi udindowu = don't saddle him with the responsibility;

-panikizana 1.-be crowded; 2.-be compressed; 3.-crush;

-panikizika 1.-have difficulties; 2.-be jammed; sinditha kutsekula zenera, ndi lopanikizika = I can't open the window it is jammed; 3.-have lump (esp. in one's throat);

-panikizika ndi maganizo 1.-be puzzled; 2.-be perplexed;

-panira 1.-be greedy; 2.-compress with;

-panirira -take for yourself;

-panirira maudindo 1.-take all job positions for yourself; 2.-monopolise;

panja outside;

-panja 1.external; timaphunzira za mawonekedwe a panja pa nsomba = we learn about the external features of a fish; 2.outside; 3.exterior;

panji? 1.at which place?; 2.whence?;

pankomano 1.junction; 2.confluence (of two streams);

pano 1.here; iye andipeza pano = she will get me here; 2.emphatic demonstrative pronoun following nouns of the pa- class indicating locality; pa nyumba pano = at this house;

panopa 1.directly; 2.right now; 3.in the meantime; 4.at the moment; 5.at this time;

pansi 1.on the ground; expression: babada pansi (lit.: slap the ground with the feet) = foot it with some difficulty/ walk a long distance; 2.down;

expression: pansi mtedza (lit.: down groundnuts) = be careful/ watch out/ be alert; mtsikana anagwa pansi (lit.: the girl fell down) = the girl reached puberty; 3.underground; 4.bottom; pansi pa chitsime = the bottom of the well; 5.under; expression: wandipita pansi (lit.: she has gone under) = she has swindled me; 6.below; 7.low; malo a pansi poyika mabuku = a low book shelf; 8.floor; khala pansi = sit on the floor;

pansi pa 1.below; 2.beneath; 3.at the foot of; 4.under;

-pantha 1.-become fat; ana odyetsedwa bwino amapantha = well fed children become fat; 2.-preach a powerful sermon;

panthawi 1.now and then; 2.rarely; 3.seldom;

panthawi ina yake once upon a time;

panthera nkhani wopanda chindunji 1.person etc. secondarily affected by the verb; 2.indirect object;

-panula -relax the grip of an object;

-papasa/ -papaza -grope; anapapasa machesi = she groped for a box of matches; yesani kupapasa = try to grope around;

papaya\ma- pawpaw; tinadya papaya = we ate a pawpaw; khala pafupi ndi mtengo wa papaya = sit near a pawpaw tree; expression: anagwa mu mtengo wa papaya (lit.: he fell from a pawpaw tree) = he does not perform conjugal obligations;

paphukuso autumn;

-papira -drink without interruption; anayamba kupapira mowa = he began drinking beer without interruption;

Pasaka 1.Easter; tsiku la phwando la aKhristu lokumbutsa kuuka kwa Yesu Khristu = feast day for Christians in remembrance of Jesus resurrection; 2.Paschal; 3.Pascha; 4.Pass-over;

Pasakasa August;

pasanapite nthawi 1.before long; 2.soon; 3.quickly;

pasanathe nthawi 1.soon; 2.before long;

paseli pa 1.behind; 2.on the other side; 3.beyond;

pasinjala\ma- (chiNgerezi) 1.passenger; 2.person being conveyed by bus/ taxi/ train/ ship/ etc.; 3.traveller;

pasop! (chiDatchi/ chiAfrikaans) mind you!; pasop! kuli njoka = mind you! there is a snake;

-pasuka 1.-be destroyed; 2.-be open; thumba lapasuka = the bag has been opened;

-pasula 1.-loosen; 2.-untie; 3.-destroy; 4.-damage; 5.-devastate; 6.-dilapidate; 7.-render desolate; 8.-remove;

-pata 1.-get from; sakupata kanthu kuchokera ku munda wake = he does not get anything from his garden; 2.-profit from; 3.-gain; ndinapata ndalama zambiri pamene ndinagulitsa mtedza = I gained a lot of money when I sold groundnuts; 4.-earn; expression: boyi wapata (lit.: the boy has earned) = person who has become rich; 5.-win; 6.-acquire; 7.-obtain; 8.-be rich; proverb: kupata sathamangira (lit.: don't rush for riches) = be patient when handling things;

-pata mwayi 1.-be lucky; 2.-be fortunate; 3.-have a chance;

-patagu wide open;

patali 1.away; pita patali = go away; 2.afar;

patali ndi 1.far from; 2.away from;

patapata\ma- slippers;

pathupi pregnancy; mwana wanu ali ndi pathupi = your child is pregnant;

pati? where? (int. pron.); chikwama changa chiri pati/ kuti? = where is my bag?;

-patitsa 1.-award; 2.-prize;

-patsa 1.-give (to somebody nearby); ndikukupatsani moni = I give you greetings; ndalama zinapatsidwa kwa iye ndi Yohane = the money was given to him by John; anampatsa iye buku = he gave a book to him; proverb: kupatsa ndiko kuika (lit.: giving away is putting on one side) = nothing is wasted in giving, it's the same as reserving; mutipatse ife chakudya chathu chalero = give us this day our daily bread; andipatsa zonse = he'll give me all; 2.-bestow; 3.-accord; 4.-grant; mpatseni = grant him; 5.-impart; 6.-concede; 7.-confer; 8.-contribute; 9.-pass to someone; 10.-hand; ndipatsire pepalalo/ chikalakala, chonde = hand me the paper, please; 11.-distribute; 12.-divide;

-patsa chakudya 1.-give food; 2.-feed;

-patsa chidwi 1.-be exciting; 2.-be interesting;

-patsa chilango 1.-give punishment; 2.-penalise; 3.-pass judgement;

-patsa chilolezo 1.-authorise; 2.-give permission; 3.-consent;

-patsa chimwemwe 1.-make happy; iwe wandipatsa chimwemwe = you have made me happy; 2.-give joy;

-patsa chiphaso 1.-licence; ophunzitsa kuyendetsa galimoto adzakupatsa chiphaso = the driving school operator will licence you; chiphaso cha pa msewu = driving licence; 2.-give tickets;

-patsa chizindikiro 1.-make a sign; 2.-gesture; 3.-beckon; 4.-signal;

-patsa futadia -beat with palm of hand;

-patsa kwa ulere 1.-give a gift; 2.-be liberal;

-patsa kwambiri -be lavish; munandipatsa thandizo kwambiri = you lavished me with aid;

-patsa matenda -contaminate;

-patsa moyo -be lifegiving; Mawu a Mulungu amapatsa moyo = the Word of God is lifegiving;

-patsa mphamvu 1.-give power; 2.-empower; 3.-authorise; 4.-give mandate; 5.-sanction;

-patsa mphamvu za ubusa -ordain to the ministry;

-patsa mphamvu zatsopano 1.-refresh; 2.-authorise;

-patsa ntchito wina 1.-give work to someone; 2.-hand over; 3.-delegate; 4.-be incumbent;

-patsa phwete 1.-make someone laugh; ukundipatsa phwete = you are making me laugh; 2.-be laughable;

-patsa ulamuliro -authorise; kutanthauzidwa kwa Baibulo m'Chingerezi kumapatsidwa ulamuliro ndi mfumu James I (1566-1625) = the Version of the Bible in English authorised by King James I (1566-1625;

-patsa zipatso 1.-bear fruit; 2.-bear children (fig.);

-patsana moni wapamanja -shake hands; abusa anandipatsa moni wa pamanja = the minister shook my hand;

-patsanso dzina lina 1.-give a new name; 2.-rename;

-patsanso moyo -quicken;

-patsidwa -be given; wapatsidwako ndalama zochepa = he has been given part of the money;

-patsidwa kwa ulere 1.-be given freely; 2.-be given liberally;

-patsidwa mphamvu 1.-be authorised; 2.-be empowered;

-patsidwa udindo 1.-be given responsibility; 2.-be authorised;

-patsidwa ulemu 1.-be given respect; 2.-be respected; 3.-be honourable; 4.-be creditable;

patsidya 1.on the other side; 2.across; 3.beyond;

-patsira -be infectious;

patsogolo 1.in future; 2.ahead; 3.in front;

patsogolo pa 1.before; 2.ahead; akupita patsogolo pake = he is walking ahead of him; 3.frontal;

-patuka 1.-branch; 2.-break away from; 3.-stand aside; 4.-come apart from; 5.-come out from; 6.-separate; 7.-be separated; mipingo ya mpatuko = separated churches; 8.-be holy; 9.-relieve of stool; 10.-deviate; 11.-retreat;

-patukana 1.-make apart; 2.-be separated; 3.-break away; 4.-part; 5.-diverge; 6.-divide; msewu unapatukana = the road divided;

-patukira -branch; msewu unapatukira kumanzere = the road branched to the left; iye wapatukira kwa a chimwene ake = he has branched to see his brother;

-patula (chiTumbuka) 1.-set aside; 2.-set apart; 3.-put aside; 4.-be holy; 5.-make holy; 6.-be separate; 7.-separate; 8.-consecrate; anamupatula kukhala bishopo = they consecrated him bishop; 9.-sanctify; 10.-isolate; 11.-segregate; 12.-sideline;

gulu langa linandipatula pa zokambirana = my
team sidelined me in the conversation; 13.-ablate;
14.-cut; 15.-split; 16.-detach; 17.-take out; 18.-take
away; 19.-divide; 20.-discriminate; 21.-make less;
22.-distribute; 23.-cut hair (second cutting of
mourning);
-patula pawiri 1.-divide into two parts; 2.-cut half;
3.-bisect;
-patulidwa 1.-be set apart; 2.-be separated; 3.-be
isolated; 4.-be a saint;
-patulika 1.-make apart; 2.-be set apart; 3.-be
sacred; 4.-be holy; Buku lopatulika = Holy Book;
Malemba Oyera = Malemba Opatulika = Holy
Scriptures; Banja Loyera = Holy family; Manda
Oyera = Holy Sepulchre; 5.-make holy; 6.-be
divine;
-patulira 1.-set aside for someone; 2.-annex;
-patulitsa -set apart;
-patutsa 1.-divert; 2.-turn aside; 3.-detach; 4.-
detour; 5.-consecrate;
pawiri 1.double; proverb: pawiri pawiri
sipawuzirika (lit.: you can't blow off two at once)
= you can't do two things at once; 2.twice;
payekha 1.himself; 2.herself; 3.itself; 4.on her/ his/
its own;
-payekha single-minded;
payekha-payekha respectively;
payerepayere (-yendera p.) -move fearlessly;
-paza 1.-pass by a place; 2.-prepare grass thatch;
-paza m'mimba 1.-have open bowels; 2.-have
diarrhoea;
-paza ndi njira 1.-pass; 2.-go by;
pazambuka\ma- 1.landing place; 2.coast; 3.port;
pazifukwa zodziwa okha 1.for reasons best known
to themselves; 2.for their own reasons;
pazokha 1.apart; 2.separately;
-peka 1.-compose; anapeka nkhani = they
composed the news; nyimbo idapekedwa ndi = the
song was composed by; ine ndili ndi luso lopeka
ndi kulemba nkhani = I have the skill of
composing the stories; sizophweka kupeka nyimbo
= it is not easy to compose a song; 2.-invent;
nkhani yongopeka = an invented story; 3.-be
unfounded; 4.-visualise; 5.-speculate; 6.-
preconceive; 7.-overemphasise without true
evidence; 8.-improvise;
-peka chinthu 1.-fabricate something; 2.-make
something; 3.-create;
-peka moto -cause problem (lit.: -compose fire);
-pekesa 1.-rub; 2.-bore;
-pekesa bowo 1.-drill; 2.-bore;
-pema 1.-have a horrid and offensive smell; 2.-
stink;
-pemba -venerate;

-pembedza 1.-worship; tikupembedza Mulungu =
we are worshipping God; 2.-pray; 3.-plead; 4.-be
devout; 5.-cry to; 6.-implore; 7.-beseech; 8.-adore;
ndimamupembedz(er)a iye = I adore him; 9.-be
liturgical;
-pembedzera 1.-plead with someone; 2.-be
economical; 3.-use something sparingly so that it
lasts long; 4.-intercede;
-pembedzuka 1.-be unfriendly; 2.-be
uncooperative;
pembera\a- kind of small bird;
-pemerera 1.-blow gently on; 2.-send a current of
air on to; 3.-fan; 4.-accelerate;
-pempha 1.-beg; anabwera ndi cholinga chakuti
adzapemphe = he came with the intention to beg;
moyo wake amakhalira kupempha = he lives by
begging; 2.-ask; 3.-request;
-pempha chigamulo kawiri 1.-ask for rehearing of
a case (to higher court); 2.-appeal;
-pempha chithandizo 1.-beg for help; 2.-appeal; 3.-
plea;
-pempha mosacheza 1.-ask somebody earnestly;
2.-entreat;
-pempha mosasewera 1.-ask somebody earnestly;
2.-entreat;
-pempha motsimikiza 1.-beg emphatically; 2.-
implore; 3.-beseech;
-pempha mwaulemu 1.-beg politely; 2.-appeal;
-pemphapempha 1.-be a frequent beggar; 2.-beg
frequently; 3.-be mendicant;
-pempherera ena 1.-pray for others; 2.-intercede;
Pemphero la Ambuye Lord's Prayer; amanena
pemphero la Ambuye pamtima = she says the
Lord's Prayer by heart;
pemphero la gulu group's prayer;
pemphero la madalitso benediction; abusa ananena
pemphero la madalitso = the pastor gave a
benediction;
pemphero lalitali litany; pemphero lalitali mu
Mpingo lomwe mbusa amanena ndipo Mpingo
umayankha mofanana = a long prayer in Church
that a minister says and the Congregation has the
same reply;
pemphero logawana group's prayer;
pemphero lolamulira bidding prayer;
pemphero lolumikizitsa bidding prayer;
pemphero lotemberera 1.cursing prayer;
2.malediction; adanena pemphero lotemberera
mokakamizidwa = he was forced to say
malediction; 3.noverna;
pemphero lovomerezana bidding prayer;
pemphero\ma- 1.prayer; pemphero lothinana =
earnest prayer; 2.oris on;
pempho la ulemu polite request;

pempho\ma- request;
pena 1.somewhere else; 2.another place; 3.may be;
penapake 1.somewhere; 2.another place;
penapake pafupi ndi pano here-abouts;
-penda 1.-slope; 2.-slant; 3.-aim at; 4.-divine; 5.-incline;
penda (chiSwahili) love;
-pendama 1.-stoop; 2.-bend; 3.-bow; 4.-stagger;
-pendamika -put edge-wise;
-pendapenda 1.-be shaky; 2.-be unstable;
-pendeka 1.-bend down; 2.-stoop;
-pendekeka 1.-bend down; 2.-bend forwards; 3.-bevel; 4.-slant; 5.-be askew;
-peneka 1.-doubt; 2.-hesitate; 3.-be dubious;
-penengera -dwindle;
-penga 1.-be mad; mankhwala a chikuda amupengetsa = traditional medicine has made him mad; expression: wayenda wapenga (lit.: he who has travelled has gone mad) = when you are in a strange area where people are unfriendly, you have no option but to depend on yourself; 2.-be beside oneself; 3.-be crazy; Thomas ndi wopenga = Thomas is crazy; 4.-be insane; 5.-be lunatic; 6.-be cuckoo;
-pengera -cause mental illness;
-pengetsa 1.-madden; 2.-drive someone mad; 3.-distort;
penipeni 1.there exactly; 2.real; 3.core;
penoti (chiNgerezi) penalty; kugoletsa chigoli cha penoti = scoring through penalty;
penshioni (chiNgerezi) pension;
pensulo\ma- (chiNgerezi) pencil;
-penta (chiNgerezi) 1.-paint; 2.-dye; 3.-coat with colour; 4.-smear;
-penuka 1.-avoid; 2.-refrain;
-penula -slope slightly; iye anapenula mbiya ya madzi = he sloped slightly a pot of water;
-penya 1.-look; 2.-look at; 3.-see; 4.-face; 5.-behold; 6.-espy; 7.-discover; 8.-open eyes;
-penya mobera 1.-steal a look; 2.-peep; 3.-peek;
-penya pansi -look down;
-penyerera m'chinthu china -see through;
-penyetsa 1.-watch; 2.-stare; 3.-gaze;
-penyetsetsa 1.-be observant; 2.-regard; 3.-be alert;
-pepa 1.-be sorry; 2.-blow;
-pepa dzuwa -be cool (as afternoon gust);
pepa! have mercy!;
pepa(ni) sorry; pepa mwanawe = sorry my child; pepani kuti sititha kubwera = sorry that we can't come; pepani kwambiri = sorry very much;
pepala la chidziwitso 1.notification; 2.label; 3.poster; 4.tag;
pepala la nkhani newspaper;
pepala lochitira chisankho 1.ballot paper; 2.voting paper;
pepala lomatidwa pa chinthu 1.paper pasted on a thing; 2.label; 3.tag;
pepala lopalira matabwa 1.paper for smoothening planks; 2.sand-paper;
pepala losonyeza mtengo 1.paper indicating a price; 2.label; 3.price tag;
pepala loyikamo kalata envelope (n);
pepala\ma- 1.paper; 2.sheet;
-pepera 1.-be lunatic; 2.-be imbecile; 3.-be foolish;
-peperera 1.-blow air; 2.-make comments;
peperu\ma- butterfly;
-pepesa 1.-regret; ndikupepesa pa zomwe zachitika = I regret for what has happened; kupepesa chifukwa chosakwaniritsa ndondomeko = regret for the unfulfilled programmes; tili kupepesa/ tikulapa/ tinalakwa/ tinachimwa = we regret we wronged you; 2.- ask forgiveness; 3.-console; 4.-confess; 5.-plead; 6.-apologise; mchitidwe wopepesa = the manner of apologising; 7.-compensate; 8.-be self-confessed; 9.-redress;
-pepesa chisoni -offer condolence;
-pepesa wofedwa -condole; apepesedwa kamba ka imfa ya m'bale wawo = they have been condoled for the death of their relative;
-pepeta -blow; tikupepeta mpunga = we are blowing rice;
-pepetsa -curve;
-pepetula -give someone magic; afiti adamupepetula kuti ayambe misala = the witches gave him 'medicine' to make him mad;
-pepuka 1.-be light; mbale yopepuka = a light plate; 2.-be unheavy; 3.-be relieved; 4.-have little weight; 5. -be unsophisticated;
-pepuka thupi 1.-have a light body; 2.-be relieved;
-pepukidwa -be relieved;
-pepula 1.-lower the dignity; 2.-remove self-respect of; 3.-diminish honour;
-peputsa 1.-despise; aYuda ena anamupeputsa Yesu = some Jews despised Jesus; 2.-make easier; kompyuta imapeputsa zinthu = a computer makes things easier; 3.-simplify; 4.-dishonour; amapeputsa anzake = he dishonours his friends; 5.-disregard; 6.-disparage; 7.-snub; 8.-be contumacious;
-peputsa ululu 1.-ease; 2.-relieve from pain;
-peputsidwa 1.-be relieved; anapeputsidwa ntchito = she was relieved of her work; 2.-be despised; anapeputsidwa = he was despised; 3.-be disrespected;
-pera 1.-break into pieces; 2.-crumble; 3.-grind down; 4.-stamp; 5.-mill; 6.-mangle; 7.-disintegrate;
-peredwa 1.-be mangled; 2.-be ground; 3.-be

broken into pieces;

-pereka 1.-give (to s.b. at a distance); kupereka mowolowa manja ndikofunika = it is important to give in abundance; ndikupereka moni kwa iye = I give you greetings for him; ndalama zinaperekedwa kwa iye = the money was given to him; kodi ndalama zinaperekedwa kwa ndani? = to whom was the money given?; 2.-bestow; 3.-grant; 4.-award; 5.-impart; 6.-concede; 7.-confer; 8.-contribute; 9.-pass to someone; 10.-hand; pita kapereke buku kwa aphunzitsi = go and hand the book to the teacher; 11.-distribute; 12.-dignify; 13.-betray; osakandipereka! = don't betray me!; Yudasi anamupereka Ambuye Yesu = Judas betrayed the Lord Jesus; 14.-submit;

-pereka chamwaka 1.-divorce; 2.-pay tax;

-pereka chenjezo 1.-give advice; 2.-give warning; 3.-be ominous;

-pereka chidwi 1.-pay attention to; 2.-give care; 3.-heed;

-pereka chidziwitso 1.-enlighten; 2.-notify; 3.-announce;

-pereka chifukwa 1.-account for; anapereka chifukwa chake chomwe sunabwerere = he accounted for your not coming; 2.-give reason;

-pereka chigamulo chabwino 1.-give good judgement; 2.-be fair minded; 3.-be considerate;

-pereka chikole -give as surety; anapereka chikole cha ukwati = he gave surety for marriage;

-pereka chilango 1.-mete out punishment; 2.-pass a sentence;

-pereka chilango m'mawu -reprimand;

-pereka chilolezo 1.-give permission; 2.-agree; 3.-consent;

-pereka chinthu 1.-offer; Yesu anadzipereka yekha nsembe = Jesus offered himself a sacrifice; 2.-proffer;

-pereka chinthu chothandiza 1.-give a helpful thing; 2.-make a contribution; 3.-donate; 4.-endow;

-pereka chinthu usakufuna -grudge; anatipatsa ndalama asakufuna = he gave us the money grudgingly;

-pereka chiphaso -licence;

-pereka chisamaliro chofanana 1.-pay equal attention; 2.-be fair minded;

-pereka chisangalalo 1.-be heart-warming; 2.-offer happiness;

-pereka chitetezo 1.-give protection); 2.-give security; 3.-vaccinate; 4.-immunise;

-pereka chitonzo -reprieve;

-pereka chitsanzo 1.-set example; 2.-give example; 3.-cite;

-pereka chiweruzo 1.-pass judgement; 2.-pass sentence;

-pereka chiwongo -pay bride's price;

-pereka dipo -atone; Yesu Khristu anapereka dipo la machimo athu = Jesus atoned for our sins;

-pereka dzina 1.-give name; 2.-name; 3.-give title; 4.-entitle;

-pereka ganizo lotsiriza 1.-give a final decision; 2.-judge; 3.-adjudge;

-pereka gawo la ndalama 1.-deposit; anapereka ndalama yoyambirira yokwana 1000 kwacha = he paid a deposit amounting to 1000 kwacha; 2.-pay some part of the money;

-pereka katundu kwa wolowa m'malo 1.-give goods to heir; 2.-bequeath;

-pereka kwa mwini 1.-return to the owner; 2.-give back;

-pereka lamulo 1.-give laws; 2.-enjoin;

-pereka madandaulo mowirikiza 1.-make unnecessary complaints about small matters; 2.-carp;

-pereka madzi 1.-give water; 2.-water; 3.-irrigate;

-pereka mafuta 1.-give oil; 2.-be oleaginous;

-pereka mankhwala 1.-give medicine; 2.-administer medicine;

-pereka mawonekedwe a chinthu 1.-give appearance; 2.-figure out something; 3.-give description of a thing;

-pereka mimba -impregnate; mwana wanu wapereka mimba kwa mwana wanga = your son has made my daughter pregnant;

-pereka mkwapulo 1.-give a slap; 2.-penalise; 3.-beat; 4.-whip; 5.-cane;

-pereka mndandanda -list;

-pereka moni -greet; ife tikupereka moni = we greet you;

-pereka mowolowa manja -give wholeheartedly;

-pereka moyo wosatha 1.-give everlasting life; 2.-immortalise;

-pereka mpata 1.-give chance; 2.-give room; 3.-give space;

-pereka mphamvu -authorise; anandipatsa mphamvu = he authorised me;

-pereka mtengo wa chinthu 1.-price a thing; 2.-value; 3.-charge;

-pereka mtsutso 1.-debate; 2.-demure;

-pereka mtulo -sacrifice; ndakapereka mtulo kunyumba ya Mulungu = I have sacrificed at the house of God;

-pereka mwambo 1.-advise; 2.-give advice; 3.-reprimand; 4.-rebuke severely;

-pereka mwaulere 1.-donate; 2.-contribute; 3.-give freely;

-pereka mzimbu -divorce with token; ndifuna ndipereke mzimbu chifukwa banja latha = I would like to pay a token of divorce;

-pereka ndalama 1.-give money; 2.-pay money;

-pereka ndemanga 1.-give comment; 2.-remark; 3.-say something on;

-pereka ngongole 1.-give loan; ndikupereka ngongole pafupipafupi koma pang'onopang'ono = I give loans frequently but in bits; 2.-owe; 3.-amortise;

-pereka nsembe -sacrifice; expression: kugoneka azimu pansi (lit.: causing the spirits to lay down/ sleep on the floor) = kuthira nsembe = offering a sacrifice;

-pereka pathupi -impregnate;

-pereka udindo 1.-give responsibilities; 2.-handover; 3.-entrust;

-pereka ufulu -give freedom;

-pereka ufulu okhala ndi chinthu 1.-give right to have something; 2.-give freedom to have;

-pereka ulemu 1.-give respect; 2.-respect; ndi bwino kulemekeza atate ndi amayi ako = it is good to respect your father and mother; 3.-be respectful; 4.-esteem; 5.-praise; 6.-dignify; 7.-revere;

-pereka umboni 1.-bear witness; 2.-administer witness;

-pereka umboni wonama 1.-give false witness; 2.-perjure;

-pereka umwini wa kampani 1.-transfer a company from the state to private ownership; 2.-privatise;

-pereka zitsanzo 1.-explain by examples; 2.-illustrate;

-pereka zobedwa kwa mwini 1.-restore what was stolen to its owner; 2.-give back stolen goods; 3.-restitute;

-pereka zofunika -equip; anawapatsa zonse zofunika kukhala asirikali = he equipped them to be soldiers;

-pereka zofunikira kwa munthu 1.-give a person the necessities; 2.-nourish;

-pereka zosungira -hand out;

-perekedwa -be given;

-perekeza 1.-accompany; ndikuperekeza = I will accompany you; 2.-escort; adaperekeza amayi ake ku chipatala = he escorted his mother to hospital; 3.-lead; expression: mwaperekeza (lit.: you have led him) = you have sent someone to go to where he likes; 4.-guide; 5.-go along with; 6.-go together with; 7.-bring someone; 8.-conduct; 9.-convoy;

-peremba 1.-fail to take effect; 2.-be abortive;

-perepeteka -be hairless;

-peresa -massage;

perete/ pelete parading of troops; pelete wa asilikali = a parade of soldiers;

-perewera 1.-be insufficient; 2.-be inadequate; 3.-be not enough; 4.-be scarce;

-perewera 1.-be insufficient; umboni woperewera = insufficient evidence; 2.-be inadequate; malo operewera = inadequate place; 3.-come short (of something); 4.-be not enough;

-perewera mpweya 1.-smother; 2.-suffocate; 3.-stifle;

-perewera nzeru 1.-be narrow-minded; 2.-be arrogant;

-perewera zakudya m'thupi 1.-lack sufficient food; 2.-be malnourished;

-perula 1.-put a tick/ cross on or against; 2.-mark;

-pesa -comb; kodi nonse mwapesa? = have you all combed your hair?;

-peta 1.-cease; iye wapeta = cease to bear; 2.-winnow; iye anapeta mpunga bwinobwino = he winnowed the rice properly; 3.-bend; 4.-embroider;

petani\ma- floating rib;

-petetsa 1.-curve; 2.-bend;

-petula -cause to rain; mapempho a makolo akale ankapetula mvula = prayers of the ancestors were causing rain;

petulo (chiNgerezi) 1.refined petroleum used as a fuel in internal combustion engines; 2.petrol;

petupetu 1.movement up and down or from side to side (e.g. a flag); 2.flapping movement;

-pewa 1.-prevent; proverb: kupewa kuposa kuchiza = prevention is better than cure; 2.-avoid; 3.-put off; 4.-avert; 5.-put a stop to; 6.-keep away from; 7.-take shelter; 8.-dodge;

peyala\ma- pear; mapeyala ndi chakudya chabwino = pears are good for diet;

-peza 1.-feel; mukupeza bwanji? = how do you feel?; 2.-find; ndikupeza ku nyumba = I will find you at home; anapeza mwayi = they found luck; anapeza mpata wopulumukira = he found a way out; amayi ake anamupeza atafa = his mother found him dead; peza mnzako = find your friend/ partner; 3.-find out; 4.-get; 5.-obtain; 6.-achieve; 7.-acquire; 8.-gain; 9.-come up (with); 10.-overtake; 11.-catch; 12.-determine; peza tanthauzo la mawu = determine the meaning of the word; 13.-face; upeza zovuta chifukwa cha zomwe wachita = you will face problems because of what you have done;

-peza bwino 1.-feel well; 2.-feel better; 3.-be rich; 4.-be content;

-peza chatsopano 1.-find something new; 2.-nose;

-peza chikhalidwe cha chinthu -detect; ndapeza uhule mwa iwe = I have detected prostitution in you;

-peza chisangalalo 1.-take pleasure in; 2.-enjoy;

-peza ganizo 1.-determine; 2.-decide;

-peza ganizo mochedwa 1.-be ill-timed; 2.-be ill-judged; anachedwa kupereka chithandizo chopulumutsira ovutika = their rescue attempt was ill-judged;

-peza kuchokera kwa -get from;

-peza malo 1.-find place; 2.-find settlement;

-peza mawonekedwe a chinthu 1.-find the appearance of a thing; 2.-detect;

-peza monama -be ill-gotten;

-peza mpumulo 1.-find rest; 2.-find peace; 3.-find freedom;

-peza mwayi 1.-be lucky; 2.-be fortunate; 3.-deliver a baby (fig.);

-peza ndalama 1.-earn money; 2.-make money; 3.-realise; gulu lapeza ndalama zokwana chikwi chimodzi = the group has realised K1000;

-peza njira 1.-find the way; 2.-break through; 3.-orientate;

-peza nthawi yoyamba 1.-find out for the first time; 2.-discover;

-peza nthiti -look for a wife (lit.: -look for a rib);

-peza opanda chilungamo 1.-be corrupt; 2.-be unrighteous; 3.-be ill-gotten;

-peza wolakwa 1.-find out the wrong person; 2.-judge; 3.-find one guilty; 4.-deplore; 5.-censure;

-peza yankho 1.-find an answer; 2.-solve; 3.-resolve; 4.-answer person; 5.-reply;

-peza zosowa pathupi -earn a living;

-peza zothandiza moyo -earn a living;

-pezana 1.-encounter; 2.-find one another; tipezana Mulungu akalola = if God allows we will find one another; 3.-meet;

-pezananso 1.-meet again; tipezananso ngati Mulungu alola = we will meet again if God allows; tapezananso = we have met again; 2.-regain;

-pezanso banja 1.-remarry; 2.-marry again;

-pezanso zosowa -recover; mabuku osowa aja apezekanso = the lost books have been recovered;

-pezedwa 1.-be found; thumba lopezedwa = the bag that was found; 2.-derive;

-pezeka 1.-be found; 2.-belong; kodi buku ili limapezeka pano? = does this book belong here?; 3.-attend; 4.-be available;

-pezeka kawirikawiri 1.-be found often; 2.-be endemic; malungo amapezeka kawirikawiri ku malo kumene kuli udzudzu wambiri = malaria is endemic in areas where there is a lot of mosquitoes;

-pezeka m'malo osiyanasiyana 1.-be available in different places; 2.-be globe-trotting; 3.-loiter;

-pezeka m'nyanja 1.-be a marine; 2.-be a sailor;

-pezeka mkati mwa nyumba 1.-be found in the house; 2.-be found indoors;

-pezeka muzosakukhudza 1.-intrude; 2.-interfere; zochita zathu sizikukukhudza = do not interfere

with our business (lit.: our doings do not concern you);

-pezeka mwa mwayi 1.-be found by chance; 2.-be lucky;

-pezeka mwachilengedwe 1.-be indigenous; 2.-be natural; 3.-be ordinary;

-pezeka ndi chinthu 1.-be discovered; anapezeka ndi mfuti = they were discovered with a gun; 2.-be found with;

-pezeka ndi maganizo -be perplexed;

-pezeka pafupi 1.-be found nearby; 2.-be immanent;

-pezeka paliponse 1.-be common; matimati (phwetekere) akupezeka paliponse masiku ano = tomatoes are common now; 2.-be everywhere; Mulungu amapezeka paliponse = God is everywhere;

-pezeka patali 1.-be found from afar; 2.-be ulterior;

-pezeka patsidya pa chinthu 1.-be found across something; 2.-be ulterior;

-pezeka zochepa -be sparse;

-pezera chifukwa 1.-be critical; 2.-get mistake; 3.-be fault finding;

-pezeratu malo okhala 1.-book a place; 2.-preoccupy;

-pezerera 1.-come unexpectedly upon somebody doing something wrong; 2.-catch somebody red handed; 3.-take advantage of somebody;

-pezetsa ndalama 1.-be salaried; 2.-be paid; 3.-get money from; 4.-be remunerated;

-pfuta 1.-bend in the middle; 2.-bend as a shoe;

-pfuula 1.-cry out; 2.-break forth; 3.-call (shout to be heard at a long distance); 4.-vociferate; 5.-be howling;

-pha 1.-kill; expression: wapha tsogolo lako (lit.: you have killed your own future) = you have ruined your future; 2.-slay; wapha nyama ziwiri = he has slain two animals; 3.-persecute; 4.-butcher; 5.-slaughter; 6.-efface; 7.-execute;

-pha maziya -disguise;

-pha mtundu wa anthu -commit genocide; Hitler anapha mtundu wa aYuda = Hitler committed genocide against the Jews;

-pha mwa lamulo 1.-execute (lit.: -kill according to the law); 2.-guillotine;

-pha ndi magetsi -electrocute;

-pha nsomba 1.-fish; pamene ali kupha nsomba = while they are fishing; kupha nsomba mu nyanja ndi kosavuta = fishing in a lake is easy; proverb:simungaphe nsomba mu ndowa (lit.: you can't fish in a pail/basin) = this is to disapprove of someone who is trying to deceive yet his deceit is no longer a secret; 2.-catch fish;

-pha nyerere 1.-kill ants; 2.-walk (fig.);

-pha tizirombo 1.-disinfect; 2.-kill germs; 3.-kill insects;

-pha tizirombo m'thupi -be antiseptic;

-pha tulo -sleep (fig.); watani ukupha tulo masana? = what's the problem that you are sleeping at noon?;

-pha ubwenzi 1.-breach friendship; 2.-breach promise; 3.-sever friendship;

-pha unyinji mwadala -commit genocide at will;

phaama (chiLomwe) 1.gently; 2.well; 3.fine;

-phadza 1.-cut away parts of a tree; 2.-prune;

-phadzula 1.-tear; 2.-cut; 3.-break; 4.-miss;

phaka\ma- 1.flat structure raised above the ground made of poles for storing farm produce; 2.platform made of poles;

-phakamika -fall from a higher point;

-phakamula 1.-cause something to fall; 2.-drop something;

phala 1.maize gruel; 2.maize porridge; proverb: wabwezera phala kum'kobwe (lit.: you have poured back the porridge into the handle of the gourd) = you have not been appreciative for the help done to you;

phala\zi- 1.baldness; 2.alopecia;

phalamba 1.loss of hair on the head; 2.baldness;

phale\ma- 1.part of a broken pot; 2.potsherd;

phalo\ma- shoulder-blade;

phambo\a- selfish person;

phampha\ma- shoulder;

-phamphu unstable; maganizo a phamphu = unstable mind;

phamphu\ma- diligence;

-phana -kill off;

-phanaphana ndi mtima 1.-think deeply; 2.-brood; 3.-cogitate; 4.-ponder, 5.-chew the cud (fig.);

phando\mapando 1.seed station; 2.planting station;

-phanga 1.-take with force; 2.-be greedy; 3.-deprive;

phanga\mapanga 1.cave; zolemba ku phanga = cave paintings; expression: mapanga awiri avumbwitsa (lit.: two caves can make one be soaked) = you cannot serve two masters at the same time; 2.cavern; 3.den; 4.cleft; 5.hole; Sapitwa ndi dzina la phanga = Sapitwa is the name of a hole; 6.crevice; 7.cranny; 8.action; two actions at once make a person to fail = mapanga awiri avumbwitsa;

-phangira 1.-monopolise; kampani iyi ikufuna kuti iyo yokha iziphangira ulusi wa nsalu = this company monopolises the production of linen thread. 2.-dominate; 3.-be selfish;

-phanguka m'mimba 1.-have open bowels; 2.-have diarrhoea;

-phanza 1.-open bowels; 2.-have diarrhoea;

-phapha -rise (esp. of smoke); utsi unali phaphapha = the smoke rose;

phapha\ma- scrap;

-phaphalasa -beat with flat hand;

-phaphatiza 1.-force through a small opening; 2.-crush; 3.-sandwich; 4.-squash; 5.-be narrow; khomo lophaphatiza ndi khomo lotakata (*Luka* 13: 24) = the narrow gate and the wide gate (*Luke* 13:24);

-phaphatizana 1.-be overcrowded; 2.-be overloaded;

phapo\mapapo lung; matenda a mapapo oyambitsidwa ndi kupuma mpweya wa malasha = black lung disease; timaphukusi ta mpweya m'mapapo = bronchiole; nthenda yotupitsa mapapo makamaka a ana = bronchiolitis; nthenda ya nthambi za mapapo = bronchitis; kuikira phapo lina = lung transplant;

phasa\mapasa 1.pair; 2.twins;

phasira\ma- cotton (drawn out to a fluffy head);

phaso\- 1.certifying documents; 2.legal documents;

phaso\mapaso 1.roof pole; proverb: mtima walasa phaso (lit.: my heart has pricked the roof pole) = I have remembered home; 2.rafter;

-phata 1.-do not fit properly; 2.-be tight (esp. of clothes); 3.-be caught; 4.-be stuck;

phata\mapata 1.origin; 2.genesis; 3.base or clump of trees; 4.midst;

-phatana 1.-be fused together; 2.-stick together; 3.-be coherent;

phataphata\ma- slipper;

-phathikira 1.-attach to; 2.-stick to; 3.-add to;

-phatika 1.-cleave; 2.-stick; 3.-adhere; 4.-seal; 5.-close; 6.-catch; 7.-overtake;

-phatikana 1.-fuse into each other; 2.-be coherent;

-phatikiza 1.-add on to; phatikizani ana awiriwa = add on to these two children; 2.-annex; 3.-attach; 4.-join together; zipani zinaphatikizana = the parties joined together; 5.-combine; 6.-recloth; 7.-be double minded; 8.-mix; 9.-sandwich;

-phatikiza miyendo -close legs;

-phatikiza pagulu 1.-incorporate; 2.-add in; 3.-include;

phatikiza pamodzi 1.-combine; 2.-join together; 3.-unite;

-phatikizana 1.-merge; 2.-join together; 3.-amalgamate;

-phatikizira -include;

-phatikizirapo -be included;

phava\mapava 1.bunch; 2.bundle; 3.cluster (of bananas);

-phavamula -beat water with hand;

phazi la ng'ombe hoof;

phazi looneka pansi footprint;

phazi loyima la nyama hoof;

phazi\mapazi 1.foot (limb); ali ndi mapazi otupa = he has swollen feet; expression: anawombera ku phazi (lit.: he has clapped under the foot) = he expresses thankfulness rarely; 2.foot (measurement); iye ndi kaphazi lambi (lit.: he is a foot spreader) = he is an idle person/ lazy-bones; expression: wamfupi mapazi (lit.: short-footed) = female/ weaker sex; kuyesa mapazi = measuring of feet; 3.step; mapazi oyamba opita kwa Yesu = the first steps going to Jesus;

-phazula 1.-dismember; 2.-tear apart;

phe 1.silence; 2.quiet; mungoti phe! muone = just keep quiet and see;

phe! bang!;

phedi\mapedi 1.slope; 2.ditch; 3.cave;

-phedwa 1.-be killed; 2.-be persecuted; 3.-be murdered;

phedzulo 1.high point; 2.heaven;

-phenira 1.-close and open the eye; 2.-wink; 3.-blink;

-phepheruka 1.-stagger; 2.-walk unsteadily; 3.-stumble; 4.-reel; 5.-be blown away; 6.-wobble; ndege idaphepheruka nkukagwera mu msewu = the plane wobbled and fell down on the road;

-phera 1.-be fishing; kombe wophera nsomba = fishing net; bwato lophera nsomba = fishing boat/canoe; 2.-kill; expression: ndi mpherakuleza (lit.: he is one who kills softly) = he is a person showing you friendship so he can rob you the easy way; 3.-come across accidentally; ndayiphera = I have come across it; 4.-discover; 5.-finish (fig.); ndaphera ndime yanga = I have finished my portion;

-phera limodzi -finish together, neck and neck;

-phera mphongo 1.-comment strongly; anaphera mphongo pa nkhani yoti kuli njala = he strongly commented on the news that there is hunger; 2.-witness; 3.-emphasise; 4.-generalise;

-pherana -connect (as cross roads);

phere (chiTumbuka) beer;

-pherera 1.-cover (oneself with an arm or shield to avoid a blow); 2.-avert; 3.-parry; 4.-prevent;

-pherera limodzi 1.-neck; 2.-be at a great risk;

pherere\ma- ear-ring;

-pherezana 1.-connect (as cross roads); 2.-converge;

-pherezera 1.-complete; iye anapherezera kulima munda wonse = she completed the digging of the whole garden; 2.-conclude; 3.-finalise; 4.-finish; anapherezera mawu ake = he finished his speech;

-pherezuka 1.-drag your feet; 2.-shuffle;

phesi\mapesi stalk; phesi la chimanga = maize stalk;

-pheterera -turn round and bite;

pheterere\a- scorpion;

-phethira 1.-blink; 2.-wink;

phethirira wink (n); namwali wandipatsa phethirira = the virgin gave me a wink;

pheti pheti! blink;

-phetsa 1.-cause to kill; 2.-kill; 3.-take life; 4.-be killed because of someone;

phewa\mapewa 1.shoulder; lumikiziro la phewa = shoulder joint; 2.scapula;

phidigoli 1.leap/ fall in which one runs heels over head before landing on one's feet; 2.somersault;

-phidigula 1.-cause to turn over; 2.-turn upside down; 3.-overturn; 4.-upset;

-phika 1.-cook; anaphika nsima mofulumira = she cooked nsima quickly; anaphika phala lozuna = she cooked sweet porridge, anaphika nsima yakupsa = she prepared well cooked nsima; expression: kuphika maso (lit.: cook the eyes) = being extra-self-conscious; 2.-boil;

-phika pang'onopang'ono 1.-cook gently; 2.-braise;

-phikira 1.-use for cooking; 2.-cater for; 3.-cook for; iye amaphikira achimwene ake = he cooks for his brother;

-phikitsa mowa -brew beer;

phiko\mapiko wing; mbalame zili ndi mapiko = birds have wings; phiko la ndege = wing of aeroplane;

-phimba 1.-cover (general term); anaphimba kumaso = she covered her face; 2.-close; anaphimba buku = they closed the book; 3.-be hidden for; dzuwa linaphimbika ndi phiri = the sun was hidden by the mountain/ the sun had gone down behind the mountain; 4.-disappear; dzuwa linaphimbika m'mitambo = the sun disappeared behind the clouds; 5.-cloud; 6.-obscure; 7.-screen; chinsalu chinaphimba nkhope yanga = the sheet screened my face; 8.-veil; kwa ena mawu awa ngophimbika, koma kwa ena ngosaphimbika = to some, these words are veiled but to others they are unveiled; 9.-envelope;

-phimbidzala 1.-be dwarfed; mwana wanu waphimbidzala = your child has dwarfed; 2.-be stunted;

-phimbika 1.-be veiled; 2.-be covered; 3.-be obscured; 4.-be unknown;

-phimbira 1.-cover; 2.-veil; 3.-obscure;

-phimbira mbewu -mulch; phimbira mbande za matimati = mulch tomato seedlings; proverb: kadzungu kophimbira kamakula (lit.: a young pumpkin that is mulched grows) = people who are not much exposed to dangerous relatives are likely to miss troubles hence grow (may not be bewitched);

phindanya\a- scorpion;

phinde\ma- kind of mat (small in size);

phindu 1.gain; 2.profit; 3.yield; 4.income;

-phinduka 1.-change decision; 2.-rise against; 3.-alter; 4.-swerve; 5.-veer;

phingo 1.ebony tree; 2.ebony wood; phingo ndi mtengo wakuda wolimba ndi wamtengo wapatali kwambiri wabwino kupangira ziboliboli = the ebony tree is a strong black wood that is expensive and is good for carving;

-phingula -cut across;

phini\mapini 1.short, thin piece of stiff wire with a sharp point, used for fastening papers etc; 2.safety pin;

phinifolo\mapinifolo safety pin;

-phinjika 1.-be blunt; 2.-be dull; 3.-be oppressed; 4.-be downpressed;

-phinyira 1.-squeeze; 2.-press;

-phinza 1.-beat heavily; 2.-beat strongly; expression: phinza mfundo (lit.: beat points) = make strong and convincing points in an argument;

-phiphiritsa 1.-be ironical; nkhani yophiphiritsa = an ironical story; 2.-be sarcastic;

-phiphita -beat;

phiri laling'ono hill; riddle: phiri lakwathu lokwera ndi manja (lit.: a hill at home is climbed by hands) = we eat nsima by using hands;

phiri lotsetsereka steep hill;

phirikaniro\ma- (Yao) ear;

-phirikunya 1.-upset; 2.-hurt;

-phithula 1.-carry on head; 2.-carry on shoulders; 3.-take the whole lot;

-phitsa 1.-make warm; 2.-warm; 3.-boil;

-phitsira -make warm for;

-phitsula -cook (-cook half, on purpose);

-phiza 1.-be fallen over by something heavy; nyumba inamuphiza pamene anali kugona = a house fell on him when he was asleep; 2.-beat heavily;

-phizula -manhandle; anaphizula chipika ndi mkono umodzi = he manhandled the log with one arm;

pho! bang!;

phobvu 1.froth; 2.foam; 3.bubbles; 4.suds;

-phoda 1.-groom; amadziphoda = she grooms herself; 2.-anoint; anadziphoda kumaso = she annointed her face; 3.-daub;

phodo 1.sheath; nditulutsa mpaliro mu phodo = I will take an arrow from its sheath; 2.scabbard;

-phofomoka 1.-fall; 2.-drop down;

phogodo bone-marrow;

-phokosera 1.-make noise to; 2.-disturb others;

phokoso 1.noise; kunali phokoso lambiri kunja = there was much noise outside; 2.sound; 3.shout;

4.bustle; 5.stir; 6.ado; 7.conflict; 8.confusion; 9.discord; 10.disorder; 11.disturbance; 12.violence;

-phokoso 1.noisy; 2.obstreperous;

phokoso la chisokonezo 1.commotion; 2.pandemonium; 3.uproar;

phokoso la zitsulo clank of iron;

phokoso lalikulu 1.commotion; 2.jamboree;

phokoso laukali 1.heavy noise; 2.hiss;

phokoso lopanda mutu 1.pointless noise; 2.squabble;

phokoso losakhutitsidwa 1.groan; 2.sound expressing dissatisfaction; 3.moan;

phokoso losamveka bwino 1.sound that is not audible very well; 2.mumble (n); phokoso la mawu osamveka bwino = mumble of voices; 3.bubbling sound;

phokoso losokoneza 1.commotion; 2.din; 3.hubbub;

phokoso lovomereza 1.acclamation; 2.commendation; 3.approval;

phokoto\mapokoto bone;

phompho\mapompo 1.chasm; 2.ditch; 3.trench;

phona\mapona 1.person of very great height, strength and size; 2.giant; Goliati anali chiphona = Goliath was a giant;

-phonthola 1.-break through; ziweto zikuphonthola = the cattle are breaking through; madzi a mtsinje akuphonthola = the water of the river is breaking through; 2.-get through;

-phonya 1.-miss; bwanji waphonya mbalame yoti inatera pabwino? = why missing the well positioned bird; 2.-fail to spot; 3.-fail to take;

-phonyetsa 1.-be mistaken; 2.-miss target; amafuna kulasa nyama koma anaphonyetsa = he wanted to shoot an animal but he missed it; 3.-be wrong; 4.-err; 5.-be incorrect;

phonyolo\ma- valley;

-phoola 1.-make a hole; 2.-bore;

-phophola 1.-make a cut in or at something with sweeping strokes; 2.-slash; anaphophola udzu wautali pogwiritsa ntchito ndodo = she slashed at the tall grass with his stick;

-phophoma -close eyes;

-phophonya 1.-make an error in speech or do something wrongly; 2.-miss target;

phoso 1.food; 2.allowance; 3.portion;

-photchola 1.-wander; 2.-encroach; 3.-tresspass; 4.-err in speech (fig.);

photoko\mapotoko bone;

-phudzula -loft; mpira unaphudzula wogwira pagolo = the ball was lofted over the goal keeper;

-phuka 1.-germinate; 2.-shoot;

-phuka mphundu 1.-blossom; 2.-start to grow; 3.-

bud;
-phukira 1.-sprout; 2.-germinate; 3.-shoot;
-phukitsa 1.-cause to sprout; 2.-be salaried;
phukusi\mapukusi 1.packet; 2.small bundle;
3.parcel; phukusi la mapepala = a parcel of papers;
proverb: phukusi la moyo sakusungira ndi ena (lit.:
the parcel of life is not kept by others) = self
control is very important; 4.package;
-phula 1.-remove pot from fire; 2.-save; 3.-secure;
4.-be foolish; 5.-be stupid; 6.-be crazy;
-phula kanthu 1.-do something to help; kodi palibe
wina amene aphulepo kanthu? = is there no one
else who can do something to help?; 2.-manage
doing something; 3.-gain something from; 4.-
achieve something; 5.-take from the fire (i.e. pot or
pan);
phula lopezeka m'makutu earwax;
phula\- 1.wax (hard part of bees' cells); proverb:
safunsa adadya phula (lit.: he who did not ask, ate
wax) = when you don't inquire, you are bound to
make mistake; expression: munthu uyu amamata
phula anzake (lit. : this person sticks wax on his
friends) = this person is a liar = munthu uyu ndi
wabodza; 2. asphalt; proverb: zingalume phula
mtenga (lit.: although it is biting I'll take the
asphalt) = take heart to succeed; 3.tarmac;
4.earwax; 5.liar; expression: munthu uyu ndi
waphula (lit.: this person is of the wax) = this
person is a liar;
-phulika 1.-explode; 2.-blast; 3.-burst forth;
mphenzi idaphulika = the thunderstorm burst forth;
madzi adaphulika kuchokera mu phiri = the water
burst from the mountain; chubu chaphulika = the
tube has burst; 4.-split open; 5.-break out; mphenzi
idaphulika = the thunderstorm broke out; 6.-spurt
out; 7.-come into open; 8.-burn; dzuwa laphulika =
the sun has burned heavily; 9.-crack (in the fire as
of potatoes, bananas or maize); 10.-rupture; 11.-
break apart (like a bomb or tyre or ball);
-phulikira mkati -blast inside;
-phuliphuli! 1.shiny; 2.reflecting; 3.crackle (of fire
among the green grass);
-phulitsa 1.-burst; 2.-detonate; 3.-shoot (of a gun/
missile);
-phulitsa ndi kutulutsa moto 1.-erupt; 2.-explode;
3.-blow up; 4.-rupture;
-phulitsa tidziphuphu -break pimples;
-phululuka 1.-take wing to the air; 2.-fly; 3.-soar;
4.-take leave (fig.);
phulusa ash; ukhoza kuwonjezera madzi ena
kuphulusalo = you can add more water to the ash;
mwadzidzodza ndi phulusa = you have smeared
yourself with ash;
-phulusa -be grey; ali ndi malaya a phulusa = he

has a grey shirt;
phulusaphulusa dottle;
-phuluza 1.-miss the target; anayesa kupha
mbalame poponya mwala koma anaiphuluza = he
tried to kill the bird by throwing a stone, but he
missed the target; 2.-slip; 3.-fall; 4.-come down;
phuma\- 1.asthma; phuma linakula = the asthma got
worse; phuma linasonyeza malecheleche a moyo
wake = the asthma showed the end of his life;
2.breathlessness; 3.reacting very quickly;
-phumitsa 1.-make someone lose what s/he holds;
2.-make someone miss an opportunity;
phungu\a- 1.representative; 2.tutor at initiation;
3.advisor to grown-up girls; 4.member; phungu wa
ku nyumba ya Malamulo = member of Parliament;
5.counsellor;
-phunthwa 1.-bump; adaphunthwa pa njira = he
bumped on the way; 2.-stumble; 3.-stagger;
phunzi\mapunzi 1.shoulder; lumikiziro la phunzi =
shoulder joint; 2.scapula;
-phunzira 1.-learn; magawo a kuphunzira = fields
of learning; kuphunzira pa = learning at; 2.-be
educated; amene uja adaphunzira = that person is
educated; wophunzira = an educated person; 3.-
study; 4.-be trained;
phunziro la uzimu la chikuda Black Theology;
phunziro la za makedzana history;
phunziro la zinthu za kale history;
phunziro la zomangamanga architecture;
phunziro la zozama science;
phunziro\ma- 1.education; Unduna wa Maphunziro
= Ministry of Education; muli ndi chidwi pa
maphunziro = you have an interest in education;
mbali/ gawo la maphunziro = the field of
education; maphunziro alibe malire = there is no
end to education; 2.lesson; 3.subject; 4.topic;
5.scholarly branch; phunziro la za chilengedwe ndi
chikhalidwe cha anthu (lit.: science of the things of
nature and behaviour of man) = social studies;
-phunzitsa 1.-teach; 2.-instruct; 3.-educate;
muyenera kuphunzitsa ana anu = you have to
educate your children; 4.-train; 5.-punish; lero
wamuphunzitsa = you have punished him/ you
have taught him a lesson;
-phunzitsa kuvomera chiphunzitso 1.-teach to
agree to a doctrine; 2.-indoctrinate;
-phunzitsa mongolankhula 1.-teach by speech
only; 2.-lecture;
phunzo 1.disrespect; 2.audacity; 3.obscenity;
4.impudence; 5.insolence;
-phunzo 1.disrespectful; 2.salacious; 3.scabrous;
4.scurrillous; 5.obscene;
-phupha ndi imfa -shake in death struggle;
-phutamiza -compress (of the lips);

-**phutsa** 1.-break at extreme end; 2.-cut off piece at the end; 3.-cause abortion;

-**phutsula** -cut off piece at the end;

phuu! 1.thudding noise when clapping hands in agreement to someone; adangoti m'manja phuu! = they produced a thudding noise by clapping hands; 2. thudding noise when a thing falls;

-**phuzumuka** 1.-run away; wakuba anaphuzumuka ndi kuthawa = the thief slipped and ran away; 2.-slip;

-**phwa** 1.-dry up; 2.-assuage (as water); 3.-abate (of water); 4.-dwindle; 5.-be thin; 6.-lose weight; 7.-be empty; chitsime chokuphwa = the empty well; matayala akuphwa = empty tyres; chikho chokuphwa = empty cup;

-**phwa madzi** 1.-dry up of water; 2.-do nothing; 3.-stay idle; 4.-relax;

phwala\ma- 1.testicle; 2.testis \testes;

phwamwamwa 1.abundance; 2.plenty; 3. a lot;

phwando la amayi okha 1.feast for women only; 2.hen party;

phwando la antchito am'munda harvest feast; phwando la ogwira ntchito m'munda pamene mbewu zonse zakololedwa = a feast for those working in the garden/farm soon after crops have been harvested;

phwando la Pentekoste 1.Pentecost feast; 2.Whitsuntide;

phwando la ubatizo wa Yesu 1.feast of Jesus' baptism; 2.epiphany ;

phwando la ukwati 1.bridal party; 2.wedding feast; 3.wedding party;

phwando lolemekeza wina/ china 1.feast to the honour of someone or something; 2.banquet;

phwando\ma- 1.feast; phwando limene linachitika = the feast that took place; kuchita phwando = having a feast; tiyeni tichite phwando = let us have a feast; 2.party; 3.banguet;

-**phwantha** 1.-break; akuphwantha poto = he breaks the pot; 2.-give sound (of something upon falling down); kukumveka phwanthaphwantha ndiye kuti akubwera = the sound of walking (esp. in wet and muddy conditions) can be heard which means he is coming;

-**phwanya** 1.-abolish; 2.-break; anaphwanya ufulu wa chibadidwe = they broke the human rights; ufulu wa anthu olumala waphwanyidwa = the rights of the disabled have been broken; phwanyaphwanya zonse = break everything into pieces; proverb: lilime lofewa liphwanya fupa (lit.: a soft tongue is going to break the bone) = don't be talkative; 3.-burgle; akuba aphwanya m'makomo = the thieves burgled the houses; 4.-contravene; 5.-crush; sungathe kuphwanya mwala ndi mano =

you can not crush a stone with teeth; 6.-shatter; 7.-smash; 8.-destroy; 9.-damage; 10.-grind; 11.-have pain; dzanja langa likuphwanya = I have pain on my hand; 12.-dismantle; anaphwanya nyumba = they dismantled the building;

-**phwanya lamulo** 1.-break the law; 2.-trespass; 3.-break a rule; 4.-be illegal;

-**phwanya mutu** -have headache; mutu wanga ukuphwanya = I have a heavy headache;

phwanyaphwanya maelstrom (fig); pothawa phwanyaphwanya wa nkhondo, iwo anataya chiphaso chawo cholowera m'dziko = while escaping from the maelstrom she lost her passport;

-**phwanyika** 1.-be broken; 2.-be crushed; 3.-be smashed; 4.-be crashed; 5.-be collided;

-**phwanyula** 1.-destroy; 2.-break with force; 3.-obliterate;

-**phwasamuka** 1.-fall down; kamnyamata kanaphwasamuka = the little boy fell down; 2.-fall over; 3.-tumble;

-**phwasuka** 1.-be destructible; 2.-be destroyed;

-**phwasula** 1.-smash; 2.-destroy; 3.-dismantle; 4.-defeat; 5.-crash; 6.-ruin;

-**phwatalala** 1.-be flat; 2.-be straight;

phwedzedze 1.vagina; 2.urethra;

-**phweka** 1.-be easy; mayeso adzakhala ophweka = the exams are going to be easy; masamu sanali osavuta/ ophweka = the sums were not easy; 2.-be simple; kuphwanya miyala sikophweka = crushing stones is not simple; 3.-be easily done; 4.-be tamable; 5.-be straight forward; 6.-be uncomplicated;

-**phweketsa** 1.-simplify; 2.-make easy; 3.-make less difficult;

-**phwera** 1.-be dry; mitsinje siphwera = the rivers do not dry up; 2. -be empty; madzi akuphwera mu mtsinje = the river is getting empty/ drying up; 3.-stand still (fig); 4.-go flat; ngoloyo yaphwera = the cart has gone flat;

-**phweremu** silent because of anger or pity;

phwete 1.gale of laughter; 2.merriment; 3.paroxysm; 4.blithe; 5.laugh; 6.chuckle;

phwetekere tomato; akugulitsa phwetekere ndani? = who is selling tomatoes?;

-**phwetsa** 1.-dry up; 2.-let the air out; 3.-deflate; akuphwetsa tayala = he deflates the tyre; 4.-make empty; 5.-nullify; 6.-neutralise; 7.-reduce; expression: waphwetsa mkhuto (lit.: you have reduced satisfaction) = take a siesta after meal;

-**phwinjika** 1.-be blunt; nkhwangwa yanga yaphwinjika = my axe is blunt; 2.-be dull; 3.-be oppressed;

phwintiza 1.-be blunt; 2.-be not sharp;

-**phwinyika** 1.-be dull; 2.-be blunt;

-phwisa 1.-pass wind; 2.-emit air; 3.-fart;

phwiti\a- 1.kind of small bird; 2.shoulder; munyamuleni paphwiti mwanayo = carry the baby on the shoulder;

phwitika\a- 1.panga-knife; 2.machete;

-pichira -roll; anapichira ndudu ya chingambwe = he rolled a chingambwe cigarette;

-pidzira 1.-mend; anapidzira pong'ambika = he mended the puncture; 2.-repair; 3.-fix;

piki\- (chiNgerezi) 1.pickaxe; 2.heavy tool with an iron head having two pointed ends used for breaking up hard surfaces;

-pikisana (chiTumbuka) 1-make a bet; 2.-compete; 3.-vie; 4.-do contest; 5.-rival; 6.-race;

-pikiza 1.-support with a pole; 2.-bar;

-pikuka -fall upside down;

-pikula 1.-carry on head; 2.-carry on shoulders; 3.-manhandle; 5.-lift up; 6.-carry up; 6.-buy in bulk; 7.-buy on wholesale;

piku-piku 1.lifting upwards continuously; 2.see-saw;

pikupiku (-li p.) -be fat;

-pikusula 1.-remove power of charms; 2.-dewitch someone;

pilo\ma- (chiNgerezi) 1.pillow; 2.soft cushion for the head (esp. when lying in bed);

-pima (chiYao) 1.-measure; 2.-weigh; 3.-diagnose; 4.-examine; adotolo anafuna kukupimani = the doctor wanted to examine you; akupima mozama = akupima modekha = he examines thoroughly 5.-try; 6.-test; 7.-tempt; 8.-think deeply; 9.-brood; 10.-cogitate; 11.-ponder; 12.-chew the cud (fig.);

-pima matenda 1.-examine a disease; 2.-test for a disease; 3.-palpate; pima dzanja lothyoka = palpate the fractured hand;

-pima mphamvu 1.-examine power; 2.-wrestle; iwo anapimana mphamvu asanamenyane = they wrestled before the fight;

-pima pa magetsi 1.-screen; 2.-x-ray;

-pinda 1.-bend; miyendo yopinda = bent legs; ndinapinda ndodo = I bent the stick; 2.-clinch; anapindira manja m'matumba = he clinched his hands in his pockets; 3.-fold; osapinda jekete mutatha kusita = don't fold the jacket after pressing; 4.-flex; 5.-crook; 6.-sprain; 7.-double; 8.-curve;

-pinda manja a malaya -roll up sleeves;

-pinda maondo 1.-bend knees; 2.-bow knees;

-pinda shati 1.-roll up sleeves; 2.-start up a fight (fig.); sachedwa kupinda shati = it does not take much for him to start up a fight;

-pindika 1.-fold; 2.-be bent; pindikirani kutsogolo = bend forward; 3.-be crooked; 4.-crease; 5.-pleat; 6.-be lopsided; zipupa zopindika = lopsided walls;

-pindika mwa mphamvu -be bent strongly;

-pindikapindika 1.-be not straight; 2.-crisscross; 3.-be zigzag;

-pindira -seam;

-pindirira 1.-clinch; 2.-fasten; 3.-make seam; 4.-roll up a cloth by sewing;

-pindiza -spin; kangaude anapindiza nyumba yake = the spider spinned its web;

-pindula 1.-gain; 2.-profit; 3.-be meaningful; 4.-benefit; 5.-interest;

-pindula ndi cha wina -gain over someone;

-pindulira 1.-flourish (of a business); 2.-gain over something; 3.-profit over; 4.-have profit;

-pingana 1.-hinder; 2.-hamper; 3.-obstruct; 4.-hold back;

-pingasa 1.-lay across; 2.-cross over;

-pinika 1.-bewitch; 2.-charm;

-pinimbira 1.-fail to grow; 2.-be dwarfed; 3.-be retarded in growth; 4.-be stunted in growth;

pinimbira\a- mask in Nyau Secret Society; m'mudzi muno mwabwera pinimbira = pinimbira has come to our village;

-pininga -bewitch; anamupininga kuti asamapeze phindu pa ulimi wake = he was bewitched not to make profits in his farming;

-pinya 1.-sprain; 2.-wrench;

-pinyolitsa 1.-take something from someone in exchange for a help on agreement to return; 2.-give as surety;

pinyolo 1.pawned goods (esp. given by beer drinkers who lack money); 2.mortgage; 3.lien;

-pirikitsa 1.-drive away; 2.-make someone/something run; expression: phazi thandize (lit.: a foot help me) = let me run away; 3.-scare away; 4.-chase; 5.-pursue; 6.-run after someone;

-piringidza 1.-bow in making ready to shoot; 2.-tie up;

-piringiza -curl around; njoka zinkangopiringizanapiringizana = snakes were curling themselves around one another;

-piringiza miyendo -be cross legged;

-piringizana 1.-be curled; 2.-be coiled;

-piringizika -be coiling;

-piringizikana 1.-curl (as hair of person or wool of sheep); 2.-coil; 3.-twist;

-pirira (chiTumbuka) 1.-persevere; 2.-continue (at a thing till finished); 3.-be patient; 4.-abide; sindingathe kupirira ndi anthu amwano = I can't abide rude people ; kupirira pa lonjezo = abiding by a promise; 5.-venture; ndinapirira poyamba malonda a matimati = I ventured into a tomato business; 6.-persist; 7.-be dogged;

-pirira kwa kanthawi 1.-endure; anapirira ndi ululu

wa chilonda = he endured the pain of the wound; Yesu anapirira pa mtanda = Jesus endured on the cross 2.-persevere; 3.-bear;

-pirira pochita zinthu 1.-be diligent; 2.-persevere;

-pirira zopweteka -be pent up;

piritsi\ma- 1.tablet; mapiritsi a mankhwala = tablets of medicine; 2.pill; 3.capsule;

-pisa 1.-enter; anapisa dzanja m'thumba = he entered the hand in his pocket; 2.-put in; 3.-dip in; 4.-stand aside;

-pisila -tuck in;

-pisirira 1.-put in; 2.-tuck in (e.g. of blouse/shirt);

-pita 1.-go; nthawi yapita = the time has gone; akupita ku mudzi = she is going home; sindikufuna kupita = I don't want to go; iye wapita ku sukulu = he has gone to school; 2.-go away; 3.-depart; apita kale = they have departed already; 4.-be past; masiku apitawo = masiku a kale = past days; 5.-say good bye; akuti apita = they say good bye; 6.ago; two years ago = zaka ziwiri zapita; 7.-have sex; 8.-be pregnant/ -stop menstruation;

-pita chatsogolo 1.-go forward; 2.-move ahead; 3.-advance; pita chatsogolo kuchoka pamenepo = advance from there;

-pita kosokonekera 1.-go wrong; 2.-get confused;

-pita kotsetsereka 1.-go down a slope; 2.-go down;

-pita ku chimbudzi 1.-go to toilet; 2.-relieve of stool; 3.-release excretes;

-pita ku dziko la ena 1.-go to a foreign country; 2.-migrate;

-pita ku ulendo 1.-go to a trip; 2.-set out;

-pita kudambwe 1.-be initiated; munthu amene anapitako kudambwe sathawa gule wamkulu = a man who was initiated does not run away from gule wamkulu; 2.-initiate;

-pita kumwamba 1.-go up; 2.-ascend; 3.-rise;

-pita kumwambo 1.-go for counselling; 2.-consult tradition;

-pita kunyumba 1.-go home; 2.-be able to make sex; expression: iye satha kupita mnyumba (lit.: he is not able to go into the house) = he can't perform in bed;

-pita kuphompho -go astray;

-pita kwa eni 1.-be a visitor; 2.-tour; 3.-sojourn; 4.-travel around;

-pita kwathu -go home; ndapita kwathu = I have gone home;

-pita kwawo -go home; wapita kwawo = he has gone home;

-pita kwina kwake 1.-go wrong; tsogolo la dziko lidzapita kwina kwake = the future of the country will go wrong; 2.-go bad; 3.-go down; 4.-deteriorate;

-pita kwina mofulumira 1.-go somewhere in a

hurry; 2.-scoot;

-pita mmunsi -go down; expression: wandipita mmunsi (lit.: he has gone down me) = he has bewitched me/ he has stolen my money;

-pita molondola mbali 1.-direct to; 2.-head for;

-pita ndi ndege 1.-go by flight; 2.-fly by plane;

-pita nthawi 1.-elapse; papita nthawi zambiri osakumana = much time elapsed without they met each other;

-pita pachabe -have miscarriage (also used for stillbirths);

-pita padera -have miscarriage (also used for stillbirths);

-pita pambali 1.-go to the side; 2.-go to a private place; 3.-pass by the side;

-pita pamodzi 1.-go together; 2.-go as a group;

-pita pamwamba modutsa -loft;

-pita pansi 1.-go down; 2.-bewitch; anzanga andipita pansi = my friends have bewitched me; 3.-be secretive; 4.-corner someone; 5.-trap someone; 6.-go wrong; 7.-go bad;

-pita patali 1.-go far; 2.-go away; 3.-go further; 4.-go beyond; 5.-seek charms;

-pita patsogolo 1.-go forward; 2.-flourish; ulimi wapita patsogolo = farming has flourished; 3.-go ahead;

-pita patsogolo mwa pendapenda 1.-stagger; 2.-careen;

pita! be gone!; pita uko iwe chitsiru = be gone you fool;

pitani bwino! 1.go well!; 2.(good) bye!; 3.adieu (said by a person remaining);

-pitanso 1.-go back; 2.-go for the second time;

-pitanso podzera kwina 1.-go again by passing another route; 2.-re-route;

-pitikitsa 1.-drive away; 2.-chase away; 3.-make someone/ something run; 4.-send out; anamupitikitsira panja = he was sent out;

-pitikitsa patsogolo -stimulate;

-pitira -pass through; popita ku Lilongwe timapitira ku Dedza = when going to Lilongwe we pass through Dedza;

pitiratu! 1.go right away!; 2.go now!; 3.be gone;

-pitirira 1.-continue; ulendo wake sunapitirira = his journey did not continue; 2.-be unceasing; 3.-be ceaseless; 4.-go on; 5.-be more than; makalata opitirira 3,000 = more than 3,000 letters; 6.-exceed; 7.-be limitless; 8.-go beyond;

-pitirira kusunga 1.-be in possession; 2.-retain;

-pitirira muyeso/ -pitirira muyezo 1.-go beyond the limit; 2.-be ultra; 3.-over emphasise; 4.-go into extremes; 5.-go beyond scale;

-pitirira ndi moyo 1.-continue to live; 2.-persist; 3.-survive;

-pitirira osasokonezeka 1.-go on undisturbed; 2.-be persistent;

-pitirira zonse 1.-be most; 2.-be successful above all else;

-pitiriza 1.-extend; 2.-prolong; 3.-be continuing; 4.-perpetuate; 5.-maintain; 6.-be unceasing; 7.-resume; 8.-overtake; galimoto lake lidapitirira galimoto langa = his car overtook my car; galimoto lapitirira linzake = the car has overtaken another one;

-pitiriza kukoma 1.-make/ -become distasteful by excess of sweetness, pleasure etc.; 2.-cloy;

-pitiriza mu zochita 1.-get on; 2.-progress; 3.-fare; 4.-move forward; 5.-carry on; 6.-continue; 7.-proceed;

-pitiriza muyeso 1.-be too much; 2.-be an excess; 3.-be ultra;

-pitiriza ulendo 1.-resume a journey; 2.-go on with a journey;

-pititsa dziko la kwawo 1.-deport; nzika za kunja azipititsa kwawo = the illegal immigrants have been deported; 2.-extradite;

-pititsa mtsogolo 1.-advance; kuwerenga kumapititsa mtsogolo maphunziro = by reading learning advances; 2.-promote; 3.-move ahead;

-pititsa patsogolo 1.-make lively; 2.-liven; pititsani patsogolo phwando! = liven up the party; 3.-take to the front; 4.-push forward; 5.-promote;

-pitula -disechant;

-pizira -disinfect;

-po 1.suffix to a verb, referring to a previously mentioned location; ndinalipo = I was there; 2.demonstrative function suffixed to nouns of the pa- class indicating locality; panyumbapo = at that house;

pobisala nyama 1.hiding place for animals; 2.lair; 3.warren;

pobisalapo 1.hiding place; 2.refuge;

pobisalira 1.hiding place; 2.covert place; 3.scape-goat;

pochita chiwerewere where fornication is done (lit.); matenda opatsirana pochita chiwerewere = sexually transmitted diseases;

poduka mphepo 1.private room; 2.nook (lit.: where the wind is cut); 3.sanctum;

podutsa 1.crossing (adv.); 2.gateway; 3.way;

podutsana misewu iwiri junction;

podzera 1.door opening; 2.route;

pofika pano by now; mukadakhala mutamaliza pofika pano = you would have finished by now;

pofuna 1.because; 2.for;

pogamulira crossing (adv);

poika manambala a nyimbo hymnboard; thabwa lomwe amalembapo manambala a nyimbo mu

chipembedzo = a wooden board where hymnal numbers are put at the church service;

poison chiphe; chakudya choyikidwa chiphe = poisoned food;

-poka 1.-behave in a proud manner; 2.-be arrogant;

-pokereza -answer when you sing;

pokha the place only;

pokhala 1.because; pokhala mwabwera = because you have come; 2.since; pokhala mwabwera = since you have come;

pokhala (n) 1.sitting place; 2.living place; akusowa pokhala = they have no place to live;

pokhala kawirikawiri 1.usual sitting place; 2.hangout;

pokhalira 1.seat; 2.anus; 3.buttocks; 4.chair;

pokhapokha unless;

pokhazikika settlement;

pokhota 1.merry-go-round; 2.corner; 3.angle;

pokhotera 1.corner; 2.bend of a road; 3.branching off; 4.turning point; 5.junction; 6.diversion;

-pokoleza moto mnyumba 1.hearth; 2.fire place;

Pokolola May;

-pokonyola -break by twisting;

pokopoko 1.wild and noisy disorder; 2.pandemonium;

-pokosa -brawl;

-pokosera 1.-make noise; 2.-clamour;

-pola 1.-heal; chilonda chapola/bala lapola = the wound has healed; 2.-restore to health; 3.-cool down; nsima ikupola = the thick maize porridge is cooling down; 4.-heal of inflammation; chilonda chikupola/ bala likupola = the wound heals (i.e. the inflammation lessens);

-polama 1.-bend; 2.-bow down;

-poledwa njala 1.-be hungry; 2.-be peckish;

polembapo aphunzitsi blackboard;

poletsa 1.healing; 2.cooling down; 3.alleviating; 4.allaying; poletsa njala = allaying hunger;

polisi\a- (chiNgerezi) 1.policeman\ woman; 2.cop;

-polonganya -crush (through or at a small opening, a lot at once);

-polota -grow in unhealthy manner;

polowa hollow;

polowera 1.entrance; 2.entry; 3.doorway; 4.gate; 5.access;

-poloza -have miscarriage (especially in animals);

polumikiza nyama ndi fupa tendon;

polumikizira node (point on stem of plant where a leaf or bud grows out);

polumikizira mwendo hip-joint;

pomaliza 1.at last; 2.finally; 3.lastly; 4.in the end; 5.eventually;

pomalizira 1.at the end; 2.finally;

-pombasula 1.-unwind; 2.-untwist; 3.-relax;

-pomboneza 1.-be confusing; mafunso opombonza = confusing questions; 2.-bewilder; 3.-puzzle;

pompano 1.here; 2.directly; 3.at this time; 4.at this point;

pompanopa 1.immediately; 2.now;

pompo at the same place/time; anaonetsa pepala lake pompo phi! = at the same time he showed his paper;

pomwe the place that/ the place where;

pomwe paja demonstrative pronoun, with nouns of the pa- class indicating locality; meaning: over there;

pomwe pano here;

pomwepo at the same place/time; anaonetsa pepala lake pompo phi! = at the same time he showed his paper;

-ponda 1.-kick; 2.-dance; tiponde ngoma = let us dance the traditional dance called ngoma; 3.-step on; expression: iye wandiponda (lit.:he has stepped on me) = he has borrowed money from me; expression: wandiponda zedi (lit.: he has stepped on me very much) = he has beaten me heavily; 4. -trample; riddle: ndimati ndichiponde koma chaponda ine (lit.: I said that I should trample it, but it has trampled me) = shadow;

ponda apa nane mpondepo 1.heartbreaker; 2.lover; 3.darling;

-ponda pamutu 1.-be older (lit.: -trample on the head); ndinamuponda pamutu = he is older than me; 2.-be younger; adandiponda pamutu = he is younger than me (same family);

-ponda zosaponda 1.-do accidentally; 2.-catch disease;

-pondaponda 1.-stampede; 2.-perambulate; 3.-make a walk; 4.-foot; adapondaponda ku sukulu = she footed to school;

-pondedwa pa chala -be stepped on the toe (lit.); expression: wandiponda pa chala (lit.: he has stepped on my toe) = he angered/ annoyed/ irritated me;

-pondeka -be crushed;

-pondereza 1.-dominate; 2.-discriminate; 3.-deny the rights of others; 4.-oppress; kupondereza osauka = oppressing the poor; 5.-violate; kuponderezedwa kwa ufulu wa amayi = the violation of women's rights; osapondereza ufulu wa anthu = don't violate human rights;

ponse(ponse) 1.anywhere; 2.everywhere; 3.broadcast; 4.all over the place;

-ponseponse 1.worldwide; 2.universal;

-ponya 1.-cast with the hand; 2.-throw; 3.-chuck; 4.-sling;

-ponya apa ndi apo 1.-scatter; 2.-disperse;

-ponya chinthu mwamphamvu 1.-throw a thing violently; 2.-fling; 3.-toss;

-ponya kunkhongo 1.-throw at the backside of the body (lit.); 2.-be not listening; 3.-disregard; 4.-overlook; 5.-fail to notice; 5.-neglect;

-ponya mbewu -sow seeds; wobzyala anaponya mbewu = the sower sowed the seed;

-ponya miyala 1.-throw stones; 2.-discard; anaponya míyala zikhulupiriro zakale = she discarded old beliefs;

-ponya mwendo 1.-kick with a leg; 2.-deviate (fig.); 3.-walk fast (fig.);

-ponya ndalama 1.-throw money; 2.-give money;

-ponya nkhondo -attack;

-ponya pansi 1.-cast down; 2.-drop down;

-ponya phazi -walk very quickly;

-ponya voti -cast votes;

ponyerera anus; kuyabwa kwa ponyerera = anal itching; kuyabwa kwa pa khungu la ponyerera komwe kumapangitsa kufuna kukanda = it is irritation of the skin at the exist of the rectum, accompanied by the desire to scratch;

poonerapo zinthu 1.screen; 2.monitor;

-popa 1.-pump; 2.-blow up; 3.-inflate; 4.-pamper;

popanda aliyense 1.being with nobody; 2.nobody; munalibe aliyense m'basimo = there was nobody in the bus; 3.no one;

popanda chilichonse 1.without anything; 2.nought; 3.naught;

popanda chiwawa non-violence;

popanda kanthu 1.without anything; 2.nought; 3.nothing; 4.zero;

popanda populumukira 1.stalemate; 2.impasse;

popanda pothawira 1.without refuge; 2.impasse;

popanda tsoka la chibalo 1.without risk of punishment; 2.impunity;

popanda wothandiza 1.without helper; 2.without assistance;

popangidwa misozi mthupi 1.place of secretion of tears; 2.lachrymal canal;

popendekeka 1.slope; 2.bevel;

-popera 1.-spray; 2.-sprinkle;

-poperana 1.-spray at one another; 2.-argue;

popeza 1.because; 2.since;

-popola -clear a place by cutting down the bushes;

popondedwa 1.footprint; 2.footstamp;

-popota 1.-speak angrily; 2.-argue;

populumukira scape-goat;

popumulirapo 1.refuge; 2.shelter; 3.sanctuary; 4.safe haven;

-posa 1.-excel; 2.-be dominant; 3.-pass; 4.-succeed; 5.-exceed; 6.-be more than; miyezi yoposa khumi = more than ten months; 7.-be victorious; Yesu anaposa imfa = Jesus was victorious over death; 8.-be beyond;

-posa kuchuluka 1.-outnumber; 2.-be many;
-posa mawonekedwe -be magnificent;
-posa mulingo 1.-be beyond the limit; 2.-be ultra;
-posa muyezo 1.-be beyond the measurement; 2.-be immoderate;
-posa poyamba 1.-improve; 2.-get better;
-posa zonse 1.-be most; chinthu chovuta kuposa zonse = the most difficult thing; 2.-be superlative; 3.-be above; ufa wa safu ndi woposa ufa wonse wochapira = surf powder is above all washing powder;
posachedwa 1.soon; 2.before long: 3.recently; 4.shortly; 5.almost immediately;
posachedwapa 1.soon; 2.immediately; 3.now; 4.recently;
posadutsika impassable;
posakasa autumn;
posakhalitsa 1.soon; 2.before long; 3.a moment ago; 4.recently;
posambira mbali ya kunsi 1.bath for washing the genitals and bottoms; 2.bidet;
posauzana 1.in secret; 2.secretly; 2.while hushing up; zinthu zafika posauzana = the things have come while hushing them up;
posawerengera gulu individually;
-posera 1.-go beyond; 2.-exceed;
posewera during the game/ play;
posomera anus;
posulira zitsulo anvil;
posweka 1.split; 2.broken place; 3.crack; 4.fracture;
-pota 1.-braid; 2.-stir; mmimba mwanga mukupota = my stomach is stirring with pain; 3.-smash;
-pota chingwe -make a rope (by twisting the fibres);
-potana 1.-be twisting; 2.-quarrel;
-potapota -eddy;
pote (chiNgerezi) 1.putty; 2.soft paste used for fixing glass in window frames etc.;
-potera 1.-be seen no more; 2.-disappear; katundu wathu anapotera pa depoti = our luggage disappeared at the depot; 3.-go out of sight;
-potetsa 1.-beseech; 2.-cry to; 3.-implore; 4.-curve; 5.-make crooked;
pothawira 1.scape-goat; 2.covert;
poti 1.while saying; 2.because; 3.for;
poto\ma- (chiNgerezi) 1.pot; 2.sauce pan;
-potoka 1.-be askew; 2.-be crooked; 3.-be twisted;
-potokola khosi 1.-twist the neck; 2.-have muscle cramp in the neck; 3.-kill;
-potokola khosi 1.-wring someone's neck; 2.-squeeze someone's neck;
-potoloka 1.-return; 2.-go back; 3.-look back; 4.-turn the head;
-potoza 1.-bend deliberately; 2.-divert; oweruza

anapotoza chigamulo = the judges diverted the judgement; 3.-complicate; 4.-twist; 5.-crook;
-potsa 1.-exceed; 2.-surpass; 3.-go beyond;
potsekuka 1.open place; 2.chink; 3.crevice;
potsetsereka 1.slope; 2.bevel;
potsiriza 1.eventually; 2.finally; 3.at last;
potulukira 1.way out; 2.door; 3.exit;
potulukira madzi outlet;
powolokera oyenda pansi 1.pedestrians' crossing; 2.zebra crossing;
powolokera pa mtsinje 1.bridge; 2.ford; 3.viaduct;
powonekera 1.open place; 2.chink;
poyamba 1.first; proverb: m'mera ndi poyamba (lit.: seedlings are first) = advise children whilst they are still young otherwise they might be spoilt; 2.at first (order of time); poyamba mumasamba = at first you wash; 3.firstly; poyamba tidzaponya mpira = firstly we will play football; 4.earliest;
poyambira 1.starting point; 2.station; 3.capital;
poyambira kuphatikiza 1.point from which counting starts; 2.zero;
poyambirira 1.in the beginning (refers to time); 2.at the grassroots (refers to cause); 3.firstly; 4.first of all;
poyang'anana ndi 1.opposite to; 2.against;
poyang'anizana ndi 1.opposite to; 2.against;
poyera 1.openly; analandira mphatso poyera = he accepted a gift openly; 2.publicly;
-poyira 1.-be confused; 2.-be unstable;
-poza 1.-cool; 2.-lessen pain; 3.-soothe; 4.-cease;
-poza moyo 1.-cool down; 2.-lull;
-poza mtima 1.-cool down; 2.-be calm;
pozungulira round place;
-psa 1.-be ripe; zipatso zapsa = the fruits have ripened; proverb: kwapsa (lit.: it is ripe) = be watchful; musapange phokoso chifukwa kwapsa = don't make noise, be watchful; proverb: wapsa phwetekere (lit.: the tomatoes are ripe) = everything is ready; 2.-burn; linga lidapsa = the stronghold was burnt; nyumba siyipsa chisawawa = the house does not burn without any cause; 3.-roast; proverb: papsa tonola sudziwa mtima (lit.: where it roasts pluck and eat, you don't know the heat of the fire) = when you have a chance utilise it, there may be problems later; 4.-cook; 5.-be cooked; 6.-be ready;
-psa moto 1.-be aflame; 2.-be ablaze; 3.-be cooked;
-psa mtima 1.-be angry; 2.-rage; 3.-be belligerent; 4.-seethe; 5.-be sour; 6.-be indignant; 7.-be furious; 8.-be annoyed; 9.-be irritated; 10.-be irritable; 11.-lose temper; 12.-be livid;
-psa mtima msanga 1.-be short tempered; 2.-be bad-tempered; 3.-be irritable; 4.-be peevish;
psali\ma- loin cloth worn by men;

psampsa wedge; muyike psampsa pa chitseko kuti chisatsekeke = put a wedge under the door to keep it open; ika psampsa kuti chinthu chisagwedezeke = fix it tightly with a wedge;

-psanthika 1.-wedge; 2.-have sexual intercourse; 3.-lodge;

-psanthuka 1.-appear suddenly; 2.-come abruptly; 3.-appear unexpectedly;

-psapsaliza 1.-attack (-set dogs on); 2.-drive away (of animals); 3.-compel; 4.-urge; anamupsapsalizira agalu = dogs were urged/ set on him;

-psapsula 1.-diminish; 2.-depict; 3.-despise;

-psata -be nude; expression: mwana alipsata (lit.: the child is bare) = the child is naked/ nude;

-psatamitsa -drive away;

-psatika -pile; mabuku anapsatikana = the books were piled up;

-psatira -cover (e.g. one's nakedness); expression: kunena mosapsatira mawu (lit.: saying words uncovered) = to say the truth/ to be open;

-pseda -sweep;

-psedeka -run away;

-pselera 1.-burn; 2.-seethe (fig);

-psepsezera 1.-urge; 2.-urge people to fight; 3.-urge a dog to catch a wild animal during hunting expedition; 4.-set on (esp. of a dog); 5.-cause conflict; 6.-support;

-psepsula -cut piece by piece;

-psera 1.-burn; 2.-roast; 3.-cook; 4.-be ripe; 5.-be ready;

-pserera -burn in cooking;

-psereretsa 1.-cause to burn; 2.-overroast;

-psereza 1.-overcook; 2.-burn; 3.-singe; 4.-scorch; 5.-char;

-psereza nsembe 1.-offer a sacrifice; 2.-offer burnt offering;

psete (-li p.) 1.-be showing no scruples in gaining what is wanted; 2.-be machiavellian;

-pseterera 1.-seduce; 2.-persuade;

-psetsa mtima 1.-make angry; 2.-be maddening; 3.-be offensive; 4.-vex; 5.-pain; 6.-affront; 7.-exasperate; 8.-be sarcastic; 9.-peeve; 10.-gall; zinamupsetsa mtima kuti bambo ake sanamusiyire ndalama = it galled him that his father left him no money; 11.-annoy;

-psetsana mtima 1.-quarrel; 2.-argue;

-psetsedwa mtima 1.-be angry; 2.-be enraged; 3.-be irritated; 4.-be annoyed;

-psiapsializa -set dogs (on attack);

-psinja 1.-oppress; 2.-fall on; nyumba inamupsinja = the house fell on him; 3.-limit; palibe zopsinja zimene zitiletsa kupitiliza zokambirana zathu = nothing is limiting us to continue our discussion;

-psinjana 1.-be close together; 2.-be crowded; 3.-crush; 4.-squeeze (through, or at small opening a lot at once);

-psinjika 1.-be crushed; 2.-be painstaking; 3.-have difficulties; 4.-be depressed;

-psinjikiza 1.-crush; 2.-squash; 3.-devastate; 4.-squeeze;

-psinya 1.-compress (as boil); 2.-squeeze; anthu ena amapsinya mitembo = some people squeeze dead bodies; 3.-crush (of a finger, capsicum etc.); 4.-sponge;

-psinyira mawere pansi -compress breasts onto the ground (lit.); expression: anamupsinyira mawere pansi (lit.: his mother compressed her breasts onto the ground for him) = his mother gave up/ neglected/ stopped advising him (esp. when a mother feels her child does not listen to her advice);

-psipa -lick; anapsipa zala zake atatha kudya = she licked her fingers after eating;

psipe lily;

-psipsiriza -hide truth for others;

psiti completely;

-psitimula -snatch;

-psiyasa -drag;

-psolinga -bind hands and feet;

psombyo bamboo pipe;

-psontha -sip;

-psonthoka -escape;

-psonyoka -be with small hips and thighs;

-psopoka 1.-have prickled skin; 2.-damp little;

-psopola 1.-prickle; 2.-peel; amapsopola mbatata ya kachewere yowiritsa = she was peeling boiled Irish potatoes;

-psopsona -kiss; kodi anthu akuda sakonda kupsopsonana? = do Africans never like to kiss each other?;

-psula 1.-cut a notch; 2.-nick;

-psupuka 1.-be scalded; 2.-be burnt with hot water;

-psupula -scald;

-psya -be ready (of food); musafike kusanapsye/ sikunapsye = do not come yet, we are not ready;

-psyedeka -run away;

-psyontha -lap;

-psyonthoka 1.-scaper; 2.-scoot;

-pualiza 1.-dint; 2.-indent;

-puaza -dent;

pudo kind of bird;

-pudzula -browse;

-puka -flay;

-pukupuku 1.-be shaky; mphepo inapangitsa mtengo kuchita pukupuku = the wind made the tree shaky; 2.-tremble; 3.-wobble;

-pukusa 1.-churn (turning a handle); 2.-gin cotton

by machine; 3.-shake; proverb: ndidapukusa mutu
wopanda nyanga (lit.: I shook the head without
horns) = I refused/ I was surprised; 4.-wriggle; 5.-
masturbate;
-pukusa dzanja 1.-shake hand; 2.-wave;
-pukusa mutu -shake head in disagreement;
-pukusika 1.-shake body when dancing; 2.-wag; 3.-
move from side to side;
-pukuta 1.-scrub; anapukuta chitseko = he scrubbed
the door; 2.-clean; 3.-rinse; 4.-wash; 5.-dry by
rubbing; 6.-wipe off; 7.-vacuum;
-pukuta fumbi 1.-dust off; 2.-clean;
-pukuta misozi 1.-wipe off tears; 2.-compensate;
Pukuto September;
-pukutula -remove maize grains from a cob;
-pukwa 1.-be lonely; 2.-be homesick; 3.-have the
blues; 4.-miss friends;
pulani\ma- (chiNgerezi) 1.plan; 2.schedule;
pulawo\ma- (chiNgerezi) plough;
pulazi\ma- (chiNgerezi) 1.farm; iye ali ndi pulazi =
he is a farmer; Azungu ena ali ndi mapulazi akulu
= some Europeans have big farms; 2.ranch;
-pulikira -be disobedient; ana anapulikira kwa
aphunzitsi = the children were disobedient to the
teachers;
-puludzu scabby;
puludzu\a- 1.stubborn person; 2.ruffian;
3.disobedient person; 4.crook; 5.someone who
does not listen to others;
-pulukira 1.-misbehave; 2.-behave badly; 3.-lose
track of human behaviour; 4.-go astray;
anapulukira = she has gone astray; 5.-be naughty;
6.-be acerbic; 7.-be dull; 8.-be ignorant;
-pulula 1.-render desolate; 2.-finish up/ off; ngozi
zikupulula anthu ambiri = accidents are finishing
up many people; nthendayi yapulula anthu ambiri
= this disease has killed many people; 3.-remove
leaves from a branch;
pululu wide open; chitseko chinasiyidwa pululu =
the door was left wide open;
-pululuka 1.-get detached from something in great
numbers; 2.-die in great numbers;
-pululutsa -annihilate;
-pulumuka 1.-be saved; 2.-escape; proverb:
pulumukira mkamwa mwa mbuzi (lit.: escaping
through the goat's mouth) = slightly snatched/
have a narrow escape; 3.-drop; 4.-run away;
-pulumukira 1.-serve; 2.-escape;
-pulumutsa 1.-save; amawapulumutsa ku mphamvu
za tchimo = he saves them from the power of sin;
mwamwayi, anapulumuka pa ngozi = fortunately,
he was saved from an accident; chonde
tipulumutseni = please save us; 2.-salvage; 3.-
deliver; 4.-rescue; 5.-be lifegiving;

-pulumutsa kumavuto 1.-liberate; 2.-set free;
-pulumutsidwa -be saved; anapulumutsidwa pa
bwato lomwe linamira = he was saved from the
boat that had sunk;
-pulupudza 1.-behave badly; 2.-misbehave; 3.-defy;
4.-despise; 5.-be unruly;
-pulusha 1.-be unduly kind to; 2.-pamper;
-puma 1.-breathe; kupuma mpweya = breathing air;
akupuma movutikira = his breathing is difficult;
amapuma mwaphuma = he breathes fast;
expression: puma mwa kathithi (lit.: breathe with a
strong heart-beat) = enjoy very good health; 2.-
respire; 3.-ventilate; 4.-belch wind; 5.-rest; 6.-
relax; proverb: kalulu sapuma galu ali pamsana
(lit.: a hare does not relax while a dog is on its
back) = a person can never relax when he has an
immediate problem; 7.-retire; adapuma pa ntchito
= he retired; 8.-cease; 9.-suspend; 10.-smell;
-puma kwa kanthawi 1.-break; tipuma kaye ku
maphunziro athu = we'll break first from our
lessons; 2.-have a pause; 3.-adjourn; 4.-rest for a
while;
-puma mkhwezankhweza -catch one's breath (as
in pleurisy);
-puma mofulumira -pant; khanda limapuma
mofulumira = the baby was panting;
-puma mwaphuma 1.-breathe fast; 2.-gasp;
-puma ntchito 1.-retire; 2.-rest; 3.-be suspended;
4.-give up work; 5.-be pensioned off;
-pumba 1.-weed; tiyenera tipumbe munda wathu =
we must weed our garden; 2.-take weeds out of the
ground;
-pumbusira 1.-feel or search about as one does in
the dark; 2.-grope;
pumbwa kind of bird;
-pumira mkati 1.-breathe in; 2.-inhale;
-pumitsa ntchito -make someone retire;
-pumitsa thupi ndi bongo 1.-ease body and brains;
2.-be at rest; 3.-relax;
-pumphula -beat out iron;
-pumphuntha -beat (with a stick);
-pumula 1.-rest; 2.-relax; pumula pang'ono ndipo
uyesenso = relax a bit and try again; 3.-be on
holiday; 4.-take a break;
-pumula mwaulesi 1.-be lazy; 2.-laze;
-pumulira 1.-rest; 2.-have a break; 3.-have a
holiday;
-pumuntha 1.-beat without drawing blood; 2.-
contuse; 3.-strike; 4.-hit;
-puna -press;
puna (n) girl;
-punduka (chiTumbuka) 1.-be disabled; 2.-be
lame; 3.-be handicapped; 4.-be malformed;
mwendo wopunduka = malformed leg; 5.-be

deformed; 6.-be maimed; 7.-be crippled; 8.-be misshapen; mwendo wake wopunduka = her misshapen leg; 9.-be used to bad habit;
-**pundula** 1.-disable; 2.-incapacitate; 3.-spoil; 4.-cause bad behaviour; 5.-inculcate bad character;
-**punga** 1.-catch; 2.-seize a lot of things;
-**pungiza** 1.-produce a bad and offensive smell; 2.-stink;
-**pungula** 1.-draw off from liquid; 2.-minimise; 3.-make less; 4.-take out; 5.-spill;
-**pungula theka** -halve; pungulani theka chakudyachi = halve this food;
-**punguza** 1.-help; 2.-assist; 3.-lessen responsibility; 4.-derogate;
-**punika** -smell; iye anapunika nyama yophika = he smelled cooked meat;
-**puntha (chiTumbuka)** 1.-beat a clod of earth; 2.-beat heavily; 3.-beat; 4.-hit; 5.-pound;
-**punthika** 1.-be poundable; 2.-become very sick (fig.);
-**punyala** -shrivel up;
-**punza** 1.-cause difficulty; 2.-spoil deliberately; 3.-embarrass; 4.-fool;
punzipunzi 1.being not steady; 2.drowsiness;
pupa\a- maize;
-**pupuluma** 1.-go fast; 2.-act quickly; 3.-do things in a hurry without thinking properly; 4.-be in a hurry; 5.-be unstable; Yohane ndi wopupuluma = John is not a stable person;
-**puputa** 1.-dry with towel; 2.-sponge;
-**pusa (chiTumbuka)** 1.-be foolish; mnyamata wopusa = a foolish boy; 2.-be dull; 3.-be stupid; 4.-be booby; munthu wopusa = a booby person; 5.-be brainless; 6.-be crazy; 7.-be lunatic; 8.-be senseless; maganizo opusa = senseless ideas; 9.-be nonsensical; 10.-be silly; munthu wopusa = a silly person; 11.-be oafish;
-**pusa ndi kusaganiza** 1.-be foolish and thoughtless; 2.-be feather-brained;
pusi\a- (chiNgerezi) 1.cat; expression: adamasula pusi mchiguduli = he let (loosened) the cat out of the sack; 2.gibbon; proverb: ichi chakoma ichi chakoma pusi adagwa chagada (pawiri pawiri sipauzirika (lit.: this has become sweet the other one sweet a gibbon fell on its back) = you can' t do two things at the same time;
-**pusilira** 1.-delay; tikapusilira tikamupeza wapita = if we delay we will find him gone; 2.-be not clever enough; anapusilira moti mwanayo wawathawa = they were not clever enough and the child has run away (from them);
-**pusitsa** 1.-fool; anzeru a kum'mawa anapusitsa Herode = the wisemen from the East fooled Herod; 2.-be burlesque;

-**pusitsa akulu** 1.-fool the elders; 2.-deceive the elders;
-**pusitsa makolo** 1.-fool parents; 2.-deceive parents;
-**pusitsidwa mosavuta** 1.-be easily fooled; anapusitsidwa mosavuta = he was easily fooled; 2.-be gullible;
-**pusitsika ndi mankhwala** 1.-be fooled by medicine; 2.-be fooled by love portion;
-**puta** 1.-begin; anaputa ndewu = they began a fight; anaputa kunena nkhani = he began to tell a story; 2.-start; proverb: ukaziputa limba (lit.:when you have started it be strong) = who throws the ball must expect one in return; 3.-spark; 4.-sting; 5.-bother; 6.-aggravate; 7.-annoy; 8.-provoke; 9.-annoy; 10.-exasperate; 11.-incite; 12.-drive mad;
-**puta mavu** -provoke wasps; expression: waputa mavu (lit.: you have provoked wasps) = you have stirred trouble for yourself;
-**puta mkango** -provoke a lion; expression: waputa mkango (lit.:you have provoked a lion) = you have provoked a strong man;
-**puta mlandu** -commit a crime;
-**puta mnzako** 1.-annoy; 2.-irk; 3.-vex;
-**puta ndewu** -breed a quarrel;
-**puta phokoso** 1.-arouse anger; 2.-breed violence; 3.-annoy;
-**puta ulendo** 1.-begin a journey; 2.-start a journey;
-**putira mavuto** -start problems;
puwa (chiSwahili) nose;
-**puwala** 1.-be lame; 2.-be disabled; 3.-be paralytic; 4.-shrivel up; 5.-be handicapped;
-**puwaliza** -indent;
-**puwaza** -indent;
puwe\a- cleg;
-**puya** 1.-beat; 2.-squeeze; 3.-gag;
-**pwafamuka** -fall violently from top;
-**pwaira** -search;
-**pwala** -have sexual intercourse;
-**pwalapwala** 1.-be rough; 2.-be coarse;
-**pwatamuka** -pour of rain; mvula ndiye yapwatamuka koopsa = it poured of rain very much;
-**pwatamula** 1.-make to fall; 2.-boil;
-**pwatapwata** 1.-be raining heavily; 2.-pour of heavy rain; 3.-be falling heavily;
-**pwavula** -eat (of soft flesh, not bone);
pwee! air (out of inflated bag);
-**pwepweta** 1.-break a bone with teeth; 2.-crunch; 3.-chomp;
pwepwete 1.laughter; 2.amusement;
-**pweteka** 1.-pain; kulephera kunandipweteka = failure pained me; zilonda zopweteka = painful sores; imfa yopweteka = a painful death; uthenga wopweteka = a painful message; 2.-have pain;

kupweteka kwa ka msomali = ankle pain; kodi mukumva kupweteka? = does it pain you?; 3.-be hurt; anapweteka pamwendo = he was hurt on the leg; thupi lake likupweteka = his body hurts; 4.-ache; 5.-lacerate; 6.-be scathing; 7.-harm; mpeni ukupweteka = the knife is going to harm you; proverb: wosunga mpeni kumphasa (lit.: someone who keeps a knife under the mat) = a person who can harm you; 8.-be harmful; 9.-be mordant; 10.-insult; 11.-injure;

-pweteka dzino -have toothache;

-pweteka kwa mtsempha -strain; ndi kupweteka kwa mtsempha chifukwa chotupa pogwiritsa ntchito kwambiri = it is the being injured of a ligament, tendon, or muscle because of heavy work;

-pweteka kwa mutu -have headache;

-pweteka m'khutu -have earache; ndikumva kupweteka m'khutu = I am having an earache;

-pweteka m'mimba -have stomachache;

-pwetekedwa 1.-be wounded; munapwetekedwa/ munapwetekeka? = were you wounded?; 2.-be injured;

-pwetekeka mtima -have heartache;

-pweteketsa 1.-cause injury; 2.-cause problems; 3.-afflict;

-pwira 1.-disappear; 2.-die (mysteriously disappear and not seen again); 3.-be lost; 4.-be absorbed;

-pwirikiti 1.-be confused; 2.-be disorderly; 3.-be in a state of a mess; zangoti pwirikiti = things are in a state of mess;

-pwirikitika 1.-be confused; 2.-be puzzled;

pwitika\- panga knife;

Pwitikizi\a- Portuguese (n); mudzi wa aPwitikizi = a Portuguese village;

-pyapyala kwambiri -be flimsy; Maria ali ndi deresi lopyapyala ndi la mberewere = Mary has a flimsy dress;

-pyera -carry off (of people);

-pyereza -be sterile;

-pyola 1.-pass through (in the process of childbirth); 2.-creep through; 3.-go beyond the limit;

-pyola mtengo 1.-be too much; mafuta apyola mtengo wa magetsi = the price for fuel is too much; it is more than electricity tarrifs; 2.-exceed the price; 3.-be expensive;

-pyola mulingo 1.-be more than necessary; 2.-be extreme; 3.-be beyond measurement;

-pyola muyeso 1.-be severe; 2.-be abysmal; 3.-be extreme;

-pyolera muyezo 1.-be more than necessary; 2.-be umpteen; 3.-go beyond the limit/ measurement;

-pyololoka 1.-be striped; 2.-be thinned out;

-pyotola 1.-open up; 2.-push the foreskin up;

wapyotola mbolo = he has pushed up the foreskin of his penis;

-pyoza 1.-kill by spear or arrow; 2.-pass through;

S

-sa 1.-be not (negative verbal prefix); osati choncho = not that; 2.shouldn't; asapite = they shouldn't go;

sa- 1.negative subject concord for third person singular and third person plural of verbs; sakuwona = s/he/ it is not seeing = they are not seeing; 2.negative subject concord of conjugated verbs with nouns of mu -a class; ana sali pano = the children are not here; galu sali pano = the dog is not here; 3.prefix of verbs in present habitual tense negative, in third person singular and in third person plural; sapita = s/he/ it never goes = they never go; 4.prefix of verbs expressing near future negative, in third person singular and in third person plural; saphunzira = s/he/it is not going to learn very soon;

-sa- infix indicating the negative: not; munthu wosakongola = not a pretty person; posasewera = while not playing; mosafulumira = not hasty, slow; chinthu chosafunika = a thing that is not wanted/ important;

sa- ... -nso never more; iye sadzanyozanso a polisi = he will never more despise the police;

saa (chiSwahili) 1.watch; 2.time; saa ili bwanji tsopano? = what is the time now?;

Sabadu 1.Sabbath; 2.Saturday;

-sabadula -beat; iye anasabadula mwana wanga popanda chifukwa = he beat my child for no apparent reason;

-sabadwa -be unborn;

-sabala 1.-be infertile; 2.-be unreproductive;

sabata la mawa 1.next week; 2.week after this week; 3.following week;

Sabata\ma- 1.week; anagwira ntchito masabata awiri = he worked for two weeks; 2.Sabbath;

-sabereka 1.-be barren; anakwatira mkazi wosabereka = he married a barren woman; 2.-be sterile; sindiberekanso = I am sterile now; 3.-be unproductive;

-sabisa 1.-be candid; 2.-be stark; 3.-be frank; 4.-be open; 5.-be transparent;

-sabisika -be observable;

sabuni (chiSwahili) soap;

-sabwe lousy;

-sabweza maganizo 1.-be stout hearted; 2.-be stubborn; 3.-do not change mind;

-sabwezereka -be irreversible;

sabwira\a- person who places a corpse in a grave;

-sabzola 1.-be within; 2.-do not proceed; 3.-do not exceed;

-sachedwa 1.-be on time; 2.-be shortly; 3.-be punctual; 4.-do not take long; 5.-be prompt;

-sachedwa kuĸula -be fast growing;

-sachedwa kukwiya 1.-be peevish; 2.-be short tempered;

-sachedwa kulala 1.-be short lived; 2.-be temporary; 3.-be flaccid; 4.-be easily destructible;

-sachedwa kupsa mtima 1.-be ill-tempered; 2.-be choleric; 3.-be cantankerous; 4.-be short tempered;

-sachedwa kutha 1.-be shortlived; 2.-be shortrun;

-sachenjera 1.-be crazy; 2.-be foolish; 3.-be not clever;

-sachepera 1.-be least; anagwira nsomba zosachepera 200 = s/he caught at least 200 fish; 2.-be not less than;

-sachepetsa 1.-be not reducing; 2.-be not belittling;

-sachepetsedwa 1.-be irreducible; 2.-be not reducible;

-sachereza alendo 1.-be not welcoming to visitors; 2.-be not hospitable;

-sachimwa 1.-be sinless; 2.-be spotless; 3.-be perfect; 4.-be not guilty; mwapha munthu wosachimwa = you have killed a guiltless person; 5.-be innocent;

-sachira -be not healed; wodwala uja sakuchira = the patient is not healed yet;

-sachiritsika 1.-be not cured; 2.-be incurable;

-sachita chiwerewere 1.-refrain from sex; 2.-abstain;

-sachita kanthu 1.-do nothing; 2.-be idle; 3.-be not effective; 4.-be inactive;

-sachita makani 1.-be not resisting; 2.-be submissive;

-sachita mantha 1.-be fearless; 2.-be brave; 3.-be daring;

-sachita manyazi 1.-be unabashed; sanachite manyazi pamene mwado wake unaonetsedwa = he was unabashed when his underpants were shown; 2.-be unashamed; 3.-be blatant; 4.-be shameless; 5.-be brazen;

-sachita matama 1.-be not pompous; 2.-be not big headed;

-sachitika kawiri kawiri -be rare;

-sachititsa chisoni -be not sorrowful;

-sachititsa manyazi -be not shameful; mwana wanzeru sachititsa manyazi = an intelligent child is not a shameful one;

sachoka\a- incision (esp. made on the thigh or the buttocks);

-sachokera -do not come from; ana osachokera ku banja la chifumu saloledwa = children who do not come from the royal dynasty will not be allowed;

-sachotsa -do not remove; bwanji osachotsa zinyalalazi apa = why not remove the garbage;

-sachotseka 1.-be unmovable; 2.-be un

impeachable;

sada- 1.prefix of verbs in past tense negative, in third person singular and in third person plural; sadapite = s/he/ it did not go; 2.prefix of verbs in present perfect tense, in third person singular and in third person plural; sadapite = s/he/it has not gone = they have not gone;

-sada mtima -be unworried;

-sadabuza 1.-be upset; 2.-overturn;

-sadabuzika -overturn; galimoto inasadabuzika kawiri = the car overturned twice;

sadaka\ma (chiArabic/ chiYao) 1.memorial ceremony; 2.free gift; 3.almsgiving;

sadali 1.s/he/it was not; 2.they were not;

-sadalira wina 1.-be self-reliant; 2.-be independent; 3.-be self-supporting;

-sadama -be shallow;

-sadamula -put upside down; musati musadamule komichi yanga = do not put my cup upside down;

-sadandaula 1.-be unworried; 2.-be unmoved;

-sadekha 1.-be not patient; 2.-be aggressive; anthu osadekha = aggressive people;

-sadera nkhawa 1.-be regardless; 2.-be impatient; 3.-be unworried;

sadulo\- 1.leather seat for a rider on a horse, donkey or bicycle; 2.saddle;

-sadyedwa 1.-be inedible; zitsulo ndi zosadyedwa = metals are inedible; 2.-be indigestible; 3.-be uneatable;

-sadyerera bwino 1.-feel unwell; 2.-do not enjoy;

-sadza 1.-cut; 2.-thin; 3.-prune;

sadza- prefix of verbs expressing future negative, in third person singular and in third person plural; sadzapita = s/he/it won't go;

-sadzigwira -be impatient;

-sadzisamalira 1.-be unhealthy; 2.-be untidy; 3.-be dirty;

-sadzitukumula 1.-be modest; iye ndi wosadzitukumula pa udindo wake = he is modest about his position; 2.-be self effacing;

-sadziwa 1.-be unawares; proverb: kusadziwa nkufa komwe (lit.: being unawares is the same as death) = ignorance has no defence; 2.-be unconscious; 3.-do not know;

-sadziwa chochita 1.-know not what to do; 2.-be stranded; 3.-be dumbfounded;

-sadziwa kulemba ndi kuwerenga 1.-be unable to write and read; 2.-be illiterate;

-sadziwika 1.-be obscure; 2.-be anonymous; 3.-be unknown; 4.-be unidentified; 5.-be humble;

-sadziwika dzina 1.-be nameless; 2.-be obscure;

-sadziwika kwenikweni -be not really known;

-sadzula 1.-bark a tree; 2.-cut off skin or hide; 3.-decorticate; 4.-peel; 5.-pluck;

-safa -be immortal; mawu a Mulungu ndi mbewu yosafa mkati mwa moyo wathu = the Word of God is an immortal seed in our lives;

-safanana 1.-be dissimilar; 2.-be unlike; 3.-be different;

-safeka 1.-be indelible; 2.-be immortal;

-safikira -be deficient;

-safikiridwa 1.-be out of reach; 2.-be inaccessible;

-safooka 1.-be unweakened; 2.-be unwavering;

-safota -be unwithering;

-safotokozedwa 1.-be unaccounted; 2.-be undescribed;

-safotokozedwa bwino 1.-be ill-defined; 2.-be not described well;

-safotokozeka 1.-be irritable; 2.-be curt; 3.-be crusty; 4.-be indescribable;

-safuna 1.-be unwilling; 2.-be indisposed;

-safuna kudya -lack appetite; sindikufuna kudya = I am lacking appetite;

-safuna kugonja -be undefeated;

-safuna kugonjetsedwa 1.-be undefeated; 2.-be incorrigible;

-safuna kulapa -be unrepenting;

-safuna kulekana -be inseparable;

-safuna kuthandiza 1.-be unwilling to help; 2.-be not helpful; 3.-alienate;

-safuna kutula pansi udindo -be unwilling to step down; a Pulezident safuna kutula pansi udindo = the President is unwilling to step down;

-safunika 1.-be superfluous; 2.-be redundant; antchito osafunika = redundant workers; 3.-be useless; 4.-be inessential; 5.-be absurd; 6.-needn't; 7.-be uncalled for; mwano wake ndi wosafunika mu bungwe lino = his rudeness is uncalled for in this organisation; 8.-be unbearable; 9.-be undesirable; 10.-be of no use;

-safunika kufa -be liveable;

-safunikira 1.-be obsolete; 2.-be yucky; sindimafuna mtundu wa bulu woipa (wosafunikira) wotere = I do not like the yucky white colour of a donkey; 3.-be useless;

-safunikira kwenikweni 1.-be unnecessary; 2.-be unimportant;

-safunsa 1.-have one purpose only; 2.-be single-minded; proverb: safunsa anadya phula (lit.: a single-minded person ate wax) = its good to get ideas from other people; 3.-be unwilling to take advice; 4.-be stubborn; 5.-ask not;

-safupikitsidwa -be unabbreviated;

-sagada -bite;

-saganiza 1.-be thoughtless; 2.-be blank; 3.-be cavalier;

-saganizira 1.-be regardless; 2.-be thoughtless; 3.-be mindless; 4.-be light-hearted; 5.-be inconsiderate;

-saganizira bwino -ill-consider; sanatiganizire bwino = they ill-considered us;

-saganizira ena 1.-be inconsiderate; 2.-be self centred;

-saganizira mosamala 1.-be careless; 2.-be incautious;

-saganizira zofuna za ena 1.-lack regard for the feelings of others; 2.-be inconsiderate; 3.-be self-centred;

-saganiziridwa 1.-be irrespective; 2.-be notwithstanding; 3.-be let alone;

-saganiziridwa bwino 1.-be unfair; 2.-be treated badly;

-sagawana 1.-be not separated; 2.-be indiscrete; 3.-be undivided;

-sagayidwa bwino 1.-be difficult/ impossible to digest; 2.-be indigestible;

-sagona tulo -be sleepless;

-sagonja 1.-be undefeatable; 2.-be rude;

-sagonjetseka msanga 1.-be invincible; 2.-be inconquerable;

-sagwedezeka -be unshakeable;

-sagwira mtima -be unconvincing; analalikira zosagwira mtima = he gave an unconvincing sermon;

-sagwira ntchito 1.-be idle; amangokhala/ samagwira ntchito = he is always idle; 2.-be jobless;

-sagwira ntchito ndi ena -be incompatible;

-sagwira pangano 1.-be unfaithful; 2.-be untrustworthy; 3.-be dishonest;

-sagwirika 1.-be untouchable; 2.-be out of reach;

-sagwiritsa ntchito bwino 1.-misuse; 2.-abuse; 3.-use wrongly; 4.-mistreat;

-sagwiritsidwa ntchito 1.-be not used; 2.-be unused; 3.-be out of order;

-sagwiritsitsa -be ungripping;

-sagwirizana 1.-be contradictory; 2.-be disagreeable;

-sagwirizana m'maganizo -be inconsistent;

-sagwirizana ndi ganizo 1.-disagree with idea; 2.-be afoul;

-sagwirizana ndi kuchedwa -be impatient;

-sagwirizanika -be unprepared to make a compromise;

-sagwirizika 1.-be unyielding; 2.-be not ready to make a compromise;

saha\- 1.saw; 2.tool with edge of sharp teeth for sawing wood or metal;

-saima chambali -be vertical;

-saimiriridwa -be unrepresented;

-saimitsidwa -be unstoppable;

-saina (chiNgerezi) 1.-sign; 2.-put signature on paper; 3.-write signature;

saini (chiNgerezi) 1.signature; 2.autograph;

-saira -cut a tree in small pieces; iye akusaira mtengo womwe wagwa = he is cutting the fallen tree in small pieces;

-saitanidwa 1.-be uninvited; alendo osaitanidwa = the uninvited guests; 2.-be not welcome;

saiti\- (chiNgerezi) 1.site; 2.space dug in the side of the grave in which a corpse is placed;

-sajejema -be steadfast;

sajenti (chiNgerezi) sergeant;

-sajijirika 1.-be patient; 2.-be calm; 3.-be not busy;

-sajiwa 1.-be uncaught; 2.-be uneaten by wild animals;

-sajomba 1.-be unceasing; 2.-be not absent;

-saka 1.-hunt; wakasaka mbalame = he has gone to hunt birds; 2.-poach; 3.-chase; 4.-look for information; 5.-search; akuba ozisaka = thieves who search for money;

saka\ma- 1.sack; 2.bag;

-sakaika 1.-doubt not; 2.-be sure;

-sakaikitsa 1.-be undoubtable; 2.-be indisputable; 3.-be unequivocal;

-sakala 1.-be useless; 2.-deteriorate;

-sakalula -unthatch; iye anasakalula nyumba = he unthatched the house;

-sakambika 1.-be inexplicable; 2.-be unthinkable; 3.-be difficult to speak with;

sakambwa\- kind of shrub;

-sakana 1.-do not refuse; 2.-permit;

-sakanidwa 1.-be indisputable; 2.-be unavoidable; 3.-be undeniable; 4.-be loved;

-sakaniza 1.-mix; ndinasakaniza mawu = I mixed the words; ndimasakaniza madzi ndi simenti kupanga thope labwino = I mix water and cement to produce good mortar; sakaniza shuga ndi dothi = mix sugar and soil; 2.-disarrange; 3.-blend; kusakaniza mitundu ya tiyi = blending kinds of tea; 4.-beat up; 5.-confound; 6.-confuse; 7.-combine;

-sakanizidwa 1.-be mixed; 2.-be uncontrollable; 3.-be permissible; 4.-be mixed;

sakasa\- cold season; m'nyengo ya sakasa zomeramera zimayamba kuuma = in the cold season vegetation starts to wither;

-sakasaka -be inventive; mwamuna ndi wosakasaka = the man is inventive;

sakasi\- 1.suckers; sakasi za fodya = tobacco suckers; 2.new shoot;

-sakasula -humiliate; iye anasakasulidwa = he was humiliated;

-sakatula -separate;

-sakavula 1.-shout at; 2.-speak obscene things at someone;

-**sakayika** 1.-doubt not; 2.-be sure;

-**sakayikitsa** 1.-be undoubtable; 2.-be indisputable; 3.-be unequivocal;

-**sakayikitsa** 1.-be undoubtable; 2.-be indubitable; 3.-be veracious;

-**sakaza (chiTumbuka)** 1.-make bad; 2.-blemish; 3.-blot; 4.-spend; amasakaza ndalama pa akazi = he spends money on ladies; 5.-perpetrate outrageous thing; 6.-destroy; 7.-demolish; 8.-damage; 9.-be destructive; 10.-be fierce; 11.-be ferocious; 12.-devastate; 13.-vandalise; 14.-debase; 15.-misuse; 16.-waste; amasakaza ndalama pa akazi = he wastes money on women; 17.-spend wastefully; 18.-squander;

-**sakaza ndalama** 1.-spend carelessly; 2.-spoil money; 3.-spend aimlessly;

-**sakazidwa** 1.-be spoilt; 2.-be mangled; 3.-be destroyed;

-**sakhala bwino** 1.-be ill; 2.-be ill-disposed; sakhala bwino ndi oyandikana nawo = he is ill-disposed to the neighbours; 3.-be unpalatable;

-**sakhala cha bodza** 1.-be true; 2.-be honest; 3.-be genuine; 4.-be real;

-**sakhala cha chilengedwe** 1.-be unnatural thing; 2.-be exotic; 3.-be out of ordinary;

-**sakhala chachilendo** 1.-be familiar; 2.-get used;

-**sakhala chete** 1.-be not silent; 2.-be not still; 3.-be violent; 4.-be stormy;

-**sakhala chonse** 1.-be partial; 2.-be not full;

-**sakhala kunyangala** -be short tempered;

-**sakhala mokondwera** -be ill-disposed; anthu osakhala mokondwera ndi anzawo = people who are ill-disposed with others;

-**sakhala mpaka muyaya** 1.-be mortal; 2.-be not immortal;

-**sakhala mwa ufulu** 1.-have no peace; 2.-be not free; 3.-be violent;

-**sakhala mwaubale** 1.-be unfriendly to neighbours; 2.-wish to do harm; 3.-be ill-disposed; ali osakhala mwaubale = they are ill-disposed to their neighbours;

-**sakhala ndi kanthu** 1.-have nothing; 2.-be poor; 3.-be useless person;

-**sakhala ndi kusiyana** 1.-be equal; 2.-be similar;

-**sakhala ndi luso** 1.-be artless; 2.-be tactless; 3.-be maladroit; 4.-be unskilful;

-**sakhala ndi mantha** 1.-be courageous; 2.-have courage; 3.-be brave; 4.-be unfearful;

-**sakhala ndi moyo nthawi yayitali** -be shortlived;

-**sakhala ndi moyo wabwino** 1.-have not good health; 2.-feel unwell;

-**sakhala ndi ufulu** 1.-have no freedom; 2.-feel unwell; 3.-be oppressed; 4.-be suppressed;

-**sakhala ngati munthu** -be inhumane;

-**sakhala pa banja** -be unsettled in family; Esitere samakhala pa banja = Esther is never settled in a marriage;

-**sakhala wonama** 1.-be honest; 2.-be truthful;

-**sakhala zowona** 1.-be untrue; 2.-be dishonest; 3.-be deceitful;

-**sakhalapo** -be unavailable;

-**sakhalaponso** -be defunct;

-**sakhalira** 1.-be temporary; 2.-be short lived; 3.-be deciduous;

-**sakhalira kukomoka** -be easily fainted; munthu wa khunyu sakhalira kukomoka = an epileptic is an easily fainted person;

-**sakhalira kukwiya** -be short tempered;

-**sakhalira kutha** 1.-be shortlived; 2.-be undurable;

-**sakhalirana** -be ill-assorted;

-**sakhalitsa** 1.-be shortlived; 2.-be short term; 3.-be temporary; 4.-be sudden; 5.-be deciduous; 6.-be non established; 7.-be provisional;

-**sakhalitsa kukwiya** 1.-be bad-tempered; 2.-be short-tempered;

-**sakhazikika** 1.-be shaky; 2.-be restless; 3.-have a split personality; 4.-sway; 5.-be unstable; 6.-be variable; 7.-vacillate; 8.-be wavering;

-**sakhota** -go straight;

-**sakhota maganizo** -be straight in thoughts; munthu osakhota maganizo = a straight man in thoughts;

-**sakhoza** 1.-be wrong; 2.-fail; 3.-be unsuccessful; 4.-be inaccurate;

-**sakhudzana** 1.-be apart from; 2.-be unrelated; 3.-be unconcerned;

-**sakhudzana ndi Malembo** -be unscriptural; chikhulupiriro chake nchosakhudzana ndi Mawu a Mulungu/Baibulo = her belief is unscriptural;

-**sakhudzidwa** 1.-be unaffected; 2.-be unconcerned; sindinakhudzidwe atafika iye = I was unconcerned when she appeared;

-**sakhudzika** 1.-be incorporeal; 2.-be abstract; maganizo ake ndi nkhambakamwa chabe = his ideas are only abstract;

-**sakhululuka** -be unforgiving;

-**sakhulupirika** 1.-be unfaithful; anali wosakhulupirika, nzosadabwitsa kuti ali ndi Edzi = he had been unfaithful, no wonder he has Aids; 2.-be untrustworthy; 3.-betray; 4.-be disloyal; 5.-be dishonest; dishonest traders = ogulitsa osakhulupirika; 6.-be mendacious; 7.-be false; 8.-be unjust;

-**sakhulupirira chochitika** 1.-do not believe; 2.-distrust; 3.-mistrust; 4.-amaze; 5.-disbelieve;

-**sakhumata** -be jovial;

-**sakhumbira** 1.-be undesiring; 2.-be uninterested;

-**sakhumudwa** -be not disappointed;

-sakhutitsidwa 1.-disaffect; sindinakhutitsidwe nacho chakudyacho = the food disaffected me; 2.-be-discontented; iye sanakhutitsidwe = he is discontented; 3.-be dissatisfied;

sakhwi\a- mouse;

-sakhwima 1.-be immature; maganizo osakhwima = immature ideas; 2.-be unripe; 3.-be unfully matured; 4.-be premature; kubereka wosakhwima = premature birth;

sakhwimbala\a- ant-eater;

-sakira 1.-drive; 2.-hunt; 3.-lure; timasakira nkhandwe mumsampha = we lured the fox into the trap;

-sakirira -lure;

-sakiza -make someone keep on something;

-sakizira 1.-show that somebody shares the responsibility; 2.-implicate;

-sakolera saltless;

-sakoma 1.-be tasteless; 2.-be unpalatable; 3.-be favourless;

-sakonda 1.-dislike; 2.-hate; iye sakonda nkhanza zochitira nyama = he hates cruelty against animals; 3.-detest;

-sakonda china chake 1.-loathe; sakonda kuyankhulayankhula = she loathes being talkative; 2.-dislike something;

-sakonda chinthu china 1.-dislike something; 2.-rebel; iye sanakonde maganizo anga = he rebelled against my ideas;

-sakonda kuledzera 1.-be sober; 2.-be not fond of drinking beer;

-sakonda uchimo -hate sin;

-sakonda zoledzeletsa -be a teetotaller;

-sakondera 1.-be unfavouring; 2.-be just; 3.-censure;

-sakondera mbali -be impartial;

-sakondwa 1.-be sad; 2.-look sad; 3.-look unhappy; 4.-be unhappy; 5.-be loathed;

-sakondwera 1.-be sad; 2.-be unhappy; 3.-be blasé; 4.-be miserable;

-sakonzekera za mtsogolo 1.-be unforseeing; 2.-be improvident; adawononga ndalama mosakonzekera za mtsogolo = he was improvident;

sakramento\ma- sacrament;

saku- prefix of verbs in the present continuous tense negative, in third person singular and in third person plural; sakuphunzira = s/he/it is not learning = they are not learning;

sakuchulu\- kind of mouse;

sakulwa (chiNgonde; chiNyakyusa) practice of giving a girl as a second wife to the brother-in-law = mwambo wopereka mtsikana kwa mwamuna wa mchemwali wake ngati mkazi wachiwiri;

-sakumbukiridwa 1.-be immemorial; 2.-be not remembered;

-sakwana 1.-be scarce; 2.-be not enough; 3.-be inadequate; 4.-be insufficient; 5.-be premature; mwana wobadwa nthawi isanakwane/mwana wobadwa nthawi yosakwana = premature baby; kubadwitsa mwana wosakwana masiku = premature birth;

-sakwanira 1.-be insufficient; 2.-be inadequate; 3.-be not enough;

-sakwanira pa ntchito ina 1.-be unqualified; 2.-be incompetent; 3.-be unskilled;

-sakwaniritsidwa -be dissatisfied;

sakwata\a- 1.unmarried man; 2.man who fails to fulfil conjugal duties;

-sakwatira -be unmarried (man);

-sakwatirana -be unmarried;

-sakwatiwa -be unmarried (woman);

-sakwatulidwa -be unraptured; anthu osakwatulidwa adzatsala = the unraptured will remain;

-sakweza 1.-do not board; 2.-do not load; musakweze matumbawo mu galimoto = do not load those bags in the vehicle;

-sakwezedwa 1.-be unlifted; 2.-be unpromoted; 3.-be not upgraded;

sakwi\a- kind of mouse;

-sakwiya 1.-be good natured; 2.-be light-hearted;

-sala 1.-fast; musamadzionetsera mukamasala chakudya = when you fast, don't show off; 2.-go without food, especially as a religious duty;

sala\a- (chiNgerezi) sir (polite word used in addressing a man);

-salabadira 1.-neglect; boma silikulabadira ulimi = the government is neglecting agriculture; 2.-alienate; 3.-ignore; 4.-gamble; sulabadira chifukwa cha iye? = are you gambling on her life?;

-salabadira za ena 1.-show no concern for others; 2.-be ruthless;

-salabadira za zotsatira 1.-be reckless; 2.-be careless;

-salakwa 1.-be spotless; 2.-be sinless; 3.-be blameless;

-salakwika 1.-be properly done; 2.-be well done; 3.-be not mistaken;

-salakwira -do not err;

-salaia 1.-be smooth; ali ndi thupi losalala = she has a smooth body; expression: kusalala ngati thupi la mwana (lit.: as smooth as the body of a baby) = very smooth; msewu wosalala = smooth road; ufa wosalala = smooth flour; 2.-be not fading; 3.-be flat; 4.-be even; 5.-be straight; 6.-be dead level;

-salalata 1.-be not talkative; 2.-be peaceful;

salamba\- bell (esp. used for gule wamkulu dance);

-salambula -do not sweep;
-salapa 1.-be unrepentant; 2.-be unrepenting;
-salawira 1.-be unable to start up very early; 2.-be
unable to wake up early in the morning; 3.-do not
say goodbye; 4.-do not take leave;
-salaza 1.-chisel; 2.-plane; 3.-smoothen; 4.-
resurface; 5.-make flat;
-salazidwa -be levelled;
-salazika -be flat; dziko losalazika = flat country;
-saleka 1.-be non stop; 2.-be not giving up; 3.-be
hysterical;
-saleka msanga -linger; matenda osaleka msanga =
lingering diseases;
-salekerera 1.-be under constant check; 2.-be under
guidance; atsikana osamangowalekerera angatenge
pakati = girls must be guided to avoid early
pregnancy;
-salekeza 1.-be unceasing; 2.-be non-stop; 3.-be
continuous;
-salema 1.-work hard; 2.-be not exhausted; 3.-be
tireless;
-salemba 1.-be unable to write; 2.-be illiterate; 3.-be
unwritten; 4.-be blank;
-salembedwa 1.-be unwritten; 2.-be oral; 3.-be
verbal; 4.-be unlisted;
-salembedwa bwino 1.-be ill-written; buku
losalembedwa bwino = an ill written book; 2.-be in
poor handwriting;
-salembedwa ntchito -be unemployed; onse
osalembedwa ntchito amayamba zoipa = all
unemployed people start up doing mischief;
-salemekeza wina 1.-be disrespectful to others; 2.-
patronise;
-salemekezedwa -be disrespected;
-salemera 1.-be light; mwala uwu ndi osalemera =
this stone is light; 2.-be not rich; 3.-be not heavy;
-salepheretsedwa kuchitika -be inevitable;
-saleredwa bwino 1.-have bad behaviour; 2.-be ill-
mannered;
-saletsedwa -be limitless;
-saletseka 1.-be unstoppable; 2.-be uncontrollable;
sali 1.s/he/it is not + location; 2.they are not +
location;
salijenti (chiNgerezi) sergeant;
-salika -cut trees and leave them to dry; anasalika
nkhuni zawo kudondo = he cut the trees and left
them to dry in the bush;
-salilidwa 1.-be not regretted; 2.-be not mourned; pa
imfa yake sanalilidwe ngakhale pang'ono = he was
not mourned on his death;
-salimba 1.-be weak; 2.-be feeble; 3.-be not strong;
4.-be worthless; anagula wailesi yosalimba = he
bought a worthless radio; 5.-be simple; 6.-be
dainty;

-salimba mtima 1.-be not brave; 2.-be not
courageous; 3.-be fainthearted; 4.-be a coward;
-salimidwa 1.-be uncultivated; 2.-be untilled;
Salimo\ma- Psalm; ndi nyimbo yoyera m'Baibulo =
it is a sacred song or hymn in the Bible;
-salingidwa 1.-be unconditional; 2.-be unmeasured;
-salipidwa -be unpaid;
-salodzedwa -be not bewitched; usalodzedwe
kugwira magetsi ungafe = do not be bewitched to
touch electrical live wire lest you die;
-saloledwa 1.-be not permitted; 2.-be unacceptable;
3.-be inadmissible; 4.-be contraband;
-saloledwa ndi chilamulo -be unconstitutional;
-saloledwa ndi lamulo 1.-be illegitimate; 2.-be
illicit;
-saloleka 1.-be inadmissible; 2.-be unacceptable;
-saloleka katangale 1.-be incorruptible; 2.-be
corrupt free;
-salondeka -be incorrect; 2.-be inaccurate;
-salondeka bwino -be meaningless; pa msonkhano
amanena zinthu zosalondeka bwino = the
deliberations were quite meaningless;
-salondola 1.-be incorrect; 2.-be not exact; 3.-be
inaccurate;
-salongolola -be not talkative;
-salongosoka -be out of order;
-salongosoledwa bwino 1.-be not clear; 2.-speak
unclearly; 3.-be ill-defined;
-salongosoledwa bwinobwino 1.-be vague; 2.-be
indistinguishable;
-salowa -be shallow;
-salowa m'chala -be dignified;
-saloweka mkati 1.-be impenetrable; 2.-be not
percolated;
-salowera nkhani za eni 1.-be not used to joining
the affairs of others; 2.-be non-aligned;
-salowezeka -be immemorisable; maphunziro ake
ngosalowezeka = the lessons are immemorisable;
-salozeka ndi chala 1.-be shabby; 2.-be unkempt;
3.-be untidy;
-saluka -behave madly;
-saluma 1.-be toothless; 2.-be not biting;
salumphanjira\a- kind of small mouse which
produces bad smell;
-salungama 1.-be unfair; 2.-be dishonest; 3.-be not
righteous; 4.-be untruthful;
-sama 1.-make liquid; 2.-become liquid;
samaki (chiSwahili) fish;
-samala 1.-look after; 2.-accommodate; adasamala
anthu ambiri = he accommodated many people; 3.-
cherish; 4.-conserve; anthu amasamala mitengo
pofuna kuteteza kukokoloka kwa nthaka = people
conserve trees to control soil erosion; 5.-care for;
6.-take care of; 7.-be careful; iye ndi wosamala

ndalama = he is careful with money; chonde,
samalani = please, be careful; 8.-give care; 9.-
mind; musasamale zimene ndanena = don't' mind
what I have said; 10.-be mindful; 11.-be neat; 12.-
heed; 13.-do well; 14.-pastor;

-samala malamulo 1.-keep the law; 2.-be strict;

-samala mwana 1.-take care of a child; 2.-nourish a
child;

-samalira 1.-care for; 2.-host;

-samalira mwa chikondi 1.-care lovingly; 2.-
cherish;

-samalitsa zedi 1.-be more careful; 2.-take extra
care (with the thief); 3.-be scrupulous;

-samaliza 1.-be incomplete; 2.-be unfinished;

-samanga -be strapless;

-samangilira mu mtima -be unmindful;
usazimangilire mumtima zomwe ndakambazo = do
not mind what I have told you;

-samangirira chifukwa 1.-be light-hearted; 2.-be
united;

samani\ma- (chiNgerezi) 1.order to appear before a
judge or magistrate; 2.summons;

-samatika 1.-unstick; 2.-remain loose; 3.-remain
separate;

-samba 1.-bathe; ndikusamba ndi sopo = I am
bathing with soap; 2.-wash oneself; expression :
thukuta lochita kusamba (lit.: the sweat that you
can wash in) = heavy work; 3.-menstruate; ndili
kusamba = I am menstruating; kodi mumasamba
kawirikawiri? = do you menstruate regularly?;
chinamwali = first menstruation or the ceremony
belonging to it; expression: amasamba kamodzi pa
mwezi (lit.: once a month she washes herself) =
she menstruates monthly;

-samba chokweza 1.-be alert; 2.-be clever; 3.-be
aware of danger;

-samba manja -wash hands; maliro atayikidwa
anthu anasamba m'manja mu mpingu = after the
burial ceremony people washed their hands in a
dirty mixed liquid; expression: iye anasamba
m'manja (lit.: he washed his hands) = he defended
himself in court/ he denied he was a witness to the
case;

-sambala 1.-stroll; 2.-go for a quiet unhurried walk;

sambi\- (chiYao) 1.sin; 2.misfortune; 3.bad luck;
4.curse; 5.offence;

-sambira 1.-swim; ine ndikasambira m'nyanja = I
am going to swim in the lake; 2.-wallow;

-sambira m'madzi 1.-swim in water; 2.-dive;

-sambira mwachidule 1.-swim for short time; 2.-
dip;

-sambitsa 1.-wash (somebody); 2.-bathe someone;

-sambitsa mtembo -wash the corpse;

-sambuka -change; wasambuka chifukwa wameta

tsitsi = you have changed because you have shaved
your hair;

-sambula (chiYao) 1.-look down on; 2.-disrespect;
3.-castigate; 4.-consider worthless; 5.-despise;
anamusambula iye = he despised her;

-sambulutsa -wash partly; mu nthawi ya chisanu
ana asukulu amangosambulutsa mikono ndi
miyendo osati kusamba thupi lonse = during the
winter, school pupils just partly wash the legs and
arms and not actual bathing;

-sambwadza 1.-make angry remarks; 2.-speak
badly of someone; 3.-scorn; 4.-speak abusively; 5.-
talk evil; 6.castigate;

-sambwadzidwa 1.-be shouted at badly; 2.-be
scolded roughly;

-sametedwa 1.-be unshaven; mutu wosametedwa =
the unshaven head; 2.-be uninitiated;

-samira 1.-lean on; anasamira pilo = she leaned his
head on a pillow; anasamira nkhata za maluwa =
she leaned on the flower vase; 2.-rest on; 3.-
depend on; anasamira pa makolo ake = he
depended on his parents; 4.-rely upon; 5.-be sure;
6.-be confident in someone;

-samphuka 1.-boil over into the fire; 2.-come to the
surface (of the things in boiling water);

-samphula -steal relish from the pot;

samu\ma- (chiNgerezi) 1.amount of money;
2.problem in arithmetic; 3.sum;

-samuka 1.-leave; ndidzasamukira ku Rumphi = I
will leave for Rumphi; 2.-vacate; 3.-depart from
area; 4.-be moved; 5.-transfer;

samusa 1.fried mixture of flour and potatoes;
2.fried mixture of flour, onion and meat etc;

-samusa/ -samutsa 1.-transfer someone; 2.-move
someone from the place; 3.-remove; 4.-displace;
5.-change place; 6.-transfer a person;

-samva 1.-be deaf; 2.-be unscrupulous;

-samva bwino 1.-feel unwell; 2.-misunderstand; 3.-
feel bad; 4.-be irritated;

-samva kamodzi -be stubborn; iwe sukumva
kamodzi ayi = you are very stubborn;

-samva kukhudza kulikonse 1.-be unable to feel;
2.-be numb; 3.-be unconcerned;

-samva kupweteka 1.-be unable to feel pain; 2.-be
numbed;

-samva kuwawa kulikonse 1.-be unable to feel
pain; 2.-be numb;

-samva mgugu -be stubborn;

-samva mkunkhu 1.-be unrepenting; 2.-be
obstinate; 3.-be stubborn;

-samva ndi -salankhula -be deaf and dumb;

-samvana 1.-disagree; sadamvane zofunika
kutumiza = they disagreed on what to send;
sitingamvane = we may disagree; sitidzamvana =

we will disagree; 2.-distrust; 3.-have different opinion;

-samveka 1.-be unclear; 2.-be abstruse; 3.-be senseless; kalata yosamveka = a senseless letter; 4.-be meaningless; 5.-be shabby; kupepesa pa chifukwa chosamveka = shabby excuse;

-samveka pa tanthauzo 1.-be unclear; 2.-be meaningless; 3.-be senseless; 4.-be vague; 5.-be cryptic;

-samvera 1.-disobey; iye samvera = he disobeys; 2.-be disobedient; 3.-be insurbordinate; mnyamata wosamvera = an insurbordinate boy; 4.-be unruly; ndi mwana wamwano/wosamvera = she is an unruly child; 5.-be naughty; ana ambiri masiku ano ndi wosamvera = many children nowadays are naughty;

-samvera lamulo -break the law;

-samvetsa 1.-be sceptical; 2.-baffle;

-samvetsetsa 1.-misunderstand; 2.-misinterpret; 3.-misconstrue;

samwali\a- (chiShona) friend;

samwamowa\a- kind of fish;

-samweka -be undrinkable;

-samwera -be not for drinking; chikho ichi nchosamwera madzi = this cup is not for drinking water;

-samwetulira -be unsmiling; mkazi wosamwetulira ndi wovuta = the unsmiling woman is tough;

sana- 1.prefix of verbs in past tense negative, in third person singular and in third person plural; sanapite = s/he/ it did not go; 2.prefix of verbs in present perfect tense, in third person singular and in third person plural; sanapite = s/he/it has not gone = they have not gone;

-sana- verbal infix indicating 'before' or 'not yet'; ndisanapite = before I went/ I have not yet gone;

sana (chiSwahili) very much; ndimakukonda sana = I love you very much;

sana-e before; musanapite mundibwereze ndalamazo = before you go, give me back that money;

-sanagawiza -rush;

sanali 1.s/he/it was not; 2.they were not;

sanali ndi 1.s/he/it had not; 2.they had not;

-sanama 1.-be honest; 2.-be truthful; 3.-be undeceitful;

-sanamizira 1.-be sincere; 2.-do not cheat;

sanayenera 1.needn't; 2. not necessary;

sanda 1.cloth for covering dead body; 2.shroud; palibe sanda yofunditsa mtembo = there is no shroud to cover the corpse;

-sanda -dissect;

-sandakula 1.-slope; 2.-put in a slanting position; 3.-have no worry;

sandasî\ma- sandal; amavala masandasi = he wears sandles;

sandipepala (chiNgerezi) sand-paper;

sando hammer;

-sandondozana -be not in a file;

-sanduka 1.-change; 2.-alter;

-sanduka kuwala 1.-become light; 2.-change to light;

-sandula maina 1.-change names; achinyamata ambiri amasandula maina awo akapita ku chinamwali = many youths change their names upon undergoing initiation; 2.-peel off the skin; njoka ndi abuluzi zimasandula fundudwa zawo = snakes and lizards peel off their skins;

-sandulika 1.-change; 2.-be transformed;

-sanduliza 1.-convert; 2.-turn upside down; 3.-translate;

-sandutsa 1.-convert; 2.-change; 3.-cause to be; Agness anasandutsa mphaka kukhala nkhuku = Agness caused a cat to be a chicken;

-sandutsa cha makono 1.-modernise; 2.-urbanise; 3.-modify;

-sanenabodza 1.-be true; 2.-be veracious; 3.-be honest; 4.-be truthful;

-sanena mwachindunji 1.-be not straight; 2.-be wavering; 3.-be uncertain;

-saneneka 1.-be unthinkable; 2.-be unbelievable; 3.-be unspeakable; 4.-be supernatural;

sanga- prefix of verbs in potential negative of third person singular and third person plural; s/he/it can't go/ s/he/it couldn't go;

sanga\- 1.kind of harmless snake; 2.eye disease;

sangalabwi\- granite stones; sangalabwi zimalasa kuphazi = granite prickles underfoot;

-sangalala 1.-be glad; ndasangalala = I am glad; 2.-be blithe; 3.-be happy; mwasangalala? = are you happy?; 4.-be cordial; 5.-enjoy; 6.-be pleased; 7.-rejoice; 8.-be merry; 9.-make fun;

-sangalala kwambiri 1.-elate; 2.-exhilarate;

-sangalala mwamisala -be delirious;

-sangalala mwaphokoso -be hilarious;

-sangalala ndi mawu a akulu -applaud; they applauded by clapping hands = anasangalala ndi mawu akulu powomba m'manja;

-sangalatsa 1.-cheer; 2.-entertain; 3.-excite; 4.-attract; 5.-be attractive; 6.-comfort; 7.-console; 8.-enjoy; 9.-enliven; 10.-make lively; 11.-please; 12.-make happy; 13.-make glad; 14.-gladden; 15.-be wonderful; 16.-dandle;

-sangalatsa mopereka -be gracious;

-sangalatsa okhumudwa -soothe;

-sangalatsidwa 1.-be pleased; 2.-be entertained;

-sangalatsitsa mwambo -bring to life;

sangale\- kind of sweet potato;

-sangaluka 1.-have a bright look; 2.-enjoy;
sangama\a- witchdoctor;
sangamutu head band;
-sangana 1.-meet again; tisangana nthawi ina = we
will meet again later; 2.-see again; 3.-find one
another; tisangana nthawi ina = we will find (see)
you later; 4.-converge;
-sanganiza 1.-blend; 2.-beat up; 3.-confound; 4.-
mix; anasanganiza madeya ndi chimanga = they
mixed husks and maize; 5.-confuse; 6.-combine;
-sangira -get ready for a journey;
-sangula 1.-claim (of something lost); 2.-wipe;
-sanguluka -be happy;
-sangulutsa 1.-make happy; 2.-cheer;
sangweji\- (chiNgerezi) sandwich;
-sanja 1.-beat iron to shape it; 2.-do handicraft;
abambo anasanja nkhokwe = my dad crafted the
granary; 3.-bridge over; 4.-build upon; 5.-build a
bridge; 6.-arrange; 7.-pile up; 8.-lay things on top
of another;
sanja\ma- 1.platform/ podium/ stage; 2.platform for
drying food; 3.look-out for watchmen;
-sanjakula 1.-unpack; 2.-unload; 3.-off load;
-sanjenjemera 1.-be unmoved; 2.-be not shivering;
3.-be not worried; 4.-be not frightened;
-sanjidwa moipa 1.-be ill-assorted; 2.-be arranged
in bad way;
-sanjika 1.-lay; iye anasanjika manja pa iwe =
he/she laid hands on you; 2.-put something on top
of another;
-sanjika manja 1.-lay hands; 2.-ordain;
-sanjika miyendo -be cross legged;
-sanjikanesanjikane 1.-be above another; 2.-be
piled up;
-sanjikiza -put a thing on top;
sanka- prefix of verbs in past habitual tense
negative, in third person singular and in third
person plural; sankapita = s/he/it never went;
-sankha 1.-choose; 2.-appoint; 3.-nominate; 4.-
elect; 5.-select; uyenera kusankha anthu awiri kuti
apite ku Zimbabwe = you have to select two
people to go to Zimbabwe; anasankha ntchito
yabwino = he selected a good job; 6.-favour; 7.-
vote for; 8.-opt; ndinasankha kuyimba = I opted to
sing; 9.-cull; 10.-sort out; 11.-grade; kusankha kwa
mbewu = the grading of crops; 12.-discriminate;
-sankha imodzi mwa njira zambiri 1.-choose
freely from various sources; 2.-be eclectic;
-sankha olowa m'malo 1.-choose successor; 2.-
elect deputy; 3.-depute;
-sankhako 1.-set aside; 2.-choose;
-sankhanso 1.-re-elect; 2.-reappoint; 3.-vote again;
-sankhidwa 1.-be chosen; 2.-be nominated; munthu
wasankhidwa = a person has been nominated; 3.-

be favoured; 4.-be designated; iye wasankhidwa
mlangizi wa pulezidenti = he has been designated
advisor to the president; 5.-be apart;
-sankhidwa mwa chisawawa -be carelessly
selected;
-sankhula 1.-assort; 2.-grade; 3.-sort out; 4.-set
apart; 5.-grade;
-sankhulika 1.-be separated; 2.-be discrete;
-sankira -suffer so that you can profit;
-sansa -brush off;
-sansuka 1.-be blown by wind\ storm (esp. roof of a
house); 2.-bloom;
-santha 1.-prune; 2.-cut away parts of trees, bushes
etc. to control the shape; 3.-clip;
-santhuka -boil;
-santhula 1.-exegetise; akusanthula ndime ya
Baibulo = he is exegetising a verse of the Bible; 2.-
check; kodi ndingasanthule nawo m'bukumo =
may I check in that book; 3.-choose; 4.-edit;
uyenera kusanthula ntchito iyi = you have to edit
this work; 5.-search; kusanthula Malembo =
searching the Scriptures;
-santhula za m'Baibulo -interpret/ -exegetise
Scripture;
santhusanthu sound (esp. made by boiling water);
-sanu suffix representing the ordinal number 'five',
preceded by the subject concord of nouns; anthu
asanu = five people; agalu asanu = five dogs;
mipira isanu = five balls; madengu asanu = five
baskets; zisoti zisanu = five hats; nyumba zisanu =
five houses; nsomba zisanu = five fish; timabuku
tisanu = five little books; expression: kapanga
zisanu (lit.: one who makes five) = a person who is
fond of telling lies/ a notorious liar;
-sanu ndi -modzi suffix representing the ordinal
number 'six', preceded by the subject concord of
nouns; anthu asanu ndi mmodzi = six people;
agalu asanu ndi mmodzi = six dogs; mipira isanu
ndi umodzi = six balls; madengu asanu ndi limodzi
= six baskets; zisoti zisanu ndi chimodzi = six hats;
nyumba zisanu ndi imodzi = six houses; timabuku
tisanu ndi kamodzi = six little books;
-sanu ndi -nayi suffix representing the ordinal
number 'nine', preceded by the subject concord of
nouns; anthu asanu ndi anayi = nine people; agalu
asanu ndi anayi = nine dogs; mipira isanu ndi inayi
= nine balls; madengu asanu ndi anayi = nine
baskets; zisoti zisanu ndi zinayi = nine hats;
nyumba zisanu ndi zinayi = nine houses; timabuku
tisanu ndi tinayi = nine little books; banja
linadalitsidwa ndi ana asanu ndi anayi = the family
was blessed with nine children;
-sanu ndi -tatu suffix representing the ordinal
number 'eight', preceded by the subject concord of

nouns; anthu asanu ndi atatu = eight people; agalu asanu ndi atatu = eight dogs; mipira isanu ndi itatu = eight balls; madengu asanu ndi atatu = eight baskets; zisoti zisanu ndi zitatu = eight hats; nyumba zisanu ndi zitatu = eight houses; timabuku tisanu ndi titatu = eight little books;

-sanu ndi -wiri suffix representing the ordinal number 'seven', preceded by the subject concord of nouns; pali anthu asanu ndi awiri = there are seven people; agalu asanu ndi awiri = seven dogs; mipira isanu ndi iwiri = seven balls; madengu asanu ndi awiri = seven baskets; zisoti zisanu ndi ziwiri = seven hats; nyumba zisanu ndi ziwiri = seven houses; timabuku tisanu ndi tiwiri = seven little books;

-sanunkhira 1.-be unpalatable; 2.-be unflavoured; 3.-have no smell;

-sanyadira 1.-become unhappy; 2.-be regardless; 3.-be unproud;

-sanyakula 1.-turn upside down; 2.-check meticulously; ndinasanyakula zovala zonse osapeza ndalamayo = I checked meticulously in those clothes without success;

-sanyanyira -be moderate;

-sanyenga 1.-do not cheat; 2.-be not an adulterer; 3.-be not a skirt chaser;

-sanyengelera 1.-be not persuasive; 2.-be uncompromising;

-sanyidzira -eat relish carelessly;

-sanyindirira 1.-be undetermined; 2.-be lazy; 3.-be not hard working; 4.-be not purposed;

-sanyinyirika -be ungrudging;

-sanyowa ndi mkodzo -be urine proof; kabudula wa pulasitiki wa mwana sanyowa ndi mkodzo = baby's plastic pants are urine proof;

-sanyowa ndi mvula -be rain proof;

-sanyozeka 1.-be dignified; 2.-be unashamed; 3.-be not belittled;

sanza rag; zovala zake ndi za sanza = his clothes are rags; anapita ku tawuni sanza zili wirawira = he went to town in rags;

-sanza 1.-vomit; 2.-spew; 3.-puke;

sanzamvula\- skin rush from sun stroke; mwana wakhanda akapita ku madera otentha amatuluka sanzamvula = when a newly born baby is exposed to hot weather it develops sun stroke rush;

sanzi\ma-/ sanzo\ma- vomit (n); chisanzosanzo cha mimba = excessive vomiting in pregnancy;

-sanzira 1.-vomit on someone/ something; 2.-follow suit; 3.-mimick; 4.-take after; 5.-copy;

-sanzitsa -be emetic;

sanzo\ma- vomit;

-saona 1.-be sightless; 2.-be blind;

-saonetsetsa -be blind;

-saononga 1.-be not destructive; 2.-be harmless; 3.-be careful;

-sapa 1.-come out of the underground water; 2.-spring;

-sapangana 1.-be disagreed; 2.-be without agreement;

-sapangika mosiyana -be unalterable;

-sapangwa -do not take advice;

sapangwa\a- somebody who does not take advice;

-sapata 1.-gain nothing; 2.-be poor;

-sapatsa chidwi 1.-be unattractive; 2.-be unpleasant; 3.-be unappealing;

-sapatsidwa -be not given;

-sapatsidwa mphamvu 1.-be not given the power/ authority; 3.-be unauthorised; 4.-be unlawful;

-sapatsidwa ulemu 1.-be disrespected; 2.-be not honoured;

-sapembedza 1.-be godless; 2.-be atheistic;

-sapenya 1.-be blind; 2.-be uneducated; agogo anga ndi osapenya satha kulemba ndi kuwerenga = my grandmother is uneducated; 3.-be toothless;

-sapesa 1.-be uncombed; 2.-be unkempt;

-sapewedwa kuchitika 1.-be inevitable; 2.-be unavoidable; 3.-be inescapable;

-sapeweka 1.-be inevitable; 2.-be irresistible;

-sapeza bwino 1.be not feeling well; 2.-be poor;

-sapeza bwino mthupi 1.-feel unwell; 2.-be ill-disposed; 3.-feel sick;

-sapezeka 1.-be absent; 2.-be not found; 3.-be unavailable; 4.-be rare; 5.-be not present;

-sapezeka pezeka 1.-be rare; luso losapezeka pezeka = rare talent; 2.-be uncommon;

-saphangirana 1.-be not struggling; 2.-be not scrambling; 3.-be egalitarian;

-saphanyama -do not kill an animal;

-saphatikizana -be separable;

-saphedwa 1.-be not killed; 2.-be not murdered;

-saphekera -be not foolish;

-sapherezera -be not ending in;

-saphikidwa 1.-be uncooked; 2.-be raw;

-saphikika -be uncooked;

-saphikira -be not for cooking; mphika uwu ndi osaphikira nyama ya nkhumba = this pot is not for cooking pork;

-saphimbika 1.-be uncovered; 2.-be bare;

-saphinjika 1.-be unoppressed; 2.-be uncrushed;

-saphiphiritsa 1.-be bluff; 2.-be outspoken;

-saphitsidwa 1.-be unboiled; 2.-be unheated;

-saphula kanthu -gain nothing;

-saphunzira 1.-be uneducated (lit.: -have not learnt); 2.-be illiterate; 3.-be untrained;

-saphunzira kulemba ndi kuwerenga 1.-be unable to write and read; 2.-be illiterate;

-saphwanyika msanga 1.-be not easily broken; 2.-

be hard;

-saphwasuka 1.-be not destroyed; 2.-be not broken;

-sapikiza 1.-suspect; ife tikusapikiza kuti iye ananena bodza = we suspect him of telling lies; 2.-have a feeling that somebody may be guilty; 3.-assume;

-sapilirika 1.-be unaccustomed; 2.-be imperseverable; 3.unbearable;

-sapinduka 1.-be constant; 2.-do not change;

-sapindula 1.-be worthless; 2.-be not profitable; 3.-be unbeneficial; 4.-make loss;

-sapindulitsa -be unprofitable;

-sapitilira 1.-be within; 2.-do not proceed;

-saponya mwendo m'mbuyo 1.-be courageous; 2.-be stout hearted;

-saposa 1.-be not more than; miyezi yosaposa khumi = not more than ten months; 2.-be within;

-sapsa 1.-be uncooked; expression: mwaphula nkhani yosapsa (lit.: you have removed the news from the fire uncooked) = you are reporting about the issue which is not properly investigated/discussed; 2.-be unripe; 3.-be unburnt;

-sapsa mtima msanga 1.-be patient; 2.-be long suffering;

-sapsanga 1.-be straight forward; 2.-be not circumlocutious; 3.-do not beat about the bush;

-sapsatira 1.-do not hide; mosapsatira mawu = without hiding words; 2.-be open; 3.-be frank; 4.-be outspoken;

-sapula 1.-deduct; 2.-dock; anasapula ndiwo mu mphika = he docked relish from the pot; 3.-defalcate; sapulani chinangwa mu mphika = defalcate some cassava from the pot; 4.-take out;

sapulesi (chiNgerezi) surplice;

-sapululuka 1.-be not perished; 2.-be not plucked;

-sapulumuka 1.-be unsaved; 2.-be unredeemed;

-sapulupudza 1.-be not naughty; mwana wosapulupudza = a child that is not naughty; 2.-be not obnoxious;

-sapupuluma 1.-be patient; 2.-be calm;

-sapusa 1.-be not foolish; 2.-be not stupid;

sapuwa\- kind of fish having no scales;

-sapweka -be unavoidable;

-sapweteka 1.-be painless; 2.-be harmless;

-sapyola 1.-be within; 2.-do not proceed; 3.-do not exceed;

-sasa (chiTumbuka) 1.-be rotten; 2.-go bad; 3.-be hoarse; 4.-decompose; 5.-be decomposed; 6.-be unpleasant; 7.-be husky; mawu asasa chifukwa cholira = her voice is husky because of crying; 8.-wipe off; sasa fumbi = wipe off the dust; 9.-shake off;

-sasa fumbi 1.-dust off; 2.-wipe off dust; 3.-have sex soon after the initiation ceremony;

-sasa nyerere -have sex (fig);

-sasakanizika 1.-be not mixed; 2.-be pure;

-sasakaza 1.-be harmless; 2.-do not vandalise; 3.-be economical;

-sasalala -be uneven; pamsewupo ndi posasalala = the road surface is uneven;

-sasamala 1.-neglect; 2.-be careless; ndiwe dalaivala wosasamala = you are a careless driver; 3.-care not; 4.-be mindless; oyang'anira osasamala amazunza owalamulira a ang'onoang'ono = mindless administrators oppress their juniors; 5.-damn;

-sasamala pakuchita chinthu 1.-be careless; 2.-remiss;

-sasamalidwa 1.-be uncared for; 2.-be squalid;

-sasamalika 1.-be uncared for; 2.-be untidy; 3.-be messy;

-sasamalira 1.-do not care; 2.-be regardless; mosasamalira/ posasamalira malangizo anapitabe = he went there regardless of the advice; 3.-ignore; 4.-be care free; 5.-be indifferent;

-sasamalira kanthu 1.-be careless; 2.-be reckless;

-sasamalira kuti ndikulakwira ena 1.-be unscrupulous; 2.-be not guided by conscience;

-sasamaliridwa 1.-be ignored; 2.-be neglected; 3.-be uncared for;

-sasamba 1.-be dirty; munthu wosasamba = a dirty man; 2.-be unclean; 3.-be unhygienic;

-sasanduka 1.-be constant; 2.-be stable;

-sasangalala 1.-be not glad; 2.-look sad; akuwoneka osasangalala = she looks very sad; 3.-be heart-sick; 4.-be unhappy; 5.-look unhappy; 6.-loathe;

-sasangalala ndi manyazi -be sad of shame;

-sasangalatsa 1.-be grim; 2.-be gloomy; 3.-be horrible; 4.-be foul; 5.-be unbecoming; 6.-be undesirable; 7.-lack lustre;

-sasangalatsa kuchiwona 1.-be unattractive; 2.-be unpleasant; 3.-be unappealing; 4.-be unlikeable;

-sasangalatsa m'maso 1.-be uncomely; 2.-be unpleasant; 3.-be unattractive;

-sasankha 1.-affect all; 2.-be general;

-sasantha 1.-break into small pieces; 2.-beat; 3.-strike; 4.-smash;

-sasata 1.-be pampered; 2.-be indulged too much; 3.-be used to; 4.-be not independent;

-sasatitsidwa 1.-be made dependent; 2.-pamper;

-sasatuka -bloom;

-sasautsa 1.-be easy to understand; 2.-be lucid; 3.-be clear;

-sasautsa kutsogolera 1.-be easily controlled; 2.-be manageable;

-sasawa -square;

-sasimba 1.-do not narrate; 2.-do not speak; 3.-do not report;

-**sasimbika** 1.-be unspeakable; 2.-be unrecountable; 3.-be unnarratable; 4.-be many; 5.-be a lot of;
-**sasinsika** 1.-be outspoken; 2.-be bluff;
-**sasinthasintha** 1.-be consistent; 2.-be stable; 3.-be rigid; 4.-be conservative; 5.-be inflexible; 6.-be stiff;
-**sasinthika** 1.-be steadfast; 2.-be steady; 3.-be irrevocable; 4.-be fixed; 5.-be immutable; malamulo a chilengedwe osasinthika = immutable laws of nature; chisomo cha Mulungu n'chosasinthika = God's grace is immutable; 6.-be unalterable; 7.-resist;
-**sasiriridwa** 1.-be unadmired; 2.-be uncoveted; 3.-be undesired;
-**sasiririka** 1.-be undesirable; 2.-be uncovetable;
-**sasiyana** 1.-be identical; 2.-be equal; 3.-be similar; 4.-have no difference;
-**sasiyanitsa** -be indiscriminate;
-**sasokoneza** 1.-be uninterrupted; 2.-do not confuse; 3.-do not disturb;
-**sasokonezedwa** 1.-be uninterrupted; 2.-be unconfused; 3.-be undisturbed;
-**sasowa** 1.-be not lacking; 2.-be not missing; 3.-be not rare;
-**sasowa kanthu** 1.-lack nothing; 2.-be adequate;
-**sasuka** -come out (in flower);
-**sasula** 1.-blow away; mphepo inasasula tsindwi la nyumba = the wind blew away the grass roof of the house; 2.-remove loose leaves; 3.-remove rubbish; 4.-break roof; 5.-unthatch; 6.-demolish; 7.-dilapidate;
-**sasunga pa kamwa** 1.-blurt out; 2.-be not easily broken; 3.-be not secretive;
-**sasuntha** 1.-be static; 2.-be stationary; 3.-be steadfast; 4.-be constant; 5.-be immobile;
-**sasunthika** 1.-be steadfast; 2.-be fixed; 3.-be unshakeable; chikhulupiriro chosasunthika mwa Mulungu = the unshakeable faith in God; 4.-be unconcerned; sindinasunthike atafika iye = I was unconcerned when she appeared;
-**sasweka msanga** 1.-be shatterproof; 2.-be not fragile; 3.-be unbreakable;
-**sata** 1.-be proud; 2.-boast; 3.-brag;
-**satakataka** 1.-be unmoving; 2.-be rigid; 3.-be compacted;
satana\a- 1.satan; 2.devil; 3.demon; 4.serpent (fig);
-**satapula** 1.-shout at; 2.-rebuke; 3.-scorn; 4.-ridicule;
-**sataya nthawi** 1.-be abrupt; 2.-be prompt; 3.-do not lose time; 4.-do not waste time;
-**sataya nthenga** -do not lose feathers; expression: uyu ndi sataya nthenga (lit.: he is the one who does not lose feathers) = he is a stingy person/ he is a selfish person;

-**satchera khutu** 1.-be inattentive; 2.-be not listening;
-**satchingiridwa mpanda** 1.-be unfenced; maso satchingiridwa mpanda = eyes are never fenced; 2.-have no boundary;
-**satchinjirizidwa** 1.-be unfenced; 2.-be indefensible; 3.-be unprotected;
-**satchulidwa mokweza** -be ineffable; dzina la Mulungu silitchulidwa mokweza, maka muzipembedzo zina = God's name is ineffable especially during prayers of certain churches;
-**satekedzeka** 1.-be hard to be ground into powder; 2.-be without bruises; 3.-be not easily damaged;
-**satekeseka** 1.-be unconcerned; 2.-be unshakeable; 3.-be unmoving;
-**satembenuka** -be unrepentant;
-**satembenuzika** -be untarnable;
-**satenga nthawi** 1.-be shortlived; 2.-be not long lasting;
-**satenga nyengo** 1.-be short lived; 2.-take no time;
-**satha** 1.-be ceaseless; 2.-be endless; 3.-be eternal; 4.-be infinite; 5.-be incomplete; 6.-be unable; satha kupanga mosapupuluma = he is unable to deal calmly;
-**satha kuyankhula** 1.-be not talkative; 2.-be dumb; 3.-be unable to speak; iwo satha kuyankhula = they are unable to speak;
-**satha mawu** -be not talkative;
-**satha msanga** 1.-outlast; 2.-be durable;
-**satha za mkamwa** -be not talkative;
sathamagazi\a- spleen;
-**sathamanga magazi** 1.-be calm; 2.-be patient;
-**sathandiza** 1.-be not helpful; 2.-be useless; 3.-be meaningless; 4.-be worthless;
-**sathawika** 1.-be unavoidable; 2.-be inescapable;
-**satheka kufotokozera** 1.-be inexplicable; 2.-be difficult to explain;
-**satheka kukhala pamodzi** 1.-be unable to exist in harmony; 2.-be incompatible;
-**satheka kusuntha** 1.-be immovable; 2.-be steady;
-**satheka kuzikhulupirira** 1.-be unbelievable; 2.-be farfetched;
-**satheka kuzimvetsa** 1.-be not understood; 2.-be incomprehensible;
-**satheka kuzivomereza** 1.-be impossible to agree; 2.-be farfetched; 3.-be unbelievable;
-**sathwa** 1.-be dull; 2.-be blunt;
-**sati cha chilengedwe** 1.-be unnatural thing; 2.-be exotic; 3.-be not indigenous;
-**sati chonse** -be partial;
-**sati zenizeni** 1.-be imaginary; 2.-be fake; 3.-be not genuine; 4.-be bogus;
-**satokosola mavuto** -avoid provoking trouble;
-**satokota** -be unboiled;

-satonthozeka -be inconsolable; imfa ya bambo wake inamupangitsa kukhala osatonthozeka = he was in an inconsolable state by the death of his father;

-satonza -do not ill-treat;

-satopetsa -be untiring;

-satsa 1.-advertise; 2.-sell; 3.-market; 4.-barter;

-satseketsa 1.-be ajar; 2.-be unlocked;

-satsimikiza 1.-be unsure; 2.-be spurious;

-satsimikiza maganizo -be uncertain;

-satsutsika 1.-be obstinate; munthu uyu ndi wosatsutsika = this person is obstinate; 2.-be pertinacious; 3.-be uncontrovertible; 4.-be valiant; 5.-be stubborn;

-satukisira 1.-be not festering; 2.-be not septic;

-satukuka -be underdeveloped;

-satukumuka 1.-do not enlarge; 2.-do not swell; 3.-do not boil;

-satumbiza -practise child spacing;

-satumbwa -be not proud;

-sauka 1.-be poor; awo ndi osauka = those are poor; munthu uyo ndi wosauka = that person is poor; 2.-be needy; 3.-be troubled;

-sauka kwabasi 1.-be very poor; 2.-be impoverished; 3.-be penurious;

-sauka kwambiri 1.-be penurious; 2.-be very poor;

-sauka m'maganizo -be troubled in mind;

-sauka mu mzimu -be poor in spirit;

-saukira -lack; amasaukira ndalama = alibe ndalama zokwanira = he/she lacks money;

-saukitsa 1.-cause to become poor; 2.-impoverish;

-saukitsitsa 1.-be devoid; 2.-be destitute; 3.-be miserable;

sauko\ma- 1.trouble; 2.misfortune; 3.bad luck; 4.problem;

-saula 1.-compensate; 2.-soothe; 3.-condole;

-saulira 1.-take revenge; 2.-avenge;

Saulo Saul; ndi mfumu ya mu Chipangano Chakale = it is a king in the Old Testament;

-sauma 1.-be fresh; 2.-be not hard; 3.-be not dry;

-saumira 1.-be generous; 2.-be not selfish; 3.-be free giving; iye ndi munthu wosawumira = he is a free giving man;

-saumitsitsa 1.-be damp; anasita diresi losaumitsitsa = she ironed a damp dress; dothi losaumitsitsa = damp soil; 2.-be moist; 3.-be wet;

-saundana -be unmoulded; ufa wanga ndi wosaundana chifukwa ndinauyanika = my corn flour is unmoulded because I had sun dried it;

-sautsa 1.-persecute; anasautsa Yesu = they persecuted Jesus; 2.-bother; 3.-be difficult; mfundo zosautsa = difficult points; 4.-cause pain; 5.-cause hardship; 6.-afflict; 7.-agitate; 8.-annoy; 9.-distress; 10.-disturb; 11.-maltreat; 12.-ill treat; 13.-

molest; 14.-oppress; 15.-martyr; 16.-be stubborn; 17.-be lousy; 18.-encumber; 19.-degenerate; 20.-suppress;

-sautsidwa 1.-be persecuted; 2.-be troubled; 3.-be suppressed; 4.-be oppressed;

sautso\ma- 1.trouble; 2.misfortune; 3.bad luck; 4.problem;

-sauza 1.-keep mum; 2.-cut down trees to clear land;

sauzande\ma- (chiNgerezi) thousand;

-sauzika 1.-take no advice from others; 2.-be uncompromising; 3.-be stubborn;

-savala 1.-be naked; 2.-be nude; 3.-be undressed;

-savala chirichonse 1.-be completely nude; 2.-be completely naked;

savala\a- 1.snail without shell; 2.slug;

-savomereza -disapprove;

-savomerezedwa ndi lamulo 1.-be illegitimate; 2.-be illegal;

-savomerezeka 1.-be disapproved; 2.-be alien; 3.-be illegal; 4.-be unacceptable; khalidwe lake loipa ndi losavomerezeka pano = his bad behaviour is unacceptable here;

-savuta 1.-be not difficult; 2.-be easy; 3.-be simple; 4.-be straightforward; 5.-be not troublesome; 6.-be docile;

-savuta kutsogolera 1.-be manageable; 2.-be easy to control;

sawa groundnuts;

-sawa -be watery; chinangwa ichi ndi chosawa = this cassava is watery;

-sawanda -be not popular;

-sawandika -be not stepped down; udzu osawandika = grass that cannot be stepped down;

-sawasawa 1.-be firm; 2.-be unalterable;

-sawawa 1.-be painless; mankhwala osawawa = drugs that are not bitter; 2.-be square;

-sawerengedwa 1.-be unaccounted; 2.-be incalculable; 3.-be countless; 4.-be innumerable;

-sawerengeka 1.-be illegible; malembedwe osawerengeka = illegible handwriting; 2.-be immeasurable; 3.-be numerous;

-sawerengera 1.-exclude; 2.notwithstanding; anasewera mpira osawerengera za mvula = they played football notwithstanding the rain;

-sawerengeredwa 1.-be irrespective; 2.-be not dependable;

-saweruzika 1.-be disobedient; 2.-be unruly; 3.-be uncompromising; 4.-be naughty;

-sawira 1.-do not boil; 2.-do not swell;

sawira\a- (chiShona) man who puts the coffin in a grave;

-sawiza 1.-be strong; 2.-be bold;

-sawola 1.-be fresh; 2.-be incorruptible; 3.-be not

rotten;

-sawomba 1.-be unable to fire; 2.-be unable to shoot; 3.-be unable to steal (fig.);

-sawombola -be unredeemed;

-sawona 1.-be blind; Bonface anathandiza munthu wosawona kuwoloka msewu = Bonface helped a blind man to cross the road; 2.-have no sight; 3.-be sightless;

sawonandege\a- 1.swine; 2.pig;

-sawoneka -be invisible; Mpingo wosawoneka = the invisible Church;

-sawoneka bwino 1.-be uncomely; 2.-be ugly; 3.-be unpleasant; 4.-be unlikeable; 5.-be ill-favoured; 6.-be unnoticeable;

-sawoneka bwinobwino -be inconspicuous;

-sawoneka kweni kweni 1.-be not clear; 2.-be dim; 3.-be blurred;

-sawonetsa chidwi 1.-have no attention; 2.-be disinterested; 3.-be not keen; 4.-lack interest;

-sawonetsa khalidwe la chifundo 1.-be inhumane; 2.-be unkind;

-sawonetsa kugonja 1.-be indefatigable; 2.-be not giving up; 3.-be stubborn;

-sawonetsa kukhumudwa 1.-do not show annoyance; 2.-be pent up;

-sawonetsa manyazi 1.-be unashamed; 2.-be unabashed;

-sawonetsa ulemu kwa Mulungu 1.-be ungodly; 2.-be godless; 3.-be irreverent to God;

-sawonetsa umunthu 1.-be inhuman/inhumane; 2.-be impersonal; 4.-be unfriendly; 5.-be ill-mannered;

-sawonetsa zizindikiro zotopa 1.-be untiring; 2.-be indefatigable; 3.-be tireless;

-sawonjora -be unreleased;

-sawonongedwa 1.-be indestructible; 2.-be not demolished; 3.-be pristine;

-sawonongeka 1.-be incorruptible; 2.-be fresh;

-sawopa 1.-be courageous; 2.-do not fear; 3.-be brave; 4.-be daring;

-sawopsa 1.-be not frightening; 2.-be not scaring; 3.-be toothless;

-saya -be shallow; chitsime chosaya = a shallow well;

-sayaka 1.-be not aflame; 2.-be dull;

-sayaluka 1.-be not mad; 2.-be well kept; 3.-be well behaved;

-sayankhulika 1.-be difficult to talk to; 2.-be ill-disposed;

sayansi (chiNgerezi) science;

-sayembekezereka 1.-be uncalled for; 2.-be unusual; 3.-be stunned; ine sindinayembekezere kuti anamwalira = I was momentarily stunned by his death;

-sayenda 1.-be stagnant; udzudzu umakonda kuswana m'madzi osayenda = mosquitoes like to breed in stagnant water; 2.-be static; 3.-be stationary; 4.-be unmoving; 5.-be immobile;

-sayendayenda 1.-be settled; 2.-be immobile;

-sayenera 1.-shouldn't; sayenera kuchita ngati mwana = she shouldn't act like a child; 2.-be adverse; 3.-be unworthy; 4.-be improper; 5.-be inappropriate; 6.-be not suitable;

-sayenera kusankhidwa 1.-be unworthy to be chosen; 2.-be not elegant;

-sayenga -be unrefined;

-sayera 1.-be dirty; 2.-be not white; 3.-be not clean; 4.-be black; 5.-be unholy;

-sayeretsa -adulterate;

-sayeretsedwa 1.-be uncleansed; 2.-be impure; 3.-be unholy;

-sayeruzika 1.-be stubborn; 2.-be naughty;

-sayesedwa 1.-be immeasurable; 2.-be unchecked; 3.-be not examined; 4.-be not tried; 5.-be incalculable;

-sayesedwa ndi zokuzungulira -be unconditional;

-sayima 1.-do not stand; 2.-be non-stop;

-sayiwalika 1.-be unforgettable; ulendo wosayiwalika wa ku Mzuzu = the unforgettable trip to Mzuzu; 2.-be memorable; 3.-be etched on your mind;

-sayoyoka 1.-be not spilled; 2.-be unspilled; 3.-be intact; 4.-be not a lover;

-sazama -be shallow; chitsimechi ndi chosazama = this well is shallow;

-sazemba -keep to the matter; musazembe! = keep to the matter!;

-sazembeka 1.-be unavoidable; 2.-be inevitable;

-sazemberana 1.-do not play hide and seek; 2.-be not meeting in secrecy; 3.-be not planning mischief;

-sazengereza -be straight forward;

-sazengereza podziretsa 1.-have hesitation of conscience; 2.-scruple;

-sazerezeke -be not stupified;

-sazindikirika 1.-be unknown; 2.-be inconspicuous; 3.-be unremarkable;

-sazoloweka 1.-be unfriendly; 2.-be strange; 3.-be not used to;

-sazolowereka 1.-be unusual; 2.-be unaccustomed; 3.-be unbearable;

-sazungulira 1.-go straight forward; 2.-be succinct; 3.-be specific;

-sebenza (chiZulu) -work; chinthuchi sichikusebenza bwino = the thing is not working properly;

-sefa 1.-sieve; sefani ufa musanaphike nsima = sieve the flour before cooking nsima; 2.-winnow;

3.-sift;

sefa yosungira ndalama 1.safe; 2.chest; 3.cash box;

sefa\ma- sieve; expression: uyu ali ndi dzanja la sefa (lit.: he has the hand of a sieve) = he spends money carelessly/ he is a squanderer;

-sefuka 1.-flow over; 2.-speak without respect/ limits;

-sefukira 1.-overflow; mitsinje yosefukira = overflowing rivers; 2.-abound; 3.-be copious 4.-diffuse;

-seka 1.-laugh; adaseka mwa chikhakhali = they roared with laughter; anandiseka = s/he laughed at me; expression: seka chimidzi = (lit.: laugh in the way of the villagers) = he laughed without a reason; 2.-express amusement; 3,-be blithe; 4.-deride;

-seka cha mumtima -laugh in the heart;

-seka chikhakhali -roar with laughter;

-seka chikunja 1.-laugh in derision; 2.-chuckle;

-seka chinachake -laugh at;

-seka chinunu -laugh silently;

-seka kosalekeza 1.-laugh continuously; 2.-laugh exceedingly;

-seka mochepetsa 1.-laugh mockingly; 2.-laugh quietly;

-seka mofatsa/mopusa 1.-giggle; 2.-snigger;

-seka mokondwera -laugh happily;

-seka mokuwa kwambiri 1.-laugh with high voice; 2.-guffaw;

-seka monyodola 1.-laugh mockingly; 2.-laugh scornfully;

-seka monyoza 1.-laugh mockingly; 2.-deride;

-seka mopanda khalidwe -laugh unbecomingly;

-seka mopanda ulemu 1.-laugh impolitely; 2.-jeer;

-seka motonza -laugh mockingly;

-seka motseka pakamwa 1.-chuckle; 2.-laugh in derision;

-seka mwa umwana 1.-laugh childishly; 2.-giggle;

-seka mwachikhakhali -roar with laughter;

-seka mwachintonyo 1.-laugh in derision; 2.-chuckle;

-seka pwepwete 1.-laugh exceedingly; 2.-laugh continuously;

-seka pwitipwiti -laugh mockingly;

-sekeka -be laughable;

`**Sekemu** Shechem (onani *Genesis* 12: 6 ndi ndime zina);

-sekerera 1.-smile; she smiled to me = anandisekerera; 2.-grin; 3.-smirk;

-sekeretsa 1.-comfort (by giving something); 2.-delight; 3.-gladden; 4.-be comic;

-seketsa 1.-make laugh; nkhani yoseketsa = a story that makes one laugh; 2.-be laughable; nkhani

yoseketsa kwambiri = a very laughable story;

-seli 1.behind things; kuseli kwa nyumba = behind the house; 2.at the back;

-sema 1.-carve; luso losema = wood carving skill; 2.-hew; Mose anasema mwala = Moses hewed a stone from a rock; 3.-engrave; 4.-adze; 5.-sculpture; 6.-make up a story (usually untrue story); 7.-unbark;

-sema (chiSwahili) -speak; akusema chiSwahili = he is speaking Swahili;

-sema mboni -bribe; ndisema mboni (lit.: I will carve a witness) = I will ask somebody to be my false witness;

-semera 1.-make carving; 2.-carve; expression: anandisemera nyanga ya nsatsi yomwe yafota (lit.: he carved me a horn of a castor tree which has withered) = he helped me only superficially; 3.-lie;

-semera chiNyau -carve an image (lit); expression:wandisemera chiNyau (lit.:he has carved an image for me) = he has made lie against me\ accused me falsely/ implicated me falsely;

-sempha 1.-miss; 2.-segregate;

-sempha mwana -cause a child to suffer from malnutrition;

-semphana 1.-miss; anasemphana ndi funso = he missed the question (he did not hear the question); 2.-match not; anthu amagazi osemphana = people with blood groups that do no match; 3.-be different; 4.-reverse; 5.-go in contrary direction;

-semphanitsa 1.-contradict oneself; 2.-detour; 3.-reverse;

-semphedwa -suffer from a taboo related disease;

-semphetsa 1.-miss target; 2.-miss point; 3.-segregate;

sempho the taboo disease in which body wasting is the most common sign normally caused by improper following of ancestral and customary rules;

Semu Shem; ndi mwana wa Nowa = he is a son of Noah;

-senda 1.-bark a tree; 2.-cut off skin or hide; 3.-flay; 4.-peel; ndikusenda mbatata = I am peeling the potatoes; 5.-decorticate (of husk);

-sendera 1.-come near\ close; 2.-draw nigh;

-sendeza 1.-shift; 2.-bring near; 3.-squeeze;

-seneza -smoothen;

-senga 1.-chop; 2.-clip; 3.-beat with knife; 4.-shear as wood or hair; 5.-reap; 6.-be cutting and gathering;

-senga ndi nkhwangwa 1.-cut by striking; 2.-chop; 3.-hew; 4.-cleave;

-sengula -clear a place by cutting down the bushes;

-sengusa -pare;

sengwe\- kind of reed like grass commonly growing

in marshy and swampy areas;
senjere 1.kind of grass eaten by cows (= mtundu wa udzu wodyedwa ndi ng'ombe); 2.elephant grass;
sensansi̱\- (chiNgerezi) 1.census; 2.official counting of the population;
-sensera -trot;
senti\- (chiNgerezi) 1.smell (esp. of something pleasant); 2.odour; 3.scent;
-senza 1.-carry on head or shoulders; proverb: mutu umodzi susenza denga (lit.: a single head does not carry a roof) = you can't solve problems alone; 2.-convey;
senzakatundu\a- small green grasshopper;
sepa\- young mice
-sepeya -get loose;
Sepitembala September;
-sepula 1.-injure or damage by harsh rubbing; 2.-scrape;
sera\a- bees' wax;
serafi 1.seraph (onani *Yesaya* 6: 2-6); 2.ancient family gods in the Near East;
-sere(w)ula 1.-make fun; musamasereule ndi iye = don't make fun with him; 2.-mock; musamasereule ndi iye = don't mock him; 3.-make jokes (when being familiar with someone); 4.-ridicule;
sere\a- ants-eater;
sere\ma- 1.hole; 2.part of grave where a coffin rests; 3.den;
-serera -creep through;
-sereza 1.-squeeze something into a small space; 2.-compress;
serula\- (chiNgerezi) 1.cellular phone; 2.mobile phone;
-sesa 1.-sweep; uyenera kusesa mozungulira nyumba = you have to sweep around the house; expression: nyumba yasesedwa (lit.: the house has been swept) = the house has been burgled; anasesa mchipinda = he swept the room clean; expression: akuba anasesa katundu yense mnyumba mwanga (lit.: thieves swept my house) = thieves stole and took away everything from my house; 2.-sweep at the funeral house (as ritual after 3 days of burial); 3.-kill all of them; 4.-release people from funeral premises; 5.-sack people from work\ employment; 6.-lay off people;
-sesedwa 1.-be swept; 2.-sway (fig);
-sesenya -walk slowly;
-sesera 1.-use for sweeping; 2.-woo for sex; 3.-lure;
Set Seth; ndi mwana wa Adamu ndi Hava (*Gen.5:* 4) = Seth is the son of Adam and Eve (*Gen.5:* 4);
-seta -draw along the buttocks;
-seteka 1.-lick; 2.-clean one's lips with a tongue; 3.-be dissatisfied; sindinakhute ayi poti ndangoseteka = the food was inadequate hence I am not satisfied;

-setetsa -confuse someone with difficult questions;
seti (chiNgerezi) set; ndagula seti imodzi ya mbale zadothi = I have bought one set of grassware;
seula\- small sized beans;
-seulira -prune;
sewe\ma- eggs (of grasshopper or fish);
-sewera 1.-play; angasewere mpira = he can play football; 2.-dance (of little children);
-sewera chibisaliro -play hide and seek;
-sewera fulaye -play throwing ball;
-sewera jingo -play skipping the rope;
-sewera m'matope 1.-play in the mud; 2.-wallow in the mud;
-sewera m'zithaphwi -wallow in the mud; nkhumba zimakonda kusewera m'zithaphwi = pigs like wallowing in the mud;
-sewera mpaka -gamble;
-sewera ndi moyo 1.-endanger one's life; 2.-be in danger;
-sewera njuga -gamble;
-sewera phada -play hop-scotch;
sewera\ma- 1.game; expression: masewera sachitira pa msampha (lit.: you cannot play games on a trap) = you cannot play with dangerous things; 2.diversion; 3.relaxation;
-seweretsa 1.-play around with; 2.-razz; 3.-do not make use of;
-seweretsa banja -mishandle the family; mkazi woseweretsa banja amazindikira litatha = a wife who mishandles her family wakes up one day only to see it over;
-seweretsa maliseche 1.-play with sexual organs; 2.-masturbate;
-seweretsa matenda -play with diseases;
-seweretsa mwayi 1.-misuse chance; 2.-loose fortune; 3.-misuse opportunity;
-seweretsa ndalama 1.-play with money; 2.-spend money on useless things;
sewero loseketsa comedy;
sewero\ma- 1.game; masewero a mpira = game of soccer; 2.sport; 3.play; masewero a zisudzo = drama plays; 4.drama; 5.diversion; 6.relaxation;
-seweza (chiShona) -work;
shagali\- beard;
shaka\- 1.hole; 2.gap;
shala\ma- big gourd;
shamba 1.prison; 2.jail; 3.dungeon;
shamboko\- (chiMalay/ chiAfrikaans) 1.shambok; 2.whip; 3.scourge;
-shambula 1.-shout at; 2.-brew beer;
shamwali\a- (chiShona) 1.friend; 2.pal; 3.mate;
shangazi (chiSwahili) aunt;
shanzi\- (chiTumbuka) second wife given to a husband to show appreciation of his services;

shasha\- (chiShona) 1.expert; John ndi shasha ya mpira = John is an expert in playing football; 2.cunning person; 3.person who has a lot of money;

-shashalika 1.-be false; 2.-be untruthful; 3.-be mendacious;

shati\ma- (chiNgerezi) shirt; shati yobiriwira = a green shirt;

shawa 1.nut; 2.groundnut;

-shayina (chiNgerezi) 1.-shine; 2.-show off; 3.-make bright;

shehe (chiArab) sheikh; ndi wodziwa wa padera za chiSilamu = it is an advanced student in Islam;

shelefu\ma- (chiNgerezi) 1.shelf; mashelefu mu sitolo lake adzadza ndi katundu = the shelves in his shop are full of commodities; 2.ledge;

-shodokola -snatch;

-shoka (chiSwahili) axe;

-shola 1.-predict danger or bad omen; 2.-spy (as in war);

-shola tchire -set fire to dead bush; anashola tchire = he set fire to the bush;

-shomeka (chiSwahili) pot;

-shomola 1.-kill; anthu a m'mudzi anashomola kalulu = people from the village killed a hare by hunting; 2.-slay;

-shosha 1.-spark; 2.-provoke; 3.-madden;

-shosha nkhondo -mobilise;

shoti\a- 1.swine (fig.); 2.pig (fig.); 3.short person;

-shova 1.-whip; 2.-beat;

shuga (chiNgerezi) sugar; kuchuluka kwa shuga m'thupi = high blood sugar; kuchepa kwa shuga m'thupi = low blood sugar; kuchuluka kwa shuga m'thupi = hyperglycemia;

-shula 1.-hit; 2.-clobber;

-shupa (chiShona/ chiSenga) 1.-be difficult; 2.-trouble; 3.-oppress; 4.-be tough; 5.-be problematic;

-shupika (chiShona) -suffer; ana amasiye ali kushupika kwambiri = orphans are suffering much;

si 1.it is not/ he is not/ she is not/ they are not (identification); si mkazi = it is not a woman; si ana = they are not children; si kutali = it is not far; si pafupi = it is not nearby; sichoncho = not that; 2.not yet; sindinafike ku ofesi = I am not yet in the office; 3.not;

si- negative subject concord for conjugated verbs with singular nouns in i-zi class; nyumba sili pano = the house is not here;

si- ... -yenera shouldn't; simuyenera kupita = you shouldn't go;

siabambo 1.he is not father; 2.it is not father;

siana 1.they are not children; 2.they are not babies; 3.they are not toddlers;

sianthu 1.they are no human beings; 2.they are not

people; sianthu amene amaba chimanga chathu koma ndi apusi = it is not the people who are stealing our maize but rather monkeys;

sichi- negative subject concord for conjugated verbs with singular nouns in chi-zi class; chisoti sichili pano = the hat is not here;

sideside soot; the pot was covered with soot = poto linakutidwa ndi sideside;

siginecha\ma- (chiNgerezi) 1.signature; 2.autograph;

sika- negative subject concord for conjugated verbs with singular nouns of ka-ti class; kambuzi sikali pano = the little goat is not here;

-sikanafunika -needn't;

sikanthu nothing; expression: kwa iye ntchito iyi sikanthu (lit.: to him this job is nothing) = he is an expert in this job/ he will not find any difficulty in doing this job;

siketi (chiNgerezi) skirt;

sikidzi bed bugs;

sikilini (chiNgerezi) screen; pa sikilini ya TV pali nkhani = there is news on the TV screen;

sikilu\ma- (chiNgerezi) skill;

sikimu\ma- (chiNgerezi) scheme;

sikisi (chiNgerezi) six;

-sikisira 1.-aim at; iye wasikisira mtsikana uyo = he has aimed at that girl; 2.-desire ardently; 3.-be expectant; 4.-be confident;

sikono\ma- (chiNgerezi) scone;

Sikoti\a- (chiNgerezi) 1.Scot; 2.Scotchman;

Sikotilande (chiNgerezi) Scotland; ndi dzina la dziko lopezeka ku Ulaya = it is the name of a country in Europe;

siku- 1.negative subject concord for conjugated verbs with nouns in ku- class; kuimba sikuli pano = the singing is not here; 2.negative subject concord for conjugated verbs with nouns indicating locality in the ku- class; kunyumba sikuli anthu = at the house there are no people;

-sikula 1.-cud; 2.-chew;

sikuli 1.there is not; 2.there are not; sikuli anthu kunyumba = there are no people at the house;

sikuru\ma-(chiNgerezi) screw;

sikuta (chiNgerezi) scooter;

silabasi (chiNgerezi) 1.programme of study; 2.syllabus;

silabulo\ma-(chiNgerezi) syllable;

silipala\ma-(chiNgerezi) slipper;

silipasi\ma- (chiNgerezi) slipper;

-silira 1.-look at with pleasure; 2.-admire; 3.-be envious; 4.-have a high regard for;

-silirika m'mawonekedwe -be elegant; akusilirika m'mawonekedwe lero = she is elegant today;

-siliritsa -be envious; ali ndi mawonekedwe

osiliritsa = she looks enviously;
siliva (chiNgerezi) silver;
-simama (chiSwahili) -stop;
-simba 1.-be proud of someone; 2.-appreciate; 3.-commend; 4.-congratulate; 5.-cry up; 6.-praise; 7.-explain; simbira apolisi = (w)uza a polisi = report to the police; proverb:tsoka sasimba (lit.: you do not report misfortune/ tragedy) = if you say you are unfortunate, you are fortunate already; 8.-report; 9.-tell; simbani za moyo wanu = explain/ tell about your life (a way of greeting); 10.-speak; 11.-mention; 12.-narrate;
-simba lokoma 1.-be rich; 2.-be wealthy; 3.-be well to do; 4.-live well; 5.-live prosperously; 6.-benefit;
simba\a- (chiYao) 1.civet cat; 2.lynx; 3.lion;
simba\ma- shelter (for initiation instruction of young people); proverb: kuyatsa chichiri cha simba (lit.: burning the shelter at an initiation ceremony) = committing an unpardonable sin;
simbi\- iron; simbi zamagetsi ndi zokwera mtengo = electric irons are expensive;
-simbira 1.-report; 2.-explain; 3.-describe; 4.-narrate to someone;
-simbwa 1.-be bold to rashness; 2.-be daring; 3.-risk; 4.-be proud; 5.-act familiarly; 6.-act insolently; 7.-cavil; 8.-be careless; 9-be destructive; 10.-be foolhardy; 11.-be selfish;
-simira 1.-dry on fire; 2.-be brown by fire;
-simpha 1.-wait for; 2.-expect; 3.-be patient;
simsola\a- kind of bird;
simu- 1.negative subject concord for second person plural of verbs; simukuona = you are not seeing; 2.negative subject concord for conjugated verbs with nouns indicating locality in the mu -class; munyumba (m'nyumba) simuli (mulibe) anthu = in the house there are no people; 3.prefix of verbs in present habitual tense negative, in second person plural; simuphunzira = you usually do not learn; 4.prefix of verbs expressing near future negative, in second person plural; simuphunzira = you are not going to learn presently;
simuda- 1.prefix of verbs in past tense negative, in second person plural; simudapite = you did not go; 2.prefix of verbs in present perfect tense, in second person plural; simudapite = you have not gone;
simudali you were not (plural);
simudza- prefix of verbs expressing future negative, in second person plural; simudzaphunzira = you won't learn; simudzapita = you will not go;
simuku- prefix of verbs the present continuous tense negative, in second person plural; simukuphunzitsa = you are not teaching;
simuli 1.there is not; 2.there are not; simuli anthu m'nyumba = there are no people in the house;

3.you are not (plural) + location;
simumadziwabe 1.you still do not know; 2.you are off course;
simuna- 1.prefix of verbs in past tense negative, in second person plural; simunapite = you did not go; 2.prefix of verbs in present perfect tense, in second person plural; simunapite = you have not gone;
simunali you were not (plural);
simunali ndi 1.you had not (plural); 2.you were not with (plural);
simunati you did not say;
simunga- prefix of verbs in potential negative of second person plural; simungapite = you can't go/ you couldn't go;
simunka- prefix of verbs in past habitual tense negative, in second person plural; simunkapita = you never went;
simutha 1.you cannot afford; 2.you are unable;
-sina -pinch;
sindi- 1.negative subject concord for first person singular of verbs; sindikuona = I am not seeing; 2.prefix of verbs in present habitual tense negative, in first person singular; sindipita = I never go; 3.prefix of verbs expressing near future negative, in first person singular; sindipita = I am not going presently;
sindida- 1.prefix of verbs in past tense negative, in first person singular; sindidapite = I did not go; 2.prefix of verbs in present perfect tense, in first person singular; sindidapite = I have not gone;
sindidali I was not;
sindidza- prefix of verbs expressing future negative, in first person singular; sindidzapita = I won't go; sindidzakhala ku Zomba = I will not be in Zomba;
-sindika -emphasise a point;
-sindikiza 1.-print of books; 2.-publish; buku linasindikizidwa = the book was published; 3.-press down; 4.-brand (of cattle etc.); 5.-crush; 6.-push down;
-sindikiza ina/ inzake 1.-duplicate; 2.-xerox;
-sindikizanso mabuku -reprint books;
sindiku- prefix of verbs the present continuous tense negative, in first person singular; sindikuphunzira = I am not learning;
sindili I am not + location;
sindina- 1.prefix of verbs in past tense negative, in first person singular; sindinapite = I did not go; 2.prefix of verbs in present perfect tense, in first person singular; sindinapite = I have not gone;
sindinali I was not;
sindinali ndi 1.I had not; 2.I was not with;
sindinga- prefix of verbs in potential negative of first person singular; sindingapite = I can't go/ I couldn't go;

sindinka- prefix of verbs in past habitual tense negative, in first person singular; sindinkapita = I never went;

-sindira 1.-emphasise a point; 2.-press down;

sing'anga wa bodza 1.false doctor; 2.charlatan; 3.impostor;

sing'anga wa mano dentist;

sing'anga wa ukachenjede medical doctor;

sing'anga wa za maso 1.eye specialist; 2.oculist;

sing'anga wa zitsamba 1.herbalist; 2.traditional healer;

sing'anga wachikuda 1.African doctor; 2.traditional healer; 3.herbalist;

sing'anga wachizungu medical doctor (of modern/ Western orientation);

sing'anga wokhwima 1.witchdoctor; 2.traditional healer; 3.African doctor; 4.herbalist;

sing'anga woyenda pandege flying doctor;

sing'anga wozama pa zakubadwa kwa ana 1.physician specialised in midwifery; 2.obstetrician;

sing'anga\a- 1.medicine man; 2.magician; 3.sorcerer; 4.healer; 5.doctor (esp. traditional doctor); sing'anga wa mizimu, mizimu imamulotetsa = a traditional doctor is influenced by the spirits; mizimu imamulamulira iye = the spirits take control of him; sing'anga wa zitsamba = traditional doctor; 6.herbalist;

-singa galimoto -park a car;

singano yobayira wodwala 1.needle used for injection; 2.syringe;

singano\ma- 1.needle; 2.injection;

singo (chiSwahili) neck;

-sini 1.scandalous; 2.scene;

-sinika 1.-press with fingers; 2.-palpate; 3.-examine;

-sinira 1.-economise; 2.-dole out; 3.-share out in small amounts; 4.-spend less;

-sinja 1.-pound; 2.-beat small; 3.-bray as an ass;

-sinjira 1.-add groundnut flour to vegetables; 2.-exaggerate;

-sinjirira 1.-backbite; 2.-accuse; 3.-slander; 4.-calumniate; 5.-exaggerate; 6.-overstate;

sinjiro peanut butter;

-sinkha 1.-suggest; 2.-propose; 3.-eat only relish;

-sinkhasinkha 1.-conceive; 2.-contemplate; 3.-ponder; 4.-deliberate; 5.-vaccillate; akusinkhasinkha pakati pa kusudzula ndi kupitiriza ukwati wake = he vacillates between divorce and the continuation of his marriage; 6.-chew the cud; 7.-be sceptical; 8.-be dubious; 9.-be perplexed; 10.-visualise;

-sinkhitsa 1.-consider; 2.-think about; 3.-deem;

-sinkhuka 1.-be of age; 2.-come to thrive; 3.-grow up; 4.-reach the age of puberty; 5.-mature;

sinodi (chiNgerezi) synod; sinodi ya mipingo yonse ya chi Reformed = Reformed Ecumenical Synod (R.E.S.); ndi gulu la mipingo ya chi Calvin = it is a group of Calvinist Churches; Sinodi ya ku Dort = Synod of Dort (1618/ 1619);

-sinsiro -dusk; anapita kukamenya nkhondo kuli sinsiro = he went fighting at dusk;

-sintha 1.-change; iye anasintha maganizo = he changed his mind; 2.-alter; 3.-mute; malamulo akhoza kusintha = laws can be mutable; 4.-adjust; ndasintha chiuno cha andiloko yanga kuti indikwane = I have adjusted the waist of my skirt to fit me; 5.-innovate; 6.-commute; 7.-convert; abirimankhwe amadziteteza posintha mtundu wa thupi lawo = chameleons protect themselves by converting the colour of their body; 8.-exchange; 9.-swap; 10.-substitute; 11.-distort;

-sintha kolowera 1.-change direction; 2.-veer; 3.-swerve;

-sintha kopitirira 1.-change continuously; 2.-flux;

-sintha maganizo 1.-alter one's mind; 2.-deviate; 3.-retreat; 4.-change mind;

-sintha makhalidwe 1.-change attitude; 2.-change behaviour; 3.-change characters;

-sintha malo 1.-relocate; 2.-dislocate; 3.-displace; 4.-change places; 5.-move from one place to another; 6.-remove;

-sintha mawonekedwe 1.-change appearance; 2.-remode; 3.-restructure; 4.-get pale;

-sintha mbali 1.-change sides; 2.-defect;

-sintha mpaka mtsogolo 1.-delay until sometime in future; 2.-postpone;

-sintha ndalama -change money;

-sintha ndi 1.-replace with; 2.-change with; 3.-substitute;

-sintha pa kukonzanso 1.-recorrect; 2.-revise; 3.-rework;

-sintha zinthu zakale -modernise;

-sintha zovala 1.-change clothes; 2.-wear different clothes;

-sinthana 1.-exchange; 2.-change over; 3.-swap;

-sinthanitsa 1.-exchange; 2.-barter; 3.-swap;

-sinthasintha kawirikawiri 1.-fluctuate; 2.-be changing; 3.-be controversial; 4.-be unpredictable;

-sinthika 1.-vary; 2.-be affective; 3.-be impermanent;

-sinthika mosayenera -be changed in a bad way; mzinda wasinthikadi mosayenera chifukwa chake ukukopa mahule = the town has been changed in a bad way, hence it attracts prostitutes;

-sinthika moyipa -be changed in a bad way;

-sinthitsa 1.-substitute for; John anasinthitsa layimu ndi shuga = John substituted lime with sugar; 2.-

exchange; 3.-change with;
-sinthitsa mawu 1.-contradict oneself; 2.-gain stay;
-sinthitsana 1.-exchange; 2.-swap; 3.-barter;
-sinthula -pour out;
-sinthulira -pour into another bag/ container;
-sinula 1.-bite as rat; 2.-nibble;
-sinza 1.-doze; ogwira ntchito akusinza = the workers are dozing; 2.-slumber; 3.-be dizzy; 4.-drowse; 5.-snooze; 6.-have a nap;
-sinzitsa 1.-make sleepy; 2.-cause dozing; 3.-make dizzy;
-sipa -eat food (nsima) without relish; expression: lero tivina mosipa (lit.: today we will dance without relish) = we will dance without girl partners;
sipa- negative subject concord for conjugated verbs with nouns indicating locality in pa- class; panyumba sipali (palibe) anthu = at the house there are no people;
sipali 1.there is not; 2.there are not; sipali anthu panyumba = there are no people at the house;
sipanala\ma- (chiNgerezi) spanner;
sipeyala (chiNgerezi) spare parts;
sipoko\ma- (chiNgerezi) spoke;
sipokolo\ma- (chiNgerezi) spoke;
sipokosi (chiNgerezi) spokes;
sipolo (chiDatchi/ chiAfrikaans) 1.spoor; 2.track; 3.railway;
sipuni (chiNgerezi) spoon;
-sira 1.-be pitiful; 2.-be merciful; 3.-be compassionate; 4.-be lugubrious;
sira\a- cotton (drawn out to a fluffy head);
-sirira 1.-covet; usasirire = thou shalt not covet; 2.-desire; 3.-long for; 4.-yearn for; 5.-crave;
-siririka 1.-be desirabe; 2.-be attractive;
-siriza -display; anandisiriza zinthu zake = she displayed her belongings to me;
sisi\a- (chiShona/ chiNgerezi) sister; asisi anga amakhala ku Lilongwe = my sisters live in Lilongwe;
-sisima 1.-blubber; 2.-sob; 3.-have cold fever; 4.-go bad (esp. meat and fish); 5.-grizzle (esp.of children);
-sisita 1.-caress; 2.-massage; expression: uyu ukumusisita (lit.: you are massaging him) = you are not being strict on him; 3.-stroke; 4.-fondle; 5.-rub up; sisitani chibaliro/ chiberekero = rub up the uterus;
-sisita mashalubu 1.-rub beard; 2.-rub moustache;
-sisita mwachikondi 1.-stroke lovingly; 2.-fondle;
-sisita ndevu 1.-rub beard; 2.-rub moustache;
-sisitika 1.-grumble; 2.-grudge; 3.-be unwilling; 4.-be dilatory; 5.-complain;
-sita -iron; mabulukwa sanasitike = these trousers

are not ironed;
-sitalaka -strike;
sitampa\ma- (chiNgerezi) stamp;
siteji ya basi (chiNgerezi) 1.bus station; 2.bus depot;
siteni\ma- mother;
sitepe\ma- (chiNgerezi) 1.step; 2.footstep; 3.stairs;
sithembiso (chiNgoni) token gifts meaning trust or pledge exchanged by a boy and a girl who had fallen in love;
siti- 1.negative subject concord for first person plural of verbs; sitikuona = we are not seeing; 2.negative subject concord for conjugated verbs with plural nouns of ka-ti class; timbuzi sitili pano = the little goats are not here; 3. prefix of verbs in present habitual tense negative, in first person plural; sitiphunzira = we never learn; 4.prefix of verbs expressing near future negative, in first person plural; sitiphunzira = we are not going to learn very soon;
sitida- 1.prefix of verbs in past tense negative, in first person plural; sitidapite = we did not go; 2.prefix of verbs in present perfect tense, in first person plural; sitidapite = we have not gone;
sitidali we were not;
sitidza- prefix of verbs expressing future negative, in first person plural; sitidzaphunzira; we won't learn;
sitiku- prefix of verbs the present continuous tense negative, in first person plural; sitikupita = we are not going;
sitima ya m'madzi maritime vessel;
sitima ya nkhondo 1.battleship; sitima ya nkhondo ili ndi mfuti zazikulu = battleships have big guns; 2.man of war;
sitima ya pamtunda train;
sitima yonyamula malasha 1.ship carrying coal; 2.coal-ship; 3.collier;
sitima\- (chiNgerezi) 1.train; 2.ship; kutumiza katundu pa sitima = sending luggage by ship;
-sitimiza -burn with red-hot iron;
sitina- 1.prefix of verbs in past tense negative, in first person plural; sitinapite = we did not go; 2.prefix of verbs in present perfect tense, in first person plural; sitinapite = we have not gone;
sitinali we were not;
sitinali nawo 1.we were not with them; 2.we were not in the group;
sitinali ndi 1.we were not with; 2.we had not;
sitinga- prefix of verbs in potential negative of first person plural; sitingapite = we can't go/ we couldn't go;
sitinka- prefix of verbs in past habitual tense negative, in first person plural; sitinkapita = we

never went;

sitolo\ma- (chiNgerezi) 1.store; 2.shop; kodi sitolo iri kuti? = where is the shop?; 3.storage;

sitonkeni\- (chiNgerezi) 1.stockings; 2.socks;

siwa 1.abandoned house that belonged to a deceased person; 2.funeral house; 3.house where there is a dead body or funeral; adamva phokoso kuchokera m'siwa = he heard noise from the house where the dead body was;

siwetala\ma- (chiNgerezi) 1.sweater; 2.jersey;

-siya 1.-abandon; anasiya mkazi ndi ana ake = he abandoned his wife and children; 2.-abdicate; mfumu inasiya udindo wake = the king abdicated histhrone; 3.-stop; 4.-let alone; 5.-cease; tipita mvula ikasiya = tipita mvula ikatha = we will go when the rain ceases; 6.-exclude; 7.-renounce; anasiya khalidwe lake loipa = he renounced his bad behaviour; 8.-discard; anasiya zikhulupiriro zakale = she discarded old beliefs; 9.-discontinue; anasiya kugwira ntchito = they discontinued working; 10.-resign; 11.-depart; 12.-leave; musiyeni m'mbuyo = leave him behind; 13.-ditch; 14.-drop; 15.-omit; 16.-pass away; 17.-die;

-siya chikhulupiriro chakale 1.-give up old faith; 2.-recant old faith;

-siya chikole 1.-deposit; 2.-leave a collateral;

-siya chinthu pamalo 1.-deposit; 2.-pawn;

-siya chipani chako -defect one's party;

-siya dziko lake -defect one's country;

-siya katundu yense -abandon;

-siya kuchita 1.-refrain; 2.-abstain; 3.-avoid doing;

-siya kukodza pa mphasa -stop urinating in bed;

-siya kukonda 1.-stop loving; 2.-cease loving;

-siya kusamba pa mwezi 1.-stop having menstruation; 2.-have menopause; amayi ambiri amasiya kusamba akafika zaka makumi asanu = most women experience menopause at the age of fifty;

-siya kuwoneka 1-cease to appear; 2.-be invisible; 3.-lurk;

-siya kuyamwa 1.-stop suckling; 2.-stop breast feeding; 3.-wean;

-siya kuyamwa chala -stop thumb sucking;

-siya kuyenda 1.-be unmoving; 2.-stop moving; 3.-be immobile;

-siya m'mbuyo -leave behind; anandisiya m'mbuyo = he/she left me behind; adasiya galimoto m'mbuyo = he/she left the car behind;

-siya mkazi 1.-abandon a wife; 2.-divorce; anasiya mkazi wake = he divorced his wife;

-siya mphete -pay initial bride price;

-siya mpingo 1.-abandon; 2.-resign;

-siya mwadala 1.-leave deliberately; 2.-leave intentionally; 3.-leave on purpose; 4.-leave with an aim;

-siya mwana 1.-leave a baby; 2.-dump a child;

-siya mwatsoka -leave accidentally;

-siya ntchito 1.-resign; 2.-stop working; 3.-abandon;

-siya pa mphepo -leave in the lurch; mtsogoleri wake anamusiya pa mphepo = he was left in the lurch by his leader;

-siya padera 1.-allocate; 2.-allot; 3.-assign;

-siya padzuwa 1.-leave under the sun; expression:iye amusiya padzuwa (lit.: he has been left under the sun) = he has been put in trouble; 2.-dry by using the sun;

-siya pamtetete 1.-display; ndalama zake anangozisiya pamtetete = he displayed his money; 2.-be careless with one's property; 3.-put on open place;

-siya powonekera 1.-put on open place; 2.-display;

-siya pululu -leave wide open; chitseko chinasiyidwa pululu = the door was left wide open;

-siya uthenga 1.-leave a message; 2.-break a record;

siyala (chiArabic) celebratory gathering associated with the Mohammed's birthday;

-siyana 1.-make apart; 2.-part asunder; 3.-part; 4.-differ; tikusiyana mu zambiri = we differ in many things; 5.-be different; zinthu zosiyanasiyana = different things; ife ndi wosiyana = we are different; 6.-be dissimilar; 7.-be diverse; 8.-vary; njira/ kapangidwe kamasiyana nthawi zina = methods sometimes vary; zinthu izi zikusiyana = these things vary; maganizo ndi osiyana pa nkhani iyi = opinions on this matter vary;

-siyana chipembedzo 1.-be of different denominations; 2.-be of different religious affiliations;

-siyana m'maganizo 1.-differ in views; 2.-diverge in views; 3.-differ in opinion;

-siyana nthenga 1.-be different; 2.-be opposite;

-siyanasiyana 1.-be unlike; 2.-be different;

-siyaniranatu 1.-be contrary; 2.-be different;

-siyanitsa 1.-set apart; 2.-be comparative; 3.-compare; ana amapasa amavuta kuwasiyanitsa = it is hard to compare identical twin babies; 4.-separate; 5.-split; 6.-sort out; 7.-detach; 8.-disengage; 9.-discriminate; 10.-vary; 11.-differentiate;

-siyanitsa chabwino ndi choipa 1.-distinguish between good and bad; 2.-discern;

-siyanitsa chinthu ndi chinzake 1.-differentiate; 2.-distinguish;

-siyanitsa deya -winnow;

-siyanitsa zinthu 1.-distinguish; ndikovuta kusiyanitsa mapasa ofanana = it's hard to distinguish identical twins; 2.-disconnect; 3.-

separate;
-siyidwa 1.-be left; 2.-be abandoned; 3.-be marooned;
-siyidwa bwinja 1.-be derelict; 2.-be desolate;
-siyirana -hand over;
-siyirana mavuto 1.-leave each other in problems; 2.-leave each other in the lurch;
-siyirira 1.-connive; 2.-be complacent;
-siyitsa 1.-stop; 2.-deter; 3.-put off; 4.-daunt;
-siyitsa kuyamwa 1-stop breastfeeding; 2.-stop suckling; 3.-wean;
sizala\ma- / sizasi\- (chiNgerezi) scissors;
sizi- 1.negative subject concord for conjugated verbs with plural nouns in chi-zi class; zisoti sizili pano = the hats are not here; 2.negative subject concord for conjugated verbs with plural nouns in i-zi class; nyumba sizili pano = the houses are not here;
skapato (chiTumbuka) shoe;
skelem (chiAfrikaans) criminal;
-sochera 1.-get lost; 2.-go astray;
sochera\- swelling in the eye;
-socheretsa -lead astray;
-socheza 1.-mislead; 2.-lead astray; 3.-misinform;
-sodza 1.-fish; 2.-catch fish;
sodzapanja\a- adulterer;
-sodzeka 1.-be fishable; 2.-be caught (of fish);
sodzera\- youth;
-soka 1.-sew; mungandisokere malaya kodi? = could you sew a shirt for me?; 2.-mend; kusoka nsapato = mending shoes; 3.-seam; anasokerera chigamba ndi makina = he seamed the patch with a sewing machine; 4.-stitch; 5.-darn;
-soka chigamba -patch;
-soka mphasa 1.-make mat; 2.-be sick (fig);
-soka pong'ambika 1.-darn; 2.-mend;
-sokamika 1.-be sewn; 2.-drop into long grass;
-sokana -be concealed in grass;
-sokedwa 1.-be sewn; 2.-be mended;
-sokeka -be dropped into long grass;
sokera swelling in the eye lid;
-sokera 1.-get lost; 2.-be lost; 3.-go astray; 4.-deviate;
-sokera njira -lose one's way; tasokera = we have lost our way; njira zosokera = lost ways;
-sokerera -sew together;
-sokeretsa 1.-lead astray; 2.-be fallacious; 3.-mislead;
-sokeza 1.-drive into accustomed parts; 2.-be deceived; 3.-be betrayed;
soko\ma- blow;
-sokola 1.-swear at; 2.-pound; 3.-curse;
-sokoloka 1.-appear suddenly; 2.-force to come out unexpectedly;

-sokolotsa 1.-drive out; 2.-call from hiding place; 3.-reveal hidden/forgotten thing;
-sokonekera 1.-get lost; 2.-be disturbed; 3.-be mixed up; 4.-be confused;
-sokonekera bongo 1.-be insane; 2.-be mentally disturbed; 3.-be hysterical;
-sokoneza 1.-confuse/ -be confusing; John amakonda mafunso osokoneza mutu = John likes questions that confuse the head; akufuna kusokoneza mitu ya anthu = he wants to confuse peoples' mind; mafunso osokoneza = confusing questions; 2.-disturb; sokoneza mtendere = disturb peace; osamasokoneza = don't disturb; 3.-distort; usasokoneze mawu anga = don't distort my words; 4.-interrupt; osasokoneza! = don't interrupt; 5.-bewilder; 6.-blot; 7.-confound; 8.-derange; Mary wasokonezeka mutu = Mary is mentally deranged; 9.-destroy; adasokoneza mtendere wa dziko = they destroyed the peace of the country; 10.-divert; 11.-make mistake; 12.-mix; expression: maganizo osokoneza (lit.: mixed thoughts) = being confused; 13.-muddle; anasokoneza ntchito yanga = he muddled my work; 14.-perplex; musasokoneze nkhani = don't perplex the issue; 15.-rock; 16.-ruffle; 17.-scandalise/ -be scandalous; 18.-spoil; musasokoneze khalidwe lanu = don't spoil your image; 19.-stampede; mbiri yakuti chakudya chisowa inasokoneza anthu pogula chambiri = the rumour that there will be a shortage of food stampeded people into buying in bulk; 20.-subvert/ -be subversive; ayenera kuti amagulitsa zinthu zosokoneza anthu = he must be selling subversive materials; 21.-violate;
-sokoneza banja 1.-break marriage; zomwe akuchita achemwali anga akhoza kusokoneza banja lawo = what my sister is doing is likely to break her marriage; 2.-divorce; 3.-destroy marriage; 4.-confuse marriage;
-sokoneza katundu wa mnzako -misplace the other's belongings;
-sokoneza mpingo 1.-confuse the church; 2.-destroy the church;
-sokoneza mutu 1.-be shattering; nkhani yosokoneza mutu = shattering news; 2.-bc mixed up;
-sokoneza wina wake 1.-confuse someone; 2.-upset someone; 3.-fluster;
-sokoneza zinthu mwadala 1.-confuse things on purpose; 2.-mislead with a purpose; 3.-obfuscate;
-sokonezana 1.-hinder; 2.-confuse each other;
-sokonezedwa 1.-be confused; 2.-be disturbed; 3.-be puzzled; 4.-be perplexed;
-sokonezeka 1.-be disturbed; 2.-be confused; 3.-be broken; 4.-be perplexed; 5.-be distorted; uthenga

wosokonezeka = distorted information;
-sokonezeka m'maganizo 1.-be upset; 2.-be
confused;
-sokonezeka mutu -have delirium;
-sokonezeka ubongo 1.-be mentally disturbed; 2.-
be insane;
sokoni (chiSwahili) market;
-sokosa 1.-speak loudly; 2.-be noisy; 3.-make noise;
4.-brawl; 5.-disturb;
-sokosera 1.-sound; 2.-be loud; wailesi ikusokosera
kwambiri = the radio is very loud; 3.-yammer; 4.-
clamour; 5.-clatter; 6.-jangle;
-sokosetsa -make clamour;
sokosi\- (chiNgerezi) 1.socks; 2.stockings;
-sola -gin cotton by hand;
-soloka -die in great numbers;
-solola 1.-pull out; 2.-draw; anasolola mpeni
wakuthwa mchimake = he drew a sharp knife from
it's sheath; 3.-haul;
-solola khosi 1.-crane; 2.-stretch out neck;
-sololoka 1.-be revealed; 2.-come out; 3.-grow
magically; milomo yake idasololoka = his lips
grew/ came out; 4.-draw out; 5.-pull out;
-soma 1.-excrete; 2.-defecate; 3.-empty bowels; 4.-
chaff; 5.-banter;
-soma (chiSwahili) -learn; akusoma chiChewa = he
is learning Chichewa;
-someka -push in a pointed thing;
-somekera 1.-put in; anasomekera ndalamazo
m'thumba lake = he put the money in his pocket;
2.-pack to capacity; anasomekera chimanga
m'dengu = he packed the maize in the basket to
capacity; 3.-fill up;
-sompha 1.-carve; 2.-chisel; 3.-cut out of; 4.-adze
out;
sompho\a- chisel (for wood); sompho amasemera
mipini = a chisel is used for making hoe handles;
-somphokera -be attracted; akukhala ngati
wasomphokera kwa ine = she seems to be attracted
to me;
-somphola 1.-snatch away; 2.-elope;
-songera -bring on sickness;
songo\a- cobra;
-songoka 1.-be pointed; 2.-be sharp;
-songola 1.-sharpen; 2.-whet; 3.-hone;
songonono gravel;
songwe\a- 1.small flower bird; 2.honey bird;
-sonipa 1.-feel sorry; 2.-be sorry;
-sonjola 1.-swing; iye anasonjola = he swung while
holding a branch; 2.-marry unofficially;
-sonkha 1.-add; 2.-donate; 3.-subscribe; 4.-
contribute; 5.-make a contribution;
-sonkha moto 1.-light fire; 2.-kindle fire; 3.-start
something;

-sonkha msonkho 1.-collect tax; 2.-pay tax;
timasonkha msonkho wa galimoto = we pay car
tax;
-sonkhana 1.-assemble; 2.-collect (as people); 3.-
come in numbers; 4.-come together; 5.-congregate;
timasonkhana la Mulungu lililonse ku
mapemphero = we congregate every Sunday for
prayers; 6.-gather together; 7.-meet; 8.-mob;
-sonkhana pamodzi 1.-meet; 2.-gather; 3.-
converge; 4.-rally; 5.-come together; 6.-
congregate;
-sonkhanitsa 1.-collect; 2.-raise; tidakwanitsa
kusonkhanitsa ndalama zambirimbiri = we
managed to raise a large sum of money; 3.-gather;
adasonkhanitsa gulu = he gathered a crowd; 4.-
amass; 5.-assemble; 6.-congregate; 7.-convene; 8.-
call together;
-sonkhanitsanso 1.-collect again; 2.-recollect;
anasonkhanitsanso mabuku = she recollected the
books once again; 3.-regather; 4.-reassemble; 5.-
reconvene;
-sonkhenzera 1.-empower; 2.-enhance; 3.-put on
firewood; 4.-increase power;
-sonkherana 1.-contribute; 2.-cooperate;
-sonkhetsa 1.-collect; 2.-subscribe; 3.-donate to;
-sonkheza 1.-light a fire; expression: iwe
ukusonkheza pa nkhaniyi (lit.: you are lighting a
fire on this issue) = you are making the issue
worse/ you are complicating the issue; 2.-enhance;
-sonkheza nkhuni 1.-kindle the fire; 2.-fire up;
sontho 1.mouse/ small clever mouse; expression:
iwe ndiwe sontho (lit.: you are a small clever
mouse) = you are a person who interferes in the
affairs of others/ you rush to comment; anathawa
ngati mbewa ya sontho = he run away as if he is a
mouse; 2.cob of maize;
-sonthokera 1.-be attracted; adasonthokera kwa iye
= he was attracted to her; 2.-be pulled;
-sonya 1.-point to; 2.-point at; 3.-direct; 4.-indicate;
5.-show;
-sonyetsa 1.-disregard; 2.-be contumacious; 3.-cry
down; 4.-depreciate;
-sonyeza 1.-show; 2.-demonstrate; kusonyeza
kugwiritsa ntchito kwa makina = demonstrating
how to use the machine; 3.-signify; 4.-indicate; 5.-
appoint; 6.-assign; 7.-conduct; 8.-direct; 9.-guide;
10.-point out; 11.-construe; 12.-project; 13.-
display; 14.-manifest; 15.-conduct; 16.-introduce;
anasonyeza alendo = he introduced the visitors;
-sonyeza alendo -introduce guests; alendo
adasonyezedwa ku mpingo = the guests were
introduced to the church;
-sonyeza chimwemwe 1.-show joy; 2.-rejoice; 3.-
purr; 4.-express joy; 5.-celebrate; 6.-be pleased

pakati pawo = identify one among them; 2.-locate;

sonyeza kuti walakwiridwa 1.-be offended; 2.-be
provoked;

be indignant; 3.-be annoyed; 4.-be provoked; 5.-be
irritated;

errors; 3.-show tresspasses; 4.-be critical;

amasosa munda mofulumira = he clears the garden
quickly; 3.-cram (as chaff in a sack);

sosi (chiNgerezi) sauce; muthire sosi mu ndiwo =
you put sauce in the relish;

sosoka 1.-lose hair; 2.-fail; chipanicho chisosoka
pa chisankho = this party will fail in the election;

sosola 1.-shear; 2.-pluck; expression: kusosolana
nthenga (lit.: there is plucking each other's
feathers) = a very important thing is happening; 3.-
fecund; 4.-be fertile; mkazi wososola = a fertile
woman;

anything; 2.-want; Ambuye ndiye M'busa wanga,
sindidzasowa konse = the Lord is my shepherd, I'll
not want; 3.-be scarce; proverb: kusowa ngati
nyanga ya galu (lit.: be scarce like dog's horn) =
refers to someone who has been missing for a long
time, but has come back now; 4.-be in demand; 5.-
be unavailable; 6.-be needy; 7.-need; sindidzasowa
kanthu = I'll not need anything; 8.-be rare; 9.-miss;
10.-be devoid; 11.-be destitute; 12.-get lost; 13.-be
wrecked; sitima inasowa ku gombe losadziwika =
the ship was wrecked at an unknown harbour;

-sowa bwenzi 1.-lack a friend; 2.-be lonely; 3.-be
alone; 4.-lack a partner;

-sowa chidwi 1.-be disinterested; 2.-lack interest;
3.-be unconcerned;

-sowa chidwi pa chibadidwe 1.-have no interest;
2.-be not interested; 3.-be incurious;

-sowa chidwi pa chipembedzo 1.-lack religious
interest; 2.-be irreligious; 3.-show paganism;

-sowa chikhulupiriro 1.-lack faith; 2.-be faithless;
3.-lose heart;

-sowa chikondi 1.-lack love; 2.-be loveless; 3.-be
unfriendly;

-sowa chilungamo 1.-be dishonest; iye ndi wosowa
chilungamo = he is dishonest; 2.-be unfair; 3.-be
unjust;

-sowa chithandizo 1.-lack help; 2.-be single

-sonyeza chinthu - -sowa ufulu

handed; 3.-lack donation;

-sowa chochita 1.-be stranded; chifukwa chiyani
ukusowa chochita? = why are you so stranded?; 2.-
be helpless; 3.-be unworthy;

-sowa chonde 1.-be infertile; dothili ndi losowa
chonde = this soil is infertile; 2.-lack fertility; 3.-
fail to procreate;

-sowa chonena 1.-know not what to say; adasowa
chonena = he did not know what to say; 2.-be
mouthless; 3.-be speechless; 4.-be dry (fig.); 5.-be
tongue-tied;

-sowa danga 1.-lack time; sindinabwere chifukwa
ndinasowa danga = I did not come because of lack
of time; 2.-lack space;

-sowa khalidwe 1.-be ill-mannered; 2.-be stupid; 3.-
be of bad character;

-sowa kolowera 1.-get stuck; 2.-have nowhere to
go; 3.-be of bad character;

-sowa kudzikhulupirira 1.-lack self trust; 2.-lack
self-determination;

-sowa kumudzi 1.-miss home; 2.-lack home
village; 3.-long for home;

-sowa makhalidwe 1.-lack good behaviour; 2.-be
graceless; 3.-be ignoble; 4.-lack good manners;

-sowa malamulo otsogolera 1.-lack legal statutes;
2.-lack laws for leadership; 3.-have anarchy;

-sowa modzidzimutsa osaonekanso 1.-disappear
suddenly; 2.-disappear abruptly; 3.-vanish;

-sowa mphamvu 1.-lack authority; 2.-lack power;
3.-be powerless; 4.-lack strength;

-sowa mphondero 1.-be numerous; 2.-be a
multitude; 3.-be many; ku msonkhano kunali anthu
ochita kusowa mphondero = at the meeting there
were many people;

-sowa mtendere 1.-lack peace; 2.-have no peace;
3.-be uncomfortable; 4.-have no freedom; 5.-be
worthless;

-sowa mwayi 1.-be unlucky; 2.-have no chance; 3.-
be unfortunate; 4.-be unblessed;

-sowa ndalama ndi katundu 1.-lack money and
goods; 2.-be needy; 3.-be poor;

-sowa ndondomeko 1.-lack order; 2.-be not in
order; 3.-be miscellaneous;

-sowa ntchito 1.-have nothing to do; 2.-be jobless;

-sowa nzeru 1.-lack wisdom; 2.-be foolish; 3.-be
blind (fig.); 4.-lack intelligence;

-sowa phazi -visit rarely; iye wasowa phazi pa
mudzi pano = he visits our village rarely;

-sowa pogwira 1.-lack support; 2.-be stranded; 3.-
be bankrupt; 4.-be jobless;

-sowa thandizo 1.-lack support; 2.-be stranded; 3.-
lack donation; 4.-lack help;

-sowa ufulu 1.-have no freedom; 2.-be
uncomfortable; 3.-be troubled; 4.-lack peace;

-sowa ulemu kwa mabungwe 1.-be not considered;
2.-be irreverent;
-sowa zakudya m'thupi 1.-lack food; 2.-be
malnourished; 3.-suffer malnutrition;
-sowa zofunika 1.-lack important things; 2.-be
deficient; 3.-be poor;
-sowa zofunikira pa moyo 1.-lack necessities of
life; 2.-lack human needs; 3.-be destitute;
-soweka 1.-be missed; 2.-be needed; 3.-lack; 4.-be
needy; 5.-be deficient;
-soweka chikoka 1.-be unattractive; 2.-be inelegant;
3.-be uninteresting; 4.-be boring;
-soweka ubwino ndi chisomo 1.-be ungracious; 2.-
be inelegant;
-sowetsa 1.-smuggle; 2.-lose; ndasowetsa
cholembera changa = I have lost my writing
material; 3.-misplace;
-sowetsa mphamvu 1.-hamstring; 2.-neutralise; 3.-
make powerless;
-sowetsa mtendere 1.-give no peace; 2.-make
trouble; 3.-disturb; udzudzu umasowetsa mtendere
wa tulo = mosquitoes disturb sleep; 4.-persecute;
5.-be pesky; 6.-be noisesome; 7.-be nervous;
-sowetsa mwa matsenga 1.-miss by sorcery; 2.-
disturb magically; 3.-be magical;
-sowetsa ndalama 1.-steal money; 2.-divert money;
3.-embezzle money; 4.-peculate money;
-sowetsetsa 1.-be devoid; 2.-be destitute; 3.-be
scarce; 4.-be missing a lot;
sowo\- (chiNgerezi) saw; sowo iyi = this saw;
-sozela -catch for;
su- 1.negative subject concord for second person
singular of verbs; sukuwona = you are not seeing;
2.negative subject concord for conjugated verbs
with singular nouns in mu -mi class; mpando suli
pano = the chair is not here; 3.negative subject
concord for conjugated verbs with nouns of u-
class; ufa suli pano = the flour is not here; 4.prefix
of verbs in present habitual tense negative, in
second person singular; supita = you won't go;
5.prefix of verbs expressing near future negative,
in second person singular; suphunzira = you are
not going to learn soon;
suda- 1.prefix of verbs in past tense negative, in
second person singular; sudapite = you did not go;
2.prefix of verbs in present perfect tense, in second
person singular; sudapite = you have not gone;
sudali you were not (singular);
sudza- prefix of verbs expressing future negative, in
second person singular; sudzapita = you won't go;
-sudzula -divorce with mutual agreement of
families;
-sukidwa 1.-be cleaned; 2.-be washed;
-sukira 1.-be distasteful; 2.-be used for washing;

suku- prefix of verbs the present continuous tense
negative, in second person singular; sukupita =
you are not going;
suku\ma- sweet apple like fruit with many thick
stones; expression: kudyera anthu masuku pa mutu
(lit.: eating sweet apple from someone's strength)
= benefitting from someone;
sukulu imene si ya boma private school;
sukulu ya ana a ang'ono 1.nursery school; 2.pre-
school; 3.creche; 4.kindergarten; 5.play group;
sukulu ya mbuu school for the deaf;
sukulu ya mkaka 1.nursery; 2.kindergarten; 3.play
group;
sukulu ya tiana 1.kindergarten; 2.creche; 3.play
group; 4.pre-school;
sukulu ya ukachenjede 1.university; 2.college;
sukulu ya ukachenjede wa ubusa ya Justo Mwale
ya ku Lusaka = Justo Mwale Theological College
(J.M.T.C.) in Lusaka;
sukulu yakwacha literacy school;
sukulu yogonera boarding school;
sukulu yogonera komweko boarding school;
sukulu yomwe unaphunzirapo 1.alma mater (lit.:
the school where you studied); 2.previous school;
3.former school;
sukulu za umisili 1.school for vocational training;
2.institute for the training of artisans;
sukulu\ma- (chiNgerezi) school; sukulu imene
inakhazikitsidwa = the school that was founded;
-sukuluka 1.-fade; 2.-lose originality; 3.-be
tasteless; 4.-lose colour; 5.-be powerless;
-sukulutsa 1.-dilute; 2.-defile; 3.-detaste;
-sukuniza -dandle; mukasukuniza mwanayo mwina
aleka kulira = if you dandle the baby it might stop
crying;
-sukusa 1.-resume a journey; 2.-incubate (the case
of an egg); 3.-go bad (of an egg); 4.-be rotten; 5.-
be putrid;
-sukusika 1.-go bad of an egg; 2.-be rotten;
-sukusula 1.-wash the face; 2.-eat much delicious
meal than before;
-sukusula m'maso -wash the face;
-sukwasukwa 1.-move quickly; 2.-move with
anxiety; 3.-be in haste;
-sula 1.-beat out iron; expression: abambo aja
awasula (lit.: that gentleman has his iron beaten
out) = he has been made fertile by traditional
medicine; 2.-hammer out; expression: sula mwana
(lit.: hammer out a child) = educate a child in good
manners/ inculcate good character; 3.-sharpen; 4.-
remove sterility; 5.-make someone productive
through traditional medicine;
suli you are not (singular) + location;
-suliza 1.-criticise (in bad spirit); 2.-be dissatisfied;

3.-refuse; Mary anasuliza kanthu kali konse =
Mary refused to receive anything;
-suluka 1.-fade out; expression: Rose wasuluka (lit.:
Rose has faded out) = she is not looking beautiful
anymore; 2.-be valueless; 3.-lose originality; 4.-
lose colours;
-sulumula 1.-chide; 2.-rebuke; 3.-censure; 4.-scorn;
5.-reprimand; 6.-admonish;
-suma 1.-look for food from someone; anasuma
khomo (lit.: he looked for food at another
houseplace) = he got food from another household;
2. -visit in search of company or to buy something;
anasuma khomo lina = he got food from another
household; 3.-buy food in time of scarcity; 4.-
obtain; anasuma chakudya pa nthawi yosowa icho
= she obtained food in the time of scarcity; 5.-beg
because of hunger; 6.-complain; 7.-sue;
-sumba 1.-head a ball; 2.-butt;
-sumbana 1.-bump heads; 2.-collide; 3.-hit one
another; 4.-crash;
-sumbitsa -dash against;
-sumbudzuka 1.-crumble; expression: iye
wasumbudzuka (lit.: he has crumbled) = he has run
out of cash; 2.-come off (by wear and tear); 3.-be
scrapped;
sumbulele\ma- umbrella;
-sumira mlandu 1.-summon; 2.-sue; anandisumira
chifukwa choukira = I was sued because of my
rebellious acts;
-sumulula 1.-correct (by reproof); 2.-rebuke;
suna- prefix of verbs in past tense negative, in
second person singular; sunapite = you did not go;
2.prefix of verbs in present perfect tense, in second
person singular; sunapite = you have not gone;
sunali ndi 1.you had not (singular); 2.you were not
with;
-sunama -compress (of the lips);
sundwe\- 1.multitude; 2.surplus; proverb: kufula
sundwe ndi nzeru (lit.: having surplus in the
granary is intelligence) = good management of
business makes profits/ wisdom pays;
-sunga 1.-save; proverb: sunga khosi mkanda
woyera udzavala (lit.: save the neck you will wear
white beads) = if you are looking for success, be
patient; expression: phukusi la moyo umasunga
wekha (lit.: the packet of life is saved by yourself)
= you have to take care of yourself; 2.-keep;
ndimakonda kusunga tsitsi lalitali = I like to keep
long hair; mutisunge ife m'moyo wosatha = keep
us in eternal life; sunga pofundira = keep warm;
3.-maintain; sunga mfundo zako = maintain your
stand; 4.-protect; Mulungu atisunge = may God
protect us; 5.-preserve; 6.-look after; kodi mu li ndi
achibale amene angakusungeni kuno? = do you

have relatives who can look after you here?; 7.-
supervise; 8.-spare; kholo limene limakonda
mwana limakwapula mwana = spare the rod and
spoil the child; 9.-set aside; 10.-contain; 11.-store;
sunga chakudyachi = store this food; 12.-reserve;
13.-pastor; 14.-host;
sunga- prefix of verbs in potential negative of
second person singular; sungapite = you can't go/
you couldn't go;
-sunga agalu a mphamvu 1.-keep strong dogs; 2.-
be husky;
-sunga chifukwa 1.-earmark; 2.-keep grudges;
-sunga chinthu ncholinga 1-save something with
an aim; 2.-save with a purpose; 3.-save with a
reason; 4.-earmark;
-sunga gulu pamodzi 1.-assemble; 2.-converge
together; 3.-gather together;
-sunga khosi 1.-persevere; 2.-preserve; proverb:
sunga khosi mkanda woyera uvala (lit.: preserve
your neck, you will wear white beads) = be patient,
and possibly work hard, you will have your happy
days in future (encouragement to endure troubles);
3.-be patient; 4.-withstand in hard times;
-sunga maganizo 1.-keep thoughts; 2.-keep in
memory; 3.-keep grudge; 4.-have no say;
-sunga mumtima 1.-memorise; 2.-store in heart;
-sunga mwachinsinsi 1.-keep in secret; 2.-keep
unexposed; 3.-hush; 4.-keep veiled; 5.-be private;
-sunga mwambo 1.-keep tradition; 2.-be
disciplined; 3.-keep culture;
-sunga mwana 1.-adopt child; 2.-nurse a child; 3.-
care for a child; 4.-look after a child;
-sunga ndalama 1.-save money; 2.-keep in safe; 3.-
store money; 4.-bank money;
-sunga ndalama ku banki 1.-save money in a
bank; 2.-deposit money; 3.-bank money;
-sunga pofunda -keep warm;
-sunga pozizira 1.-keep by freezing; 2.-ice; 3.-keep
cool; 4.-keep in cold place;
-sunga zoipa za wina 1.-harbour grudge against
someone; 2.-keep in mind someone's trespasses;
-sungidwa 1.-be admitted; muyenera kusungidwa
kuchipatala = you have to be admitted to the
hospital; 2.-be kept; 3.-be stored; 4.-be reserved;
5.-be booked;
-sungidwa kosafika uthenga 1.-keep the farthest;
2.-be incommunicable;
-sungidwa kutali 1.-store away; 2.-store at a secret
place; 3.-be incommunicable;
-sungira 1.-conserve; ine ndimalephera kukumba
malo osungiramo madzi = I fail to dig a place
where I can conserve water; proverb: kupatsa
nkusunga (lit.: giving is keeping) = when you give
something to someone it does not mean wasting,

you will later get it back; 2.-care; 3.-care for; 4.-look after; 5.-cherish; 6.-stock;

-sungirana mangawa 1.-keep hatred; 2.-continue disliking one another;

-sungitsa bata 1.-keep peace; 2.-keep order; 3.-police; 4.-stabilise;

-sungitsa mwambo 1.-keep tradition; 2.-discipline; 3.-keep culture;

sungu sore throat;

-sungulumwa 1.-be lonely; 2.-be reserved; 3.-feel boredom;

-sungunuka 1.-be melted; 2.-melt away; 3.-dissolve; 4.-resorb; 5.-disappear;

-sungunula 1.-melt; 2.-dissolve; 3.-turn to liquid;

-sungunula madzi owuma 1.-melt frozen water; 2.-de-ice;

-sungunula ndi madzi 1.-dilute with water; 2.-melt with water;

sungwi\- bamboo used for the weaving of baskets and furniture;

sunka- prefix of verbs in past habitual tense negative, in second person singular; sunkapita = you never went;

-sunsa -dip as nsima into relish;

-suntha 1.-alter; 2.-shunt; sitima inasunthira njanje ina = the train shunted to another rail; 3.-displace; 4.-step; 5.-change place; 6.-move;

-suntha chamtsogolo 1.-propel; 2.-move forward; 3.-make lithe;

-suntha mosavuta kwa mnofu 1.-be gymnastic; 2.-be lithe; 3.-be limber;

-suntha msanga 1.-shift fast; 2.-move fast;

-suntha mwendo -walk (lit.: -move the leg);

-sunthidwa 1.-be shifted; 2.-be moved; 3.-be unstable; 4.-be tempted; 5.-be unsettled; 6.-be shaken;

-sunthira pena 1.-shunt; 2.-change position/ place;

-sunthiza 1.-shift; 2.-come near;

-supa (brief sound) 1.-reward for good work/ dance; 2.-bestow; 3.-give a reward; 4.-confer;

supa (long sound) magical gourd;

supa\- magical gourd (usually smeared with castor oil) and used for divination exercise;

supu (chiNgerezi) soup; expression: choka supu (lit.: the soup is gone) = the thing loses its importance/ it fades out;

supu wa vinyo dregs of wine;

-supuka 1.-get scratched; 2.-get scrapped; 3.-get skin off;

-supuka m'mimba 1.-open bowels; 2.-defecate; 3.-start diarrhoea;

-supula 1.-abrade; 2.-chafe; 3.-scrape; anasupula bondo kuchipupa = he scraped his knee against the wall; 4.-peel; expression: wandisupula (lit.: you

have peeled off my skin) = you have aroused bad temper; 5.-decorticate; 6.-unskin; 7.-peel; 8.-remove the skin; 9.-attack; zinthuzi zinandisupula m'mtima = these things attacked me in the heart;

supuni laling'ono teaspoon;

supuni wamkulu tablespoon;

supuni\ma- (chiNgerezi) spoon;

-susa -dip in sauce; anasusa mbamu ya kondoole mu chigwada = he dipped the piece of cassava in a sauce made of made cassava leaves;

susha 1.rich person; 2.noble person;

-susuka 1.-be greedy; 2.-be unsatisfied; 3.-be gluttonous;

-susula 1.-eat breakfast; 2.-chafe; 3.-scrape; 4.-scratch;

-susumwitsa 1.-astonish; 2.-be curious; 3.-be wonderful; 4.-surprise; 5.-be mighty;

-susutika -be sick (usually for a long time, without being helped);

-susuza 1.-dandle; analephera kususuza mwana = she failed to dandle the baby; 2.-soothe; 3.-take care of; 4.-condole;

-suta 1.-smoke; 2.-draw in smoke;

-suta fodya -smoke tobacco;

-suta fodya kosalekeza 1.-chainsmoke; 2.-be addicted to smoking;

-suta fodya wamkulu -smoke indian hemp/ marijuana;

suti\- (chiNgerezi) suit; onse avala suit = all are in suits;

-sutula 1.-denude; 2.-uncover; 3.-expose;

-sutuza -shift; ndithandize kusutuza kamali ndikufuna kusesa = help me to shift the bed I want to sweep the floor;

-suwa 1.-peel off; 2.-cast (the skin as a snake);

suweji (chiNgerezi) sewage;

-suza 1.-drain; 2.-filter; 3.-brew;

suzgo\ma- (chiTumbuka) 1.problem; 2.trouble;

-suzumira 1.-peep; osasuzumira pa zenera = don't peep through the window; expression: wakasuzumira anthu (lit.: he has gone to peep at people) = he pays a very short visit; 2.-glimpse; 3.-steal a look; 4.-peek; 5.-sneak;

-swa 1.-break; expression: dzuwa linaswa mtengo (lit.: the sun broke the tree) = the sun shone intensely; 2.-break into pieces; 3.-break limbs; 4.-shatter; anaswa kapu = he shattered the cup; 5.-destroy; 6.-dissipate; 7.-break the law; 8.-break tradition; 9.-crack; expression: iswa mutu (lit.: crack one's head) = think very hard over a problem; 10.-burst; 11.-smash; anaswa galasi = she smashed the glass; 12.-rupture; kuswa nsapo ya madzi = rupturing the membranes; 13.-contravene; atate anga anaswa lamulo losungira magalimoto =

my father contravened the law for maintaining
cars; 14.-bear youngs; 15.-calve; ngombe yaswa =
the cow has calved; 16.-give birth; ng'ombe
zikhala zitaswa = the cows will have given birth;
17.-farrow; kuswa ngati nkhumba = farrowing like
a pig;

-swa bango/ bano -reach adulthood; expression:
msungwana waswa bango (lit.: the girl has broken
the last reed to strengthen the mat) = the girl has
grown up and is ready for marriage;

-swa lamulo 1.-break the law; 2.-defy the law;
kuswa malamulo a Mulungu = defying the laws of
God; 3.-disobey the law;

-swa mazira pa makina -incubate with a machine;

-swa mazira pofungatira 1.-incubate; 2.-hatch;

-swa mtedza 1.-shell groundnuts; 2.-crash nuts;

-swa mutu 1.-confuse oneself; 2.-muddle; 3.-
displace;

-swacha mano 1.-brush teeth; 2.-clean teeth;

-swana 1.-breed (animals); 2.-multiply; 3.-increase
in number; 4.-fight;

-swanya 1.-break into pieces; 2.-crash; 3.-crush;
amaswanya miyala ndi kugulitsa m'mbali mwa
nsewu = they crush stones and sell along the roads;
4.-shatter;

-swanyika 1.-be broken; kalilole wanga
waswanyika = my mirror is broken; 2.-be dashed;

swazi\ma- whip;

-sweka 1.-crack (as a pot in cooking); 2.-crash; 3.-
be dashed; 4.-be delicate; 5.-be fragile; 6.-be
broken; 7.-be wrecked;

-swera 1.-break; 2.-cease for a time; 3.-spend time;
4.-spend all day; expression: lero ndaswera (lit.:
today I have spent all day) = I have stayed without
food today; 5.-hatch;

-syasyalika 1.-deceive by not fulfilling a promise;
2.-be crooky;

-syiza -leave some;

T

ta of (indicating possession, in between a plural
noun of the ka-ti class and another noun); timbuzi
ta akazi = the little goats of the women;

ta- 1.prefix of verbs in present perfect tense, in the
first person plural; taphunzira = we have learnt;
2.prefix for verbs in emphatic positive imperative;
tabwerani! = come please!; tapitani! = go please!;

-ta- verbal infix indicating 'after'; ng'ombe zitapita
= after the cows had gone; titaphunzira = after we
had learnt;

-tadza -fail;

tadzani pafupi! come near!;

tadzani! 1.descend!; 2.draw near!;

-tafula 1.-deride; 2.-despise openly; 3.-be reckless
in speech; 4.-be unfriendly in speech; 5.-boast;
akutafula za galimoto yake = he is boasting about
his car; 6.-brag; 7.-harvest honey;

-tafuna 1.-chew the cud; 2.-ruminate; 3.-masticate;
musameze musanatafune = do not swallow before
you masticate; 4.-munch;

-tafuna mofulumira 1.-chew fast; 2.-search
quickly; 3.-look for something immediately;

-tafuna moliza kamwa 1.-eat audibly; 2.-eat
soundly; 3.-crunch;

-tagalala -stretch out legs;

-tailira 1.-be careless; 2.-let free; sibwino kutailira
chiwongolero cha njinga = it's not good to let free
the steering of the bike; 3.-care free; 4.-pay less
attention;

-takasuka 1.-grow fast; 2.-be free; thupi limafuna
mphamvu kuti likhale lotakasuka = the body needs
strength to be free; 3.-live comfortably; tidzakhala
motakasuka = we will live comfortably;

-takata 1.-be broad; expression: uyu watakata zedi
lero (lit.: he is really broad today) = he has made
much money out of his business; 2.-be wide;
msewu wotakata (*Mateyu* 7: 13) = wide road
(*Matthew* 7:13) ; 3.-be big; 4.-be chubby; 5.-be
commodious; 6.-be spacious; nyumba yotakata =
spacious house; 7.-stir; 8.-play cards without
scoring a point; 9.-sell a lot of goods within a short
period;

-takataka 1.-work; 2.-be free; 3.-wriggle; 4.-be
busy;

-takatira -gain over someone;

-talamuka -be boastful;

talasada\ma- panga-knife;

-tali 1.far; 2.tall; mtengo wautali = a tall tree;
3.high; ika patali = make higher; 4.long; pali
mtunda wautali kukafika kunyumba kwathu =

there is a long distance to reach our home; 5.far away; ulendo wautali = a far journey; ndikutali ndithu = it is really far; amayenda mtunda wautali = he goes far; nkutali ndi ku Zomba = it is far from Zomba; ulendo wautali = a far journey; maulendo a atali = far journeys; kutali = very far;

-talika 1.-grow magically; afiti anadzionetsera chifukwa cha milomo yawo yotalika = the witches betrayed themselves because of their growing lips; 2.-grow tall; 3.-get long; 4.-be distant; 5.-be far; 6.-be dejected; 7.-commensurate;

-talikana 1.-be far apart; nyumba ziwiri zatalikana mamitala 500 = the two houses are 500 metres apart; 2.-be at a distance; 3.-increase distance;

-talikira 1.-go far; 2.-go downwards; 3.-be transcendent;

-talikitsa 1.-make long; 2.-make tall; 3.-lengthen; anatalikitsa nkhani kwambiri = he lengthened the story unnecessarily; mlimi anatalikitsa chingwe = the farmer lengthened the rope; 4.-elongate; 5.-be long-winded; 6.-increase in length; 7.-extend;

-talikitsa manja -be an able person;

-talikitsa njira 1.-elongate way; 2.-go round;

-talikitsa nkhani 1.-make a story long; 2.-beat about the bush;

-talikitsa nyengo -prolong;

-talikitsa pokoka 1.-elongate; 2.-prolong; 3.-lengthen;

-talikitsa zala 1.-steal (lit.: -lengthen the fingers); m'bale wake anatalikitsa zala = his brother is a robber; 2.-pinch; 3.-pilfer;

-tama 1.-be sure; 2.-boast; 3.-count on one; 4.-depend on; 5.-brag; 6.-praise; 7.-honour; 8.-give respect;

tama\ma- 1.pride; mkazi adali ndi matama a nkhukutembo = the woman was as proud as a turkey; 2.arrogance; 3.conceit; 4.self-importance;

-tamanda 1.-boast; 2.-commend; 3.-congratulate; 4.-exalt; akutamanda Mulungu = they are exalting God; 5.-thank; 6.-praise; tamandani Chauta inu a mitundu ya anthu = praise the Lord all nations; 7.-glorify; 8.-worship; 9.-adore; 10.-recommend;

-tamandika 1.-be praised; 2.-be worthy of praise; 3.-be commendable; ntchito yotamandika = commendable job; 4.-be exalted;

-tamandira 1.-praise; tamandirani Chauta! = praise God!; 2.-exalt; 3.-recommend;

-tamanditsa 1.-be proud of someone; 2.-eulogise;

tamando\ma- 1.praise; 2.exaltation;

-tamba 1.-spread; mtoliro watamba munda wonse = potato leaves are spread over the whole garden; 2.-creep; 3.-do charm; 4.-dance (refers to a nightly dance by a group of witches); 5.-fly magically; mfiti zinakatamba ku Zambia = the witches flew

magically to Zambia; 6.-do witchcraft; 7.-capture;

tambala wakuda 1.black cock; 2.hunger;

tambala\a- 1.cock; expression: m'mawa ndigwira tambala kukamwa (lit.: tomorrow I will grab the cock by the beak) = to get up before the cock crows/ to be early; proverb: tambala wakuda timuphe asalowenso m'khola (lit.: the black cock should be killed, it should not enter the chicken house again); 2.rooster; 3..coin (one hundredth of a kwacha);

-tambalala 1.-stretch; 2.-be stretched; ali tambalale miyendo = his legs are stretched; 3-sit down with legs straight (esp. on mat); 4.-be comfortable;

-tambalitsa 1.-extend; 2.-stretch out;

-tambaliza 1.-answer; 2.-reply;

-tambalizika -speak loudly;

-tambasula 1.-stretch (out); anatambasula mwendo = he stretched his leg; pa nthawi ya mapemphero matupi awo anali opindika koma atapemphera anatambasula = during the prayers their bodies were bent but after it they were stretched; 2.-unfold; anatambasula pepala = he unfolded the paper; 3.-unroll; 4.-open; he opened the book = anatambasula buku; 5.-explain; anatambasula nkhani = he explained the story; 6.-extend;

-tambatamba 1.-grow wildly; 2.-spread of creeping crops; mtoliro watambatamba m'munda wonse = the potato-leaves have spread in the whole garden; 3.-do witchcraft; 4.-walk about at night magically;

tambe\a- 1.small clever mouse; 2.champion; proverb: phukusi la tambe amatambasula ndi tambe yemwe (lit.: a bundle of a champion can be loosened only by the same champion) = call a thief to catch a thief/ accept that some work is best done by specialised persons;

-tambira -bewitch;

tambula\ma- (chiNgerezi) 1.tumbler; 2.glass; tambula ya madzi = glass of water; 3.chalice; 4.goblet;

-tambuza 1.-distress; 2.-be difficult;

tambwali\a- 1.crook; 2.swindler; 3.deceiver; 4.villain; 5.offender; 6.law-breaker; 7.scoundrel; 8.rascal;

-tamilira 1.-exaggerate; 2.-overstate; 3.-be boastful;

-tamira (chiTumbuka) 1.-rely on; uyenera kutamira Mulungu mu zonse = you should rely on God in everything; akudzitamira = he relies on himself; 2.-depend on; 3.-be staunch; 4.-be proud; 5.-be sure; 6.-get drowned;

-tamira chuma 1.-depend on prosperity; 2.-be rich; 3.-be wealthy;

-tamira matsenga 1.-rely on sorcery; 2.-depend on magic;

-tamira Mulungu 1.-rely on God; 2.-praise God;

-tamira nyanga -rely on witchcraft;
tamo\ma- 1.dewlap; 2.praise;
-tamuka 1.-draw out; 2.-stretch out; 3.-be stretched;
4.-be elastic; nsima ya ufa wa chinangwa ndi
yotamuka = cassava flour nsima is elastic; 5.-be
flexible;
-tamula 1.-mention; 2.-pronounce; 3.-announce; 4.-
call;
-tamulidwa kale 1.-be aforesaid; 2.-be pre-
pronounced; 3.-be already mentioned;
-tanda -carry (of load tied to a pole by two people);
tandaliyenda\a- mobile person;
tandaubwe\a- 1.spider; 2.spider web;
-tandaza 1.-postpone; 2.-reschedule; 3.-spread;
-tandazika -postpone;
-tang'adza 1.-stretch out legs; 2.-walk with legs
wide apart;
-tang'adza miyendo; -open legs;
-tanga of same age;
-tangadzira 1.-put legs apart; expression: iye
watangadzira zonse (lit.: he has put his legs apart
on everything) = he has monopolised everything;
2.-stretch legs apart;
-tangalala (chiTumbuka) -stretch out legs;
sindingathe kutangalala = I can't stretch out my
legs;
-tanganidwa 1.-be busy; 2.-be cumbered; 3.-be
engaged; 4.-be ding something; 5.-be occupied; 6.-
have no free time to relax; 7.-panick;
-tanganza 1.-stretch; 2.-extend;
tangoganizani! just think!
-tangwanika 1.-be busy; expression: kutangwanika
ngati njuchi (lit.: as busy as a bee) = said of
someone who has no time to rest; 2.-be occupied;
-tani? which? (int. pron.); ulendo wotani = which
journey?; mukufuna chipinda chotani? = which
room do you want?;
-tanimpha 1.-be distant; 2.-be far apart; 3.-be far
away;
tankhuli good relish (e.g. meat); mukadya inswa
mumati mwadyera tankhuli = if you eat flying ants
you can say that you have eaten real relish;
-tansa 1.-stretch a limb; expression: masiku ano
watansa zedi (lit.: these days he has stretched a
limb) = at present he is more comfortable than
before; 2.-be comfortable;
-tansula -stretch a limb;
-tantha 1.-climb (as a monkey from branch to
branch); 2.-bridge over; 3.-cross (along as monkey
from branch to branch); 4.-direct; 5.-balance;
expression: lero ndinakumana ndi mtantha palumo
(lit.: today I met the one who balances on the razor
blade) = I met an unfaithful person/ a sneaky
person;

-tanthalika -bridge over,
-tanthauza 1.-mean; muli kutanthauza chiyani? =
what do you mean?; 2.-construe; 3.-intend;
ndikutanthauza kuti iwe wekha upite = I intend
you only to go; 4.-signify; kodi phokoso
likutanthauza chiyani? = what does this noise
signify?; 5.-denote; 6.-interpret;
-tanthauza zambiri 1.-mean more things; 2.-signify
a lot of things;
-tanthauzira 1.-give meaning; tanthauzira nkhani =
give the meaning of the story; 2.-interpret; 3.-
expound; 4.-comment; 5.-construe; 6.-translate;
-tanthauzira chimodzimodzi 1.-be literal; 2.-give
denotative meaning;
-tanthauzira mawu posawonjezera 1.-take words
in their obvious sense; 2.-be literal;
tanthauzira miyambo -interpret tradition;
tanthauzo la pamwamba 1.simple meaning;
2.obvious meaning;
tanthauzo lenileni 1.real meaning; 2. exact
meaning; 3.genuine meaning; 4.true meaning;
5.gist;
tanthauzo lenileni la mawu 1.literal meaning of a
word; tanthauzo lenileni la Malembo Oyera = the
literal sense of the Holy Scriptures; 2.exact
meaning of a word;
tanthauzo lobisika la uzimu secret mystical
meaning; anthu akuda amakhulupirira tanthauzo
lobisika la mphamvu ya uzimu = mystical power
prevails among Africans;
tanthauzo lozama 1.deep meaning; 2.real
significance;
tanthauzo\ma- 1.meaning; tanthauzo la liwu = the
meaning of a word; 2.significance;
3.interpretation; 4.import; tanthauzo la mawu ake
= the import of his words;
-tanthula 1.-divide; 2.-separate; 3.-split;
-tanuka 1.-be elastic; 2.-be stretchy;
-tanyula 1.-put legs apart; 2.-stretch;
-tanzira 1.-put legs apart; 2.-stretch legs;
taona!/ taonani! 1.look!; 2.behold!; 3.see!;
4.watch!; 5.stare!;
-tapa 1.-scoop; ndinatapa mpunga ndi chikombe = I
scooped some rice with a spoon; expression: tapa
wina m'kamwa (lit.: have a handful scooped from
somebody's mouth) = watch out for a wrong
statement which can be reported; expression:
usamale angakutape mkamwa (lit.: be careful, he
may scoop from your mouth) = be careful with
what you say/ take his words seriously; 2.-draw;
anatapa ndalama ku thumba losonkha = he drew
funds from the donation; 3.-withdraw; anatapa
ndalama zambiri ku banki = he withdrew a large
amount of money from the bank; 4.-deduct from;

5.-divide; 6.-distribute; 7.-dock;

-tapa ndalama za eni 1.-embezzle money; 2.-steal money; 3.-defalcate;

-tapa phala 1.-be drunk; 2.-intoxicate;

-tapa ufa 1.-get flour; 2.-take flour from; 3.-eat nsima;

-tapira 1.-advance; ananditapira ndalama = he gave me money in advance; 2.-be accustomed to hard condition;

-tapwata 1.-boil; 2.-fetch;

Tariqa (chiArabic) (lit.: way or path); an Islamic Order or Brotherhood with its origins in the Sufi Movement;

tasho\a- earthen jar;

tatabzyala\a- father-in-law;

tatavyala\a- (chiTumbuka) father-in-law;

tate wanga 1.my father; 2.my Father (God);

tate\a- 1.father; Atate wathu wa kumwamba = our Father who art in heaven; Atate a Mpingo = Fathers of the Church; 2.dad; 3.professional person;

tatede medicine given to girls at puberty;

-tatha after (adj); patapita ora limodzi/ patatha ora limodzi = after an hour;

-tatu suffix representing the ordinal number 'three', preceded by the subject concord of nouns; anthu atatu = three people; agalu atatu = three dogs; mipira itatu = three balls; madengu atatu = three baskets; zisoti zitatu = three hats; nyumba zitatu = three houses; timabuku titatu = three little books;

-taulira 1.-tell; 2.-demonstrate; 3.-reveal; 4.-inform; 5.-feel sorry;

-tawatawa 1.-be straight; 2.-cover randomly;

-tawitawi vertical;

-tawizika -dent;

-taya 1.-lose; anyamata ambiri akutaya miyoyo yawo chifukwa cha ugonthi = many boys are losing their lives because of deafness; 2.-drop; 3.-cast away; expression: achimwene, mwanditaya (lit.: my brother, you have cast me away) = you are no longer looking after me/ you are no longer caring for me; 4.-squander; 5.-waste; pepanitu, ndikutayitsani nthawi = sorry, I am going to waste your time; proverb: kukazinga nkutaya (lit.: roasting is wasting) = do not misuse things; 6.-cease; 7.-discard; mutaye zinyalala m'malo mwanga = discard the rubbish on my behalf; zovala zotayidwa = discarded clothes; 8.-leave; 9.-bury; 10.-miss; 11.-disrespect;

-taya chidwi 1.-be uninterested; 2.-lose interest; 3.-be unconcerned;

-taya chikhulupiriro 1.-lose faith; 2.-lose belief; 3.-lose heart; 4.-dishearten; 5.-be frustrated; 6.-lose hope; 7.-be frustrated;

-taya chinthu 1.-ditch; 2.-throw something; 3.-lose; 4.-drop something;

-taya chiyembekezo 1.-lose hope; 2.-lose heart; 3.-lose expectation; 4.-lose confidence;

-taya chuma chambiri 1.-misuse wealth; 2.-spend a lot of money on useless things;

-taya kunja 1.-cast out; 2.-eject; 3.-throw outside; 4.-discard; 5.-expel;

-taya machimo 1.-repent; 2.-confess;

-taya madzi 1.-pass urine; anapita pa bwalo kukataya madzi = he went out to pass urine; 2.-urinate; 3.-pee; katayeni madzi = go for a quick pee; 4.-piss; 5.-lose water; iye anataya madzi, choncho sitimwa = she lost water, hence there is no drink for us;

-taya mafinya -drain pus; chotupa chimataya mafinya = the boil drains pus;

-taya magazi 1.-bleed; 2.-lose blood; 3.-menstruate;

-taya maliro -bury the dead;

-taya mano -lose teeth;

-taya masomphenya -lose vision;

-taya mimba 1.-abort; 2.-have abortion; usataye mimba = don't have an abortion;

-taya mowa 1.-get off beer; 2.-drain liquor;

-taya mphamvu 1.-lose power; 2.-get weak; 3.-fade; 4.-drain strength; 5.-lose strength; 6.-effete;

-taya msewu 1.-lose one's way; 2.-lose direction; 3.-lose path; 4.-lose track;

-taya mtima 1.-lose heart; 2.-lose hope; 3.-be hopeless; 4.-despair; musataye mtima = don't despair; 5.-be discouraged; 6.-be nerve racking; iye ali ndi khalidwe lotaya mtima msanga = he has a character of nerve racking;

-taya mtundu 1.-lose colour; 2.-fade out; 3.-lose identity; 4.-lose tribe; 5.-lose clan;

-taya mwayi 1.-be unfortunate; 2.-lose luck; 3.-lose opportunity; 4.-miss chance;

-taya mwazi 1.-shed blood; anataya mwazi = there was blood shed; 2.-bleed; 3.-menstruate;

-taya nthawi 1.-spend time; 2.-hesitate; 3.-delay; 4.-dawdle; 5.-potter; 6.-be dilatory; 7.-delay;

-taya nthawi mosachita kanthu 1.-spoil time not doing anything; 2.-do no work; 3.-be idle; 4.-loaf;

-taya nthawi mosagwira ntchito 1.-waste time without working; 2.-loaf;

-taya nthayo 1.-bury premature dead child; 2.-bury a stillborn child;

-taya nthenga 1.-be unlucky; 2.-be unfortunate;

-taya nthonga -beat using a walking stick;

-taya phala 1.-drain beer; 2.-drain liquor;

-taya thayo -blame (fig.);

-taya ufulu 1.-lose freedom; 2.-lose comfort; 3.-lose liberty; 4.-be unmannered;

-taya umulungu 1.-lose godliness; 2.-become

423

godless;

-taya usiwa 1.-get rid of poverty; 2.-get rich; 3.-be wealthy;

-taya uwisi 1.-be dry; 2.-fade; 3.-be cooked;

-tayanitsa 1.-detach; 2.-disconnect; 3.-disbundle; 4.-be separate;

-tayidwa 1.-be damned; 2.-be desolate; 3.-be discarded; 4.-be thrown;

-tayika 1.-spoil; 2.-be lost; ochimwa otayika = lost sinners; 3.-be destructible;

-tayikira 1.-overflow; madzi anatayikira mchidebe choncho sakanatha kunyamula = the water overflowed the pail hence she could not carry it; 2.-spill; 3.-pour out;

-tayikira mbali zonse 1.-diffuse; 2.-scatter everywhere;

-tayira kantengo 1.-revere; tonse timamutayira kantengo = we all revere him; 2.-admire; 3.-perfect performance;

-tayira zinthu panja 1.-throw things outside; 2.-jettison;

-tayirira 1.-be reckless; 2.-act without fear; 3.-ignore danger; 4.-loosen belts;

-tayitsa 1.-procure abortion; 2.-make lost;

-tayitsa mimba -provoke abortion; mankhwala otayitsa mimba = a substance for provoking abortion;

-tayitsa mphamvu 1.-enervate; 2.-lose power;

-tayitsa mtima 1.-demoralise; 2.-be dismal; 3.-deject; 4.-dishearten; 5.-undermine someone's confidence;

-tcha 1.-name; anamutcha mwana dzina m'malo mwa m'nzake = he named the child on behalf of his friend; 2.-call; 3.-dub;

-tcha dzina 1.-call; 2.-name; 3.-pronounce a name;

-tcha gonga 1.-set trap; 2.-dig trench;

tchado\ma- 1.axe; 2.big metal axe;

-tchaira -phone; anawatchaira lamya = he phoned them;

-tchakhatchula -eat meat or fish without nsima;

tchalitchi\ma- church; Tchalitchi cha chiKhristu cha Atumwi mu Ziyoni ya Kum'mwera kwa Afirika = Christian Catholic Apostolic Church in Zion of South Africa (C.C.A.C.Z.S.A.);

-tchatchuka -be brisk;

-tchathuka -be very clever; mkazi wotchathuka = very clever woman;

-tchathula 1.-learn to walk; 2.-walk like a child;

-tchaya (chiTumbuka) 1.-beat drum; 2.-box; 3.-fight; 4.-punch; 5.-hit;

-tchaya khofi 1.-beat on the cheek; 2.-slap;

-tchaya mfundo 1.-point out; 2.-speak clearly;

-tchedwa 1.-be called; 2.-be named;

tchekera type of a certain green tall grass;

tchela\ma- 1.kind of net; 2.trap;

-tchelera -cut hairs in round shape;

tchemba\ma- 1.ravine with steep sides; 2.deep narrow valley; 3.man made ditch for protection against attacks; 4.bullwark; 5.barricade; 6.defence; 7.lavatory-pail;

-tchena 1.-look smart; ana asukulu atchena = school children look smart; 2.-be beautiful; 3.-look nice; 4.-look neat; 5.-be well dressed;

tchende\machende 1.testicle; 2.testis \testes; 3.male sex gland; 4.male gonad;

tchengwa kind of bird that can see with only one eye;

tcheni\ma- chain;

-tchera 1.-catch; 2.-set a trap; 3.-trick somebody; 4.-pluck; osatchera zipatso = do not pluck the fruits;

-tchera khutu 1.-lend ear to; 2.-give ear to; 3.-listen; 4.-eavesdrop; 5.-be attentive; 6.-hearken; 7.-attend;

-tchera khwekhwe -set a trap;

-tchera makombe -cast out nets;

-tchera msampha -set a trap;

-tchera ndale 1.-talk in politics; 2.-disguise; 3.-set a trap;

-tchereza 1.-shine; 2.-be attentive; 3.-smoothen; 4.-attract;

tcheru 1.vigilance; 2.attention; 3.watchfulness;

-tcheru 1.alert; 2.vigilant; 3.attentive; 4.observant; 5.ready; ali tcheru = he is ready;

-tchetcha 1.-cut grass; expression: iye amutchetcha ku College (lit.: he has been cut like grass at College) = he has been weeded from College; 2.-slash;

-tchetchererana -copulate (of animals);

-tchetchetera 1.-coax; 2.-wheedle;

tchete\a- 1.kind of weaver bird; 2.someone whose work is short lasting;

-tchetera 1.-be humorous; 2.-be funny; 3.-be temporal;

tchetera\ma- 1.joke; 2.amusing words; 3.funny story;

tcheya\a- 1.leader; 2.chairperson.

-tcheza mowa 1.-brew beer; 2.-make beer; 3.-ferment;

tcheza\ma- 1.fang; tcheza la m'kamwa mwa nguluwe ndi loopsa = the fang in a wild pig's mouth is dangerous; 2.sharp tooth; dzino lakuthwa lalitali la nyama monga galu kapena njoka = a long sharp tooth of an animal such as a dog or snake;

tchibasi (chiNgerezi/ chiAfrikaans) chief boss;

tchika\ma- 1.mat; tchika lokongola = beautiful mat; tchika long'ambika = torn mat; tchika la bango = mat made from reeds; 2.bed;

-tchima -labour (esp during delivery);
tchimo la dala deliberate sin;
tchimo lalikulu 1.great sin; 2.great trespass;
3.enormity;
tchimo lobadwa nalo 1.birth sin; 2.original sin;
tchimo lochepa 1.little sin; 2.mote;
tchimo losakhululukidwa 1.unforgivable sin;
2.unpardonable sin;
tchimo losatha 1.everlasting sin; 2.eternal sin;
3.endless sin;
tchimo\machimo 1.sin; tiyeni tiulure machimo athu
= let us confess our sins; atikhululukire machimo
athu = He should pardon our sins; chiyambi cha
tchimo = the cause of sin; tchimo lobadwa nalo =
the original sin; tchimo lobisika = the hidden sin;
2.iniquity; 3.crime; 4.shortcoming; 5.default;
-tchinga 1.-protect; ndikufuna kumanga mpanda
otchinga nkhuku zanga = I want to make a fence to
protect my chickens; 2.-defend; 3.-compass; 4.-
surround; 5.-cover up; 6.-fence; 7.-close with
fence; 8.-shade; anamtchingira ku kuwunika = he
shaded her from light; 9.-wait; apolisi atchinga
magalimoto opanda msonkho = the police are
waiting for cars without tax/ licence;
-tchinga msewu 1.-make a roadblock; 2.-block a
road;
tchinga\ma- 1.protection; 2.gate; ali pa tchinga la
bwalo la masewera = they are at the stadium gate;
3.gateway; 4.impediment;
-tchingidwa 1.-be surrounded; 2.-be secured; 3.-be
bordered;
-tchingira 1.-prevent someone from doing
something; 2.-prevent someone from progressing;
3.-harbour; 4.-guard; 5.-put a stop to;
-tchinjiriza 1.-protect; mankhwala otchinjiriza
malungo = medicine protecting against malaria; 2.-
safeguard; anatchinjiriza ana ake = he safeguarded
his children; 3.-prevent; 4.-hamper; 5.-hinder;
mvula idatitchinjiriza = the rain hindered us; 6.-be
strenuous; 7.-defend; adapulumuka chifukwa
adamutchinjiriza = he was saved because they
defended him; 8.-be defensive; 9.-secure; 10.-
shield; 11.-guard; 12.-stand by; 13.-take shelter;
-tchinjiriza mtima wako 1.-protect your heart; 2.-
be righteous;
-tchinjiriza munthu kupambana 1.-hinder a
person from progressing; 2.-prevent; 3.-foil; 4.-
baffle;
-tchinjirizana 1.-protect one another; 2.-defend
each other;
-tchinjirizidwa 1.-be safe; 2.-be secure; 3.-be
guarded; 4.-be protected;
-tchinjirizidwa kwa akuba 1.-be protected from
thieves; 2.-be secure from thieves;

-tchinjirizika 1.-be safe; 2.-be secured; 3.-be
protected; 4.-be preserved;
tchinjirizo\ma- 1.protection; 2.safeguard;
3.security; 4.hindrance;
-tchinya 1.-push (in the process of giving birth);
tchinyani kwambiri! = push hard!; 2.-object; 3.-
push faeces hard;
-tchipa (chiNgerezi) 1.-be cheap; 2.-have low
value; 3.-be unsophisticated; mtsikana wa
maonekedwe wotchipa = unsophisticated young
lady;
tchire laliwisi 1.green bush; 2.fresh bush;
tchire lanthete fresh bush;
tchire\- 1.wood; expression: kwatsala ntchire ndi
kumene kumapita moto (lit.: fire goes where there
is grass) = problems go to the unexperienced;
2.woodland; 3.forest; 4.brushwood; 5.bush;
6.unwanted plant;
-tchona 1.-fail to return from a foreign country; 2.-
wreck;
-tchona kunja kwa dziko -be abroad; ndidatchona
kunja kwa dziko kwa zaka khumi = I was abroad
for ten years;
tchopa (chiLomwe) kind of traditional dance;
tchotchololo\ma- comb of fowl; tambala wanga ali
ndi tchotchololo lalikulu = my cock has a big
comb;
-tchova 1.-pedal; expression: iwe wanditchova (lit.:
you have pedalled me) = you have helped me; 2.-
help; 3.-rescue; 4.-cycle;
-tchova lova 1.-pedal unemployed person; 2.-help
unemployed; ; kutchova lova = helping someone
who is unemployed with cash;
-tchova njinga 1.-cycle; anatchova njinga = he
cycled; 2.-pedal; 3.-bike;
-tchuka 1.-be famous; simungatchuke tsiku limodzi
lokha = you cannot be famous overnight; mzinda
wotchuka = a famous city; 2.-be eminent; 3.-be
celebrated; 4.-be popular; mzinda wotchuka = a
popular city; gulu lotchuka = a popular group;
munthu wotchuka = a popular person; 5.-surpass;
6.-be famed;
-tchuka pa masewera 1.-be famous in sports; 2.-be
popular in sports; 3.-be a sportsman;
-tchuka pa nyanga 1.-be famous in witchcraft; 2.-
be magical;
-tchukitsa 1.-popularise; ndani walitchukitsa gulu
loyimba za uzimu? = who has popularized the
choir?; 2.-diffuse; 3.-make famous; 4.-exalt; 5.-
circulate the news;
-tchula 1.-call; 2.-name; 3.-pronounce; 4.-recite; 5.-
mention; pongotchulapo zochepa = just to mention
a few; 6.-state; 7.-speak out; 8.-announce;
-tchula bwino 1.-articulate; 2.-pronounce properly;

3.-name properly;

-**tchula chinsinsi** 1.-reveal secret; 2.-expose secret; 3.-confess;

-**tchula dzina latsopano** 1.-rename; 2.-give a new name;

-**tchula maina oipa** 1.-revile; 2.-insult;

-**tchula malembo a mawu** -spell;

-**tchula mawu** 1.-command; 2.-dictate; 3.-pronounce; 4.-read; 5.-state;

-**tchula mwadongosolo** 1.-list; 2.-outline; 3.-summarise;

-**tchula za m'nsalu** 1.-use abusive language; 2.-insult;

-**tchula zotchulidwa kale** 1.-repeat; 2.-quote;

-**tchulana** 1.-reveal each other; 2.-expose one another; 3.-name each other;

-**tchulanso** 1.-rename; 2.-recite; 3.-say again;

-**tchulidwa** 1.-be mentioned; 2.-be spoken; 3.-be called;

-**tchulidwa kale** 1.-be mentioned before; 2.-be aforesaid; 3.-be pre-mentioned; 4.-be called before;

-**tchulidwa kapolo** -be called slave;

-**tchulidwa katakwe** 1.-be professional; 2.-be intelligent; 3.-be wise; 4.-be mentally gifted; 5.-become a magician; 6.-be an expert; 7.-be a specialist; 8.-be skilful;

-**tchulidwa mkunja** 1.-be a pagan; 2.-be a non-believer; 3.-be a non-christian;

-**tchulidwa woyera** 1.-be declared holy; 2.-be sainted; 3.-be righteous;

-**tchutchutchu** 1.exact; 2.straight;

tchuthi cha mawa 1.next holiday; 2.next leave;

tchuthi\- 1.holiday; panthawi ya tchuthi = during the holidays; 2.vacation; tchuthi cha kufa ndi kuuka kwa Ambuye Yesu = Easter vacation; 3.leave;

-**tchuthutchu** 1.candid; 2.frank; 3.honest; 4.truthful;

-**teberera** 1.-collect; nkhunda ikuteberera udzu womangira chisa chake = the dove is collecting grass for making its nest; 2.-gather; 3.-get;

tebulo (chiNgerezi) table;

-**tekedza** 1.-break; tekedza chinangwa mu tizidutswa ting'onoting'ono = break the cassava into small pieces; 2.-pound; 3.-crash;

-**tekeseka** 1.-be anxious; 2.-be ready; 3.-be expectant; 4.-look forward to; 5.-be shaken/-shake; 6.-vibrate; 7.-wobble;;

-**teketa** 1.-cut (into pieces); 2.-eat completely (in terms of fish bones);

teketivu\ma- (chiNgerezi) 1.detective; 2.C.I.D. (police); 3.intelligence officer (army);

telefoni (chiNgerezi) telephone; telefoni yake imangoyitana = his telephone was ringing;

-**telera** 1.-slide; 2.-slip; 3.-be slippery; 4.-slither;

telera\ma-

-**telereka**

-**teletsa ndi palachuti** -parachute;

teloni! 1.say so!; 2.do so!; 3.urge; 4.carry on!;

-**tema** 1.-chip (of something soft); 2.-break off a portion; 3.-crack (blow on head); 4.-scarify; 5.-cut; nkhwangwa inanditema = I was cut by an axe;

-**tema litsipa** -bleed by opening artery;

-**tema mwendo** 1.-incapacitate; 2.-cause trouble; 3.-put into hot soup; 4.-inflict pain; 5.-debilitate;

-**tematema** 1.-cut repeatedly; 2.-cut into pieces;

-**temba** 1.-predict; 2.-forecast; 3.-call through charms; 4.-curse (esp. by words of mouth, e.g. by parents or by witchdoctor);

-**tembedza** 1.-promise; 2.-vow; 3.-pledge;

tembedzo\ma- promise;

-**tembenuka** 1.-be upside down; 2.-capsise; 3-turn over; 4.-overturn; 5.-topple; 6.-change; ndi mKhristu wotembenuka mtima = he is a changed Christian;

-**tembenuza** 1.-turn over; 2.-hold upside down; 3.-convert; 4.-translate; 5.-turn upside down;

-**tembenuza dothi** 1.-turn soil; 2.-till; 3.-plough;

-**tembenuza sitima potsuka** -careen;

-**tembenuzika** -be overturned;

-**temberera** 1.-curse (esp. by words of mouth, e.g. by parents or by witchdoctor); 2.-damn; 3.-be damnable; 4.-spell;

-**tembereredwa** 1.-be cursed; 2.-be damned; 3.-be sworn;

temberero\ma- 1.curse; 2.swearword; 3.imprecation; 4.spell;

-**tembeta** -carry (of load tied to a pole by two people);

tembezano\ma- 1.agreement; 2.accord;

tembezo\- 1.agreement; 2.appointment;

-**temera** 1.-vaccinate; mwana analandira akatemera onse = the child got all vaccinations; 2.-immunise; 3.-inoculate; 4.-make incision; adamutemera mankhwala a kuchikuda = he was incisioned with traditional medicine; 5.-cut with;

-**temera mphini** 1.-incise; 2.-make incision;

-**temetsa nkhangwa pa mwala** 1.-deny completely (lit.: -strike an axe on the rock); expression: adatemetsa nkhwangwa pa mwala (lit.: he struck an axe on the rock) = he did not dare to plead guilty; 2.-refuse completely; 3.-reject completely;

-**temuka** 1.-clear away; mitambo yatemuka = the clouds have cleared away; 2.-go back;

-**temvuka** 1.-go back; 2.-stand aside; 3.-push aside;

-**tendeka** 1.-be dissatisfied; 2.-be displeased; 3.-be not convinced;

-**tendera** -add groundnut powder; ndimakonda

ndiwo za masamba zotendera = I like vegetables seasoned with groundnut powder added to it;
-tendetsa -cut off (the even end);
-tendeula -cut round;
-tenga 1.-take; 2.-fetch; ndinapita kukatenga ana ku sukulu = I went to fetch children from school; 3.-imbibe; tenga nzeru = imbibe knowledge; 4.-take in; expression: wanditengamo (lit.: she has taken me in) = she has excited a strong go-ahead in me; 5.-pick; 6.-bring; 7.-carry; 8.-acquire; 9.-withdraw; adatenga ndalama = he withdrew money; 10.-resemble; anatenga nkhope ya mayi ake = her face resembles her mother's;
-tenga chamwini 1.-rob; 2.-steal; 3.-pinch;
-tenga chigwiriro -sequestrate (lit.: -take a handle);
-tenga chikole -sequestrate;
-tenga chinthu ngati chabodza 1.-refuse to believe; 2.-distrust; 3.-discount; 4.-disbelieve; 5.-disagree;
-tenga chinthu ngati chosafunika 1.-regard something as useless; 2.-discount; 3.-make something unworthy; 4.-be worthless;
-tenga chiwiri -marry two wives;
-tenga gawo -take part;
-tenga katundu 1.-load; sitima inatenga katundu = the train loaded cargo; 2.-carry baggage; 3.-pack baggage;
-tenga katundu molanda 1.-take goods by force; 2.-loot; 3.-vandalise; 4.-wreck;
-tenga katundu moswa nyumba 1.-do burglary; 2.-loot; 3.-vandalise; 4.-rob; 5.-plunder;
-tenga malipiro 1.-take one's pay; 2.-take one's wages; 3.-be paid one's dues;
-tenga matenda opatsirana -contract contagious diseases (-tokosola matenda opatsirana);
-tenga mbali 1.-side with; 2.-participate in; anatenga mbali pa ndale = he participated in politics; 3.-be incriminated; anatenga mbali pa umbanda = she was incriminated in theft; 4.-take part;
-tenga mimba 1.-conceive; 2.-get pregnant;
-tenga mobisa -get secretly;
-tenga modzidzimutsa 1.-snatch; 2.-take unlawfully; 3.-pinch;
-tenga mokondera 1.-be biased in picking; 2.-select truthlessly; 3.-do favour in picking;
-tenga mosavomerezeka 1.-take unlawfully; 2.-take without permission; 3.-confiscate;
-tenga moyo 1.-attract; 2.-be seductive; 3.-die;
-tenga mphepo ya chabe 1.-be unlucky; 2.-lose prosperity; 3.-fall sick; 4.-bring misfortune;
-tenga munthu mopanda lamulo 1.-take a person illegally; 2.-kidnap; 3.-abduct;
-tenga munthu mwa mphamvu 1.-take a person

forcefully; 2.-kidnap; 3.-abduct;
-tenga munthu ngati wotchuka 1.-idolise a person; 2.-lionise a person; 3.-treat someone as a celebrity;
-tenga ndalama 1.-encash; anatenga ndalama zokwanira kunkhokwe ya ndalama zogwiritsira ntchito = he cashed enough money from the bank for use; 2.-withdraw money;
-tenga ngati 1.-take for; 2.-mistake for; amuna ena amatenga amayi ngati akapolo awo = some men mistake their wives for slaves; 3.-take like;
-tenga ngati mulungu -idolise; anatenga mkaziyo ngati mulungu wake = he idolised the woman;
-tenga nthawi 1.-take time; 2.-be late; 3.-delay; 4.-hold up;
-tenga nthawi yayitali 1.-take much time; 2.-engross; 3.-delay; 4.-take long;
-tenga nthenda 1.-contract a disease; 2.-be infected; 3.-be affected;
-tenga nyengo 1.-be late; 2.-delay;
-tenga osaganizira ufulu wa wina -defraud;
-tenga osalipira -defraud;
-tenga pakati 1.-conceive; 2.-be pregnant;
-tenga pamalo 1.-take from somewhere; 2.-occupy;
-tenga tchuthi 1.-take leave; 2.-take holiday;
-tenga tsoka 1.-get misfortune; 2.-be unfortunate; 3.-be implicated while innocent; 4.-get calamity;
-tenga ulamuliro 1.-be responsible for; 2.-take responsibility; 3.-take leadership; 4.-be in charge 5.-rule;
-tenga umwini 1.-be responsible for; 2.-be the subject of;
-tenga wina ngati owopsa 1.-be fearful; 2.-lionise a person;
-tenga zambi 1.-get the curse; 2.-get the blame; usalankhuleko pa nkhaniyi ungatenge zambi = do not comment on that issue, you might get the blame;
-tenga zida 1.-take tools; 2.-arm; asirikali anatenga zida = the soldiers were armed; 3.-take weapons;
-tenga zinthu pa m'gong'o -take things on the back; Yesu anadzitengera pa m'gong'o machimo a dziko lapansi = Jesus took on His back the sins of the world;
-tengana 1.-marry one another (usually unofficially); 2.-pick one another; 3.-look similar; 4.-look alike; 5.-resemble; 6.-be similar to;
-tenganso 1.-retake; 2.-take again; 3.-regain; 4.-reclaim; 5.-recharge; 6.-pick again;
-tenganso mphamvu -renew strength;
-tenganso ulamuliro 1.-reinstate; 2.-renew responsibility;
-tengedwa 1-be taken; expression: Mariya watengedwa (lit.: Mary has been taken) = Mary has been married (not officiated in Church); 2.-be

brought; 3.-be pliable; 4.-be easily influenced; 5.-
be flexible; 6.-be married;
-**tengedwa mosadziwa** 1.-be kidnapped; 2.-be
abducted; 3.-be taken unexpectedly;
-**tengedwanso** 1.-take for the second time; 2.-
remarry; 3.-marry again; 4.-renew contract;
-**tengeka** 1.-be attracted; 2. be carried away; 3.-be
swayed; 4.-scurry; 5.-scuttle;
-**tengeka ndi mphepo** 1.-be blown away by wind;
2.-be easily influenced; 3.-go without good
reasons;
-**tengekatengeka** 1.-be easily swayed; 2.-be easily
attracted; 3.-be easily convinced;
-**tengera** 1.-simulate; musatengere khalidwe loipa =
do not simulate bad behaviour; 2.-emulate; 3.-
resemble; adatengera\adafanana ndi amayi anu =
he resembled your mother; 4.-double; anatengera a
zakhali ake = she is the double of her aunt; 5.-use
for carrying;
-**tengera chitsanzo** 1.-give example; 2.-set
example; 3.-copy behaviour; 4.-imitate;
-**tengera ku imfa** 1.-be fatal; ngozi yotengera ku
imfa = a fatal accident; 2.-be serious;
-**tengera ku mtoso** -take by the poking stick;
expression: wanditengera ku mtoso ngati nyama ya
galu (lit.: he has taken me to a poking stick like
dog's meat) = he has underrated me/ he has looked
down upon me/ he has not respected me;
-**tengera kuchala** -make someone a fool (lit.: -take
someone on a finger); akunditengera kuchala (lit.:
he is taking me on a finger) = he is disregarding
me as a valuable person;
-**tengera kumtoso** 1.-make someone a fool; 2.-
disparage; 3.-belittle; expression: akumutengera
kumtoso ngati nyama ya galu (lit.: he belittles me
like the flesh of a dog) = he considers me as of
very little value; 4.-devalue (lit.:-be taken on a
stick);
-**tengera kwa makolo** 1.-look like parents; 2.-
resemble parents; 3.-take after parents; 4.-copy
from parents;
-**tengera m'mwamba** -establish superficially;
anazitengera m'mwamba nkhani zija = the news
were spread with superficial evidence;
-**tengera makhalidwe** 1.-imitate; amatengera
kulankhula, zochita, kavalidwe ndi zina za iwo =
he imitates their speech, actions, dressing etc; ndi
wochenjera potengera za anzake = he is very
clever at imitating his friends; 2.-copy behaviour;
-**tengera makhalidwe a wina** 1.-imitate someone;
2.-copy behaviour from someone; 3.- impersonate;
-**tengera masewera** 1.-be not serious; 2.-relax;
-**tengera mawonekedwe a wina** 1.-pretend; 2.-
impersonate; 3.-imitate; 4.-mimic;

-**tengera mpweya** -be aerobic;
-**tengera ndi** 1.-carry with; 2.-get with;
-**tengera ndi mbale** -carry with a plate;
-**tengera nkhani kubwalo la milandu** 1.-go to law
(lit.: -take the matter to a court); 2.-go to court; 3.-
sue; 4.-litigate (esp. a case to get advice); 5.-
summon;
-**tengera nzeru** 1.-learn from; 2.-copy from;
-**tengera phuma** 1.-presume; 2.-get excited;
-**tengera ubale** 1.-be biased; 2.-do favouritism; 3.-
apply 'blood is thicker than water' principle;
-**tengerana** 1.-pick for others; 2.-care for others;
-**tengeredwa** -be acquired;
-**tengezana** 1.-help one another to carry something;
2.-concert;
-**tengulira** 1.-prune; kodi mukudziwa kutengulira
mitengo? = do you know how to prune trees?; 2.-
make the matter sound good;
teniteni 1.true/ good/ real (with plural nouns of the
ka-ti class) timabuku teniteni = real booklets;
2.original;
-**tentha** 1.-burn; adatentha matchalitchi = they burnt
churches; 2.-be hot; madzi akatentha, amayi
amathiramo ufa = when the water is hot, mother
puts flour in it; kukutentha = it is hot weather;
expression: wawiritsa mtentha ndevu (lit.: she has
boiled that which burns the beard) = she has
prepared some tea to drink; 3.-steam; 4.-set fire;
5.-heat; 6.-be heated; 7.-be feverish; thupi latentha
= the body is feverish; kodi mukumva thupi
kutentha? = are you feverish?;
-**tentha kwambiri** 1.-be with fever; 2.-be extremely
hot; 3.-heat much;
-**tentha mtima** 1.-affect deeply; 2.-get angry; 3.-get
annoyed;
-**tentha pang'ono** 1.-be lukewarm; 2.-be slightly
warm;
-**tentha tchire** 1.-burn the bush; 2.-set fire on the
bush;
-**tentha thupi** 1.-have fever; 2.-be sexually
motivated;
tentha thupi mopitiriza continual fever;
-**tentha zigoba** 1.-shell; 2.-burn the shells;
-**tenthedwa** 1.-feel hot; 2.-be heated; 3.-feel
shocked; 4.-feel sexy; 5.-be parched;
-**tenthedwa ndi dzuwa** 1.-be dried by the sun; 2.-be
warmed by the sun; 3.-parch; 4.-scorch;
-**tenthetsa** 1.-make warm/hot; expression:
amutenthetsa ndi nkhani ija (lit.: they have made
him hot with that issue) = they have confronted
him/ they have proved him wrong; 2.-sunbathe; 3.-
boil; 4.-simmer;
-**tenthetsedwa** 1.-be heated; expression: lero
watenthetsedwa (lit.: today he has been heated) =

he has been pressurised/ he is found; 2.-be sexually ill; 3.-be motivated;

-tenthetseratu 1.-preheat; 2.-heat in advance;

-tepa 1.-bend; 2.-be weak; 3.-be feeble;

-tepatepa 1.-look weak; 2.-walking (of a tall person); 3.-sway;

-tepeka -be weak;

-teputepu -look weak;

-tera 1.-abate; 2.-alight; 3.-assuage; 4.-perch; 5.-dwindle; 6.-dry up; 7.-land; mbalame inatera pamwamba pa mtengo = the bird landed on top of the tree; mbalameyi imatera paliponse = this bird lands anywhere; ndege inatera masana = the plane landed at noon;

-tera m'nyanja -ditch; ndege inakakamizidwa kutera m'nyanja = the aeroplane was forced to ditch in the sea;

-tera pansi -land on the ground;

-tera patsindwi -land on the roof;

terazo kind of very hard and expensive cement;

tere like this; ndiyike tere = should I put like this?;

-tere 1.-do (like) this; chita mo tere = do like this; ndimachita motere = I do it like this; 2.this manner; tere = in this manner;

-tereka 1.-put on fire; 2.-waver;

-tereka pa moto -put on fire;

-terera 1.-be slippery; dothi loterera = slippery soil; nsewu woterera chifukwa cha matope = slippery road because of the mud; 2.-be slimy; 3.-slip; 4.-slide; 5.-slither;

-terereka 1.-shuffle; 2.-slip; 3.-slide; 4.-drag your feet;

-terezuka -slip;

-tero 1.-do like that; anachita motero = he did like that; ndimatero = I do it like that; 2.that manner; ndimachita motero = I do in that manner;

tero\ma- 1.slope; 2.slant;

teronso 1.ditto; 2.state of repetition;

-tetana 1.-disagree; 2.-dispute (usually behind the scene); panali kutetana pakati pawo = there was a dispute among them; 3.-backbite;

-tetekera 1.-aim at; 2.-have a purpose;

-tetekula 1.-make less; 2.-take out; 3.-sieve; 4.-decant; 5.-let insolubles settle down;

-tetera 1.-cackle (of poultry); 2.-cluck (before or after laying); 3.-squawk;

tetete (chiTumbuka) clear;

-teteza 1.-defend; 2.-protect; madzi osatetezedwa ndi owopsa = unprotected water is dangerous; 3.-safeguard; 4.-control; 5.-screen; 6.-shield; 7.-prevent; 8.-secure; chonde, tetezani ntchito yanga = please, secure my job; 9.-guard; 10.-galvanise; 11.-vaccinate; tetezani agalu = vaccinate the dogs;

-teteza nyumba 1.-guard the house; 2.-secure the house; 3.-protect the house;

-tetezana 1.-guard each other; 2.-protect each other; 3.-defend each other;

-tetezedwa 1.-be secured; ntchito yake ndi yotetezedwa = her job is secured; 2.-be immune; 3.-be protected; 4.-be guarded; 5.-be aseptic;

-tetezedwa ndi agalu 1.-be protected by dogs; 2.-be guarded by dogs;

-tetezedwa ndi apolisi 1.-be secured by policemen; 2.-be guarded by policemen;

-tetezeka 1.-be safe; 2.-be protected; 3.-be secured;

-tewa 1.-bend body under a load; 2.-curtsey;

-teza 1.-bend body under a load; 2.-calm down;

-tha 1.-can; ndingathe kuwerenga Baibulo m'chiGiriki = I can read the Bible in Greek; 2.-be able to; 3.-afford; nditha kugula galimoto = I can afford to buy a car; 4.-be capable; iye angathe kuyendetsa galimoto = he is capable of driving a car; 5.-be competent; 6.-succeed; anathana nalo vuto = he succeeded in solving the problem; 7.-excel; 8.-complete; 9.-end; ukwati unatha = the marriage ended; nthano yanga yathera pomwepa = here ends my story; 10.-stop; ntchito inatha = the work was stopped; 11.-finish; Yesu anati: kwatha! (John 19: 30) = Jesus said: it is finished! (Yohane 19:30); expression: Aphiri atha (lit.: Mr. Phiri has finished) = Mr. Phiri has ceased having children; 12.-be ready; ntchito inatha = the work was ready; zonse zatha = everything is ready; ndatha = I am ready; 13.-pass; chaka chatha/ patha chaka/ patha chilimika = a year has passed; 14.-disappear; anatha kuti psiti = they completely disappeared; 15.-be passing; 16.-pass-off; 17.-be enough; 18.-extinguish; 19.should; atha kupita = he should go; 20.-despatch; 21.-resolve; timatha nkhani = we resolve differences; 22.-do; nditha = I'll do; 23.-have done with; ndatha = I have done with it; 24.-be non-existing; chiwembu chatha = the assault is non-existing;

-tha chonde mu nthaka 1.-overuse land; 2.-lose fertility;

-tha fungo 1.-lose odour; 2.-lose scent; 3.-lose taste; 4.-be obsolescent; 5.-lose value;

-tha kubala 1.-be able to have a child; 2.-be productive; 3.-stop bearing children;

-tha kuchita chinthu 1.-be able; ndimatha kumanga nyumba = I am able to build a house; satha kubwera/ kufika = he is not able to come; 2.-be skilled; 3.-be professional;

-tha kufunikira 1.-be obsolescent; liwu lotha kufunikira = an obsolescent word; 2.-damage; 3.-be useless;

-tha kukhala ndi mwana -be fertile;

-tha kulandira vumbulutso 1.-receive revelation;

2.-have vision; 3.-be foresighted;

-tha kupemphera 1.-be prayerful; 2.-be devoted in prayer;

-tha kusamala odwala 1.-nurse; 2.-care for the sick; 3.-give medication;

-tha kusungunuka 1.-be soluble; 2.-be dissolved;

-tha kusungunula zinthu 1.-be dissolved; 2.-be solvent;

-tha kuyenda 1.-be mobile; 2.-be unable to move;

-tha ludzu 1.-satisfy thirsty; 2.-get drunk;

-tha madzi m'thupi 1.-lose water in the body; 2.-dehydrate;

-tha malovu -speak continuously;

-tha mano 1.-be without teeth; expression: uyu watha mano (lit.: he is without teeth) = he has lost power/ authority; 2.-be loose; 3.-become old; 4.-be passive;

-tha mantha 1.-act without fear; 2.-be bold; 3.-be brave;

-tha mphamvu 1.-lose strength; 2.-expire; 3.-decline; kutha mphamvu kwa ufumu wa chiRoma = the decline of the Roman empire; 4.-run out of power; 5.-be out-of-date; 6.-be out-dated; 7.-be valueless; 8.-become listless; nditamva nkhaniyo ndinalibe nyonga = I grew very listless upon hearing the news; 9.-be worthless;

-tha msanga 1.-be short-lived; 2.-be not durable; 3.-do not be long lasting; 4.-be temporary;

-tha msinkhu 1.-menstruate; watha msinkhu = she has menstruated; 2.-be mature; 3.-be fully grown;

-tha ndalama 1.-squander; 2.-use money carelessly; 3.-spend extravagantly; 4.-be bankrupt;

-tha nsuzi 1.-fade; 2.-be colourless;

-tha ntchito 1.-expire; mankhwala otha ntchito = expired medicine; mgwirizano wa malonda watha = the trade agreement has expired; 2.-be obsolete; makina wolembera wotha ntchito = an obsolete typewriter; 3.-be outdated; 4.-be sacked from work; 5.-be void;

-tha nthawi 1.-waste time; 2.-be on-going; 3.-be continuing; 4.-misuse time;

-tha nzeru 1.-be open-mouthed; 2.-get stranded; 3.-be ignorant;

-tha onse 1.-finish all; 2.-perish; 3.-bring total destruction; 4.-eliminate; 5.-demolish completely;

-tha pa mathero 1.-reach maximum; watha pa mathero = she has reached the maximum; 2.-reach climax;

-tha psiti 1.-perish; ochimwa adzatha psiti = sinners will perish; 2.-be finished completely; m'mudzimo anthu onse anatha psiti = all the people in the village were finished completely; 3.-be useless; 4.-be totally destroyed;

-tha thukuta 1.-perspire; 2.-sweat; 3.-finish working;

-tha ubwino 1.-lose value; 2.-become useless; 3.-expire;

-tha udindo 1.-lose responsibility; 2.-lose seniority; 3.-lose power; 4.-lose strength;

-tha umwini -lose originality;

-tha zonse 1.-finish all; 2.-perish; 3.-be able to do all the jobs;

tha! 1.finish!; 2.look quickly!; ndinangomuti tha! nkutembenuka = I looked quickly at him, then turned back;

thabu (chiSwahili) problem;

thabwa lakuda 1.blackboard; 2.black plank; 3.black beam;

thabwa lalitali 1.long timber; 2.long plank;

thabwa lokhala lonenepa 1.thick plank; 2.beam;

thabwa losalimba weak plank;

thabwa loyimikira thandala 1.bench supporter; 2.bracket;

thabwa\matabwa 1.timber; 2.board for carpentry; 3.plank; expression: Mariya wasintha thabwa (lit.: Mary has changed plank) = Mary has found a new boy friend; 4.splint;

thadzi\ma- female animal; ng'ombe ya thadzi = cow; nkhuku ya thadzi = hen;

-thagalala 1.-stand astride; 2.-stretch legs apart;

thakadzo\ma- 1.footstamp; 2.footprint; 3.footstep;

-thakamuka 1.-bubble; 2.-speak angrily;

-thakatha 1.-boil; 2.-heat strongly;

thako laling'ono 1.small buttocks; 2.small bum;

thako\matako 1.bottom of body; 2.bum; 3.buttock(s);

thala\- (chiNgerezi) 1.tar; 2.sleeping place beside the normal one; expression: kugona pathala (lit.: to sleep aside in the hut) = abstention due to bleeding from the womb/ or a death in the family/ or on preparation for a hunting expedition;

thalala\matalala 1.hailstone; 2.frozen water from the atmosphere;

thalauza\ma- (chiNgerezi) trousers;

thale kind of mushroom;

thama\matama 1.pride; 2.self-importance; 3.conceit;

thamanda\ma- 1.water well; 2.pool; 3.lagoon; 4.pond; 5.reservoir; 6.cistern;

-thamanga 1.-speed; madalaivala pa misewu akuthamanga = drivers are speeding on the roads; proverb: kuthamanga sikufika (lit.: hurry, hurry is not speed) = do things in a proper way/ without rushing otherwise you might end up being unsuccessful; 2.-rush; proverb: kuthamanga sikufika (lit.: hurry! hurry is not a speed) = doing things in a hurry is not finishing them; 3.-run fast; galimoto idathamanga kwambiri = the car ran very

fast; 4.-run away; 5.-drive fast; madalaivala
akuthamanga = the drivers are driving fast; 6.-
accelerate; 7.-bound away like a dog; 8.-canter; 9.-
be adulterous;
-thamanga kwambiri 1.-run fast; anathamanga =
they ran fast; expression: mkazi wothamanga (lit.:
a woman who runs) = a woman who does sex with
many men, although she is married; expression:
wothamanga magazi (lit.: a person whose blood
circulation runs fast) = person who becomes easily
annoyed/ upset; expression: thamangani
angatidzidzimutse = be fast so that we are not
caught uawares; expression: musathamange
magazi = do not overreact; 2.-speed; galimoto
yathamanga kwambiri = the car has speeded; 3.-
career; 4.-sprint; 5.-rush fast;
-thamanga magazi 1.-be restless; 2.-think
hurriedly; 3.-be strong;
-thamanga mopanda katsutsu 1.-hurry; 2.-scurry;
3.-dash;
-thamanga mwaliwiro -career;
-thamanga ndi mahule -have sex with prostitutes;
-thamanga pang'onopang'ono 1.-jog; 2.-run
slowly; 3.-run leisurely; 4.-trot; 5.-run with short
steps;
-thamanga zedi 1.-sprint; 2.-run quickly; 3.-run
fast;
-thamangitsa 1.-make something run; 2.-accelerate;
adathamangitsa galimoto = he accelerated the car;
3.-chase away; anathamangitsa munthu = he
chased away the man; anathamangitsa anthu = they
chased away people; 4.-drive away;
anamuthamangitsa panyumba = they drove him
away from home; 5.-dismiss; 6.-drive fast; 7.-
pursue;
-thamangitsa m'dani 1.-repulse the enemy; 2.-
chase the enemy; 3.-run after the enemy;
-thamangitsa maganizo 1.-act unreasonably; iye
anangothamangitsa maganizo = he just acted
unreasonably; 2.-act without due consideration;
-thamangitsa njinga -cycle fast;
-thamba -begin;
-thambira -wallow;
-thambitsa 1.-punish; 2.-chastise; 3.-give up;
-thambitsa olakwa 1.-punish the culprit; 2.-punish
the offender;
thambo\mitambo cloud: expression: m'mudzi
mwathu thambo lagwa (lit.: in our village a cloud
has fallen) = announcement of the death of a well
known person/ elder of the village; expression:
pansi pa thambo palibe chinsinsi (lit.: under the
cloud there is no secret) = in the world you
cannot keep a secret;
thambzala kind of plant;

-thamo (chiTumbuka) 1.proud; 2.pompous;
3.conceited;
thamo\matamo (chiTumbuka) 1.arrogance; 2.
boastifulness; 3.pride; 4.conceit; 5.show-biz;
-thana 1.-solve; anathana nalo vutolo = he
succeeded solving the problem; 2.-cope;
-thana naye 1.-deal with person; 2.-punish him; 3.-
kill him;
-thana ndi usiwa -overcome poverty;
-thana ndi vuto 1.-overcome a problem; 2.-
surmount; 3.-solve a problem;
thandala\matandala 1.wooden frame on which
people dry their plates or spread out crops like
peanuts to let them dry in the sun; 2.bench;
thandala la nsomba = bench for fish; 3.mat of reed;
-thandiza 1.-help; kodi palibe angathandizepo? = is
there no one else who can help?; chinathandiza = it
helped; chimathandiza = it helps (now); ndikufuna
kwambiri kuti mundithandize = I very much want
you to help me; osamthandiza (rough)/
usamthandize = don't help him!; 2.-give help; 3.-
aid; 4.-assist; chonde ndithandizeni = assist me
please; 5.-support; ndimamuthandiza iye = I
support him; 6.-provide; 7.-sustain; 8.-be
constructive; 9.-contribute; 10.-enable; 11.-be
good natured; 12.-be meaningful; 13.-be vital;
-thandiza amasiye 1.-help the orphans; 2.-assist the
orphans;
-thandiza kusinthira magiya 1.-change the gears;
2.-clutch;
-thandiza kuti chigwire ntchito 1.-stimulate; 2.-
mobilise; 3.-ignite; 4.-invigorate;
-thandiza mnzako 1.-help your friend; 2.-assist
your friend; 3.-give a hand to your friend;
-thandiza mwa ulemu 1.-be polite; 2.-be civil; 3.-
be helping voluntarily; 3.-help voluntarily;
-thandiza ndi chinthu 1.-contribute something; 2.-
endow; 3.-bestow; 4.-donate;
-thandiza olumala -help the disabled;
-thandiza ovutika 1.-help the poor; 2.-relieve; 3.-
donate; 4.-ease;
-thandiza pa mavuto 1.-rescue; 2.-deliver; 3.-help
in time of trouble; 4.-aid; 5.-liberate;
-thandiza ulere 1.-help without money; 2.-help
freely;
-thandiza wina -help someone;
-thandizana 1.-work together; 2.-cooperate; 3.-help
each other; 4.-collaborate;
-thandizira 1.-labour for; 2.-help for; 3.-work for;
4.-work in partnership; 5.-give a hand;
thandizo\ma- 1.help; 2.support; 3.succour;
4.donation;
-thanga 1.-start by; 2.-begin with; 3.-be first;
thangani mwapata Ufumu wa Mulungu = seek ye

first the Kingdom of God; 4.-be of same age; ndife a thanga imodzi = we are of the same age;
thanga long'ambika torn sailcloth;
-thanga\ma- 1.sailcloth; 2.canvas;
-thangata 1.-aid; 2.-give help; 3.-give donation; 4.-assist; 5.-support; 6.-abet;
thangata\- 1.hard labour; 2.work without pay;
-thangatana 1.-cooperate; 2.-help one another;
-thangatira 1.-labour for; 2.-work for;
thangato 1.help; 2.assistance; 3.donation; 4.a hand; 5.a push;
thanthwe lolimba hard rock;
thanthwe\matanthwe 1.rock; Yesu ndiye thanthwe langa lolimba = Jesus is my solid rock; 2.hard core;
-thanza 1.-walk with legs apart; 2.-occupy big space;
thanzi 1.health; ukuwoneka wathanzi lero = you are looking healthy today; mwana wa thanzi = healthy baby; mkulu woona ngati anthu ali ndi matupi a thanzi (lit.: person supervising whether people have healthy bodies) = health officer/ nutrition officer; 2.strength; 3.vigour;
-thapa 1.-boast; 2.-brag;
thara (chiNgerezi) 1.bitumen; 2.tar; 3.tarmac;
tharansipoti (chiNgerezi) 1.transportation; 2.haulage;
-thasa 1.-stretch; 2.-be comfortable;
thasa! flat; njoka inangoti thasa! padzuwa = the snake lay flat in the sunshine;
-thasika -spread foodstuff in the sun to dry; wathasika ufa padzuwa kuti uwume = she has spread maize flour in the sunshine to dry;
-thatha 1.-breathe hard; 2.-be in a coma;
-thatha ndi imfa 1.-shake in death struggle; 2.-breathe your last breath;
-thau dense; mitengo ili thau = the trees are dense;
-thawa 1.-escape from; 2.-run from; 3.-run away; expression: mnyumba mwake ndi thawa moto yekhayekha (lit.: in her house is run away from fire only) = there is only plastic ware in her house; anthu anathawa kwawo = people ran away from their home; akuthawa nkhondo = they are running away from the war; 4.-abscond; 5.-scamper; 6.-desert; asirikali anathawa = soldiers deserted; 7.-flee from; anathawa kunja kwa dziko = they fled from abroad;
-thawa chilango 1.-escape punishment; 2.-run away from punishment;
-thawa kumangidwa 1.-run away from being persecuted; 2.-avoid being imprisoned;
-thawa mlandu -desert a case;
-thawa mofulumira 1.-run fast; 2.-scoot; 3.-escape; 4.-vanish;

-thawa mtima m'malo 1.-be restless; 2.-be impatient; 3.-be unconscious;
-thawa mwa njomba 1.-trick; 2.-elude; 3.-evade;
-thawa mwapang'onopang'ono 1.-desert gradually; 2.-vanish in small groups;
-thawa ndi mkazi mwa chinsinsi 1.-elope; 2.-run away secretly with a woman;
-thawa nkhondo -flee from war;
-thawa ufiti -escape from witchcraft;
thawale\matawale 1.pool; 2.broad of a river; 3.mass of stagnant water after rain;
-thawira 1.-escape to; 2.-flee to; anathawira kunja kwa dziko = they fled abroad; 3.-run to; anthu anathawira kwawo = people ran to their homes;
-thawitsa 1.-send away; anathawitsa ana awo = they sent away their children; 2.-steal;
-the!the! 1.crackle (as sparks from fire); 2.bang! (of a rifle);
-theba 1.-pick; iye akutheba nkhuni = she is picking and gathering firewood; 2.-grab; anatheba mpira kuchokera mbali ina = he grabbed the ball from the other side; 3.-take away;
-thedwa chidwi 1.-lose interest; 2.-lose attention; 3.-lose curiosity;
-thedwa nzeru 1.-be desperate; 2.-capitulate; 3.-be stranded; 4.-have nothing to do/ say;
-theka 1.-be possible; kodi zitheka? = will it be possible?; zitheka bwanji? = how is it possible?; 2.-be able; 3.-manage; zinatheka kuyendetsa ndekha = I managed to drive alone; 4.-be accessible; 5.-accept; 6.-be half; dengu langoti theka ndi ufa = the basket is half-full of flour; bulu la shuga langoti theka = the sugar bowl is half-full; 7.-be semi;
-theka kuchepetsedwa 1.-be reducible; 2.-be possible to reduce; 3.-be minimised;
-theka kuchiritsika 1.-be curative; 2.-be curable; 3.-be able to be treated; 4.-be able to be healed;
-theka kuchitika 1.-be possible; 2.-be feasible; 3.-be viable; 4.-be able to function;
-theka kukambirana 1.-be negotiable; 2.-be debatable;
-theka kukukhululukira -be forgivable;
-theka kulapika -be repentable;
-theka kulemba masewero 1.-be play wright; 2.-be poetist;
-theka kupimidwa 1.-be able to do test; 2.-be measured; 3.-be calculated;
-theka kusintha 1.-be pliable; 2.-be changeable; 3.-be varying;
-theka kusinthika 1.-be variable; 2.-be changeable; 3.-be transformed;
-theka kutchinjirizidwa 1.-be defensible; 2.-be protective; 3.-be guarded; 4.-be secured;

-theka kuyimbika mokweza 1.-be loud and reverberating; 2.-be plangent;

-theka kuyiwalika -be forgotten;

-theka ndi kuganizidwa 1.-be feasible; 2.-be reasonable;

theka\mateka half; ola limodzi ndi theka = one and a half hours;

thekenya\matekenya jigger-flea; m'chikhatho mukunyerenyetsa ngati thekenya = in the palm of the hand it is itching as if there is a jigger flea;

-thekera 1.-decorate with beads; amayi akale ankathekera msengwa zawo ndi mkanda = old women decorated their flat baskets with beads; 2.-beautify with beads; 3.-adorn; 4.-embellish;

Thekerani 1.an area in Malawi famous for banana production in Thyolo district; 2.banana of sweet taste;

-thekereza 1.-dress for any function; 2.-dress a costume;

thekete 1.thick forest; 2.wilderness; 3.thick bushes;

-theketsa 1.-make possible; 2.-be plausible; 3.-be feasible;

thema\matema 1.thick forest; 2.wilderness;

-themba 1.-be sure; 2.-believe; 3.-depend; 4.-rely upon;

themba la mathemba 1.king of kings; 2.paramount chief; 3.Lord of lords;

thembelembwe\ma- dewlap;

-thena 1.-castrate an animal; akuthena agalu ake = he is castrating his dogs; 2.-circumcise; 3.-remove tips of plant;

-thena ziwalo zoberekera 1.-castrate; 2.-circumcise;

thendere\matendere butt of a gun;

thendero 1.groundnuts flour; 2.pea-nut butter;

thendo\- soup of groundnut flour; expression: ndi wothirathira thendo kale (lit.: she poured groundnut flour long time ago) = she is already seasoned/ she is a girl of a marriageable age;

thenga la maliro 1.death message; 2.funeral message;

thenga\a- 1.messenger; 2.angel; 3.herald; 4.mediator; 5.go-between;

-thengera -be biased;

thengo\- 1.jungle; nyama zina zimakhala m'thengo = certain animals live in the jungle; 2.forest; iyi ndi thengo ya chilengedwe = this is a natural forest; 3.brushwood; 4.bush; expression: pereka chipondam'thengo (lit.: give something for walking in the bush) = give a partial payment in advance, usually to a herbalist; 5.woodland;

-thepetheka 1.-be soft; 2.-turn into pulp; 3.-liquidify;

-thephetheka 1.-be very tired; 2.-be dog tired; 3.-be

used up; 4.-be finished; 5.-be exhausted;

-thera 1.-cripple; 2.-finish for somebody; anamuthera ndalama = she finished his money; proverb: ali ndi wotherana naye zakukhosi (lit : she has someone with whom he finishes the things of the throat, i.e. the secrets) = she has a lover; 3.-result; 4.-get used; 5.-conclude;

-thera ku imfa 1.-be fatal; 2.-end in death; 3.-lose life;

-thera m'chisoni 1.-end in misery; ukwati wawo unathera mchisoni = their marriage ended in misery; 2.-end in weeping;

-thera m'madzi -lose; ndalama zonse zathera m'madzi = all the money has been lost;

-thera mchina chake 1.-be productive; 2.-end up doing something; 3.-reproduce; 4.-be fortunate;

-thera msiizi 1.-result into; 2.-reach the point that is very difficult to solve;

-thera pamodzi 1.-end together; 2.-finish the same time; 3.-be coeval;

-thera za kukhosi 1.-speak out the mind; 2.-speak the secret; 3.-speak freely (-speak the things that you are not supposed to say);

-theratu 1.-be entire; 2.-be profound; khungu lotheratu = profound blindness; 3.-be defunct; 4.-be totally destroyed; 5.-be utterly; 6.-be empty;

-theratu psyiti 1.-annihilate; 2.-be in state of emptiness;

therere okra; ndimakonda kudya nsima ya therere = I like to eat nsima with okra; amakonda kudya nsima ya mgaiwa ndi therere = he likes eating m'gaiwa with okra;

-theruka 1.-faint; 2.-suffocate;

-thesemuka 1.-fall (esp. due to slippery surface); 2.-drop down;

thesi\a- 1.frog (yellow); 2.toad;

-thetha 1.-crack; 2.-mark wrong; aphunzitsi andithetha zonse = the teachers have marked me wrong in everything; 3.-disagree; 4.-disapprove;

-thetha chiwembu 1.-plot; 2.-conspire;

-thetheka 1.-be cracked (from action of sun); 2.-be broken (grass of a flask);

-thethetsa 1.-breed animals; 2.-hatch; nkhuku yanga yathethetsa anapiye khumi = my chicken has hatched ten chicks; 3.-crackle (as sparks from fire); 4.-crack groundnuts; 5.-crunch;

-thetsa 1.-finish; 2.-break up; 3.-abolish; kuthetsa malonda a ukapolo = abolishing slave trade; 4.-conclude; 5.-annihilate; 6.-end; anathetsa ubale wa ukazembe = they ended the diplomatic relationship; 7.-suspend; 8.-suppress; 9.-eradicate; umbuli unathetsedwa = ignorance was eradicated; 10.-sever; anathetsa ubale wawo = he severed their relationship;

-thetsa banja 1.-break up marriage; 2.-divorce;
-thetsa chibwenzi 1.-bring love to an end; 2.-end
friendship; 3.-end up relationship;
-thetsa chiKhristu -conquer Christianity;
-thetsa chipangano 1.-rescind a pact; 2.-denounce a
vow; 3.-end a covenant; 4.-break an agreement;
-thetsa khama 1.-be levelled; 2.-remove
hardworking spirit; 3.-confound;
-thetsa kugwirizana 1.-end relationship; 2.-end
friendship;
-thetsa kukwiya 1.-pacify; 2.-calm; 3.-conciliate;
4.-be in solidarity;
-thetsa kusankhana 1.-desegregate; 2.-reunite;
-thetsa lamulo 1.-scrap a law; 2.-rescind; 3.-
dissolve the law; 4.-destroy the law;
-thetsa ludzu 1.-quench thirst; 2.-remove thirst;
-thetsa mankhalu 1.-defeat; Amereka idathetsa
Sadamu Huseni mankhalu = America defeated
Saddam Hussein; 2.-conquer; 3.-surrender; 4.-give
up; 5.-punish; 6.-teach a lesson;
-thetsa mavuto 1.-solve problems; 2.-surmount;
-thetsa mkangano 1.-settle a dispute; 2.-settle a
revolt;
-thetsa mlili -stop an epidemic;
-thetsa mnyozo 1.-treat someone badly; 2.-punish
someone;
-thetsa mphamvu 1.-end power; 2.-weaken; 3.-
neutralise; 4.-nullify; 5.-dilute power;
-thetsa mudyo -lose appetite;
-thetsa nzeru 1.-madden; imfa yadzidzidzi
idapengetsa banja lonse = the untimely death
maddened the whole family; 2.-infuriate; 3.-be
shattering; 4.-give up;
-thetsa phokoso 1.-cause people to stop noise; 2.-
end quarrels; 3.-end disagreements;
-thetsa ubale 1.-sever family links; 2.-end
relationship;
-thetsa ukazembe 1.-end diplomatic relations; 2.-
sever ties;
-thetsa ukwati 1.-divorce; 2.-separate in marriage;
-thetsa ulamuliro 1.-dethrone; mfumu
inachotsedwa pa ulamuliro = the king was
dethroned; 2.-depose; achotsa pulezidenti pa
ulamuliro = they have deposed the president; 3.-
end responsibility; 4.-derule;
-thetsa ululu 1.-stop poison; 2.-neutralise; 3.-kill
pain; 4.-reduce pain;
-thetsa umphawi -end poverty;
-thetseratu 1.-end completely; 2.-cause complete
stop; 3.-scotch;
-theva 1.-be immature; zipatso za theva = immature
fruits; 2.-be unripe;
thewera\matewera 1.loin cloth; 2.narrow strip
around waist; 3.nappy; ndikufuna kusita thewera la

mwana = I want to iron the baby's nappy;
4.napkin;
-thibika 1.-soak; 2.-immerse; 3.-dip; 4.-sink;
-thibiza -plunge; anathibiza malaya ake mmadzi =
she plunged his shirt in water;
-thibudza 1.-plunge; 2.-dive; ana ali kuthibudza mu
thawale = the children are diving in the lagoon; 3.-
soak;
-thidza 1.-cuff; 2.-slap; 3.-hit;
-thidzimula 1.-beat badly with hand; anathidzimula
dzibonyongo mphongo zinzake = he beat his
fellowmen (in fighting); 2.-beat hard; 3.-beat
mercilessily; 4.-hit; 5.-strike;
-thifuka 1.-bend; 2.-bow;
-thifula 1.-curve; 2.-bend;
thika hyena;
-thika 1.-attire; 2.-spread on the floor (increase of
water); 3.-be poured;
-thikira madzi -be wet with water; zovala zathikira
madzi = the clothes are wet with water;
-thikira mafuta 1.-be oiled; 2.-be greasy;
-thikithi 1.settled; 2.quiet;
-thima 1.-extinguish; utathima mo to = when the fire
is extinguished; 2.-blow off fire; 3.-snuff out;
-thima mowa -be drunk;
thima\matima banana stem;
thimbidza type of dance in Nyau Secret Society
during the funeral of an elderly person;
-thimbirilitsa ndi utoto 1.-be stained with dye; 2.-
dye; 3.-colour;
-thimbirira 1.-be stained; nsalu zotchingira ndi
zothimbirira = the curtains are stained; penti
idathimbirira ndi mvula = the paint got stained by
the rain; 2.-stain; 3.-be covered with rust or dirt;
-thimbiritsa 1.-blacken; 2.-soil; 3.-stain;
thimbwidza kind of dance in Nyau Secret Society
during the funeral of an elderly person;
-thimbwidzika 1.-show off; 2.-walk conceitedly;
3.-walk affectedly; 4.-walk proudly;
-thimitsa 1.-blow out; 2.-extinguish; 3.-snuff out;
4.-switch off; 5.-turn off; akuthimitsa foni yake =
he is turning off his phone;
-thimitsa chikondi 1.-blow out love; 2.-end
friendship;
-thimitsa moto 1.-extinguish fire; 2.-blow off fire;
-thimitsa nyale 1.-put out lamp; 2.-blow out lamp;
3.-extinguish lamp;
-thina 1.-be tight; expression: lero zathina (lit.:
today things are tight) = the situation is hard to
handle; zinthu zidafikadi pothina m'nyumba
mwathu (lit.: things reached the point of being
really tight in our house) = the situation in our
house became hard to handle; 2.-have small size;
3.-be difficult to handle; 4.-be small to fit in;

-thinana 1.-be close together; 2.-be overcrowded; 3.-be fixed together;

thindi 1.thick bush along the river banks; 2.huge crowd of people;

-thinitsa 1.-make tight; 2.-fasten; 3.-bind a wound tightly; 4.-compress (of the waist); 5.-make strict rules;

-thinizana 1.-be close together; 2.-be cramped together; 3.-be congested;

-thinuka 1.-unbend; 2.-make straight;

-thinula 1.-strengthen; 2.-make straight; 3.-be elastic;

thiphwa\ma- 1.swampy area; mpunga umakula bwino m'mathiphwa = rice grows well in swampy areas; 2.marshy area;

-thipwa -run aground;

-thira 1.-pour out; akuthira tiyi m'kapu = he is pouring out the tea in the cup; 2.-pour; anathira madzi ochepa = she poured a little water; 3.-apply; 4.-inject; ndikuthira mafuta mu galimoto = I am injecting oil into the car; 5.-cause to flow; 6.-decant; 7.-ejaculate;

-thira chiphe -poison; anamuthirira chiphe = she poisoned him;

-thira madzi -pour water; mbusa anathira madzi pa mutu pa mwana pomubatiza = the minister poured water on the head of the child when he baptised it;

-thira mafuta onunkhira 1.-apply perfume; 2.-apply scent; 3.-apply aroma;

-thira mang'ombe 1.-comment; 2.-make chorus; amayi amathira mang'ombe pa nyimboyi = the women make a chorus out of this song; 3.-add words; 4.-remark;

-thira mankhwala 1.-apply medicine; 2.-spray; 3.-disinfect; 4.-put chemicals;

-thira mankhwala pa chilonda 1.-salve; 2.-apply medicine on the wound;

-thira maso -spray into the eye;

-thira mchere 1.-salt; muthire mchere mu ndiwo = you salt this relish; kusunga nsomba pozithira mchere = preserving fish by salting; 2.-apply salt;

-thira moto 1.-burn; tchite lathiridwa moto = the bush has been burnt; 2.-cause trouble; 3.-cause war;

-thira mphepo 1.-shout at; 2.-mock; amathira mphepo wopunduka = she mocks the crippled; 3.-scorn;

-thira msika 1.-market; 2.-sell; 3.-vend;

-thira mtenthandevu -take a cup of tea; yambani mwathira mtenthandevu musanachoke = take a cup of tea before you leave;

-thira ndemanga 1.-give comment; anathirirapo ndemanga = he gave comment on it; 2.-remark;

-thira nkhondo 1.-attack; 2.-raid; 3.-wage war; 4.-

provoke; 5.-disturb; 6.-invade;

-thira nsembe 1.-sacrifice; thira nsembe mwana wako Isake (*Genesis* 22:7) = sacrifice your son Isaac (*Genesis* 22:7); 2.-pay thanksgivings;

-thira ukala 1.-ejaculate; 2.-release sperms;

thiraki truck; woyendetsa thiraki = the truck-driver;

-thiranso 1.-refill; 2.-fill up again;

-thiridwanso diso 1.-reappear (fig); 2.-be seen again;

-thirira 1.-water; 2.-irrigate; 3.-supply;

-thirira mang'ombe -give comment on something said;

-thirira masamba -water vegetables;

-thirira ndemanga 1.-comment; ndafuna kuthirira ndemanga pa nkhani = I want to comment on the news; 2.-add a remark;

-thirira ndi madzi 1.-irrigate; 2.-supply water; 3.-water;

-thithikana 1.-congest; 2.-live together closely; anthu a ku Chinamwali akukhala mothithikana kwambiri = the people in Chinamwali are living together too closely; 3.-be cramped together; 4.-be overcrowded;

-thithikizana 1.-be overcrowded; 2.-be cramped together;

-thithimula 1.-beat strongly; 2.-whip;

-thithiniza 1.-make tight; 2.-press hard; 3.-squeeze hard;

-thithinizana 1.-be dense; 2.-be very close together;

thiwi la mabango swamp with reeds;

thiwi\ma- 1.lagoon; 2.swampy area; 3.muddy area;

tho! 1.bang! (of a rifle); 2.pop!;

thobve kind of relish similar to okra;

-thobwa (long sound) 1.-get foreign body in eye; 2.-be dazzled; 3.-be dizzy;

-thobwa m'maso 1.-stun; 2.-dazzle; 3.-glitter;

thobwa\- (brief sound) 1.fermented sweet beer; 2.traditional sweet beer; 3.gruel;

-thodwa 1.-be overburdened; Yesu anati, bwerani kwa ine olema ndi othodwa (*Mateyu* 11:28) = Jesus said, come to me you who labour and are overburdened (*Matthew* 11: 28); 2.-be sinful;

-thodwa ndi machimo -be overburdened with sins;

-thoka 1.-tell secret stories; 2.-speak; 3.-talk;

-thokoza 1.-thank; mphunzitsi wamkulu amuthokoza chifukwa ana ambiri a sukulu anakhoza bwino = the head teacher has been thanked because of the high perfomance of pupils; 2.-be grateful; ndathokoza! = I am grateful; 3.-exalt; 4.-praise; ndibwino kumathokoza Ambuye chifukwa cha zabwino = it is good to praise the Lord for the good things; 5.-acknowledge; 6.-express gratitude;

-thokoza chifukwa cha thandizo 1.-be indebted;

2.-be thankful; 3.-be grateful;

-thokozedwa kwambiri 1.-be flattered; 2.-be praised; 3.-be thanked;

-thola 1.-break; 2.-dance elastically; 3.-take fruits from a tree;

-thola m'fundo -refuse to accept rules;

thole 1.rail trolley; 2.rail bus;

tholi\ma- 1.calf; 2.young bull;

tholo\ma- soil;

thomphwe brain;

thondo\- 1.bush; 2.forest; 3.uncultivated area;

thondo\ma- caterpillar;

thongo testicle;

-thongodzola -eat slowly;

thonje cotton (lint or thread); thonje ndi mbewu yopepuka = cotton is a light crop; thonje labwino = good cotton;

-thonya 1.-leak; bwato likuthonya = a boat is leaking; 2.-drip; 3.-be foolish; 4.-be dirty;

-thope 1.muddy; mapazi amatope adinda pansi = there are muddy footsteps on the floor; 2.marshy area;

thope\matope 1.dirt; 2.mud; kuyenda pa matope kumandinyansa = walking on the mud is bad for me; proverb; walira mvula walira matope (lit.: if you cry for rain you also cry for mud) = if you want a good thing, expect hardships as well;

-thoshoka 1.-be collapsed; 2.-be destroyed; 3.-be pulled down;

-thoshola 1.-bore; 2.-pierce/ -sting (the eye); 3.-break;

-thotha 1.-chase; amuthotha ku msonkhano = he has been chased out of the meeting; 2.-pursue; 3.-run after;

thotho\ma- 1.stain; 2.speckle;

-thothoka 1.-be plucked; 2.-fail exams;

-thothola 1.-pluck; 2.-remove;

-thotholika -pop; chimanga chinathotholika m'chiwaya = the maize popped in the pan;

-thotolera 1.-tear off; wandithotolera mabutawo = he has torn off my buttons; 2.-rip off; 3.-break;

-thovola 1.-spill; 2.-overflow;

thovu/ thobvu la malovu 1.bubbles of saliva; 2.foam;

thovu/ thobvu la sopo 1.bubbles of soap; 2.soap sud;

thovu\-/ thobvu\- 1.foam; adali ndi thovu pakamwa pake = there was foam on his mouth; 2.froth; thovu lochokera mkamwa = froth from the mouth; 3.saliva; 4.bubbles; 5.sud;

-thowa 1.-sponge; 2.-put warm compress; tithowe mwendo = let us put a warm compress on the leg;

thowola 1.injection; 2.syringe;

-thu 1.completely/ really: suffix to verbs, indicating

emphasis; ndaiwalathu = I have completely forgotten it; ndalekathu = I have given it up entirely; ndithu = it is completely like that; ndithu!/ zedi! = really; 2.suffix preceded by subject concord + a, thus forming the possessive pronoun of the first person plural; mipira yathu = our balls; nyumba zathu = our houses; pathu = at our home;

-thudi 1.-be sure; 2.-be exact; 3.-acknowledge deeply;

-thudzuka 1.-be mangled; 2.-be punctured; 3.-pierce the eye; 4.-be broken into pulp; 5.-fall from a tree;

-thudzula 1.-burst; 2.-break into pulp; 3.-beat severely; 4.-split;

-thudzula diso 1.-pierce the eye; 2.-mangle an eye;

-thudzulidwa 1.-be mangled; 2.-be beaten severely;

-thukula 1.-lift up; 2.-take up; 3.-uplift; 4.-raise; 5.-pick up; 6.-elevate; 7.-winch up;

-thukulana 1.-uplift one another; 2.-support one another; 3.-finance someone;

-thukulidwa 1.-be lifted up; 2.-be raised up; 3.-be pushed up;

-thukulira -lift with;

thukuluzi\ma- bower;

thukuta 1.sweat; malo otulutsa thukuta = sudoriferous glands; expression: thukuta lochita kusamba (lit.: the sweat that you can wash in) = heavy work; expression: ndinakhetsa thukuta pamenepo (lit.: I sweated there) = I worked hard there; 2.perspiration;

thukuta la usiku night-sweat;

-thulula -pull out; thulula ulusi pa juzipo = pull out the warp from the sweater;

-thuma (chiZulu) -send;

thumba (t. losungira mwana) amniotic sac;

thumba la katundu 1.bale; 2.bag; 3.luggage; 4.baggage;

thumba la machende 1.sack containing the testicles; 2.scrotum;

thumba la makalata 1.mail bag; 2.letter bag;

thumba la mchenga sand bag;

thumba la mchere bag of salt;

thumba la mtedza bag of groundnuts;

thumba la Tambe Tambe's bag; proverb: thumba la Tambe amamasula ndi Tambe yemwe (lit.: Tambe's bag has to be opened by Tambe only) = crooks know one another's top secret/ send a thief to catch a thief;

thumba la zambiri 1.basket with many things; 2.mixed bag;

thumba lapadera lokongoza special fund for borrowing/ lending;

thumba lobooka punctured bag;

thumba lolimba 1.strong bag; wanyamula thumba lolimba = he has carried a strong bag; 2.durable bag;

thumba\matumba 1.pocket; thumba la chovala = a pocket of cloth; expression: thumba lobowoka (lit.: worn out pocket) = lack of money; also: worn out purse; expression: sapisa m'thumba (lit.: he doesn't put his hand in the pocket) = he is a miser/ stingy; 2.bag; 3.sack; 4.raised ridge;

thumbi la nyanja ya Malawi fresh chambo fish from Lake Malawi;

thumbi\matumbi small fresh chambo fish;

thumbo lomangika folded intestine;

thumbo lotuluka ponyerera 1. haemorrhoids; 2.kind of disease with a swelling of a vein at or near the anus;

thumbo\matumbo 1.intestine; matumbo a akulu = large intestines; gawo loyambirira la matumbo ang'ono = duodenum; matenda a m'matumbo = enteropathy; thumbo lalikulu = large intestine; thumbo laling'ono = small intestine; thumbo lolumikiza mwana ndi mayi wake pamene ali m'mimba mwa mai wake = umbilical cord; kulowerera kwa chakudya m'matumbo = uptake of food; 2.bowels; 3.uterus;

-thumbusula 1.-pull out; 2.-unwind; 3.-uncoil;

-thumbusula ulusi 1.-pull out the thread; 2.-uncoil the thread;

-thumbwa (chiTumbuka) -be proud;

thumbzi mother goat;

-thumula -cut; wathumula chingwe changa ndani? = who has cut my rope?;

thumwa small pillow containing traditional medicine (usually tied on the waist or put in pocket or around neck);

thundu kind of tree;

-thunduka 1.-be found to be greedy; 2.-poke your nose into other people's affairs;

thunduluzi\ma- 1.thick entwined trees; 2.thick bush;

thunga title of the husband of the High Priestess (Makewana) who was responsible for the lighting of the fire on the altar at the shrine on the River Dyamphwe;

thunga\a- lizard; a Banda ndi thunga (lit.: Mr. Banda is a lizard) = Mr. Banda is always found at home, he doesn't walk long distances;

-thungata 1.-be lonely 2.-be reserved; 3.-be unhappy; 4.-be miserable;

thungo end; kuthungo kwa chinthu = at the end of a thing;

thungwa\ma- small flat basket;

-thuntha 1.-be lonely; 2.-feel miserable; 3.-be deserted;

-thunthu 1.complete; 2.whole; 3.full; 4.entire;

thunthu la chingwa 1.whole bread; 2.loaf; thunthu la buledi = a loaf of bread;

thunthu la duwa 1.stem of flower; 2.stump of flower;

thunthu la mtengo trunk of a tree; anayika makasu pa thunthu la mtengo = he put the hoes on the trunk of a tree;

thunthu la munthu 1.body structure; 2.figure; 3.core;

thunthu\ma- 1.wholeness; 2.whole; kwa mwezi wathunthu = for the whole month; thunthu la mtengo = the whole trunk of a tree; 3.bole of tree; 4.stem of tree; 5.stem of flower; 6.trunk of tree; 7.body of tree; 8.heap of soil;

-thunthumira 1.-be ecstatic; 2.-be enthusiastic; 3.-be excited; 4.-be very conscious; 5.-be anxious; 6.-be annoyed;

-thunthumira ndi ulendo 1.-get excited because of journey; 2.-be anxious;

-thunya 1.-push; 2.-move forward; 3.-shove;

-thunya pamwamba -scaffold;

-thunza 1.-carry on head; 2.-carry on shoulders;

thupi (kaimiridwe ka t.) body structure;

thupi (maonekedwe a t.) 1.body shape; 2.body type;

thupi (mtundu wa t.) body type;

thupi (ntchito ya t.) bodywork;

thupi la munthu atamwalira 1.dead body; 2.mortal remains; 3.corpse; 4.cadaver; 5.carcass;

thupi la munthu wakufa 1.dead body; 2.corpse; 3.stiff; 4.mortal remains;

thupi lakufa 1.corpse; 2.remains;

thupi lofooka weak body;

thupi\matupi body; kutentha kapena kuzizira kwa thupi = body temperature; Yesu anabadwa m'thupi = Jesus was born in the body; expression: masiku ano wasintha thupi (lit.: these days he has changed body) = he has gained weight/ has become fat/ has become thin/ has lost weight these days;

-thupsa 1.-pain; 2.-be hurt;

thupsa\zi- 1.swelling; 2.growth; 3.tumour;

-thupsana 1.-frighten; 2.-fear; 3.-scorn; 4.-shout;

-thushula 1.-gather power; anathushula atalandira mankhwala = she gathered power after medication; proverb: anathushula ngati nkhumba yopita kophedwa (lit.: she gathered power like a pig that is about to be slaughtered) = unnecessary boasting; 2.-cut open; tathushulani matumba onsewo = cut all bags open; 3.-break; 4.-split; 5.-smash;

-thusika 1.-set aside; 2.-separate; 3.-sort; 4.-grade;

-thutha 1.-gather power; 2.-breathe; 3.-feel the beating of the heart;

-thutha mofulumira 1.-breathe quickly; 2.-breathe

heavily; 3.-puff; 4.-pant;

-thutha movutika 1.-breathe with difficulty; 2.-
gasp;

-thutha pang'onopang'ono -breathe slowly;

thuthu\ma- 1.stalk; 2.earth (loose earth used by
mice to shut entrance hole or that which is cast up
as in a mole hill);

-thuthutsa 1.-carry loads from one place to another;
2.-drag; 3.-pull along;

thutsi\ma- caoutchouc;

-thuvula -rise up after crouching;

-thuza 1.-mitigate; 2.-alleviate; 3.-relieve; 4.-
console;

thuza la moto burn;

thuza lopweteka 1.chilblain; 2.boil from burns;
3.painful rash;

thuza\matuza 1.blister; 2.boil; 3.inflammation;
4.rash; matuza ofiira chifukwa cha zakudya
zotupitsa = yeast rash; 5.swelling;

-thuzitsa mtima 1.-charm (-subdue by love); 2.-get
attracted;

-thwa lilime 1.-be cunning in speech; 2.-speak
cleverly; 3.-joke; 4.-speak convincingly; 5.-have
sweet talk;

-thwa m'mutu 1.-be intelligent; 2.-be wise; 3.-be
bright; 4.-be clever;

-thwanima 1.-blink; anali kuthwanima chifukwa
cha dzuwa = he blinked with his eyes because of
the sun; 2.-wink; 3.-shine brightly; 4.-be shining;

-thwanimitsa 1.-brighten; 2.-make brighter; 3.-
lighten;

thwanithwani 1.twinkle of the eyes; 2.shining of
the eyes; 3.flashing of the light;

-thwathwaza 1.-sharpen; 2.-whet;

-thwathwaza mpeni -sharpen a knife;

-thwetsa -sharpen;

-thwika 1.-inject; 2.-pierce together in a bunch;

-thyakamuka 1.-fall; 2.-fail; 3.-disrecommend;

-thyakuka -be well formed; ziganizo zothyakuka =
wel constructed sentences;

-thyapula 1.-whip; 2.-beat with a stick; 3.-flog;

-thyasika 1.-flatter; 2.-deceive;

-thyathyathya 1.-be even; 2.-be flat; 3.-be smooth;
4.-be polished;

-thyoka 1.-be fractured; mwendo wathyoka = the
leg is fractured; dzanja lothyoka = fractured hand;
mwendo wothyoka = fractured leg; 2.-be broken;
dzanja lothyoka = broken hand; mwendo
wothyoka = broken leg; 3.-break; 4.-be brittle;

-thyoka khosi 1.-break the neck; 2.-lift heavy load
(fig.);

-thyokathyoka 1.-walk affectedly; 2.-walk
conceitedly; 3.-walk ambitiously;

-thyola 1.-break; expression: zandithyola

nkhongono (lit.: these things have broken my
strength) = I'm broken down/ I have become
disinterested; 2.-break limbs; mwendo wathyoka =
the leg is broken; 3.-break off; 4.-fracture; 5.-
double; 6.-fold; 7.-conquer; 8.-crack one's fingers
at joint; 9.-pluck; osathyola zipatso = do not pluck
the fruits; ogwira ntchito anathyola masamba a tiyi
= employees plucked tea leaves;

-thyola bande -broaden the road;

-thyola bano -reach puberty/ -mature sexually (lit.:
-break the reed);

-thyola chitseko 1.-break the door; 2.-kill the
reliable one (fig.);

-thyola khosi 1.-break the neck; expression:
muthyola khosi (lit.: you are going to break the
neck) = this will mean your fall; 2.-lift heavy
goods; 3.-admire; 4.-be attractive;

-thyola lamulo 1.-disobey; 2.-break the law; 3.-do
not abide by law; 4.-break the rule;

-thyola m'nthawi yake 1.-pluck in time; 2.-harvest
in time;

-thyola nyumba 1.-break in; 2.-rob a house;

thyroid gland chithokomiro;

-ti 1.-speak; akuti ali kuyankhula = he says he is
speaking; 2.-say; anati sabwera = he said he would
not come; atinji? = what has he said?; anangoti ndi
ichi = he just said here it is; 3.-talk;
4.demonstrative function suffixed to plural nouns
of the ka-ti class; timbuziti = these little goats;

ti- 1.prefix of plural nouns of ka-ti class; tiana =
little children; 2.subject concord with plural nouns
of ka-ti class; timbuzi tili pano = the little goats are
here; 3.subject concord of first person plural of
conjugated verbs; tikuona = we are seeing;

-ti- 1.them; object concord infixed in conjugated
verbs representing plural nouns in ka-ti class;
ndikutiona (timbuzi) = I am seeing them (little
goats); 2.us; verbal object concord of first person
plural; akutiona = they are seeing us;

-ti balala 1.-be spread abroad; 2.-go everywhere; 3.-
run into all directions; 4.-scatter; 5.-disperse;

-ti balamanthu 1.-appear suddenly; mkango
unangoti balamanthu = the lion appeared suddenly;
2.-come into the open; 3.-arrive unexpectedly;

-ti bata 1.-be quiet; nyanja inangoti bata= the lake
was quiet; 2.-be silent;

-ti bii! 1.-be black; 2.-be dark; kunja kwati bii!
chonchi ndiye kuti kwada = as such it is dark; 3.-
be dirty; ana ake sasamba angoti bii! = her children
seldom take a bath, they are dirty;

-ti bola 1.-be better; iwo anangoti bola pamenepo =
they said its better now; 2.-be improved;

-ti budu 1.-be covered; ana a sukulu anapeza nsima
itangoti budu m'mbale = school children found

their nsima covered; 2.-spill; 3.-overflow; 4.-be overspilt; 5.-run over;

-ti bze 1.-resemble; nkhope za mapasawo zinangoti bze = the twin's faces resembled each other; 2.-be similar; 3.-be congruent;

-ti daladala 1.-be plentiful; 2.-be bountiful; 3.-be abundant;

-ti denkhenene 1.-be oafish; 2.-loaf; iye anangoti denkhenene pamene anafika = she loafed when she came; 3.-find nothing; 4.-be idle;

-ti duku -dance (moving the waist); anangoti duku = she just danced;

-ti gamphu/ -ti gemphu 1.-break in two pieces; iye anangoti gemphu bisiketi = he broke off the biscuit; 2.-split; 3.-divide into two pieces;

-ti gamu 1.-break in two pieces; 2.-divide into two parts;

-ti gankhanana -fall; anangoti gankhanana atafika = she fell down after her arrival;

-ti ganyu 1.-space; tangoti ganyu miyendo yakoyo = just space out your legs; 2.-stretch;

-ti gubudu 1.-spill; 2.-turn upside down;

-ti gulubidi 1.-enter without knocking; 2.-enter suddenly;

-ti gumu 1.-break in two pieces; 2.-move away (as in groups);

-ti gwada -kneel;

-ti gwedemu/-ti gwedemuko 1.-split; mphika wangoti gwedemuko kusweka = the earthen pot spilt and broke; 2-collapse; 3.-crumple; 4.-subside;

-ti gwedeza 1.-shake; 2.-tremble; 3.-vibrate; 4.-disturb; 5.-make loose;

-ti gwira 1.-touch; 2.-prosecute; 3.-chain; 4.-catch; 5.-discover;

-ti gwiribidi -enter suddenly;

-ti jidi 1.-be immobile; 2.-be static; 3.-be fixed; 4.-be stationed;

-ti jowa 1.-jump; 2.-bound; 3.-hop; 4.-ignore; 5.-fail to notice; 6.-overlook; ife sanatiwerenge atijowa = we have been overlooked in the counting exercise;

-ti kakasi 1.-be agape; 2.-have no say; iye wangoti kakasi kusowa chonena = he has no say;

-ti kalangize 1.-fill with good smell; anadzipopera mafuta onunkhira, ndiyetu kunangoti kalangize mu chipinda chophunzirira chonse = she had perfumed herself so the whole classroom was filled with the smell of it; 2.-show; 3.-counsel; 4.-advise; 5 -instruct; 6.-direct;

-ti kalize ng'oma -beat drum; iwo anangoti kalize ng'oma = they just said I should beat a drum;

-ti kalonde mudzi 1.-guard the village; 2.-protect the village;

-ti kaloze 1.-show; 2.-point; 3.-indicate; 4.-demonstrate;

-ti kapakapa 1.-throw recklessly; anangotaya kuti kapakapa pa madzi = he recklessly threw the object overboard; 2.-throw aimlessly;

-ti khadzu -break; nthambi ya mtengo inangoti khadzu mwadzidzidzi = the tree branch broke off suddenly;

-ti khaphathuko 1.-wake up suddenly 2.-wake up unexpectedly; 3.-wake up as if frightened;

-ti khumu 1.-get off from original place; mwendo unangoti khumu = the leg got off from its joint; 2.-come in multitudes; anthu anangoti khumu kufika ku msonkhano = people came in multitudes at the same time to the meeting;

-ti khwamu -yank; angoti khwamu zimbe zitatu nthawi imodzi = he yanked three sugarcanes at one go;

-ti maso mwaa -look around to all directions;

-ti mbee 1.-be light; proverb: chati mbee sichinapsye (lit.: what is light is not ripe) = not all that glitters is gold; 2.-be clean; 3.-be white;

-ti mbwe 1.-reach; 2.-arrive; pamene mfumu inangoti mbwe, nyimbo ya fuko inayimbidwa = when the king arrived, the national anthem was sung; 3.-appear; 4.-land;

-ti ndadala 1.-say that it is well; proverb: linda madzi apite ndiye uziti ndadala (lit.: wait for the flooding waters to pass, and then you can say that it is well) = running risk prematurely would be madness; 2.-feel comfortable;

-ti ndakana 1.-refuse; 2.-not acknowledge; 3.-be unwilling; 4.-reject; 5.-say no; 7.-ignore;

-ti novinovi 1.-be fatty; ndiwo zimangoti novinovi = the relish was full of fats; 2.-be greasy;

-ti phamu 1.-be full; 2.-be filled up;

-ti phesere -loaf;

-ti phii -fall down; adangoti phii = he fell down;

-ti phwamwamwa 1.-be overflowing; dengu langoti phwamwamwa ndi ufa = the basket is overflowing with maize flour; 2.-be full of; 3.-be too salty;

-ti phwanya 1.-break; 2.-destroy; 3.-crack;

-ti pokopoko 1.-smell perfume; 2.-fumigate; 3.-be too noisy;

-ti sefusefu 1.-spill over; 2.-diffuse; 3.-overflow;

-ti tchithi 1.-be immobile 2.-be static; 3.-be motionless; 4.-be stationary;

-ti tukutuku 1.-be big hearted; 2.-be pompous; 3.-be proud; 4.-be selfish;

-ti ukhoza kupeza 1.-be obtainable; 2.-be easy to get; 3.-be accessible;

-ti zii 1.-vamoose; sitikumuona, wangoti zii = he is nowhere to be seen, he has vamoosed; 2.-be not bitter; 3.-be not fearful; 4.-be quiet;

-ti zingathe kusweka 1.-be breakable; 2.-be fragile; 3.-be easily broken; 4.-be brittle;

-ti? which? (int. pron.); suffix preceded by subject
concord of nouns; anthu ati? = which people?;
zisoti ziti? = which hats?; nyumba iti? = which
house?; tsiku liti? = which day?; mukufuna
chipinda chiti? = which room do you want?; kodi
ng'ombe ziti? = which cows?; weniweni ndi uti? =
which one is it?;
tibi\ma- 1.dip; 2.fishing method by throwing a
basket in the water;
-tibika 1.-dip; 2.-immerse; 3.-plunge;
-tibita -dip with dirty hands;
-tibuka 1.-fall; 2.-pound completely; 3.-be broken
into small pieces;
-tibula 1.-beat; 2.-whip; 3.-flog; 4.-pound;
tick bite chilonda cha utitili;
tida- prefix of verbs in past tense positive, in first
person plural; tidapita = we went;
tidali we were;
-tidza 1.-cuff; 2.-tease;
tidza- prefix of verbs expressing future positive, in
first person plural; tidzaphunzira = we will study;
tidzi- prefix of verbs indicating necessity, in first
person plural; tidzipita = we have to go;
tidzidutswa 1.small pieces; 2.minute pieces;
3.fragments; 4.bits; 5.crumbs; 6.crystals;
-tidzimuka 1.-fall heavily; 2.-rain heavily; 3.-rain
cats and dogs;
tija demonstrative pronoun meaning 'those ... over
there', with plural nouns of the ka-ti class;
timabuku tija = those little books over there;
-tika -be filled to the brim; madzi angoti tika =
water is full to the brim;
tika- 1.prefix of verbs in consecutive positive of
first person plural; tikapita = and we go/went/have
gone/ will go; 2.prefix of the present conditional
positive of first person plural; tikapita = when we
go;
tikada- prefix of verbs in past conditional positive
of first person plural; tikadapita = if we had gone;
tikadapanda + inf. prefix of verbs in past
conditional negative of first person plural;
tikadapanda kupita = if we had not gone;
tikadapanda kudzala 1.if we had not planted; 2.if
we had not grown; 3.if we had not sown;
tikadza- prefix of verbs in future conditional
positive of first person plural; tikadzapita = if we
will go;
tikadzapanda + inf. prefix of verbs in future
conditional negative of first person plural;
tikadzapanda kupita = if we won't go;
tikadzapanda kuphunzira if we won't learn;
tikana- prefix of verbs in past conditional positive
of first person plural; tikanapita = if we had gone;
tikanabwera if we had come;

tikanapanda + inf. prefix of verbs in past
conditional negative of first person plural;
tikanapanda kupita = if we had not gone;
tikangoti + inf. as soon as we + inf.; tikangoti tafika
= as soon as we arrive;
tikapanda + inf. construction of the negative of the
present conditional of the first person plural;
tikapanda kupita = when we don't go;
-tikatika 1.-overflow; 2.-be full to the brim; dengu
lake lachita kuti tikatika ndi nsomba za matumbi =
his basket is full to the brim with fresh fish from
the lake; 3.-be abundant; 4.-be plenty; 5.-be
bountiful;
-tikita 1.-rub; 2.-massage; 3.-beat heavily; 4.-chafe;
tiku- prefix of verbs in present continuous tense
positive, in first person plural; tikuphunzira = we
are learning;
tikuoneni 1.greeting (lit.: that we see you); 2.hail;
tikuoneni Mariya! = hail Mary!;
tili we are; tili ku Blantyre = we are in Blantyre;
tilibe 1.we have not; 2.we have nothing;
tilibe phindu 1.we have no profit; 2.it is not
profitable to us; tinkhuku timeneti tilibe phindu =
these little chickens are not profitable; 3.it is not
beneficial to us;
tilitonse all (with plural nouns of the ka-ti class);
timabuku tilitonse = all booklets;
tima- prefix of verbs in the present habitual tense
positive, in first person plural; timaphunzira = we
usually learn;
timabuku tating'onoting'ono 1.booklets;
2.pamphlets; 3.leaflets; 4.brochures;
timano tongoyembekezera baby's teeth;
timatuza ngati chule goose pimples;
timatuza ta mphepo goose flesh;
timatuza totuluka pa khungu 1.scabies; 2.rash;
3.burn;
timaulusi ta kangaude 1.spider's web; 2.cobweb;
timba\a- sparrow;
timene that/ which; relative pronoun with plural
nouns of the ka-ti class; timabuku timene mukuona
= the booklets that you are seeing;
timene tija demonstrative pronoun meaning 'those
... over there', with plural nouns of the ka-ti class;
timabuku timene tija = those little books over
there;
timene tino these ... here; emphatic demonstrative
pronoun following plural nouns of the ka-ti class;
timabuku timene tino = these little books;
timeneti demonstrative pronoun following plural
nouns of the ka-ti class; timbuzi timeneti = these
little goats;
timeneto demonstrative pronoun following plural
nouns of the ka-ti class; timbuzi timeneto = those

little goats;

timilungu 1.idols (lit.: little gods); 2.teraphim;
Rakele adaba timilungu ta Labani (*Genesis* 31: 19,
34) = Rachel stole Laban's teraphim (*Genesis* 31:
19,34); 3.gods;

timilungu ta aAigupito idols of the Egyptians;

timitsinje towuma m'chilimwe intermittent
streams;

timiyala little stones;

timiyala tating'onoting'ono 1.very little stones;
2.pebbles; 3.grit;

tina other (with plural nouns of the ka-ti class)
timabuku tina = other booklets;

tina- prefix of verbs in past tense positive, in first
person plural; tinapita = we went;

tinali we were;

tinalibe 1.we had not; 2.we had nothing;

tinalibe chidwi 1.we had no interest; 2.we were not
concerned;

tinalibe mphamvu 1.we had no power; 2.we had no
energy; 3.we had no stamina; 4.we had no
authority;

tindevu ngati ta tonde goatee;

tinga- prefix of verbs in potential positive of first
person plural; tingapite = we are able to go/ we
could go;

tinka- prefix of verbs in past habitual tense positive,
in first person plural; tinkapita = we always went;

tinkhani 1.little stories; 2.riddles; 3.narratives;

tino these; emphatic demonstrative pronoun
following plural nouns of the ka-ti class; timabuku
tino = these little books;

-tinthimula 1.beat strongly; 2.-whip strongly; 3.-
beat heavily;

tinthu little things (abbreviation of: tizinthu);

tintinti 1.on purpose; ananena kuti ngozi idali
tintinti = they said that the accident had happened
on purpose; 2.with an aim;

-tinya 1.-kill; anapha khanda politinya pakhosi =
she killed a newly born baby by squeezing its
neck; 2.-murder; 3.-slay; 4.-squeeze;

tipoti (chiNgerezi) tea pot;

-tipula 1.-turn soil; 2.-dig; akutipula munda = he is
digging the garden; 3.-till the ground; 4.-overturn;
5.-break the earth; 6.-excavate;

tirigu 1.corn; 2.wheat;

tiriri 1.smoothness; 2.softness;

tisa- prefix of verbs in subjunctive negative of first
person plural; tisapite = (so) that we would not go;

tisana- prefix of verbs in a tense indicating 'before',
in first person plural; tisanapite = before we went;

tita- prefix of verbs in a tense indicating 'after', in
first person plural; titapita = after we went;

-titima -sound;

-titimira -get stuck; tatitimira mu matope = we are
stuck in the mud;

-tiwa 1.-plait; akutiwa tsitsi = she is plaiting hair;
2.-weave; 3.-bend;

-tiwisa -test with fingers;

-tiwiza 1.-dent; 2.-indent;

-tiwizika -dent;

tizingwe totsekera mabwato 1.anchor cord;
2.oakum;

tizirombo tapabala 1.flesh-eating bacteria;
2.nectrotising fascitis;

tizirombo toyambitsa matenda bacteria causing
diseases;

-to demonstrative function suffixed to plural nouns
of the ka-ti class; timbuzito = those little goats;

tokha 1.only; ife tokha = we only; 2.alone;
3.merely; 4.each other; tiyenera kuthandizana
tokha = we have to assist each other;

tokhati adjective showing dissatisfaction;
timasamba tokhati = only these little leaves;

-tokosa 1.-poke; 2.-challenge; 3.-provoke; 4.-jab;
5.-prod;

-tokosa manambala 1.-dial; 2.-phone; 3.-ring up;

-tokosola -contract contagious diseases (= -tenga
matenda opatsirana);

-tokota 1.-boil; 2.-simmer;

-tola 1.-collect; 2.-pick up; 3.-pick; expression:
akutola m'kamwa (lit.: she will pick you in the
mouth) = she is very particular about anything said
wrong; 4.-gather together; 5.-find lost property; 6.-
choose;

-tola mkamwa 1.-catch one in speech; 2.-find fault
in speech; 3.-pick up words;

-tola nkhungudzu 1.-have sex; 2.-make love;

-tola zithunzi -take snap shot;

-toledwa 1.-be picked up from the ground; 2.-be
handpicked;

-tolera 1.-pick up; ndikutolera nkhuni = I am
picking up firewood; 2.-collect; ndalama zomwe
amatolera zimawerengedwa bwino = the money
they collect is well accounted for; Bamusi
anatolera ndalama zake zonse = Bamusi collected
all his money;

-tolera ndalama 1.-collect money; 2.-take money;
3.-raise money;

tololo (-li t.) -be full to the brim;

-toma 1.-bespeak a wife; 2.-betroth; 3.-find a wife;
4.-choose from a group;

tombolombo\a- dragonfly;

-tombosola 1.-disentwine; 2.-unwind;

-tomera 1.-pay the initial bride price; 2.-betroth;
Yosefe anatomera Mariya = Joseph betrothed
Mary;

-tomeza 1.-cram with food; 2.-swallow; 3.-eat;

-tompha mkamwa -catch one in speech;

tomwe 1.selves (with plural nouns of the ka-ti class, and together with personal pronoun: ti); timabuku tomwe = the booklets themselves; ife tomwe = we ourselves; 2.who/ that/ which (relative pronoun with plural nouns of the ka-ti class);

tomwe tija demonstrative pronoun meaning 'those ... over there', with plural nouns of the ka-ti class; timabuku tomwe tija = those little books over there;

tomwe tino these ... here; emphatic demonstrative pronoun following plural nouns of the ka-ti class; timabuku tomwe tino = these little books;

tonde wa nkhosa male sheep;

tonde\a- he-goat; expression: iye ndi tonde (lit.: he is a he-goat) = he is a powerful man;

tondovi stupor;

tondoviro 1.stupidity; 2.foolishness; 3.folly; 4.idiocy;

-tong'ola maso 1.-widen the eyes; 2.-remove maize grains from the cob;

-tonga 1.-advise; anamutonga zoti akanene kwa nyakwawa = they advised him on what to say at the village headman's court; 2.-counsel; 3.-give an opinion;

-tongedwa -be advised; safuna zotongedwa ndi munthu wamkazi = he hardly wants to be advised by a woman;

-tongera 1.-advise; 2.-counsel; 3.-be guided;

-tongodzera 1.-agitate; 2.-make someone feel disturbed; 3.-annoy;

tonkhwetonkhwe\a- chameleon;

-tonogola 1.-gin cotton by hand; 2.-rub off maize grains; 3.-draw;

tonse 1.we all (with plural nouns of the ka-ti class); timabuku tonse = all booklets; 2.we together;

-tontha -fall;

-tonthola 1.-be docile; 2.-cool down; 3.-be silent; 4.-stop crying; 5.-stop weeping;

-tontholetsa 1.-soothe; 2.-calm; 3.-comfort; 4.-ease; 5.-quieten;

-tonthomoka 1.-be delicate; 2.-be stupid because of love potions;

-tonthoza -lull; tonthoza mwana kuti agone = lull the child to sleep;

-tonthoza mtima 1.-comfort; nyimbo zimatonthoza iwo amene amalira ku maliro = the songs comfort those who mourn at the funeral; 2.-console; 3.-appease; 4.-allay; 5.-assuage; 6.-compose; 7.-tranquillise; 8.-cool down; 9.-sedate; 10.-soothe; 11.-quieten; 12.-dandle; 13.-calm;

-tonthoza wolira -pacify; abusa amatonthoza ofedwa/ olira = pastors pacify the bereaved;

-tonthozana -comfort one another;

-tonyola 1.-defame; 2.-affront; 3.-deride;

-tonza 1.-molest; 2.-ill-treat; amatonza mwana wamasiye = he was ill-treating the orphan; 3.-mistreat; 4.-mock; 5.-say abusive words; 6.-slander; 7.-disparage;

-tonzedwa 1.-be slandered; anaopa kutonzedwa = he feared being slandered; 2.-be disparaged;

-tonzera -mock for; anamutonzera chakudya chawo = they mocked him for their food;

-topa 1.-be tired; 2.-be fed up with; 3.-be exhausted; 4.-be weary; 5.-be surly (fig);

-topa kwambiri -be very tired;

-topa ndi china chake -be tired and have no interest in a thing;

-topa ndi khalidwe loipa -be fed up with misconduct;

-topa ndi ntchito -be tired of work;

-topa zedi -be shagged; anatopa zedi ulendo usanayambike = she was shagged before the journey;

-topera 1.-get tired for; expression: ndamutopera tsono awona zakuda (lit.: I'm getting tired of him, so he will see black things) = I am getting fed up with him, so I will deal with him now; 2.-be impatient; 3.-lose patience;

-topetsa 1.-make someone tired; 2.-tire; 3.-exhaust; 4.-be fed up with; 5.-be boring; 6.-be tiresome; 7.-weary;

-topetsedwa 1.-be made tired; 2.-be made fed up with;

-tophera tizirombo -be antiseptic;

topi\ma- 1.cap; 2.fez;

topitopi 1.drunkenness; 2.being sozzled up with beer;

torati (chiSwahili) law;

-tosa 1.-prick; 2.-dig ground with spear or stick; 3.-poke; 4.-point;

-tosanatosana -point each other;

-tosanatosana m'maso 1.-quarrel (lit.: -point into the eyes); expression: timakonda kutosanatosana m'maso (lit.: we are fond of pointing into the eyes of each other) = we always quarrel; tikutosanatosana m'maso = we are quarrelling; 2.-argue;

-tosera -point with; anali ndi tsatsa lotosera = she had a stick for pointing;

toto expression of rejection;

-toto 1.-say no; 2.-refuse to accept;

-toto moyo 1.brave; 2.daring; 3.valiant; 4.heroic; 5.bold; 6.courageous;

-totobwa 1.-be calm after making vain efforts to get something; 2.-be cooled; 3.-lose heat; 4.-be ashamed; 5.-be embarrassed;

-tototo 1.-be stiff; 2.-erect; mbolo yake inangoti

tototo = his penis erect;

-towila 1.-have intercourse; 2.-have coitus; 3.-ejaculate;

toyendetsa magetsi m'mawaya electron; gawo laling'ono losaoneka la 'atom' lodzadza ndi magetsi = smallest invisible part of an atom;

tsa- 1.owner; tsamunda = owner of the garden; 2.master; 3.proprietor;

tsabola 1.pepper; kinds: (a) -kacholo/ -kapiripiri/ longo (with hot taste); expression: kuminitsa agalu = putting pepper or tobacco in the dogs' nose, to make them fierce/ active/ alert, (b) -kambuzi (with good aroma), (c) tsabola owawa (hot pepper); expression: iye ndi wowawa ngati tsabola (lit.: he is hot like pepper) = he is a difficult person; proverb: tsabola wakale sawawa (lit.: old pepper does not become hot) = pieces of advice from elderly people are old fashioned; akugulitsa tsabola owawa osiyanasiyana = he is selling different types of hot pepper; kamphiripiri (small hot chillie); 2.capsicum;

tsabola wosawawa 1.green pepper; 2.unripe pepper;

tsabwalo court keeper;

tsache\masache 1.broom; tsache la cheyo = broom made aof cheyo plant; proverb: tsache latsopano limasesa bwino (lit.: a new broom sweeps well) = a new person brings good and new ideas; 2.brush;

tsadzi\masadzi 1.bouquet; 2.bunch of flowers; 3.cluster;

-tsagana 1.-accompany; expression: agogo akufuna wotsagana naye (lit.: my grandfather wants someone to accompany him) = grandfather wants someone to die with for a pillow (refers to old people who have been bed-ridden for a long time); 2.-go along with; 3.-go together; 4.-escort; 5.-join; atsagane nafe ndani? = who will join us?; 6.-be concomitant;

-tsagula 1.-open; 2.-unlock;

tsagwa\masagwa bunch of fruits; tsagwa la nthochi = bunch of bananas;

-tsakamula 1.-bring down from above; 2.-cause something to fall to the ground; 3.-cause something to land; 4.-fall down from a height; anatsakamuka kuchokera mu mtengo = she fell down from tree; 5.-dislodge;

-tsakamutsa 1.-dislodge; 2.-move somebody/ something from previous fixed position; 3.-displace;

tsakano\ma- 1.mortar; 2.molar;

tsakata 1.torch; 2.bunch of firewood;

-tsakata -grab somethings in large quantity;

-tsakula bwalo 1.-commence a ceremony; 2.-begin a function;

-tsakula m'mimba 1.-have diarrhoea; 2.-purge;

-tsakula munda -open a new garden;

-tsakula pakamwa 1.-open the mouth; 2.-begin to speak;

tsakwidza\ma- 1.cluster of flowers; 2.bouquet; 3.posy; 4.bunch of flowers;

tsakwika\ma- 1.cluster of flowers; 2.bouquet; 3.posy; 4.bunch of flowers;

-tsala 1.-stay; 2.-remain behind; 3.-be absent; 4.-leave uncultivated;

-tsala m'malo 1.-inherit; 2.-become a successor;

-tsala pang'ono kufa -be about to die; expression: tsala madzi amodzi (lit.: remain one water) = be about to die;

-tsala pang'ono kufika -be about to arrive;

tsala\masala 1.fallow land; 2.land left to rest for a year; 3.uncultivated land; 4.untilled land;

tsalani bwino! 1.adieu (greeting, said by a person leaving (lit.: stay well!); 2.bye!; 3.farewell; 4.good bye;

-tsalima -faint;

-tsalira 1.-remain; chonde tsalirani = will you remain please; proverb: kamatsalira kumwini (lit.: it should remain to the owner) = don't expect your helper to finish the whole work for you; proverb: moto umapita kwatsala tchire (lit.: fire goes where there is grass) = a problem goes to the one who has not faced it yet; 2.-stay; 3.-leave behind; 4.-lag; 5.-be retained; nsengwa yatsalira = the placenta is retained; 6.-linger;

-tsalira kwa kanthawi 1.-be left behind; 2.-linger; 3.-remain for a short time;

-tsalira m'mbuyo 1.-remain behind; 2.-dawdle; 3.-be slow; 4.-take time; 5.-delay; 6.-be the last person;

-tsalira pa chitukuko 1.-stay behind in development; 2.-be primitive; 3.-be undeveloped;

-tsalitsa 1.-bid farewell; 2.-prevent from going; 3.-be an obstacle to leaving; 4.-cause to remain; 5.-leave something; 6.-do not spend all;

tsamba\masamba 1.leaf; mitengo ina siiyoyola masamba = some trees do not lose leaves; proverb: chosamva anachiphikira m'masamba (lit.: that which does not hear was cooked in the leaves) = refers to a caterpillar which did not hide when picking leaves, it is taken away with the leaves and end up in the cooking pot = those with bad behaviour will be punished at last, if not taking heed of the advice; proverb: tsamba likagwa, manyazi agwira mtengo (lit.: when a leaf falls, shame on the tree) = a misdemeanour by an individual becomes a disgrace to the parents, and also affects those related to him; expression: anapita kumasamba (lit.: he went to the leaves) =

he died/ he went to the grave; 2.page; tsegulani pa tsamba lachisanu = open on page five; 3.certificate; ali ndi tsamba la mayeso a folomu yachiwiri = she has a form two certificate; 4.vegetables/ leaves;
-tsamira 1.-lean on; anatsamira pilo = he/she leaned his head on a pillow; anatsamira nkhata za maluwa = he leaned on the crowns of flowers; 2.-rest on; 3.-depend on; anatsamira pa makolo ake = he depended on his parents; 4.-rely on; 5.-die;
-tsamira chinthu mwaulesi 1.-lean lazily on something; 2.-lounge;
-tsamira dzanja 1.-pass away; 2.-die;
-tsamira mkono 1.-die (lit.: -rest on the arm); 2.-give up the ghost; 3.-pass away;
-tsamira pa 1.-abut; 2.-lean on; 3.-depend on; 4.-rely on;
-tsampata 1.-open; 2.-give away;
-tsamula -start a song;
tsamunda\a- 1.garden owner; 2.colonialist;
tsamvu\masamvu 1.branch; 2.bough; 3.twig;
-tsamwa 1.-suffocate; 2.-choke; Peter anatsamwa pamene amadya = Peter choked when he was eating; minga zinatsamwitsa mbewu = the thorns choked the growth of the seeds;
tsamwali\a- 1.friend; 2.pal; 3.mate; 4.buddy; 5.companion;
-tsamwidwa 1.-suffocate; 2.-choke;
-tsamwitsa -cause to choke;
tsanamira\- pillar; Mpingo ndi tsanamira ya Malawi = the Church is the pillar of Malawi;
tsang'ankha\masang'ankha 1.cluster of fruits; 2.bunch of flowers;
tsang'oma drummer who summoned people to prayers at the shrine on the River Dyamphwe;
tsango\masango bunch of fruit;
-tsangula 1.-rub; 2.-wipe off; 3.-clean; anatsangula mwana atadziwonongera = she cleaned the child after it dirtied itself with faeces;
tsangwe\masangwe\ masangwi ripened harvested peanuts that are left to dry;
tsanja 1.watchtower; 2.pillar;
tsanja la pamoto 1.chimney piece; 2.flue;
tsankha clump of thorn bush;
tsankho 1.segregation; 2.apartheid; apartheid linali tsankho pakati pa azungu ndi anthu akuda ku Kum'mwera kwa Afirika = apartheid was a segregation of the whites and the blacks in South Africa; 3.racism; 4.discrimination; tsankho pakati pa azungu ndi akuda = discrimination between the whites and the blacks; 5.favouritism; ku Kum'mwera kwa Afirika kunali boma la tsankho = in South Africa there was a government of favouritism/ apartheid;

tsankhwe\masankhwe groundnut stocks;
-tsanula 1.-pour out liquid; 2.-decant;
-tsanulira 1.-decant; 2.-pour out liquid into;
tsanya kind of tree;
-tsanyula 1.-pour out liquid; 2.-spill; 3.-decant; tsanyulani mowa = decant the beer from the bottle;
-tsanza 1.-vomit; 2.-spew; 3.-imitate; 4.-copy behaviour/ habit from;
tsanzi\masanzi 1.bouquet; 2.bunch of flowers; 3.cluster; 4.batch of maize cobs;
-tsanzika 1.-bid farewell; ndinapita kukatsanzika ku mpingo = I went to bid farewell to the congregation; ndili kukutsanzikani = I bid farewell to you; 2.-take leave; 3.-say adieu; 4.-say good bye; 5.-get permission to leave;
-tsanzika dziko 1.-die; 2.-pass away; 3.-kiss the ground;
-tsanzika msanga -bid farewell before the exact time;
-tsanzika pa mudzi -bid farewell to the village;
-tsanzika pa ntchito 1.-ask for leave; 2.-bid farewell at work;
-tsanzira 1.-allegorise; 2.-caricature; 3.-copy; ana sachedwa kutsanzira zochita za anthu ena kaya zabwino kapena zoipa = children easily copy the good and bad things done by others; 4.-mimick;
-tsata 1.-follow; proverb: choipa chitsata mwini (lit.: the bad thing follows the owner) = if you do something bad to someone then know that a bad thing will happen to you as well; 2.-go after; 3.-pursue;
-tsata chilungamo 1.-be just (lit.: -follow righteousness); 2.-be honest; 3.-be truthful;
-tsata dongosolo la udindo 1-follow the order of responsibility; 2.-follow the channel of command/ authority; 3.-be bureaucratic;
-tsata dzuwa 1.-be mad (lit.: -follow the sun); 2.-be beside oneself;
-tsata izo wadzera 1.-do what you have come for; 2.-mind your business;
-tsata lamulo 1.-follow the rules; 2.-be lawful; 3.-be legal; 4.-be obedient;
-tsata maganizo a anthu -follow people's decisions;
-tsata maphunziro atsopano 1.-follow new education; 2.-follow new syllabus; 3.-be heuristic;
-tsata mndandanda -follow the list;
-tsata nzeru zatsopano 1.-follow modern wisdom; 2.-be heuristic;
-tsata zoona 1.-be honest; 2.-be truthful; 3.-cling to the truth;
tsata\masata staff;
-tsatana 1.-be one after another; 2.-be succesive; 3.-be consecutive;

-tsatanatsatana 1.-follow one another; 2.-follow each other; 3.-be consecutive;

-tsatanetsatane 1.detailed; 2.in detail; werengani lipoti lilumikizidwa mwatsatanetsatane = read the attached report in detail; 3.being chronological; 2.being in row; 3.solemn; 4.principled;

-tsatira 1.-follow; 2.-imitate; 3.-result; 4.-be the consequence; 5.-be the vice; wotsatira wa mtsogoleri wa dziko = vice president;

-tsatira chitsanzo chabwino -follow good example;

-tsatira makhalidwe osayenera 1.-follow bad behaviour; 2.-follow bad habits; 3.-be immoral;

-tsatira malamulo 1.-follow rules; 2.-obey laws; 3.-follow instructions;

-tsatira mnzako pa ulendo 1.-accompany a friend; 2.-follow a friend on a journey;

-tsatira ngati chitsanzo 1.-follow as example; 2.-imitate; ganizani chochita osamangotsatira zitsanzo za ena = decide what you want to don't just imitate others;

-tsatira Zion -be a Zionist (lit.: -follow Zion); Mpingo wa anthu otsatira Zion = Zionist Church;

-tsatira zochita zake -imitate someone's behaviour;

-tsatira Zwingli -be a Zwinglian (lit.: -follow Zwingli);

-tsatirana 1.-be successive; 2.-be consecutive; 3.-happen after another thing;

-tsatizana -go in a file;

-tsatizira -allegorise;

-tsatsa 1.-trade; anatsatsa katundu ku msika = he traded goods at the market; 2.-market; tiyeni tikatsatse katundu wathu = let us market our products; 3.-advertise; 4.-sell; 5.-vend;

tsatsa\matsatsa 1.small dry firewood; 2.small stick for whipping;

tsaya\masaya cheek; munthu aliyense ali ndi masaya awiri= every person has got two cheeks; masaya olowa = hollow cheeks;

-tsedemuka -fall;

-tseguka m'mimba 1.-have diarrhoea; 2.-open bowels;

-tsegula 1.-open; expression: utitsegula m'mimba apa (lit.: come on, don't open our bowels!) = don't pester us, go away!; 2.-unscrew; 3.-unlock;

-tsegula buku -open a book;

-tsegula chitseko 1.-open the door; 2.-unlock the door;

-tsegula kamwa -open mouth;

-tsegula kukamwa 1.-open mouth; 2.-start speaking;

-tsegula m'maso -open eyes; mwatitsegula m'maso = you have opened our eyes = you have made us see the truth;

-tsegula m'mimba 1.-open bowels (lit.); 2.-have diarrhoea;

-tsegula maso -open eyes;

-tsegula mutu 1.-instruct someone to know how to do something; 2.-advise; 3.-enlighten;

-tsegula mwamphamvu 1.-wrench open; anatsegula chitseko mwamphamvu = she wrenched the door open; 2.-pull open;

-tsegula nzeru 1.-make one know something unknown; 2.-enlighten someone;

-tsegula zenera -open window;

-tsegulanso 1.-reopen; 2.-open again; 3.-open for the second time;

-tsegulira chinthu chatsopano 1.-perform official opening; 2.-launch; 3.-establish; 4.-install; 5.-inaugurate;

-tsegulira ndi mwambo -inaugurate with a ceremony;

-tseka 1.-close; adatseka mpingo = they closed the church; 2.-lock; akutsekedwa mu mpatuko = they are locked in hostilities; 3.-bar; 4.-block; 5.-browbeat; 6.-bung; 7.-shut; tseka chitseko = shut the door; 8.-confine; 9.-cork; 10.-seal;

-tseka chibaliro 1.-sterilise; 2.-castrate;

-tseka chiberekero -sterilise;

-tseka chitseko 1.-close the door; 2.-shut the door; 3.-lock the door;

-tseka kampani 1.-liquidate; kampani idatsekedwa chifukwa inali ndi ngongole = the company was liquidated because it was bankrupt; 2.-close a business;

-tseka ku kamwa -close mouth;

-tseka lamulo -revoke;

-tseka mimba -sterilise;

-tseka modutsa 1.-block; 2.-barricade; 3.-obstruct; 4.-disturb;

-tseka msewu 1.-block a road; 2.-make a road block;

-tseka njira ya chitukuko 1.-bar the way of development; 2.-impede; 3.-hold back development;

-tseka pakamwa 1.-close the mouth; 2.-shut up; 3.-be quiet; 4.-cut short (of a person's words when speaking); 5.-hush;

-tseka pang'ono -be ajar (of door);

-tsekedwa kwambiri -be hermetically closed;

-tsekeka 1.-be closed; 2.-be blocked; 3.-be locked;

-tsekemera -be sweet; mawu otsekemera = sweet words;

-tsekemeretsa 1.-sweeten; 2.-make sweeter; 3.-add sugar to;

tsekera grass; proverb: akula vumbwe wotantha patsekera (lit.: the wild cat is too big to climb on a grass) = he is an elderly person doing things fit for kids/ being childish;

-tsekera 1.-imprison; 2.-detain; 3.-incarcerate; 4.-be
on holiday; titsekera sukulu kuyambira lachisanu
likudzali = we will be on school holiday from next
Friday; 5.-be dormant;
tsekera lomera m'madzi 1.water-lily; 2.reed;
-tsekera mchitokosi 1.-imprison; 2.-put in prison;
3.-immure; anamutsekera m'chitokosi = he was
immured; 4.-jail;
-tsekera mndende 1.-immure; 2.-imprison; 3.-put
in prison; 4.-jail; 5.-incarcerate;
-tsekera molimba -be hermetically closed;
-tsekeredwa 1.-stay indoors; anali atatsekeredwa
mnyumba tsiku lonse = he was made to stay
indoors the whole day; 2.-be imprisoned;
-tsekeredwa mu ndende 1.-be detained; 2.-be
under arrest; 3.-be in prison; 4.-be in jail;
-tsekeretsa -incarcerate;
-tsekereza 1.-prevent; pangani mzere potsekereza
madzi kuti asakokolole mbewu = make a ridge to
prevent water from washing away the crops; 2.-
impede; kutsekereza njira = impeding the way; 3.-
immure; usamutsekereze maganizo ake = do not
immure his thoughts; 4.-obstruct; 5.-hinder; 6.-
want all things to be on your own side;
-tsekereza mwayi wa wina 1.-block somebody's
chance; 2.-muzzle someone's opportunity;
-tseketseke sweet;
-tsekula -open; malo awatsekula tsopano = the
place is open now;
-tsekula kukamwa 1.-start speaking; 2.-be agape;
3.-be open-mouthed;
-tsekula kwambiri -gape;
-tsekula m'mimba -have diarrhoea;
-tsekula zipi 1.-open zip; 2.-do sexual intercourse;
tsekwe wa mwamuna gander;
tsekwe\a- goose; tsekwe ndi wokoma = goose is
tasteful;
tsekwete\masekwete dog's feet;
tsembwe 1.fear; 2.terror; 3.horror;
tsempho 1.disease believed to occur to the ones
who eat relish that was salted by a woman who has
just given birth (sometimes said of: phthisis
(progressive tuberculosis); 2.illness of a widow
characterised by severe coughing, diarrhoea and
loss of weight, which is believed to be caused by
her refusal to cooperate in the custom of 'kulowa
kufa' i.e. to sleep with her late husband's brother
or with someone else designated to this; 3.taboo;
tsemwe 1.goose flesh; 2.shyness;
-tsendera 1.-squeeze together; tsenderani zovala
kuti mukonze malo ambiri = squeeze the clothes to
create more room; 2.-press; 3-cram (as chaff in a
sack); 4.-jam; iye anatsendera zovala zake zonse
m'chikwama = she jammed all her clothes into a

bag; 5.-come close;
-tsendera mtima -have difficulties in breathing;
-tsendera nkhani 1.-summarise a story; 2.-come to
conclusion; 3.-pass judgement;
tsenga\ma- 1.magic; 2.sorcery;
-tsengera 1.-hide; ophunzira anatsengera kwa
aphunzitsi = the pupils hid themselves from the
teachers; 2.-prune;
-tsengeza -hide; tsengeza mbalezo kuseli kwa
nyumba = hide the plates behind the house;
-tsenjera 1.-be covered; anatsenjera ku mtengo (lit.:
she was covered by a tree) = she was behind the
tree; dzuwa linatsenjerezeka ndi phiri = the sun
was covered by the mountain; 2.-hide for the eye;
3.-hide in order to rob; 4.-disappear; anthu onse
anatsenjera = all people disappeared from view; 5.-
lurk;
-tsepula 1.-graze; anawatsepula pa mutu ndi
chipolopolo = he was grazed on the head by a
bullet; 2.-cut in small pieces; tangotsepula kabitchi
pang'ono uphike = just cut a small piece of
cabbage and cook it; 3.-scrape;
-tserenga 1.-bind up a wound; 2.-dress a wound; 3.-
bind round; 4.-wrap; 5.-cling;
-tserengetsa -make someone/ something run;
-tseteka 1.-cut across; 2.-cut off piece at end; 3.-cut
short; tseteka chidutswa cha nkhuni kuti tisavutike
kunyamula = cut short the piece of wood for easy
carrying;
-tseteka chiwalo 1.-amputate; 2.-cut off a limb in
surgical operation;
-tseteka mutu 1.-behead; 2.-cut off the head;
-tseteka nkhani -shorten the story;
-tseteka zikhadabo -cut nails;
-tseteka ziwalo -dismember;
tse-tse adze;
-tsetsemba 1.-elude; 2.-disguise; 3.-walk fast in
order not to be seen; 4.-escape; 5.-dodge;
-tsetsera -walk fast;
-tsetsereka 1.-go downwards; 2.-bevel; 3.-slant; 4.-
accelerate; 5.-shelve; 6.-shuffle; 7.-slide; 8.-slip;
9.-be steep; 10.-run fast (esp. person); 11.-roll
down the slope/ slanting place;
-tsetseretsa -pull down;
tsetsetu a kind of grasshopper;
-tsetseula/ -tsetsula -cut piece by piece;
-tshaya (chiZulu) 1.-beat; 2.-hit;
tsibweni\asibweni uncle;
-tsidibula 1.-pinch; 2.-steal;
tsidya the other side; expression: maganizo a
mnzako ndi tsidya lina (lit.: the thoughts of your
friend are on the other side) = you cannot know the
thoughts of someone else;
-tsidya across; also: trans-; patsidya pa mtsinje =

across the river;

tsidya la mtsinje the other side of a river;

tsidya la nyanja 1.overseas; 2.the other side of a sea/ lake;

tsidya lina other side; expression: tsidya lino lipita (lit.: this side will go) = I'm the only one who will go;

tsidya lino this side here;

-tsika 1.-come down; 2.-descend; ndikutsika mphiri = I am descending from the mountain; mutu ukutsika = the head is descending (in child birth); anatsika ku gahena = he descended into hell; 3.-come down; 4.-go down; 5.-climb down; ndikutsika mu mtengo = I am climbing down a tree; 6.-dismount; 7.-drop; 8.-be nether; 9.-be low; 10.-fall down;

-tsika mtengo 1.-be cheap; 2.-be of reduced price; 3.-be not expensive; 4.-be low in price; 5.-be inexpensive;

-tsika ndi chingwe -abseil; anatsika pa phiri ndi chingwe = she abseiled from the mountain;

-tsika pa choyendapo 1.-disembark; 2.-get off from ship/ car/ bus;

-tsikira 1.-go downwards; 2.-descend;

-tsikira kuli chete 1.-die (lit.-go down to the silent place); anyamata ndi atsikana ambiri atsikira kuli chete kaamba ka matenda a Edzi = many boys and girls have died because of the disease of Aids; 2.-give up the ghost; 3.-pass away;

-tsikira kumanda 1.-die; 2.-pass away;

-tsikira m'madzi 1.-go down into the water; 2.-go under water; 3.-dive; 4.-sink;

-tsikira mmunsi -go downwards;

tsiku la chifundo day of mercy;

tsiku la chikondwelero day of celebration;

tsiku la chikumbutso memorial day;

tsiku la chisanu ndi chiwiri seventh-day;

tsiku la chisomo day of grace;

Tsiku la Chiweruzo 1.Judgement Day; palibe akudziwa tsiku la chiweruzo = nobody knows the judgement day; 2.Doom's Day; 3.Last Day;

tsiku la chiwonetsero 1.open day; sukulu inakonza tsiku la chiwonetsero kuti ikope ophunzira atsopano = the school organised an open day to attract new pupils; 2.show day; 3.field day;

Tsiku la imfa ya Yesu Khristu Day of Jesus Christ's death (Good Friday);

tsiku la kadamsana day of the eclipse of the sun;

Tsiku la Kanjedza Palm Sunday;

Tsiku la Kiyama Day of Resurrection/ Final Day (in Islam);

Tsiku la Kudziretsa Day of Atonement;

tsiku la kutha banja day of divorce; expression: tsiku lakutha banja sipakhala kugawana nkhuku

(lit.: on the day of divorce there is no sharing of a chicken) = on a day of disappointment there are no festivities;

tsiku la limeto the final day of the burial ceremonies;

Tsiku la Masautso a Yesu 1.Day of Jesus' sufferings; 2.Day of Atonement;

Tsiku la Mazunzo Day of Atonement;

tsiku la mdima 1.day of darkness; 2.day of calamity; 3.day of trouble;

tsiku la mtondo day after tomorrow;

Tsiku la Mulungu 1.Lord's Day; 2.Sunday; la Mulungu ndinapita kukapemphera = I went to pray on Sunday;

tsiku la mwayi day of luck;

Tsiku la Pentekoste 1.Day of Pentecost; 2.Whitesunday;

Tsiku la Phulusa Ash Wednesday; Tsiku la Phulusa ndi tsiku loyamba mu nyengo ya Lenti = Ash Wednesday is the first day in the time of Lent;

tsiku la phwando feast day;

Tsiku la Qiyama Day of Ressurrection/ Final Day (in Islam);

Tsiku la Sabata 1.Sabbath; Loweruka ndi Sabata la aYuda = Saturday is the Jewish Sabbath; 2.Sunday;

Tsiku la Sondo Sunday;

tsiku la thunthu whole day;

tsiku la tsoka day of misfortune;

tsiku la ukwati wedding day;

tsiku labwino good day;

tsiku likudzali 1.tomorrow; 2.following day; 3.next day;

tsiku limodzi one day; tsiku limodzi adzagwidwa = one day he will be caught;

tsiku lina 1.one day; 2.some day; 3.another day; tsiku lina m'Paradizo = another day in Paradise; 4.a certain day;

tsiku linzake the other day;

tsiku lobadwa 1.birthday; 2.date of birth;

Tsiku lobadwa Yesu Khristu Christmas Day (lit.: Day of Jesus Christ's birth);

tsiku lobalalika final day of the burial ceremonies;

tsiku lobweranso day of return;

Tsiku Lobweranso Ambuye 1.Day of the Lord's Return; 2.Day of the Second Coming;

tsiku lochita chisankho 1.polling day; 2.voting day;

tsiku lochitika zinthu anniversary;

tsiku lofikira day of arrival;

Tsiku loganizira ogwira ntchito Labour Day; tsiku loganizira ogwira ntchito limakhala pa tsiku loyamba la mwezi wa May = Labour Day falls on the first day of May;

tsiku lokumbukira 1.day of remembrance; 23/24
   August ndi tsiku lokumbukira kuphedwa kwa
   maProtestants ambiri a ku France pa tsiku la
   Bartholomew m'chaka cha 1572 = 23/24 August is
   the day of remembrance of the murder of many
   Protestants in France on Bartholomew's Day in
   1572; 2.day of commemoration;
Tsiku lokumbukira Oyera mtima All Saint's Day;
Tsiku lokwera kumwamba Yesu Khristu
   Ascension Day;
tsiku lolandira chipulumutso day of salvation;
tsiku lomaliza 1.last day (lit.); 2.judgement day;
   3.dooms day;
tsiku lonse 1.whole day; 2.all day long;
tsiku lopatulika 1.holy day; 2.sacred day;
   3.Sunday; 4.blessed day;
tsiku loponya voti 1.polling day; 2.voting day;
Tsiku Lotha dziko 1.Doom's Day; 2.last day;
tsiku lotha mphamvu expiry date;
tsiku lotsanzikana farewell day;
tsiku lotsatira 1.following day; 2.next day;
   3.tomorrow;
Tsiku lotsatira Khirisimasi Boxing Day; ndi tsiku
   la 26 Desembala = it is 26th December;
Tsiku Loweruza Judgement Day;
tsiku loyamba first day;
Tsiku Loyamba pa Chaka New Year's Day;
tsiku loyamba zochitika 1.first day of happenings;
   2.D-day;
tsiku loyambanso kugwira ntchito kwa chinthu
   restoration day;
tsiku ndi tsiku 1.daily; 2.day by day; 3.every day;
   4.day after day;
tsiku\masiku 1.day; tsiku lisadafike, anapita
   kwawo = before the day came , he went home;
   tsiku lomwelo = that very same day; masiku onse
   = all days; masiku amenewo = during those days;
   masiku a makedzana = during those old days;
   masiku aja = during those days; masiku ano =
   these days; tsiku ilo = that day; tsiku lina
   udzakumana naye = one day you will meet him;
   anagwira ntchito kwa tsiku limodzi = he worked
   for one day; proverb: masiku sakoma onse (lit.: all
   days are not good) = all days are not Sundays =
   sometimes you are fortunate, and sometimes you
   are not; proverb; tsiku limodzi siliwoza mbewa
   (lit.: one day does not provide enough time to
   make mice get fried and ready for eating) =
   expecting the best results within a short time leads
   to bad results; 2.date;
-tsilika -protect with magic;
-tsilira umboni -give witness;
tsimba\masimba 1.hut in which girls are confined
   during their initiation; 2.confinement; 3.initiation

camp;
tsimbiri\a- oldster;
-tsimbirira 1.-lean on something for support; 2.-
   depend; iye uja amatsimbirira pa chuma cha
   makolo ake = he depends on his parents' riches;
-tsimikiza 1.-be sure; 2.-be absolute; 3.-accentuate;
   4.-assure; 5.-affirm; 6.-confirm; watsimikiza kuti
   apite nawo = he has confirmed that he will
   accompany us; 7.-assert; tsimikiza pa zochita zako
   = assert yourself; 8.-declare; 9.-be certain;
   akutsimikiza kuti zidzachitika = they are certain
   that it will happen; 10.-certify; 11.-reaffirm; 12-
   challenge; 13-emphasize; 14.-stress; 15.-stipulate;
   16.-ensure; 17.-corroborate; 18.-condemn;
-tsimikiza kuti ndi choona 1.-confirm; 2.-verify;
   3.-check; 4.-prove; 5.-make sure;
-tsimikizika -be valid;
-tsimikizira 1.-affirm; 2.-confirm; 3.-assure; Mzimu
   Woyera amatitsimikizira ife kuti Mulungu
   watikhululukira machimo athu (*Aroma* 8: 13-16) =
   the Holy Spirit assures us that God has forgiven
   our sins (*Romans* 8: 13-16); 4.-ensure;
-tsimikizitsa 1.-validate; tsimikizitsa mgwirizano =
   validate the contract; 2.-authenticate;
-tsimphina 1.-limp; 2.-hobble;
-tsimphitsa 1.-struggle against someone; 2.-accuse
   someone; 3.-object to someone;
tsimwe goose pimples;
-tsina -pinch; proverb: kutsina khutu (lit.: pinching
   the ear) = telling in secrecy/ telling as a warning;
-tsina khutu 1.-pinch the ear (lit.); expression:
   wakutsina khutu ndi mnansi (lit.: the one who has
   pinched your ear is a kin) = one who tells you
   secrets is your relative/ friend indeed; 2.-tell secret;
   3.-reveal the secret to someone; 4.-tell news;
-tsinana -pinch each other; expression: alekeni
   atsinana makutu okha (lit.: let them alone, they
   will pinch one another's ears alone) = they will
   warn each other;
-tsinana pachibale -warn each other in your
   relationship;
tsinde la kuyamba kwa chinthu the beginning of
   something;
tsinde la mnena nkhani stem of verb;
tsinde la mtengo tree stem;
tsinde la nkhani the title of a story;
tsinde la verebu/ tsinde la mneni stem of verb;
tsinde la zonse the foundation of all;
tsinde\masinde 1.stem (lower part of a plant/
   trunk); 2.patriarch; tsinde la fuko = tate wa fuko/
   mtundu = the patriarch of the tribe/ family; 3.base;
   4.basis; zomwe adapeza zilibe tsinde
   m'chilungamo = what they found has no basis in
   righteousness; 5.-stalk;

-tsindika 1.-accentuate; 2.-emphasise; 3.-stipulate; 4.-stress; anatsindika ganizo lake pa mutu = he stressed his thought under his title; 5.-insist;

-tsindikiza 1.-compress; 2.-squeeze; 3.-press; 4.-emphasise; 5.-accentuate; .

tsindwi\masindwi roof; tsindwi lodontha = a roof that leaks; tsindwi la udzu = grass roof;

-tsinga 1.-shade; 2.-darken; 3.-cover;

tsingiro\masingiro 1.helm; 2.rudder; 3.wheel of a ship;

-tsinkha -eat (of relish only); expression: lero kuli kutsinkha (lit.: today there will be eating of relish) = today there will be feasting;

-tsintha -be blunt;

-tsinya -scrowl;

tsinya\masinya 1.wrinkle; akakwiya amaonetsa masinya pa mphumi pake = he shows wrinkles on his forehead when he is angry; matsinya pa phumi = wrinkles on the forehead; nkhope ya munthu wa kale ili ndi tsinya = the face of an old person has wrinkles; 2.crinkle;

-tsinzina 1.-close the eyes; anatsinzina kuti agone = she closed her eyes to sleep; proverb: tsinzina nkudyere mwana (lit.: close your eyes so that I can eat your child) = making someone a fool; 2.-shut the eyes; expression: uyu ndi tsinzinan'tole (lit.: he is shut your eyes and I shall pick it up) = he is a thief/ pick-pocket;

tsinzinantole\a- 1.burglar; 2.robber; 3.thief; 4.pick-pocket; 5.mugger;

-tsinzinira 1.-wink; 2.-squint; 3.-close eye for;

tsipe lily;

-tsipira -be dogged;

-tsipirira 1.-continue (as a thing till finished); 2.-be persistent;

-tsipiriza -lick; anatsipiriza zala zake atatha kudya = she licked her fingers after eating;

-tsipuka 1.-have prickled skin; 2.-damp little;

-tsipula 1.-prickle; 2.-peel; amatsipula mbatata yakachewere yowiritsa = she was peeling boiled Irish potatoes;

-tsira 1.-pour; 2.-decant; 3.-spread; 4.-smear;

-tsira mate 1.-spit; 2.-put saliva;

-tsira ndemanga 1.-give comment; 2.-remark; 3.-say something on;

-tsira nkhondo -attack with troops;

-tsira nsembe 1.-offer a sacrifice; 2.-pour libation;

-tsira utoto 1.-paint; 2.-dye;

-tsirana -pour out reciprocally; ana akutsirana madzi otentha = the children are reciprocally pouring hot water (on each other);

-tsirika 1.-protect from witchcraft with 'protective herbs'/ charms; ndidatsirika nyumba kuopa afiti = I protected my house against witchcraft; agogo anga ankatsirika thupi lawo podziteteza kwa afiti = my grandmother used to protect her body with medicine against witches; 2.-guard with 'protective medicine'; agogo anga ankatsirika thupi lawo podziteteza ku mizimu yoipa/ afiti = my grandmother used to guard her body with 'medicine' against evil spirits/ witches; 3.-protect with charms; 4.-do charm; 5.-fortify against evil;

-tsirira 1.-irrigate; 2.-water; 3.-have sexual climax; 4.-produce semen; akutsirira umuna = he produces semen;

-tsirira ndemanga 1.-remark; 2.-comment; 3.-add words;

-tsirira umboni -attest;

-tsirirana -pour out reciprocally/ -pour out on each other's hands; masiku ano anthu amatsirirana madzi posamba m'manja asanayambe kudya = nowadays people pour water on each other's hands before a meal;

-tsiriza 1.-finish; 2.-conclude; 3.-wind up; 4.-break up; 5.-despatch; 6.-be last; 7.-finalise; 8.-end; 9.-kill off; akayidi anatsirizidwa = the prisoners were killed off;

-tsiriza maphunziro a pamwamba -graduate;

-tsiriza nkhani 1.-resolve; 2.-reach conclusion; 3.-finalise the story; 4.-complete the story; 5.-close the issue;

-tsirizana -finish off reciprocally; tizirombo toyambitsa malungo timadyana mpaka kutsirizana tokha, ngakhale palibe mankhwala = plasmodium parasites tend to feed on each other till they finish each other off, despite no medicine being taken;

-tsirizidwa -be finalised;

-tsirizika 1.-die; 2.-be dead; 3.-be finalised; 4.-be finished;

-tsirizira 1.-resume; 2.-recommence;

tsiru\zi- 1.fool; 2.idiot; 3.dupe;

-tsiruka 1.-be foolish; 2.-be stupid; 3.-be silly; 4.-be idiotic;

-tsitira 1.-darken; 2.-block light/ sun shine; 3.-shade;

-tsitiriza 1.-complete; 2.-finalise; 3.-finish; 4.-conclude;

-tsitsa 1.-take down; timatsitsa mbendera usiku = we take down the flag at night; 2.-make lower; 3.-lower; kutsitsa mitengo = lowering the prices; kwezani Yesu ndipo tsitsani Satana = lift Jesus up and lower Satan; 4.-off-load; mukhoza kutsitsa zinthuzo mugalimoto = you can off-load those things from the car; 5.-put down; anatsitsa katundu = he put the luggage down; 6.-drop; anatsitsa dzanja = she dropped her hand; 7.-push down; 8.-pull down; 9.-acquit by;

-tsitsa chipatso mumtengo -pluck a fruit from a

tree;
-tsitsa chipinga 1.-cause trouble; 2.-bring a
problem; 3.-bring difficulty;
-tsitsa mtengo 1.-lower the price; 2.-cheapen; 3.-
discount; 4.-be on sale; malaya awa anagulidwa
pamtengo wotsika = this shirt was bought on sale;
5.-reduce price;
-tsitsa munthu pa udindo 1.-degrade; 2.-demote;
-tsitsa mwachangu -put down something quickly;
-tsitsa pa mutu -put off something from the head;
-tsitsa pa udindo 1.-degrade; 2.-demote;
-tsitsa pansi 1.-lower something down; 2.-descend
something;
tsitsi 1.hair; amamanga tsitsi lawo = they braid their
hair; amameta tsitsi lawo = they cut their hair;
akumetetsa/ wameta = he has cut his hair; uyenera
kusunga tsitsi lako lochepa/ lalifupi = you need to
keep your hair short; kuyoyoka kwa tsitsi pa mutu
= the lack of or loss of hair on the scalp 2.lock;
3.fur;
tsitsi lalitali la hatchi 1.mane; 2.long hair on the
neck of a horse;
-tsitsimuka 1.-come round; 2.-recover; 3.-amend in
character; 4.-regain consciousness;
-tsitsimutsa -revive something/ someone;
-tsitsimutsidwa 1.-be recovered; 2.-be revived; 3.-
be made to regain life again;
-tsitsira -drink something after eating;
-tsitsira maliro 1.-lower the coffin into the grave;
2.-bury; 3.-lay to rest; 4.-put into the grave;
-tsitsitiza 1.-crush underfoot; 2.-squeeze with a
foot; 3.-rub; 4.-overcome; 5.-wipe off; 6.-chafe; 7.-
massage;
-tsogola 1.-proceed; 2.-be in front; 3.-go on;
-tsogolera 1.-lead; 2.-conduct; amatitsogolera pa
mapemphero = he/she leads us in prayer; 3.-direct;
4.-guide; anatsogolera fuko mwa chilungamo = he
guided the nation in truth; 5.-be first;
-tsogolera anthu ngati nkhosa 1.-shepherd people;
2.-pastor people; 3.-lead people;
-tsogolera ndi ntchito -give example first;
-tsogoleredwa 1.-be led; 2.-be guided;
-tsogoleredwa ndi Mulungu 1.-be guided by God;
2.-be inspired by God;
-tsogoleredwa ndi Mzimu Woyera 1.-be guided by
the Holy Spirit; 2.-be inspired by the Holy Spirit;
tsogolo 1.front; tsogolo logwirizana la demokalase
= United Democratic Front U.D.F.); ndi chipani
cha ndale cha ku Malawi chimene chinayamba
kulamulira dziko la Malawi m'chaka cha 1994 =
is a political party that started to rule Malawi in
1994; 2.future; tsogolo lagona pa maphunziro =
future is based on education;
-tsogolo 1.forward; maphunziro akupita patsogolo =

education is going forward; 2.future; mtsogolo =
kutsogolo kuno = in future; 3.front;
tsogolo/ kumbuyo kwa galimoto bumper; ndi
chitsulo kapena labala woyikidwa kutsogolo ndi
kumbuyo kwa galimoto = iron or rubber put to the
front and to the rear of a car;
-tsogoza 1.-make someone go before; amayi
anatsogoza ana pa ulendo = mothers made the
children go before them; 2.-send ahead;
expression: anamutsogoza munthu wosalakwa uja
kumanda (lit.: he sent ahead that innocent man to
the grave) = he made the innocent person die; 3.-
make one walk in front; 4.-spearhead; 5.-forward;
tsogoza m'nyamatayu = forward this boy (send
him ahead of the others);
-tsogoza kwawo -forward someone home;
-tsogozana 1.-be successive; 2.-accompany; 3.-go
in a file; kuyenda motsogozana = moving in a
single file; 4.-be consecutive; 5.-go together with;
-tsogozedwa 1.-be led; mpingo unapita kumanda
motsogozedwa ndi m'busa = the congregation
walked to the grave, led by a church minister; 2.-
be directed;
tsoka 1.bad luck; proverb: tsoka sasimba koma
mwayi (lit.: bad luck cannot be talked about but
good luck can) = you do not want bad luck but
luck; 2.calamity; 3.misfortune; tsoka lotsikira nalo
kulichete = misfortune leading to death; 4.mishap;
proverb: tsoka silinunkha (lit.: a mishap does not
stink) = bad things don't announce themselves;
5.adversity; 6.contretemps; ine ndine munthu wa
tsoka = I am a contretemps person; 7.disaster;
8.peril; 9.woe;
tsoka ine! 1.woe unto me!; 2.alas me!;
tsoka la kumakolo inherited misfortune from
parents;
tsoka langa 1.my misfortune; 2.my curse;
tsoka lanu 1.your misfortune; 2.your curse;
tsoka latigwera 1.misfortune has befallen us;
2.curse has fallen on us;
tsoka lobadwa nalo 1.inherent misfortune; 2.curse
from parents;
-tsokomola -cough; anatsokomola kwa nthawi
yayitali = he coughed for a long time;
tsokomole\a- mushroom;
tsokonombwe kind of grasshopper;
-tsokoya 1.-mature; chinjoka chotsokoya = big
mature snake; 2.-be an adult;
tsokwe\- 1.pounded maize; 2.pounding maize; kuli
tsokwe wa ukwati = there is pounding of maize for
the wedding;
-tsolongetsa -bind hands and feet;
-tsomeka 1.-push in a pointed thing; 2.-hang;
-tsomola 1.-disunite; 2.-cause to separate; 3.-break

up; 4.-split;

tsompho 1.chisel; 2.snatch; 3.carpenter's tool used for chopping wood; 4.small axe;

-tsomphola 1.-snatch; anatsomphola cholembera changa = he snatched my pen; 2.-grasp; 3.-pinch; 4.-steal; 5.-despoil;

-tsompholedwa -be snatched;

tsonga tip;

tsonga ya mbolo foreskin (lit.: tip of the penis);

tsono 1.so; 2.now; muyenera kupita tsono = you should go now; 3.at the moment; 4.currently; 5.at this time;

-tsonya -show contempt by sound of lips;

-tsonyeza 1.-stuff; 2.-push something in; 3.-indicate; 4.-show;

-tsopa 1.-drink; 2.-sip; 3.-seep; 4.-drive a spear to kill fish;

tsopano 1.now; muyenera kupita tsopano = you should go now; tsopano takhuta = we are contented now/ we have had enough now; tsopano zakwana = they are adequate now/ they are sufficient now; 2.by now; 3.at present; 4.directly; 5.at the moment;

-tsopano 1.new; a new basket = dengu latsopano; nyumba yatsopano = a new house; I have got a new dress = ndili ndi diresi yatsopano; zinthu zatsopano = new things; 2.latest; 3.recent; 4.modern; 5.of now; 6.immediate;

tsopano apa 1.directly; 2.shortly; 3.recently; 4.lately; 5.newly;

tsopano lino 1.this time; 2.now; 3.right now; 4.at this time;

tsopano pompano 1.immediately; 2.now;

-tsopola -unplug; tatsopolani mawaya pa wailesipo = unplug the radio;

-tsotsa 1.-break; 2.-cease; 3.-be on holiday;

tsotsi\ma- (chiZulu) 1.thief; munthuyo ndi tsotsi = that person is a thief; 2.crook; 3.villain;

-tsotsoka 1.-spark; 2.-scintillate;

-tsotsoloza -fry in oil; tsotsoloza nsombazo m'mafuta = fry those fish in oil;

-tsotsombetsa 1.-irritate; 2.-trouble; mkazi wake wakale anamutsotsombetsa kuti apereke ndalama za chithandizo cha mwana = his former wife troubled him to hand over money for the child's upkeep;

-tsotsomola 1.-provoke; usatsotsomole dala mavu, amaluma = do not provoke the wasps, they sting; 2.-rouse; 3.-wake up; 4.-incite;

-tsuka 1.-clean with water; ndi ntchito yanga kutsuka mbale tikatha kudya = its my duty to clean the plates after the meals; 2.-cleanse; expression: tsuka m'kamwa (lit.: cleanse the mouth) = taste a little something; 3.-wash things; kutsuka mabala =

washing wounds; 4.-rinse;

-tsuka m'maso 1.-wash in the eyes; demokalase yatitsukadi m'maso aMalawi! = democracy has opened our eyes Malawians!; 2.-steal; anamutsuka m'maso pa siteji ya basi = he had his possessions stolen at the bus station;

-tsuka mano 1.-brush teeth; 2.-clean teeth;

-tsuka maso 1.-see something special (esp seeing a woman's nakedness); 2.-see something unusual/ strange;

-tsuka mkamwa 1.-rinse mouth; 2.-taste something different;

-tsuka ndi thonje 1.-clean something with cotton; 2.-swab; 3.-clean with wad;

-tsukula 1.-spark; 2.-flicker;

-tsukuluza -rinse out; gwiritsa ntchito madzi woyera potsukuluza sopo = use clean water to rinse out the soap;

-tsukuluza mkamwa -rinse mouth; expression: titsukuluza mkamwa (lit.: we are going to rinse the mouth) = we are going to eat good relish;

-tsukunya 1.-provoke; 2.-awake the anger;

-tsukuya -mature;

tsumba\masumba crest (of bird);

-tsungula -look good; Maria watsungula chifukwa akugwira ntchito = Mary is looking good because she is working;

-tsunguya 1.-mature; 2.-come of age; 3.-be adult; 4.-be grown up;

-tsupuka -come off (as skin from a blister);

-tsutsa 1.-be adverse; 2.-run afoul; zomwe iye wayerekeza zitsutsana ndi ganizo la boma = his proposal runs afoul of government plan; 3.-censure; 4.-condemn; 5.-confute; 6.-contradict; ukudzitsutsa wekha mu zokamba zako = you are contradicting yourself in your statement; anadzitsutsa yekha mu zolemba zake = he contradicted himself in his writings; 7.-controvert; 8.-counter; 9.-oppose; proverb: kutsutsa galu n'kukumba (lit.: to oppose/ refute a dog is to dig) = make a follow up to find the truth about something = finding the truth requires evidence; 10.-be opposite 11.-criticise; Tawina ndi wokonda kutsutsa zilizonse = Tawina likes to criticise anything; 12.-scorn; anatsutsa maganizo anga = he scorned my ideas; 13.-damn; 14.-curse; a mipingo amatsutsana ndi malonda a makondomu = the church damns the sales of condoms; 15.-refute; musatsutse zimenezi = don't refute this; 16.-negate; anthu ena amatsutsa zakupezeka kwa Mulungu = some people negate the existence of God; 17.-disagree; mukhoza kutsutsana nane = you may disagree with me; 18.-disapprove; 19.-reproach;

-tsutsa kotheratu 1.-disagree fully; 2.-attack;
-tsutsa kwa chigulu 1.-overwhelm; 2.-outcry; 3.-be a chorus of disapproval;
-tsutsa monyoza 1.-spurn; 2.-reject with contempt; 3.-snub;
-tsutsa poyera 1.-openly rebuke; 2.-refute; 3.-decry; 4.-deny; 5.-rebut;
-tsutsana 1.-be against; 2.-be versus; 3.-debate; 4.-dispute;
-tsutsana nawo -protest;
-tsutsana ndi 1.-argue; 2.-contend; 3.-differ; 4.-be against; 5.-challenge;
-tsutsana ndi abusa -be anticlerical;
-tsutsana ndi ansembe -be anticlerical;
-tsutsana ndi chinzake -be different from the other;
-tsutsana ndi chipembedzo 1.-be ungodly; 2.-be godless; 3.-be irreligious; 4.-be non-religious;
-tsutsana ndi chipembedzo chovomerezeka 1.-resist orthodox religion; 2.-be heterodox; 3.-be unspiritual; 4.-be blasphemous;
-tsutsana pa zokambirana 1.-disagree on a meeting; 2.-fail to come up with unanimity; 3.-be uncompromising;
-tsutsanatsutsana 1.-contradict one another; 2.-oppose one another;
-tsutsula chilonda -cause a skin on a boil to come off;
-tsutsula pachilonda -provoke; expression: amutsutsula pa chilonda (lit.: they have pricked him on the wound) = they have awakened his anger/ bad temper;
-tsuva 1.-scrab; 2.-use sponge in washing; 3.-cleanse;
-tsuwa -come off of the skin; mwendo wanga ukungotsuwa okha = the skin of my leg is coming off;
tsuwi\- scale of snakes;
-tswaduka -run away;
-tswanya 1.-break into pieces; 2.-break (of clouds); 3.-crash; 4.-crush; amatswanya miyala ndi kugulitsa m'mbali mwansewu = they crush stones and sell along the road; 5.-shatter; 6.-squash;
-tswanyika 1.-be broken; kalilole wanga watswanyika = my mirror glass is broken; 2.-be dashed; 3.-be damaged;
-tswatswalika 1.-lie; 2.-cheat; 3.-deceive; 4.-swindle;
-tswatswata 1.-crush into smaller pieces; 2.-break into pieces; 3.-crash;
-tswatswatika 1.-be brittle; 2.-produce rattling sound due to over drying; 3.-break; masamba akutswatswatika = the leaves are breaking;
-tswita 1.-emit air; 2.-send out air; 3.-release air;
-tu suffix to verbs only, indicating emphasis;

ndayiwaliratu = I have completely forgotten it; ndalekeratu = I have given it up entirely;
tubzi\ma- / tudzi\ma- 1.dung; 2.excrement; 3.excreta; 4.shit; 5.stools; kuyeza tudzi = stools test; 6.droppings; 7.faeces; kuyeza tudzi = fecal occult blood test;
-tudzula 1.-break; 2.-smash; ana ako atudzula phwetekere wanga = your children have smashed my tomatoes; 3.-split; 4.-destroy; 5.-injure; anatudzula diso ndi mwala wa legeni = he was injured in the eye by a catapult stone;
-tugumula -bristle;
-tukidwa -be covered (esp of a book);
-tukuka 1.-develop; maiko otukuka = developed countries; 2.-flourish; 3.-prosper; 4.-thrive; 5.-rise; 6.-go up;
-tukula 1.-beat (of the pulse); 2.-buttress; 3.-raise up; 4.-lift up; nanga wodwala akhoza kutukula mutu? = can the patient lift up the head?; 5.-promote; Mgwirizano Wotukula Chidziwitso cha chiKhristu wokhazikitsidwa ndi T. Bray ndi ena m'chaka cha 1698 = Society for Promoting Christian Knowledge (S.P.C.K) established by T. Bray and others in 1698; 6.-elevate;
-tukula dzanja 1.-wave; 2.-raise hand; 3.-lift up hand;
-tukula dziko -develop a country;
-tukula maso 1.-look up; 2.-see; 3.-be careful; 4.-take care; 5.-watch; 6.-lift up the eyes;
-tukula maso mokopa 1.-wink; 2.-twinkle; 3.sparkle; 4.-seduce;
-tukula mudzi -develop a village;
-tukula pa malo -develop a place;
-tukulana 1.-lift each other up; 2.-assist one another in development; 3.-give each other capital for business;
-tukulidwa 1.-be lifted; 2.-be developed;
-tukuluka -struggle; anayesetsa kutukuluka kuti mwina nkupeza mwayi = he tried to struggle for the chance;
-tukumala 1.-raise the back (like a cat meeting a dog); 2.-raise eyes; 3.-look up;
-tukumuka 1.-assume a pompous air; 2.-boast; 3.-brag; 4.-arch the back (like a cat meeting a dog); 5.-raise eyes; 6.-look up;
-tukumula 1.-expand; 2.-bulge; chatukumula ndi chani m'thumba lako? = what makes your pocket bulging?; 3.-swell;
-tukumutukumu 1.proud; 2.arrogant; 3.pompous; 4.selfish;
-tukushira/ -tukusira -pulsate; kutukushira kwa chilonda = pulsating of a wound;
-tukutira -be hot (inside a wound);
-tukutsa 1.-make bubble; 2.-inflate;

tukutu powdered roasted maize; agogo amadya tukutu poti alibe mano otafunira chimanga chokazinga = the grandfather eats powdered roasted maize because he has no teeth for chewing;

tukutuku\ma- 1.disobedient person; 2.defiant person; 3.proud person;

-tukwana 1.-be abusive; 2.-utter/-say abusive words to someone; 3.-use abusive language; 4.-insult; amanditukwana apongozi kumunda, amati achuluka ana, ena oyenda, ena osayenda, ena oima pakhomo (lit.: mother in-law insulted me at the garden, she was saying that the children are many, some are those who walk; some are those who can't walk; others just stand by the door post) = a discouragement from indiscriminate child bearing; 5.-be obscene; mwana watukwana akulu (lit.: a child has grown up and has said obscene words to the elders) = s/he has come to maturity stage; expression: ndi msena (lit.: s/he is a Sena by tribe) = referring to the one who produces obscene words; 6.-be sarcastic; 7.-speak bad language; 8.-blaspheme; 9.-curse; 10.-swear; 11.-damn;

-tula 1.-take down; anatula katundu wake = she took down the load from her head; 2.-resign; adatula udindo wake = he resigned from his responsibility; 3.-put down; 4.-discharge of load; 5.-off-load; 6.-acquit by; 7.-supply; 8.-deliver; ndikukatula uthenga wabwino = I am going to deliver a good message; 9.-provide;

-tula mtolo wa nkhuni -put down a bundle of firewood;

-tula pansi 1.-lay down; anatula pansi udindo = he laid down his function; 2.-put down; 3.-off-load;

-tula pansi ntchito -resign; anatula pansi udindo wake = he resigned from his post;

tulo sleep (n);

-tulo 1.dull; 2.stupid; 3.foolish; 4.ignorant; 5.daft; 6.silly; 7.nonsensical; 8.sleepy;

tulo tofa nato deep sleep; Adamu anamugoneka tulo tofa nato = Adam was put in a deep sleep;

tulo togona pang'ono 1.nap; 2.siesta; 3.short sleep during the day; 4.catnap;

-tuluka 1.-come out (from a house etc.); 2.-go out; expression; kutuluka ku samba/ kutuluka kovinidwa/ kuchinamwali = go out of initiation; 3.-leave; malo olowa ndi kutuluka m'dziko = border place; 4.-depart; 5.-go away; 6.-abscond; 7.-get out; 8.-ooze; 9.-break; dzuwa likutuluka m'mitambo = the sun breaks through the clouds; 10.-emerge; anatuluka mchipinda = he emerged from the room; 11.-rise; dzuwa limatulukira kum'mawa – the sun rises in the east; 12.-shoot; 13.-germinate; 14.-be recognised as the chief who can initiate girls by the Nyau Secret Society; 15.-grow magically;

-tuluka mmalo mwake -be displaced;

-tuluka mochedwa -lag;

-tuluka thukuta 1.-sweat; 2.-perspire;

-tulukira 1.-erupt; 2.-realise; kodi watulukira kuti tasokera? = do you realise that we are lost?; 3.-know of hidden things; ndatulukira chinsinsi chokhozera mayeso = I have known the secret for passing exams; 4.-discover; 5.-find out;

-tulukira chinsinsi cha umboni 1.-discover; 2.-unearth; 3.-find out;

-tulukira chisoni -offer condolence;

-tulukira chobisika 1.-discover; 2.-find out; 3.-unearth; 4.-come across; 5.-find;

-tulukira maliro -offer condolence;

-tulukira mwadzidzidzi 1.-appear suddenly; 2.-arrive suddenly; 3.-arrive unexpectedly;

-tululubza 1.-push a mass at once; 2.-push with force;

-tulutsa 1.-eject; 2.-cast out; 3.-evacuate; 4.-expel; 5.-send out; anatulutsa bwenzi lake msanga = she sent out her boy friend quickly; 6.-release; 7.-discharge; amutulutsa m'chipatala = she is discharged from the hospital; 8.-unpack; 9.-unload; 10.-go out; anamutulutsira pa zenera = she went out through the window;

-tulutsa fumbi -produce dust;

-tulutsa fungo labwino -release good smell;

-tulutsa fungo loipa 1.-release bad smell; 2.-give out bad smell;

-tulutsa fungo lonunkha 1.-give pungent smell; 2.-give unpleasant smell;

-tulutsa fungo lonyansa -be fetid;

-tulutsa kutentha 1.-emit heat; 2.-be calorific; 3.-sweat;

-tulutsa madzi 1.-produce water; 2.-give water;

-tulutsa mafuta 1.-be oleaginous; coconut ndi njere yopereka mafuta = coconunt is an oleaginous fruit; 2.-produce fats;

-tulutsa maganizo 1.-give opinion; 2.-give decision; 3.-give suggestion; 4.-be open minded;

-tulutsa magazi 1.-bleed; zilonda zotulutsa magazi za m'mimba = bleeding stomach ulcers; 2.-lose blood;

-tulutsa mawu 1.-sound; 2.-voice; 3.-make noise; 4.-say;

-tulutsa mdierekezi 1.-drive out devil; 2.-exorcise;

-tulutsa mkayidi 1.-release prisoner; 2.-release captive;

-tulutsa mpweya 1.-emit air; 2.-give out good or bad smell; 3.-expire;

-tulutsa nzeru 1.-give knowledge; 2.-give suggestion;

-tulutsa pabwalo 1.-send something/ someone

outside the house; 2.-discuss the issue; nkhani ija ayitulutsira pabwalo = that issue is being discussed by the elders;

-tulutsa phokoso lalikulu 1.-blare out; 2.-blast; 3.-explode;

-tulutsa poyera 1.-expose; 2.-not hide; 3.-reveal;

-tulutsa ululu -give pain;

-tulutsa utsi 1.-smoke; 2.-produce smoke;

-tulutsa ziwanda 1.-drive out demons; 2.-exorcise; Yesu anatulutsa ziwanda mwa munthu wotchedwa Legio (legio = ambiri, *Mateyu* 26:53) = Jesus exorcised the demons out of a man called Legio (legion = many, *Matthew* 26:53) ; 3.-drive out evil spirits;

-tuma -send somebody; Mulungu anatuma mwana wake = God sent his son; Mulungu amatituma = God sends us; ndinamutuma kukagula ndiwo = I sent her to buy relish;

-tumba 1.-discover; 2.-find out; 3.-bring to book; 4.-notice; 5.-realise;

-tumbiza -bear a child too soon after another;

-tumbuka -break; chilonda chikutumbuka = the boil is breaking;

-tumbula 1.-dissect body; anthu ena amatumbula mitembo = some people dissect dead bodies; 2.-cut open; tumbulani nsombayo poteteza kuti ingawole = cut open the fish to prevent it from getting bad; 3.-disembowel; 4.-shed out; 5.-operate;

-tumbuluka 1.-be pale; wochimwa amatumbuluka pa maso pa Mulungu = the sinful man pales before God; 2.-fade out; 3.-lose colour;

-tumbusula 1.-unwind; 2.-unstitch; 3.-disentangle;

-tumbwa 1.-be proud; 2.-despise others; 3.-boast; 4.-be self-centred; 5.-be selfish; 6.-be arrogant;

-tumidwa -be sent; wotumidwa/ wotumikira = he who is sent;

-tumika -accede;

-tumikira 1.-serve; amatumikira Mulungu = he serves God; 2.-work for; 3.-perform duties for;

-tumikiridwa 1.-be served; 2.-be ministered to; wodwala uja watumikiridwa ndi abusa athu = the patient has been ministered to by our pastor;

-tumira 1.-send; God sends us the angels = Mulungu amatitumira angelo;

-tumiza 1.-send; anatumiza ndalama = she sent money; ndatumiza buku kwa iye = I have sent a book to him; anamutumizira kalata = he sent him a letter; 2.-send away; 3.-dismiss; 4.-consign; 5.-despatch; iye wapita ku ofesi ya Mtengatenga kukatumiza makalata = he has gone to the Post office to despatch letters; 6.-cable; 7.-post; tumiza kalata = post the letter; 8.-mail; 9.-send off; 10.-dispatch;

-tumiza anthu kwawo 1.-deport; 2.-extradite; 3.-send back home; 4.-repatriate;

-tumiza chithandizo 1.-send aid; 2.-donate;

-tumiza kashole -spearhead;

-tumiza katundu 1.-send goods; 2.-post goods; 3.-consign; Vera anatumiza matumba 190 a chimanga ku msika = Vera consigned 190 bags of maize to the market;

-tumiza kunja kwa dziko 1.-send out of the country; 2.-send abroad; 3.-export;

-tumiza kutali -send away; anawatumiza kutali = he sent them away;

-tumiza kwawo 1.-extradite; 2.-deport; 3.-send home; 4.-repatriate;

-tumiza ndalama 1.-remit; 2.-send money; 3.-post money;

-tumiza nthumwi 1.-send representative; 2.-deligate someone to stand for you;

-tumiza posintha njira 1.-redirect; 2.-send by changing the route; 3.-reroute;

-tumiza uthenga 1.-send a message; 2.-send a note;

-tumizanso mu njira ina 1.-reroute; 2.-redirect in another way;

-tumizidwa -be sent;

-tumpha 1.-spring; 2.-leap; 3.-vault; 4.-bounce; 5.-jump; 6.-dive;

-tumphamoto -be not cooked well; nsima yatumphamoto = the food has been uncooked;

-tumphidwa 1.-be skipped; ndatumphidwa, sadandisankhe = I have been skipped, they did not choose me; 2.-be missed; 3.-be ignored;

-tumphuka 1.-rise; chinthu chikutumphuka kufika pamwamba pa madzi = a thing rises to the surface of the water; 2.-bob up and down in water; 3.-float; 4.-come to the surface (of the things in boiling water); 5.-drift; 6.-go up to the surface;

-tumphukira 1.-surface; nsomba inatumphukira = the fish surfaced; 2.-spread; 3.-overflow;

-tumphukira pa mwamba 1.-resurface; 2.-float;

-tumula liwiro -run very fast;

-tumwa -be sent;

-tunda 1.-urinate; 2.-pass water;

-tundudza 1.-be incomplete; 2.-be not fully done; nyama yathawa chifukwa mwayitundudza = the animal has run away because you did not hit it hard; 3.-be partly done;

-tundula 1.-attract someone; 2.-call without a reason;

-tundumuka 1.-bulge out; 2.-be convex;

-tunga 1.-draw; kumudzi timatunga madzi mu chitsime = at home we draw water from the well; 2.-dip and take up with ladle; 3.-put together fish in a bunch; tayamba kutunga nsombazo ku mtungo tizipita = begin putting the fish together in a bunch so that we may start off; 4.-get liquid from a

container; 5.-put beads to the string; 6.-lift with
horns (of animal when fighting each other);
-tunkha-tunkha 1.-search for a good place; 2.-be
unstable; 3.-be unsteady;
-tunthuka 1.-be greedy; 2.-be gluttonous; 3.-be
insatiable;
-tunthumira 1.-shiver; 2.-be anxious; 3.-be curious;
4.-be enthusiastic; 5.-be ecstatic; 6.-be fearful; 7.-
be worried;
-tunudza 1.-beat severely; anatunudza wakuba
mpaka anakomoka = they severely beat the thief to
unconsciousness; 2.-beat heavily;
-tunya 1.-overeat; 2.-get satisfied;
tupa (brief sound) metal for sharpening;
-tupa (long sound) 1.-swell; nkhope yake yatupa =
his face is swollen; 2.-be swollen; mwendo wanga
watupa = my leg is swollen; 3.-bulge; 4.-grow
magically;
-tupa manja -have swollen hands;
-tupa mimba 1.-have enlargement of stomach/
belly; 2.-be paunchy;
tupa\ma- 1.file; ukhoza kugwiritsa ntchito tupa
ponola mpeni = you can use a file to sharpen the
knife; 2.sharpener;
-tupidwa 1.-be constipated; ndatupidwa,
sindikuchita chimbudzi = I am constipated, I
cannot go to the toilet; 2.-fail to get food digested;
3.-be crammed (with food); 4.-be flatulent;
-tupikana 1.-be swollen; nkhope yotupikana = a
swollen face; 2.-be puffy;
-tupirana -swell all over; mwendo wanga
watupirana = my leg has swollen all over;
-tupitsa 1.-blister; 2.-swell; 3.-puff up; 4.-bulge; 5.-
increase; 6.-leaven;
-turutsa 1.-cast out; 2.-eject; 3.-bring out; 4.-bring
to open place;
-tuta 1.-carry (of loads from one place to another);
anthu anatuta miyala ndi mchenga = people carried
sand and stones; 2.-transport; 3.-harvest; 4.-collect;
-tutha -reap;
-tutuma -bubble (esp. in boiling water/ murash/
sparkling wines);
-tutumira 1.-overflow; mtsinje unatutumira = the
river overflowed; 2.-be anxious;
-tutumuka 1.-be amazed; 2.-be surprised; 3.-be
astonished; 4.-be caught unawares; 5.-wither;
-tutumula -make something wither; kupondaponda
m'munda wa masamba kumachititsa kuti ndiwo
zitutumuke = treading the vegetable garden is bad
as it makes the vegetables wither;
-tutumutsa 1.-surprise; 2.-make one amazed; 3.-
catch unawares; 4.-make something wither;
tuvi\ma- 1.shit; 2.excreta; 3.faeces; 4.dung;
5.stools;

-tuvula -boil (in the stomach); m'mimba mwanga
muli kutuvula ndipo muli kuwawa = my stomach
is boiling and aching;
-tuwa 1.-be grey; deresi lotuwa = a grey dress; 2.-be
sallow; 3.-be floury; expression:uli kutuwa ngati
wadzola ufa (lit.: you are floury as if you have
smeared on the flour) = abusive words to a woman
who puts (too much) powder on her face; 4.-be
dusty; 5.-look whitish; 6.-be pale; 7.-be poor;
-tuwira 1.-be grey; milomo yake inali yotuwiratu
ndi njala = her lips were grey because of hunger;
2.-be sallow; 3.-be lighter; deresi lobiriwira
motuwira; 4.-be light; 5.-look whitish; wagula
njinga yotuwira = he has bought a whitish bicycle;
6.-lose its colour;
tuza\ma- 1.blister; 2.sore;
-tuzula -domineer;
-tuzula maso 1.-outface; 2.-look daggers;
twiga giraffe;
-twika 1.-put something on head; 2.-pierce
something to a bunch (e.g. fish);
-tyakamuka 1.-boil; 2.-fall to the ground heavily;
-tyapuka -fall;
-tyapula 1.-beat with stick; 2.-whip;
-tyatyatya 1.-be flat; 2.-be level;
-tyola 1.-break; 2.-dance elastically; 3.-pick up
from;
-tyola banki -burgle a bank;
-tyoledwa -be broken; anamva kutyoledwa kwa
chitseko = he heard the door being broken;
-tyolera nyumba -burgle; anawatyolera nyumba =
he burgled their house;

U

u- 1.subject concord with singular nouns of mu -mi class; mpando uli pano = the chair is here; 2.subject concord for second person singular of conjugated verbs; ukuona = you are seeing; uchitsitse = drop it down/ lower it; uchitsuke = wash it/ clean it; uchiyambe = start it; uchiyang'ane = seek it; uchiyang'anire = monitor it; uchiyanike = dry it; uchiyembekezere = wait for it; chimangacho uchiyembekezere kuti chikhwime = wait until that maize is mature; uchoka = you will leave; udikire = you should wait; udzere kuno = pass by here; ukadanena = you should have said; 3.prefix of nouns of the u- class; ufa uli pano = the flour is here; uchitsiru = foolis hness;

-u- 1.object concord infixed in conjugated verbs representing singular nouns in mu -mi class; ndikuwuona (mpando) = I am seeing it (chair); 2.object concord infixed in conjugated verbs representing nouns in u- class; ndikuwuona (ufa) = I am seeing it (flour);

-ubabada -travel on foot; 2.-chewa; 3.-masticate;

ubale 1.kinship; 2.brotherhood; 3.affinity; 4.amity; 5.friendship; anapanga ubale = they formed friendship; 6.relationship; 7.fraternity;

ubale waukazembe diplomatic relation;

ubambo 1.fatherhood; 2.patrimony;

-ubambo paternal; chisamaliro cha ubambo = paternal care;

ubatizo baptism; ndi sakalamento lolowetsa ena m'madzi kapena kuwathira madzi = it is the sacrament of immersing someone in water or sprinkling with water; ubatizo wa achinyamata = youth baptism;

ubatizo wa ana akhanda 1.infant baptism; 2.baptism of babies;

ubatizo wa ana ang'ono infant baptism;

ubongo brain; pamene ubongo wayambira = base of the brain; nthenda yotupitsa ya mu bongo = inflammation of the brain; khansa ya mu ubongo = brain cancer; kufa/ kulephera kugwira ntchito kwa ubongo = brain death; kuvulala kwa ubongo komwe umadzala ndi magazi = cerebrovascular accident (c.v.a.); nthenda yotupitsa ya mu ubongo = encephalitis; kutupa kwa ubongo ndi mtsempha wa msana = encephalomyelitis;

ubusa pastorship;

-ubusa pastoral; maphunziro a ubusa a za uzimu = pastoral theology;

ubuthu thelarche;

ubwana 1.childishness; 2.dawn of life; 3.childhood; pakuti ubwana ndi unyamata ndi wa chabe = for childhood and youth are vanity (Eccl. 11:9); 4.high position;

ubwenzi wothera nkugonana intimacy (lit.: friendship ending in having sex);

ubwenzi\ma- 1.relationship; 2.companionship; 3.friendship; ubwenzi wosatha = everlasting friendship; 4.love; 5.amity;

ubweya 1.body hair; 2.fur; 3.wool; 4.pelt;

-ubweya 1.hairy; ichi ndi chirombo chaubweya = this is a hairy wild animal; 2.furry; 3.shaggy;

ubweya wa nkhosa 1.sheep wool; 2.fleece;

-ubweyabweya 1.woolly; nsalu iyi ndi yaubweyabweya = this material is woolly; 2.hairy;

ubwino 1.goodness; ubwino wa sukulu = the goodness of school; sindikuwuwona ubwino wokhala pa ntchito = I don't see the goodness of being a working class; 2.virtue; 3.advantage; 4.privilege; 5.significance; 6.merit;

ubwino wa chinthu 1.goodness of a thing; 2.value of a thing; 3.vitality of something; 4.usefulness of a thing; 5.importance of something;

uchabe 1.vanity; uchabe wa moyo wosapembedza = the vanity of unspiritual life; 2.badness;

uchafu (chiSwahili) impurity;

uchawi (chiSwahili) sorcery;

uchazo boiled blood; aphika uchazo wa mbuzi = they have boiled goat's blood;

uchema 1.strong drink (like kachaso, palmwine); 2.alcoholic drink;

uchembere 1.maternity; 2.child bearing; 3.motherhood;

uchembere wabwino child spacing;

uchembere woyamba first birth motherhood;

uchi bee honey; paka uchi pa mkate = spread honey over the bread;

uchidakwa 1.drunkenness; 2.alcoholism;

uchidya makanda 1.condition of being sexually attracted to children; 2.paedophilia;

uchidzete 1.foolishness; 2.stupidity; 3.folly;

uchigandanga armed robbery;

uchigawenga armed robbery;

uchikumbe 1.farming; uchikumbe wa fodya = tobacco farming; 2.crop growing; 3.cultivation;

uchilekwa 1.foolishness; 2.stupidity;

-uchilekwa 1.foolish; 2.stupid; 3.silly; 4.idiotic;

uchimo 1.sinfulness; kuzindikira uchimo womenya mkazi wa iwe mwini = knowing the sinfulness of beating your own wife; 2.sin; 3.evil;

uchimo wa chibadwa 1.original sin; 2.birth sin;

uchitengwa marriage in which the bride stays at the husband's home/ village; Maria adalowa uchitengwa = Mary is married and stays at her husband's homestead;

uchitserekwete 1.foolishness; 2.stupidity;

uchitsiru 1.folly; 2.stupidity; 3.foolishness; 4.imbecility;

-uchitsiru 1.foolish; 2.silly; 3.absurd; mawuwo adali auchitsiru kwa iye = the words appeared absurd to him;

uchiyero 1.puritanism; 2.purity;

uchizereza (chiTumbuka) 1.foolishness; 2.folly; 3.stupidity;

uda- prefix of verbs in past tense positive, in second person singular; udapita = you went; udakanika = you failed; udali = you were; udandikana = you denied me; Yesu adati udandikana katatu = Jesus said, 'you denied me three times'; udandimana = you did not give me; udandinamiza = you deceived me; udandipatsa = you gave me; udandipusitsa = you cheated me; udandisamala bwino = you cared for me well; udandikayikitsa = you made me lose confidence in you; udandilekelera = you did not upbring me properly;

udani waukulu 1.hostility; 2.ill-will; 3.antagonism; 4.great enmity;

udani\ma- 1.enmity; pali udani waukulu pakati pa mphaka ndi khoswe = there is a great enmity between a cat and a rat; 2.hatred; 3.animosity;

ude cobweb (esp. of spider);

udindo wa bishopo episcopate;

udindo wa chitsimikizo 1.responsibility for doing something; 2.burden; 3.onus;

udindo wa makolo pa ana a wina 1.being responsible for children of others; 2.being in loco parentis;

udindo wa mfumu wa mpando responsibility of Traditional Authority;

udindo wa mfumu ya m'mudzi responsibility of village head;

udindo wa mtsogoleri wa dziko responsibility of a State President;

udindo wa pa ntchito 1.responsibility at work; 2.function; 3.task; 4.rank; 5.position; 6.office;

udindo wa papa 1.papacy; 2.primacy;

udindo wa ubusa 1.pastorhood; 2.church ministry;

udindo wa ukulu wa mpingo church eldership;

udindo wa utumiki mu mpingo 1.deaconate; 2.diaconate;

udindo wa wansembe 1.curacy; 2.vicariate;

udindo wapamwamba 1.high position; 2.high rank; 3.high responsibility; 4.high post;

udindo waukulu wa usilikali 1.high ranking army officer; 2.general; 3.commander-in-chief;

udindo\ma- 1.position; udindo uwu ndi wanga = this position belongs to me; 2.post; udindo wa pamwamba = a high post; 3.responsibility; 4.task; 5.role;

udokotala doctorship;

udongo 1.neatness; 2.smartness; 3.cleanliness; 4.hygiene; 5.tidiness;

-udongo 1.neat; 2.smart; 3.tidy; 4.trim;

udyo 1.more than necessary; 2.badly; 3.poorly;

udza- prefix of verbs expressing future positive, in second person singular; udzapita = you will go;

-udzete 1.stupid; 2.foolish; 3.silly; 4.idiotic;

udzu 1.grass; udzu bomweta-mweta = the already cut grass; 2.darnel;

udzu wodula straw;

udzudzu mosquito; mankhwala ophera udzudzu = poison against mosquitoes;

ufa (brief sound) 1.flour; ufa wa chimanga = maize flour; 2.powder; mkaka wa ufa = powdered milk; mankhwala a ufa = powdered medicine; expression: munthu uyu wabzala ufa (lit.: this man has planted mealie-meal flour) = he has told a lie;

ufa (long sound) you will die;

ufa wa chimanga maize flour;

ufa wa chinangwa cassava flour;

ufa wa mtedza groundnut flour;

ufa wophera makoswe 1.powder for killing rats; 2.arsenic;

-ufaufa floury;

ufiti 1.sorcery; 2.witchcraft; amunamizira ufiti = he had been impersonated as a witch;

ufulu 1.freedom; 2.liberty; 3.right; 4.peace; 5.calm;

-ufulu 1.free; 2.companionable;

ufulu wa chibadwidwe wa anthu human rights; Bungwe Loyang'anira ufulu wa chibadwidwe m'Malawi = Malawi Human Rights Authority (M.H.R.A.);

ufulu wodzilamulira right of independence; Kamuzu adatipezera ufulu wodzilamulira tokha = Kamuzu gave us independence;

ufulu wolankhula zakukhosi freedom of speech;

ufulu wosankha 1.freedom of choice; 2.option;

ufulu wosankha zochita 1.freedom of choice; 2.local option;

ufumu wa kumwamba kingdom of heaven; ufumu wanu udze = thy kingdom come;

ufumu wa mmudzi 1.village headship; 2.chieftaincy;

ufumu wa mpando Traditional Authority;

ufumu waukulu empire; Ufumu Waukulu wa chiRoma = Roman Empire; Ufumu Waukulu wa Byzantium = Byzantine Empire;

ufumu\ma- 1.kingdom; Ufumu wa Mulungu = Kingdom of God; 2.dominion; 3.chiefdom; 4.realm; 5.sovereignty;

ufunuo (chiSwahili) revelation;

ugali (chiSwahili) 1.maize porridge; 2.nsima;

ugalu 1.foolishness; 2.stupidity; 3.idiocy;

4.silliness;

Uganda Uganda; dziko lopezeka n'kati mwa
Afirika ndipo mzinda wake waukulu ndi Kampala
= one of the countries found in Central Africa
whose capital city is Kampala;

ugocho 1.barrenness; 2.infertility; 3.sterility;
4.unfruitfulness;

ugogo 1.senility; 2.state of being old;

ugogodi bribery;

ugonthi deafness; ugonthi umamulepheretsa kumva
malangizo = deafness makes her/ him miss
instructions;

ugwayi (chiZulu) tobacco;

uhule 1.promiscuity; chifukwa cha uhule, kuli kwa
pafupi kutenga matenda a Edzi = contracting Aids
is easy with promiscuity; 2.prostitution;

uja demonstrative pronoun meaning 'that ... over
there', with singular nouns in the mu -a class, and
the mu -mi class, and the u- class; mwana uja = that
child over there; galu uja = that dog over there; ufa
uja = that flour over there;

ujaama (chiSwahili) ujaama (lit.: familyhood); ndi
dongosolo la ndale logona pa chiSocialism
loyambitsidwa ndi pulezidenti Julius Nyerere wa
dziko la Tanzania mchaka cha 1967 = it is a
political system based on Socialism that was
started by president Julius Nyerere of Tanzania in
1967;

ujumbe (chiSwahili) message of God;

-uka 1.-get up; 2.-stand up; 3.-rise; anamupeza ali
kuwuka = they found him rising; 4.-wake up; 5.-
wake; 6.-regain repute;

uka- 1.prefix of verbs in consecutive positive of
second person singular; ukapita (stress on ka) =
and you go/ went/ have gone/ will go; ukalande =
go and receive/ go and confiscate; ukanene = go
and report; ukavule = go and undress yourself;
ukakambe bwino = you should speak well; 2.prefix
of the present conditional positive of second
person singular; ukapita = when you go;

uka\ma- genital warts;

ukachenjede 1.university learning; mishoni ya
masukulu a ukachenjede a ku Cambridge ndi
Oxford yokhazikitsidwa mchaka cha 1857 =
Universities Mission to Central Africa founded in
1857 (U.M.C.A.); 2.bachelor's degree;

ukachenjede wa mbewu 1.study of plants;
2.botany;

ukachikwanje armed robbery;

ukada- prefix of verbs in past conditional positive
of second person singular; ukanapita = if you had
gone; ukadanena = you should have said;

ukadapanda + inf. prefix of verbs in past
conditional negative of second person singular;

ukadapanda kupita = if you had not gone;

ukadaulo 1.professionalism; 2.specialism;
3.expertise; 4.master's degree;

ukadaulo wa za dzuwa 1.study of sun;
2.astronomy;

ukadaulo wa za Mulungu 1.study of God;
2.theology;

ukadaulo wa za mwezi 1.study of moon;
2.astronomy;

ukadaulo wa za nyenyezi 1.study of stars;
2.astronomy;

ukadza- prefix of verbs in future conditional
positive of second person singular; ukadzapita = if
you will go;

ukadzapanda + inf. prefix of verbs in future
conditional negative of second person singular;
ukadzapanda kupita = if you won't go;

ukaidi 1.imprisonment; ukayidi wa kalavula gaga =
imprisonment with hard labour; 2.prison;
sanayikidwe m'ndende\mu ukaidi = he was not
thrown in prison; 3.custody; 4.captivity; 5.slavery;
6.bondage;

ukala 1.sperm; 2.male semen; 3.male sex cell;

ukalamba 1.senescence; ukalamba
unamuchepetsera kuganiza = senescence reduced
his/ her thinking capacity; 2.old age;

ukali 1.ferocity; 2.rage; 3.strength; 4.cruelty;
5.poison; 6.venom;

-ukali 1.harsh; bambo uyu ndi waukali = this man is
very harsh; 2.cruel;

ukaligwiritsa 1.meanness; 2.selfishness; 3.egotism;
4.egois m; 5.self-centredness; 6.lack of
consideration for others;

ukalistia (Greek) eucharist;

ukamberembere 1.untrustworthiness;
2.deceitfulness; 3.dishonesty; 4.fraud; 5.swindling;
6.disloyalty; 7.cunning; 8.lying;

ukana- prefix of verbs in past and future
conditional positive of second person singular;
ukanapita = if you had gone;

ukapanda + inf. construction of the negative of the
present conditional of the second person singular;
ukapanda kupita = when you don't go;

ukapasule backbiting; khalidwe la ukapasule
silabwino = the habit of backbiting is not good;

ukapolo 1.slavery; 2.captivity; ukapolo wa aYuda
ku Babulo = Babylonian captivity of the Jews;
3.bondage;

ukapondo 1.theft; 2.stealing;

ukapsa mtima unditsate 1.very short skirt
exposing thighs; 2.miniskirt;

ukapsala 1.dishonesty; 2.cunningness;
3.unreliability; 4.untrustworthiness; 5.larceny;

-ukapsala 1.dishonest; 2.unreliable;

3.untrustworthy; 4.unfaithful;

ukata 1.laziness; analephera chifukwa cha ukata = he/she failed because of laziness; 2.idleness; 3.sloth;

ukathyali untrustworthiness;

ukatswiri 1.expertise; 2.skill; 3.specialism; 4.professionalism; 5.skilfulness; 6.proficiency;

ukatswiri wa za ndege aeronautics; iye akuphunzira ukatswiri wa kayendetsedwe ndi kapangidwe ka ndege = he is studying aeronautics;

ukavuwevuwe (-chita u.) -backbite; sindikonda kucheza ndi anthu ochita ukavuwevuwe = I don't like to chat with backbiting people;

ukayidi 1.imprisonment; ukayidi wa kalavula gaga = imprisonment with hard labour; 2.prison; sanaikidwe m'ndende\mu ukaidi = he was not thrown in prison; 3.custody; 4.captivity; 5.slavery; 6.bondage;

ukazitape 1.journalism; 2.espionage;

-ukha 1.-seep through; 2.-leak; 3.-drip; 4.-trickle;

ukhala wa munthu state of man;

ukhanda 1.childhood; 2.babyhood; 3.infanthood; 4.infancy;

ukhondo 1.hygiene; sopo imathandiza banja lanu kuti likhale la ukhondo ndi la mphamvu = soap helps your family to be hygienic and strong; 2.neatness; 3.smartness; 4.cleanliness; ukhondo umatsatana ndi ubwino = cleanliness is second to goodliness;

-ukhondo 1.hygenically clean; 2.neat; 3.smart; 4.sanitary; 5.pristine;

ukhondo wa panyumba 1.home cleanliness; 2.home sanitation; 3.home tidiness; 4.home hygiene;

ukhondo wa sukulu school sanitation;

Ukhristu Christendom;

ukhungu blindness;

-ukira 1.-rebel; amaukira atsogoleri = he/ she rebels against the authorities; 2.-revolt; 3.-uprise; 4.-rise; anaukira boma = he rose against the government; 5.-stand up against; ophunzira awukira aphunzitsi = students have stood up against the teachers; 6.-be defiant; 7.-protest; 8.-be bolsterous; 9.-usurp;10.-mutiny;

uko 1.away over there; 2.demonstrative pronoun 'that' with the verbal nouns of the ku- class and with nouns of the ku-class indicating locality; kuimba uko = that singing; kunyumba uko = at that house;

ukoma 1.goodness; 2.sweetness; 3.fineness;

ukonde wa kangaude 1.cobweb; 2.spider web;

ukonde wa mbalame bird net;

ukonde wogwirira nsomba fishing-net; maukonde anga abooka = my fishing-nets have holes;

ukonde\ma- 1.net for fishing; proverb: ukonde umalumikizika ndi wakale (lit.: the fishing net is attached to the old one) = knowledge should be used in conjuction with the wisdom of the elders; 2.drag-net;

ukopo brains;

uku demonstrative pronoun 'this' with the verbal nouns of the ku- class and with nouns of the ku-class indicating locality; kuyimba uku = this singing; kunyumba uku = at this house;

uku- prefix of verbs in present continuous tense positive, in second person singular; ukupita = you are going;

-ukuhlanganipha (chiZulu) -be clever;

ukulu 1.adulthood; mwambo wakulowa mumsinkhu wa ukulu = tradition of entering the adulthood; 2.greatness; 3.largest quantity; 4.bulk; 5.chiefdom; 6.parenthood; 7.old age;

-ukwati 1.conjugal; 2.of marriage; 3.nuptial; 4.connubial;

ukwati wa ndowa Muslim marriage;

ukwati wachiwiri second marriage;

ukwati woyamba first marriage;

ukwati\ma- 1.marriage; 2.wedding; 3.nuptial; 4.connubial;

-ul- extension suffixed to the stem of verbs with opposite meaning; kutsegula = opening (cf. kutseka = closing); kuvula = undressing (cf. kuvala = dressing); kuyankhula = speaking (cf. kuyankha = answering);

ula\ma- 1.divining lots; 2.casting lots; kuchita maula = casting lots; 3.activity of a witchdoctor to find the cause of a misfortune; kuwombeza ula = going to a witchdoctor to find the cause of misfortune;

-ulakalaka 1.-desire; 2.-long for; 3.-yearn;

ulaliki\ma- 1.preaching; 2.sermon; Ulaliki wa pa Phiri *(Mateyu* 5-7) = Sermon on the Mount *(Matthew* 5-7); 3.homily;

ulalo wa oyenda pansi footbridge;

ulalo\ma- 1.bridge; 2.way across a river; 3.viaduct;

ulama (chiArabic) the learned class within the Islamic community;

ulambo butchery;

ulamuliro kudzera mwa ena indirect rule; dongosolo la ulamuliro wa atsamunda logwiritsa ntchito mphamvu za mafumu a m'midzi = a system of the colonial ruling whereby powers of the local village headmen were used;

ulamuliro wa dziko 1.government of the country; ulamuliro wa dziko wofoka = weak government; 2.hegemony; 3.domination; 4.power; ulamuliro wa dziko pa maiko ena = ruling power of one country over other countries;

ulamuliro wa kukhoti 1.magisterial power;
2.officially authorised power;
ulamuliro wa mabishopo mu Mpingo
1.government of bishops in the Church;
2.episcopacy;
ulamuliro wa mphamvu 1.strong leadership;
2.heavy hand; 3.dictatorship; 4.despotism;
ulamuliro wa mphamvu yoyima pa yokha
1.government by independent power; 2.self-
government; 3.autonomy; 4.self-rule;
ulamuliro wa munthu m'modzi 1.government by
one person; 2.dictatorship; ulamuliro wa uzimu ndi
umodzi = spiritual dictatorship;
ulamuliro wa nkhanza 1.cruel rule; 2.despotism;
3.dictatorship; anathawa ulamuliro wa nkhanza =
they run away from dictatorship; 4.tyrannical rule;
ulamuliro wabwino 1.good leadership; 2.good
administration; 3.good government;
ulamuliro wapadera 1.special leadership; 2.special
government;
ulamuliro wofoka 1.weak government; 2.weak
leadership;
ulamuliro wokambirana democratic rule;
ulamuliro wosayenera bad leadership;
ulamuliro\ma- 1.ruling; 2.rule; ulamuliro wa
nkhanza = harsh rule; 3.regime; 4.power;
5.authority; 6.sovereignty; ulamuliro wa dziko =
the sovereignty of the state; 7.dignity;
8.leadership; 9.mandate; 10.majesty;
ulavi (chiNgoni) bird's feather;
Ulaya Europe;
ulefu (chiSwahili) 1.distance; kuchokera pano ulefu
wake ndi makilomita atatu = from here the
distance is three kilometres; 2.length;
ulekelera 1.neglecting; 2.abandonment; 3.desertion;
ulembe\- poison applied to spear/ arrow by the
hunters;
ulembi 1.writings; 2.secretarial work; 3.clerical
work;
ulemelero wa kumwamba heavenly glory;
ulemerero 1.dignity; 2.glory; anapita ku ulemerero
wa Mulungu = anamwalira m'chikhulupiriro cha
chiKhristu = she went to glory in her Christian
faith; 3.glorification; 4.majesty;
ulemerero wa Mulungu glory of God;
ulemu 1.politeness; mwa ulemu = in a polite
manner; 2.courtesy; 3.honour; 4.esteem;
5.deference; 6.decorum; 7.respect; 8.regard;
9.integrity; 10.dignity; musataye ulemu wanu = do
not lose your dignity;
-ulemu 1.polite; 2.gracious; 3.decent; 4.august;
amachokera ku banja la ulemu = he comes from an
august family;
ulemu wa akazi pogwada courtesy;

ulemu wabodza 1.pretended politeness; 2.untrue
politeness; 3.false respect;
ulemu wopambana glory; ulemu wopambana
ukhale kwa Mulungu = glory be to God;
ulendo umodzi 1.one trip; 2.single trip; 3.one
voyage; 4.one flight; 5.same journey;
ulendo wa anthu ambiri exodus (lit.: journey of
many people);
ulendo wa gulu exodus (lit.: journey of a group);
ulendo wa masautso 1.journey of misfortune;
2.journey of calamity;
ulendo wa mavuto 1.journey of misfortune;
2.journey of bad adventures;
ulendo wa mlengalenga 1.flight; 2.air travel;
Ulendo wa mtundu wa Israyeli Exodus;
ulendo wa pansi 1.journey on foot; 2.exodus;
ulendo wabwino 1.good journey; 2.good trip;
3.good voyage; 4.good flight;
ulendo waphindu 1.profitable journey; 2.good trip;
ulendo waufupi short visit;
Ulendo Waukulu Great Trek; ndi dzina la ulendo
wa maBoer a kumwera kwa Afirika m' zaka za
ma1800 = it is the trek by South African Boers in
the 19th century;
ulendo waung'ono 1.short visit; 2.brief visit;
ulendo wautali 1.long journey; 2.long trip; 3.hard
journey; 4.trek; 5.safari;
ulendo wina 1.another journey; 2.another trip;
3.another visit;
ulendo wochokera ku dziko 1.exodus; 2.journey
leaving one's country for another country;
ulendo wofufuza za dziko la pansi voyage of
discovery;
ulendo wonse whole journey; adayenda pansi
ulendo wonse = they walked throughout the whole
journey;
ulendo woyamba wa sitima 1.maiden voyage of a
ship; 2.first voyage of a ship;
ulendo\ma- 1.journey; pa ulendo wawo,
anatsogoleredwa kumpoto = on their journey, they
were directed North; ulendo uli mkati, ngozi
inachitika = while the journey was in progress, an
accident happened; ulendo wodzacheza (lit.:
journey for chatting) = time of probation;
2.voyage; ulendo wochokera ku Zambiya kupita
ku Malawi kudzera mu mtsinje wa Zambezi = a
voyage from Zambia to Malawi on the Zambezi
river; expression: achimwene ulendotu ine uwu;
samalireni anawa (lit.: brother, I am on a voyage;
take care of my children) = I am dying, give
support to my children; 3.trek; 4.route;
5.peregrination; 6.pilgrimage;
ulenje 1.hunt; 2.hunting; proverb: ulenje umasimba
wako (lit.: you talk about your own hunting

expedition) = what you say is what you do;
3.hunting exploits; proverb: ulenje umasimba
wako (lit.: you discuss your own hunting exploits)
= don't poke your nose into other people's affairs;
ulenje wa agalu hunting with dogs;
-ulere 1.gratis; 2.free; palibe chaulere = there is
nothing free; 3.without;
ulesi 1.laziness; proverb: buluzi wa ulesi
amapanidwa ndichitseko (lit.: a lazy lizard is
always pressed by the door) = lazy people get
problems; expression: ulesi siwupindula (lit.:
laziness does not profit) = you can't gain anything
out of laziness; expression: anagwa ulesi (lit.: he
succumbed to laziness) = he lost interest;
2.indolence; 3.lassitude; 4.idleness; 5.sloth;
-ulesi 1.lazy; 2.indolent; 3.weak;
uli you are (singular); uli ku chipatala = you are at
the hospital;
ulibe 1.you have not (singular); 2.you've not; 3.you
haven't; 4.you haven't got; 5. you don't have
(singular);
ulimbitso 1.encouragement; 2.support;
ulimbo 1.sap; ana amagwiritsa ntchito ulimbo ngati
msampha wokolera mbalame = children use sap as
a trap for birds; 2.glue; timagwiritsa ntchito
ulimbo pogwira mbalame = we use glue to catch
birds;
ulimbo wa m'khutu earwax;
ulimi 1.farming; ulimi wa nkhumba = pig farming;
ulimi wa ng'ombe = cattle farming; ulimi wa
nsomba = fish farming; ulimi wa mtedza =
groundnut farming; ulimi wa chimanga = maize
farming; Malawi amadalira ulimi = Malawi
depends on farming; 2.agriculture; chuma
chimadalira ulimi = the economy depends on
agriculture; ulimi wa makono = new (modern)
agricultural methods;
ulimi wa mbewu 1.crop husbandry; 2.crop
growing; 3.cultivation; 4.agriculture;
ulimi wa nyama 1.animal husbandry; 2.animal
farming; 3.cattle breeding;
ulimi wa zipatso, maluwa ndi ndiwo za masamba
1.cultivation of fruits, flowers and vegetables;
2.horticulture;
ulimi wa ziweto 1.lifestock farming; 2.animal
husbandry; 3.cattle breeding;
uliwonse every (with singular nouns of the mu -mi
class and the u- class); mudzi uliwonse = every
village; ulendo uliwonse = every journey;
ulobodoka 1.laziness; 2.weakness;
ulombe sore-throat;
ulonda 1.guard; 2.security; 3.patrol;
ulosi\ma- 1.prophecy; chikwaniritso cha ulosi = the
fulfilment of prophecy; 2.prediction; udali ulosi

wokhoza = it was a correct prediction; 3.forecast;
4.omen; 5.oracle;
ulubende (chiNgoni) beef and cooked cattle blood;
Uluhlanga (chiNgoni) God (lit.: the original
Source);
-uluka 1.-fly (of birds); proverb:mbalame zimene
zili ndi nthenga zofanana zimawulukira pamodzi
(lit.: birds of the same feathers flock together) =
you find people of similar interests/ characteristics
together; 2.-hover; 3.-flutter;
-uluka kwambiri -fly high;
-uluka mozungulira 1.-fly around (e.g. of bees
when picking honey from various flowers); 2.-fly
within;
-uluka pamodzi 1.-flock together; 2.-fly together;
uluka\- flight (by birds);
-ulukawuluka usiku 1.-fly during the night; 2.-be
nocturnal;
-ulula 1.-reveal; 2.-confess; tiyeni tiwulule
machimo athu = let us confess our sins; 3.-bring to
light; 4.-make known; 5.-disclose; 6.-brag; 7.-
declare one's mind; 8.-divulge;
-ulula chinsinsi 1.-uncover a secret/ private thing;
2.-reveal a secret; akuulula zinsinzi za ena = he is
revealing secrets of others; 3.-make known the
secret; 4.-be indicreet;
-ulula chowonadi 1.-give the truth; 2.-debunk; 3.-
reveal the reality;
-ulula zobisika 1.-reveal secrets; 2.-expose;
-ululika 1.-come to open; 2.-be uncovered; 3.-be
obtrusive;
ululu 1.poison (lit.: heavy pain because of a snake);
analumidwa ndi njoka ya ululu = he was bitten by
a poisonous snake; zinthu za ululu = poisonous
things; 2.venom; ululu wa mamba = venom of the
black mamba; 3.pain; 4.agony; anali mu ululu =
she was in agony;
-ululu 1.poisonous; 2.painful; 3.aching; 4.hurting;
ululu (kuletsa u.) anesthesia; woletsa ululu =
anesthesioligist;
ululu (mpha u.) 1.analgesic; mpha ululu ndi
mankhwala oletsa kupweteka = analgesic is a drug
that relieves pain; 2.antidote; ndi mankhwala
olimbana ndi ululu = it is a drug that counteracts a
poison;
ululu wa dzino tooth pain;
ululu wa mbola stinging pain;
ululu wa mtsempha 1.nerve pain; 2.neuralgia;
ululu wa mumtima 1.sorrow; 2.grief; 3.heartache;
ululu wapobereka mwana labour pains;
ululu wosatha continuous pain;
-ululuka 1.-appear suddenly; 2.-be revealed (of the
secret);
-uluma 1.-groan; pamene ng'ombe imaphedwa

inawuluma isanafe = when the bull was being slaughtered it groaned before dying; 2.-make deep sound; 3.-complain;

ulusi wakuda black wool; juzi iyi inapangidwa ndi ulusi wakuda = this sweater was made from black wool;

ulusi wofiira red wool;

ulusi wolukira 1.knitting wool; 2.lisle;

ulusi woyera white wool;

-ulutsa 1.-release; 2.-make something leave; 3.-make something fly; 4.-broadcast; amaulutsa nkhani za ndale = they broadcast political news; 5.-project; 6.-announce; 7.-publicise;

-uluza 1.-blow away; 2.-call from hiding place;

-uma 1.-be dry; expression: iye ndi wowuma (lit.: she is dry) = she is barren; chigwa cha mafupa owuma(*Ezekieli* 37: 1-4) = a valley of dry bones (*Ezekiel* 37: 1-4); 2.-dry up; expression: ntchito itauma adavutika zedi (lit.: after the work had dried up he was in trouble) = after the work\ job\ employment had been terminated he faced financial difficulties; 3.-clot; 4.-shrivel up; 5.-be ripe; 6.-be infertile; 7.-finish bearing; anauma = she finished giving birth; 8.-be barren; 9.-be cold; 10.-freeze; 11.-be solid;

uma- prefix of verbs in the present habitual tense positive, in second person singular; umaphunzira = you learn;

-uma khosi 1.-develop meningitis; 2.-be stubborn;

-uma ku khosi 1.-parch; 2.-be thirsty;

-uma lilime 1.-be tongue-tied; 2.-take long before beginning to speak (esp. children);

-uma m'maso 1.-be bareface; 2.-be clever; 3.-be not shy; 4.-dare; 5.-fail to sleep; 6.-fail to cry;

-uma manja 1.-be unable; 2.-be mean; 3.-be stingy;

-uma milomo -have dry lips; wauma milomo ndi njala = he has dry lips due to hunger;

-uma mkamwa 1.-have no saliva; 2.-be irrespectable;

-uma mtengo 1.-be costly; 2.-be dear; 3.-be expensive; 4.-be highly priced;

-uma mtima 1.-be bold; 2.-be brave; 3.-be determined; 4.-be hard; 5.-be cold hearted; 6.-be harsh; 7.-be hard hearted; 8.-be unkind; 9.-be callous; 10.-show no sympathy;

-uma mutu 1.-be slow to learn; 2.-be dull;

-uma pakamwa 1.-be unable to speak freely; 2.-be tongue-tied; 3.-be dry; 4.-be shy; 5.-have nothing to say; 6.-be silent; 7.-fail to explain;

umakaniko 1.work of a mechanic; 2.mechanics;

umalume (chiZulu) uncle;

umambala 1.untrustworthiness; 2.dishonesty; 3.crooky behaviour;

Umanyano Wanakazi (chiTumbuka) (lit.:

Women's League); it is the name of the women's organisation in the C.C.A.P.-Livingstonia Synod;

umati akadapita kuti? where else could they go?;

umati akadatani? what else could they do?;

umati atani? what did you expect from him?;

umati nditani? what did you want me to do?;

-umatira 1.-cover (as a hen on her eggs); 2.-brood;

umayi 1.maternity; 2.motherhood;

-umayi 1.maternal; kumva za umayi = maternal feelings; 2.motherly;

-umba 1.-mould using clay soil; 2.-form; 3.-shape; 4.-sculpture; 5.-bake (of bread, meat etc.); 6.-produce; 7.-get good education; 8.-give birth to a beautiful baby;

-umba chidole 1.-make a clay doll; 2.-mould a doll by using clay soil;

-umba mbiya 1.-mould a pot; 2.-make a pot;

-umba mwantche -make a clay doll;

-umba njerwa 1.-mould bricks; anyamata aumba njerwa zabwino = the boys have moulded good bricks; 2.-make bricks;

umbadwa 1.citizenship; 2.nationality;

-umbala (chiYao) 1.-be circumcised; 2.-be initiated;

umbanda 1.crime (all sorts of crimes); 2.offence; 3.misdeed;

-umbatira 1.-incubate; 2.-engulf; 3.-hug; 4.-embrace;

umbava 1.robbery; umbava wa mfuti = armed robbery; 2.theft; 3.under the counter act; 4.stealing; 5.larceny;

umbava wa mfuti armed robbery;

umbeta celibacy;

-umbika 1.-be mouldable; expression: munthu ndi gaga saumbika (lit.: man is chaff he can't be moulded) = man is unchangeable; 2.-be moulded; 3.-be made; 4.-be dry;

umbiya ng'ambe drunkenness;

umbombo 1.greed; 2.selfishness; 3.avarice; 4.niggardliness; 5.gluttony; 6.insatiability;

-umbombo 1.greedy; ndi anthu a umbombo = they are greedy persons; anthu a umbombo pa ndalama = people greedy for money; 2.avaricious; 3.rapacious;

umboni 1.evidence; 2.witness (thing); 3.sign; 4.proof;

umboni wabodza 1.false witness; 2.chicanery;

umboni wabwino 1.good witness; 2.good testimony;

umboni wake 1.witness of something; 2.exhibit;

umboni wonama 1.false witness; 2.chicanery;

-umbudza 1.-beat strongly; 2.-beat heavily; 3.-hit;

umbulala (chiZulu) 1.wanton killer; 2.murderer; 3.bloodthirsty person;

umbuli 1.ignorance; expression: umbuli ndi matenda (lit.: ignorance is a disease) = ignorance can lead to great difficulties; 2.lack of knowledge; 3.unawareness;

-umbutuma 1.ignorant; 2.dull; 3.monotonous;

umdala\abadala (chiZulu) elderly person;

umeme (chiSwahili) electricity;

umene that/ which; relative pronoun with singular nouns of mu -a class and u -class; mpira umene ndagula = the ball that I have bought; ulendo umene unali wokongola = the journey that was beautiful;

umene uja demonstrative pronoun meaning 'that ... over there', with singular nouns of the mu -mi class and of the u- class; mpira umene uja = that ball over there; ufa umene uja = that flour over there;

umene uno this; emphatic demonstrative pronoun following singular nouns of the mu -mi class and of the u- class; mpira umene uno = this ball; ulendo umene uno = this journey;

umenewo that; demonstrative pronoun following singular nouns of the mu -mi class and of the u- class; mpira umenewo = that ball; ulendo umenewo = that journey;

umenewu this; demonstrative pronoun following singular nouns of the mu -mi class and of the u- class; mpira umenewu = this ball; ulendo umenewu = this journey;

umfazi (chiZulu) 1.mkazi; 2.wife;

umgubho (chiNgoni) military dance in preparation for a fight;

-umira 1.-be close fisted; 2.-be tight-fisted; 3.-be mingy; 4.-be mean; munthu woumira = a mean fellow; 5.-be stingy;

-umira mtima 1.-show no mercy; 2.-be hard hearted; 3.-be unforgiving;

-umirira 1.-adhere; 2.-cling; 3.-ask earnestly; 4.-concentrate on; 5.-stick to; muumirire ku maganizo anga = you should stick to my proposal; 6.-demand; 7.-dun for debt-payment; 8.-be dogmatic;

-umirira mtunda wopanda madzi 1.-struggle for nothing; 2.-chase wind; 3.-do unprofitable things;

-umiriza 1.-force; timamuumiriza kudya phala kuti akhale ndi mphamvu = we force him to eat porridge so that he can be strong; akuwumirizidwa kuti apite = they are forced to go; azipita = he must go (less force); proverb: fupa lokakamiza silichedwa kuswa mphika (lit.: if you force a bone in a clay pot, you break it easily) = if you force matters, there will be chaos; 2.-coerce; 3.-adjure; anamuumiriza kuti anene zoona = she was adjured to say the truth; 4.-oblige; 5.-be obligatory; 6.-urge; 7.-compel; 8.-impose; 9.-press on/upon; 10.-compel; anamuumiriza kulemba kalata = he

compelled him to write a letter;

-umiriza kuchoka 1.-force to leave; 2.-banish; 3.-exile; 4.-expel; 5.-compel to leave; 6.-drive out;

-umiriza kukhala -force to stay;

-umirizidwa 1.-be forced; 2.-be compelled; 3.must; akuumirizidwa kuti apite = he is forced to go/ he must go;

umisiri 1.skill; 2.adept (n); 3.technician;

umitala 1.bigamy; 2.polygamy;

-umitsa 1.-make dry; umitsani zovala zanu pamoto = dry your clothes over the fire; expression: mlandu wowumitsa mkamwa/ kukhosi (lit.: a case that dries the mouth/ gullet) = a case that will result in condemnation; 2.-harden; musaumitse mitima yanu = you should not harden your hearts; 3.-dry off sweat; 4.-drain; 5.-dry up; 6.-desicate; 7.-blot out with blotting paper; 8.-solidify;

-umitsa mate -be not easily convinced; mwana wawumitsa mate = the child is hard to be convinced;

-umitsa mtima 1.-be unrepentant; 2.-be stubborn; 3.-be hardhearted;

Umkhulu kakhulu (chiNgoni) God (lit.: the Greatest of all);

Umkhulumqango (chiNgoni) God (lit.: the great Devisor);

umlimi (chiZulu) 1.farmer; 2.husbandry man;

umlobokazi (chiNgoni) procession of women with gifts to visit the bride at her husband's village six months after the wedding;

umlomo (chiZulu) mouth;

umma (chiArab) umma; ndi dzina la chiyanjano cha aSilamu onse = it is the name of the fellowship of all Muslims;

Umnikazi we zinto zonke (chiNgoni) God (the Owner of all things);

umo that; demonstrative pronoun with nouns of mu - class; m'nyumba umo = in that house;

umodzi 1.oneness; anakhala mu umodzi = they lived in oneness; 2.unity; 3.union; 4.uniformity; 5.solidarity; 6.partnership; 7.relationship; 8.togetherness;

umodzi okha one only; andipatsa mpeni umodzi okha = they have given me one knife only;

Umodzi wa Amayi lit.: Mothers' Unity; ndi dzina la bungwe la azimayi a chiBaptist la ku Malawi ndi maiko ena a mkati mwa Afirika = it is the name of a Baptist women's organisation in Malawi and other countries of Central Africa;

umodzi wa Mulungu m'modzi oneness of the one God; onani mawu a Shema a *Deuteronomo* 6:4-9, 11,13-2 = see the Shema in *Deuteronomy* 6:4-9, 11,13-2;

umodzi wathu 1.our unity; 2.our union; 3.our co-

operation; 4.our oneness; 5.our togetherness;
umoyo 1.way of life; 2.health; Bungwe
Loyang'anira Umoyo wa Anthu pa Dziko Lonse =
World Health Organisation (W.H.O.); Unduna wa
za Umoyo ndi Chiwerengero cha Anthu = Ministry
of Health and Population; 3.existence;
umoyo wa mphamvu 1.strong health; 2.good
health;
umoyo wa thanzi good health;
umoyo wathu our health;
umoyo wodwaladwala 1.ill-health; 2.being sickly;
umoyo wosadwaladwala good health;
umoyo wovutika 1.ill-health; 2.miserable life;
umphawi 1.poverty; kuthetsa umphawi = poverty
eradication; kuchepetsa umphawi = poverty
alleviation; 2.starvation; anamwalira ndi umphawi
= he died because of starvation; 3.scarcity;
-umphawi 1.poor; 2.shabby;
umphawi wachakudya 1.shortage of food; 2.food
starvation;
umphawi wobadwa nawo parental poverty;
umphongo 1.male semen; 2.masculinity;
3.manhood;
umsindo (chiNgoni) dance performed by one
woman;
umteteleli (chiNgoni) 1.intercessor; 2.advocate;
3.Parakletos/ Holy Spirit (cf. *John* 14: 16-26; 1
John 2:1);
umthakathi (chiZulu) 1.witch; ameneyu ndi
umthakathi = he is a witch; 2.wizard;
umthibhi (chiNgoni) sweet beer;
umthimba (chiNgoni) procession by the bride and
her friends;
umu 1.this; demonstrative pronoun with nouns of
mu- class; m'nyumba umu = in this house; 2.again;
anayesa umu ndi umu = he tried again and again;
Umulungu 1.Godhead; Umulungu wa Yesu Khristu
= the Godhead of Jesus Christ; 2.divinity;
-umulungu divine (adj); utsogoleri wa uMulungu =
divine guidance;
umuna 1.manhood; osanyoza umuna wa mnzako/
osanyalapsa umuna wa mnzako = don't despise
one's manhood; 2.manliness; 3.masculinity;
4.male semen; 5.sperm; 6.male sex cell;
umuna kapena ukazi 1.sex; 2.being male or
female; 3.gender;
umuna ndi ukazi sperm and egg; kuphatikizana
kwa umuna ndi ukazi = fertilisation; kukumana
kwa umuna ndi ukazi pogonana = gamete;
umunthu 1.personhood (the essence of being
human and of good moral character, i.e. basic
values that give life a meaning involving moral
development and character building);
2.personality; 3.humanity; umunthu ndi

chikhalidwe cha munthu = humanity is
personhood; pa umunthu = on humanity; pa
umunthu = on the being of man = humanism/
humanity; 4.character;
umunthu ndi uMulungu wa Yesu Khristu
hypostatic union; umodzi wa umunthu ndi
uMulungu wa Yesu Khristu = unity of personhood
and Godliness of Jesus Christ;
umunthu wabwino 1.good personality; 2.good
character;
umunthu weniweni 1.real behaviour; 2.genuine
personality;
umunthu wolozeka 1.remarkable personality;
2.remarkable behaviour;
umunthu wovomerezeka accepted personality;
umunthu woyipa 1.misconduct; 2.bad manners;
3.ill behaviour; 4.bad behaviour;
umunthumunthu 1.real behaviour; 2.genuine
personality;
umuntu (chiZulu) person; expression in chiZulu:
umuntu ngumuntu ngabantu (lit.: a person is a
person because of other people) = I am because we
are;
umwana 1.infancy; 2.childhood; 3.early years of a
person;
-umwana childish;
umwini 1.possession; 2.ownership;
una- prefix of verbs in past tense positive, in second
person singular; unapita = you went;
una wa mchere salt-pit;
una\ma- 1.deep narrow hole e.g. of a snake; 2.hole;
3.pit; una wa mbewa = mouse pit; 4.den; 5.lair;
6.mesh of net; 7.burrow;
unali you were (singular);
unali kwina 1.you were at another place; 2.you
were somewhere;
unali nawo 1.you were together with them; 2.you
were in a group;
unalibe you had not;
unalibe kanthu you had nothing;
unalipo you were there;
unamwali 1.initiation; anavinidwa unamwali = she
underwent the initiation ceremony of virginhood;
2.puberty; iwo anakhala anamwali = they reached
puberty; 3.virginity;
unamwino nursing; sindifuna ntchito ya unamwino
= I don't like the job of nursing;
-unda 1.-heap up; mbewa zawunda m'munda =
mice have heaped up in the garden; 2.-make a
mound; asirikali makedzana amawunda miunda
ngati chitetezo = soldiers in olden days used to
make mounds for defence purposes;
unda\ma- 1.young dove; 2.small dove; 3.small
pigeon;

undana frost;

-undana 1.-harden; kukazizira kwambiri madzi amaundana = when it is very cold the water hardens (freezes); 2.-get hard; 3.-bulge; 3.-clot; 4.-cohere; 5.-crumb; 6.-stick together; 7.-coalesce; 8.-mound; 9.-thicken; 10.-congeal; 11.-coagulate; 12.-solidify; 13.-become ice; 14.-be lumpy; 15.-be heaped;

undekha 1.individualism; 2.individuality; 3.uniqueness; 4.loneliness;

-undekha 1.individualistic; 2.lonesome;

-undila 1.-cover; 2.-fill the hole with earth;

-undukula 1.-eat first crops of your harvest; 2.-pluck of first fruits; 3.-uncover; 4.-have sexual intercourse for the first time with one's marriage partner;

-undumula 1.-knock down; 2.-cause to fall;

unduna\ma- ministry; Unduna wa za Maphunziro = Ministry of Education; Unduna wa Zokopa Alendo = Ministry of Tourism;

ung'anga 1.herbalism; 2.doctorship; 3.doctorate;

ung'anga wa za uchembere 1.gynaecology; 2.obstetrics;

-unga 1.-heap up; 2.-compile; 3.-pile up; 4.-make ridges; tiunge mizere = let us make ridges;

unga- prefix of verbs in potential positive of second person singular; ungapite = you are able to go/ you could go;

-ungana (chiShona) -gather; anthu ambiri adzaungana = many people will gather;

ungano (chiTumbuka) 1.session; 2.gathering; 3.meeting; 4.assembly;

-unguza 1.-behold; 2.-search with eyes; 3.-survey; akuunguza malo awa = he surveys this place; 4.-investigate; 5.-look out; 6.-look through;

-unguza pa malo modekha 1.-search; 2.-ransack; 3.-investigate; 4.-study;

-unguzawunguza maso 1.-look about; 2.-look round;

-ungwangwamira -be over-excited;

ungwiro 1.integrity; 2.honesty; 3.righteousness; 4.uprightness; 5.truth; 6.veracity;

-unika 1.-be light; mwezi umaunika usiku = the moon lights at night; 2.-light; 3.-make light; 4.-enlighten; 5.-shine; wunika ndi muuni = shine with the torch; 6.-examine;

-unika matenda 1.-diagnose; 2.-examine a patient; 3.-identify cause of disease/ illness; 4.-palpate;

-unika pa magetsi -x-ray; kuti mupeze nthiti yomwe yathyoka muyenera kuwunika zonse pa magetsi = to identify a particular fractured rib, you will need to x-ray all of them;

-unikira 1.-illume; 2.-illuminate; unikira maganizo ako = illuminate your ideas; 3.-enlighten; 4.-light up; 5.-guide; 6.-analyse;

-unikira moyo mozama -make a psychoanalysis;

-unikira pogawa zigawo -analyse in detail;

-unikiridwa -be enlightened;

-unjika (chiTumbuka) 1.-pile; anaunjika mabuku = he piled the books; 2.-pile up; 3.-heap up; 4.-mount up; 5.-build up; 6.-bank; 7.-accumulate; 8.-amass; 9.-lump; 10.-deposit; chonde unjikani zinyalala kunja = please deposit the litter outside; 11.-be cumbered;

-unjikana 1.-throng together; 2.-squeeze together; anthu akuunjikana malo amodzi = the people squeezed together in one place; 3.-be piled; 4.-get heaped; 5.-be crowded; 6.-coagulate; 7.-crush (through or at small opening a lot at once); 8.-be compacted; 9.-be crammed;

-unjikidwa 1.-be heaped up; 2.-be piled up; 3.-be given a lot of work to do;

-unjikira -add more;

-unjikiridwa -be deluged; ndinawunjikiridwa ndi mauthenga a pa lamya = I was deluged with phone call messages;

-unjirira 1.-heap up; 2.-pile;

unka- prefix of verbs in past habitual tense positive, in second person singular; unkapita = you always went;

unkango 1.bravery; 2.courage; 3.fearlessness; 4.boldness;

unkhanji 1.greed; 2.gluttony; 3.selfishness;

unkhanza 1.cruelty; 2.hatred; 3.malice; 4.thuggery;

Unkulunkulu (chiZulu) God (lit.: the Great One);

uno emphatic demonstrative pronoun following singular nouns of the mu -mi class and of the u-class; mpira uno = this ball; ulendo uno = this journey;

unsembe 1.priesthood; 2.clergyhood;

-unthama 1.-stoop down; 2.-crouch;

unthete immaturity;

unyamata 1.boyhood; 2.youth; 3.adolescence; 4.puberty;

unyansi (-chita u.) 1.-dislike; 2.-hate; 3.-abhor;

unyawi/ma- fungus\fungi;

unyewa shaft of an arrow;

unyinji wa anthu 1.crowd; 2.many people; 3.mass; unyinji wa anthu = mass of people; 4.large group; 5.gathering of people; 6.multitude of people; 7.majority of people;

unyinji wa mtsinje stream density;

unyinji wa njuchi 1.swarm of bees; 2.cluster of bees; 3.colony of bees;

unyinji\ma- 1.big crowd; anthu akupita mwa unyinji = the people go in a big crowd; 2.multitude; 3.mass;

unyizi 1.laziness; 2.unwillingness;

unyolo wa m'manja handcuffs;
unyolo wa m'miyendo 1.chain of legs; 2.fetter;
unyolo\ma- 1.fetter; 2.shackle; 3.bond; 4.chain;
  5.handcuffs;
unyopo 1.laziness; 2.sloth; 3.unwillingness;
upalamamva 1.dis obedience; 2.insubordination;
  3.defiance; 4.non-compliance;
upalu\ma- 1.ability in hunting; 2.cleverness;
  3.cunning (n);
upandu\ma- 1.rebellion; 2.mutiny; 3.violence;
  4.hostility;
upangiri wa gulu 1.general agreement;
  2.concensus;
upangiri woyipa misleading advice;
upangiri\ma- 1.advice; kufunsira upangiri = asking
  for advice; 2.counsel; 3.guidance;
upapa 1.papacy; 2.position of the Pope;
uphungu\ma- 1.anointment; 2.counsel; 3.advice;
uphunzitsi teaching;
upo wa chinsinsi 1.intrigue; 2.illegal plan; 3.secret
  plan; 4.conspiracy;
-uponda -be in vain; ngati umayembekezera kuti
  upeza kanthu kwa ine, wauponda = you have just
  wasted your time if you expected to get something
  from me;
upuludzu 1.disobedience; 2.insubordination;
  3.stubborn;
urusi (chiSwahili) wedding;
-usa 1.-rest; 2.-take shelter; anausa mvula = he took
  shelter from the rain; anausa pa mthuzi = he took
  shelter in the shade; 3.-be under shelter (esp to
  avoid rain);
usa- prefix of verbs in subjunctive negative of
  second person singular; usapite = you should not
  go;
usabwino 1.demerit; 2.fault;
usana 1.daylight; 2.day; 3.daytime; 4.hours of
  daylight;
usana- prefix of verbs in a tense indicating 'before',
  in second person singular; usanapite = before you
  went;
usanakule before you grew up; ndinabwera kuno
  iwe usanakule = I came here before you grew up/
  when you were still young;
usanjo 1.bridge; 2.structure across another thing;
usatana 1.satanism; 2.sin; 3.evil;
ushasha crook;
usiku 1.night; pakati pa usiku/ mkati mwa usiku =
  midnight; usiku wonse = the whole night; kutentha
  kopitiriza muyeso pakati pa usiku = night sweat;
  proverb: udali usiku pamene timakoma tulo paja
  (lit.: it was during the night when sleeping was
  sweet) = the night is the most convenient and
  pleasant time for sleeping; 2.evening;

usiku lisanafike tsiku lotsatira eve; usiku
  lisanafike tsiku loyamba la chaka = New Year's
  eve;
usiku unzake 1.the following night; 2.tomorrow
  night; 3.next night;
usiku wonse 1.night-long; 2.overnight;
  3.throughout the night; 4.whole night;
usikusiku midnight;
usilikali 1.soldiers; 2.military personnel; 3.army;
-usilikali 1.military; yunifolomu ya usirikali =
  military uniforms; ntchito za usirikali = military
  functions; 2.armed;
usinini 1.gums (with teeth); ufa wa Ashton ndi
  wabwino poteteza nkhama/ usinini wa mwana
  ngati akumera mano = Ashton powder is good for
  preventing the baby's gums if the teeth are
  developing; 2.gingviva;
usinkhu 1.adolescence; usinkhu wa chinyamata =
  the adolescene of boys; usinkhu wa chitsikana =
  the adolescence of girls; kuyambira usinkhu wa
  chinyamata wake = from the time of his
  adolescence; 2.puberty; 3.youth;
usipa (brief sound) kind of fish;
-usipa (long sound) -eat without relish;
usisitere (njira ya u.) becoming a nun;
usiwa poverty (lit.: lack of clothes); kuti usiwa uthe
  = that poverty may end;
usungwana girlhood;
uta- prefix of verbs indicating 'after', in second
  person singular; utapita = after you went;
uta (long sound) shed for animals;
uta wa Leza 1.rainbow (lit.: the bow of rain); usiku
  sitiwona uta wa leza = at night we do not see the
  rainbow; 2.spectrum; 3.the bow of God;
uta\ma- (brief sound) bow; abambo Juma anagula
  uta ndi m'mpaliro = Mr Juma bought a bow and an
  arrow; watenga uta kumanja = he's got a bow in
  his hands;
utaka kind of fish; fungo la utaka = smell of utaka
  fish;
utali 1.length; 2.big white mushroom;
utali wa kum'mawa kwa dziko longitude;
utali wa kumadzulo kwa dziko longitude;
utali wa moyo 1.life span; 2.longevity;
utali wa mulifupi width/ breadth;
utali wa mulitali length;
utali wopita kumwamba 1.height; 2.tallness;
utali wopita pansi 1.depth; 2.deepness;
  3.profundity;
utambwali 1.swindling; 2.fraud;
utatavu 1.spider's web; 2.cobweb;
Utatu wa Mulungu Trinity of God;
Utatu Woyera Divine Trinity;
Utatu Woyera wa Mulungu 1.Holy Trinity of

God; 2.Divine Trinity;
utchisi 1.dirtiness; 2.uncleanliness;
-utchisi 1.untidy; 2.dirty; 3.unclean; 4.unhealthy;
5.unhygienic;
utelala (chiNgerezi) tailoring; ntchito za manja
monga utelala = handcarft work like tailoring;
utenanti 1.working at a farm and being paid per
year; 2. working as a farm tenant; akugwira ntchito
za utenanti = he is working at a farm as a tenant;
utenda 1.sickness; utenda wake ndi wa malungo =
the type of sickness is malaria; 2.illness; 3.disease;
uterala tailoring;
uthakati witchcraft;
uthatha 1.nothing helpful; 2.nothing to rely on;
3.run short of knowledge;
uthenga wa chilimbikitso message of
encouragement;
uthenga wa chisoni funeral message;
uthenga wa imfa mu nyuzi pepala 1.notice of
person's death in a newspaper; 2.funeral message;
3.obituary;
uthenga wa maliro funeral message;
uthenga wa ukwati wedding message;
Uthenga Wabwino 1.Good News; 2.Glad Tidings;
3.Gospel; kubukitsa Uthenga Wabwino = kufalitsa
Uthenga Wabwino = the spreading of the Gospel;
4.Evangel;
uthenga wochokera kwa Mulungu 1.message
coming from God; 2.oracle; 3.prophecy;
uthenga wolakwika 1.misinformation; 2.wrong
information; 3.distorted message; 4.wrong
message;
uthenga wopepesa condolence; kupereka chipepeso
= offering condolence;
uthenga woyamikira message of congratulation;
uthenga\ma- 1.message; uthenga unalandiridwa
bwino = the message was well received; uthenga
wa chipepeso = a message of condolence; uthenga
wa chisoni = funeral message; uthenga wabwino =
good message; expression: uthenga sulemera (the
message is not heavy) = if you are sent to carry a
message to someone else just accept because you
will not lose energy to carry it; 2.information;
utitiri 1. tick (of microscopic size); 2.kind of bug;
3.mite;
utolankhani 1.news reporting; 2.journalism;
utomoni 1.liquid from trees (can be used to stick
things together like with glue); 2.sap;
utomphwe brains;
utonde 1.semen; 2.fertility; 3.fecundity;
utongole dung;
utoto 1.paint; 2.dye; 3.colour; 4.spot;
utoto olembera ink;
utoto omatira glue;

utoto owalitsa thabwa varnish;
utoto wa chikasu yellow paint;
-utsa 1.-cause; 2.-drive out; 3.-rouse; 4.-provoke;
5.-wake up;
-utsa chenjerere 1.-prickle; 2.-bristle;
-utsa chigololo -cause erotic feelings;
-utsa kudzuka -cause erotic feelings;
-utsa kutota -cause erotic feelings;
-utsa mapiri pa chigwa 1.-cause confusion; 2.-be
objectionable;
-utsa mkwiyo 1.-cause anger; 2.-provoke anger; 3.-
cause irritation; 4.-cause annoyance;
-utsa mudyo 1.-salivate; 2.-be savoury; chakudya
choutsa mudyo = savoury food; 3.-be delicious; 4.-
be appetising; 5.-be scrumptious;
-utsenda 1.-be stupid; 2.-be foolish; 3.-be silly; 4.-
be unwise;
utshwala (chiNgoni) intoxicating beer;
utsi smoke (n); utsi ukufuka m'nyumba = smoke is
coming out of the house; proverb: utsi sufuka
popanda moto (lit.: there is no smo ke without fire)
= there is truth in the rumour; expression: pafuka
utsi wa ndale (lit.: on it the smoke of politics is
coming out) = politics shows the very beginning of
a new development;
-utsiru 1.stupid; 2.nonsensical; 3.foolish;
utso\ma- edge (esp. of knife);
utsogoleri 1.leadership; timasangalala ndi
utsogoleri wake = we enjoy his leadership;
2.management;
utsogoleri wabwino good leadership;
utsogoleri woipa 1.bad leadership;
2.maladministration;
utsogoleri wosakhulupirika 1.untrustworthy
administration; 2.maladministration;
utsogoleri wosayenera 1.bad leadership; 2.bad
administration;
utuchi 1.dust; 2.saw dust; 3.shavings;
utumbidwa malnutrition (esp. of children);
utumbwi disgrace;
utumiki 1.ministry; 2.serving; 3.service; 4.mission;
5..servitude;
utumiki wa mumpingo church ministry;
utumwi\ma- 1.apostleship; 2.apostolate;
3.discipleship;
uve 1.dirt; chotsani uve m'manja mwanu = remove
the dirt in your hands; 2.uncleanliness; 3.filth;
-uve 1.dirty; it is dirty = ndi cha uve; chipatala
chauve = it is a dirty hospital; iye ndi wa uve = she
is dirty; 2.unclean; 3.untidy; 4.unhealthy; 5.bad;
6.scruffy; 7.insane;
uve (-khala ndi u.) 1.-be dirty; 2.-be unhygienic;
3.-be bad;
uve wosasangalatsa 1.unpleasant dirt; 2.filth;

uvuni\ma- (chiNgerezi) 1.oven; phikira mu uvuni = bake in an oven; 2.brick-kiln;

-uwa 1.-bark as dog; 2.-yap;

uwende clotted blood of animal as food;

uwo demonstrative pronoun 'that' with singular nouns of the mu -mi class and the u- class; mpira uwo = that ball; ulendo uwo = that journey;

uwu demonstrative pronoun 'this' with singular nouns of the mu -mi class and the u- class; mpira uwu = this ball; ulendo uwu = this journey;

-uwula 1.-hum as bee; 2.-buzz; 3.-drone;

-uwula ngati njuchi 1.-hum as bee; 2.-buzz as a bee;

uyo demonstrative pronoun 'that' with singular nouns of mu -a class; mwana uyo = that child; galu uyo = that dog;

uyu demonstrative pronoun 'this' with singular nouns of mu -a class; mwana uyu = this child; galu uyu = this dog;

-uza 1.-say; 2.-tell; anauza mwana kuti apite nawo = he told the child to go with them; 3.-instruct; 4.-inform; 5.-describe; 6.-dictate; 7.-direct; 8.-declare; 9.-appoint; 10.-assign; 11.-command; 12.-charge; 13.-enjoin; 14.-commission; 15.-give orders; 16.-warn;

uzamba 1.gynaecology; 2.obstetrics;

uzi- prefix of verbs indicating necessity, in second person singular; uzipita = you have to go;

uzibambo 1.manliness; 2.masculinity; 3.fatherhood;

uzidzi barrenness;

uzimayi 1.womanhood; 2.womanliness; 3.femininity;

uzimba 1.hunting of animals; anthu a uzimba = hunters; 2.hunt;

uzimba wa galu 1.dog hunting; 2.safari;

-uzimu 1.spiritual; 2.supernatural; zinthu zina ndi zauzimu = some of the things are supernatural; 3.godly; munthu wa uzimu = a godly man; 4.sacred; 5.religious; 6.mystical;

uzimu wa mtsogolo eschatology; ndi zokhudza za kubweranso kwa Yesu m'masiku omaliza = these are the things concerning the second coming of Jesus during the last days;

-uzira -blow with mouth;

-uzirika pawiripawiri -do two things at the same time; pawiripawiri sipauzirika = you cannot do two things at the same time;

-uzirira 1.-burn with red-hot iron; 2.-bore with red-hot iron;

V

vairasî\ma- (chiNgerezi) virus;

-vala 1.-dress; amavala mwakaso = they dress nicely; 2.-wear; ndimavala malaya = I wear a shirt; 3.-put on; anavala deresi lokongola = she put on a beautiful dress; 4.-clothe oneself; anavala malaya obiriwira = he clothed himself in a green shirt; 5.-cover with clothes; 6.-attire; 7.-don; valani = don on; 8.-garb;

-vala dzilimbe/ -vala zilimbe 1.-be brave; 2.-be courageous; 3.-take courage; 4.-be strong; 5.-be bold; 6.-be well prepared; 7.-be powerful; 8.-be ready;

-vala mandala 1.-wear spectacles; 2.-be bespectacled;

-vala manyazi 1.-be ashamed; 2.-be bareface; 3.-be embarrassed; 4.-be uncomfortable;

-vala mdima 1.-wear darkness (lit.); expression: kuvala mdima (lit.:to wear darkness) = do things undercover/ do things secretly; 2.-envelope in darkness; 3.-brave darkness;

-vala mwado -wear underwear;

-vala sanza 1.-wear rags; 2.- dress in rags; 3.-put on rags;

-vala zilimbe 1.-be strong; 2.-take courage; 3.-be well prepared/ ready; 4.-be powerful;

valachubu\ma- (chiNgerezi) valve tube;

-valanso 1.-dress again; 2.-redress; 3.-restore;

valavu\ma- (chiNgerezi) valve;

-validwa 1.-be dressed; 2.-be clad;

-valira 1.-adorn; 2.-cover with; 3.-deck;

valo\ma- 1.testicle; 2.testis \testes; 3.male sex gland;

-vama 1.-stay under a shade; 2.-be under a shelter (- protect from sunshine or rainfall);

vamoha (chiLomwe) together;

-vanganika 1.-be disturbed; anavanganika ndi maloto = she was disturbed by dreams; 2.-be troubled; 3.-be concerned;

vanishi\- (chiNgerezi) varnish;

vano (chiLomwe) now;

vathyi (chiLomwe) on earth;

vava\- 1.shower; 2.sprayer;

vavu\ma- valve;

-vaya 1.-go; wavaya kumadera a kutali = he has gone to distant regions; 2.-leave; 3.-go away; 4.-depart; 5.-set off;

-veka 1.-clothe another; 2.-dress another; ndikuveka ana zovala = I am dressing the children; 3.-attire; 4.-deck; 5.-crown; mfumu yovekedwa **yatsopano** = the newly crowned king; mwambo woveka mfumu = the ceremony of crowning a king;

-veka chandende -ring;

-veka khoza 1.-ring; 2.-crown;

-veka mbiri -spread someone's bad or good character;

-veka mphete -ring;

-veka ubishopo 1.-enthrone a bishop; 2.-ordain a bishop; 3.-ordinate a bishop;

-veka ubusa 1.-ordain for the ministry; 2.-ordinate;

-veka ufumu/ -veka mfumu 1.-crown a king/chief; 2.enthrone a king/ chief;

-veka unsembe 1.-ordinate for the priesthood; 2.-ordain; 3.-consecrate;

-veka utsogoleri -enthrone leadership;

-velera 1.-listen to; 2.-pay attention; 3.-eavesdrop;

velo 1.veil; 2.wedding dress;

vembe\ma-\ vwembe\ma- water melon;

-vencha (chiNgerezi) 1.-expose to danger; 2.-sneak into; 3.-run away from danger; 4.-escape arrest; 5.-escape being caught;

venta\ma- bottle of liquor or beer/ kachaso;

verebu (chiNgerezi) verb; tsinde la verebu = stem of a verb;

vero 1.veil; 2.wedding dress; anali mu vero = she wore a wedding dress;

vesi\- (chiNgerezi) 1.verse; 2.stanza;

vesiti\- (chiNgerezi) vest; anavala vesiti mkati mwa malaya = he wore a vest under the shirt;

vidokoni (chiTumbuka) tales;

-viika 1.-soak; ndaviika zovala zanga kuti ndichape = I have soaked my clothes to wash; ndiwo zoviika (lit.: soaked relish) = relish without tomatoes, onions and cooking; 2.-put in water; 3.-dip; 4.-immerse; 5.-saturate; 6.-drench;

-viika chimera -malt;

-viika m'madzi 1.-put in water (lit.); 2.-soak in water; nzeru za yekha anaviika nsima m'madzi (lit.: Mr-Know-it-all soaked nsima in water) = a person cannot do everything on his/ her own; expression: nzeru zayekha anaviika nsima m'madzi (lit.: one's own opinion, he soaked nsima in water) = it is good to consult others because you cannot do everything yourself; 3.-dip in water; 4.-immerse; 5.-change one's mind; 6.-change one's opinion;

-viira 1.-brew beer; 2.-ferment; 3.-distil;

-vila -thatch a roof;

-vimba 1.-cover (oneself with an arm or shield to avoid a blow); 2.-cork; 3.-ward off; 4.-avert;

vimbo\ma- 1.tree planting station; 2.tree planting hole;

vimbuza (chiTumbuka) dance among the Tumbuka people for a disease which is believed to be caused by spirits of the dead;

vimvirivimviri death-shudder;

-vina 1.-dance; kuvina moipa = dancing in a bad way; 2.-initiate;mwana wanga amuvina = my daughter has been initiated; 3.-bop;

-vina nthungululu -dance while yodelling;

-vinavina 1.-be unsettled; 2.-be unsteady; 3.-wobble; 4.-shake;

-vinavina ndi maimbidwe -vibrate;

-vinavina ndi phokoso 1.-cavort; 2.-frolic;

-vindikira 1.-cover up; anavindikira bwino = she covered up well; 2.-veil; 3.-put leaves over a pot;

-vindikiridwa 1.-be covered; 2.-be enclosed; 3.-be sheltered;

-vindikirika -be covered;

-vindula 1.-carry on head; 2.-carry on shoulders; 3.-agitate;

-vinganichira -confuse;

-vingavinga -waffle;

-vinidwa 1.-be initiated; kodi mkaziyo ndi wovinidwa? = is that woman initiated?; 2.-be circumcised;

-vinidwa chinamwali -be initiated;

-vinira -initiate someone;

-vinitsa 1.-make something dance; 2.-rock; kuvinitsa mwana kuti agone = rocking the baby to sleep; 3.-trouble someone; 4.-put someone in trouble;

-vinitsidwa 1.-be initiated; 2.-be dancing;

-vinyiza 1.-gather up; 2.-bundle; 3.-squeeze; 4.-press on;

vinyo\- wine; Mulungu amawonjezera pa Mau ake mkate ndi vinyo (1 Akorinto 11: 17-34) = God adds to his Word the bread and the wine (1 Corinthians 11:17-34);

-vinyuza 1.-gather up; 2.-bundle; 3.-squeeze; 4.-press on; 5.-push; 6.-force down;

viri 1.shaking of rattles; 2.shaking of dog when wet;

-virikitika 1.-be confused; 2-be bewildered; 3.-be muddled; 4.-be puzzled; 5.-be perplexed;

visende\- testicles of animals e.g. goats, sheep, cows etc;

vitamini B (nthenda yosowa v.B.) beriberi; ndi kutupikana kwa mitsempha, ndi nthenda ya mtima = it is inflammation of multiple nerves, and a heart disease;

vitamini\ma- vitamin;

-vivinyitsa 1.-press very hard; 2.-squeeze very hard;

viwi more than necessary; akunyada viwi = she is too proud;

viyato (chiSwahili) shoe;

viza visa; visa yakutha ntchito = expired visa;

-voko 1.vocal; mkwiyo unamuyankhulitsa mwa voko = anger made her vocal; 2.noisy;

volk (chiDatchi/ chiAfrikaans) people;

-voma -hum;

-vomera 1.-confess; ayenera kuvomera kuti zomwe wapanga ndi zoipa = he has to confess that what he has done is wrong; 2.-accede; 3.-accept; 4.-acquiesce; 5.-admit; vomera machimo ako = admit your sins; 6.-allow; 7.-answer; 8.-assent; 9.-comply; 10.-concur; 11.-declare; 12.-say publicly;

-vomera mlandu -plead guilty;

-vomera mosavuta 1.-confess easily; 2.-admit peacefully; 3.-answer straight away;

-vomereza 1.-agree; uyenera kuvomera zovuta za ganizo lako = you must agree on the consequences of your decision; tikhoza kuvomereza malamulo = we can agree on the rules; 2.-abide; 3.-accord; 4.-acknowledge; 5.-be affirmative; yankho lake linali lovomereza kuti ee = his answer was affirmative; 6.-be authentic; 7.-approve; 8.-endorse; 9.-second; ndani avomereze pa mawu ake? = who is to second her statement?; 10.-permit; amuvomereza kupita = he has been permitted to go; 11.-grant; maganizo ako avomerezedwa = your ideas are granted;

-vomereza kugonja 1.-capitulate; 2.-accept defeat; 3.-surrender; 4.-admit defeat; 5.-give up;

-vomereza maganizo 1.-accede; 2.-agree; 3.-assent;

-vomereza mowumirizika 1.-be forcibly made to agree; 2.-be compelled; 3.-be coerced;

-vomereza popanda umboni 1.-agree without witness; 2.-assume; 3.-imagine; 4.-suppose; 5.-presume; 6.-guess;

-vomereza poyera -acclaim;

-vomerezana 1.-agree to one another; 2.-answer (in singing with drums); 3.-concede;

-vomerezedwa 1.-be acceptable; 2.-be approved; 3.-be accepted; 4.-be permitted;

-vomerezeka 1.-be acceptable; 2.-suit; 3.-be authorised; 4.-be in agreement; 5.-be valid; ukwati wovomerezeka = valid marriage; 6.-be decent; 7.-be permissible; 8.-second;

-vomerezeka ndi lamulo 1.-be legal; 2.-be lawful;

-vomerezetsa 1.-validate; 2.-recommend; 3.-authenticate;

-vonganiza 1.-distort; 2.-disarrange; 3.-agitate; 4.-confuse; 5.-blend; 6.-mix;

-vota 1.-vote; 2.-cast vote; 3.-take part in an election;

-vota bwino 1.-vote correctly; 2.-make one's choice;

-vota molakwika 1.-vote wrongly; 2.-vote incorrectly; 3.-vote ignorantly;

-vota mwanzeru -vote wisely;

-votera 1.-vote for; 2.-select; 3.-choose;

-votera wina 1.-vote for someone; 2.-vote for another person;

voti\ma- (chiNgerezi) 1.vote; adaponya voti = they cast their votes; munthu mmodzi aziponya voti imodzi = one man one vote; 2.ballot;

-vuadza/ -vuanza 1.-plunge into water; 2.-dip in water and remove quickly;

-vubula -make hole into;

-vuka 1.-break out; chilonda chinavuka = the sore broke out; 2.-appear (of stolen property etc.); 3.-come off (as clothes);

-vukula 1.-feel pain; chotupa changa chikuvukula = I feel pain on the boil; 2.-ache; 3.-throb; 4.-beat (because of pain); 5.-till;

-vukulidwa 1.-be tilled; nthaka inavukulidwa = the soil was tilled; 2.-be ploughed;

-vukulira 1.-dig around a plant; 2.-till; 3.-plough; 4.-cultivate;

-vukumula 1.-arch the back; 2.-beat with stick;

-vukunya chibakera -shake one's fist;

-vukuta -blow with bellows;

-vula 1.-undress; muvule mwana = undress the child; proverb: kayitana kavula, ukachedwa ukapeza katavala (lit.: what has called you has undressed, when you go late you will find it dressed) = respond very quickly to a call; otherwise you will find good things gone; muvuleni uyo = undress that person; 2.-doff clothes; 3.-take off clothes; 4.-denude; 5.-strip; anamuvula zovala zonse = he was stripped naked; 6.-put to shame; expression: anavula makolo ake (lit.: she undressed her parents) = she put to shame her parents;

vula (chiTumbuka) rain;

-vula chipewa -take the hat off the head/ -take the hat from the head; expression:lero ndamuvulira chipewa mnzangayu (lit.: today I have taken the hat from my head for him) = I have surrendered/ I cannot compete with him anymore;

-vula lamba -unbuckle belt; anamasula lamba wa buluku = he unbuckled his belt;

-vula zovala 1.-unclothe; 2.-strip off clothes; 3.-take off clothes; 4.-remove clothes;

-vulala 1.-be wounded; munthu wovulala = a wounded person; 2.-be hurt; anavulala mwendo = his leg was hurt; 3.-be injured; 4.-be lacerated;

-vulala kodetsa nkhawa 1.-be seriously wounded; 2.-be seriously injured;

vulavula\a- kind of wild animal;

-vulaza 1.-wound; anavulaza m'bale wake = he wounded his brother; 2.-injure; 3.-hurt; 4.-damage; 5.-harm;

-vulazana 1.-wound each other; 2.-hurt one another; 3.-injure each other;

-vulazidwa 1.-be wounded; anavulazidwa ku nkhondo = he was wounded during the war; 2.-be hurt; 3.-be injured;

vule\ma- 1.hair; 2.fur;

-vulira - -vunganika

-vulira 1.-cede; 2.-surrender; 3.-show private parts;

-vulira zovala -donate clothes; analibe ndalama zomugulira zovala ndi chifukwa chake anamuvulira zovala zakale = he had no money to buy him new clothes as a result he donated second hand clothes;

-vulitsa mkanjo -disrobe; m'busa anamuvulitsa mkanjo = the pastor was disrobed;

-vululira -throw stone;

-vulumiza -bluster in speech;

-vulumuka 1.-leave with force; wakuba anavulumuka m'manja mwa a polisi = the thief forced himself off the hands of the police; 2.-escape forcefully; 3.-run away;

-vulumula -hold forcefully; mayi anavulumula mwana wovuta = mother held the troublesome child forcefully;

-vuma (chiZulu) 1.-assent; 2.-consent; 3.-hum;

-vumata 1.-keep in one's mouth; 2.-put in mouth; wavumata chakudya = he has put food in his mouth;

-vumatira 1.-speak unclearly; 2.-speak indistinctly;

-vumba 1.-begin; mvula idayamba kuvumba Lachisanu = the rain began on Friday; nkhondo inavumba = the war began; 2.-leak; nyumba inavumba = the house leaked; 3.-rain upon; 4.-fall; mvula inavumba = the rain fell; 5.-drop (of rain); 6.-come down from above; 7.-shout at; 8.-smell (of fish);

vumbe\ma- kind of mouse;

-vumbika -receive; uthenga unavumbika = the message was well received;

vumbu\- floater (usually of fishing net\ line);

-vumbula 1.-reveal; proverb: kanthu n'kavumbu, kadavumbula mende pachisa (lit.: something is revealing, as it revealed a mouse in its nest) = nothing helps if you cannot do anything; 2.-confess; 3.-unveil; 4.-make known a hidden thing; 5.-disclose; 6.-bring to light; 7.-make known; 8.-disrespect; 9.-dishonour;

-vumbuluka 1.-be revealed; 2.-break cover; expression: lero wavumbuluka (lit.: today he has broken cover) = he has shown up/ reappeared; 3.-appear suddenly; 4.-be seen; 5.-make known to public;

-vumbulutsa 1.-reveal; 2.-disinter; 3.-drive away; 4.-drive out; 5.-make known;

-vumbulutsidwa 1.-be revealed; 2.-be exposed; 3.-be disclosed;

vumbulutso\ma- 1.revelation; 2.starkness;

-vumbutsa 1.-reveal secret; 2.-tell secret story; 3.-make known;

-vumbwa 1.-rain upon; 2.-drench with rain; 3.-dampen; 4.-fall; mvula inavumbwa = the rain fell;

5.-be soaked (esp in rain); 6.-get soaked by rain; 7.-be shameful; 8.-be intimidated; 9.-be scandalised; 10.-shout at; 11.-smell (of fish);

vumbwe\a- 1.civet cat; 2.kind of wild cat; 3.lynx;

vumbwe\ma- kind of mouse;

-vumbwika -receive; uthenga unavumbwika = the message was well received;

-vumbwitsa 1.-make soak in rain; proverb: mapanga awiri avumbwitsa (lit.: two caves make one soak) = you can't do two different things at once; 2.-preserve; 3.-make to fail (fig.);

-vumulula -put medicine to take out poison;

-vumvuluka 1.-appear suddenly; 2.-appear in strange way; 3.-appear in an unusual way; 4.-appear unexpectedly; 5.-come out of the blue;

-vumvumula 1.-reveal secrets; 2.-divulge mysteries;

-vuna -harvest rice or millet;

-vunda (chiTumbuka) 1.-be rotten; 2.-be decomposed; 3.-decompose; 4.-go/ -get bad (especially of meat and fish); 5.-decay; 6.-corrupt; 7.-go off;

-vundikira -cover (with a lid); she covered the water pot = anavundikira mtsuko;

-vundikira kuti chisawoneke 1.-cover so that it is not to be seen; 2.-obscure;

-vunditsa (chiTumbuka) 1.-cause something to decompose; 2.-make something rot; 3.-corrupt;

-vundukira 1.-cover; 2.-screen;

-vundukula 1.-take off the lid; 2.-disclose; 3.-uncover;

-vundukula maso 1.-look up; 2.-see; 3.-observe;

-vundula -stir; anavundula phala kuti lizizire = she stirred the porridge so that it should get cold;

-vundula madzi -stir water; proverb: mvundula madzi (lit.: the one who stirs water) = one who confuses people/ confusionist;

-vundumuka 1.-leave with force; 2.-set off violently;

-vundumula 1.-throw off; 2.-release; osavundumula nkhuku = do not release the chickens; 3.-set free;

-vundumutsa -reveal; proverb: kanthu nkavumbu kadavumbula mende pa chisa (lit.: a revealed thing, revealed mende of the nest) = a simple problem may cause a big problem when it is left unsolved;

vunduzi\a- gossip;

-vunga 1.-wrap up; anavunga mwana mu shawelo = she wrapped the baby in a showel; 2.-muffle; 3.-throw with power;

-vungama 1.-curl up while asleep; 2.-sleep while leaning;

-vungana -sing well together;

-vunganika -be mixed up;

471

-vunganiza - vuto pa vuto linzake

-vunganiza 1.-blot out; 2.-bluster in speech; 3.-squeeze; 4.-confound; 5.-mix; 6.-fold; ndinavunganiza pepala = I folded a paper;
-vungavunga 1.-muffle up; 2.-wrap up;
vungo\a- 1.polecat; 2.skunk; 3.small black and white animal;
-vunguza -spin;
-vunya -gather up into a heap;
-vunyiza 1.-bundle up; 2.-crumple up; 3.-roll up; 4.-compress; 5.-squeeze;
-vunyizidwa 1.-be compressed; 2.-be squeezed;
-vupula 1.-whip; aphunzitsi anavupula ophunzira chifukwa cha ulesi wawo = the teacher whipped the students because of their laziness; anavupula ana = he whipped the children; 2.-beat; 3.-strike;
-vuta 1.-be difficult; ndi wovuta kuwasamala = it is difficult to care/ handle; nkosavuta kunena zimenezo = it is not difficult just to say that; masamu ovuta = difficult sums; 2.-make trouble; 3.-be a nuisance; ana ena ndi ovuta = some children are nuisance; 4.-be hard; iye ndi wovuta kwambiri = he is too hard; 5.-have problems; expression: zivute zitani ndipita basi (lit.: problem or no problem I'll still go) = nothing will stop me/ I have become determined; 6.-bother; 7.-afflict; 8.-ail (-be sick); 9.-annoy; 10.-be complex; 11.-be scandalous; moyo wovuta = a scandalous life; 12.-be stiff; 13.-distress;
-vuta kubwezera -be irreversible;
-vuta kuchigwira -be difficult to catch;
-vuta kuchimvetsa 1.-be difficult to understand; 2.-be obscure; 3.-be uncanny; 4.-be subtle; 5.-be unnatural;
-vuta kuchipeza 1.-be scarce; 2.-be rare; 3.-be uncommon;
-vuta kuchisunga 1.-be difficult to preserve; 2.-be difficult to keep; 3.-be difficult to save;
-vuta kuchiwona 1.-be difficult to be seen; 2.-be indiscernible; 3.-be difficult to distinguish;
-vuta kuchizindikira 1.-be difficult to be perceived; 2.-be indiscernible; 3.-be difficult to distinguish;
-vuta kuchotsa 1.-be difficult to remove; 2.-be difficult to eliminate; 3.-be difficult to get rid off;
-vuta kufotokoza 1.-be difficult to explain; 2.-be indefinable;
-vuta kugwira 1.-be difficult to touch; 2.-be elusive; 3.-be difficult to capture; 4.-be difficult to recall;
-vuta kukamba -be difficult to explain;
-vuta kukhulupilira -be difficult to believe;
-vuta kukumbukira 1.-be elusive; 2.-be difficult to remember; 3.-be difficult to keep in mind;
-vuta kuletsa -be difficult to prevent;

-vuta kulima 1.-be difficult to grow; 2.-be difficult to dig/ cultivate;
-vuta kumeza -be difficult to swallow;
-vuta kumufikira -be unapproachable;
-vuta kumulankhula -be unapproachable; akazi ambiri ndi ovuta kuwalankhula = most ladies are unapproachable;
-vuta kumvetsa 1.-be difficult to understand; 2.-be obscure; 3.-be abstruse;
-vuta kunena 1.-be difficult to explain; 2.-be difficult to describe; 3.-be difficult to clarify;
-vuta kupeza 1.-be elusive; 2.-be difficult to find;
-vuta kusankha -be difficult to select;
-vuta kuteteza 1.-be difficult to protect; 2.-be difficult to give security;
-vuta kutsimikiza 1.-be difficult to prove; 2.-be incredible;
-vuta kuwoneka 1.-be invisible; 2.-be too small to be seen;
-vuta kuyankha 1.-be difficult to answer; 2.-be difficult to reply; 3.-be difficult to respond;
-vuta kuyendetsa 1.-be difficult to govern; 2.-be difficult to run; 3.-be difficult to ride;
-vuta kuzikhulupirira 1.-be difficult to believe; 2.-be inconceivable;
-vuta kuzimvetsa 1.-be difficult to understand; 2.-be incomprehensible; 3.-be obscure;
-vuta kuziwerenga 1.-be difficult to read; 2.-be illegible; 3.-be impossible to read;
-vuta kwa zinthu -be critical; nthawi ya mavuto = critical time;
-vutana 1.-quarrel; tikuvutana = we are quarrelling; 2.-contend; 3.-argue; 4.-dispute;
-vutidwa 1.-ail; 2.-be sick; 3.-be ill; 4.-feel unwell; 5.-be in pain;
-vutika 1.-have problems; kodi umavutika kudya ndi kumwa?= is eating and drinking a problem to you?; 2.-worry; 3.-suffer; 4.-be sick; 5.-be bothered; 6.-be troubled; 7.-struggle;
-vutika mowirikiza 1.-be hard pressed; 2.-be much oppressed;
-vutikira -ill-afford; timavutikira kupeza nthawi = we can ill-afford the time;
-vutira 1.-inflate; 2.-distend; 3.-make something swell due to pressure; 4.-weed; iwo akuvutira chimanga = they are weeding a maize garden;
-vutitsa 1.-disturb; 2.-harass; 3.-be cruel; 4.-maltreat; 5.-burden; 6.-afflict; 7.-martyr; 8.-persecute; 9.-agitate (of the mind);
-vutitsa zinthu mwadala 1.-confuse on purpose; 2.-obscure; 3.-obfuscate;
vuto ladzidzidzi 1.crisis; 2.disaster; 3.catastrophe;
vuto lalikulu great crisis;
vuto pa vuto linzake problem after problem;

vuto pobereka - -vyola

vuto pobereka dystocia;

vuto\ma- 1.problem; ndili ndi mavuto ambiri = I have many problems; panalibe mavuto = there were no problems; anathana nalo vuto/ anatha vutolo = he succeeded in solving the problem; si vuto = it is not a problem; 2.malady; ziphuphu ndiwo mavuto angakhale kwa aKhristu masiku ano = corruption is a malady affecting even Christians nowadays; 3.difficulty; 4.trouble; 5.woe; 6.adversity; 7.constraint; aliyense ali ndi mavuto ake = everyone has his/ her constraints; 8.crisis; 9.set back; 10.hardship; 11.yoke; 12.burden; 13.pitfall;

-vutula -reap; kukolola kukatha ana amapita kukavutula = after harvesting children go for reaping;

vuu (-ti v.) 1.-be not in order; 2.-be spread/ scattered disorderly; zipatso zangoti vuu kumsika = the fruits are disorderly scattered at the market;

-vuuka 1.-come out (of water); bwato litamira iye anatha kuvuuka m'madzi = when the boat sank she managed to come out of the water; 2.-conceive (in the womb);

-vuula 1.-scoop; anavuula nsomba zazikulu zokha = they scooped big fish only; 2.-remove from the water; anavuula mtembo m'madzi = they removed the dead body out of the water; 3.-kill fish;

-vuvuka -break out again (of a disease);

-vuvumala 1.-be feeble; 2.-be weak; 3.-be inactive; 4.-be frail;

-vuvunyula 1.-rummage; 2.-turn things over; 3.-make things untidy (esp. when searching for something); 4.-grope;

-vuvuta 1.-beat the grass, removing dew; 2.-trample; ng'ombe zinavuvuta mbewu ndi mapazi = the cattle trampled plants with their hoofs; 3.-beat with a stick;

-vuwa 1.-fish; 2.-catch fish; asodzi amavuwa nsomba zambiri kukatentha = fishermen catch a lot of fish when it is hot;

-vuwaza -dip and take away quickly from the water;

vuwo ya mankhwala pot of medicine (esp earthenware used by traditional healers);

vuwo ya nsomba 1.haul of fish; 2.trap of fish;

vuwo\ma- pot for soaking pounded maize;

vuwu\- hippo;

vuzi\ma- 1.pubic hair; 2.hair that grows around sexual organs;

-vwaika -cultivate carelessly;

-vwaluka 1.-produce deep, hoarse sound; 2.-have deep voice;

-vwalula -sing (in a bad way);

-vwandamuka 1.-run away; 2.-do fast; 3.-be in haste;

-vwanduka -move fast; anthu anavwanduka ngati sanali pa maliro = people moved fast as if they were not attending a funeral;

-vwangula 1.-cut at once; anavwangula nthuli ya nyama = she cut a piece of meat; 2.-slash;

-vwapa 1.-spread out; 2.-alight;

-vwapama 1.-spread out; 2.-alight;

-vwata -be in chorus;

-vwatira 1.-cover with; mwana wophedwa anamuvwatira ndi masamba = the murdered child was covered with leaves; 2.-wrap with;

vwembe\ma-/ vwende\ma- water melon;

vwerekete an act of sitting idly;

-vwika -scoup; anavwika shuga = he scouped sugar from the bowl with a spoon;

-vwinya 1.-wrinkle; 2.-rumple;

-vwitika 1.-put something in the soil; 2.-plant before first rains;

-vwitikira -tuck in (a shirt, blouse, etc.);

-vwitira 1.-pump; 2.-inflate;

vwivwi (-chita v.) -make noise as the wind;

-vwivwin(y)iza 1.-roll down; 2.-press down;

-vyala 1.-plant; 2.-sow; 3.-place in the ground;

-vyola 1.-pass by; 2.-continue going; 3.-move on; 4.-go on;

W

wa of (indicating possession, in between a singular noun of the mu -a class, or the mu -mi class, or the u-class and another noun); mwana wa mkazi = the child of the woman; galu wa mkazi = the dog of the woman; ulendo wa anthu = the journey of the people; mtundu wa diresi lake = the colour of her dress;

-wa demonstrative function suffixed to plural nouns of the mu -a class and the li-ma class; anawa = these children; agaluwa = these **dogs**; mainawa = these names;

wa- prefix of verbs in present perfect tense, in second and in third person singular; waphunzira = you have learnt = he has learnt; wabwera = he has come; wamulakwira = he has wronged him/ he offended him; wamulanda mwachipongwe = he has confiscated impolitely; wamunamiza = he has cheated him/ he deceived him/ he has fooled him; wamupeza = he has found him; wamupulumutsa = he has saved him/ he has rescued him/ he has protected him/ he has shielded him/ he has covered him; wamupusitsa = he has cheated him/ he has deceived him/ he has fooled him/ he has cornered him; wamusiya = he has left him; wamuyamba dala = he has provoked him deliberately; wamuzunza = he has tortured him/ he has troubled/ he has persecuted; wamwa madzi = he has drunk water; expression: mtsikana uja wamwa madzi lero (lit.: that girl has drunk water today) = that girl has delivered a baby today;

-wa- 1.object concord of third person plural; akuwaona = they are seeing them; 2.object concord infixed in conjugated verbs representing plural nouns in mu -a class; akuwaona (ana) = he is seeing them (children); 3.object concord infixed in conjugated verbs representing plural nouns in li-ma class; akuwaona (madengu) = he is seeing them (baskets); ndikuwagulira mabuku (atate) = I'm buying books for him (father);

wa gule wamkulu Nyau dancer; these dancers are given names according to their kind/ form e.g. (a) kamano\a-, (b) kang'wing'wi\a-, (c) kapoli\a-, (d) makanja\a-;

wa ku China Chinese (n);

wa ku Maiko Otsika 1.Netherlander; 2.Dutchman;

wa ku Malawi Malawian (n);

wa ku Zambia Zambian (n);

wa mkhalidwe umodzi 1.companion; 2.fellow;

wa udindo pa ntchito 1.functionary; 2.officer; wogwira ntchito wokhazikika = commissioned officer; wogwira ntchito wa ganyu = non-commissioned officer; 3.boss;

wa udindo pa nyumba 1.house master; 2.person responsible for the house; 3.family man; 4.in-charge of the house;

wa udindo wa Sherif 1.function of sheriff; 2.marshal;

wa ulamuliro 1.one in authority; 2.one in power; 3.controller; 4.organiser; 5.director; 6.manager;

wa zaka za pakati pa 80 ndi 90 1.person of between 80 and 90 years old; 2.octegenarian;

wa zala zazitali 1.robber; 2.thief; 3.burglar; 4.mugger; 5.pickpocket; 6.swindler; 7.trickster;

waargaanje? (chiAfrikaans) where are you going?;

wabodza\a- 1.liar; 2.double tongued person; 3.hypocrite; 4.cheat; 5.deceiver;

wabokoseni\a- 1.boxer; 2.combatant; 3.pugilist;

wabwenzi\a- 1.beloved person; 2.dear person; 3.adored person; 4.dearly loved person;

wachalu\a- 1.rascal; 2.rogue; 3.scoundrel; 4.scamp;

wachibwana\a- 1.childish person; 2.childlike person; 3.immature person;

wachifufu\a- (chiLomwe) 1.epileptic; 2.person suffering from epilepsy;

wachifukwa\a- 1.culprit; 2.offender; 3.criminal; 4.law breaker; 5.wrong doer;

wachifundo\a- 1.merciful person; 2.kind hearted person; 3.good samaritan; munthu wa chifundo = a good samaritan;

wachifwamba\a- 1.bandit; 2.mu rderer; 3.killer; 4.robber; 5.burglar;

wachigololo\a- adulterer;

wachikoka\a- 1.attractive person; 2.good looking person;

wachikondi\a- 1.sweetheart; 2.darling; 3.dearest; 4.honey; 5.beloved; 6.altruist;

wachinthenthe\a- 1.coward; 2.without courage;

wachinyengo\a- 1.liar; 2.deceiver; 3.double basket; 4.cheat; 5.swindler;

wachiona ndani gambling game for money;

wachipatala\a- 1.caretaker of patients; 2.sanitarian;

wachipham'maso\a- bluffer;

wachipongwe\a- 1.rude person; 2.person of no respect; 3.impolite person;

wachisamba first born child;

wachisembwere\a- adulterer;

wachiwembu\a- 1.murderer; 2.vandal; 3.enemy; 4.bandit; 5.hooligan;

wachiwerewere\a- adulterer;

wachiwewe\a- 1.rabid (dog); 2.mad (dog);

wachiwiri kwa wachiwiri wa pampando second vice-chairman;

wachiwiri kwa wapampando 1.vice-chairman;

2.deputy chairman; 3.second chairperson; 4.deputy manager;

wachiwiri\a- 1.deputy; 2.vice; wachiwiri kwa wamkulu = deputy principal; 3.second chairman/ chairwoman/ chairperson; 4.bigamist;

wachuma chambiri 1.wealthy person; 2.rich person; 3.well to do person; 4.prosperous person; 5.tycoon; 6.mogul;

wachuma\a- wealthy person;

-wadaka 1.-be without desire; 2.-be without appetite; 3.-have no appetite;

wadama\a- 1.prostitute; 2.adulterer;

wadumbo\a- 1.malicious person; 2.hateful person; 3.selfish person; 4.envious person;

wafa\a- expression: wafa wafa (lit.: whosoever is dead is dead) = to compete with your greatest rival ever;

wafwakafwaka\a- 1.poor person; 2.useless person; 3.worthless person/ item;

wagaleta\a- carman;

waganyu\a- 1.worker; 2.employee; 3.cadger; 4.someone who is doing piece work;

wagule wamkulu Nyau dancer;

wagule\a- dancer;

-waka 1.-build with bricks; 2.-erect; lero anthu akuwaka mwala wa chikumbutso/ chiliza kumudzi kwathu = today people are erecting a memorial stone in our village;

wakale\a- old person; munthuyu ndi wakale = this man is of old age;

wakaligwiritsa\a- 1.mean person; 2.person who cannot give to others; 3.scrooge; 2.mean person; 4.stingy person;

wakalondolondo\a- 1.strict person; 2.critical person;

wakayamba\a- culprit;

wake 1.his (male poss. pron.); 2.her (female poss. pron.);

wake wake his/ her own;

-wakha 1.-catch; wakha mpira = catch a ball; 2.-grasp;

wakhalidwe loipa 1.bad character; 2.rogue; 3.rascal; 4.scoundrel;

wakhate\a- leper; proverb; wakhate samunamiza nsapato (lit.: a leper is not cheated about shoes) = make sure to fulfil the promises you have made;

-wakhelha (chiLomwe) -receive;

wakhungu\a- blind person;

wakhunyu\a- 1.epileptic; 2.person suffering from epilepsy;

wakhwima\a- matured person/ thing; mtedzawu wakhwima tsopano = this groundnut is now mature;

wakhwinthi\a- 1.greedy person; 2.gluttony;

3.voracious person; 4.insatiable person;

wakuba ndi zida 1.armed robber; 2. burglar;

wakuba\a- 1.thief; 2.burglar; 3.robber; 4.pickpocket; 5.larcener;

wakubanja la chifumu person from the royal family;

wakudambwe\a- Nyau dancer;

wakudya\a- eater;

wakudza\a- 1.stranger; 2.foreigner; 3.unfamiliar person; 4.sojourner; 5.alien;

wakudziko lina foreigner;

wakufa\a- 1.dead person; proverb; wakufa alibe banga (lit.: a dead person has no spot) = who will be next to die has no mark; malo osungira thupi la munthu akufa = morgue/ mortuary; 2.deceased; 3.lifeless person; 4.corpse; 5.cadaver;

wakugwa mu Mpingo 1.lapsus (chiLatini; plural: lapsi); 2.person having abandoned church and faith; 3.backslider;

wakulenga\a- 1.maker; 2.creator; 3.inventor;

wakumzinda\a- Nyau dancer;

wakunja\a- 1.heathen; 2.pagan; 3.gentile; 4.outcast; 5.foreigner; 6.exile;

wakupha mwachinsinsi secret killer; wakupha anthu mwachinsinsi ku Chiradzulu wagwidwa = the Chiradzulu secret killer has been caught;

wakupha\a- 1.killer; 2.murderer; wakupha anayikidwa mu ndende = the murderer was imprisoned; 3.slayer; 4.slaughterer;

wakuphaipha\a- 1.killer; 2.one whose job is to kill; 3.assassin;

wakutha kulankhula 1.orator; 2.fluent person; 3.conversationalist;

wakutha\a- 1.expert; 2.skilled person; 3.specialist; 4.able person;

-wala 1.-shine; mwezi ukuwala = the moon is shining; 2.-be shining; 3.-shine brightly; 4.-be shiny; nyumba iyi ndi yowala = this house is shiny; 5.-become light; 6.-be lustre; 7.-beam; 8.-flash; mphenzi zidang'anima = ziphaliwali zidaẃala = the lightning flashed; 9.-be bright; 10.-glow; 11.-be brilliant;

-wala chifukwa chonyowa -shine due to wetness;

-wala kosawoneka 1.-be dim; 2.-be not bright;

-wala kwambiri 1.-be radiant; 2.-be effulgent; 3.-be brilliant; 4.-be luminous; 5.-shine brightly;

-wala monyezimira 1.-glitter; 2.-gleam; 3.-twinkle; 4.-flash;

-wala mothobwa m'maso 1.-glare; 2.-glow;

-wala mwamphamvu -be ablaze;

-walawala -shine;

-walawaza 1.-cover with grass temporarily; 2.-spread grass to cover something;

wali (chiSwahili) cooked rice;

-walideredere 1.coward; 2.without courage;
3.doubter; 4.non-believer;
-walika -crack (from action of sun);
walilime\a- 1.gossip; 2.talkative person;
-walima 1.-be dazzling; 2.-be stunning;
-walitsa 1.-shine; 2.-decorate; 3.-beautify;
-walitsa kwambiri 1.-make something shine; 2.-radiate; 3.-make radiant; 4.-make beautiful;
waliuma\a- 1.insubordinate person;
2.noncompromising person;
walivalo\a- 1.coward; 2.doubter; 3.person lacking
confidence; 4.person without courage;
wali-wali 1.shining; 2.twinkling; 3.blinking;
waliwiro\a- 1.fast-runner; 2.prostitute;
waliwongo\a- culprit;
-waliza -lay grass; anawaliza udzu kuti uwume
msanga = she laid the grass to dry fast;
-walula 1.-cleave (of bamboos); 2.-slice; 3.-cut;
waluntha\a- 1.talented person; 2.gifted person;
3.skilled person;
waluso\a- 1.artist; 2.skilful person; 3.skilled person;
4.technician; 5.professional person;
wam'bindikiro\a- 1.monk; 2.nun;
wam'bwalo\a- 1.celibate (male); 2.bachelor;
3.spinister; 4.not married person;
wam'goli\a- 1.prisoner; 2.captive; 3.slave;
4.jailbird;
wam'gulu la akuba 1.brigand; 2.member of a gang
that robs people;
wamakani\a- 1.stubborn person; 2.obstinate person;
3.pig-headed person; 4.strong minded person;
5.insubordinate person;
wamalilime\a- one who speaks in tongues;
wamaliseche\a- 1.naked person; 2.undressed
person; 3.unclothed person; 4.uncovered person;
5.nude person;
wamaliwongo\a- defendant;
wamame 1.cold beer; 2.cold drink; 3.spirits;
wamamina\a- one with mucus in the nose;
wamangawa\a- 1.sinner; 2.creditor; 3.defendant;
4.enemy;
wamanja\a- 1.skilled person; expression: ndi
wamanja abwino (lit.: he has good hands) = he is
skilled; 2.gifted person; 3.talented person;
wamanjenje\a- 1.nervous person; 2.epileptic
person;
wamantha\a- 1.coward; 2.craven person; 3.gutless
person;
wamanzere\a- 1.left handed person; 2.southpaw;
amagwiritsa ntchito dzanja la manzere/ ndi
wamanzere = she is a southpaw person;
wamapemphapempha\a- 1.beggar; 2.cadger;
3.vagrant; 4.vagabond; 5.homeless person;
wamasewera ododometsa 1.acrobat; 2.tumbler;

wamasewero olimbitsa thupi 1.athlete;
2.sportsman;
wamasiye\a- 1.orphan; 2.bereaved person;
3.widow; 4.widower;
wamatsenga\a- 1.sorcerer; 2.witch; 3.wizard;
wamba 1.anyhow; sungagule galimoto wamba =
you can't just buy a car anyhow; 2.ordinary;
3.common; anthu wamba = common people;
-wamba 1.-be ordinary; 2.-be not special; 3.-heat;
akuwamba ng'oma = he is heating the drum; 4.-dry
over fire; anasunga nsomba kuti zisawonongeke
powamba = they preserved the fish by drying over
the fire; expression: kanga ndiwamba (lit.: mine
I'll dry by the fire) = unwillingness to share/
stingy/ tight-fisted person; 5.-dry using heat; 6.-
roast; 7.-smoke; wamba nsomba = smoke fish; 8.-
be brown by fire;
-wamba ndi dzuwa 1.-sun dry; 2.-sunbathe;
-wamba ndi utsi -smoke;
-wambala -take crops from the granary;
-wambidwa ndi dzuwa -be sunbathed;
wambina\a- person with protruding backward loin;
-wambiza 1.-heat; ika manja ako kufupi ndi moto
kuwawambiza chifukwa kukuzizira = put your
hands near the fire to warm them because it's cold;
2.-warm; 3.-smoke;
wambwembwe\a- 1.talkative person; 2.chatty
person;
wambwerera zoseketsa 1.buffoon; 2.clown;
3.ridiculous but amusing person; 4.comedian;
5.humorist; 6.facetious person; 7.joker;
wamchigololo\a- 1.fatherless person; 2.bastard;
wamchiuno\a- person with uncontrollable sexual
desire;
wamfunzi\a- bully;
wamimba (kayesedwe ka w.) antenatal diagnosis;
wamisala\a- 1.mad person; 2.insane person;
3.lunatic; 4.rabid person;
wamiseche\a- 1.gossip; 2.backbiter;
wamitala\a- 1.polygamist; 2.bigamist; 3.cassanova;
wamkali\a- unfriendly person;
wamkulu m'banja 1.family head; 2.first born;
3.eldest son/ daughter;
wamkulu pa mudzi 1.village headman; 2.elder;
wamkulu pa udindo 1.general manager;
woyang'anira wamkulu = general manager;
2.supervisor; 3.director; 4.head; 5.principal;
wamkulu wa ankhondo obisalira guerilla leader;
wamkulu wa ankhondo onse 1.commander in
chief; 2.chief officer; 3.senior officer;
wamkulu wa asilikali army general;
wamkulu wa udindo chancellor;
wamkulu\a- 1.elder; 2.adult; 3.grown up; 4.senior;
wamkulu wa apolisi = senior police officer;

5.head; 6.administrator;
wamndekerera\a- 1.person acting slowly;
2.doubter; 3.hesitant person; 4.slow coacher;
wamndende wa muyaya 1.lifelong prisoner;
2.lifetime prisoner; 3.lifer;
wamng'ono\a- 1.little one; 2.young one; 3.youth;
4.junior;
wampeme\a- 1.corpulent person; 2.fat person;
wamphamvu wowopseza ofooka 1.strong person
frightening weak ones; 2.bully;
wamphamvu zonse 1.almighty; Mulungu
wamphamvu zonse = God Almighty;
2.omnipotent;
wamphamvu\a- 1.powerful person; 2.strong
person; 3.intimidating person; 4.energetic person;
wamphere\a- person affected with scabies;
wamphongo\a- 1.male animal; galu wamphongo =
male dog; 2.masculine animal; 3.mannish animal;
wamphulupulu\a- 1.troublesome person;
2.wearisome person;
wamphumi\a- 1.fortunate person; 2.lucky one;
wamphutsi\a- decayed person (eaten by maggots);
wampingo wa satana satanist;
wamsimkhu\a- 1.person of age; 2.adult;
wamtali manja able person;
wamtali zala 1.pickpocket; 2.thief;
wamumzinda\a- 1.citizen; 2.city dweller;
wamvula zakale 1.old person; 2.aged person;
wamwano\a- 1.rude person; 2.boor; 3.clumsy or ill-
bred person;
wamwayi\a- 1.privileged person; amwayi ochepa
ankaphunzira masiku apitawo = in the past the
privileged few got education; 2.lucky person;
3.fortunate person;
wana children;
-wanda (chiTumbuka) 1.-spread; 2.-be known; 3.-
be abundant; 4.-prevail; 5.-be common;
-wanda nkwaso -broaden a road by pushing grass
on either side;
wandale\a- 1.politician; andale ena ndi abodza =
some politicians are liars; 2.policy maker;
3.lawmaker; 4.cunning person;
wandende\a- 1.prisoner; 2.captive; 3.jailbird;
4.detainee;
wandewu\a- 1.fighter; 2.bully;
-wanditsa 1.-be a bruit; 2.-spread about; 3.-publish
abroad; 4.-circulate; 5.-spread; 6.-disseminate; 7.-
diffuse;
-wanditsa lingaliro/ nzeru 1.-propagate; 2.-
broadcast;
wangoli\a- 1.singer; 2.songster; 3.musician;
4.vocalist; 5.composer of music;
wangongole\a- 1.creditor; 2.debtor;
wangwiro\a- 1.able bodied person; 2.physically

strong person; 3.powerful person;
wanje short grass;
wankhalwe\a- 1.cruel person; 2.oppressor;
3.unkind person; 4.hard-hearted person;
5.malicious person;
wankhanza\a- 1.cruel person; 2.oppressor;
3.unkind person; 4.hard-hearted person;
5.malicious person;
wankhondo\a- 1.military; 2.soldier; 3.combatant;
4.belligerent; 5.fighter; 6.warrior;
wankhonya\a- 1.boxer; 2.pugilist; 3.combatant;
wankhungu\a- blind person;
wansembe wa chiAnglican 1.Anglican priest;
2.incumbent;
wansembe wa chiBudha 1.Budhist priest; 2.lama;
wansembe wamkulu high priest;
wansembe woyang'anira asilikali 1.army
chaplain; 2.padre;
wansembe woyimira Papa legate of the Pope;
wansembe\a- priest; chifukwa chiyani mpingo wa
chiRoma sulola ansembe kukwatira? = why does
the Roman Catholic Church not allow priests to
marry?;
wantchito wamkazi 1.handmaiden; 2.maid servant;
3.maid; 4.nanny (who looks after kids); 5.house
girl; ine sindine wantchito wanu = I am not your
house girl;
wantchito wongodzipereka 1.volunteer;
2.voluntary worker; 3.unpaid worker;
wantchito wopezeka tsiku lililonse daily worker;
wantchito wosafuna malipiro 1.worker who does
not want payment; 2.volunteer; 3.voluntary
worker;
wantchito wosafuna phindu 1.worker who does
not want profit; 2.voluntary worker;
wantchito\a- 1.worker; antchito akulembetsa ku
fakitale = the workers are registering at the
factory; 2.employee; 3.servant;
wantengatenga\a- 1.carrier; 2.porter; 3.transporter;
4.haulier;
wanthabwala\a- 1.buffoon; 2.clown; 3.comedian;
4.joker;
wanthanthi\a- 1.buffoon; 2.clown; 3.comedian;
wanthenga\a- descendant;
wanthu people;
wanyere\a- 1.person with sex-appeal; 2.lustful
person;
wanyole\a- eater;
wanyonga\a- 1.strong person; 2.powerful person;
wanzerera\a- non-committal man;
wanzeru\a- 1.wise person; 2.clever person;
3.intelligent person; 4.bright person;
wapakamwa\a- 1.double tongued person;
2.talkative person;

wapakati (kayesedwe ka w.) antenatal diagnosis;
wapakati\a- 1.expectant woman; 2.pregnant
woman;
wapamalo ena 1.person of another place;
2.stranger; 3.foreigner;
wapampando wamkazi chairlady;
wapampando wamwamuna chairman;
wapampando\a- 1.chairman; 2.chairlady;
3.chairperson;
wapamtima\a- 1.sweetheart; 2.beloved; 3.darling;
4.dearest; 5.dear; 6.adored;
wapansña- 1.walker; 2.person on foot; 3.on foot;
adayenda ulendo wapansi = they went on foot;
wapathawa\a- 1.deserter; 2.runaway; 3.absconder;
4.escapee;
wapathupi\a- 1.expectant mother; 2.conceived
mother; 3.pregnant woman;
waphama (chiLomwe) good person;
wapolisi wolondera police patrol man;
wapompano\a- 1.citizen; 2.fellow native;
waraka (chiSwahili) letter; analemba waraka = he
wrote a letter;
watani? what have you done?;
watsoka\a- 1.accursed person; 2.unlucky person;
3.unfortunate person;
watsopano\a- 1.new comer; 2.visitor;
waubweya\a- 1.hairy person; 2.furry person;
waudindo wochepa 1.person of low rank; 2.person
of junior post;
waudindo wolingana counterpart;
waukali\a- 1.fierce person; 2.violent person;
3.ferocious person; 4.harmful person; 5.brutal
person;
waukazi\a- female person/ animal; ndinaona
mkango waukazi = I saw a lioness;
waukhazi\a- aunt;
waumbombo\a- 1.scrooge; 2.mean person; 3.selfish
person; 4.greedy person; 5.stingy person;
waumphawi\a- 1.poor person; 2.have-not;
3.pauper;
wauve\a- 1.dirty person; 2.unhealthy person;
3.unhygienic person; 4.filthy person; 5.grimy
person;
-wawa 1.-pain; expression: mkazi adawawa galu
(lit.: the wife pained the dog) = a man feels
humiliated when his wife has sex with another
man; 2.-have pain; 3.-be painful; 4.-ache; 5.-
poison; 6.-be offended; 7.-be bitter; 8.-be sour; 9.-
be hurt; 10.-hurt; 11.-be scathing;
wawa! (chiNgoni) word of greeting (originally
greeting to a senior, now in some regions also used
more generally); wawatu mula = greeting to your
in-law;
-wawanya 1.-destroy; anawawanya ntchito yonse =

he destroyed the whole work; 2.-devastate; 3.-
disarrange; 4.-damage; 5.-wipe out; 6.-obliterate;
7.-demolish; 8.-knock down;
-wawasa 1.-set teeth on edge; 2.-be acrid; 3.-be
sour; sindikonda mandimu chifukwa amawawasa =
I don't like lemons because they are sour; 4.-draw
the mouth; 5.-be bitter;
-wawaza 1.-disagree; 2.-quarrel; 3.-argue;
wawera (chiLomwe) holy person;
-wawidwa mtima 1.-be angry; 2.-be annoyed; 3.-be
furious;
-wawitsa moyo 1.-annoy; 2.-be pesky; 3.-cause
trouble;
-wawula 1.-burn; expression: aphunzitsi ambiri
masiku ano amawawula ana a sukulu (lit.: many
teachers these days burn pupils) = many teachers
these days don't know how to teach well\ they
cheat \ they deceive\ they lie; 2.-singe; 3.-remove
(of hair with fire);
-waya -move aimlessly;
waya wa chitsulo 1.metal wire; 2.cable;
waya wokuthwa barbed wire;
waya\ma- 1.netting; 2.wire;
-wayasa -roast; ndikufuna kuwayasa chimanga ndi
mtedza = I want to roast maize and groundnuts;
wayilesi\- (chiNgerezi) 1.wireless; 2.radio;
-wayula -beat grass when hunting;
-waza 1.-spread; anawaza uthenga wabwino kwa
aliyense m'mudzi = he spread the gospel to
everybody in the village; 2.-scatter; 3.-drizzle; 4.-
make wet; 5.-sprinkle water; ansembe a chiRoma
amawaza madzi odalitsidwa = Roman Catholic
priests sprinkle holy water; 6.-spatter; 7.-splash;
8.-shower; 9.-rain lightly; 10.-split; anawaza
nkhuni = he split firewood; 11.-break (e.g of
firewood); 12.-chop; 13.-cleave; 14.-sow;
wazaka zambiri person advanced in years;
wazi (chiSwahili) garment;
wazibwana\a- 1.playful person; 2.rascal; 3.cheeky
person; 4.rogue person;
-wazika 1.-desert; 2.-be scattered;
wazikani\a- 1.braveman; 2.hero; 3.champion;
-wazira 1.-feed; wazirani chimanga nkhuku = feed
the chicken with maize; 2.-give food to; 3.-
nourish; 4.-scatter; 5.-chop firewood for someone;
waziwala m'mutu 1.mad person; 2.maniac (lit.: a
person with grasshoppers in the head); 3.lunatic;
waziyoni\a- Zionist (n);
wazochita zofanana counterpart;
-wazula 1.-break (e.g of firewood); 2.-chop;
wazwee (chiSwahili) 1.elders; 2.madmen;
we! yes! (polite way of answering when called) we!
mayi = yes! mum; we! bambo = yes! dad;
-wedeseka 1.-be powerless; thupi langa lawedeseka

ndi matenda = my body is powerless due to illness;
2.-be immobilised; 3.-be toothless;
-wedewede 1.powerless; njinga yanga ndi ya
wedewede = my bike is powerless; 2.not strong;
3.immobilised;
-wedza nsomba 1.-catch fish; amawedza nsomba
ndi asodzi anzake = he fishes together with his
colleagues; akuwedza nsomba = they are catching
fish; 2.-angle; 3.-hook;
-weka 1.-defuse; mpaliro timaweka ndi chishango =
we defuse an arrow with a shield; 2.-catch; 3.-get
hold;
wekha only; iwe wekha = you only;
-wekhawekha 1.lonely; 2.one out; 3.solitary;
4.merely; 5.friendless;
-wela -face down;
-welamira -lean on;
-welamitsa 1.-bend; 2.-make something lean; 3.-
face down;
welokhamu! (chiNgerezi) welcome!
wembe\ma- razor blade;
wemwe -self (iwe wemwe/ yemwe = you yourself);
wena others;
-wena -cross a river;
-wenda 1.-creep (as a cat); 2.-crawl; 3.-move
stealthily; 4.-tiptoe; 5.-deploy; 6.-shadow;
-weneka -be concrete;
-wenga 1.-cause rash on skin; sindikudya nyama ya
nkhumba chifukwa imandiwenga = I don't eat
pork because it causes rash on my skin; 2.-blotch;
3.-scrape; Joni akuwenga mbatatesi = John is
scraping Irish potatoes; 4.-pare; 5.-cut; 6.-peel;
wengani mbatata musanaphike = peel the potatoes
before you cook;
-wenga zikhadabo 1.-cut finger nails; 2.-remove
finger nails;
weniweni true/ good/ real (with singular nouns of
the mu-a class and of the mu-mi class); munthu
weniweni = a real person; galu weniweni = a real
dog; mudzi weniweni = a real village;
-werama 1.-bend down, because of age, disease,
respect; okalamba amayenda mowerama = old
people walk in a bent position; anthu anawerama
pokaona mfumu yawo = people bent down when
seeing their king; amathamanga chowerama = he
ran while bending; 2.-bow; 3.-crouch; 4.-stoop
down; akuwerama ngati wokalamba = he is
stooping like an old person;
-weramira pansi 1.-bend down; 2.-lean down;
-weramuka 1.-unbend; 2.-rise up after crouching;
3.-straighten; 4.-make straight;
werawera working with back bent; anali werawera
kugwira ntchito = she was working with her back
bent;

were\ma- breast;
-werenga 1.-read; kuwerenga mawu a Mulungu =
Scripture reading; Mulungu wa mtendere adalitse
kuwerenga kwa Mawu ake = may the Lord of
peace bless the reading of his Word; kuwerenga
mosamalitsa = reading carefully; 2.-count; ana
ang'onoang'ono amaphunzira kuwerenga
kuyambira 1 mpaka 10 = young children learn to
count from one to ten; expression:
timakuwerengera (lit.: we count on you) = we rely
upon you/ depend upon you; 3.-study; 4.-compute;
5.-calculate;
-werenga m'bongo 1.-count money; 2.-sum up
money;
-werenga mbali za buku 1.-browse a book; 2.-
peruse;
-werengedwa 1.-be considered; 2.-be well thought
out; 3.-be dependable; 4.-be counted;
-werengera 1.-count up; 2.-count on; expression:
ine ndikuwerengera iwe (lit.: I am counting on
you) = I am banking on you/ I am depending on
you; 3.-account for; ndalama
zikumawerengeredwa bwino = the money is well
accounted for; 4.-calculate; 5.-cast up as figures;
6.-work out;
-werengera chinthu mosakaika -determine;
-werengetsa kufunika kwa chinthu 1.-assess; 2.-
evaluate; 3.-consider;
-werengetsa molakwika 1.-miscalculate; 2.-
miscount; 3.-work out wrongly;
-werengetsera 1.-calculate; 2.-account for; 3.-work
out; 4.-compute; 5.-count up;
werengo\ma- 1.number; werengo la malata =
number of iron sheets; 2.amount; 3.figure; 4.total;
-weruka 1.-stop working; 2.-finish doing
something; eg. work, school; akaweruka ku sukulu
= when they have finished learning at school; 3.-
knock off; ndimaweruka folo koloko ku ntchito = I
knock off at four o'clock from work; 4.-call it a
day; 5.-end;
-weruka bwino -knock off well; amaweruka bwino
ku ntchito = they knock off from work very well;
-weruka msanga 1.-knock off earlier; 2.-finish
working earlier;
-werutsa 1.-release; werutsani ana ku sukulu =
release the children from school; atiwerutsa =
taweruka = atimasula = we have been released; 2.-
discharge; 3.-set free; 4.-dismiss;
-weruza 1.-judge; alibe ufulu oweruza = he has no
right to judge; bwalo loweruza milandu = place
where cases are judged; 2.-admonish; 3.-advise;
ndinamuweruza kuti asamacheze ndi anzake
opanda makhalidwe abwino = I advised her not to
chat with unmannered friends; 4.-command; 5.-

charge; 6.-give orders; 7.-enjoin; 8.-condemn; 9.-deem; 10.-counsel; 11.- direct; 12.-discipline; 13.-criticise (in good spirit);

-**weruza bwino** 1.-judge well; 2.-be sagacious; 3.-give good judgement; 4.-criticise well;

-**weruza kufunika kwa chinthu** 1.-evaluate; 2.-assess;

-**weruza mlandu** 1.-judge a case; 2.-rule a case; 3.-pass judgement/ ruling;

-**weruza mokondera** -judge in favour;

-**weruza mwa nkhanza** 1.-judge harshly; 2.-be very critical; 3.-judge cruelly;

-**weruzana** 1.-reconcile one another; 2.-instruct one another; 3.-advise one another; 4.-counsel one another; 5.-judge one another;

-**weruzanso** -judge again; mlandu uja ukuweruzidwanso = the case is being judged for the second time;

-**weruzidwa** 1.-be judged; 2.-be arbitrated;

-**weruzika** 1.-be corrigible; 2.-be judged;

-**weta** 1.-herd; Mulungu amandiweta nandidyetsa (*Salimo* 23) = God (He) herds and feeds me (*Psalm* 23); kuweta ng'ombe = herding of cattle; 2.-keep; alimi abwino amaweta ng'ombe = good farmers keep cattle; 3.-feed; 4.-graze; 5.-pastor; 6.-domesticate; 7.-tame;

-**weteka** 1.-lean on; 2.-bend down;

weteketsa moyo 1.-be offensive; 2.-be unpleasant;

-**wewa** -have no positive action on something;

-**wewera kwambiri** 1.-be very weak; 2.-be papery; 3.-be frail; 4.-be flimsy;

-**weya** -cut hair;

weyere sound of coins;

-**weyesa** 1.-shake; mtengo unalimba kuwuzula ndipo iye anaweyesa ndi mphamvu = the tree was hard to uproot and he shook it with force; 2.-wobble; 3.-roast; ndikufuna kuweyesa chimanga ndi mtedza = I want to roast maize and groundnuts;

-**weyeseka** 1.-be shaky; 2.-be shaking; 3.-be wobbly;

-**weyula** -turn aside (esp. sound from dry bush or grass);

-**wezuka** 1.-clear (as of clouds and the sky); 2.-glitter;

wezulo\ma- (chiNgerezi) whistle (instrument); oyimbira mpira wa manja amayenera kukhala ndi wezulo = umpires (referees) need to have whistles;

whilubala (chiNgerezi) wheelbarrow;

-**wikuwiku** 1.dull; kunja kuli wikuwiku = the sky is dull today; 2.cloudy; 3.overcast;

-**wilima** 1.-be angered (esp. of an animal); 2.-be wild; moto wawilima kuthengo = the bush fire has turned wild;

-**wilitsa** 1.-boil; 2.-simmer; 3.-poach;

wina 1.another (with singular nouns of mu -a class, mu-mi class and u- class); munthu wina = another person; galu wina = another dog; mpira wina = another ball; ulendo wina = another journey; 2.somebody; 3.someone; 4. a certain one; 5.next one; 6.one more;

-**wina** 1.-win; 2.-succeed; 3.-do well; 4.-achieve something; 5.-be successful;

wina ... wina one ... the other; wina adzapita ku Zomba, koma wina adzapita ku Blantyre = one will go to Zomba, but the other will go to Blantyre;

wina ndi mnzake 1.one another; mukondane wina ndi mnzake = you should love one another; 2.each other; 3.another; 4.together;

wina wa chichepere 1.junior; 2.low ranking person; 3.someone younger than;

wina wake 1.somebody; 2.someone;

winanso 1.another one; 2.one more; 3.next one;

-**winda** 1.-protect with charms (esp. houses and gardens); 2.-make a vow;

windo\ma- (chiNgerezi) 1.window; 2.casement; 3.pothole; 4.pane;

-**winduka** 1.-go back; 2.-start forming clouds;

-**windukula** -eat first crops of your harvest;

-**windula** 1.-becloud; 2.-cause waves; mphepo imawindula mafunde = the wind causes waves; 3.-turn over and over;

-**winduwindu** 1.dull; 2.boring; 3.uninteresting;

-**winya** 1.-be worried; anthu akuwinya posapatsidwa zomwe akanayenera kupatsidwa = people are worried for not getting what they were supposed to get; 2.-be concerned; 3.-be unsatisfied;

-**wira** 1.-boil; madzi akuwira = the water is boiling; 2.-be boiling; 3.-bear abundantly;

-**wirawira** 1.-be shabby; 2.-be poorly dressed; 3.-be scruffy; 4.-be ragged;

-**wiri** 1.suffix representing the ordinal number 'two', preceded by the subject concord of nouns; anthu awiri = two people; agalu awiri = two dogs; mipira iwiri = two balls; madenga awiri = two roofs; zisoti ziwiri = two hats; nyumba ziwiri = two houses; timabuku tiwiri = two little books; 2.dual; 3.double; 4.both; 5.pair; nsapato zimayenda ziwiriziwiri = shoes go in pairs; mphunzitsi anakhazika ana awiri awiri = the teacher put the children in pairs;

wiribara\ma- (chiNgerezi) wheelbarrow;

-**wirikiza** 1.-be continuous; 2.-add on to; 3.-bombard with; 4.-be incessant; 5.-beat again and again (fig.);

-**wiringula** 1.-find excuse; 2.-be unwilling; 3.-disagree; 4.-argue; 5.-complain; 6.-refuse; 7.-be reluctant;

-wiritsa 1.-boil; 2.-make liquid boil; ndikuwiritsa
madzi = I am boiling water; 3.-simmer;
-wiriwita -bend body in dancing;
-wiriwiza -bend body in dancing;
-wirula 1.-feel sad; ndinawirula nditamva za imfa
ya amalume anga = I felt sad when I heard about
the death of my uncle; 2.-mourn; 3.-be distressed;
4.-grieve; 5.-lament;
-wisi 1.fresh; zipatso zaziwisi = fresh fruits; 2.raw;
3.green (young); dowe = chimanga cha mondokwa
= chimanga chachiwisi = green maize; msipu =
green grass; ndiwo za masamba zaziwisi = fresh
vegetables; proverb: msipu wobiriwira unajiwitsa
mbuzi (lit.: green pasture caused a goat to be
caught by its prey) = nice things can be
treacherous; 4.uncooked; 5.sappy;
-wo 1.demonstrative function suffixed to plural
nouns of the mu -a class and the li-ma class; anawo
= those children; agaluwo = those dogs; mainawo
= those names; 2.demonstrative function suffixed
to singular nouns of the mu -mi class and of the u-
class; mpirawo = that ball; ulendowo = that
journey; 3.suffix preceded by subject concord + a,
thus forming the possessive pronoun of the third
person plural; maina awo = their names; kambuzi
kawo = their little goat; kwawo = at their home;
woba sitima 1.pirate; 2.buccaneer;
woba\wo- 1.thief (short form of the word
'wakuba'); 2.robber; 3.burglar; 4.pick pocket;
5.mugger;
wobadwira mu gulu la pamwamba 1.highborn
person; 2.nobleman;
wobatiza\o- 1.baptiser; 2.baptist;
wobatizanso kachiwiri Anabaptist;
wobatizidwa\o- baptised person;
wobindikira wa chikazi nun;
wobindikira\o- 1.monk; mwamuna wokhala
m'nyumba ya amuna obindikira = man living in a
house of monks (monastery); 2.nun; mkazi
wokhala m'nyumba ya akazi obindikira = woman
living in a house of nuns (convent); 3.any person
staying in-doors;
wobutsa moto 1.fire raiser; 2.confusionist;
wobwebweta\o- medium (as related to spirits);
wobwera\o- 1.comer; obwera kumene = new
comers; 2.foreigner; 3.immigrant; 4.alien;
5.visitor; 6.guest;
wobwereka ndalama creditor;
wobwereka\o- borrower;
wobwerekedwa ndalama creditor;
wobwereketsa\o- 1.lender; 2.person involved in
lending assets;
wobwerera\o- 1.returnee; 2.deportee; 3.person sent
back; 4.exile;

-wocha 1.-burn; 2.-boil; 3.-roast; 4.-flame; 5.-blaze;
6.-destroy by fire;
wochembeza\o- child bearer;
wochemerera\o- 1.supporter (someone who claps
hands and shouts in honour of someone);
2.spectator; 3.commentator; 4.follower; 5.backer;
6.devotee;
wochenjera mwakuba 1.crook; 2.villain;
wochenjera pa lilime 1.orator; 2.talker;
3.conversationalist;
wochenjera\o- 1.sharp witted person; 2.clever
person; 3.double tongued person; 4.alarmist;
wochepa mu mbiri 1.few; 2.minority;
wochereweta\o- 1.chatterbox; 2.chatterer;
wochimwa\o- 1.sinner; wochimwa adzawonongeka
= the sinner shall perish; 2.culprit; 3.wrong doer;
4.evildoer; 5.offender; 6.criminal;
wochita chandamale sharpshooter;
wochita kutamba person who flies magically
wochita nawo zinthu 1.participant; 2.partaker;
wochita sewero 1.actor; 2.actress; 3.dramatist;
wochita sewero onse abwere = all actors/
dramatists must come; 4.performer; 5.entertainer;
6.comedian;
wochita sewero yekha 1.joker; 2.comedian;
3.funny maker;
wochita\o- 1.doer; 2.active person; 3.partaker;
4.reliable person; 5.achiever;
wochititsa katapira ndalama usurer;
wochokera ku mtsitsi wa 1.person originating
from; 2.descendant; 3.off-spring; 4.progeny;
wochokera kumpoto 1.northener; 2.person from
the north;
wochomwa\o- delinquent;
-woda 1.-order; anawoda nsalu zokongola = she
ordered beautiful cloths; 2.-buy; ndidzakuwodera
malaya kuchokera ku Malawi = I will buy you a
shirt from Malawi; 3.-purchase;
wodala\o- 1.blessed person; 2.person fortunate in
owning something;
wodalitsika\o- blessed person;
wodandaula\o- 1.complainant; 2.plaintiff;
wodedwa\o- 1.hated person; 2.accursed person;
3.unloved person;
-wodika -knock;
wodikirira\o- guardian;
wododa mpira football player;
wodontha\o- 1.fool; 2.fathead; 3.bore;
woduka mutu 1.foolish person (lit.: beheaded
person); 2.mad person;
wodwala edzi aids patient; tiyeni tisamalire munthu
wodwala edzi, chifukwa ndi munthu ngati ife
tomwe = let us take care of an aids patient, because
he/ she is a person like us;

wodwala khate leper;
wodwala matenda a shuga diabetic;
wodwala ng'ala person suffering from opacity of
the cornea;
wodwala\o- 1.patient; amayendera odwala = he
visits patients; galimoto lonyamula odwala =
ambulance; galimoto yopangidwa yonyamulira
odwala kupita ku chipatala = vehicle made for the
transport of patients to hospital; 2.sick person;
kuzonda wodwala ndi ofedwa = visiting the sick
and the bereaved; 3.sufferer; 4.expectant woman;
wodwazika matenda 1.guardian of the sick;
2.hospital attendant;
wodwazika\o- 1.nurse; 2.sick attendant;
wodya macaroni person who spends/ spoils much
money (lit.: someone who eats macaroni);
wodya matako agalu 1.vagabond (fig.); 2.beggar;
3.homeless person; 4.unstable person; 5.vagrant;
6.tramp;
wodya mgonero wa Ambuye communicant;
wodya uchi honey-eater;
wodzafunsira\o- 1.suitor; 2.proposer;
wodzala mbewu 1.planter; 2.farmer; 3.cultivator;
4.grower;
wodzanyenga\o- 1.proposer; 2.suitor;
wodzatomera\o- 1.proposer; 2.suitor;
-wodzera 1.-slumber; Mulungu sawodzera = God
does not slumber; 2.-snooze; 3.-doze; 4.-yawn; 5.-
nod off;
wodzera\o- passer-by;
wodzichepetsa\o- 1.humble person; 2.modest
person;
wodzigangitsa\o- 1.person who pays too much care
to his clothes and personal appearance; 2.dandy;
wodzikonda\o- 1.egotist; 2.self-centred person;
3.one who is proud; 4.selfish person;
wodzikweza\o- 1.one who is pompous;
2.panjandrum; 3.arrogant person;
wodzikwezeka\o- one who commits suicide by
hanging himself;
wodzinyaditsa\o- dandy;
wodzipereka pa chipembedzo 1.faithful person;
2.pious person; 3.honest person; 4.devout person;
wodzipereka\o- 1.volunteer; 2.committed person;
3.dedicated person;
wodzipweteka\o- 1.wounded person; ndi mmodzi
wodzipweteka = he is amongst the wounded;
2.injured person;
wodzitukumula\o- 1.proud person; 2.arrogant
person; 3.panjandrum; 4.dandy; 5.pompous
person;
wodziwa kufalitsa nkhani 1.journalist; 2.news
reporter; 3.columnist;
wodziwa ntchito yake 1.expert; 2.professional;

3.specialist; 4.technician; 5.boffin;
wodziwa za malamulo 1.lawyer; 2.solicitor;
3.barrister; 4.judge; 5.magistrate;
wodziwa zinthu 1.expert; 2.professional person;
3.technical person; 4.specialist;
wodziwa ziyankhulo zosiyanasiyana 1.linguist;
amanyadira chifukwa ndi wodziwa ziyankhulo
zambiri = she is proud because she is a linguist;
2.polyglot; 3.multilingual person;
wodziyang'ana\o- 1.proud person; 2.self-conceited
person; 3.pompous person;
Wodzodzedwa\o- 1.Anointed One; 2.Messiah;
wodzudzula\o- 1.rebuking person; 2.admonishing
person; 3.adviser;
wodzuka\o- 1.clever person; amaneyu ndi odzuka
kwambiri = he is a clever person; 2.knowledgeable
person;
wofalitsa chikhulupiriro 1.evangelist; 2.preacher;
wofalitsa nkhani 1.reporter; 2.journalist;
3.correspondent; 4.columnist; 5.broadcaster;
wofalitsa\o- 1.missionary; 2.broadcaster; 3.orator;
4.announcer;
wofanana nawe dzina namesake;
wofanana\o- 1.similar person/ things; tinavala
malaya wofanana = we wore similar shirts;
2.comparable person; 3.identical person;
wofatsa\o- 1.kind person; 2.calm person; 3.quiet
person; 4.silent person;
wofedwa\o- bereaved person;
wofera\o- 1.person dying for others; 2.martyr;
3.sufferer;
wofesa\o- sower; fanizo la wofesa = the parable of
the sower;
wofooka\o- 1.sickly person; 2.weak person; 3.feeble
person; 4.unhealthy person;
wofotokozera Baibulo exegetist;
wofufuza\o- 1.researcher; 2.surveyor;
3.investigator; 4.inspector; 5.examiner;
wofumbata\o- 1.stingy person; 2.parsimonious
person; 3.thrifty person; 4.one holding something
unseen; 5.tight-fisted person;
wofuna malo okhala asylum seeker;
wofunsira mbeta 1.suitor; 2.proposer;
wofuntha\o- insane person;
wofutukula\o- person opening a book;
wogalukira\o- 1.rebel; 2.insurgent; 3.mutineer;
wogamula milandu 1.judge; 2.magistrate;
3.lawyer; 4.barrister; 5.chief;
wogamula\o- 1.judge; 2.arbitrator; 3.digger;
woganiziridwa\o- suspect;
wogaya m'chigayo grinder;
wogondomala\o- 1.silly person; 2.idiotic person;
wogonjera\o- 1.person giving up; 2.surrenderer;
3.person submitting; 4.capitulator; 5.person

admitting defeat;

wogontha\o- 1.deaf person; 2.person unable to hear;

wogula\o- 1.purchaser; wogula kawiri kawiri = a big purchaser; 2.buyer; 3.customer; 4.consumer; 5.shopper; 6.client;

wogulitsa katundu m'malo mwa osalipira 1.middle-man; 2.broker; 3.agent;

wogulitsa m'sitolo 1.shopkeeper; 2.grocer; 3.shop attendant; 4.salesman; 5.saleslady;

wogulitsa makala charcoal seller; bambo wanga ndi wogulitsa makala = my father is a charcoal seller;

wogulitsa malonda odziwika 1.dealer; 2.trader; 3.merchant;

wogulitsa maluwa florist;

wogulitsa mandala a m'maso 1.seller of spectacles; 2.optician;

wogulitsa mankhwala 1.seller of medicines; 2.pharmacist; 3.chemist;

wogulitsa nkhani zolembedwa 1.news vendor; 2.seller of newspapers;

wogulitsa zinthu mumsewu 1.street vendor; 2.street trader;

wogulitsa zipangizo za m'maso 1.seller of tools for the eyes; 2.optician;

wogulitsa\o- 1.seller; 2.trader; 3.merchant; 4.dealer; 5.agent; 6.broker;

woguluka\o- 1.toothless person; 2.unproductive person; 3.person who has lost fertility; 4.brainless person; 5.idiotic person; 6.hoe without handle;

wogunata\o- 1.foolish person; 2.stupid person; 3.unwise person; 4.silly person;

wogwetsa kampani 1.liquidator; 2.fraudster;

wogwindimala\o- 1.corpulent person; 2.foolish person;

wogwira ntchito 1.worker; 2.employee; 3.official; munthu wogwira ntchito za boma = government official; 4.servant;

wogwira ntchito mwanthawi 1.hireling; 2.seasonal worker; 3.temporary worker;

wogwira ntchito pamodzi 1.co-worker; ine ndiribe anzanga ogwira nawo ntchito pa kampani pano = I have no co-workers in this company; 2.workmate; 3.colleague; 4.fellow worker; 5.collaborator;

wogwira ntchito payekha 1.self-employed; 2.lonely wolf;

wogwira ntchito wa za umoyo 1.health officer; 2.medical officer; 3.nurse; 4.medical doctor;

wogwira ntchito yolemetsa 1.contractor; 2.labourer; 3.manual worker;

wogwira\o- 1.worker; 2.employee; 3.one who catches someone/ thing; 4.servant;

wogwirira\o- rapist;

wogwirizana ndi adani adziko 1.collaborator with

enemies of a country; 2.quisling;

wogwirizana\o- 1.comrade; 2.pally; 3.friend;

wogwirizanitsa mbali ziwiri 1.moderator; 2.mediator; 3.intermediary; 4.go-between; 5.arbitrator;

wogwirizanitsa\o- 1.connection; 2.bond; 3.link; 4.union;

wogwirizira mpando wamkulu acting general manager;

wogwirizira\o- 1.helper; 2.assistant; 3.aide; 4.temporary worker;

woima\o- 1.stand still; 2.pregnant woman;

woimira\o- 1.representative; 2.ambassador; 3.diplomat;

woipa\o- 1.evil person; 2.rascal; 3.rogue; 4.scoundrel;

wojambula zithunzi 1.photographer; 2.camera man;

wojambula\o- 1.artist; 2.painter;

wojintcha\o- 1.stout person; 2.sturdy person; 3.short and fat person;

-woka 1.-pant; 2.-gasp; 3.-remove from nursery to main bed; 4.-transplant;

-wokala -grind to powder (esp. pepper or tobacco);

wokala\ma- 1.hawker of goods; 2.pedlar; 3.seller going from house to house;

wokalamba\o- 1.old person; abambo anga ndi munthu wokalamba = my father is an old man; 2.person of advanced age;

Wokana Khristu Antichrist;

wokana kusintha kwa zinthu 1.die-hard; 2.conservative; 3.stubborn person;

wokanena uthenga 1.messenger; 2.courier; 3.herald; 4.envoy;

wokha -self/ only (with singular nouns of the mu - mi class and of the u- class); mudzi wokha = the village itself/ the village only; ulendo wokha = the journey itself/ the journey only;

wokhala mbali ya munthu 1.supporter; 2.follower; 3.witness;

wokhala nawo m'nyumba atalipira 1.paying guest; 2.lodger;

wokhala ndi mwayi lucky one;

wokhala ndi ulamuliro 1.master; 2.leader; 3.person in charge; 4.director; 5.boss;

wokhala pa chilumba islander;

wokhala pa chisumbu islander;

wokhala payekha 1.independent person; 2.lonely person; 3.lonesome person; 4.friendless person;

wokhoma msonkho tax collector; Levi kapena Mateyu anali wokhoma msonkho amene anaitanidwa ndi Yesu nadya naye pamodzi, namukhululukira machimo ake (*Mateyu* 9: 9-13) = Levi or Mathew was a tax collector who was

called to dine with Jesus Christ, and He forgave
his sins (*Matthew* 9: 9-13);
wokhoma zitsulo smith; wokhoma zidebe = the
tinsmith;
wokhoza kulankhula 1.orator; 2.conversationalist;
3.speaker;
wokhoza\o- 1.person with special knowledge/ skill/
training; 2.expert; 3.professional person;
4.technical person;
wokhudza\o- 1.person touching; 2.touching (esp. of
Good News message);
wokhudzidwa ndi ngozi 1.person affected by an
accident; 2.victim; okhudzidwa ndi kusefukira kwa
"madzi = flood victims; okhudzidwa ndi edzi = aids
victims; 3.injured person; 4.concerned person;
wokhula\o- 1.smearer; 2.scraper;
wokhulululuka\o- 1.forgiving person; 2.remover of
thread from machine knitted material;
wokhululukidwa machimo forgiven person;
wokhululukira machimo forgiver;
wokhulupirika\o- 1.faithful person; 2.trustworthy
person; 3.loyal person; Yesu adakhala
wokhulupirika kwa Atate = Jesus remained loyal
to the Father; 4.honest person;
wokhulupirira sabata sabbatarian;
wokhulupirira\o- 1.believer; okhulupirira Baibulo
= Bible believers; 2.faithful person;
wokhumudwa msanga 1.short tempered person;
2.quick tempered person; 3.irascible person;
wokhumudwa\o- 1.disappointed person; 2.annoyed
person; 3.saddened person;
wokhumula\o- 1.person removing bush root by
hand; 2.thief;
wokhupuka\o- 1.rich person; 2.magnate; 3.mogul;
4.tycoon;
wokhuza maliro mourner;
wokodza\o- bed wetter;
wokola nsomba fisher man;
wokola\o- 1.one who catches fish in net; 2. not
appetising person;
wokolola\o- 1.harvester; okolola akubwera = the
harvesters are coming; 2.robber; 3.thief; 4.reaper;
wokomani (chiNgerezi) walkman (portable radio);
ufa wa m'timatumba tating'onoting'ono totchedwa
'wokomani' (lit.: flour in very small bags, called
walkman) = disapproving reference to the small
size of the bags of flour;
wokonda Angerezi iye asali mNgerezi 1.a non-
Englishman who loves the English; 2.anglophile;
wokonda dziko lake 1.lover of one's country;
2.patriot; 3.nationalist;
wokonda kugonana ndi akazi 1.man who likes to
sleep with women; 2.womaniser; 3.whoremonger;
4.adulterer;

wokonda kukwiyitsa anzake 1.person ready to
anger others; 2.agitator; 3.trouble maker;
4.firebrand; 5.hothead;
wokonda mabuku 1.lover of books; 2.bookworm;
3.person who reads a lot of books; 4.bibliophile;
wokonda malamulo person who likes rules;
wokonda mowa 1.lover of beer; 2.drunkard;
3.dipsomaniac;
wokonda mtendere 1.lover of peace; 2.peace
keeper; 3.pacifist; 4.anti-war person;
wokonda za chiwerewere 1.adulterer; 2.prostitute;
3.womaniser;
wokonda za tsopano modernist;
wokondana\o- 1.pally; 2.friend;
wokondananaye\o- 1.friend; 2.pal; 3.mate;
4.buddy;
wokondedwa wa amayi 1.man loved by women;
2.beau;
wokondedwa wa pamtima 1.valentine; 2.sweet-
heart; 3.darling; 4.dearest;
wokondedwa\o- 1.beloved; 2.lover; 3.dear;
4.darling; 5.friend;
wokondeka\o- 1.beloved; 2.lover; iye ndi
wokondeka wanga = he is my lover; 3.dear;
4.darling;
wokongoletsa\o- 1.painter; okongoletsa sagwira
ntchito usiku = painters do not work at night;
2.decorator;
wokongoza\o- money lender;
wokonza chakudya 1.cook; 2.chef;
wokonza dongosolo la nyumba 1.architect;
2.decorator;
wokonza galimoto mechanic;
wokonza makina 1.mechanic; 2.engineer;
3.machinist;
wokonza maloko locksmith;
wokonza nsapato 1.shoe maker; 2.shoe repairer;
3.cobbler;
wokonza tsitsi 1.hairdresser; 2.coiffeur;
wokonza\o- 1.repairer; 2.reformer; Luther anali
Wokonza Mpingo = Luther was a Reformer of the
Church; 3.specialist; 4.maker; expression:
anakonza mbuzi (lit.: they made the goat) = they
slaughtered a goat; 5.manufacturer; 6.technician;
wokonzedwanso\o- reformed person or church;
Mpingo Wokonzedwanso wa chiDatch wopezeka
ku Kum'mwera kwa Afirika = Dutch Reformed
Church (in Dutch: Nederduitsch Gereformeerde
Kerk) in South Africa;
wokudzuka tsitsi one who has lost hair due to
chemicals;
wokumba manda grave digger;
wokumbakumba\o- 1.digger; 2.one whose job is to
dig;

wokwatira wa ana 1.family man; 2.father;

wokwatirakwatira\o- cassanova;

wokwatiwa wa ana mother;

wokwinyimbira\o- dwarf;

wokwiya\o- 1.annoyed person; 2.peeved person; 3.angry person; 4.furious person;

-wola 1.-rot/ -be rotten; proverb: nsomba ikawola imodzi, ndiye kuti zonse zawola (lit.: when one fish is rotten it means all of them are rotten) = when one person has done a mistake in a group, then the whole group is affected; dzira ili ndi lowola = this egg is rotten; expression: mkamwa mowola (lit.: rotten mouth) = one who is used to speaking foul language; 2.-get rotten; zipatso zinawola = the fruits got rotten; proverb: kuda sikuwola (lit.: being black is not rotten) = if a thing or a person is black it does not mean that s/he/ it is not good in character; 3.-be decomposed; 4.-decompose; 5.-go bad; expression: munthu woola m'kamwa (lit.: person going bad in the mouth/ person who breathes a bad smell) = person using foul language; 6.-be putrid; 7.-decay; 8.-corrupt; 9.-clear away; mlongo amawola masanzo = sister clears away the vomit;

-wola tudzi -remove faeces;

wolakalaka kutchuka 1.ambitious person; 2.aspirant;

wolakika\o- 1.failure; 2.sinner; 3.unsuccessful person;

wolakwa\o- 1.evildoer; 2.delinquent; 3.malefactor; 4.criminal; 5.offender; 6.trouble maker; 7.villain; 8.scoundrel; 9.rascal; 10.sinner;

wolakwika\o- 1.wrong person; 2.mistaken identity;

wolakwira\o- 1.accused person; 2.culprit; 3.evil doer;

wolakwitsa\o- 1.wrong doer; 2.peeved person; 3.one who makes somebody do wrong; 4.trouble maker;

wolalika\o- 1.preacher; 2.evangelist;

wolalikidwa\o- 1.person being preached to; 2.audience; 3.listener;

wolalikira\o- preacher;

wolalira\o- 1.plotter; 2.schemer; 3.conspirator;

wolamula wa nkhanza 1.cruel ruler; 2.dictator; 3.tyrant; 4.autocrat; 5.despot;

wolamula\o- 1.ruler; 2.leader; 3.sovereign; 4.monarch;

wolamulidwa\o- 1.ruled person; 2.commanded person; 3.person under guard;

wolamulira mwa mphamvu 1.powerful ruler; 2.despot;

wolamulira mwa nkhanza 1.cruel ruler; 2.despot; 3.tyrant; 4.dictator; 5.autocrat;

wolanda ulamuliro wandege/ sitima 1.person who takes over command of an aircraft/ ship etc by stopping it in transit; 2.hijacker; 3.hostage taker;

wolandira katundu 1.receiver; 2.recipient; 3.beneficiary; 4.consignee; 5.heir;

wolandira malipiro payee;

wolandira mendulo medalist (lit.: receiver of a medal);

wolandira\o- 1.receiver; 2.recipient; 3.receptionist;

wolankhula\o- 1.speaker; wolankhula wa kunyumba ya Malamulo = the speaker of Parliament; 2.orator; 3.narrator; 4.spokesman; 5.conversationalist;

wolapitsa\o- 1.confessor; 2.priest who has authority to hear confessions;

wolasa ndi uta 1.archer; 2.sharp shooter;

wolawalawa\o- 1.prostitute; 2.adulterer;

wolemba ganyu employer;

wolemba kalata 1.letter writer; 2.correspondent;

wolemba masewero 1.play writer; 2.play wright; 3.dramatist;

wolemba mawu a nyimbo 1.lyrist; 2.writer of song words; 3.rhymester;

wolemba ndakatulo 1.poet; 2.bard; 3.writer of poem;

wolemba nkhani 1.newswriter; 2.journalist; 3.story writer; 4.author; 5.columnist;

wolemba ntchito employer; wolemba ntchito amalembera antchito = the employer employs workers;

wolemba nyimbo 1.song writer; 2.poet; 3.composer;

wolemba\o- 1.writer; 2.author; wolemba buku = author of a book; 3.composer;

wolembedwa ntchito 1.employee; 2.worker; 3.servant;

wolemekezeka\o- 1.honourable person; alendo olemekezeka = honourable guests; 2.respectable person; 3.reverend; 4.highly regarded person;

wolemera\o- 1.rich person; 2.noble person; 3.mogul; 4.tycoon; 5.magnate;

wolenga\o- 1.creator; 2.maker; Mulungu ndi wolenga kumwamba ndi dziko lapansi = God is the maker of heaven and earth;

wolengeza\o- 1.announcer; 2.orator; 3.broadcaster; 4.person who makes a formal speech in public;

-woletsa 1.-corrupt; 2.-decay; chakudya chozuna chimawoletsa mano anu = sweet food decays your teeth; proverb: kuda sikuwola (lit.: looking/ being black does not mean you have decayed) = sometimes something which is black might be good; 3.-decompose; 4.-rot;

woletsa ululu anaesthesiologist;

wolewa\o- dodger;

woleza mtima 1.kind hearted person; 2.considerate;

3.calm person;
wolima\o- 1.farmer; 2.agriculturalist; 3.cultivator;
4.grower; 5.planter;
wolimba moyo 1.dare devil; 2.fearless person;
3.brave person; 4.courageous person;
wolimba mtima 1.manful person; 2.brave person;
3.fearless person;
wolimba mtima mosasamala dare devil;
wolimba nthiti 1.brave person; 2.powerful person;
3.cruel person; 4.strong person; 5.unkind person;
wolimbikitsa\o- 1.supporter; 2.adviser;
wolingiliridwa\o- suspect (n);
wolipidwa\o- payee;
wolipira\o 1.payer; 2.paymaster; 3.salaries officer;
4.financier;
wolira\o- mourner;
wolobodoka\o- 1.weakling; 2.frail person; 3.feeble
person;
wolobwa\o- 1.stupid person; 2.impudent person;
3.dull person; 4.brainless person;
-woloka 1.-be ferried over; anthu anawoloka pa
mtsinje ndi bwato = people ferried over the river
by a boat; 2.-cross over; popita kumudzi
timawoloka mtsinje = we cross over a river when
going home; 3.-pass through;
-woloka pochita chidule 1.-go shortcut; 2.-cut
across;
-wolokera -cross over (over roads, rivers;
problems);
wolondedwa\o- 1.persecuted person; 2.guarded;
3.prisoner; 4.jailbird;
wolondera nkhalango 1.ranger; 2.game guard;
3.park ranger;
wolondera nyumba 1.house guard; 2.watchman;
wolondola\o- 1.follower; 2.supporter; 3.devotee;
4.disciple; 5.rightful person; 6.correct person;
7.accuser; pa nthawi ina palibe olondola komanso
palibe olokwa = sometimes there are no accusers
and no sinners;
wolondolera\o- guide;
wolonga\o- 1.initiator; 2.one installing someone
(esp of chieftainship);
wolongolola\o- 1.sharp witted person; 2.chatter box;
3.talkative person; 4.chatterer; 5.talker;
wolongosoka\o- good mannered person;
wolonjeza kulera mwana god parent;
wolosha\o- 1.foreteller; 2.soothsayer; 3.forecaster;
4.fortune teller; 5.pointer; 6.prophet;
wolota\o- 1.dreamer; 2.visionary;
woloteza\o- 1.soothsayer; 2.foreteller; 3.fortune
teller; 4.dreamer;
-wolotsa 1.-ferry over; bwato linawolotsa anthu pa
mtsinje = the boat ferried the people over the river;
2.-take across; 3.-carry over a stream; 4.-steal

(fig.);
-wolowa 1.-be soft (esp by water); 2.-get soaked; 3.-
be saturated; 4.-be flexible; 5.-be generous;
-wolowa manja 1.-be very generous; 2.-be
munificent; kudalira opereka mowolowa manja =
depending on munificent givers;
wolowa\o- 1.person who will enter; 2.initiated
person; 3.someone who will take over a position;
-wolowera -be easily persuaded;
wolowerera\o- 1.intruder; iye ndi wongolowerera
mu msonkhanowu = he is just an intruder to this
meeting; 2.prodigal; 3.gate crasher; 4.interloper;
wolozera malo 1.usherette; 2.usherer; 3.pointer;
wolubza\o- 1.person who is not talkative; 2.shy
person;
wololuta\o- ululating person;
woluma\o- biter;
wolumala\o- 1.paralysed person; 2.crippled; 3.lame
person; 4.handicapped person;
wolumikizanitsa anthu awiri 1.go-between;
2.mediator; 3.intermediary; 4.intercessor;
5.arbitrator;
wolunda\o- 1.unwelcome person; 2.uninitiated
person (esp of Nyau society);
wolunga\o- 1.normal person; 2.perfect person;
3.just person; 4.person without failures;
wolungama\o- 1.just person; 2.innocent person;
3.righteous person; 4.blameless person;
wolunzanitsa\o- 1.mediator; 2.go between;
3.arbitrator;
wolusa\o- 1.peeved person; 2.irritated person;
3.angry person;
womaliza\o- 1.last born; 2.last person (as in
counting);
womana\o- 1.stingy person; 2.tight-fisted person;
3.mean person; 4.miser; 5.scrooge;
womanga nyumba builder of house;
womanga\o- builder;
womasuka\o- 1.liberal person; iye ndi womasuka =
she is a liberal; 2.freed person; 3.open minded
person;
womasulira Baibulo 1.translator of the Bible;
2.exegetist of the Bible;
womasulira\o- 1.translator; Gulu la Omasulira
Baibulo a chiWycliffe = Wycliffe Bible
Translators (W.B.T.); gululi linakhazikitsidwa ndi
Cameron Townsend m'chaka cha 1934 = this
organisation was founded by Cameron Townsend
in 1934; 2.interpreter;
womata\o- sealer;
womatula\o- person unsealing;
-womba 1.-shoot; anawomba ndi mfuti = he shot
with a rifle; 2.-fire; 3.-beat drums; akuwomba
ng'oma = he is beating the drum; 4.-strike; 5.-

blow; 6.-bang; mpira udawomba pholo = the ball banged against a pole; 7.-clang; 8.-crash; galimoto zawombana = cars have crashed; anawombana ndi galimoto ndipo waferatu/ anadziwombetsa ku galimoto ndipo anafera pomwepo = he has crashed into a car and died on the same spot; 9.-clap hands; 10.-ring; 11.-hit accidentally; 12.-steal; ukapanda kusamala akuwomba = if you don't take care they are going to steal from you; 13.-rob; ukapusa akuwomba = if you do not take care he is going to rob you ; 14.-trick; 15.-fool; 16.-cheat; 17.-swindle; 18.-prepare; 19.-sew; akuwomba nsalu = he is sewing a cloth;

womba (chiSwahili) question;

-**womba belu** -ring a bell;

-**womba chanza** -clasp hands (in mutual appreciation of a joke or something amusing);

-**womba khofi** 1.-slap; 2.-smack; 3.-smite; 4.-strike; 5.-cuff;

-**womba lipenga** -blow a trumpet; ndipo mngelo wachisanu anawomba lipenga (*Chibvumbulutso* 1:1) = then the fifth angel blew the trumpet (*Revelation* 1: 1);

-**womba m'manja** 1.-handclap; 2.-clap hands; aphunzitsi anandiwombetsa m'manja = the teacher told me to clap hands; anandiombera mmanja nditapambana = they clapped hands for me on my success; 3.-applaud;

-**womba ng'oma** 1.-beat the drum; tiyeni tiwombe ng'oma = let's beat the drums; 2.-drum;

-**womba nsalu** 1.-produce cloth; 2.-fabricate cloth; 3.-manufacture cloth; 4.-make cloth;

-**womba nthenya** -miss a person/ thing;

-**wombana** 1.-collide; 2.-have collision; 3.-strike violently against each other; 4.-smash together; 5.-crash; magalimoto awombana = vehicles have crashed; 6.-bump into;

-**wombanawombana** 1.-collide one another; 2.-crash one another; 3.-bump into each other many times;

-**wombanitsa** 1.-collide; 2.-clash; 3.-cause people to quarrel;

-**wombedwa** 1.-be shot; 2.-be run over; kuwombedwa ndi galimoto = being run over by a car; 3.-be knocked off; 4.-be aired; ndati ndiombedwe mphepo = I would like to be aired;

-**wombedwa khofi** -be slapped;

-**wombedwa mbama** -be slapped;

-**wombedwa pamwendo** -be shot on the leg;

-**wombera** 1.-discharge; 2.-fire; 3.-shoot; apolisi anawombera wakuba = the police shot at the thief; 4.-gun down; 5.-kill;

-**wombera kuphazi** 1.thank very much (lit.: -knock on foot); 2.-stamp with feet because of joy;

-**wombera mkota** 1.-comment strongly; powombera mkota pa nkhaniyi = while commenting on this story; 2.-emphasise; 3.-remark; 4.-say something;

-**wombera motutumutsa** 1.-blaze; 2.-explode suddenly; 3.-shoot unexpectedly; 4.-shoot abruptly;

-**wombera phazi** -thank very much (lit.: -knock on foot);

-**womberera** 1.-clinch; 2.-fasten; 3.-darn;

-**wombetsa galimoto** 1.-hit a car; adadziwombetsa galimoto itayima = she hit the car when it stopped; 2.-knock a car;

-**wombeza** 1.-divine; 2.-foretell; 3.-cast lots; 4.-conjure; 5.-do magic trick; 6.-juggle;

-**wombeza ula** 1.-conjure; 2.-divine; 3.-communicate with spirits; 4.-spell;

-**womboka** 1.-cross over (e.g. of a river); 2.-be freed; 3.-be rescued; 4.-come out of problems; 5.-be secured;

-**wombola** 1.-save; proverb; mawu olekeza anawombola kalulu (lit.: speaking very little saved the rabbit) = do not be talkative; 2.-rescue; 3.-redeem; 4.-deliver; anatiwombola ku chowopsa = he delivered us from danger; 5.-buy back anything in 'pawn'; 6.-pay ransom; 7.-liberate;

-**wombola ku chirombo** 1.-rescue from a wild beast; 2.-save from wild animal; 3.-deliver from wild animal;

-**wombola ku umphawi** -redeem from poverty;

-**wombola kumachimo** 1.-redeem from sin; 2.-save from sin;

-**wombola kumavuto** 1.-liberate; 2.-deliver; 3.-redeem; 4.-save;

-**wombola popereka ndalama** 1.-redeem; kuwombola buku kuchokera kwa wina = redeeming a book from someone; 2.-bail; 3.-pay back money in pawn;

-**wombotsa** 1.-carry over a stream; 2.-save;

wombwambwana\o- 1.fool; 2.foolish person; 3.stupid person; 4.silly person; 5.imprudent person;

wometa\o- 1.hair cutter; 2.barber; 3.shaver; expression: iye ndi wometa anthu (lit.:he is a shaver of people) = he is a thief/ robber; 4.hair dresser; 5.coiffeur; 6.initiated person (in Nyau Secret Society);

-**womola** 1.-dish; 2.-dispense; 3.-divide; 4.-share;

-**womphola** 1.-break through; ziweto zikuwomphola = the cattle are breaking through; madzi a mtsinje akuwomphola = the water of the river is breaking through; 2.-get through;

womveka\o- 1.popular person; 2.famous person; 3.well known person;

womvera\o- 1.listener (plural: audience); munthu womvera amaphunzira nzeru zozama za akulu = a good listener gets all wisdom from the elders; 2.obedient person;

womvetsera\o- 1.auditor (plural: audience); 2.listener; 3.addressee;

womwa inki 1.savant (fig); 2.educated person; 3.knowledgeable person; 4.cultured person; 5.scholarly person;

womwa mowa 1.beer drinker; 2.drunkard;

womwalira\o- 1.dead person; 2.deceased (n); womwalira wasiya mwana = the deceased is survived by a child;

womwaza zinyalala paliponse 1.litter-lout; 2.person who throws rubbish anywhere;

womwaza\o- 1.spoiler; ndi womwaza ndalama = she is a spoiler of money; 2.scatterer;

womwe 1.-self (with singular nouns of the mu -mi class and of the u- class); mudzi womwe = the village itself; ulendo womwe = the journey itself; 2.who/ that/ which (relative pronoun with singular nouns of the mu -mi class, and the u- class);

womwe uja demonstrative pronoun meaning 'that ... over there', with singular nouns in the mu -mi class and the u- class; mpira womwe uja = that ball over there; ufa womwe uja = that flour over there;

womwe uno this ... here; emphatic demonstrative pronoun following singular nouns of the mu -mi class and of the u- class; mpira womwe uno = this ball; ufa womwe uno = this flour;

womwera\o- 1.drinking place (pub); 2.expert; 3.professional; 4.dealer;

womweta\o- grass cutter;

womwetulira\o- 1.smiling person; 2.cheerful person;

-wona 1.look; 2.-see; anabwera kudzawona iye = they came to see her; ndawona = I have seen; atawona = when they saw; amawona = he sees; proverb: kadawona maso mtima suyiwala (lit.: what the eyes saw the heart can't forget, seeing is believing) = you can't forget what you have seen; kodi ukuliwona bukulo? = do you see that book?; proverb: kuwona maso a nkhono nkudekha (lit.: to see the eyes of a snail is to be patient) = it requires patience to achieve something good; 3.-observe; 4.-face; uziwona = you will face it; 5.-fancy; tangowonani! = just fancy!; 6.-consult; 7.-espy; 8.-discover; 9.-distinguish; 10.-be manifest; 11.-behold; 12.-be true; 13.-be bonafide; 14.-be authentic; 15.-approve; 16.-watch; 17.-be visual;

-wona bwino 1.-be careful; 2.-be watchful; 3.-look carefully; 4.-see properly; 5.-be on the look out; 6.-scrutinise; 7.-inspect; 8.-examine; 9.-be merry;

-wona chapafupi -see suddenly something at a short distance;

-wona chidima -be hungry (lit.: -see darkness); analephera kuyenda chifukwa amawona chidima = she failed to walk because she was too hungry;

-wona chifunga 1.-be hazy; 2.-be foggy; 3.-be cloudy; 4.-be misty; 5.-be covered with thin mist;

-wona imfa 1.-die (lit.: -see death); 2.-pass away; 3.-breathe your last breath; 4.-depart this life; 5.-give up the spirit; 6.-go to meet your Maker;

-wona kanthu 1.-see something; 2.-view something; 3.-detect a problem; 4.-observe something;

-wona kufanana 1.-be indiscriminate; 2.-be similar; 3.-be alike; 4.-be comparable;

-wona kusiyana 1.-be unfamiliar; 2.-differentiate;

-wona kuwala 1.-see light; 2.-see possibility; chaka chino ndikuona kuwala ndikhoza mayeso = this year there is a possibility of passing exams;

-wona kwambiri 1.-look intently; 2.-stare;

-wona malodza 1.-face misfortune; 2.-meet bad adventures;

-wona mbonaona 1.-face problems; 2.-undergo hardships;

-wona mbwadza 1.-have great problems; 2.-be beaten severely; akuba anawona mbwadza = the thieves were beaten severely;

-wona mdima 1.-see darkness; 2.-be in trouble; 3.-meet bad luck;

-wona mkodi 1.-belittle; 2.-underrate; 3.-despise;

-wona mobera 1.-steal a look; 2.-peep; 3.-sneak; 4.-peek; 5.-glance;

-wona molakwa 1.-see wrongly; 2.-misjudge; 3.-get wrong idea about;

-wona moyo 1.-be delivered; 2.-be rescued; 3.-be saved;

-wona mozonda 1.-hate; uyu amandiyang'ana mozonda = he hates me; 2.-dislike;

-wona msana wa njira 1.-go back; 2.-return; ndimati ndiwone msana wa njira = I want to return; 3.-retreat; 4.-come home; 5.-move back;

-wona mtsogolo 1.-look ahead (lit.: -see the future); 2.-think about the future; 3.-forge ahead; 4.-proceed;

-wona mwachipongwe 1.-despise; 2.-be offensive; 3.-be contemptuous; 4.-be insolent;

-wona mwakhama -discern; anawona mwakhama mawonekedwe a mfuti = he discerned the appearance of a gun;

-wona mwana 1.-bear a child (lit.: -see a child); 2.-see a child; abambo apita kukawona mwana wao = the father has gone to see his child;

-wona mwapatali -preview; boma silidawone mwapatali zavuto la chakudya = the government did not preview the food problem;

-wona mwayi 1.-be lucky (lit.: -see luck); 2.-be fortunate; 3.-have chance;

-wona ndi diso la mfiti 1.-hate; 2.-be insolent;

-wona ndi diso lofiira 1.-be angry; 2.-hate; 3.-detest; 4.-be furious; 5.-be jealous; 6.-be envious;

-wona ndi diso loyera -be friendly; expression: iye amandiona ndi diso loyera (lit.: he sees me with a white eye) = he is friendly towards me;

-wona pafupi -see near;

-wona pambuyo 1.-look back; 2.-glance back; 3.-review; 4.-remember the good things;

-wona pansi 1.-look down; 2.-face down;

-wona patali 1.-see far; 2.-be a visionary; 3.-preview; boma silidawone patali zavuto la chakudya = the government did not preview the food problem;

-wona tsoka 1.-face misfortune; 2.-face bad luck; 3.-face calamity; 4.-be cursed; 5.-be bewitched;

-wona zakuda 1.-be unlucky; 2.-be unfortunate; 3.-have misfortune;

-wona zwezwe -feel dizzy;

-wonadi 1.-be absolute; 2.-be true; ndi zoonadi = it is true;

wonama\o- 1.liar; 2.crook; 3.dishonest person; 4.deceiver; 5.cheat;

wonamizira kukhala wina wake 1.impersonator; 2.impostor;

-wonana 1.-consult; 2.-see one another; 3.-meet; 4.-convene;

-wonana ndi diso loyera 1.-get along with; 2.-be friendly;

-wonanso 1.-review; 2.-revise; 3.-revisit; 4.-reconsider; 5.-go over; 6.-check again; 7.-re-examine;

-wonda 1.-be slim; 2.-be thin; expression: ndi wowonda ngati udzudzu (lit.: he is as thin as a mosquito) = he is extremely thin; 3.-lose weight; 4.-be slender;

-wonda koma -talika -be slim and tall;

-woneka 1.-be apparent; 2.-appear; mwezi unawoneka = the moon appeared; 3.-be visible; 4.-be observable; 5.-be seen through; expression: wawonekera ng'amba (lit.: he has been seen through) = he has been known/ revealed; 6.-materialise; 7.-come into view/ sight;

-woneka bwino 1.-be lovely; 2.-be good looking; 3.-be handsome; 4.-be pretty; 5.-be elegant; 6.-be beautiful;

-woneka kutali 1.-be visible from afar; 2.-be seen at from a long distance;

-woneka kuti ndi zabodza 1.-be untrue; 2.-be false; 3.-be incorrect; 4.-be implausible; 5.-be untrue;

-woneka mbuu 1.-be gray; 2.-be grey; 3.-be dirty;

-woneka modolola 1.-look lovely; 2.-look attractive;

-woneka modzizimbaitsa -look disguised;

-woneka mokongola -look beautiful; mmene wameta ukuoneka mo kongola = now that you have shaven, you look beautiful;

-woneka monga 1.-look alike; 2.-look like; 3.-be similar to; 4.-resemble;

-woneka mosasangalatsa 1.-be unpleasant; 2.-look ugly; 3.-be boring; 4.-be unentertaining;

-woneka munthu wosamasuka -look grim; akuwoneka osamasuka = he looks grim;

-woneka mwa mantha 1.-fear; 2.-quail;

-woneka mwa uve 1.-look dirty; 2.-look untidy; 3.-look unhygienic; 4.-be unhealthy;

-woneka mwachibwana 1.-look childish; 2.-look like a child;

-woneka mwangozi -be coincidental; masiku ano mumawoneka mwangozi = these days you are seen by cincidentally/ you are hardly seen these days;

-woneka mwauve 1.-be dirty; 2.-be shabby; 3.-be unhygienic;

-woneka ndi madontho 1.-be sprinkled; 2.-be spotted; 3.-be spattered; 4.-be covered with dots;

-woneka ndi maso 1.-be visible; zolephera zowoneka ndi maso zinatilozera poyambira = visible failures gave us a starting point; majeremusi amawoneka ndi maso pogwiritsa ntchito maikolosikopu = germs are visible when using a microscope; 2.-be physical; 3.-be seen;

-woneka ng'aning'ani 1.-be sparkling; 2.-be lustre;

-woneka ngati 1.-seem; chimawoneka ngati ndi chowonadi = it seems to be true; amawoneka ngati amabwera m'mawa uliwonse = he seems to come every morning; 2.-pretend; 3.-look like; 4.-resemble; 5.-be like;

-woneka ngati chabwino 1.-seem like it is good; 2.-look like it is good;

-woneka ngati kapezi 1.-be fiery; 2.-be bright; 3.-be shiny; 4.-be shining; 5.-be gleaming;

-woneka ngati mzimu 1.-look like a spirit; 2.look like a ghost; 3.-look like a phantom; 4.-look like a spectre;

-woneka ngati nyenyezi -be pretty (lit.:-look like the stars); iye ndiye nyenyezi\mkazi wokongola = she is a pretty woman;

-woneka ngati opopa 1.-look plump; 2.-be fat; 3.-be overweight; 4.-be chubby; 5.-look inflated;

-woneka ngati wakufa 1.-be like a dead person; 2.-be cadaverous; 3.-be like a corpse;

-woneka ngati wopanda mphamvu -look powerless;

-woneka ngati wozindikira -feign knowledge;

-woneka okwiya 1.-look angry; 2.-be gloomy;

-woneka patalipatali -be scarce;

-woneka wa ulemu 1.-look respectful; 2.-look polite; 3.-be well mannered; 4.-be courteous;
-woneka wakhungu -look like a blind person;
-woneka wamantha 1.-look frightened; nkhope yake inali yamantha/ yoopsedwa = his face looked frightened; 2.-be terrified;
-woneka wodzichepetsa 1.-be humble; 2.-be modest;
-woneka wodzikuza 1.-be pompous; 2.-feel more important; 3.-be proud; 4.-be selfish; 5.-be arrogant; 6.-be conceited; 7.-be egoistic;
-woneka wofanana 1.-look alike; 2.-resemble; 3.-be similar;
-woneka wofooka -look weak; onse akuwoneka ofooka ndi njala = all are looking weak due to famine;
-woneka wokhulupirika 1.-be honest; 2.-be trusted; 3.-be truthful; 4.-be trustworthy;
-woneka wokhumudwa 1.-look disappointed; 2.-be disheartened;
-woneka wokhwima 1.-look old; 2.-look mature; lero ndadya mondokwa wowoneka wokhwima = today I have eaten mature green maize; 3.-be a magician;
-woneka wokwiya 1.-look angry; 2.-be gloomy; 3.-be annoyed;
-woneka wonenepa 1.-look plump; 2.-look fat; 3.-be fatty; 4.-be overweight;
-woneka wonyalanyaza 1.-be uncaring; 2.-be unconcerned; 3.-be numb;
-woneka wosangalala -look happy; mmene wakwatiwamu akuwoneka wosangalala = she looks happy now that she is married;
-woneka wotopa 1.-look tired; 2.-be weary; 3.-be raddled; 4.-be sleepy; 5.-be fatigued; 6.-be exhausted;
-woneka wotuwa 1.-look grey; 2.-look dusty; 3.-be dirty;
-wonekera 1.-appear; anawonekera ku bwalo la milandu = he appeared before the court; 2.-be limpid; 3.-be vivid; 4.-be transparent; 5.-be seen; 6.-come into view;
-wonekera kwa mzukwa 1.-be haunted; 2.-haunt;
-wonekera mwadzidzidzi 1.-appear suddenly; 2.-come abruptly; 3.-appear unexpectedly; 4.-come out of the blue;
-wonekera ng'amba -be exposed (fig.); expression: lero waonekera ng'amba (lit.: today he has been exposed) = today everybody has known what was hidden about him;
-wonekera ng'amba -show openly;
-wonekera poyera -show openly;
-wonekeranso 1.-reappear; 2.-come back again; 3.-recur; 4.-happen again;

-wonekeredwa zovuta 1.-face misfortune; 2.-have a bad omen; 3.-have death in one's family; 4.-lose a member of the family;
-woneketsa chopanda ntchito 1.-decry; 2.-look useless; 3.-look powerless;
wonena bodza 1.liar; 2.deceiver; 3.trickster; 4.gossip; 5.cheat;
wonena nkhani 1.narrator; 2.story teller; 3.anchor person; 4.broadcaster;
wonena nkhani mosangalatsa 1.joker; 2.raconteur; 3.story teller; 4.comedian;
wonena za obwera 1.spokesperson; 2.harbinger; 3.town crier;
-wonera 1.-see nakedness; 2.-peep; 3.-wait; 4.-look after; 5.-watch; 6.-oversee;
-wonera gule -watch a dance;
-wonera m'botolo -remove one's name; chipani cha UDF chikuwonera m'botolo aphungu amene sakugwirizana ndi atsogoleri a chipanicho = the UDF party is emoving the names of its MP's who are disagreeing with the party's leadership;
-wonerera 1.-watch; iwo amakonda kuwonerera masewero a mpira = they like to watch football matches; 2.-supervise; 3.-oversee; 4.-be not concerned; abambo amawonerera ana akumenyana osawalanditsa = the man just watched the children fighting, unconcerned;
-wonerera ndewu 1.-watch a fight; 2.-oversee a fight;
-wonetsa 1.-exhibit; 2.-demonstrate; 3.-expose; 4.-show; ndiwonetse manja ako = show me your hands; 5.-display; 6.-manifest; 7.-project; 8.-point out; 9.-indicate; 10.-teach; 11.-reflect; kulepherako kukuwonetsa ulesi wake = the failure reflects his laziness; 12.-imply; posandiyankha kalata zikuwonetsa kuti sakundifuna = failure to reply to my letter implies that she does not want me;
-wonetsa alendo 1.-introduce guests; 2.-show visitors;
-wonetsa chala motukwana -point in an offending way;
-wonetsa chidani 1.-show enmity; 2.-show unfriendliness; 3.-show hostility;
-wonetsa chidwi 1.-be interested; 2.-be keen;
-wonetsa chikhumbokhumbo 1.-be ardent; 2.-be fervent; chikhumbokhumbo chachikulu chofuna kupambana = a fervent desire to win; 3.-be zealous; 4.-be interested; 5.-be passionate;
-wonetsa chikondi chogonana 1.-be adulterous; 2.-be amorous;
-wonetsa chilendo 1.-be unfamiliar with a place; 2.-be a stranger; 3.-be an alien; 4.-be a foreigner;
-wonetsa chilungamo 1.-show justice; 2.-show righteousness; 3.-be fair; 4.-show fairness;

-wonetsa chimwemwe 1.-enthuse; 2.-exult; 3.-be gleeful; 4.-be happy; 5.-be smiling;
-wonetsa chimwemwe ndi chikondi 1.-show joy and love; 2.-be radiant; 3.-be happy;
-wonetsa chinthu/ munthu 1.-show a thing/ person; 2.-identify; onetsa mmodzi pakati pawo = identify one of them; 3.-demonstrate;
-wonetsa chinyengo 1.-be unfaithful; 2.-be untrustworthy; 3.-be corrupt;
-wonetsa chipongwe 1.-be indisciplined; 2.-be rude; 3.-be impolite; 4.-be disrespectful;
-wonetsa chisoni 1.-bewail; 2.-mourn; 3.-weep; 4.-sob;
-wonetsa khalidwe labwino 1.-show good behaviour; 2.-be courteous; 3.-show good manners; 4.-show good character;
-wonetsa kuchenjera 1.-be clever; 2.-be knowledgeable;
-wonetsa kudabwa 1.-be amazed; 2.-be astonished; 3.-be surprised;
-wonetsa kudandaula 1.-be pitiful; 2.-be miserable; 3.-be unhappy; 4.-be depressed;
-wonetsa kudekha 1.-show patience; 2.-show calmness;
-wonetsa kudelera 1.-underrate; 2.-disdain; 3.-disrespect;
-wonetsa kugwirizana 1.-endorse; 2.-show unity; 3.-show good relation;
-wonetsa kukwiya 1.-be angry; 2.-be sad; 3.-be gloomy; 4.-be heartbreaking;
-wonetsa kulakwa 1.-admit to be guilty; 2.-be contrite;
-wonetsa kulephera kudzifotokozera 1.-show failure to describe oneself; 2.-be incoherent;
-wonetsa kulephera maganizo 1.-be undecided; 2.-be indecisive; 3.-be thoughtless;
-wonetsa kunyoza Mulungu 1.-profane God; 2.-blaspheme God;
-wonetsa kunyoza zopatulika 1.-profane holy things; 2.-be blasphemous;
-wonetsa kupambana 1.-show success; 2.-show victory; 3.-show achievement; 4.-exult; 5.-revel;
-wonetsa kupanda mphamvu -show weakness;
-wonetsa kusadziwa 1.-be ignorant; 2.-be uninformed; 3.-be innocent; 4.-be naïve;
-wonetsa kusagwirizana 1.-show disagreement; 2.-show difference of opinion;
-wonetsa kusavomereza 1.-disagree; 2.-deprecate;
-wonetsa kusazindikira 1.-be ignorant; 2.-be unknowledgeable; 3.-be uninformed;
-wonetsa kuthandiza ena 1.-be helpful; 2.-be useful; 3.-be benevolent; 4.-be generous;
-wonetsa kuti wina walakwa 1.-discourage ; 2.-dishearten; 3.-put off; 4.-inculpate;

-wonetsa kuvomereza 1.-applaud; tiyeni tivomereze powomba m'manja = let us applaud; anawomba m'manja = they applauded; 2.-accept; 3.-approve; 4.-agree to; 5.-admit;
-wonetsa kuwala 1.-show light; 2.-give light;
-wonetsa luntha 1.-show ability; 2.-show wisdom; 3.-show dedication; 4.-show talent;
-wonetsa maganizo m'mawu -express thoughts orally; anawonetsa kudabwa = she expressed surprise;
-wonetsa makani 1.-be stubborn; 2.-be obstinate; 3.-be persistent;
-wonetsa makhalidwe oipa 1.-show evil behaviour; 2.-show indiscipline; 3.-show bad manners; 4.-show bad character; 5.-be irresponsible;
-wonetsa mano 1.-show teeth; 2.-smile;
-wonetsa manyazi 1.-show shyness; 2.-show bashfulness; 3.-be ashamed;
-wonetsa matsenga -show magic;
-wonetsa mphamvu 1.-show strength; 2.-be fervent; 3.-show power; 4.-show authority;
-wonetsa mtundu wako 1.-be clannish; 2.-be a racialist; 3.-show tribal preference;
-wonetsa mwano 1.-be rude; 2.-be impolite; 3.-be arrogant; 4.-be insolent;
-wonetsa ng'oma ya m'khutu 1.-show sign; 2.-show earmark; 3.-show indication;
-wonetsa nkhanza 1.-be harsh; 2.-be cruel; 3.-be intolerable; 4.-be unkind;
-wonetsa nkhwinya 1.-be angry; 2.-be annoyed;
-wonetsa nzeru -show wisdom;
-wonetsa pa chithunzi 1.-show photograph; 2.-show picture; 3.-show photo; 4.-delineate;
-wonetsa pa dzuwa -expose in the sun;
-wonetsa pa wayilesi ya kanema -show on television;
-wonetsa phindu 1.-produce fruits; onetsani zipatso zoyenera kutembenuka mtima = produce good fruits worth of conversion; 2.-show profit; 3.-yield interest; 4.-show the value of;
-wonetsa poyera 1.-expose; 2.-display; 3.-demonstrate; 4.-put on show; 5.-indicate;
-wonetsa sewero -stage; magulu azisudzo anaonetsa sewero lokamba za Edzi = the drama groups staged a play depicting AIDS;
-wonetsa uchitsiru 1.-be impudent; 2.-be cheeky; 3.-be rude; 4.-be foolish; 5.-be silly;
-wonetsa ukali 1.-be barking; 2.-look angrily; 3.-scrowl;
-wonetsa ukamberembere 1.-be crooked; 2.-be dishonest; 3.-be untruthful; 4.-be lying;
-wonetsa ulemu 1.-show politeness; 2.-be respectful; 3.-be deferential; 4.-show good manners;

-wonetsa ulemu ku maganizo a wina 1.-be
tolerant; 2.-be delicate; 3.-be broad minded;
-wonetsa ulesi 1.-show laziness; 2.-show idleness;
3.-show slothfulness;
-wonetsa umambala 1.-be crooky; 2.-be dishonest;
3.-be untruthful; 4.-be unfaithful;
-wonetsa umasiye -be orphaned;
-wonetsa umodzi 1.-be uniform; 2.-be together; 3.-
be in cooperation;
-wonetsa unkhutukumve 1.-be arrogant; 2.-be
haughty; 3.-be idiotic; 4.-be stubborn;
-wonetsa uwisi 1.-be not well cooked; 2.-be fresh;
-wonetsa wachisoni 1.-look sad; 2.-look unhappy;
-wonetsa zachilendo -show something new;
-wonetsa zakuda 1.-show punishment; 2.-treat
rudely;
-wonetsanso umwini pa chinthu 1.-be possessive;
2.-show ownership; 3.-reclaim; 4.-be made known;
-wonetsedwa 1.-be located; 2.-be revealed; 3.-be
shown;
-wonetsera 1.-show off; kuonetsera kuvina, kuimba
= showing off of dances, songs; osadzionetsera
pochita zinthu = do not show off when you are
doing something; 2.-disclose; 3.-reveal;
-wonetsera ng'amba 1.-expose; 2.-unveil; 3.-be
uncovered;
-wonetsetsa 1.-be observant; 2.-be alert; 3.-scan;
amawerenga buku mowonetsetsa = he was
scanning the book; 4.-detect; 5.-watch; 6.-examine;
-wonetsetsa mkazi mwadama 1.-cast amorous
glances; 2.-ogle;
-wongoka 1.-be straight; 2.-be in a straight line; 3.-
be direct; 4.-be flat; 5.-unbend; 6.-straighten; 7.-
flatten;
-wongokera 1.-amend; 2.-be convalescent;
-wongola 1.-straighten up; proverb; kuwongola
mtengo mpoyamba (lit.: straightening a sapling is
at the beginning) = teaching a child good
behaviour is when he/ she is still young; proverb:
ana sawongoka (lit.: children cannot be
straightened) = children cannot be advised without
the help of their parents; proverb: ana ali ngati
mbatata ukati uwongole wathyola (lit.: children are
like potatoes if you try to straighten it you break it)
= deal very carefully with children since they don't
easily take advice; 2.-unfold; 3.-unbend; 4.-go
straight; 5.-stretch; ongola mkono = stretch the
arm; 6.-elongate; 7.-crack one's fingers at joint;
-wongola khosi 1.-stretch out the neck; 2.-lengthen
the neck;
-wongola manja 1.-straighten hands; expression:
lero ndawongola manja (lit.: today I've
straightened hands) = I engaged into a fight today;
2.-fight; 3.-beat someone; 4.-comfort by giving

something; 5.-pay someone (esp. after doing some
work for you); 6.-stretch out hands;
-wongola miyendo 1.-straighten the legs;
expression: akuwongola miyendo (lit.: he is
straightening legs) = he has gone for a walk; 2.-
stretch the legs; 3.-lengthen the legs; 4.-walk
about; 5.-walk around; 6.-roam; 7.-make a walk;
-wongola msana 1.-straighten back; expression:
lero ndawongola msana (lit.: today I've
straightened my back) = today I have had sexual
intercourse; expression: iyeyo ayenera kupereka
chiwongola msana asanamukwatire mtsikanayu
(lit.: he must pay the back straightener before
marrying this girl)= he must pay to the parents
before he can marry this girl; 2.-sleep with a
woman after a period of time; 3.-lie down;
-wongola mwana 1.-counsel a child; 2.-advise a
child;
-wongola mwendo -make a jolly walk;
wongolawa\o- person tasting food;
-wongoledwa 1.-be straightened; 2.-make straight;
-wongoleka -be made straight;
-wongolera 1.-drive; 2.-propel; 3.-guide; 4.-instruct;
-wongolera mwambo 1.-convene; 2.-officiate; 3.-
master a ceremony; 4.-organise a ceremony;
-wongoleredwa 1.-be just adopted; 2.-be guided;
-wongomola -straighten;
-wonja 1.-trap; ndawonja chinziri = I have trapped a
quail; 2.-catch;
wonjata\o- 1.builder; 2.prosecutor; 3.policeman;
wonjatidwa\o- 1.convict; 2.prisoner; 3.defendant;
4.plaintiff;
wonjeka\o- 1.trapped person; 2.netted person;
-wonjeza 1.-add more; 2.-increase; 3.-make more;
4.-do over again; 5.-overdo; 6.-exaggerate; 7.-
overstate; 8.-boost; 9.-expand;
-wonjezapo 1.plus (prep.); ng'ombe zitatu
kuwonjezapo ziwiri zikhala ng'ombe zisanu =
three cows plus two cows equals five cows; 2.-
make interest (esp. in money lending business); 3.-
add more;
-wonjezera 1.-add; pa Mawu ake Yesu
amawonjezera\ amaphatikiza mkate ndi vinyo =
Jesus adds to His Word the bread and the wine; 2.-
be supplementary; 3.-append; 4.-augment; 5.-
comment; 6.-extend; 7.-include; 8.-incorporate; 9.-
increase; 10.-say something in addition; 11.-
remark;
-wonjezera apo 1.-be above; kuwonjezera apo,
ndinabwera mochedwa = above that I came late;
2.-be on top of; 3.-be besides; kuwonjezera apo,
ndinabwera mochedwa = besides that I came late;
-wonjezera chakudya -add some more food;
-wonjezera malipiro -increase wages/ salaries;

-wonjezera malipiro 1.-increase pay; 2.-give increment; 3.-raise salary;
-wonjezera mphamvu 1.-energise; 2.-re-empower; 3.-increase power; 4.-strengthen;
-wonjezera msinkhu -grow; mmene unali kundende waonjezera msinkhu = you have grown a bit in your stay in prison;
-wonjezera mtengo 1.-increase price; 2.-raise price;
-wonjezera nkhani 1.-extend story; 2.-prolong; 3.- exaggerate; 4.-overstate; 5.-add more words which were not originally spoken;
-wonjezerapo 1.-be included; 2.-add some more;
-wonjezereka 1.-be applicable; 2.-be added; 3.-be multiplied; 4.-be increased;
-wonjezereka mu chiwerengero 1.-multiply; 2.- increase in numbers (e.g. population); 3.- propagate;
-wonjoka 1.-escape; 2.-flee; 3.-keep away from; 4.- avoid; 5.-break away from;
-wonjola 1.-take off an animal caught in a trap; 2.- disentangle; anawonjola misampha = he disentangled the traps; 3.-remove; 4.-discharge; 5.- acquit in lawsuit; 6.-redeem; 7.-ransom;
-wonkhetsa 1.-add; 2.-sum up; 3.-increase; 4.-cast up as figures; 5.-amount to; 6.-do the total;
-wonkhetsapo 1.plus (prep); 2.-increase; 3.-add upon;
-wonona 1.-be fatty; 2.-be plump;
wonong'ona\o- whispering person;
-wonong'onera 1.-be sweet; 2.-be sugary; 3.-be tasteful;
-wononga 1.-destroy; sindikufuna kuwononga wailesi tsopano = I don't want to destroy the radio now; 2.-damage; 3.-be destructive; 4.-devastate; 5.-spoil; anamuwonongera chuma chake = he spoilt his riches; anawonongera mwana tsogolo = he spoilt the child's future; nthawi yomwe timawononga imabwezera zinthu m'mbuyo = the time that we spoil retards things; 6.-harm; chikuononga chimenecho = this is going to harm you; 7.-be harmful; 8.-be marred; mvula inawononga mwambo wonse = the occasion was marred by the rain; 9.-squander; iye anawononga ndalama zonse = he squandered all his money; 10.- make bad; 11.-misuse; 12.-blemish; 13.-crush; 14.- liquidate; 15.-vandalise; anthu a sitalaka anawononga zipangizo za mu ofesi = the people on strike vandalised the office equipment; 16.- sabotage; 17.-be violent; antchito owononga = violent workers; 18.-be careless; 19.-spend; 20.- scupper; 21.-debase; 22.-pollute; kuwononga mpweya = air pollution; 23.-be deleterious;
-wononga chakudya 1.-spoil food; 2.-misuse food; 3.-use food wrongly;

-wononga chikhalidwe 1.-destroy the culture; 2.- spoil the culture; 3.-darken the culture;
-wononga chimwemwe cha ena 1.-kill joy of others; 2.-disturb the joy of others; 3.-destroy joy of others; 4.-bring sadness;
-wononga chinthu 1.-demolish; 2.-destroy; 3.- dismantle; 4.-break; 5.-devastate; 6.-spoil; 7.- knock down; 8.-shame; 9.-dishonour;
-wononga chuma cha boma -misuse government funds;
-wononga chuma cha mpingo -misuse church property;
-wononga chuma mwachinyengo 1.-fraud; 2.- divert funds; 3.-misuse money in the way of corruption;
-wononga khalidwe 1.-be indisciplined; 2.-spoil good character;
-wononga koposa muyeso 1.-overspend; 2.- annihilate; 3.-eliminate; 4.-eradicate;
-wononga kunyadira kwa munthu 1.-disgrace; 2.- be ignominous; 3.-humiliate; 4.-dishonour;
-wononga kwambiri 1.-ravage; 2.-ruin; 3.- aggravate; 4.-be malicious; dongosolo loononga = malicious plan; khalidwe lowononga = malicious character; 5.-rampage;
-wononga madzi 1.-dirten water; 2.-misuse water; 3.-pollute water;
-wononga malo 1.-destroy a place; 2.-pollute land; 3.-dirten a place; 4.-bomb a place; 5.-misuse land;
-wononga malo wosalala 1.-groove; 2.-ruffle; 3.- mess up;
-wononga mawonekedwe 1.-spoil the appearance; 2.-deface; 3.-defile; 4.-taint;
-wononga mbiri ya munthu 1.-destroy someone's reputation; 2.-defame; 3.-insult; 4.-affront;
-wononga mpweya -pollute air;
-wononga mtsikana -make pregnant;
-wononga mudzi -spoil a village;
-wononga ndalama 1.-waste money; 2.-spoil money; 3.-misuse money; 4.-spend carelessly; 5.- squander; 6.-be extravagant; 7.-be profligate;
-wononga ndalama mosasamalira 1.-spend money carelessly; 2.-squander;
-wononga nthaka 1.-make land lose fertility; 2.- degrade the soil;
-wononga pogwiritsa ntchito 1.-lavish; 2.-misuse; 3.-spoil by using;
-wononga popanda chotsalapo 1.-perish; 2.-raze; 3.-destroy totally; 4.-eliminate; 5.-demolish;
-wononga popereka -lavish;
-wononga zosafunika poziyatsa 1.-burn garbage; 2.-incinerate; 3.-destroy by burning;
-wonongedwa 1.-be damaged; 2.-be demolished; 3.- be mangled; 4.-be devastated;

-wonongeka 1.-be damaged; 2.-be broken down;
galimoto langa lawonongeka = my car is broken
down; 3.-be contaminated; 4.-go bad; 5.-be rotten;
6.-be faulty;
-wonongeka kamodzi 1.-be damaged once; 2.-be
broken down only one time;
-wonongeka kawiri 1.-be damaged twice; 2.-be
broken down two times;
-wonongeka koposa 1.-deterioriate; 2.-be scraped;
-wonongeka kwa dzira -be addled (of the egg);
-wonongeka kwa ubongo 1.-be addled (of the
brains); 2.-have brain injury;
-wonongeka mosavuta 1.-be easily damaged; 2.-be
easily demolished;
-wonongeka msanga 1.-be not long lasting; 2.-be
fragile; 3.-be short lived; 4.-be easily broken;
-wonongekawonongeka -break down continuously;
-wonongera -spoil;
-wonongeratu zizindikiro zonse 1.-destroy signs of
something completely; 2.-revamp; 3.-obliterate; 4.-
refurbish;
wonse entire/ whole/ complete/ full (with singular
nouns of the mu -mi class and of the u- class);
mudzi wonse = the whole village; ulendo wonse =
the whole journey;
-wontchera 1.-maintain; anawontchera misewu =
they maintained the roads; 2.-roast;
wonunkha mwazi person who smells of blood;
wonunkha\o- person who is smelling badly;
wonunkhitsa\o- 1.causer of bad smell; 2.producer
of bad smell;
wonunkhiza\o- 1.sniffer; 2.detector of smell;
wonyamulidwa pa ulendo 1.passenger; 2.traveller;
3.boarder;
wonyangala\o- 1.peeved person; 2.harsh person;
3.furious person; 4.angry person;
wonyonga\o- 1.hangman; 2.unmerciful killer;
wonyoza\o- 1.mocker; 2.scoffer; 3.degrader;
4.ridiculer; 5.derider;
woo! shout to stop;
woombeza ula 1.diviner; 2.medium;
3.communicator with spirits;
woonadi\o- 1.honest person; 2.true person; 3.candid
person;
-wopa 1.-be afraid; wosawopa agalu = don't be
afraid of dogs; 2.-awe; 3.-fear; 4.-dread; 5.-burke;
-wopa maso -be cross-eyed;
-wopa mlendo 1.-fear a stranger; 2.-be xenophobic;
-wopa Mulungu 1.-fear God; 2.-be godly;
wopaka utoto 1.painter; 2.decorator;
wopalamula\o- 1.criminal; 2.malefactor;
3.offender;
wopalasa bwato 1.paddler; 2.oarsman;
3.oarswoman;

wopalasa njinga 1.cyclist; 2.person who rides a
bicycle;
wopambana\o- 1.winner; 2.successful person;
3.conqueror;
-wopana -make people fear one another;
wopanda bwenzi 1.outcast; 2.lonely person;
wopanda chidwi pa dongosolo lachipembedzo
1.person with no interest for the order of religion;
2.latitudinarian;
wopanda chikhulupiriro 1.unbeliever; 2.infidel;
3.nonbeliever; 4.sceptic; 5.agnostic;
wopanda chilungamo 1.unrighteous person;
2.knave;
wopanda malo enieni 1.non-resident; 2.homeless
person;
wopanda malo enieni okhala 1.wanderer;
2.nomad; 3.vagrant; 4.homeless person;
wopanda mnzake 1.lonely person; 2.outcast;
3.solitary person; 4.friendless person;
wopanda mtundu 1.colourless person; 2.outcast;
wopanda ndalama 1.penniless person; 2.bankrupt
person;
wopanda nyumba 1.homeless person; 2.vagabond;
wopanda pa ntchito 1.unemployed person;
2.loafer; 3.idler;
wopanda\o- 1.person literary having nothing;
2.beaten person; 3.defeated person; 4.loser;
wopandanzeru\o- 1.unwise person; 2.empty headed
person; 3.dull person;
wopanduka\o- 1.rebel; 2.betrayer; 3.revolting
person;
wopanga chinthu 1.producer; 2.manufacturer;
3.maker; 4.inventor;
wopanga chisankho 1.decision maker; 2.voter;
3.elector;
wopanga mabokosi coffin maker;
wopanga makasu hoe maker;
wopanga malamulo 1.legislator; 2.law maker;
wopanga mankhwala pharmacist;
wopanga mwano rude person;
wopanga ndalama money maker;
wopanga phindu 1.profit maker; 2.interest maker;
wopanga zakudya zochokera ku mkaka
1.producer of food items from milk; 2.dairy
farmer;
wopanga zakupsya 1.wise man; 2.intelligent
person; 3.bright person; 4.clever person;
5.professor;
wopanga zida tool maker;
wopanga zinthu 1.manufacturer; 2.producer;
3.maker; 4.inventor;
wopanga zinthu za mkuwa 1.maker of golden
things; 2.goldsmith;
wopanga zolukaluka weaver;

wopanga\o- 1.maker; 2.creator; 3.manufacturer; 4.producer;

wopatsa mphamvu 1.energy giver; 2.energiser;

wopatsa mudyo appetiser;

wopatsa nyonga 1.energy giver; 2.energiser;

wopatsa thanzi energy giver;

wopatsa wabwino benefactor; ndi munthu amene wapatsa ndalama kapena thandizo lina = it is a person who has given money or other assistance;

wopatsa\o- 1.giver; 2.provider; 3.donor; 4.contributor; 5.supplier;

wopatuka\o- 1.defector; 2.diverter; 3.dissenter;

wopatulidwa\o- 1.saint; 2.separated person; 3.segregated person; 4.dissenter;

wopatulika\o- 1.saint; 2.holy person; 3.dissenter; 4.separated person; 5.person set apart;

wopeka nyimbo 1.composer; kodi wopeka nyimbo ndi ndani? = who is the composer of the song?; 2.poet; 3.song writer; 4.musician;

wopemphapempha\o- 1.beggar; opemphapempha sangasankhe chilichonse = beggars can't be choosers; 2.mendicant; obindikira wopemphapempha = mendicant monks; 3.cadger; 4.bum; 5.vagrant; 6.tramp;

wopemphera\o- 1.prayerful person; 2.believer; 3.religious person;

wopempherera ena 1.intercessor; 2.mediator;

wopenga\o- 1.madman; 2.mad person; 3.lunatic; 4.maniac;

wopenyerera\o- 1.on-looker; 2.spectator; 3.observer; 4.viewer; 5.watcher;

wopepera\o- fool;

wopereka magazi/ chiwalo 1.blood donor; 2.medical donor;

wopereka malipiro payer; m'chimwene wanga amagwira ntchito ngati wolipira anthu = my brother works as a payer;

wopereka umboni wabodza 1.person giving false witness; 2.perjurer;

wopereka zakudya wamkazi 1.waitress; 2.hostess;

wopereka zakudya wamwamuna 1.waiter; 2.host;

wopereka\o- 1.provider; 2.giver; 3.supplier; 4.donor; 5.contributor;

-wopetsa 1.-make someone afraid; 2.-terrify; 3.-frighten; 4.-menace; 5.-dismay; 6.-prevent; 7.-ward off;

wopeza bwino 1.wealthy person; 2.well to do person; 3.rich person; 4.mogul; 5.tycoon; 6.magnate;

wopeza mwayi mopanda ndondomeko 1.fortune seeker; 2.corruptive person; 3.buccaneer;

wopeza phindu profit maker; opanga\ opeza phindu ena amaba = some profit makers are thieves;

wopezeka ndi mlandu 1.convict; 2.culprit;

3.criminal; 4.offender; 5.villain;

wopha nyama 1.animal killer; 2.butcher; 3.slaughterer;

wophedwa\o- 1.murdered person; 2.martyr;

wophika\o- cook; analemba ntchito wophika = he employed a cook;

wophunzira kwambiri 1.well educated person; iye ndi wophunzira kwambiri = he is well educated; 2.savant;

wophunzira ukachenjede oyamba undergraduate;

wophunzira za Mulungu theologian;

wophunzira ziyankhulo zambiri 1.person who learns different languages; 2.linguist;

wophunzira\o- 1.pupil; 2.student; Bungwe la chiKhristu la ophunzira la ku Malawi lokhazikitsidwa m'chaka cha 1962 = Students' Christian Organisation of Malawi (S.C.O.M.), established in 1962; 3.scholar; 4.disciple; wophunzira woyamba wa Yesu = first disciple of Jesus; 5.follower; ophunzira a Yesu = followers of Jesus; 6.apprentice; 7.educated person;

wophunzitsa\o- 1.teacher; 2.educator; 3.trainer; 4.instructor; 5.tutor; 6.lecturer;

wophwanya chipangano 1.promise breaker; 2.unfaithful person; 3.unreliable person;

wophwanya lumbiro 1.oath-breaker; 2.law breaker;

wophwanya malamulo law breaker;

wophwanya malonjezano breaker of promises;

wophwasuka\o- 1.something destroyed; 2.something ruined;

wopita ku ulendo 1.visitor; 2.sojourner; 3.guest; 4.tourist; 5.traveller;

wopita kutchalitchi church goer;

wopita padera woman who has miscarried;

wopita pansi 1.still born child; 2.dead person;

wopititsa padera nullipara; ndi mzimayi yemwe wabereka mwana wakufa = it is a woman who has given birth to a dead child;

woponya mpira wa manja netball player;

woponya mpira wa miyendo football player;

woponya muvi 1.arrow shooter; 2.archer;

woponya voti 1.voter; 2.elector;

-wopsa 1.-be dangerous; njoka ndi yowopsa = the snake is dangerous; mitsinje yowopsa = dangerous rivers; zitsamba zowopsa = dangerous herbs; 2.-be awful; 3.-be dreadful; 4.-be grim; ali ndi nkhope yowopsa = he has a grim face; 5.-be ferocious; 6.-make one afraid; 7.-alarm; usandiwopse = do not alarm me;

wopsa mtima 1.angry person; 2.peeved person;

wopsakizira\o- 1.promoter (as in sport); 2.confusionist; Jane ndi wopsakizira pa nkhaniyi = Jane is a confusionist in this issue; 3.someone who

urges; munthu wosaka nyama azikhala
wopsakizira galu = a person who is a hunter urges
the dog to catch wild animals;
-wopsedwa 1.-be made afraid; 2.-be frightened; 3.-
be scared; 4.-look frightened; 5.-fear; 6.-panick;
wopserera\o- 1.burnt person; 2.angry person;
-wopseza 1.-make one afraid; mawonekedwe ako
amandiwopsa = I am afraid of your outlook; 2.-
bring about fear; 3.-scare; 4.-menace; 5.-
intimidate; 6.-frighten;
-wopseza ndi maso 1.-look daggers; 2.-be red-
faced;
-wopseza wina 1.-bully someone; 2.-browbeat
someone;
wopsinja zake 1.closed person; 2.secretive person;
wopsinja\o- 1.oppressor; 2.suppressor; 3.cruel and
unfair person;
wopsinjika\o- 1.oppressed person; 2.persecuted
person; 3.troubled person;
wopsipsintha\o- person chewing sugarcane;
wopukwa\o- person who is home sick;
wopulukira\o- 1.ignorant person; 2.stupid person;
3.uneducated person; 4.uncivilised person;
wopulumuka\o- 1.saved person; 2.escapee;
3.absconder;
Wopulumutsa\O- 1.Saviour; 2.Redeemer;
3.rescuer; 4.liberator;
wopuma pa ntchito 1.pensioneer; adapuma pa
ntchito = he is a pensioneer; 2.retired person;
wopuma\o- 1.retired person (lit.: breathing person);
2.someone who is resting;
wopunduka\o- 1.crippled person; 2.disabled
person; 3.lame person; 4.handicapped person;
wopuntha\o- 1.person beating the other; 2.milled
rice;
wopusa\o- 1.fool; 2.foolish person; 3.muggins;
4.nitwit; 5.noodle; 6.stupid person;
wopuwala\o- 1.lame person; 2.crippled person;
wosabala\o- 1.unproductive person; 2.infertile
person; 3.sterile person; 4.barren person;
wosadzipangira maganizo irresolute person;
wosadzuka\o- 1.barbarian; 2.uncivilised person;
3.uneducated person;
wosafunika kwenikweni 1.unimportant person;
2.least (n);
Wosagwirizana ndi Khristu Antichrist;
wosaka\o- 1.hunter; 2.huntsman; 3.seeker;
wosakaza\o- 1.spoiler; 2.destroyer; 3.unruly person;
4.demolisher;
wosakhala mYuda 1.non-Jew; 2.gentile;
wosakhala pa ntchito 1.jobless person; 2.loafer;
3.unemployed; 4.person without a job;
wosakhomera kudowa 1.reproductive person;
2.fertile person;

wosakhulupirika\o- 1.unfaithful person; 2.crook;
iye ndi wosakhulupirika = he is a crook;
wosakhulupirira Mulungu 1.unbeliever; 2.pagan;
3.satanist; 4.infidel; 5.nonbeliever; 6.sceptic;
wosakonda aNgerezi 1.person who does not like
the English; 2.anglophobe;
wosakonda kukhala yekha 1.gregarious person;
2.extrovert;
wosakwatira\o- 1.single person (male); ndine
wosakwatira = I am single; 2.unmarried person;
wosala\o- 1.fasting person; 2.one not taking food;
wosalema\o- 1.hard worker; 2.inexhaustible person;
wosalemba\o- 1.illiterate person; 2.person who is
unable to read and write;
wosalembedwa ntchito 1.unemployed person;
2.jobless person; 3.loafer;
wosalemera\o- 1.poor person; 2.underweight
person;
wosalimba mtima 1.coward; 2.one not brave; 3.one
not courageous;
wosalimba\o- 1.weak person; 2.feeble person; 3.one
not strong in faith;
wosaluma\o- 1.toothless person; 2.one not biting;
wosamala mwana 1.babysitter; 2.nanny;
wosamalira ana 1.nanny; 2.nurse of children;
wosamalira odwala 1.hospital attendant; 2.nurse;
wosamba\o- 1.clean person; 2.smart person; 3.neat
person;
wosambira\o- 1.swimmer; 2.diver;
wosamva\o- 1.deaf person; 2.unscrupulous person;
3.stubborn person;
wosandutsa\o- 1.converter; 2.changer;
wosanja\o- someone who arranges things in order;
wosanja wa njerwa = bricklayer;
wosankhidwa wa pamtima valentine;
wosankhidwa\o- 1.elected person; 2.elect; 3.chosen
one;
wosankhika\o- 1.elected person; 2.elect;
wosankhika a Mulungu (Tito 1:1) = God's elect
(Titus 1: 1);
wosaona\o- 1.person unable to see; 2.blind person;
wosaononga\o- 1.careful person; 2.undestructive
person;
wosapembedza\o- 1.pagan; 2.nonbeliever;
3.atheist; 4.sceptic person;
wosapenya\o- 1.blind person; 2.uneducated person;
3.illiterate person;
wosaphunzira\o- 1.uneducated person; 2.yokel;
wosaphunzitsika\o- 1.savage; 2.uneducated person;
3.unrepentant person; mwana uyu
ndiwosaphunzitsika = this child is unrepentant;
4.stubborn person;
wosasamala za anzake 1.selfish person;
2.panjandrum; 3.self-centred person; 4.arrogant

person;
wosasamba\o- dirty person; awa ndiye wosasamba = these are dirty people;
wosasautsa kumusunga person liveable with;
wosatayanthenga\o- 1.mean person; 2.greedy person; proverb: phungu sataya nthenga (lit.: a certain kind of bird that does not lose its feathers) = a person who does not want to share with others; 3.stingy person; 4.tight-fisted person;
wosatsata chipembedzo infidel;
wosatukuka\o- 1.undeveloped person; 2.barbarian;
wosaupeza mtima 1.short tempered person; 2.person without conscience;
wosavala\o- 1.undressed person; 2.naked person;
wosavuta kukhala naye 1.flexible person; 2.person liveable with;
wosavutika\o- 1.untroubled person; 2.free man;
wosawona\o- 1.blind person; 2.uneducated person; 3.dull person; 4.uncivilised person;
wosayankhula\o- dumb person;
wosazindikira\o- 1.person who knows nothing; 2.ignorant one;
wosazolowera nyanja 1.person not used to the lake; 2.land lubber;
wosazolowera sitima yam'madzi 1.person not used to ships; 2.land lubber;
woseketsa\o- 1.joker; mnzanga ndi woseketsa = my friend is a joker; 2.dramatist; 3.fun-maker; 4.comedian; 5.buffoon;
wosema\o- 1.wood carver; 2.cooper; 3.liar;
wosereula\o- 1.joker; 2.fun-maker; 3.amusing person;
wosesa misewu street sweeper;
wosesa mu msewu 1.road cleaner; 2.road sweeper;
wosewera mpira football player;
wosewera\o- player; wosewera m'modzi sanakonzeke = one player is not ready;
woshanganipa\o- (chiZulu) -clever person; amayi awa amadziona ngati oshanganipa = this woman considers herself to be clever;
wosindikiza\o- 1.printer; 2.publisher; wosindikiza buku = the publisher of the book;
wosintha\o- 1.converter; 2.substitute; 3.changer; 4.replacement;
wosinthika\o- 1.changed person; 2.transfigured person; 3.transformed person;
wosiya kuyamwa weaned child;
wosiya\o- 1.retired person; 2.one who has resigned; 3.one who gives up; 4.pensioner;
wosiyanasiyana\o- different type;
wosiyidwa\o- 1.bereaved person; 2.unselected; 3.unelected; 4.orphaned person; 5.widow;
wosodza\o- 1.fish monger; 2.fisherman;
wosoka mphasa mat maker;

wosoka nsapato 1.shoe maker; 2.shoe repairer; 3.cobbler; ndifuna ndimuone wosoka nsapato pa chipatapo = I want to see a cobbler yonder there at the gate;
wosoka zovala 1.tailor; 2.dress maker;
wosoka\o- tailor;
wosokeretsa\o- 1.false guide; 2.misguider; 3.devil;
wosokonekera bongo 1.lunatic; 2.mad person; 3.confused person; 4.someone who is suffering from mental illness;
wosokoneza\o- 1.violent person; 2.confusionist;
wosokosera\o- 1.noisy person; 2.talkative person;
wosonkha\o- 1.tax payer; 2.contributor; 3.collector;
wosonkhanitsa mabuku 1.collector of books; 2.librarian; 3.bibliophile;
wososola\o- plucker;
wosowa chilungamo infidel; mwamuna kapena mkazi wosowa chilungamo m'banja = an infidel husband\ wife in a family;
wosowa chithandizo needy person;
wosowa nzeru 1.unwise person; 2.desperate person; munthu wosowa nzeru = desperate person;
wosowa tulo 1.sleepless person; 2.poor sleeper; 3.sufferer of insomnia;
wosudzulidwa\o- divorced person;
wosula mipeni knife maker;
wosula zitsulo blacksmith;
wosuma\o- 1.complainant; 2.beggar during hunger crisis; 3.breadwinner; 4.buyer;
wosunga chinsinsi 1.secretive person; 2.secretary; 3.intriguer;
wosunga chipangano 1.keeper of the covenant; 2.faithful person; 3.honest person;
wosunga magiledi pa mpikisano 1.judge; 2.marker;
wosunga malamulo 1.law abiding citizen; 2.law maker;
wosunga nthawi 1.time keeper; 2.punctual person;
wosunga nyama 1.protector of animals; 2.zoologist; 3.curator; 4.game ranger; 5.park ranger; 6.animal keeper;
wosunga\o- 1.saver; 2.keeper; 3.storeman;
wosungidwa ndi mdani 1.hostage; mwamuna wanga wakhala wosungidwa ndi mdani = my husband is now a hostage; 2.prisoner;
wosungitsa bata 1.peace keeper; 2.law-enforcer; 3.policeman;
wosungulumwa\o- 1.lonely person; 2.lonesome person; 3.friendless person; 4.person feeling alone;
wosusuka\o- 1.greedy person; 2.glutton;
wosuta fodya tobacco smoker;
wosuta\o- smoker;
wotalika manja 1.industrious person; 2.able person;

wotanthauzira\o- 1.interpreter; 2.translator; 3.exegetiser; 4.exponent;

wotaya zinyalala paliponse 1.litter-lout; 2.one who throws litter anywhere;

wotayika\o- 1.lost person; 2.prodigal; mwana wotayika = a prodigal child;

-wotcha 1.-burn; adawotcha matchalitchi = they burnt churches; 2.-roast; kuwotcha nyama = roasting of meat; 3.-bake (of bread, meat etc.); 4.-scorch; Iye anawotcha milomo yanga (*Yesaya* 6:7) = he scorched my lips (*Isaiah* 6:7); 5.-singe; anawotcha tsitsi lake = his hair was singed; 6.-be hot; 7.-steam; anandiwotcha dzanja = he steamed my hand; 8.-make sterile;

wotchaya\o- 1.beater; 2.striker; 3.bully; 4.defeater;

-wotchera -roast for; nsima iyi tiwotchera nsomb a = we will roast fish for this nsima;

-wotcherera 1.-weld; akuwotchelera njinga = he is welding a bicycle; 2.-mend; 3.-lie (fig.)/ cheat;

wotcheza\o- brewer (esp of traditional beer); mayi ake ndi wotcheza kachasu = his mum is an illicit gin brewer;

wotchi ya padzanja 1.wrist watch; 2.hand watch;

wotchi ya pakhoma wall clock;

wotchi ya pamkono 1.wrist watch; 2.hand watch;

wotchi\- (chiNgerezi) 1.watch; wotchi yanga ndi ya pulasitiki = my watch is made of plastic; 2.clock;

wotchola chikuwa pioneer; Dr. Livingstone anali wotchola chikuwa pa mishoni = Dr. Livingstone was a missionary pioneer;

wotchola kampani 1.liquidator; 2.fraudster; 3.burglar;

wotchuka pa zoipa notorious person;

wotembenuza\o- 1.convertor; 2.transformer; 3.reformer; 4.changer;

wotembereredwa\o- accursed person;

wotenga mogwirizana malipiro 1.hireling; 2.employee; 3.worker; 4.servant;

wotenga nawo mbali 1.participant; 2.partaker; 3.one who takes part;

wotenga zithunzi photographer;

wotentha\o- 1.hot person; 2.active person;

-wotha -warm oneself by fire; expression: lero tawothetsana (lit.: today we have made one another feel the heat) = we have quarrelled to the point that both of us feel bitter;

wothandiza adani quisling; Quisling anali munthu/nzika ya Norway amene anapereka dziko lake ku gulu lankhondo la Germany m'chaka cha 1940 = Quisling was a Norwegian citizen who betrayed his country to the German army in 1940;

wothandiza cholakwika 1.accomplice; 2.helper in doing something bad; 3.partner in crime;

wothandiza\o- 1.helper; 2.help-mate; 3.aide; 4.ally;

5.confederate; 6.altruist;

wothangatira\o- 1.ally; 2.confederate; 3.assistant; 4.deputy; 5.vice; 6.pal; 7.mate;

wothawa nkhondo refugee; Lazaro ndi munthu wothawa nkhondo kwawo = Lazarus is a refugee;

wothawa\o- 1.escapee; 2.one who flees for his/her life; 3.absconder; 4.deserter; 5.fugitive;

-wothera -be heated; dzuwa limene timaliothera = the sun by which we are heated;

-wothera dzuwa 1.-sunbathe; 2.-bask in sun;

wothetsa kampani liquidator of a firm;

-wotheza -be sunny after the rain;

wothothoka nsidze 1.person without eye lashes; 2.person without eye brows;

wothwa pakamwa 1.orator; 2.clever person; 3.conversationalist; 4.chatterer;

wotisiya\o- 1.deceased; 2.dead person;

wotola nkhani 1.reporter; 2.journalist; 3.columnist;

wotola zithunzi photographer;

wotolera ndalama m'minibasi conductor in a mini-bus;

wotopa\o- 1.tired person; 2.exhausted person; 3.expectant woman who is about to give birth;

wotsakamira\o something which is stuck;

wotsala ndi chuma wamkazi 1.heiress; 2.woman who inherits wealth after the death of her husband;

wotsalira\o- 1.savage; 2.brute; 3.backward person; 4.uneducated person; 5.uncivilised person;

wotsata chilungamo 1.just person; 2.honest person; 3.righteous person; 4.truthful person;

wotsata chinthu 1.follower; 2.observer; aYuda anali otsata lamulo = the Jews were the law observers; 3.supporter;

wotsata lamulo law observer;

wotsatira chiSilamu Muslim; otsatira chiSilamu amapemphera Lachisanu = Muslims pray on Friday;

wotsatira masewera 1.fan; 2.sports observer; 3.commentator; 4.ardent follower of sports; 5.supporter;

wotsatira paudindo 1.vice; 2.deputy; 3.assistant;

wotsatira wa Yesu 1.disciple of Jesus; 2.follower of Jesus;

wotsatira wa Yohane Mbatizi 1.follower of John the Baptist; 2.disciple of John the Baptist;

wotsatira\o- 1.follower; 2.supporter; 3.successor; 4.vice; 5.deputy; 6.representative;

wotsegula njira 1.beginner; 2.founder; 3.pioneer;

wotseka\o- 1.doorkeeper; akudutsa kumbuyo kwa wotseka chitseko = they are passing behind the doorkeeper; 2.gatekeeper; 3.last person;

wotsekemera\o- something sweet;

wotsiriza kuyankhula last speaker; aphunzitsi athu ndiye anali otsiriza kuyankhula = our teacher was

the last speaker;
wotsiriza maphunziro a pamwamba 1.graduate;
2.performer of higher learning;
wotsiriza pobadwa last born;
wotsiriza\o- 1.last born; 2.finisher; 3.someone who closes the door;
wotsogola pa mpikisano 1.one who is ahead of others in a race; 2.winner; 3.victor; 4.competitor;
wotsogola\o- 1.starter; 2.advanced person;
wotsogolera kwaya 1.choir director; 2.choir master; 3.music director; 4.chairperson of a choir;
wotsogolera ntchito za chipembedzo 1.leader of church service; 2.religious leader;
wotsogolera paulendo 1.tour guide; 2.harbinger;
wotsogolera weniweni 1.principal; 2.real leader; 3.person in-charge;
wotsogolera\o- 1.leader; 2.master; wotsogolera mwambo = master of ceremonies; 3.starter; 4.organiser;
wotsuka\o- 1.cleaner; 2.washer; wotsuka galimoto = car washer/ cleaner;
wotsutsa\o- 1.antagonist; 2.protester; 3.oppositionist; 4.advocate;
wotsutsana naye 1.opposer; 2.opponent; 3.adversary; 4.enemy; 5.foe;
wotsutsana ndi wina 1.antagonist; 2.opposer;
wotumbwa\o- 1.proud person; 2.arrogant person; sindifuna ana otumbwa = I do not want arrogant children; 3.egotist; 4.conceited person;
wotumidwa\o- 1.apostle; 2.messenger; 3.go-between; 4.delegate; 5.representative;
wotumikira\o- 1.servant; 2.representative;
wotumiza\o- sender;
woukira\o- 1.revolutionary; msonkhano wa owukira = a revolutionary gathering; 2.rebel;
woulutsa ndege 1.flyer; 2.pilot;
wouma\o- 1.dry person; 2.stingy person; 3.unreproductive person (due to old age);
woumira\o- 1.stingy person; 2.selfish person; 3.economist; 4.small minded person; 5.mean person; mwamuna woumira = a mean husband; 6.tight-fisted person;
wousa\o- person under shelter (esp to avoid rain);
wovina ballet wamkazi 1.ballerina; 2.female dancer in ballet;
wovina Nyau Nyau dancer;
wovulala\o- 1.injured person; anali wovulala pamene tinawonana = he was injured when we met; 2.wounded person;
wovulumiza\o- 1.boanerges (*Marko* 3:17); 2.vehement preacher;
wovumbwa\o- person who is soaked (esp in rain);
wovunganiza\o- 1.boanerges (*Marko* 3:17); 2.vehement preacher;

wovuta\o- 1.difficult person; 2.troublesome person; mwana wovuta = a troublesome child; 3.troubler;
wovutika\o- 1.sufferer; 2.troubled person; 3.poor person; 4.under-privileged person;
wowawa\o- something bitter eg. pepper/ quinine;
wowawanya\o- 1.destroyer; 2.demolisher;
wowawasa\o- 1.sour thing; mkaka wowawasa umathandiza kugaya zakudya m'mimba = sour milk is helpful in digestion; 2.bitter thing;
wowedza nsomba fisherman;
wowerama\o- 1.person who is bowing; 2.stooper;
wowerenga nkhani 1.newsreader; 2.broadcaster; 3.announcer; 4.newscaster;
wowerenga\o- 1.reader; 2.lector;
wowerengera za chuma 1.accountant; 2.accounts assis tant; 3.cashier;
wowerengera zakuchuluka kwa anthu m'dziko 1.census person; 2.statistician; kubwera owerengera anthu lero = statisticians will visit us today;
woweruza mlandu 1.prosecutor; 2.judge; 3.magistrate; 4.lawyer;
woweruza\o- judge;
woweta ng'ombe 1.cowherd; 2.cattle herd; ntchito yoweta ng'ombe ndi yovuta = cattle herding is a hard job; 3.herds-man; 4.cow-boy;
woweta nkhosa shepherd;
woweta nyama 1.herdsman; 2.animal farmer;
woweta\o- 1.shepherd; 2.herd; 3.tamer; 4.animal farmer;
wowokala\o- person who grinds something to powder;
wowombeza ula 1.diviner; using'anga wake ndi wowombeza maula = his work as a traditional doctor is divining; 2.foreteller;
wowombola\o- 1.saviour; 2.redeemer; 3.rescuer; asirikali owombola anzawo anathyola ndende = a rescue team of soldiers broke into the prison; 4.liberator;
wowomola\o- 1.serving person; 2.one who dishes out;
wowona chinthu 1.observer; 2.seer; 3.discoverer; 4.founder; 5.viewer; 6.watcher;
wowoneka bwino 1.person with good looks; 2.bonny; 3.smart person; 4.neat person; 5.good looking person;
wowonerera\o- 1.spectator; 2.on-looker; 3.audience; 4.reluctant person;
wowonetsa kupanda ulemu 1.person not showing politeness; 2.irreverent person; 3.disrespectful person;
wowononga katundu 1.vandal; 2.person on rampage; 3.hooligan;
wowononga\o- 1.destroyer; 2.demolisher;

3.arsonist; 4.saboteur;
wowopseza\o- 1.alarmist; 2.intimidator; boma
lidzamanga aliyense wowopseza chitetezo cha
dziko = the government will apprehend any
intimidator;
wowotcha chinthu mwadala incendiary;
wowukira\o- 1.rebel; 2.revolutionary; 3.dissenter;
4.protestant;
wowulutsa nkhani 1.newsreader; 2.broadcaster;
3.announcer; 4.anchor of news;
wowumba mbiya potter; kodi ndi wowumba
mbiya? = is she a potter?;
wowumba zinthu 1.sculptor; 2.ceramist;
wowumba\o- 1.moulder; wowumba njerwa =
moulder of bricks; 2.maker; wowumba mbiya =
pot maker; 3.potter;
wowumira\o- 1.stingy person; 2.economiser;
3.scrooge; 4.tight-fisted person; 5.mean person;
wowumirira\o- 1.stubborn person; 2.unrepentant
person; 3.inflexible person;
woyala njerwa 1.brick-layer; 2.mason;
woyaluka\o- 1.madman; 2.mad person;
3.irrespectable person;
woyamba\o- 1.starter; 2.the first; 3.number one;
4.first born;
woyambitsa chiwawa starter of a riot;
woyambitsa moto 1.fire raiser; 2.confusionist;
3.trouble maker; tipeze woyambitsa moto = let's
find the trouble maker; 4.ring leader;
woyambitsa nkhondo 1.attacker; 2.warmonger;
3.assailant; 4.aggressor;
woyamikira munthu/chinthu 1.thankful person;
2.fan;
woyandikana naye 1.near-by person; 2.neighbour;
3.next door person; 4.someone staying near you;
woyang'anira aphunzitsi 1.school inspector;
2.supervisor of schools; 3.school advisor;
woyang'anira chipembedzo 1.church elder (lit.:
overseer of religion); 2.presbyter; 3.pastor;
4.reverend; 5.bishop; 6.priest;
woyang'anira chisankho mokhulupirika
1.observer; 2.scrutinee;
woyang'anira chuma wamkulu 1.general
treasurer; 2.chief accountant; 3.financial controller;
woyang'anira kalembedwe editor; woyang'anira
kalembedwe ka mabuku = editor of books;
woyang'anira kalembedwe ka nkhani mu
nyuzipepala = the editor of newspapers;
woyang'anira kusunga ndalama 1.treasurer;
2.cashier; 3.banker; 4.financial controller;
5.accountant;
woyang'anira m'ndege member of aircrew;
woyang'anira malo 1.land agent; 2.estate agent;
woyang'anira maphunziro dean of studies;

kaonane ndi woyang'anira maphunziro = see the
dean of studies;
woyang'anira masewero 1.referee; 2.linesman;
3.assistant referee; 4.game official; 5.match
commissioner; 6.umpire;
woyang'anira mayendedwe a chuma
1.accountant; 2.auditor; 3.treasurer;
woyang'anira mayeso 1.supervisor of examination;
2.invigilator; 3.proctor;
woyang'anira minda ya wina 1.real estate agent;
2.land agent;
woyang'anira mudzi 1.village headman; 2.chief;
3.traditional authority;
woyang'anira ntchito 1.foreman; 2.head;
3.supervisor; 4.inspector; 5.manager; 6.director;
woyang'anira odwala 1.hospital attendant; 2.ward
attendant; 3.nurse;
woyang'anira pofufuza za chuma 1.auditor;
2.examiner of audit;
woyang'anira sukulu 1.headmaster/ mistress;
2.principal; 3.teacher in-charge;
woyang'anira zomangamanga 1.building
inspector; 2.architect; 3.foreman;
woyang'anira\o- 1.administrator; 2.controller;
3.overseer; 4.guardian; 5.guard; 6.steward;
7.spectator; 8.on-looker; 9.warden;
woyang'anitsitsa\o- 1.observant person; 2.curious
person; 3.strict person;
woyankha zoipa 1.rough person; 2.person who
gives a bad answer;
woyankhula zoipa 1.badmouth; 2.speaker of
obscene language;
woyembekezera (kayesedwe ka w.) antenatal
diagnosis;
woyembekezera\o- 1.expectant mother; mayi
woyembekezera = an expectant woman/ pregnant
woman; 2.interim; mtsogoleri woyembekezera =
an interim manager; 3.person in waiting; 4.waiter;
woyenda pa nyanja 1.sailor; 2.navigator;
woyenda pang'onopang'ono 1.snail pace;
2.plodder; iye ndi woyenda pang'onopang'ono pa
ulendowu = she is a plodder on this journey;
woyenda pansi pedestrian; oyenda pansi amayenda
ku dzanja la manja la msewu = the pedestrians
walk on the right hand side of the road;
woyenda ulendo ndi cholinga 1.mission;
2.expedition;
woyendayenda\o- 1.vagabond; 2.wanderer;
3.nomad; 4.vagrant; 5.tramp;
woyendera a nkhondo military commander;
woyendera za ukhondo health surveillant;
woyendetsa bwato 1.oarsman; 2.oarswoman;
woyendetsa galimoto 1.driver; 2.chauffeur;
3.motorist;

woyendetsa makina 1.machine operator;
2.machinist;
woyendetsa mwambo master of ceremonies;
woyendetsa ndege 1.pilot; 2.flyer;
woyendetsa sitima ya pa mtunda locomotive
driver;
woyendetsa\o- driver;
woyenera kulipidwa 1.worker; 2.payee;
3.employee; 4.labourer; 5.hireling; 6.servant;
woyenera\o- 1.qualified person; kodi ndi
woyenera? = is s/he a qualified person?; 2.rightful
person; 3.suitable person; 4.eligible person;
5.competent person;
woyera\o- 1.holy person; 2.saint; oyera onse = all
saints;
woyesa zinthu 1.examiner; 2.interviewer;
3.checker;
woyikira umboni munthu wina witness;
woyimba\o- 1.singer; 2.songster; 3.musician; iye
ndi woyimba wotchuka = she is a popular
musician; 4.vocalist;
woyimbidwa mlandu 1.accused person;
2.defendant; woyimbidwa mlandu sanapite ku
bwalo la milandu = the defendant did not go to
court; 3.convict;
woyimbira mpira wa miyendo referee;
woyimira boma pa milandu 1.government lawyer;
2.state advocate;
woyimira m'malo 1.representative; ndine woyimira
kampani ya B and J = I am a representative of B
and J company; 2.vicar; bishopo wa ku Roma
amatchedwa ndi ena woyimira mmalo mwa
Khristu = the bishop of Rome is called by some
the Vicar of Christ; 3.ambassador; 4.diplomat;
woyimira munthu wina 1.representative; 2.lawyer;
3.advocate; 4.vicar;
woyimira Papa 1.Pope's representative; 2.nuncio;
woyimirira mlandu 1.lawyer; 2.barrister;
3.advocate;
woyipa\o- 1.evil one; proverb: iye ndiye woipa
ngati tsabola (lit.: he is as bad as hot pepper) = he
is an evil and cruel person; 2.devil; 3.satan; 4.cruel
person;
woyitana\o- 1.caller; 2.one who invites;
woyitanidwa\o- 1.invitee; 2.invited one; 3.guest of
honour; alendo oyitanidwa = guests of honour;
wozama pa matenda a m'thupi 1.specialist in
hospital; 2.medical doctor;
wozama\o- 1.specialist; 2.professional; 3.professor;
4.dealer; 5.expert; 6.technician;
wozemba ntchito 1.deserter; muchotse onse
ozemba ntchito = sack all deserters; 2.absconder;
wozengedwa mlandu 1.accused person; 2.victim;
wozengereza\o- 1.reluctant person; 2.hesitant

person;
wozerezeka\o- 1.mad person; 2.madman; 3.maniac;
4.fathead; mchimwene wanga ndi wozerezeka =
my brother is a fathead;
wozimitsa moto\o- 1.fire extinguisher; 2.fireman;
3.fire fighter;
wozindikira\o- 1.knowledgeable person;
2.intelligent person; 3.wiseman; 4.sharp-minded
person; 5.civilised person; 6.educated person;
wozizira\o- cold thing; mowa wozizira = cold beer;
wozizwa\o- 1.amazed person; 2.perplexed person;
wozungulira mutu 1.mad person; 2.madman;
3.lunatic; 4.maniac;
wozunza\o- 1.cruel person; 2.oppressor; 3.trouble
maker; 4.persecutor; 5.dictator;
wozunzika\o- 1.sufferer; 2.victim; 3.oppressed;
4.persecuted person;
-wu demonstrative function suffixed to singular
nouns of the mu -mi class and of the u- class;
mpirawu = this ball; ulendowu = this journey;
-wuka 1.-stand up; 2.-regain repute; 3.-rise up from
death;
-wukira 1.-rebel; amaukira atsogoleri = he/ she
rebels against the leaders/ authorities; 2.-revolt; 3.-
uprise; 4.-rise against; anaukira boma = he rose
against the government; 5.-stand up against;
ophunzira awukira aphunzitsi = students have
stood up against the teachers; 6.-be defiant; 7.-
protest; 8.-be bolsterous; 9.-usurp;10.-mutiny;
-wuluka 1.-fly; 2.-flutter;
-wulukawuluka usiku 1.-fly during the night; 2.-be
nocturnal;
-wulula 1.-reveal; 2.-confess; tiyeni tiwulule
machimo athu = let us confess our sins; 3.-bring to
light; 4.-make known; 5.-disclose; 6.-brag; 7.-
declare one's mind; 8.-divulge;
-wulula chinsinsi 1.-uncover; 2.-reveal a secret; 3.-
make known a secret;
-wulula chowonadi 1.-give the truth; 2.-debunk; 3.-
reveal the reality; 4.-speak the truth;
-wulula zinsinsi za ena 1.-reveal secrets of others;
2.-reveal private things of others;
-wulula zobisika 1.-reveal the secrets; 2.-expose;
-wululika 1.-come to open; 2.-be uncovered; 3.-be
obtrusive; 4.-be known to public;
-wululuka 1.-appear suddenly; 2.-be revealed of the
secret;
-wuluma 1.-groan; pamene ng'ombe imaphedwa
inawuluma isanafe = when the cow was being
slaughtered it groaned before dying; 2.-make deep
sound; 3.-complain;
-wulutsa 1.-release; 2.-make leave; 3.-make
something fly; 4.-broadcast; amaulutsa nkhani za
ndale = they broadcast political news; 5.-project;

6.-announce; 7.-publicise;
-wuluza 1.-blow away; 2.-call from hiding place;
3.-thresh;
-wuma 1.-be dry; expression: iye ndi wowuma (lit.:
she is dry) = she is barren; chigwa cha mafupa
owuma (*Ezekieli* 37: 1-4) = a valley of dry bones
(*Ezekiel* 37:1-4); 2.-dry up; expression: ntchito
itauma adavutika zedi (lit.: after the work had
dried up he was in trouble) = after the work\ job\
employment had been terminated he faced
financial difficulties; 3.-clot; 4.-shrivel up; 5.-be
ripe; 6.-be infertile; 7.-finish bearing; anauma =
she finished giving birth; 8.-be barren; 9.-be cold;
10.-freeze; 11.-be solid;
-wuma khosi 1.-develop meningitis; 2.-be stubborn;
-wuma ku khosi 1.-be thirsty; 2.-have nothing to
say; 3.-parch;
-wuma lilime 1.-be tongue-tied; 2.-take long before
beginning to speak (esp. children); 3.-have nothing
to say;
-wuma m'maso 1.-be bareface; 2.-be clever; 3.-be
not shy; 4.-dare; 5.-fail to sleep; 6.-fail to cry;
-wuma manja 1.-be unable; 2.-be mean; 3.-be
stingy;
-wuma milomo -have dry lips; wauma milomo ndi
njala = her/ his lips are dry due to hunger;
-wuma mkamwa 1.-have no saliva; 2.-be
irrespectable;
-wuma mtengo 1.-be costly; 2.-be dear; 3.-be
expensive; 4.-be high-priced;
-wuma mtima 1.-be bold; 2.-be brave; 3.-be
determined; 4.-be hard; 5.-be cold hearted; 6.-be
harsh; 7.-be hard hearted; 8.-be unkind; 9.-be
callous; 10.-show no sympathy;
-wuma mutu 1.-be slow to learn; 2.-be dull;
-wuma pakamwa 1.-be unable to speak freely; 2.-
be tongue-tied; 3.-be dry; 4.-be shy;
-wumba 1.-mould using clay soil; 2.-form; 3.-
shape; 4.-sculpture; 5.-bake (of bread, meat etc.);
6.-produce; 7.-get good education; 8.-give birth to
a beautiful baby;
-wumba chidole 1.-make a clay doll; 2.-mould a
doll by using clay soil;
-wumba mbiya 1.-mould a pot; 2.-make a pot;
-wumba mwantche -make a clay doll;
-wumba njerwa 1.-mould bricks; anyamata
awumba njerwa zabwino = the boys have moulded
good bricks; 2.-make bricks;
-wumbika 1.-be mouldable; expression: munthu ndi
gaga saumbika (lit.:man is chaff he can't be
moulded) = man is unchangeable; 2.-be moulded;
3.-be made; 4.-be dry;
-wumbirira 1.-encircle; 2.-stand around; they stood
around him to hear his words = anamuwumbirira

kuti amve mawu ake;
-wumbudza 1.-beat strongly; 2.-beat heavily; 3.-hit;
-wumbutuma 1.ignorant; 2.dull; 3.monotonous;
-wumira 1.-be close fisted; 2.-be tight-fisted; 3.-be
mingy; 4.-be mean; munthu woumira = a mean
fellow; 5.-be stingy;
-wumira mtima 1.-show no mercy; 2.-be hard
hearted; 3.-be unforgiving;
-wumirira 1.-adhere; 2.-cling; 3.-ask earnestly; 4.-
concentrate on; 5.-stick to; muumirire ku maganizo
anga = you should stick to my proposal; 6.-
demand; 7.-dun for debt-payment; 8.-be dogmatic;
-wumirira mtunda wopanda madzi 1.-struggle for
nothing; 2.-chase the wind; 3.-do unprofitable
things;
-wumiriza 1.-force; timamuwumiriza kudya phala
kuti akhale ndi mphamvu = we force him to eat
porridge so that he can be strong; 2.-coerce; 3.-
adjure; anamuwumiriza kuti anene zoona = she
was adjured to say the truth; 4.-oblige; 5.-be
obligatory; 6.-urge; 7.-impose; 8.-press on/upon;
9.-compel; anamuwumiriza kulemba kalata = he
compelled him to write a letter;
-wumiriza kuchoka 1.-force to leave; 2.-banish; 3.-
exile; 4.-expel; 5.-compel to leave; 6.-drive out;
-wumiriza kukhala -force to stay;
-wumirizidwa 1.-be forced; 2.-be compelled;
3.must; akuwumirizidwa kuti apite = he is forced
to go/ he must go;
-wumitsa 1.-make something dry; umitsani zovala
zanu pamoto = dry your clothes over the fire;
expression: mlandu wowumitsa mkamwa/ kukhosi
(lit.: a case that dries the mouth/ gullet) = a case
that will result in condemnation; 2.-harden;
musawumitse mitima yanu = you should not
harden your hearts; 3.-drain; 4.-dry up; 5.-
desiccate; 6.-blot out with blotting paper; 7.-
solidify;
-wumitsa mate -be not easily convinced (fig.);
mwana wawumitsa mate = the child is hard to be
convinced;
-wumitsa mtima 1.-be unrepentant; 2.-be stubborn;
3.-be hardhearted;
-wunda 1.-heap up; mbewa zawunda m'munda =
mice have heaped up in the garden; 2.-make a
mound; asirikali makedzana amawundana ngati
chitetezo = soldiers in olden days used to make
mounds for defence purposes;
-wundana 1.-harden; kukazizira kwambiri madzi
amaundana = when it is very cold water hardens
(freezes); 2.-bulge; 3.-clot; 4.-cohere; 5.-crumb; 6.-
stick together; 7.-coalesce; 8.-mound; 9.-thicken;
10.-be lumpy; 11.-be heaped;
-wundila 1.-cover; 2.-fill a hole with earth;

-wundukula 1.-eat first crops of your harvest; 2.-pluck (of first fruits); 3.-uncover; 4.-have sexual intercourse for the first time with one's marriage partner;

-wundumula 1.-knock down; 2.-cause to fall;

-wunga 1.-heap up; 2.-compile; 3.-pile up; 4.-make ridges;

-wunguza 1.-behold; 2.-search with eyes; 3.-survey; akuwunguza malo awa = he surveys this place; 4.-investigate; 5.-look out; 6.-look through;

-wunguza pa malo modekha 1.-search; 2.-ransack; 3.-investigate; 4.-study;

-wunguzawunguza maso 1.-look about; 2.-look round;

-wungwangwamira -be over-excited;

-wunika 1.-be light; mwezi umawunika usiku = the moon lights at night; 2.-enlighten; 3.-shine; wunika ndi muuni = shine with a torch; 4.-examine; 5.-analyse;

-wunika matenda 1.-diagnose; 2.-identify cause of disease/ illness; 3.-palpate;

-wunika pa magetsi -x-ray; kuti mupeze nthiti yomwe yathyoka muyenera kuwunika zonse pa magetsi = to identify a particular fractured rib, you will need to x-ray all of them;

-wunikira 1.-illume; 2.-illuminate; kuwunikira maganizo ako = illuminating your ideas; 3.-enlighten; 4.-light up; 5.-guide; 6.-analyse;

-wunikira moyo mozama -make a psychoanalysis;

-wunikira pogawa zigawo -analyse in detail;

-wunikiridwa 1.-be enlightened; 2.-be guided; 3.-be instructed;

-wunjika (chiTumbuka) 1.-pile; anawunjika mabuku = he piled the books; 2.-pile up; 3.-heap up; 4.-mount up; 5.-build up; 6.-bank; 7.-accumulate; 8.-amass; 9.-lump; 10.-deposit; chonde unjikani zinyalala kunja = please deposit the litter outside; 11.-be cumbered;

-wunjikana 1.-throng together; 2.-squeeze together; anthu anawunjikana malo amodzi = the people squeezed together in one place; 3.-be piled; 4.-get heaped; 5.-be crowded; 6.-coagulate; 7.-crush (through, or at small opening a lot at once); 8.-be compacted; 9.-be crammed;

-wunjikidwa 1.-be heaped up; 2.-be piled up; 3.-be given a lot of work to do;

-wunjikira 1.-stand around; 2.-add on top of something;

-wunjikiridwa -be deluged; ndinawunjikiridwa ndi mauthenga a pa lamya = I was deluged with phone call messages;

-wunjirira 1.-heap up; 2.-pile;

-wutsa 1.-cause; 2.-drive out; 3.-rouse; 4.-provoke; 5.-wake up;

-wutsa chenjerere 1.-prickle; 2.-bristle;

-wutsa kudzuka -cause erotic feelings;

-wutsa kutota -cause erotic feelings;

-wutsa mapiri pa chigwa -raise mountains on plain land; expression: wawutsa mapiri pachigwa (lit.: you have raised mountains on plain land) = you have caused confusion/ you have been objectionable/ you have caused disputes;

-wutsa mkwiyo 1.-cause anger; 2.-provoke anger; 3.-cause irritation; 4.-cause annoyance;

-wutsa mudyo 1.-salivate; 2.-be savoury; chakudya choutsa mudyo = savoury food; 3.-be delicious; 4.-be appetising; 5.-be scrumptious;

-wuwa 1.-bark (esp. of dogs); 2.-yap; 3.-speak nonsense; 4.-be pointless; 5.-beat about the bush; 6.-complain;

-wuwula ngati njuchi 1.-hum like a bee; 2.-buzz like a bee; 3.-drone;

-wuza 1.-say; 2.-tell; anawuza mwana kuti apite nawo = he told the child to go with them; 3.-instruct; 4.-inform; 5.-describe; 6.-dictate; 7.-direct; 8.-declare; 9.-appoint; 10.-assign; 11.-command; 12.-charge; 13.-enjoin; 14.-commission; 15.-give orders;

-wuzira -blow with mouth;

-wuzirira 1.-burn with red-hot iron; 2.-bore with red-hot iron;

Y

ya of (indicating possession, in between a plural noun of the mu -mi class, or a singular noun of the i-zi class and another noun); mipira ya anyamata = the balls of the boys; nyumba ya atate = the house of father;

-ya -be deep; ngalande yakuya = a deep canal;

-ya malonda -be for sale; nyama ya malonda = meat for sale;

-yabwa 1.-itch; 2.-cause desire to scratch;

-yabwa m'khutu 1.-be ear-itching; 2.-get useless message (fig.);

-yabwa mmanja -be hand itching; m'manja mukamayabwa ndiye kuti ulandira ndalama = if the palm of the hand is itching, then expect money;

-yadamula 1.-yawn; anayadamula atatopa = he yawned when he became tired; 2.-sigh;

-yadzamika 1.-make something lean against; yadzamika mtolo pa mtengo = make the bunch lean on a tree; 2.-lurch;

-yadzamira 1.-lean; 2.-lean against; anayadzamira mtengo = s/he leaned against a tree; 3.-lurch; 4.-abut; 5.-lie alongside;

-yadzamira nsanamira -lean against roof pole (supporting roof);

-yadzamira pa 1.-border on; 2.-lean on; 3.-abut;

Yahweh 1.Jehovah, name for God; 2.YHWH (the tetragammaton: four consonants standing for the ancient Hebrew name of God);

-yaka 1.-burn; tchalitchi chidayaka = the church burnt; 2.-take time to burn; 3.-be combustible; 4.-glow; magetsi akuyaka = the lights are glowing; 5.-be alight; 6.-seethe (fig); 7.-be drunk (fig.);

-yaka bwino -burn nicely;

-yaka kopanda mavuvu 1.-gleam; 2.-shine with bright light;

-yaka mochedwa 1.-be not combustible; 2.-take time to start burning;

-yaka mosawala zedi -shine dimly;

-yaka moto 1.-be ablaze; 2.-be aflame; 3.-fight with courage;

-yaka msanga 1.-be flammable; 2.-burn easily; 3.-be combustible;

-yaka mwamphamvu 1.-be ablaze; 2.-burn strongly;

-yaka ndi lawi lowala -blaze;

Yakobo James; ndi dzina la buku mu Chipangano Chatsopano = it is the name of a book in the New Testament;

-yala 1.-lay; 2.-lay out; adamuyalira mphasa pa balaza kuti agone = s/he laid out a mat in the sitting room for him to sleep on; expression: adaliyala bodza (lit.: s/he laid out a lie) = s/he was consciously lying; ndinaiyala nkhani (lit.: I laid out the story) = I told the story systematically; 3.-spread a mat on the floor; expression: iye wayala nkhani yonse (lit.: he has spread a mat on the floor about the whole story) = he has explained well/ in detail; expression: lero anauyala mpira (lit.: today he spread a ball on the floor) = today he played football very well/ skilfully; 4.-spread out; 5.-make a bed; 6.-unroll; 7.-stretch; expression: waliyala liwiro (lit.: he has stretched the speed) = he runs panickingly for his dear life;

-yala bedi 1.-prepare sleeping place; 2.-make a bed;

-yala liwiro 1.-run away; 2.-flee; 3.-run fast;

-yala malo ogona 1.-prepare sleeping place; 2.-make bed;

-yala malonda 1.-display goods for sale; 2.-put goods for sale;

-yala maziko 1.-lay foundation; 2.-give things a permanent existence; 3.-give things a solid basis;

-yala mkeka 1.-prepare sleeping place; 2.-unroll the mat

-yala mphasa 1.-prepare sleeping place; 2.-lay out mat; 3.-die (fig.); expression: adayala mphasa (lit.: she laid the mat) = she died;

-yala nkhata 1.-lay wreath; 2.-die;

-yala pa dzuwa -put in sun;

-yala pa mthunzi -put in the shade;

-yala pa wekha -be isolated when doing something;

-yalakula 1.-remove mat; 2.-take up mat; 3.-roll up;

-yalama 1.-bend down; 2.-stoop;

-yalamuka 1.-unbend; 2.-stand straight; 3.-straighten;

-yalapsa 1.-reduce; 2.-minimise; 3.-decrease; 4.-diminish;

-yalika 1.-be laid; 2.-be laid out; 3.-be put in line;

-yalira mulifupi -lay across;

-yaluka (chiTumbuka) 1.-be mad; 2.-be insane; 3.-be beside oneself; 4.-be ashamed; 5.-be held in disrepute; ndayaluka = I am held in disrepute; 6.-disrespect; 7.-disregard;

-yalukitsa 1.-madden; mtsikana anamuyalukitsa = the girl was maddened; 2.-distort;

-yalukula 1.-unskin; 2.-remove skin;

-yalula 1.-roll up; 2.-remove (mat/cloth/ sheet); 3.-take up/ away;

-yalula mphasa 1.-roll up the mat; 2.-remove mat;

-yalutsa 1.-reveal secret to public; anandiyalutsa kuti mwamuna wanga ndi wakuba = she revealed that my husband is a thief; 2.-make known; 3.-cause shame; 4.-speak rudely; 5.-talk in cheeky manner;

-yalutsidwa 1.-be revealed; 2.-be held in disrepute;

anayalutsidwa ndi anthu ena = he was disreputed by others;

-yamba 1.-begin; anayamba kunena nkhani = he began to tell a story; ndani amayamba? = who begins?; pa chiyambi = in the beginning; 2.-be first; 3.first; munthu woyamba = the first person; chinthu choyamba = the first thing; tsiku loyamba = the first day; nthawi yoyamba = first time; kuyesera koyamba = first attempt; woyamba adzakhala womalizira = the first one will be the last; 4.-commence; 5.-start; 6.-cause; 7.-develop; adayamba mphere = he developed scabies; 8.-germinate;

-yamba khunyu 1.-start to have epilepsy; 2.-have an attack of epilepsy;

-yamba kudwala -fall ill; adangoyamba kudwala mwadzidzidzi = she fell ill suddenly;

-yamba kudziwika kumene -be nascent; sopo yangoyamba kudziwika kumene pa msika = the soap is nascent on the market;

-yamba kufuna 1.-begin to seek; 2.-start research; 3.-begin to look for; 4.-start to investigate;

-yamba kugona 1.-doze; 2.-begin to sleep; 3.-become dull; 4.-take a nap; 5.-slumber;

-yamba kugwira ntchito 1.-begin to work; 2.-commence job; 3.-start work; 4.-work for the first time in life;

-yamba kukaikira -raise doubts; anayamba kukaikira zolinga zake = she raised doubts about him;

-yamba kukanika -begin to fail;

-yamba kusowa 1.-be scarce; 2.-be rare; nsomba zayamba kusowa = fish is now scarce; 3.-be uncommon;

-yamba kusowa mphamvu 1.-start to lose strength; 2.-falter; 3.-start to weaken;

-yamba kutchuka kumene 1.-start to be popular; 2.-be nascent; 3.-begin to be famous;

-yamba mwano -begin to be rude;

-yamba phunziro 1.-introduce a subject; aphunzitsi anayamba phunziro = the teacher introduced a new subject; 2.-start to learn new subject;

-yamba udyo -have a bad start;

-yamba ulendo 1.-begin a journey; 2.-start a journey;

-yamba wayimitsa 1.-suspend; 2.-stop something temporarily; 3.-make an injunction; 4.-postpone;

-yambala 1.-get maize from granary; 2.-empty;

-yambalala -pass through;

-yambana 1.-quarrel; safuna zoyambana = he does not want to quarrel; 2.-argue;

-yambanso 1.-reopen; 2.-restart; 3.-resume; 4.-recommence; 5.-start again;

-yambidwa -originate;

-yambika 1.-begin; chisankho chidzayambika pa 10 koloko = the elections will begin at 10 o'clock; 2.-commence; 3.-originate; 4.-start;

-yambira 1.-go upwards; 2.-rise; madzi amumtsinje akuyambira = the water of the river rises;

-yambiranso 1.-be afresh; 2.-start again;

-yambirira 1.-be first; ndikhala woyambirira kuwonana ndi dotolo = I will be the first one to see the doctor; 2.-be preliminary; 3.-be primal;

-yambita milomo -move tongue along the lips (kuyendetsa lilime pa milomo);

-yambitsa 1.-cause; udzudzu umayambitsa malungo = mosquitoes cause malaria; tizirombo toyambitsa matenda otsegula m'mimba = germs causing diarrhoea; 2.-start something; 3.-begin; 4.-instigate; 5.-initiate; 6.-launch; anayambitsa ntchito ya malonda = he/she launched a business; 7.-inject; kuyambitsa maganizo abwino = injecting good ideas; 8.-rouse; 9.-gear; 10.-stage; 11.-pose;

-yambitsa chidani 1.-cause hostility; 2.-sting; 3.-cause enmity;

-yambitsa chinthu 1.-cause; 2.-determine; 3.-provoke; 4.-engender;

-yambitsa chipwirikiti 1.-cause problems; 2.-cause strife;

-yambitsa chisawawa 1.-cause chaos; 2.-cause confusion; 3.-be objectionable;

-yambitsa chisokonezo 1.-cause confusion; 2.-scuffle; 3.-cause disturbance;

-yambitsa chiwawa 1.-cause chaos; 2.-scuffle;

-yambitsa kupweteka mu mtima 1.-cause pain in the heart; 2.-cause anger; 3.-rankle;

-yambitsa masautso 1.-cause problems; 2.-cause persecution; 3.-cause troubles;

-yambitsa matenda -cause diseases;

-yambitsa mavuto 1.-start problems; 2.-cause problems;

-yambitsidwa ndi -be started by; A.N.C. ndi chipani cha ndale m'dziko la Kummwera mu Afirika chinayambitsidwa ndi Nelson Mandela ndi ena = the African National Congress is a political party in South Africa that was started by Nelson Mandela and others;

-yambiza 1.-do at first; 2.-warm;

-yambuka 1.-pass; anayambuka pa msewu = they passed across the road; 2.-cross over a river;

-yambukira 1.-be infectious; 2.-be contagious;

-yambukiridwa ndi 1.-be infected; 2.-be contaminated;

-yambutsa -carry over a stream;

-yamika 1.-be grateful; tili oyamika pa chimenechi = we are grateful for this; ndikuyamika chifukwa cha ntchito yabwino = I am grateful for the good work; 2.-praise; amakonda kuyamika mwamuna

wake = she likes to praise her husband; 3.-exalt;
muyamikeni inu anthu nonse = exalt Him all
nations; 4.-be delighted; anayamika kwambiri =
she was delighted; 5.-prize; ndimadziyamika
pang'ono = I prize myself less; 6.-be appreciated;
Yamikani Ambuye 1.Hosanna; kulira kolemekeza
ndi kutamanda Mulungu = exclamation which
praises and glorifies God; 2.praise the Lord;
-yamikidwa 1.-be praised; 2.-be credited;
-yamikika 1.-be praised; 2.-be lovable; 3.-be
praiseworthy;
-yamikira 1.-prajse; amakonda kuyamikira
mwamuna wake = she likes to praise her husband;
2.-commend; anayamikiridwa pa zazikulu zomwe
adachita = he was commended for the great things
he had done; 3.-appreciate; 4.-recommend; 5.-be
grateful for; 6.-be thankful for;
-yamikira koposa 1.-praise highly; anamuyamikira
koposa pamene anamwalira = he was highly
praised upon his demise; 2.-eulogise;
-yamikira kwambiri 1.-flatter; 2.-praise highly;
-yamikira mobzola muyeso -flatter;
-yamikira pa gulu 1.-praise publicly; 2.-acclaim;
-yamikiridwa 1.-be praised; 2.-be lovable; 3.-be
appreciated;
-yamikiridwa kwambiri -be flattered;
-yamikirika 1.-be recommendable; 2.-be
praiseworthy;
-yamukura -answer for another in dispute;
-yamwa 1.-suck; 2.-absorb; nsalu idayamwa madzi
= the cloth absorbed water; 3.-imbibe;
-yamwa madzi 1:-drink water; mbuzi yamwa madzi
= the goat has drunk water; 2.-fail; expression:
phunziro la m'mawa lamwa madzi (lit.:the
morning lesson has drunk water) = the morning
lesson has failed to take place; 3.-deliver a baby;
-yamwidwa 1.-be sucked; 2.-resorb;
-yamwika -be suckable;
-yamwira 1.-suck for; 2.-inherit; anayamwira
mwano wa makolo ake = he inherited his parent's
rudeness;
-yamwiridwa -be acquired (medical);
-yamwitsa bere 1.-breastfeed; amayi amayamwitsa
ana = mothers breastfeed babies; 2.-suckle;
-yamwitsa ndi botolo -feed with bottle;
-yanda -remove from water; 2.-float;
-yandakula -remove (of floating things on water);
-yandama 1.-float; dzira lowola limayandama
m'madzi = a rotten egg floats on water; 2.-be
afloat; 3.-buoy; 4.-fail (fig.);
-yandamanso -refloat;
-yandamitsa 1.-keep afloat; 2.-buoy up; 3.-be
adrift;
-yandamitsanso -refloat;

-yandamitsidwa -be made to float;
-yandayanda -float; thupi la munthu wakufa linali
yandayanda = the corpse was floating;
-yandika nyanja -go sea-ward;
-yandikana 1.-be near; 2.-be neighbour; maiko
oyandikana nawo = the neighbouring countries; 3.-
be friendly; 4.-be close to each other;
-yandikana ndi -be nearby; anthu oyandikana nawo
= people nearby;
-yandikira 1.-approach; pakuyandikira nyama
zonse zinathawa = our approach drove away all the
animals; 2.-come near; 3.-be on-coming; 4.-pass
near; kuyandikira mfumu = to pass near a king; 5.-
come by; 6:-draw nigh/ near; 7.-come close;
-yandikira kufika 1.-be about to arrive; 2.-be near
to arrive;
-yandikirana 1.-be adjacent; 2.-be near to each
other; 3.-be close to;
-yandikiza 1.-bring near; 2.-proximate;
-yandikizitsa -put nearer; muyandikizitse
matumbawo = put those bags nearer each other;
-yandikizitsana 1.-bring near; 2.-be against;
-yang'ana 1.-watch; 2.-behold; 3.-search; 4.-see; 5.-
look at; expression: palibe kuyang'ana nkhope
(lit.: there is no looking at the face) = there is no
doing favour because of relationship; 6.-face;
yang'ana kuno = face here; 7.-observe; 8.-survey;
9.-point; amayikana maliro m'manda moyang'ana
kumwera = they bury dead bodies pointing
southwards;
-yang'ana chinthu mopusira 1.-gaze; 2.-stare in a
rude way; 3.-gawk;
-yang'ana m'mwamba 1.-look up; 2.-gaze in the
sky; 3.-face up to the sky;
-yang'ana mbali -look aside;
-yang'ana mchizirezire -see not clearly;
-yang'ana mmwamba -look up; nonse yang'anani
mmwamba kuti muone ndege = look up and see
the plane;
-yang'ana mobera 1.-peep; 2.-steal a look; 3.-peer;
-yang'ana modelera 1.-underrate; 2.-look down
upon; 3.-look challengingly; usandiyang'ane
modelera = don't look at me so challengingly;
-yang'ana molongosola 1.-examine carefully; 2.-
scrutinise; 3.-inspect;
-yang'ana monyoza 1.-despise; 2.-gloat;
-yang'ana mosamala 1.-look round; 2.-see
carefully; 3.-look critically; 4.-check meticulously;
-yang'ana mtsogolo 1.-look ahead; ukayang'ana
mtsogolo ukuona chiani? = what do you see when
you look ahead?; 2.-forge ahead;
-yang'ana mutu kumwamba 1.-lie on back; 2.-
look up to the sky;
-yang'ana ndi chidwi 1.-look interestingly; 2.-look

attentively; 3.-gaze; 4.-stare curiously;
-yang'ana nkhope 1.-see one's face; 2.-favour;
-yang'ana pa/ kwa 1.-glance at; yang'ana kwa ine
= glance at me; 2.-look at;
-yang'ana pang'ono 1.-see for a short time; 2.-
glance at;
-yang'ana pansi 1.-look down; 2.-be shy; 3.-face
down;
-yang'ana zolakwika 1.-look for faults; 2.-be
censorious; osangoyang'ana zolakwika zokha = do
not just look for faults; 3.-look for mistakes;
-yang'anayang'ana 1.-search; 2.-look for; 3.-seek
out; 4.-investigate;
-yang'anira 1.-observe; 2.-administer; 3.-aim at; 4.-
charge; 5.-have charge of; 6.-supervise;
uyang'anire Mary ndi John = you should supervise
Mary and John; 7.-superintend; 8.-look forward to;
9.-look after; amayang'anira nkhalamba mnyumba
za nkhalamba = she looks after old people in old
people's home; timuyang'anire = let's look after
him; akuyang'anira mnzake = she is looking after
a friend; 10.-care; 11.-shepherd; 12.-guard; 13.-
give heed; 14.-expect; yang'anirani zabwino
kuchokera kwa ine = expect things good from me;
15.-inspect; 16.-look for;
-yang'anira cha m'mbali 1.-watch from the side;
2.-look sidewards; 3.-glance at; 4.-look sideways;
5.-squint;
-yang'anira cha mphepete 1.-watch from the side;
2.-squint; 3.-look sideways;
-yang'anira kumbali -turn the head away;
-yang'anira m'botolo 1.-look down upon; 2.-
despise (lit.: look through bottle);
-yang'anira m'madzi 1.-look down on (lit.: look
through water); 2.-look in vain;
-yang'anira mkodi 1.-hate; 2.-despise; 3.-dislike
someone;
-yang'anira pa mtima -check the heart beat;
expression: munthuyo akumuyang'anira pa mtima
(lit.: they are checking the person's heart beat) =
he is about to die;
-yang'anira wodwala 1.-look after the sick; 2.-care
for the sick; 3.-nurse the sick;
-yang'anira zonse -be in charge of;
-yang'aniridwa bwino 1.-be well taken care of; 2.-
be secure; 3.-be well administered;
-yang'anitsitsa 1.-be observant; 2.-be alert; 3.-stare;
4.-scrutinise; 5.-be vigilant;
-yang'anitsitsa nkhope ya munthu -stare at
someone's face;
-yang'anizana 1.-be opposite; anzathu
oyang'anizana nawo = our opposite neighbours;
2.-look at one another; 3.-face one another; 4.-be
face to face;

yanga 1.my; nsalu yanga = my cloth; 2.mine; ndi
yanga = it is mine;
-yanga 1.-climb (as climber); 2.-creep; ndinabzala
maluwa oyanga kuzungulira khonde langa = I
planted creeping flowers around my veranda; 3.-
spread; 4.-grow wildly;
-yangala 1.-dance by oneself; 2.-excrete;
-yangalala 1.-look through; 2.-be transparent;
-yangata 1.-caress; 2.-take care; 3.-carry a child in
arms; 4.-hold in arms; expression: woyangata ena
(lit.: one who holds others in one's arms) =
someone who is always ready to help; 5.-cuddle;
6.-grab;
-yangayanga 1.my own; 2.really mine; 3.creeping
over something; udzu uli yangayanga pa chitsime
= the grass is creeping all over the well;
-yanguluka -regain the normal personality;
-yangulula 1.-remove (of floating things on water);
2.-sieve; 3.-take out; 4.-eliminate;
-yangwayangwa -bustle; anthu angoti
yangwayangwa mtawuni = people are just bustling
in the city;
yani? 1.who is it?; 2.whom?; uli ndi yani? = with
whom are you?;
yani\ma- leaf; nkhunda idathyola mayani = the
dove broke leaves;
-yanika 1.-expose; 2.-put in the sun; 3.-dry in the
sun;
-yanika zovala -hang clothes to dry;
-yanikika pa dzuwa 1.-sunbathe; azungu amakonda
kuyanikika padzuwa = white people like to
sunbathe; 2.-line in the sun; 3.-bask in the sun;
-yanja 1.-fit; chovala chamuyanja = the garment fits
him; 2.-be suitable; mphepo yamuyanja kwathu
kuno = our weather is suitable for him; 3.-be
accustomed to;
-yanjana 1.-be of one mind; tinayanjana = we were
of one mind; 2.-agree; 3.-be amicable; 4.-be
uniform; 5.-unify; 6.-be united; 7.-show
togetherness; 8.-be reconciled;
-yanjananso 1.-reunite; 2.-reconcile; banja
likuvutanabe/ likulimbanabe, tiyeni tiwayanjanitse
= there is still strife in his family, let us reconcile
them; 3.-conciliate; 4.-become friends again;
tsopano tidayanjananso = we are now reconciled;
-yanjanitsa 1.-unite; 2.-put together; 3.-conciliate;
4.-pacify; 5.-merge;
-yanjanitsa mbali ziwiri 1.-intercede; 2.-
intermediate;
-yanjanitsidwa 1.-be reconciled; 2.-be made friends
again; 3.-be reunited;
-yankha 1.-answer; umayankha mosajejema/
mosadodoma = you answer without trembling/
stammering; kusayankha = kukhala chete; kukhala

kukamwa pululu = not answering; 2.-reply;
kusayankha = kukhala chete; 3.-respond;
-yankhatiza -bind lightly; anangoyankhatiza mtolo
wa nkhuni = she just bound the firewood lightly;
-yankhazitsa -bind lightly;
-yankhidwa 1.-be answered; 2.-be replied to;
yankho la chiwerengero 1.figure; 2.quotient;
3.number;
yankho\ma- 1.answer; 2.reply; 3.response;
4.solution; expression: chakanachakana dazi lilibe
mankhwala (lit.: what has refused has refused, bald
has no cure) = there is no solution to some
problems/ some things are not reversible;
-yankhula 1.-speak; ndikuyankhula ndi inu = I am
speaking to you; 2.-talk; 3.-address; 4.-castigate;
-yankhula Chichewa -speak the Chewa language;
-yankhula chidule -speak briefly; tiyankhule
chidule = let us speak briefly;
-yankhula Chizungu 1.-speak English; 2.-speak a
European language;
-yankhula kwambiri 1.-speak loudly; 2.-chatter;
mtsogoleri anayankhula kwambiri = the leader
chattered; 3.-speak at length;
-yankhula malilime -speak in tongues;
-yankhula maphatikizo a mawu 1.-spell; 2.-name
letters of words;
-yankhula mmalo mwa wina -speak on behalf of
someone;
-yankhula modukaduka 1.-stammer; 2.-lack
confidence in speech; 3.-falter;
-yankhula modzera mphuno 1.-speak through the
nose; 2.-sniff;
-yankhula mofulumira 1.-talk quickly; 2.-splitter;
-yankhula mokalipa 1.-talk angrily; 2.-shout; 3.-
berate;
-yankhula mokhotakhota 1.-answer in an evasive
way; 2.-speak indirectly;
-yankhula mokweza -speak loudly; usachite
kuyankhula mokweza = do not speak loudly;
-yankhula mokwiya 1.-talk angrily; 2.-berate;
-yankhula molosha tsoka 1.-curse; 2.-spell; 3.-
speak magical words;
-yankhula momveka 1.-talk audibly; awa ndiye
akuyankhula momveka = these are talking audibly;
2.-talk vividly; 3.-talk logically;
-yankhula mopitiriza 1.-talk continuously; 2.-
overspeak; 3.-patter;
-yankhula mopusa 1.-talk foolishly; 2.-talk
nonsense; 3.-talk rubbish; 4.-blab;
-yankhula mosamveka 1.-talk inaudibly; 2.-babble;
3.-splitter; 4.-talk illogically;
-yankhula motanthauza zina 1.-allegorise; 2.-
imply; 3.-infer;
-yankhula motopa 1.-talk tiredly; 2.-talk weakly;

-yankhula motsitsa 1.-speak in low voice; 2.-
whisper;
-yankhula motsitsa kwambiri -mumble;
sindikumva popeza ukuyankhula motsitsa
kwambiri = I can hardly hear you since you are
just mumbling;
-yankhula motumbwa -talk arrogantly;
-yankhula mozembera 1.-talk indirectly; 2.-
allegorise;
-yankhula mwa chibwibwi 1.-stammer; 2.-splitter;
-yankhula mwa mantha -talk with fear;
-yankhula mwa mwano 1.-talk rudely; 2.-talk
abusively;
-yankhula mwachangu -speak fast;
-yankhula mwachindunji 1.-talk straight; 2.-talk
openly; 3.-talk without beating about the bush; 4.-
stress;
-yankhula mwamphamvu 1.-speak strongly; 2.-
speak emphatically;
-yankhula mwatsatanetsatane -be detailed in
speech;
-yankhula mwaulesi -speak lazily;
-yankhula ngati wa chimfine 1.-sniff; 2.-speak
through the nose;
-yankhula zobwabwasa 1.-talk nonsense; 2.-natter;
-yankhula zopanda nzeru 1.-talk without wisdom;
2.-talk nonsense; 3.-natter;
-yankhula zosamveka 1.-talk inaudible words; 2.-
natter; 3.-have delirium;
-yankhulana 1.-talk to each other; 2.-communicate
to each other; 3.-reciprocate;
-yankhulidwa 1.-be addressed; 2.-be advised; 3.-be
out-spoken; 4.-be communicated;
-yankhulika 1.-be spoken; 2.-be flexible; 3.-be
affable;
-yankhwayankhwa 1.-be full of noise; 2.-bustle;
-yanzula -unskin; ali kuyanzula masamba = she is
unskinning the vegetables;
-yasama 1.-open mouth; 2.-yawn; 3.-sigh;
-yasama kamwa -open mouth;
-yasamula 1.-gape; 2.-yawn; 3.-sigh;
-yasamula kukamwa -open mouth;
-yatsa 1.-set fire; 2.-spark; anayatsa moto = he
sparked the fire; 3.-be aflame; 4.-start; makina
anayatsidwa = the engine was started; 5.-light; 6.-
ignite; 7.-begin; 8.-rub;
-yatsa magetsi -put on electricity;
-yatsa moto 1.-kindle fire; anayatsa moto wa
nkhuni = they kindled the fire with firewood;
expression: nkhaniyi iyatsa moto (lit.: this news
will kindle fire) = this news will cause trouble; 2.-
ignite a fire; 3.-set fire; 4.-light a fire; 5.-cause
people to quarrel; 6.-begin a quarrel;
-yatsa nyali -light the lamps;

-yatsa ulendo 1.-begin a journey; 2.-start off a tour;

-yatsira ndi -light with; yatsirani ndi macheso =
light the fire with matches;

yaviyavi (-li y.) 1.-be aimless; 2.-be careless; 3.-be
vagabonding; ali yaviyavi mtawuni = they are just
vagabonding in the city streets;

yavuyavu (-li y.) -be not in order;

yayali-yayali rags; zovala zake zili yayali-yayali =
his clothes are rags;

-yayamira 1.-set teeth on edge; 2.-be acrid;

-yaza -spread;

-yedzeka 1.-lean something against; 2.-give birth to
a beautiful\ handsome baby; 3.-make pregnancy;
4..-be sold cheaply; ndagula mpunga woyedzeka =
I have bought the rice cheap; 5.-be put upright;

Yehova 1.Yahweh; 2.Jehovah; Yehova ndi Mbuye
wathu = Jehovah is our Lord; 3.YHWH ; ndi
tetragrammaton: liwu la malembo anayi
otanthauza dzina la kale la Mulungu m'chiHeberi
= the tetragammaton: four consonants standing for
the ancient Hebrew name of God);

yekha 1.-self/ only/ alone (with singular nouns of
the mu -a class); payekha = on himself; pa iye
yekha = on himself; munthu yekha = the person
himself/ the person only; galu yekha = the dog
itself/ the dog only; mphaka akudzisambitsa yekha
= the cat is washing itself; iye yekha = s/he/it only;
2.single handed;

yekhayekha (-li y.) 1.-be single handed; 2.-be
alone; mwana ali yekhayekha = the baby is all
alone;

yekhayo 1.that one only; 2.the only one;

yembe\ma- (chiYao) mango;

yembedodo mango (big variety);

-yembekeza 1.-hope; 2.-wait; 3.-bide; 4.-be
probable;

-yembekeza pang'ono usanayambenso 1.-stop for
a moment; 2.-pause; 3.-wait a bit;

-yembekezeka 1.-be expected; 2.-be required; 3.-be
logical;

-yembekezera 1.-expect; osayembekezera zambiri
kuchoka kwa iye = do not expect a lot from him;
2.-look forward to; 3.-be likely; 4.-stand by; 5.-
ask; 6.-presume; 7.-conceive; 8.-be pregnant;
mkazi wa m'chimwene wanga ndi woyembekezera
= my brother's wife is pregnant;

-yembekezera chigamulo -wait for judgement;

-yembekezera chilango -wait for punishment;

-yembekezera kumveredwa 1.-expect to be heard;
2.-be imperious;

-yembekezera modekha 1.-wait patiently;
tiyembekezere modekha = we should wait
patiently; 2.-wait calmly;

-yembekezera mopilira -wait with perseverance;

-yembekezera ndi mtima wonse 1.-wait
wholeheartedly; 2.-relish; akuyembekezera ndi
mtima wonse kuti akhala ndi galimoto = he
relishes having a car;

-yembekezetsa -make someone wait;
unangondiyembekezetsa = you just made me wait
in vain;

yemwe 1.-self (with singular nouns of the mu -a
class, and together with personal pronoun: iye);
munthu yemwe = the person himself/herself; galu
yemwe = the dog itself; iye yemwe = he himself/
she herself; 2.who/ that (relative pronoun with
singular nouns of the mu -a class); mwamuna
amene/yemwe amapita kumeneko = the man who
goes there;

yemwe ndi namely; Bartolomeo yemwe ndi
wakhungu = namely Bartolomeo (lit.:
Bartholomew who is blind);

yemwe uja demonstrative pronoun meaning 'that
… over there', with singular nouns in the mu -a
class, mwana yemwe uja = that child over there;
galu yemwe uja = that dog over there;

-yenda 1.-go; 2.-move; 3.-walk (feet); ndinkayenda
= ndinali kuyenda = I was walking; kuyenda
m'matope kumandinyansa = walking in the mud is
bad for me; uyende chonchi = go like this;
expression: mukuyendana m'mapazi (lit.: you are
walking in one another's footprints) = spying on
one another; expression: wayenda wa mahala (lit.:
you have walked for nothing) = failed to obtain
your aim; expression: yenda paphazi (lit.: walk on
the foot) = very black antipathy; expression: yenda
ndi msana (lit.: walking using the back) = to be as
proud as a peacock; expression: ine sindimayenda
(lit.: I don't walk) = I am not a good mover/ I am
always in-doors; 4.-step; yendetsa phazi = you step
the foot forward;

-yenda bwa awiri -journey in two; tiye tiyende bwa
awiri = let's journey in two;

-yenda bwa Israel 1.-do exodus; 2.-walk (on foot);

-yenda bwa nyawu 1.-walk on foot; 2.-be
pedestrian; anayenda bwa nyawu = they walked;

-yenda bwa wekha -walk alone; uyenda bwa wekha
= you will walk alone;

-yenda bwapansi -walk;

-yenda bwino 1.-go well; 2.-wish success; 3.-advise
to be careful; 4.-move safely;

-yenda cha m'mbali -walk sideways; kuyenda cha
m'mbali ngati nkhanu = walking sideways like a
crab;

-yenda chambuyo 1.-go backward; 2.-do reverse;

-yenda chamtsogolo 1.-go straight; 2.-go forward;
3.-go ahead of;

-yenda khumakhuma 1.-be unhappy; 2.-be sad;

-yenda kosadziwa njira 1.-get lost; 2.-wander; 3.-
miss the track;
-yenda m'dziko la eni 1.-sojourn; 2.-yonder;
-yenda malo -deploy; muyende malo a kumadzulo
= you deploy to the west;
-yenda mbali zonse 1.-walk in all directions; 2.-
walk in all sides;
-yenda mbali zosiyana 1.-separate and go in
different directions; 2.-diverge; 3.-branch off; 4.-
walk in different ways;
-yenda mizeremizere -walk in line;
-yenda mmangumangu 1.-walk quickly; tiyende
mmangumangu = let's walk quickly; 2.-walk fast;
-yenda mmwamba -fly;
-yenda mochedwa 1.-go slowly; 2.-lag; 3.-slow
pace;
-yenda mocheukacheuka 1.-walk restlessly; 2.-be
afraid;
-yenda modekha 1.-seep; 2.-walk calmly;
-yenda modumphadumpha 1.-bump; 2.-walk
jumpingly;
-yenda modzedzereka -stagger; woledzera
amayenda modzedzereka = a drunken person
staggers;
-yenda mofatsa -walk humbly;
-yenda mofulumira 1.-go quickly; 2.-walk fast; 3.-
vamoose;
-yenda mogwedeza thupi -walk while shaking
one's body;
-yenda mojinthama 1.-limp; analikuyenda
mojinthama = she was limping; 2.-stagger;
-yenda mokhotakhota 1.-twist; njoka imayenda
mokhotakhota = the snake moves twistingly; 2.-
curl; 3.-entwine; 4.-weave;
-yenda molunjika 1.-go straight; 2.-go exact; 3.-go
direct;
-yenda monjanja -walk springingly;
-yenda monyang'ama 1.-move quietly; 2.-prowl;
-yenda mosangalatsidwa 1.-hike; akungoyenda
mosangalatsidwa = he is just hiking; 2.-jolly walk;
-yenda mothamanga 1.-hurry; 2.-walk quickly; 3.-
move fast; 4.-move hastily;
-yenda mothimbwidzika 1.-walk springingly; 2.-
walk proudly;
-yenda motsimphina 1.-go limping; 2.-stagger;
-yenda motumbwa 1.-walk proudly; 2.-walk
springingly;
-yenda movutika 1.-go with difficulty; 2.-prod;
anayenda movutika mu msewu wa matope = he
prodded on along the muddy road; 3.-inch;
-yenda moyera 1.-be lucky; 2.-sail through without
obstacles;
-yenda mozingizazingiza -zigzag; msewu
unayenda mozingizazingiza m'phiri = the road

zigzagged up the hill;
-yenda mozungulira zungulira 1.-walk indirectly;
2.-wander; 3.-perambulate;
-yenda mozunzika 1.-be troubled on the way; 2.-
have no easy road to success;
-yenda msanga 1.-walk fast; 2.-walk hastily;
-yenda mtunda wautali mosangalatsidwa 1.-make
big walk; 2.-make jolly walk; 3.-hike;
-yenda mwa chikoka 1.-walk attractively; 2.-go
shashy; 3.-cat walk;
-yenda mwa ndawala -move fast;
-yenda mwabefu -walk exhaustedly;
-yenda mwam'gugu 1.-make noise by foot steps;
2.-walk audibly; 3.-pace; 4.-walk confidently;
-yenda mwamdidi 1.-walk confidently; 2.-walk
happily; 3.-walk proudly;
-yenda mwamsanga 1.-walk hurriedly; 2.-rocket;
-yenda mwamsanga kumbali 1.-dodge; 2.-move
quickly to avoid something; 3.-duck;
-yenda mzeremzere 1.-walk abreast; 2.-parade;
-yenda ndawala 1.-walk fast; 2.-move fast;
-yenda ndi kumbuyo komwe -be proud;
-yenda ngati madzi -flow;
-yenda njira yosadziwika 1.-walk astray; 2.-
wander;
-yenda opanda cholinga 1.-walk aimlessly; 2.-
roam; 3.-loiter;
-yenda opanda mantha 1.-walk fearlessly; 2.-walk
bravely;
-yenda pa benzi -drive a Mercedes Benz car;
-yenda pamodzi 1.-walk together; 2.-concourse; 3.-
walk in a group;
-yenda pang'onopang'ono 1.-go slowly; 2.-go
sluggishly; 3.-walk like a tortoise;
-yenda pansi 1.-walk; 2.-be afoot; 3.-do things
secretly;
-yenda patsogolo 1.-go forward; 2.-go in front; 3.-
go ahead of;
-yenda wa Adamu 1.-walk (fig.); 2.-travel on foot;
-yenda wopanda cholinga 1.-go aimlessly; 2.-
roam; 3.-loiter;
yendani bwino! 1.go well!; 2.good-bye!;
-yendayenda 1.-wander; mahule amayenda yenda
m'matawuni = prostitutes wander about in towns;
2.-make a walk; 3.-be mobile; munthu
woyendayenda = mobile person; 4.-be always on
the move; 5.-be a prostitute; 6.-be a womaniser;
-yendeka -go walkable distance;
-yendera 1.-visit; amayendera odwala = he visits
the sick; 2.-inspect; amayendera nyumba = he
inspects the houses; 3.-guard;
-yendera malo 1.-look round; 2.-survey; 3.-spy; 4.-
inspect;
-yendera mgwazo -do work hastily and not

properly;
-yendera mwezi -be moody; iye amayendera mwezi = she is a moody person;
-yendera nkuseri kwa phazi 1.-feel proud of oneself; anzathu akuchita kuyendera nkuseri kwa phazi chifukwa banja adalipeza = our friends are proud of their good marriage; 2.-be arrogant due to wealth;
-yendera ntchito 1.-inspect work; 2.-supervise work; 3.-be on duty;
-yendera nzengo -lose one's way (lit.: -go into the wood);
-yendera payerepayere -move fearlessly;
-yendera wodwala 1.-visit the sick; 2.-cheer the sick;
-yendera za payerepayere -be fearless;
-yenderana -visit each other;
-yenderana bwino -get along;
-yendetsa 1.-steer; 2.-govern; 3.-span; 4.-pedal; akuyendetsa njinga = he is pedalling the bicycle; 5.-paddle; 6.-ride; 7.-drive; amayendetsa galimoto = he drives a car; amayendetsa pang'onopang'ono = he drives slowly; 8.-make someone/ something go; 9.-push forward;
-yendetsa bwato 1.-row a boat; 2.-sail; 3.-paddle; bwato ilo amayendetsa abambo anayi = that canoe is paddled by four men;
-yendetsa cha mtsogolo -propel;
-yendetsa kwambiri -drive fast;
-yendetsa mwambo 1.-officiate; 2.-be master of ceremonies; 3.-preside over;
-yendetsa mwamphamvu -drive fast;
-yendetsa mwana m'manja 1.-move a baby up and down; 2.-pet; 3.-dandle;
-yendetsa mwana pa miyendo 1.-move a baby up and down; 2.-pet; 3.-dandle;
-yendetsa zikope za diso -wink;
-yendetsedwa ndi anthu 1.-be driven by the people (not the government); 2.-be private; sukulu zosayendetsedwa ndi boma = private schools;
-yenekera kufa -be likely to die;
-yenekera moyo -be liveable;
-yenera 1.-be fit; 2.-behove; 3.-be appropriate; 4.-be worthy; ali ndi nsapato zoyenera mtengo wake = she has shoes worthy the price; 5.-qualify; 6.-be competent; 7.-be suitable; 8.-be convenient; 9.-be correct; 10.-be eligible; 11.-be satisfactory; 12.-be proper; 13.should; tiyenera kupita = we should go; ayenera kubwera = he should come; 14.ought to; 15.-be opportune; 16.-deserve; zonse zimene zinayenera Khristu kwa ife = all that Christ deserved for us; ayenera kufa = he deserves death; 17.-need to have; 18.-be due;
-yenera chitukuko -need development; dera lathu

ndiloyenera chitukuko = our area needs development;
-yenera chiyamiko 1.-be meritorious; 2.-be worthy to be thanked; 3.-be worthy of praise;
-yenera kudya -be edible;
-yenera kudyeka -be edible;
-yenera kugulika 1.-be saleable; 2.-be fit for sale; 3.-be marketable;
-yenera kugulitsidwa -be saleable; nkhuku iyi ndi yoyenera kugulitsidwa = this chicken is saleable;
-yenera kugulugusha -be troublesome;
-yenera kugwira mochenjera 1.-be delicate; 2.-be fragile; 3.-be handled with care;
-yenera kugwira mosamala 1.-be delicate; 2.-be fragile; 3.-be handled with care;
-yenera kulandira ulemu 1.-be worthy to be honoured; 2.-be creditable;
-yenera kulangidwa 1.-be punishable; 2.-be damnable;
-yenera kulemekezedwa 1.-be respectable; 2.-be noble; mfumu iyi ndiyoyenera kulemekezedwa = the chief is worthy to be noble;
-yenera kulemera 1.-be heavy; 2.-be worthy to be rich;
-yenera kulengezedwa 1.-be worthy to be announced; 2.-be worthy to be publicised;
-yenera kumwa 1.-be drinkable; 2.-be potable;
-yenera kupatsidwa ngongole -be creditworthy;
-yenera kupatsidwa ulemu 1.-be honourable; 2.-be venerable; 3.-be respectful;
-yenera kuseka -be laughable;
-yenera kusindikizidwa 1.-be printable; 2.-be publishable;
-yenera kusungidwa 1.-be fit to be reserved; 2.-be recommended for storage;
-yenera kutakasidwa -be worthy to be stirred;
-yenera kutayidwa 1.-be damnable; 2.-be disposable; 3.-be thrown away;
-yenera kuti chisafe 1.-be worthy to live; 2.-be immortal;
-yenera kuyenda 1.-be movable; 2.-be fit to walk;
-yenera kuziona mofulumira 1.-be urgent to see; 2.-be sharp-sighted;
-yenera kuzunzidwa -be worthy to be persecuted;
-yenera malonda 1.-be fit for sale; 2.-be saleable;
-yenera matamando 1.-deserve praise; 2.-be meritorious;
-yenera Mulungu 1.-need God; 2.-be fit for God; ulemu woyenera Mulungu = respect fit for God;
-yenera ntchito ina 1.-be suitable for another work; 2.-be fit;
-yenera ulemu 1.-deserve politeness; 2.-be honourable; 3.-deserve respect;
-yenerana 1.-go together; 2.-match;

-yenereka -necessitate; mwendo wake wothyoka unayenereka opaleshoni = his broken leg necessitated surgery;

-yenerera 1.-be advisable; 2.-be applicable; 3.-approve; 4.-deserve; 5.-be logical;

-yenereza 1.-rate; anayenerezedwa kukhala wotsogola m'kalasi = he was rated number one in class; 2.-recommend; 3.-be voted for;

-yenga 1.-melt fat; 2.-make oil; 3.-sublimate; 4.-refine; 5.-peel; yenga mango = peel the mango;

-yenga mafuta -make oil; expression: oyenga mafuta satuwa (lit.: the one who makes oil does not look dirty) = when you are close to a thing, you won't lack it;

-yengula 1.-scoop; munayengula nsomba kuchokera m'nyanja = you scooped fish from the lake; 2.-dissolve;

yeniyeni true/ good/ real (with plural nouns of the mu-mi class and singular nouns of the i-zi class); midzi yeniyeni = real villages; nyumba yeniyeni = a good house;

-yeniyeni 1.real; 2.exactly; 3.genuine;

yense 1.whosoever; yense amene ali nazo, kudzapatsidwa kwa iye = whosoever has, to him shall be given; 2.entire/ whole/ complete/ full (with singular nouns of mu -a class) munthu yense = the entire person; galu yense = the entire dog;

-yepeza -blow (as the wind);

-yepula 1.-remove top layer; 2.-make less; 3.-take out; 4.-cut hair; 5.-cut piece by piece;

-yepula tsitsi 1.-shave; 2.-cut hair; 3.-trim hair;

-yepuza 1.-make less; 2.-take out; mwayepuza mpunga = you have taken out some of the rice;

-yera 1.-be white; deresi loyera = a white dress; tsitsi loyera = white hair; 2.-be light; expression: wakana poyera (lit.: he has refused in broad daylight) = he has refused undoubtedly/ he has\refused plainly; 3.-be clean; expression: ndi woyera m'maso (lit.: she is clean in the eyes) = she is not cautious of consequent danger; 4.-be pure; 5.-be holy; 6.-be immaculate; 7.-be separate; 8.-castrate;

-yera ku khosi 1.-be happy; 2.-get satisfied; 3.-be convinced;

-yera mmanja -have clean hands; expression: ndayera mmanja (lit.: I have cleaned my hands) = I have received money/ I have got my salary;

-yera mtima 1.-be pure in heart; 2.-be chaste; 3.-be decent; 4.-be holy;

-yereka -be cut above ears and in patches;

-yerekedwa 1.-boast; 2.-arrogant; 3.-be self-centred; 4.-be selfish; 5.-show off; 6.-be proud; 7.-be careless; 8.-brag; 9.-cavil;

-yerekeza 1.-imagine; tangoyerekeza = just imagine; 2.-presuppose; 3.-suppose; 4.-assume; 5.-estimate; kodi mwayerekeza manambala? = have you estimated the figures?; 6.-approximate; 7.-plan; 8.-compare to; dziko limayerekezedwa ndi mpira = the earth is compared to a ball; 9.-deem;

-yerekeza chikhwaya -pretend as a rich person;

-yerekeza chowona 1.-suppose; 2.-assume; 3.-pretend as the truth;

-yerekeza makhalidwe a wina 1.-imitate someone; 2.-impersonate;

-yerekeza mawonekedwe a wina 1.-pretend; 2.-impersonate;

-yerekeza mochepetsa -underestimate; mwayerekeza mochepetsa manambalawo = you have underestimated the figures;

-yerekeza mochurutsa -overestimate; mwayerekeza mochulutsa chakudyachi = you have overestimated the food;

-yerekeza mtunda -estimate the distance;

-yerekeza ngati wamisala -pretend as a mad person;

-yerekezedwa 1.-be imaginable; 2.-be comparable;

-yerekezera 1.-allegorise; 2.-approximate; 3.-estimate; 4.-compare with; 5.-attempt; 6.-caricature; 7.-check (by comparison); 8.-collate; 9.-compare; 10.-contrast;

Yeremiya Jeremiah; mneneri ndi dzina la buku mu Chipangano Chakale = a prophet and the name of a book of the Old Testament;

-yeretsa 1.-cleanse; Yesu Khristu anayeretsa machimo athu ndi mwazi wake wokhetsedwa pa mtanda = Jesus Christ cleansed us from our sins with his blood shed on the cross; 2.-make holy; 3.-set apart; 4.-be hallowed; dzina lanu liyeretsedwe (onani *Mateyu* 6:9) = hallowed be Thy Name (see *Matthew* 6:9); 5.-purge; 6.-make clean; 7.-clean; 8.-purify; 9.-blanch; 10.-bleach by sun; 11.-refine;.12.-consecrate; 13.-sanctify;

-yeretsa mkamwa 1.-rinse mouth; 2.-wash with water; 3.-clean in the mouth; expression: lero ndayeretsa mkamwa (lit.: today I have cleaned the mouth) = today I have eaten meat;

-yeretsa mmaso -clean one's eyes; expression:wandiycretsa mmaso (lit.he has cleaned my eyes) = he has cheated me;

-yeretsa mtima 1.-be chaste; 2.-be pure in heart;

-yeretsa ndi makina 1.-vacuum; 2.-hoover; amayeretsa chipinda ndi makina = he hoovers the room;

-yeretsedwa 1.-be cleansed; 2.-be made clean; 3.-be purified; mpweya umayeretsedwa m'mapapo = air is purified in the lungs; 4.-be made holy; 5.-be sacred; zovala zoyeretsedwa = sacred clothes; 6.-be a Saint; 7.-be hallowed; dzina lanu liyeretsedwe (onani *Mateyu* 6 : 9) = hallowed be Thy name (see *Matthew* 6:9); 8.-be divine;

-yeretsedwa modabwitsa 1.-be wonderfully cleansed; 2.-be miraculously cleansed;

Yeroboamu Jeroboam; anali mfumu yoyamba ya mafuko khumi ya Israyeli, mu Chipangano chakale = he was the first king of the ten tribes of the Israelites in the Old Testament;

Yerusalemu Jerusalem; ndi dzina la mzinda woyamba wa ku Israyeli = it is the name of the first city of Israel;

-yesa 1.-try; 2.-attempt; 3.-test; 4.-tempt; 5.-account; 6.-endeavour; 7.-compute; 8.-estimate; 9.-measure; 10.-conceive (from the mind); 11.-infer; 12.-contrive; 13.-diagnose; adzayesa wodwala, ndani? = who will diagnose the patient?;

-yesa komaliza 1.-have final attempt; 2.-be desparate;

-yesa koyamba -make first attempt; anayesa koyamba ndipo analephera = his first attempt failed;

-yesa mthupi 1.-have medical check-up; 2.-examine a person; 3.-trick somebody;

-yesa munthu 1.-decoy; 2.-tempt; 3.-interview;

-yesama 1.-yawn; 2.-gape; dzenje loyesama = a gaping hole;

-yesana 1.-compete; 2.-vie; 3.-tempt each other; sindifuna zoyesana = I hate tempting each other;

-yesana mphamvu 1.-size up each other; 2.-fight each other;

-yesana msinkhu 1.-have sex; 2.-have coitus;

-yesanso 1.-re-examine; 2.-re-test; 3.-make second attempt; 4.-try once again;

Yesaya Isaiah; ndi mneneri ndi dzina la buku mu Chipangano Chakale = it is a prophet and a name of a book in the Old Testament;

-yesayesa 1.-try every now and again; 2.-keep on trying; 3.-try repeatedly;

-yesedwa 1.-be tested; 2.-be tasted; 3.-be tried; 4.-be examined; 5.-be tempted; Yesu anayesedwa ndi Satana = Jesus was tempted by Satan; 6.-be lured;

-yeseka 1.-be measurable; kutalika kwake ndi koyeseka = its length is measurable; 2.-be tried; 3.-be examined;

-yesera 1.-try; tayesera uwone = try and see for yourself; 2.-imitate; 3.-caricature;

-yeserera -be empirical; ukachenjede woyeserera = empirical sciences;

yesero\mayesero temptation;

-yesetsa 1.-endeavour; ndiyesetsa kukulipira ku mapeto a mwezi uno = I will endeavour to pay you at the end of this month; 2.-try very hard;

-yesetsa kufulumizitsa 1.-urge; tiyesetsa kufulumizitsa antchito athu = we will urge our workers; 2.-plead with;

-yesetsa kulimbikitsa 1.-urge; 2.-encourage;

-yesetsa kunyengerera 1.-urge; 2.-persuade; 3.-request;

-yeseza -collate;

Yesu Khristu Jesus Christ;

Yesuit\ma- Jesuit; ndi wobindikira wa gulu la chiRoma lotchedwa Chiyanjano cha Yesu (Societas Jesu), lokhazikitsidwa ndi Ignatius de Loyola (1556) = he is a monk of the Roman Catholic order of the Jesuits, founded by Ignatius de Loyola (1556);

yetsee! sneezing sound;

-yetsemula 1.-sneeze; expression: mtsikana uja wayetsemula (lit.: that girl has sneezed) = that girl has delivered a baby; 2.-cough;

yetsi! sneezing sound;

-yeyeka 1.-bind lightly; 2.-pamper; mwana wake amamuyeyeka = she pampers her child;

Yezebeli Jezebel; mkazi wa mfumu Ahabu mu Buku la Mafumu la Chipangano Chakale = the wife of king Ahab in the book of kings of the Old Testament;

-yezetsa magazi 1.-have blood examined; 2.-have a blood test;

-yezuka 1.-mature; 2.-be ripe; 3.-be lightly complexioned;

-yi demonstrative function suffixed to plural nouns of the mu -mi class and singular nouns of the i-zi class; mipirayi = these balls; nyumbayi = this house;

-yika dzanja -be blessed; ndikupempha Chauta kuti ayikepo dzanja = I am praying to God that He may bless us;

-yika maziko 1.-lay foundation; 2.-give things a permanent existence; 3.-give things a solid basis;

-yika tepi -lie; akuyika tepi yofotokoza chiwembu chofuna kupha mabishopo = he lied when he explained the conspiracy to kill the bishops;

yisiti (chiNgerezi) yeast;

-yiyimika 1.-be upright; 2.-be strong;

-yo 1.demonstrative function suffixed to singular nouns of mu -a class; mwanayo = that child; galuyo = that dog; 2.demonstrative function suffixed to plural nouns of the mu -mi class and singular nouns of the i-zi class; mipirayo = those balls; nyumbayo = that house;

Yobu Job; munthu ndi dzina la buku mu Chipangano Chakale = a person and the name of a book in the Old Testament;

Yohane John; ndi mneneri wa Chipangano Chatsopano amene anabatiza anthu ndi madzi, komanso dzina la mmodzi wa ophunzira a Yesu Khristu = he is a prophet of the New Testament

who baptised people with water, and also a name
of one of the disciples of Jesus Christ;

yokha -self/ -selves/ only (with plural nouns of the
mu-mi class and singular nouns of the i-zi class);
midzi yokha = the villages themselves/ the villages
only; nyumba yokha = the house itself/ the house
only;

yomwe 1.-selves/ -self (with plural nouns of the mu-
mi class and singular nouns of the i-zi class); midzi
yomwe = the villages themselves; nyumba yomwe
= the house itself; 2.who/ that/ which (relative
pronoun with plural nouns of the mu -mi class and
singular nouns of the i-zi class);

yomwe ija demonstrative pronoun meaning
'those/that ... over there', with plural nouns of the
mu-mi class and singular nouns of the i-zi class;
mipira yomwe ija = those balls over there; nyumba
yomwe ija = that house over there;

yomwe ino this ... here; emphatic demonstrative
pronoun following plural nouns of the mu -mi class
and singular nouns of the i-zi class; mipira yomwe
ino = these balls; nyumba yomwe ino = this house;

Yona Jonah; mneneri ndi buku mu Chipangano
Chakale = a prophet and a name of one of the
books in the Old Testament;

yonse all/ entire/ whole/ complete/ full (with plural
nouns of the mu -mi class and singular nouns of the
i-zi class); midzi yonse = all villages; nyumba
yonse = the complete house;

yoocha (chiLomwe) food;

yoripa (chiLomwe) black;

Yorodani Jordan; mtsinje m'dziko la Israyeli = a
river in Israel;

Yoswa Joshua; mlowa m'malo wa Mose ngati
mtsogoleri wa a Israyeli, ndi dzina la buku mu
Chipangano Chakale = the successor of Moses as
leader of the Israelites and also the name of one of
the books in the Old Testament;

yovaha (chiLomwe) 1.offerings; 2.sacrifices;

yovelhelha (chiLomwe) 1.offerings; 2.sacrifices;

Yoweli Joel; mneneri komanso dzina la buku mu
Chipangano Chakale = a prophet and the name of a
book in the Old Testament;

-yoyoka 1.-drop and scatter; 2.-fall and scatter;
masamba ayoyoka = the leaves have dropped and
scattered; 3.-fall down at once of many leaves
from a tree; 4.-be gathered together; masamba
oyoyoka = leaves swept together; 5.-wear out;

-yoyokera -become less; chuma chake
chinayoyokera = his riches became less;

-yu demonstrative function suffixed to singular
nouns of mu -a class; mwanayu = this child; galuyu
= this dog;

Yuda Jude; m'bale wa Yesu Khristu ndi dzina la
buku la lifupi kwambiri mu Chipangano
Chatsopano = the relative of Jesus Christ and the
name of the shortest book of the New Testament;

Yudasi Iskaliyoti Judas Iscariot; ndi amene
anapereka Yesu Khristu = he is the one who
betrayed Jesus Christ;

yuma (chiLomwe) worth;

Z⁴

za 1.about; kukamba za buku = talking about the book; 2.concerning; 3.of (indicating possession, in between a plural noun of the chi-zi class or the i-zi class and another noun); zitseko za nyumba = the doors of the house; nyumba za atate = the houses of my father;

za fwaa 1.nonsensical matters; 2.useless things; 3.vaguaries; 4.harebrained things; 5.worthless things;

za m'bwalo 1.contents (of a book); za m'bwalo za bukuli ndi zolaura = the contents of this book are pornographic; 2.court matters;

za m'katimu contents (of a book);

za masiku onse 1.day-to-day; kupemphera ndiwo mchitidwe wake wa masiku onse = praying is her day to day habit; 2.daily;

za mbiri yakale historical items; anaba zambiri ya kale = he stole historical items;

za nthawi zonse 1.day-to-day; 2.usual; usachite za nthawi zonse zija = do not do your usual tricks;

za uthenga wabwino 1.things concerning the Good News; 2.evangelical matters;

za zii 1.nonsensical matters; 2.useless things; 3.vaguaries; 4.harebrained things;

za ziwalo 1.about the organs; 2.organic items;

za zopanga katundu m'makampani 1.concerning production of goods in factories; 2.industrial; nyengo yomwe anthu ankayesetsa kusintha kwa zinthu kuti zizipangidwa pa makina = industrial revolution;

zachikhalidwe 1.moral things; chikhalidwe cha uzimu = moral theology; 2.cultural things; 3.customary;

zachikhalire 1.firmly fixed; 2.stable things; 3.permanent things;

zachikunja 1.secular things; 2.irreligious things;

zachilengedwe 1.natural things; 2.grassroots; 3.indigenous; nkhuni zachilengedwe = indigenous firewood; 4.wildlife;

zachilengwalengwa 1.superstition; 2.magical things; njoka zachilengwalengwa = magical snakes;

zachiphala cha pansi pa nthaka 1.fiery substance produced by volcano; 2.igneous things; 3.volcanic; 4.lava eruptions;

zachipongwe violence; akaidi adachita zachipongwe = prisoners committed violence;

zachisembwere 1.adultery; 2.fornication; sakonda zachisembwere = she doesn't like fornication;

zachisoni 1.distress; 2.woes; 3.funeral;

-zadzada -chop;

zadziko 1.worldly things; 2.earthly things; 3.secular things;

zadzuwa 1.things of the sun; 2.solar things;

-zafutsa -spread in sun for drying;

-zaira -be accustomed;

zaka 1.age; ali ndi zaka khumi = he is at the age of ten; Nyengo mu mbiri ya Ulaya yotsimikiza nzeru za anthu koposa mphamvu za Mulungu = Age of Reason; 2.years;

zaka pakati panthawi ziwiri 1.limited period; 2.era;

zaka za moyo 1.lifespan; 2.longevity;

Zaka za Pakatipakati Middle Ages (500-1500);

-zaka zambiri 1.overaged; ndi wa zaka zambiri = he is overaged; 2.more years;

zaka zapitazo 1.previous years; 2.past years;

-zaka zonse 1.yearly; 2.all years; 3.every year; 4.annually;

zaka zowonjezerapo 1.added years; 2.extra years; 3.bonus years;

zake 1.one's things; expression: iye wadya zake (lit.: he has eaten what belongs to him) = he is replete and stone drunk; 2.its things;

zake za munthu 1.possessions; 2.personal property;

zakhala bwino 1.well set up; 2.done well; zateremu zakhala bwino = as such, it is well;

zakhali\a- (chiSotho) sister of my father/ mother;

zako your (singular); zala zako zatupa = your fingers are swollen;

zakuba 1.stolen goods; akugulitsa nsomba zakuba = he is selling stolen fish; 2.spoils;

zakuda 1.black things; adaona zakuda (lit.: he saw black things) = he was treated harshly/ he had to face misfortune; 2.dirty things;

zakudya zochokera ku mbewu 1.cereals; 2.edible grains;

zakudya zosakaniza 1.mixed foods; 2.ingredients;

zakukhosi 1.opinion; 2.views; 3.notions; 4.mind; kunena zakukhosi = speaking one's mind;

zakumbuyo 1.previous things; 2.historical; 3.past events;

zakumwa zofewetsa kukhosi 1.soft drinks; 2.minerals;

zakumwa zoledzeretsa 1.heavy alcoholic drinks; 2.liquor;

zakumwa zotsekemera 1.sweet drinks; 2.minerals;

zakumwa zoziziritsa kukhosi 1.soft drinks; 2.cold drinks; 3.minerals;

zakumwa zozuna sweet drinks;

zakuthwa sharp; nkhwangwa zakuthwa = sharp axes;

---

⁴ Most nouns beginning with **zi-** or **zo-** are plural, their singular counterparts start with respectively **chi-** and **cho-**.

zala fingers;
-zala 1.-plant; 2.-put seeds in the soil to grow;
-zalidwa 1.-be sown; 2.-be planted;
-zama 1.-be deep; malo ozama = deep place; 2.-go deep; proverb: a Phiri adazama kwambiri (lit.: Mr. Phiri went deep) = Mr Phiri is a good magician; 3.-penetrate; singano anazama pa thupi lake = the needle penetrated into her skin;
-zama muzochitika 1.-be an expert; 2.-be a professional; 3.-be a professor; 4.-be a dealer; 5.-be a specialist;
-zama pa chikhulupiriro 1.-be strong in faith; 2.-devote;
-zama pa chinthu 1.-specialise; 2.-be an expert; a Phiri anazama pa zokhudza ubongo = Mr. Phiri is an expert in neurology;
zamafano idolatry; sitichita za mafano = we are not involved in idolatry;
zamakolo 1.traditional; singingasiye zamakolo = we can't abandon our traditional things; 2.grassroots;
zamakono 1.modern things; 2.current things;
zamalamulo 1.things regarding the laws; 2.litigious things;
zamalodza 1.strange things; 2.odd things; 3.magical things;
zamalonda 1.commercial things/ items; 2.business matters;
zamasewera childish things;
zamasewera sports;
zamasilamusi 1.bewitchment; 2.conjuration; 3.magic things; anthu amati ndimadwaladwala chifukwa wina akundipangira za masilamusi = people say I often get sick because someone is doing me magic things; 4.superstition;
zamatsenga 1.bewitchment; 2.superstitions; izi ndi zamatsenga = this is bewitchment; 3.magic things;
zamba\a- 1.someone who helps at child birth; 2.midwife; 3.nurse;
zambala\- dress for Nyau dancer;
zambi 1.untruth; 2.curse; 3.sins;
Zambia Zambia; dzina la dziko lopezeka ku Afirika = the name of a country found in Africa;
zambia wrap-around-cloth for women;
zambiri 1.many (with plural nouns of the chi-zi-class and of the i-zi class); zinthu zambiri = many things; 2.numerous; 3.abundant;
zambuko 1.ford; 2.landing place for canoes;
zambwe 1.west; 2.spread out; 3.scatter; 4.west-easterly winds blowing along the lakeshore;
zambwerera 1.nonsensical things; 2.useless things; 3.harebrained things; 4.vague things;
-zamduka 1.-rebound; 2.-bounce;
-zamitsa -deepen; ndikuwerenga buku ili kuti ndizamitse maganizo anga = I am reading this

book to deepen my thoughts;
-zamitsa moyo 1.-be cheerless; 2.-be gloomy; 3.-be dreary; 4.-be dismal;
zamkutu 1.nonsense; kukamba za mkutu = talking nonsense; 2.saltless things; 3.tasteless things; 4.useless things; 5.garbage; 6.quiet things;
zamu\ma- breast of woman;
zana\ma- 1.one hundred years; mazana atatu = three hundred years; 2.century; 3.day before yesterday;
-zanama 1.-be strong; 2.-be firm; 3.-be fierce;
-zandamuka -rebound (of rubber); mpira unazandamuka = the ball rebounded;
-zandira -stagger;
zandowe 1.mucky things; 2.dirty things;
zanga 1.my; zovala zanga = my clothes; 2.mine;
-zanga 1.-grieve; 2.-annoy; 3.-cut little bald patches in the hair;
zangala 1.celebration; 2.rejoice;
-zangazika 1.-shake (of the body when dancing); 2.-be busy;
zangazime\ma- 1.bad luck; 2.punishment; 3.dream; 4.extraordinary vision; 5. adaona mazangazime = he had visions; 6.nightmare;
-zantha -bounce;
zanu 1.your; nyumba zanu = your houses; 2.yours;
zathu 1.our; zipatso zathu = our fruits; 2.ours;
-zatula 1.-bite; 2.-be painful;
zaubuno 1.things done in the way of the Boers; 2.things concerning the Boers;
zauchi honey products;
zaufiti 1.magic things; 2.things of witchcraft;
zaugalu 1.foolish things; 2.stupid things; 3.goddish things;
zauthenga wa chipulumutso 1.evangelical; 2.revival message;
zawo 1.their; nyimbo zawo = their songs; 2.theirs;
-zaza 1.-shout at; bambo anga anandizazira chifukwa ndinalephera mayeso = my father shouted at me because I failed exams; 2.-snarl; nkhumba ikanyanyala imazaza = an angry pig snarls; 3.-be wild; 4.-be fierce; 5.-be angry;
-zazamira -be cramped of muscles; anyamata sazazamira minofu = boys do not experience muscle cramps;
zazikulu 1.great things; 2.important things; 3.large things; 4.big issues;
-zazira 1.-talk angrily; 2.-domineer; 3.-berate; 4.-shout at; 5.-yell at;
-zazuka -become merry; aliyense anazazuka atamwa mowa = everyone became merry after taking beer;
-zazukitsa -be mellow; vinyo wozazukitsa = mellow wine;

-zazula 1.-arouse interest; 2.-provoke interest;
zedi 1.reality; 2.actual fact; 3.indeed; 4.in fact;
5.really; 6.truly; 7.very; 8.yes (for stressing);
9.surely;
zedidi 1.sure; 2.at all;
-zedzeduka 1.-be foolish; 2.-be absurd; 3.-be
epileptic;
Zekariya Zechariah; m'neneri ndi dzina la buku mu
Chipangano Chakale = a prophet and the name of a
book of the Old Testament;
-zekera 1.-be disgusted with food; 2.-be unpleasant
with food;
-zemba 1.-avoid by getting out of sight; 2.-
disappear; 3.-abscond; 4.-avert; 5.-divert; 6.-avoid
by hiding; 7.-elude; 8.-parry; 9.-desert; 10.-escape;
11.-sneak off; 12.-side step; 13.-subterfuge;
zembe\ma- water-melon;
-zembeneka 1.-escape; 2.-be not seen; 3.-be not
discovered; 4.-run away; 5.-sneak off;
-zembenuka 1.-slip; 2.-slink;
zembereku sudden disappearance;
-zembetsa 1.-smuggle; 2.-steal; 3.-carry off
secretly; 4.-rob; 5.-hide; osabisa/ osasowetsa/
osazembetsa ndalama zanga = don't hide my
money;
-zembetsa mpira -hide the ball;
-zembetsa ndalama 1.-steal money (by hiding it);
2.-embezzle money;
-zembeza -hide something like a thief;
zende\- 1.sea-saw; 2.teeter-totter;
-zendewera -swing over; iye anazendewera pa
mtengo = he swung on the tree; ine ndidzakhala
ndi kuzendewera lero = I'll be swinging today;
-zenenga 1.-wind round; 2.-cling like a snake
winding round; 3.-wrap round;
-zenengula -unwind;
zenera\ma- window;
-zenga 1.-bind; 2.-bind round; 3.-tie round; 4.-fasten
round; 5.-discuss; 6.-build; akuzenga nyumba =
they are building a house; 7.-state a case; 8.-stand
for trial;
-zenga mlandu 1.-prosecute; 2.-settle a dispute; 3.-
state a case; 4.-stand for trial;
-zenga nkhani -prosecute;
zenga\a- 1.curved knife; 2.curved axe; 3.sickle;
anamweta udzu ndi zenga = he cut grass with a
sickle;
-zengereza 1.-hesitate; musazengereze = don't
hesitate; osazengereza ayi, uyenera kupita mawa =
do not hesitate, you have to go tomorrow;
expression: chita za bowa bwanga (lit.: do of my
mushrooms) = hesitate/ be reluctant; 2.-linger; 3.-
loiter; 4.-defer; 5.-delay; 6.-procrastinate; 7.-be too
late; 8.-be dilatory;

zengerezu 1.hesitation; 2.slowing down;
3.retardation; expression: zengerezu adalinda
kwamukwawu (lit.: slowing down awaited
crawling) = when you retard down the slow ones
will finish before you; 4.delaying;
-zengesa -barter goods; ndikufuna kuzengesa mbuzi
ndi nkhosa = I want to barter a goat for a sheep;
-zengetsa mlandu 1.-accuse; 2.-arraign;
zengo\mi- long and thin pole;
zeni 1.truly; 2.really;
zenizeni 1.true/ good/ real (with plural nouns of the
chi-zi class and of the I-zi class); zinthu zenizeni =
true things; 2.specifics;
zenjezenje\a-/ zenzenje\a- kind of lizard;
-zepa 1.-be weak; akuzepa pa mphamvu = she is
weak; 2.-bend;
-zerenga 1.-wrap round; 2.-twine round; 3.-coil (of
rope or wire);
-zerezeka 1-be insane; 2.-be lunatic; 3.-be foolish;
mwamuna wozelezeka = foolish man; 4.-be oafish;
5.-be abnormal; 6.-be crazy; 7.-be egotistic;
zeze\a- 1.harp; 2.cither; 3.musical instruments with
strings,
zi 1.nothing; kuli zi = there is nothing; 2.silence;
-zi these; demonstrative function suffixed to plural
nouns of the chi-zi class and of the i-zi class;
zitsekozi = these doors; nyumbazi = these houses;
zi- 1.prefix of plural nouns of i-zi class; zinthu =
things; 2.subject concord with plural nouns of chi-
zi class; zisoti zili pano = the hats are here;
2.subject concord with plural nouns of i-zi class;
nyumba zili pano = the houses are here;
-zi- 1.object concord infixed in conjugated verbs
representing plural nouns in chi-zi class; akuziona
(zisoti) = she is seeing them (hats); 2.object
concord infixed in conjugated verbs representing
plural nouns in i-zi class; akuziona (nyumba) =
they are seeing them (houses); 3.infix indicating -
self/ -selves; ukuziona = you are seeing yourself;
tikudziona = we are seeing ourselves; 4.infix
indicating necessity; uzipita = you must go/ you
have to go;
-ziazia 1.-be dim; kuwala kwa ziazia tsopano = the
light has become dim now; 2.-be not bright;
zibabatoni kind of dance;
zichitochito 1.doings; 2.deeds; 3.works; 4.jobs;
zida zakumunda 1.farm tools; 2.farm implements;
3.farm materials;
zida zankhondo 1.armoury; 2.weapons of war;
zida zophikira cooking utensils (mbale, poto, kapu
etc);
zidodo delays;
zidoilo za pagome 1.table cloths; 2.linen; zidoilo za
pagome muyenera kuti muzichape ndi kuzisita =

the linen needs cleaning and ironing;
zidundumwa roughness in surface;
zidutswa 1.crumbs; 2.small pieces; 3.fragments;
zidutswa za makala 1.pieces of charcoal; 2.cinder;
zidutswa za miyala 1.pieces of stone; 2.rubble;
zidutswa za njerwa 1.pieces of brick; 2.rubble;
zigamba 1.pieces of material; 2.patches;
zigamwa 1.chins; 2.jaw bones; Samisoni anapha
anthu ndi zigamwa za bulu = Samson used the jaw
bones of an ass to kill people;
zigango meeting for promiscuous intercourse
between unmarried males and females;
zii (-li z.) 1.-be saltless; ndiwo zake ndi zazii = the
relish is saltless; 2.-be nonsense; 3.-be useless; 4.-
be senseless; zokamba za zii = senseless speech;
5.-be tasteless; 6.-be quiet; lero kuli zii = today
everything is quiet (there is no disturbance); 7.-be
silent; 8.-be simple;
zija demonstrative pronoun meaning 'those ... over
there', with plural nouns of the chi-zi class and the
i-zi class; zisa zija = those nests over there;
nyumba zija = those houses over there;
-zika (chiTumbuka) 1.-abate; 2.-assuage; 3.-
dwindle; 4.-dry up; 5.-be meek; 6.-erect; 7.-stab;
8.-pierce; 9.-fix; anazika mtengo pansi pa thandala
kuti lilimbe = he fixed a pole to support a rafter;
zikafe dross of metal;
zikanda scabies; akudwala zikanda = he is suffering
from scabies; expression: ali ndi magitala (lit.: he
has guitars) = he has scabies;
-zikika 1.-be strongly rooted; 2.-stand firmly; 3.-
become immovable;
-zikitira -remain a long time in one place;
-zikizira 1.-penetrate; 2.-pierce to what is
underneath;
zikokombe shells; zikokombe za njere za mango =
mango seed shells;
zikolosa match boxes;
zikomo (chiNgoni) 1.thanks; 2.praise; 3.exaltation;
zikosi grass tied in knot;
zikuni logs;
zikunje bundles of herbs;
zikwama za asirikali 1.baggage of soldiers;
2.impedimenta;
zikwanje panga knives;
zikwerezo netted float for fowls;
zikwi khumi million; anthu zikwi makumi khumi =
ten million people;
zilembo za anthu a khungu 1.letters for the blind;
2.braille;
zilembo za anthu osaona 1.letters for the blind;
2.braille;
zilembo za mawu 1.letters; 2.spelling;
zilembo zazikulu capital letters; ulembe zilembo

zazikulu = write in capital letters;
zilembo zosonyeza kukutira kwa mawu 1.marks
used in pairs for enclosing words; 2.bracket;
zilembo zowerengeka 1.legible letters; 2.big letters;
zilengolengo mysterious phenomenon;
zili mbwe 1.being broadcast; 2.common opinion;
3.being scattered;
zilizonse 1.all (with plural nouns of the chi-zi class
and of the i-zi class); zinthu zilizonse = all things;
nyumba zilizonse = all houses; 2.any;
zilonda za kukhosi 1.sore-throat; 2.tonsils;
zilonda za pa khungu 1.skin rash; 2.scabies;
3.shingles (tizilonda ting'onoting'ono tapakhung);
zilubwelubwe 1.mental illness; 2.madness;
3.lunacy; 4.mania; 5.hysteria;
-zilubwelubwe 1.lunatic; 2.mad; 3.scatty;
zilumba za Fiji Fiji Islands;
zilundu pieces of cloth for wrapping around the
body;
-zima 1.-quench; 2.-be quenched; moto wazima =
the fire is quenched; 3.-extinguish;
zimatha 1.thanks; 2.things end;
-zimba 1.-fade (of colour); 2.-defend oneself;
-zimba(y)itsa 1.-disguise; 2.-make feint; 3.-feign;
4.-be ironical;
Zimba\A- 1.surname referring to hunting, of a
Chewa clan under T.A. Chulu in Kasungu North;
2.name given by the Nyungwe people in
Mozambique to the people of the lake (aNyanja) in
Malawi;
Zimbabwe Zimbabwe; dzina la dziko lopezeka mu
Afirika = the name of a country found in Africa;
-zimbazimba 1.-look ugly; 2.-be not colourful; 3.-
be not admirable;
zimbe\- sugarcane;
-zimbidwa -be constipated;
zimbiri 1.rust; 2.anything that grows on or cover
something else;
-zimbiri rusty;
-zimbula 1.-end marriage legally; 2.-divorce;
zimbwatha\a- short legged chicken;
zimene that; relative pronoun with plural nouns of
the chi-zi class and of the i-zi class; zipatso zimene
ndagula = the fruits that I have bought; ndalama
zimene ndinasunga = the money that I saved;
zimene zija demonstrative pronoun meaning 'those
... over there', with plural nouns of the chi-zi class
and the i-zi class; zisa zimene zija = those nests
over there; nyumba zimene zija = those houses
over there;
zimene zino emphatic demonstrative pronoun
following plural nouns of the chi-zi class and the i-
zi class; zisa zimene zino = these nests; nyumba
zimene zino = these houses;

zimenezi 1.demonstrative pronoun following plural nouns of the chi-zi class and of the i-zi class; zitseko zimenezi = these doors; nyumba zimenezi = these houses; 2.such;

zimenezo demonstrative pronoun following plural nouns of the chi-zi class and of the i-zi class; zitseko zimenezo = those doors; nyumba zimenezo = those houses;

-zimidwa 1.-become twisted together; 2.-be entangled; 3.-be quenched; 4.-be extinguished;

-zimira 1.-vanish; 2.-disappear; 3.-vamoose; anangozimira = she just vamoosed;

-zimirira 1.-fade away; 2.-become indistinct; 3.-extinguish;

-zimitsa 1.-blow out; 2.-extinguish; pangozi zimitsani moto = in danger extinguish the fire; 3.-put out; akuzimitsa nyale = he is putting out the lamp;

-zimitsa moto 1.-quench the fire (lit.); 2.-put off fire; 3.-extinguish; 4.-solve a disagreement between two people; 5.-settle a quarrel; 6.-mediate in conflict; 7. term that refers to the practice of 'kuyeretsa' (lit.: cleansing), i.e. a widow having to sleep with a 'fisi' (lit.: hyena) meaning the late husband's brother or with someone else designated to this;

-zimitsa nyale 1.-put out lamp; 2.-extinguish the lamp;

zimphongole shoot of a sugarcane;

zimpsipsinyo fibers spat out when eating sugar cane;

zimpsyo waist;

-zimula -warn;

-zimvuka -leap up;

zina other (with plural nouns of the chi-zi class); zisoti zina = other hats;

zina kambu zina leku interruptive remark by someone who breaks into a conversation or a discussion in affirmation of or in addition to the words of the previous speaker (lit.: some things speak other things left);

zinanazi pine apples;

-zinazina 1.very strange; 2.peculiar; 3.special; 4.foreign; 5.mysterious;

-zinda (chiTumbuka) 1.-avert; 2.-prevent; 3.-ward off; 4.-dodge; 5.-avoid (of anything thrown); 6.-escape; 7.-side step; 8.-evade; 9.-parry; 10.-forestall; 11.-preclude; 12.-bite; 13.-show teeth;

zindanda nursery beds;

-zindika -protect with charms;

-zindikira 1.-realise; kodi uli kundizindikira ine? = do you realise who I am?; 2.-understand; 3.-know; 4.-recognise; sanamzindikire iye ngati pulezidenti = he did not recognise him as president; 5.-

discover; 6.-apprehend; 7.-perceive; 8.-be aware; 9.-comprehend; 10.-discern; 11.-identify; 12.-scent; 13.-notify;

-zindikira choonadi 1.-know the truth; 2.-realise the reality;

-zindikira kusiyana 1.-recognise the difference; 2.-distinguish; 3.-differentiate;

-zindikira msanga 1.-be perceptive; 2.-have insight;

-zindikira ubwino -recognise the goodness;

-zindi kira zoona zake 1.-perceive; 2.-apprehend; 3.-know the real truth;

-zindikiridwa 1.-be noticed; 2.-be discovered; 3.-be caught; 4.-be unveiled;

-zindikirika 1.-be noticed; 2.-be notified; 3.-understand; 4.-dawn; zizindikirika posachedwa kuti mtsikana ndi woyembekezera = it will soon dawn that the girl is pregnant;

-zindikiritsa 1.-enlighten; 2.-convince; 3.-discern; 4.-make known; 5.-familiarise; 6.-acknowledge; mwandizindikiritsa nzeru = you have acknowledged me;

-zindikiritsa nzeru 1.-impart wisdom; 2.-impart knowledge;

-zindikiritsa uthenga 1.-impart tiding; Mariya ndi wabwino pozindikiritsa uthenga/ chidziwitso = Mary is good at imparting tidings/ knowledge; 2.-make the message known;

-zindula 1.-bite out a piece; 2.-cook for first time in a new pot;

-zinga (chiTumbuka) 1.-surround; apolisi anazinga nyumba = the police surrounded the house; 2.-besiege; 3.-compass; 4.-beset; 5.-swathe; 6.-become calm;

-zinga ndi unyolo -handcuff; anamuzinga ndi unyolo = he was handcuffed;

-zinga pakhosi 1.-kill violently; 2.-slay; anamuzinga pakhosi ndi mpeni = he slayed him with a knife; 3.-behead; anazingidwa pakhosi = he was beheaded;

zinganga za mpingo church bells;

-zinganira 1.-lap; 2.-drink quickly using the tongue like a dog;

zingapo 1.some; mbuzi zingapo = some goats; 2.few;

zingati? 1.how many?; ng'ombe zingati = how many cows?; 2.how much?; ukugulitsa ndalama zingati? = how much are you selling?;

-zingidwa -be surrounded;

-zingiza 1.-surround; 2.-go round; 3.-span; 4.-puzzle; iye wandizingiza = he has puzzled me;

-zingwa 1.-be stranded; 2.-be in dilemma; 3.-be lonely; 4.-be foolish; 5.-be poor;

zingwangwa malaria;

519

zingwe za nsapato 1.strings of shoes; 2.shoe laces;

-zingwitsa 1.-distort; 2.-confuse; 3.-discomfort;

zinja fallow land; tiyeni tipite ku zinja = lets go to the fallow land;

-zinjira 1.-surround; 2.-encircle;

zino emphatic demonstrative pronoun following plural nouns of the chi-zi class and the i-zi class; zisa zino = these nests; nyumba zino = these houses;

zinthambo strings;

zinthu 1.things; 2.possessions; amayang'anira zinthu zawo = they look after their possessions; 3.goods; 4.chattels; 5.luggage;

zinthu mu gulu fleet; gulu la basi = a fleet of buses; gulu la sitima = a fleet of ships;

zinthu za chilengedwe 1.natural resources (lit.: things of nature); 2.indigenous things;

zinthu za mavuto 1.hardship; 2.sufferings;

zinthu za pa kama 1.bed things; 2.beddings; 3.bedsheets;

zinthu za tsopano 1.modern things; 2.new fashion things;

zinthu za zii 1.useless things; 2.senseless things;

zinthu zakale old things;

zinthu zochepa 1.little things; 2.few things; 3.small things; 4.trivialities;

zinthu zochititsa chidwi 1.surprising things; 2.astonishing things;

zinthu zochititsa chikoka attractive things; kuli zinthu zochititsa chikoka = there are attractive things;

zinthu zochititsa kaso 1.surprising things; 2.astonishing things; 3.entertaining things;

zinthu zochititsa manyazi shameful things;

zinthu zochuluka 1.abundance of things; 2.plenty; 3.profusion; 4.cornucopia; 5.many;

zinthu zodabwitsa 1.astonishing things; 2.amazing things;

zinthu zododometsa 1.amazing things; 2.astonishing things;

zinthu zofala common things;

zinthu zofanana 1.same things; 2.similar things; 3.same sort of things;

zinthu zokhudzika 1.matters; 2.touchable things; 3.material things;

zinthu zolengedwa 1.created things; 2.natural things; 3.creatures;

zinthu zomaliza 1.last things; 2.final things;

zinthu zomasuka loose things; wandipatsa zinthu zomasuka = you have given me loose things;

zinthu zongokhala m'maganizo 1.things that only exist in thoughts; 2.non-existent things;

zinthu zoperewera 1.shortfall; ndalama zaperewera mu ofesi muno = there is cash shortfall in this office; 2.not enough things; 3.lacking things;

zinthu zophatikizira 1.mixture; 2.combined things; 3.additives;

zinthu zosakhudzika abstract things;

zinthu zosangalatsa 1.things that make one happy; 2.interesting things; 3.entertaining things;

zinthu zosasungunuka insoluble things;

zinthu zosathandiza 1.useless things; 2.worthless things;

zinthu zosayenera 1.useless things; 2.unnecessary things;

zinthu zotsiriza 1.last things; 2.final things; 3.things of the end time;

zinthu zowanda common things;

zinuzinu pains;

zinyalala 1.rubbish; dzala lotayira zinyalala = a pit for depositing rubbish; 2.refuse; 3.waste; zinyalala = waste materials; 4.litter; 5.sweepings; 6.debris; madzi a mvula abweretsa zinyalala ku makina opopela madzi pa mtsinje wa Shire = rain water has brought debris to the water pumping machine on the Shire river; 7.garbage; izi ndithu ndi zinyalala = this is really garbage;

zinyatsi 1.rubbish; anthu azingotiwona ngati zinyansi = people will look upon us as rubbish; 2.useless things; 3.litter;

zinzolo 1.sudden rash; 2.exanthema subitum (Latin);

-zipa -be sweet; uchi wozipa = sweet honey;

zipangizo 1.tools; 2.implements; 3.materials;

zipangizo za padera spare parts;

zipangizo zodyeramo dinner set;

zipani za ndale zovomerezana 1.political parties in agreement; 2.bloc of parties; 3.political parties in alliance;

ziphunzitso za uKhristu Christology;

zipi\- (chiNgerezi) zip;

zipwidza offals;

zipwidziri offals;

-zira 1.-smear; 2.-daub; 3.-smoothen by hand with clay; 4.-paint; anayizira nkhope yake ndi mekiapu = she painted her face with make-up; thandiza kuzira nyumba ndi mtsiro = help to paint the house with clay;

-zirala 1.-decrease; 2.-grow weak; moto unazirala = the fire gradually grew weak; gulu lidazirala kuyambira mchaka cha 1967 = the group gradually grew weak since 1967; mKhristu wozirala = a weak Christian; 3.-subside; 4.-abate (of wind); 5.-be quenched (of fire); 6.-dwindle; 7.-forget;

ziriri (-li z.) 1.-be quiet; 2.-disperse;

-zaririka 1.-disappear; 2.-go out of sight;

ziro (chiNgerezi) 1.zero; 2.naught;

zironda wounds;

ziru\ma- crack in the skin;

-zirula 1.-take the surface off; 2.-peel;

zisanu five; ng'ombe zisanu = five cows;

zisanu ndi zinayi nine things;

zisanu ndi zitatu eight things;

zisapisapi shavings;

zitangoti 1.suppositions; 2.imaginations;

zitati 1.suppose; 2.imagine; 3.fancy; 4.should; zitati ng'ombe zonse zafa = should all cattle die;

zitete 1.grasshoppers; 2.baskets; tinyamula zitete ziwiri zokha = we will carry only two baskets;

zithaphwi zouma m'chilimwe intermittent streams;

-zitho 1.strong; 2.burly; munthu wa zitho = burly person; 3.stout;

zitosi drops of chicken;

zitoto dross of metal;

zitsitsimutso za uzimu 1.religious revivals; 2.crusades;

zitsulo za mawaya amagetsi 1.poles for electricity wire; 2.pylons;

zitsulo zosavuta kusula 1.metals easily pressed/ beaten; 2.malleable metals;

-zitula 1.-pain; 2.-ache; 3.-nibble;

zitupa cards; iye wanditumizira zitupa = she has sent me cards;

zitupa zoyitanira anthu 1.invitation cards; 2.request cards;

-ziuka -come out (of a piece);

-ziula 1.-cut out a piece; 2.-bite out a piece; 3.-open up;

-ziwa -close mouth of a hole;

ziwa (chiSwahili) lake; Ziwa ya Malawi ndi yayikulu = Lake Malawi is big;

ziwala m'mutu 1.lunacy; (lit.: have grasshoppers in the head); 2.mental illness; 3.madness;

ziwalo za mikono ndi miyendo 1.members of arms and legs; 2.limbs;

ziwalo zopumira respiratory system;

ziwanda 1.demons; 2.ghosts; 3.apparitions; 4.spirits;

ziwawa 1.conflicts; 2.violence;

ziwengo ring worms;

ziweto 1.farm animals; 2.cattle; 3.livestock;

ziwiri two; mbuzi ziripo ziwiri = there are two goats;

-ziwirira 1.-be partly obliterated; 2.-disappear mysteriously;

ziwiya household utensils;

ziwiya zodyeramo dinner set;

ziwiya zophikira 1.tools for cooking; 2.kitchen utensils;

-ziwula 1.-cut out a piece; 2.-bite out a piece; 3.-open up;

ziwunda chicks of birds;

ziwundu verandah (of traditional houses);

-ziya 1.-be wearied out with hunger or heavy load; 2.-drop with fatigue; 3.-be exhausted; 4.-be sulky; 5.-faint;

ziyankhulo zachilendo 1.strange languages; 2.foreign tongues; opemphera ankalankhula zilankhulo zachilendo = men in prayer were speaking in foreign tongues;

ziyankhulo zenizeni 1.true languages; 2.original languages;

ziyankhulo zoyambirira original languages;

-ziyitsa 1.-be dismal; 2.-be depressing;

-zizidwa 1.-be cold; 2.-be chilled; 3.-be cooled;

-zizidwa m'thupi 1.-have cold fever; 2.-be afraid; ndidazizidwa m'thupi nditamva nkhaniyi = I was afraid when I heard about this issue;

zizindikiro 1.signs; 2.symptoms; 3.marks; 4.beacons; 5.bench marks; 6.emblem;

zizindikiro za Mpingo marks of the Church;

zizindikiro zosachotsedwa 1.permanent signs; 2.indelible signs;

-zizinga 1.-be calm; 2.-be brave; 3.-be firm;

-zizira 1.-be chilly; 2.-be cold; kwazizira lero = it is cold today; kukuzizira tsopano = now it is getting cold; ndikuzizidwa = I am (feeling) cold; m'mawa kunazizira = in the morning it was cold; mpingo uwo ndi wozizira = this church is cold; mKhristu wozizira = a cold Christian; mwazizidwa? = are you cold?; kwazizira ndi mvula/ mphepo = it is (made) cold by rain/ wind; 3.-be cool; 4.-be alert; 5.-lack savour; 6.-be insipid; 7.-be loose limbed/ soft/ feeble/ weak; 8.-be calm;

-zizira kwa thupi -have cold fever (lit.: -be cold of the body);

-zizira kwambiri -be ice cold; kunazizira kwambiri m'mawa = it was ice cold in the morning;

-zizira kwenikweni -freeze; lero ndiye kuzizira kwenikweni = it will freeze today;

-zizira mtima 1.-be chicken hearted; 2.-be cool hearted;

ziziri quails; a Israel anadya ziziri mchipululu (Eksodo 16: 13) = the Israelites ate quails in the wilderness (Exodus 16: 13);

-ziziritsa 1.-freeze; 2.-chill; 3.-cool; 4.-make cool; expression: zoziziritsa ku m'mero (lit.: what makes the throat cool) = a cold drink that settles down your feelings; expression: zoziziritsa thupi (lit.: what makes the body cold) = news that makes the body weak/ disarming news; expression: iye amakonda kuziziritsa zinthu (lit.: he likes making things cool) = he is carefree/ he is not serious; 5.-conciliate; 6.-ease; mankhwala oletsa ululu aziziritsa mutu wanga = the pain killer has eased my head; 7.-relieve from pain;

-ziziritsa kukhosi 1.-cool down the throat; 2.-refresh; 3.-have cold drinks;
-ziziritsa moyo 1.-be dandled; 2.-be comforted;
-ziziritsa mtima 1.-calm down; 2.-allay;
-ziziritsa nkhongono 1.-be distressed; 2.-feel weak; 3.-be deterrent; 4.-disappoint;
ziziro\ma- cold (n);
-zizwa 1.-be amazed; 2.-be astonished; 3.-be agape; 4.-be perplexed; 5.-be curious;
-zizwitsa 1.-amaze; 2.-astonish; 3.-be wonderful; 4.-perplex; 5.-flabbergast; 6.-dumbfound; 7.-be mysterious; mabadidwe a Yesu ndi ozizwitsa = virgin birth of Jesus is mysterious; 8.-be occult;
-zizwitsa kuti zivomerezeke -be inconceivable;
-zo demonstrative function suffixed to plural nouns of the chi-zi class and of the i-zi class; zitsekozo = those doors; nyumbazo = those houses;
-zoba 1.-be foolish; 2.-be stupid; 3.-adze out;
zobadwa nazo 1.in-born; 2.innate; zoipa zobadwa nazo = innate evils;
zobo 1.clock; 2.watch;
zobwera 1.outcome; uganizire zobwera = consider the outcome; 2.consequences;
zobwera pambuyo pa zinthu 1.outcome; 2.results 3.consequences;
zochita zabwino 1.good deeds; udzalipidwa malinga ndi zochita zako zabwino = you will be paid according to your good deeds; 2.good works;
zochita zoipa 1.scandals; 2.violence; 3.sin;
zochita zovuta 1.scandals; 2.violence;
zochitachita habits; chinthu chomwe munthu amachitachita (amachita pafupipafupi) koma asakuganizira = anything one does frequently without thinking about it;
zochitika musanayambe kugonana 1.foreplay; 2.acts before the coitus; 3.caresses;
zochitika mwachinsinsi 1.things done secretly; 2.undercover events; malipiro a chinsinsi = undercover payments; 3.underground events;
zochitika za phokoso 1.uproar; 2.tumult; 3.violence;
zochitika zokondwerera 1.festival; 2.festal event; 3.party;
zochitika zoopsa adventure; ulendo wa zochitika zoopsya = an adventurous journey;
zochizochi the walking of a tall man observed above the grass;
zochokapozo reductions; uwerengere zochokapozo = consider the reductions;
zochotsa fungo loipa pa khungu 1.deodorants; 2.antiperspirants; 3.perfumes;
zochuluka 1.many things; 2.plenty things; 3.more things;
zodulira maluwa shears; mundigulire zodulira

maluwa zatsopano = buy new shears for me;
zodzoladzola zonunkhira 1.deodorants; 2.antiperspirant;
zofanana similar things; mbalame zofanana = similar birds;
zofewa zoundana zogwedezeka jelly;
zofukizira nsembe 1.substance that produces pleasant smell; 2.incense;
zofuna 1.things asked for; 2.demands;
zofuna kuchita 1.inclinations; 2.things to be done;
zofunda 1.beddings; 2.bedsheets;
zofunika 1.things needed; 2.demands;
zofunika kutayidwa 1.bad things; 2.debris;
zogonera 1.bed sheets; 2.beddings;
zogulitsidwa 1.items to be sold; 2.things for business; 3.groceries; 4.merchandise;
zogwinya 1.spoils; ndatenga zogwinya zochuluka = I have taken much spoils; 2.booty; 3.loot;
zogwiritsa ntchito pophika 1.kitchen utensils; 2.cooking materials; 3.kitchen items;
zogwiritsira ntchito 1.tools; 2.implements;
zogwirizana 1.connected things; 2.relevance; 3.similar things; 4.agreeable things;
zoipa pa za uzimu 1.sacrilege; 2.bad things in spiritual matters;
zoipa zochoka m'thupi 1.faeces; 2.excrements; 3.ordure; 4.manure from the body;
zokambirana 1.discussions; 2.conversations; 3.proceedings; 4.dialogue; 5.talks;
zokambirana anthu awiri 1.discussions between two people; 2.dialogue;
zokambirana mu sewero 1.dialogue; 2.play act; 3.disputation;
zokambirana pakati pa maiko awiri 1.discussions between two countries; 2.dialogue;
zokangamira m'mano 1.plaque on teeth; 2.tartar;
zokha -selves/ only (with plural nouns of the chi-zi class and of the i-zi class); zinthu zokha = the things themselves/ the things only; nyumba zokha = the houses themselves/ the houses only;
zokhakhala rough things; zovala zokhakhala zingacheke thupi la mwana = rough clothes can injure a baby;
zokhala m'nyanja 1.lake dwellers; 2.aquatic;
zokhudza chibale 1.concerning relationship; 2.family affairs;
zokhudza chiphunzitso cha uzimu 1.concerning spiritual teaching; 2.dogmatics;
zokhudza mgwirizano wa mbanja 1.concerning family unity; 2.family relationships;
zokhudza mgwirizano wa mipingo 1.concerning church unity; 2.'ecumenism';
zokhudza mgwirizano wa zipani 1.concerning political party unity; 2.alliance issues;

zokhudzana ndi dzuwa 1.concerning the sun; 2.solar things;

zokhumba 1.desires; 2.wishes;

zokhumudwitsa 1.disappointing things; 2.sufferings; 3.unfortunate things;

zokhumudwitsa za maganizo 1.confusing situation; 2.imbroglio;

zokhwasulakhwasula zowotcha 1.roasted meat; 2.grilled meat;

zokometsera decorations;

zokometsera chakudya spices;

zokonda kuchita 1.inclinations; 2.dispositions; 3.habitual things;

zokondedra 1.things that are loved; 2.likes (n); zokonda zako ndi ziti? = what are your likes?;

zokongoletsa thupi 1.ornaments; 2.baubles;

-zokota -hollow out wood or stone;

-zokotoka -grow fast;

zokumbidwa 1.dug out things; 2.digging things which were buried sometime back; 3.excavations;

zokwanira eni okha subsistence; chuma chokwanira iwo okha = subsistence economy; ulimi ongopeza chakudya chokha basi = subsistence farming;

zolankhula za utsiru 1.nonsensical talk; 2.piffle;

zolankhula zopanda nzeru 1.talks without wisdom; 2.piffle;

zolaula 1.songs that mention male or female private parts; 2.pornographic utterings;

zoledzeretsa addiction;

zolemba zonena wina lampoon; zolembedwa pofuna kunena munthu kapena boma ndi kufuna kumuwonetsa/kuliwonetsa lopusa = written documents with an intention to stupefy a person or government;

zolembalemba m'makhoma 1.gravings/ writings on a wall; 2.graffity;

zolembedwa 1.written things; 2.records in writing; 3.scriptures;

zolembedwa motsata zaka annals; zolembedwa za mafumu potsata zaka = the king's annals;

zolembedwa zoipitsa munthu 1.libels; 2.false defamations; 3.defamatory writings;

zolembedwa zomwe zingawoneke transparent writings;

zolembedwa zonyazitsa wina libels;

zolembedwa zopanda nzeru 1.writings without wisdom; 2.jejune (n);

zolembera mu ofesi 1.writing materials; 2.stationary;

zolemetsa 1.problems; 2.difficulties;

zolengeza mu nyuzipepala news bulletin;

zolengeza pa wailesi radio news bulletin;

zolengezedwa 1.announcements; 2.intimations (esp.

in church) 3.information;

-zolika 1.-bend down the head; 2.-hang head downwards; 3.-stand on head; 4.-go straight down; 5.-descend straight down; 6.-decline; 7.-be turned upside down; 8.-bow;

-zolikira pansi 1.-bend down; 2.-bow;

-zolikitsa 1.-hold upside down; 2.-turn upside down; 3.-upset;

-zolimira 1.-look down on anything from a height; 2.-be for farming; ng'ombe zolimira = cattle used for farming;

zolinga zomwe zinaikidwa 1.objectives; 2.fruition; 3.projections; 4.aims;

-zolitsa -turn upside down;

zolo\a- 1.ant-eater; 2.kind of rodent;

zolomondu sudden appearance;

zolongedzedwa pamodzi things packed together;

-zolowera 1.-be accustomed; 2.-get used; ndazolowera kuyenda pa ndege = I am used to travelling by plane; 3. -be used to; ndinazolowera moyo wa mu mzinda = chitawuni chinandilowerera = I am used to town life very much; 4.-acquaint; 5.-be addicted; 6.-cope with; sindingazolowere nyengo yozizira = I can't cope with cold weather;

-zolowera chinthu 1.-be used; 2.-be accustomed to;

-zolowera kugwira mwazi 1.-be bloodthirsty (lit.: -be used to seizing blood); 2.-be murderous;

-zolowera kupha -be bloodthirsty (lit.: be used to killing);

zolowera malo atsopano 1.get used to a new place; 2.-be accustomed to a new place; 3.-be acclimatised;

-zolowera nyengo yatsopano 1.-get used to a new time; 2.-acclimatise;

-zolowereka 1.-be domestic; 2.-be docile; 3.-be tame; 4.-get used to;

-zoloweretsa 1.-familiarise; 2.-domesticate; 3.-tame;

zomangamanga buildings; zomangamanga za mpingo = church buildings;

zomangira chilonda 1.bandages of wounds; 2.dressings; 3.lint;

zomatira 1.glue; 2.adhesive; ubweretse zomatira kuno = bring the adhesive here;

zomba 1.kind of locust; 2.name of town and district in Southern Malawi; 3.variety of bananas;

zomera 1.vegetation; ndimakonda zomera zobiriwira = I like green vegetation; 2.plants;

zomera za m'munda 1.weeds; 2.darnel;

zomera zazikulu ndi zobiriwira 1.abundant and green vegetation; 2.lush vegetation;

zomera zokha 1.natural regeneration; 2.natural vegetation;

zomeramera vegetation;

-zomoka -break out in holes;

-zomola 1.-peck; nkhuku yanga imakonda kuzomola chimanga = my chicken pecks corn; 2.-maul (as wild animal); 3.-take a bite out of flesh; 4.-bite; anadzizomola lilime = he bit on his tongue;

zomvetsa chisoni 1.disappointing things; 2.unfortunate things; 3.things of sadness; 4.worrisome things;

zomwe 1.-selves (with plural nouns of the chi-zi class and of the i-zi class); zinthu zomwe = the things themselves; nyumba zomwe = the houses themselves; 2.who/ that/ which (relative pronoun with plural nouns of the chi-zi class and the i-zi class);

zomwe munthu amakonda 1.things that a person likes; 2.likes (n); tanena zomwe iwe umakonda = say what your likes are; 3.favourites;

zomwe munthu sakonda 1.things that a person dislikes; 2.dislikes;

zomwe palibe non-existent things; osamangonena zomwe palibe = don't talk about non-existent things;

zomwe zija demonstrative pronoun meaning 'those … over there', with plural nouns of the chi-zi class and the i-zi class; zisa zomwe zija = those nests over there; nyumba zomwe zija = those houses over there;

zomwe zimapezeka 1.available things; 2.accessible things; 3.readily available things;

zomwe zimasungunuka soluble things;

zomwe zino emphatic demonstrative pronoun following plural nouns of the chi-zi class and the i-zi class; zisa zomwe zino = these nests; nyumba zomwe zino = these houses;

-zonda (chiTumbuka) 1.-see; 2.-stare; 3.-visit; ndikupita kukazonda odwala = I am going to see/ visit the sick; akuzonda wodwala = he is visiting the patient; 4.-spy; expression: amayi a mvano akazonda matenda (lit.: the women guild have gone to spy on illness) = they have gone to see some people who are ill; 5.-detest; 6.-hate; ndimazonda anthu amwano = I hate rude people; 7.-abhor;

-zonda malo 1.-look round; 2.-spy a place;

-zondanso -revisit; ndabwera kudzazondanso odwala = I have come to revisit the sick;

zonde\a- frog with long legs;

-zondoka 1.-turn upside down; 2.-be upside down;

-zondotsa 1.-turn upside; 2.-hold upside down; 3.-upset; 4.-invent; 5.-capsise;

zonena zolakwika 1.misinformation; 2.wrong information;

zonenedwa 1.quotation; 2.sayings;

zonenepetsa zopezeka m'magazi cholesterol;

-zonga 1.-cut meat in strips; 2.-jerk;

zongoganizidwa m'mutu 1.subjectivity; 2.imaginary things;

zongolankhulidwa 1.rumours; 2.spoken words;

zonse 1.all (with plural nouns of the chi-zi class and of the i-zi class); zinthu zonse = all things; nyumba zonse = all houses; 2.caboodle;

zonse pamodzi 1.everything together; 2.overall; 3.gross; 4.total;

zonunkhiritsa zakudya 1.spices; 2.marjoram;

zonyansa 1.bad things; 2.rotten things; 3.worst things;

zonyanya 1.itches; 2.bad things; 3.too much;

zonyenga 1.deceit; 2.fraud;

zonyengererana 1.pleadings; 2.persuasions;

zonyerenyetsa itches;

-zonzomola -peck;

zoona 1.really; 2.truly;

zoonadi 1.absolutely sure; 2.certain;

zooneka ndi maso 1.things that can be seen with the eyes; 2.reality; 3.actuality;

zopaka mmilomo lipstick;

zopaka pa chingwa substances to smear on bread, like: butter, margarine, jam, honey;

zopanda gugu 1.nonsense; 2.debris; usanene zopanda gugu = do not talk nonsense; 3.uncredited;

zopanda mutu 1.nonsensical things; 2.crap;

zopanda ntchito 1.things that do not work; 2.nonsense; 3.debris;

zopanda nzeru 1.things without wisdom; 2.crap; 3.nonsense;

zopanda phindu 1.things that do not profit; 2.nonsense; 3.worthless things;

zopanda umboni 1.accusations without witness; 2.unfounded allegations; 3.unproved things;

zopandapake 1.nonsense; 2.useless things;

zopangana pa malonda 1.dealings; 2.contracts;

zopangidwa ndi dothi 1.earthenware; 2.crockery;

zopangira chikatoni cardboard;

zopangira mphira rubber things;

zopangira zinthu 1.materials; 2.equipment; 3.stuff;

zopatsanso mphamvu 1.refreshments; 2.energisers; 3.re-enforcements;

zopatsidwa mwaulere 1.things given freely; 2.handouts; zinthu zopatsidwa mwaulere zitha kukhala chakudya, zovala kwa osauka = hand outs can be food, clothes to the poor;

zopereka za masika 1.collections of first fruits; 2.sheaves;

zopeza pa kafukufuku 1.results of research; 2.data for research; 3.findings;

zophikira 1.kitchen utensils; 2.kitchen ware;

zophulika burst things; zibaluni zophulika = burst baloons;

zophwanyika 1.breakable things; 2.fragile things;

zoposa 1.excellent things; 2.superb things; 3.superior things;

zopusa 1.silly things; 2.foolish things; 3.sexual intercourse; ana akupanga zopusa = the kids are having sexual intercourse;

zopweteka 1.sufferings; 2.hardships; 3.problems;

zosachitika kawirikawiri 1.unusual things; 2.incidents; 3.rare events;

zosafanana 1.imbalances; 2.things that are not the same;

zosamveka 1.nonsensical things; 2.piffle; 3.vagueries;

zosamwerana madzi 1.things that do not go together; 2.dichotomies; chabwino ndi choipa sizimwerana madzi = there are dichotomies between good and evil;

zosapindulitsa 1.things that do not profit; 2.nonsense;

zosathandiza 1.useless things; 2.not helpful things; 3.unnecessary things;

zosati nkufotokoza 1.unusual things; 2.strange things; 3.horrible things; 4.terrible things;

zosayembekezeka 1.matters not expected; 2.contretempts; 3.unexpected things;

zosayenera 1.blasphemous things; 2.sacrileges; 3.not suitable things;

zoseketsa 1.funny things; 2.comic; 3.comedy;

zosesedwa 1.debris; 2.rubbish; 3.litter;

zosokasoka 1.sewings; 2.needlecraft; 3.homecraft; mphunzitsi wa zosokasoka = homecraft worker;

zosonkha za masika 1.sheaves; 2.collections of first fruits;

zosonkhetsa 1.collections; 2.contributions; 3.subscription;

zosonyeza mtundu wa nyama 1.external sexual organs of animals; 2.genitalia; 3.sex features;

zosowa 1.needed things; 2.things in demand; 3.rare things;

zosowa mgwirizano 1.things that lack agreement; 2.imbalances; 3.things that require agreement;

zotengerá kwa makolo heritage from parents;

zotere 1.such; zoterezi ndizabwino = such is good; 2.this;

zoterezi 1.such; 2.those;

zoterezo such;

zotha msuzi 1.lost value; 2.rubbish; 3.waste;

zotha ntchito 1.waste; 2.scrap; 3.rubbish; 4.expired things;

zotha supu 1.waste; 2.rubbish;

zothandiza kukhala ndi moyo 1.livelihood; kugulitsa matimati ndi chinthu chomwe

chimamuthandiza kukhala ndi moyo = selling tomatoes is a way of his livelihood; 2.life supporting things;

zothenera maluwa shears;

-zotitsa 1.-destroy authority; 2.-subvert;

-zotokola -carve;

zotsalira popala matabwa 1.shavings; 2.saw dust;

zotsatira 1.consequences; 2.feedback; ndi njira yomwe imatulutsa zotsatira zakafukufuku = feedback; 2.result; zotsatira za zoyesedwa = lab result; ndi zotsatira zoonetsa ngati palibe matenda pomwe alipo = false negative (medical); ndi zotsatira zoonetsa ngati pali matenda pomwe palibe = false positive (medical); 3.results; 4.outcome; 5.wages; 6.impact;

zotulukira arisings; atawerenga mfundo za kale zimene zinatulukira zochokera pa zimene zinalankhulidwa anazikambirana = after reading the minutes, matters arising were discussed;

zotupitsa chakudya yeast;

zotuta 1.yields; 2.harvest;

zoulukauluka flies;

zoundukula 1.collection of first fruits; 2.food mixed with charms given to girls after puberty initiation rite;

zovala clothes; zovala zoyera = white clothes/ clean clothes; zovala zakale/ kaunjika = second hand clothes; zovala zapamwamba = decent clothes; zovala zosiririka = charming clothes; zovala zake ndi nsanza = his clothes are rags;

zovala m'maso 1.glasses; 2.spectacles; 3.goggles;

zovala mmanja gloves;

zovala pamasewero 1.sportswear; 2.sports attire;

zovala za amayi za mkati 1.underwears; 2.lingerie;

zovala za amuna 1.men's clothes; 2.men's wear;

zovala za masiye death-mask;

zovala za sewero 1.dress for actors in play; 2.costumes;

zovala zachimuna men's wear; zovala za chimuna zimadula = men's wear cost much;

zovala zamkati 1.underclothes; 2.underwear;

zovala zooneka zofanana uniform;

zowawa 1.bitter things; 2.persecutions; 3.sufferings;

zowawanya 1.useless things; 2.senseless things;

-zowekana -be intimate with;

zowerenga literature; Mgwirizano wa Zowerenga za chiKhristu m'Malawi = Christian Literature Association in Malawi (C.L.A.I.M);

zowo 1.big wound; 2.ulcer;

zowola 1.rotten things; 2.decayed things;

zowona 1.genuine things; 2.honest things; 3.sincere matters; 4.real; 5.true things; zimene akunena ndi zowona = what he is saying is true;

zowonda thin things; ng'ombe zowonda = thin

cattle;
zowoneka kumaso kwa anthu 1.beautiful things;
2.pretty; wakwatira mtsikana wowoneka kumaso
kwa anthu = he has married a pretty girl;
zowononga chiyembekezo 1.death-blow;
2.discouraging;
zowundukula collection of first fruits;
zoyabwa mthupi itches;
zoyala pagome 1.table linen; 2.table cloths;
zoyala pakama 1.beddings; 2.bed sheets;
zoyankhula zosayenera 1.indecent talk; 2.shit (fig);
zoyenera kuchita duty;
zoyenera kulankhulidwa 1.things to be spoken;
2.contents of speech;
zoyenera kuti uchite 1.duty; 2.moral obligation;
zoyenera kuyang'anitsitsa 1.things to care for; 2.
things to mind about;
zoyimbayimba music;
zoyipa 1.bad things; 2.filth;
zoyitanitsira ku maiko akunja 1.importation;
2.foreign goods;
zozembetsa 1.things taken secretly from the owner;
2.stolen goods;
zoziziritsa kukhosi 1.refreshments; 2.cold drinks;
3.soft drinks;
zozochi\a- kind of wild bird;
-zozomola -peck (esp act of birds as they eat);
zude useless money;
-zudzula 1.-rebuke; 2.-hinder;
-zuka -be uprooted;
zukuka! (chiSwahili) awake!; exhortation to wake
up spiritually, often used in revivalist movements
in East Africa;
-zukumuka 1.-grow fast; 2.-beat severely;
-zukuta 1.-examine carefully; 2.-scrutinise; 3.-
investigate; 4.-stare;
-zula 1.-pull up/out by the roots; 2.-take up by the
roots; 3.-uproot; anazula mbewu zonse zogwidwa
ndi matenda = he uprooted all the infected plants;
4.-deracinate; 5.-gather; anazula bowa = he
gathered mushrooms; 6.-yank; adotolo anazula
dzino langa mwamphamvu = the doctor yanked
my tooth out; 7.-pluck a fowl; 8.-pick (esp. of
plants);
-zula moyo 1.-be scathing; mawu wozula moyo =
scathing words; 2.-be maddening; 3.-be seductive;
4.-kill;
-zulula 1.-taste; 2.-run into; ndinazulula galimoto
yanga yatsopano = I ran into my new car;
zulungundu\a- fly (big and red);
-zuma -groan; akuzuma ndi matenda = he is
groaning with disease;
zumba\- okra (whose leaves are eaten);
zumbi\a- kind of vegetable;

zumu\- kind of wild rodent;
-zumuka -grow up quickly;
-zumula 1.-give warning; 2.-inform in advance;
zuna sweetness;
-zuna -be sweet; phala lozuna = sweet porridge;
-zunda 1.-be thin; 2.-be oppressed with sickness;
zunde\a- big garden;
-zundula -strike without putting force in the blow;
-zungulira 1.-revolve; 2.-rotate; 3.-detour; 4.-bend
as a path; 5.-besiege; asilikali anazungulira mzinda
= the soldiers besieged the city; 6.-walk around;
7.-go around; zungulira nyumba = go around the
house; 8.-run round; 9.-round; 10.-avoid by going
round; 11.-roll; magudumu akuzungulira mu
nsewu = the tyres are rolling on the road; 12.-
circle; 13.-coast; 14.-compass; 15.-surround; 16.-
cycle;
-zungulira china chake 1.-girdle; 2.-surround;
-zungulira mutu 1.-be mad; 2.-be insane; 3.-be
lunatic; 4.-have delirium; 5.-be scatty;
-zungulirazungulira -walk aimlessly;
-zungulirazungulira pa malo 1.-loiter; Maria
anazungulira m'misewu kuyang'ana m'mazenera a
masitolo = Maria loitered along the streets looking
at the shop windows; 2.-rove;
-zunguliridwa 1.-be surrounded; iye
anazunguliridwa ndi achifwamba = he was
surrounded by robbers; 2.-be encircled; nyanja ndi
yozunguliridwa ndi mitengo = the lake is encircled
by the trees;
-zunguliridwa ndi adani 1.-be embattled; 2.-be
encircled by enemies;
-zunguliridwa ndi mtunda -be landlocked; dziko
la Malawi lazunguliridwa ndi mtunda = Malawi is
landlocked;
-zunguliritsa 1.-make dizzy; 2.-be shattering; 3.-be
maddening;
-zunguliza 1.-make circular; 2.-compass; 3.-
enclose; 4.-circle;
zungulizunguli aimless; angoyenda zungulizunguli
= he walks aimlessly;
-zunguza 1.-rotate; 2.-turn around; 3.-round; 4.-
wield; expression: iye amalizunguza lirime (lit.: he
wields the tongue) = he speaks cunningly/ he is an
expert in convincing the other through lying; 5.-
roll; 6.-confuse; 7.-be shattering; 8.-make dizzy;
mankhwala wosokoneza bongo amakuzunguza
mutu = intoxicating drugs make you dizzy; 9.-
scratch head; 10.-be confusing/ -confuse; funso
lomwe linandizunguza = a question that confused
my head; 11.-be troublesome;
-zunguzidwa mutu 1.-be confused; 2.-be puzzled;
-zunguzika mutu 1.-be mixed up; ndazunguzika
mutu = my mind is mixed up; 2.-be confused;

-zunitsa -sweeten;

-zunza 1.-oppress; 2.-harass; 3.-ill treat;
anazunzidwa mundende = he was ill-treated in
prison; 4.-be cruel; 5.-afflict; 6.-persecute; 7.-
martyr; 8.-maltreat; 9.-be offensive; 10.-domineer;
11.-annoy; 12.-tease; 13.-degenerate; 14.-distress;

-zunzidwa 1.-be persecuted; anthu ambiri
anazunzidwa = many people were persecuted; 2.-
be molested; 3.-be teased;

-zunzika 1.-be persecuted; 2.-suffer; 3.-be
painstaking; 4.-be afflicted; 5.-languish;

-zunzikira 1.-be painstaking; 2.-be persecuted for;

zunzo\ma- 1.persecution; 2.crisis; 3.problem;

-zunzunda -beat heavily;

-zunzunuka -grow up quickly;

-zurula -leak;

-zurumuka 1.-be surprised; 2.-be startled;

-zuula -cut out piece of skin or flesh;

-zuwa -jump like a frog;

-zuzwa -stand erect;

-zwatula 1.-bite; 2.-be painful;

-zweta 1.-walk around; 2.-run around; 3.-wheel
round; 4.-be mad; wazweta ndi chamba = he is
mad because he smokes Indian hemp;

zwetazweta (-yenda z.) 1.-be zigzag; 2.-be crooked
as a road; 3.-meander as a road;

zwezwe dizziness; ndikuona zwezwe = I am feeling
dizzy;

-zwizwitsa 1.-be uncanny; 2.-make one wonder; 3.-
amaze; anazwizwitsa anthu = he amazed people;

-zyola 1.-pass; 2.-move forward; 3.-overtake;

-zyolika 1.-look down; 2.-decline; 3.-look down in
shame; 4.-face down; ndinazyo!ika pansi mutu
wanga = I faced down (because of shame); 5.-feel
shy;

zyolo 1.ant eater; 2.kind of long nosed rodent;

-zyula -cut round;